ब्रह्मांडनायक

प्रा. डॉ. यशवंत पाटील

सकाळ प्रकाशन

सकाळ प्रकाशन

Brahmandanayak

ब्रह्मांडनायक

प्रथम आवृत्ती	:	मे, २०२५
प्रकाशक	:	सकाळ मीडिया प्रा. लि. ५९५, बुधवार पेठ, पुणे ४११ ००२
संपादन	:	ऐश्वर्या कुमठेकर
मुखपृष्ठ	:	गोपाळ नांदुरकर
अक्षरजुळणी	:	श्रीरामचंद्र जोशी
मुद्रितशोधन	:	यशोधन लोवलेकर
मांडणी	:	उमा लोवलेकर
मुद्रणस्थळ	:	विकास प्रिंटिंग अ‍ॅण्ड कॅरिअर्स प्रा. लि. प्लॉट नं. ३२, एमआयडीसी, सातपूर, नाशिक
ISBN	:	978-93-49487-42-0
संपर्क	:	०२०-२४४० ५६७८ / ८८८८८ ४९०५० sakalprakashan@esakal.com

डोळस, विवेकी वृत्तीने अध्यात्म आणि विज्ञान यांचा
योग्य तो समन्वय साधून स्वतःचे व इतरांचे जीवन
सुखी, समाधानी, समृद्ध आणि आनंदी करू इच्छिणाऱ्यांसाठी
हा ग्रंथ सविनय समर्पित

मनोगत

अक्कलकोट निवासी श्री स्वामी समर्थ यांच्या जीवनचरित्रावर तथा अवतारकार्यावर आधारित 'ब्रह्मांडनायक' हा चरित्रग्रंथ तुमच्या हाती देताना मला मनस्वी आनंद होत आहे. सदर ग्रंथाची मांडणी चार विभागांत केली आहे. पहिल्या विभागात श्री स्वामी समर्थांचे प्रकटीकरण, त्यांनी भारतभर विविध स्थळी केलेले भ्रमण आणि तेथील महत्त्वाच्या लीला समाविष्ट करण्यात आल्या आहेत. दुसऱ्या विभागात अक्कलकोट आणि परिसरातील २१-२२ वर्षांच्या वास्तव्यात केलेल्या भ्रमणातील महत्त्वाच्या लीला आहेत. तिसऱ्या विभागात स्वामींनी १८७८मध्ये घेतलेल्या समाधीनंतर म्हणजे ते निर्गुण-निराकार स्थितीत गेल्यानंतर कोणत्या लीला केल्या, त्यांच्या निष्ठावंत भक्तांना कोणकोणत्या अनुभूती व प्रचिती दिल्या याचे आधारभूत वर्णन केले आहे. 'हम गया नही, जिंदा है' या वचनाची प्रचिती ते कशी देतात, याचे वर्णन केले आहे. चरित्रग्रंथातील पहिल्या तिन्ही विभागांत श्री स्वामींचे अवघे अवतारकार्य अतिशय अपूर्व आणि अभूतपूर्व आहे, हे त्यांनी केलेल्या विविध लीलांतून उलगडत जाते. चौथ्या विभागात स्वामी समर्थांची सगुण साकार मूर्ती छायाचित्रांच्या स्वरूपात पाहावयास मिळते.

वाचकांनी, अभ्यासकांनी आणि स्वामी समर्थभक्तांनी श्री स्वामींच्या लीलांचा अर्थ, भावार्थ आणि मथितार्थ समजून त्यावर अल्पस्वल्प चिंतन केले, त्याप्रमाणे आचारविचार, वर्तनव्यवहार केला; तर त्यांच्यामध्ये सकारात्मक बदल होत जातील आणि हे बदल कसे कालसुसंगत आणि प्रगत आहेत, याचा प्रत्यय हा चरित्रग्रंथ वाचताना येऊ लागेल. रूढीबद्ध अंधश्रद्धेवर आधारित जीवन जगण्याला; विसंगत, अज्ञानी अशा गोष्टींना त्यांनी कृतिशीलतेने कडाडून विरोध केला. विरोधच नव्हे, तर असे करणाऱ्यास चारचौघांत चांगलेच फटकारले. त्यांच्यावर कठोरपणे कोरडे ओढले. याचे ओघवते, तपशीलवार वर्णन मी श्री स्वामी समर्थप्रेरणेने आणि त्यांच्याच कृपेने लिहिलेल्या या चरित्रात्मक अवतारकार्याच्या चरित्रग्रंथात केले आहे.

श्री स्वामी अक्कलकोटमध्ये असताना त्यांच्याकडे दररोज शेकडो लोक येत असत. त्यात सर्व जाती, धर्म, पंथ आणि संप्रदायांच्या व्यक्ती असत. त्या वेळच्या सामाजिक स्थितीनुसार त्यात बारा बलुतेदार असत; राजे-महाराजे,

संस्थानिक, वतनदार, तालेवार, जहागीरदार, अधिकारी असत. प्रत्येकाशी त्यांचा आचार, वर्तनव्यवहार भिन्नभिन्न, व्यक्ती, प्रसंग, घटना सापेक्ष असे. त्यांच्यात सर्वांप्रति समत्व आणि ममत्व होते. हे वेगवेगळ्या घटना-प्रसंगांतून आढळते. त्याचे आधारभूत वर्णन या ग्रंथात आहे. या श्री स्वामींच्या अवतारकार्याच्या ग्रंथलेखनात कोणतीही कल्पकता, अवास्तवता, मनोरंजकता, वाचक शरणागतता न अवलंबता शंभर टक्के वास्तवाला धरून या चरित्रग्रंथाचे लेखन अस्सल कागदपत्रांच्या आधारे केले आहे.

जेव्हा मी सावित्रीबाई फुले पुणे विद्यापीठात 'श्री स्वामी समर्थांवरील साहित्याचा, त्यांच्या अवतारकार्याचा अभ्यास' हा विषय निवडून विद्यावाचस्पती (पीएच. डी.) पदवीसाठी प्रत्यक्ष त्या त्या स्थळी जाऊन अभ्यास करीत होतो; विविध ग्रंथ, पोथ्या, कागदपत्रे अभ्यासत होतो; तेव्हा श्री स्वामींच्या अवतारकार्याची व्यापकता किती महाप्रचंड आणि सखोल आहे याची कल्पना येत गेली. केवळ देव्हाऱ्यात अथवा पूजेत ठेवून, नवस करून क्षुल्लक, क्षणभंगुर, अल्पजीवी, काहीतरी थातूर-मातूर मागण्याचे हे उपास्य दैवत नाहीच मुळी! स्वत:मध्ये, कुटुंबात, समाजात विलक्षण सकारात्मक परिवर्तन करण्याचं सामर्थ्य त्यांच्या शिकवणीत, उपदेशांत आणि लीलांमध्ये आहे हे निर्विवाद वास्तव आहे. त्या दृष्टिकोनातून कुठल्याही तऱ्हेचे मनोरंजन करण्याच्या हेतूने अवास्तव शब्दांची कल्पना आणि प्रसंगांची आतशबाजी करीत हे चरित्रलेखन केलेले नाही. त्यासाठी इतर विषय विपुल आहेत. 'पौराणिक आणि ऐतिहासिक चरित्रे, अस्सल कागदपत्र योग्य त्या वस्तुनिष्ठतेवरच लिहिली जावीत' या तत्त्वाशी मी सहमतच नव्हे, तर वचनबद्ध राहून लेखन केले आहे.

या चरित्रग्रंथाच्या सखोल वाचनाने झोपलेला वाचक, भक्त वा अन्य कोणीही अज्ञानातून, अनाभिज्ञतेतून जागा होईल, सजग होईल; जागी असलेली व्यक्ती स्थिर बसेल, शांतचित्त होईल; स्थिरचित्त व्यक्ती उभी राहील; उभी राहिलेली चालू लागेल; चालत असलेली पळू लागेल; पळत असलेली धावू लागेल! थोडक्यात म्हणजे, कुणाही वाचकाच्या जीवनाला चरित्रग्रंथाच्या वाचनाने आशय आणि अर्थ लाभेल. त्यातूनच आस्तिक आणि नास्तिक अशा दोघांच्याही विचारांचा परीघ विस्तारण्याचे सामर्थ्य या चरित्रग्रंथात आहे. निरिच्छ, नि:स्पृह आणि निर्लोभीपणाची जोपासना आणि वर्धिष्णुता वाढवण्यास हा ग्रंथ साहाय्यभूत ठरणारा आहे.

आयुष्यात सुख, समाधान, शांती आणि आनंद यांची प्राप्त व्हावी, यासाठीच तर प्रत्येक जीवाची धडपड असते. हे सर्व साध्य या चरित्रग्रंथाच्या सखोल

वाचन-मनन-चिंतनाने होईल. काळ बदलत जातो, तसतसे जगण्याच्या पद्धतीचे, जीवनशैलीचे संदर्भ आणि पद्धती बदलत जातात, हे वास्तव आहे; पण आयुष्यात काही मूल्ये कधीच बदलत नाहीत. त्यांचे प्रमाण थोडेफार कमी-जास्त होईल, पण ती चिरकालीन असतात. या चरित्रग्रंथाचे महानायक श्री स्वामी यांनी त्या वेळच्या अनिष्ट प्रथा, परंपरा, कर्मकांडे आणि सर्वच बाबतींत मागासलेपण असतानाही त्या विरुद्ध कृतिशील जागृती केली. ते करताना सर्वधर्मसमभाव, सर्वसमावेशकता त्यांनी जोपासली. कोणत्याही प्रकारची अस्पृश्यता न मानता 'सम सकला पाहू' या ध्येयधोरणाने त्यांनी त्यांच्या अवतारकाळात अनेक लीला, चमत्कार केले. तुम्हाला माझेच नाम घ्यायचे आहे ना, तर ते काम करताकरता घ्या. कर्म आणि धर्म यांची अभूतपूर्व सांगड त्यांनी घातली होती. चमत्काराचा अर्थही रोखठोक भाषेत सांगितला. ढोंगी साधुत्व; कोरडे,कृतिहीन व वाचाळ पांडित्य, अंधश्रद्धा, विकृत दृष्टिकोन आदी कितीतरी गोष्टींचा त्यांनी पर्दाफाश केला. बौद्धिक बथ्थडपणा त्यांनी ठोकरला. बुद्धिप्रामाण्याचा त्यांनी पुरस्कार केला, म्हणून त्यांना केवळ देव्हाऱ्यात स्थापन करून, छायाचित्रांत अथवा तसबिरीत बंदिस्त करून त्यांच्या नावाचा आचार-विचार, नीतिमूल्ये विसरून निव्वळ जयजयकार करून, त्यांची शुष्क उपासना करण्याने काहीच साध्य होणार नाही; तर अतिशय डोळस बुद्धिप्रामाण्याने त्यांच्या लीला समजावून घेतल्यास निश्चितच खूप मोठे परिवर्तन होईल असा मला लेखक म्हणून दृढविश्वास वाटतो. तुमच्या या चरित्रग्रंथाच्या अध्ययन, मनन, चिंतन आणि अभ्यासातून ते साध्य व्हावे अशी ब्रह्मांडनायक श्री स्वामी समर्थचरणी तुम्हा सर्वांसाठी प्रार्थना करतो आणि थांबतो.

॥ श्री स्वामी समर्थ॥

प्रा. डॉ. यशवंत पाटील

प्रस्तावना

श्री स्वामी समर्थांवर विपुल वाङ्मय लिहिलेले आहे. त्यात काही कादंबऱ्या, त्यांचे चरित्र, स्तोत्रे, पोथ्याही आहेत. अजून प्रा. डॉ. यशवंत पाटील लिखित 'ब्रह्मांडनायक' हा चरित्रग्रंथ कशाला, हा विचार माझ्या मनात आला. या अगोदर असलेल्या सर्व कादंबऱ्या, चरित्रे, पोथ्या मी वाचलेल्या आहेत. या चरित्रग्रंथातही काही आगळे-वेगळेपण नसेल असे मला सुरुवातीला वाटले होते. तो पूर्वग्रह माझ्या मनात होताच. प्रा. डॉ. यशवंत पाटील यांनी अक्कलकोट निवासी श्री स्वामी समर्थांवर पीएच. डी. (विद्यावाचस्पती) पदवी 'सावित्रीबाई फुले पुणे विद्यापीठा'कडून मिळवली होती, हे मला ज्ञात होते. त्यासाठी त्यांनी वापी (गुजरात) इथे स्थायिक असलेल्या कै. नागेश करंबळेकर यांचे, माझे व इतर अनेकांचे मार्गदर्शन घेतल्याचेही मला ज्ञात होते. तसेच प्रबंध लेखनासाठी त्यांनी प्रत्यक्ष अक्कलकोटमध्ये व अक्कलकोटच्या पंचक्रोशीत पायपीट करून कागदपत्रे वाचून, तपासून व प्रत्यक्ष पाहून तपशीलवार माहिती मिळवली होती, हेही मला ज्ञात होते.

श्री स्वामी समर्थांवरील पीएच. डी. साठी ते संपूर्ण भारतात, जिथे-जिथे श्री स्वामी गेले, काही काळ वास्तव्य केले, लीला केल्या, त्या ठिकाणी प्रत्यक्ष जाऊन आले. 'आधी पाहिले, अनुभवले, मगच सांगितले' या उक्तीनुसार डॉ. पाटील यांनी या ग्रंथाचे लेखन केले. हा चरित्रग्रंथ वाचताना त्यातील घटना, प्रसंग, व्यक्तिरेखा, अन्य संबंधित स्थळांची वर्णने वाचताना त्याचा प्रत्यय या चरित्रग्रंथाच्या प्रत्येक प्रकरणागणीक येतो. श्री स्वामींच्या प्रचंड अवतारकार्याचा आढावा घेताना तो मर्यादित शब्दांत घेणे सर्वस्वी अशक्य, म्हणून त्यांनी या चरित्रग्रंथाचे विभाजन चार विभागांत केले आहे.

या ग्रंथाच्या पहिल्या विभागात श्री स्वामी समर्थांचे प्रकटीकरण, म्हणजे पृथ्वीवर अवतरण याविषयी सांगितले आहे. त्यांना प्राप्त असलेल्या सिद्धी, त्यांचे स्वरूप यांचे वर्णन केलेले आहे. त्यांनी विविध स्थळी, वेगवेगळ्या नावांनी संचार केला, वास्तव्य केले. पूर्वार्धात ते कुठे आणि कसे गेले; तिथे कोणत्या लीला केल्या; त्यांमागे त्यांचा किती व्यापक उद्देश होता; सोंगे-ढोंगे, अंधश्रद्धा, बुवाबाजी, लफंगेगिरी कशी मोडून काढली हे प्रा. डॉ. पाटील यांनी अतिशय प्रभावी आणि संवादी भाषेत लिहिले आहे. त्यात कमालीचा अस्सलपणा आहे. विविध संदर्भांचा आधार

घेऊन ब्रह्मांडनायक श्री स्वामी समर्थांचा सच्चेपणा या ग्रंथात शब्दबद्ध केला आहे. या चरित्रग्रंथाचा पहिला विभाग वाचताना श्री स्वामी भाविक भक्तांना भक्तिमार्ग कसा दाखवतात, याचा प्रत्यय येतो. या चरित्रग्रंथात श्री स्वामी समर्थ हेच विविध ठिकाणी वेगवेगळ्या नावांनी वावरले आहेत. वाचकांना त्या त्या नावांनी ते या ग्रंथात भेटतात. वाचक हा चरित्रग्रंथ वाचताना त्या त्या घटनांशी, प्रसंगांशी, लीलांशी वा चमत्कारांशी तद्रूप होऊन जातो. कितीही चिकित्सकपणे हा चरित्रग्रंथ वाचला, तरी श्री स्वामींचे प्रबोधनकारी, कालसुसंगत भाष्य व वावर आढळून येतो. साहित्यात वाचकशरणता पत्करून करमणुकीला आणि मनोरंजकतेला प्राधान्य देण्याऐवजी प्रबोधनाला प्राधान्य देणे आवश्यक असते, नव्हे साहित्यप्रसवतेचा उद्देशच मुळी समाजप्रबोधनाचा, समाज घडवण्याचा असावा; बिघडवण्याचा वा नासवण्याचा नसावा. हा ग्रंथ वाचताना प्रा. डॉ. पाटील यांनी वाचक घडवण्याची भूमिका लेखक म्हणून यशस्वीरीत्या पार पाडल्याचे स्पष्ट जाणवते.

'ब्रह्मांडनायक' या ग्रंथाचा दुसरा विभाग हा मूळ गाभा आहे. अक्कलकोट नगरीत बावीस वर्षे श्री स्वामी होते. पंचक्रोशीत ते वावरले. या कालावधीत त्यांनी केलेल्या लीला, त्यांद्वारे अनेकांचे केलेले कल्याण, प्रत्येकाचा आचारविचार, वर्तनव्यवहार, अक्कलकोट संस्थानची भौगोलिक, आध्यात्मिक आणि ऐतिहासिक स्थिती, त्या वेळी सर्वच बाबतीत असलेले मागासलेपण, गावगाड्यानुसार अठरा पगड जाती आणि बाराबलुतेदारी यांचीही वर्णने आली आहेत. त्या अनुषंगाने श्री स्वामींशी निगडित काही लीला आलेल्या आहेत. त्यातून त्या वेळच्या सामाजिक, आर्थिक आणि शैक्षणिक स्थितींची वर्णने केली आहेत. त्या वेळचा एकंदर कालखंड शब्दबद्ध करण्यात प्रा. डॉ. पाटील यशस्वी झाले आहेत. ते वर्णन करीत असताना संबंधित व्यक्तींना त्यांच्या वृत्ती-प्रवृत्ती शब्दबद्ध करण्यात लेखक यशस्वी झाला आहे.

या ग्रंथाचे चरित्रनायक श्री स्वामी हे अतिशय निरिच्छ, निर्मोही, सडेतोड, सुस्पष्ट आचार-विचार असणारे, वर्तनव्यवहार करणारे होते, हे वाचकाच्या मनावर बिंबवण्यात लेखक यशस्वी झाल्याचे दिसते. एकंदर श्री स्वामींचे कार्य हे कालातीत होते. त्यांच्या अवतारकार्यात त्यांच्यापुढे जातिभेदाला अजिबात थारा नव्हता. कालविसंगत, अन्यायकारी रूढी-परंपरांना त्यांच्याकडे अजिबात स्थान नव्हते. अशा रूढी-परंपरेच्या आहारी गेलेल्या लोकांची ते चारचौघांत कानउघाडणी करीत. म्हणून या चरित्रग्रंथाचे साहित्यिक मूल्य फार उच्च दर्जाचे आहे. शेकडो, हजारो

लीला आणि त्या सर्वांशी निगडित एकटे श्री स्वामी समर्थ. यामुळे लिखाणात काहीसा पसरटपणा आला आहे. अर्थात श्री स्वामींच्या अफाट कार्यात घटना, प्रसंग, विषयाची मांडणी, प्रतिपादन यांत भिन्नता येणे अपरिहार्य आहे. ती या ग्रंथात आलेली आहे. श्री स्वामींशी संबंधित सर्व कागदपत्रांचा, संदर्भग्रंथांचा आधार घेऊन प्रचंड मेहनतीने श्री स्वामी समर्थ कृपेने लेखक प्रा. डॉ. पाटील यांनी या चरित्रग्रंथाचे लेखन केल्याचे जाणवते. म्हणूनच ते कौतुकास आणि अभिनंदनास पात्र आहेत.

या ग्रंथाचा तिसरा विभाग अतिशय वेधक आणि चटकदार आहे. श्री स्वामींनी चैत्र वद्य त्रयोदशी शके १८००, म्हणजे मंगळवार, दिनांक ३० एप्रिल, १८७८ रोजी दुपारी चार ते पाचच्या दरम्यान सर्व लोकांसमक्ष देह विसर्जित केला. म्हणजे समाधी लीला केली; पण त्यांनी समाधी घेतली म्हणजे त्यांचे त्यांच्या भक्तांवरील कृपाछत्र हटले, असे होत नाही, त्यानंतर, म्हणजे सन १८७८ नंतरही त्यांनी 'हम गया नही, जिंदा है!' असे त्यांच्या निस्सीम भक्तांना अभिवचन दिले आणि अनुभूतीही दिली. लेखकाने या चरित्रग्रंथाचा हा भाग अतिशय जोखमीने, जबाबदारीने, घटना-प्रसंगांच्या आधारे लिहिला आहे. त्यांच्या लेखनात अशी ताकद आणि श्री स्वामींची कृपा आहे, की समाधीनंतरही श्री स्वामी समर्थांचे अस्तित्व जाणवते आणि 'हम गया नही, जिंदा है।'ची प्रचिती येते. 'ब्रह्मांडनायक' या चरित्रग्रंथाच्या वाचन, मनन आणि अध्ययनाने श्री स्वामी समर्थांच्या समग्र अवतारकार्याची कल्पना येते. लेखकाने या ग्रंथाच्या लेखनासाठी मेहनत घेतल्याचे आणि त्यांना श्री स्वामी समर्थांची कृपा लाभल्याचे पानोपानी जाणवते. लेखकाच्या पुढील लेखनासाठी खूप खूप शुभेच्छा आणि शुभाशीर्वाद.

आचार्य वसंत गोडबोले
संत साहित्याचे गाढे अभ्यासक

श्री स्वामी समर्थांचे अस्सल छायाचित्र

अ नु क्र म

॥ श्री स्वामी समर्थ : सिद्ध विभूती ॥

ब्रह्मांडनायक श्री स्वामी समर्थांना सर्वच्या सर्व, म्हणजे एकूण तेवीस सिद्धी केवळ वश होत्या असे नव्हे, तर त्यांचे त्या सर्व सिद्धींवर कमालीचे प्रभुत्व होते. जरी त्यांना सर्व सिद्धी वश होत्या, तरी त्यांनी सिद्धींचा उठसूट क्षुद्र कारणांसाठी वापर कधीच केला नाही. लोकहितार्थ किंवा एखाद्या व्यक्तीच्या हितार्थ, दीर्घकालीन हितासाठी गरज असेल, तेव्हाच ते सिद्धीचा वापर करीत. त्यांच्या अवतारकार्याचा तपशीलवार आढावा या ग्रंथात घेतला आहे. त्या सर्वांचा सूक्ष्म, चिकित्सक, बुद्धिप्रामाण्यावर आधारित अभ्यास केल्यास त्यांनी सिद्धींचा अत्यंत अचूक, योग्य त्या प्रसंगी उपयोग केल्याची आणि त्यातून समाजाचे व व्यक्तीचे हित जोपासल्याची कल्पना येते.

श्री स्वामी समर्थांच्या सिद्धींवरील प्रभुत्वामुळे त्यांना भूत, वर्तमान आणि भविष्य या तिन्ही काळांतील घटना, प्रसंग आदींचे इत्थंभूत ज्ञान होत असे. त्यामुळे ते अगदी सहजच, प्रसंगपरत्वे त्या त्या व्यक्तीला मागे काय घडले, सद्यस्थिती काय आहे आणि भविष्यात काय घडू शकेल याचे कथन अगदी सहज करीत. त्यातूनच त्यांच्या सहवास, संपर्कात आलेल्यांना त्यांच्या दिव्यत्वाची प्रचिती येत असे.

त्यांनी मानवी देह धारण केल्यानंतर षड्रिपूंवर पूर्णतः विजय मिळवला होता. राग, लोभ, माया, ममता, आकर्षण, उपभोग अशा विविध तऱ्हेच्या वासना आणि विकार आदींपासून ते पूर्णतः अलिप्त होते, ते केवळ त्यांना या सर्व सिद्धी वश असल्यामुळेच. कोणत्या प्रसंगी कोणत्या सिद्धीचा वापर करून कसा वर्तन-व्यवहार करायचा, याचे संपूर्ण ज्ञान आणि भान त्यांना असे.

सिद्धी व तिचे प्रकार

सिद्धी म्हणजे काय?

सिद्धी ही एक संस्कृत संज्ञा आहे. तिचा अर्थ ज्ञानप्राप्ती किंवा सफलता असा आहे. 'सिद्धी' हा शब्द मार्कंडेय पुराणात, महाभारतात आढळतो. पंचतंत्रामध्ये असामान्य कौशल्य, क्षमता अर्जित करण्यास 'सिद्धी' असे म्हटले आहे. क्षमता, अलौकिक शक्तीचे अर्जन (प्राप्ती) म्हणजे सिद्धी.

उदा., दिव्य दृष्टी, एकाच वेळी दोन किंवा त्यापेक्षा अधिक जागी असणे वा दिसणे, आपल्या आकारास सूक्ष्म अथवा मोठे करणे इत्यादी.

सिद्धीचे प्रकार :

एकूण सिद्धी २३ आहेत. त्यांचे वर्गीकरण महा, गौण, क्षुद्र अशा तीन प्रकारांत केले आहे.

अ) महासिद्धी :

१) अणिमा २) महिमा ३) लघिमा ४) गरिमा ५) प्राप्ती) ६) प्राकाम्य ७) ईशित्व ८) वशित्व

ब) गौणसिद्धी :

१) अनूर्मी २) दूरश्रवण ३) दूरदर्शन ४) मनोजव ५) कामरूपा ६) परकाया ७) इच्छामरण ८) सहक्रीडा ९) संकल्पसिद्धी १०) आज्ञासिद्धी.

क) क्षुद्र सिद्धी :

१) त्रिकालज्ञान २) अद्वंद्व ३) प्रतिष्ठंभ ४) परवित्तज्ञान ५) अपराजय

एकूण सिद्धी : ८+१०+५=२३

शिवसापेक्ष असणाऱ्या सिद्धींना महासिद्धी व जीवसापेक्ष सिद्धींना गौण व क्षुद्रसिद्धी म्हटले जाते.

सिद्धींचा वापर

सिद्धी म्हणजे एक प्रकारची शक्तीच असल्यामुळे या शक्तींचा उपयोग चांगला किंवा वाईटही होऊ शकतो. लोकांचे दुःखनिवारण करणे; त्यांना सुखी, समाधानी, आनंदी करणे हा सिद्धींचा चांगला उपयोग आहे. मात्र सिद्धींच्या वापरकर्त्याचा निरिच्छपणा, निर्मोहीपणा आणि निष्कामता अपेक्षित असते. सिद्धी प्राप्त झालेली विभूती लोककल्याणासाठीच प्राप्त सिद्धींचा वापर करीत असते. या ग्रंथात ब्रह्मांडनायक श्री स्वामी समर्थ महाराजांनी तो वेळोवेळी केला आहे. त्याद्वारे त्यांनी दुःखी, पीडित, बाधित व्यक्तींचे कल्याणच साधले आहे.

सिद्धीप्राप्त विभूती अष्टसिद्धींचा वापर प्रामुख्याने आवश्यकतेनुसार करीत आले आहेत.

१. अणिमा : स्वतःच्या इच्छेप्रमाणे सूक्ष्म रूप धारण करणे
२. महिमा : आपल्या इच्छेप्रमाणे मोठे रूप धारण करणे
३. लघिमा : पिंजलेल्या कापसाप्रमाणे हलके होणे
४. गरिमा : खूप जड होणे
५. प्राप्ती / गरिमा : पाताळ ते ब्रह्मलोकापर्यंत सर्व वस्तूंचे आकलन होणे
६. प्राकाम्य : इच्छेप्रमाणे अलौकिक गोष्टी घडवून आणण्याचे सामर्थ्य
७. ईशिता किंवा इशित्व : संकल्पबलाने सृष्टी, स्थिती आणि प्रलय करण्याचे व चंद्र, सूर्य इत्यादी ग्रह, उपग्रहांना ताब्यात आणण्याचे सामर्थ्य
८. वशित्व : लोकपालासह सर्व लोकांना वश करण्याचे वा ताब्यात आणण्याचे वा ठेवण्याचे सामर्थ्य

या सिद्धींव्यतिरिक्त काही उर्वरित सिद्धी - १) सामर्थ्याने दुसऱ्याच्या मनातले विचार समजणे २) कधीकधी दुसऱ्याच्या मनातील शब्द व मनात उमटलेले बोलही जाणणे. प्रसंगी ते बोल अथवा बोलणे इतरांस ऐकवणे ३) दूरचे ऐकू येणे. ४) प्रकाश दिसणे ५) चांदण्या दिसणे ६) मागचे-पुढचे कळणे, म्हणजे भविष्य आणि पूर्वजन्म समजणे. ७) वाचासिद्धी, म्हणजे बोलल्याप्रमाणे घडणे ८) प्रचंड प्रज्ञा शक्ती, म्हणजे कोणतीही गोष्ट तत्काळ जाणणे वा लक्षात येणे. ९) स्वतःला हवी असलेली एखादी गोष्ट इतरांकडून वा अपेक्षित असलेल्या व्यक्तीकडून करून घेणे.

थोडक्यात, व्रतस्थ, कठोर, ध्यानसाधनेने प्राप्त होणारी ही एक उच्चतम अवस्था होय. या सिद्धीच्या सामर्थ्यबळावर वर उल्लेख केलेल्या अनेक चांगल्या शक्ती प्राप्त होतात, पण त्यांचा उपयोग लोककल्याणासाठीच करणे उचित असते. सिद्धिप्राप्त विभूतीत 'मी', 'माझे', 'अहंपणा'चा लवलेशही असता कामा नये. अहंकारी व्यक्ती व विभूती सिद्धींचा वापर लोककल्याणासाठी करूच शकत नाही. इथे एक साधू आणि रामकृष्ण परमहंस यांच्यातील संवाद मनोज्ञ आहे. सिद्धीचे स्वरूप, उपयोग आणि महत्त्व अधोरेखित करणारा आहे.

एकदा एक साधू श्री रामकृष्ण परमहंसांकडे आला. त्यांना मोठ्या अहंभावाने म्हणाला, ''गुरुदेव, मला कितीही विस्तीर्ण आणि खोल जलावरून चालत जाण्याची सिद्धी प्राप्त आहे. त्यासाठी मी साडेतीन तपं म्हणजे ४२ वर्षं कठोर तपश्चर्या केली.'' रामकृष्ण परमहंस काही क्षण स्तब्ध राहिले व म्हणाले, ''तू तुझ्या आयुष्यातली साडेतीन तपं म्हणजे ४२ वर्षं पाण्यावरून चालण्याच्या सिद्धीच्या प्राप्तीसाठी फुकट घालवलीस.'' उत्सुकतेने पण अहंभावाने साधूने विचारले, ''गुरुदेव, ते कसं काय?''

''मूर्ख माणसा! दोन पैशांत नावाडी गंगा नदी पार करून देतो. त्यासाठी तू तुझ्या तारुण्यातली अनमोल ४२ वर्षं फुकट घालवलीस. त्याऐवजी सदसद्‌विवेकाची कास धरली असतीस, तसाच आचार, विचार आणि वर्तनव्यवहार केला असतास, तर एव्हाना गंगा किंवा एखादा विशाल जलाशयच नाही, तर हा भवसागर पार करून गेला असतास. इतरांनीही तो कसा पार करावा, याचं मार्गदर्शन करू शकला असतास. पण तू मात्र तुझ्या आयुष्याचा हा अनमोल कालावधी फुकट घालवलास.''

''होय, गुरुदेव. आपण म्हणताय ते मला पटलंय. आपल्या मार्गदर्शनाखाली मी प्राप्त सिद्धींचा वापर लोकहितासाठी करीन.'' त्या साधूने विनम्रपणे कबूल केले.

या ग्रंथात आळंदीच्या नृसिंहसरस्वतींना श्री स्वामींनी सिद्धीला वेश्या संबोधून ती सोडण्याचा आदेश दिल्याची लीला आहे. सोने बनवणाऱ्या किमयागारास ती किमया (सिद्धी) सोडण्यास त्यांनी सांगितले. गर्वाने उन्मत्त झालेल्या अनेक तपस्वींना ठिकाणावर आणले. अहंभाव सोडायला लावला. प्रख्यात प्रवचनकार, व्याख्याता, लेखक विष्णुबुवा जोग ब्रह्मचारी यांना स्वामींनी 'ब्रह्म-तदाकारिता' म्हणजे काय हे स्वप्नदृष्टान्तात त्याच्या अंगावर विंचू पाडून दाखवून दिले. कोटीकूप तीर्थक्षेत्री जलपृष्ठावरून जलाशयाच्या मध्यभागी चालत जाऊन स्वामी पद्मासन घालून बसले आणि गोरगरिबांसह सर्वांनाच लुटणाऱ्या पुजाऱ्यास त्यांनी ठिकाणावर आणले. दगडाला शेंदूर फासून स्वार्थासाठी तयार केलेल्या देवदेवतांवर लघवी, शौच करून अंधश्रद्धा थांबवल्या. असे अनेक महत्त्वाचे उल्लेख आणि श्री स्वामींनी केलेल्या सिद्धींचा अचूक वापर यांची सविस्तर वर्णने या ग्रंथात आली आहेत.

यातून सिद्धींचा वापर कसा करावा, याची पुरेशी कल्पना येते. श्री स्वामी समर्थ महाराजांनी सिद्धींचा वापर नेमका कसा केला, याचा प्रत्यय या संपूर्ण ग्रंथाच्या वाचनातून, मनन-चिंतनातून येतो.

प्रकटीकरण ते अक्कलकोटपर्यंतचे भ्रमण

✻

तमाम निष्ठावंत भक्तगणांना 'भिऊ नकोस, मी तुझ्या पाठीशी आहे. ' व 'हम गया नही, जिंदा है।' असे खात्रीशीर अभिवचन आधी सगुण स्थितीत आणि सध्या निर्गुण स्थितीतही देणाऱ्या श्री स्वामी समर्थांच्या या पृथ्वीवरील प्रकटीकरणाबाबत मतमतांतरे आहेत. त्यांचा जन्म दत्तसंप्रदायातील श्रीपाद श्रीवल्लभ व श्री नृसिंहसरस्वती या पूर्वसूरींच्या अवतारासारखा कुणा एका माता-पित्याच्या पोटी झालेला नाही. ते अयोनिज आहेत. ते प्रकट झाले. त्यांच्या प्रकटीकरणाबाबत सर्व स्वामी भक्तांना ठाऊक आहे ते असे -

श्री 'हिंदुस्थानाच्या पंजाब प्रांतामधील 'छेली' या खेडेगावी चैत्र शुद्ध द्वितीयेला धरणी दुभंगून आठ वर्षीय बालकाच्या रूपात शके १०७१मध्ये (इसवी सन ११४९) स्वामी समर्थ पृथ्वीतलावर प्रकट झाले.

या विधानाला मान्यता अशासाठी देण्यात येते की, एकदा अक्कलकोटमध्ये स्वामिसुत डोक्यावर भगरीची पाटी घेऊन तो प्रसाद अतिशय भक्तिभावाने गावभर वाटत होते. त्यांच्या या कृतीस त्या वेळी श्री स्वामी प्रसन्न चित्ताने हसून संमती देत होते, स्मितहास्य करीत होते. तेव्हा काही भक्तांनी श्री स्वामींना विचारले, "महाराज, स्वामिसुत हे काय करीत आहेत?" तेव्हा ते प्रसन्न चित्ताने म्हणाले, "तो आज आमच्या जन्माचा उत्सव साजरा करीत आहे." श्रींच्या या उद्गारावरून चैत्र शुद्ध द्वितीया हा दिवस बहुतेक ठिकाणी त्यांचे भक्तगण श्री स्वामी समर्थ महाराजांचा प्रकटदिन म्हणून साजरा करतात.

श्रींचा निकटचा, नित्याचा सहवास सहा वर्षे लाभलेले श्री स्वामी कृपांकित शिष्य, वेंगुर्ल्याचे आनंदनाथ महाराज यांनीही श्री स्वामींचे प्रकटीकरण चैत्र शुद्ध द्वितीया शके ३४० (इ.स. ४१८) रोजी गुरुवारी हिमालयाच्या उत्तर भागात झाल्याचे म्हटले आहे. श्री स्वामी समर्थांची बखर मोडी लिपीत लिहून ठेवणारे आणि त्यांचा निकटचा सहवास लाभलेले कृपांकित कै. गोपाळबुवा केळकर उर्फ प्रीतिनंद, स्वामीकुमार कै. गं. ब. मुळेकर, ब्रह्मनिष्ठ वामनबुवा वैद्य (वांबोरीकर), कै. श्रीपादशास्त्री किंजवडेकर आदींच्या मते ब्रह्मांडनायक श्री स्वामी समर्थ हे कर्दळीवनातून आले. म्हणून कर्दळीवनात गुप्त झालेल्या नृसिंह सरस्वतींचाच पुढील अवतार म्हणजे अक्कलकोटचे श्री स्वामी समर्थ आहेत, असे ते मानतात. विशेष म्हणजे बहुतेक स्वामिभक्तांमध्ये हाच मतप्रवाह रूढ आहे.

दत्तसंप्रदायाचे संशोधन करणारे आणि श्री स्वामी समर्थ बखरीचे संपादक

डॉ. रा. चिं. ढेरे यांनी 'दत्त संप्रदायाचा इतिहास' आवृत्ती दुसरी पृ. १६७मध्ये श्री स्वामींच्या प्रकटीकरणाबाबत मांडलेल्या मताचा सारांश असा की, श्रद्धावंतांची अमर्याद श्रद्धा विसरून लौकिकदृष्ट्या विचार करता श्री स्वामी शालिवाहन शकाच्या अठराव्या शतकाच्या प्रारंभी भूतलावर अवतरले, असे वाटते.

याप्रमाणे श्री स्वामींच्या पृथ्वीतलावरील अवतरणाबाबत कितीही मत-मतांतरे असली, तरी ब्रह्मांडनायक श्री स्वामी समर्थ अश्विन शु. पंचमी (ललिता पंचमी), दिनांक २३-९-१८५७ रोजी अक्कलकोटला (जि. सोलापूर) आले, हे उघड आहे. तेथून पुढे शके १८००पर्यंत म्हणजे ३० एप्रिल, १८७८पर्यंत (शके १८००) अक्कलकोटमध्ये आणि आजूबाजूच्या पंचक्रोशीत त्यांनी सदेह वास्तव्य आणि संचार केला, हे अनेकांनी पाहिले व अनुभवलेसुद्धा. याच दरम्यान तमाम रयतेच्या जागृतीसाठी, त्यांच्यातील त्या वेळच्या अंधश्रद्धा, रूढी-परंपरा घालवण्यासाठी त्यांनी विविध प्रकारच्या लीला केल्या. त्यांचा प्रत्यक्ष अनुभव ज्यांनी घेतला आणि जे त्यांच्या निकटतम सहवासात राहिले, त्यांनी त्यावर विपुल लिखाणही केले आहे. ते सर्व प्रसिद्ध आहे. त्यांच्या गूढ, रम्य प्रकटीकरणाबद्दल अथवा जन्माबद्दल कितीही मत-मतांतरे असली; तरीही त्यांच्या श्रेष्ठतम, सामर्थ्यशाली, दैवी विभूतिमत्वाबाबत आणि पृथ्वीवरील वावरण्याबाबत सर्वांचेच एकमत आहे.

। 'श्रीं'चे स्वरूपवर्णन ।

प्रज्ञापुरी तथा अक्कलकोट इथे येण्यापूर्वी त्यांनी भारतभर विविध तीर्थक्षेत्री संचार केला. अल्पस्वल्प काळ तिथे वास्तव्य केले. जनजागृतीसाठी अघटित लीलाही केल्या. या लीला करण्यामागे लोकांना स्तंभित करणे, स्वत:ला देवत्व मिळवणे, पाद्यपूजा करून घेणे, नावलौकिक मिळवणे हा उद्देश नव्हता; तर अनिष्ट प्रवृत्तींवर कोरडे ओढणे, दुष्ट चालीरीती व कालबाह्य रूढी-परंपरा नष्ट करणे, ढोंगी, बदमाश लोकांचे सत्य स्वरूप उघड करणे अशा अनेक हेतूंनी प्रेरित होऊन त्यांनी लीला केल्या.

'भेदाभेद भ्रम अमंगळ' या उक्तीनुसार त्यांचा सदासर्वदा आचार, विचार आणि वर्तनव्यवहार होता; नव्हे, त्यासाठी त्यांच्या असंख्य लीला होत्या. त्यांचे स्वरूप, देहयष्टी आदी सर्व ईश्वरी होते. त्यांना प्रत्यक्ष पाहिलेल्या अनेक भाविक भक्तांनी त्यांचा उल्लेख मोठ्या प्रेमाने व भक्तिभावाने 'चारुगात्र' असा केला आहे. परंतु यामागे त्यांची अंधभक्ती व आंधळे प्रेम अथवा बुद्धिबद्ध भक्तिभाव नव्हता.

स्वामींचे वर्णन

स्वामी चारुगात्र, म्हणजे सुंदर शरीरावयव असलेले असे तेजस्वी, दैवी पुरुष होते. त्यांची कांती दिव्य, तेजःपुंज होती. त्यांच्या शरीराचा वर्ण तांबूस गोरा होता. त्यांच्या अंगाचे तेज एवढे प्रखर होते, की कुणीही दर्शनार्थी त्यांच्याकडे एकटक पाहू शकत नसे. त्यांच्याकडे बघताच त्यांच्याबद्दल आदरयुक्त धाक आणि दरारा वाटत असे. त्यांची चर्या काहीशी उग्र वाटे. त्यामुळे बेधडक कोणी त्यांच्यासमोर गेला असे कधी घडले नाही. राजे, महाराजे, ज्ञानी, पंडित, तपस्वी, योगी, महायोगी, हठयोगी; इतकेच काय, पण त्या वेळी संपूर्ण जगावर अधिराज्य गाजवणारे ब्रिटिश सत्तेतील इंग्रज अधिकारीही त्यांच्यासमोर रुबाबात, मस्तीत, मग्रुरीत अथवा गुर्मीत जाण्याचे धाडस करीत नसत. 'कोटी सूर्यासम दाहक तव चर्या। कोटी चंद्र सुशील परि तू गुरुवर्या॥' असे त्यांचे सार्थ वर्णन त्यांच्याशी संबंधित सर्व साहित्यात आढळते.

भीमातीरी मैसलगी गावात राहणाऱ्या वेदान्तशास्त्रसंपन्न दशग्रंथी माधवाचार्य मैसलगीकरांना त्यांचे प्रत्यक्ष दर्शन घेण्याचा अनेकदा योग आला होता. ते श्रीस्वामींचे कृपांकित विद्वान, चिकित्सक आणि डोळस शिष्य होते. त्यांनी त्यांचे वर्णन करताना म्हटले आहे, की श्री स्वामी महाराज जन्मशून्य असून, सूर्याप्रमाणे त्यांचे दिव्यरूप आहे. देवही त्यांना पाहून वंदन करीत, अशी त्यांची कांती आहे. त्यांचे कपाळ शोभिवंत दिसत असून त्यांचे नाक सरळ, भुवया उत्तम, नेत्रकमळ (डोळे) पूर्णकृपेचे घरच भासते. शरद ऋतूतील पूर्णचंद्राप्रमाणे महाराजांचे मुख शोभा देते. त्यांच्या गळ्यात स्फटिकांच्या माळा आहेत. त्यांची काया सुंदर आहे. ते आजानुबाहू आहेत. त्यांच्या कमरेला मेखला शोभा देते. ते कौपीन (पीतांबर) नेसतात. त्यांच्या मांड्या केळीच्या खांबाप्रमाणे असून त्यांचे चरण कमळासारखे कोमल आहेत. त्यांची एकूणच शरीरयष्टी अशी आहे, की ईश्वरी स्वरूपाची गहरी छाप पडते. वयाने जरी ते वृद्ध भासत असले, तरी तरुणालाही लाजवेल असे चापल्य त्यांच्या हालचालीत असते. ते इतके झपझप चालतात, की इतरांना अक्षरशः त्यांच्यामागे धावावेच लागते. त्यांचा उत्साह एखाद्या तरुणालाही लाजवील असा विलक्षण आहे. श्री स्वामी म्हणजे चैतन्याने ओतप्रोत भरलेले मूर्तिमंत ईश्वरी रूप आहे.

त्यांचा चेहरा भव्य व नाक तरतरीत सरळ आहे. त्यांच्या भव्य कपाळावर गंधाचा उभा टिळा शोभून दिसतो. त्यांचे डोळे अतितीक्ष्ण आणि भेदक असून त्यांत अथांग कारुण्य भरलेले आहे. श्री गजाननाप्रमाणे त्यांचे कान मोठे असून त्यांचे पोट गोल गरगरीत लंबोदरासारखे आहे. प्रभू रामचंद्रांप्रमाणे ते आजानुबाहू आहेत. माता जगदंबेसारखे त्यांचे वक्षस्थळ विशाल आहे. छाती रुंद, भारदस्त आणि खांदे रुंद आहेत. नारिंगाप्रमाणे शेंदरी वर्णाची त्यांची कांती सतेज आहे. कानाच्या पाळ्या तर इतक्या पातळ आहेत, की ते बोलले किंवा हसले, तरीही त्यातील कुंडले डुलतात. महान तपस्वी योग्यासारख्या त्यांच्या भुवया पांढऱ्याशुभ्र आणि दाट आहेत.

त्यांच्या कटीस मेखला, कधीकधी कौपीन, कधी लंगोटी असते. कधीकधी ते दिगंबरही राहत. गळ्यात रुद्राक्षमाळ, स्फटिक व प्रवाळयुक्त दुसरी माळ, तर कधीकधी ते पुष्पमालाही घालत. त्यांची चालण्याची गती वायूप्रमाणे अतिशीघ्र असे. ज्या ज्या भाग्यवंतांनी त्यांचे दर्शन घेऊन चरणस्पर्श केला, त्यांनी त्यांच्या चरणांचे वर्णन करताना असे म्हटले आहे की, 'श्री स्वामी महाराजांचे पाय गुलाबाच्या फुलाप्रमाणे कोमल, लांब आणि पंढरीच्या पांडुरंगाप्रमाणे समचरण दिसत. ' त्यांचे स्वरूप मनोहर आणि मनाला मोहून टाकणारे होते. त्यांना पाहताच कुणाचेही देहभान हरपून जात असे.

श्री स्वामी समर्थांचा सहा वर्षे निकटतम सहवास लाभलेले श्री स्वामीकृपांकित वेंगुर्ल्याचे आनंदनाथ महाराज श्री स्वामी समर्थांची कीर्ती ऐकून अक्कलकोटला प्रथमच आले होते. वटवृक्षासमोरील विहिरीच्या पायऱ्या उतरून ते एका पायरीवर हातपाय धुवत असताना त्यांच्या अंगावर वटवृक्षाची सुकलेली एक डहाळी पडली. त्यासरशी त्यांनी वर पाहिले, तो पुष्करणीच्या वरच्या अंगाला श्री स्वामींची मनोहर मूर्ती उभी दिसली. त्या दर्शनाने तेव्हा आनंदनाथांचे देहभान हरपून गेले. त्यांच्या ओंजळीतील पाणी ओंजळीतच राहिले. श्री स्वामींच्या त्या दैवी, मनोहारी रूपाला पाहून एका संमोहित स्थितीतच ते काही क्षण अभिमंत्रित होऊन उभे राहिले.

श्री स्वामी कृपांकित आणि त्यांच्या निकटतम सहवासात राहिलेल्या गोपाळबुवा केळकर तथा प्रीतिनंद स्वामीकुमार (चिपळूण, जि. रत्नागिरी-कोकण) यांनी त्यांच्या श्री स्वामी समर्थ बखरीत श्री स्वामी समर्थांचे वर्णन वरीलप्रमाणेच केले आहे. त्यात ते म्हणतात, ''त्यांच्या दर्शनास त्या वेळी शेकड्याने लोक येत. त्यांच्या पायांवर डोके ठेवून देवाप्रमाणे त्यांचे दर्शन घेत. परंतु कधीकधी एखादा फक्त पायांवर डोके ठेवू लागला आणि त्यांच्या मनात दर्शन देण्याचे नसले, तर ते त्यास एकदम 'हट्' असे म्हणत. पण एखाद्यास दर्शन द्यायचे असेल, तर पाय पुढे

करीत. हसताना पोट धरून हसण्याची त्यांना सवय होती. त्यांचे बोलणे अल्प-स्वल्प असे. ते एखाददुसरा शब्द अथवा एखादे वाक्य बोलत. बहुतेक शब्द अथवा वाक्ये तीन-तीनदा उच्चारण्याची त्यांची पद्धत असे. त्यांचे बोलणे बहुधा मराठी किंवा हिंदीतून होई. कधीकधी हिंदी आणि मराठीचे मिश्रण असे. ते हिंदुस्थानी बोली बोलत. त्यांच्या बोलण्यात हिंदी शब्दांचा वापर अधिक असे. त्यांची काया जुनाट जरी वाटत असली, तरी त्यांचा उत्साह मात्र तरुणालाही लाजवणारा होता. त्यांची एकंदर शरीरयष्टी उंच, धिप्पाड, साचेबंद होती. शरीर गुलाबपुष्पाप्रमाणे सुकोमल आणि तेजस्वी दिसे. त्यांना चरणस्पर्श केल्यास ते मुलायम भासत. त्यांच्याकडे कुणीही दर्शनार्थीने एकटक पाहिल्यास दर्शनार्थीला एक प्रकारचा वेगळाच सात्त्विक आनंद, मनाला दिलासा व समाधान लाभत असे.''

श्री स्वामी समर्थांचे आद्यचरित्रकार कै. ना. ह. भागवत श्री स्वामींच्या रूपाबाबत म्हणतात, ''चर्मचक्षूंना सहन न होण्यासारखे जरी महाराजांचे तेज होते, तरी भक्तांचे मनोरथ पूर्ण करण्याकरिता ते सौम्य तेज प्रकट करीत असत. अशी सौम्य व तेजःपुंज मूर्ती पाहिल्याबरोबर कोणाही दर्शनार्थीचे मन त्या मूर्तीला (श्री स्वामींना) सोडून जाण्याविषयी प्रवृत्त होत नसे. त्यांचा चेहरा भव्य, आरक्त नेत्र, सरळ नाक, विशाल कपाळ, आजानुबाहू, कांती लिंबासारखी सतेज असून त्यांचे शरीरावयव फारच नाजूक होते व त्यांच्या शरीरयष्टीचा भव्यपणा पाहिल्याबरोबर दर्शनार्थींच्या मनावर दैवी प्रभाव पडत असे आणि समाधान वाटत असे. कितीक फिरलेल्या लोकांची मते अशी आहेत की, दक्षिणोत्तर व पूर्वपश्चिम असा सर्व हिंदुस्थान धुंडाळला, तरी अशी अवयवरचना (श्री स्वामींसारखी) व तेजःपुंज कांती अन्य ठिकाणी दृष्टीस पडत नाही. इतकेच नव्हे, तर असे रेखीव अवयव एखाद्या उत्तम चिताऱ्याने चित्रात वठविलेले एकही चित्र दृष्टीस पडत नाही.'' (स्वामी चरित्र, लेखक - ना. ह. भागवत, पृष्ठ क्र. ४३-४४, भाग २, प्रकाशन इ.स. १८७९)

ना. ह. भागवतांच्या या आधारभूत अस्सल चरित्रावरून व त्यांना प्रत्यक्ष पाहिलेल्या डोळस, चिकित्सक दर्शनार्थींच्या वर्णनावरून श्री स्वामी समर्थांच्या स्वरूपाची व व्यक्तिमत्त्वाची कल्पना येते. श्री स्वामींचे हे स्वरूपवर्णन अक्कलकोट आणि अक्कलकोटच्या पंचक्रोशीत ते वावरत असताना ज्यांनी ज्यांनी त्यांना पाहिले, त्यांनी केले आहे. यापूर्वी त्यांनी हिमालय पर्वतावर, अन्य अनेक तीर्थक्षेत्री व अनेक ठिकाणी भ्रमण केले.

। दिगंबरचार्यांच्या स्वरूपात हिमालयात संचार ।

ब्रह्मांडनायक श्री स्वामींचा संचार हिमालयावर यत्र-तत्र-सर्वत्र सुरू होता. या पर्वतावर अनेक साधूसंत, ऋषी, मुनी, महामुनी, तपस्वी ठिकठिकाणी, गुहांत, दऱ्याखोऱ्यांत, वृक्षराजीत अनेक वर्षांपासून तप करीत आले आहेत. म्हणूनच हिमालय पर्वताला 'तपोभूमी' म्हणून सर्वच गौरवतात. जगभरातील देशोदेशीच्या विविध लोकांना म्हणूनच हिमालयाचे विलक्षण आकर्षण आहे. अनेक उच्च विद्याविभूषित, ज्ञानी, पंडित, शास्त्रज्ञ यांनी इथे येऊन मनन, चिंतन केले आहे; ध्यानधारणा केली आहे व संशोधनही केले आहे. थोडक्यात म्हणजे हिमालयाचे वर्णन शब्दातीत आहे. म्हणूनच हे सर्व आदराने आणि भावभक्तीने हिमालयापुढे नतमस्तक होतात. अनेक भूप्रदेशांना समृद्ध करणाऱ्या नद्या याच पर्वतातून उगम पावतात. गंगा-यमुना आदी अनेक लहान-मोठ्या पवित्र नद्यांचा हाच पर्वत जन्मदाता आहे. या सर्व नद्या हजारो, लाखो, करोडो, नव्हे तर अब्जावधी जीवांच्या जीवनदायिनी बनल्या आहेत. हिमाच्छादित नयनमनोहर शिखरे, त्यावर विविध रूपांत बागडणारी चंद्र-सूर्याची किरणे, भव्य डोंगर, दऱ्यांच्या अंगाखांद्यांवरून अवखळपणे, खळखळ वाहणारे नितळ, स्वच्छ, स्फटिकासारखे निर्मळ झरे आणि जलप्रपात हे सर्वच ईश्वरी अनुभूती देणारे, मोह, ममता, मायेस विसरावयास लावणारे असे हिमालयाचे नयनरम्य रूप आहे.

हिमालयावरील या वातावरणात क्षणभर शांत चित्ताने बसून विचार केला, सभोवार नजर टाकली, तर हिमालयापुढे आपण कःपदार्थ आहोत, नगण्य आहोत याची कल्पना येते. दररोज चालणारी आपली प्रचंड धडपड, संघर्ष, हाव आणि धावण्याची स्थिती, राग, लोभ, मोह, मत्सर हे सर्व कशासाठी? अंतिमतः त्यातून साध्य काय होणार? अशा पार्श्वभूमीवर आपल्या मनावर विलक्षण गारूड करण्याचे सामर्थ्य हिमालय पर्वतात आहे. म्हणूनच अनेक साधकांचे, तत्त्ववेत्त्यांचे, भाष्यकारांचे हिमालय पर्वत हे प्रचंड आकर्षण आहे. या स्वर्गीय पर्वतावर स्वयंभू, स्वायत्त असलेले संचारेश्वर दिगंबराचार्य तथा श्री स्वामी प्रकटीकरणानंतर इथे विविध ठिकाणी संचार करते झाले. त्यांच्या दर्शनासाठी, मार्गदर्शनासाठी येथील ऋषी-मुनी, साधूसंत, साधक तपस्वी येऊ लागले. त्यांच्या अमृततुल्य उपदेशांचे शक्य होईल तितके श्रवण करू लागले. त्यांना वंदू लागले.

एकदा एक कमालीचा उत्साही तरुण साधक दिगंबराचार्यांच्या गुहेजवळ आला. दिगंबराचार्यांचे ते तेज:पुंज, ईश्वरी रूप पाहून दिपून गेला. आजानुबाहू, सूर्यासम चेहरा पाहून तो साधक आश्चर्यचकित झाला. ज्यांच्या शोधार्थ मी माझे माता-पिता, आप्तेष्ट घरदार सर्व सर्व सोडून आलो, त्या ईश्वराचे दर्शन इथे झाले, असा विचार त्याच्या मनात चमकताच गुहेतून कमालीच्या करारी, स्वच्छ, स्नेह, उत्साहवर्धक ईश्वरी वाणीने विचारणा केली, ''तू बैरागी, ब्रह्मचारी साधक आहेस का? घरदार, माता-पिता सोडून आलास ना? ये, आत ये. निर्भयपणे ये.''

आपल्या मनातील भावभावना, उद्देश ओळखणारे हे दिगंबराचार्य विविध तीर्थक्षेत्री आणि देवभूमी पर्वतावर अनुभवलेल्यापेक्षा निश्चितच आगळे-वेगळे आहेत, या विचाराने तो कमालीचा भारावला. ईश्वरदर्शनासाठी या हिमालय पर्वतावर तो दोन तपे, म्हणजे तब्बल चोवीस वर्षे शोध घेत होता, अनेकांना भेटत होता, त्यांना मनातील शंका-कुशंका विचारत होता, काही आश्रमांत काही महिने, वर्षे वास्तव्यासही होता; पण त्याचे समाधान होत नव्हते. मन अस्वस्थ, असमाधानी होते. व्याघ्राजिनावर बसलेली दिगंबराचार्यांची ती नितांत सुंदर, ईश्वरी मूर्ती पाहून, त्यांची ममताळू, प्रेमळ नजर अनुभवून त्याला स्वर्गीय सुखाचा आनंद झाला होता.

विनम्रपणे हात जोडून त्यांच्या पुढे उभे राहत तो म्हणाला, ''देवाधिदेवा, माझ्या अजाण मनात अनेक प्रश्नांनी गर्दी केली आहे. अहंकार व लज्जेचा त्याग करून स्वत:च्या भल्यासाठी योगाभ्यास केला. शास्त्रानुसार समाधी योग साधला, पण अनेक वर्षांच्या अभ्यासाने आणि अनेक ज्ञानी, विद्वान, पंडितांशी, साधू, महंत, वेदशास्त्र, दशग्रंथी पंडितांशी चर्चा करूनही मला समाधान मिळाले नाही. उलट मनात संभ्रम मात्र वाढत गेले. मनाची तशीच अवस्था कायम आहे.'' दिगंबराचार्य स्वामी म्हणाले, ''तू विरागी, ब्रह्मचारी आहेस; म्हणून तू ब्रह्मविद्येचाही अधिकारी आहेस. तुझी ही वाटचाल योग्य दिशेने सुरू आहे. हे बघ, वत्सा; निखळ, टिकाऊ, अंतर्बाह्य यश मिळायला वेळ लागतो, पण ते तुला मिळेल.''

''पण स्वामी! त्यासाठी भक्ती-भक्ती म्हणतात ते काय? ती कशी करावी?'' साधकाने उत्सुकतेने विचारले.

''तू उगाच भक्तीचा बाऊ करून घेतला आहेस. त्यासाठीच तू भटकतो आहेस. अरे, जे साधे, सोपे, सरळ आहे, ते आम्ही अवघड, क्लिष्ट बनवले आहे. निखळ, निर्मोही, निर्लेप, समर्पित भावनेने आचार-विचार आणि तसाच वर्तनव्यवहार करणे म्हणजे भक्ती.''

त्यावर साधक म्हणाला, ''स्वामीन्, मी अज्ञानी आहे. आपले अमृततुल्य विचार अधिक स्पष्ट करून सांगा, ही विनंती आहे.''

''हा जो हिमालय एवढा अवाढव्य, विराट कोणासाठी उभा आहे? त्यातून वाहणाऱ्या शेकडो, हजारो नद्या कुणास जल पुरवितात? कोणत्या भावनेने इथे फुलणारी विविधरंगी विपुल फुले कोणत्या उद्देशाने तुम्हा सर्वांना सुगंध देतात आणि आनंदित करतात? ही झाडे फळे का देतात? या सर्वांच्या संवर्धनासाठी आणि वाढीसाठी तू काय करतोस? हा प्रश्न अर्थात आहेच.''

दिगंबराचार्यांचे बोल ऐकून तो साधक अधिकच अंतर्मुख होत गेला. स्वतःच्या अंतर्मनाचा तळ शोधू लागला. हिमालयावर त्याने अनुभवलेले वास्तव तो नाकारू शकत नव्हता. आजूबाजूला प्रत्यक्ष एक नव्हे, तर शेकडो मुख्य मार्गदर्शक हिमालयाच्या अंगाखांद्यावर, पायाशी आणि डोक्यावर होते. त्याच्या मनाच्या खिडक्या एकेक उघडत गेल्या. त्यातून विचारांचे कवडसे आत शिरत गेले. त्याचा चेहरा आत्मविश्वासाने फुलून गेला. ''देवाधिदेवा, मी उगाचच वणवण करीत फिरलो म्हणायचे.'' साधक सहजपणे बोलून गेला.

''तसे नाही म्हणता येणार, बेटा! पण जसजशी समज येत जाते, तसतसे आपल्या भटकण्यात, भ्रमंतीत डोळसपणा, संवेदनशीलता, सदसद्विवेक येत जातो. पण योग्य तिथे चिकित्सक वृत्ती असायलाच हवी. ती नसेल, तर ऊर फाटेपर्यंत भटकंती व भक्ती करण्यात काय अर्थ? हेतुशून्य, ध्येयहीन आणि दिशाहीन भटकंती अंतिमतः स्वतःसाठी घातकच. या सर्व बाबतींत तू स्वतः शांत बसून स्वतःला कधी प्रश्न विचारलेस का? त्यावर विचार केलास?'' दिगंबराचार्य श्रीगुरूंच्या बोलण्यात कमालीचे मार्दव, आत्मीयता, सहजता आणि निरागसता होती.

''नाही, स्वामीन्! असे प्रश्न स्वतःला विचारावे किंवा विचारायचे असतात, असे मला कधीच वाटले नाही. कोणी मला तसे सांगितलेही नाही. म्हणून अनेक प्रश्नांचे गाठोडे आणि गुंता घेऊन मी हिमालयात अनेक साधू, महंत, ऋषीमुनींकडे गेलो. भटकंती करत राहिलो. तिथे वस्तीलाही काही दिवस राहिलो. पण मनाची अस्वस्थता, तगमग थांबली नाही. प्रश्नांचा गुंता न सुटता, सैल न होता तो अधिकच वाढत गेला. आयुष्य हे अवघड गणित आहे असे वाटू लागले.'' साधक नम्रपणे आर्जवी शब्दांत त्याचे मन त्यांच्यापुढे मोकळे करीत होता.

दिगंबराचार्य श्रीगुरू म्हणाले, ''बाळा, आता फार विचार करू नकोस, ते सर्व या हिमपर्वतावरून वाहून गेले आहे, असे समज. कृतिशून्य विचारही घातक

असतात. काळ हा कोणासाठीच थांबत नसतो. साध्या, सोप्या, सरळ पद्धतीने निसर्गाशी सांगड घालून, निसर्गाशी मैत्री करून, निसर्गाकडे पाहत-पाहत स्वतःच शिकत जा. यथावकाश तुला बरेचसे उमजेल आणि समजेलसुद्धा. आता तू ये.'' असे म्हणून श्री गुरू दिगंबराचार्य त्या साधकाला निरोप देऊ लागले.

''देवाधिदेवा, आपली दर्शनभेट पुन्हा केव्हा आणि कोठे होईल, हे कृपया सांगावे.'' साधक नम्रपणे त्यांना चरणस्पर्श करीत म्हणाला.

''फार उतावीळ होऊ नकोस. प्रथम सांगितल्याप्रमाणे हा हिमालय पर्वत, यावरील डोंगर, दऱ्या, नद्या, निर्झर, वृक्ष आदी स्वतः हिंडून बघ. तुला माझ्या भेटीसाठी प्रयत्न करण्याऐवजी निसर्गसान्निध्यात हिंडून तो जे शिकवतो, जे देतो, त्यात स्वतः स्वतःचा शोध घे. योग्य वेळी भेटू.'' दिगंबराचार्य श्रीगुरूंचा निरोप घेऊच नये. त्यांच्याकडे सतत पाहतच राहावे, त्यांचे नादमधुर, सकारात्मक बोलणे ऐकतच राहावे, असे त्या साधकास वाटत होते. पण त्याने तेथून निघून जाण्याबाबत श्रीगुरूंनी सूचित केल्यामुळे तो तेथून काहीशा नाइलाजानेच निघाला.

❈

संचारेश्वर श्रीगुरू दिगंबराचार्य त्यांच्या हिमाद्रीवरील भ्रमणात एका तपस्वीच्या गुहेत प्रवेशले. त्यांना अवचित आलेले पाहून तेथील तपस्वीस आश्चर्य वाटले आणि संतोषही झाला. लगबगीने उठून त्याने अदबीने श्री गुरू दिगंबराचार्यांना गुहेतील व्याघ्राजिनाच्या उच्चासनावर सन्मानाने बसविले. स्वतः श्रीचरणांशी हात जोडून आज्ञाधारकपणे तो तपस्वी बसला. त्या भव्य गुहेत अग्निकुंड प्रज्वलित केले होते. गुहेच्या आतला भाग सुंदर शोभिवंत होता. दिगंबराचार्य श्रीगुरूंच्या आगमनाची चाहूल लागताच तेथील अन्य तपस्वींनीही त्यांचे स्मितवदनाने आणि प्रसन्नचित्ताने स्वागत केले. फलाहार करा, अशी प्रार्थना केली. निर्मळ जल कमंडलू पात्रातून पिण्यास दिले. श्रींनी त्यावर स्वीकार केल्याचा नेत्रकटाक्ष टाकला आणि हस्तस्पर्श केला. ग्रहण मात्र काहीच केले नाही.

त्या प्रशस्त गुहेत नानाविध फुलझाडे होती. स्वच्छ, सुंदर, निर्मळ झरे मुक्तपणे वाहत होते. लहान-मोठ्या असंख्य मनोहारी वृक्षांनी ती गुहा वेढलेली होती. गुहेच्या द्वाराशी रानवेली जणू झिम्मा खेळत होत्या. त्यांच्यावर टपोरी, सुंदर, सुगंधित फुले निर्व्याजपणे सर्वांना लुभावीत होती, प्रसन्न करीत होती. सुवासिक चंदन, चंपक, बकूळ, कल्हार, सुरू मन मोहवीत होती. कळंब, मोगरा, केतकी, पुन्नाग आदी विविध प्रकारची फुले फुलून आणि मुक्तपणे सुगंधाची उधळण करून जणू श्रीगुरू दिगंबराचार्यांचे

स्वागत केले होते. स्वर्गीय सौंदर्याची जणू आरासच त्या ठिकाणी निसर्गाने श्रीगुरूंच्या स्वागतासाठी उभारली होती. बघता-बघता त्या ऐसपैस गुहेत अनेक साधक-ऋषी जमा झाले. श्रीगुरू दिगंबराचार्यांचे दर्शन घेऊन अदबीने जमिनीवर बसू लागले. सर्व दत्तचित्त होऊन श्री गुरूंकडे पाहत होते. श्री गुरुवाणी ऐकण्यास आतूर झाले होते.

तेव्हा त्या गुहेचे मुख्य ऋषी श्रीगुरूंना म्हणाले, ''श्रीगुरू, आमच्या मनात काही प्रश्न, शंका आहेत. आपणास विचारावेत असे मनी आले आहे. स्वामीन्, आपली अनुमती असेल तर विचारतो.''

त्यावर सकारात्मक स्मितहास्य करीत 'हो, विचारा. ' असे ते म्हणाले.

''देवाधिदेवा, आपल्यासमोर बसलेले आम्ही सर्व साधक आणि या हिमाद्रीवर असलेले अन्य साधक एवढी कठोर साधना वर्षानुवर्षे का करत आहोत, हे कृपया स्पष्ट करावे.'' मुख्य ऋषीचा हा प्रश्न ऐकून उपस्थित सर्वांवर नेत्रकटाक्ष टाकीत ते म्हणाले, ''हा तर ज्या त्या साधकाचा व्यक्तिगत प्रश्न आहे. पण हेतू, उद्दिष्टशून्य साधना अंतिमत: काही कामाची नाही, हे मात्र स्पष्ट आहे. या हिमाद्रीवर वर्षानुवर्षे पडून असलेले दगड-धोंडे, लहान-मोठ्या शिळा आणि या अशा हेतुशून्य, उद्दिष्टशून्य साधकात काय फरक आहे? ते निदान वाहून जाणाऱ्या मातीला अडवून तरी ठेवतात. हे साधक काय करतात? त्यांच्या साधनेतून स्वत:साठी व इतरांसाठी कोणतीच मानसिक, शारीरिक, बौद्धिक फलदायी निष्पत्ती होत नसेल, कुणाला काहीच लाभ होत नसेल, तर हा डोईवरचा जटाभार कशासाठी? गळ्यात नानाविध माळा का घालायच्या? मस्तकावर व अंगाला भस्म का फासून घ्यायचे? श्री गुरू दिगंबराचार्यांच्या निखळ, स्वच्छ, वास्तववादी वाक्ताडनाने सर्वच अवाक् झाले. एकमेकांकडे पाहू लागले.

काही घटिका येथील वातावरण शांत, स्तब्ध आणि गंभीर झाले. श्रीगुरू दिगंबराचार्यांची आश्वासक दृष्टी सर्व उपस्थित ऋषीमुनींवरून फिरत होती. सर्वच अवाक्, स्तब्ध. ''स्वामीन्, आम्ही काय करावयास हवे याचे आपण मार्गदर्शन करावे.'' असे विनम्र, आर्जवी भाषेत मुख्य ऋषींनी कथन केले. त्यावर श्री गुरू दिगंबराचार्य म्हणाले, ''निसर्गाकडून शिका आणि जीवमात्रास सुखवा. त्यांना आनंदी ठेवा. निसर्ग सतत देतच असतो. आपणास सुखवीत असतो. आपणही असेच वागावे. षड्रिपुविरहित जगावे.'' सर्वचे शांतपणे श्री गुरूंचे विचार ग्रहण करीत होते.

मुख्य ऋषी म्हणाले, ''गुरुदेव, आपण आपल्या देहासाठी, त्याच्या तुष्टीकरणासाठी सर्व काही करतो. फलाहार करतो, अन्न खातो, पेय-पान करतो,

निरनिराळी वस्त्रे धारण करतो, विविधरंगी फुले, माळा धारण करतो...'' त्याला मध्येच थांबवत श्री गुरू दिगंबराचार्य म्हणाले, ''अरे मुनिवरा, तुझ्या डोळ्यांना देहाचे जे स्वरूप दिसते, ते हाडे, मांस, पेशी, रक्त यांची सूत्रबद्ध केलेली अप्रतिम रचना आहे. त्याच्या अकारण तुष्टीकरणासाठी अतिरिक्त चुकीचे प्रयत्न करण्यातून अस्वस्थता, वासना, लोभ निर्माण होतात. दुःखाच्या अनेक उत्पत्तिकारणांपैकी हे एक मूळ कारण आहे. तुम्ही सर्व साधक, ऋषी शांत चित्ताने तुमच्या सभोवताली असलेल्या विश्वातील निसर्गाकडे पाहा. पंचमहाभूतांना जाणून घ्या. या अवाढव्य, विस्तीर्ण हिमाद्रीचे स्वरूप अनेकदा काळजीपूर्वक न्याहाळा. स्वतःच्या स्थूल, सूक्ष्म आणि विकारी देहाचा विचार करा. त्यातून आत्मबोध करून घेण्याचा प्रयत्न आणि त्या दृष्टीने स्वहिताची व परहिताची वाटचाल म्हणजे तुमची तपस्या. ''

त्यावर एका प्रमुख ऋषींनी विचारले, ''श्री गुरुवर, मांसमय देहाला तपस्येने, योग्य आहार-विहाराने ठीकठाक करता येईल. पण सूक्ष्मदेहाबद्दल आम्हा सर्वांच्याच मनात संभ्रम आहे, तो कृपा करून दूर करावा.'' गुंफेतील सर्व साधक ऋषी व मुनींवर नजर रोखीत दिगंबराचार्य श्री गुरू काही क्षण स्तब्ध राहिले. खरोखरच त्या सर्वांना हे ज्ञान जाणून घेण्याची तीव्र इच्छा आहे किंवा नाही याचा अंदाज घेत श्री गुरू दिगंबराचार्य धीर-गंभीर स्वरात म्हणाले, ''तुम्हा सर्वांना हिमाद्रीच्या शिखरावर पोहोचण्याची घाई झाली आहे का?''

श्रीगुरुंच्या या अनपेक्षित प्रश्नाने सर्वच आश्चर्यचकित झाले. त्यावर सर्व मुनिवर एका स्वरात म्हणाले, ''स्वामीन्, म्हणजे काय? आम्हा अज्ञानांना ह्याचा मथितार्थ कळला नाही. ''

''अरे मुनीवर साधकांनो, ज्ञानप्राप्तीच्या साधनेच्या किंवा अन्य कोणत्याही कामाच्या काही पायऱ्या असतात, त्या पार करत-करतच पुढच्या पायऱ्या चढायच्या असतात ना?'' सर्वांकडे उत्सुकतेने पाहत त्यांनी त्यांच्यासमोर हा प्रश्न टाकला. त्यांच्यात थोडी अस्वस्थता निर्माण झाली. ते एकमेकांकडे प्रश्नार्थक नजरेने पाहत होते. आता त्या उपस्थितांमध्ये वास्तवतेचे भान आले होते. सर्वांनीच एकमुखाने ''होय स्वामीन्, गुरुवर, खरे आहे. प्रथम पहिली पायरी पार करावी लागते. नंतर दुसरी...''

''अगदी तसेच आहे. पण ढोबळमानाने विचार केला, तर सूक्ष्म देह हा 'वासनामय' असतो. षड्रिपूने लिप्त, अदृश्य असतो. कुठल्याही साधकास बाधक अथवा उद्धारक हा सूक्ष्म देहच असतो. त्यावर विजय मिळवण्याचा प्रयत्न करणे; वासना, विकार, षड्रिपूंचा निचरा करून तमाम सजीवांकडे दया, क्षमा, शांती आणि

कारुण्याने पाहणे; तसेच त्यांच्याशी वर्तन-व्यवहार सतत करणे यालाच साधनात अथवा तपस्या म्हणतात.''

श्री गुरू दिगंबराचार्यांचे कथन ते सर्व ऋषी कानांचे जणू द्रोण करून एकाग्रतेने ऐकत होते. त्या प्रशस्त गुहेत जणू ज्ञानाची कारंजी थुईथुई नाचत होती. षड्रिपू विकार, देह, सूक्ष्म देह, निसर्गाचे मानव जातीवर सतत होत असलेले उपकार हीच जणू निसर्गकृपा. टप्प्याटप्प्याने आकलन, समज वाढविणे; त्यासाठी सतत शांत चित्ताने प्रयत्न करणे म्हणजे तपश्चर्या. अशा बऱ्याच गोष्टींवर दिगंबराचार्यांच्या मार्गदर्शनामुळे ते सर्वच भारावून गेले होते. तपस्येचा, भक्तीचा साधा, सरळ, सोपा मार्ग त्या सर्वांना दिसू लागला होता.

त्या वैचारिक कारंज्यांच्या तुषारात ते सर्व साधक न्हाऊन निघत होते. कमालीची तृप्तता आणि समाधान त्यांच्या चेहऱ्यावर पसरले होते. अजून बरेच ज्ञानपान करण्याची त्या सर्व मुनींची इच्छा होती. संचारेश्वर श्रीगुरू सिंहासनावरून उठू लागले, तेव्हा तिथे उपस्थित असलेले सर्व ऋषी-मुनी अदबीने हात जोडून उभे राहिले. त्या सर्वांची देहबोली, नजरा सूचित करीत होत्या. ''श्रीगुरू, आपण अजूनही आम्हास ज्ञानामृत पाजावे.'' त्यातील जेष्ठ मुनी विनम्रपणे म्हणाले, ''गुरुवर, लोखंड परिसाला लागताच त्याचे सोने होते. आपण आमच्यासारख्यांचे ज्ञानपरीसच आहात.'' त्या स्तुतिपर वचनाकडे फारसे लक्ष न देता सर्वांवर कृपाकटाक्ष टाकत, हात उंचावून स्मितहास्य करीत एव्हाना श्री गुरू दिगंबराचार्य सिहासनावरून उठलेही होते.

''गुरुवर, पुन्हा आपले आगमन आम्ही केव्हा अपेक्षित करू?'' सर्वांनी एकमुखाने त्यांना विनंतीपूर्वक विनविले.

''योग्य घडी आणि आवश्यकता वाटल्यास आम्ही येऊ. प्रथमतः स्वतः काही पायऱ्या तर चढा. मग पुढे पाहू.'' असे म्हणून संचारेश्वर श्री गुरू दिगंबराचार्य हिमाद्रीच्या अन्य भागाकडे द्रुत गतीने रवाना झाले.

। हिमालय पर्वतावरील वास्तव्य ।

हिमालयातील ते भव्यदिव्य, विशाल डोंगर, दऱ्या-खोऱ्या, विविध प्रकारच्या वृक्ष-लता आणि वेलींनी समृद्ध असलेले वातावरण काही ठिकाणी हिमाच्छादित शिखरांमुळे अतिशय प्रसन्न, मुक्त आणि आनंददायी भासत होते. नित्य संचार,

लीला करणे निसर्गाशी तेथील वृक्ष, वेली, प्रसंगी पशुपक्षी यांच्याशी मुक्त संवाद साधणे श्री गुरू दिगंबराचार्यांचे सुरू होते.

मात्र एके दिवशी अघटित घडले. चिनमधील एक दांपत्य औषधी वनस्पती, जडी-बुटी शोधण्याकरिता तिथे फिरत होते. फिरता-फिरता त्या युवा दांपत्याच्या त्या हिमालयीन मोकळ्या, प्रसन्न, धुंद गंधित वातावरणात तारुण्यसुलभ प्रवृत्ती अधिकच प्रज्वलित झाल्या. आनंदाने आणि शृंगारिक भावनांनी मदहोश झालेले ते दोघेही हिमालयावर फिरता-फिरता एका गुहेजवळ आले.

उत्सुकतेने व तारुण्यसुलभ कल्पनेने त्या दोघांनी गुहेत डोकावले. त्यांना भगवा वेश धारण केलेले हे दिगंबराचार्य दिसले. त्यांना पाहून ते दोघेही अनभिज्ञपणामुळे हसू लागले. आपापसांत कुजबुजू लागले. ''हा भगवा वेश धारण करणारा कोणी सैतान आहे, राक्षस आहे की पिशाच्च वृत्ती धारण करणारा जादूगार आहे?'' अशी थट्टा-मस्करी करीत ते दोघेही मुक्तपणे एकमेकांची कामचेष्टा करीत होते. 'कामातुराणां न भयं न लज्जा'. या कामसूत्रानुसार हिमालयावरील त्या शृंगारिक, गंधाळलेल्या वातावरणात ते दोघेही चिनी युवक-युवती वृक्षाआड जाऊन कामक्रीडेत सर्व काही विसरून गेले होते. दिगंबराचार्यांना हे सर्व कसे सहन व्हावे? त्यांनी आपले ईश्वरी सामर्थ्य दाखविताच त्या तरुण, प्रणयधुंद स्त्रीचे रूपांतर एका तरुणात झाले. या अचानक, अकल्पित झालेल्या बदलामुळे ते दोघेही कमालीचे घाबरले. आपण ज्या भगव्या वेषधारी महापुरुषाची कुत्सितपणे चेष्टा केली; बेताल, बेधुंद वागलो, त्याचा तर हा परिणाम नसावा ना? स्वतःला ते दोघेही जसजसे न्याहाळू लागले, तसे ते गुहेत बसलेल्या भगव्या वेषधारी महाराजांकडे निर्देश करीत घाबरलेल्या अवस्थेत आपापसांत म्हणू लागले, ''हा कोप नक्कीच या भगव्या वेषधारी संन्याशाचा आहे.''

अगतिकतेने आणि पश्चात्तापाने दोघेही ओक्साबोक्शी रडू लागले. त्या महापुरुषाजवळ येऊन त्याच्या चरणावर गडबडा लोळत विनवू लागले. ''हे देवाधिदेवा! आम्ही मूर्खपणाने आपले ईश्वरी सामर्थ्य ओळखले नाही. आम्ही कामवासनेने पुरते धुंद आणि वेडे झालो होतो. विवेकहीनतेने आम्ही तुमची खूप निंदा-नालस्ती आणि टवाळी केली. त्याचे प्रायश्चित्त आम्हाला मिळाले. अशा स्थितीत आमच्या देशी, आमच्या लोकांत आम्ही परत गेलो, तर त्यासारखे लाजिरवाणे दुसरे काहीच नसेल. आमची सर्वत्र छी-थू आणि हेटाळणी होईल. मायबापा, कृपा करून आम्हाला क्षमा करा.'' असे रडत-रडत म्हणून ते दिगंबराचार्यांच्या पायाशी अक्षरशः गडबडा लोळू लागले. लीन-दीन होऊन रडू लागले.

त्या दोघा युवा-युवतीची ती केविलवाणी, अगतिक अवस्था पाहून दिगंबराचार्य पोट धरून हसू लागले. त्या दोघांनाही त्यांनी केलेल्या कर्माचा पश्चात्ताप झालेला पाहून दयाघन दिगंबराचार्य कळवळले. त्यांनी त्या स्त्रीकडे कृपादृष्टीने पाहिले. त्यांच्या अमृतदृष्टीने व ईश्वरी सामर्थ्याने त्या युवतीचे शरीर पूर्ववत झाले. त्या दोघांनाही पूर्वस्थिती प्राप्त झाल्यामुळे परमानंद झाला.

त्यांच्याकडे रोखून पाहत दरडावण्याच्या सुरात ते म्हणाले, ''अरे मूढांनो, कामविकाराने अंतिमतः क्लेशच मिळतात. कामविषयाच्या फंदात सारासार विचारांचा विसर पडतो. कसले म्हणून भान राहत नाही. अरे, तारुण्य ही काही आयुष्यभर टिकणारी गोष्ट नाही. ही बहरलेली, डवरलेली आणि फुललेली झाडे-झुडपे, लता, वेली, फुले आदी केव्हा ना केव्हा कोमेजतातच ना?...'' असं बरंच काही त्यांनी त्या दोघांना तारुण्याचे वास्तव तत्त्वज्ञान सांगितले. ते दोघेही दिगंबराचार्यांच्या पायाशी बसून नजर जमिनीकडे खिळवून कानाचे द्रोण करून त्यांचा उपदेश ऐकत होते. हात जोडून ते दोघेही त्यांना नम्रपणे म्हणाले, ''अहो देवाधिदेवा, आता आपण आम्हा अविवेकी मूढांचा उद्धार करावा.''

पश्चात्तापाने त्या दोघांच्याही डोळ्यांत कृतज्ञतेचे अश्रू दाटले. ते वारंवार मुनीश्वर दिगंबराचार्यांस नमस्कार करू लागले. त्या दोघांकडे कृपादृष्टीने पाहत, आशीर्वादात्मक हात उंचावून ते म्हणाले, ''जा. आता आपल्या देशी सुखाने, विवेकाने आणि आनंदाने राहा. आमचे चिंतन आणि सेवा करा, म्हणजे तुम्हाला सर्वच बाबतीत सौख्य आणि आनंद प्राप्त होईल.'' त्या उभयतांनी दिगंबराचार्यांस कृतज्ञतापूर्वक नमस्कार केला, त्यांचा आशीर्वाद घेतला व आपल्या देशी परत गेले. दिगंबराचार्यांचे हिमालयावर ठिकठिकाणी भ्रमण सुरूच होते.

। हिमगिरीच्या वृक्षछायेत... ।

येथेही त्यांचा प्रसंगावशात विविध लीला सुरूच होत्या. त्या वेळचा तो हिमालय पर्वत म्हणजे पृथ्वीवरील स्वर्गच जणू! तेथील वातावरण पृथ्वीवरील स्वर्गासारखे भासत होते. डोंगर, दरीखोरी, हिमप्रपात, खळखळणारे निर्झर, नद्या, हिमाच्छादित पर्वतशिखरे, सारेच काही स्वर्गीय होते. अनेक तपस्वींची ती तपोभूमी आणि कर्मभूमी होती. वन्यप्राण्यांचा मुक्त संचार तिथे निर्भयपणे सुरू असे. त्याच वेळी उन्मत्तपणे वावरणारे शिकारी, म्हणजे व्याधही तिथे असत. खरे तर, 'जीवो जीवस्य

जीवनम्' हा निसर्गनियम. पशुपक्षी, कीटक आणि मानवप्राणी यांच्यासाठी आहे. पण मनुष्यप्राणी शस्त्रबळाने उन्मत्त आणि अंध होऊन स्वतःच्या मौजमजेसाठी तो पशुहत्या करू लागला. पर्यावरणाचा तोल बिघडवू लागला.

एके दिवशी नेहमीप्रमाणे दिगंबराचार्य हिमगिरीवर वृक्षछायेत निवांत बसले होते. चार व्याध शिकारीसाठी हिमगिरीच्या दऱ्याखोऱ्यांत संचार करत होते, तेव्हा हरणाचे पाडस त्या शिकाऱ्यांच्या दृष्टीस पडले. शिकाऱ्यांना आपल्याकडे येताना पाहून ते हरणाचे गोजिरवाणे पाडस घाबरले. स्वतःचा जीव वाचवण्याच्या उद्देशाने जिवाच्या आकांताने ते पळू लागले. त्या पाडसाची शिकार टिपण्याच्या हेतूने ते चार व्याध हरणाच्या त्या निरागस पाडसाचा पाठलाग करीत होते. त्या मुक्या प्राण्याला स्वतःच्या जीवाची चिंता व भय होते, तर त्या चार व्याधांना त्या मुक्या जीवाची शिकार करून त्यांचे व त्यांच्या कुटुंबीयांचे पोट भरायचे होते. दुर्बलाला मारून सबळांना जगायचे होते. सर्व सृष्टीत एखाददुसरा अपवाद वगळता 'बळी तो कान पिळी'चे राज्य चालू आहे. ते चार व्याधही त्याला अपवाद नव्हते.

घाबरलेले, भेदरलेले हरणाचे पाडस पुढे आणि ते शिकारी त्याच्या मागे, असे ते भयंकर, जीवघेणे दृश्य होते. पारध्यांच्या बंदुकांतील गोळ्यांचा वर्षावाने आणि सुंऽऽ सुंऽऽ अशा आवाजांनी हिमगिरीवरील सारा आसमंत भयचकित झाला होता. पशु जिवाच्या आकांताने पळत होते. पक्षी दूर उडून गेले होते. संपूर्ण वातावरण भयकंपित झाले होते. तेव्हा त्या घाबरलेल्या मुक्या, निरागस हरणाच्या पाडसाला हिमगिरीच्या गर्द वृक्षछायेत निवांत बसलेले दिगंबराचार्य हाच एकमेव आधार वाटला. तेच आपले संरक्षण करतील, या उद्देशाने ते हरणाचे पाडस आश्रयासाठी दिगंबराचार्य जिथे निवांत बसले होते, तिथे आले. भवभयहारक दिगंबराचार्यांच्या आडोशास घाबरलेले, भेदरलेले, भयभीत झालेले हरणाचे पाडस लपू लागले. सर्वज्ञ, अंतःसाक्षी, अंतर्ज्ञानी, दयाघन दिगंबराचार्यांस सर्व परिस्थितीचे क्षणात आकलन झाले. त्यांनी दयार्द्र नजरेने त्या पाडसास स्वतःच्या मांडीवर बसवले, त्याला प्रेमाने थोपटले. त्या ईश्वरी स्पर्शाने त्या भयभीत पाडसात धाष्टर्य आले, निर्भयता आली. त्या दोघांचा हसण्या-बागडण्याचा आणि प्रेमाचा खेळ सुरू होता.

तेवढ्यात हरणाच्या पाडसाचा पाठलाग करणारे ते चार क्रूर व्याध तिथे आले. अशा क्रुद्ध वातावरणातही ते हरणाचे पाडस दिगंबराचार्यांशी मुक्तपणे, आनंदाने व निर्भयपणे खेळत होते. त्याला तिथे खूप सुरक्षित असल्यासारखे वाटत होते. काही तासांपूर्वीची त्याच्यातील भीती, भेदरलेपण पार नाहीसे झाले होते.

हरणाचे पाडस आणि दिगंबराचार्यांचा तो मुक्त निर्भय वातावरणात चाललेला लडिवाळ खेळ पाहून ते चार व्याध आपसांत बोलू लागले, ''हा कोण बुवा बसला आहे? इथे आम्ही एवढ्या गोळ्या घातल्या, तरी न भिता हा खदाखदा हसत आहे.'' गोळ्या झाडण्याच्या उद्देशाने पुन्हा त्यांनी त्यांच्या बंदुका दिगंबराचार्यांच्या दिशेने रोखल्या. तोच दिगंबराचार्यांनी त्या क्रूर शिकाऱ्यांच्या दिशेने दोन खडे फेकले. त्याचा असा चमत्कार झाला, की ते शिकारी त्यांच्या हातांतील बंदुकांसह पुतळ्यासारखे स्थिर झाले. त्यांना कोणत्याही प्रकारची हालचाल करता येईना. ते पाहू शकत होते, मात्र कोणतीही हालचाल करू शकत नव्हते. त्यांना पुढेमागे, खालीवर कुठेही सरकता येत नव्हते. हातातल्या बंदुकीसकट ते पुतळ्यासारखे स्तब्ध झाले त्यांच्या देहस्मृतीवर असा काही विचित्र परिणाम झाला, की ते एकमेकांकडे टकमका पाहण्याखेरीज काही करू शकत नव्हते. अखेरीस कंटाळून ते रडू लागले.

त्यांची अवस्था पाहून दिगंबराचार्यांस दया आली. त्यांनी त्या काष्ठवत शिकाऱ्यांकडे कृपादृष्टीने पाहताच त्यांची ती स्थिरता, तटस्थता आणि काष्ठवत अवस्था नष्ट झाली. ते शुद्धीवर आले. पश्चात्ताप पावून ते दिगंबराचार्यांकडे धावले. त्यांना साष्टांग दंडवत घालून प्रार्थना करू लागले, ''हे देवाधिदेवा, आम्ही आमच्या घोर अज्ञानाने आपल्यातील ईश्वरी सामर्थ्य ओळखले नाही. अविवेकीपणाने आपल्यावर गोळ्या झाडल्या. देवा! आमच्यासारखे महानीच, कृतघ्न, मदांध या जगात दुसरे कोणीही नसेल. आम्ही महापातकी आहोत. आम्हाला क्षमा करा. आमच्या हातून घोर अपराध घडला आहे. निष्पाप हरणाच्या पाडसाची शिकार करण्याच्या उद्देशाने त्याचा पाठलाग करण्याचा, त्यावर ते तुमच्या आश्रयास आल्यावर तुमच्यावरही गोळ्या झाडून ठार मारण्याचा घोर अपराध आमच्याकडून घडला आहे. आम्हाला क्षमा करा! आम्हा पतितांचा उद्धार करा.''

हे सर्व मनोगत व्यक्त करीत असताना दिगंबराचार्यांच्या ईश्वरी सामर्थ्याने ते शिकारी अगोदरच पूर्णतः दिपून गेले होते. त्यांच्या हातातील बंदुका त्यांनी तिरस्काराने दूर फेकून दिल्या. त्यांचे अष्टभाव दाटून आले. त्यांच्या डोळ्यांतून पश्चात्तापदग्ध अश्रू वाहू लागले. ते दिगंबराचार्यांस पुन्हापुन्हा कृतज्ञतेने नमस्कार करू लागले. 'आम्हा पतितांचा उद्धार करा!'असे ते पुन्हापुन्हा विनवू लागले. त्यांची ती अवस्था पाहून दीनदयाळ दिगंबराचार्य त्यांना म्हणाले, ''जा आता. सर्व प्राणिमात्रांप्रति अविरोध प्रेम ठेवा. स्वधर्माचे रक्षण करा.'' दिगंबराचार्यांचा कृतज्ञतापूर्वक निरोप

घेऊन ते शिकारी तेथून मार्गस्थ झाले. पुन्हा ते हरणाचे पाडस आणि दिगंबराचार्य त्या वृक्षाखाली खेळण्यात मग्न झाले.

इकडे त्या पाडसाचे मातापिता मात्र चिंतातुर होते. त्यांचा त्यांच्या पाडसाचा सर्वत्र शोधाशोध सुरू असताना त्यांच्या नजरेस ते पारधी पडले. त्यांना पाहून 'त्या दुष्ट निर्दयी पारध्यांनी आपल्या बाळाची शिकार तर केली नसेल ना?' अशी घोर चिंता त्यांच्या चेहऱ्यावर पसरली. पाडसाचे माता-पिता (हरीण व हरिणी) दिगंबराचार्य जिथे होते त्या स्थानी आले. त्यांच्या पाडसास दिगंबराचार्यांबरोबर आनंदाने खेळताना पाहून त्यांना परम संतोष वाटला आणि खूप आनंदही झाला.

त्या दोघांचाही तो वात्सल्यपूर्ण खेळ पाहून हरीण व हरिणी काही अंतरावर थांबले. त्यांच्याकडे पाहत दिगंबराचार्य हरणास म्हणाले, ''काय रे विप्रा! आम्हास ओळखत नाहीस काय? तू आमचा भक्त आहेस. गाणगापुरात आमची सेवा करून रोगमुक्त झालास. पूर्वी तू सत्पुरुषांचा छळ केला म्हणून तुला हा मृगजन्म मिळाला. तुझ्या किंचित पुण्याईने आपली भेट झाली.'' असे म्हणून दिगंबराचार्यांनी त्याच्या मस्तकावर हात ठेवताच त्या हरणास वाचा फुटली. त्याने त्यांना साष्टांग नमस्कार घातला व तो विनयाने सांगू लागला, ''हे देवाधिदेवा, माझ्या पत्नीने साधूसंतांस दानधर्म केल्याने माझा सातवा जन्म हरणाचा झाला. पूर्वीच्या सेवेने आपले चरण आज दृष्टीस पडले. देवाधिदेवा, आता या जन्म-मरणाच्या खेपा पूर्ण करा. आता मला यातून मुक्त करा.''

त्या हरिणाची ती लीन, दीन, केविलवाणी, व्याकूळ अवस्था पाहून दिगंबराचार्य त्यांना आशीर्वाद देत म्हणाले, ''अरे, काही दिवसांनी आम्ही फिरत फिरत दक्षिणदेशी येऊ, त्या वेळी तुम्ही मनुष्यजन्मास येऊन आमच्या भेटीने कृतार्थ व्हाल. जा आता.'' ते हरणाचे जोडपे दिगंबराचार्यांच्या या ईश्वरी आशीर्वादाने कमालीचे तृप्त झाले. नंतर दिगंबराचार्य त्यांच्या हिमगुहेत गेले. इकडे ते हरणाचे जोडपे त्यांच्या पाडसासह आनंदाने उड्या मारत हिमालयाच्या त्या गर्द जंगलात निघून गेले.

*

ब्रह्मांडनायकाचा हिमगिरीवर नित्यानेमाने 'दिगंबराचार्य' या नावाने सर्वत्र संचार सुरू होता. त्या दरम्यान त्यांच्या काही तपस्वींशी गाठीभेटी, चर्चा होत असत. असेच एकदा काही तपस्वींसह हिमगिरीच्या गुहेत बसून ते वेदान्तावर गहन चर्चा करीत होते. तेव्हा दोन व्याघ्र तिथे येऊन त्यांची वेदान्तचर्चा ऐकत होते.

त्या चर्चेतील ज्ञानामृत ग्रहण करीत होते. त्या व्याघ्रांची वेदान्तचर्चा श्रवणाची ती तन्मयता आणि उत्सुकता पाहून दिगंबराचार्य त्यांना म्हणाले, ''का हो पंडित, इथे अंधारात कशास बसलात? गजावर ग्रंथ भरून देशोदेशी विजयपत्रे घेत जा. इथे का बसलात?'' तेव्हा ते व्याघ्र त्यांच्याकडे पाहत असताना दिगंबराचार्यांच्या कृपादृष्टीने त्यांस वाचा फुटून ते त्यांच्या चरणावर लोळू लागले. प्रार्थनापूर्वक विनंती करीत ते म्हणाले, ''हे देवाधिदेवा! प्रभुराया, आपल्या दर्शनाने आम्ही पुनीत झालो. तरी आम्हास हा व्याघ्रजन्म का आला, हे कृपा करून सांगावे.'' तेव्हा ते म्हणाले, ''तुम्ही मागील जन्मी महापंडित होता. पण विद्येच्या अभिमानाने तुम्ही साधू-संत, विद्वान, विद्यागुरू यांच्याशी निरर्थक वादविवाद करून आपले अधर्मी मत त्यांच्यावर लादत होता. त्यांचा छळ करून विजयपत्रे घेत होता. स्वत:चा अहंभाव मिरवीत होता. या अशा वर्तनाच्या पापाच्या योगाने तुम्हाला हा व्याघ्रजन्म प्राप्त झाला.''

दिगंबराचार्यांच्या मुखातील हे भाष्य ऐकताच त्या दोन्ही व्याघ्रांना त्यांच्या पूर्वकर्मांचा पश्चात्ताप झाला. केविलवाणा चेहरा करून ते त्यांच्याकडे पुन्हापुन्हा प्रार्थना करू लागले, ''महाराज आमचा उद्धार करा. आम्ही मुके पशू असून आपल्या दर्शनाने आम्ही पुनीत झालो आहोत. आमच्या सर्व अपराधांची क्षमा करा. आम्हा दीनदुर्बळांचा अव्हेर करू नका.'' असे म्हणून ते त्यांचे चरण पुन्हापुन्हा धरू लागले. त्यांना विनवू लागले.

दीनदयाळ दिगंबराचार्यांनी त्यांची लीन-दीन, केविलवाणी स्थिती पाहून त्यांच्यावर कृपा केली. त्यांच्या मस्तकावर हात ठेवीत ते म्हणाले, ''अरे, व्याघ्रजन्मी गती नाही. पुढील जन्मी काशीस मनुष्यवंशी जन्मास येऊन वेदवेदान्तात पारंगत व्हाल आणि आमची सेवा करून मुक्त व्हाल.'' असा शुभाशीर्वाद देऊन त्यांना जाण्याची आज्ञा दिली. त्या दोन्ही व्याघ्रांनी कृतज्ञतापूर्वक त्यांच्या चरणावर पुन्हा विनम्रभावे मस्तक ठेवले व त्यांचा निरोप घेऊन ते हिमगिरीच्या जंगलात निघून गेले.

दिगंबराचार्य तथा ब्रह्मांडनायकाचे हिमगिरीवर अखंड भ्रमण, मार्गदर्शन, दर्शन सुरू होते. सर्वच तपस्वी, महंत, ऋषीमुनी त्यांच्या दर्शनास आणि मार्गदर्शनासाठी उत्सुक असत. असाच एक संन्यासी हिमाद्रीच्या पायथ्याशी दत्तप्रभूंच्या दर्शनाकरिता तपश्चर्या करीत होता. त्याने बरेच दिवस खडतर आणि व्रतस्थ तपश्चर्या करूनही त्यास 'दत्तप्रभूं'चे दर्शन काही होईना. अखेरीस तो कंटाळून म्हणू लागला ''तपश्चर्येचे एवढे क्लेश भोगूनही गुरूंनी सांगितलेल्या मंत्राचे काहीच

फळ मला मिळाले नाही. पुराणात अजामिळादि कुंटिणी, पशुपक्षी यांचा उद्धार झाला; पण माझ्यावरच परमेश्वराची अशी अवकृपा का?'' असा विचार करीत तो संन्यासी रात्रंदिवस दत्तगुरूंच्या दर्शनासाठी तळमळत असताना त्याला एक दिवस असा दृष्टान्त झाला की, 'हिमालयावर एक पुरातन वृक्ष आहे. तिथे एक गुहा आहे. तिथे जा. म्हणजे दत्तप्रभूंचे दर्शन होईल.' असा दृष्टान्त झाल्यावर थोड्याच वेळात तो संन्यासी जागा झाला.

दुसऱ्या दिवशी प्रात:काळी लगबगीने उठून स्वप्नदृष्टान्तात वर्णिलेल्या जागी पुष्कळसा शोधाशोध करीत करीत तो आला. तिथे येताच त्याला दिगंबराचार्यांचे ईश्वरी दर्शन झाले. त्यांनी त्या संन्याशाच्या मनीचा हेतू आणि त्यासाठी त्याने केलेली खडतर तपश्चर्या अंतर्ज्ञानाने जाणली. त्यांनी स्वत:चे पूर्वस्वरूप अदृश्य केले. तीन शिरे, सहा हात, जटा सोडलेल्या, मस्तकावर मुकुट, गळ्यात पुष्पांची माळ घातलेली, पीतांबर नेसलेले अशी दत्तप्रभूंची दिव्य मूर्ती त्या संन्याशापुढे साकार केली. त्या मूर्तीचे ते दिव्य तेज पाहून त्या संन्याशाने साष्टांग नमस्कार घातला. तो प्रार्थनापूर्वक म्हणू लागला, ''प्रभो, आज माझ्या जन्माचे सार्थक झाले! आज मला प्रत्यक्ष गुरुदत्ताचे दर्शन झाले. माझ्या इतक्या वर्षांच्या खडतर तपाचे फळ मला मिळाले. आता माझी आपल्या चरणांजवळ एवढीच प्रार्थना आहे, की मला आपली जन्मोजन्मी सेवा करू द्यावी.'' असे म्हणत त्याने त्यांचे चरण अतीव भक्तिभावाने घट्ट धरले. त्याला उठवून ते म्हणाले, ''जा आता. आमची नामस्मरणरूपी सेवा कर.'' त्याला आशीर्वादात्मक हस्त करून ते तेथून एकाएकी अदृश्य झाले.

दत्तप्रभूंचे दर्शन झाल्याच्या अतीव समाधानात तो संन्यासी त्याच्या आश्रमी आला. त्याने त्याचे उर्वरित आयुष्य दिगंबराचार्यांच्या भजन-पूजनात आणि नामस्मरणात घालवले. हिमगिरीच्या विस्तीर्ण पर्वतावर त्यांनी अनेक लीला केल्या. अनेकांचा उद्धार केला. अनेकांना सन्मार्गाला लावले. जगाच्या उद्धारासाठी ब्रह्मांडनायक तथा दिगंबराचार्य हिमगिरीवरील वास्तव्य संपवून जगन्नाथपुरीस आले. हिमालयातील त्यांचा वावर जणू जगमोहनासारखा होता. हे विश्व निर्माण करणारा, त्यावर नियंत्रण ठेवणारा हा जगमोहन विलक्षण होता. वेगवेगळ्या अवतारांतील निर्गुण, निराकार, निरंजन असा हा जगमोहन गोकुळात, मथुरेत अवतरतो; अयोध्येत बागडतो. तोच पंढरपुरात येऊन विटेवर उभा राहतो आणि प्रज्ञापुरी तथा अक्कलकोटमध्ये वावरतो. यापूर्वी तो वेगवेगळ्या नावांनी आणि रूपांनी आसेतुहिमालय संचार करीत असतो.

। जगन्नाथपुरीतील जगन्नाथ स्वामी ।

ब्रह्मांडनायकांचा जगन्नाथपुरीमध्ये वावर 'जगन्नाथ स्वामी' या नावाने होता. बडोद्यास (गुजरात) अलवणी बुवा नावाचे एक सत्पुरुष राहत होते. ते पायी चालत विविध तीर्थक्षेत्रांची दर्शने करीत. त्यांनी या प्रकारे चारधाम यात्रा केली होती. डाकोरनाथाच्या स्थानावर ते गीता, भागवत आदी ग्रंथ उच्च स्वरात पठण करीत असत. ते वैराग्यशील, निःस्पृह सत्पुरुष होते. फिरता-फिरता ते जगन्नाथाच्या पवित्र स्थानावर आले. त्यांच्या समवेत अन्य तीन माणसे होती. इथे येताच त्यांच्या सर्वांच्या अंगात जोरदार ताप भरून आला. सात दिवसांत अन्नाचा एक घासही त्यांना गिळता येईना. बाजारातून शिधा आणण्याचे सामर्थ्य त्यांच्यात राहिले नव्हते. त्यांना जागचे हलता येईना. ते इतर यात्रेकरूंकडे अन्न- पाण्यासाठी याचना करू लागले. पण कुणीही त्यांची दखल घेईना.

पुण्यसंपादनाच्या हेतूने जगन्नाथपुरीस आलेल्या त्या यात्रेकरूंना या भुकेने तडफडणाऱ्यांची दया मात्र येत नव्हती. किती विरोधाभास! सर्वच वरवरचे, अंतःकरणे कोरडी. अलवणीबुवा सत्पुरुष होते, परंतु त्यांना त्या जगन्नाथ यात्रेत कोणीही ओळखेना. आता भोजनव्यवस्था कशी करणार अशा चिंतेत अलवणीबुवा असतानाच ब्रह्मांडनायक तथा जगन्नाथ स्वामी कटीवर हात ठेवून बुवांपुढे प्रकट झाले. तेव्हा त्या चौघांनाही ना उठण्याचे त्राण होते, ना बोलण्याचे. अखेरीस त्यांच्यावर कृपाकटाक्ष टाकताच अलवणीबुवा जगन्नाथ स्वामींची मूर्ती पाहून सावध झाले व ते चौघेही खडबडून उठले. त्यांनी श्री स्वामींची पुष्कळ स्तुती करून विनम्रपणे विचारले, "आपण कोठे असता?" तेव्हा जगन्नाथ स्वामी सहज उत्तरले, "संपूर्ण विश्वात आमचा अखंड वास असतो. सर्व स्थाने आमचीच आहेत." हे श्रींचे वचन ऐकताच काहीसे सावध झालेल्या अलवणीबुवांनी त्यांचे चरण धरीत म्हटले, "हे देवाधिदेवा, परमहंसा, आपले सामर्थ्य वर्णन करण्यास मजकडे शब्द नाहीत. माझ्यासारख्याच्या वाचेला आपल्या ईश्वरी सामर्थ्याचे वर्णन करण्याचा आवाका नाही. विश्वव्यापकही जो आहे, तो स्थिर म्हणूनही शोभतो. चैतन्य स्वरूपात जो चराचरात व्याप्त आहे, तेच आपण आज आम्हा पामरांसमोर साक्षात ईश्वरी स्वरूपात साकार झालेले आहात. नवस-सायासांनी, खडतर तपश्चर्येनेही जे दर्शन दुर्लभ असते, ते आज आम्हास सहज प्राप्त झाले आहे. आपण निःसंशय

स्वामी जगन्नाथ आहात. आपल्या दर्शनाने आम्ही कृतार्थ झालेलो आहोत.'' असे म्हणून अलवणीबुवांसह ते चौघेही ब्रह्मांडनायकास पुन्हापुन्हा वंदन करून कृतज्ञता व्यक्त करीत होते.

तितक्यात ब्रह्मांडनायक तथा जगन्नाथ स्वामी विश्वंभर श्री स्वामींनी त्या परिसराचा एकूण नूरच पालटवला. तिथे एक नितांत सुंदर, विशाल, चंद्रमौळी घर दिसत होते. उत्तम सुगंधाने भारावणारे रुचकर जल स्वच्छ पात्रांमध्ये भरून ठेवलेले होते. अतिशय सुंदर, मनोहारी, रंगीबेरंगी रांगोळ्यांचा अजब थाट दिसत होता. सुंदर, आकर्षक नक्षीकाम केलेले चार पाट मांडले होते. आजूबाजूस घनदाट वृक्षराजी बहरली होती. विविध पक्वान्नांचा घमघमाट सर्वत्र दरवळत होता. अन्नपूर्णा देवतेने सर्व कौशल्य पणास लावून सर्व खाद्यपदार्थांची उत्तम व्यवस्था केली होती. कुणाच्याही तोंडाला पाणी सुटेल असा खाद्यपदार्थांचा खमंग सुवासिक दरवळ सर्वत्र दाटला होता.

खाद्यपदार्थांचा आस्वाद घेतल्यानंतर पूगीफल, त्रयोदशगुणी तांबुल व हिरण्य दक्षिणा मुबलक ठेवण्यात आली होती. स्वागतासाठी सेवकजन शांतपणे तिष्ठत होते. हे सर्व दृश्य पाहून त्या चौघांच्याही पोटातला यज्ञीय अग्निदेव प्रदीप्त झाला होता. श्री स्वामींनी स्मितवदनाने त्या चौघांनाही भोजनास बसण्याची आज्ञा केली. त्या चौघांचीही यथास्थित ताटेही मांडण्यात आली होती. हे सर्व पाहून त्या सर्वांना आश्चर्य वाटले. 'असा हा ईश्वरी थाट ब्रह्मांडनायकाशिवाय अन्य कोण करू शकेल' असा मनाशी विचार करीत सात दिवसांचे ते उपाशी जीव ताटावर बसले. मनाची तृप्ती होईपर्यंत भरपेट जेवले. जणू या सर्वांसाठीच गेले सात दिवस आपल्या पोटात अन्नाचा कणही नव्हता. या अघटित परमेश्वरी लीलेने थक्क झालेल्या त्या चौघांनी जगन्नाथ स्वामींच्या चरणावर पुन्हापुन्हा लोटांगणे घातली. त्यांच्याप्रति वारंवार कृतज्ञता व्यक्त केली.

पुढे तीर्थयात्रा करीत-करीत अलवणीबुवा काही दिवसांनी अक्कलकोटास आले. जगन्नाथपुरीत पाहिलेले आणि अनुभवलेले जगन्नाथ स्वामी ते हेच (श्री स्वामी समर्थ) अशी ओळख पटताच अलवणीबुवांचे अष्टभाव दाटून आले. सर्वांग भावभक्तीने रोमांचित झाले. त्यांना अतिशय आनंद झाला. त्यांनी श्री स्वामींना जगन्नाथपुरीतील भेटीबाबत सांगताच त्यांनी त्यावर दुजोरा देत संमतिदर्शक स्मितहास्य केले. काही दिवस ब्रह्मांडनायक श्री स्वामी समर्थांच्या सेवेत अक्कलकोटी राहून श्रींचा आशीर्वाद घेऊन अलवणीबुवांनी गुजरातकडे प्रयाण केले.

⁂

जगन्नाथपुरीत पंडित नावाचा एक अंध विद्वान यात्रेसाठी आला होता. ब्रह्मांडनायक तथा जगन्नाथ स्वामींची कीर्ती त्याच्या कानावर अगोदरच गेली होती. या अगोदर जगन्नाथ स्वामींनी अलवणीबुवा त्यांच्यासमवेत असलेल्या चौघांवर कृपा करून त्यांना रोगमुक्त आणि भोजनतृप्त केले होते, ही कीर्ती ऐकून तो त्यांच्या दर्शनास, भेटीस मोठ्या उत्सुकतेने आला. परंतु तो जन्मांध असल्यामुळे त्यांची कीर्ती तो केवळ श्रवण करू शकत होता. पण त्यांना पाहू शकत नव्हता. अखेरीस शोधाशोध करीत तो जगन्नाथ स्वामींजवळ आला. आल्या आल्या तो म्हणाला, ''महाराज, आपली कीर्ती ऐकून, मी इथे आलेलो आहे. आपण पूर्ण दत्तावतार आहात. आपली शक्ती आणि सामर्थ्य हे ब्रह्मांड मोडून परत रचण्याची आहे. महाराज, दीनाची इच्छा आपणास प्रत्यक्ष डोळ्यांनी पाहावे, अशी आहे. आपण माझ्यासारख्या पामराचे मनोरथ पूर्ण न केल्यास मी आपल्या चरणांवर देहत्याग करीन.'' असे म्हणून त्याने जगन्नाथ स्वामींचे चरण घट्ट पकडले. त्यांवर प्रेमाश्रूंचा अभिषेक केला. त्यांना त्याची दया आली. दयानिधी जगन्नाथ स्वामींनी स्वतःच्या गळ्यातील फुलांचा हार त्याच्या अंगावर टाकला. तो हार त्याने प्रसाद म्हणून स्वतःच्या डोळ्यांस भक्तिभावाने आणि कृतज्ञतेने लावला. तेव्हा असा चमत्कार झाला की, त्या हाराच्या स्पर्शाने त्याचे जन्मापासूनचे अंधत्व जाऊन त्यास दिव्य दृष्टी प्राप्त झाली. तेवढ्यात त्यांचे चरण घट्ट धरून तो म्हणाला, ''महाराज, मी जन्मांध होतो. मला केवळ आपल्या आणि आपल्याच ईश्वरी कृपेने दिव्य दृष्टी मिळाली. आपल्या कृपेमुळेच मी ही सृष्टी पाहू शकणार आहे. आता आपण माझ्यावर कृपा करून आपल्या परमपवित्र चरणांची अखंड सेवा माझेकडून करून घ्यावी.'' सर्वसाक्षी श्रींनी त्याच्या मनीचा प्रामाणिक सद्भाव आणि कळकळ लक्षात घेऊन आपला हात आशीर्वादात्मक उंचावून त्याला 'तथास्तु' असा आशीर्वाद दिला. जगन्नाथ स्वामींचा आशीर्वाद घेऊन तो त्याच्या गावी गेला.

⁂

जगन्नाथ स्वामींच्या अशा ईश्वरी लीला श्रीक्षेत्र जगन्नाथपुरीच्या परिसरात सुरू असतानाच एक ऐंशी वर्षे वयाचा वृद्ध त्याच्या पत्नीसह जगन्नाथाच्या यात्रेस आला होता. त्या यात्रेच्या गर्दीत त्याची पत्नी चुकली. तिला शोधून शोधून तो थकला. अखेरीस निराश होऊन शोकमग्न अवस्थेत जगन्नाथ स्वामींजवळ येऊन

त्यांना प्रार्थना करू लागला, '' महाराज, आज आठ दिवस झाले, माझी बायको यात्रेच्या गर्दीत चुकून कुठेतरी गेली आहे. तिचा पत्ता लागत नाही. तिला शोधून शोधून मी थकून गेलो आहे. तरी श्रींनी कृपा करून तिचा पत्ता सांगावा. माझ्या गरिबाचा संसार बायकोशिवाय बुडाल्यासारखाच आहे. तरी श्रींनी या दीनावर दया करावी, ही विनंती.'' अशी प्रार्थना करून त्याने त्यांच्या चरणांना घट्ट मिठी घातली.

दीनदयाळ श्री जगनाथ स्वामींना त्या वृद्धाची दया येऊन ते त्याच्यावर कडाडले, ''अरे थेरड्या, तुझे वय ऐंशी वर्षांचे झाले, तरी तुझ्या कामवासना अजूनही पूर्ण झाल्या नाहीत काय? अरे, तुझा मृत्यूसमय जवळ आला आहे. तुझे अंग वार्धक्याने थरथर कापत आहे. तुझी सर्व इंद्रिये शिथिल झाली आहे. तरी, हे वृद्धा, तुझा मनोजय केव्हा होणार? संसार बुडाला असे म्हणावयास तुला लाज कशी वाटत नाही? तू कोण, आलास कुठून, जाणार कुठे याचा काही तू विचार करशील की नाही? अरे, विषयभ्रांतीने तू भुलू नकोस. तू पूर्वीचा आमचा भक्त आहेस. ओळख विसरलास काय?'' अशी त्यास प्रपंचाची आणि एकूणच आयुष्याची सुस्पष्ट जाणीव देऊन त्यांनी एका सेवेकऱ्यास सांगितले, ''अरे, भस्म आणून याच्या कपाळास लावा!''

तुम्ही-आम्ही, आपण सर्व जण कमीअधिक प्रमाणात संसारात, प्रपंचात आकंठ बुडालो आहोत. आपल्यातील बहुतेकांना स्वतःच्या प्रपंचाची कल्पना नसते. आपण आणि आपला प्रपंच, मी, माझे हेच खरेखुरे विश्व मानत असतो. इथले षड्रिपू - राग, लोभ, मोह, मत्सर, इर्षा, स्पर्धा आदी खरेखुरे मानीत असतो. इथली नाती, गोती, जन्म-जन्मांतरीची समजून ही माझी बायको, ही माझी मुलगी, हा माझा मुलगा, हे माझे घरदार, गाडी, बंगला, फ्लॅट असे सारे 'माझे' समजून वागत असतो. थोड्याशा आनंदाने, अल्पशा यशाने हुरळून जातो. हलक्याशा अपयशाने, दुःखाने मोडून पडतो. त्या ऐंशी वर्षाच्या वृद्धासारखी आपली स्थिती होते. आपली बायको, मुले, आपली संपत्ती, जमीन, जुमला, ऐश्वर्य चिरकाल टिकणारे आहे का? मागच्या जन्मी हे सर्व होते का? पुढच्या जन्मी असेच मिळणार आहे का? असा कोणताही विचार मनात नसतो. खरे तर हे सारे भ्रम आहेत. या साऱ्या भ्रमाची जाणीव ब्रह्मांडनायक जगन्नाथ स्वामी यांच्या उपासनेतून होते.

श्रींच्या आज्ञेनुसार सेवेकऱ्याने त्या वृद्धास भस्म लावताच त्याच्या मागील जन्माच्या स्मृती जाग्या झाल्या. त्याने त्वरित ब्रह्मांडनायक श्रींचे चरण पुन्हा घट्ट धरले व तो त्यांना विनवू लागला, '' महाराज, आता या संसारापासून सोडवून आपल्या चरणांची सेवा करू द्या.''

तो त्यांना अशी विनवणी करीत असतानाच चमत्कार घडावा त्याप्रमाणे त्याची बायको त्यास शोधत शोधत तिथे आली. पतीस बघताच तिलाही खूप आनंद झाला. तेव्हा तो पत्नीस म्हणाला, ''ऐक, श्रीगुरू समर्थांच्या चरणावर मस्तक ठेव. येथून पुढे हेच आपले पालक असून जगाच्या उद्धारासाठी आलेले ईश्वरावतार ब्रह्मांडनायक आहेत.'' जगन्नाथपुरीत ब्रह्मांडनायक श्री स्वामी अनेकांवर कृपा करून हरिद्वारला आले.

। हरिद्वार ।

हरिद्वार या तीर्थक्षेत्री मल्लविद्या शिकलेले दोन युवा बाहुयुद्धात प्रसिद्ध होते. त्या पुण्यनगरीतच नव्हे तर हरिद्वारच्या पंचक्रोशीत त्यांना आव्हान देणारा असा कुणीही अन्य मल्ल त्या वेळी नव्हता. आपणाच येथील सर्वेसर्वा आहोत अशा उन्मादी गर्विष्ठ तोऱ्यात ते क्रूरपणे सर्वांशी वागत. गोरगरिबांचा, सर्वसामान्यांचा छळ करण्याचा त्यांचा महादुष्ट स्वभाव होता. तेव्हा त्यांचा वर्तनव्यवहार जणू वाल्या कोळ्यासारखा होता.

लोकांना मारून त्यांच्याजवळील द्रव्य, अन्य काही किमती चीजवस्तू जबरदस्तीने हिसकावून घेणे; संतसज्जनांची, साधू-महंतांची निंदानालस्ती करणे अशा कृतीही त्यांच्या हातून घडत होत्या. 'उन्मादी हासत कर्म करावे, रडत रडत त्याचे परिणाम भोगावे.' याचा प्रत्यय त्या दोघा उन्मत्त मल्लांना पदोपदी येऊ लागला. थोड्याच दिवसांत त्यांच्या अंगावर रक्तपिती फुटली. ते कुष्ठरोगपीडित झाले. त्यांच्या हातापायाची बोटे झडून गेली. त्यांची बलदंड शरीरे विद्रूप दिसू लागली. त्यांच्या कुटुंबातील माणसांना आणि आप्तस्वकीयांनासुद्धा ते नकोसे झाले. रक्ताच्या नात्याच्या लोकांनी त्यांना घराबाहेर काढले. सर्व त्यांच्यापासून दूर राहू लागले. त्यांना कोणीही अन्नही देईना. कुठल्याही प्रकारची भीकही त्यांना मिळेना. अक्षरश: त्यांची अन्नान्न दशा झाली. उन्मादी अवस्थेत केलेल्या अनाचाराची फळे आता ते भोगीत होते. कुत्र्या-मांजरापुढील अन्न हिरावून ते कशीबशी स्वत:ची गुजराण करीत होते. कुष्ठरोगाच्या वेदनेने तडफडत होते. प्रसंगी रस्त्याच्या कडेला वेदनेने गडबडा लोळत होते. परमेश्वराची दीनवाणी करुणा भाकत होते.

''देवा, आजवर आम्ही पुष्कळ दुष्ट कर्मे केली. धनाच्या लालसेने अनेक निरपराध गरीब लोकांना छळले, लुटले, प्रसंगी ठारही केले. त्या उन्मादी तरुण

अवस्थेत कित्येक स्त्रियांचा छळ केला. संतसज्जनांची, महंतांची अकारण निंदानालस्ती करून त्यांची अब्रू लुटली. छळ केला. देवा, अशी आमची किती पापे सांगावी? आपण सर्वज्ञ असल्याने आपणास आमची सर्व पापकर्मे ठाऊक आहेत. आम्ही काही नियम विसरून सर्वांशीच उन्मादी, उद्धट, क्रूर आणि निर्दयपणे वागलो. देवा, आम्ही आमच्या कर्मांची फळे भोगत आहोत. कुष्ठरोगाची वेदना आणि लोकांची उपेक्षा आमच्याने आता सोसवत नाही. आमच्यासारखे दुर्जन, खल, मग्रूर, धर्म न जाणणारे महापापी या जगात दुसरे कुणीही नसतील. देवा, आता या व्याधींपासून एक तर आम्हाला बरे करा, नाहीतर या जन्मातून आमची कायमची सुटका करा.''

लीन-दीन होऊन ते जमिनीवर गडबडा लोळू लागले. सर्वज्ञ, सर्वसाक्षी ब्रह्मांडनायक श्री स्वामींना हे ज्ञात झाल्यावाचून कसे राहील? केलेल्या कुकर्मांचा पश्चात्ताप झालेल्या मुलाची अवस्था पाहून आई जशी मुलासाठी धावत येते, त्याप्रमाणे ब्रह्मांडनायक श्री स्वामी लीन-दीन, विपन्नावस्थेत पडलेल्या, दुःखद वेदनेने गडबडा लोळणाऱ्या, क्षणोक्षणी देवाची करुणा भाकणाऱ्या त्या दोन कुष्ठरोग पीडितांजवळ आले. त्यांच्यावर दिव्य दृष्टिक्षेप टाकला. स्वतःच्या परमपवित्र, मंगल चरणांची बोटे त्यांना लावली. त्यांचा चरणस्पर्श होताच त्या दोन्ही मल्लांच्या शरीराचा दाह कमी झाला. त्यांनी लगेच उठून त्यांच्या चरणी लोटांगण घातले. हात जोडून प्रार्थना करू लागले, ''हे देवाधिदेवा, ब्रह्मांडनायका, आम्ही या यातना एक तप भोगल्या. आमच्या कोणत्या जन्माच्या पुण्याईने आपल्या परमपवित्र चरणांचा स्पर्श आणि आपले परमपवित्र दर्शन होऊन आम्ही रोगमुक्त झालो? आता या गरीब मुलांचा अव्हेर न करता आपल्या चरणांची आम्हास तहहयात सेवा द्यावी.'' हे सर्व तिथे उपस्थित असलेले साधू, संत, महंत, यात्री संन्यासी आदी लोक ऐकत आणि बघतही होते.

त्या दोघांचे हे पश्चात्तापदग्ध, भावभक्तिपूर्ण मनोगत ऐकून ब्रह्मांडनायक श्री स्वामी म्हणाले, ''जा आता. आमच्या भजनपूजनात, नामस्मरणात राहिलेला काळ घालवा. म्हणजे इहपरलोकी सुखी व्हाल.'' असा त्यांना शुभाशीर्वाद देऊन त्यांना जाण्याची आज्ञा दिली. त्या दोघांमध्ये अंतर्बाह्य परिवर्तन झाले होते. त्या दोघांनी स्वतःचे देह न्याहाळले, पूर्वीपेक्षाही त्यांची कांती अधिकच चकाकत होती. त्यांनी कृतज्ञतापूर्वक श्री स्वामींचा निरोप घेतला. श्रींच्या आदेशानुसार त्यांनी त्यांचे उर्वरित आयुष्य ईश्वराचे भजन-पूजन, नामस्मरण आणि सत्कर्मात घालवले.

खरे तर, प्राप्त झालेली शारीरिक ताकद, चांगले आयुरारोग्य, मिळालेली सत्ता, वैभव, पैसाअडका, मानमरातब या परमेश्वरी ब्रह्मांडनायक श्री स्वामीकृपेचा प्रसाद म्हणून त्याचा विनम्रतेने स्वीकार करावा. उतू नये, मातू नये. सर्वांप्रती समभावाने वागावे. परमेश्वरकृपेने प्राप्त झालेल्या या कृपाप्रसादाचा उपयोग उपभोगशून्य कर्मयोग्यासारखा करावा, हेच श्री स्वामींना आपणा सर्वांसाठी यातून प्रबोधित करावयाचे आहे. या उन्मत्त मल्लासारखे पश्चात्तापाने अंत:करण शुद्ध व्हावयास हवे. एकदा का ते सर्व झाले, की श्रीस्वामींची कृपा झालीच म्हणून समजा. यातच अंतिमतः जीवनाचे साफल्य आहे. वाल्या कोळ्याला नारदमुनी भेटले, तसे या दोन मल्लांना श्री स्वामी भेटले. त्यांच्या जीवनाचा अंतिमतः उद्धार झाला. तसे आपलेही होऊ शकते.

हरिद्वारातील वास्तव्यात जो-जो पीडित, दु:खी, संकटात सापडलेला, स्वामींकडे येत असे, त्या त्या व्यक्तीच्या पात्रतेनुसार (प्रारब्ध, सत्कर्म इ.) स्वामी त्याचा उद्धार करीत. योग्य ते मार्गदर्शन करून त्या व्यक्तीस सन्मार्गास लावत. पण कधीकधी विविध कारणांनी उन्मत्त झालेलेही त्यांना भेटत. त्यांना क:पदार्थ, सर्वसामान्य गोसावी समजत. त्यांच्याशी विनाकारण उद्धट वर्तन करीत. अशांना श्री स्वामी ताळ्यावर आणत. त्यांना त्यांच्या पूर्वजन्मी केलेल्या कृत्याची जाणीव परखड रोखठोक कोणतीही भीडभाड न ठेवता करून देत. अशा लोकांना जर पश्चात्ताप झाला, उपरती झाली, सन्मार्गावर येण्याची तीव्र इच्छा झाली; तर अशांना सन्मार्गास लावीत. अशा अनेक घटनांपैकी एक लक्षवेधी घटना घडली.

❋

एक कुटिल, नीच वृत्तीचा माणूस श्रींनी त्या दोन युवा मल्लांबाबत जी लीला केली होती त्या स्थळी आला. श्रींचे ते ईश्वरी कार्य सहन न होऊन त्याची मूळ मत्सरी वृत्ती उफाळून आली. तो त्यांना विचारू लागला, ''आपण कोण? राहणारे कुठले? आपले नाव, गाव काय? आपला वर्णाश्रम कोणता?'' ते सर्व प्रश्न ऐकून त्याच्याकडे तीक्ष्ण नजरेने पाहत करारी स्वरात स्वामी कडाडले, ''अरे, कुटिल माणसा, आधी तुझी पार्श्वभूमी सांगतो, मग सावकाश तुझ्या प्रश्नांची उत्तरे देतो. अरे, तू पूर्वजन्मी पुष्कळ जीवांची हत्या करून उदरनिर्वाह केलास. तू मद्यपी

होतास. मद्यभक्षण करणे, दरोडे घालणे, गोरगरिबांची, प्रवाशांची, यात्रेकरूंची लूटमार करणे व परस्त्रियांची अब्रू लुटणे यांसारखी अगणित पापे तू केलीस. तुझे हस्तिनापुरात वास्तव्य असताना तू राजकन्येचा निर्दयीपणे प्राण घेतलास. त्या वेळी राजाने तुला हद्दपार केले. दुसऱ्या देशी जाऊन तिथेही तू अशीच निंद्य कर्मे केलीस. तिथे तू राजदूतांचे नाक कापलेस, डोळे फोडलेस. नंतर तू एका चर्मकाराचे घरी राहिलास. तिथेही तू निंद्य कर्मे केलीस. काही दिवसांनी तुला पशूंनी मारून भक्षण केले. तुझे काही पूर्वार्जित पुण्य होते, म्हणून तुला मनुष्य जन्म मिळाला. परंतु तुझ्यात तुझ्या मुळ कुटील आणि छलवृत्तीचे स्वभावाचा आणि वृत्तीचा अंश असल्यामुळे काल रात्री तू एका घराच्या मागे गाईची हत्या केलीस. असा तू दृष्ट, पापी आहेस.''

ब्रह्मांडनायक श्री स्वामींनी त्याच्या गतजन्माच्या पापांचा हिशोबच रोखठोक, धारदार भाषेत त्याला करून दिला. गतजन्माची जाणीव करून देणारे हे खडे बोल ऐकताच तो माणूस थरथर कापू लागला. त्याला दरदरून घाम फुटला. कृतकर्माचा पश्चात्ताप होऊन त्याने श्रींच्या पायावर लोळण घेतली. ''देवाधिदेवा, ब्रह्मांडनायका, मला क्षमा करा. आपण अंतर्ज्ञानी, प्रत्यक्ष ईश्वर आहात. आपण सत्य वदला. माझ्यासारखा महापातकी तिन्ही लोकांतही नसेल. आपण साक्षात शिवच आहात, हे सद्गुरुराया, आपण मला आता तारावे.''

त्याची ती लीन-दीन अवस्था पाहून दयाघन श्री स्वामी कळवळले. तिथे उभ्या असलेल्या लोकांना ते म्हणाले, ''याने ज्या स्थानावर गोहत्या केली, ती मृत गाय ज्या स्थानावर आहे तिथे चला.'' श्रीआज्ञेनुसार सर्व जण त्या घरामागे श्रींसमवेत आले. श्रींनी काही घटकांपूर्वी म्हटल्याप्रमाणे खरोखरीच तिथे एक मृत गाय होती. ते दृश्य पाहताच त्या वेळी हरिद्वार क्षेत्री एकच हाहाकार उडाला, हलकल्लोळ झाला. गोवधाचे दोष अपरिमित आहेत. एका माणसाच्या हातून इतके अधर्मी कृत्य घडले, याचा साऱ्यांनाच धक्का बसला. त्या कुटिल माणसाला तर ते सर्व प्रत्यक्ष पाहून मेल्याहून मेल्यासारखे झाले. सर्वांसमक्ष तो कमालीचा लज्जित झाला. हात जोडून तो म्हणत होता, ''माझ्याकडून गोहत्येचा घोर अपराध झाला आहे हे खरेच आहे. मी महापापी आहे, पतित आहे. मला क्षमा करा.'' तेव्हा उपस्थित जन त्या पंडिताकडे दुर्लक्ष करीत श्री स्वामींस विनवू लागले, '' देवाधिदेवा, स्वामीनाथा, आता या मृत धेनूला जीवनदान द्या.'' त्यावर श्री स्वामी म्हणाले, ''त्यास इकडे आणा. तो मागे लपून काय करतोय?''

श्रींची आज्ञा प्रमाण मानून उपस्थित काही जणांनी जाऊन त्याला श्रींसमोर आणले. तेव्हा अक्षरशः लीनदीन झालेल्या, भीतीने थरथर कापत असलेल्या, दरदरून घाम फुटलेल्या त्या पंडितास श्री स्वामींसमोर आणताच तो त्यांच्या पायांवर लोळण घेऊ लागला. त्यांच्या हातापाया पडू लागला. हात जोडून दीनवाणीने विनवणी करू लागला, ''देवाधिदेवा, या दीन पतिताचा आता उद्धार करा. मला माझ्या घोर अपराधांची क्षमा करा, देवा.'' असे बरेच काही दुःखावेगाने रडत-रडत तो विनवीत होता. तेव्हा श्री स्वामी त्यास म्हणाले, ''अरे, जर तू खरोखरच पश्चात्तापाने इतका दग्ध झाला असशील, तर या मृत गायीला उठव.'' त्यावर तो हात जोडून प्रार्थनापूर्वक म्हणाला, ''देवाधिदेवा, मी आपणास शरण आलेलो आहे. माझ्याकडून अनेक घोर अपराध झाले. आता यापुढे असे काहीही घडणार नाही, असे मी वचन देतो.'' आता मात्र श्री स्वामी त्याच्याकडे कृपादृष्टीने पाहत होते. अंतर्ज्ञानी श्रींना त्याच्या पश्चात्तापाची जाणीव झाली. तेव्हा ते त्यास पुन्हा म्हणाले, ''तुला खरोखरच पश्चात्ताप झाला असेल, तू पश्चात्तापाने शुद्ध झाला असशील, तर या मृत गायीला उठव, म्हणजे तू गोहत्येपासून मुक्त होशील.''

त्याने तत्काळ श्रींची आज्ञा शिरसावंद्य मानली. 'गुरुदेव, चरणतीर्थाचा महिमा अपार' असे स्मरत आणि म्हणत त्याने श्रींच्याच चरणाचे तीर्थ घेऊन ते मृत गायीवर शिंपडले. त्यासरशी ती मृत गाय खाडकन उठून उभी राहिली. सर्व उपस्थितांना कौतुकमिश्रित आनंद झाला, तेव्हा तिथे उपस्थित असलेल्यांच्या उत्साहाला उधाण आले. आश्चर्याने स्तंभित होत लोक ब्रह्मांडनायक श्री स्वामींचा जयजयकार करीत आपापल्या घरी गेले. ज्याच्या त्याच्या मुखी ब्रह्मांडनायकाच्या कर्तुम् अकर्तुम्, अन्यथा कर्तुम् लीलेची चर्चा होती.

। गुजरात, कच्छ, काठेवाड परिसर ।

हरिद्वारला काही दिवस वास्तव्य करून लीलाधारी ब्रह्मांडनायक श्री स्वामी कच्छ देशी (सौराष्ट्र, गुजरात) आले. इथे त्रिविक्रमाचे देवालय आहे. तिथेच 'नारायण तलाव' म्हणून प्रख्यात तीर्थ आहे. दरवर्षी इथे पुष्कळ यात्रेकरू पुण्यस्नान करण्यासाठी येतात. त्या वेळी त्रिविक्रम देवालयाचा एकूणच या तीर्थक्षेत्राचा प्रमुख म्हणून एक महंत होता. त्याच्याबरोबर त्याचे काही शिष्य होते. कोणीही यात्रेकरू येवो, त्याचेकडून त्या नारायण तलावात तीर्थस्नान करण्याचे ते जबरदस्तीने पैसे

घेत. वेगवेगळ्या सबबी सांगून भाविक भक्तांकडून अवास्तव पैसे उकळत. कुणी पैसे देण्यास असमर्थ असेल, तर त्याला स्नान तर करू देत नसत. उलट यात्रेकरूशी अधर्माने आणि उद्धटपणे वागून त्यांची निर्भत्र्सना करीत. उघडउघड एक प्रकारे ते सर्वसामान्य यात्रेकरूंची त्या तीर्थक्षेत्री लुटालूट करीत. यात्रेकरूंना त्या तीर्थक्षेत्री स्नान करू न देता अपमानास्पदरीत्या तिथून हाकलून देत.

त्रिकालज्ञानी श्री स्वामींस महंत व त्यांच्या शिष्यांचे हे यात्रेकरूंवर अन्यायकारक पिळवणूक आणि छळवणूक करणारे वर्तनव्यवहार लक्षात आले. मठमहंतांच्या नावाखाली सावकार-जमीनदारांनाही लाज वाटेल, अशा त्यांच्या अतिरेकी वर्तनाला चाप बसवण्यासाठी ते त्या तीर्थक्षेत्री आले. त्या महंतांशी वादविवाद, वाटाघाटीचा गोंधळ न घालता ते सरळ स्नानासाठी सरोवरात उतरू लागले. तोच त्या महंताचे शिष्य धावतच श्रींकडे आले. दरडावणीच्या भाषेत ते श्रींस सांगू लागले, ''तुम्हाला इथे स्नान करावयाचे असल्यास त्याचा एक रुपया (त्या वेळेचा) कर द्या. नंतर स्नान करा.'' असे सांगून ते श्रींना अडवू लागले. त्यावर श्री स्वामी खदखदा हसू लागले व पाहता-पाहता तेथून गुप्त होऊन त्या तीर्थक्षेत्र सरोवराच्या मध्यभागापर्यंत चालतच गेले. मध्यभागी जलपृष्ठावर आसन घालून बसले. त्यांच्या योगसामर्थ्याने त्या शिष्यांना आश्चर्याचा प्रचंड धक्काच बसला.

आश्चर्याने कंपित होत शिष्यगण धावतच त्यांच्या गुरूकडे, म्हणजे त्या महंताकडे आले. घडलेला इत्थंभूत वृत्तान्त त्यांनी महंतास सांगितला. त्याला आश्चर्याचा धक्का बसला. शिष्यांसमवेत घाबरलेला तो महंत त्या स्थळी आला. तो प्रार्थना करू लागला. ''देवाधिदेवा, आमच्या अपराधाची क्षमा करून आमच्यावर कृपा करावी. आजपर्यंत या तीर्थक्षेत्री राहून आम्ही अतिशय चुकीचे आणि अधर्मी वागलो. पैशाच्या लोभापायी साधूसंत, सज्जनांचाही अपमान आणि छळ केला. द्रव्याच्या अतिरिक्त लोभापायी अनेक यात्रेकरूंना जबरदस्तीने लुटून आम्ही आमचा निर्वाह चालवला. कपाळी टिळे लावून, गळ्यात माळा घालून साधूपण मिरवून लोकांकडून पैसा मिळवण्यात आम्ही आमचे आजपर्यंतचे आयुष्य घालविले. वास्तविक आम्ही राव निरंतर देवसन्निध असतो. देवाची सेवा करतो, चिंतन मात्र धनाचे करतो. हे ब्रह्मांडनायका, आमच्यासारखे नीच, महापापी आम्हीच! आमच्यावर कृपा करा. आपणच आम्हाला आमच्या मायबापासमान आहात. लेकरांकडून अपराध झाला, तर आई क्षमा करतेच ना, देवा?'' हात जोडून ते पुन्हापुन्हा श्रींची क्षमायाचना करू लागले. साष्टांग दंडवत घालू लागले.

दयाघन श्री स्वामी त्या सर्वांची पश्चात्तापदग्ध अवस्था पाहून त्या सरोवराच्या पाण्यावरून चालतच बाहेर आले. तत्क्षणी महंतासह ते सर्वच थरथर कापू लागले. त्यांच्याकडे निरखून पाहत अतिशय करड्या आवाजात ते म्हणाले, ''न्याय, नीती, धर्माचे आचरण करून द्रव्य मिळवा. कुणासही कोणतेही क्लेश होणार नाहीत असे वागा. सर्वांप्रति समता आणि ममता ठेवा. जा आता.''

''होय, महाराज. आपली आज्ञा आम्हांस शिरसावंद्य आहे.'' शिष्यांसह महंत कान पकडून आणि श्रींच्या पवित्र चरणावर नाक घासत म्हणाले.

तेवढ्यात महंत व शिष्य एकमुखाने श्रींस देवालयात येण्याविषयी प्रार्थना करू लागले. ''देवाधिदेवा, ब्रह्मांडनायका, आपले पवित्र चरण आमच्या देवालयास लागावेत, अशी आम्हा सर्वांची इच्छा आहे.'' सर्वसाक्षी ब्रह्मांडनायकांना त्यांची पश्चात्तापदग्ध अवस्था लक्षात आली. म्हणून ते त्यांच्यासमवेत त्रिविक्रमाच्या देवालयात आले. त्या सर्वांनीच अतिशय भावभक्तीने श्रींची षोडशोपचार पूजाअर्चा केली. त्यांच्या उपस्थितीने या देवालयात जणू सर्वत्र भक्तिसुगंध दरवळत होता. पश्चात्तापदग्ध होऊन देवाची मनापासून क्षमा मागितल्यास किती पावित्र्य, आनंद आणि परम संतोष मिळत असतो, याचा रोकडा अनुभव त्या महंतासह त्याचे शिष्य घेत होते. त्या सर्वांना त्यांच्या पूर्वीच्या कृत्याचा पश्चात्ताप झाला होता. न्यायनीतिशुद्ध आचार, विचारांचा धडा त्या महंत व त्याच्या शिष्यास देऊन ब्रह्मांडनायक द्वारका तीर्थक्षेत्राकडे गमन करते झाले.

। 'श्रीकृष्ण-दत्तात्रय-नृसिंहमुनी' - द्वारका ।

द्वारकापुरीची महती सर्वज्ञात आहे. या तीर्थक्षेत्राचा पौराणिक वारसा आणि इतिहासही मोठा आहे. विविध नावांनी वावरणारे ब्रह्मांडनायक श्री स्वामी, द्वारका क्षेत्री 'श्रीकृष्ण-दत्तात्रय-नृसिंहमुनी' म्हणून सर्वपरिचित झाले होते. या क्षेत्रात 'सूरदास' नावाचा एक जन्मांध तपस्वी साधू छोट्याशा आश्रमात वास्तव्य करून होता. त्याला रात्रंदिवस श्रीकृष्णदर्शनाचा ध्यास लागला होता. त्यासाठी तो नित्यनियमाने कडक, व्रतस्थ साधना करीत होता. परंतु त्याची साधना काही केल्या फलद्रूप होत नव्हती. त्याची श्रीकृष्णाच्या दर्शनाची तगमग आणि तळमळ काही थांबत नव्हती.

परंतु एके दिवशी अचानक त्याची तपश्चर्या फळास आली. सर्वसाक्षी श्री स्वामी एक दिवस अनपेक्षितपणे सहजच फिरत-फिरत सूरदासाच्या आश्रमात आले.

अंध सूरदासाच्या काही हे लक्षात आले नाही. श्री स्वामींनी त्यास हाक मारीत सांगितले, ''अरे सूरदासा, ज्याच्या नावाने तू कठोर तप:साधना करतो आहेस, ज्याच्या दर्शनासाठी अहोरात्र तळमळतो आहेस, तो मी तुझ्यासमोर उभा आहे पाहा.'' असे म्हणून त्यांनी अंध सूरदासाच्या डोळ्यांस हस्तस्पर्श केला. त्यासरशी त्याला दिव्यदृष्टी प्राप्त झाली. त्याला, त्याच्या समोर साक्षात द्वारकाधीश भगवान श्रीकृष्ण दिसू लागले. श्रीकृष्णाचे ते सावळे, दैवी, मनोहारी आणि त्याच्या मनात असलेले रूप पाहून सूरदास चकित झाला. त्याच्या आनंदाला पारावार राहिला नाही. तो स्वत:चे देहभान विसरून तटस्थ झाला.

थोड्या वेळाने भानावर येत तो म्हणू लागला, ''आपण अनंत कोटी ब्रह्मांडनायक आहात! आपण सगुणही आहात आणि निर्गुणही. आपण सर्वव्यापी आहात. आपल्या दिव्य दर्शनाने माझ्या अनेक जन्मांचे सुकृत उदयास आले. माझे मनोरथ पूर्ण झाले. मानवी देह धारण करून आपण यतींद्र रूपातून जगताचा उद्धार करीत फिरत आहात. आपण भक्तकामकल्पद्रुम आहात. भक्ताच्या कोणत्याही कार्याला पूर्ण करण्यासाठी आपण क्षणात धावून येता. ज्यासाठी मी आजपर्यंत जप-जाप्य, पूजाअर्चा, अनुष्ठाने केली, त्याचे फलित म्हणून आज मला द्वारकानाथ भगवान श्रीकृष्ण दृष्टीस पडले.'' याप्रसंगी तिथे उपस्थित असलेले साधू, संत, महंतही आश्चर्यचकित होऊन म्हणू लागले, ''आम्ही साक्षात श्री गुरुदेव दत्तांचे दर्शन घेत आहोत. प्रकट होणे, अंतर्धान पावणे या आविष्कारात हे योगिराज दिसतात.'' या अभूतपूर्व सोहळ्यात वेगळाच भक्तिसुगंध दरवळत होता. सर्वत्र उत्साहाचे, भक्तिभावाने अभिमंत्रित झालेले वातावरण होते.

सूरदासाने अतिशय आनंदाने आणि भावभक्तीने श्रींचे चरण घट्ट धरले. आनंदाश्रूंचा अभिषेक त्यांच्या चरणावर घालीत तो म्हणू लागला, ''देवाधिदेवा, आपण मला साक्षात भगवान श्रीकृष्णाचे दर्शन घडवून माझी तपसाधना सफल केली. मी जन्मांध होतो, पण केवळ आपल्याच कृपेमुळे मला दिव्यदृष्टी प्राप्त झाली आणि भगवान श्रीकृष्णाचे दर्शन झाले. आता एकच प्रार्थना आपल्या चरणांशी आहे. आपण मला जन्म-मरणापासून मुक्त करा.'' विनम्रपणे हात जोडून उभ्या असलेल्या आणि दिव्यदृष्टी प्राप्त झालेल्या सूरदासाकडे पाहत श्री स्वामी म्हणाले, ''तू त्रिविध तापांपासून विरक्त होऊन ब्रह्मज्ञानी होशील.'' परमसंतुष्ट होऊन सूरदासाने पुन्हा श्रींना कृतज्ञतापूर्वक नमस्कार केला. पुढे त्याने त्याचे उर्वरित आयुष्य श्रींच्या भजन, पूजन आणि चिंतनात घालवले. शेवटी तो शाश्वत सुखास पोहोचला.

*

द्वारकानगरीत भुऱ्याबुवा नावाचा एक वृद्ध हठयोगाची क्रिया करणारा बुवा होता. हे बुवा 'वयातीत' असल्यामुळे त्यांच्या सर्वांगावरील केस पांढरेशुभ्र होते. त्यामुळे त्यांना 'भुऱ्याबुवा' हे नाव पडले होते. त्यांचा रोजचा नियम त्रिकाल गौमती स्नान करण्याचा असे. वास्तव्यही त्याच ठिकाणी नदीकिनारी असे. द्वारकेस जे जे यात्रेकरू येत, ते या भुऱ्याबुवाचे दर्शन घेतल्याशिवाय जात नसत. ते महान विद्वान, पंडित असल्यामुळे पौराणिक ग्रंथ किंवा वेदान्त ग्रंथ यांत कुणाला काही शंका असल्यास त्याचे ते समाधान करीत. द्वारकानगरी आणि आजूबाजूच्या दूरवरच्या परिसरात भुऱ्याबुवांच्या तपसाधनेचा, सामर्थ्याचा आणि विद्वत्तेचा खूप लौकिक होता.

अशा या श्रेष्ठतम, महान, विद्वान पंडितास प्रत्यक्ष दत्तप्रभूंच्या दर्शनाचा रात्रंदिवस ध्यास लागला. 'दत्तप्रभूंनी सदेह दर्शन द्यावे' अशी त्यांची तळमळ आणि तगमग असतानाच एक दिवस अंत:साक्षी ब्रह्मांडनायक श्री स्वामी 'दत्तदिगंबर' रूपाने त्यांच्यापुढे उभे राहिले. ती मूर्ती पाहून भुऱ्याबुवास योगसमाधी लागली. एक घटकापावेतो त्याचे देहभान नाहीसे होऊन त्याची काष्ठवत स्थिती झाली. ब्रह्मांडनायक श्री स्वामींनी त्यांचा हस्त त्याच्या मस्तकावर ठेवताच तो भानावर (शुद्धीवर) आला. त्याने श्रींना साष्टांग दंडवत घातला. त्याची श्री दत्तात्रयाच्या दर्शनाची इच्छापूर्ती श्रींनी केली. त्याबद्दल त्याने त्यांची पुष्कळ स्तुती केली. त्यावर भुऱ्याबुवाकडे प्रेमळ नेत्रकटाक्ष टाकीत श्री स्वामी म्हणाले, ''आता हठयोग सोडून आमच्या नामस्मरणात पुढील आयुष्य घालवून स्वस्थ बैस.'' श्रींच्या आदेशानुसार भुऱ्याबुवाने तत्काळ हठयोग सोडून दिला. श्रींच्या भजन, पूजन, नामस्मरणात उर्वरित आयुष्य घालवले.

या प्रसंगी उपस्थित असलेले साधूसंत, महंत, विद्वान आश्चर्यचकित होऊन म्हणू लागले, ''आम्ही प्रत्यक्ष गुरुदेवदत्ताचे दर्शनच घेत आहोत. प्रकट होणे, अंतर्धान पावणे या आविष्कारात हे योगिराज दिसतात. उपस्थित सर्वांनीच त्यांच्या नावाचा जयजयकार केला. त्यांच्यावर पुष्पवृष्टी केली. संगीत, वाद्ये वाजवली. वातावरणात सर्वत्र भक्तिसुगंध दरवळत होता. सर्वांनाच भावभक्तीचे जणू उधाण आले होते.

द्वारकानगरीत जेव्हा हा अवर्णनीय सोहळा झाला, तेव्हा वामनबुवांचे पिता रावजी वैद्य वांबोरीकर व एक अंधभक्त तिथे उपस्थित होता. त्यास हा भव्य-दिव्य सोहळा जाणवत होता. परंतु चर्मचक्षूंनी अंध असलेल्या भक्तास तो प्रत्यक्ष पाहता येत नव्हता. म्हणून त्याने तिथेच श्रींस हात जोडून प्रार्थना केली, ''हे ब्रह्मांडनायका,

श्रीस्वामिराया, ही गुरुमूर्ती आपल्या नेत्राने पाहावी अशी माझी तीव्र इच्छा आहे.'' भारावलेल्या भुऱ्याबुवांनीही श्रींकडे करुणा भाकली, ''स्वामी, रावजी वैद्यांनाही प्रसाद द्यावा. त्याचप्रमाणे अंध भक्ताचे अंधत्व नष्ट करून त्यासही आपले ईश्वरी दर्शन द्यावे व सनाथ बनवावे, अशी आपल्या चरणी नम्र प्रार्थना करतो.'' तेव्हा अंतर्ज्ञानी श्री स्वामी भुऱ्याबुवास जुनी खूण सांगू लागले, ''या रावजी वैद्यास (ब्रह्मनिष्ठ वामन बुवा वांबोरीकराचे वडील) आम्ही दोन वेळा भेटलो होतो. एकदा श्रीक्षेत्र काशी इथे जान्हवीच्या तीरावर याची (रामजीची) आई रखुमाई ही अचानक एका दुखण्याने बेजार झाली होती. तेव्हा आम्ही यांच्या मातोश्रींना हाताला धरून सावध केले. ओळखीची दुसरी खूण म्हणजे, यांची काशी नामक लहान कन्या या भेटीच्या आदल्या दिवशी त्या उत्तम शिवक्षेत्री पंचत्त्वास पावली होती. पुन्हा एकदा सिद्धक्षेत्र ब्रह्मावर्त इथे विश्वनाथच्या घरी दर्शन देऊन यांच्यावरील संकट दूर केले.''

'श्री'मुखातील हे सर्व भाष्य रावजी वैद्यांनी ऐकल्यावर त्यांनी श्रींस साष्टांग दंडवत घातला. कळवळून त्यांना निवेदन करू लागले, ''हे देवाधिदेवा, जगन्नाथा, माझ्याकडून अपराध झाला, क्षमा करा. आपण ब्रह्मांडनायक, पूर्णब्रह्म आहात. आपले खरेखुरे सामर्थ्यशाली दयानिधी स्वरूप ओळखण्यात आम्ही कमी पडलो. अभागी ठरलो. जगत्कल्याणार्थ आपण प्रसंगी देह धारण करता. आम्हासारख्या असंख्य दीनांचा, दुःखी-कष्टी लोकांचा उद्धार करता. सन्मार्गी लावता. आपण 'मोक्षेश्वर' आहात. हे ब्रह्मांडनायक श्री स्वामी राया! आपल्या लीला अपार आहेत आपल्या आजच्या दर्शनाने मी कृतकृत्य झालो आहे.'' रावजी वैद्यांच्या मुखातील ही अर्थपूर्ण, विनम्र आणि कृतज्ञतेने ओथंबलेली वाणी ऐकून भक्तवत्सल, भक्ताभिमानी, ब्रह्मांडनायक श्री स्वामींच्या मुखातून पुढील आशीर्वाणी स्त्रवू लागली.

''निश्चिंतपणे तू (रावजी वैद्य) संदेहरहित होऊन परमात्मस्वरूपात तल्लीन झाला आहेस. तुमच्या वंशावर असलेला शिवशक्तीचा कृपाप्रसाद वाढतच राहील. तुम्ही निरंतर परमानंदात सुस्थिर व्हाल. तुमचा ज्येष्ठ पुत्र शुद्ध वैदिकमार्गी होईल. दक्षिण देशी मुसलमानी अमलाच्या प्रदेशात त्याला आमचे दर्शन होईल. दुसरा पुत्र शिवभक्त होईल. ब्रह्मचर्यव्रताचे कुशलतेने पालन करील. तो सत्य व स्पष्टवक्ता होईल. त्याला कर्नाटक प्रांतात आम्ही दर्शन देऊ. तिसरा पुत्र आमचा प्रिय भक्त होईल. (श्रीगुरुलीलामृतकार ब्रह्मनिष्ठ वामनबुवा) संप्रदाय प्रवचनासाठी तो अहोरात्र कार्यरत राहील. तो आमचा गुणानुवाद लीला जगतहितासाठी ग्रंथित करेल. हे आमचे तुला आशीर्वचन आहे.''

रावजी वैद्यांना हे आशीर्वचन ऐकवून त्यांनी अन्य उपस्थितांस त्या तीर्थक्षेत्राचे, गोमती नदीचे, भगवान श्रीकृष्णाचे महत्त्व विशद केले. नंतर सर्व जण भुऱ्याबुवांचे स्थानी त्यांच्यासह आश्रमात आले. इथे त्यांना अतिशय सन्मानाने आणि भावभक्तीने, मंगलवाद्यांच्या गजरात सिंहासनावर बसवण्यात आले. त्यांची स्तुतिसुमने गात पाद्यपूजन करण्यात आले. सर्वांनी अतिशय उत्साहाने आणि आनंदाने त्यांचा जयजयकार केला. मंगल आरती झाली. द्वारकानगरीत आणि गोमती नदीच्या तीरीसुद्धा यत्र-तत्र-सर्वत्र 'ब्रह्मांडनायक श्री स्वामीं'च्या नावाचा त्या वेळी जयजयकार दुमदुमत होता. सर्वत्र आनंदाला उधाण आले होते. भावभक्तीत सर्वच गढून गेले होते. सर्व उपस्थितांना आशीर्वाद देऊन ते पुढील कार्यासाठी तिथेच गुप्त झाले.

। गिरनार ।

पूर्वीच्या सुप्रसिद्ध काठेवाड प्रांतामध्ये सौराष्ट्र देशी गिरनार पर्वत आहे. हा परिसर जुनागड म्हणूनही प्रसिद्ध आहे. दरवर्षी असंख्य यात्री इथे बाबा अलख निरंजन गुरू गिरनारीच्या दर्शनासाठी येत असतात. भगवान श्री दत्तात्रेयांचे गिरनार हे प्रिय वसतिस्थान आहे. त्यांची कृपा संपादन करण्यासाठी मुनी, योगी, साधू, संत, महंत, वैरागी, अनुष्ठानी आदी सर्वच प्रकारचे यात्री इथे येत असतात. 'अलख निरंजन गुरु गिरनारी, श्री दत्तावधूत ध्वजधारी, त्रैलोक्यवासी भरोसा भारी' असा गजर भावभक्तीने करीत असतात. अशा या परमपवित्र गिरनार पर्वतावर संचारेश्वर ब्रह्मांडनायक श्री स्वामी आले. येथील गोमुखतीर्थावर काही काळ वस्ती करून राहिले. याच कालावधीत संपूर्ण गिरनार पर्वतावर ठिकथिकाणी प्रसंगपरत्वे त्यांचे भ्रमण सुरू होते.

गोमुख तीर्थाहून ते चालतच मध्यभागी असणाऱ्या शेषनारायण पादुकांजवळ आले. हा भाग सृष्टी-सौंदर्याने नटलेला आहे. आम्रवृक्ष व लतावेलींची इथे समृद्धी आहे. इथे विहार करून ते 'हनुमानधारी' तीर्थावर दाखल झाले. भक्तजनांसह सर्वांच्याच अगत्यशील आग्रहामुळे त्यांनी इथे दोन रात्री मुक्काम केला. त्या उपस्थितांमध्ये गणेशपुरी नावाचा एक विरागी होता. त्याने ब्रह्मांडनायक श्री स्वामींची ती दिव्य, तेज:पुंज ईश्वरी मूर्ती पाहिली. त्या दिव्य, तेजस्वी मूर्तीला कधी एकदा चरणस्पर्श करतो, असे त्यास झाले होते. त्यासाठी तो तळमळत

होता. परंतु त्याच्या शारीरिक अपंगत्वामुळे, म्हणजे त्याच्या पांगळेपणामुळे त्याला जागचे हलवेना.

तेव्हा त्या पांगळ्या गणेशपुरीने अतिशय कळवळून श्री स्वामींची करुणा भाकत म्हटले, ''देवाधिदेवा, मी पांगळा असल्यामुळे आपल्यापाशी येऊन आपल्या परमपवित्र चरणांचे दर्शन घेऊ शकत नाही. महाराज, आपणच ते घडवावे अशी मी आपणास हात जोडून विनवणी करीत आहे.'' त्याचा असा धावा सुरू असताना तो म्हणत होता, ''देवा, जिथे अन्न-पाणी मिळविणेही मला शक्य होत नाही, तिथे मी आपल्या दर्शनासाठी तेथपर्यंत कसा येऊ शकेन? आपण मानवी देह जरी धारण केलेला असला, तरी आपण साक्षात दत्तात्रेय आहात! आपल्या दर्शनार्थ आलेल्या स्त्री-पुरुषांनी तुम्हाला ओळखले नाही, हा त्यांचा अज्ञानीपणा आहे. मला मात्र आपली ओळख पटली आहे.''

आपल्या भक्ताचे हे भाव. भक्तियुक्त दीनवाणे कळकळीचे निवेदन ऐकून अंतःसाक्षी भक्तवत्सल, भक्ताभिमानी श्रींचे हृदय द्रवले. ते पांगळ्या गणेशपुरीस उद्देशून म्हणाले, ''अरे पांगळ्या, तुला दर्शन हवे आहे ना? डोळे मिटून इकडे ये. येताना मागे-पुढे अन्य कुठेही पाहू नकोस. आक्रोश करू नकोस. धैर्य सोडू नकोस. निर्भय होऊन त्वरित उठून माझ्याकडे ये. मनात कसलाही संशय न धरता वाग.'' हे विधान तिथे असलेल्या काही यात्रेकरूंनी व ताठ्यात, मग्रुरीत वागणाऱ्या साधूंनी ऐकले. षड्रिपू तेव्हाही होते आणि आताही आहेत. त्यास ते साधूही कसे अपवाद असतील? म्हणून त्यावर ते उपहासाने आणि कुत्सितपणे आपापसांत बडबडू लागले. ''हा जन्मतःच पंगु आहे. असला गलितगात्र पंगु या जोगड्याचे (श्री स्वामींचे) कशाला ऐकतोय? मूर्ख कुठला? कोणा जन्मजात पांगळ्यास सिद्धी साक्षात्कार झाल्याचे ना कधी ऐकले, ना कधी पाहिले. पांगळ्यास सांगणारा हा कुणीतरी लफंगा, पोटभरू साधू असावा...'' असे बरेच काही अद्वातद्वा ते बोलत होते.

परंतु श्री स्वामींवर ठाम विश्वास ठेवून त्याने श्रींनी सांगितल्याप्रमाणे कृती केली. त्याने डोळे मिटले. श्रींस मनी चिंतिले. 'आता काहीही होवो, माझा देह राहो अथवा जावो, या भगवंताचे दर्शन मला घेतलेच पाहिजे.' असे मनोमन प्रार्थून तो पुढच्याच क्षणी कुणाच्याही काही लक्षात येण्याआधीच आपल्या पायांवर उठून उभा राहिला. हे दृश्य पाहून कुत्सित, टीका-टिप्पणी करणारे तर चक्रावलेच, पण उपस्थित सर्वच आश्चर्यचकित झाले.

आनंदाने बेहोष झालेल्या गणेशपुरीने ब्रह्मांडनायक श्री स्वामींचे गुणगान

करण्यास आरंभ केला. ''हे श्रीगुरू गिरनारी, विश्वेश्वरा! आम्हा सर्वांचा आपल्यावरच भारी भरवसा! आपण मुक्याला वाचा बहाल करता. पंगू, अंध आदी सर्वांचे आपण सांभाळकर्ते आहात. आपल्या कृपेने माझ्यासारखा जन्मजात पंगू क्षणभराचा विलंब न लावता म्हणता-म्हणता हा गिरनार पर्वत पार करण्यास समर्थ झाला. हे पूर्णावतारी, श्री गुरू गिरनारी, आपल्या केवळ दर्शनमात्रे हा चमत्कार घडला. आजच्या या कलियुगात आपल्यामध्येच हे सामर्थ्य आहे, हे नि:संशय!''

गिरनार पर्वतावर हा जेव्हा प्रसंग घडला, तेव्हा तो पाहणारे दुर्जन व ढोंगी लोक चकित होऊन गेले. काही वेळापूर्वी श्री स्वामींची अतिशय खालच्या पातळीवर जाऊन निंदा करणारे आता त्यांना 'आपण प्रत्यक्ष परमेश्वरच आहात!' असे म्हणून त्यांची क्षमा मागू लागले. स्वत:च्याच हातांनी ते अपराधी भावनेने स्वत:चीच थोबाडे स्वत: रंगवून घेऊ लागले. वारंवार त्यांच्या चरणावर लोळण घेऊन क्षमायाचना करू लागले.

दयासागर श्री स्वामींनी पश्चात्तापाने उपरती झालेल्या त्या सर्वांना क्षमा केली. ''कुणाचीही अकारण निंदानालस्ती न करता सर्वांप्रती समत्वाने आणि ममत्वाने वागा. जा, सुखात राहा.'' असा उपदेश केला. त्यांनी याप्रसंगी सर्व उपस्थितांना श्री गिरनार तीर्थ माहात्म्य सांगत तेथून प्रस्थान केले.

अपंगत्व दूर झालेला भाग्यवंत गणेशपुरीने श्रींसमवेत शेष नारायण पादुकांचे दर्शन घेतले. त्यांच्यासमवेत चंचलभारती, आनंदगिरी, कृष्णानंद सरस्वती होते. पुढे ते सर्व जण रामानंद सत्पुरुषांच्या पादुकांसन्निध आले. भक्तगणांसह श्री गिरनारचे अवलोकन करीत ते संचार करीत होते. गोमुख तीर्थाहून ते माता अंबिकेच्या स्थानावर आले. श्री स्वामी तिथे प्रवेशताच एरवी मूर्तीस्वरूपात स्थित असणारी ती अंबिका माता स्मितहास्य करीत श्री स्वामींशी बोलू लागली, ''हे ब्रह्मांडनायक, स्वामिराया, आपले निवासस्थान सोडून आपण इकडे कुठे गेला होता? बऱ्याच दिवसांनंतर मी आपणास परमहंस सगुण ब्रह्मस्वरूपात आज मी प्रत्यक्ष पाहते आहे.''

अंबामातेच्या या भाषणावर श्री स्वामी वदले, ''माते, आम्ही विविध तीर्थक्षेत्रांवर संचार करीत आहोत. देवस्थाने अवलोकीत आहोत.'' असा अंबामाता आणि स्वामींचा संवाद झाला. (वस्तुत: अंबामाता आणि ब्रह्मांडनायक श्री स्वामी यांच्यामधील संवाद अतिशय उच्चकोटीचा, सर्वसामान्यांच्या आकलनापलीकडचा होता. तसे हे दोघेही प्रकृती आणि पुरुष म्हणून एकतत्त्वाचे होते.)

गिरनार पर्वत हा देवतामय पर्वत आहे. इथे संत, महंत, योगी, भोगी, साधू, विरक्त, जनपक्षादिक समस्त जन वास्तव्य करतात. हिरव्यागार घनदाट

वृक्षराजींनी आणि औषधी वेली-लता-वृक्षांनी हा पर्वत व्याप्त आहे. स्वच्छ, सुंदर, निर्मळ पाण्याचे विपुल झरे इथे पाझरताना, वाहताना दिसतात. या पर्वतावरील 'कमंडलुतीर्था'वर विविध ठिकाणचे शुद्ध जल जमा होत असते. अशा या पवित्र तीर्थाच्या दर्शनाने, स्नानाने आणि येथील तीर्थप्राशनाने सर्व जगत पावन, पवित्र होत असते. या कमंडलुतीर्थामध्ये प्रत्यक्ष अत्रिनंदन श्रीदत्तगुरूही स्नान करतात. अशा या क्षेत्री श्रींनी सर्वांसह तीर्थस्नान केले. या प्रसंगी त्या स्थानाच्या सर्व आसमंतात भक्तियुक्त आनंद आणि मधुर सुगंध दाटला होता.

या वेळी रामदास, सेवादास आणि कृष्णदास हे तिघे दत्तभक्त श्री स्वामींचा जयजयकार करीत तिथे येऊन पोहोचले. तीर्थस्नानाच्या वेळी कृष्णदासाने श्रींस विनविले, ''हे गिरनारी, या निजदासाला दर्शन द्या हो.''

रामदास वदले, ''आपण या कलियुगातील थोर साधू आहात.'' तेव्हा सेवादास वैरागी म्हणाले, ''श्री गुरू गिरनारींवाचून अन्य कोणी पूर्ण अनुभवी, हठयोगी, राजयोगीही कलियुगात कोठे दिसत नाहीत. तीर्थक्षेत्रे, देवस्थाने यांची पूजने कलियुगात करावीत. प्रत्यक्ष प्रमाण म्हणून देवतांचे दर्शन होत नाहीच.'' श्रींचा गौरव करणारा आध्यात्मिक संवाद त्या तिघा दत्तभक्तांचा चालला होता.

वरील आध्यात्मिक संवाद ऐकून चंचलभारती त्या साधुवृंदास म्हणाले, ''चित्तशुद्धीविना देव-देवतेचा प्रत्यय दर्शनेच्छूला कसा होईल? अंत:करण परमपवित्र असेल, तर श्रीगुरुकृपेने नि:संशय साक्षात्कार होतो. मनामध्ये शुद्ध भाव नसेल, तर देवाधिदेव कसा पावेल? निष्काम कर्मयोग उपासनेने चित्त शुद्ध होते. निर्मल मनाने सद्‍गुरुसेवा केली असता साक्षात्कार होऊन देवदर्शन घडते. हे पाहा, ब्रह्मांडनायक श्री स्वामी महाराज इथे बसलेले आहेत. हेच प्रत्यक्ष गिरनारी आहेत. त्वरित यांचे चरण धरा, म्हणजे त्यांच्या कृपेने पावन व्हाल. आता कोणताही कल्प-विकल्प मनात नको. अहं गाळून त्यांना शरण जा. आजचा हा सर्वोत्तम महाकाळ आहे. पुन्हा केव्हा असा दैवयोग येईल, न येईल, माहीत नाही. तेव्हा आता त्यांना शरणागत होऊन आत्मकल्याण साधा.''

चंचलभारतीच्या या आश्वासक सूचनांनी ते सर्व साधू खडबडून उठले. त्याच वेळी ब्रह्मांडनायक श्री स्वामींनी श्री दत्तप्रभूंचे सगुण रूप धारण करून तेथील सर्व उपस्थितांना दर्शन घडविले. त्या परमपावन, पवित्र, मंगलमय दर्शनाने उपस्थित भक्तजन धन्य धन्य झाले. उपस्थित सर्व भक्तजन 'जय जय अवधूत निरंजन' असा जयजयकार करीत होते.

या प्रसंगी गिरनार पर्वतावर कमंडलुतीर्थावर रामदास, कृष्णदास, कृष्णगिरी, रामपुरी, खाकीबाबा, अवघडदास, अघोरीबुवा यांसारखे असंख्य साधू, संत, महंत, सत्पुरुष, उपस्थित यात्रीगण ब्रह्मांडनायक श्रींच्या चरणाचे दर्शन घेण्यासाठी त्या गर्दीत प्रयत्न करीत होते. त्या सर्व उपस्थितांना त्यांनी गिरनार पर्वतावर त्या तीर्थक्षेत्री दर्शन दिले. सर्व धन्य धन्य झाले. तेव्हा सर्व जण एकमुखाने एका स्वरात त्यांना विनवीत होते, ''हे प्रभुराया, आमच्यावर कृपाशीर्वाद सदैव असू द्यावा. आमचा सांभाळ करावा. आपल्या या परमपवित्र चरणांचा वियोग आता आम्हाला क्षणभरही सहन होत नाही. आम्हा भक्तजनांचे, दीन-अनाथांचे आपणच पालक, चालक, मालक आहात. आम्हा सर्व दीन जीवांचे कल्याण करा.''

उपस्थित सर्व जणांची ही कळकळीची प्रार्थना ऐकताच ब्रह्मांडनायक श्री स्वामी म्हणाले, ''आम्ही अंतर्यामी वसतो. आम्ही आतही आहोत नि बाहेरही. दृढ स्मरणमात्रे भक्तासमोर येतो. भक्तासाठी आम्ही नित्य तिष्ठत आहोत, संत हो!'' हे मंगल आशीर्वचन देऊन सर्वांच्या जयजयकाराचा स्वीकार करून ब्रह्मांडनायक श्री स्वामी तेथून प्रयाण करते झाले.

। रामेश्वर (कोटीकूप तीर्थ) ।

दक्षिण भारतात श्री रामेश्वराजवळ कोटीकूप नावाचे तीर्थक्षेत्र आहे. पापमुक्ती देणारे हे तीर्थ असल्याने भाविकजन मोठ्या संख्येने इथे स्नानासाठी येतात. येथील स्थानिक पुजारी यात्रेकरूंकडून भरपूर दक्षिणा घेतात, नंतरच या तीर्थात स्नान करू देतात. पैसे घेतल्याखेरीज कुणासही तिथे स्नान करू देत नसत. द्रव्यलालसेपायी ते यात्रेकरूंना अतोनात छळीत. ते फक्त पैसा ओळखत. त्यामुळे ब्रह्मांडनायकास ओळखण्याचा प्रश्नच नव्हता. एकदा संचारेश्वर त्यांच्या भ्रमंतीत या तीर्थक्षेत्री आले आणि पुजाऱ्यास सांगू लागले, ''अरे, तुम्ही सर्व जण देवभक्त आहात. नित्यनियमाने देवाची सेवा, भक्ती करता. सतत देवाच्या समीप असता. तरी आम्हास या तीर्थाचे स्नान घाला.''

तेव्हा त्यांच्याकडे उपहासाने व काहीशा तुच्छतेने बघत ते उन्मत्त पुजारी त्यांना म्हणाले, ''आम्ही पैसे घेतल्याशिवाय कोणासही स्नान करू देत नाही.'' तेव्हा श्री स्वामी म्हणाले, ''आम्ही दिगंबर, निर्धन, संन्यासी व साधेसुधे बैरागी. आमच्याजवळ द्रव्य नाही. उगीच पैशासाठी किरकिर करू नका. आम्हाला स्नान

करू द्या!'' त्यावर धनलोभाने आंधळे झालेले ते पुजारी म्हणाले, ''ज्याच्याजवळ द्रव्य, त्यांनाच स्नानाचे पुण्य मिळते. धनावाचून कोरडे ब्रह्मज्ञान, पंडितपणा व्यर्थ आहे.'' असे म्हणून ते श्रींस स्नान करू देईनात. ''आधी पैसे, मग स्नान.''

त्यांचे हे गुर्मीचे उद्धट बोलणे ऐकून श्री स्वामी म्हणाले, ''तसेच असेल, तर ठीक आहे. पाहा. तीर्थात स्नान करण्याची स्थिती आता निघून जाईल.'' एवढे बोलून ते तेथून झपझप निघून गेले.

ते निघून जाताच इकडे चमत्कार झाला. त्या तीर्थात किडे पडून दुर्गंधी सुटली. कोणीही यात्रेकरू त्यात स्नान करेनात. त्यामुळे त्या पुजाऱ्यांचे उत्पन्नही बुडले. सर्व पुजारी घोर चिंतेत पडले. काय करावे हे त्यांना सुचेना. स्वतःचा ऊर बडवून घ्यायचे तेवढे त्यांचे बाकी राहिले होते. हे सर्व कशामुळे, कुणामुळे आणि का घडले, याबाबत कोणताही सारासार विचार न करता त्यांनी इतर उपाययोजना सुरू केल्या. रामेश्वरास नवस, अभिषेक, अनुष्ठाने सुरू केली. मांत्रिकांनाही पाचारण करण्यात आले. मंत्रतंत्र, सर्व प्रकारचे तोडगे-ताडगे केले. परंतु त्या कोटीकूप तीर्थाची दुर्गंधी काही केल्या जाईना. अंतिमतः त्यांना उमजू लागले, की हे सर्व त्या संन्याशाच्या कोपामुळेच घडले असावे. हा सर्व खेळ त्या संन्याशाचाच आहे, याची त्या पुजाऱ्यांना खात्री पटली.

तो पुजारीवर्ग त्या संन्याशाचा शोध घेऊ लागला. त्यासाठी ते गावोगावी, रानावनात, अरण्यात सगळीकडे फिरू लागले. परंतु त्या संन्याशाचा शोध लागेना. कसा लागेल? अध्यात्मशास्त्रच ईश्वरप्राप्तीचा मार्ग सांगताना असे सूचित करते की, देहाभिमान गळाल्याशिवाय, अंतःकरण शुद्ध झाल्याशिवाय, अभिमानरहित असल्याशिवाय ईश्वराची ओळख कशी पटेल? आणि तो कसा भेटेल? त्याचा शोध कसा लागेल?

ईश्वराचे शुद्ध स्वरूप असलेल्या ब्रह्मांडनायक श्री स्वामींस शोधून थकलेले ते पुजारी अखेरीस शृंगेरी मठाच्या शंकराचार्यांकडे तथा त्या मठाच्या अधिपतींपर्यंत पोहोचले. आद्य शंकराचार्यांनी स्थापन केलेल्या चार प्रमुख पीठांपैकी गिरी हे एक महत्त्वाचे पीठ. या पीठाचे अधिपतीही तितकेच विद्वान, अधिकारसंपन्न. त्यांनी पुजाऱ्याचे निवेदन, घडलेल्या घटना प्रसंगाचे इतिवृत्त इत्थंभूत ऐकून घेतले.

त्यातले गांभीर्य आणि महत्त्व लक्षात घेऊन शंकराचार्यांनी योगसमाधी लावली. त्यात त्यांना बोध झाला की, त्या पवित्र तीर्थक्षेत्रात पाण्याची दुर्गंधी निर्माण करणारा तो दिगंबर संन्यासी दुसरा-तिसरा कुणी नसून साक्षात सदाशिवाचे रूप आहे. याची खात्री

पटताच ते योगसमाधी सोडून पुजाऱ्यास सांगू लागले. ''तुम्ही जे संन्यासी मानवरूपात पाहिले, ते साक्षात देवाधिदेव ब्रह्मांडनायक असून जगाच्या कल्याणार्थ या कलियुगात स्वत: देहधारी स्वरूपात प्रकटले आहेत. त्यांना तुम्ही तुमच्या गैर आचार, विचार आणि वर्तनव्यवहाराच्या उन्मादात ओळखू शकला नाहीत. तेच आपणा सर्वांचे कर्ते-करविते आहेत. त्यांची उच्चकोटीची पात्रता आणि अधिकार न जाणता द्रव्यलोभाने मदांध होऊन प्रत्यक्ष ब्रह्मांडनायकाशीच तुम्ही स्वार्थी व्यवहार केलेला आहे. मोह-मायेमुळे तुम्हाला कुठलेही भान राहिले नाही. धनलोभापायीच तुम्ही त्रिकाल देवपूजा करीत असता. ईश्वराच्या सदोदीत सान्निध्यात राहूनही सतत अमंगल कृत्ये करीत असता. धनलोभापायी भक्तांचा वाटेल तसा छळ करीत असता. आता स्वत:ला सुधारा. यापुढे जर तुमचे वर्तन असेच राहिले, तर तुमचा सर्वनाश होऊन तुम्ही कायमचे अधोगतीस जाल. सर्वांशी ममत्वाने आणि प्रेमाने वागा. सत्य, प्रिय व मृदू वचनांनी सर्वांस आनंद द्या. सद्धर्माने आचरण करून धन मिळवा. जे सहज, लोकेच्छेनुसार मिळेल, त्यात उदरनिर्वाह करा. ज्यांचा तुम्ही अतिशय उन्मादाने आणि उर्मटपणे आपमान केला, ते केवळ संन्यासी नसून ब्रह्मांडनायक, प्रत्यक्ष पूर्ण ब्रह्मावतार आहेत.''

अधिपतींच्या या सुस्पष्ट, वास्तववादी भाषणाने लीन-दीन झालेले पुजारी म्हणाले, ''महाराज, आता आम्ही काय करावयास हवे?'' त्यावर मठाधिपती म्हणाले, ''अहंकार त्यागून अनन्यभावाने त्यांना शरण जा. ते तुमच्यावर निश्चितच कृपा करतील.'' मठाधिपतींच्या या उपदेशामृताने ते पुजारी पुरते ताळ्यावर आले. अंतर्मुख होऊन तीन दिवस त्यांनी श्रीमद्शंकराचार्यांची दृढ भक्तिभावाने सेवा केली. आता पश्चात्तापबुद्धीने त्यांच्यात योग्य तो नम्रभाव निर्माण झाला. त्यांची आज्ञा घेऊन ते पुजारी रामेश्वर ज्योतिर्लिंग स्थानावर आले.

दर्शनासाठी ते मंदिरातील गाभाऱ्यात शिरले. शिवलिंगस्थानी ते पाहतात, तो काय! त्या स्थानी कोटीकूप तीर्थावरील त्या संन्याशाची तथा ब्रह्मांडनायक श्री स्वामींची मूर्ती दृष्टीस पडली. तिथे आलेल्या त्या लीन-दीन, हात जोडून उभ्या असलेल्या पुजाऱ्यांकडे पाहत ते म्हणाले, ''काय रे पुजाऱ्यांनो, श्री जगद्‌गुरूंना भेटून आलात काय?'' असे त्यांचे अंत:साक्षित्वाचे उद्‌गार ऐकताच ते पुजारी कमालीचे लज्जित होऊन ढेकळाप्रमाणे विरघळले. तिथेच श्रींना वारंवार लोटांगण घालू लागले. हात जोडून क्षमायाचना करू लागले. ''महाराज, आपण साक्षात ब्रह्मांडनायक ईश्वर आहात. आपण सर्वव्यापक आहात, अंत:साक्षी आहात. आमच्या घोर अपराधाबद्दल क्षमा करावी. आपणच आमच्या जननी, आमचे जन्मदाते आहात. आम्हा या अजाण

बालकांना क्षमा करून आमच्यावर कृपा करावी.'' तेव्हा ते त्यांच्याकडे कृपाकटाक्ष टाकून म्हणाले, ''श्रीमद् शंकराचार्यांनी तुम्हाला जो उपदेश केला आहे त्यानुसार वागा, म्हणजे कल्याण होईल. तुमच्या भावनेसारखे फळ मिळेल.'' असे संबोधून आशीर्वादाचा हात उंचावून क्षणार्धात ब्रह्मांडनायक श्री स्वामी तिथून गुप्त झाले.

आनंदविभोर होऊन पुजारी कोटीकूप तीर्थाकडे आले. इथे येऊन पाहतात, तो काय आश्चर्य! ते जल पूर्वीपेक्षाही अधिक सुगंधित, रुचकर व स्वच्छ झाले होते. यात्रेकरूंनाही आता त्या तीर्थाचे सामर्थ्य प्रकर्षाने जाणवू लागले. भक्तगण स्वसंतोषाने त्या पुजाऱ्यांना अधिकाधिक धन अर्पू लागले, त्या तीर्थक्षेत्री आनंद नांदू लागला. शुद्ध भक्तिभावाचे प्रसन्न वातावरण निर्माण झाले. रामेश्वरातून गुप्त झालेले श्री स्वामी दक्षिणेकडील 'शिवकांची' व 'विष्णूकांची' इथे प्रकट झाले.

। रामेश्वर (शिवकांची) ।

रामेश्वराहून गुप्त झालेले ब्रह्मांडनायक श्री स्वामी लगतच्या शिवकांची व विष्णुकांची नावाची दोन प्रख्यात क्षेत्री प्रकटले. ही दोन्ही गावे त्या वेळी वैष्णवास जहागीररूपाने प्राप्त झाली होती. एकदा त्या वेळच्या त्या दोन प्रख्यात क्षेत्रांच्या संदर्भात राजाने वैष्णवांस 'या क्षेत्राच्या मालकी हक्काची तुमची अधिकारपत्रे दाखवा. तुमच्या अधिकारपत्राच्या संबंधात योग्य तो कायदेशीर दस्तऐवज सादर न केल्यास तुमची दोन्ही गावे जप्त केली जातील. त्याचा महसूलही तुम्हास मिळणार नाही' असा हुकूम त्या वैष्णवांस झाला. राजाच्या हुकमाप्रमाणे हवा तो अधिकारपदाचा दस्तऐवज सादर करण्यास ते वैष्णव असमर्थ ठरले. 'इनामासंबंधाचे कागदपत्र आमच्याजवळ नाहीत' असे त्यांनी राजास सांगितले. परिणामी, दोन्ही गावे सरकार जप्त होऊन त्या गावाचे महसूल उत्पन्नही सरकारजमा झाले. वैष्णवांची उपासमार होऊ लागली.

वैष्णवांच्या डोळ्यांवर जो जहागिरीचा आणि उन्मत्तपणाचा धूर होता, तो नाहीसा होऊन ते घोर चिंतेत पडले. कर्मधर्मसंयोगाने त्या वेळी ब्रह्मांडनायक श्री स्वामी शिवकांचीत होते. चिंतातुर वैष्णवांची जहागिरी मिळवण्यासाठी ईश्वराधना सुरू होतीच. त्यांच्या पूर्वप्रारब्धानुसार एक परमहंस संन्यासी गेल्या दोन दिवसांपासून शिवकांचीत असल्याचे त्यांच्या कानावर आले. क्षणाचाही विलंब न करता ते त्यांच्या निवडक सहकारी मंडळींसमवेत शिवकांचीत आले. त्या परमहंस संन्याशाचे दर्शन घेऊन घडलेला सर्व प्रकार त्यांना सांगितला. ''महाराज, शिवकांची

आणि विष्णुकांची ही दोन गावे फार पूर्वीपासून वंशपरंपरेने आम्हास जहागिरी रूपाने इनाम म्हणून मिळाली होती. परंतु त्या अधिकाराच्या इनामासंबंधाने सनदा, तसा दस्तऐवज (कागदपत्रे) आमच्याजवळ नसल्याने ती दोन्ही इनामी गावे सरकार जमा झाली आहेत. महसूलही जप्त करण्यात आला आहे. आमची उपासमार होत आहे. तरी या संकटावर काही तरी उपाय सांगा.'' अशी प्रार्थना करून त्या वैष्णवांनी त्यांचे पाय धरले. ते श्रींची गयावया करू लागले.

श्रींस त्यांची दया येऊन ते म्हणाले, ''जा, राजाच्या त्या अधिकाऱ्यास इथे बोलावून आणा.'' श्रीआज्ञेनुसार त्या वैष्णव जहागिरदारांनी महत्प्रयासाने राजाच्या अधिकाऱ्यांना श्रींपुढे बोलावून आणले. ब्रह्मांडनायक श्री स्वामींची ती तेजःपुंज ईश्वरी मूर्ती पाहताच त्यांच्या मनात आदरयुक्त भीती निर्माण झाली. त्या अधिकाऱ्यांकडे रोखून बघत श्री स्वामी म्हणाले, ''या वैष्णव जहागीरदारांनी त्यांच्या वंशपरंपरेचे अधिकार आपणास दाखविले, तर त्यांचे सर्व अधिकार पुन्हा त्यांना परत मिळतील काय?'' ती विलक्षण दैवी अधिकारवाणी ऐकून राजाचे ते अधिकारी नम्रपणे म्हणाले, ''होय देवा.'' तेव्हा श्री स्वामी समोरील नदीकडे निर्देश करीत म्हणाले, ''जा, त्या नदीत एक मोठी शिळा (दगड) आहे. त्यावर लिहिले आहे ते पहा.''

काही लोकांच्या मदतीने ती शिळा नदीच्या पाण्यातून बाहेर काढण्यात आली. त्यावरील स्वच्छ अक्षरांतील प्राचीन लेखावरून त्या वैष्णव जहागीरदार घराण्याचा अधिकार स्पष्ट झाला. त्या लेखात त्यांच्या मूळ पुरुषाचे नाव, शक, संवत्सर, मास, तिथी, वार, कोणी कोणास इनाम दिले, का दिले, केव्हा दिले इत्यादी सर्व हकीकत तपशीलवार दिलेली पाहून तेथील सर्वांस आश्चर्य वाटले. अधिकारीसुद्धा या चमत्काराने थक्क झाले. त्यांनी ब्रह्मांडनायक श्री स्वामींस नम्रतापूर्वक साष्टांग दंडवत घातले. 'आमचे समाधान झाले. आम्ही जप्त केलेली दोन्ही गावे सोडून देत आहोत' असे सांगून ते तेथून निघून गेले. त्या वैष्णव जहागीरदारांस केवळ श्रीकृपेमुळेच त्यांची जप्त झालेली जहागिरी पुन्हा परत मिळाली. त्यांनी श्रींची स्तुती करून त्यांची षोडशोपचारे पूजाअर्चा केली. साग्रसंगीत नैवेद्य अर्पण केला. तिथे उपस्थित असलेले सर्वच या लीलेने अचंबित झाले होते. 'अशक्यही शक्य करतील स्वामी' याची प्रत्यक्ष प्रचिती ते सर्व घेत होते. श्री स्वामींचे गुणगान गात आणि जयजयकार करीत दर्शनार्थी आपापल्या घरी परतले. अखंड भ्रमण करणारे संचारेश्वर ब्रह्मांडनायक श्री स्वामी सध्या महाराष्ट्रात आणि पूर्वी मोगबाईत असलेल्या बीड जिल्हातील वडवळ-राजूर नावाच्या गावी आले.

। चंचल भारती - राजूर (बीड-महाराष्ट्र) ।

बीड जिल्ह्यातील वडवळ राजूर येथे एका जुन्या लहानशा मठात श्री स्वामींनी वास्तव्य केले. भारती संप्रदायाचा मठ म्हणून तो त्या काळी ओळखला जात असे. त्या संप्रदायाची शिष्यमंडळी आणि इतर लोक ब्रह्मांडनायक श्री स्वामींस 'चंचल भारती' म्हणून संबोधत. लवकरच त्या पंचक्रोशीत त्यांची कीर्ती पसरली. दर्शनार्थींच्या झुंडीच्या झुंडी त्यांच्या दर्शनार्थ आणि उपदेशग्रहणासाठी तिथे येऊ लागल्या. त्या काळात तिथे 'लोकभारती' हे श्री स्वामींचे प्रमुख सेवेकरी शिष्य होते. त्या काळी त्या भागात निजामी राजवटीचे विशेष प्राबल्य होते. तेव्हा निजामाच्या पदरी चंदूलाल नावाचा प्रसिद्ध भाविक दिवाण होता. त्या भागातील काही प्रमुख मंडळी. खटपटी-लटपटी करून दिवाण चंदूलालपर्यंत पोहोचल्या. निजाम सरकारच्या आज्ञेने ब्रह्मांडनायक श्रींच्या नावाने 'स्वतंत्र राजमुद्रांकित सहस्त्र मुद्रांचे वर्षासन (आठ गावांची जहागिरी) सनद पत्र' प्राप्त झाले. त्यामुळे बघता-बघता त्या लहानशा, काहीसे उपेक्षित असलेल्या राजूर येथील मठास वैभवशाली श्रीमंती प्राप्त झाली. चंचलभारती तथा श्रींच्या उपस्थितीने त्या मठाची बघता-बघता उर्जितावस्था झाली होती.

एकदा या मठातील बहुसंख्य सेवक मंडळी श्रीक्षेत्र पंढरपूरला श्री विठ्ठलाच्या दर्शनासाठी आषाढी एकादशीच्या यात्रेला गेली. पावसाळ्याचे दिवस होते. त्यामुळे भीमा नदीला महापूर आला होता. वरून मुसळधार पाऊस कोसळत होता. भीमानदी दुथडी भरून वाहत होती. आकाशात काळ्याकुट्ट मेघांनी प्रचंड गर्दी केली होती. जिकडेतिकडे पाणीच पाणी झाले होते. लक्षावधी वारकरी भक्तांप्रमाणे राजूरच्या मठातून आलेली मंडळीही भीमातीरी थांबून भीमानदीचे आषाढ मासातील भर पावसाळी ऋतूतील ते रौद्र रूप न्याहाळीत उभी होती.

अचानक तेथील उपस्थित वारकऱ्यांना एक विलक्षण दृश्य दिसले. एक सुंदर, नयनमनोहर, तेज:पुंज यतिमूर्ती भीमेच्या जलपृष्ठावरून सहज चालत येताना दिसली. विठ्ठल! विठ्ठल! नामाने आपले आयुष्य भक्तिभावाने व्यतीत करणारे वारकरीजन ते दृश्य पाहून थक्क झाले. पण राजूर मठातून आलेली ती राजूरकर मंडळी ते दृश्य पाहून अधिकच गोंधळले, कारण ती यतिमूर्ती दुसरी-तिसरी कोणी नसून 'चंचलभारती' म्हणजे ब्रह्मांडनायक श्री स्वामीच होते. ते भीमानदीच्या किनारी येताच भक्तमंडळींनी त्यांच्याकडे धाव घेतली. पाहतात तो काय, श्रींच्या

चरणांनाच काय, पण चरणपादुकांनासुद्धा पाण्याच्या थेंबाचाही स्पर्श झाला नव्हता. सारेच आश्चर्यचकित झाले.

चंचलभारती तथा श्रीस्वामी राजूरलाच मठात थांबले असतानाही अकस्मात इथे पंढरपुर क्षेत्री प्रकटले कसे? राजूरकर भक्तमंडळींना प्रश्न पडला. ते त्यांना विनम्रपणे विचारते झाले, ''महाराज, आपण राजूरहून इथे केव्हा व कसे आलात, ते आम्हा अज्ञ जनांस कळत नाही. आपण महान योगी, साक्षात परमेश्वर, ब्रह्मांडनायक आहात, हे आम्ही आज प्रत्यक्ष याचि देही याचि डोळा पाहत आहोत. आपल्या स्वरूपाची योग्य ती जाणीव आम्हा अज्ञ जनांस अद्यापही झालेली नाही.'' असे म्हणून ती सर्व राजूरकर मंडळी पांडुरंगाच्या दर्शनास गेली. पंढरपूरची यात्रा आटपून राजूरकर मंडळी लगबगीने राजूरला परतली. मोठ्या उत्सुकतेने आणि भक्तिभावाने पंढरपूरच्या यात्रेहून आलेल्यांनी राजूरच्या अन्य लोकांस चंचलभारती तथा श्रींविषयी जे दृश्य पाहिले, अनुभवले त्याविषयी सांगितले. पण यात्रेस न गेलेल्या राजूरकर ग्रामस्थांच्या सांगण्यानुसार चंचलभारती तथा श्री स्वामी क्षणमात्रही मठाबाहेर गेलेले नव्हते.

तेव्हा पंढरपुरास जाऊन आलेले लोक खात्रीशीर म्हणू लागले. पंढरपूरमध्ये भीमा नदीला महापूर आला असताना चंचलभारती तथा श्री स्वामी पाण्यावरून सहज चालत आल्याचे आम्ही प्रत्यक्ष पाहिले. आम्हीच काय पण तिथे उपस्थित असलेल्या अन्य हजारो, लाखो लोकांनी ते दृश्य पाहिले आणि त्यांचे दर्शन घेतले. ते ऐकून सर्व राजूरकर मंडळी अचंबित झाली. त्यांच्या अतर्क्य लीलांचे गुणगान करत ब्रह्मांडनायकाच्या नावाचा जयजयकार करू लागली.

मूलत: लोककल्याणार्थ प्रकटलेले ब्रह्मांडनायक श्री स्वामी तथा चंचलभारती राजूरहून अंतर्धान पावले. त्यानंतर राजूर मठाचा कारभार निजामाकडून प्राप्त वर्षासनाच्या आधारे उत्तमरीत्या चालला होता, परंतु काही काळानंतर निजाम सरकारने राजूर मठाचे वर्षासन बंद केले. ते जर पुन्हा सुरू करायचे असेल, तर प्रमुख मठाधिपतीच्या नावाची प्रमाणपत्रे दाखविणे आवश्यक होते. परंतु चंचलभारती तथा श्री स्वामी मठात नसल्यामुळे, आजपर्यंत स्वत: मठ चालवण्याची खटपट करणारे लालभारती व त्यांचे अन्य सहकारी चंचलभारतींचा तथा श्री स्वामींचा शोध घेत विविध क्षेत्रोक्षेत्री फिरू लागले. अनेकांना ते त्यांच्या श्रीगुरूंचे, म्हणजे चंचलभारतीचे रूप वर्णन करून सांगत. ते सांगत असलेले वर्णन त्या काळात प्रसिद्ध पावलेल्या अक्कलकोटच्या श्री स्वामी समर्थ महाराजांशीच मिळते-जुळते

होते. म्हणून राजूर मठातील लालभारती हे अन्य भक्तगणांसहित अक्कलकोटमध्ये दाखल झाले.

*

तेव्हा त्यांचे सद्‌गुरू इथे तपास करता त्यांना 'चंचलभारती' हे श्री स्वामी समर्थ नावाने इथे प्रज्ञापुरीत वास्तव्यास असल्याचे त्यांच्या कानी पडले. आता ते प्रज्ञापुरीत 'श्री स्वामी समर्थ' नावाने सर्वपरिचित झाले होते. शोध घेता घेता लालभारती आणि त्यांच्या अनुयायांना असे समजले की, श्री स्वामी बुधवार पेठेत चोळाप्पांच्या घरात पलंगावर बसलेले आहेत. ती सर्व मंडळी इथे आली. सद्‌गुरू चंचलभारती तथा श्री स्वामी समर्थांची ती दिव्य, तेजस्वी, नयनमनोहर मूर्ती बऱ्याच कालावधीनंतर पाहत असल्यामुळे लालभारतीसह त्यांच्या समवेत राजूरहून आलेली सर्व भक्त मंडळी सद्‌गदित झाली. त्यांच्या नेत्रांतून भक्तियुक्त प्रेमाश्रू वाहत होते. त्या सर्व जणांचे देहभान हरपून गेले. हा अवर्णनीय दर्शनाच्या आनंदाचा महापूर ओसरल्यानंतर लालभारतीसह ते सर्व जण श्रीस वारंवार दंडवत घालू लागले. याप्रसंगी तर लालभारती थेट समाधी अवस्थेतच गेले होते.

काही वेळानंतर श्रींनी त्यांच्यावर कृपादृष्टी टाकून त्यांची समाधी उतरविली. त्यांना उपदेश करताना ते म्हणाले, ''साधन-उपासनेत सहजस्थिती प्राप्त झाली पाहिजे. पूर्णतः निर्विकार आणि निर्लोभी व्हावे. कशाचाही भेद वाटू नये, मनामध्ये कसलाही संदेह उरू नये. ध्याता-ध्यान-ध्येय, ज्ञाता-ज्ञान-ज्ञेय त्याचमाणे द्रष्टा-दर्शन-दृश्य इत्यादी सर्व त्रिपुटींचा लय अवश्यमेव झाला पाहिजे. अन्यथा साधनेचा उपयोग काय?'' असा आत्मप्रबोध श्री स्वामींकडून झाल्यावर लालभारतीसह त्यांचे सहकारी व्यावहारिक पातळीवर आले.

आपण चंचलभारती तथा श्री स्वामी समर्थांचा शोध घेत इथे कशासाठी आलेलो आहोत या गोष्टीचे भान येत, लालभारती श्रींस म्हणाले, ''महाराज, आम्हा दीनांच्या अपराधाची क्षमा असावी! काही काळापूर्वी आपणच राजूर ग्रामात मठाधिपती होता. तेथील मुख्य महंत होता. आम्ही मात्र केवळ आपले सेवकमात्र होतो आणि आहोतही. पण आपल्या तेथील दीर्घकालीन अनुपस्थितीमुळे आम्ही आपली लेकुरे उघडी पडलो. बरेच दिवस, महिने, वर्षे आपला शोध घेण्याचा आम्ही अथक प्रयत्न केला; पण आपला काहीच शोध आम्हाला लागला नाही. आपण त्या मठात नाही, म्हणून निजाम सरकारकडून आपल्या नावाने मठाला मिळणारे उत्पन्न बंद झालेले आहे. आपण यापुढील अधिकाराची कागदोपत्री आम्हास मान्यता

दिली, तर त्या मठास असलेले ते उत्पन्न पुन्हा सुरू होईल.'' एवढे नम्र निवेदन करून लालभारती आणि त्यांच्या सहकाऱ्यांनी जुन्या सनदा, कागदपत्रे श्री स्वामींपुढे ठेवून त्यांना साष्टांग नमन केले.

परंतु या गंभीर, महत्त्वाच्या प्रसंगी अतिशय शांतचित्त आणि निश्चयात्मक शब्दांत त्यांना उद्देशून श्री स्वामी म्हणाले, ''कुणीही कोणाचा गुरू नाही आणि कुणीही कुणाचा चेला नाही. मठाची उठाठेव का करावी? गुरु-शिष्य अशी अहंकृती का असावी? अगदी निरूपाधिक व्हावे व अभेद स्थितीमध्ये असावे. अखंड ब्रह्मस्थिती भोगावी. अगदीच तुम्हास पाहिजे असतील, तर मठाधिकार व मठाचे उत्पन्न घ्यावे. षड्‌विकार त्यागून सदोदित सदाचाराने वागावे, सर्वांप्रति नम्रभाव बाळगावा. अतिथी-अभ्यागतांना यथाशक्ती अन्न-पाणी द्यावे. कोणत्याही व्यसनात कधी गुंतू नये. तीव्र वैराग्य अंगी बाळगून मनास जिंकावे. अनादी काळापासून चालत आलेले वेदोक्त मार्ग सोडू नये. मठ, महंती संस्था व अधिकार चालविताना तुम्हा सर्वांमध्ये एखाद्या पाहुण्या-राउळ्यांप्रमाणे त्रयस्थासारखी अलिप्तता असावी.''

यासारखे अतिशय मौलिक मार्गदर्शन त्यांनी सर्वांस केले. तेव्हा लालभारतीसह सर्व जण कानाचे जणू द्रोण करून एकचित्त होऊन श्रींचे ते अमृततुल्य बोधामृत ऐकत होते. 'ब्रह्मांडनायक श्री स्वामी समर्थ महाराज की जय!' असा कृतज्ञतापूर्वक जयघोष करीत त्या सर्वांनी श्रींस साष्टांग दंडवत घातले. त्यानंतर ते सर्व राजदरबारी गेले. तेव्हा श्रीमंत मालोजी राजे अक्कलकोट संस्थानाचा कारभार हाकत होते. त्यांनी आलेल्या त्या अभ्यागतांकडून श्री स्वामी समर्थांनी अक्कलकोटमध्ये येण्यापूर्वी केलेल्या लीलांबाबत त्यांच्याकडून ऐकल्यावर मालोजीराजे व उपस्थित दरबारी जन थक्क झाले. नंतर लगेच लालभारतीने त्याच्याजवळील सनद व इतर कागदपत्रे राजसिंहासनापुढे ठेवली. दरबारातील कारभाऱ्यांनी त्या कागदपत्रांचे वाचन केले.

आजपर्यंत अज्ञात असलेल्या श्रींच्या चरित्राचा सर्वांनाच नव्याने उलगडा झाला. त्यानंतर राजाज्ञेवरून कारभारी आणि इतर अधिकाऱ्यांनी भक्त चोळाप्पास राजसभेत बोलावून घेतले. त्यानंतर ब्रह्मांडनायक श्री स्वामी समर्थ महाराजांचे हयाती पत्र लिहून देण्याचा निर्णय सर्वांनी मिळून एकमताने घेतला. तसे राजमुद्रांकित हयाती प्रमाणपत्र देण्यात आले. त्यांनी ते श्री स्वामी समर्थ महाराजांसमोर आणून त्यांच्या चरणी ठेवले. श्री स्वामींनी त्यावर कृपाकटाक्ष टाकला. मात्र त्या हयाती पत्रास स्पर्श केला नाही. त्या वेळी श्रींचे विधियुक्त पूजन करण्यात आले. त्यांना नैवेद्य अर्पण करण्यात आले. नंतर श्रींची आज्ञा झाल्यानुसार लालभारती ते 'हयातीपत्र' घेऊन

थेट हैद्राबादेस गेले. ते हयाती पत्र बघून राजूर मठाचे उत्पन्न पुन्हा सुरू करण्यात आले. या सर्व घटना-प्रसंगांत ब्रह्मांडनायक श्री स्वामी समर्थांच्या निर्मोही, शांत, कमलदलाप्रमाणे अलिप्त आणि कमालीच्या न्याय बुद्धीचा सर्वांनाच ईश्वरी अनुभव आला. परंतु राजूर मठातून निघालेले संचारेश्वर श्री स्वामी लगेच अक्कलकोटी न येता मंगळवेढ्यास आले.

। मंगळवेढा (महाराष्ट्र) ।

मंगळवेढा (जि. सोलापूर) हे गाव श्रीमंत धुंडिराव तात्यासाहेब पटवर्धन सांगलीकर यांच्या जहागिरीपैकी एक तालुक्याचे गाव. तसे हे गाव पुण्यभूमी म्हणून मानले जाते. शेतीबहुल असे हे गाव आहे. इथे दामाजीपंत, कानुपात्रा (कान्होपात्रा), चोखामेळा, गोविंदबाबा, मुनीबाबा, बाळकृष्णबाबा, सातवे दिगंबरबाबा तथा श्री ब्रह्मांडनायक श्री स्वामी समर्थ ही अनमोल रत्ने होऊन गेली. इथे आगमन होण्यापूर्वी संचारेश्वर श्री स्वामी विविध ठिकाणी दिगंबराचार्य, श्री 'जगन्नाथ स्वामी', चंचलभारती आदी नावांनी भ्रमण करीत असत. शके १७६०मध्ये (इ.स. १८३८) ते मंगळवेढ्यात आले. इथे ते पटवर्धनांच्या काटवन (विविध प्रकारच्या विपुल बाभळी, निवडुंग, उंच कुसळी गवत, काटेरी झाडे-झुडपे असलेला भाग) नावाच्या कुरणात राहू लागले. येथेही त्यांचे एकच एक निश्चित असे वसतिस्थान नव्हते.

येथे ते कधी दिगंबर, तर कधीकधी सांबर अवस्थेत राहत. ते भोजन काय, केव्हा, कोठे आणि कुणासमवेत करीत; केव्हा, कोठे विश्रांती अथवा निद्रा घेत... कशाची म्हणून कुणासही निश्चित अशी त्यांच्याबाबत कल्पना नव्हती. मात्र त्यांच्या ईश्वरी सामर्थ्याची अनुभूती अनेकांना येत होती. परंतु कुणीतरी आपल्या मागे-मागे फिरावे, आपल्याला भजावे-पूजावे असे या ब्रह्मांडनायकास कधीच वाटले नाही. त्या वेळचे बहुतेक लोक त्यांच्या अनभिज्ञपणामुळे दिगंबर बाबा म्हणजेच श्री स्वामींना वेडाच समजत. सुरुवातीस त्यांची कुणी दखलही घेत नसत. आपली दखल घ्यावी, आपली पाद्यपूजा करावी, आपणास नैवेद्य अर्पण करावे असे कोणतेही मानवी लोभ त्यांच्या मनात त्या वेळी निर्माण झाले नाहीत. ते विधाता, परब्रह्म, ब्रह्मांडनायक असल्यामुळे त्यांना या असल्या जुजबी गोष्टींची कधीही आवश्यकता वाटली नाही. त्यांचा यत्र-तत्र-सर्वत्र वावर निर्लोभी, अविकारी, षड्रिपुविरहित आणि मुक्त होता. मंगळवेढ्यातील प्रसिद्ध सत्पुरुष दामाजीपंत यांना याच दिगंबरबाबाने त्यांच्या

(विठ्ठलरूपात) जीवनकाळात तर तारलेच, पण याच दामाजीपंतांच्या समाधीपश्चात तेव्हाच्या ग्रामवासीयांनी दिगंबरबाबांस दामाजीपंताच्या समाधीपाशी अधूनमधून बसलेले पुष्कळ वेळा पाहिले.

एकदा मंगळवेढ्यात दिगंबरबाबा तथा श्री स्वामी मुनीबाबाच्या देवळात बसले होते. जवळ काही ग्रामस्थही बसले होते. दिगंबरबाबा तथा श्री स्वामी कधीही सयुक्तिक भाषण करीत नसत. एकदा ते 'बाळकृष्ण माझ्याकडे येत आहे.' असे स्वत:शीच बोलले आणि त्यांनी जवळच असलेले आसन पसरून ठेवले. इतक्यात बाळकृष्णबाबा तिथे आले. श्री स्वामी तथा दिगंबरबाबा दोन्ही हात कमरेवर ठेवून उभे राहिले. बाळकृष्णबाबांनी लगेचच त्यांच्या चरणावर मस्तक ठेवून त्यांना साष्टांग नमस्कार केला. त्या दोन्ही दिव्य विभूतींची भेट झाली. तेव्हा बाळकृष्णबाबांनी एका दिशेकडे व दिगंबरबाबांनी दुसऱ्या दिशेकडे तोंड केले. तोंड फिरवून ते दोघेही बराच वेळ काहीतरी गूढ बोलत राहिले. अर्थात त्या दोघांचेही बोलणे तिथे उपस्थित असलेल्या ग्रामस्थांच्या आकलनापलीकडचे होते.

परंतु मंगळवेढ्याच्या पंचक्रोशीत सर्वांना पूजनीय, वंदनीय असलेले मंगळवेढ्याचे सहावे संत रत्न असलेले बाळकृष्ण बाबा जेव्हा जेव्हा दिगंबरबाबा तथा श्री स्वामींचे दर्शन घेत. तेव्हा आवर्जून त्यांच्या चरणावर मस्तक ठेवून आशीर्वाद घेत. एकदा काही ग्रामस्थांनी बाळकृष्ण बाबांना विचारले, ''आपण दिगंबर बाबा कुठेही दिसले तरी त्यांच्या चरणावर मस्तक ठेवता याचे कारण काय?'' तेव्हा बाळकृष्ण बाबाने दिगंबर बाबांकडे बोटाने निर्देशित करीत सांगितले, ''हे दिगंबरबाबा साक्षात परमेश्वर नारायणाची मूर्ती आहेत.''

दिगंबरबाबांची महती पंचक्रोशीतील ग्रामस्थांना हळूहळू कळू लागली. दिगंबरबाबाही आवश्यकतेनुसार आपल्या लीलांची प्रचिती देत असत. पण या काळातही त्यांचा आचार-विचार आणि वर्तन व्यवहार सर्वांप्रति समत्वाचा आणि ममत्वाचा होता. काहीसा विक्षिप्त अनाकलनीय होता. मंगळवेढ्यात तेव्हा अठरा पगड जातीची माणसे गुण्यागोविंदाने आणि एकमेकांच्या सहकार्याने राहत होते. त्यात कृष्णभट कापशीकर नावाचे सद्‌गृहस्थ होते.

❋

एकदा कृष्णभट कापशीकर हे दामाजीपंताच्या समाधीदर्शनास आले. इथे त्यांनी दिगंबरबाबा तथा श्री स्वामींस पाहिले. ते दिव्य ईश्वरी स्वरूप आणि विलक्षण रूपसुंदर देह पाहून कापशीकरांनी त्यांना ''हे कुणीतरी अवतारी सत्पुरुष असावेत''

असे समजून विनम्रभावे नमस्कार केला. जणू त्यांना त्या वेळी ईश्वराची आंतरिक ओळख पटली होती. 'आपण कोण? कोठून आलात?' असे त्यांनी श्रद्धाभावाने त्यांना विचारले. त्यावर श्रींनी काही न बोलता सकारात्मक स्मितहास्य केले. ''महाराज, माझे पूर्वसुकृत म्हणून आपल्यासारख्या दैवी मनोहर देवात्म्याचे मला दर्शन झाले. आपल्या दर्शनाने माझ्या मनाला अपार शांतता आणि प्रसन्नता लाभलेली आहे. हे करुणाघना! आपण निश्चितच अवतारी आहात! आता अंधार पडत आहे, तेव्हा कृपा करून आपण आमच्या घरी चलावे व आम्हास कृतार्थ करावे.''

कृष्णभटाची ही कळकळीची भक्तिरसपूर्ण प्रार्थना ऐकून दिगंबरबाबा तथा श्री स्वामी प्रसन्न होऊन त्याचे बरोबर निघाले. वास्तविक ते पहिल्यांदाच कृष्णभटाचे घरी जात होते. पण त्यांना कुठली अनभिज्ञता आणि नवखेपण! कृष्णभटाच्या दोन पावले पुढे ते एखाद्या दीर्घ परिचितासारखे अचूक कृष्णभटाच्या घरी पोहोचले. त्यांच्या या कृतीने कृष्णभट चकित झाला. जणू परमेश्वरच घरी आल्याचा त्यास आणि त्याची पत्नी गीताबाईस आनंद झाला. लगेचच त्याने पत्नीस 'तू श्री गुरूंसाठी फलाहार व स्वल्प भोजनाची सिद्धता करावी' असे सांगितले. तेव्हा पत्नी गीताबाई दीनवाणा चेहरा करून हळू आवाजात म्हणाल्या, ''अहो, आपण किती अभागी आणि दरिद्री आहोत! घरात अन्नाचा एक कणही नाही. आता काय करावे? तुम्हीच सांगा.''

सर्वसाक्षी श्रींना हे कळल्याशिवाय कसे राहील? ते म्हणाले, ''आम्हाला दुधाची दशमी फार प्रिय आहे. त्यामुळे अन्य काहीही न करता दुधातील दशमीच करावी.'' श्रींची ही इच्छा ऐकून गीताबाई तर हबकूनच गेल्या. कारण त्यांच्या घरात थेंबभरसुद्धा दूध नव्हते. पण 'अतिथी देवो भव' या उक्तीला स्मरून गीताबाई पदराखाली भांडे लपवून दुधासाठी हळूच घराबाहेर पडल्या. गावभर फिरूनही त्यांना त्या वेळी दूध काही मिळाले नाही. आपल्या पतीने मोठ्या श्रद्धेने आणि भक्तिभावाने एका सत्पुरुष अतिथीस आपल्या घरी आमंत्रित केले. त्यांना तसेच विन्मुख पाठविणे योग्य होणार नाही. गीताबाई अतिशय खंतावल्या. यतिवर्यांस आपल्या येथून तसेच, उपाशी जावे लागेल याबद्दल त्यांना खूप वाईट वाटू लागले. 'असे भाग्यहीन म्हणून जगण्यापेक्षा मृत्यू पत्करलेला बरा' अशा संभ्रमित विचारातच त्या घरी परतल्या.

तेव्हा अंत:साक्षी दिगंबरबाबा तथा श्री स्वामी गीताबाईंचे मिश्कील हास्याने स्वागत करीत म्हणाले, ''बाई गं, घरात सर्व काही उपलब्ध असताना इतरत्र गावभर

का भटकावे? तुमच्या दारात कामधेनु असताना दुधासाठी इतरत्र फिरण्याची काय आवश्यकता आहे?''

हे ऐकून गीताबाई म्हणाल्या, ''मायबापहो, क्षमा करा. चार वर्षे झाली गायीने दूध देणे थांबवले आहे. आता तिला पाडसप्राप्तीच होत नाही, तर ती दूध तरी कसे देणार?'' दोघेही श्रीचरणांशी शरणागत होऊन म्हणाले, ''महाराज, या गायीपासून दूध मिळवण्यासाठी आम्ही खूप उपाय केले, पण त्याचा काही एक उपयोग झाला नाही. आता आम्ही काय करावे हे आपणच कृपावंत होऊन सांगावे.'' तेव्हा ब्रह्मांडनायक श्री स्वामी गायीजवळ गेले. गायीच्या पाठीवरून हात फिरवीत म्हणाले, ''बाई गं, हे दोघेही कुटुंबवत्सल आहेत. यास दूध देत जा बरे. '' त्या मुक्या गायीनेसुद्धा ''हो देत जाईल'' असा संमती दर्शक भाव मान हलवून व्यक्त केला. त्यावर श्रींनी तिला थोपटीत स्मित हास्य केले. त्यांच्या हस्तस्पर्शाने ती गायसुद्धा हर्षोल्हासित झाली होती.

''उठा, गाईचे दूध त्वरेने काढा. मला दुधातील दशमीच करून वाढा. संशयाचे काही कारण नाही.'' श्रीआज्ञेनुसार त्या गायीचे दूध काढण्यास कृष्णभटाने सुरुवात केली. खरे तर त्या गायीने त्या दिवशी चाराही खाल्लेला नव्हता. ती खाटी (दूध न देणारी) असल्यामुळे उपेक्षितच होती. तिला भरपूर चाराही टाकला जात नव्हता. तिला कित्येक वर्षांत पाडसही झाले नव्हते. पण श्रींच्या हस्तस्पर्शाने त्या गायीने त्या वेळी तीन पात्रे भरून दूध दिले. बऱ्याच दिवसांनी दूध काढावे लागल्यामुळे त्या दिवशी कृष्णभट कापशीकराचे हात दुखू लागले. दुधाचे थेंब उडून त्याची अंगवस्त्रे भिजली. नंतर संतृप्त झालेल्या त्या दोघांनीही श्रींस फलाहार व दुधातील दशमी देऊन संतुष्ट केले. त्या समयी त्या वातावरणात सर्वत्र सुख, समाधान आणि आनंदाचा ईश्वरी दरवळ सुटला होता.

दुसऱ्या दिवशी ग्रामस्थांना कृष्णभट कापशीकराच्या घरी घडलेल्या या लीलेचे वृत्त कळताच स्त्री-पुरुष मोठ्या संखेने कृष्णभटाच्या घरी आले. सर्वांच्या तोंडून कौतुकाचे उद्‌गार बाहेर पडत होते. कृष्णभटाच्या दारापुढे बांधलेली ती गाय खाटी, निरुपयोगी आहे असा तिचा लौकिक त्या वेळी मंगळवेढ्यातील साऱ्यांनाच ठाऊक होता. पण प्रत्यक्ष दुधाने काठोकाठ भरलेली पात्रे पाहून सर्वांनाच आश्चर्य वाटत होते. त्या गायीलाही ब्रह्मांडनायकाच्या हस्तस्पर्शाने जणू देवत्व प्राप्त झाले होते; म्हणून त्या गायीलाही श्रद्धाळू नमस्कार करीत होते, नैवेद्य दाखवीत होते. तिला खाऊ घालीत होते. ज्यांच्या कृपाप्रसादाने आणि हस्तस्पर्शाने अशक्यही

शक्य झाले होते अशी विलक्षण लीला करणाऱ्या त्या लीलाधर दिगंबरबाबा श्री स्वामींचा शोध ग्रामस्थ घेऊ लागले. पण ते तेथून केव्हाच पुढील कार्यासाठी इतरत्र निघूनही गेले होते.

※

मंगळवेढ्यात जनाबाई नावाची एक स्त्री होती. ती तिच्या अगदी बालपणापासून पंढरीच्या पांडुरंगाची भक्ती करीत असे. ती प्रत्येक एकादशीस पंढरीची वारी नित्यनियमाने करीत असे. द्वादशीस पंढरपुरातच पारणे सोडून घरी मंगळवेढ्याला येत असे. असा तिचा नित्यनियम गेले अनेक वर्षे सुरू होता. एकदा ती आषाढी एकादशीस वारीस निघणार तोच मुसळधार पाऊस पडू लागला. त्याच वेळी भयंकर जोराचा वादळी वाराही वाहू लागला. विजांचा भयंकर कडकडाट होऊ लागला. त्या प्रचंड वादळी-मुसळधार पावसात सर्व वातावरण काळ्याकुट्ट ढगांनी अंधारून आले. पुढे पाऊल टाकण्याचा मार्ग दिसेना. त्या पावसाळी थंडीने जनाबाईचे अंग थरथर कापू लागले. अशा स्थितीत तिच्या कडेवर मुलगी व डोक्यावर बोजा होता. तो जोराचा वादळी पाऊस क्षणभरही उसंत घेईना. इकडे तिला विठूदर्शनावाचून चैन पडेना. ''विठू माउली, सांभाळ माय!'' असे म्हणत विठूनामाचा जयजयकार करीत त्याही विपरीत परिस्थितीत विठ्ठलाच्या दर्शनभेटीच्या ओढीने ती निघाली. वाटेत जिकडेतिकडे भयाणता पसरली होती. शेवटी तिने एका प्रचंड वृक्षाखाली आश्रय घेतला.

तेवढ्यात तिला मंगळवेढ्याच्या अरण्यात वावरणारे दिगंबरबाबा तथा श्री स्वामी दिसले. त्यांच्याबद्दल ती बरेच ऐकूनही होती. त्यांना साष्टांग नमस्कार घालून ती प्रार्थनापूर्वक म्हणाली, ''महाराज, आजपर्यंत माझी विठ्ठलाची वारी कधी चुकली नाही. परंतु आज असे हे विघ्न निर्माण झाले. काय करावे? माझी विठ्ठलाची वारी चुकते की काय?'' तेव्हा ते तिच्याकडे दयार्द्र भावनेने पाहत म्हणाले, ''पंढरपुरीच विठ्ठल आहे आणि इतरत्र तो नाही की काय? बाई जने, परमात्मा सच्चिन्मय रूपी हृदयी पाहा! तुझ्याजवळच विठ्ठलाचा अखंड वास आहे.'' असे म्हणून ते तिथल्या तिथे क्षणात कटीवर हात ठेवून प्रसन्न मुद्रेने विठ्ठलाच्या स्वरूपात तिच्यासमोर उभे राहिले. जनाबाईला तेव्हा प्रत्यक्ष पंढरपूरचे 'विठ्ठल स्वरूप' दिसू लागले. जणू पंढरपूरला मंदिरात उभा असणारा प्रत्यक्ष विठ्ठल सगुण साकार रूपात तिच्यासमोर प्रसन्न मुद्रेने दिसू लागला.

आजवर विठ्ठल मंदिरी जे जे जवळून पाहिले होते, त्या सर्वांचा आज ती प्रत्यक्ष अनुभव घेत होती. त्या सगुण दर्शनाने ती कमालीची आनंदविभोर झाली

होती. कमालीचे आश्चर्य वाटून ती म्हणाली, ''दिगंबरबाबा, आपण प्रत्यक्ष चालते-बोलते पांडुरंग असून या दीन दासीसाठी या वादळवाऱ्यात, भर पावसात आपण मला दर्शन दिले. महाराज, आपल्या पायातली मी वहाण जरी झाले, तरी आपले माझ्यावरील हे उपकार फिटणार नाहीत.'' तिने त्यांना साष्टांग नमस्कार घातला. तिच्या डोळ्यांतून आनंदाश्रूंचा पूर वाहत होता. पुढे जनाबाईने पंढरीची वारी सोडली. दिगंबरबाबा तथा श्री स्वामी अक्कलकोटी आहेत हे कळल्यावर त्या वृद्धावस्थेत ती प्रत्येक एकादशीस अक्कलकोटची वारी करू लागली. तिचा हा वारीचा उपक्रम अखेरपर्यंत सुरू होता.

❋

मंगळवेढ्याच्या परिसरात दिगंबरबाबांच्या विविध लीला, घटना, प्रसंग व्यक्तीपरत्वे सुरू होत्या. त्याद्वारे सर्वोद्धाराचे त्यांचे कार्य अव्याहत चालू होते. अठरा पगड जातींचे लोक त्या वेळच्या गावगाड्याच्या प्रथेनुसार त्या गावात राहत होते. जमेल तसा स्वत:चा कामधंदा, उद्योग-व्यवसाय करून उदरनिर्वाह करीत होते. त्यातलाच एक बसाप्पा नावाचा गरीब तेली होता. एके दिवशी जंगलात लाकूडफाटा मिळवण्याच्या उद्देशाने तो काटवनात फिरत असताना दिगंबरबाबा तथा श्री स्वामी अणकुचीदार काट्यांच्या शय्येवर सुखासीन स्थितीत झोपलेले त्याला दिसले, ती अद्‌भुत, विलोभनीय, तेज:पुंज, ईश्वरी मूर्ती पाहून त्याची खात्री झाली, की हे कुणीतरी अवतारी साधुपुरुष असावेत. त्याच्या मनात हे विचार येताच अणकुचीदार काटेरी शय्येवर झोपलेले अंत:साक्षी श्री स्वामी डोळेही न उघडता त्यास उद्देशून म्हणाले, ''आम्ही कुणीही असो! तुला चौकशीची काय गरज?'' हे ऐकून बसाप्पा चकित झाला. त्याने त्यांना साक्षात ईश्वर मानून तिथेच साष्टांग दंडवत घातला. त्याची त्यांच्यावर दृढ श्रद्धाच बसली.

श्री स्वामी कुठेही असोत, बसाप्पा त्यांच्या दर्शनास तिथे हजर राहत असे. त्याची बायको मोलमजुरी करून, त्याचा ओढगस्तीच्या संसाराचा गाडा कशीबशी ओढत होती. घरात अठराविश्वे दारिद्र्य. दोन वेळच्या अन्नाची भ्रांत असताना बसाप्पाचे श्री स्वामींच्या भजनी लागणे तिला अजिबात रुचत नव्हते. अनेकदा ती यावरून बसाप्पाशी भांडत असे. पण बसाप्पाची श्रींवरील भक्ती तसूभरही कमी झाली नाही. एकदा तर त्याची बायको त्याच्याशी कडाक्याचे भांडत म्हणाली, ''तो गोसावी का तुम्हाला, आम्हाला, आपल्या मुला-बाळांना खायला देणार आहे? तुम्ही कामधंदा सोडून त्या वेड्याच्या का नादी लागलात?'' असं बरंच काही बोलून

ती रागाने मोलमजुरीसाठी निघून गेली. अंत:साक्षी श्री स्वामींना बसाप्पाची निखळ भक्ती व त्याच्या कुटुंबाची स्थिती ज्ञात होती.

एके दिवशी भक्तवत्सल, भक्ताभिमानी श्री स्वामी मंगळवेढ्याजवळील त्या काटवनाच्या घनदाट निबिड अरण्यातून चालले होते. बसाप्पाही त्यांना चरणस्पर्श करण्याच्या हेतूने, अतीव भक्ती-भावाने त्यांच्या मागेमागे चालला होता. श्री स्वामी त्याला पुन्हापुन्हा बजावून सांगत होते, ''आमच्या मागेमागे येऊ नकोस. आमचा मार्ग खडतर आहे. तू परत जा.'' पण बसाप्पा श्रींचे काहीच ऐकण्याच्या मन:स्थितीत नव्हता. ''महाराज, मी आपल्या चरणास स्पर्श केल्याशिवाय माघारी जाणार नाही.'' असे म्हणून तो त्यांच्या मागेमागे निर्भयपणे चालू लागला. याप्रमाणे अस्तमान झाला. सर्वत्र गडद काळोख दाटला. एकाएकी चालता-चालता ब्रह्मांडनायक श्री स्वामींनी आपल्या शिवस्वरूपाचा उपयोग करून असंख्य वळवळणारे सर्प निर्माण केले. त्या जंगलात हजारो सर्प दिसू लागले. ते पाहून बसाप्पा भेदरून गेला. भयाने व्याकूळ झाला.

तो श्रींची करुणा भाकू लागला. तेव्हा ते त्यास म्हणाले, ''भिऊ नकोस. जवळ ये. नि:संशय हो, निर्भय राहा. यांतील लागतील तितके सर्प उचलून घे.'' श्रींना चरण स्पर्श करून त्याने त्याच्या अंगावरील वस्त्र (उपरणे) एका सर्पावर टाकून भीतभीतच एक सर्प उचलला. तो सर्प दीड हात लांबीचा होता. सर्प ठेवलेले ते वस्त्र त्याने त्याच्या काखेत झोळीसारखे ठेवले. इकडे ब्रह्मांडनायक श्रींनी अशी किमया केली, की काही क्षणांपूर्वी सर्वत्र दिसत असलेले ते सर्प अदृश्य झाले. त्याने श्रींना साष्टांग नमस्कार केला. ''आता तू लगोलग घरी जा. तुझी बायकापोरं वाट पाहत आहेत.'' श्रींनी त्यास आज्ञा केली. त्यांची आज्ञा शिरोधार्य मानून काखोटीला त्या सर्पाची झोळी घेऊन तो घरी आला. इकडे त्याची पत्नी त्याच्याशी भांडण्याच्या तयारीने उभी होती. पण आज त्याच्या काखोटीला झोळी पाहून ती शांत राहिली. कामधंदा करून आज आपला नवरा काहीतरी काखोटीला घेऊन आला आहे, याचे तिला समाधान वाटले. कारण त्यांच्या दृष्टीने त्या गोसाव्याच्या (श्री स्वामींच्या) पाठोपाठ गेलेला आपला नवरा केव्हा परतेल, याची तिला खात्री वाटत नव्हती. आता वस्त्रात गुंडाळून त्याने काय आणले आहे, असा प्रश्न तिला पडला होता. परंतु श्री स्वामींवर पूर्ण भरवसा, विश्वास आणि श्रद्धा ठेवून ते वस्त्र बसाप्पाने उघडले. तेव्हा त्याच्यासह सर्वच कुटुंबीय चकित झाले. कारण त्या वस्त्रातील सर्पाची बावनकशी सोन्याची लगड झाली होती. त्यामुळे सर्वच कमालीचे आनंदित झाले. त्या गोसाव्याच्या (श्रींच्या)

भजनी लागल्याबद्दल आपण रागवत होतो, प्रसंगी कडाक्याचे भांडण करीत होतो, याबद्दल आता त्या सर्वांना स्वत:ची लाज वाटली. कारण आजवर त्याच्या पत्नीने त्याच्या बरोबरच श्री स्वामींनाही दुषणेच दिलेली होती. दुसऱ्याच दिवशी बसाप्पा पत्नीसह श्रींच्या दर्शनाला गेला. श्री स्वामींनी त्यांना ''जा. प्रपंच व्यवस्थित करून गृहस्थाश्रम यशस्वी करा.'' असा आशीर्वाद दिला.

चराचर सृष्टीत भरून उरलेल्या सर्वज्ञ, अंतर्ज्ञानी असलेल्या ब्रह्मांडनायक श्री स्वामींस बसाप्पाच्या पत्नी-पुत्राचा आचार-विचार, व्यवहारधर्म माहीत नव्हता का? तरीही भक्तवत्सल, भक्ताभिमानी, ब्रह्मांडनायक श्रींनी कृपाळू होत बसाप्पा व त्याच्या कुटुंबीयांस कृपाशीर्वाद दिले. प्रपंच नेटका करावयास सांगितले. माझ्याच भजनी लागा, माझेच भजन-पूजन करा, असे सांगितले नाही.

❋

दिगंबरबाबा तथा श्री स्वामी मंगळवेढ्याच्या संतभूमीत आणि आजूबाजूच्या परिसरात विविध प्रकारच्या लीला करीत होते. परंतु त्या करण्यामागे लोकांना मोहित करणे, आपल्या कच्छपी लावणे, स्वत:चा नावलौकिक वाढविणे, मठ-मंदिरे स्थापन करणे, शिष्यांचे जथेच्या जथे निर्माण करणे हा उद्देश नव्हता. चारित्र्यसंपन्न सत्कर्मींना, गरजू, निष्ठावान भाविकांना, भक्तांना साहाय्य करणे, त्यांचे प्रपंच सुव्यवस्थित चालण्यास हातभार लावणे, त्यांच्यात भक्तिभाव रुजविणे आणि वाढविणे हा होता. त्यासाठीच त्यांच्या अनेक लीला अव्याहतपणे सुरू होत्या. त्याद्वारे त्यांनी अनेकांची पापकर्मे साध्या-साध्या उपायांनी जाळून टाकली त्यांना दु:खमुक्त केले. कधीकधी त्यांनी काही भाविक भक्तांना पूर्वजन्म कोणता होता हे सांगितलेच, पण त्याचबरोबर त्या जन्मात काय पाप घडले त्याचीही मीमांसा करून त्यांचे त्या जन्मातले पापकर्म संपवून टाकले.

अशीच एक लीला. मंगळवेढ्यात एक तंतुकार म्हणजे साळी (कोष्टी), जो त्यांचा निष्ठावान भक्त होता, त्याच्याबाबत घडली. तो दारिद्र्याने अतिशय पिडला होता. भिक्षा मागून तो स्वत:ची कशीबशी गुजराण करीत असे. परंतु श्रींचे नित्यदर्शन घेतल्याशिवाय तो अन्नही ग्रहण करीत नसे. त्याचा शुद्धभाव इतका होता, की दिगंबरबाबा तथा श्री स्वामी जिथे जातील, तिथे तो हजर राहत असे. परंतु या नित्यनियमाच्या कालावधीत त्याने श्रींकडे कशाचीही मागणी अथवा याचना केली नाही. त्यांच्या नित्यदर्शनातच तो स्वत:ची तृप्तता मानीत असे. पण सर्वज्ञ असलेल्या श्रींना त्या तंतुकाराची सर्व कौटुंबिक स्थिती ज्ञात होती.

भक्तवत्सल श्री स्वामींनी त्यास एकदा स्वप्नात दर्शन देऊन सांगितले, ''प्रिय भक्ता! तुझे पिता पंढरीनाथाचे निस्सीम भक्त होते. ते नित्यनियमाने पंढरीच्या वारीला जात असत. एकदा ते वारीस गेले असता तिकडेच मरण पावले. त्यांनी व्यापार करून अपार यश, धन, दौलत संपादन केली होती; पण त्यांच्या या मृत्यूमुळे त्यांनी कमावलेल्या संपत्तीत त्यांची वासना राहिली. त्याआधीच तुझी आई वारलेली होती. त्यांनी मिळवलेले ते धन तुझ्या घराच्या परसदारी (घराच्या मागील मोकळा भाग) तुळशी वृंदावनाखाली गुप्तपणे भूमीत दडवून ठेवले आहे. ते निर्भयपणे काढून घे.'' या दृष्टान्ताने तो तंतुकार अचंबित झाला. सकाळी उठल्याबरोबर त्याने श्री स्वामींकडे धाव घेतली. त्यांना साष्टांग नमस्कार करून रात्रीचा दृष्टान्त सांगितला. तेव्हा श्री स्वामी त्यास म्हणाले, ''आमचे हे वचन सत्यच आहे. तू निर्भयपणे ते द्रव्य संपादन कर. तू धन आणि सुखाने संपन्न होशील.''

वास्तविक त्या तंतुकाराच्या घरामागील तुळशी वृंदावनाखाली पुरून ठेवलेले धन तसेच पडून होते. वासनारूपाने अडकणारे आत्मे बोलू शकत नसल्याने त्या तंतुकारास दारिद्र्यात खितपत ठेवून त्रस्त करून सोडीत होते. परंतु तो तंतुकार अडाणी, अनभिज्ञ असल्यामुळे त्याला या त्रासाची कारणमीमांसा कळत नव्हती. तो बिचारा भुकेकंगाल होऊन त्रास मात्र सहन करीत होता. त्याने त्याच्या बापाने पुरून ठेवलेले धन काढून घेतल्याखेरीज त्याच्या मृत वडिलांचा अतृप्त आत्मा त्या वासनेतून मोकळा होऊ शकत नव्हता. त्याची पूर्वपुण्याईमुळे, पूर्वप्रारब्धामुळे वा कळत नकळत केलेल्या सत्कर्मांमुळे दिगंबरबाबा तथा श्रींची भेट व कृपा झाली. त्यांनी त्याला पुरून ठेवलेल्या धनाचा ठावठिकाणा इत्थंभूत कारणमीमांसेसह सांगितला. त्यामुळे त्यास धन मिळले. त्याचे दारिद्र्य संपले. तिकडे त्याच्या मृत बापाच्या आत्म्यास वासनामुक्ती मिळाली असावी.

श्रींच्या आज्ञेप्रमाणे त्याने परसदारी तुळशी वृंदावनाखाली खोदकाम केले, तेव्हा त्यास विपुल धन मिळाले. त्यामुळे त्यास व त्याच्या कुटुंबीयांना अत्यानंद झाला. त्याने कृतज्ञ भावनेने लगेचच दिगंबरबाबांचा तथा श्रींचा शोध काटवनाच्या जंगलात जाऊन घेतला. त्यांचे दर्शन होताच त्याने त्यांच्या चरणांवर आनंदाश्रूंचा अभिषेक केला. त्यांचे शुभाशीर्वाद घेऊन तो आनंदाने संसार करू लागला. पुढे श्री स्वामीआज्ञेने तो मंगळवेढा सोडून मोहळास गेला आणि कुटुंबीयांसमवेत सुखासमाधानाने आणि आनंदात राहू लागला. श्रींच्या नित्य नामस्मरणात आणि भजन-पूजनात उर्वरित आयुष्य घालवू लागला.

❋

वयाच्या साठीकडे झुकलेले एक वृद्ध, गरीब जोडपे मंगळवेढ्यात राहत होते. त्यांना संतान नसल्यामुळे ते फार दु:खी होते. एकदा योगायोगाने त्यांची आणि बसाप्पाची गाठ पडली. त्याने दिगंबरबाबा तथा श्री स्वामींची महती त्यांना ऐकवली. त्यांचे ईश्वरी सामर्थ्य कथन केले. बसाप्पाने त्या स्त्रीस सांगितले, ''तू श्री दिगंबरबाबांची भक्ती करीत जा. त्यांचे नित्य दर्शन घेतल्याशिवाय भोजन करू नको. म्हणजे त्यांचा कृपेने तुझे मनोरथ पूर्ण होईल.''

तिने अतिशय भावभक्तीने व्रतस्थपणे बसाप्पाने सांगितल्यानुसार त्या वृद्ध जोडप्याने मंगळवेढ्याच्या काटवनात शिरून दिगंबरबाबा तथा श्री स्वामींचे दर्शन घेतले आणि अंत:साक्षी श्री स्वामींनी त्या दोघांकडे दयार्द्र नजरेने पाहून स्मितहास्य केले.

''महाराज, आम्ही आता साठीला पोहोचलो आहोत; परंतु पोटी संतान नाही. वंशास दिवा असावा अशी इच्छा आहे.'' असे श्रींस प्रार्थनापूर्वक सांगून त्यांना साष्टांग नमस्कार केला. तेव्हा श्री स्वामींनी हाताने निर्देश करीत त्या वृद्ध स्त्रीस सांगितले, '' पलीकडे शिरसाचा जो वृक्ष दिसतो आहे, त्याचा चीक काढून साखरेतून खा, म्हणजे तुझे कार्य होईल.'' श्रीआज्ञेनुसार उभयतांनी अढळ श्रद्धेने तसे करताच त्या वृद्ध बाई यथावकाश गर्भार राहिल्या. नऊ महिन्यांनंतर त्यांना यथावकाश पुत्रप्राप्ती झाली. त्या दोघांनाही इच्छापूर्तीचा आनंद झाला. ते श्रींच्या दर्शनास आले. श्रींच्या चरणावर त्या पुत्राला घालून त्या वृद्ध पती-पत्नीने त्यांचे उर्वरित आयुष्य श्रींच्या भजन, पूजन आणि नामस्मरणात आनंदाने घालविले.

श्रींच्या ईश्वरी लीलांचा सर्वच स्तरांतील आणि वर्णांतील लोकांना अनुभव येत होता. लोक त्यांच्या भजनी, पूजनी लागत होते. पण मुद्दाम ते त्यासाठी या लीला करीत नव्हते. असेच ते अधूनमधून महिना-पंधरा दिवसांनी, मंगळवेढ्यातील बाबाजी भट नावाच्या सत्त्वशील, सदाचारी माणसाच्या घरी जात असत. एके दिवशी तिसरे प्रहरी ते बाबाजी भटाच्या घरी आले. बाबाजी भट घरी नव्हते. त्यांच्या पत्नीने श्री स्वामींस बसावयास आसन देऊन त्यांचे सद्भावाने पूजन केले. त्यांनी तिच्याजवळ पाणी पिण्यास मागितले, तेव्हा बाईने त्यांना विनंतीपूर्वक सांगीतले, ''महाराज, आपण क्षणभर बसावे. मी बाहेर जाऊन आत्ता पाणी घेऊन येते.''

त्यावर श्री स्वामी तिला म्हणाले, ''अगं, घरात पाणी असताना बाहेर का जातेस?'' बाईने त्यांना हात जोडून विनंतीपूर्वक सांगितले, ''महाराज, घरात

आड आहे खरा, पण त्यात पाणी नाही. उन्हाळ्यात तो कोरडा ठणठणीत पडतो, म्हणून बाहेरून पाणी आणते.'' त्यावर श्री स्वामी तिला म्हणाले, ''बाहेर जाणे नको. त्या आडात पुष्कळ पाणी आहे, तुला दाखवितो चल.'' असे म्हणून ते उठले आणि परसातील आडाजवळ गेले. त्यांनी त्या आडात लघुशंका केली व बाईस म्हणाले, ''आडात पुष्कळ पाणी आहे. घागर सोडून पाणी काढ.'' बाईने त्यांच्या या वाक्यावर विश्वास ठेवला आणि घागरीस दोर बांधून ती त्या आडात सोडली. घागर पाण्याने तेव्हाच भरली व आडात पुरुषभर पाणी सरसर आलेसुद्धा! तितक्यात बाबाजी भट घरी आले, तेही हे दृश्य पाहून थक्क झाले! बघता-बघता श्री स्वामींच्या या लीलेची खबर कानोकानी गावभर पसरली. मग काय, यतिवर्य श्री स्वामींचे दर्शन घेण्यासाठी लोक बाबाजी भटाच्या घराकडे येऊ लागले. पण दिगंबरबाबा तथा श्री स्वामी तिथे थांबलेच कुठे? संचारेश्वर श्री स्वामी लगेच दुसऱ्या स्थानी गेलेसुद्धा. पुढे त्या आडात भर दुष्काळातसुद्धा विपुल, चविष्ट पाणी राहू लागले. पुढे पाण्याची कधीच उणीव बाबाजी भटास पडली नाही. पुढे काही वर्षांनंतर हे बाबाजी भट पंढरपुरात येऊन राहिले. अखेरच्या श्वासापर्यंत ते आणि त्यांचे कुटुंब श्री स्वामीसेवेत राहिले.

❈

दिगंबरबाबा तथा श्री स्वामी संतभूमी मंगळवेढ्यातील काटवनात जरी वास्तव्यास होते, तरी ते काटवनातही एका विशिष्ट ठिकाणी स्थिर मुक्कामी दीर्घकाळ वास्तव्य करीत नसत. सतत कुठे ना कुठे त्यांची भटकंती सुरू असे. तसे ते संचारेश्वर होते. ते अनेकदा पंढरपूर, बेगमपूर, चळांबे आदी नजिकच्या गावी जात-येत असत. एके दिवशी श्रींची स्वारी रामदासी बुवांच्या मठात आली. त्याचे भोजन वगैरे आटोपल्यावर श्री स्वामी मठातच दुपारचे दोन प्रहरी निद्रिस्त झाले. रामदासी बुवांना काही कामानिमित्त थोडा वेळ बाहेर जावयाचे असल्यामुळे त्यांनी श्री स्वामींची झोपमोड न करता मठाचे दार बाहेरून बंद करून त्यास कुलूप लावले व ते त्यांच्या कामासाठी बाहेर गेले. थोड्या वेळानंतर श्री स्वामी जागृत झाले. मठ तर बाहेरून कुलूपबंद होता. ब्रह्मांडावरही स्वामित्व गाजवण्याचे ईश्वरी सामर्थ्य असलेल्या श्री स्वामींना कसला आला आहे कुलूपबंद मठाचा अडथळा आणि निर्बंध? कसले दरवाजे नि कसली कड्या-कुलपे? श्री स्वामी रामदासी बुवांच्या मठातून गुप्त झाले व भीमा नदीच्या वाळवंटात प्रकटले. वाळवंटी बसलेल्या काही लोकांनी त्यांना पाहिले.

चळंब्याच्या भीमा नदीच्या वाळवंटात श्री स्वामी बसलेले आहेत अशी वदंता गावात सर्वत्र पसरली. ती रामदासी बुवांच्या कानावर गेली. 'श्री स्वामी तर मठात निद्रिस्त असताना मठाचा दरवाजा बाहेरून कुलूपबंद करून आपण स्वत: आलो आणि लोक तर म्हणतात आम्ही श्री स्वामींना वाळवंटात बसलेले पाहिले. हे कसे शक्य आहे?' रामदासी बुवा त्यांच्या कानावर आलेल्या त्या वृताने पुरते चक्रावले, कारण श्री स्वामी तथा दिगंबरबुवा मठात निद्रिस्त असताना आपण स्वत: मठाचे दार बाहेरून लावले. त्यास कडी घालून कुलूपही लावले, तर मग ते मठाबाहेर इथे वाळवंटात भीमातीरी कसे येतील? असा प्रश्न त्यांना पडला.

लगबगीने ते मठाकडे जाऊन बघतात, तर त्यांनी कुलूपबंद केल्याप्रमाणे दार 'जैसे थे' होते. किल्लीही त्यांच्याजवळच होती. श्री स्वामींना ज्यांनी भीमा नदीच्या वाळवंटात पाहिले, ते लोकही उत्सुकतेने आणि कुतूहलाने मठाकडे आले. त्या सर्वांनी कुलूपबंद मठ पाहिला. रामदासी बुवांनी मठाच्या दरवाजाचे कुलूप काढून सर्वांसह मठात पाहिले, तर श्री स्वामी तिथे नव्हते. श्रींच्या या अद्‌भुत सामर्थ्याच्या अनुभवाने रामदासी बुवांचा अहंकार गळून पडला. श्रींचे ब्रह्मांडनायकत्व त्यांना उमगले. त्या वेळी तिथे उपस्थित असलेल्या परशुराम भट्ट गोरे यांनी तेथील उपस्थितांसमोर रामदासी बुवांना सांगितले, ''हे यतिवर्य (श्री स्वामी) साक्षात ब्रह्मांडनायक, अनिरुद्ध, ईश्वररूप आहेत. ते प्रत्यक्ष तुमच्या मठी येऊनही तुम्ही त्यांना ओळखले नाही. तुम्ही स्वत:ला मोठे विद्वान साधू म्हणविता, पण संशयाचे जाळे तुमच्या मनी पक्के आहे.'' परशुराम भटांच्या या उद्‌गारांनी मठाधिपती रामदासी बुवा पुरते खजील झाले. वाळवंटात त्वरेने जाऊन त्यांनी श्रीचरणांवर लोटांगण घातले. हात जोडून वारंवार ते त्यांची क्षमायाचना करू लागले. श्रींनी रामदासी बुवांकडे पाहत स्मितहास्य करून त्यास क्षमा केली.

तब्बल एक तप हे अनिरुद्ध संचारेश्वर दिगंबरबाबा तथा श्री स्वामी संतभूमी मंगळवेढा आणि त्याच्या आजूबाजूच्या पंचक्रोशीत वावरले. पूर्वकर्म आणि प्रारब्धानुसार जे जे त्यांच्या संपर्कात आले, त्यांचा उद्धार झाला. एक अंत्यज साधुत्वास जाऊन पोहोचला. श्री स्वामींनी कनवाळू होऊन एका भ्रष्ट पंडिताचा उद्धार केला. अरण्यात मृत होऊन पडलेला एक कुत्रा सहज सजीव केला. एका पतिताला सन्मार्गास लावून सिद्धपुरुष बनविले. अशा अनेक लीला त्यांनी केल्या.

ह्याच मंगळवेढ्यात एक यवन श्रींची अनन्यभावे सेवा करीत असे. तो यवन त्यांना पटवर्धनांचे काटवनात जाऊन चिलीम तयार करून देत असे. श्री

स्वामी गावात जेव्हा जेव्हा येत, तेव्हाही तो त्यांची सेवा करीत असे. श्रींनी त्या यवनावर अनुग्रह करून त्याच्या मस्तकावर हात ठेवला. त्याला ज्ञानी केला. पुढे हा यवन मोठा अवलिया बनला. बाह्यात्कारी पिशाच्च वृत्तीने राहून अंत:करणी 'ब्रह्मतदाकार' होऊन तो सच्चिदानंदी लीन झाला. अशा एक ना अनेक लीला या लीलाधराने केल्या. पण हे सर्व करीत असताना कोणत्याही अहंपणाची, मीपणाची वा कर्तेपणाची भावना त्यांच्यात नव्हती. 'बुडती हे जन न देखवे डोळा । येतो कळवळा म्हणुनिया ॥' या वृत्तीने ते लीला करीत होते. 'करी लाभावीण प्रीती' ही तर त्यांची वृत्ती होती. 'ज्याला त्याला सद्‌गती, ज्याच्या त्याच्या पूर्वप्रारब्धकर्मानुसार आणि आचार, विचार व वर्तनव्यवहारानुसार केव्हा ना केव्हा मिळते' हे ते नेहमी सांगत. त्यासाठीच तर त्यांचे भ्रमण सुरू होते.

। पंढरपूर ।

संचारेश्वर ब्रह्मांडनायक श्री स्वामी मंगळवेढ्याहून निघाले, ते सोलापूरला जाणाऱ्या रस्त्यावर त्या वेळी करमरकरांचे शेत होते त्या शेताजवळ आले. ते शेत रा. रा. पंढरीनाथ आणि एकनाथ भटजी यांनी वाट्याने कसण्यास घेतले होते. त्या दिवशी पंढरीनाथ आणि एकनाथ भट यांची संचारेश्वर श्री स्वामींची भर दुपारी १ ते २ वाजायच्या दरम्यान रस्त्यात टळटळीत उन्हात गाठ पडली. सूर्याच्या दाहकतेमुळे पायाला खूपच चटके बसत होते. त्या वेळी श्री स्वामींनी पंढरीनाथाकडे मागणी केली. ''अरे, पायात घालण्यासाठी तुझे जोडे देतोस का?''

साध्या, सरळ स्वभावाच्या पंढरीनाथाने श्रींस 'हो' म्हणून लगेच पायातील जोडे काढून घालण्यासाठी दिले. श्रींनी ते जोडे पायात घातले आणि झपझप तेथून निघूनही गेले. पंढरीनाथ आणि एकनाथ हे आपापसात तिथे बोलत उभे होते, तोपर्यंत श्री स्वामी खूप दूर जाऊन त्या दोघांच्या नजरेआड झाले होते.

श्री स्वामी आसपास कोठे दिसत नाहीत असे पाहून एकनाथ पंढरीनाथास म्हणाला, ''अरे, तू तुझा जोडा त्या वेड्यास (श्रीस) देऊन टाकलास आणि तो तर आता दिसेनासा झाला. तू जोडा दिला असे काकांना कळले, तर ते तुझ्यावर रागावतील.'' एकनाथाचे हे बोलणे ऐकून पंढरीनाथ चिंतेत पडला. पाच-दहा मिनिटांच्या अवकाशात अंतर्ज्ञानी श्री स्वामी मोठ्या लगबगीने परत तिथे आले. पंढरीनाथास त्याचा जोडा देत म्हणाले, ''हा घे तुझा जोडा, आता काका कशाला

तुझ्यावर रागे भरेल?'' इतके बोलून त्याला जोडे देऊन तिथे क्षणभरही न थांबता तेथून पुन्हा ते परत झपाट्याने भर उन्हातून चालते झाले.

त्या दोघास तेव्हा असे वाटले, की हा वेडा (श्री) येथेच कोठेतरी जवळपास आडोशास असेल. त्याने आपले बोलणे ऐकून जोडा परत आणून दिला. पंढरीनाथाने जोडा पायात घातला आणि ते दोघे उभयता शेताकडे चालते झाले. सोलापूरकडून येणारी काही मंडळी त्या दोघांना अर्ध्या वाटेत भेटली. ''हा वेडा लगबगीने कशा करता माघारी आला होता?'' त्यांनी त्या दोघांकडे चौकशी केली. त्यावरून त्या वेड्यास ५-१० मिनिटांच्या अवकाशात सुमारे अर्ध्या कोसावरून आपण बोललेले शब्द कसे कळले, याबद्दल त्या दोघांना मोठे आश्चर्य वाटले. आपण समजत होतो तसा हा वेडसर निश्चितच नसावा. अशी त्या दोघांसह सर्वांचीच खात्री झाली. सर्वांना मोठे आश्चर्य वाटले. त्या दिवशी संचारेश्वर, दिगंबरबाबा तथा श्री स्वामी मंगळवेढ्याहून जे गेले, ते पुन्हा कधीही मंगळवेढ्यास परत आले नाहीत.

संचारेश्वर ब्रह्मांडनायक श्री स्वामी शके १७७५मध्ये (सन १८५३)श्रावण महिन्यात चंद्रभागा तथा भीमा नदीच्या तीरावर आले. भर पावसाळ्याचे दिवस असल्यामुळे चंद्रभागेला अलोट महापूर आला होता. सर्व बाजू जलमय झाल्या होत्या. याअगोदर एवढा भयंकर महापूर कधी आला नव्हता. असे तेव्हाचे सर्वच जुने-जाणते, बुजुर्ग लोक सांगत होते. तेव्हा श्री स्वामींस पलीकडे पंढरपुरात विठुरायाच्या भेटीला जायचे होते. म्हणून श्रींनी नावाड्यास विचारले, ''का हो नावाडीबुवा, आम्हास पैलतीरावर न्याल काय?'' तेव्हा त्या नावाड्याने ''हो नेऊ की, आमचा तो धंदाच आहे, पण त्यासाठी तुम्हाला दोन रुपये द्यावे लागतील.'' तेव्हा श्री स्वामी त्यास म्हणाले, ''आम्ही संन्यासी. केवळ निर्धन, देण्यास दोन रुपये कोठून आणावेत? सर्वांनाच नौकेतून नेतोस तसे आम्हालाही न्यावे.''

परंतु पैशाच्या लोभाने पूर्णतः लिप्त झालेल्या नावाड्याने श्रींस पैलतीरावर न नेता इतर अन्य प्रवाशांना घेऊन तो पैलतीरी पंढरपुरी गेला. पुन्हा तो त्या तीरावरील प्रवाशांना घेऊन ऐलतीरी आला, श्रींनी त्या नावाड्यास पुन्हा विचारले, ''का हो नावाडीबुवा, पाणी किती आहे?'' तेव्हा त्याने थट्टेखोरपणे श्रींस उत्तर दिले, ''काही जास्त नाही. गुडघ्यापर्यंतच आहे.'' तिरस्काराने श्री स्वामींकडे पाहत इतर प्रवाशांना नावेत बसवून अहंभावाने तो पैलतीरी जाण्यास निघाला. पण त्याचे श्रीकडे लक्ष होते. अधूनमधून त्याची नौका वल्हवताना तो श्रींकडे दयाबुद्धीने आणि आपण स्वतः खूप काही आगळेवेगळे करीत आहोत अशा आविर्भावात पाहत होता.

थोड्याच वेळात ब्रह्मांडनायक श्री स्वामी दुथडी भरून वाहणाऱ्या भीमेच्या जलपृष्ठावरून सहजतेने पैलतीरी चालत आले. आश्चर्य म्हणजे त्यांच्या पादुकांना जलाचा स्पर्शही झाल्याचे दिसत नव्हते. हे सर्व बघून तिथे उपस्थित असलेले लोक आपापसात बोलू लागले, ''हे संन्यासीवेषात दिसणारे महापुरुष म्हणजे प्रत्यक्ष रुक्मिणीवर श्रीपांडुरंगच होत, या पंढरपूर नगरीत पांडुरंगाशिवाय कोण अवतरणार?''

ही घटना पाहिल्यानंतर मात्र त्या नाविकाचा चेहरा पाहण्यासारखा झाला. त्याची घमेंड उतरली. काही क्षणापूर्वी त्याच्यात असलेला कुत्सितपणा, उपहासाची भावना मावळली. त्यांची जागा आता अतीव आदर आणि भक्तिभावाने घेतली. त्यास कमालीचा पश्चात्ताप झाला. क्षणात तो श्रीचरणांवर कोसळला. हात जोडून पुन्हापुन्हा क्षमायाचना करू लागला. तेथील उत्साही जनांच्या श्री स्वामींविषयीच्या भक्तिभावाला उधाण आले होते. तिकडे चंद्रभागेला पाण्याचा महापूर आणि इकडे भावभक्तीचा महापूर आला होता. ब्रह्मांडनायक श्री स्वामी तेव्हा तीन रात्री पांडुरंगक्षेत्री, पंढरपुरी मुक्कामास होते. या कालावधीतही असंख्य भक्तजन त्यांच्या दर्शनभेटीस आणि कृपाशीर्वाद संपादण्यासाठी येत होते. येथेही एका मध्यमवयीन, वंध्यत्व असलेल्या स्त्रीला पुत्रप्राप्तीचा आशीर्वाद त्यांनी दिला. तो पुढे यशावकाश फळास आला. एका मृत बालकास सहज उठविले. अशा असंख्य व अगम्य, अतर्क्य लीला या लीलाधर श्री स्वामींनी पंढरपूर क्षेत्री करून ते मोहळास परतले.

। मोहोळ ।

मोहोळ गावाजवळूनच एक सुंदर, लहान ओढा नितळ, स्वच्छ पाण्याने भरून खळखळ वाहत असायचा. त्या ओढ्याच्या दोन्ही किनारी नितांत, सुंदर पुष्पलता, वेली आणि गर्द वनराईचा वेढा पडला होता. त्या ओढ्याच्या किनारी एका दगडात एक वक्रतुंडासमान मोठा पाषाण होता. त्या पाषाणाच्या मागे भलीमोठी गुहा होती. त्या गुहेत ब्रह्मांडनायक श्रींचे वास्तव्य काही काळ होते. कधीतरी मिळेल ते भोजन करावे अन्यथा अन्नपाण्याशिवाय तसेच कित्येक दिवस राहावे, अनेकदा अन्नपाणी ग्रहण करण्याचे स्मरणही न व्हावे, असे विरक्त, वैरागी जीवन ते स्वच्छंदपणे, अनिरुद्धपणे व्यतीत करीत होते.

त्या मोहोळग्रामी अतिशय स्वच्छ, सत्कर्मी माणसाच्या अठरा वर्षांच्या सुस्वरूप एकुलत्या एक पुत्रास जीवदान देण्याची एक अभूतपूर्व लीला त्यांनी केली.

मूर्च्छित होऊन मरणासन्न अवस्थेत पडलेल्या त्या मुलाला बरे करण्यासाठी त्या वेळेचे सर्व उपलब्ध उपचार करण्यात आले. ज्योतिषी, वैदिक, रोगचिकित्सक, पंचाक्षरी, मांत्रिक आदी सर्व जण आणले. पण कुणीही त्या मुलास ठीक करू शकले नाही. त्यामुळे त्याचे आईवडील घोर चिंतेत असताना कुणीतरी सुचविले की, 'कुणीतरी एक संन्यासी या गावात फिरताना दिसतात. त्यांना दाखवा.' शेवटचा उपाय म्हणून त्यांना दाखवण्याचे ठरले.

तेव्हा त्या संन्याशाच्या (श्री स्वामींचा) चौफेर शोध घेऊनही ते सापडले नाहीत. तेवढ्यात एक सौभाग्यवती स्त्री तिथे आली व म्हणाली, ''चला, मी दाखविते.'' मरणासन्न अवस्थेत असलेल्या त्या तरुण मुलास सोडून पित्याचा पाय तेथून निघेना. पण काळजावर दगड ठेवून त्या दैवी स्त्रीने दाखविलेल्या गुहेच्या द्वाराशी ते आले. त्रिकालज्ञानी श्रींना त्या पंडिताच्या मुलाबाबत अगोदरच सर्व काही ज्ञात होते. ते सर्व गुहेजवळ आले, पण त्यांना गुहेच्या द्वारावरील तो भलामोठा पाषाण दूर करता येईना. त्यांनी श्रींना विनवणी केली, ''महाराज, आम्हाला इच्छा असूनही आपल्या दर्शनभेटीसाठी गुंफेत येता येत नाही.'' प्रार्थना ऐकताच श्री स्वामी गुहेच्या द्वारावरील तो भला मोठा पाषाण अगदी सहज स्वहस्ते बाजूला सारून गुहेबाहेर आले. त्या पंडिताने काही सांगण्यापूर्वीच सर्वज्ञ श्री स्वामी म्हणाले, ''तुमच्या चिरंजीवाला घोड्यावर नीट बसवून समुद्रतीरावर पाठवा. आता सत्वर घरी जा.''

श्रींच्या या बोलण्याचा अर्थ त्या वेळी कुणासही कळला नाही, मात्र ज्या सौभाग्यवती स्त्रीने त्या सर्वांना श्रींच्या मार्गदर्शनासाठी गुहेकडे आणले होते, ती स्त्री त्या माणसाला म्हणाली, ''आता येथून चलावे. श्रींची तुमच्यावर कृपा झाली आहे. तुमचा कार्यभाग पुरा झाला. आता त्वरेने घरी चलावे.'' नंतर ते सर्व जण श्रींना साष्टांग नमस्कार करून घरी आले. घरी येऊन पाहतात तर काही वेळापूर्वी मरणासन्न अवस्थेत असलेल्या त्या मुलाचा चेहरा प्रफुल्लित दिसत होता. शीघ्र गतीने त्या मुलास आराम वाटू लागला. सर्वांनाच श्रींच्या ईश्वरी सामर्थ्याची रोकडी प्रचिती त्या वेळी आली.

श्री स्वामी मोहोळात वास्तव्यास असताना तिथे गवेस्वामी नावाचे कमालीचे विरक्त साधू होते. ते सदासर्वदा योगाभ्यासात मग्न असत. ते जेव्हा एकांतस्थळी विविध आसने, योगक्रिया आणि ध्यानधारणा करीत; तेव्हा त्यांचे आसन जमिनीपासून दोन हात उंच होत असे. तेव्हा त्यांचे वय १२५ वर्षांच्या आसपास होते. एके दिवशी

गवेस्वामींची आणि श्रींची गाठ भेट झाली. दोघांची एकांतात बरीच चर्चाही झाली. श्री स्वामींनी त्यास 'आता तू योगाभ्यास सोडून सहजदेहस्थिती धारण कर.' अशी आज्ञा केली. श्रींची आज्ञा शिरसावंद्य मानून गवेस्वामींनी योगाभ्यास सोडून सहजावस्था धारण केली. श्री स्वामी त्यांच्या मठात अधूनमधून जात असत. श्री स्वामी पुढे प्रज्ञापुरी तथा अक्कलकोटास गेल्यानंतर बरेच दिवसानंतर गवेस्वामी समाधिस्थ झाले.

लीलाधर श्री स्वामींकडे ते मोहोळात असतानाच एकदा एक मनुष्य आला. ''महाराज, मला ब्रह्म दाखवा, ब्रह्म दाखवा.'' असे म्हणून सारखा त्यांच्या पाठीशी लागला. ''अरे, ब्रह्म पाहून तुला काय मिळवायचे आहे?'' परोपरीने सांगून श्री स्वामी त्याची समजूत काढीत होते. परंतु तो ऐकण्याच्या मन:स्थितीत नव्हता. अखेरीस श्री स्वामी त्यास ''चल, तुला ब्रह्मच पाहायचे आहे ना? दाखवतो, चल.'' असे म्हणून ते कोष्ट्यासह मोहोळातील नागनाथाच्या देवालयात आले. श्री स्वामी त्यास हाताने निर्देश करीत म्हणाले, ''पाहा, ब्रह्म पाहा'' त्यांनी असे म्हणताच त्यास जिकडेतिकडे सर्पच सर्प दिसू लागले. तो अतिशय घाबरून गेला. भीतीने भ्रमिष्ट झाला. ब्रह्म पाहण्याच्या अट्टाहासापायी तो वेडा झाला. वास्तविक ब्रह्म म्हणजे परमेश्वर तो चर्मचक्षूंना दिसत नाही. त्यासाठी दिव्य ज्ञानचक्षू हवेत.

जेव्हा भगवान श्रीकृष्णांनी अर्जुनाला हे विराट स्वरूप पाहण्यासाठी दिव्य दृष्टी दिली, त्या वेळी ते म्हणाले, ''अर्जुना, या तुझ्या चर्मचक्षूंनी तू मला पाहू शकणार नाहीस. म्हणून माझे ऐश्वर्य पाहण्यासाठी तुला मी दिव्य दृष्टी देतो.'' (गीता ११:८) अशी दिव्य दृष्टी घेऊन जेव्हा अर्जुनाने ईश्वराचे विराट रूप पाहिले, तेव्हा तो म्हणाला, ''हे विश्वेश्वरा, तुम्हाला अनंत हात, अनंत उदरे, अनंत मुखे, अनंत डोळे असून सर्व बाजूंनी तुम्हाला अनंत रूप असल्याचे मी पाहतो. पण तुमचा आदि, मध्य आणि अंत मला दिसत नाही.'' (गीता ११:१६) पुरुषसूक्तातही या विराट पुरुषाला हजारो मस्तके, हजारो डोळे, हजारो पाय आहेत. तो सर्व भूमीलाच काय, पण साऱ्या विश्वाला व्यापून वर पुन्हा दशांगुळे इतका जास्तच उरला आहे. (*सहस्रशीर्षा पुरुषः सहस्राक्षः सहस्रपात्। स भूमिं विश्वतो वृत्वात्यतिष्ठद्दशांगुलम्॥* - पुरुषसूक्त)

श्री रामकृष्ण परमहंस यांनी स्वामी विवेकानंदांस जेव्हा दिव्य दृष्टी दिली, तेव्हा त्यांनाही भांबावून गेल्यासारखे झाले होते. कारण ते दर्शनच असे काही विराट होते, की अधिक काळ पाहणे असह्य आणि अशक्य व्हावे. अशीच अवस्था श्रींच्या पाठीशी 'ब्रह्म दाखवा, ब्रह्म दाखवा' म्हणून लागलेल्या त्या माणसाची झाली होती.

मोहोळग्रामी भ्रमिष्ट झालेला तो माणूस वेड्यासारखा फिरत होता. कारण श्रींनी दाखवलेले ब्रह्मस्वरूप त्याला असह्य झाले होते. नंतर गवेस्वामींनी श्री स्वामींना प्रार्थना केली, ''महाराज, या वेड्यास कृपा करून पूर्वस्थितीवर आणा.'' गवेस्वामींच्या विनंतीनुसार श्रींनी त्यास पूर्वस्थितीवर आणले.

याच मोहोळग्रामी एक शिल्पकार होता. ब्रह्मांडनायक श्री स्वामींचे दर्शन घेतल्याशिवाय भोजन करायचे नाही, असा त्याचा नित्यनियम होता. त्याचा हा नित्यनियम अखंड चार महिने सुरू होता. एके दिवशी तो त्याच्या नित्यनियमानुसार श्रींच्या दर्शनास जात असताना त्याच्या मनात असा विचार आला, की आमचे मुख्य कुलदैवत श्री मल्हारीमार्तंड म्हाळसापती असून त्या साक्षात कैलासपती शिवाचे मला दर्शन व्हावे. असा विचार करीतच तो श्रींच्या दर्शनाला आला. अंतर्ज्ञानी सर्वसाक्षी श्रींचे दर्शन घेऊन तो उभा राहताच स्मितहास्य करीत श्रीस्वामी त्यास म्हणाले, ''अरे, तुझ्या मनामध्ये जे ध्यान वसते आहे, त्याचे प्रत्यक्ष प्रमाण हवे असेल, तर तू एकाग्रचित्त करून डोळ्यासमोर ते पाहा.''

हे ऐकताच तो दोन्ही हात जोडून दर्शनातुर मनाने उभा राहिला. तो अकस्मात मल्हारी शिवाचे मूर्तिमंत सुंदर ध्यान त्याच्या डोळ्यांसमोर साकार झाले. त्या दर्शनाने त्या शिल्पकाराचे देहभान हरपले. साष्टांग दंडवत घालून तो म्हणाला, ''हे शिवभगवान, आज या दर्शनाने माझ्या बेचाळीस कुळांचा उद्धार झाला. हे गंगाधरा, हे पिनाकपाणी, हे शिवमल्हारी, हे ब्रह्मांडनायक, आता माझा अनाथाचा उद्धार करा.'' असे म्हणत भक्तिभावाने रोमांचित होत कृतज्ञतापूर्वक हात जोडून श्रींपुढे उभा राहिला. तेव्हा ते म्हणाले, ''जा आता, आमचे भजन, पूजन, स्मरण कर. सत्कर्माने वागून सर्वांभूती सद्भाव आणि भगवद्भाव ठेव, म्हणजे तुझा उद्धार होईल.'' असा आशीर्वाद देऊन ते तेथून निघून गेले. नंतर त्या शिल्पकाराने त्याचे उर्वरित आयुष्य श्री स्वामीआज्ञेनुसार घालविले. तो आणि त्याचा परिवार सुखी, समाधानी आणि आनंदी झाला. अखेरपर्यंत श्री स्वामीसेवेत राहिला.

। सोलापूर ।

संचारेश्वर श्री स्वामी १८५४-५५मध्ये मोहोळाहून सोलापूरला आले. या अवधूताचा त्या वेळी नेहमीप्रमाणेच मुक्त संचार सुरू होता. त्यांना नव्हते गाव, ना नाव. कोठेही राहावे. कोठेही झोपावे. काहीही खावे, काहीही प्यावे. नाहीच काही मिळाले,

तर उपाशी राहावे. असलीच तर लंगोटी असावी... नसली तर त्याचेही सुख-दु:ख नसावे. गोट्या, कवड्या किंवा सागरगोटे घेऊन स्वानंदात, मुक्तपणे खेळत बसावे. नाहीतर एखाद्या देवळाच्या कोपऱ्यात बसून राहावे, असा तो मुक्त योगी ब्रह्मांडनायक संचारेश्वर होता. असे हे श्री स्वामी सोलापुरात शिवराय महाराजांच्या मठात येऊन स्थानापन्न झाले.

तेथे सायंकाळी परिसरातील स्त्री-पुरुष नित्याप्रमाणे देवदर्शनास आले. त्या दर्शनार्थींमध्ये त्या वेळचे सोलापूरचे मामलेदार चिंतोपंत टोळही होते. त्या दिवशी देवाच्या दक्षिण बाजूस श्री स्वामी त्यांच्या आत्मानंदात प्रसन्नचित्त बसलेले होते. अधूनमधून ते स्वत:शीच काहीतरी बोलत; पण ते अस्पष्ट, तुटक असे. त्यामुळे ते कुणासही ऐकू येत नव्हते. त्या दिवशी ते छोट्या-छोट्या दगडगोट्यांशी प्रसन्न चित्ताने खेळत होते. त्यामुळे काही दर्शनार्थींना ते वेडे असावेत असेच वाटले. त्या दर्शनार्थींमध्ये चिंतो सखाराम टोळ होते. ते यतिवर्यांकडे पाहून मनातल्या मनात म्हणाले, ''हे कुणीतरी महान सिद्ध पुरुष असावेत.'' तत्क्षणी श्री स्वामी चिंतोपंत टोळाकडे पाहत ताडकन म्हणाले, ''आम्ही सिद्ध पुरुष असो की कोणी असो, तुला काय करायचे आहे? तू तुझ्या आल्या वाटेने जा.''

श्री स्वामी मुखातील हे शब्द ऐकून टोळास परम आश्चर्य वाटले. प्रदक्षिणा घालीत असतानाच ते पुन्हा मनातल्या मनात म्हणाले, 'यांना आपल्या मनातले कसे कळले? हे कुणीतरी मनकवडे असावेत.' त्यावर पुन्हा फाडकन चाबूक वाजावा तसे टोळाकडे पाहत म्हणाले, ''आम्ही मनकवडे असो किंवा कुणीही असो, त्याच्याशी तुला काय करायचे आहे?'' आता मात्र टोळांच्या आश्चर्याला पारावार राहिला नाही. त्यास ब्रह्मांडनायक श्री स्वामींच्या अंत:साक्षित्वाची रोकडी प्रचिती आली.

त्यांनी लगेच श्रींचे चरण धरले. ''महाराज, आपण आमच्या सदनी चलावे.'' त्यांनी विनंतीपूर्वक प्रार्थना केली. त्याच वेळी त्यांना पंढरपूरच्या गोपाळबुवांनी सुमारे दहा वर्षांपूर्वी (सन १८४६मध्ये) लिहिलेल्या पत्राचे स्मरण झाले. चिंतोपंताच्या कचेरीतील त्या वेळचा नगदी कारकून रजेवर गेला होता. रजा संपवून तो सोलापुरी परतत असताना ते पत्र गोपाळबुवांनी पंढरपुरास चिंतोपंतास देण्यास दिले होते. त्या पत्रातील मजकूर टोळास स्मरू लागला. 'काही दिवसांनी तुझी (चिंतोपंत टोळाची) एका महान सत्पुरुषाची दर्शनभेट होईत. त्यांचा सहवास लाभेल.' तो क्षण आला आहे असे टोळास त्या वेळी जाणवले. चिंतोपंतांची भक्ती पाहून श्री स्वामी त्यांच्या घरी गेले. चिंतोपंत टोळाने त्यांची षोडशोपचारे पूजा केली. त्यांना नैवेद्य अर्पण केला.

नंतर त्यांना शेजेवर आदरपूर्वक निजवले. त्यांची भक्तिभावाने बराच वेळ चरणसेवा केली, पण त्या मंदिरात चिंतोपंत टोळसारखा एखादा विरळाच म्हणा ना! बाकी सारे नवसे. मनात देव न वसे, ते नवसे. कामापुरते देवाला भजणारे. काम झाले की खुशाल विसरणारे. बहुतेक अशाच वृत्तीचे. आता चिंतोपंतांची भक्ती श्री स्वामींवर पूर्ण बसली होती.

श्री स्वामींची प्रसन्न चित्तवृत्ती पाहून चिंतोपंत टोळ श्रींस कधीकधी आपल्या घरी नेत असत. एकदा असेच त्यांनी श्रींस त्यांच्या घरी नेले. श्री स्वामी घराच्या ओट्यावर विसावले असता मागील दारी टोळ स्नान करीत होते. तेव्हा दाजीबा सोहनी म्हणून टोळांचे स्नेही तिथे आले. त्यांचे व टोळांचे हळू आवाजात आपापसांत बोलणे झाले.

''हे स्वामी पाहिजे तिथे, कुणाकडेही जेवतात. अन्न-पाणी घेतात. त्यांना आपल्याबरोबर पंक्तीत घेणे योग्य नाही. त्यांचे पान एका बाजूस वेगळे मांडावे.'' असे बोलून टोळ धोतर नेसत-नेसत श्री स्वामी जिथे बसले होते, त्या ओटीवर आले. तितक्यात श्री स्वामी टोळाकडे रोखून पाहत म्हणाले, ''तुझ्या मनात आमच्याविषयी शंका आली. आम्ही तुझ्या घरी जेवत नाही!'' असे म्हणून तत्क्षणी ते तेथून चालते झाले. रस्त्याला लागले. दाजीबा सोहनीबरोबरची आपली अतिशय हळू आवाजातली कुजबुज श्री स्वामींनी कशी ऐकली, याचे आश्चर्य वाटून टोळास त्याबद्दल खूप पश्चात्ताप झाला. त्याने श्रींचे पाय घट्ट धरून बहुत प्रकारे, ''महाराज, क्षमा करा, चूक झाली. क्षमा करा महाराज!'' असे पुन्हापुन्हा विनंतीपूर्वक मिनतवाऱ्या करून श्री स्वामींना घरी आणले. क्षमाशील श्री स्वामींनी त्याला क्षमा केली व नंतर तिथे नैवेद्य ग्रहण केला.

❋

ब्रिटिश राजवटीत चिंतोपंत टोळ हे मामलेदार पदावर अधिकारी होते. चांगले शिकलेले, अनुभवी गृहस्थ होते. श्रींच्या दैवी सामर्थ्याचा त्यांना अनेकदा प्रत्यय आला होता. तरीही त्यांच्या श्री स्वामींवरील श्रद्धेत, निष्ठेत किंचितशी कसर असल्याचा प्रत्यय पुढील घटनेतून दिसतो.

एकदा श्री स्वामी चिंतोपंतांच्या घरी भोजनास आले. चिंतोपंतांनी श्री स्वामींस स्नान घालून, त्यांचे यथासांग पूजन करून त्यांच्यासाठी भोजनाचे पात्र वाढले. त्यांना भोजन सुरू करण्याची विनंती करण्यात आली, परंतु ते जेवेनात. दहा वाजून गेले. चिंतोपतांचा मुलगा विष्णुपंत हा त्या वेळी सोलापूर कलेक्टर कचेरीत दप्तर कारकून

होता. त्या वेळी 'गोलटपीट' हे इंग्रज कलेक्टर व 'हनमंतराव पीतांबर' हे दप्तरदार होते. हे दोघेही अधिकारी शिस्तीचे कडक होते. सर्व कारकुनांनी बरोबर दहा वाजता कचेरीत यायचे म्हणजे यायचेच, असा कडक नियम त्या वेळी होता. चिंतोपंत टोळ यांना हे सर्व ठाऊक होते. म्हणून त्यांनी चिरंजीवास सांगितले, ''तुला कचेरीत वेळेत जायचे आहे, तर तू स्वयंपाकघरात जाऊन जेवण करून घे आणि तू तुझ्या कामाला कचेरीत वेळेत जा.''

विष्णुपंतही भक्त होता. त्याची श्री स्वामींवर निष्ठा होती. त्याने निश्चय केला, की श्रींनी भोजन केल्याशिवाय आपण अन्न घ्यायचे नाही, जे व्हायचे असेल ते होईल. अकरा वाजण्याच्या सुमारास श्री स्वामी भोजन करू लागले. त्यांचे भोजन आटोपल्यावर विष्णुपंतही लगबगीने भोजन आटोपून कचेरीत गेला. अंगावरील उपरणे स्वतःच्या काम करण्याच्या जागेवर ठेवून कचेरीतील हजेरी भरणाऱ्या हेडक्लार्ककडे गेले. कचेरीत येण्यास आपणास उशीर झाला, त्याबद्दल ते हेडक्लार्कला सांगू लागले. तेव्हा हेडक्लार्कला आश्चर्य वाटून ते विष्णुपंतास म्हणाले, ''तुम्ही आज माझ्याअगोदर कचेरीत आला असून तुमची हजेरी पूर्वी भरली आहे.''

हेडक्लार्कने हजेरी बुक उघडून त्यात विष्णुपंत 'हजर' मांडले असल्याचे त्यास दाखविले. हजेरी बुकात स्वतःच्या उपस्थितीची सही पाहून त्यास मोठे आश्चर्य वाटले. खरे तर श्रींनी विष्णुपंत टोळ यांना जेवावयास ताटकळत ठेवून कचेरीत जाण्यास विलंब केला. पण स्वतः विष्णुपंतांच्या रूपाने त्याची कचेरीत जाऊन वेळेच्या आधीच हजेरी पत्रकावर सही करण्याची लीला केली. भक्तवत्सलता दाखवली आणि दृढ निष्ठाही जोखली. इतर कारकून मंडळींसही त्या गोष्टीचे मोठे कौतुक वाटले. ब्रह्मांडनायक श्री स्वामींचे सर्वच असे अघटित आणि अतर्क्य होते.

❋

भक्तवत्सल, भक्तकैवारी श्री स्वामी सोलापुरात असताना एका हंगामात श्रीसिद्धेश्वर तलावात पाण्याचा एक थेंबही नव्हता. पाण्यावाचून हवालदिल झालेल्या तेव्हाच्या जनतेला गावापासून दूर एक दोन कोसावरून पाणी आणावे लागे. दररोजच्या या कृतीने सर्वच मेटाकुटीला आले होते. खूप धडपड करूनही अतिकष्टानंतर जेमतेम पाणी मिळत असे. त्यामुळे सारेच अस्वस्थ होते. पाण्याच्या प्राप्तीसाठी लोक सर्व देव-देवतांकडे प्रार्थना करीत होते. अनुष्ठाने, जपजाप्ये सुरू होती. लोकांचे पाण्यावाचून होणारे हाल, पशुपक्ष्यांची तडफड पाहून ब्रह्मांडनायक श्री स्वामी

कळवळले. लोकांनीही त्यांना प्रार्थनापूर्वक विनविले, ''स्वामी महाराज, पाण्यामुळे आमचे प्राण अगदी कासावीस झाले आहेत. तरी कृपा करून आमचे प्राण वाचवा.''

तत्क्षणी श्री स्वामी उठले, सिद्धेश्वर तलावाच्या एका बाजूस जाऊन उभे राहिले. त्यानंतर थोड्या वेळाने आकाशात काळे मेघ जमून, मेघगर्जना होऊ लागल्या, वारा सुटला. थोड्याच वेळात धो-धो पाऊस सुरू झाला. जिकडेतिकडे पाणीच पाणी झाले. सोलापूरकरांचे जलदैन्य पूर्णतः नाहीसे झाले. सिद्धेश्वर तलाव तुडुंब भरला. तेव्हापासून आजतागयत कितीही उन्हाळा अथवा कडक दुष्काळ असला, तरी सिद्धेश्वर तलाव आटत नाही.

श्रींच्या सोलापूर येथील वास्तव्यकाळात मुकुंद नावाचा एक माणूस राहत होता. तो नित्यनियमाने श्रींच्या दर्शनास येऊन त्यांना विनवीत असे, ''स्वामी महाराज, मला या संसारातून सोडवा.'' एक दिवस श्री स्वामी त्यास म्हणाले, ''अरे, वासनारहित होऊन सर्वसंगपरित्याग कर, म्हणजे तुला लवकर सुखप्राप्ती होईल!'' हे ईश्वरी शब्द ऐकून त्यास एकदम समाधी लागली. 'आपणासारिखे करिती तत्काळ। नाही काळवेळ तयालागि॥' अशी मुकुंदाची तेव्हाची स्थिती झाली होती. श्रीकृपेने मुकुंदबुवास विरक्ती आली. त्याच्या पूर्वसुकृताचा भाग्योदय झाला. पुढे हेच श्री कृपांकित मुकुंदबुवा लोकांची उपाधी होऊ नये म्हणून मौन धारण करून सिद्धेश्वराचे देवळात जाऊन राहिले. त्यांनी कधीही कोणापाशी कसलीही याचना केली नाही. भीकही मागितली नाही. परिसाचा लोखंडाला स्पर्श झाल्यावर त्याचे जसे सोने होते, त्याप्रमाणे श्री स्वामीकृपेने मुकुंदाच्या आयुष्याचे सोने झाले होते. पुढे ते मुकंदबुवा योगी सत्पुरुष म्हणून सोलापुरात प्रख्यात पावले.

❋

श्री स्वामी सोलापुरात असताना खूप मोठा लोकसमुदाय त्यांच्या दर्शनास आणि मार्गदर्शनास यायचा. श्री स्वामी प्रत्येकाच्या आकलन, पात्रतेनुसार त्यांच्या अडीअडचणी सोडवायचे. मग हेच लोक आनंदित होऊन श्रींची वाखाणणी करीत फिरत असायचे. स्वतःचे अनुभव इतरांना सांगायचे. त्यामुळे येथील जन ''श्री स्वामिराया! आपण कायम सोलापुरातच वास्तव्य करावे. महाराज, आपण आमच्या विविध पाप-तापांचे हरण करणारे आहात. आपल्या ईश्वरी दर्शनाने आम्हाला खूप आनंद, समाधान आणि संतुष्टता लाभते. आपल्यासारखे महापुरुष या जगतामध्ये आढळून येत नाहीत.'' अशा आशयाच्या विविध प्रार्थना, मनोगते बहुसंख्य लोक श्री स्वामींपुढे भक्तिभावाने, नित्यनियमाने दर्शनभेटीस येऊन करीत असत.

श्री स्वामी सर्वांची ही भक्तिभावपूर्ण निवेदने, आर्जवे, प्रार्थना शांतपणे ऐकून घेत. अतिशय तटस्थ, निर्विकारपणे त्यावर स्मितहास्य करीत, पण बोलत मात्र काहीच नसत. परंतु एके दिवशी तिथे जमलेल्या प्रचंड भक्तसमुदायाला उद्देशून ते म्हणाले, ''प्रज्ञापूर तथा अक्कलकोट हे आमचे स्वस्थान आहे. तिथे आता आम्ही लवकरच जाणार आहोत. तिथे स्वस्थ, आनंदात राहू. त्या प्रज्ञापुरात आमचे वसतिस्थान 'ज्ञान' स्वरूपात विद्यमान आहे. बाकी इंद्रियदेवता हे जीवाचे आप्तवर्ग आहेत. आत्मा हेच सर्वांचे अधिष्ठान आहे. त्याची जोपासना आणि उपासना काळजीपूर्वक केली पाहिजे. तुमच्या मनातील खेद, विकल्प ओळखून ते काढून टाका. षड्रिपुमुक्त राहण्याचा प्रयत्न करा. आमचे अनन्यभावाने, श्रद्धा व भावभक्तीने चिंतन करणाऱ्याचा योगक्षेम चालवण्यास आम्ही वचनबद्ध असतो.'' असा बोध करून ब्रह्मांडनायक श्री स्वामी 'अलख' म्हणून बघता-बघता त्या भक्तसमुदायातून वायुवेगाने निघून गेले. भक्तसमुदाय बराच वेळ त्यांचा नामघोष करीत राहिला.

श्री स्वामी समर्थांचे अक्कलकोटमधील वास्तव्य

। अक्कलकोटकडे प्रयाण ।

अक्कलकोटला येण्यापूर्वी श्री स्वामी सोलापूरला चिंतोपंत रामचंद्र टोळ यांचे घरी अनेकदा जात असत. केवळ श्री स्वामीकृपेमुळेच त्यांची अक्कलकोट संस्थानाच्या कारभारीपदी वर्णी लागली होती. त्यामुळे त्यांना अक्कलकोटी राहणे भाग होते. म्हणून त्यांनी एकदा श्री स्वामींना आपल्याबरोबर येण्याची विनंती केली. तेव्हा श्री स्वामी त्यास म्हणाले, ''अक्कलकोटास उन्हाळा आहे. आपण येत नाही.'' त्या काळी शहाजीराजे भोसले (दुसरे) यांची कारकिर्द अक्कलकोट संस्थानात सुरू झाली होती. दुर्दैवाने या शहाजीराजांचा काही महिन्यांतच अंत झाला. त्यानंतर त्यांचे पुत्र मालोजीराजे गादीवर आले. त्यानंतर दोन महिन्यांनी चिंतोपंत आप्पा टोळ हे सोलापुरास काही कामानिमित्त आले असता त्यांच्या समवेत श्री स्वामी एका स्वतंत्र घोड्यावर विराजमान होऊन अक्कलकोटी जाण्यास निघाले. त्यांच्या दिमतीला चिंतोपंत टोळांनी एक नोकर दिला होता. त्या वेळी रस्ते व इतर वाहतुकीच्या साधनांची उपलब्धता नव्हती. पायवाटेने ते अक्कलकोटकडे जाण्यास निघाले. सुमारे चार-साडेचार कोस ते गेले असतील-नसतील तोच मागून गोऱ्या कलेक्टर साहेबाकडून चिंतोपंत टोळांच्या नावाने लखोट्यात हुकूम घेऊन एक घोडेस्वार आला. त्याने त्याच्याजवळचा हुकुम टोळांकडे सुपूर्द केला. 'जरूरीचे काम आहे. तातडीने उभ्याउभ्याने सोलापूरला येऊन भेटून जावे.' असे हुकमात फर्माविले होते.

हुकूम वाचल्यावर त्या वेळी माघारी परतण्याशिवाय टोळांपुढे काही पर्यायच नव्हता. त्याने समवेत आणलेल्या नोकरास सांगितले, ''आम्ही आता सोलापूरला जाऊन परत येतो. तोपर्यंत स्वामींस कोठेही जाऊ देऊ नये.'' अशी ताकीदवजा सूचना देऊन, चिंतोपंत लखोट्यातील हुकमानुसार सोलापूरला कलेक्टरच्या आज्ञेनुसार सोलापूरकडे परत फिरले. पण ब्रह्मांडनायक श्री स्वामी कोणाच्या आज्ञेत राहाणारे थोडेच होते? टोळ गेल्यावर ते उठून जे निघाले, ते थेट अक्कलकोटास जाऊन खंडोबा मंदिराच्या ओट्यावर बसले. इकडे सोलापूरचे काम उरकून चिंतोपत भरधाव घोडा सोडून लगबगीने ज्या झाडाखाली श्री स्वामींस बसण्यास सांगितले होते, तिथे आले. पाहतात तो श्री स्वामी तिथे नव्हते. त्यांनी नोकरास रागावून, दरडावून विचारले, ''श्री स्वामींस का जाऊ दिले?'' नोकराने हात जोडून सांगितले, ''मालक, श्री स्वामींनी जाऊ नये म्हणून मी प्रयत्नांची पराकाष्ठा केली, पण त्यांनी

माझे काही ऐकले नाही. 'हम किसके हुकुम के ताबेदार है?' असे बोलून येथून ते दहा-बारा पावले गेले आणि बघता-बघता गुप्त झाले.''

नोकराने घडलेला वृत्तान्त चिंतोपंतांस विनम्रपणे सांगितला. हा वृत्तान्त ऐकून टोळास वाईट वाटले. आता पुन्हा श्रींचे दर्शन होते की नाही याची त्यास काळजी लागली. आजूबाजूस तपास करूनही श्री स्वामी मिळाले नाहीत, म्हणून हवालदिल होऊन टोळांनी घोडा भरधाव दौडवून अक्कलकोट गाठले. सोलापूर-अक्कलकोट वाटेवरच खंडोबाचे मंदिर आहे. तेव्हा ते मंदिर गावाबाहेर होते. श्रींना देवळात बसलेले पाहून त्यांस आनंद झाला. सत्वर घोड्याखाली उतरून चिंतोपंत टोळ यांनी श्रींचे दर्शन घेतले. श्रींनी आपल्या घरी चलावे अशी त्यांना वारंवार विनंती केली. त्यावर त्यांनी टोळांस 'आमचे घर निराळे आहे' असे निर्विकारपणे उत्तर दिले. तरीही त्या वेळी टोळांनी श्रींना घरी चलण्याबाबत खूप आर्जवे, विनंत्या केल्या; पण श्री स्वामी येत नाहीत असे पाहून ते कमालीचे निराश होऊन आपल्या घरी आले. श्रींच्या प्रज्ञापुरीत आगमनाचा तो दिवस होता अश्विन शुद्ध पंचमी (ललिता पंचमी) शके १७७९ - बुधवार, २३ सप्टेंबर १८५७.

। प्रज्ञापूर तथा अक्कलकोट ।

श्री स्वामी समर्थ महाराजांच्या आगमनापूर्वी अक्कलकोट या गावाकडे कोणी ढुंकूनही पाहत नसे, ते हजार-पंधराशे उंबऱ्याचे छोट्याशा संस्थानच्या राजधानीचे गाव होते. अक्कलकोट म्हणजे अकलेचा कोट. अक्कल म्हणजे बुद्धी, मती, प्रज्ञा, ज्ञान असा साधा, सोपा, सरळ अर्थ होतो. कोट म्हणजे कोश, गड, दुर्ग, किल्ल्याचे कुंपण. थोडक्यात, 'कोट' म्हणजे संरक्षण करणारा. अक्कल या तीन अक्षरांचा प्रमुख अर्थ आहे व्यापक, अखंडरूप, शुद्ध परमात्मा. सदसद्विचाराची, विवेकाची कास धरणारा आणि त्या अनुषंगाने आचार, विचार, वर्तन करणारा. सद्विचारांची जोपासना आणि उपासना करणारा तो अक्कलकोटनिवासी.

अशा या अक्कलकोटला तथा प्रज्ञापुरीला जणू बुद्धीचा संचय असलेल्या ब्रह्मांडनायक श्री स्वामी समर्थांच्या २३ सप्टेंबर १८५७ ते ३० एप्रिल १८७८ या २१-२२ वर्षांच्या कालखंडातील वास्तव्यामुळे खूप महत्त्व प्राप्त झाले. जिकडेतिकडे अक्कलकोटची प्रसिद्धी होऊन ते एक महान तीर्थक्षेत्र व पुण्यभूमी म्हणून गणले जाऊ लागले आहे.

१८५६च्या दरम्यान श्री स्वामी समर्थ अक्कलकोट तथा प्रज्ञापुरीत येण्यापूर्वी ते एक इंग्रजांच्या अमलाखाली असलेले छोटेसे संस्थान होते. सर्वच बाबतींत अतिशय मागासलेले. त्या वेळच्या गावगाड्याच्या प्रथेनुसार अठरापगड जाती आणि बारा बलुतेदार येथेही होते. सोलापूर जिल्ह्यात सोलापूरच्या आग्नेय दिशेस हे संस्थान होते. त्या वेळी सोलापूर जिल्ह्याचा कलेक्टर या संस्थानचा 'पोलिटिकल एजंट' म्हणून काम पाहत असे. माळशिरस तालुक्यातील सहा गावे आणि खटाव तालुक्यातील कुळेगाव अशी सात गावे व एकशे दोन खेडी या संस्थानात मोडत होती. या संस्थानचे तेव्हाचे क्षेत्रफळ ४९८ चौरस मैल होते. त्यात १३ चौरस मैलांचे घनदाट जंगल होते. उत्तरेला निजामाचे राज्य, पूर्वेला पटवर्धनांची जहागिरी व निजामच्या राज्याचा काही भाग, दक्षिणेस इंदी तालुका व निजामच्या राज्याचा भाग, पश्चिमेला सोलापूर तालुका अशा या संस्थानच्या सीमा होत्या.

समुद्रसपाटीपासून १२०० फूट उंच असलेला हा वृक्षरहित सपाट मैदानी प्रदेश होता. यातील काही भागांतून भीमा व सीना या दोन नद्यांचा प्रवाह वाहत जातो. या संस्थानातील बोरी नदी पुढे भीमेला मिळते. हरडी ही बोरी नदीची एक उपनदी आहे. हा सर्व भाग माळरानासारखा दिसतो. इथे एक तलाव आणि काही विहिरी आहेत. त्या काळात इथे बरेच दिवस पाण्याचे वैपुल्य असे. हिवाळ्यात आणि उन्हाळ्यात येथील हवामान उत्तम असे. पावसाळ्यात मात्र हवा रोगट असे. या भागात सरासरी ३०-३५ इंच इतका पाऊस पडतो. इथल्या राखीव जंगलांत साग, चंदन, बाभूळ, आंबा आदी वृक्ष आढळायचे. कोल्हे, लांडगे, काळवीट, हरिण हे प्राणी तुरळक स्वरूपात जंगलात आढळत.

हिंदू, मुसलमान, ख्रिश्चन यांची इथे संमिश्र वस्ती होती. हे राज्य द्वैभाषिक कानडी आणि मराठी भाषा असलेले होते. भिन्न भिन्न जातिजमातींचे लोक इथे सावकारीचा धंदा करीत असत. ज्वारी, मिरच्या, विड्याची पाने, लुगडी, खण, पागोटी, खादी यांचा हातमागाचा धंदा इथे चालत असे.

दिवाण, मुख्य न्यायाधीश, मामलेदार, महालकरी, चीफ मेडिकल ऑफिसर, पोलीस इन्स्पेक्टर, वॉटर वर्क्स इंजिनीयर, सरकारी शाळेचे मुख्याध्यापक, शिक्षणाधिकारी असे अनेक अंमलदार या संस्थानात असत. संस्थानाधिपतींना दिवाणी, फौजदारी, मुलकी असे पूर्ण अधिकार होते. त्यांना ४१ शिबंदीचे शिपाई (अलीगोल) आणि ७१ नक्त पगारी पोलीस ठेवण्याचा अधिकार होता. १८७१मध्ये इथे सरकारी दवाखाना निघाला. अधिकारी लोकांत इंग्रज, पारशी लोकही असत.

या भौगोलिक सामाजिक स्थितीबरोबरच येथील धार्मिक महत्त्वाबाबत 'श्रीं'चे आद्यचरित्रकार ना. ह. भागवत यांनी पुढीलप्रमाणे सांगितले -

ब्रह्मांडनायक श्री स्वामी समर्थ अक्कलकोटमध्ये २१-२२ वर्षे राहिले. त्यांच्या वास्तव्याने अक्कलकोट भूवैकुंठ झाले. आद्यचरित्रकार श्री नारायण हरी भागवतांनी, 'श्रीं'नी समाधी घेतल्यानंतर २९ जानेवारी ते फेब्रुवारी १८७९ या कालावधीत अक्कलकोटमधील वास्तव्यात प्रत्यक्ष अनुभवावर आधारित आणि 'श्रीं'नी दिलेल्या स्वप्नदृष्टान्ताच्या आदेशानुसार एक चरित्रात्मक छोटेखानी ग्रंथ लिहिला आहे. 'श्रीं'नी महासमाधी ३० एप्रिल १८७८ रोजी घेतल्यानंतर आठनऊ महिन्यांनंतर ना. ह. भागवतांना बैराग्याच्या वेशात दिलेल्या दर्शनाची हकीकत वाचणे सयुक्तिक ठरेल.

''महाराजांनी ज्या ठिकाणी प्रज्ञापुरीत वास्तव्य केले, ते स्थान त्यांच्या चरणस्पर्शाने पवित्र झाले आहे. त्या योगाने, भक्तीने अथवा अभक्तीने तीन रात्री जो अक्कलकोटास जाऊन निर्वेध वास करील तो पापमुक्त होईल. या कालावधीत तीन रात्री एकनिष्ठेने जो ज्या दैवताची आराधना करील, त्याला ते दैवत प्रसन्न होऊन इच्छित मनोकामना पूर्ण करील. मोक्षार्थ्यास मोक्ष साधन दाखवणारा गुरुमंत्र मिळेल. असा या भूमीस महाराजांनी आशीर्वाद दिल्याचे मला तिथे भेटलेल्या एका बैराग्याने सांगितले. या बैराग्याविषयी खरोखर मला फारच चमत्कार वाटला. प्रथमतः महाराजांनी अक्कलकोटच्या भूमीस आशीर्वाद दिलेले शब्द मी त्यास एक न विचारता या बैराग्याच्या तोंडाचे ऐकून मला हसू आले; परंतु काही एक प्रत्युत्तर न देता ऐकल्या न ऐकल्याचे सोंग करून मी तसाच पुढे चाललो. दोघांच्या चालीप्रमाणे मी त्या बैराग्याजवळ बोलण्याचे टाळले. एकमेकांनी परस्परांच्या उजव्या बाजूने जाऊन आपापली वाट धरली असती; परंतु मी जरी ऐकल्या न ऐकल्याचा प्रकार केला तथापि तो आपल्या वाटेचा रोख सोडून माझ्याबरोबर येऊ लागला. त्या दिवशी चैनीखातर संध्याकाळी मी एकटाच गावाबाहेर फिरण्यास निघालो होतो आणि महाराजांच्या संबंधाने माहिती सांगणारा साधा मनुष्य कोणी भेटून तो माझ्याजवळ प्रथमतः न बोलता काहीतरी निमित्त करून मी त्याच्याजवळ बोलण्याचा प्रसंग आणला असता; परंतु हा बैरागी तर आपल्या खुशीने मजपाशी बोलावयास आला असता, मी त्याच्या बोलण्याकडे ऐकल्या न ऐकल्याचा प्रकार

केला, त्याचे कारण इतकेच की, लांब-लांब जटा व दाढी राखून आणि कपाळास राखेचा मळवट फासून याचना करण्याकरिता भयंकर मुद्रा धारण करणाऱ्या बैरागी व इतर लोकांचा मला मनापासून कंटाळा आहे; परंतु या बैराग्याने मी पुण्यात असताना अक्कलकोटला जाऊन किती दिवस व कोणाचे घरी राहावयाचे व तिथे असताना काय काय करण्याविषयी केलेली योजना माझी मलाच ठाऊक असताना ते त्याने इत्थंभूत तडाकेसरशी सांगून एकंदर बैरागी लोकांविषयी माझा जो ग्रह झालेला होता त्या बैरागी मंडळातील तो नाही अशी खात्री करून दिली, आणि सुमारे पाव तासापर्यंत तो माझ्याबरोबर होता. परंतु एकंदरीत बोलण्याचा भाग अगदीच निराळा काढून पुन्हा भेटेल असे सांगून गेला तो पुन्हा माझ्या दृष्टीस पडला नाही.

श्री स्वामींचे आद्य चरित्रकार ना. ह. भागवत यांच्या अस्सल अनुभवसिद्ध लेखनावरून अक्कलकोट या वैकुंठभूमीचे धार्मिक महत्त्व अधोरेखित होते.

त्या वेळी तीन दिवस, तीन रात्री अक्कलकोटमध्ये वास्तव्य व श्री स्वामी समर्थ उपासना हे ठीक होते, पण सद्य:स्थितीत किमान एक रात्र व एक दिवस श्रींची उपासना करण्यात काय अडचण आहे?

। अक्कलकोटच्या आजूबाजूची तीर्थक्षेत्रे ।

अक्कलकोटच्या आजूबाजूस पंचक्रोशीत अनेक सुप्रसिद्ध स्थाने होती. अक्कलकोटपासून एका कोसावर 'बोर्याळ' गावाजवळ एक डोंगर आहे. त्या डोंगरातून फार पूर्वी पुरातन काळात 'बोरीभद्र' नावाची नदी उगम पावते. त्या बोरीभद्र तीर्थात श्री स्वामी नित्य स्नान करीत, अक्कलकोटहून सोळा किलोमीटरवर 'जेऊर' नावाचे गाव आहे. तिथे कोटिबाणलिंग काशीविश्वेश्वर भागीरथी गंगेसह बसले आहेत. या स्थानाच्या पूर्वेला एक उत्तम विहीर आहे. शुभकाळात त्या विहिरीतून पाण्याने भरलेली घागर आपोआप वर येते, अशी कथा आहे. भर उन्हाळ्यातही ती विहीर आटत नाही. हे कोटिबाणलिंग स्थान संतापनाशक, शोकनाशक म्हणून प्रसिद्ध आहे.

अक्कलकोटच्या उत्तरेस सोळा किलोमीटरवर बऱ्हाणपूर नावाच्या गावात चैतन्य साधूचे अत्यंत रमणीय स्थान आहे. हिंदू आणि यवन जातीचे लोकही त्यास भजतात. प्रतिवर्षी वैशाख आणि ज्येष्ठात इथे मोठी यात्रा भरते. श्री स्वामी याही स्थानावर अधूनमधून येत. अक्कलकोटपासून ५० किलोमीटर अंतरावर वैष्णव

भक्तांचे खेडमणूर नावाचे प्रसिद्ध गाव आहे. इथे भीमा नदीचे विशाल पात्र दिसते. येथेच सीना आणि भीमा नदीचा संगम झालेला आहे. पंढरपूर, धाकटे नीरानरसिंहपूर आणि मोठे खेड-मणूर या भागांत भीमा नदी आपल्या सुंदर-नयनरम्य रूपात वाहताना दिसते. पुढे हीच दक्षिणोत्तर वाहिनी भीमा गंगा, पंढरपुरात चंद्रभागा बनून त्यात स्नान करणाऱ्यांना खूप समाधान आणि आनंद देते.

अक्कलकोटपासून ६५ किलोमीटरवर महाराष्ट्राचे आद्य आराध्यदैवत असलेले तुळजापूर आहे. या क्षेत्री तुळजाभवानी मातेचे सुप्रसिद्ध मंदिर आहे. त्यात अष्टभुजा महिषासुरमर्दिनीची दिव्य आणि सुंदर मूर्ती भाविक भक्तांच्या दर्शनासाठी उभी आहे. अक्कलकोटपासून तीन योजनांवर 'देवनिंबर्गी' म्हणून महारुद्रावतार महाबळी श्री मारुतीरायाचे फार प्रसिद्ध स्थान आहे. येथील श्री मारुतीरायाच्या दर्शनभेटीने भक्तांचे मनोरथ पूर्ण होते, अशी श्रद्धा आहे. अक्कलकोटपासून ५० मैल दूर महाराष्ट्र-कर्नाटक सीमेलगत, परंतु कर्नाटकात गाणगापूर हे प्रख्यात तीर्थक्षेत्र आहे. इथे भीमा आणि अमरजा या दोन नद्यांचा संगम झालेला आहे. श्रीनृसिंहस्वामी, दत्तात्रेय गुरुस्वरूपांचे जगद्‌विख्यात स्थान आहे. अक्कलकोटपासून वीस कोसांवर कलबुर्ग नावाच्या गावी केशवचैतन्य साधूंचे फार मोठे स्थान आहे. इथे हिंदू आणि मुस्लीम बांधव एकदिलाने आणि शुद्ध भावाने या साधूस भजतात. अक्कलकोटच्या एका दिशेस रुक्मिणी-पांडुरंगाचे सुप्रसिद्ध तीर्थक्षेत्र पंढरपूर आहे. तर अक्कलकोटपासून दहा योजने दूर जुनी यवन राजधानी विजापूर आहे. प्रज्ञापुरी तथा अक्कलकोटलगत काही अंतरावर नृसिंहवाडी, पांचाळनगर, औदुंबर, भिलवडी, मातापूर, करवीर, करगुदडी आदी क्षेत्रे सर्व दिशांस आहेत.

अक्कलकोटाहून वीस कोसांवर कलबुर्ग हे केशवचैतन्य साधूंचे फार मोठे स्थान आहे. इथे हिंदू, यवन आदी सर्व जण शुद्ध भावाने या साधूस भजतात. अक्कलकोटच्या एका दिशेस रुक्मिणीपांडुरंगाचे प्रिय स्थान श्रीक्षेत्र पंढरपूर आहे. तर अकलकोटच्या दहा योजने दूर जुनी यवन राजधानी विजापूरही आहे. कृष्णा नदीकिनारी 'कुरगडी' नावाचे श्रीपाद श्रीवल्लभांचे पवित्र समाधीस्थान आहे. इथे त्यांचे एक चरण असून भक्तजन आपल्या सौख्यप्राप्तीसाठी त्यांची सेवा करतात. 'तेरढोक' ग्रामी प्रसिद्ध विठ्ठलभक्त गोरा कुंभार यांची समाधी आहे. इथे वडाखाली विठ्ठलमंदिर आहे. त्याचप्रमाणे अकलकोटच्या एका दिशेस अंबाजोगाईचे स्थान आहे. इथेच दत्तपहाड नावाचा पर्वत आहे. दासोपंतांचेही हे पवित्र स्थान आहे.

ब्रह्मांडनायक श्री स्वामी अक्कलकोटला येण्यापूर्वी याच दत्तपहाडावर दोन वर्षे वास्तव्याला होते. एका गुराख्याच्या कन्येस त्यांनी पौरुष देऊन स्त्रीचा पुरुष करण्याची महान लीला येथेच केली.

। अक्कलकोटची राजघराणी ।

साताऱ्याच्या शाहू छत्रपतींनी इ.स. १७०७मध्ये परदगाव येथील पाटलाच्या पत्नीने शाहू छत्रपतींच्या चरणावर राणोजी लोखंडे नावाच्या मुलाला घातले. त्यांनी या मुलाला घरी राजवाड्यात आणून स्वतःच्या कुटुंबातल्या मुलाप्रमाणे त्याचे पालनपोषण केले. त्याची राजवाड्यात स्वतंत्र व्यवस्था केली. पुढे छत्रपती शाहू महाराजांची त्याच्यावर फारच मर्जी बसली. त्यांनी राणोजीचे नाव 'फत्तेसिंग' असे ठेवले. त्यांनी त्याला मनसब म्हणून सुमारे पस्तीस लाख रुपयाचा मुलूख दिला.

विरुबाई नावाची एक अतिशय देखणी, रूपसंपन्न, हुशार स्त्री शाहूची रखेली होती. तिचे या राणोजीवर तथा फत्तेसिंगावर पुत्रवत प्रेम होते. तिचे निधन झाल्यानंतर तिचा अंत्यसंस्कार फत्तेसिंगनेच केला. तेव्हा तिची सारी जिंदगी आणि तिच्या हयातीत तिला खर्चासाठी तोडून दिलेली अक्कलकोट परगण्याची जहागिरी या फत्तेसिंगला मिळाली, त्या नंतर छत्रपती शाहूच्या या मानसपुत्राने स्वतःला अक्कलकोटचा राजा म्हणवून घ्यावयास प्रारंभ केला. कोल्हापूर, बुंदेलखंड, कर्नाटक या प्रांतावर केलेल्या स्वाऱ्यांत हा स्वतः उपस्थित होता. इ.स. १७४९मध्ये शाहू छत्रपतींचं निधन झाल्यावर फत्तेसिंग, अक्कलकोटमध्येच राहू लागला. इ.स. १७६०मध्ये फत्तेसिंगाचं निधन झालं.

त्यानंतर त्याचा भाऊ, पारद येथील बाबाजी लोखंडे पाटील याचा पुत्र शहाजी गादीवर आला. पेशव्यांच्या मंजुरीने त्याने दत्तक घेतला. तेव्हा पेशव्यांनी शहाजीस सर्व अधिकार दिले. तेव्हाचे बारामतीचे विख्यात सावकार बाबूजी नाईक यांचे या संस्थानावर कर्ज होते. त्यामुळे संस्थानांत दंगल माजली. ती कशीबशी मिटली. इ.स. १७८९मध्ये शहाजीचा मृत्यू झाला. नंतर दुसरे फत्तेसिंग तथा बाबासाहेब महाराज गादीवर आले. त्यांनी तुकाजी नावाच्या त्यांच्या भावाला अटकेत ठेवलं, पण तो शेवटी पळून गेला. इ.स. १८२२मध्ये फत्तेसिंग तथा बाबासाहेब महाराजांचा मृत्यू झाला. त्यानंतर गादीवर आलेल्या मालोजीचा मृत्यू इ.स. १८२८मध्ये झाला. नंतर अज्ञान शहाजी राज्याच्या गादीवर आला. त्या वेळी त्याचे वय फक्त आठ वर्ष

होते, म्हणून अक्कलकोट संस्थानचा कारभार त्या वेळच्या साताऱ्याच्या राजामार्फत पाहिला जात असे.

इ.स. १८२९मध्ये संस्थानात रयतेने मोठे बंड केले. इ.स. १८४९मध्ये इंग्रज सरकारने सातारचे राज्यच खालसा करून प्रतापसिंह महाराजांचे सर्व अधिकार काढून घेतले. त्यामुळे अक्कलकोटचे राजे इंग्रज सरकारचे मांडलिक झाले. त्या वेळी गादीवर असलेल्या अज्ञान शहाजीस दर्पणकार बाळ गंगाधरशास्त्री जांभेकर शिकवण्याचे काम करीत. त्यासंबधीचे १४ नोव्हेंबर १८४२चे सातारच्या रेसिडेंटचे पत्र उपलब्ध आहे. या शहाजींचा इ.स. १८५७ला मृत्यू झाला. ब्रह्मांडनायक श्री स्वामींच्या उक्तीप्रमाणे अक्कलकोटचा उन्हाळा संपला आणि पावसाळ्याला प्रारंभ झाला. नंतर मालोजीराजे गादीवर आले. त्या वेळी 'श्री'चं आगमन प्रज्ञापुरी तथा अक्कलकोटमध्ये झाले.

। अक्कलकोटचा राजवाडा ।

श्री स्वामी समर्थ त्यांच्या अक्कलकोटच्या २१-२२ वर्षांच्या वास्तव्यात अनेकदा राजवाड्यात जात. त्यांच्या लहरीप्रमाणे त्या राजवाड्यात ते दोन-चार दिवस राहत. कधीकधी महिनोन्महिने राजवाड्यात जातही नसत. मराठी राज्याच्या वैभवाला शोभेल असा अक्कलकोटचा राजवाडा आजही मोठ्या डौलाने गावाच्या सीमेवर उभा आहे. श्री स्वामींच्या काळात म्हणजे वर्ष १८५७च्या दरम्यान त्या राजवाड्याचे स्वरूप किती भव्य आणि डौलदार असेल याची कल्पना आजही त्या वास्तूत पाऊल टाकल्यावर येते. भव्य बुरूज, उंच तटबंदी, राजवाड्याच्या आत विशाल पटांगण, उद्याने, मधुर जलाने भरलेल्या खोल विहिरी, कोरीव काम केलेल्या अतिशय सुबक पाषाणमूर्ती या सर्वांनीच हा राजवाडा किती रमणीय आणि भव्य असेल, याची कल्पना येते.

राजवाड्यासमोरच्या रुंद रस्त्यावरून दृष्टी टाकली, की डौलदार बुरूज आणि तट यांच्यामध्ये उंच कमानीत बसवलेला भव्य लाकडी दरवाजा दिसतो. मराठ्यांच्या वैभवाला साजेल असा तो दरवाजा टोकदार लोखंडी खिळ्यांनी अलंकृत झाला आहे. हत्तींनी टक्कर देऊन फोडू नये म्हणून असे टोकदार खिळे पूर्वी दरवाजांना बसविलेले असत. शे-पन्नास रुंद दगडी पायऱ्या चढून गेल्यावर त्या भव्य लाकडी दरवाज्यातून राजवाड्याच्या आत प्रवेश होत असे.

खूप उंच, पसरट, बैठकवजा देवड्यांवर पहारेकरी नग्न तलवारी हातात तयार ठेवून सदैव खडा पहारा करीत असत. त्यांना पाहून सर्वसाधारण माणसांच्या छातीत धडकी भरल्याशिवाय राहत नसे. सद्य:स्थितीत त्या राजवाड्याची तटबंदी ढासळली आहे. आतमध्ये राजवाड्याच्या काही भागात सरकारी कचेऱ्या, शाळा आणि एक महाविद्यालय आहे. पण एके काळी याच वाड्याला श्री स्वामींच्या त्या वेळच्या अवतारकाळात गजान्तलक्ष्मीने 'श्रीं'च्या कोमल पदांनी पावन, पवित्र केले होते. त्या पावलांच्या खुणा या राजवाड्यात भक्कम इमारतींच्या आत व बाहेर विस्तृत उद्यानाच्या रूपामध्ये आजही जागोजागी दिसत आहेत.

। श्री स्वामी समर्थांचे प्रकट रूप ।

सकृद्दर्शनी श्री स्वामींचे वागणे तऱ्हेवाईक वाटे. त्यांचे अल्प-स्वल्प बोलणे, पोट धरून हसणे, प्रसंगी क्रोधायमान होणे, तर प्रसंगी कमालीचे मायाळू, ममताळू, प्रेमळ वर्तन सर्वांनाच अनाकलनीय वाटायचे. पण यामागे श्रींचा निश्चित असा उदात्त हेतू असे. अवघ्या मानवजातीचे व प्राणिमात्रांचे कल्याण करण्याची त्यांना ओढ असायची, पण सर्वसामान्यांना त्यांच्या या साऱ्याचे आकलन होत नसे. पर्यावरणाच्या संरक्षणाबाबत तर ते कमालीचे सजग होते. जातिभेद, धर्म-पंथ भेद, कालबाह्य रूढी-परंपरा, अंधश्रद्धा आदींना त्यांचा कृतिशील विरोध असे. या सर्वांशी निगडितच त्यांच्या बहुंताशी लीला होत्या. 'सम सकला पाहू' ही त्यांची मनोधारणा आणि प्रत्यक्ष कृती होती. ज्ञान, भक्ती आणि कर्म या तीन योगांचे ते कृतिशील पुरस्कर्ते होते.

कुणाच्याही निमंत्रणावरून अथवा प्रभावाखाली येऊन ते कुठेही, कुणाकडेही जात नसत. कुणाच्या आग्रहावरून एखाद्या विशिष्ट ठिकाणी राहतही नसत. ते कुणाचेही ताबेदार अथवा बांधील नव्हते. राव, रंक, इतकेच काय, मुकी जनावरे, पशु-पक्षी त्यांना जणू स्वत:चे आप्तच वाटत. 'ईश्वर: सर्वभूतानां हृद्देशेऽर्जुन तिष्ठति।' (प्रत्येकाच्या हृदयात परमेश्वराचा वास असतो.) असे सांगणाऱ्या भगवान श्रीकृष्णाप्रमाणेच त्यांना सर्व प्राणिमात्र, वृक्षलता आदी सर्व परमेश्वराचीच रूपे वाटत. इतकेच नव्हे, तर त्यांनी कृपांकित आणि अनुग्रहित केलेल्या शिष्योत्तमांच्या ठिकाणीही ही वृत्ती त्यांनी संक्रमित केली होती.

त्यामुळे या संस्थानात त्या काळात अनेक लहान-मोठ्या संस्थानिकांचे, जहागिरदारांचे, बड्या-बड्या अंमलदारांचे, विद्वानांचे मालोजीराजाकडे व पुढे

त्यांच्या वंशजांकडे येणे-जाणे होते. त्यातून साक्षात ब्रह्मांडनायक श्री स्वामी समर्थ दत्तप्रभूंचा पूर्णावतार अक्कलकोटमध्ये वास्तव्यास असल्याचा कीर्तिसुगंध तेव्हा सर्वत्र पसरला होता. त्यामुळे शिंदे, होळकर, गायकवाड, पटवर्धन आदी 'श्रीं'च्या दर्शनभेटीला वरचेवर अक्कलकोटला येत असत.

पण श्री स्वामी मात्र आपल्या लीलांत मग्न असत. कधी बाळवृत्तीत निरनिराळे खेळ खेळावेत, बालकांसह कवड्या, गोट्या, कंगोऱ्या खेळत; तर कधीकधी रौद्रस्वरूप धारण करीत. कधीकधी अस्खलित संस्कृतात बोलत, तर कधीकधी मराठी-हिंदी मिश्र भाषेत संभाषण करीत. परंतु ते बहुधा हिंदी खडी बोलीभाषेत बोलत. पण त्यांचा सगळा व्यवहार हा त्यांना लहर लागेल तसा असायचा. दिवसातून चार-चार वेळा भोजन करावे, तर कधीकधी आठ-आठ दिवस अन्नपाण्याला स्पर्शही करू नये, असा त्यांचा विपरीत जीवनक्रम होता, जो सर्वांनाच अनाकलनीय होता.

दर्शनार्थींना श्री स्वामी अनेक प्रकारचे खेळ खेळताना दिसत. खेळण्यासाठी त्यांच्या हातात पितळ्याची कडी करून ठेवली होती. त्या कडीवर अनेक देवदेवतांच्या मूर्ती कोरलेल्या होत्या. जो भक्त दर्शनाला येई, त्यास त्याचे उपास्य दैवत श्री स्वामी त्या कड्यावर अथवा त्यावर कोरलेल्या मूर्तीवर आपले बोट ठेवून दाखवीत. त्यामुळे दर्शनार्थी भक्त व तेथील उपस्थित लोक आश्चर्यचकित होत. लाकडाची, हस्तिदंताची मापासारखी वाटोळी चक्रे खेळण्यासाठी सदैव त्यांच्याजवळ असत. त्यात हरभरे, गहू, जोंधळे, तांदूळ इत्यादी विविध प्रकारची धान्ये काढण्या-घालण्याचा त्यांचा खेळ आत्ममग्नतेने सुरू असे. अनेक देव-देवतांचे पितळी मुखवटे त्यांच्याजवळ असत. त्यात ध्यान्यांची काढ-घाल करण्याचाही त्यांचा खेळ चालत असे. कधीकधी ते मुलांबरोबर गोट्याही खेळत असत. मनाला लहर लागेल, तेव्हा एखादी गोटी हातात घेऊन तिच्याशी चाळा करण्याचा, कधीकधी बसल्या जागेवर पुन्हापुन्हा वर फेकून झेलण्याचा त्यांचा खेळ सुरू असायचा. एखाद्या वेळी वडाखाली अगदी निश्चल बसलेले असले, तर पाखरे त्यांच्या अंगावर येऊन बसत. त्यांच्या देहावर अथवा लगत पडलेले धान्य निर्भयपणाने येऊन खात. त्यांचा 'श्रीं'समवेत मुक्त संचार, तर कधीकधी संवादही चाललेला असे. सारेच अतिशय विलोभनीय असे.

श्री स्वामी समर्थांचा आणि गोट्यांचा संबंध त्यांच्या प्रकटीकरणापासून ते समाधी लीला करेपर्यंत होता. बऱ्याच प्रसंगी ते गोट्यांशी खेळायचे. लहान मुलांबरोबर गोट्यांचा खेळ खेळणेही त्यांना फार आवडायचे. अनेकदा ते रिकाम्या वेळात

आत्ममग्न स्थितीत असताना हातात गोटी घेऊन ती वर फेकण्याचा व झेलण्याचा खेळही खेळायचे. अनेकदा त्यांच्या आजूबाजूस गोट्या विखुरलेल्या स्थितीत पडलेल्या दर्शनार्थींना दिसायच्या. कधीकधी ते स्वत:शीच गूढरम्य संवाद करीत.

या आजानुबाहू सुवर्णकांतीच्या भव्य-दिव्य पुरुषाच्या बाललीला पाहून तथाकथित शहाण्या विद्वानांना श्री स्वामी समर्थ हे वेडे आहेत असे प्रथमदर्शनी वाटत असे. पण कित्येक अहंमन्य, अधिकाऱ्यांचा आणि प्रकांडपंडिताचा नक्षा उतरवण्याचे विलक्षण सामर्थ्य त्यांच्या एका दृष्टिक्षेपात होते. ही गोष्ट नंतर सर्वांच्याच प्रत्ययास येई. श्री स्वामी समर्थ हे मानवी देहधारी ईश्वर आहेत अशी सर्व भक्तांना नंतर खात्री पटत असे. त्यांच्या सन्निध नित्य बसून राहावे, त्यांच्या कृपाकटाक्षाने आयुष्याचे सोने करावे, त्यांची सेवा करावी, त्यांचा सहवास कधीही चुकवू नये, असे त्यांच्या भक्तांना व दर्शनार्थींना वाटत असे.

। दुर्मर्षण ।

श्री स्वामी समर्थांच्या विविध अतर्क्य लीलांमुळे त्यांना 'दुर्मर्षण' ही बिरुदावली भक्तिभावाने दिली जाते. 'दुर्मर्षण' म्हणजे ज्या वाईट, अमंगळ, अनिष्ट गोष्टी आहेत त्यांचा नाश करणारा; पण निव्वळ नाश करणे नव्हे, तर त्या जागी जे चांगले आहे, 'सत्यम् शिवम् सुंदरम्' आहे त्याची निर्मिती अथवा स्थापना करणारा. श्री स्वामी समर्थ हे दत्तप्रभूंचे अवतार आहेत. म्हणजे ब्रह्मा, विष्णू आणि महेश यांचे एकत्रित रूप आहे. महेशाने कल्याणबुद्धीने वाईटाचा नाश करावा, ब्रह्माने तिथे चांगल्याची निर्मिती अथवा स्थापना करावी, विष्णूने ते सर्व वाढीस लावावे. अशा प्रकारचे त्रिमूर्ती स्वरूपाचे काम ब्रह्मांडनायक श्री स्वामी समर्थ महाराज त्यांच्या अवतारकाळात करीत असत आणि सद्य:स्थितीतही ते काम त्यांचे 'श्री स्वामी समर्थ' हे षडाक्षरी नाम करीत आहे. म्हणून ते दत्तावतारी गणले जातात. म्हणून तर त्यांच्या दर्शनभेटीसाठी देशभरातील वेगवेगळ्या प्रांतांतून, संस्थानांतून, खेड्या-पाड्यांतून, वाड्या-वस्त्यांवरून, तीर्थक्षेत्रांतून आणि अनेक धार्मिक संस्थातील असामान्य साधू, संत, महंत, राजे, संस्थानिक, काही मठाधिपती आदी येत असत. प्रत्येकाशी ते 'सम सकला पाहू' या विचारधारेला अनुसरून वर्तनव्यवहार करीत होते. दर्शनभेटीस आलेल्या व्यक्तीची पात्रता, प्रारब्ध, आकलनक्षमता, परिस्थिती आदी सर्व बाबींचा विचार करून मार्गदर्शन करीत. त्यांचे मार्गदर्शन

बहुतांश कृती, संकेत अथवा लीलेतून असे. कधीकधी प्रत्यक्ष बोलण्यातून असे. पण ते क्वचितच.

त्यात पांडित्य नसे. विद्वानांचा, सज्जनांचा, सत्कर्मींचा ते यथोचित आदर, मान-सन्मान करीत. मात्र दुष्ट, व्यभिचारी, भ्रष्ट, खोटारडे कलुषित बुद्धीचे जे असतील, अशांची ते कधीच गय करीत नसत. सर्वांसमक्ष त्यांची झाडाझडती घेत. त्यांचे बिंग फोडीत. ढोंग-सोंग उघड करीत. त्यांना त्यांची जागा दाखवीत. पण अशा व्यक्ती पश्चात्ताप पावल्या, तर ते त्यांना उदार अंत:करणाने आणि क्षमाशील वृत्तीने क्षमाही करीत. भविष्यातील सुरक्षित फलदायी आणि सुख, समाधान, शांती आणि आनंदाचा मार्गही दाखवीत. आलेल्या अडी-अडचणींवर, प्रसंगांवर मात कशी करायची हेही सांगत. इतके सर्व करूनही ते कमालीचे विरक्त, निर्मोही, निर्लेप आणि निर्विकार होते. कशाची म्हणून त्यांना ना आसक्ती, ना ओढ होती. 'मलाच भजा, मलाच पुजा' अशा तऱ्हेचा त्यांचा वर्तनव्यवहार आणि आग्रही नव्हता. अनेकांना त्यांनी पुन्हा अक्कलकोटी न येता, तिकडेच त्या-त्या स्थानावर चांगले कार्य करण्यास सांगितले. त्यांच्या कृपांकित शिष्यांच्या जीवनचरित्राचा अभ्यास केला, तर याचा सुस्पष्ट प्रत्यय येतो. त्यांचे सर्वच वर्तनव्यवहार रोखठोक, पारदर्शी, लोकाभिमुख 'बहुजन हिताय, बहुजन सुखाय' या तत्त्वाला धरून असे.

। 'श्रीं'च्या हातातील गोटी ।

स्वामी समर्थ बसलेल्या स्थितीत असताना त्यांच्या उजव्या हाताच्या अंगठा व तर्जनीमध्ये एक गोटी असायची. गोटीमधील 'ग'चा मथितार्थ 'विश्व' आहे. 'ट'चा अर्थ आहे चैतन्य. म्हणजे 'श्रीं'च्या हातातील गोटी ही चैतन्यमयी विश्वाचे प्रतीकात्मक रूप आहे. याची सत्यता त्यांनी त्यांच्या अवतारकाळात सगुण आणि निर्गुण स्थितीत असताना केलेल्या विविध प्रकारच्या लीलांमधून वेळोवेळी जाणवते. यामुळेच त्यांना 'विश्वंभर' या बिरुदावलीनेसुद्धा गौरविले जाते. श्री स्वामी समर्थांच्या निकटवर्ती, कृपांकित शिष्यांनी कथन केले आहे, की 'श्रीं'च्या उजव्या हाताचा अंगठा व तर्जनीमध्ये दिसणारी ही 'गोटी' निळ्या रंगाच्या स्फटिकासारखी दिसे. हिऱ्याला ज्याप्रमाणे पैलू पाडलेले असतात, त्याप्रमाणे या गोटीलाही पैलू (अष्टपैलू) पाडल्यासारखे दिसत. श्रींच्या हातातील ही गोटी (नीलमणी) जणू चंद्राप्रमाणेच शांततेचे, शितलतेचे, कायमच्या समाधानाचे आणि तृप्तीचे प्रतीक आहे.

श्री स्वामी समर्थ महाराजांच्या उजव्या हाताचा अंगठा व तर्जनीमध्ये ही गोटी स्थिर आढळते. पंचतत्त्वांपैकी अंगठा हा आकाश तत्त्वदर्शक आहे, तर तर्जनी ही वायूतत्त्व दर्शक आहे. आकाश आणि वायू यांच्या सान्निध्यात राहून या गोटीने पंचतत्त्वांचे सप्तगुण अंगिकारले आहेत, असे म्हटल्यास वावगे ठरू नये. दत्तप्रभूंच्या चोवीस गुरूंमध्ये आकाश आणि वायूही आहेत. श्री स्वामी समर्थ हे दत्तप्रभूंचे पूर्ण अवतार आहेत, हे सर्वज्ञात आहे. वेदांमध्ये आणि श्रीमद्‌भगवद्‌गीतेमध्ये आत्मा अखंड आणि अविनाशी असल्याचा उल्लेख आहे. आपले पुरातन ऋषी-मुनी, साधू-संत, महंत आणि प्रज्ञावत यांनीसुद्धा आत्मा अविनाशी आहे असे म्हटले आहे. जणू तो आकाशाप्रमाणे अखंड आणि अविनाशी आहे. अमरत्वाचा आणि अखंडत्वाचा संदेश आकाश देत असते. आकाश कधी मलीन होत नाही. ते कधी वितळत नाही, भिजत नाही, की वाऱ्याबरोबर उडूनही जात नाही. आत्म्याचे स्वरूपही आकाशासारखेच अविनाशी आहे. आकाशात कितीही विजांचा कडकडाट आणि चमचमाट झाला, तरी आकाशाला कधीही बाधा अथवा अपाय होत नसतो. त्यांच्या हातातील गोटी याचेच जणू प्रतीक होते.

त्याचप्रमाणे 'वायू' हा कोणत्याही बाबतीत आसक्त असत नाही. 'श्रीं'च्या हातातील गोटीला असा खूप खोलवर अर्थ, भावार्थ आणि मथितार्थ आहे. त्यामुळेच त्यांना ब्रह्मांडनायक म्हणून भक्तिभावाने आणि गौरवाने संबोधिले जाते. ते त्यांच्या हातातील गोटी त्यांना हवी तशी खेळवीत अथवा फिरवीत. गोटी हे पृथ्वीचेही प्रतीक आहे. त्यांच्या समग्र अवतारकार्याचा चिकित्सक पद्धतीने अभ्यास केल्यास त्यांचे नियंतेपण लक्षात येते. श्री स्वामी समर्थांवर निष्ठा ठेवून त्यांच्या ज्या ज्या उपासकांनी त्यांचा आचारविचार आणि वर्तनव्यवहार प्रामाणिक ठेवला, चारित्र्याला जपले, त्यांना श्री स्वामी 'भिऊ नकोस, मी पाठीशी आहे.' असा दिलासा देत. आता ते सगुण स्वरूपात जरी आपल्यात नसले, तरी निर्गुण निराकार स्वरूपात त्यांच्या भक्तांचे रक्षण करण्यासाठी सदैव सज्ज असतात. 'हम गया नहीं, जिंदा है।' याचा दिलासा ते देतात.

। श्री स्वामींचे छायाचित्र ।

ब्रह्मांडनायक श्री स्वामी समर्थ प्रत्यक्ष प्रज्ञापुरी तथा अक्कलकोटी इ.स. १८५७ ते १८७८ या कालावधीत सदेह स्थितीत वावरत होते. दैवी चमत्कार दाखवीत होते. त्या अनुषंगाने लीलाही करीत होते. त्यामुळे त्यांच्या दर्शनार्थ येणाऱ्यांची

संख्याही दिवसागणिक वाढत होती. श्री स्वामींबद्दलचे दैवी चमत्काराचे वृत्तान्त कानोकानी आणि त्या वेळच्या प्रचारमाध्यमांमार्फत दूरवर पोहोचत होते. अशा श्री स्वामींचे छायाचित्र असावे, असे व्यापारी वृत्तीच्या एका कंपनीला वाटणे साहजिक होते. म्हणून त्यांनी त्यांच्या प्रतिनिधीस भारतात अक्कलकोटी पाठवले. त्या वेळी कंपनीच्या फायद्यासाठी त्यांना अवतारी सत्पुरुषाचा फोटो हवा होता. अशा अवतारी पुरुषाचा शोध घेता-घेता त्यांना अपेक्षित असलेली दैवी विभूती अक्कलकोटमध्ये आहे असे कळल्यावर कंपनीचे काही प्रतिनिधी त्यांच्या छायाचित्रकारासह लगोलग प्रज्ञापुरी तथा अक्कलकोटला श्री स्वामी समर्थ महाराजांचे छायाचित्र काढण्यासाठी आले. त्या युरोपीय छायाचित्रकाराला श्री स्वामी समर्थांच्या लीलांची महती काय ठाऊक? त्यामुळे श्री स्वामींची परवानगी न घेताच त्याने त्यांचे छायाचित्र काढले. आपण फार मोठे काम केले अशा आविर्भावात तो त्याने काढलेले छायाचित्र उपस्थितांना दाखवू लागला, तेव्हा उपस्थितांपैकी काहींना त्या छायाचित्रात मारुती, कोणास विठोबा, तर कोणास आणखी काही असे वेगवेगळ्या स्वरूपांत श्री स्वामी दिसू लागले. सर्वच आश्चर्यचकित होऊन एकमेकांकडे पाहू लागले.

श्री स्वामी समर्थांना जेव्हा छायाचित्र दाखवण्यात आले, तेव्हा ते मोठ्याने हसत ओरडलेच, ''मी असा माकडासारखा दिसतो?'' त्या युरोपीय छायाचित्रकारासह तिथे उपस्थित असलेल्या इतर सर्वांनी पाहिले, तर त्यांना त्या छायाचित्रात माकड दिसू लागले. या विलक्षण घटनेचा त्या छायाचित्रकारावर विलक्षण प्रभाव पडला. तो ओशाळला, लज्जित झाला. श्री स्वामी समर्थांचे छायाचित्र काढण्यासाठी त्यांची परवानगी न घेतल्याची चूक त्याच्या लक्षात आली. तो 'श्रीं'ना शरण गेला. त्याने त्यांची क्षमा मागितली. छायाचित्रासाठी विनम्रपणे त्यांची परवानगी मागितली. करुणासागर दयाळू क्षमाशील श्री स्वामी समर्थांनी त्याला सूर्यास्तानंतर छायाचित्र काढण्यास परवानगी दिली. तेव्हा तंत्रज्ञान इतके प्रगत नव्हते. त्यामुळे छायाचित्रकार आता सूर्यास्तानंतर छायाचित्र कसे काढता येईल, या विचाराने चिंताग्रस्त झाला, पण श्री स्वामींची परवानगी न घेण्याचा अनुभव त्याने नुकताच घेतला होता. त्यांच्या पुढे बोलण्याची त्याची हिंमत होईना. तो शांत राहिला. श्रींनी त्यांच्या निकटच्या सर्व भक्तपरिवारास जवळ बोलावून घेतले. त्या सर्वांना स्वत: शेजारी बसविले. सूर्यास्तानंतर त्या छायाचित्रकाराला सांगितले, ''अभी निकालो.'' शांतपणे त्याने त्यांची छायाचित्रे काढली, जी दुर्मीळ छायाचित्रे सध्या उपलब्ध आहेत. सूर्यास्तानंतरही त्याला छायाचित्रे काढता आली, याचे त्याला परम आश्चर्य वाटले.

श्री स्वामी समर्थांचे छायाचित्र काढण्यासाठी त्या काळी अनेक छायाचित्रकार अक्कलकोटास येत असत. परंतु श्रींची इच्छा असेल, तरच त्यांना छायाचित्र काढता येत असे. श्रींच्या इच्छेविरुद्ध अथवा त्यांना नकळत काढलेल्या छायाचित्रात श्रींची छबी येत नसे. ही सर्वांच्या दृष्टीने आश्चर्याची बाब होती. पुढे इ.स. १८८०मध्ये कर्नल ऑलकॉट सोलापूरला आले. या वेळी मात्र श्री स्वामी समर्थ महाराज समाधीस्थ झालेले होते. (१८७८) कर्नलला स्वतःबरोबर श्री स्वामी समर्थ महाराजांचे छायाचित्र न्यायचे होते. म्हणून ते सोलापूरमधील संबंधित कंपनीच्या छायाचित्रकाराला भेटले. तेव्हा त्याने अतिशय सद्‌गदित होऊ स्वतःचा अनुभव कर्नल ऑलकॉटला ऐकवला. तो म्हणाला, ''आम्ही याअगोदर श्री स्वामी समर्थ महाराजांना न विचारता, त्यांची नजर चुकवून अक्कलकोटमध्ये त्यांचे छायाचित्र काढले, पण ते कॅमेऱ्यात येऊ शकले नाही. आम्ही त्यांना तेव्हा कॅमेऱ्यात बंदिस्त करण्याचा खूप प्रयत्न केला, पण त्याचा काही उपयोग झाला नाही. शेवटी आम्ही कंटाळून त्यांना शरण गेलो. त्यांना प्रार्थना केली, की 'महाराज, भक्तांना पूजेसाठी आपले छायाचित्र हवे आहे. आपले एखादे तरी छायाचित्र आम्हास काढू द्या.' तेव्हा त्यांनी तिथे असलेल्या त्यांच्या सर्व भक्तपरिवारास जवळ बोलावून घेतले. नंतर छायाचित्र काढण्याची आम्हाला परवानगी दिली.'' हे सर्व ऐकून कर्नल ऑलकॉट आश्चर्यचकित झाला. इ.स. १८६९च्या सुमारास श्रींची १५-१६ वेगवेगळी अस्सल छायाचित्रे काढण्यात आली होती.

❊

एकदा अक्कलकोटला फडके नावाचे एक छायाचित्रकार 'श्रीं'चे छायाचित्र घेण्याच्या उद्देशाने प्रज्ञापुरीत आले. त्यांनी श्रींना वंदन करून विनंती केली, ''महाराज, आपले छायाचित्र घेण्याच्या उद्देशाने मी आलो आहे. घेऊ का?'' असे विनंतीच्या स्वरात म्हणताच 'पाच बजे आओ' असे श्रींनी त्यास सांगितले.

श्रींच्या आदेशानुसार फडके संध्याकाळी ठीक पाच वाजता कॅमेरा घेऊन 'श्रीं'कडे गेले; परंतु श्री स्वामी विषयच काढेनात. त्याऐवजी त्यांनी फडक्यांना गुडगुडी धरण्याची आज्ञा केली. सायंकाळचे सात वाजेपर्यंत ते गुडगुडी ओढीत बसले. नंतर लगेच फडक्यांना म्हणाले, ''अभी निकालो फोटो।'' फडके विचारात पडले. सूर्य मावळला होता. अंधार दाटत चालला होता. त्या वेळी फ्लॅशची सोय नव्हती. आता अंधारात कसा फोटो काढता येणार? चिंताग्रस्त फडक्यांनी त्यांची ही अडचण श्रींस सांगताच ते बराच वेळ पोट धरून खदखदा हसत राहिले. काहीसे शांत

होत त्यांनी फडक्यांना फोटो न काढताच कॅमेऱ्याची फक्त काच धुण्यास सांगितले. फडके यांनी श्रींच्या आदेशानुसार तसे केले, तर काय आश्चर्य! श्री स्वामी समर्थांचा प्रत्यक्ष फोटो न घेताही त्या धुतलेल्या काचेवर श्रींचा एक सुंदर फोटो आला. फडकेंसह उपस्थित सर्वच आश्चर्यचकित झाले. 'श्री स्वामी समर्थ महाराज की जय' असे सर्व जण एकमुखाने बोलले. श्रींपुढे सर्वच नतमस्तक झाले.

एक आश्चर्यकारक घटना डॉ. द. रा. बेंद्रे यांनी श्रींच्या समाधी शताब्दी उत्सवात (इ.स. १९७८) त्यांच्या प्रमुख भाषणात सांगितली. ब्रह्मांडनायक श्री स्वामी समर्थ महाराजांच्या महासमाधीचा शतक महोत्सव अक्कलकोट इथे सन १९७८मध्ये साजरा करण्यात आला. हा सोहळा महिनाभर चालू होता. या वेळी २ ते ४ एप्रिल १९७८ या कालावधीत धारवाड (कर्नाटक) येथील त्या वेळच्या कर्नाटक विद्यापीठाचे कुलगुरू पद्मश्री डॉ. द. रा. बेंद्रे यांची श्री स्वामींवरील व्याख्याने आयोजित केली होती. त्या वेळी अक्कलकोट इथे येण्यापूर्वी त्यांच्या घरातील एका भिंतीवर श्री स्वामी समर्थांची प्रतिमा प्रकट झाली. याबाबत त्यांनी त्यांच्या भाषणात सांगितले, ''धारवाड येथील माझ्या घराच्या भिंतींना रंग देताना, 'साहेब, भिंतीला एका ठिकाणी रंग लागत नाही' असे सांगत रंगारी माझ्याकडे आले. मी स्वत: तिथे पाहण्यास गेलो तो काय! तिथे श्री स्वामी समर्थ महाराजांचे छायाचित्र उमटले होते. मी इथे अक्कलकोटी व्याख्यानाच्या निमित्ताने येण्यापूर्वी श्री स्वामी समर्थ महाराज आमच्या घरातील भिंतीवर छायाचित्राच्या रूपाने प्रकटले होते.'' डॉ. बेंद्रे सरांच्या व्याख्यानातील या किश्शाने सर्वांनाच आश्चर्य वाटले.

। श्री स्वामींचे प्रत्यक्ष आगमन ।

संचारेश्वर ब्रह्मांडनायक श्री स्वामी समर्थांचे प्रज्ञापुरीत आगमन अश्विन शुक्ल पंचमी (ललिता पंचमी) शके १७७९, म्हणजे बुधवार, २३ सप्टेंबर १८५७ रोजी झाले, मनोवेगाने जाणारे योगेश्वर तत्काल अक्कलकोटला (प्रज्ञापुरीत) खंडोबा देवालयाच्या ओट्यावर बसले. तेव्हा हे देवालय गावाच्या बाहेर दूर होते. तेव्हा तिथे एक अनाहूत गुराखी आला. त्याला श्री स्वामींनी विचारले, ''आम्ही यावे का तुमचे ग्रामी?'' तेव्हा तो भोळा-भाबडा गुराखी म्हणाला, ''यावे की महाराज, आम्ही तर आपल्या स्वागतास आतुर आहोत.'' तिथे उपस्थित असलेल्या आणखीही काही दर्शनार्थींनी त्यांना माणुसकीखातर आपल्या घरी येण्याविषयी विनंती केली. पण

त्यांना नकार देत श्री स्वामी तिथेच थांबले. रात्री उशाशी एक मोठा दगड घेऊन त्याच ठिकाणी त्यांनी मुक्काम केला. श्री स्वामींची ती दिव्य, तेज:पुंज, उंचीपुरी, धिप्पाड, गौरवर्णीय मूर्ती पाहून अक्कलकोटवासीयांत कुतूहलपूर्वक कुजबुज सुरू झाली. हे कुणी तरी अवतारी सत्पुरुष असावेत, असेच सर्व मनोमनी म्हणत होते.

दुसऱ्या दिवशी सकाळी पांडुरंग पुराणिक, चिंतोपंत टोळ आदी मंडळी श्रींच्या दर्शनास उत्सुकतेने आणि त्वरेने आली. चिंतोपंत टोळ यांस श्रींच्या ईश्वरी लीलांचा पूर्वानुभव होताच. उपस्थिताना ते भक्तिभावाने सांगू लागले, "हे स्वामी साक्षात परमेश्वरावतार आहेत, आम्ही यांचा सत्यानुभव सोलापुरी घेतलेला आहे." उपस्थितांनी श्रींना कळवळून 'आमच्या ग्रामी चलावे' अशी विनंती करताच श्रींनी अक्कलकोटमध्ये थोरल्या वेशीकडून प्रवेश केला. (अश्विन शुद्ध षष्ठी, शके १७७९ - सप्टेंबर १८५७)

पांडुरंग पुराणिकांनी श्रींस त्यांच्या घरी येण्याविषयी विनविले, तेव्हा भक्तवत्सल श्री स्वामी त्यांच्या घरी (श्रीगुरू मंदिराची मागील बाजू, भारत गल्ली) गेले. श्री स्वामींचे स्वरूपच ईश्वरी आणि प्रभावशाली असल्यामुळे असंख्य भक्तजन बघता-बघता तिथे जमले. त्यात बाबा सबनीसही होते. याच बाबा सबनीसांना श्री स्वामींनी माणिक नगरीत (कर्नाटक) माणिकप्रभूंसमक्ष प्रज्ञापुरीत येण्याचे वचन अगोदरच दिले होते. माणिकप्रभूंनी तेव्हाच बाबा सबनीसांना सांगितले होते की 'हेच (श्री स्वामी) आता तुमचे गुरू असतील. इथे (हुमनाबादला) येण्याची आवश्यकता नाही.' त्यामुळे बाबा सबनीस श्री स्वामींच्या अक्कलकोटमध्ये येण्याच्या प्रतीक्षेतच होते. त्यांनी दिलेल्या वचनानुसार ते अक्कलकोटी आले.

पांडुरंग पुराणिकांची पत्नी नीराबाई हिने श्री स्वामी घरी येताच त्यांना मनोभावे नमन केले. बाबा सबनीसांनीही श्रींस वंदन केले. आता श्री स्नान आटोपतील अशा प्रकारची अपेक्षा केली जात होती. परंतु स्नान, भोजन न करता श्री स्वामी निद्रिस्त झाले. ईश्वरी स्वरूप भासणारे व्यक्तिमत्त्व आल्याचे एव्हाना बहुतेकांना कानोकानी समजले होते. श्री स्वामी उठले. आसनावर स्थानापन्न झाले. तेव्हा दिवस मावळून सायंकाळ झाली होती. श्री स्वामींच्या फलाहारासाठी लाडू करण्यात आले होते. चिंतोपंत टोळ आदी भक्तगणही श्रींच्या दर्शनासाठी पुराणिकांच्या घरी जमले होते.

पांडुरंग पुराणिकांनी श्रींस भोजनाची विनंती केली. त्यांच्या विनंतीस मान देऊन ते भोजनपात्रावर येऊन बसले. पात्रात इतर पदार्थांबरोबरच लाडूही वाढण्यात आले होते. लाडू सेवनास सुरुवात करणार, तेव्हा श्री स्वामी पांडुरंग पुराणिकांच्या

पत्नी नीराबाईस सहजच मिश्कीलपणे थट्टेच्या स्वरात ते म्हणाले, ''काय, नीराबाई? आम्हास अन्न मिळणे दुर्लभ असते असे वाटल्यामुळे तू लाडू चोरून ठेवलास की काय? त्यातही अर्धा लाडू चुलीजवळच ठेवलास आणि अर्धा आम्हास वाढला ना?'' सर्वांसमक्ष श्री स्वामी हे बोलल्यामुळे नीराबाई स्त्रीसुलभ वृत्तीने ओशाळल्या. त्यांनी त्यांची चूक तोंडाला पदर लावून नीरागसपणे कबूल केली. पटकन चुलीजवळ ठेवलेला अर्धा लाडू आणून श्रींच्या पात्रात ठेवला. 'माझ्याकडून चूक झाली. मला माफ करावे.' असे भाबडेपणाने म्हणत नीराबाईंनी श्रींचे चरण धरीत माफी मागितली. नीराबाईंच्या या कृतीवर आणि बोलण्यावर श्री स्वामी मात्र लहान मुलासारखे पोट धरून हसत-हसत जेवत होते. सर्वांनाच श्रींच्या सर्वसाक्षीत्वाचा आणि अंतर्ज्ञानाचा प्रत्यय आला. सर्वच भारावून गेले. त्या पहिल्या दिवशी श्री स्वामींनी पुराणिकांकडेच मुक्काम केला. दुसऱ्या दिवशी (अश्विन शुद्ध सप्तमी) चिंतोपंत टोळ व भाऊ राजजोशी पुराणिकांकडे आले. त्यांनी श्री स्वामींस, 'महाराज, आमच्या घरी चलावे' अशी हात जोडून विनम्रपणे विनंती केली. तेव्हा भक्तवत्सल श्री स्वामी राजजोशींच्या घरी गेले. अक्कलकोटमधला स्नान-भोजनाचा पहिला साग्रसंगीत कार्यक्रम श्री स्वामींनी इथेच उरकला. नंतर चतुर्थ प्रहरी ते राजाच्या गणपती मंदिरात गेले.

श्री स्वामी गणपती मंदिरात असल्याचे कळताच भाविकजनही त्यांच्या दर्शनासाठी लगबगीने तिथे आले. अक्कलकोटचे नृपती श्रीमंत मालोजीराजे यांस हे वृत्त कळताच तेही कारभारी दाजीबा भोसल्यांसह तिथे आले. त्यांनी श्रींना श्रीफळ पुष्पमाला अर्पिल्या. श्रींनी राजास प्रसाद म्हणून श्रीफळ दिले, तर सुहास्य वदनाने दाजिबांच्या गळ्यात स्वकंठीची पुष्पमाला घातली. काषायवस्त्र मालोजी नृपाच्या अंगावर फेकले. तेथून ते उठले आणि प्रज्ञापुरीच्या थोरल्या वेशीजवळील ओट्यावर दिगंबर अवस्थेत येऊन बसले. तेव्हा त्यांना नेसण्यासाठी कौपीन वस्त्र अर्पिण्यात आले. इथे ते निश्चल अवस्थेत बसले असतानाच रिसालदार अहमदअली खान रामचंद्र रंगारीबरोबर तिथे आला. ओटीवर बसलेल्या श्रींना पाहून त्यांची गंमत करण्याच्या हेतूने व टवाळखोर वृत्तीने अहमदअली खानने त्यांना रिकामी चिलीम ओढण्यास दिली. त्या रिकाम्या चिलमीच्या एका बाजूकडून त्यांनी आरपार सर्वांकडे पाहिले.

'ठीक है' असे म्हणून प्रसन्न चित्ताने त्यांनी ती रिकामी चिलीम मुखास लावून ओढण्यास सुरुवात करताच चिलिमीतून अग्निदेव प्रज्वलित झाला. तिच्यातून

अग्निज्वालेसह धूर बाहेर येऊ लागला. तेव्हा काही क्षणांपूर्वी टवाळखोर, मजाकवृत्तीचा अहमदअली खान आश्चर्यचकित झाला. ''या अल्लाह! माफ कीजिए, स्वामी भगवान! मुझे माफ कीजिए!'' असे म्हणत हात जोडून श्रींची क्षमा मागू लागला. त्याच्यासमवेत असलेल्या रामा रंगारीने आश्चर्यचकित होत श्रींना हात जोडून विचारले, ''श्री स्वामीदेवा, या अक्कलकोटमध्ये आपले कोणी गणगोत, नातेवाईक, आप्तेष्ट आहेत का?'' तेव्हा श्रीस्वामी सहज म्हणाले, ''येथील पेठेत राहणारा एक माणूस आमचा आप्त आहे.''

। 'श्रीं'ना प्रश्न त्याचे उत्तर ।

श्री स्वामी समर्थ अक्कलकोटमध्ये येण्यापूर्वी हिमालयापासून कन्याकुमारी-पर्यंत अनेक वेळा, अनेक क्षेत्री हिंडले. संपूर्ण भारताची एक परिक्रमा त्या काळात उत्तर-दक्षिण-पूर्व-पश्चिम करायची म्हटली, तरी उभा जन्मही पुरणार नव्हता. असा या अवाढव्य वैविध्याने नटलेल्या, डोंगर-दऱ्या-खोऱ्या आणि नद्या-नाल्यांनी व्यापलेल्या खंडप्राय देशात श्री स्वामींनी अनेकदा भ्रमण केले. याचाच अर्थ ते वायुवेगाने संचार करणारे संचारेश्वर होते. असे हे संचारेश्वर सदेह स्थितीत अक्कलकोट व अक्कलकोटच्या पंचक्रोशीत, खेड्यापाड्यांत वाड्या-वस्त्यांवर वावरले हे वास्तव आहे. ते अनेकांनी पाहिले आणि अनुभवलेसुद्धा आहे. तरीदेखील काही लोक उत्सुकतेपोटी, तर कधीकधी कुत्सितपणे त्यांना प्रश्न विचारीत. असेच एकदा एक इंग्रज बॅरिस्टर व एक पारशी गृहस्थ श्री स्वामींच्या दर्शनभेटीस आले. दर्शन घेऊन ते दोघेही खाली बसले. श्रींचे ते दिव्य ईश्वरी स्वरूप पाहून ते दिपून गेले. त्यांनी श्री स्वामींस ''आपण कोठील?'' असा प्रश्न केला.

त्यावर श्री स्वामी उत्तरले, ''आम्ही प्रथम कर्दळीवनातून निघालो. पुढे फिरत-फिरत उत्तर हिंदुस्थानातील कलकत्ता वगैरे शहरे पाहिली. बंगाल देश हिंडून कालीदेवीचे दर्शन घेतले. नंतर गंगातटाने फिरत-फिरत हरिद्वार, केदारेश्वर, गंगोत्री, बद्रिनारायण, द्वारका, अयोध्या वगैरे हजारो तीर्थे पाहून गोदातटाकास आलो. मग हैद्राबाद, मंगळवेढ्यास बरीच वर्षे होतो. मग पंढरपूर, बेगमपूर व मोहोळास आलो. तिथे काही दिवस राहून अक्कलकोटास आलो. तेव्हापासून येथेच आहोत.'' श्री स्वामींच्या या उत्तराचा आणि गुरुचरित्रातील एकावन्नाव्या अध्यायातील घटना, प्रसंग आणि गोष्टीचा मेळ बसतो.

त्याचप्रमाणे एकदा गाणगापूरचे काही पुजारी अक्कलकोटास आले. श्रींचे दर्शन घेऊन ते त्यांच्याजवळ बसले असता श्रींनी त्यांना प्रश्न केला, ''का हो, तुमच्या देवाचे नाव काय आहे?'' त्यावर ते पुजारी उत्तरले, ''आमचे देवास श्री नृसिंहसरस्वती म्हणतात.'' हे ऐकून श्री स्वामी म्हणाले, ''माझेही नाव नृसिंहभान आहे बरे!'' तत्क्षणी त्या पुजाऱ्यांनी 'श्रीं'स वंदन केले व त्यांचा आशीर्वाद घेऊन ते गाणगापुरास परतले.

१. श्री स्वामी समर्थांचे सेवेकरी

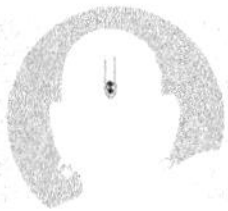

। चोळाप्पा ।

तेव्हाच्या अक्कलकोटमध्ये संमिश्र वस्तीच्या बुधवार पेठेत चोळाप्पा नावाचा पुजारी राहत होता. रामा रंगारीनी बुधवार पेठेत जाऊन चोळाप्पास हातास धरून तिथे आणले, तेव्हा दीर्घ परिचय असल्यासारखे त्याच्याकडे पाहत श्री स्वामी म्हणाले, ''काय रे चोळ्या? मला ओळखले नाहीस काय? तू सुखरूप आहेस ना? मायबाप आचार्यांना विसरलास काय? तू रामचंद्र सराफ. आमचा पूर्वीचा प्रिय भक्त. अक्षय वटवृक्षावरील विहार विसरलास काय? मी मूळपुरुष, दत्तनगर.'' श्री स्वामींची ही ईश्वरी वाणी कानी पडताच चोळाप्पाच्या पूर्वस्मृती हळूहळू जागृत झाल्या. त्याला श्री स्वामींच्या पूर्वस्वरूपाचा उलगडा होत गेला. त्याने श्री स्वामी रूपाने अवतरलेल्या मूळ पुरुषांच्या चरणावर भक्तिभावाने माथा टेकवून साष्टांग नमस्कार केला.

चोळाप्पाने श्री स्वामींचे आगमन, येथील वास्तव्य, त्यांना घडलेला उपवास आदींबाबत जाणून घेताच, स्वतःच्या घरी श्रींच्या भोजनाची व्यवस्था केली. श्रींपुढे अगत्यपूर्वक भोजनाचे ताट वाढण्यात आले. विनम्रतेने त्यांना भोजन करण्याबाबत आग्रह केला. परंतु श्री स्वामी जेवेनात. क्षणभर सर्वच आश्चर्यचकित झाले. नंतर त्यांच्यासोबत आलेल्या अहमदअली खान रिसालदारास 'या भोजनपात्रास हात लाव' असे ते सांगू लागले. स्पृश्यास्पृश्यतेच्या कल्पनांमुळे तेव्हा ताटास हात कसा लावावा, म्हणून शंकित होऊन अहमदअली खान ताटास हात लावेना.

तेव्हा श्री स्वामी त्याच्याकडे पाहत कठोर स्वरात म्हणाले, ''मत डरो, हाथ मे पकड़ो!'' तेव्हा त्याचा निरुपाय होऊन त्याने ताटास हात लावला. नंतर ते अतिशय प्रेमाने जेवले. परंतु चोळाप्पाच्या घरातील बायकांना श्री स्वामींचे हे सर्वच विचित्र, रूढी-परंपरांच्या विरुद्ध वाटले. 'हा कोण वेडसर माणूस यांनी (चोळाप्पांनी) घरात आणला?' म्हणून नावे ठेवली, नाके मुरडली. परंतु श्री स्वामींचे ईश्वरी स्वरूप चोळाप्पास कळून चुकल्यामुळे तो त्याही स्थितीत शांत, निश्चल राहिला. दुसऱ्या दिवशीही श्री स्वामी चोळाप्पाच्याच सदनी राहिले. त्या दिवशी घरातील सोवळ्याने सिद्ध केलेला सर्व स्वयंपाक श्रींनी विटाळून टाकला. त्यामुळे चोळाप्पाची सासू

राधाबाई आणि पत्नी येसूबाई फारच रागावल्या. त्यांनी खूपच आदळआपट केली. 'जावई चोळाप्पांस वेड लागले' असे म्हणण्यापर्यंत राधाबाईची मजल गेली. परंतु चोळाप्पाची श्री स्वामी समर्थांवरील भक्ती मात्र कमी न होता दिवसेंदिवस वाढतच गेली. त्याला श्रींच्या भक्तीचे वेडच लागले होते हे खरे.

श्री स्वामी चोळाप्पाच्या घरच्यांना विविध प्रकारे त्रस्त करीत होते. कधीकधी घरातील डाळी गाईस खाऊ घालीत, घरातील एखादी वस्तू उचलून ती भिकाऱ्यास देऊन टाकीत. असा विविध प्रकारे होणारा त्रास सहन करून, चोळाप्पा 'श्रीं'ची दृढ निश्चयाने भक्ती करीत होता.

एकदा चोळाप्पाची पत्नी येसूबाईने हरभरे भरडले होते. त्याची उत्तम डाळ करून, रांजणात व्यवस्थित भरून कुणासही सुगावा न लागू देता गुपचूप बाजूस ठेवली होती; पण सर्वज्ञ 'श्रीं'ना हे कळल्यावाचून कसे राहील? त्यांनी कोणासही सुगावा न लागू देता ती डाळ चोळाप्पाच्या गाईस खाऊ घालून संपवून टाकली. काही दिवसांनी सणासाठी पुरणपोळी करण्याच्या हेतूने येसूबाई रांजणातून डाळ काढण्यास गेली, पाहते तर रांजण रिकामा! श्रींचीच ही कृती आहे असे समजून तिने पती चोळाप्पास ही गोष्ट सांगितली, तेव्हा त्याने श्री स्वामींना डाळीबद्दल विचारले. तेव्हा त्यांनी उत्तर दिले, ''हमकू क्या मालूम? तुम्हारी गौ डाळ खा गई। उनको पूछ।'' असे बालसुलभ निरागस उत्तर देऊन मोकळे झाले. यातून त्यांना जणू असेच सूचित करावयाचे होते की, 'तुझी डाळ गाईने खाल्ली म्हणजे कामधेनूनेच खाल्ली, त्यात काळजी करण्यासारखे काय आहे? मी आहे ना तुमचा अन्नदाता इथे बसलेला.'

चोळाप्पा फार दरिद्री होता. त्यांचा संसार अतिशय ओढगस्तीचा होता. तशात श्री स्वामींच्या या अशा कृती! त्यामुळे चोळाप्पाची सासू राधाबाई व पत्नी येसूबाई यांस 'श्रीं'च्या या असल्या कृतींचा राग येत असे. वास्तविक त्यांच्या हाती श्री स्वामी समर्थरूपी ईश्वरी निधान सापडले होते. परंतु त्या दोघींना त्या ईश्वरी परिसाची ओळख पटली नसल्यामुळे त्या दोघीही 'श्रीं'ना आपल्यासारखाच सर्वसामान्य इसम समजत होत्या.

चोळाप्पाची लहान मुले ज्या अंथरुणावर निजत त्यावरच श्री स्वामी निजत. कधीकधी पेटलेल्या चुलीत पाणी ओतावे, ओवळ्यानेच सोवळ्यात केलेल्या स्वयंपाकास शिवावे. एकदा तर येसूबाईने केलेल्या सर्व पुरणपोळ्या बाहेर दाराशी आलेल्या बैराग्याला देऊन टाकणार तेवढ्यात येसूबाईने ती पोळ्यांची परात श्रींकडून

हस्तगत केली. त्यातून बैराग्यास एक पोळी दिली. एके दिवशी चोळाप्पा बाहेरगावी गेला असता 'श्रीं'नी त्याच्या बायको व मुलास घराबाहेर हाकलून लावले. हातात काठी घेऊन घराच्या उंबरठ्यावर ते बसले. तेव्हा ते घरात कोणासही येऊ देईनात.

असे दोन प्रहर झाले. बाहेर बायको आणि पोरे भुकेने तळमळू लागली. पण श्री स्वामी कुणाचे काहीही ऐकेनात. मग चोळाप्पा गावाहून परत आल्यावर त्याने 'श्रीं'ची लहान मुलाप्रमाणे समजूत काढली, तेव्हा त्यांनी सर्वांना घरात येऊ दिले. एवढे सर्व होऊन चोळाप्पा सतत शांत असायचा. श्रींबद्दल त्या दोघींनी केलेल्या तक्रारी ऐकून न ऐकल्यासारखे तो करायचा. कारण त्याला श्रींच्या अवताराची आणि ब्रह्मांडनायकत्वाची कल्पना सुरुवातीसच आली होती. श्री स्वामींनी चोळाप्पास आलिंगन देऊन सुरुवातीलाच सांगितले होते, ''चोळ्या, तुझे ऋण फेडण्यासाठी आम्ही आलो आहोत. माया, ममता आणि मोहाची गुरफट, प्रपंचाचा पसारा सोडून सदासर्वकाळ आम्हाजवळ स्वस्थ असावे. मानसी निर्मळ व्हावे, कोणतीही उपाधी राखू नये.'' याचे त्यास चांगलेच स्मरण होते.

अर्थात येता-जाता श्रींचा सतत राग-राग करणाऱ्या आणि त्यांच्यावर डाफरणाऱ्या चोळाप्पाच्या सासू राधाबाईस श्री स्वामींनी ऐकविलेले हे बोधामृत काही समजले नाही. न ऐकल्यासारखे करून उपहासाच्या स्वरात त्या म्हणाल्या, ''अहो साधूमहाराज, घरात धान्याचा कण नाही. स्वयंपाक कसा करायचा याची भ्रांत. आम्ही दरिद्री, मूढ, अभागी आहोत. आपण महायोगी दिसता. मग आता आमची भोजनाची व्यवस्था करा. नुसते कोरडे उपदेश नकोत आम्हाला.''

परंतु त्या वेळी श्री कृपेने असा चमत्कार झाला, की कुणीतरी अनामिक चोळाप्पाच्या घरी येऊन सर्वांसाठी भरपूर भोजनसामग्री (शिधा) देऊन गेला. नंतर राधाबाई आणि येसूबाईंनी सर्वांसाठी साग्रसंगीत भोजनाची व्यवस्था केली. सर्वांनी यथेच्छ भोजन केले. श्री स्वामी मात्र राधाबाईकडे बघून स्मितहास्य करीत सर्वांसह भोजन करत होते. पण या घटनेतूनही त्या दोघींना श्रींचे ईश्वरी सामर्थ्य लक्षात आले नाही. दोघीही त्यांच्या अज्ञानीपणामुळे ईश्वरी स्वरूप असलेल्या श्रींचा विटाळ मानीत असत. प्रसंगी श्रींचे भोजनपात्र वेगळे ठेवण्याची कृती त्यांच्याकडून होऊ लागली. श्रींच्याही लीला काही कमी नव्हत्या. ते मुद्दामच त्या दोघींना वेगवेगळ्या प्रकारे त्रस्त करून सोडीत. वाढलेल्या भोजनपात्रास ते कधीकधी फक्त हात लावीत. अनेकदा घरातल्या चीजवस्तू, शिल्लक असलेले थोडेफार धान्य, डाळी आदी इतरांना वाटून टाकीत.

एकदा तर कहरच झाला. श्री स्वामी त्या दोघींना उद्देशून म्हणाले, ''अहो राधाबाई, येसूबाई, स्वयंपाक करा हो!'' हे ऐकून त्या दोघी मायलेकी स्वयंपाकघरात गेल्या. पाहतात तर काय, कोठीघर अक्षरशः रिकामे होते. तांदूळ, डाळ, भाजी, धान्य, एवढेच काय पण चुलीसाठी लाकडेही नव्हती. त्या दोघींचाही अतिशय संताप झाला. काय करावे या विचारातच त्या दोघी श्री स्वामी व चोळाप्पा जिथे बसले होते, तिथे आदळआपट करत आल्या. श्री स्वामी स्वतः होऊन अन्न मागतात आणि आपण त्यांना ते देऊ शकत नाही. काय शोभा आहे या गृहस्थाश्रमाची! जळो हे जिणे लाजिरवाणे! असे नामुष्कीचे विचारतरंग त्या दोघींच्याही मनात उमटत असतानाच सर्वसाक्षी, सर्वज्ञ श्री स्वामी त्या दोघींकडे पाहत स्मितहास्य करीत म्हणाले, ''बायांनो, स्वयंपाकघरात जा. अन्नाने भरलेली पाने तिथे असताना तुम्ही काय पाहत बसलात? आणि काय विचार करीत आहात? घेऊन या जा ती भोजनपात्रे.'' नाइलाजास्तव त्या दोघी मायलेकी स्वयंपाकघरात गेल्या. तर काय आश्चर्य! तिथे रसभरित पक्वान्नांनी भरलेली पात्रे पाहून त्यांना कमालीचे आश्चर्य वाटले. अत्यानंदाने ती भोजनपात्रे घेऊन त्या भोजनकक्षात आल्या. नंतर सर्वांनीच त्या पंचपक्वान्नांचा मनसोक्त आस्वाद घेतला. ब्रह्मांडनायक श्री स्वामींनी त्यांच्या अद्‌भुत लीलेचा असा आविष्कार त्या दोघींना दाखविला.

संचारेश्वर श्री स्वामी अक्कलकोट आणि अक्कलकोटच्या पंचक्रोशीत निरंतर संचार करीत असत. चोळाप्पा सदासर्वदा त्यांच्या बरोबर एकनिष्ठपणे राहत असे. श्रींच्या वर्तनात विचित्रपणा होता. अनेकदा ते एखाद्या निरागस लहान बालकाप्रमाणे स्वच्छंदी वागत. दर्शनार्थींना कोठेही, केव्हाही दर्शन देत. त्यांचे बसण्याचेही निश्चित असे एक ठिकाण नसे. कधी राजवाड्यात, कधी महारवाड्यात, कधी मंदिराच्या ओट्यावर, तर कधी दर्ग्यात, डोंगरावर, झाडाखाली, प्रसंगी उकिरड्यावरसुद्धा. भोजनाच्या वेळाही नियमित नव्हत्या. मनाला वाटेल त्याप्रमाणे त्यांचा आचार, वर्तनव्यवहार होता; परंतु चोळाप्पा मात्र हे सर्व न कंटाळता, न थकता, तक्रार न करता त्यांची सेवा मोठ्या भक्तिभावाने करीत होता.

❋

श्री स्वामी समर्थ जरी सुरुवातीस चोळाप्पाच्या घरी वास्तव्यास होते, तरी ते कधीही कुणाच्या यत्किंचितही आहारी जात नसत. ते त्याच्याकडे भोजन वगैरे करत, पण त्याच्याही ते कधी अधीन गेले नाहीत. जुना सेवेकरी, नवा सेवेकरी असा भेदभाव त्यांच्यापाशी नव्हता. 'सम सकला पाहू, समधर्माने सर्वांशी वागू' या ब्रीदानुसार

त्यांचा वर्तनव्यवहार होता. श्रीकृपेने चोळाप्पाचे दारिद्र्य संपले होते. त्यांच्याच कृपेने त्यास संतती आणि संपत्ती प्राप्त झाली होती. ते त्यास 'चोळ्या' तर कधीकधी 'जैन' म्हणूनही संबोधत. पुढे द्रव्यलोभामुळे चोळाप्पास श्रींच्या सेवेचा केव्हाकेव्हा विसर पडे. तेव्हा ते त्यास 'माझे खाऊन माझ्यावर फिरलास' असे म्हणत.

चोळाप्पाचा मुलगा कृष्णप्पा श्री स्वामींच्या सेवेत सदैव तत्पर असे. एकदा कृष्णप्पा अक्कलकोट संस्थानचे तेव्हाचे कारभारी रावबहादूर बर्वे यांच्याकडे मठासंबधीच्या वर्षासनाची रक्कम घेण्यास गेला. वर्षासन मिळाल्याच्या पावतीवर त्याने एखाद्या अशिक्षित माणसासारखी गिचमिड्या अक्षरात सही केली, तेव्हा कारभारी बर्वे त्यास थट्टेने म्हणाले, ''वाहवा, काय या मुलाची हुशारी ही!'' तेव्हा श्रींची स्वारी कारभारी बर्वे यांच्याच घरी होती. तेव्हा ते बर्व्यांना रागावून म्हणाले. ''काय रे! त्याला काय म्हणतोस? तू काय केलेस? तेल विकून पोट भरलेस एवढेच ना? त्यास नावे ठेवू नको. त्याचे भाग्य निराळे आहे.'' कृष्णप्पा देखत त्यांच्याच घरात झालेल्या या रोखठोक खरडपट्टीने कारभारी बर्वे गोरेमोरे झाले. त्यांचा चेहरा खर्रकन उतरला. त्यांनी श्रींचे चरण पकडून त्यांची तिथल्या तिथे कृष्णप्पासमोर क्षमा मागितली. सत्य आणि वास्तवापुढे श्री स्वामी कुणाचाही मुलाहिजा ठेवीत नसत. त्याचप्रमाणे बर्वे संस्थानचे कारभारी आहेत. आपण त्यांच्याच घरात आहोत म्हणून त्यांची तळी उचलण्यास बांधील नाहीत, हे जणू त्यांना या घटना-प्रसंगातून सूचित करावयाचे होते. अशी अनेक उदाहरणे त्यांच्या अवतारकाळातील आहेत.

❋

असेच एकदा चोळाप्पाची मेहुणी चोळाप्पाच्या घरी पाहुणी म्हणून काही दिवसांसाठी राहण्यास आली होती. रात्री झोपताना तिने तिची नथ काढून अंथरुणावर उशाशी ठेवून ती झोपली. चोळाप्पाच्या पुतण्याने ते पाहिले होते. पहाटे उठून बागेत फुले आणण्यास जातेवेळी त्याने ती नथ हळूच काढून घेतली व साळसूदपणे फुले आणण्यास निघून गेला.

बाई जागी होऊन पाहते तो नथ नाही. बाई घाबरली. तिच्या भिक्षुक नवऱ्याने तेव्हा काटकसरीने पैसे जमवून शे-पन्नास रुपयांची नथ नुकतीच मोठ्या हौसेने तिच्यासाठी करून घेतली होती. पुष्कळ शोधाशोध करूनही नथ न मिळाल्यामुळे अखेरचा उपाय म्हणून ती श्रींकडे आली. नथीच्या संबंधातील सर्व वृत्तान्त तिने रडत रडत त्यांना सांगितला.

''रडू नकोस, उगी बैस. तुझी नथ सापडेल.'' असे तिला ते दिलासा देत म्हणाले. ती तासभर त्यांच्याजवळ बसली. पुन्हा रडून ती त्यांना म्हणू लागली, ''महाराज, केव्हा मिळेल हो माझ्या गरीब बापडीची नथ?''

''थांब गं. रडू नकोस, तुझी नथ मिळेल. घाबरतेस कशाला?'' असे म्हणत असतानाच तो चोरी करणारा मुलगा फुले ठेवून 'श्रीं'जवळ साळसूदपणे आला. तेव्हा ते त्यास म्हणाले, ''अरे, ती रडते आहे. तिची नथ दे!''

सुरुवातीस तो कबूल होईना. तेव्हा त्याला शिव्या हासडीत स्वामी म्हणाले, ''सकाळी बागेत फुले आणण्यासाठी जाताना अंथरुणावर उशाशी ठेवलेली नथ तू नेलेली आहेस. ती लगेच देऊन टाक!'' श्री स्वामींनी अचूक सांगितलेल्या त्या माहितीने घाबरून चोळाप्पाच्या पुतण्याने ती नथ गुपचूप काढून आणून दिली. चोळाप्पाच्या मेव्हणीने 'श्रीं'स साष्टांग दंडवत घातले. रडत-रडत आलेली ती श्री स्वामींना धन्यवाद देत हसत-हसत गेली.

❋

परंतु प्रत्यक्ष ब्रह्मांडनायक आपल्या घरात वास्तव्यास असून, त्यांची अनेकदा प्रचिती घेऊनही चोळाप्पाच्या मनावर अंधश्रद्धेचे गारुड होते. एकदा श्री स्वामी बाहेर गेले असताना चोळाप्पाच्या घरात घुबड शिरले. ही काहीतरी विपरीत, अशुभसूचक घटना आहे असे समजून चोळाप्पाने घरास बाहेरून कडी-कुलूप लावले. बायको-मुलांना घेऊन तो खासबागेत जाऊन राहिला. काही वेळाने श्री स्वामी घरी आल्यावर तपास करता त्यांना कळले की, चोळाप्पा बायको-मुलांसह खासबागेत जाऊन राहिला आहे. मग ते खासबागेत जाऊन चोळाप्पावर रागे भरत म्हणाले, ''चोळ्या, घुबड घरात शिरले म्हणून काय कोणी घरदार सोडतात काय?'' त्याच्या हाताला धरून सायंकाळी सर्वांसह ते घरी आले.

एक दिवस श्री स्वामी एकाएकी चोळाप्पाच्या घरातून निघून झपझप हासापूर गावाकडे निघाले. त्यांच्या पाठोपाठ चोळाप्पा होताच. श्री स्वामी त्याच्याकडे पाहत त्यास रागावून म्हणाले, ''आम्ही संन्यासी. आमच्या मागे लागू नये. चोळ्या, घरी जा. प्रपंच कर.'' पण चोळाप्पा त्यांची पाठ सोडेना. तेव्हा 'श्रीं'नी त्यास यथेच्छ शिव्या दिल्या. चोळाप्पा हात जोडून श्रींच्या चरणास मिठी मारून म्हणाला, ''महाराज, मी सर्व काही सोडीन. घरदार, संसार, बायको, मुले सोडीन. पण तुमचे चरण सोडणार नाही.'' तेव्हा श्रींनी त्याच्यावर प्रसन्न होऊन त्यांच्या पायातील खडावा त्याच्याकडे भिरकावून दिल्या आणि म्हणाले, ''यांची पूजा कर. जा आता.'' चोळाप्पाने त्या

खडावा भक्तिभावाने त्याच्या घरी आणल्या. त्या खडावांची त्याच्या घरात त्याने विधिवत स्थापना केली व तो त्यांची मनोभावे, नित्यनियमाने पूजाअर्चा करू लागला.

पुढे गावातील व्याधिग्रस्त, आजारी लोकांना 'चोळाप्पाच्या घरी श्री स्वामींच्या प्रासादिक पादुका आहेत व त्यांचे दर्शनाने व्याधीनिरसन होते' असे दृष्टान्त होऊ लागले. तसे अनुभवही येऊ लागले. सद्य:स्थितीतही त्या पादुका चोळाप्पाच्या वंशजांकडे अक्कलकोटमध्ये चोळाप्पाच्या मठात आहेत. चोळाप्पाची पत्नी येसूबाई व त्याची सासू राधाबाई श्रींना अवतारी पुरुष समजत नसत. त्यांच्याकडे एक सर्वसामान्य साधू म्हणून त्या दोघी बघत. एके दिवशी येसूबाई सरपणाची लाकडे उचलत असताना एका लालजर्द मोठ्या विंचवाने तिच्या उजव्या हाताला दंश केला. तिला असह्य वेदना होऊ लागल्या. तेव्हा पलंगावर निजलेल्या श्री स्वामींकडे चोळाप्पा तिला घेऊन आला. तेव्हा ती कळवळून म्हणाली, ''महाराज, मला वाचवा हो. खूपच वेदना होत आहेत.'' तेव्हा श्रींनी पायातील जोडे काढून चोळाप्पाकडे दिले. तिचा विंचवाच्या दंशाने ठणका मारणारा हात त्या जोड्यात घालण्यास सांगितले. येसूबाईने तसे करताच तिच्या हाताचा ठणका थांबला. तिला वाटले, 'आता हात बरा झाला आहे.' अशा समजुतीने तिने हात जोड्याबाहेर काढला. त्यासरशी हात पुन्हा ठणका मारू लागला. शेवटी जोडा उशाशी घेऊन, त्यात हात घालूनच ती शांत झोपी गेली. दुसऱ्या दिवशी हात पूर्णत: बरा झाला. शांत झोप लागल्यामुळे तिला प्रसन्नचित्त वाटू लागले होते. या प्रसंगामुळे तिला श्री स्वामी अवतारी आहेत याची खात्री पटली. तिची त्यांच्यावर भक्ती जडली.

चोळाप्पा जरी कट्टर स्वामीभक्त होता, तरी तो द्रव्यलोभी होता. द्रव्यलोभापायी त्याला श्री स्वामी समर्थ सेवेचा कधीकधी विसर पडे. सेवेत अनियमितपणा होत असे. अंतर्ज्ञानी श्री स्वामी हे जाणून होते. ते चोळाप्पास काहीही बोलत नसत, परंतु त्यांनी त्याच्याकडील नैवेद्य सेवन करणे कमी केले. वास्ताविक श्रींनी पूर्वजन्माच्या संबंधामुळे त्याच्यावर कृपाछत्र धरले होते. परंतु त्याच्या द्रव्याच्या हव्यासामुळे त्याचा श्री स्वामीसेवेत खंड पडू लागला. सुरुवातीची त्याची श्री स्वामीभक्ती कमीकमी होऊ लागली. त्याचे प्रारब्ध, दुसरे काय?

❋

एकदा चोळाप्पाची पत्नी येसूबाई गरोदर राहिली. नऊ महिने भरून तिची प्रसूतीची घटिका अगदी जवळ आली होती. तिचे पोट दुखू लागले. म्हणून ती खोलीत जाऊन दार बंद करून बाजेवर निजली. तेव्हा श्री स्वामींनी ''येसू दार उघड, दार उघड.''

म्हणून दोनदा-तीनदा सांगितले. पण ती दार उघडेना. अखेरीस ते दरडावणीच्या स्वरात म्हणाले, ''येसू, दार उघड. उघडतेस की नाही?'' अखेरीस तिने दार उघडले. ते खोलीत गेले. येसूबाईच्या प्रसूतीचे गांभीर्य ओळखून खोलीतील काही स्त्रिया व राधाबाई श्रींना खोलीत जाऊ देईनात. त्या खोलीचे दार लावू लागल्या. तेव्हा श्री स्वामी दरडावून म्हणाले, ''तुम्ही कुणीही इथे खोलीत थांबू नका आणि खोलीचे दारही लावू नका. जा आता बाहेर.'' ते त्यांना दार लावून देईनात. खोलीतही कोणा स्त्रीस जाऊ देईनात. ''महाराज, येसूची प्रसूतीची घटिका जवळ येऊन पोहोचली आहे. तिला प्रसूतीच्या वेदना होत आहेत. आपण बाहेर...'' त्या सर्वांचे बोलणे मध्येच तोडत ते रागावून म्हणाले, ''मला कळते आहे. तुम्ही सांगण्याची गरज नाही.'' अखेरीस राधाबाईसह सर्व स्त्रियांचा नाइलाज झाला. 'श्रीं'पुढे कोणाचेही काही चालेना. अखेरीस त्या सर्व जणी निमूट त्या खोलीबाहेर पडल्या आणि बाहेर थांबल्या.

इकडे खोलीत येसूबाई प्रसूतीच्या वेदनेने विव्हळत होती. ''येसू, सर्व ठीक होईल, काळजी करू नको.'' असे म्हणत स्वामी तिला धीर देत होते, शांत करत होते. श्री स्वामींनी त्या खोलीत असलेल्या गाडग्या-मडक्यांच्या उतरंडी उतरून ती सर्व गाडगी-मडकी त्या खोलीभर इतस्ततः पसरवून ठेवली. इकडे येसूबाईस प्रसूतीच्या वेदना असह्य होत होत्या. 'श्री स्वामी असे विपरीत काही तरी करून फजिती करतात की काय?' असे त्या स्त्रिया आपापसांत काळजीने कुजबुजत असतानाच येसूबाई सुखरूप प्रसूत झाली. तिला कन्यारत्न झाले. येसूबाईच्या सुखरूप प्रसूतीनंतरच महाराज खोलीतून बाहेर आले. ''आता जा खोलीत. घ्या लावून खोलीचा दरवाजा.'' श्रींनी त्या पोक्त स्त्रियांना हसत-हसत सांगितले व ते तेथून निघून गेले. श्रीकृपेने बाळ-बाळंतीण सुखरूप होते. सर्व आनंदी झाले.

❈

असेच एक दिवस श्री स्वामी समर्थ एकाएकी उठून बसले आणि त्यांनी चोळाप्पांना आज्ञा केली, ''चोळ्या, खेटर लाव.''

''आत्ता? भर दुपारी? महाराज वाटा खूप तापल्या आहेत आत्ता. एवढ्या उन्हात कुठे निघालात?'' समवेतच्या सेवेकऱ्यांच्या कुरबुरी सुरू झाल्या, पण त्याकडे जराही लक्ष न देता ते झपझप चालू लागले. दुपारच्या सुमारास ते कोठे निघाले, का निघाले, हे कुणासही कळेना. त्यांना उघड आणि स्पष्ट विचारण्याची कुणालाही हिंमत होईना. श्री स्वामी पुढे, सर्व सेवेकरी जन व चोळाप्पा त्यांच्या मागे; असा हा गोतावळा गावाबाहेर निघाला. भर दुपारची वेळ. ऊन फार तापू लागले होते. धुळीने

व्याप्त रस्ते तापल्या तव्यासारखे गरम झाले होते. त्यात 'श्रीं'ची चाल वायुगतीची. त्यामुळे त्यांच्या त्या भक्तपरिवारास अक्षरशः त्यांच्या मागे पळावेच लागे. रस्ताही धड नव्हता. काट्याकुट्यांनी, खाचखळग्यांनी, दगडधोंड्यांनी भरलेला होता. धुळीने माखलेला होता. खाण्यापिण्याची काहीच सोय नव्हती. श्री स्वामींबरोबर राहिल्यावर खाण्यापिण्याची चांगली चंगळ होत असते, असा अनुभव असणाऱ्या सेवेकऱ्यांचा मात्र त्या दिवशी फारच हिरमोड झाला होता.

या प्रतिकूलतेमुळे सेवकऱ्यांच्या जथ्यातील एकेक सेवेकरी आपोआपच गळू लागला. फक्त चोळाप्पाच एकटा काय तो त्यांच्यासमवेत उरला. आता फक्त श्री स्वामी आणि त्यांच्या मागे-मागे चोळाप्पा पळतच चालत होता. थोड्याच वेळात निवडुंगाचे काटेरी घनदाट रान लागले. श्री स्वामी त्यातूनही नेहमीच्याच गतीने झपझप चालत होते. 'आता कसला जातोय चोळाप्पा श्री स्वामीं बरोबर! येईल माघारी परत.' असा अंदाज मागे राहिलेले भोजनभाऊ सेवेकरी करीत होते. परंतु चोळाप्पा श्री स्वामी समर्थांवरील दृढभक्तीने त्या घनदाट काटेरी निवडुंगाच्या फडांतून निर्धास्त चालला होता. तेव्हा त्यास आपण निवडुंगाच्या काट्यांवरून चालत नसून मऊ अशा गुलाबाच्या पाकळ्यांवरून चालत आहोत असा दैवी अनुभव येत होता. केवढी ही ब्रह्मांडनायक श्री स्वामींची किमया आणि चोळाप्पाची त्यांच्यावरील निष्ठा.

✻

श्री स्वामी समर्थांचा परमभक्त चोळाप्पा यास दोन मुले आणि एक मुलगी होती. पुढे काही दिवसांनी कन्या राजूबाईस तिच्या विवाहानंतर क्षयरोग झाला. ती क्षयरोगाने अतिशय बेजार झाली होती. तेव्हा चोळाप्पाने श्रींस प्रार्थना केली, ''महाराज, कन्या राजूबाई क्षयरोगाने अतिशय बेजार झाली आहे. काय करावे?'' तेव्हा त्रिकालज्ञानी श्रींनी त्यास काहीही उत्तर न देता जवळच असलेल्या शेणाच्या गोवऱ्या चोळाप्पाच्या हातात दिल्या. श्रींनी त्यांच्या या कृतीतून राजूबाईसंबंधीचे दुश्चिन्ह सूचित केले. पुढे पंधरा दिवसांतच तिचा अंत झाला.

त्यानंतर काही महिन्यांनी चोळाप्पाचा पुत्र कृष्णाप्पाची मुंज झाली. त्यानंतर पंधरा दिवसांनी कृष्णाप्पास महामारीचा (पटकी, कॉलरा) उपद्रव होऊन त्यातच त्यांचा अंत झाला. घरची माणसे शोकमग्न होऊन आक्रोश करू लागली. तेवढ्यात ब्रह्मांडनायक श्री स्वामी समर्थांची स्वारी तिथे येऊन सर्वांना उद्देशून, ''अरे मूर्खांनो, रडता काय म्हणून? त्याचे शुभ-लग्न व्हायचे आहे.'' असे म्हणून मृत कृष्णाप्पाजवळ जाऊन ते त्यास म्हणाले, ''अरे नीळकंठा, ऊठ, ऊठ! आमच्याबरोबर दोन शब्द

बोल!'' श्री स्वामी त्यास हाका मारू लागले. श्रींची ती देववाणी ऐकताच मृत कृष्णाप्पाची हालचाल सुरू झाली. गार पडलेले त्याचे शरीर हळूहळू उबदार होऊ लागले. तो डोळे उघडून पाहू लागला. थोड्याच वेळात उठून बसला. सर्वांस खूप आनंद झाला. श्री स्वामी समर्थ हे 'वर्षति वर्षासु नि: स्वनो मेघ:' असे कृपेचा वर्षाव करणारे होते. हा मेघ घननीळ कृष्णासारखा आणि रामासारखा होता. निव्वळ गर्जणारा नव्हता, तर कृपेचा वर्षाव करणारा होता. म्हणूनच कृष्णाप्पास जीवदान देऊ शकला. तेथील सर्व उपस्थितांनी श्री स्वामी समर्थ नामाचा मोठ्या आनंदाने जयघोष केला. शोकाकुल वातावरण नष्ट होऊन आनंदाचे वातावरण निर्माण झाले. पुढे लवकरच श्री स्वामी समर्थ कृपेने कृष्णाप्पाचे लग्न झाले. ब्रह्मांडनायक श्री स्वामी समर्थांचे सर्वच काही असे स्तिमित करणारे होते.

❋

लोभीपणा हा चोळाप्पाच्या स्वभावातला मोठा दोष होता, म्हणून श्री स्वामींनी एकदा चोळाप्पा, काही सेवेकरी आणि बरेचसे दर्शनार्थी बसले असताना जवळचे एक उपरणेवजा वस्त्र उचलले. त्याची चौपदरी करून ते झोळीसारखे तेथील सर्व उपस्थितांपुढे धरत 'अल्लख' म्हणून 'मला भिक्षा घाला' असे म्हणू लागले. उपस्थित सर्वांनाच 'श्रीं'च्या या कृतीचे आश्चर्य वाटले. पण त्यांना काहीही न विचारता त्या वेळी कोणी १, कोणी २, कोणी ५ रुपये श्री स्वामींच्या त्या झोळीत टाकले. अशी १२५ रुपयांची नाणी जमली. ती चौपदरी झोळी चोळाप्पाच्या हातात देत ते म्हणाले, ''चोळ्या! तुझे ऋण फिटले बरे. आता घरी बसावे.''

द्रव्याच्या हव्यासापायी त्याला श्री स्वामी समर्थांसारखे ब्रह्मांडनायक गमवावे लागले. आता चोळाप्पाचे स्थान इतर सर्वसामान्य सेवकांसारखे आणि दर्शनार्थींसारखेच झाले. त्याचा मान-सन्मान आणि आदर श्रींच्या दरबारातून कमी झाला. श्री स्वामीही क्वचितच त्याच्या घरी जात आणि अतिशय अल्प-स्वल्प वेळ थांबत. त्यांनी त्याच्याकडे भोजन अथवा अन्य काही ग्रहण करणेही पूर्णपणे थांबवले होते.

एकदा चोळाप्पा श्री स्वामींच्या नकळत त्यांच्या समाधीसाठी त्याच्या घरात जागा खोदीत होता. अंतर्ज्ञानी, सर्वसाक्षी श्री स्वामी त्याच्या घरी जाऊन त्याला विचारू लागले, ''चोळ्या, अरे हे काय करतो आहेस रे?''

ओशाळलेल्या चोळाप्पाला काही सांगता आले नाही. पण तेव्हा त्यांनी त्याला स्पष्ट सांगितले, ''आधी यात तुला घालीन, नंतर मी जाईन.'' ब्रह्मवाक्यच ते. पुढे घडलेही तसेच.

पुढे काही दिवसांनी चोळाप्पा एकाएकी फार आजारी पडला. त्याच्या अंतसमयी त्याला 'श्रीं'च्या दर्शनाचा खूप ध्यास लागला. पण श्रींनी त्यास दर्शन दिले नाही. त्याच्या अंतकाळी त्याच्या उरल्यासुरल्या पूर्वपुण्याईमुळे त्यास श्रीचरणतीर्थ कसेबसे मिळाले आणि ते त्याच्या मुखात पडले. शके १७९९ (सन १८७७) अश्विन शुद्ध नवमीस दुपारी दोन वाजता तो श्रींचरणी विलीन झाला.

त्या दिवशी श्रींची वृत्ती उदास होती. मालोजीराजांच्या राणीसाहेबांनी श्री स्वामींस विचारले, ''महाराज, आपण आज फारच उदास आहात, असे का?''

त्यावर ते म्हणाले, ''आमचे सात जन्माचे पितापुत्राचे नाते. ते आता तुटले आहे. हा वियोग आता आम्हाला सहन होणार नाही. चोळ्या गेला! आता लीला कोणासाठी करायच्या? आता आम्हीही लवकरच जाऊ.''

झालेही तसेच. चोळाप्पाच्या निधनानंतर एक वर्षाच्या आत ब्रह्मांडनायक श्री स्वामी समर्थांनी चैत्र वद्य त्रयोदशी शके १८०० (मंगळवार, ३० एप्रिल १८७८) सायंकाळी ४ ते ५च्या दरम्यान समाधीलीला केली. चोळाप्पाने जी जागा त्याच्या घरात अगोदरच तयार करून ठेवली होती, तिथेच त्यांचे पार्थिव त्यांच्या महानिर्वाणानंतर ठेवण्यात आले.

तीच जागा सध्या अक्कलकोटमध्ये 'श्री स्वामी समर्थ समाधी मठ' म्हणून प्रसिद्ध आहे. किती हा योगायोग! आणि साथसंगत!

❋

। सुंदराबाई ।

श्री स्वामी समर्थ महाराज प्रज्ञापुरी तथा अक्कलकोटमध्ये सदेह स्थितीत वावरत असताना तीन कारकिर्दी झाल्या. श्रीमंत मालोजीराजे, राणीसाहेब आणि पंचसमितीची कारकिर्द. श्रीमंत मालोजीराजांच्या कारकिर्दीच्या अखेरीस सोलापूरची सुंदराबाई कडगावकर नावाची एक विधवा स्त्री अक्कलकोटमध्ये आली. तिला येथे येण्याचे कारणही असे घडले, की कुठल्यातरी रोगामुळे तिच्या पायास मोठमोठाले फोड आले होते. तिचा पाय पूर्णतः नासून खराब झाला होता. श्री स्वामी समर्थांकडून त्यावर काहीतरी उपाय विचारून तो उपाय करावा या हेतूने ती श्रींच्या दर्शनभेटीस आली होती.

त्या वेळी चोळाप्पा हे श्रींचे प्रमुख सेवेकरी होते. पुढे सुंदराबाईची व त्यांची चांगली ओळख झाली. चोळाप्पांना श्री स्वामीसेवेत ती थोडीथोडी मदत करू लागली. श्रींच्या दर्शनभेटीसाठी येणाऱ्यांची संख्याही दिवसेंदिवस वाढत चालली होती. त्यामुळे चोळाप्पांची एकट्याची फारच तारांबळ होऊ लागली. सुंदराबाईलाही संसाराचे तसे काही पाश नव्हते. चोळाप्पा श्रींस स्नान घालणे, शौचास घेऊन जाणे, जेवू घालणे, निजण्यासाठी अंथरूण टाकणे इत्यादी तदनुशंगिक कामे करीत असत. हे सर्व करता करता श्रींची स्वेच्छारी, संचारी, लहरी वृत्ती सांभाळता सांभाळता त्यांची धांदल उडत असे.

अनायासे श्रींच्या दर्शनभेटीतून स्वतःच्या सडलेल्या पायावर उपचार करून घेण्यासाठी आलेल्या सुंदराबाईचे तेथील वास्तव्य वाढले. श्रीकृपेमुळे तिच्या पायाच्या व्याधीला चांगलाच आराम पडू लागला. चोळाप्पाला सुरुवातीस श्री स्वामीसेवेत ती थोडीफार मदत करीत असे. सबब, सुंदराबाईस ठेवून घेतल्यास आपणास चांगली मदत होईल असा विचार मनात आणून चोळाप्पाने तिला श्रीसेवेत ठेवून घेण्याचा निश्चय केला. तसे सूतोवाच श्री स्वामींजवळ करताच त्रिकालज्ञानी, सर्वज्ञ श्री स्वामी समर्थ महाराज म्हणाले, ''चोळ्या, हिला ठेवू नको बरे. ही तुझ्या डोक्यावर मिरे वाटील.'' परंतु तेव्हा श्रींचे हे उद्‌गार त्याने थट्टेवारी नेले. त्याकडे साफ दुर्लक्ष केले.

हळूहळू सुंदराबाई चोळाप्पांची श्रीसेवेची बरीच कामे करू लागली. आता तिचा पायही बहुतांशी बरा झाला होता. चोळाप्पांचे श्री स्वामीसेवेबाबतचे बरेच काम कमी झाले होते. त्यामुळे ते काहीसे सुखासीन झाले होते. श्री स्वामींना लघुशंकेसाठी व शौचास नेणे, त्यांना स्नान घालणे, वेळचे वेळी भरविणे अशी कामे ती सुरुवातीस अतिशय निष्ठेने करीत असे. तिचे पुण्यही असे थोर, की 'हम किसी के ताबेदार नहीं' असे म्हणणारे आणि अनेकांना तशी प्रचिती देणारे श्री स्वामी समर्थ महाराज तिच्या आदेशाप्रमाणे वागू लागले. त्यामुळे पुढेपुढे तिचे प्राबल्य हळूहळू वाढत गेले. चोळाप्पांच्या स्वामिनिष्ठेत नाही म्हणायला बरीच शिथिलता व ढिलाई आली होती. त्यामुळे श्री स्वामी समर्थांच्या दरबारात सुंदराबाईचा वरचष्मा वाढत असल्याचा आणि चोळाप्पांचा घटत असल्याचा सर्वांच्याच निदर्शनास येत होता.

श्री स्वामी समर्थ साक्षात ब्रह्मांडनायक, परब्रह्म ईश्वरी स्वरूप आहेत हे त्या अल्पबुद्धीच्या, स्वार्थी वृत्तीच्या सुंदराबाईस लक्षात आले नाही. ती श्री स्वामींना व्यवहारात वावरणाऱ्या सर्वसामान्य माणसासारखेच समजत होती. आपण श्रीसेवा

करतो आहोत, म्हणजे आपण कुणीतरी विशेष आहोत असे ती समजत होती. सर्वसाक्षी, अंतर्ज्ञानी श्री स्वामींना हे सर्व कळत होते. दर्शनार्थीसुद्धा सुंदराबाईची श्री स्वामी समर्थांजवळ चलती आहे असे समजून तिलाच अधिक प्राधान्य व मान देऊ लागले. पीडितांस, अडल्या-नडलेल्या दर्शनार्थींस व भक्तांस अडी-अडचणी, पीडा श्रींच्या कानावर घालणे शक्य होत नसेल, तर ते तिच्याद्वारे श्री स्वामींना सांगत. त्यामुळे जणू ती मांजरीची वाघीण झाली. पुढेपुढे तिच्या धनलोभी वृत्तीत वाढ होत गेली. पैसे घेतल्याशिवाय ती दर्शनार्थींना 'श्रीं'चे दर्शन घेऊन देत नसे, भेटू देत नसे, की काही सांगू देत नसे.

तिचे पूर्वसंचित म्हणा अथवा पूर्वपुण्याई म्हणा, श्री स्वामी तिच्या आज्ञेत वागत. तिने त्यांना 'निजा' म्हटल्यास त्यांनी निजावे. तिने त्यांना 'उठा' म्हटल्यास त्यांनी उठावे. 'जेवा' म्हटल्यास जेवावे, 'जेवू नका' म्हटल्यास जेवू नये. असा तिच्या आज्ञेनुसार श्रींचा वर्तनव्यवहार चालत असे, या सर्व बाबींचा गवगवा कानोकानी अनेक दर्शनार्थींना, दु:खी व पीडित भक्तांना माहीत झाला होता. म्हणून श्री स्वामी समर्थ महाराजांचा कृपाशीर्वाद संपादन करण्यासाठी अगोदर सुंदराबाईस भेटून, तिला काहीतरी चिरीमिरी देऊन तिची मर्जी संपादन करावी लागत असे. अशा अनेक घटना, प्रसंग घडले. त्यातील काही...

✻

एकदा एका दर्शनार्थी बाईने सुंदराबाईस काहीही न देता व न सांगता श्री स्वामींस दोन पेढे खाण्यास दिले. त्या बाईचा सुंदराबाईला राग आला. लागलीच ती श्रींजवळ जाऊन त्यांचा गळा धरून म्हणाली, "महाराज, हा पेढा खायचा नाही म्हणजे नाही!" तेव्हा तेथेच उभ्या असलेल्या चोळाप्पांस श्री स्वामी म्हणाले, "चोळ्या, हिला फार मस्ती आली आहे!"

एके दिवशी अक्कलकोटमध्ये गणपतीच्या मंदिरात श्री स्वामींची स्वारी पलंगावर बसली होती. मुंबईचे काही दर्शनार्थी लोक आले होते. त्यात एका व्यापाऱ्यास श्री स्वामी लटक्या रागाने म्हणाले, "क्यों जी, हमारा डाळिंब भूल गये क्या?" हे ऐकताच तो व्यापारी श्रींच्या अंत:साक्षित्वाबद्दल चकित झाला. तो श्रींना प्रार्थनापूर्वक नमस्कार करून म्हणाला, "देवाधिदेवा श्री स्वामी समर्थ महाराजा, मी आपणास माझ्या एका अतिशय कठिण अशक्यप्राय कामासाठी नवस केला होता. त्याप्रमाणे माझे काम झाले, त्याप्रीत्यर्थ मी डाळिंबे आणली. परंतु ती येथे आणण्यास विसरलो. मला क्षमा करावी." लगेच त्याने एक मनुष्य

बिऱ्हाडी पाठवून डाळिंबे मागवून घेतली. श्रींपुढे ती भक्तिभावाने ठेवली. परंतु लगेचच सुंदराबाईने ती डाळिंबे घेऊन स्वत:पाशी ठेवली. त्यातील एक डाळिंब सोलून तिच्या नातवास दिले. त्या सोललेल्या डाळिंबाचे खाली पडलेले दाणे तिने निर्लज्जपणे श्री स्वामींसमोर ठेवले.

सुंदराबाईचे हे कृत्य कुणासही रुचले नाही. तिच्या ह्या कृत्याचा वामनबुवा वांबोरीकर आणि रामदासीबुवा यांना फारच राग आला. ते दोघेही चवताळून तिला मारण्यास धावले. तेवढ्यात श्री स्वामींनी दोन्ही हात उंचावून त्यांना सांगितले, ''अंहं! थांबा, उगीच बसा. शेतात काळे-पांढरे, पाखरे भिवविण्यासाठी करतात ना, त्यातले हे मडके (बुजगावणे) आहे. वेळ येताच पायपोस मारून काढून देऊ!'' श्री स्वामीमुखातील हे उद्‌गार ऐकताच ते दोघेही शांत राहिले.

✻

एकदा कर्नाटकातील हुबळीचे रामचंद्रशेट गुर्जर श्रींच्या दर्शनास अक्कलकोटला आले. त्यांनी सोन्याचा किमती चंद्रहार श्रींस घालण्यासाठी चोळाप्पांजवळ दिला. ही गोष्ट कावेबाज सुंदराबाईस समजली. तिचे आणि राणीसाहेबांचे सख्य होते. एकदा श्री स्वामी राजवाड्यात होते, तेव्हा सुंदराबाईने राणीसाहेबांस चोळाप्पांकडून चंद्रहार आणून श्री स्वामी समर्थ महाराजांस घालण्याचे सुचविले. तेव्हा राणीसाहेबांनी सुंदराबाईच्या सांगण्यावरून शिपायास चोळाप्पाकडे पाठविले. शिपाई चोळाप्पांकडे येऊन राणीसाहेबांचा निरोप त्यास सांगून चंद्रहार मागू लागला, तेव्हा चोळाप्पांनी शिपायास सांगितले, ''चंद्रहार बाळाप्पाकडे आहे. त्याचेकडे जाऊन तो घ्यावा.'' शिपाई बाळाप्पांकडे येऊन चंद्रहार मागू लागला. तेव्हा बाळाप्पांनी शिपायास सांगितले, ''तो चंद्रहार चोळाप्पाचा आहे. चोळाप्पा तो देण्यास तयार असेल, तर मी तो चंद्रहार देण्यास तयार आहे.'' तेव्हा शिपाई चोळाप्पाकडे गेला व त्याला बाळाप्पा काय म्हणाला ते सांगितले. तेव्हा चोळाप्पा म्हणाला, ''बाळाप्पा देईल तर घेऊन जा. त्या चंद्रहारावर माझी सत्ता नाही.'' शिपायाने राजवाड्यात येऊन राणीसाहेबांस झालेली हकिकत सांगितली.

या घटनेने राणीसाहेबांस चोळाप्पांचा फार राग आला. त्या रागाने म्हणाल्या, ''चोळाप्पा फारच चढला आहे. त्याला कसली मस्ती आली आहे? त्यास कोणत्याही परिस्थितीत श्रींपासून दूर केलेच पाहिजे.'' राणीसाहेबांच्या या उद्‌गारांनी सुंदराबाईचा चेहरा उजळून निघाला. कारण कारस्थानी सुंदराबाईस तेच हवे होते. परंतु असे जरी असले, तरी सर्वज्ञ, अंतर्ज्ञानी श्री स्वामींना चोळाप्पांची लोभी वृत्ती जाणवली होती.

चंद्रहाराच्या घटनेवरून राणीसाहेबाच्या मनांत चोळाप्पांविषयी वैमनस्य निर्माण झालेच होते. त्यात कावेबाज सुंदराबाईने अजून चुगल्या करून राणीसाहेबांच्या मनात ते अधिकच निर्माण केले. तेव्हा अंतर्ज्ञानी श्री स्वामींनी सुंदराबाईस वारंवार सांगितले, ''अगं, ब्रह्मद्वेष करू नको बरे!'' पण यातून सुंदराबाईने काहीच बोध घेतला नाही. एके दिवशी राणीसाहेबांनी हुकूम सोडला, ''चोळाप्पाला श्रींच्या सान्निध्यात थांबू देऊ नका. त्यास श्रींची काहीही सेवा करू देऊ नका. इतर दर्शनार्थींप्रमाणे येऊन त्याने श्रींचे दर्शन घेत जावे.'' हुकमाची अंमलबजावणी करण्यासाठी राणीचे शिपाई श्रींच्या दरबारात आले आणि राणीसाहेबांच्या हुकमावरून चोळाप्पांस श्रींजवळून अतिशय अपमानित करून घेऊन गेले. श्री स्वामी काहीच बोलले नाहीत. जोपर्यंत चोळाप्पांची पूर्वपुण्याई आणि सद्भाग्य होते, तोपर्यंत त्यांचेकडून श्री स्वामी समर्थ महाराजांची सेवा होत होती. पण त्याच्या लोभी वृत्तीने आणि 'हिला (सुंदराबाई) ठेवू नको बरे, ही तुझ्या डोक्यावर मिरे वाटेल.' या श्री स्वामींनी सुरुवातीलाच केलेल्या विधानाकडे दुर्लक्ष केल्याचे दुष्परिणाम भोगणे त्यांच्या नशिबी आले. चोळाप्पांचे दुर्दैव. दुसरे काय? पुढे चोळाप्पा इतर दर्शनार्थींप्रमाणे श्रींच्या दर्शनास अधूनमधून येत असत. 'श्रीं'च्या दरबारातील त्यांचे महत्त्व आता संपुष्टात आले होते. सुंदराबाईचे अधिक वाढले होते.

❈

आता सुंदराबाई श्री स्वामींच्या दरबारातील सर्वेसर्वा झाली होती. त्यामुळे तिची फारच चलती होती. आधीच लोभी वृत्तीच्या आणि कुटिल स्वभावाच्या सुंदराबाईचे फारच फावले. तशात राणीसाहेबांचा भक्कम पाठिंबा. पण या सर्व परिस्थितीत आपण श्री स्वामी समर्थांच्या निखळ कृपेस अपात्र ठरत आहोत याचे तिला भान राहिले नाही. लोभ आणि हव्यास यांमुळे ती अंध झाली होती. तिचे ताळतंत्र सुटले होते. परिणामी तिच्या शिरजोरपणाचा आणि माजोरी वृत्तीचा सर्वांनाच त्रास आणि ताप होऊ लागला. कधीकधी तर ती सेवेकऱ्यास म्हणे, ''फुकटचे खाऊन चांगले पुष्ट झाले आहात.'' तेव्हा श्री स्वामी तिला रागावून म्हणत ''काय ग, तुझ्या बापाचे ते काय नोकर आहेत! तुझे खातात का ते?''

तिच्या वर्चस्ववादी स्वभावामुळे तिचे अन्य सेवेकऱ्यांशीही पटत नव्हते. तिच्या स्वार्थाच्या आणि वर्चस्वाच्या आड कोणतीही घटना, प्रसंग वा व्यक्ती आली, की तिचे त्या व्यक्तीशी भांडण होत असे. असेच एकदा तिचे व भुजंगा नावाच्या सेवेकऱ्याचे कडाक्याचे भांडण झाले. ते तिला सहन न होऊन ती विहिरीवर

जीव देण्यास गेली. अर्थात ते तिचे नाटक होते. ती विहिरीत पाय सोडून विहिरीच्या कठड्यावर बसली व मोठमोठ्याने रडू लागली. तेव्हा श्री स्वामींनी दोनतीन सेवेकऱ्यांस सांगितले, ''जा रे, तिला घेऊन या. ती विहिरीत पाय सोडून रडत बसली आहे.'' सेवेकरी तेथे जाऊन पाहतात, तर खरेच ती विहिरीत पाय सोडून रडत बसली होती. सेवेकऱ्यांनी तिला माघारी आणण्याचा पुष्कळ प्रयत्न केला. तिची समजूत घातली. पण ती येईना.

अखेरीस श्री स्वामींनी स्वत: विहिरीवर जाऊन तिला हाताला धरून आणले. तेव्हा ती रडत-रडत त्यांना सांगू लागली, ''महाराज, एका विधवा स्त्रीस वाण्याने (भुजंगा) वाटेल तशा शिव्या तुमच्या समक्ष द्याव्यात काय? तुमच्या दरबारात काही न्याय-अन्याय आहे की नाही?'' त्यावर ते हसत हसत तिला म्हणाले ''अगं, भिंतीला खुंट्या आणि कोनाडे काय थोडे असतात? तसेच आपल्या देहाला अवयव आहेत. तर त्याने तुझ्या कोणत्या अवयवाला शिव्या दिल्या? हे मला सांग!'' हे श्रींचे खोचक आणि बोचक बोलणे ऐकून आधीच रागावलेल्या सुंदरबाईस जास्तच राग आला. श्री स्वामी मात्र तिच्या या वेडगळ, बालीश, फसव्या, हट्टी, नाटकी कृतीवर हसत होते. मनातून तिची कीवही करीत होते.

बाई अनेकदा निराहार राहून उपवास करीत असे. श्रींस दररोज नित्यनियमाने पंचपक्वान्नांचे पुष्कळ नैवेद्य येत असत. ते पाहून तिच्या तोंडास पाणी सुटे. मग पुष्कळदा ती रात्री अथवा कुणीही तिथे नसताना ते चविष्ट मिष्टान्न खात असे. हे पाहून एका सेवेकऱ्याने तिच्यावर काव्य केले. 'बाई उपवास करते, निराहार राहते चोरून खाते' अशा आशयाच्या त्या काही ओळी होत्या. त्या ऐकून श्री स्वामी तिच्या खोटारड्या, दिखाऊ रागावर पोट धरून खदखदा हसत. तिच्या दांभिक भक्तीची ते कीव करीत. पण स्वार्थांध सुंदराबाईला प्रत्यक्ष परमेश्वराच्या सहवासात आणि सेवेत राहून कशाचाच बोध होत नव्हता. दुर्दैव बिचारीचे!

चोळाप्पांप्रमाणेच सुंदराबाईचे बाळाप्पासारख्या निर्मोही, नम्र सेवेकऱ्याशीही विस्तुष्ट आले. तिने वेगवेगळ्या प्रकारे त्याला इतका त्रास दिला, की त्याने श्री स्वामींची सेवा सोडून मारुतीच्या देवळात बसून जप करणे सुरू केले. दिवसातून तीनदा मात्र बाळाप्पा श्रींच्या दर्शनास येत असत. एकदा ती स्वामींस मुद्दामच म्हणाली, ''महाराज, बाळाप्पा आपली सेवा सोडून दूर मारुतीच्या देवळात जाऊन जप करीत बसतो?'' तेव्हा अंतर्ज्ञानी श्री स्वामी तिला म्हणाले, ''अगं, आमचे भक्त हजारो कोसांवर जरी असले, तरी ते आमच्या जवळच असतात.'' अर्थात तिला

श्रींचे हे उद्‌गार किती समजले हे तिचे तिलाच ठाऊक. नेहमीप्रमाणे बाळाप्पा श्रींच्या दर्शनास आला. तेव्हा श्री स्वामी त्यास म्हणाले ''बाळाप्पा, जप करतोस ना? परंतु त्याचा हिशेब असू दे बरे!'' या घटनेबाबत मात्र तिने राणीसाहेबांस वेगळेच सांगितले. ''बाळाप्पा महाराजांजवळ येऊन एकाचे दोन सांगतो. त्यांचे कान भरतो. अधूनमधून दंगा करतो.'' तेव्हा राणीसाहेबांनी याबाबतची काहीही शहानिशा न करता गंगुलाल जमादारामार्फत बाळाप्पांस 'श्री स्वामी समर्थ महाराजांच्या दर्शनास येऊ नये.' अशी सक्त ताकीद देणारा निरोप पाठवला.

तेव्हा बाळाप्पांस फार वाईट वाटले. ''सुखा-समाधानाने आणि आनंदाने भरलेला संसार सोडून सद्‌गुरूंच्या सेवेकरिता आपण येथे आलो; पण येथे सद्‌गुरूंची सेवा तर नाहीच नाही, त्यांचे दर्शन घेण्यासही परवानगी नाही. असे आपले काय प्राक्तन आहे, कोण जाणे!'' असे म्हणून दूर उभे राहून बाळाप्पा श्रींची प्रार्थना करीत होता. तेवढ्यात अंतर्ज्ञानी श्री स्वामी सुंदराबाईस म्हणाले, ''अगं, तुझी खबर घेतो बरे!'' पुढे थोड्याच दिवसांत तिच्या पायास इतकी गंभीर इजा झाली, की ती पूर्णत: परावलंबी झाली. कर्मसिद्धांतानुसार तिच्या कर्माची फळे भोगणे तिच्या नशिबी आले. बाईला आता तिच्या दुष्कृत्यांचा आठव येऊ लागला. परंतु ते सर्व स्मशानवैराग्यासमान होते. त्यास आता खूप उशीरही झाला होता.

※

असेच एके दिवशी बाळाप्पा श्री स्वामींच्या दर्शनास आले असता स्वामी एकाएकी त्यांस म्हणाले, ''अरे बाळाप्पा, तुझ्याजवळ जे असेल ते इथे दे आणि चालता हो!'' स्वामीनिष्ठ बाळाप्पांनी तत्काळ, मागचा-पुढचा कोणताही विचार न करता कानातील किंमती भिकबाळी, घोंगडी (कांबळे), धोतर, तांब्या, पंचपात्री वगैरे स्वत:जवळील सर्व जिनसांचे गाठोडे बांधून ते श्रींपुढे समर्पित भावाने ठेवले. 'श्रीं'स साष्टांग नमस्कार करून आज्ञाधारकपणे त्यांच्यासमोर उभा राहिला. तेव्हा सुंदराबाईने लगेच ते गाठोडे उचलून घाईघाईने घरात नेले. बाहेर येत मानभावीपणाने ती श्री स्वामींस म्हणाली. ''महाराज, बाळाप्पास अंथरण्या-पांघरण्यास कांबळे तरी राहू द्यावयास हवे होते.'' त्यावर अंतर्ज्ञानी श्री स्वामी. तिला खोचकपणे म्हणाले, ''अगं, तुझे कांबळे तो कशास घेईल? त्यास उत्तम शालजोडी मिळणार आहे!'' अर्थात श्री स्वामींचे हे अर्थपूर्ण उद्‌गार तिच्या आकलनापलीकडचे होते. पुढे झालेही तसेच. बाईच्या गच्छंतीचे संकेत श्री स्वामी देऊ लागले. बाळाप्पांच्या उत्कर्षाची आणि त्याच्या निस्सीम सेवेची फलश्रुती दिसू लागली.

एकदा तिसऱ्या प्रहरी ती इतरांना प्रसाद म्हणून खारका वाटीत असताना श्री स्वामी तिला म्हणाले, ''अगं, खारका वाटू नको बरे... पुढे तुलाच इतरांकडून मागाव्या लागतील!'' दुसऱ्या एका प्रसंगात बावडेकर पुराणिकांनी एक जरीकाठी छाटी रंगवून आणली होती. ती श्रींच्या अंगावर घालण्यासाठी बाईजवळ दिली. बाईने ती श्रींच्या अंगावर घातली. त्यांनी ती परत तिच्या अंगावर टाकली. तेव्हा श्री स्वामी तिला म्हणाले, ''अगं, आताच अंगावर छाटी पांघरून घे! पुढे तुला मिळायची नाही.'' त्रिकालदर्शी श्री स्वामींच्या या कृती आणि उद्गारांवरून सुंदराबाईची लवकरच गच्छंती होऊन तिची श्री स्वामी दरबारातील कारकिर्द लवकरच संपुष्टात येणार याचे सुस्पष्ट संदेश मिळत होते.

पुढे एके दिवशी श्री स्वामी राजवाड्यात बसले होते. राणीसाहेबांस राज्यकारभार व अन्य बाबींबद्दल महत्त्वाच्या सूचना देऊन झाल्यानंतर त्यांनी त्या वेळी राणीसाहेबांस स्पष्ट सांगितले, ''आजपावेतो सुंदराबाईस आम्ही सांभाळले, सांभाळून घेतले. पण आता येथून पुढे तिला तुम्ही सांभाळा, बरे!'' राणीसाहेब काहीशा आश्चर्यचकित होत श्रींची आज्ञा म्हणून म्हणाल्या, ''ठीक आहे. आम्ही सांभाळतो!'' सुंदराबाईविरुद्ध काही दर्शनार्थी व सेवेकऱ्यांनी संस्थानचे मामलेदार, कारभारी यांचेकडे अर्ज केले. परंतु तिला राणीसाहेबांचा भक्कम पाठिंबा असल्यामुळे त्या अर्ज-विनंत्यांचा काहीच उपयोग झाला नाही. पुढेपुढे कलेक्टरकडे बाईविरुद्ध अर्ज, विनंत्या करण्यात आल्या. तेव्हा कलेक्टरमार्फत सर्व प्रकारच्या चौकशा होऊन सुंदराबाईला काढून टाकण्याचा हुकूम झाला. तिच्याजवळ असलेल्या मालाची, चीजवस्तूंची जप्ती करण्यात आली. कमिटीने कलेक्टरच्या हुकमानुसार त्या सर्व वस्तू ताब्यात घेतल्या. जी सुंदराबाई प्रमुख सेवेकरी म्हणून श्रींच्या दरबारात अतिशय मानसन्मानाने फुले वेचत होती, तिथेच तिला तिच्या वर्तणुकीने, स्वभावाने गोवऱ्या वेचण्याची वेळ आली. पुण्य संपादण्याची सुवर्णसंधी असूनही तिच्यावर तेथूनच अवमानित होऊन हद्दपार होण्याची वेळ आली.

⁂

पण सुंदराबाईचा 'श्रीं'च्या दरबारात दरारा आणि अंमल इतका कडक होता, की कारभारी नानासाहेब बर्वे यांचेकडे कलेक्टरचा सुंदराबाईच्या मालमत्तेच्या जप्तीचा आणि तिला तेथे 'श्रीं'च्या दरबारात काहीही ढवळाढवळ न करण्याचा हुकूम आला होता. पण त्यांनाही तो हुकूम प्रत्यक्षात अमलात आणण्याची भीती वाटत होती. कारण कारभारी बर्व्यांना तेव्हाही वाटत होते की, सुंदराबाई श्रींच्या सेवेत आणि

खास मर्जीतली आहे. तिच्यावर आपण कलेक्टरचा हुकूम बजावून काढून टाकले तर श्रींचा आपल्यावर कोप होईल. नाही काढले, तर हुकमाची अंमलबजावणी करण्यात कुचराई केल्याबद्दल कलेक्टर आपल्यावरच कोपतील आणि आपल्याला शिक्षा करतील. या अशा विचारात आणि चिंताग्रस्त अवस्थेच्या अडकित्त्यात सापडलेल्या कारभारी बर्व्यांचे चार-आठ दिवस असेच हुकमाची अंमलबजावणी न करण्यात गेले.

त्या अस्वस्थ अवस्थेतच ते एक दिवस 'श्रीं'च्या दर्शनास आले. दर्शन घेऊन, हात जोडून उभे राहताच अंत:साक्षी, अंतर्ज्ञानी श्री स्वामी बर्व्यांवर कडाडत म्हणाले, ''काय रे! असाच हुकूम बजावतोस का?'' श्रींच्या मुखातील हे उद्गार ऐकून बर्व्यांस समाधान वाटले. सुंदराबाईवर हुकूम बजावण्याचे धैर्यही आले. लगोलग दुसऱ्या दिवशी कारभारी नानासाहेब बर्व्यांनी फौजदारास 'सुंदराबाईस श्री स्वामी समर्थ महाराजांपासून त्वरित दूर करावे. तिच्या सर्व चीजवस्तू व इतर मालमत्ता जप्त करावी.' असा हुकूम दिला. फौजदार लगेच चार शिपाई सोबत घेऊन श्री स्वामी समर्थ महाराज ज्या ओंडकरांच्या वाड्यात होते तेथे गेले. श्री स्वामी समर्थ महाराजांचे दर्शन घेऊन हुकमाची अंमलबजावणी सुरू केली.

सुंदराबाईकडे वळून ते म्हणाले, ''सुंदराबाई, आजपावेतो आम्ही तुम्हाला मातोश्रीसमान मानत आलो. पण आता सरकारचा हुकूम बजावीत आहोत. आमचा नाईलाज आहे. आपण श्रींजवळ बसू नये. येथून त्वरित चालते व्हावे. इतर लोक जसे श्रींचे दर्शन घेतात, तसे दर्शन इथून पुढे घेत जावे. यापुढे 'श्रीं'जवळ राहण्याची सरकारची तुम्हाला परवानगी नाही.'' असे फौजदाराने बाईस ठणकावून सांगितले.

सुरुवातीस सुंदराबाईस शिपाई व फौजदार यांचे हे बोलणे सर्व थट्टेचे आणि गमतीचे आहे असे वाटले, म्हणून ती हसू लागली. परंतु फौजदाराने पुन्हा तिला कठोरतेने सांगितले, ''सुंदराबाई, उठा, उठा लवकर!'' आता मात्र सुंदराबाईची खात्री झाली, की सरकारचा हुकूम खरा आहे. मग हात जोडून ती फौजदाराला विनंती करू लागली, ''साहेब, नका ना असे करू. मी चुकले. इथून पुढे असे नाही होणार.'' असे बरेच काही बडबडू लागली. पण फौजदार काही ऐकेना. मग ती श्री स्वामींकडे वळून त्यांना दीनपणे म्हणाली, ''महाराज, तुम्ही तरी काही या फौजदार साहेबांस सांगा! मी विनंती करते. पाया पडते सर्वांच्या!'' त्यावर श्री स्वामी काहीच बोलले नाहीत. निर्विकार आणि तटस्थ वृत्तीने ते फौजदाराची कृती पाहत होते. जणू त्यांची फौजदाराच्या कृतीस मूक संमतीच होती.

श्री स्वामी समर्थ महाराज काहीच बोलत नाहीत व बाई उठत नाही असे पाहून फौजदार शिपायांकडे पाहत म्हणाला, ''अरे! असे पाहता काय? बाईस ओढून बाहेर घालवून द्या.'' फौजदाराच्या या हुकमानुसार शिपाई सुंदराबाईजवळ आले, तेव्हा बाईने मोठा आक्रोश मांडला. आकांड-तांडव केला. गळा काढून मोठमोठ्याने रडू लागली. ''आता मी माझे डोके दगडावर आपटून प्राण देईन!'' असे धमकीवजा बोलून श्री स्वामी समर्थ महाराजांजवळ आली. विनंतीपूर्वक म्हणू लागली, ''महाराज, तुम्ही आजपर्यंत पोटच्या मुलीप्रमाणे माझे लालनपालन केले. मला सांभाळले. आता माझ्यावर हा प्रसंग! तर आपण तरी यांना काहीतरी सांगा.'' तेव्हा श्री स्वामी समर्थ फौजदाराकडे पाहत म्हणाले, ''काय रे, कुणाची वाट पाहतोस?''

'श्रीं'च्या या उद्‌गारामुळे फौजदारास हुरूप आला. तेव्हा फौजदार शिपायांस हुकमी स्वरात म्हणाला, ''अरे, असे पाहत का उभे आहात? ओढा बाईला, काढा बाहेर!''

तत्क्षणी शिपायांनी सुंदराबाईला फराफरा ओढत बाहेर नेले. तिला दरडावून सांगितले, ''खबरदार पुन्हा आत येशील तर!'' सुंदराबाई तेव्हा प्रचंड आक्रोश करू लागली. तेव्हा फौजदार तिला पुन्हा दरडावून म्हणाला, ''तुम्ही असा आक्रोश करून डोके फोडाल, तर तुम्हाला उचलून एकदम पिंजऱ्यात ठेवीन.'' हे फौजदाराचे निर्वाणीचे शब्द ऐकताच तिचा नाईलाज झाला. ती स्फुंदून स्फुंदून रडत होती. आजपर्यंत सर्वांवरच तिची हुकूमत चालत होती. पण आज तिच्या स्वतःच्या आचारविचारांनी, वर्तनव्यवहाराने ब्रह्मांडनायक श्री स्वामी समर्थ महाराजांची तिच्यावर अवकृपा झाली. तिचीही पुण्याई संपुष्टात आली. जेथे फुले वेचली, तेथे गोवऱ्या वेचण्याची वेळ तिच्यावर आली होती.करावे तसे भरावे याचे तिला प्रत्यंतर आले. लोकांनाही ते समजले. श्री स्वामी समर्थ दरबारातील तिची सद्दी संपली होती.

। बाळाप्पा ।

श्री स्वामी समर्थांच्या अवतारकाळात आणि समाधीलीलेनंतरही बाळाप्पा तथा 'श्री स्वामीदास ब्रह्मानंद सरस्वती' महाराजांचे स्थान महत्त्वाचे आहे. ते मूळचे कर्नाटक राज्यातील, धारवाड जिल्ह्यातील करजगी तालुक्यातील हवेरी गावचे राहणारे. ते घरचे खाऊन-पिऊन सुखी होते. सावकारीचे व सराफीचे त्यांचे दुकान होते. वयाच्या तिसाव्या वर्षी सद्‌गुरूंची सेवा करण्याची प्रबळ इच्छा त्यांच्या मनात

निर्माण झाली. त्यांना सद्गुरुभेटीची एक अनामिक हुरहुर लागली. त्यामुळे त्यांचे प्रपंचात मन रमेना. असा सद्गुरू कोण? कोठे असेल? कसा भेटेल? कशाचाही ठावठिकाणा त्यांच्या मनात नव्हता. त्यांनी त्या वेळेपर्यंत श्री स्वामी समर्थ महाराजांचे नावसुद्धा ऐकले नव्हते. मग त्यांना पाहणे तर दूरच. पण त्यांनी पाहिले नव्हते, म्हणून ब्रह्मांडनायक श्री स्वामी समर्थ महाराजांना बाळाप्पांची मन:स्थिती माहीत नव्हती, असे थोडेच होते?

श्री स्वामींनी बाळाप्पांना हेरले होते. त्यांस आपल्याकडे खेचण्यासाठी श्रींच्या लीला सुरू झाल्या होत्या. त्याचाच परिणाम म्हणून बाळाप्पा दिवसेंदिवस अस्वस्थ होत चालले होते. त्यांस गुरूच्या भेटीची तीव्र ओढ लागली होती. सुरेख सद्गुणी बायको, दोन मुलगे, एक मुलगी आणि वृद्ध आई एवढाच आटोपशीर संसार बाळाप्पांचा होता. घरात गडगंज संपत्ती होती. भरपूर शेतीवाडी आणि जनावरे होती. त्यात सराफीचा व्यवसाय म्हणजे सावकारी होती. बाळाप्पांनी हळूहळू खूप धन जोडले होते आणि उदास विचारे ते खर्चही करीत होते. अशा नांदत्या भरल्या गोकुळासारख्या घरात खरे तर बाळाप्पांनी रमून जावयास हवे होते. पण नाही! ब्रह्मांडनायक श्री स्वामी समर्थ महाराजांनी या साऱ्या आकर्षण आणि सुखसोयींविषयी बाळाप्पांच्या मनात अरुची निर्माण केली होती.

बाळाप्पांनी मुलाची मुंज उरकली. मुलीचे लग्न लावून दिले. प्रापंचिक जबाबदाऱ्यांतून ते मुक्त झाले. श्री स्वामींनी त्यांना स्वप्नात पंचपक्वान्नाचे भरलेले ताट एक नव्हे, दोन नव्हे, लागोपाठ तीन रात्री दाखवून म्हटले, ''अरे बाळाप्पा, तुझ्या भाग्यात परमात्मा स्वरूपाचे पंचपक्वान्नाचे ताट असताना तू येथे काय प्रपंचाच्या कण्या खात बसला आहेस?'' असे श्री स्वामींनी त्यास दृष्टान्ताद्वारे एकदा स्पष्ट सुचविले. बाळाप्पांसही ते मनोमन पटले.

पण हे पंचपक्वान्न देणार कोण, हे मात्र त्यास कळेना. म्हणून ते अस्वस्थ झाले. अर्थात घरी बसून हे ताट आपल्याला मिळणार नाही. ते ताट देणार कोण याचा शोध घेण्यासाठी बाहेर पडले पाहिजे, हे त्यांना कळून चुकले. म्हणून गोकुळासारख्या भरलेल्या सुखी-समाधानी प्रपंचावर पाणी सोडून बाळाप्पा घराबाहेर पडले. 'हुबळीस फिर्याद देण्यास जायचे आहे' असे सांगून सद्गुरूंच्या शोधार्थ बाळाप्पा घराबाहेर पडले. ते मुरगोड क्षेत्री आले.

येथे त्यांना चिदंबर दीक्षितांच्या पुजाऱ्यांनी सांगितले, ''अक्कलकोटास प्रत्यक्ष दत्तावतार श्री स्वामी समर्थ महाराज अवतीर्ण झाले आहेत.'' हे ऐकून 'आपण

अक्कलकोटास जाऊ, गाणगापुरास जाण्याचे कारण नाही.' असे बाळाप्पांनी त्या पुजाऱ्यांस सांगितले. त्यावर मुरगोड क्षेत्रीचा तो पुजारी म्हणाला, ''नाही, नाही. तुम्ही एकदम अक्कलकोटास न जाता तुमच्या मनात आल्याप्रमाणे पहिल्यांदा गाणगापुरास जा. तेथे जसा दृष्टान्त होईल त्याप्रमाणे करा.'' पुजाऱ्याची ही गोष्ट बाळाप्पांस पटली. म्हणून बाळाप्पा गाणगापुरास आले.

येथे त्यांनी श्री नृसिंहसरस्वतींच्या पादुकांची दोन महिने नित्यनियमाने, व्रतस्थपणे सेवा केली. या सेवेचे फलित म्हणून बाळाप्पांस 'तुम्ही अक्कलकोटास जावे' असा स्वप्नदृष्टान्त झाला. त्याप्रमाणे ते अक्कलकोटास निघण्याची तयारी करीत असताना अंथरुणाखाली एक कागद सापडला. त्यात लिहिले होते, 'उतावळी करू नये.' ते वाचून बाळाप्पांनी विचार केला, की अद्याप आपणास जाण्याचा हुकूम झाला नाही. म्हणून तेथून पुढे दोन महिने ते नित्यनियमाने गाणगापुरातच श्री दत्तप्रभूच्या पादुकांची सेवा करीत राहिले. येथे त्यांचे त्रिकाल स्नानसंध्या, जप, पारायण असे खडतर व्रत सुरू होते. गावात जाऊन पाच घरी भिक्षा मागावी, माधुकरीची ती झोळी पाण्यात बुडवावी आणि मऊ झाली की खावी. बाळाप्पांस आतापर्यंत साजूक तुपात भिजवून पोळी खाण्याची सवय होती. पण आता सद्गुरूंच्या भेटीसाठी पाण्यात झोळी भिजवून ते भाकरतुकडा खाऊ लागले. श्री स्वामी समर्थ बाळाप्पांची अशी खडतर सत्त्वपरीक्षा पाहत होते. त्यात बाळाप्पा उत्तीर्ण होत होते.

पुढे एके दिवशी संगमावर, औदुंबराखाली धोतर ठेवून बाळाप्पा स्नानास गेले. परत येऊन धोतर उचलतात, तर त्यांना त्या खाली भलामोठा, लालजर्द विंचू दृष्टीस पडला. ते दचकले. त्यांनी विंचवास न मारता सोडून दिले आणि आपले नित्यकर्म करीत राहिले. त्याच रात्री ब्रह्मांडनायक श्री स्वामी समर्थ महाराज बाळाप्पांच्या स्वप्नात आले. त्यांचे अंथरूणावर बसून बाळाप्पांस दिगंबर स्थितीत दर्शन दिले. आता बाळाप्पांस सद्गुरुभेटीचे शुभ संकेत मिळू लागले. ते नियमाप्रमाणे भिक्षेस गेले असता, त्या दिवशी भाकरीची भिक्षा न मिळता सर्वांचे घरी साजूक तुपाने माखलेल्या पोळीचीच भिक्षा मिळाली. देवास नैवेद्य अर्पण करून ते अक्कलकोटच्या रस्त्याने मार्गस्थ झाले.

पुढे रस्त्यातच दोन सुवासिनी पाण्याने भरलेल्या घागरी डोईवर घेऊन पुढे आल्या. श्रीनृसिंह सरस्वतींचे नामस्मरण करीत बाळाप्पा चालले असता, त्यांना त्यांचे पाय जड वाटू लागले. ते इतके जड वाटू लागले, की त्यांना पुढे एक पाऊल टाकणेही कठिण जाऊ लागले. 'अजून तर अक्कलकोट बारा कोस दूर आहे. इतके अंतर कसे

चालून जाता येईल?' या विचारतंद्रीत असताना बाळाप्पांनी अक्कलकोटनिवासी श्री स्वामी समर्थ महाराजांचे अंथरूणावर बसून दिगंबर अवस्थेत दर्शन दिलेले रूप मनात आणले आणि ते त्यांचे स्मरण करू लागले. त्यासरशी त्यांच्या पायांतील जडपणा कमी झाला. पाय नेहमीपेक्षाही हलके, अगदी फुलासारखे जाणवू लागले. ते कमालीचे उल्हसित आणि आनंदित झाले. सद्‌गुरुभेटीच्या तीव्र ओढीने झपझप चालू लागले.

थोडे पुढे चालताच त्यांना वाटेत पुण्याचे कोणी एक जहागिरदार अक्कलकोटास गाडीत बसून जात असताना भेटले. ते स्वतः होऊन पायी चालत असलेल्या बाळाप्पांस गाडीत बसायचा आग्रह करू लागले. त्यांना नम्रपणे नकार देत बाळाप्पा म्हणाले, ''माझ्या डोई-पाठीवर जे गाठोडे (पडशी) आहे, तेवढे गाडीत ठेवा. मी पायीच चालतो, आपला आभारी आहे'' असे म्हणून त्यांनी गाडीत गाठोडे ठेवले व ते पायी चालू लागले. गाणगापूर ते अक्कलकोट मार्गादरम्यान दुधनी गावी मुक्कम करून ते अक्कलकोटास आले.

⁕

तो दिवस रामनवमीच्या पारण्याचा होता. अक्कलकोटमध्ये उतरताच जहागिरदाराचे लोक जेवण वगैरे करण्यात गुंतले, पण बाळाप्पांचे तनमन खाण्या-पिण्यापेक्षाही श्री स्वामी समर्थ दर्शनासाठी उतावीळ झाले होते. त्यांना भोजनाची फिकीर नव्हती. त्यांनी लगेचच एका पैशाची खडीसाखर घेतली. लगेच श्री स्वामी समर्थ महाराजांच्या दर्शनास खासबागेत गेले. स्वप्नात जशी मूर्ती पाहिली होती, तंतोतंत तशीच तेजःपुंज, आजानुबाहू, उंचपुरी दिगंबर मूर्ती प्रत्यक्ष पाहून बाळाप्पांचा आनंद त्रिभुवनात मावेना. त्यांनी श्रींचे अनन्यभावाने दर्शन घेतले. खडीसाखर त्यांचे पुढे ठेवली. तेव्हा श्री स्वामी जमिनीवर निजले होते. मग ते उठून बागेतील सर्व झाडांस आलिंगन देऊन भेटू लागले. श्री स्वामी आज असे का करत आहेत, हे कोणासच कळेना. त्यांच्या दृष्टीने श्रींची ही कृती विपरीत होती. पण या कृतीतून श्री स्वामींनी बाळाप्पांवरील आपले प्रेम दाखविले. पाचसहा महिन्यांपूर्वी फक्त श्री स्वामी समर्थांचे नाव ऐकले होते, पण आज प्रत्यक्ष दर्शन झाले. त्यामुळे बाळाप्पांस आज धन्य धन्य झाल्यासारखे वाटत होते. सद्‌गुरुभेटीच्या अतीव आनंदात श्रींना वंदन करून बाळाप्पा बिऱ्हाडी आले.

येथे बिऱ्हाडी, जहागीरदाराने वाढलेले भोजनपात्र घेऊन श्री स्वामींसन्निध तो प्रसाद म्हणून घ्यावा या हेतूने ते पुन्हा श्री स्वामींकडे निघाले. पण त्यांना वाटेतच

कळले, की श्री स्वामी राजवाड्यात गेले आहेत. तेथे नियमित वेळेखेरीज दर्शनार्थींना सोडत नाहीत. म्हणून ते मुरलीधर मंदिरात गेले. तेथे मनोमन श्री स्वामींचे स्मरण करून त्यांनी पारणे सोडले. आठ दिवस श्रींची स्वारी राजवाड्यात होती. त्या आठ दिवसांत बाळाप्पा नियमित, वेळेत राजवाड्यात जाऊन श्रींचे दर्शन घेऊन परत मुरलीधर मंदिरात येत व येथे नित्यनियमाने श्रींचे अनुष्ठान करीत असत.

बाळाप्पांबरोबर विश्वनाथ नावाचा सेवेकरीही श्रींच्या नित्यदर्शनास जात असे. त्यास महाराज फूल, खारीक, पेढे याप्रमाणे प्रसाद देत असत. बाळाप्पांस मात्र प्रसाद म्हणून ते काहीच देत नसत. त्यामुळे बाळाप्पा मनातल्या मनात विचार करत, 'आपण खरोखरच फार कमनशिबी आहोत! श्री स्वामी समर्थ महाराजांकडून प्रसाद मिळविण्याजोगी आपली पुण्याई नाही.' श्री स्वामी आपणास प्रसाद देतील अशी इच्छा मनात धरून बाळाप्पांनी एके दिवशी एक पैशाच्या खारका विकत घेऊन श्रींपुढे ठेवल्या. पण त्यांनी बाळाप्पांस प्रसाद दिला नाही. तेथे जवळच चोळाप्पा उभे होते. त्यांनी त्यांच्या हाताने काही खारका बाळाप्पांस प्रसाद म्हणून दिल्या. बाळाप्पा त्यातच आनंद मानून जाऊ लागले. ते दहा-वीस पाऊले गेले नाहीत, तोच श्री स्वामी चोळाप्पांस म्हणाले, ''अरे चोळ्या, त्यास (बाळाप्पास) कशाला प्रसाद दिलास? जा परत घेऊन ये जा.'' हे ऐकून चोळाप्पा धावतच बाळाप्पांजवळ गेले. ''महाराज खारका (प्रसाद) परत मागत आहेत. त्या द्या.'' असे बाळाप्पांस सांगून त्यांच्या जवळून तो दिलेला खारकांचा प्रसाद घेऊन चोळाप्पा श्रींकडे आले. या घटनेने बाळाप्पा फारच हिरमुसले. 'आपण फारच अभागी आहोत. श्रींकडून प्रसाद मिळण्याच्या योग्यतेचे नाही.' असा विचार करून ते अतिशय दुःखी कष्टी झाले.

परंतु श्रींच्या या कृतीचा अर्थ वेगळा होता. श्री स्वामींकडून ज्यास जाण्याची परवानगी होई, त्यास ते लागलीच प्रसाद देऊन वाटेस लावीत; पण ज्यास आपणाजवळ ठेवून घेण्याची त्यांची इच्छा असे, त्यास ते कदापि प्रसाद देत नसत. श्री स्वामींचा हा हेतू बाळाप्पांस पुढे कळून आला. या कालावधीत बाळाप्पांचे दोन महिने अनुष्ठान चालूच होते. एके दिवशी ते फुले काढीत असता त्यांचे बोटास काटा टोचून ते चांगलेच सुजले व ठणकू लागले. औषधे लावूनही ते बरे होईना. असे आठ-दहा दिवस गेले असता, बाळाप्पांसमक्ष एका बाईने श्री स्वामींस विचारले, ''महाराज, माझ्या मुलास डोळ्यांनी दिसत नाही. काय करू?'' त्यावर श्री स्वामींनी 'म्हशीचे मूत लाव!' असे सांगितले. ही संधी पाहून बाळाप्पांनीदेखील 'महाराज,

माझेही बोट फार दुखतेय, काय औषध लावू?' म्हणून विचारले. 'तूही तेच लाव.' असा जबाब त्यांनी दिला. श्रीआज्ञेनुसार तसे करताच बाळाप्पांच्या बोटाचा ठणका तत्काळ राहून आठ दिवसांत बोट पूर्ण बरे झाले.

बाळाप्पांचे नित्याची श्री स्वामी दर्शनभेट व अनुष्ठान सुरू होते. नित्य प्रसाद घेणाऱ्या विश्वनाथ सेवेकरी यास द्वारकायात्रा करण्याची परवानगी श्री स्वामींनी दिली, पण बाळाप्पांस दिली नाही, याचे त्यांस फारच वाईट वाटले. बाळाप्पांच्या मनाची अस्वस्थता अंतर्ज्ञानी श्री स्वामींनी जाणली व पाहिली. एके दिवशी सायंकाळी ते श्रींच्या दर्शनास गेले असता त्यांनी स्वतःच्या हातातील माळ बाळाप्पांजवळ दिली. ''काय रे, यात्रा झाली का? यात्रा झाली का?'' असे तीन वेळा विचारले. तेव्हा त्यास श्रींच्या ह्या माळ देण्याच्या कृतीचा आणि त्रिवार उच्चारण्याचा अर्थ कळला. तेव्हा काहीही उत्तर न देता बाळाप्पांनी श्री स्वामी समर्थचरणी नमन केले.

श्रींनी स्वतःची माळ दिली, याचा अर्थ आपणास श्री स्वामींनी नामस्मरणाची उपासना दिली आहे. आता इतरत्र तीर्थयात्रा करीत भटकण्यात काय अर्थ आहे, असे त्यांनी मनोमन जाणले. 'आपण सद्गुरूंची सेवा करण्याच्या हेतूने घरदार, भरलेला संसार, प्रपंच सोडून बाहेर पडलो. आता प्राप्त सद्गुरू श्री स्वामींसन्निध राहून त्यांची सेवा करण्यातच आपल्या आयुष्याची इतिकर्तव्यता आहे.' असा विचार करून एके रात्री श्री स्वामी ज्या मोदीच्या घरात येऊन राहिले होते, तेथे बाळाप्पा जाऊन निजले.

सुंदराबाईकडून श्रींची व्यवस्था पाहिजे तशी ठेवली जात नव्हती, म्हणून एका चांगल्या, मेहनती, निष्ठावान सेवेकऱ्याची आवश्यकता होती. तेव्हा सुंदराबाईने तिच्या मदतीसाठी बाळाप्पांसारख्या निष्ठावान, हुशार, मेहनती सेवेकऱ्याची मदत घेण्याचे ठरविले. सुरुवातीस बाळाप्पांस श्रींचे तस्त, पीकदाणी साफ करण्याची सेवा देण्यात आली. हा श्रीसेवेचा अलभ्य लाभ आहे असे समजून बाळाप्पा ती सेवा अत्यानंदाने करू लागले. पुढेपुढे त्यांच्याकडे श्री स्वामींचे अंथरूण-पांघरूण साफ करण्याचे, घालण्याचे काम देण्यात आले. त्यांची कामावरील निष्ठा आणि श्री स्वामींवरील भक्ती पाहून नंतर त्यांचेकडे श्रींच्या अंघोळीसाठी पाणी तापविण्याचे, गंध उगाळण्याचे, स्वयंपाकाचे अशी एकामागून एक सर्व कामे आली. श्री स्वामी समर्थ सेवेविषयीचे इच्छित मनोरथ पूर्ण होत असल्यामुळे बाळाप्पा स्वतःला भाग्यवान मानू लागले. त्यांना घरदार सोडून आल्याबद्दल कुठलाही खेद वा दुःख न होता धन्य झाल्यासारखे वाटत होते. बाळाप्पा सद्गुरुसेवेत संतुष्ट होते.

*

परंतु पुढे काही दिवसांनी बाळाप्पांच्या बेंबीतून रक्त निघू लागले. ते आजारी पडले. एके दिवशी त्यांच्या बेंबीतून होणाऱ्या रक्तस्त्रावाबरोबर एक कागदाची पुडी निघाली. ती उघडून पाहता त्यात काळसर रंगाचा विषारी पदार्थ आढळला. तीन वर्षांपूर्वी बाळाप्पा त्यांच्या गावी, घरी असताना कोणी दुष्टाने त्यांच्यावर विषप्रयोग केला होता. परंतु श्री स्वामी समर्थांची कृपा, अगम्य लीला व अद्भुत शक्तीमुळे बाळाप्पा तेव्हा वाचले. तत्पूर्वी त्यांच्याकडून श्री स्वामी समर्थांची सेवा घडली. त्यामुळे त्यांना त्या विषापासून मरण न येता तीन वर्षांनंतर कागदाची पुडी जशीच्या तशीच बाहेर पडली. गणपतराव जोशी व गयाबाई या सेवेकऱ्यांनी ती विषाची पुडी प्रत्यक्ष पाहिली. केवळ आणि केवळ श्रींच्या कृपेमुळेच बाळाप्पा वाचू शकले, असे सर्वच आश्चर्याने म्हणू लागले.

एवढे सर्व होऊनही बाळाप्पा पूर्णतः स्वामीमय झाले नव्हते. ते सुरुवातीपासून भगवान शंकराची भक्ती करीत. अगोदर शंकराची पूजाअर्चा करून नंतर ते श्रींच्या दर्शनभेटीसाठी येत. सुंदराबाई श्री स्वामींस एकदा नव्हे, तर अनेकदा म्हणाल्या, ''महाराज, बाळाप्पा जर आपली सेवा करतात, तर भगवान शंकराची सेवा करण्याचे काय प्रयोजन आहे? भगवान शंकराची पूजा करू नका, अशी बाळाप्पांस आज्ञा द्यावी.'' त्यावर सुरुवातीस श्री स्वामी फक्त स्मितहास्य करीत. परंतु एकदा ते सुंदराबाईस म्हणाले, ''नाही गं, तसे नाही. दगडाची पुजा केलीच पाहिजे.'' त्यावर बाई उगीच राहिली. श्रींनी बाळाप्पांस सहा महिने भगवान शंकराची पूजा करू दिली. त्यानंतर त्यांनी त्यांस 'सांबाची पूजा करू नकोस' अशी आज्ञा केली. अर्थात त्यानंतर श्रींची आज्ञा शिरसावंद्य मानून बाळाप्पांनी फक्त आणि फक्त श्री स्वामी समर्थ महाराजांचीच सेवा सुरू ठेवली.

बाळाप्पांच्या सतत श्री स्वामी समर्थांच्या सान्निध्यात आणि सेवेत राहिल्यामुळे चोळाप्पा व त्यांचा जावई श्रीपाद भट यांस वैषम्य वाटू लागले. त्यांचे आर्थिक नुकसानही होऊ लागले. म्हणून बाळाप्पांस तेथून घालवून देण्याचा ते विचार करू लागले. एके दिवशी तर श्रीपाद भटजीने बाळाप्पांस स्पष्टच सांगितले, ''तुम्ही आल्यापासून आमचे खूपच नुकसान होत आहे.'' हे ऐकून बाळाप्पांस फारच वाईट वाटले. त्यावर बाळाप्पा म्हणाले, ''मी श्री स्वामी समर्थ महाराजांची सेवा करणे आपणास बरे वाटत नसेल. श्रींनी मला येथून जाण्यास सांगितल्यास मी माझ्या गावी जाण्यास तयार आहे.'' तेव्हा श्रीपाद भटजीने बाळाप्पांचे बोलणे जसेच्या तसे न

सांगता त्यात बदल करून श्री स्वामींस सांगितले. ''बाळाप्पा आपल्या कुलदेवतेस जाऊन येण्याची आज्ञा मागत आहे. त्यास आज्ञा द्यावी.''

त्यावर अंतर्ज्ञानी श्री स्वामी त्रिवार म्हणाले, ''आपल्या कुलदेवतेस बाळाप्पा दररोज जाऊन येतो.'' म्हणजे श्री स्वामी समर्थ हीच बाळाप्पाची कुलदेवता आहे. अन्य दुसरी कोणतीही देवदेवता त्याची नाही, हेच त्यांना यातून सूचित करायचे होते. आपल्या बोलण्याचा काहीच परिणाम श्री स्वामींवर होत नाही असे पाहून श्रीपाद भट म्हणाला, ''महाराज, बाळाप्पा मुले-बाळे, घरदार सोडून आला आहे. त्यास घरी जाण्याची आज्ञा द्यावी.'' तेव्हा जमिनीवर हात आपटून स्वामी म्हणाले, ''त्याची बायका-मुलेही येथेच आहेत.'' श्रींनी असे ठामपणे म्हटल्यावर श्रीपाद भटाचा उपायच खुंटला. यावरून सर्वज्ञ, त्रिकालज्ञानी श्री स्वामींना चोळाप्पा, सुंदराबाई, श्रीपाद भट आणि बाळाप्पा यांची निष्ठा, आचार, विचार आणि वर्तनव्यवहार चांगलाच ठाऊक होता.

*

एके दिवशी नेहमीप्रमाणे बाळाप्पा श्री स्वामी महाराजांचे तस्त घासत असता सुंदराबाईने श्रींना विचारले, ''महाराज, बाळाप्पास आई व बायको आहेत की नाही?'' त्यावर ते म्हणाले, ''होय, आहेत.'' पुन्हा बाईने विचारले, ''त्यांची नावे काय?'' श्री स्वामी म्हणाले, ''गंगाभागीरथी.'' बाईने पुन्हा विचारले, ''गंगाभागीरथी म्हणजे काय?'' श्री स्वामी उत्तरले, ''नदी.'' पण सुंदराबाईस काही उमज पडेना. तेथेच असलेल्या बाळाप्पांना मात्र श्रींच्या सर्वज्ञपणाची पुरेपूर कल्पना आली. कारण त्यांच्या आईचे नाव गंगा आणि बायकोचे नाव भागीरथी होते.

श्रींचे बाळाप्पांवर फार प्रेम होते. बाळाप्पा जरी श्री स्वामी समर्थनिष्ठ भक्त होते, तरी त्यांच्या आचार-विचारांत आणि वर्तनव्यवहारात चंचल वृत्ती होती. ती घालविण्यासाठी श्रींनी एकदा त्याच्या पाठीवर थापटी मारली. त्यानंतर त्यांची चंचल वृत्ती कमीकमी होत जाऊन अखेरीस त्यांच्या चित्तवृत्ती स्थिर झाल्या. धन्य ते बाळाप्पा! श्री स्वामींच्या पाचही बोटांची स्पष्ट खूण बाळाप्पांच्या पाठीवर अखेरपर्यंत होती. ती खूण म्हणजे श्री स्वामींचा जणू त्यास मिळालेला हा आगळा-वेगळा कृपाप्रसादच होता.

एकदा बाळाप्पा श्री स्वामींची नित्यसेवा करीत असता श्रींनी त्यांच्यापुढे एक पोथी टाकली, पण कामाच्या गर्दीत बाळाप्पांनी ती पोथी न वाचता तशीच घरात नेऊन ठेवली. पुढे श्री स्वामी राजवाड्यात जाऊन राहिल्यावर बाळाप्पांस रिकामपण

मिळाले. बाळाप्पांनी त्या पोथीतील 'हंसध्वजराजा'ची गोष्ट वाचली. हंसध्वजराजाने भगवान श्रीकृष्णाच्या भक्तीखातर आपले अर्धे शरीर बायको व मुलगा यांचे हातून करवतीने कापल्याची ती गोष्ट आहे. ती वाचून बाळाप्पांनी अतिदृढ निश्चयाने आणि भावभक्तीने ब्रह्मांडनायक श्री स्वामी समर्थ महाराजांची सेवा करण्याचा निर्धार केला. कोणतेही संकट आले, तरी त्यास घाबरता कामा नये, असेच श्रींनी ही पोथी त्यांस देऊन सुचविले होते. त्याप्रमाणे बाळाप्पा आयुष्याच्या अखेरच्या श्वासापर्यंत श्रींची सेवा उत्तम तऱ्हेने करीत राहिले.

बाळाप्पा तसे मूळचे ऐश्वर्यसंपन्न, श्रीमंत घराण्यातले; त्यामुळे पाणी आणणे, झाडलोट करणे, स्वयंपाकाचे काम करणे आदी कामांस प्रथमत: ते खूपच लाजत. प्रसंगी टाळाटाळही करीत. त्रिकालज्ञानी श्रींच्या ही गोष्ट लक्षात आल्यावाचून कशी बरे राहील? त्यांनी बाळाप्पांस बोलावले आणि म्हणाले, ''अरे, तुझ्या आजा-पणज्यांनीही असे काम केले नाही बरे.'' बाळाप्पांच्या गेल्या तीन पिढ्यांत कुणालाही अशी गुरुसेवेची संधी मिळाली नाही. ती संधी बाळाप्पांस मिळाली, तर त्यात लाज वाटण्याचे काय कारण? गुरूजवळ लाज बाळगण्याचे कारण नाही. या घटनेमुळे त्यांच्या मनातला उरलासुरला विकल्पही नष्ट झाला आणि बाळाप्पा गुरुसेवेत रमले.

एके दिवशी श्रींची स्वारी मोदींचे घरी होती. बाळाप्पा बाहेर गेले होते. ते परत येतात तो दर्शनार्थींची पुष्कळ गर्दी जमली होती. त्या गर्दीत ''इकडे ये'' म्हणून श्रींनी बाळाप्पास हाक मारली. बाळाप्पा जवळ येताच श्री म्हणाले, ''हात पुढे कर.'' त्यांनी हात पुढे करताच श्रींनी स्वमुखातील खडीसाखरेचा खडा काढून बाळाप्पांच्या हातावर ठेवला. बाळाप्पा श्री स्वामींकडून प्रसाद मिळविण्यासाठी फार दिवसांपासून आतुर होतेच. त्यांना त्यांच्या मोठ्या निस्सीम सेवेची पोचपावती 'श्रीं'च्या मुखातील खडीसाखरेच्या रूपाने मिळाली होती. मोठ्या भक्तिभावाने तो खडीसाखरेचा प्रसाद भक्षण करून ते श्रीसेवा अधिकच दृढतेने करू लागले.

❋

बाळाप्पा श्री स्वामीसेवेत येण्यापूर्वी श्रींच्या सेवेत असलेल्या सेवेकऱ्यांत एकवाक्यता व सुसूत्रता नव्हती. आरतीचे व स्नानाचे वेळी नेहमी छोटी-मोठी भांडणे होत. सेवेकरी सुंदराबाई व इतर काही सेवेकरी लाभापाई श्रींसमोरील वस्तू पळवीत असत. हुक्केवाला, विडे करणारा वगैरे सेवेकरी सामान नसले, म्हणजे त्या किरकोळ, लहानसहान गोष्टींचीसुद्धा श्रींकडे येऊन फिर्याद करीत असत. जेव्हा

सुंदराबाई त्रासून श्रींजवळ येऊन रडत असे. तेव्हा ते हाताने खूण करून तिला सांगत, ''अगं, शांत राहा, जरा दम धर.'' पण बाळाप्पा श्रींच्या सेवेत आल्यापासून या सर्व तक्रारी दूर झाल्या. श्रीसेवेची उत्तम व्यवस्था होऊ लागली.

लवकरच बाळाप्पा श्री स्वामी समर्थ महाराजांच्या दरबारात श्रींचे लाडके, पट्टसेवेकरी म्हणून गणले जाऊ लागले. सुंदराबाई आपली चांदीची किमती भांडी वगैरे मौल्यवान वस्तू बाळाप्पांजवळ ठेवू लागली. चोळाप्पाही त्यांच्या मौल्यवान जिनसा बाळाप्पांजवळ ठेवू लागले. एके दिवशी श्रींची स्वारी खासबागेत असताना चोळाप्पा सहज थट्टेने श्री स्वामींना म्हणाले, ''महाराज, बाळाप्पा आता खजिनदार झाला आहे.'' त्यावर ते म्हणाले, ''खजिनदार नाही रे, जामदार झाला आहे.'' खजिनदाराजवळ पैसा असतो. जामदाराजवळ किमती सामान असते. सबब चोळाप्पांच्या बोलण्यातील चूक श्रींनी दुरुस्त केली. यावरून त्यांच्या शब्दज्ञानाची, त्याच्या अचूक वापराची घटना, प्रसंगाचीही कल्पना येते.

'शेत करून खावे' असे श्री स्वामी बाळाप्पांस अधूनमधून सांगत असत. याबाबत बाळाप्पा सुंदराबाईस म्हणाले, ''बाई, 'शेत करून खावे' असे सांगण्यामागे महाराजांचा हेतू मी माधुकरी मागून खावे असा आहे का? की मी माझ्या गावी जावे असा आहे? आपण त्याबाबत महाराजांना विचारा.'' त्याप्रमाणे सुंदराबाईने महाराजांस विचारल्यावर श्री स्वामी प्रसन्नतेने म्हणाले, ''अगं, त्यास बसूनच खाऊ दे. सूर्य, चंद्र असेपावेतो राहू दे. तारामंडळ असेपावेतो राहू दे.'' हे आशीर्वादाचे श्रींचे मुखातील शब्द ऐकून बाळाप्पा कमालीचे सुखावले, आनंदले.

पुढे एकदा दत्तजयंतीला दर्शनार्थींचा प्रचंड गर्दीचा ओघ असल्यामुळे श्री स्वामी समर्थ महाराजांनी रात्री दहा वाजेपर्यंत काहीच खाल्ले नव्हते. सर्व आवराआवर झाल्यावर श्री स्वामी जेवणार तेव्हा सुंदराबाई म्हणाली, ''बाळाप्पा, ताट वाढलेले आहे. (हे ताट त्या दिवशी पहाटेच्या नैवेद्याचे होते.) करिता नवीन स्वयंपाक करण्याची काही आवश्यकता नाही.'' सारेच स्तब्ध राहिले. सुंदराबाईने सकाळी आणलेले शिळे अन्न 'श्रीं'स खाऊ घातले. त्यांनी ते मुकाट्याने खाल्ले. सेवेकऱ्यावर न रागवता श्री स्वामी बाळाप्पांस एवढे मात्र त्रिवार म्हणाले, ''आता काय, नवाब झाले!'' श्री स्वामींच्या या तिरकस शब्दांनी बाळाप्पांस मरणप्राय दु:ख झाले. त्यांचा कंठ दाटून आला. सद्गदित अंत:करणाने 'श्रीं'चे चरण घट्ट पोटाशी धरून, ''महाराज, माझ्याकडून झालेल्या चुकीबद्दल मला क्षमा करा. त्याबद्दल आपण द्याल ती शिक्षा भोगण्यास मी तयार आहे.''

श्रींनी बाळाप्पांकडे वात्सल्याने पाहून, क्षमा केल्याचा संकेत दिला. त्यांनीही बाईच्या बोलण्यावर फसून तेथून पुढे श्री स्वामींवर शिळे अन्न खाण्याचा प्रसंग कधीच येऊ दिला नाही. श्रींची बाळाप्पांवरील पितृतुल्य प्रीती सुंदराबाईच्या डोळ्यांत खुपत असे. म्हणून ती येता जाता, प्रसंग पाहून बाळाप्पांस टोमणे मारीत असे. कुजके बोलत असे. बाळाप्पांस दूर सारण्याचा तिने आटोकाट प्रयत्न केला. तिच्या त्रासाला कंटाळून श्रींना सोडून जावे, या विचारातच एकदा ते श्रींच्या नित्याच्या दर्शनभेटीस गेले. दर्शन घेऊन उभे राहताच अंतर्ज्ञानी श्रींनी त्यांस आसन दाखवून 'तू येथेच राहा' असे सांगितले. बाळाप्पा मनोमन काय समजायचे ते समजून चुकले.

बाळाप्पा श्रींच्या सेवेत जरी आले होते, तरी ते पहाटे चार वाजता उठून गणपतीचा जप करीत बसत. एकदा श्रींची स्वारी पलंगावर बसली होती. शिवूबाई खाली बसून श्रींचे पाय चेपीत होती. त्यांच्या सहजच गप्पा-गोष्टी चालल्या होत्या. तेवढ्यात बाळाप्पा तेथे येऊन बसले. त्या ओघात शिवूबाईने श्रींस विचारले, ''महाराज, हल्ली बाळाप्पाचे काय चालले आहे?'' त्यावर श्री स्वामी म्हणाले, ''अगं, हल्ली तो तरट विणतोय.'' शिवूबाईला त्याचा अर्थ तेव्हा कळला नाही. श्रींचा रोख बाळाप्पा करीत असलेल्या गणपतीच्या जपाकडे आहे हेही समजले नाही. ती तेव्हा काहीच बोलली नाही हे खरे, पण गणपतीचा जप करणाऱ्या बाळाप्पांस मात्र श्रींचा रोख कशाकडे आहे ते बरोबर समजले.

तरटाचा उपयोग आणि किंमत फारशी नसते. आपण सद्गुरू श्री स्वामी समर्थांच्या सेवेत आल्यामुळे आणि असल्यामुळे विशेष भाग्यवान आहोत. आता इतर जप-तप, अनुष्ठाने आदी करण्याची जरुरी नाही. गुरुभक्ती श्रेष्ठतम, इतर देवदेवतांच्या भक्तीपेक्षा श्रेष्ठ आहे. म्हणून गुरुनामच सर्वश्रेष्ठ आहे. ते व्यवस्थित घेतले, की इतर देवदेवतांच्या उपासनेचे फळ आपोआप मिळते हेच महाराज आपल्याला या उद्गारातून समजावीत आहेत हे कळण्यास बाळाप्पांस वेळ लागला नाही. दुसऱ्या दिवसापासून बाळाप्पाने 'श्री स्वामी समर्थ' या गुरुनामाचा जप करण्यास सुरुवात केली. शिवूबाईने आदल्या दिवशीसारखाच श्री स्वामींस पुन्हा प्रश्न केला, ''महाराज, आज बाळाप्पा काय करीत आहे हो?'' त्यावर श्री स्वामी उत्तरले, ''अगं, आज तो कांबळ विणतोय.'' तरटापेक्षा कांबळ मौल्यवान असते हे बाळाप्पांस उमगले. कोणता जप करणे इष्ट हेही समजले. तेव्हापासून त्याने 'श्री स्वामी समर्थ' हा षडाक्षरी मंत्रजपण्यास सुरुवात केली. म्हणून ब्रह्मांडनायक श्री स्वामी समर्थ महाराजांचे 'श्री स्वामी समर्थ' हा एक साधा मंत्र नसून तो महामंत्र आहे याची जाणीव त्यांस झाली.

❋

त्याच रात्री बाळाप्पांच्या स्वप्नात मारुतीचे मंदिर आले. येथे उपासना करण्याचे त्यास निर्देश मिळाले. येथे त्यांनी 'श्री स्वामी समर्थ' या षडाक्षरी मंत्राचा तब्बल बारा वर्षे म्हणजे एक तप जप केला. श्रीआज्ञेनुसार त्यांनी जपाचा हिशोब ठेवला. एकदा तो हिशोबाचा कागद श्रींचरणी ठेवत असताना एक लिंगायत दर्शनास आला होता. त्यास श्री स्वामी म्हणाले, ''बाळाप्पाने नामजपाचे अनुष्ठान पूर्ण केले आहे, त्याची सांगता तू कर.'' पंचकमिटीद्वारा सुंदराबाईस श्रीसेवेतून दूर केल्यानंतर बाळाप्पा नित्यनियमाने, व्रतस्थ वृत्तीने श्रींसन्निध राहून त्यांची सेवा करू लागले. त्यांच्या सेवेवर श्री स्वामी बेहद्द खुश होते.

एकदा त्यांनी त्यांच्या बोटातील 'श्री स्वामी समर्थ' अशी अक्षरे कोरलेली अंगठी बाळाप्पाच्या बोटात स्वहस्ते घालून ''मी माझे शिक्कामोर्तब तुला देत आहे. माझा हा शिक्का यावत्चंद्र दिवाकरौ तू पुढे चालव.'' असा शुभाशीर्वादही दिला. तेव्हा बाळाप्पांस धन्य धन्य झाल्यासारखे वाटले. अत्यानंदाने व कृतज्ञतेने त्यांनी श्री स्वामी समर्थ महाराजांच्या चरणास मिठीच मारली. त्यांच्या चरणांवर कृतज्ञताश्रूंचा अभिषेक घातला. तत्क्षणी श्री स्वामींनी स्वतःच्या कंठातील रुद्राक्ष बाळाप्पांच्या कंठात बांधला. त्यांच्या अंगावर छाटी टाकली, हातात निशाण दिले. प्रसादपूर्ण पादुका देऊन बाळाप्पांच्या मस्तकावर वरदहस्त ठेवला. स्वतंत्र मठ स्थापन करून त्या प्रासादिक पादुकांची स्थापना करण्यास सांगितले. शेवटी ब्रह्मांडनायक श्री स्वामी समर्थ महाराज बाळाप्पास म्हणाले, ''औदुंबर छायेत बैस!''

महानिर्वाणाचे अगोदर श्री स्वामी बाळाप्पांस म्हणाले, ''आम्हाला खूप उंच, खूप दूर जायचे आहे. येतोस का आमची चाकरी करण्यास?'' त्यावर बाळाप्पा तत्काळ 'होय महाराज' असे आज्ञाधारकपणे म्हणाले. ''आमची ग्वाही सर्वत्र मिरव. तुला मी आमच्यासारखे करीन. तू गुरू हो!'' असेही श्री स्वामींनी बाळाप्पास सांगितले. श्रींच्या या उद्गारांनी बाळाप्पा कमालीचे व्यथित झाले. कारण श्री स्वामी समर्थांच्या कायमस्वरूपी वियोगाचे ते संकेत होते. शके १८०० मंगळवार दि. ३० एप्रिल १८७८ला श्री स्वामींनी महासमाधी घेतल्यानंतर बाळाप्पा फारच दुःखी झाले. त्यांनी अन्नपाणी न घेण्याचे व्रत सुरू केले, तेव्हा श्री स्वामी सदेह त्यांच्यापुढे प्रगट होत म्हणाले, ''मी तुला ज्या पादुका दिल्या आहेत, तेथे मी अक्षय वास करीत आहे. तेथेच माझे प्राण आहेत. यापुढेही मी तेथेच तुझी सेवा घेईन.'' असे म्हणून ते अंतर्धान पावले.

ब्रह्मांडनायक श्री स्वामी समर्थ महाराजांचे प्रचंड कार्य बाळाप्पांनी पाहिले होते. अनुभवले होते. आपल्याकडून ते कसे पार पडेल अशा चिंतेत असतानाच श्रींनी बाळाप्पांस पुन्हा आश्वासन दिले, ''मी शरीराने जरी अंतर्धान पावलो असलो, तरी तुझ्याद्वारे मीच कार्य करणार आहे. तू निमित्तमात्र आहेस. तू पादुकांद्वारा लोकसंग्रह कर.'' बाळाप्पांनी शेवटी संन्यासाश्रम स्वीकारला. 'श्री स्वामीदास ब्रह्मानंद सरस्वती' हे नाव धारण केले. श्री स्वामी समर्थकार्याची सर्वसमावेशक सर्वधर्मसमभावाची कीर्तिध्वजा फडकत ठेवली.

। रावजी पाटील ।

संचारेश्वर भक्तवत्सल श्री स्वामी समर्थांची स्वारी एकदा सोलापूर व अक्कलकोट यांचे दरम्यान सोलापूर तालुक्यात असलेल्या रामपूर गावी आली. हे गाव सोलापूरपासून पाच कोस दूर आहे. रामपूर येथील प्रथम शाखी पंडित रावजी पाटील आणि त्यांची जवळची नातेवाईक विठाबाई अशी दोघेही 'श्रीं'ची मनोभावे भक्ती करीत. अधूनमधून संचारेश्वर श्री स्वामी रामपूरला त्यांच्या घरी जात असत. एका खेपेस मात्र 'श्रीं'चा मुक्काम सोळा दिवस रामपूरला होता. त्या वेळी त्यांच्यासमवेत चोळाप्पा, गणपतराव जोशी, रामभाऊ दाढीवाले, महादेव भट व बाबासाहेब यादव वगैरे सेवेकरी मंडळी होती. श्री स्वामी समर्थ महाराजांप्रीत्यर्थ चाळीस पंडितांना जेवू घालण्याचा रावजी पाटील व विठाबाईने काही महिन्यांपूर्वी 'श्रीं'स नवस केला होता.

'अनायासे श्रींची स्वारी आपल्या गावी रामपुरी आली आहे. नवस फेडण्याची ही उत्तम संधी आहे' असे मनात आणून चाळीस जणांच्या प्रसादभोजनाची तयारी त्यांनी केली. रावजी पाटील व विठाबाई 'श्रीं'चे दर्शन घेऊन हात जोडून उभे राहताच श्री स्वामी प्रसन्न चित्ताने त्या दोघांना म्हणाले, ''आम्ही स्वतः तुमच्याकडे आम्हास तुम्ही केलेला नवस फेडून घेण्यासाठी मुद्दाम आलेलो आहोत. फेडणार की नाही?''

''होय महाराज, आम्ही उत्सुक आहोत. हे तर आमचे परम भाग्य आहे.'' असे नम्रपणे म्हणून त्या दोघांनीही हात जोडून होकारात्मक मान हलविली. श्रींनी आपला मनोभाव अचूक ओळखल्याबद्दल त्या दोघांनाही परम आश्चर्य वाटले. श्रींना पुन्हा साष्टांग नमस्कार करून ते भोजनव्यवस्थेस लागले.

श्री स्वामी समर्थ रामपुरास आलेले आहेत ही वार्ता कानोकानी सोलापूर व आजूबाजूच्या गावी वाऱ्यासारखी पसरली. त्यामुळे दर्शनार्थींच्या झुंडीच्या झुंडी

रामपूर ग्रामी लोटल्या. इकडे विठाबाईने चाळीस माणसांचा स्वयंपाक सिद्ध केला. श्री स्वामींना मंगलस्नान घालून, गंधाक्षता लावून त्यांची षोडशोपचारे पूजा केली. भोजनास पात्रे वाढून सज्ज केली. ''महाराज, भोजनास चलावे.'' यजमान रावजी पाटील आणि विठाबाईने 'श्रीं'ना प्रार्थनापूर्वक विनविले. पण श्री भोजनास काही उठेनात. पुन्हापुन्हा त्यांना विनविले, तेव्हा जमलेल्या दर्शनार्थींच्या गर्दीकडे हाताने निर्देश करीत ते म्हणाले, ''या सर्वांस भोजनप्रसाद घालावा.'' रावजी पाटील आणि विठाबाईने श्रींची आज्ञा शिरसावंद्य मानली. पण त्यांना अशी चिंता पडली की, ''चाळीसच माणसांच्या स्वयंपाकात इतके लोक कसे जेवतील?'' सर्वज्ञ, अंतर्ज्ञानी श्री स्वामींनी लगेचच विठाबाईंना सांगितले, ''बाई विठे, एक टोपली घेऊन ये.''

विठाबाईने टोपली आणून ठेवल्यावर श्री स्वामी तिला म्हणाले, ''या टोपलीत तू तयार केलेल्या स्वयंपाकातील पोळ्या, भात व इतर पदार्थ भर.'' श्रीआज्ञेनुसार तिने तसे केल्यावर ते म्हणाले, ''तुमच्या घरातील देव्हाऱ्यातील देवी, खंडोबा, शाळिग्राम व इतर टाक आणून त्या टोपलीतील अन्नावर ठेव. त्यावर पोळ्या ठेव.'' श्रीआज्ञेबरहुकूम रावजी पाटील व विठाबाईने सर्व काही साग्रसंगीत केले. ''आता तुम्ही दोघेही या भरलेल्या टोपलीची पूजा करा. श्री स्वामींनी त्या उभयतांस अशी आज्ञा केली व त्यांच्याकडून स्वतःच्या मार्गदर्शनाखाली यथासांग त्या टोपलीतील अन्नाची, त्यात ठेवलेल्या देवदेवता, टाक यांची पूजा करून घेतली. ''बाई विठे, ही टोपली डोक्यावर घेऊन तुळशीवृंदावनास तीन प्रदक्षिणा घाल.'' अशी विठाबाईस आज्ञा केली. नंतर रावजी पाटलाकडून ती टोपली त्यांनी ते बसलेल्या जागी पलंगाजवळ ठेवून घेतली.

''मांडा आता, सर्वांसाठी प्रसादभोजनपात्रे.'' असे त्यांनी रावजी पाटलास आणि विठाबाईस सांगितले. वाढपी सेवेकऱ्याकडे वळून ते म्हणाले, ''तुम्ही वाढप्यांनी स्वयंपाकघरातून अन्न घेऊन बाहेर वाढण्यासाठी आल्यावर मागे फिरून पाहायचे नाही. कळलं का?'' श्री स्वामीआज्ञा प्रमाण मानून रावजी पाटील, महादेव भट व दुसरे काही सेवेकरी पंक्तीत वाढू लागले. पहिली पंगत चारशे पानांची उठली. स्वयंपाकघरातील अन्न जसेच्या तसे शिल्लक असल्याचे पाहून सर्व उपस्थितांना परम आश्चर्य वाटले. सर्वांनी भक्तिभावाने श्री स्वामी समर्थ नावाचा जयजयकार केला. ''येथे येणाऱ्या सर्वांस भोजन घालावे. कुणीही भोजनप्रसादाशिवाय जाता कामा नये.'' असा आदेशच त्यांनी रावजी पाटील, विठाबाई आणि त्यांच्यासमवेत आलेल्या प्रमुख सेवेकऱ्यांस दिला. दर्शनार्थी यात्रेकरूंना ही सर्व परमपवित्र पर्वणीच

वाटत होती. याप्रमाणे दुपारपासून ते सायंकाळपर्यंत हा प्रसादभोजनाचा थाट अतिशय मंगलमय वातावरणात सुरू होता.

मात्र श्रींनी तोपावेतो भोजन केलेले नव्हते. म्हणून रावजी पाटील म्हणाले, ''महाराज, आता आपण भोजनास चलावे.'' त्यांना हात जोडून विनंती करीत असता ते म्हणाले, ''अद्याप आमचे बाप, आजे आलेले नाहीत. ते आल्यावर आम्ही भोजन करू.'' श्री स्वामींच्या या बोलण्याचा अर्थ तेव्हा कोणाच्याही लक्षात येईना. पुढे काही वेळाने सोलापूरहून सरकारी कामगार मंडळी सरकारी कचेरीतून सुटी झाल्यावर आली. त्यांनी श्रींचे दर्शन घेऊन भोजन केले. त्यानंतर श्री स्वामी समर्थांनी भोजन केले. शिल्लक राहिलेले अन्न रावजी पाटलांनी इतर लोकांना प्रसाद म्हणून वाटून दिले. टोपलीत शिल्लक राहिलेले अन्न दुसऱ्या दिवशी प्रसाद म्हणून त्यांच्यासमवेत आलेल्या सेवेकऱ्यांनी ग्रहण केले. भक्तवत्सल श्री स्वामींनी रावजी पाटलाच्या आणि विठाबाईच्या मनातला संकल्प ओळखला. म्हणून रामपूर गावी येऊन श्री स्वामींनी त्यांचा नवस तर फेडून घेतलाच, पण चाळीस पानांच्या अन्नसामग्रीत चार हजार दर्शनार्थी यात्रेकरूंना भोजनप्रसाद जेवू घालण्याची अद्भुत लीला केली.

। बाबासाहेब जाधव ।

बाबासाहेब जाधव म्हणून त्या वेळेच्या अक्कलकोट संस्थानातील एक मानकरी होते. ते श्री स्वामी समर्थ महाराजांचे निस्सीम भक्त होते. त्यांस संतान नव्हते. त्यांचे कुटुंब निवर्तल्यानंतर त्यांनी पुन्हा विवाह करण्याबद्दल श्री स्वामी समर्थांकडे आज्ञा मागता ती मिळाली नाही. म्हणून त्यांनी श्रींची आज्ञा शिरसावंद्य मानून दुसरा विवाह केला नाही. उर्वरित आयुष्य श्री स्वामी समर्थांची सेवा करण्यातच घालविण्याचा त्यांनी दृढ निश्चय केला. त्या वेळी त्यांची हजार-बाराशे रुपयांची इस्टेट होती. त्या इस्टेटीची विल्हेवाट लावून 'श्रीं'च्या उत्सवासाठी त्यांपैकी तीनशे रुपये खर्च केले. उर्वरित रक्कम त्यांनी दानधर्मात खर्च केली. निव्वळ लंगोटी लावून पूर्ण वैरागी, गोसावी बनून श्रींसन्निध राहून एक तप त्यांची एकनिष्ठेने सेवा केली. श्रींच्या समाधीनंतरही तेथेच समाधीमठात श्री स्वामींची सेवा करीत अतिशय आनंदाने आणि तृप्ततेने ते राहिले.

संस्थानातील मानकरी या नात्याने त्यांना त्या वेळी संस्थानाकडून दरमहा दहा रुपये मिळत असत. बाबासाहेब जाधवास श्री स्वामी 'कुंभार' नावानेच संबोधत

असत. असाच एकदा बाबासाहेबांचे बाबतीत चमत्कार घडला. 'श्रीं'ची स्वारी सरकारवाड्याजवळ लडकखान्यात होती. दिवसा बारा वाजल्याच्या सुमारास त्यांच्या सान्निध असलेल्या बाबासाहेब जाधवांस ते एकाएकी म्हणाले, ''कुंभार, तुझे नावाची चिठ्ठी आली आहे.'' हे ऐकताच बाबासाहेब घाबरले. त्यांना त्या वेळी अक्राळ विक्राळ काळपुरुष (यम) दिसू लागला. पण जराही न घाबरता, विचलित न होता त्यांनी ब्रह्मांडनायक श्री स्वामी समर्थांचे चरण घट्ट धरले आणि प्रार्थना केली, ''महाराज, आता मला दुसरी कोणतीही विशेष वासना राहिली नाही. पण आपली चरणसेवा अद्यापही माझ्या मनासारखी माझ्याकडून झालेली नाही. करिता श्री स्वामींनी कृपावंत होऊन तूर्त तरी मला निरोप देऊ नये.''

बाबासाहेब जाधवांची ही दयार्द्र, करुणाजनक, निष्ठापूर्वक प्रार्थना अंतर्ज्ञानी श्रींनी ऐकली. समोरच उभ्या असलेल्या बैलाकडे हाताने निर्देश करीत दरडावण्याच्या स्वरात ते म्हणाले, ''जा त्या बैलाकडे.'' 'श्रीं'च्या या उद्‌गारासरशी समोर उभा असलेला बैल धाडकन जमिनीवर पडला व गतःप्राण झाला. भक्तवत्सल श्री स्वामींनी त्या प्रसंगी निष्ठावंत भक्ताचे मरण चुकवून त्या उभ्या असलेल्या बैलास मुक्ती दिली. पुढे बाबासाहेब जाधवाने श्री स्वामींच्या सदेह स्थितीत आणि समाधीपश्चातही अखेरच्या श्वासापर्यंत श्री स्वामी समर्थांची अखंड एकनिष्ठेने सेवा केली.

❊

संचारेश्वर श्री स्वामी समर्थ एके दिवशी फिरत फिरत अक्कलकोटापासून एक कोसावर असलेल्या बागेहाळी या गावी पाच-पन्नास सेवेकऱ्यांसमवेत आले. या गावी ते मुजावर नावाच्या एका मुसलमानाच्या घरी उतरले. दोन प्रहरापर्यंत ते तेथेच थांबले. त्यानंतर श्रींची स्वारी दुपारी तप्त उन्हातून चालू लागली. त्या दिवशी त्यांनी स्नान, भोजन वगैरे काही केले नव्हते. भर दुपारची वेळ. समवेतच्या सर्व सेवेकऱ्यांना कडकडून भूक लागलेली. पण स्वतःही काही न खाल्ले प्यालेले श्री स्वामी झपझप चालत, 'चला पाहण्यास गंमत, खाण्यास न्यामत चला' असे मौजमस्तीत म्हणत चालले होते. समवेतच्या सेवेकऱ्यांची अवस्था अन्नपाण्याअभावी केविलवाणी झाल्यामुळे एकेक सेवेकरी पाय मागे घेऊ लागला व तेथून सटकू लागला. शेवटी श्री स्वामी समर्थांसमवेत खरेखुरे निष्ठावान चार-पाचच सेवेकरी राहिले. त्यात बाबासाहेब जाधव हे मानकरीही होते. सर्वज्ञ श्रींना हे सर्व कळत होते. म्हणून मजेत स्वतःशीच स्वानंदात गुणगुणत चारपाच सेवेकऱ्यांसमवेत दुपारी तीन वाजण्याच्या सुमारास इटगी गावच्या मारुतीच्या देवळात जाऊन ते सर्व उरतले.

त्या दिवशी श्री स्वामींनी स्नान केले नाही. गंधही लावले नाही. गावकऱ्यांनी हुक्का ओढण्यास तंबाखू भरून आणून दिला. पण त्यांनी हुक्काही ओढला नाही. ''बाजूस पडलेले हे बाजरीचे भुसकट गोळा करून ठेवा.'' अशी सेवेकऱ्यांस आज्ञा दिली. त्याच दिवशी तिसऱ्या प्रहरी चार वाजायच्या सुमारास त्या गावच्या रावण्णा नावाचा वाण्याला त्याचे शेत नांगरत असताना सर्पदंश झाला. त्यामुळे तो शेवटचे आचके देऊ लागला. त्याच्या आप्त मंडळींनी त्याला कांबळ्यात गुंडाळून मारुतीच्या मंदिरात आणून बसविले. तेव्हा त्याच्या अंगात सर्पाचे विष भिनून त्याचे सर्वांग थंडगार पडले होते. तो जवळजवळ गत:प्राण झाला होता. तेथे उपस्थित असलेले सेवेकरी रावण्णाची ती गत:प्राण अवस्था आणि त्याच्या नातेवाईकांची हतबलता पाहत होते.

तेवढ्यात बाबासाहेब जाधव यांनी रावण्णास बरे वाटावे म्हणून श्रींचा जोडा (चर्मपादुका) रावण्णाच्या डोक्यावर ठेवला. बाबासाहेबांनी जोडा ठेवण्याची ही कृती अगदी सहजच, रावण्णास गुण यावा या सद्हेतूने व भाबड्या वृत्तीने केली होती. हा जोडा कोणाचा, त्याचा काय बरा-वाईट परिणाम होईल, असा कोणताच विचार बाबासाहेबांनी त्या वेळी केला नव्हता. पण भक्ताभिमानी, भक्तवत्सल श्री स्वामींनी गत:प्राण रावण्णाच्या डोक्यावर आपला जोडा ठेवलेला पाहिला. निजलेले श्रीस्वामी एकाएकी खाडकन उठून बसले. रागाने संतप्त होऊन 'मुडद्याच्या डोकीवर जोडा कशाला ठेवलास?' असे म्हणून ते बाबासाहेबास शिव्या देऊ लागले. याप्रसंगी त्यांनी ताडकन लंगोटी फेडून टाकली. अग्नीला जसा कोणाचाही स्पर्श सहन होत नाही, तसेच श्री स्वामींचे त्या वेळी झाले होते. अगोदरच त्यांचे जाज्वल्य तेज, त्यात रागाचा असा प्रकोप झाला, की काही विचारण्याची सोय नसे. अगदी एखाद्या ज्वालामुखीसारखे ते उसळत.

त्या सर्व कोलाहलामुळे त्या मारुतीच्या मंदिरात माणसांची गर्दी झाली. पण श्री स्वामी समर्थांचे त्या वेळचे रागाने रौद्ररूप धारण केलेले पाहून सर्व माणसे तेथून पळून गेली. फक्त दोन इसम तेथे रावण्णास धरून बसले होते. बाबासाहेब जाधवही मंदिरात एका कोपऱ्यात श्री स्वामींस न दिसेल अशा बेताने लपून राहिले. तेव्हा श्री स्वामींनी आपल्या डोक्यावरील टोपी काढून रागाने फेकून दिली. त्याचप्रमाणे कफनी काढून फेकून दिली. शेवटी लंगोटीही फेडून ते दिगंबर बनले. बाबासाहेब जाधव श्री स्वामींचा तो रुद्रावतार आणि कोपायमान कृती पाहून थरथर कापत होते. त्यांचेकडे पाहून शिव्या देऊ लागले. शिव्यांची लाखोली मिळू लागल्यावर एकेक

पाऊल पुढे टाकत भीत-भीत ते श्री स्वामी समर्थांजवळ आले. त्यांना जोराची शिवी देत ते म्हणाले, ''मुडद्याच्या डोक्यावर जोडा ठेवण्यास तुला कोणी सांगितले?'' बाबासाहेबांची अवस्था दातखीळ बसल्यासारखी झाली. त्यांच्या तोंडून शब्द फुटेना. मग त्यांनी काहीसे सौम्य होत बाबासाहेबास 'तुझ्या डोकीवरचे पागोटे भुईवर आपट' असे सांगितले. त्यांनी तशी कृती केल्यानंतर पुन्हा ते त्यास म्हणाले, ''तुझ्या अंगातील अंगरखा काढून जमिनीवर आपट.'' बाबासाहेबांनी श्रीआज्ञेनुसार तशी कृती केली. 'महाराज, स्वत:प्रमाणे मलाही दिगंबर करतात की काय कोण जाणे?' एखादी वीज आकाशात अचानक चमकून जावी तसा विचार बाबासाहेब जाधवाच्या मनात चमकून गेला. पण तसे काही घडले नाही.

तेथे मारुतीच्या देवळात उपस्थित असलेले सर्व श्री स्वामींची ही कृती पाहत होते, ऐकत होते. लगेच त्यांनी बाबासाहेबास आज्ञा केली, ''रावण्णाच्या जवळ जाऊन त्याच्या कानात त्याच्या नावाने जोरात हाक मार.'' त्याने श्री स्वामीआज्ञेनुसार तशी कृती केली, पण जवाब मिळाला नाही.

''मोठ्याने हाक मार!'' श्री स्वामींनी त्यास पुन्हा आज्ञा केली. पण तिचाही काही उपयोग झाला नाही.

''अरे कुंभार, दोन्ही कानांत मोठ्याने हाका मार!''

तेव्हा बाबासाहेबांनी रावण्णाच्या दोन्ही कानांत मोठ्याने हाका मारल्या. त्यासरशी रावण्णा सावध झाला. डोळे उघडून लोकांकडे पाहू लागला. सर्व मंडळींस आनंद झाला. उपस्थित सर्वांनीच 'श्री स्वामी समर्थ महाराज की जय' असा जयजयकार केला. थोड्याच वेळात रावण्णा चांगलाच सावध झाला.

''मला भूक लागली आहे. काही तरी खायला द्या.'' रावण्णा म्हणू लागला. त्याच्या आप्तस्वकीयांनी 'श्रीं'स प्रार्थनापूर्वक विचारले, ''महाराज, रावण्णास काय खावयास द्यावे?'' तेव्हा ते म्हणाले, ''त्यास बोटव्याची खीर खाण्यास द्या.'' त्याप्रमाणे त्याच्या आप्तस्वकीयांनी श्रींच्या आज्ञेनुसार त्यास तत्काळ बोटव्याची खीर सिद्ध करून दिली. 'श्रीं'साठी खीर व इतर पदार्थांचे ताट नैवेद्य म्हणून भरून आणले. रावण्णाने बोटव्याची खीर खाल्ली. वास्तविक सर्पदंश झालेल्या व्यक्तीस दूध देत नाहीत असा समज आहे. पण इथे तर प्राणदाते प्रत्यक्ष ब्रह्मांडनायक श्री स्वामी समर्थच असल्यामुळे त्यांच्या वचनावर पूर्ण विश्वास ठेवून दुधाची खीर रावण्णास दिली. पुढे रावण्णा इतरांसारखा ठीकठाक झाला. नित्यनियमाने इतरांसारखा कामधंदा करू लागला.

आपल्या चरणपादुका बाबासाहेब जाधवाने (कुंभार) मस्तकावर ठेवल्याचे पाहून भक्तवत्सल श्री स्वामींनी सर्पदंशाने प्रेतवत झालेल्या रावण्णास प्राणदान दिले. मात्र त्यांच्यासाठी वाढून आणलेले ताट त्यांनी स्वीकारले नाही. तेव्हा ते म्हणाले, ''माझ्यासाठी वाढून आणलेले ताट नभोमंडळातील चंद्रमा, चांदण्या व देवळातील मारुतीरायास नैवेद्य म्हणून दाखवा.'' श्री स्वामीआज्ञेनुसार त्यांच्यासाठी भरून आणलेल्या त्या ताटाचा नैवेद्य दाखविण्यात आला. नंतर श्री स्वामी वदले, ''आता हे नैवेद्याचे ताट त्या कुंभारास (बाबासाहेबास) द्या.'' श्री स्वामीआज्ञेनुसार ते ताट बाबासाहेबास देण्यात आले. श्री स्वामीकृपेचा प्रसाद म्हणून त्यांनी त्या ताटातील नैवेद्य भक्षण केला. मात्र त्या दिवशी जगन्नियंत्या श्री स्वामींस निव्वळ उपवास घडला. त्यांनी अन्नाचा कणही ग्रहण केला नाही.

दुसऱ्या दिवशी सकाळी ते रामपुरला गेले. तेथील पाटलाने त्यांना स्नान घालून त्यांचे यथोचित पूजन केले. नंतर त्यांना त्याने भोजन घातले. श्री स्वामी हे भुजंगभूषण आहेत. भगवान शिवशंकराने समुद्र मंथनातून निघालेले हलाहल (विष) प्याल्यानंतर सर्पांनीच त्यांच्या गळ्याला वेढा घातला होता. तप्त विष थंड केले होते. श्री स्वामी हे तर भगवान शंकराचे अंशात्मक रूप. म्हणूनच ते म्हणत, ''शिव हर शंकर नमामि शंकर । शिवशंकर शंभो ॥'' रावण्णास झालेल्या सर्पदंशातून त्यास त्यांनी वाचवले, यातून याची प्रचिती येते.

। बाबासाहेब यादव ।

श्री स्वामी समर्थांचे निस्सीम भक्त चोळाप्पा, कारभारी चिंतोपंत, बाबा सबनीस आणि पांडुरंग पुराणिक हे चौघे श्रींच्या नित्य सेवेला तत्पर असत. थोड्याच दिवसांत श्रींच्या नित्य चमत्कार अनुभवांचा लोकांमध्ये गवगवा, बोलबाला कानोकानी होऊ लागला. श्रींच्या ईश्वरी सामर्थ्याचे साक्षात्कार घडू लागले. त्यांचा आशीर्वाद मिळताच कार्यसिद्धी होऊ लागल्या. त्यांच्या वचनांचा लोकांना प्रत्यय येऊ लागला. ते हे सर्व अगदी सहज त्या वेळच्या निद्रिस्त समाजाला जागृत करण्याच्या हेतूने करीत. अंधश्रद्धा, रूढी-परंपरा, भेदाभेद, अज्ञान आदींत अडकलेल्यांना मुक्त करण्यासाठी, सजग बनवण्यासाठी, विविध लीलादर्शने ते घडवीत. या मागे स्वत:चे देवत्व दाखवण्यासाठी, मोठेपण वाढवण्यासाठी ते काहीही करीत नव्हते. दिवसेंदिवस जसजसा श्रींचा कीर्तिसुगंध दरवळू लागला, तसतशी बाहेरगावच्या लोकांचीही वर्दळ

प्रज्ञापुरीत वाढू लागली. यात रावापासून रंकापर्यंत, पोरांपासून थोरांपर्यंत, गरिबांपासून श्रीमंतांपर्यंत सर्व जातींचे, धर्मांचे, पंथांचे लोक होते. 'सम सकला पाहू' या भूमिकेतून श्रींचा प्रत्येकाशी आचार-विचार आणि वर्तनव्यवहार सुरू होता.

सातारा जिल्ह्यातील 'कडे' गावातील बाबासाहेब यादव नावाचे एक गृहस्थ अक्कलकोट संस्थानाचे मानकरी होते. त्यामुळे ते अधूनमधून अक्कलकोटला मुक्कामी येत असत. तेही त्यांच्या पूर्वसंस्कार व भाग्यामुळे श्रींच्या सेवेत आले. श्रींच्या अलौकिक लीलांचे त्यांना जसजसे दर्शन होऊ लागले, तसतसे त्यांच्यातील मोह, ममता, माया क्षीण होत गेल्या. 'प्रपंच मिथ्या आहे, श्री स्वामी समर्थउपासनाच उद्धारक आणि जीवन सार्थकी लावणारी आहे.' असे त्यांना तीव्रतेने वाटू लागले. परिणामी ते संस्थानचे प्रतिष्ठित मानकरी असूनही श्रीसान्निध्यात राहू लागले. सर्वसाक्षी श्री स्वामीही बाबा यादवांवर तेवढीच मायेची पाखर घालत. त्या दोघांचे आपापसांत नित्य हितगुज चालत असे. केवढे बाबा यादवांचे भाग्य थोर!

श्री स्वामी समर्थांच्या समाधी लीलेनंतर (१८७८) बाबा यादव स्वत:च्या घरादाराचा, वतनदारीचा त्याग करून अक्कलकोटमध्ये बुधवार पेठेतील मठात जवळपास बारा वर्षे श्रींचे भजन-पूजन आदी सेवा करीत होते. त्यांना त्या वेळी अक्कलकोट संस्थानामधून प्रत्येक महिन्याला दहा रुपये सन्माननीय वेतन मिळत असे. त्यातील कमीत कमी रकमेत स्वत:चा निर्वाह करून अधिकाधिक रक्कम सद‌्गुरू श्री स्वामी समर्थ कार्याला ते खर्च करीत असत. श्रींच्या आवडत्या भागिरथी नामक गायीची जी समाधी आहे, त्या समाधीच्या चिरेबंदी ओट्याची बांधणी बाबा यादवांनी स्वखर्चाने केली. श्री स्वामी समर्थ महाराजांच्या समाधिगृहाच्या मुख्य द्वाराचा उंबरा उच्चतम पितळी धातूने त्यांनीच मढविला. समाधी मठासंदर्भात आणखीही काही कामे असतील, तर त्यासाठी ते मोठ्या भक्तिभावाने आणि प्रेमाने स्वत:जवळील धन देत असत.

ते दिवसभर 'श्री गुरुदेव दत्त, श्री स्वामी समर्थ' नाम गर्जत, टाळ वाजवण्यात रंगून गेलेले असत. बाबा यादवांचे भाग्य इतके थोर की बुधवार पेठेतील या श्री स्वामी समर्थ तारक मठातच आपला देह विसर्जित करून ते श्रींचरणी लीन झाले. एक संस्थानिक सरदार, अक्कलकोट संस्थानचे मानकरी असूनही कोणत्याही प्रकारच्या खटपटी-लटपटी नाहीत. मोह, इच्छा, आकांक्षा नाही. षड्रिपुविरहित स्वच्छ, सुंदर, निखळ जीवन अखेरपर्यंत व्यतीत करणाऱ्या बाबा यादवांवर ब्रह्मांडनायकांचा केवढा हा प्रभाव पडला होता!

। स्वामिसुत व नाना रेखी ।

श्री स्वामी समर्थ कृपांकित शिष्यांपैकी हरिभाऊ तथा स्वामिसुत म्हणून सुप्रसिद्ध शिष्य होते. त्यांनी श्रींच्या आदेशानुसार मुंबईत कांदेवाडी इथे श्री स्वामी समर्थमठाची स्थापना केली होती. स्वामिसुतांच्या आदेशानुसार अहमदनगरचे सुविख्यात पिंगळा ज्योतिषी नाना रेखी अक्कलकोटला आले. स्वामिसुतांनी दिलेल्या माहितीनुसार श्रींचे प्रकटीकरण शके १०७१ (११४९) चैत्र शुद्ध द्वितीया, गुरुवार, अश्विनी नक्षत्र, प्रीतियोग, प्रातःकाळी दोन घटका, दिवसास, मेष लग्नी, हस्तिनापुरापासून बारा कोसांवर छेली खेडेग्रामी वडाचे झाडाखाली गणपती मूर्तीसन्निध झाले. त्या वेळी श्रींचा भक्त रामसिंग हा गोट्या खेळत होता. त्याच्यावर डाव आला आणि श्रींची आठ वर्षे वयाची मूर्ती धरणीतून प्रकट झाली. हेच ते आपल्या या ग्रंथाचे चरित्र नायक ब्रह्मांडनायक श्री स्वामी समर्थ.

स्वामिसुतांनी दिलेल्या माहितीच्या आधारे श्रींची जन्मपत्रिका स्वामिसुतांच्या आदेशावरून नाना रेखींनी तयार केली. ती पत्रिका पाहून स्वामिसुतांनी संतोष व्यक्त केला. स्वामिसुतांच्या आदेशावरून नाना रेखी अक्कलकोटला आले. त्यांनी ती पत्रिका ब्रह्मांडनायक श्रींपुढे एका बंद लखोट्यातून ठेवली. त्या वेळी श्रींची स्वारी दर्ग्यात होती. ते नानांकडे पाहत म्हणाले, ''क्या देखता है? नौबत बजाव।'' असे म्हणून नानांच्या हातावर पसंतीदर्शक टाळी देण्याची कृती केली. परिणामस्वरूप नानांच्या हातावर 'आत्मलिंग' उमटले. त्यांच्या अखेरच्या श्वासापर्यंत ते आत्मलिंग नानांच्या हातावर होते. नंतर नानांनी श्री आज्ञेनुसार दर्ग्यातील नौबत वाजविली.

सत्त्व, रज आणि तम या तिन्ही गुणांच्या पलीकडे आपले निर्गुण निराकार स्वरूप आहे, असे त्यांनी एकदा पुढील लीलेतून एका विलक्षण पद्धतीने दर्शविले होते. निर्गुण स्वरूपास जसा आदि नाही, तसा अंतही नाही. त्याचे यथातथ्य स्वरूप शब्दांनी मांडता येत नाही, तसे गणितानेही सिद्ध करता येत नाही. तरीही अनेकांनी अनेक पद्धतींनी त्यांचे गुणगान करीत चरित्रकथा सांगण्याचा प्रयत्न केला आहे.

असाच प्रयत्न नगरच्या नाना रेखींनी केला. स्वामिसुतांच्या सूचनेवरून व स्वतःच्या आत्मविश्वासाच्या आणि ज्योतिषज्ञानाच्या बळावर त्यांनी गणिताच्या साहाय्याने श्रींची कुंडली मांडण्याचा धाडसी प्रयत्न केला. हा प्रयत्न योग्य की

अयोग्य, चूक की बरोबर हा प्रश्न अलाहिदा. श्रींच्या ईश्वरी स्वरूपाचे दर्शन अशा कुंडलीवरून कितपत शक्य आहे, हे त्या क्षेत्रातील जाणकारांनी सांगावे, मांडावे आणि ठरवावे.

परंतु श्रींनी मात्र नाना रेखींच्या ज्ञानलालसेच्या धाडसाचे कौतुक केले. त्यांनी नाना रेखींच्या हातावर टाळी मारून त्यावर आत्मलिंगाची खूण उमटविली. हे प्रसादरूप आत्मलिंगाचे चिन्ह नाना रेखींच्या हातावर त्यांच्या हयातीपर्यंत कायम स्वरूपात होते. असे असले तरी श्रींनी या प्रसंगी दुसरी एक गूढ कृती केली होती. नाना रेखींनी केलेली पत्रिका जवळच्या घराच्या छपरावर (माळवदावर) टाकली. तेथील भजनाचा कार्यक्रम आटोपल्यावर सेवेकऱ्यांकरवी तेथून ती आणवली. त्या वेळी त्या पत्रिकेवर तुळशीपत्र आणि गंधाक्षता होत्या. श्रींनी ही कृती का बरे केली असावी?

ज्योतिषशास्त्रानुसार कुंडलीत बारा घरे असतात. त्या बारा घरांना स्थान अथवा भाव असेही म्हणतात. त्यावरून शरीर, प्रकृती, धन, पराक्रम, गृहसौख्य, विद्या, शत्रू, विवाह, आयुष्य, भाग्य, उद्योग-व्यवसाय, ऐश्वर्य-वैभव आणि पारलौकिक गती इत्यादी गोष्टींचा विचार केला जातो. सामान्य माणसाचा हा जीवनपट असतो. किंबहुना त्याच्या जीवनाचे प्रतिबिंब दाखवणारा आरसा असतो. त्यामुळे त्यावरून वा पत्रिकेच्या साहाय्याने व्यक्तीचे जीवनचरित्र वाचता येईल, जाणून घेता येईल, हे खरे.

पण जो या ब्रह्मांडाचा नायक आहे, ज्याचे व्यापकत्व असीम आहे, ते ईश्वरी स्वरूप असलेल्या श्री स्वामींस बारा घरांत बंदिस्त करता येईल हे संभवत नाही. नेमका हाच भाव सूचित करण्यासाठी श्रींनी ती पत्रिका घराच्या छपरावर टाकून व्यक्त केला. अर्थात, श्रींच्या त्या कृतीमागे ज्योतिषी नाना रेखी यांची हेटाळणी करणे नव्हे, तर त्यांचे कौतुक करणे हे त्यांनी त्या पत्रिकेवर लागलेल्या गंधाक्षतांद्वारे दर्शविले. त्याचबरोबर ईश्वरी तत्त्वात सर्व ज्ञान लोप पावते, हे तुळशीपत्र ठेवून उघड केले. एकाच वेळी कोणालाही न दुखावता सत्य प्रकट करणारा आणि ज्ञानी माणसाची बूज राखणारा हा विलक्षण प्रकार श्रीस्वामींचा होता. त्यातूनच त्यांनी आपण देहत्रयातीत, कालत्रयातीत व गुणत्रयातीत असून श्रेष्ठ असे 'गुरुतत्त्व' आहोत असे दाखवून दिले.

विश्वाची निर्मिती, स्थिती आणि लय ही त्या गुरुतत्त्वाची लीला आहे. त्यामुळे त्याला (ईश्वराला) प्रत्येक जीवाची कर्मानुसार कालभोगाची मर्यादा किती हे ठाऊक असते. त्याप्रमाणे प्रत्येक जीव जरी कर्मभोग भोगत असले, तरी त्यांचे

बारीक लक्ष असते. प्रत्येक जीवाचे मागील सर्व जन्म, चालू जन्म आणि त्याची पुढील जन्मांतरे यांचे कोष्टकही त्याला तोंडपाठ असते. क्षुद्र अशा कीडामुंगीपासून तो अजस्त्र प्राण्यांसह सर्व चौऱ्याऐंशी लक्ष योनींतील यच्चयावत जीवकोटींचा हा हिशोब त्यांच्याकडे चोख असतो. म्हणून तर श्री स्वामी त्यांच्याकडे येणाऱ्या दर्शनार्थीला काय भोगावे लागेल आणि काय त्यागावे लागेल हे सांगायचे. पशुपक्षी, प्राण्यांनाही त्यांच्या गतजन्माचे स्मरण करून द्यायचे. पुढे काय होईल हेही कथन करीत.

कधीकधी एखाद्या जीवाकडून आगळेवेगळे, लोकहिताचे काम करून घ्यायचे असेल, तर त्याला केव्हा आपल्याकडे ओढून घ्यायचे, हेही त्यांना ज्ञात असे. हरिभाऊ तावडे तथा स्वामिसुतांस संसार लुटून टाकण्यास व सागरतीरी किल्ला बांधून सेवाकार्य करण्यास सांगितले. मूलत: कमालीचे नास्तिक असलेले गोपाळबुवा केळकर (श्री स्वामी समर्थ बखरकार) यांना आपल्याकडे ओढून घेण्यासाठी त्यांनी अद्भुत लीला केली, ती सर्वज्ञात आहे. ब्रह्मनिष्ठ वामनबुवा वैद्य (श्रीगुरुलीलामृतकर्ते) यांनाही असेच स्वत:कडे ओढून घेतले. त्यांच्याकडून मोठे आध्यात्मिक काम करवून घेतले.

श्री स्वामी समर्थ हे ब्रह्मसदृश आहेत. हे ब्रह्म आहे तरी कसे, हा प्रश्न मनात उभा राहतो. ब्रह्म पाहिलेले नाही, तसे श्री स्वामी समर्थ महाराजांनाही सदेहस्थितीत पाहिलेले नाही; पण ज्या श्री संत ज्ञानेश्वरांनी ब्रह्म पाहिले, ते ब्रह्माविषयी म्हणतात...

जे एक आत बाहेरी। जे एक जवळ दूरी॥
जे एक वाचूनि परी। दुजी नाही॥

(ज्ञा. अ. १३ ओ. १५)

श्री संत नामदेव, तुकाराम, चोखोबा, जनाबाई - मुक्ताई या सर्व संतांनी अनेक प्रकारे ब्रह्माचे वर्णन केलेले आहे.

ब्रह्मांडनायक श्री स्वामी समर्थांचीही अशीच वर्णने ज्यांनी त्यांना सदेह स्थितीत वावरताना प्रत्यक्ष पाहिले, अनुभवले होते, त्यांनी केली आहेत. उदा. स्वामिसुत, वे.शा.सं. दशग्रंथी माधवाचार्य मैसलगीकर, आनंदनाथ, गोपाळबुवा केळकर, मुळेकर आदी. श्री स्वामी समर्थांबाबत आनंदनाथ महाराज म्हणतात,

आरक्त वर्ण तनु दिव्यकांती। पद्मनेत्र ज्याचे जगी सूर्यदीप्ती।
आनंदवनी स्मितहास्य पाहे। पाहू जया ते करिती तपा हे।
सगुणरूपे जगी हाचि झाला। श्रीगुरू स्वामी म्हणति तयाला।
देखोनिया ते जगी धन्य झाले। त्याच्या पदी ते सदा निवाले।

व्यापुनि भुवने स्थिर या चरांते। वेगळाचि आहे म्हणती तयाचे।
ज्या शक्तिने जाण हे विश्व व्याले। तया नेणती वेद जेथून झाले।
निराकार वस्तु मुनि हे पाहती। पाहतो ज्याने न लवेच पाती।
पाहुनिया ते जन मुक्त व्हारे। आनंदवाणी परि हीत घ्या रे।

त्यांच्या विलोभनीय ईश्वरी दर्शनाने कुणासही सहजच वाटे, "हेच माझे परब्रह्म! अशी भावना होऊन तो देहभान हरपून जात असे.

श्रींचा जन्मकाल बहुधान्य नाम संवत्सरे १०७१ चैत्र शुद्ध द्वितीया, अश्विनी नक्षत्र, दुसरे चरण, प्रीति योग. गुरुवार जन्म दोन घटका दिवसास धरणी दुभंगून आठ वर्षांची बालमूर्ती प्रकटली. स्थळ हस्तिनापूरपासून १२ कोस दूर छेली खेडेगावी) आद्य नाडी. देवगण यजुर्वेदी, काश्यप गोत्र, (टोपण नाव नृसिंहभान, जन्मनाव - चैतन्य स्वामी) मेष राशी, राशी स्वामी मंगळ. (मूळ पत्र - अक्कलकोट स्वामी मठ व अहमदनगर इथे उपलब्ध.)

❋

ब्रह्मांडनायक श्री स्वामी समर्थांचा जन्म कोठे झाला? त्यांची माता-पितरे कोण? त्यांची जात आणि देश कोणता? लहानाचे मोठे कोठे व कसे झाले? त्यांनी दीक्षा वगैरे घेतली होती का? घेतली असेल, तर कुणाकडून घेतली? घेतली नसेल, तर का घेतली नाही? कुठे घेतली? यांसारख्या त्यांच्याशी संबंधित असलेल्या एकाही गोष्टीचा निश्चित स्वरूपाचा पत्ता कितीही शोधाशोध केली तरी लागत नाही. त्यांनीही तसा खुलेआम त्यासंबंधी कुणाजवळ उल्लेख कुठेही केला नाही. त्यांनी संन्यास कुठे व केव्हा घेतला? याचाही तपास लागत नाही. परंतु त्यांच्या कार्याची व्याप्ती मात्र अनाकलनीय, ईश्वरी स्वरूपाची जाणवते.

ते कधीकधी वेदातील वा पुराणातील वाक्ये म्हणत. अक्कलकोटमधील बहुतेक दर्शनार्थींशी ते हिंदी आणि ऊर्दूमध्येही संभाषण करीत. ते दर्ग्यातही मुक्कामास असत. त्या वेळच्या कडवट कठोर जातिव्यवस्थेच्या काळातही ते शूद्र-यवनांकडे जात. तिथे भोजन करीत. मासिक धर्माचा विटाळ, सुतक आदि अतिकर्मठपणाही त्यांना मान्य नसे.

❋

२. स्वामी समर्थांच्या विविध लीला

। श्रींची श्मश्रू करणारा नाभिक ।

श्री स्वामी समर्थ अक्कलकोटमध्ये वास्तव्यास असताना बारा बलुतेदार त्या वेळी एकमेकांच्या सहकार्याने गावगाडा हाकत असत. त्यात एक नाभिक श्री स्वामींची 'श्मश्रू' करण्यासाठी येत असे. हा नाभिक 'श्रीं'ची कापलेली नखे टाकून न देता ती जमवून ठेवत असे आणि त्यांचे ताईत करीत असे. हे ताईत भूतबाधा, अन्य जादूटोणा, करणी अथवा ज्यांच्यावर काळी जादू झाली आहे अशा लोकांना फार गुणकारी ठरत असे. दृष्ट लागणे, आजार, असाध्य रोग यांवरही या ताइतांचा रामबाण उपयोग होई. त्यामुळे या ताइतांना अशा बाधित लोकांकडून मागणी वाढली होती.

'श्रीं'चे अद्‌भुतरम्य दिव्य ईश्वरी शरीर हे सर्वसामान्य जनाप्रमाणे प्रारब्ध भोग भोगण्यासाठी निर्माण झालेले नव्हते. त्यांच्या प्रत्येक अणुरेणूतही आर्त पीडितांची दुःखे नष्ट करण्याचे महान सामर्थ्य होते. त्यांच्या चर्मपादुकांच्या खालील मातीने, त्यांच्या चरणतीर्थाने, कधीकधी त्यांच्या कृपादृष्टीने कित्येकांना सहज गुण येत असे. असेच त्यांच्या या नखांच्या ताइतांचे झाले होते. सुरुवातीस तो नाभिक गरजूंना हे ताईत फुकट देत असे.

परंतु त्या गुणकारी ताइतांची मागणी जसजशी वाढू लागली, तसतशी त्या नाभिकाच्या आणि त्याच्या पत्नीच्या मनात लोभाची भावना निर्माण झाली. त्यामुळे तो नाभिक सतत श्मश्रू करण्यास येत असे. प्रत्येक वेळी श्रींची नखे काढण्याचा आग्रह करीत असे. सर्वज्ञ 'श्रीं'ना त्या नाभिकाचा हेतू लक्षात येत असे. ''अरे, अजून नाही वाढलीत नखे. उगाच का घाई आणि आग्रह करतोस माझी नखे काढण्याचा?'' ते हसत-हसत त्यास सांगत व हात पुढे करीत.

त्या लोभी नाभिकाला श्रींचे बोलणे कळत नसे. कळत जरी असले, तरी तो हसण्यावारी नेत असे. त्याने श्रींच्या नखांचे ताईत चक्क विकावयास सुरुवात केली. जेव्हा त्याने या ताइतांचा असा व्यापार सुरू केला, ते विकून त्यातून पैसे मिळवणे हा उद्देश ठेवला, तेव्हा त्या ताइतांचा दुःखी-पीडितांना गुण येईनासा झाला. जोवर

केवळ भक्तिभाव, श्रद्धा आणि मदतीच्या इच्छेने त्या नाभिकाचे काम चालले होते, तोवर श्रींच्या त्या नखांच्या ताइतांनी अनेक दु:खी-पीडितांची कामे होत होती. त्यांना गुण येत होता; परंतु जेव्हा त्या मागची श्रद्धा, मदत करण्याची भावना नाहीशी होऊन त्यास धंदेवाईक, व्यापारी स्वरूप आले; तेव्हा त्या नखांच्या ताइताचा गुणही नष्ट झाला. पैसे देऊन ताइताचा गुण येईनासा झाल्यावर साहजिकच ज्या लोकांनी नाभिकाला पैसे दिले होते, ते त्या नाभिकाला व त्याच्या पत्नीला बोलू लागले. पैसे परत देण्याची मागणी करू लागले. प्रसंगी त्या दोघा नाभिक पती-पत्नीस मारण्यासही येऊ लागले.

या अद्‌भुत चमत्काराने तो नाभिक आणि त्याची पत्नी आश्चर्यचकित झाले. श्रींच्या ताइतांचा आपण बाजार मांडल्यामुळे हे सर्व घडले, हे त्यांच्या लक्षात येऊ लागले. लोकांची दूषणे, शिव्या-शाप व प्रसंगी हमरी-तुमरी, मारामारी त्यांच्याशी होऊ लागली. काही प्रसंगांत त्याला चांगला मारही मिळाला.

आता त्या नाभिकाला आणि त्याच्या पत्नीला 'श्रीं'चे ईश्वरी सामर्थ्य कळून चुकले. त्याने व त्याच्या पत्नीने 'श्रीं'ची क्षमा मागितली. सर्वज्ञ श्री स्वामींना हे सर्व ठाऊक होते. त्यांनी त्या दोघांचीही चांगलीच खरडपट्टी केली. पण अखेरीस दीनदयाळ श्री स्वामींनी त्याला क्षमा तर केलीच, पण सदैव नीतिधर्माने आचरण करण्याचा, कोणत्याही स्थितीत प्रामाणिक राहण्याचा मोलाचा सल्ला दिला.

। लोहारासंबंधी लीला ।

'श्रीं'च्या अक्कलकोटमधील अवतार काळात त्या बारा-बलुतेदारामध्ये मारुती लोहार त्याची पत्नी गीताबाईसह लोहारकाम करीत होता. लोहारकाम सुरू करण्यापूर्वी भल्या पहाटे तो श्री स्वामी समर्थांचे दर्शन घेऊन लोहार कामास सुरुवात करण्याचा त्या दोघांचाही नित्यनियम होता. जर श्रींची स्वारी अक्कलकोटमध्ये नसेल, तर ते दोघे पती-पत्नी श्री स्वामी ज्या वटवृक्षाखाली बसत तिथे जाऊन भक्तिभावाने नमस्कार करीत. तेथील माती भक्तिभावाने गंध म्हणून कपाळी लावून कामास सुरुवात करीत. इतर सेवकऱ्यांसारखे ते श्री स्वामींपाशी रेंगाळत वा प्रसाद भोजनासाठी कधीही थांबत नसत. 'आपण भले की आपके काम भले' या वृत्तीने ते वागत. त्यांच्या दृष्टीने काम हीच श्री स्वामी समर्थ यांची उपासना आहे व भक्ती होती.

त्यांना 'श्रीं'चे विस्मरण कधीच होत नसे. लोखंडी वस्तू पेटलेल्या कोळशावर तापवून, ती ऐरणीवर ठेवून त्यावर लोखंडी घणाचा आघात करताना मारुतीच्या मुखातून 'श्री स्वामी समर्थ' या षडाक्षरी मंत्राचा जप सुरूच असे. त्याची पत्नी गीताबाई जेव्हा भाता वरखाली ओढायची, तेव्हा तिही 'श्री स्वामी समर्थ' या षडाक्षरी मंत्राचा जप करीत असे. असे त्या दोघांचेही लोहारकाम आणि 'श्री स्वामी समर्थ' नामाचा जप बिनबोभाट, सातत्याने सुरू असे. म्हणजे 'मुखी नाम व हाती काम' अशी त्या दोघा लोहार पती-पत्नींची उपासना अव्याहत सुरू असायची. त्यांच्या कामातल्या व्यग्रतेमुळे त्यांना श्री स्वामींसमवेत राहायला वा त्यांच्याजवळ थांबायला वेळ असा मिळत नसे, पण त्यांच्या श्वासागणिक श्री स्वामी समर्थांचे स्मरण होत असे.

तेव्हा काही कुचाळखोर, कुत्सित टवाळखोर जे श्रींच्या जवळपास, आजूबाजूस असायचे, ते 'श्रीं'ना अधूनमधून सांगत, ''महाराज, मारुती सारखा त्याच्या नेहावर (काम करण्याची जागा) काम करीत राहतो. तो तुमच्याकडे येतही नाही. इथे काही सेवाही करीत नाही.'' त्या कुचाळखोराकडे रोखून पाहत श्री स्वामी म्हणायचे ''असे का? नको येऊ दे. नसेल त्याची 'भक्ती' माझ्यावर. यात तुमचं काय नुकसान होतंय?''

'श्रीं'चे हे उद्‌गार ऐकून कुचाळखोर काही क्षण गप्प बसत. पण पुन्हा मारुतीविषयी काहीबाही बोलत, पण त्यातला एक आगाऊ धाडस करून म्हणाला, ''नाही महाराज, तसे काही नाही. पण अक्कलकोटमधील बहुतेक सर्वच लोक तुमच्या दर्शनास, आशीर्वाद घेण्यास येतात; पण हा मारुती...'' त्याला मध्येच थांबवत श्री स्वामी म्हणाले, ''सख्या, तुझ्या पोटात मारुतीविषयी फारच दुखते आहे आणि तुझे डोकेही ठणकते आहे वाटते?'' असे म्हणून श्री स्वामी सखारामकडे पाहून हसू लागले. इतर दर्शनार्थींही सखारामकडे पाहून हसू लागले. तेवढ्यात सुंदराबाई तिथे आली, ''स्वामी देवा! आज मारुती आणि त्याची बायको गीताबाई फारच लवकर दर्शनाला इथे आले होते. आपल्या बैठकीच्या जागेवर डोके ठेवून, नमस्कार करून आणि झाडलोट करून गेलेसुद्धा.''

सुंदराबाईच्या या वक्तव्यावर श्री स्वामी सखारामकडे पाहत म्हणाले, ''ऐकले का, सख्या? तू झोपेत असतानाच मारुती व त्याची पत्नी इथे येऊन झाडलोट करून त्यांच्या कामधंद्यासाठी निघूनसुद्धा गेले. तू बस इथे कुचाळक्या करीत रिकामटेकड्यासारखा.'' असे बोलून ते खोऽखो हसू लागले.

। राजांस 'श्रीं'चा अनुभव ।

श्री स्वामी अक्कलकोट ग्रामी आले, तेव्हा श्रीमंत मालोजीराजे हे संस्थानिक म्हणून गादीवर होते. आपल्या प्रज्ञापुरीत कुणीतरी एक साधू आलेला आहे आणि तो (श्री स्वामी) चोळाप्पाच्या घरी राहतो इतकी वदंता त्या वेळी राजाच्या कानावर आलेली होती. एकदा या अगोदर औपचारिक अल्पशी दर्शन भेट सहज झालेली होती, पण राजाला कधीही त्या साधूच्या भेटीस जावेसे वाटले नाही. एके दिवशी मालोजी राजांच्या निवांत क्षणी चिंतोपंत टोळ काही कामाच्या निमित्ताने राजास भेटण्यासाठी राजवाड्यावर आले, तेव्हा राजाच्या खास दालनात काही निवडक मंडळीही बसली होती. राणीसाहेबही होत्या. कामकाजासंबंधी बोलणे झाल्यानंतर राजांनी चिंतोपंत टोळांकडे पाहत थट्टेच्या स्वरात विचारले, ''चिंतोपंत, काय म्हणताहेत ते तुमचे साधू महाराज? ते अवतारी पुरुष आहेत असे आम्ही ऐकतो. खरे आहे का हे?''

मध्येच राजाचे बोलणे तोडीत राणीसाहेब म्हणाल्या, ''तुम्ही समजता, तसे ते नाहीत. प्रत्यक्ष ब्रह्मांडनायक, परब्रह्म आहेत.'' यावर मालोजी राजे खो खो हसले. दरबारातील काही हुजरेही राजाच्या या हास्य-उपहासात सामील झाले. परंतु कारभारी चिंतोपत टोळांनी श्री स्वामींच्या अवतारीपणाचा आणि ब्रह्मांडनायकत्वाचा ते अक्कलकोटमध्ये येण्याआधीपासूनच सोलापुरात अनुभव घेतला होता. राजाच्या आणि तेथील निवडक उपस्थितांच्या त्या उपहासजनक हास्याने चिंतोपंत कमालीचे नाराज झाले. ''असे हसून कुणाही साधूबद्दल अविश्वास व्यक्त करणे शोभादायक नाही, राजेसाहेब,'' राणीसाहेब अदबीने म्हणाल्या. त्यावर मालोजीराजे पूर्वीपेक्षाही अधिक मोठ्याने हसले. चिंतोपंतांकडे पाहत त्यांना आव्हानात्मक सुरात विचारले, ''तुमचे अवतारी ब्रह्मांडनायक परब्रह्मस्वामी समर्थ महाराज जर खरोखरच अवतारी असतील, तर आम्हाला येथे, या क्षणी दर्शन देतील?''

श्रीमंत मालोजीराजाचे हे वाक्य संपते न संपते तोच कडक बंदोबस्त असलेल्या त्या चिरेबंदी राजवाड्यात ब्रह्मांडनायक संचारेश्वर श्री स्वामी समर्थ प्रकट झाले. त्यांच्या त्या भव्य, तेज:पुंज, आजानुबाहू दर्शनाने सर्वांचेच डोळे दिपले. क्षणात त्या संपूर्ण राजवाड्यात दैवी सुगंध दरवळू लागला. प्रत्यक्ष परब्रह्माच्या आगमनाने तेथील सर्व वातावरण अभिमंत्रित आणि गंधित झाले. तेव्हा कुणासही श्री स्वामींच्या त्या सूर्यासम तेजस्वी रूपाकडे एकटक पाहवेना. चिंतोपंतांनी श्रीचरणांवर मस्तक

ठेवले. त्यानंतर मालोजीराजांसह सर्वांनीच श्रींचे दर्शन घेतले. आता सर्वांनाच श्रींच्या दिव्यत्वाची प्रचिती आली होती. सर्वच अवाक् होऊन पाहत होते. तो भास-आभास नव्हता. वास्तव होते. मालोजीराजांनी तर श्रींच्या चरणांवर साष्टांग दंडवतच घातला. स्वत:च्या ईश्वरी अस्तित्वाचे वास्तव आणि चुणूक दाखवून श्री स्वामी अदृश्य झाले. राजांस व तेथील उपस्थितांस त्या अगम्य घटनेचे परम आश्चर्य वाटले. काही घटिका तेथील सर्व उपस्थित आश्चर्यचकित झाले होते.

आता मात्र राजा, कारभारी चिंतोपतांकडे आणि राणीसाहेबाकडे काहीशा ओशाळलेल्या नजरेने पाहत होता. या घटना-प्रसंगाने चिंतोपंत टोळ मात्र कमालीचे सद्गदित झाले होते. त्यांच्या डोळ्यांतून आनंदाचा पूर वाहत होता. नंतर प्रत्येक गुरुवारी श्रीमंत मालोजीराजांनी 'श्रीं'चे दर्शन घेण्याचा नित्यक्रम ठेवला. 'श्रीं'च्या नैवेद्याची सुव्यवस्था लावण्यासाठी, दत्तजयंतीचा उत्सव मोठ्या प्रमाणात साजरा करण्यासाठी काही ठरावीक रकमेची तरतूद संस्थानाचे खजिन्यातून करण्यात आली.

। मृत उंदरास जिवंत केले ।

संचारेश्वर श्री स्वामी समर्थ असेच एके दिवशी फिरत-फिरत राजवाड्यात गेले. राजाने त्यांना सन्मानपूर्वक आत देवघर असलेल्या दालनात नेले. ते दोघेही देवघरापुढील झोपाळ्यावर बसले. त्या दोघांच्यात काही गोष्टींविषयी बोलणे चालले होते. देवघरात आप्पा सलभ हा पुजारी सहाणेवर चंदनाच्या खोडाने गंध उगाळीत होता. तेवढ्यात तिथे उंदीर येऊन देवघरातील निरांजनातील वाती खाऊ लागला. तसा तो उंदीर नित्यशा येऊन निरांजनातील वाती खात असे, म्हणून पुजाऱ्यास त्याचा राग येत असे. त्या दिवशी मात्र पुजाऱ्याचा राग अनावर होऊन त्याने हातातील गंध उगाळण्याचे खोड जोराने उंदराच्या दिशेने फेकून मारले. ते उंदरास लागून तत्क्षणी तो उंदीर मेला. मग त्या मृत उंदराचे शेपूट धरून आप्पा पुजारी त्या उंदरास बाहेर टाकण्यासाठी जात असताना श्री स्वामींनी पाहिले. तेव्हा त्यांनी आप्पास आज्ञा केली, ''आण इकडे तो उंदीर.'' आप्पाने तो उंदीर श्रींजवळ दिला. त्यास श्रींनी झोपाळ्याच्या कड्यांतून इकडून तिकडे व तिकडून इकडे अशी पाच-दहा वेळा काढ-घाल केली. मग त्यास हातावर घेऊन ''बच्चा, अब जाव!'' असे म्हणताच तो मृत उंदीर जिवंत होऊन, श्रींच्या हातावरून टुणकन उडी मारून पळून गेला. हा चमत्कार पाहून राजाला श्रींच्या ईश्वरी सामर्थ्याचे साक्षात दर्शन झाले.

मालोजीराजे तसे मूलतः भक्तिवान आणि श्रद्धाळू होते. ते दरवर्षीच्या 'गुरुप्रतिपदे'ला गाणगापुरास जात. तिथे तीन रात्री वास्तव्य करीत. दत्तप्रभूंचे व गुरुपादुकांचे पूजन अतिशय भक्तिभावाने करीत. नंतर विविध प्रकारचे दानधर्म करीत, भोजने घालीत. एके वर्षी रात्री त्यांच्या स्वप्नात श्री नृसिंह सरस्वती आले व म्हणाले, ''अरे नृपा, मी तुझ्या गावी, प्रज्ञापुरीत आलो असून तू इथे का येतोस?'' राजा पहाटे ब्रह्ममुहूर्तावर उठला आणि सकाळी लवकरात लवकर त्याने प्रज्ञापुरी तथा अक्कलकोटकडे प्रस्थान केले. श्री स्वामी साक्षात दत्तावतार आहेत, अशी राजाची पक्की खात्री झाली. मग राजा लगेचच श्रींच्या दर्शनास वटवृक्षस्थळी गेला. दर्शन घेऊन उभा राहताच श्रींनी स्मितहास्य करीत उजवा हात उंचावून त्यास आशीर्वाद दिला. राजाने श्रींकडून त्यांच्या पादुका पूजेसाठी विनंतीपूर्वक मागून घेतल्या. त्यांची षोडशोपचारे पूजाअर्चा व गंधलेपन करून त्या स्वतःच्या नित्यपूजेसाठी देवघरात ठेवल्या. तिथून पुढे प्रतिवर्षी गुरुप्रतिपदेचा उत्सव राजा प्रज्ञापुरी तथा अक्कलकोटमध्येच साजरा करू लागला. या उत्सवासाठी संस्थानातून प्रतिवर्षी दीडशे रुपयांची तरतूद करण्यात आली. श्रीमंत मालोजीराजांची 'श्रीं'वर अपरंपार भक्ती जडली होती. म्हणून प्रज्ञापुरीचे हे 'नृपती' दर गुरुवारी श्री स्वामी समर्थ जिथे कोठे असतील, तिथे दर्शनभेटीसाठी जात आणि तृप्त होत. असा त्यांचा नित्यक्रम त्याच्या हयातीत सुरू होता.

असेच एकदा मालोजीराजे अगदी सहजच हत्तीवर बसून लवाजम्यासह, बरोबर भालदार, चोपदार, अंगरक्षक, छत्रचामरे, हलकारे, ललकारे असा सगळा छबिना साथीला घेऊन श्रींच्या दर्शनभेटीसाठी मोठ्या ऐटीत आणि राजेशाही डामडौलात निघाले. त्या दिवशीची राजाची भेट इतर गुरुवारच्या भेटीपेक्षा आगळीवेगळी होती, त्या गुरुवारी दर्शनार्थींची गर्दीही प्रचंड उसळली होती. अक्कलकोटमधील स्थानिक व आजूबाजूच्या भाविक भक्तांबरोबर दूरवरून अनेक नामवंत आणि प्रज्ञावंत श्रींच्या दर्शनास आले होते. त्यात त्या वेळच्या सुप्रसिद्ध कोडॅक कंपनीचे विदेशी दोन छायाचित्रकार प्रतिनिधीही होते.

'सम सकला पाहू' अशाच सहज प्रवृत्तीने सर्वांशीच समत्वाने आणि ममत्वाने वागणाऱ्या 'श्रीं'ना कोण किती मोठा, प्रतिष्ठित, श्रीमंत आहे या कशाशीही काही देणे-घेणे नव्हते. मालोजीराजांची स्वारी हत्तीवर बसून लवाजमा आणि संरक्षक घोडेस्वारांसह श्री स्वामी ज्या वटवृक्षाखाली नित्यनियमाने बसत, तिथे आले.

राजेशाही थाटातच मोठ्या ऐटीत हत्तीच्या अंबारीतून ते पायउतार झाले. छत्रचामरे ढाळणारे आणि दिमतीला असलेल्या नोकरांसह ते श्रींच्या निकटतम येऊन श्रीचरणांवर मस्तक ठेवून उभे राहताच श्री स्वामी समर्थ महाराजांनी सर्वांसमक्ष त्यांच्या श्रीमुखात फाडकन भडकविली. तत्क्षणी राजांच्या डोकीवरील पागोटे एकीकडे जाऊन पडले. राजे भयभीत होऊन थरथर कापू लागले. हात जोडून मान खाली घालून नम्रपणे श्रींपुढे उभे राहिले. तेवढ्यात राजाच्या सेवकाने राजाचे पागोटे आणून राजाच्या डोकीवर ठेवले. तेव्हा उग्रावतार धारण करून श्री स्वामी समर्थ महाराज श्रीमंत मालोजी राजावर कडाडत म्हणाले, ''तुझे मोठेपण तुझ्या राजवाड्यात, इथे मोठेपण कशास पाहिजे? असे तुझ्यासारखे बुद्धीबळाच्या खेळातील अनेक राजे आपण बनवतो आणि नष्टही करतो.''

श्रीमुखात खाऊनही, संस्थानचे नृपती असूनही मालोजीराजे शांत होते. श्रींपुढे नतमस्तक होत ते म्हणाले, ''महाराज, अपराधाची क्षमा असावी.'' श्रींची क्षमा मागून, त्यांना साष्टांग दंडवत घालून ते राजवाड्यात परतले. या घटना-प्रसंगाची चर्चा अक्कलकोटमध्ये आणि अक्कलकोटच्या परिसरांत कित्येक दिवस होत होती. लोकांना वाटले आता श्री मालोजीराजे श्रींच्या दर्शनभेटीला पुन्हा कधीही जाणार नाहीत. पण तसे झाले नाही. मालोजीराजांना श्रींचे ब्रह्मांडनायकत्व आणि परब्रह्मस्वरूप पुरेपूर ठाऊक होते. त्यांच्या ईश्वरी कृपेचा, आशीर्वादाचा त्यांना अनुभव होता. आपल्याकडून अनाहूतपणे अगदी सहजच झालेली चूक त्यांना उमगली होती. म्हणून त्यांनी श्रींच्या दर्शनभेटीचा प्रत्येक गुरुवारचा नित्यक्रम चालूच ठेवला. परंतु ते त्यांचा खास मेणा, लवाजमा, संरक्षक, भालदार-चोपदार आदी राजेशाही मानमरातब, रुबाब दूर ठेवीत. अनवाणी पायांनी ते एकटेच श्रींच्या दर्शन भेटीसाठी एखाद्या सर्वसामान्य दर्शनार्थीसारखे जात. तेव्हा श्री स्वामी मालोजीराजांस रयतेच्या कल्याणाच्या दृष्टीने आवश्यक ते महत्त्वाचे मार्गदर्शन करीत. दोघांत चर्चा होत असे.

श्री स्वामी हे निःस्पृहतेचे मूर्तिमंत प्रतीक होते. ते कोणाचीही भीड - मुर्वत ठेवीत नसत. मग तो राजा असो वा रंक असो; सरदार, जहागीरदार, मोठा जमीनदार, तालेवार असो किंवा गरीब असो. तोंडपुजेपणा करणारा, तोंडदेखले बोलत असलेला त्यांना आवडत नसे. कोणी तसे वागण्याचा प्रयत्न केल्यास ते त्या व्यक्तीला वेळीच थांबवीत. त्यांच्या भक्तांमध्ये काही यवनही होते. अहमद अली रिसालदार, मैंदर्गीचा जमादार सय्यद मुसलमान, मंगळवेढ्याचा भक्त तंतुकार साळीही होता.

बसाप्पा तेली होता, लिंगायत वाणी होते, जंगम साधू होते. युरोपियन, पारशी, ज्यू असे विविध ठिकाणचे विविध जाती-पाती-धर्म-पंथांचे भक्त होते. अक्कलकोटचे भोसले, होळकर, शिंदे, गायकवाड, घोरपडे, पटवर्धन असे तालेवार राजे-महाराजे, सरदार, संस्थानिक होते; पण श्री स्वामी समर्थांनी कुणाचाही कधीही अनुनय केला नाही. त्यांचा सगळा व्यवहार रोख-ठोक असायचा. त्यांना कुणाशीही देणे-घेणे नसायचे. कुणातही गुंतणे, गुरफटणे नसायचे.

। राजाबाबत प्रचिती ।

श्रीमंत मालोजीराव भोसले यांची श्रींचरणी दृढ भक्ती होती. परंतु पोटी पुत्रसंतान नसल्यामुळे ते दु:खी होते. पण त्याबाबत त्यांनी श्रींजवळ कधीच प्रार्थना केली नव्हती. परंतु अंत:साक्षी, सर्वज्ञ श्री स्वामींना सर्व ठाऊक होते. पुढे श्रीकृपेने राणीसाहेब गरोदर राहिल्या. काही महिने लोटल्यानंतर काही लोकांनी 'राणीसाहेबांस पुत्र होईल, की कन्या होईल?' असा प्रश्न श्रींस विचारला. तेव्हा त्यांनी प्रश्नकर्त्यांना काहीच उत्तर न देता उलट, 'बांगडी लाव!' अशी आज्ञा केली. यावरून प्रश्न विचारणाऱ्यांना कळून चुकले की राणीस कन्यारत्न होणार. झालेही तसेच. कारण अनेकदा भविष्यात काय घडेल याचे संकेत श्री स्वामी त्यांच्या एखाद्या कृतीतून देत असत.

दुसऱ्या खेपेस राणीसाहेब जेव्हा गरोदर राहिल्या, तेव्हाही त्यांना असाच प्रश्न विचारण्यात आला होता. तेव्हाही त्यांनी काहीही उत्तर न देता ते सर्वांसमक्ष चुलीजवळ जाऊन बसले. त्यांच्या या कृतीवरून प्रश्नकर्ते समजून गेले, की याही वेळी राणीस कन्यारत्नच होणार. झालेही तसेच. दोन कन्यारत्ने झाल्यानंतर राजा-राणी आणि संबधित आप्तेष्ट काहीसे नाराज झाले होते. पण त्यांनी पुत्रसंतानाबाबत श्री स्वामींस विचारले नाही, की तशी प्रार्थनाही कधी केली नाही. ''सर्वसाक्षी श्री स्वामींना सर्व काही कळते, त्यांना जे उचित वाटेल तसे घडेल.'' असे मालोजीराजे व राणीसाहेब म्हणत. तशी त्यांची दृढ श्रद्धा होती. मात्र कोणत्याही प्रकारचा खंड पडू न देता त्या उभयतांची श्री स्वामी समर्थ सेवा सुरू होती.

यथावकाश राणीसाहेब तिसऱ्या वेळी पुन्हा गरोदर राहिल्या. याही वेळी श्रींना काही मंडळींनी प्रश्न केला, तेव्हा 'श्रीं'नी स्वत:च्या मांडीवर थापट मारून, दोन्ही हात एकत्र करून बंदुकीतून गोळी सोडत असल्याची कृती करून दाखविली. या वेळी

ते म्हणाले, ''लगाव सरबत्ती!'' त्यांच्या या पुरुषी कृतिसूचक संकेतामुळे सर्वांनीच अटकळ बांधली, की या वेळी राणीसाहेबांस पुत्ररत्न होणार! तसेच झाले. राणीसाहेब सुखरूप प्रसूत होऊन त्यांना पुत्ररत्न झाले. त्यांचे 'शहाजीराव' असे नामकरण करण्यात आले. पुढे हेच शहाजीराजे अक्कलकोट संस्थानच्या गादीवर आले.

। बंडोबा पुराणिकांसंबंधी लीला ।

श्री स्वामी समर्थ अक्कलकोट संस्थानात असताना, मालोजीराजांची राणीसाहेबांची आणि सरकार नियुक्त पंचाची अशा तीन कारकिर्दी झाल्या, पण श्री स्वामींनी कुणाच्याही कारकिर्दीत कुणालाही अंकित न जाता वा कुणाच्याही प्रभावाखाली न येता सर्वांप्रति ममत्वाने आणि समतेने आचारविचार आणि वर्तनव्यवहार केला. कुणाकडूनही अकारण झालेल्या अन्यायग्रस्तांना न्याय मिळवून दिला. अशीच एक त्यांची मालोजीराजांच्या कारकिर्दीत घडलेली अतर्क्य लीला.

अक्कलकोटला श्री स्वामी समर्थांच्या आगमनापूर्वी शहाजीराजे भोसले (पहिले) यांची कारकिर्द होती. बंडोबा पुराणिक नावाचे एक सज्जन सद्गृहस्थ शहाजीराजांचे आश्रित होते. ते पुराण सांगण्याचे काम करीत म्हणून ते पुराणिक. त्यांना शहाजीराजांनी 'आपल्याला या संस्थानाचा अधिकार सातारकर छत्रपती बुवासाहेब यांचेकडून मिळाल्यास तुम्हास (बंडोबा पुराणिक यास) एक हजार महसुलाची जमीन इनाम म्हणून देऊ.' असा दस्तऐवज करून दिला होता. पुढे थोड्याच दिवसांत शहाजीराजांना अक्कलकोट संस्थानचा अधिकार मिळाला. पण लिहून दिलेल्या दस्तऐवजानुसार राजाने पुराणिकास इनाम जमीन दिली नाही. बंडोबा पुराणिक राजेसाहेबांकडे लिखित करारानुसार सतत जमिनीची मागणी करीत. पण त्याचा काही एक उपयोग झाला नाही. पुढे शहाजीराजे निवर्तले. त्यामुळे तर बंडोबा पुराणिक अधिकच निराश झाले.

मालोजीराजांची कारकिर्द सुरू झाली होती. श्री स्वामी समर्थांचे अक्कलकोटी आगमन झालेले होते. बंडोबा पुराणिक नित्यनियमाने आणि भावभक्तीने श्रींच्या दर्शनास जात असत. त्यांची श्रींप्रति कमालीची निष्ठा होती. त्यांचे नित्य दर्शन व नामस्मरण सुरू असायचे. श्री स्वामीही पुराणिकास प्रेमाने 'लड्ड्या' अशी हाक मारीत. बंडोबा पुराणिकाच्या मनात इनाम जमिनीबाबतचे विचार सतत घोळत असत, पण बरेच दिवस याबाबत ते श्री स्वामींकडे काहीच बोलले नाहीत.

एके दिवशी नित्यनियमाप्रमाणे पुराणिक श्रींच्या दर्शनास आले. दर्शन घेऊन हात जोडून प्रार्थनापूर्वक सांगू लागले. ''महाराज, शहाजीराजांनी कबूल केलेली जमीन आपणास मिळावी.'' त्यावर स्मितहास्य करीत सर्वज्ञ श्री स्वामी म्हणाले, ''लड्ड्या, आम्ही तुजला लिंग दिले आहे. जा.'' थोड्याच दिवसांत संस्थानचे कारभारी चिंतोपंत आप्पा टोळ यांनी मालोजीराजांस, ''राजेसाहेब, आपल्या पिताश्रींनी एकहजार महसुलाची जमीन इनाम म्हणून देण्याबदलचा दस्तऐवज बंडोबा पुराणिकांना लिहून दिलेला आहे. त्याप्रमाणे ती जमीन पुराणिकास देऊन, त्याबद्दलचा दस्तऐवज त्यांच्याकडून मागून घ्यावा.''

चिंतोपंत टोळांचा सल्ला मालोजीराजांस मान्य झाला, त्यांनी मौजे शिरवळ येथील साडेचारशे रुपये आकारांची शेरी जमीन पुराणिकास वंशपरंपरेने इनाम म्हणून देऊन तशी सनदही लिहून दिली व त्यांच्याजवळील दस्तऐवजाचा कागद परत घेतला. श्रीकृपेने पुराणिकांची सेवा फळास आली. इच्छा फलद्रूप झाली. सदरच्या जमिनीत श्री रामेश्वर म्हणून महादेवाचे लिंग होते. देवालय उत्तम असून, त्याचे दोहोबाजूंस निर्मळ जळाने युक्त ओढे वाहत होते. देवळाभोवती आंब्याची वगैरे झाडे होती. हे शेत अतिशय रमणीय होते. ''तुला आम्ही लिंग दिले आहे जा.'' असे श्री स्वामी समर्थ महाराजांनी म्हटल्याप्रमाणे श्रीरामेश्वराचे लिंग असलेली सुपीक शेरी जमीन पुराणिकांस इनाम म्हणून मिळाली. श्रींच्या मुखातून निघालेल्या वचनाची पुराणिक तथा लड्ड्यास प्रचिती आली. निष्ठापूर्वक सेवेचे, शुद्ध भक्तिभावाचे त्यांस फळ मिळाले.

। पोहरा विहिरीत ।

एकदा संचारेश्वर श्री स्वामी समर्थ राजवाड्याच्या अंगणात सहज फिरत होते. तेवढ्यात राजाचा हुजऱ्या सोन्याचा चौफुला घेऊन जाताना श्रींनी पाहिले. त्यांनी तो सोन्याचा चौफुला त्याच्या हातातून हिसकावून घेतला. अंगणात एक खोल विहीर होती. तिकडे पाहून श्री स्वामींनी राजास प्रश्न केला, ''हा चौफुला विहिरीत टाकू का?'' राजाने हात जोडून प्रार्थनापूर्वक सांगितले, ''महाराज, चौफुला आपलाच आहे. आपण त्याचे पाहिजे ते करावे.'' राजाचे हे उत्तर ऐकताच श्रींनी तो सोन्याचा चौफुला विहिरीत फेकून दिला. सोन्याचा किमती चौफुला गेला म्हणून तेथे उपस्थित असलेल्या सर्वांनाच वाईट वाटले.

परंतु राजास श्रींच्या सामर्थ्याबद्दल पूर्ण खात्री होती. त्यांच्यावर अढळ निष्ठा होती. त्यामुळे त्यास तो चौफुला गेल्याबद्दल काहीच फिकीर वाटली नाही आणि दु:खही झाले नाही. त्या रात्री श्रींची स्वारी राजवाड्यावरच राहिली. दुसऱ्या दिवशी श्री स्वामी पुन्हा अंगणात बालसुलभपणे खेळू लागले. तेवढ्यात राजाही तेथे आला. ''अरे, पोहरा आण.'' अशी श्रींनी त्यास आज्ञा केली.

राजाने श्रींची आज्ञा शिरसावंद्य मानून तत्काळ पोहरा व दोर मागवला. विहिरीत पोहरा सोडून सुवर्णाचा चौफुला बाहेर काढला. तो काय चमत्कार झाला पाहा! त्या सुवर्ण चौफुल्यातील लवंगा, वेलदोडे जसेच्या तसेच आणि जिथल्या तिथे सुके असल्याचे आढळून आले. पाणी असलेल्या खोल विहिरीतून सुवर्णाचा चौफुला, त्यातील लवंगा, वेलदोडे जसेच्या तसेच, जिथल्या तिथे पाहून सगळ्यांनाच आश्चर्य वाटले. सर्वांनी श्री स्वामी समर्थ नामाचा जयजयकार केला.

। सांगलीचे पटवर्धन ।

सांगलीचे तात्यासाहेब पटवर्धन हे त्या वेळचे एक लौकिकप्राप्त संस्थानिक होते. श्री स्वामी समर्थांच्या ईश्वरी सामर्थ्याचा डंका त्या वेळी तात्यासाहेब पटवर्धनांच्या कानावर गेला. तेव्हा त्यांनी श्रींच्या दर्शनास जाण्याचे ठरविले. मूलत: तात्यासाहेब पटवर्धनांना साधू-संत, महंत-तपस्वी आदी थोर महात्म्यांच्या दर्शनभेटी घेण्याची ओढ आणि आवड होती. त्यांपैकी बहुतेकांचा वेष साधूचा असला, तरी त्यांची आंतरिक स्थिती मात्र वेगळीच असायची. 'मूँह में राम, बगल में छुरी' म्हणतात ना, तशीच.

त्यामुळे अक्कलकोटचे श्री स्वामी समर्थ महाराज हेही तसेच किंवा त्यातलेच आहेत की काय हे पाहण्याच्या हेतूने श्रीमंत तात्यासाहेब पटवर्धन सांगलीकर मोठ्या डामडौलाने, आपल्या शाही इतमामात लवाजम्यासह श्रींच्या दर्शनभेटीला आले. मोठ्या आवेगातच ते श्री स्वामी समर्थांसमोर पालखीतून उतरले. त्यांनी श्रींसमोर फलादिक अर्पण करून त्यांना नमन करते झाले.

क्षणभर स्वत:च्या राज्यवैभवाच्या गर्वाचे ढग त्यांच्या मनात गर्दी करू लागले. माझे राजवैभव, ऐश्वर्य या अवतारी म्हणून मानल्या गेलेल्या पुरुषास दाखविले, याचा परम संतोष आणि आनंद त्यांस झाला होता. परंतु सर्वज्ञ, अंतर्ज्ञानी 'श्रीं'नी त्यांच्या मनातील हे अहंकारी विचार तत्क्षणी ओळखले. त्यांच्याकडे पाहत वीज कडकडावी तसे ते कडाडले, ''का रे, हा कोणाचा थाट आहे? हा मोठेपणा तुला

का आणि कोणामुळे मिळाला? याचे पूर्वोक्त नीट जाणतोस काय? पहिली वाट विसरलास का?'' अचानक श्रीमुखात बसावी त्याप्रमाणे श्री स्वामीमुखातील हे उद्‌गार ऐकताच श्रीमंत पटवर्धन थरारले. त्यांना अंतरीची खूण पटली. योग्य ती प्रचिती आली. मग ते श्रीसमोर अति लीन, दीन झाले. या आधीही त्यांनी श्री स्वामी समर्थांना जाणण्यासाठी आणखी एक परीक्षा पाहिली होती.

त्यांनी श्रींसमोर ठेवायच्या पेढ्यांमध्ये दोन मौल्यवान सुवर्ण अंगठ्या अशा दाबून ठेवल्या होत्या, की त्या कोणासही दिसत नव्हत्या. त्या अंगठ्यांनी युक्त अशी पेढ्यांची पेटीबंद आकर्षक भेट श्रींसमोर ठेवण्यात आली, तेव्हा त्याकडे काहीशा निरिच्छ, निर्मोही आणि निर्विकारपणे पाहत सर्वज्ञ श्री स्वामी हसत-हसत म्हणाले, ''अरे, आम्हा संन्याशाची परीक्षा घ्यायचा कसला विचार मनात आणतोस? त्या पाषाणाच्या अंगठ्या, तुमच्या तुम्हीच परत घ्याव्यात. इथे आमच्यासमोर असले दांभिकपण चालत नाही. आम्हा संन्याशास सुवर्ण, रत्ने ही दगड-मातीसमानच आहेत. तू ते घरी ने, नाही तर फेकून दे. आम्हाला त्यांची गरज नाही.'' श्रींच्या या धारदार, तीक्ष्ण, रोख-ठोक, निर्लोभी, निर्मोही उद्‌गाराने तात्यासाहेब पटवर्धन विस्मित झाले. त्यांच्या आजवरच्या साधु-संत-महंत-संन्याशांकडून आलेल्या अनुभवाच्या पूर्णतः विपरीत हा अनुभव होता. पूर्णतः त्यांच्या कल्पनांना छेद देणारा होता.

श्रींना नमस्कार करीत पटवर्धन म्हणाले, ''महाराज, आपण साक्षात भगवंत आहात! इतर साधू-संत-महंत-संन्याशांसारखे नाहीत. आपल्यासारख्या सर्वज्ञ, सर्वसाक्षी, जितेंद्रिय, निःस्पृह, ब्रह्मांडनायकाच्या दर्शनाने माझ्यातला अहंपणा, दुराग्रह पूर्णतः नष्ट झाला. सगळे तर्क-कुतर्क, संशय नष्ट झाले. आपल्या परमपावन, पवित्र दर्शनाने मी परम संतुष्ट झालो आहे. माझ्या जन्माचे आज सार्थक झाले आहे.'' अश्रुपूर्ण नयनांनी त्यांनी श्रींचरणी लीनतापूर्वक पुन्हापुन्हा लोटांगणे घातली. श्रींनी कृपाळू होऊन त्यांना स्वहस्ते प्रसाद दिला. नंतर श्रींची आज्ञा घेऊन श्रीमंत तात्यासाहेब पटवर्धन श्रीमंत मालोजीराजांस भेटण्यास गेले.

। मालोजीराजांचा मान-अपमान ।

थोड्याच दिवसांत मुंबईचे ब्रिटिश गव्हर्नर सोलापूरास आले. त्यांनी संस्थानच्या कामासाठी मालोजीराजांस एक खास गुप्त खलिता पाठवून तातडीने सोलापूरास बोलाविले. का? कशाकरिता? इतक्या तातडीने? राजांस काहीच उलगडा

होईना. तेव्हा राजांनी कारभारी चिंतोपंतांस लगेच राजवाड्यावर बोलावून घेतले. गव्हर्नरचा निरोप सांगितला. तेव्हा चिंतोपंत टोळांनी मालोजीराजांस सुचविले, ''महाराज, आपणास अत्यंत महत्त्वाच्या कामास गव्हर्नरने सोलापूरास बोलावले आहे. तर तिकडे जाण्यापूर्वी श्री स्वामी समर्थ महाराजांचे दर्शन घेऊन जाऊ या का?'' मालोजीराजांस श्रींच्या ईश्वरी स्वरूपाची आणि सामर्थ्याची प्रचिती आलेली असल्यामुळे त्यांनी चिंतोपंतांच्या प्रस्तावास तत्काळ संमती दिली. ते दोघेही श्रींच्या दर्शनभेटीस चोळाप्पांच्या घराकडे निघाले.

तेव्हा श्री स्वामी समर्थ चोळाप्पांच्या घरी बाजेवर आत्मानंदात बसलेले होते. मालोजीराजांनी मेण्यातून उतरून आत येऊन पाहताच त्यांना श्री स्वामींची उग्र मुद्रा दिसली. आत त्यांच्या चरणापर्यंत जाण्याचे धैर्य त्यांस होईना, तेव्हा श्री स्वामीच राजांस हुकमी स्वरात म्हणाले, ''अरे, इकडे ये!''

'श्रीं'नी अशी हाक मारल्यानंतर मालोजीराजे दबक्या पावलांनी, घाबरत-घाबरत, काहीसे थरथरत श्री स्वामी जिथे बसले होते तिथे गेले. श्रींना लवून मुजरा करून मालोजीराजे नम्रभावाने त्यांच्यापुढे उभे राहिले. तेव्हा श्रींनी तिथेच राजांसमवेत आलेल्या हत्यारबंद शिपायाच्या हातातून तलवार घेऊन, राजाच्या हातात दिली. तसेच हुजऱ्याच्या हातात पिंकदाणी होती. ती घेऊन राजाच्या हाती दिली. तद्नंतर पुन्हा श्रींचे दर्शन घेऊन मालोजीराजे व कारभारी चिंतोपंत टोळ सोलापुरासर साहेबाच्या भेटीस गेले.

श्रीमंत मालोजीराजे एका संस्थानाचे सर्वोच्च अधिकारी म्हणजे राजे होते. त्यामुळे त्यांच्या इतमामास अनुसरून, राजशिष्टाचारानुसार त्यांना तोफांची सलामी देऊन त्यांचे आगतस्वागत व्हावयास हवे होते. त्यांना मान-सन्मान मिळण्यास हवा होता. पण तसे काहीही न झाल्यामुळे मालोजीराजांना कमालीचे वाईट वाटले. एका अर्थाने त्यांचा हा अपमानच होता. त्यांची व ब्रिटिश गव्हर्नरची मुलाखत झाली. पण त्यातही गव्हर्नरने आस्थेवाईकपणा दाखवला नाही. या अगोदर संस्थानात हत्यारे बाळगण्याची बंदी होती. मात्र त्याबाबत गव्हर्नरने ही हत्यारबंदी उठवण्याचा हुकूम दिला. पूर्ववत हत्यारांची मोकळीक दिली. श्री स्वामींनी अगोदरच राजाच्या हातात तलवार देऊन या घटनेचा शुभ संकेत दिला होता. तसेच राजशिष्टाचारानुसार मानसन्मान होणार तर नाहीच, पण अपमान होईल हा अशुभ संकेत राजाच्या हातात पिंकदाणी देऊन दिला होता. हे सर्व जाणून राजाची भक्ती श्री स्वामींप्रति अधिकच दृढ झाली. हे असे होणार हे सर्वज्ञ, अंतर्ज्ञानी श्री स्वामींना अगोदरच ठाऊक होते.

। दाजीबा मुंबईत ।

१८५७च्या बंडापूर्वी काही वर्षे अक्कलकोटमध्ये पिराजीराव भोसले म्हणून मानकरी होते. ते पराक्रमी होते. पुढे त्यांनी बाजीराव पेशव्यांची नोकरी पत्करली. तिथे स्वकर्तृत्वाने बाजीरावाच्या छोटेखानी सैन्याचे ते सेनापती झाले. त्यांना एक दासीपुत्र झाला, तोच पिराजींचा मुलगा दाजीबा भोसले. पुढे यथावकाश त्याच्यावर श्रीमंत मालोजीराजांची फार मर्जी व प्रीती झाली. राजा त्याच्याशी नेहमीच सल्लामसलत करीत असे.

बंडासंबंधीची पत्रे दाजीबास अक्कलकोटास गुप्त रीतीने येत असत. त्यांपैकी काही पत्रे त्या वेळच्या मुंबई सरकारच्या हाती लागली. त्यांनी ती पत्रे सोलापूरचे कलेक्टर व अक्कलकोटचे पोलिटिकल एजंट मे. गोल्डस्मिथ साहेब यांचेकडे एका बंद लखोट्यासह पाठवून दिली. त्या लखोट्यात म्हटले होते - 'तुम्ही पोलिटिकल एजंट असूनही तुम्हास क्रांतिकारकांबाबत काहीच खबरबात नाही. हे तुमच्या निष्काळजीपणाचे निदर्शक आहे.' असा ठपका ठेवण्यात आला. त्यामुळे पोलिटिकल एजंट मे. गोल्डस्मिथ साहेब यांस फार वाईट वाटले. त्यांनी अक्कलकोटच्या मालोजीरावांस खरमरीत पत्र पाठवून त्यात ''दाजीबा भोसले यास त्वरित आमच्याकडे पाठवून द्यावे.'' असा हुकूमच दिला.

परंतु श्रीमंत मालोजीराजांचे दाजीबावर विशेष प्रेम आणि मर्जी असल्यामुळे ते दाजीबास पाठवण्यास टाळाटाळ करू लागले. आपल्या आज्ञेप्रमाणे मालोजीराजे वागत नाहीत, आपला हुकूम पाळत नाहीत याचा राग येऊन गोल्डस्मिथ साहेबांनी मालोजीराजेंविरुद्ध वरिष्ठास लिहून अक्कलकोट संस्थानचा बंदोबस्त करण्यासाठी लागेल तितक्या सैन्याची मागणी केली. ही खबर राजाच्या कानावर आली. या बातमीने राजासह सर्व संबंधितांची पाचावर धारण बसली. संस्थान जप्त होणार असेच सर्वांना वाटू लागले. कारभारी चिंतोपंत आप्पा टोळ व नाना वकील सातारकर यांनी पोलिटिकल एजंटकडे जाऊन, त्यांना भेटून 'संस्थान जप्त होऊ नये' म्हणून खटपट करण्याचे ठरविले.

त्यासाठी ते श्री स्वामी समर्थ महाराजांचा आशीर्वाद आणि आज्ञा घेण्यास गेले. सर्वज्ञ, अंतर्ज्ञानी श्री स्वामींना ते दोघे कशासाठी आलेत आणि पुढे काय होणार हे ज्ञात होते. ''जा, काही होत नाही.'' असे ते त्या वेळी म्हणाले. त्या दोघांना श्रींच्या

या शुभाशीर्वादाने फार धीर आला. लगेचच त्या दोघांनी साहेबास विनवणी करून सर्व समजावून सांगितले. तेव्हा मे. गोल्डस्मिथ साहेबांनी 'सर्व वहिमी माणसे व दाजीबा भोसले असे मिळून २७ माणसे आमच्याकडे पाठवून द्यावीत' असा हुकूमच मालोजीराजांस दिला. संस्थान मात्र जप्त वगैरे केले नाही. अखेरीस मालोजीराजांचा नाइलाज होऊन त्यांस साहेबाचा हुकूम पाळावा लागला. त्यानुसार राजांनी सर्वांना पकडून दाजीबासह २७ माणसांना सोलापूरला पाठविले.

श्री स्वामी समर्थ कृपेने संस्थानावरील त्या वेळचे जप्तीचे संकट टळले. मात्र दाजीबा भोसले व त्याच्या समवेतच्या माणसांना तीन वर्षे ठाण्याच्या किल्ल्यात अटकेत ठेवले. नंतर सोलापूर जिल्ह्यात दाजीबाने येऊ नये असा ठराव करण्यात आला. तोफा व इतर हत्यारे संस्थानात राहू द्यावेत, म्हणून सरकारने ठराव केला.

मालोजीराजांच्या वडिलांचे, दुसरे शहाजीराजांचे नुकतेच निधन झाले होते. मालोजीराजे संस्थानचा कारभार पाहत होते. परंतु त्यांना सरकारातून मानाची वस्त्रे सन १८५७च्या बंडाच्या धांदलीमुळे देण्यात आली नव्हती. त्यामुळे राजाचा राज्याभिषेक झाला नव्हता. तो श्री स्वामी समर्थ महाराजांच्या कृपेने त्यांच्या प्रज्ञापुरीतील आगमनाने श्रींच्या उपस्थितीत यथासांग पार पडला. अक्कलकोट संस्थानाला स्थिरता प्राप्त झाली. आता संस्थानची वाटचाल सुख, समृद्धी, शांतता आणि भरभराटीकडे सुरू झाली होती.

। दाजीबा अक्कलकोटमध्ये ।

पुढे लवकरच मालोजीराजांनी सरकार दरबारी प्रचंड खटपट करून दाजीबा भोसलेसाठी जामीन राहून त्यास अक्कलकोटास घेऊन आले. दाजीबा भोसल्यांचा राजावर प्रभाव असल्यामुळे दाजीबा मनाला वाटेल तसे तो वागत होता. संस्थानातील रयतेला त्रास देत होता. त्याच्या या मनमानीला प्रजा त्रासून गेली होती. त्याने चिंतोपंत आप्पा टोळांबद्दल मालोजीराजांच्या मनात वाईट भरून दिले. मालोजीराजे आणि विशेषत: दाजीबांच्या कुटील कारस्थानास कंटाळून नाइलाजाने टोळ अक्कलकोट संस्थानाचा कारभार सोडून पुण्यास जाण्यास निघाले.

या घडामोडीच्या दरम्यान श्रीस्वामी हे टोळ यांच्या बिऱ्हाडी रात्री वस्तीस होते. रात्री भोजन झाल्यावर श्री स्वामी झोपले. पण थोड्या वेळातच ते ''तुजला राजा कोणी बनविला? निगाह रखो. निगाह रखो, मेहरबान, सलाम कोणी केले?

विसरलास वाटत? तुझे चांगले नाही होणार.'' असे मोठ्याने बोलून ते स्तब्ध झाले. अर्थात हे सर्व शब्द मालोजीराजांस उद्देशून होते. पुढे चिंतोपंत टोळ श्रींचा आशीर्वाद आणि आज्ञा घेऊन पुण्यात गेले.

श्रींच्या वचनाप्रमाणे पुढे संस्थान जप्त झाले. राजाचे दुर्दैव सुरू झाले. काही दिवसांनी दाजीबांचा मुलगा जवळच्या आप्तेष्टांसह श्रींच्या दर्शनास आला. दर्शन घेऊन ते सर्व बसले असताना लगेचच श्रींनी सेवेकऱ्यांकरवी तीळ मागविले. त्यातून एक मूठभर तीळ दाजीबाचे मुलाचे हाती देत म्हणाले, ''संपले, जा आता.'' पुढे काही दिवसांनी मकर संक्रांत आली. दाजीबांचा मुलगा आजारी पडून त्यास देवाज्ञा झाली.

असेच एकदा श्री स्वामी तिसरे प्रहरी नरसिंगराव भोसले यांच्या वाड्यात बसले होते. त्यांच्या समवेत तेव्हा विश्वासराव माने व अन्य सेवेकरी मंडळीही होती. श्रींच्या बाललीलेचे खेळ तिथे सुरू असताना ते एकाएकी अतिशय संतप्त झाले. त्यांची मुद्रा तेव्हा तप्त तांब्याप्रमाणे लाल दिसू लागली. तेथील सेवेकरी मंडळी भीतीने लांब पळून गेले. शूर बहादूर सरदार विश्वासराव मानेही त्या प्रसंगी घाबरून गेले होते. 'प्रसंग पडल्यास वाघाच्या अंगावर चालून जाणारे आम्ही' असे म्हणणाऱ्या माने यांनासुद्धा श्रींपुढे उभे राहण्याचे तेव्हा धैर्य होईना. 'श्रीं'चा तो क्रोध आपल्याला भस्म करून टाकेल की काय, अशी भीती सर्वांना वाटत होती. तेव्हा श्री स्वामी प्रचंड क्रोधाने विजेसारखे कडाडले, ''क्यो, बहुत चेष्टा लगाई! दाजी को कौन लेकर आया है? दाजी को लेकर आया, फिर सिपाही लाकर पकडकर ले जावेगा!'' याप्रमाणे त्रिवार बोलून ते स्तब्ध झाले. त्याप्रसंगी चार घटकांपावेतो त्यांनी कोणासही जवळ येऊ दिले नाही.

श्री स्वामी महाराजांची ही क्रोधायमान कृती आणि उद्‌गार कुणीतरी मालोजीराजांस जाऊन सांगितले. खरे तर, राजाने त्या वेळी सावध होऊन श्रींच्या इच्छेनुरूप वर्तन करणे आवश्यक आणि अपेक्षित होते, पण 'विनाशकाले विपरीत बुद्धी' या म्हणीप्रमाणे राजांचे दाजीबांस घेऊन येण्याचे प्रयत्न सुरू होते. राजाच्या दृष्टीने दाजीबा एक परिस होता, पण सर्वसामान्य रयतेच्या दृष्टीने दाजीबांचे संस्थानात असणे हे अरिष्ट होते, हे राजाला कळत नव्हते. त्या परिसप्राप्तीने आपली सर्व मनोरथ पूर्ण होतील, असे राजास वाटत होते. पुढे काही दिवसांनी राजाच्या खटपटीस यश आले.

''येथून पुढे कुठलेही गैरवर्तन माझ्याकडून होणार नाही.'' असे लेखी हमीपत्र दाजीबांस इंग्रज सरकारला लिहून द्यावे लागले. राजा स्वतः दाजीबांच्या

मुक्ततेसाठी पन्नास हजार रुपयांचा जामीन राहिला. अशा खटपटी, लटपटी करून राजाने दाजीबास अक्कलकोटास आणले. लगोलग त्यास स्वत:चा खासगी कारभारी केले.

। दाजीबांची मनमानी ।

दाजीबा संस्थानात आल्यापासून वाटेल तशी अंदाधुंदी होऊ लागली. त्या वेळचे अक्कलकोटचे बरजोजी माणिकजी, मॅजिस्ट्रेट व श्रीनिवास रामचंद्र सुभेदार हे दाजीबांस अनुकूल राहून प्रजेस फार पीडा देऊ लागले. 'फुलाचे चोरीस फाशीची शिक्षा' हा न्याय त्यांच्या कारकिर्दीत अक्कलकोटमध्ये होऊ लागला. एका शेतकऱ्याच्या शेतातून दोन-तीन इसमांनी विनापरवानगी तुराटीचे भारे नेले. या किरकोळ प्रकारावरून त्यांच्यावर खटले दाखल करण्यात आले. त्यात त्यांना प्रत्येकी एक वर्ष सक्त मजुरीची कैद व पाचशे रुपये दंड अशी शिक्षा ठोठावण्यात आली. तसेच बापूसाहेब निंबाळकर हे राजघराण्यातील मानकरी होते. त्यांच्याकडे बागेहाळी गावाची जहागिरी होती. त्या गावच्या एका माणसास बापूसाहेबांनी रागाने एक जोडा मारला. त्याची फिर्याद झाली. बापूसाहेब व दाजीबांचे वाकडे असल्याने बापूसाहेबांचे वय ऐंशी वर्षाचे असूनही त्यांना एक वर्षाची सक्तमजुरी व एक हजार रुपये दंड झाला.

सोलापूरचे वकील नारायणराव अरगडे अक्कलकोट गावात रस्त्याने जात असता अनाहूतपणे त्यांचा एका इसमास धक्का लागला व त्याचे पागोटे खाली पडले. यावरून त्या दोघांत बोलाचाली होऊन फिर्याद झाली. मॅजिस्ट्रेटने आकसाने त्यास एक महिन्याची सक्तमजुरीची शिक्षा दिली. अशा अनेक घटना घडत होत्या. त्यात अनेकांना मॅजिस्ट्रेटकडून शिक्षा, दंड केले जात होते. कुणाही अब्रूदार गृहस्थास अक्कलकोटला जाण्याची व राहण्याची फार भीती वाटू लागली, चिंतोपंत आप्पा टोळ हे अक्कलकोट संस्थानात कारभारी असताना तालुक्याची जमा शिल्लक एक लक्ष पंधरा हजार झाली होती. त्यांनी लोकांस खूश ठेवून व राजाचेही नुकसान न करता जमिनीवर योग्य तो शेतसारा बसविला होता. तसे लेखी कौल राजाचे सही-शिक्क्यानिशी रयतेस दिले होते.

परंतु दाजीबा भोसल्यांनी राजांस असा सल्ला दिला, की 'चिंतोपंत आप्पा टोळ यांनी सरकारचे फार नुकसान करून रयतेस कौल दिले आहेत. सबब ते सर्व

कौल रयतेकडून परत घ्यावेत.' राजानेही सारासार विचार न करता त्यास मान्यता दिली. राजाच्या हुकमाने ते शेतसाऱ्यासंबंधीचे कौल जुलूम-जबरदस्तीने रयतेकडून परत घेऊन जाळून टाकण्याचा सपाटा चालविला. वाढीव शेतसारा रयतेवर बसविला. त्यामुळे प्रजा त्रस्त झाली. या कृतीविरुद्ध ब्रिटिश कौन्सिलपर्यंत अर्ज, विनंत्या करण्यात आल्या. या कामी शंकरराव नाना सरदेशमुख यांचा सहभाग आहे, असा त्यांच्यावर वहीम ठेवण्यात आला. दाजीबा भोसल्यांच्या सल्ल्यावरून राजाने सरदेशमुखांस नजरकैदेत ठेवले. त्यांनी संधी साधून रात्री स्वत:ची सुटका करून घेतली व ते सोलापूरला निघून आले. इथे त्यांनी पोलिटिकल एजंट यांजकडे रयतेवर कसा जुलूम होत आहे याची सविस्तर फिर्याद दिली.

अक्कलकोट संस्थानात दाजीबा भोसल्यांची अशी मनमानी चालली असताना अक्कलकोट संस्थान जप्त होणार अशी जिकडेतिकडे बातमी पसरली. अक्कलकोटच्या दक्षिणेस चारपाच कोसांवर 'खेड' म्हणून एक गाव आहे. तिथे एक आचार्य मोठे विद्वान, सदाचारी, सत्पुरुष होते. त्यांना सन्मानाखातर पेशवे सरकारने चाळीस हजार रुपयांची जहागिरी दिली होती. मालोजीराजांस चार हिताच्या गोष्टी सांगाव्यात म्हणून ते राजास भेटण्यास आले. राजाने त्यांना येण्याचे कारण विचारल्यावर त्यांनी नम्रपणे सांगितले, ''मी स्वतः जहागीरदार आहे. शेजारधर्म म्हणून आपणास चार हिताच्या गोष्टी सांगण्यास आलो आहे.'' असे बोलून त्यांनी राजाला हितोपदेश केला. शेवटी पुराणातली एक बोधप्रद, प्रतीकात्मक गोष्ट सांगितली. ती अशी -

शेकडो माणसे बसलेले एक जहाज समुद्रातून चालले होते. ते जहाज अंदाधुंद तुफानात सापडले. ते बुडण्याच्या बेतात असताना एक भलामोठा मत्स्य त्या जहाजासमोर आला. त्यास वाचा फुटून तो जहाजाच्या प्रमुखास म्हणाला, ''अमुक एक गृहस्थ या जहाजात आहे. (त्याचे नाव माशाने सांगितले.) त्यामुळे या जहाजास बुडण्याचा धोका आहे. त्याला माझे भक्ष्य म्हणून समुद्रात ढकलून द्या. म्हणजे जहाजास काहीही धोका होणार नाही.'' असे म्हणून तो मत्स्य स्तब्ध झाला. एका माणसामुळे जर शेकडो लोकांचा जीव वाचत असेल, तर त्याला ताबडतोब जहाजातून ढकलून देणेच योग्य, असा विचार करून त्या इसमास जहाजातून ढकलून देण्यात आले. पुढे ते जहाज किनाऱ्यावर सुखरूप पोहोचले. तसे या संस्थानरूपी जहाजात असा सर्वांना अपायकारक ठरणारा एखादा इसम असेल, तर त्यास (दाजीबास) टाळून अथवा पदच्युत करून संस्थान सुरक्षित ठेवणेच शहाणपणाचे आहे.

अशी नीतीची गोष्ट सांगून आचार्य त्यांच्या गावी गेले. परंतु, राजवैभवाच्या धुंदीत आणि पूर्णत: अविवेकी प्रेमात आकंठ बुडालेल्या मालोजीराजांस त्या आचार्यांचा हा बोध रुचला तर नाहीच, उलट ते आचार्य जाताच राजांनी व दाजीबांनी त्यांची थट्टा केली. ''मोठा आलाय आम्हाला नीतीच्या गोष्टी सांगायला! आम्हास काय काहीच कळत नाही?'' असे म्हणून त्या अचार्यांची निर्भर्त्सनाच केली.

महाभारतात महर्षी व्यास व भगवान श्रीकृष्ण यांनी दुर्योधनास पांडवांशी अकारण वैर न करण्याबाबत उपदेश केला होता. पण शकुनी मामा आणि इतर दुष्ट मंडळींस न आवडून त्यांनी त्यांच्या उपदेशाकडे दुर्लक्ष तर केलेच, पण त्यांची निर्भर्त्सनाही केली. परिणामी, किती भयंकर महाभारत घडले हे सर्वांनाच माहीत आहे. मालोजीराजे श्रीभक्त होते. पण त्यांच्या या अशा वृत्ती व कृतीवरून ते अविवेकी होते. श्री स्वामींनी राजांस वारंवार हे अन्यायकारी प्रकार थांबवण्याच्या सूचना केल्या होत्या. परंतु दाजीबांवरील प्रेमाने राजे इतके अंध झाले होते, की श्री स्वामींच्या सूचनाही त्यांचे डोळे उघडू शकल्या नाहीत. हे राजांचे दुर्दैवच म्हणायचे.

एके दिवशी श्री स्वामी समर्थ राजवाड्याच्या बाहेर शिपाई लोकांच्या चौकीत निवांत बसले होते. संध्याकाळची वेळ होती. बरजोजी माणिकजी मॅजिस्ट्रेट हे घोड्यावरून मोठ्या ऐटीत आणि अधिकाराच्या रुबाबात राजवाड्यात जाण्यासाठी आले. त्यास पाहताच स्वामी हातात काठी घेऊन घोड्यासमोर उभे राहिले आणि त्याला अडवत त्याच्यावर कडाडले, ''खबरदार! पुढे गेलास, तर डोके फोडीन! माझी पोरे जाळलीस, पोळलीस, आग लावलीस.'' वीज कडाडावी तसे ते मॅजिस्ट्रेटवर कडाडाले. श्री स्वामींची ती प्रचंड तप्त, रागीट मुद्रा पाहून मॅजिस्ट्रेट घोडा घाईघाईने फिरवून घाबरून मागे परतू लागला. तेव्हा 'बडतर्फ' असा शब्द श्रींनी त्रिवार मोठ्याने उच्चारला. पुढे थोड्याच दिवसांनी अक्कलकोट संस्थान जप्त झाले. मॅजिस्टेट व सुभेदार उभयता आपणांस अटक होईल म्हणून मोगलाईत पळून गेले. दाजीबा भोसले यांस कैद करून अटकेत ठेवण्यात आले. मालोजीराजांवर खटला सुरू झाला. ब्रह्मांडनायक श्री स्वामी समर्थांचे न ऐकल्याचे दुष्परिणाम ते सर्वच भोगत होते.

। दाजीबांचा कायापालट ।

दाजी पिराजी भोसले तथा दाजीबा हे श्रीमंत मालोजीराजांचे मुख्य कारभारी होते. ते श्रीमंतांच्या खास मर्जीतील आणि विश्वासातील होते. राजे दाजीबांच्या

शब्दाबाहेर कधीही जात नसत. दाजीबा जणू काही मालोजीराजांचे कंठमणीच होते. त्यामुळे अनेकदा राजांकडून दाजीबाच्या गैर, अन्यायी दुष्कृत्यांकडे दुर्लक्ष होत असे. अक्कलकोट संस्थानातील रयतेला हे सर्व दिसत होते. समजतही होते. पण दाजीबांविरुद्ध बोलण्याची कुणाचीही हिंमत नव्हती. दाजीबा आणि त्याच्या चांडाळ चौकडीचा अन्याय आणि अत्याचार प्रजाजन निमूटपणे, तोंड दाबून बुक्क्याचा मार म्हणून सहन करीत होते. असे दिवसांमागून दिवस, आठवडे, महिने जात होते. दाजीबांचे बेमुर्वतखोर वर्तन सुरूच होते. त्यात वाढच होत होती.

दाजीबांच्या गैरकृत्यांच्या, अन्यायी अत्याचारांच्या अनेक कहाण्या इंग्रज सरकारच्या कानावर गेल्या. त्याचाच परिपाक म्हणून इंग्रज सरकारची दाजीबांवर खप्पामर्जी झाली. इंग्रज सरकारच्या आदेशामुळे दाजीबांना संस्थानचे कारभारीपद तर सोडावे लागलेच, परंतु अक्कलकोट संस्थानातून हद्दपार होऊन मुंबईत येऊन राहावे लागले. सुरुवातीस श्री स्वामी समर्थांचे कट्टर विरोधक आणि द्वेषी दाजीबांना श्री स्वामींचे देवत्व यथावकाश ज्ञात होत गेले. ते 'श्रीं'ची मनोभावे उपासना करू लागले. भक्तवत्सल श्री स्वामींनी त्यांचे भूतपूर्व सर्व अपराध माफ केले. पश्चात्ताप पावलेल्या दाजीबांवर त्यांनी कृपाछत्र धरले.

दाजीबा आता पूर्णतः 'श्रीं'च्या भक्तीत रत झाले होते. श्वासागणिक 'श्री स्वामी समर्थ' हा षडाक्षरी मंत्र मनोमन अष्टौप्रहर जपत होता. त्यांच्या पादुकांची मनोभावे पूजा करीत होता. दाजीबा मुंबईत आणि श्री स्वामी अक्कलकोटमध्ये. आता त्यास 'श्रीं'चे सदेह दर्शन व्हावे अशी तीव्र उत्कंठा आणि तळमळ लागली होती. 'श्रीं'च्या दर्शनासाठी दाजीबा कमालीचे वेडापिसे झाले होते. श्रींच्या दर्शनासाठी त्याची सारखी तगमग होत होती. सर्वसाक्षी ब्रह्मांडनायक श्री स्वामींना हे कळल्याशिवाय कसे राहील?

दाजीबांस त्यांचे कारभारीपद गेल्याच्या, संस्थानातून हद्दपार व्हावे लागल्याच्या दुःखापेक्षाही श्री स्वामी समर्थ दर्शनापासून आणि चरणांपासून दूर राहावे लागल्याचे प्रचंड दुःख वाटत होते. श्रीचरण अंतरणे हे महान दुर्भाग्यकारक आहे, असे त्यांस सारखे वाटत होते. 'श्रीं'च्या दर्शनासाठी दाजीबा कमालीचे खंतावले होते. श्री स्वामी समर्थ महाराजांचे चरणकमल ज्या दिवशी दृष्टीस पडतील, तोच सुदिन असे ते मनोमन सारखे चिंतत होते. 'आपण आपल्या पूर्व काळात जी दुष्कर्मे केली, त्यामुळेच श्रींच्या चरणांपासून आपण अंतरलो' या मानसिक चिंतनाने दाजीबा कमालीचे दुःखी-कष्टी होत असत. श्रीचरणदर्शनासाठी ते रात्रंदिवस सारखे

तळमळत होते. त्यांना अन्न-पाणीही गोड लागत नव्हते. झोप येत नव्हती. रात्र-रात्र ते अंथरुणावर श्रींच्या दर्शनासाठी तळमळत असत. 'स्वप्नात तरी श्रींनी दर्शन द्यावे' असे त्यांस वाटे, पण स्वप्नातही त्यांना श्रींचे दर्शन होत नव्हते. त्याची श्रींच्या दर्शनभेटीची तगमग, तळमळ दिवसेंदिवस वाढतच होती. दाजीबांची ही अवस्था त्यांच्या कुटुंबीयांना, निकटच्या आप्तेष्टांना, मित्रांना ठाऊक झाली होती. आता दाजीबांच्या नोकर-चाकरांनाही त्यांची ही अवस्था पाहवत नव्हती, पण ते सर्वच काय करणार? दाजीबांसह सर्वच श्रीदर्शनासाठी आतुर झाले होते, पण ते काहीही करू शकत नव्हते.

सर्वज्ञ श्री स्वामींना दाजीबांसह सर्वांची ही भावव्याकूळता आणि दर्शनभेटीची ओढ ज्ञात होती. अखेरीस दाजीबांची दर्शनभेटीची ही इच्छा फलद्रूप होण्याची वेळ निकटतम आली होती. नित्याप्रमाणे दाजीबा स्नानविधीत गुंतले होते. देवघरात त्यांच्या देवपूजेचे साहित्यसिद्ध करून ठेवण्यात आले होते. इतक्यात देवघरात मांडून ठेवलेल्या देवाच्या पाटावर ब्रह्मांडनायक श्री स्वामी समर्थ प्रत्यक्ष येऊन बसल्याचे दिसू लागले.

समोर उभ्या असलेल्या सेवकाने श्री स्वामी समर्थ महाराजांना यापूर्वीच अक्कलकोटमध्ये अनेकदा पाहिलेले होते. अनेकदा त्यांचे दर्शनही घेतलेले होते. श्री स्वामींना ओळखून सेवकाने अत्यानंदाने दाजीबांकडे धाव घेतली.

''सरकार, श्री स्वामी समर्थ महाराज देवघरातील पाटावर येऊन बसलेले आहेत.'' असे सेवकाने सांगताच, ''काय म्हणतोस?'' असे नोकरास आश्चर्याने विचारून ते घाईघाईने स्नान आटोपते घेऊन 'श्रीं'कडे लगबगीने आले. श्रींना पाहून परमानंदाने आणि आदराने त्यांनी 'श्रीं'ना दंडवत घातले. स्वतःच्या पूर्वक्रमांचा, अपकृत्यांचा धिक्कार करत ब्रह्मांडनायक श्री स्वामी समर्थ महाराजांच्या गुणवर्णनास आरंभ केला. ''महाराज, मी पापी, अपकृत्यकारी असूनही माझ्यासारख्या पतित-पाप्यावर आपण कृपावंत झालात. आपण 'स्मरणगामी' आहात. भक्ताची आर्तता जाणणारे आहात. आपण सर्वव्यापी परमदयाळू आहात. माझे सर्व अपराध पोटात घालून माझ्यावर प्रसन्न होऊन मला येथवर येऊन दर्शन दिलेत. खरोखर आपल्या दर्शनाने मी कृतकृत्य झालो...'' दाजीबा भक्तियुक्त अंतःकरणाने आणि अश्रुपूर्ण नयनांनी असे बरेच काही म्हणत होते. पुन्हापुन्हा श्री चरणी दंडवत घालत होते.

तेव्हा त्यांना थांबवत श्री स्वामी म्हणाले, ''दाजीबा, अरे भक्तभूषणा! मोल नाही तुझ्या गुणा! तुझा देहाहंकार टाकून तू पूर्णतः शरणागत झालास. तू पश्चात्ताप

पावून कृपायाचना करता झालास. अरे दाजीबा, खरोखरीच्या पश्चात्तापाने सर्व पापे, दुष्कृत्ये नष्ट होतात, धुतली जातात. तुझा हाच भाव चिरंतन राहिला, तर तू ब्रह्मानंदरूपी एकरूप होशील. तुला मोक्षप्राप्ती होईल. तू निःशंक होशील...'' असे म्हणून श्रींनी त्याला आशीर्वाद दिला. श्री स्वामी समर्थमुखातील ही आशीर्वादात्मक कृतकवाणी दाजीबांसह तेथील सर्व उपस्थित एकाग्र चित्ताने ऐकत होते. दाजीबांच्या डोळ्यांतून कृतज्ञतेच्या आसवांचे पाट वाहत होते. दाजीबा आणि दाजीबांचा परिवार त्या क्षणी ब्रह्मांडनायकांच्या कृपाशीर्वादात अक्षरशः चिंब चिंब भिजले होते.

''येथून पुढे सर्वांशी समत्वाने आणि ममत्वाने वागावे. सर्वांप्रति नम्र व आदरभावे वर्तनव्यवहार करावा. शांत चित्ताने कालक्रमणा करावी.'' 'श्रीं'चा हा अमृततुल्य उपदेश दाजीबा दोन्ही हात जोडून श्रींसमोर नम्रपणे उभे राहून ऐकत होते. त्यांची देहबोली, डोळ्यांतील व चेहऱ्यावरील भाव श्री स्वामींना होकारार्थी संमती देत होते.

दाजीबांकडून अत्यंत भक्तिभावाने अर्पण केलेले श्रीफल, फळे, फुले अन्य उपहारास व 'श्रीं'नी हस्तस्पर्श करीत स्वीकारल्याचे सूचित केले. 'स्वामी महाराज अशीच कृपादृष्टी या सेवकार असू द्या' असे म्हणत दाजीबा श्रींचरणी नतमस्तक झाले. 'श्रीं'च्या या दर्शनभेटीतून सर्व दर्शनार्थी भानावर येत नाहीत, तोच श्री स्वामी तेथून अंतर्धान पावले. 'श्री'ची ही लीला प्रत्यक्ष अनुभवणाऱ्या प्रत्येकास महदाश्चर्य वाटले.

या घटनेनंतरही विविध संकटसमयी श्री स्वामींनी दाजीबांस वाचविले. श्री कृपेमुळे दाजीबांना पुढे निरंतर सुख, समाधान लाभले. अंतिमतः 'श्री'कृपेमुळे दाजीबांसारखा अत्याचारी आणि दुराचारीसुद्धा भक्तिमान झाला.

। नाना सोहनी ।

नाना सोहनी सोलापूरकर नावाचे एक हुशार, कर्तव्यदक्ष आणि निष्ठावान सद्गृहस्थ श्रीमंत मालोजीराजे यांच्या पदरी नोकरीस होते. त्यांस संस्थानातर्फे वकील नेमण्याची सनद (पत्र) मालोजीराजांनी सोलापुरातील पोलिटिकल एजंटला (ब्रिटिश प्रतिनिधी) देण्यास सोहनींजवळ दिली. त्यामुळे सोहनींस परमानंद झाला. 'संस्थानातर्फे नाना सोहनी सोलापूरकर यांना वकील नेमले आहे' अशी आदेशवजा

सनद (पत्र) सोलापुरास जाण्यापूर्वी श्रीचरणांवर ठेवावी आणि त्यांचा आशीर्वाद घ्यावा, या हेतूने नाना श्रींच्या दर्शनास गेले.

त्यांनी श्रींचरणी ती सनद ठेवली आणि दर्शन घेतले. ते 'श्रीं'च्या जवळ बसले, तेव्हा नानांच्या मनात विचार आला, 'श्री स्वामी समर्थ महाराजांच्या हातून आशीर्वादपूर्वक ही सनद आपल्याला मिळावी.' परंतु त्रिकालज्ञानी (भूत, वर्तमान आणि भविष्य जाणाऱ्या) श्री स्वामींनी ती सनद त्यांच्या हातात न देता तिसऱ्याच्याच हातात दिली. तेव्हा नाना सोहनी अत्यंत निराश होऊन ती सनद घेऊन श्रींना नमस्कार करून सोलापुरास गेले. त्या सनदेवर मालोजीराजांचा राजपत्रित शिक्कामोर्तब झाला होता, पण श्री स्वामी समर्थ महाराजांचा संमतिदर्शक आशीर्वादाचा शिक्कामोर्तब झाला नव्हता. मग त्या सनदेचा काहीएक उपयोग होणार नाही, असा अशुभसूचक संकेत नानांस श्री स्वामींनी त्यांच्या या कृतीतून दिला होता.

सोलापुरात येऊन नानांनी इंग्रज अधिकाऱ्याची भेट घेतली. संस्थानातर्फे वकिलीचे कामकाज करण्याची अधिकृत सही-शिक्कामोर्तब असल्याची सनद (पत्र) त्यास दाखवली. ती वाचून इंग्रज अधिकाऱ्याने नानांस 'आम्हास सध्या वकिलाची जरुरी नाही. येथून पुढे राजसाहेबांनी पत्रव्यवहाराचे काम चालवावे. तुम्ही परत जावे.'' असे स्पष्ट शब्दांत सांगितले. तेव्हा नानांस श्रींनी ती सनद सरळ आपल्या हातात न देता तिसऱ्याच्या हातात दिल्याचा अर्थ कळला.

। मालोजीराजे व पटवर्धन ।

सांगलीहून आल्यापासून ते श्री स्वामी समर्थ महाराजांच्या दर्शनभेटीपर्यंतचा इत्थंभूत वृत्तान्त तात्यासाहेब पटवर्धनांनी श्रीमंत मालोजीराजेंना कथन केला. तो ऐकून मालोजीराजेही कमालीचे आश्चर्यचकित झाले. त्यांनाही श्रींच्या भेटीची ओढ लागली. गेले तीन महिने ते सोलापूरमध्ये वास्तव्यास असल्यामुळे राजे प्रज्ञापुरीतील श्रींच्या नित्याच्या दर्शनाला पारखे झाले होते. त्यांनी त्यांचा खास दूत विनंतीवजा निरोप घेऊन अक्कलकोटी पाठवला. त्या दूताने श्री स्वामींस मुजरा करून विनम्रभावाने निवेदन केले, ''महाराज, मालोजी भूपती आपल्या दर्शनासाठी फार तळमळत आहेत. कृपाकरून आपण सोलापुरी चलावे. त्यांना दर्शन देऊन कृतार्थ करावे. आई आपल्या बाळावर लक्ष पुरविते तसे करावे.'' या विनयशील

निरोपाने श्री स्वामी प्रसन्न झाले. चोळाप्पा, कृष्णप्पा, श्रीपाद भटजी आदी सेवेकऱ्यांना त्यांनी समवेत घेतले. श्रींचा मेणा मालोजीराजांच्या मुक्कामस्थळी सोलापुरात दाखल झाला.

त्याप्रसंगी मालोजी भूपती, पटवर्धन सरकारांसह 'श्रीं'च्या स्वागतास मेण्यासमोर दाखल झाले. श्री स्वामी समर्थ महाराज सोलापुरात आल्याची वार्ता पंचक्रोशीत पसरली होती. त्यामुळे श्रींच्या दर्शनासाठी, दर्शनार्थींची मोठी झुंबड उडाली. श्रींचे विधिवत षोडशोपचारे पूजन करण्यात आले. यानंतर यथास्थित प्रसादभोजनाचा भंडारा पार पडला. त्या रात्री श्रींचा मुक्काम मालोजीराजांकडेच होता. दुसऱ्या दिवशी सर्व जनमानसाच्या सोयीच्या दृष्टीने ते धर्मराव थोबडे यांच्या बागेत जाऊन विसावले.

हे स्थळ त्या वेळी सोलापूर गावापासून एक मैलावर अतिशय रमणीय स्थान म्हणून प्रसिद्ध होते, विविध वृक्ष, लता-वेली, फुलझाडे यांनी बहरून गेलेले ते स्थान होते. तिथे श्री स्वामी समर्थ महाराजांना सुशोभित अशा अत्युच्च सिंहासनावर बसवण्यात आले होते. मालोजीराजांनी श्रींच्या गळ्यात किंमती रत्नमौक्तिक माळा घातल्या होत्या. त्यांच्या मस्तकावर भरजरी टोपी, हातात कमंडलू, पायात चंदनी खडावा, अंगास केशर, कस्तुरीची सुगंधी उटी लावण्यात आली होती. अशा विलोभनीय स्वरूपात राजाधिराज, ब्रह्मांडनायक श्री स्वामी समर्थ महाराजांची दिव्य तेजस्वी मूर्ती सिंहासनावर विराजमान झाली होती.

पुष्पांच्या मंडपाचा सुगंधी घमघमाट सर्वत्र दरवळत होता. या शाही वैभवास तेजोमय करण्यासाठी असंख्य दीप प्रज्वलित करण्यात आले होते. त्या सर्व परिसरात असलेल्या घनदाट वृक्षराजीतून घुमणारा वारा नाना गंधांना इकडे-तिकडे फिरवित होता. निकटचे सेवेकरी श्रींवर छत्रचामरे ढाळीत होते. पुजारी दर्शनार्थींना प्रसाद पुरवण्यात गर्क होते. एकंदर त्या स्थानी इतका भक्तिभाव दाटून आला होता, की उपस्थित नर-नारी आपले दोन्ही हात जोडून श्रींचे दर्शन घेत होते. सर्वांच्या मुखातून 'श्री स्वामी समर्थ जय जय स्वामी समर्थ' असा जयजयकार घुमत होता.

श्रींच्या दर्शनार्थ लोकांच्या झुंडीच्या झुंडी भक्तिभावाने त्या स्थानी लोटत होत्या. त्या लक्षावधी दर्शनार्थींचे नीट व्यवस्थापन करण्यासाठी त्या वेळी इंग्रज सरकारची खास पोलीस पलटण सोलापूरहन आलेली होती. त्यातीलच काही सैनिक शिस्तबद्धतेने मधुर वाद्ये वाजवीत होते. जो तो श्रींच्या दर्शनासाठी धडपडत होता.

त्या स्थानापासून सर्व सोलापूर शहरभर दर्शनार्थींची दाट गर्दी झाली होती. इतकी गर्दी, की त्यात आईचा पत्ता मुलास नाही, मुलाचा पत्ता बापास नाही, नवऱ्याचा बायकोस नाही अशी स्थिती त्या वेळी त्या स्थळी झाली होती. त्या दिवशी सोलापुरात हार, नारळ, फुले आदी पूजासाहित्याचे भाव नेहमीच्या दसपट झाले होते. सर्वत्र 'श्री स्वामी समर्थ' नामाचा डंका गर्जत होता. येनकेन प्रकारेण श्रींचे दर्शन घेणे हेच लहान-थोर सर्वांचे उद्दिष्ट होते. त्या उत्स्फूर्त वातावरणावरून श्री स्वामींच्या ईश्वरी रूपाची साक्ष सर्वांना पटत होती. श्रींच्या दर्शनासाठी तमाम जाती-धर्म-पंथांतील लोक त्या स्थळी झुंडीने येत होते. त्यात त्या वेळी सोलापुरात सुप्रसिद्ध असलेला चन्नबसाप्पा नावाचा एक धनिक जंगम वाणीही होता.

अक्कलकोट संस्थान जप्त झाल्यामुळे सोलापुरी येऊन राहिलेल्या मालोजीराजांवर श्री स्वामी समर्थ महाराजांनी कृपाकटाक्ष टाकला. त्यानंतर इंग्रज अधिकाऱ्यानेही विशेष काही आक्षेप न घेता अक्कलकोट संस्थान जप्तीतून मुक्त केले. त्यानंतर श्रीमंत मालोजीराजे मोठ्या दिमाखात अक्कलकोटी परतले. सांगलीचे तात्यासाहेब पटवर्धन श्री स्वामींचे ईश्वरी सामर्थ्य मान्य करून लवाजम्यासह तृप्त मनाने सांगलीस गेले. अक्कलकोटी परतताच सिंहासनावर बसण्यापूर्वी मालोजीराजांनी श्रींचे दर्शन घेऊन त्यांचे आशीर्वाद घेतले. नंतर नित्याचा राज्याचा रथ हाकण्याच्या उद्योगात ते मग्न झाले.

। मालोजीराजांचा मृत्यू ।

मालोजीराजांना वेगवेगळ्या घटना-प्रसंगांतून श्रींच्या ईश्वरी सामर्थ्याची प्रचिती येत गेली. १८७०मध्ये श्रीमंत मालोजीराजे आजारी पडले. त्या वेळी उपलब्ध असलेल्या सर्व नामवंत हकीम, वैद्य यांनी त्यांच्यावर उपचार केले; परंतु काही गुण आला नाही.

आपला अंतकाळ जवळ आल्याची जाणीव मालोजीराजांस झाली. त्यांना पूर्वीसारखे नित्यनियमाने श्रींच्या दर्शनास जाणे शक्य होत नव्हते. म्हणून ते श्रींच्या दर्शनासाठी अतिशय खंतावत. त्यांना भेटावयास येणाऱ्या-जाणाऱ्यांना ते सांगत, ''मला श्री स्वामी समर्थ महाराजांचे दर्शन काहीही करून घडवाच!'' असे दहा-पंधरा दिवस गेले. पण श्री स्वामी समर्थ महाराज राजवाड्यात आले नाहीत.

एके दिवशी मात्र श्री स्वामी राजवाड्यात अकस्मात आले. त्यांनी मालोजीराजांस दर्शन दिले. काही काळ ते तिथे थांबले. श्री स्वामींची नयनमनोहर,

तेज:पुंज मूर्ती पाहून राजांस खूपच आनंद झाला. आपला जन्म कृतार्थ झाला असा भाव राजांच्या चेहऱ्यावर दाटून आला. श्री स्वामी समर्थ महाराजांनी वात्सल्यपूर्ण नेत्रकटाक्ष राजांवर टाकला. त्याही स्थितीत राजांनी अंथरुणावरूनच विनम्रभावे दोन्ही हात जोडून श्री स्वामींस नमस्कार केला आणि श्रींची तेजस्वी, ईश्वरी मूर्ती डोळ्यांत साठवीत प्राण सोडले. तद्नंतर काही दिवसांनी ग्वाल्हेरचे श्रीमंत जयाजीराव शिंदे लवाजम्यासह श्री स्वामी समर्थांच्या दर्शनास आले.

३. राव-रंक सारे सारखेच!

। श्रीमंत जयाजीराव शिंदे ।

ग्वाल्हेरचे श्रीमंत नृपती आलिजाबहादूर जयाजीराव शिंदे सरकार, उत्तम आणि प्रख्यात कीर्तनकार गोविंदबुवा नाशिककर स्वामी व वेणीमाधव शुक्रे वांबोरीकर उर्फ रामभाऊ वकील आणि काही इतर मान्यवरांसमवेत अक्कलकोटला 'श्रीं'च्या दर्शनास आले. मूलत: जयाजीराव हे धर्मनिष्ठ, नीतिमान, दयाळू, उदार, भावनिक आणि सर्वसमावेशक वृत्तीचे होते. त्यांना सत्संग, सद्‌विचार आणि सत्कर्म अतिशय प्रिय असल्यामुळे ते साधू, संत, सज्जन आणि पुण्यात्मांचे दर्शन घेण्यात आनंद आणि समाधान मानत. त्यांना भजन ऐकण्याची व ऐकवण्याची विशेष आवड होती. कधीकधी ते स्वत:चे राजेपण विसरून इतर भजनी मंडळींसमवेत भजन करीत असत. त्यांचा नित्यनियमाने भजनाचा परिपाठ असे. श्रींनासुद्धा अशा व्यक्ती विशेष प्रिय असत.

परंतु जेव्हा ते अक्कलकोटी आले, तेव्हा श्री स्वामी समर्थ महाराज प्रज्ञापुरीच्या श्रीमंत मालोजीराजेंच्या राजवाड्यात होते. इकडे श्रींच्या दर्शनेच्छूंची वटवृक्षस्थळी गर्दी झाली होती. श्रींना तेव्हा राजवाड्यातून बाहेर वटवृक्षस्थळी आणण्याबद्दल पुष्कळ खटपटी-लटपटी, मसलती चालल्या होत्या. पण ते दाद देत नव्हते. अद्यापही बरेच लोक श्री स्वामी समर्थांकडे आपल्यातीलच एक श्रेष्ठतम विभूती म्हणून बघत होते आणि समजत होते. त्यांच्या ईश्वरी सामर्थ्याची अनेकदा प्रचिती घेऊन, कानोकानी त्यांबाबत ऐकूनसुद्धा लोक श्रींबाबत आणि त्यांच्या दैवी सामर्थ्याबाबत अनभिज्ञ होते. त्यांना आपल्यातीलच एक परिचित समजत होते. अर्थात श्री स्वामी या सर्वांपलीकडचे होते. त्यांना त्याबाबत कुठलीही खंत वा खेद वाटत नव्हता. अशा स्थितीत चार दिवस लोक श्रींच्या दर्शनासाठी तिष्ठत होते, पण त्यांचे दर्शन मात्र काही होत नव्हते.

वास्तविक श्रीमंत जयाजीराव शिंदे हे श्रीमंत मालोजीराजांच्या तोलामोलाचे किंबहुना अधिक मातब्बर संस्थानिक होते. त्यांनी ठरविले असते, तर मानसन्मानाने ते राजवाड्यात प्रवेश करून श्रींचे दर्शन घेऊ शकले असते, पण जयाजीराव यांचा

पिंड, दृष्टिकोन, आचार-विचार, वर्तनव्यवहार 'वेगळा' होता. ईश्वराप्रति त्यांची श्रद्धा शुद्ध, अहंभावविरहित, सर्वसामान्यांसारखीच होती. सर्वसाक्षी अंतर्ज्ञानी श्रींना हे सर्व कळल्यावाचून कसे राहील? परंतु तरीही श्रींना जयाजीरावांचा संयम, भक्तिभाव सर्वांसमक्ष जोखायचा होता. अखेरीस श्रीमंत जयाजीराव शिंदे यांचा हा निखळ, शुद्ध भक्तिभाव ओळखून श्री स्वामी समर्थ प्रात:काळी उठले, राजवाड्यातून बाहेर आले. गावाबाहेर एका वडाच्या झाडाखाली येऊन बसले.

श्रींबाबतचे हे वर्तमान श्रीमंत जयाजीराव शिंदे यांना कळताच त्यांनी त्यांच्याबरोबर त्या वेळच्या रीतिरिवाजानुसार असलेला राजवैभवी लवाजमा, डामडौल व राजभोग टाकून एकटेच अनवाणी चालत श्रींच्या दर्शनभेटीला निघाले. श्रींना श्रीफलादी अर्पण करून भक्तिभावाने साष्टांग नमस्कार केला. त्यांच्या पुढे हात जोडून विनम्रपणे उभे राहिले. त्यांनी त्यांच्या मनातील काही शंका, प्रश्न विचारण्यापूर्वीच अंतर्ज्ञानी श्री स्वामींनी त्यांच्या मनात उद्‌भवलेल्या त्या प्रश्नांची उत्तरे दिली. सर्व शंकांचे पूर्णत: निरसन केले. त्यांच्या आयुष्यातील काही घटनांची, प्रसंगांचीही त्यांना आठवण करून दिली.

तेव्हा श्रीमंत जयाजीराव शिंदे मनोमन म्हणाले की, 'आजपर्यंत मी माझ्या आयुष्यात बहुत संत, महंत पाहिले व त्यांना ऐकलेही; परंतु मनातील सर्व शंकांची, प्रश्नांची समाधानकारक उत्तरे देणारे हे एकमेव भेटले. ते निश्चितच थोर अवतारी आहेत यात तिळमात्र संशय नाही. आपण इथे अक्कलकोटी श्रींच्या दर्शनभेटीस आल्याचे सार्थक झाले!' श्रींचे भव्य, दिव्य, तेजस्वी, ईश्वरी रूप पाहून आणि मनात उद्‌भवलेल्या प्रश्नांचे, शंकांचे झालेले निरसन ऐकून त्यांना परम संतोष झाला. ''आज आम्ही साक्षात ब्रह्मांडनायक ईश्वराचे दर्शन घेतले.'' ते हात जोडून विनम्रपणे म्हणाले. ''श्री स्वामी समर्थांच्या अपूर्व, ईश्वरी दर्शनाने आज मी खरोखर पुनीत झालो. वाहवा! वाहवा! अशी अलौकिक, तेजस्वी, ईश्वरी मूर्ती महद्‌भाग्याने मी आज पाहिली. धन्य धन्य माझे नेत्र!'' सहज आंतरिक उद्‌गार पुन्हापुन्हा काढून श्रीमंत जयाजीराव शिंदे काही क्षण दत्तचित्त होऊन श्रींसमोर आनंदविभोर अवस्थेत स्तब्ध उभे राहिले. तेवढ्यात कीर्तनकार गोविंद बुवा त्यांच्यासमवेत असलेल्या निवडक लोकांसह त्या स्थानी आले. श्री स्वामींनी निर्देश केल्यावर आणि आज्ञा दिल्यावर श्रीमंत जयाजीराव शिंदे आसनस्थ झाले. 'श्रीं'च्या ठावठिकाण्याची दर्शनार्थींना चाहूल लागताच. त्यांच्या दर्शनासाठी झुंडीच्या झुंडी त्या स्थळी लोटल्या.

तिथेच गोविंदबुवांचे सुश्राव्य कीर्तन झाले. कीर्तनानंतर त्यांस बसण्याची आज्ञा करीत श्री स्वामी म्हणाले ''दंड कोठे आहे?'' हे ऐकून गोविंदबुवा उत्तरले, '' 'मनोवाक्काय' हे दंड परमहंसांस प्राप्त झाले. म्हणजे बाह्य काष्ठदंडाचा त्याग झाला. कोणतीच अपेक्षा राहिली नाही. व्यवहार व परमार्थ अभेद, एक झाले आहेत. तथापि, आपणा चरणी विनयपूर्वक प्रार्थना इतकीच की, आमच्याकडील भिक्षा कृपा करून आपण अवश्य ग्रहण केली पाहिजे!''

गोविंदबुवांचे हे कथन ऐकून श्री स्वामी पोट धरून हसू लागले. थोड्याच वेळात काहीसे शांत होत पुन्हा उग्रचित्त वृत्तीने गोविंदबुवास उद्देशून ते म्हणाले, ''तुमच्याकडे संन्याशास घरदार परिग्रह असतो की नसतो? नसल्यास भिक्षा कुठे, कोणी करावी? बरे आहे. या आता.'' असे म्हणून ते शांत झाले. श्री स्वामींचे सुस्पष्ट, रोखठोक बोलणे ऐकून श्रीमंत जयाजीराव शिंदे, गोविंदबुवा त्यांच्यासमवेत असलेल्या सर्वांनाच आश्चर्य वाटले. श्रींना साष्टांग नमस्कार करून त्यांच्या ईश्वरी सामर्थ्याविषयी बोलत बोलत ते सर्व बिऱ्हाडी आले. दिवसभर त्या सर्वांच्या चर्चेचा एकच विषय होता - श्रींचे ईश्वरी सामर्थ्य.

⁂

दुसऱ्या दिवशी पुन्हा श्रीमंत जयाजीराव शिंदे, गोविंदस्वामी आणि इतर मंडळी श्रींच्या दर्शनास आली. या वेळी श्रींची स्वारी अक्कलकोटमधील ओंडकराच्या ओट्यावर स्वतःच्या ब्रह्मानंदात बसली होती. त्या सर्वांनी श्रींस साष्टांग नमस्कार करून त्यांचे दर्शन घेतले. प्रत्येकानेच आपापल्या परीने श्रींची अंतःकरणपूर्वक स्तुती केली. या स्तुतीने जराही विचलित वा प्रसन्न न होता त्यांनी दादूमिया नावाच्या एका मुसलमान भक्तास जवळ बोलावून ''दादू, इधर आव, चपाती और बेसन लाव!'' अशी आज्ञा दिली. त्याने आज्ञेनुसार चपाती आणि बेसन एका स्वच्छ पात्रात आणून ते पात्र श्रींजवळ ठेवले.

तेव्हा त्यांनी गोविंदस्वामींकडे हाताने निर्देश करीत त्यांस जवळ बोलावले. ते म्हणाले, ''आव जी, अभेद परमहंस भिक्षा लेव, खाव!'' श्रींचा हा आदेश ऐकून गोविंदस्वामी चकित झाले. पश्चात्ताप व्यक्त करीत ते श्रींना प्रार्थनापूर्वक म्हणू लागले, ''महाराज, बोले तैसा चाले त्यांची वंदावी पाऊले.'' या श्री संत तुकाराम महाराजांच्या उक्तीचा अर्थ आपणासच तंतोतंत शोभतो. आपण निःसंशय साक्षात परब्रह्ममूर्ति ब्रह्मांडनायक आहात! आम्ही मात्र 'परोपदेशे पांडित्यम्' या म्हणीप्रमाणे आमचा आचार, विचार आणि वर्तनव्यवहार असतो. आम्ही लोकांस उपदेश फार

करतो, पण तसे आचरण मात्र करीत नाही. आम्ही बोलतो तसे वागत नाही. म्हणून आमच्या भाषणाचे तेज लोकांत पडत नाही. आम्ही कोणीही आपली बरोबरी स्वप्नातदेखील करू शकणार नाही.''

गोविंदस्वामींच्या या प्रांजळ कथनानंतर श्री स्वामी त्या सर्वांकडे कृपाळू नजरेने बघत म्हणाले, ''आपण सर्व एकच आहोत!'' तेव्हा तिथे उपस्थित असलेले सर्वच एकमुखाने म्हणाले, ''महाराज, आपण साक्षात ब्रह्मांडनायक आहात! आपल्या पवित्र, पावन दर्शनाने आम्ही पुनीत झालो.'' नंतर श्री स्वामींनी स्वतःच्या गळ्यातील पुष्पहार प्रसादरूपाने श्रीमंत जयाजीराव शिंदे यांच्या गळ्यात घातला. इतरांनाही श्रीफळाचा प्रसाद देऊन निरोप दिला. ही सर्व मंडळी थोडे दिवस श्रींच्या सेवेत राहून त्यांच्याप्रति परमकृतज्ञता व्यक्त करीत राजधानी ग्वाल्हेरला आली. पुढे श्रीमंत जयाजीराजांना श्रीकृपेने पुत्ररत्न झाले.

। श्रीमंत तुकोजी होळकर ।

श्री स्वामी समर्थ महाराजांची कीर्तिसुगंध सर्वसामान्यांपासून ते त्या वेळचे अनेक तालेवार राजे, महाराजे, संस्थानिक, वतनदार, जमीनदार आणि जहागीरदार यांच्यापर्यंत पोहोचला होता. त्यामुळे त्या सर्वांचेच अक्कलकोटी श्रींच्या दर्शनास येणे होत असे. त्यामध्ये असेच एकदा इंदूरचे (मध्य प्रदेश) प्रसिद्ध सरदार श्रीमंत तुकोजीराव होळकर त्यांच्या दोन सुपुत्रांसह अक्कलकोट येथे 'श्रीं'च्या दर्शनास आले. तेव्हा श्री स्वामी अण्णा अर्नाळकरांच्या पिछाडीस (अंगणात) असलेल्या वडाच्या झाडाखाली निजले होते. तेव्हा श्रींजवळ काही सेवेकरी व दर्शनार्थी मंडळी, कोणी बसलेले, तर कोणी उभे होते. तिथे गर्दीची एकच झुंबड उडाली होती.

श्रीमंत तुकोजीराव त्या स्थानी येऊन पोहोचताच भालदार, चोपदार, आदींची एकच धांदल उडाली. 'निगाह रखो' म्हणून आवाज घुमले. सर्व मंडळी उठून उभी राहिली. श्री स्वामींची ती तेजःपुंज मूर्ती पाहून श्रीमंत तुकोजीरावांना ईश्वरी अस्तित्वाचा साक्षात्कार झाला. काही घटका तुकोजीराव हात जोडून तिथे स्तब्ध, देहभान विसरून उभे राहिले. श्री स्वामी उठून बसताच सद्‌गदित अंतःकरणाने श्रीमंत तुकोजीरावांनी प्रार्थना केली की, ''माझ्या वडिलांचे आणि अहिल्याबाईंचे पुण्याईने आज पुन्हा मला हे आपले परमपवित्र चरण दिसले. पूर्वी देशपर्यटन करीत असता,

महाराज, आपण मला तेव्हा अबूच्या पहाडावर दर्शन दिले होते आणि आज हे दुसऱ्यांदा दर्शन देत आहात! माझा मोठा भाग्योदय झाला, असे मी समजतो.''

तुकोजीरावांचे उद्‌गार ऐकून तिथे उपस्थित असलेले सेवेकरी व काही लोक आश्चर्याने म्हणू लागले, ''महाराज अबूच्या पहाडावर कधी गेले होते? त्यांना तर आपण येथेच अक्कलकोटमध्ये वावरताना पाहतो आणि नित्य त्यांचे दर्शन घेतो.'' पण त्या साध्याभोळ्या भक्तांना काय माहीत, की ब्रह्मांडनायक श्री स्वामींचा संचार आणि व्यापकत्व इतके काही अमर्याद होते, की कुणालाही त्याचा पत्ता लागत नसे. विविध नावांनी हा 'जगमोहन' सर्वदूर, यत्र-तत्र-सर्वत्र वावरत होता. कुठे जगन्नाथ स्वामी, तर कुठे दिगंबर स्वामी. कुठे चंचलभारती, तर कुठे तोतापुरी या नावाने.

नंतर श्री स्वामी तुकोजीरावांस म्हणाले, ''तुम्हारे यहाँ आम के झाड हैं?''

तेव्हा तुकोजीराव त्यांच्या दोन पुत्रांकडे निर्देश करीत म्हणाले, ''महाराज, आपकी कृपा से दो आम के पेड़ है।'' तेव्हा श्रींनी त्यांच्या डोक्यावरील भरजरीची टोपी श्रीमंत तुकोजीरावांच्या अंगावर फेकली. तुकोजीरावांनी श्रींचा प्रसाद म्हणून तिचा नम्रपणे स्वीकार केला. तुकोजीरावांनी श्रींना हार, मेवा, मिठाई, फळे अर्पण केली आणि दोन पुत्रांसह श्रींचे परमपवित्र दर्शन घेतले.

श्रीमंत तुकोजीराव होळकर चार दिवस अक्कलकोटमध्ये एका सर्वसामान्य सेवेकऱ्यासारखे श्रींच्या सेवेत त्यांच्या दोन सुपुत्रांसह राहिले. त्यांना इथे अपूर्व समाधान लाभले. त्यांनी अन्नछत्रासाठी धनाची तजवीज करून ठेवली व ते दोन्ही पुत्रांसह इंदूरला गेले. त्यानंतर काही दिवसांनी सावंतवाडीचे भोसलेही त्यांच्या कुटुंब आणि लव्याजम्यासह अक्कलकोटी आले.

। सावंतवाडीचे भोसले ।

श्री स्वामींच्या दर्शनार्थ राजे-महाराजे, संस्थानिक, वतनदार आणि त्या वेळच्या तालेवार घराण्यांतील बरीच मंडळी येत. त्यामध्ये सावंतवाडी संस्थानचे आप्पासाहेब भोसले हे एक होते. त्यांच्या पत्नीच्या पायास कुठला तरी रोग होऊन पायास आठ-दहा भोके पडली होती. त्या वेळी उपलब्ध असलेल्या सर्व वैद्य, डॉक्टर, हकीम यांचे उपाय करून झाले होते. पण गुण नाही. म्हणून अखेरचा उपाय म्हणून आप्पासाहेब भोसले त्यांच्या पत्नीला घेऊन, समवेत दहा-पंधरा माणसांसह ते अक्कलकोटला श्रींच्या दर्शनभेटीस आले.

चौकशीअंती त्यांना कळले की, श्री स्वामी समर्थ महाराज अक्कलकोटजवळच्या वाकदरीच्या डोंगरात आहेत. तिथे सहज पोहोचणे तेव्हा शक्य नव्हते. घोडा, मेणा वगैरेसुद्धा जाण्यासारखे नव्हते. मग ते दोघे भर दुपारच्या टळटळीत उन्हात भोजन वगैरे काहीही न करता श्रींच्या दर्शनभेटीस गेले. श्रींचे दर्शन घेऊन उभयता हात जोडून उभे राहिले. तेव्हा श्री स्वामी समर्थ महाराज म्हणाले, ''अरे, तुला दर्शन देण्याकरिता आम्ही इतक्या लांब आलो आहोत.''

आप्पासाहेब भोसले यांनी धोतरजोडी, गाद्यागिरद्या, उंची शालजोडी, कौपिन वगैरे किंमती वस्तू, नोकराकरवी त्यांच्या समवेत आणलेले सामान श्रींस अर्पण केले. तेव्हा श्री स्वामी म्हणाले, ''अरे, आम्हास रंगीत धोतर जोडा कशास आणला? तुझी गादी तुला, आमचे कातडे आम्हाला.'' या श्रींच्या मार्मिक शब्दांचा अर्थ काय असेल तो असो, परंतु भोसले श्रींचे ते तेज:पुंज ईश्वरी रूप पाहून दिपून गेले. काही क्षण ते देहभान विसरून गेले. त्यांनी श्रींस पत्नीच्या पायाच्या दुखण्याबद्दल प्रार्थनापूर्वक विचारले, तेव्हा ते हाताने सौ. भोसले यांना निर्देश करीत, ''इकडे ये, तुझ्या पायास किती भोके पडली आहेत ते पाहू दे.'' श्रीआज्ञेनुसार सौ. भोसलेंनी त्यांचा पाय दाखवला. त्यावर श्रींनी ''वाईट कर्माचे हे फळ आहे..'' वगैरे शिव्या दिल्या. आप्पासाहेब भोसलेंकडे पाहत ते म्हणाले, ''तिच्या पायास अनेक औषधी उपाय करून दमलास. आता हे घे औषध!'' असे म्हणून तेथून ते समोरच असलेल्या कुंपणात कुंदाचे झाड होते त्यास हात लावून म्हणाले, ''या झाडाचे फळ उगाळून तिला खाऊ घाल आणि हस्तिदंत उगाळून त्या जखमांवर लाव!''

जवळच एक आंब्याची पाटी भरलेली होती. तिच्यातून पाच आंबे, एक नारळ, पाच चिंचोके, पाच खारका असा प्रसाद त्या उभयतांस देऊन त्यांच्याशी काहीही न बोलता ते झपझप तेथून उठून चालते झाले आणि निवडुंगाच्या कुपणात जाऊन बसले. भोसले व इतर सर्व सेवेकरी मागून तिथे गेले. पण श्रींच्या या वर्तनाचा अर्थ कुणासही कळत नव्हता.

❋

त्या स्थानी आप्पासाहेब भोसले श्रींवर भक्तिभावाने चौरी वारीत उभे राहिले, तेव्हा त्यांच्याकडे पाहत श्री स्वामी म्हणाले, ''अरे, उपाशी का मरतोस? जा जेवून घे.'' उपस्थित सेवेकऱ्यांनी भोसल्यांस सांगितले, ''तुम्हास महाराजांनी आज्ञा दिली आहे. आता तुम्ही जाऊन भोजन वगैरे करावे.'' त्यानुसार भोसले उभयता त्यांच्या लोकांसमवेत राजवाड्यात आले. आप्पासाहेब भोसले हे सावंतवाडी संस्थानचे

सन्माननीय राजे असल्यामुळे त्यांची योग्य ती सर्व व्यवस्था करण्यात आली होती. आप्पासाहेब भोसले हे तोलामोलाचे संस्थानिक असल्यामुळे राजशिष्टाचारानुसार अक्कलकोट संस्थानाकडून त्यांचे तेवढेच तोलामोलाचे, मानसन्मानाचे स्वागत होणार होते. तसे खलितेही गेले होते, पण सावंतवाडीच्या भोसल्यांनी श्रींच्या दर्शनभेटीस प्राधान्य दिले होते, म्हणून राजशिष्टाचार वगैरे अव्हेरून ते श्रींच्या खास दर्शनभेटीस गावाबाहेर उंच डोंगरावर गेले होते. नंतर राजवाड्यात त्यांच्या भेटीची वर्दी देण्यात आली. तिथे त्यांची शाही बडदास्त ठेवण्यात आली होती. भोसले तिथे चार-आठ दिवस राहिले. इकडे श्री स्वामीही वाकदरीच्या डोंगरावरून अक्कलकोटमध्ये आले होते. श्रींचा आशीर्वाद व निरोप घेऊन भोसले राणी व लवाजम्यासह सावंतवाडी परतले.

❋

सावंतवाडी संस्थानच्या श्रीमंत आप्पासाहेब भोसले यांना ब्रह्मांनायक श्री स्वामींच्या दिव्यत्वाची आणि ईश्वरी सामर्थ्याची या अगोदर प्रत्यक्ष अनुभूती आली होती. त्यामुळे त्यांच्या परिवाराची श्रींचरणी निष्ठा दृढ झाली होती. म्हणून ते श्रींच्या दर्शनभेटीस अधूनमधून अक्कलकोटला येत असत.

असेच एकदा ते श्रींच्या दर्शन भेटीस अक्कलकोटला आले. तेव्हा श्रींची स्वारी खासबागेत वडाच्या झाडाखाली विराजमान झालेली होती, समवेत काही सेवेकरीही होते. श्री स्वामी एकाएकी उठून विहिरीवर आले. त्यांनी एका सेवेकऱ्यास विहिरीतून तांब्या भरून आणण्यास सांगितले. श्री आज्ञेनुसार सेवेकऱ्याने विहिरीतून तांब्या भरून आणला.

त्या दिवशी श्री स्वामींनी सकाळपासून काहीही खाल्लेले नव्हते. ''महाराज, आज आपण सकाळपासून काहीही खाल्ले नाही, तरी थोडेसे काही खावे.'' चोळाप्पाने श्रींस हात जोडून प्रार्थनापूर्वक विनंती केली. तेवढ्यात श्री स्वामींनी विहिरीतून भरून आणलेला तांब्या फेकून दिला. रागाने शिव्या देऊन पूर्वस्थानी येऊन बसले. अर्थात चोळाप्पा व आप्पासाहेब भोसलेही लगेच तिथे आले. त्याच क्षणी आप्पासाहेब भोसल्यांनीही असा दृढनिश्चय केला, की श्री स्वामी समर्थ महाराजांनी काही खाल्ल्याशिवाय आपणही काही खायचे नाही.'' तेवढ्यात श्री स्वामी डोक्यावर पांघरूण घेऊन निजले. दुसरा प्रहर उलटून सायंकाळचे पाच वाजण्याची वेळ झाली होती. आप्पासाहेब तिथेच श्रींच्या पायापाशी बसून त्यांचे नामस्मरण करत बसून होते.

एकाएकी उठत भोसल्यांकडे रागाने पाहत श्री स्वामी म्हणाले, ''अरे, उगाचच का उपाशी मरतोस? निकल जा बाहर!'' तेव्हा दोन्ही हात जोडून भोसले म्हणाले, ''महाराज, आपण नैवेद्य घेतल्याशिवाय भोजन करायचे नाही असा मी निश्चय केला आहे.'' यावर काहीही न बोलता श्रींनी आज्ञा केली, ''चोळ्या, नैवेद्याची तयारी कर.'' लगेच सभोवताली कनाती वगैरे लावून नैवेद्य तयार करण्यात आला व तो श्रींना अर्पण करण्यात आला. नंतर त्यांच्या ताटात शिल्लक राहिलेला प्रसाद घेऊन भोसले आपल्या बिऱ्हाडी आले.

या वेळी आप्पासाहेब भोसले आठ-पंधरा दिवस श्रींसन्निध राहिले. दरम्यानच्या काळात सौ. भोसले ठीकठाक झाल्या होत्या. या वेळी भोसले पतिपत्नी उभयता मोठ्या आनंदात होते. या वास्तव्यादरम्यान एके दिवशी सौ. भोसले यांनी मनोभावे श्रींची चरणसेवा करण्यास आरंभ केला, तेव्हा त्यांनी तिच्या श्रीमुखात भडकावून दिली. तिला शिव्या देत म्हणाले, ''काय गं! आम्हाला भेट काय आणली आहेस?'' त्यावर सौ. भोसले शांतपणे म्हणाल्या, ''महाराज, आपण सांगाल ते आणीन.'' त्यावर श्री स्वामी काहीच बोलले नाहीत, मात्र अतिशय प्रसन्न होऊन त्यांनी ताटभर हरभरे सौ. भोसले यांच्या पदरात टाकले. ''आता खुशाल आपल्या देशी जा! सुखाने राहा.'' असा उभयतांस आशीर्वाद दिला.

ब्रह्मांडनायक श्री स्वामी समर्थांची कीर्ती बडोदा संस्थानचे श्रीमंत मल्हारराव गायकवाड यांच्या कानावर गेली होती. म्हणून श्री स्वामी समर्थांना आपली राजधानी बडोदा इथे आणून राजदरबारात त्यांचा यथोचित सन्मान करावा, त्यांचा कृपाशीर्वाद संपादन करून अजून आपली स्वतःची आणि राज्याची भरभराट करून घ्यावी, असे त्यांना वाटत होते. नवरोजजीजवळ त्यांनी तसे सूतोवाचही केले होते. नवरोजजी श्री स्वामींची कृतज्ञता व्यक्त करण्यास दर्शनासाठी जेव्हा अक्कलकोटला गेले होते, तेव्हा त्यांनी श्रीमंत मल्हारराव गायकवाडांचा मनोदय श्री स्वामींस सांगितला.

नवरोजजी म्हणाले, ''महाराज, गुजरात देशाचे राजे श्रीमंत मल्हारराव गायकवाड यांनी आपणास विनंती केली आहे, की आपणास समारंभपूर्वक बडोदे राजधानीस आणावे. यासाठी मी व माझ्याबरोबर त्यांची काही प्रमुख मंडळी आपणास विनंती करण्यास आली आहेत.'' त्यावर श्री स्वामींनी सर्वांकडे पाहत गंभीर मौन बाळगून बडोद्यास येण्याची अनिच्छाच सूचित केली होती.

इकडे बडोद्यात श्रीमंत मल्हारराव गायकवाड यांनी खास दरबार भरवून त्यात राज्यातील सन्माननीय सरदार, जहागीरदार, उच्चतम मानकरी यांना पाचारण केले. खास दरबार भरवण्याचा मुख्य उद्देश सांगताना सर्वांना उद्देशून ते म्हणाले, ''ब्रह्मांडनायक श्री स्वामी समर्थांना जो कोणी बडोद्यास घेऊन येईल, त्यास आम्ही मोठी जहागिरी देऊ. श्रींस इथे आणण्यासाठी जितके द्रव्य लागेल, तितके खर्च करू.'' सर्व दरबारात उत्सुकता आणि कुतूहलाची लहर पसरली. नाहीतरी श्री स्वामी समर्थांची किर्ती कानोकानी याअगोदर सर्वांनीच ऐकली होती. त्यामुळे सर्वांची उत्सुकता शिगेला पोहोचली होती.

मानकऱ्यांनी खचाखच भरलेला तो दरबार क्षणभर अवाक् झाला. दरबारात कमालीची शांतता पसरली होती. श्री स्वामींना बडोद्यास आणण्याचा विडा कोण उचलतो याबाबत सर्व दरबार उत्सुक होता. तेवढ्यात तात्यासाहेब हर्षे या मातब्बर सरदाराने 'मी आणतो श्री स्वामी समर्थांना बडोद्याला.' असे म्हणून तो विडा उचलला. मल्हारावांना खूप आनंद झाला. श्री स्वामींना इथे आणण्याचे काम तात्यासाहेब हर्षे निश्चित करतील असा त्यांना विश्वास वाटत होता. कारण आजपर्यंतच्या सर्व यशस्वी मोहिमांचे नेतृत्व त्यांनी अतिशय यशस्वी करून राज्यात मोठा नावलौकिक संपादन केलेला होता. श्रीमंत मल्हारराव गायकवाडांनी संबंधितांना लगेच पाचारण करून सक्षम लवाजमा आणि विपुल द्रव्य तात्यासाहेब हर्षे यांच्यासमवेत देण्याचा हुकूम दिला. विपुल द्रव्य व सक्षम लवाजम्यासह सरदार तात्यासाहेब श्री स्वामी समर्थांना बडोद्यास आणावयाचेच असा दृढनिश्चय करून अक्कलकोटास रवाना झाले.

। बडोद्यास आणण्याचे प्रयत्न ।

कुठलीही मोहीम हमखास यशस्वी करणारे एक कुशल प्रशासक, नियोजनकार आणि योद्धे म्हणून तात्यासाहेबांचे श्रीमंत मल्हारराव गायकवाड यांच्या दरबारात मोठे वजन आणि दबदबा होता. अक्कलकोटमध्ये येताच त्या वेळच्या ग्रामीण खेडेवजा असलेल्या अक्कलकोट गावातील श्री स्वामी समर्थांस आपण अगदी सहजच बडोद्याला घेऊन जाऊ, पैजेचा विडा जिंकू आणि मोठ्या जहागिरीचे मालक होऊ असा त्यांचा होरा होता. कारण या अगोदर गुजरात राज्यात, बडोदा संस्थानात त्यांच्या सर्व युक्त्या-प्रयुक्त्या, डावपेच यशस्वी झाले होते. त्या

मानाने श्री स्वामींना बडोद्यास घेऊन जाणे त्यांना सहज सोपे, डाव्या हाताचा मळ असल्यासारखे वाटत होते.

तात्यासाहेब हर्षे यांनी अक्कलकोटमध्ये आल्या आल्या श्रींना बडोद्यास नेण्यासंबंधीचे डावपेच आखण्यास सुरुवात केली. त्यांनी श्रींच्या मर्जीतील, सान्निध्यातील कोणकोण मंडळी आहेत ते हेरले. त्या सर्वांना वश करण्यासाठी त्यांना अन्नवस्त्रादी व अन्य काही वस्तू देऊन खूश ठेवण्याचा धडाका लावला. त्यामुळे बहुतेक सेवेकरी तात्यासाहेबांस अनुकूल झाले. अंत:साक्षी श्री स्वामी समर्थ हे सर्व तटस्थ वृत्तीने पाहत होते. मनातल्या मनात त्या सर्वांची कीव करीत होते. एकदा त्या सर्व अनुकूल सेवेकऱ्यांच्या समक्ष तात्यासाहेबांनी श्री स्वामींस विनंती केली, ''महाराज, आपण बडोद्यास आमच्यासमवेत चलावे.'' सर्वांकडे पाहत, स्मितहास्य करीत, पोटावरून हात फिरवीत श्री स्वामी म्हणाले, ''सहस्त्रभोजन घाल म्हणजे आम्ही येऊ!'' पडत्या फळाची आज्ञा समजून मोठ्या जहागिरीच्या लालसेपोटी त्यांनी अक्कलकोटमधील ग्रामस्थांना सहस्त्रभोजन घातले.

''महाराज, आपण केव्हा निघायचे?'' तात्यासाहेब म्हणाले, ''दक्षिणा म्हणून द्रव्य दे, गोरगरिबांना वस्त्रदान कर.'' असे काही ना काही तात्यासाहेबांस करण्यास लावून, त्याला ते वाटाण्याच्या अक्षता लावीत होते. लोभी तात्यासाहेब श्री स्वामींच्या इतर लोकांसाठीच्या वेगवेगळ्या मागण्या मान्य करीत होते. परंतु श्रींस बडोद्याला नेल्यावर फार मोठी जहागिरी मिळणार होती या आशेने व लोभाने न कंटाळता, न थकता तो हे सगळे काही दिवस उत्साहाने करीत राहिला. तरीही श्री स्वामी त्यास निश्चित व ठामपणे बडोद्यास येण्याचा दिवस सांगत नव्हते. म्हणून सरदार तात्यासाहेब हर्षे यांनी श्रींच्या खास मर्जीतील चोळाप्पांना पैशाचे आमिष दाखवले. ''हे बघा चोळाप्पाभाऊ, श्री स्वामींना बडोद्याला येण्यास तुम्ही तयार केलेत, तर अगोदर ठरल्याप्रमाणे मी तुम्हाला ते पैसे तर देईनच, पण त्यावर श्रीमंत मल्हारराव गायकवाडांकडून दहा हजारांची जहागिरी तुम्हास देववीन.'' चोळाप्पांच्या तोंडाला पाणी सुटले. तो तात्यासाहेब हर्षे यांच्या या आमिषाला बळी पडला.

एक दिवस श्री स्वामी समर्थ महाराज प्रसन्नचित्त असताना त्यांच्यासमोर हात जोडून उभे राहत चोळाप्पा म्हणाले, ''महाराज, आपण बडोद्याला चलाल, तर मला दहा हजारांची जहागिरी मिळेल!'' त्यावर श्री स्वामी त्याची कीव करीत, फक्त स्मितहास्य करीत ठामपणे म्हणाले, ''चोळ्या, अरे त्याजपाशी भक्ती नाही. आम्ही येत नाही.'' श्रींच्या या ठाम उत्तरावर चोळाप्पा कमालीचा निराश

झाला. अर्थात तात्यासाहेबांना हे सर्व कळले. पण कोणतेही कठिणातले कठीण काम फत्ते करणारे तात्यासाहेब एवढ्याने हार मानणारे नव्हते. स्वत:चे राजकीय कसब, चातुर्य पणास लावण्याचे त्यांनी ठरवले. त्यासाठी अजून काही श्री स्वामी सेवेकऱ्यांना विश्वासात घेतले. 'श्री स्वामींना मेण्यात घालून या कानाची खबर त्या कानाला लागू न देता गुपचूप कडपगावापर्यंत आणायचे आणि बडोद्यापर्यंत नेण्यासाठी तयारच ठेवलेल्या आगगाडीत त्यांना बसवून बडोद्यास आणायचे.' हा विचार त्यांनी निवडक विश्वासू सहकाऱ्यांस ऐकविला. त्या सर्वांस तो मान्य झाला. एके दिवशी सकाळी दहा वाजल्यापासूनच चोळाप्पा श्री स्वामींस म्हणू लागला, ''महाराज, चला मेण्यात बसा. हवापालट करण्यासाठी जरा फेरफटका मारून येऊ.''

त्यावर सर्वज्ञ श्री स्वामी म्हणाले, ''नाही रे, मग जाऊ!'' चोळाप्पाप्रमाणे सुंदराबाईसही सांगण्यात आले होते. म्हणून एक दिवस सुंदराबाई श्री स्वामींस म्हणाली, ''महाराज... मेण्यात बसा. आपण राजवाड्यात जाऊ या!''

''नाही, आज नको. उद्या जाऊ.'' सर्वज्ञाते श्री स्वामी तिला एखाद्या निरागस बालकाप्रमाणे म्हणाले.

''महाराज, चला खासबागेत जाऊ या. मेणा तयार आहे.'' बाळाप्पाच्या या विनंतीकडे त्यांनी कीव करीत बघितले. लोभी चोळाप्पा, सुंदराबाईचे एकवेळ ठीक आहे. प्रज्ञापुरीस येण्यापूर्वी घरंदाज, मोठा सावकार असलेला, स्वत:ला एकनिष्ठ स्वामीभक्त समजणारा बाळाप्पासुद्धा! श्री स्वामींना सर्वांच्या या अशा वृत्तीचे आश्चर्य वाटले आणि कीवही आली. पण त्यांनी तसे न दाखवता ते त्यास म्हणाले, ''ऊन कमी झाल्यावर जाऊ!'' असे सतत तीनचार दिवस चालले होते.

चोळाप्पा, सुंदराबाई, बाळाप्पा व अन्य काही सेवेकरी श्रींना बडोद्यास नेण्याच्या प्रयत्नांची शिकस्त करीत होते. पण त्यांना काही यश मिळत नव्हते. तात्यासाहेबही सहजासहजी हार मानणाऱ्यातले नव्हते. येन-केन प्रकारेण कोणतीही मोहीम फत्ते करण्याचा त्यांचा दांडगा अनुभव होता. चिकाटी न सोडता सेवेकरी मंडळींना वश करण्यासाठी ते कुणाला धोतरजोडी, कुणाला शालजोडी, कुणाला दहा, वीस, पंचवीस रुपये लालूच देऊन सर्वांना आपलेसे करत होते.

असे करता करता एके दिवशी श्री स्वामी समर्थ महाराज मेण्यात बसले. मग सर्वांनाच आनंद झाला. आपल्या अथक प्रयत्नांस यश येत असल्याचे पाहून तात्यासाहेबांच्या तर आनंदाला पारावार राहिला नाही. आता आपण आहे त्याहीपेक्षा

फार मोठ्या जहागिरीचे मालक होणार, या कल्पनेने ते आनंदाने मोहरून आले. मनातल्या मनात त्यांना आनंदाच्या उकळ्या फुटत होत्या.

मेणा अतिशय जलदगतीने, कोठेही न थांबता, वाहकांनी मागेपुढे न पाहता वेगाने थेट कडपगाव रेल्वे स्टेशनपर्यंत नेण्याचा हुकूम सुटला. इकडे कडपगावी आगगाडी तयार ठेवलेली होतीच. परंतु प्रत्यक्ष ब्रह्मांडनायक श्री स्वामी समर्थांशी आपण कसा आचारविचार, वर्तनव्यवहार करतो याचे भान तेव्हा कुणालाच नव्हते. अष्टौप्रहर श्री स्वामींच्या सहवासात आणि सेवेत असणाऱ्या चोळाप्पा, बाळाप्पा आणि सुंदराबाईसही त्याचे भान राहिले नाही. इतर सर्वसामान्य सेवेकऱ्यांबाबतचा विचार ही तर फार लांबची गोष्ट आहे. मतलब आणि लालूच कुणाचाही आचारविचार, धर्म किती कमकुवत आणि केविलवाणा बनवते, त्याचे हा प्रसंग म्हणजे ठळक उदाहरण आहे.

एवीतेवी तात्यासाहेब हर्षे हे सरदार. त्यांनी तर श्री स्वामींना बडोद्यास घेऊन येण्याचा विडाच उचलला होता. श्री स्वामिनिष्ठेशी त्याचा काहीच संबंध नव्हता. श्री स्वामींना घेऊन येण्याची मोहीम फत्ते करून त्याला आहे त्यापेक्षाही मोठी जहागिरी मिळवायची होती. मिळणार होती. त्याची निष्ठा मोठ्या जहागिरीशी होती. श्री स्वामी समर्थांशी नव्हे. पण चोळाप्पा, बाळाप्पा आणि सुंदराबाईचे काय? प्रत्यक्ष ब्रह्मांडनायक श्री स्वामी समर्थांच्या कृपाछायेत सतत वावरूनही ते किती कमकुवत आणि कच्च्या मडक्यासारखे होते, हे त्यांच्या कृतीवरून स्पष्टच दिसते.

❋

अतिशय कडेकोट बंदोबस्तात मेणावाहकांनी मेणा उचलून मागेपुढे न पाहता अतिशय जलद गतीने कडपगाव रेल्वे स्टेशनकडे प्रयाण केले. कोठेही न थांबण्याची त्यांना सक्त ताकीद देण्यात आली होती. मेण्यासमवेत बाजूने सरदार तात्यासाहेब हर्षे अश्वारूढ होऊन विजयी मुद्रेने चालले होते. काही निवडक शस्त्रसज्ज सैनिक धावत होते. अक्कलकोटपासून साधारणत: एक कोसावर आबाची वाडी आहे, तिथपर्यंत मेणावाहक मेणा घेऊन आले. तितक्यात ते तात्यासाहेबांस सांगू लागले, ''मेहरबान सरकार, मेणा हलका लागतो आहे!''

''रुक जाव. मेणा खाली ठेवा.'' तात्यासाहेब काळजीच्या स्वरात म्हणाले. तत्काळ वाहकांनी मेणा खाली उतरवला आणि मेण्याची दारे उघडून पाहतात, तो मेण्यात श्री स्वामी समर्थ नव्हते. मेणा पूर्ण रिकामा होता. उदासवाणा भासत होता.

धरणीकंप होऊन त्यात आपण गाडले जात आहोत अशी तात्यासाहेब हर्षे यांची अवस्था झाली. सर्वत्र एकच हलकल्लोळ उडाला. त्या प्रसंगी क्षणभर कुणालाच

काही सुचेना. एकच गोंधळ उडाला. सर्वच मोहिमा फत्ते करून दाखवणाऱ्या, राजाचा मानसन्मान मिळवणाऱ्या तात्यासाहेबांची ही मोहीम सपशेल फसलीच नाही, तर त्यास प्रचंड नामुष्की स्वीकारण्याची वेळ आली. ते कमालीचे नाराज आणि हतबल झाले. केवळ बडोदा राजधानीतच नव्हे, तर संपूर्ण राज्यात त्यांची नाचक्की होणार होती. आजवर यशस्वी केलेल्या सर्व मोहिमांवर या एका मोहिमेने पाणी फिरणार होते. हताश आणि पराभूत होऊन तात्यासाहेब व त्यांचा लवाजमा रिक्त हस्तेच नव्हे, तर पोळलेल्या हातांनी बडोद्याकडे कूच करता झाला.

इकडे अक्कलकोटमध्ये सर्वत्र बातमी पसरली, की श्री स्वामी समर्थ महाराज बडोद्याला गेले. अक्कलकोटावर उदासीनता पसरली. 'श्री स्वामींशिवाय अक्कलकोट' या कल्पनेने सर्व ग्रामवासी मंडळी कावरीबावरी झाली होती. 'श्री स्वामिराया, स्वामी महाराज, परत या! आम्ही महामूर्ख, वेडे आहोत. अजाण, अज्ञानी, अडाणी आहोत. आम्ही चुकलो! आम्हाला क्षमा करा...' असे बरेच काही घटका-दोन घटका एका आम्रवृक्षाखाली बसून सर्व मंडळी म्हणत असताना सर्वांनाच सुखद धक्का देणारी बातमी घेऊन पोस्टातला एक शिपाई आला. त्यांच्याजवळ येत तो म्हणाला, "अहो, तुम्ही सर्व जण इथे काय करता? श्री स्वामी महाराज जेऊरच्या वाटेवर येथून दोन कोसांवर एका मोठ्या शिळेवर बसले आहेत. मी त्यांना विचारले, "महाराज, अक्कलकोटास येता काय?" त्यावर ते म्हणाले, "नाही रे, बसतो आम्ही येथेच निवांत!" हा मेणा आणि तुम्हाला पाहून मी इथे आलो." पोस्टाच्या त्या शिपायाचे पुरेसे ऐकून न घेता सर्व मंडळींनी अतिशय आनंदाने बेभान होऊन श्री स्वामी समर्थ महाराजांकडे धाव घेतली.

श्री स्वामींना दगडावर शांत, प्रसन्नचित्त बसलेले पाहून सर्वांना आनंदाचे उधाण आले होते. सर्व जण श्रींना साष्टांग नमस्कार घालून त्यांची क्षमा मागू लागले. काही त्यांच्या पायाशी लोळण घेऊ लागले. "आमच्याकडून घोर अपराध झाला!" म्हणून स्वतःच्याच श्रीमुखात मारून घेऊ लागले. काही जण कान पकडून त्यांच्यापुढे नाक घासू लागले. "आम्ही द्रव्याच्या आशेत गुंतलो. आपले ईश्वरी सामर्थ्य जाणून न घेता असे वर्तन केले. आमच्या या अपराधाची आम्हाला क्षमा करा." असे बरेच काही सर्व जण एकमुखाने श्रींस सांगू लागले. त्या सर्वांची ती कीव करण्याजोगी हतबल अवस्था पाहून शांतचित्त असलेले श्री स्वामी समर्थ महाराज पोट धरधरून हसू लागले. या हास्यातून जणू ते सुचवित होते, 'किती रे अजाण आहात तुम्ही अजून! किती लालची आणि कच्च्या भक्तीचे आहात!' मग सर्वांनीच त्यांना

पुनश्च मेण्यात बसवून मोठ्या सन्मानाने, त्यांच्या नावाचा जयजयकार करीत त्यांना अक्कलकोटमध्ये आणले. श्री स्वामी बडोद्याला न जाता, परत अक्कलकोटी आले ही वार्ता सर्व गावात पसरली. सर्वांच्याच आनंदाला जणू उधाण आले होते.

ब्रह्मांडनायक श्री स्वामी समर्थ महाराजांना बडोद्यास आणण्याचा प्रयत्न पूर्णतः विफल झाला म्हणून नाराज आणि अस्वस्थ झालेले श्रीमंत मल्हारराव गायकवाड सरकार थोड्याच दिवसांत त्या धक्क्यातून सावरले. ते तसे जिद्दी आणि चिकाटीचे होते. एक मोहीम अयशस्वी झाली म्हणून ती सोडून देणाऱ्यांपैकी ते नव्हते. काय वाटेल ते झाले, तरी श्री स्वामींना बडोद्याला आणायचेच असा दृढनिश्चय करून त्यांनी पुन्हा दरबार भरवला. त्यात यशवंतराव या मातब्बर मराठा सरदारावर श्रींस बडोद्यास आणण्याची जबाबदारी सोपवण्यात आली. त्यास विपुल द्रव्य सुसज्ज लवाजमा व अन्य आवश्यक सामग्रीसह अक्कलकोटला पाठवण्यात आले.

यशवंतरावांनीसुद्धा तात्यासाहेब हर्षे यांचा मार्ग अवलंबिला, पण त्यात त्यांना यश येईना. अंतर्ज्ञानी श्री स्वामी समर्थ, यशवंतरावांच्या सर्व चाली जाणत होते. मनातल्या मनात हसत होते. पण त्यांना त्यांचे हे कृत्य आवडेना. एके दिवशी अगतिक होऊन यशवंतराव हात जोडून श्रींस म्हणाले, ''स्वामी महाराज, बडोद्यास चला.'' अशी हात जोडून प्रार्थना करीत असताना त्याच्या तोंडाकडे पाहून श्री स्वामी समर्थ महाराज रागाने म्हणाले, ''कोण आहे रे तो? बेडी ठोक!'' असे ते तीन वेळा म्हणाले.

पुढे चमत्कार असा झाला, की दोनतीन दिवसांनी बडोदा सरकारने एक अतिशय तातडीचा लखोटा यशवंतरावांना धाडला. त्यात 'आहे त्या स्थितीत तातडीने बडोद्यास माघारी या.' असा मजकूर होता. लखोट्यातील हा मजकूर एखाद्याने धारदार तलवारीने जबरदस्त वार करणारा आहे असे क्षणभर यशवंतरावांस वाटले. का आणि कशासाठी इतक्या तातडीने माघारी बोलावले, याचा उलगडा त्यांना होईना. पण राजाच्या हुकमाची अंमलबजावणी करणे तर आवश्यक होते. म्हणून लगोलग श्रींना नमस्कार न करता व आशीर्वाद न घेताच यशवंतराव लवाजम्यानिशी बडोद्याकडे तातडीने कूच करते झाले.

बडोद्यास आल्या आल्या यशवंतरावांवर विषप्रयोग केल्याचा वहीम ठेवून खटला दाखल करण्यात आला. त्यात श्रीमंत मल्हारराव गायकवाड त्यांचे जासूद व अन्य दोन साथीदारांनाही अटक होऊन मद्रास (चेन्नई) इथे अटकेत राहावे लागले.

म्हणतात ना, अग्नीचे जो सान्निध्य करतो तो पोळल्याशिवाय राहणार नाही. अटकेच्या खटल्याचे मूळ कारण हे असे होते, की वेळ पडल्यास भांगेत धोत्र्याची विषारी बीजे घालून श्री स्वामी समर्थांस पाजण्याचा अधम आणि नीच प्रयत्न तात्यासाहेब हर्षे आणि त्याचे साथीदार रामभाऊ मालशे यांनी केल्याचा एक वहीम होता. त्यास यशवंतरावांचीही आतून फूस होती. श्रींना बेशुद्ध करून पालखीत घालून कडपगाव रेल्वे स्टेशनपर्यंत नेण्याची व तेथून पुढे रेल्वेने बडोद्यास आणण्याची योजना होती.

''कोण आहे रे तो? बेडी ठोक!'' या श्री स्वामींनी उच्चारलेल्या त्रिवार वचनाची यशवंतरावांना आणि त्यांच्या साथीदारांना तीव्रतेने आठवण झाली. त्यांनी जे पेरले होते, ते उगवले होते. त्यांना त्यांच्या कर्मफळाची रोकडी प्रचिती या निमित्ताने आली. या खटल्याच्या घटनेमागील कारण सर्वज्ञात झाले.

। यवन स्मशानभूमी ।

असेच एकदा चैत्र महिन्यात भर दुपारी, दोन प्रहरी श्री स्वामी एकाएकी उठून चालू लागले. शे-पन्नास सेवेकरी मंडळी त्यांच्या मागून निघाली. अक्कलकोट गावाबाहेर यवनांची स्मशानभूमी होती, तिथे ते आले. तेथील एक मोठा दगड सेवेकऱ्यांकरवी त्यांनी विहिरीत टाकला. जवळच्या एका कबरीवर एखाद्या लहान मुलाप्रमाणे लघवीची धार सोडली आणि जवळच ते शौचाच बसले.

श्रींची ही कृती तिथे असलेल्या काही मुसलमानांनी पाहिली. त्यांनी धावतपळत जाऊन गावातील स्वज्ञातिबांधवांस श्रींची कृती सांगितली. ते ऐकून त्यांच्या संतापाचा उद्रेक झाला. श्रींना मारण्याच्या उद्देशाने हातात लाठ्याकाठ्या, दांडके घेऊन त्यांनी श्री स्वामी जिथे होते, त्या स्मशानभूमीकडे मोर्चा वळवला. सेवेकरी मंडळी श्री स्वामींस सांगू लागली, ''महाराज, मुस्लीम लोक आपणास मारण्यास येत आहेत.'' त्या वेळी श्री स्वामींजवळ बोकड आणि मोत्या अशा नावाचे दोन मोठे कुत्रे होते. श्रींनी जमिनीवर गुडघे टेकवले. स्वहस्ते जमीन दाबल्याची कृती केली. ''बोकड कू दाबो! बोकड कू दाबो!'' अशी एका सेवेकऱ्यास आज्ञा केली. श्री आज्ञेनुसार सेवेकऱ्याने कुत्र्यास दाबले.

इकडे जे मुस्लीम लोक हातात लाठ्याकाठ्या, दंडुके घेऊन श्रींस मारण्याच्या उद्देशाने अतिशय क्रोधायमान होऊन चाल करून येत होते. त्यांच्या घरी एकच

आकांत उडाला. हे ऐकून सर्वांच्याच उरात धडकी भरावी अशी घनघोर परिस्थिती निर्माण झाली. त्यांच्या घरातील लहान मुलांच्या पोटात एकाएकी खूप दुखू लागले. कळा निघू लागल्या. त्यामुळे ती मुले कुत्र्यासारखी ओरडू लागली. मुलांची ती अवस्था पाहून घरातील स्त्रिया त्यांच्या नवऱ्यांस हा घडलेला प्रकार सांगण्याकरिता धावत आल्या. घाबरलेल्या अवस्थेत त्या सांगू लागल्या, ''तुम्ही आत्ताच्या आत्ता घरी चला, घरात आकांत उडाला आहे. पोरे पोटदुखीने मोठमोठ्याने विव्हळत आहेत!'' ते ऐकून श्रींस मारण्यास आलेल्या त्या सर्वांना परम आश्चर्य वाटले. एकाएकी असे काय झाले? आपण आलो तेव्हा तर सर्व काही ठीकठाक होते. त्यांना काही कळेना. काय करावे, काही सुचेना. ते पुरते गोंधळून गेले. बघता बघता सर्व मुस्लीम समाज गोळा झाला. सर्वच अचंबित झाले.

त्यातील एक वृद्ध मुस्लीम सर्वांना उद्देशून सांगू लागला, ''हे सर्व श्री स्वामी समर्थ महाराजांचे कृत्य असावे. तुम्ही सर्व त्यांना शरण जा, म्हणजे तुमचे विघ्न निवारेल!'' तेव्हा त्वेषाने लालबुंद होऊन आलेल्या त्या कडव्या मुस्लीम बांधवांनी हातातील लाठ्याकाठ्या, दंडुके टाकून दिले. ते सर्व श्रींस अनन्यभावे शरण गेले. त्यांनी कान धरून, गुडघे टेकून श्रींस प्रार्थना केली, ''हे परवरदिगार, हमें इस मुसीबत से बचावो। हमारी गलती के लिये माफ करो। हम सब आपकी माफी चाहते है।'' तत्क्षणी ज्या सेवेकऱ्याने कुत्र्यांना दाबून ठेवले होते, त्यांना दयाघन श्री स्वामींनी आज्ञा केली, ''अभी कुत्ते छोड दो।'' कुत्र्यांना सोडताच त्या मुस्लिमांच्या घरी चमत्कार झाला. घरून वर्तमान आले, ''सब बच्चे ठीक हुए।'' सर्वांनाच या घटनेचे आश्चर्य वाटले. 'श्री स्वामी समर्थ महाराज बड़ा अवलिया है।' असे उद्‌गार काढीत श्रींना वंदन करून ते सर्व मुस्लीम बांधव आपापल्या घरी अक्कलकोटमध्ये परतले.

। मोगलाईतील सय्यद ।

साधारणतः शके १७९६मधील (सन १८७४) भाद्रपद वद्य षष्ठी, गुरुवारची ही घटना आहे. या दिवशी श्री स्वामी समर्थ अक्कलकोट येथील देशमुखांच्या वाड्यात काही स्वामी भक्त आणि ग्रामस्थांसमवेत बसले होते. वेगवेगळ्या गोष्टींबाबत श्री स्वामी त्यांचे म्हणणे ऐकत होते. ब्रह्मनिष्ठ वामनबुवा शांतपणे त्यांच्याच तंद्रीत वीणा लावीत होते. बाबा सबनीस, बाबा यादव, सुंदराबाई, शिबुबाई आदी सेवेकरीही तिथे उपस्थित होते.

दुपारी तीन वाजायच्या सुमारास मोगलाईकडून सय्यद नावाचा एक मुसलमान श्री स्वामी समर्थ महाराजांच्या दर्शनाकरिता आला. तेव्हा सय्यदने दरवाजावरील मंडळींस विचारले, ''क्यों जी, अक्कलकोट के स्वामी कहाँ है?'' उपस्थितांपैकी कोणीच काही सांगेना. सर्व श्री स्वामींकडे पाहत असतानाच श्री स्वामी त्याच्यावर दृष्टिक्षेप टाकीत म्हणाले ''स्वामी तो अक्कलकोट में है।''

श्री स्वामीमुखातील या उद्‌गाराने सय्यद मुसलमानास जागीच तटस्थता प्राप्त झाली. त्यास स्वतःचे देहभानही उरले नाही. किती तरी वेळ तो समाधी अवस्थेत तसाच उभा राहिला. उपस्थित सर्वच आश्चर्यचकित होऊन एकमेकांकडे पाहत होते. त्या वाड्यात उत्सुकता, कुतूहल आणि आश्चर्याची शांतता पसरली होती. काही वेळाने भानावर येत सय्यदने डोळे उघडले. हळूहळू तो सावध झाला. त्याच्या मुस्लीम भाषेत तो बोलू लागला. त्याचा सारांश असा - ''आजपर्यंत मला असंख्य साई, फकीर, हजरत, साधू, संत, बैरागी, गोसावी, महंत भेटले. मी कलिमा, किताब आणि कुराण अनेकदा पढले आहे. आमच्या धर्मानुसार आजवर मी वर्तन केले आहे. हमेशा नमाज अदा करीत आलेलो आहे...'' असं बरच काही तो बोलत होता.

त्याचा कंठ सद्‌गदित होऊन त्याच्या डोळ्यांतून प्रेमाश्रुपात होत होता. श्री स्वामींस हात जोडून तो म्हणाला, ''गरीब नवाज परवरदिगार साहब स्वामी महाराज, आप खुदा है, इसमे कोई शक नही है। आपका दर्शन हुआ। वाह! वाह! जनम का सार्थक हुआ। किस्मत की बात है, मै आपका बंदा हुवा। चाहे सो हुकूम करो!''

अशा रीतीने सय्यद मुसलमानाला त्याच्या चिदाकाशात साक्षात चैतन्यस्वरूप ईश्वराचे (साहिब) दर्शन घडविले. घटका दोन घटका (म्हणजे सुमारे पाऊण तास) त्याला देहभान विसरल्यागत झाले. त्याची ब्रह्मसदृश अशी अवस्था होऊनही तो एका अवर्णनीय आनंदात रंगून गेला होता. 'हेच माझे परब्रह्म' अशी त्याची भावना होऊन तो देहभान हरपून गेला होता. स्वतः सोबत आणलेले सर्व पदार्थ त्याने श्री स्वामी समर्थांच्या चरणांवर ठेवले. एक दिवस एक रात्र श्री स्वामी सान्निध्यात राहून दुसऱ्या दिवशी त्यांची आज्ञा होताच तो हैद्राबादकडे निघून गेला.

उपस्थित असलेले सर्वच या प्रसंगाने भारावून गेले होते. ''स्वामी तो अक्कलकोट में है।'' या उद्‌गारावरून तेथील बहुतेकांच्या लक्षात आले, की श्री स्वामी समर्थ महाराज हे सदसद्‌विवेक, आचारविचार आणि सत्कर्मांत आहेत. 'सत्यम् शिवम् सुंदरम्' तत्त्वामध्ये आहेत. सर्वांना त्यांच्याबाबत एक

गोष्ट जाणवली की, एका शुद्ध भक्तिभावावर ते प्रसन्न होतात. त्यासाठी वर्ण, जाती, अधिकार, विद्वत्ता, गरिबी, श्रीमंती आदींची जरुरी नाही. जाती, वर्ण, कुल यांनुसार कुणाच्या अधिकाराचा विचार न करता ते सर्वांवर सारखीच कृपा करतात. 'सम सकला पाहू' या दृष्टीने आणि वृत्तीने ते कृपावंत होतात. असे अनेकांना अनेक अनुभव, प्रचिती देत श्री स्वामी वास्तवाची जाणीव करून देत. यात काही लबाड-कावेबाजही असत. त्यांना श्री स्वामी बरोबर ताळ्यावर आणीत. त्याचा पुढे उलगडा होत जाईल.

। महाराज पैसे जमे ।

श्री स्वामींच्या अक्कलकोटमधील आगमनानंतर त्यांच्या ईश्वरी अवताराची आणि तत्त्वाची साक्ष हळूहळू अनेकांना पटू लागली. तसे अनुभव येऊ लागले. त्यामुळे त्या सर्वांचा असा एक नियमच जणू ठरलेला होता, की कुणाही जाती-धर्म-पंथ-गोत्राच्या स्त्री-पुरुषास वाटेने जाताना श्री स्वामी समर्थ महाराज जवळपासच्या स्थानी बसलेले असल्यास कितीही मोठे जरुरीचे, अत्यंत तातडीचे काम जरी असले, तरी त्यांचे दर्शन घ्यायचे म्हणजे घ्यायचेच. त्यात अंत्य जातीपासून ते उच्च-अतिउच्च जातीचे लोक असत. त्यांच्यापुढे 'हा आपला, तो परका' असा भेदभाव नव्हता.

असेच एकदा मोहरमच्या दिवसांत श्रींची स्वारी अक्कलकोटच्या खाजा पिराच्या दर्ग्यात स्वानंदात बसली होती. पुष्कळ सेवेकरी त्या वेळी त्यांच्यासमवेत होते. त्यांचे बाललीलेचे खेळ मुक्तपणे चालले होते. तितक्यात राजवाड्यातून एक मुसलमान शिपाई हातात तबक घेऊन फकिरी मागण्यास जात होता. श्रींस बसलेले पाहून त्यांना नमन करण्यास तो आला. त्याने श्रींचे दर्शन घेऊन रुमालाने झाकलेले तबक त्यांच्यापुढे ठेवले. त्यांनी ते तबक हातात घेतले. त्यातील पाच-सहा रुपये हातात घेतले. नंतर हातातील ते पैसे एक, दोन, तीन याप्रमाणे ते मोजू लागले. मोजून तेच ते पैसे तबकात टाकायचे व पुन्हा तेच पैसे हातात घेऊन एक-दोन-तीन असे मोजून पुन्हा तबकात टाकायचे. असा त्यांचा खेळ सर्वांसमोर काही वेळ सुरू होता.

असे करता करता त्या तबकात बरेच पैसे दिसू लागले. तेव्हा तो चमत्कार पाहून तो शिपाई म्हणाला, "महाराज, पैसे जमे।" हे ऐकताच श्री स्वामींनी हात आखडला व तबक खाली ठेवले. पुन्हा पाहतात तो तबकात पूर्वीचेच पाच-सहा रुपये

दिसू लागले. शिपायाचे प्राक्तन, दुसरे काय? तेथील उपस्थित ही स्वामीलीला पाहून मात्र चकित झाले. संपत्ती निर्माण करण्याचे ते रोखण्याचे, थांबवण्याचे सामर्थ्य श्री स्वामींत आहे, याचे उपस्थित सर्वांनाच परम आश्चर्य वाटले.

। वेदशास्त्रसंपन्न श्रीपाद भट ।

त्या वेळच्या इचलकरंजी संस्थानातील वेदशास्त्रसंपन्न दशग्रंथी श्रीपाद भट (जोशी) म्हणून एक विद्वान पंडित श्रींच्या दर्शन भेटीसाठी अक्कलकोटला आले. काही दिवस श्रींच्या नित्यसेवेत राहिले. एके दिवशी श्री स्वामी श्रीपाद भटांस म्हणाले, ''अहो भटजी, तुम्ही तीन महिने श्रीक्षेत्र काशीला जाऊन राहा. नंतर आम्हास येऊन भेटा.''

श्री स्वामीआज्ञेनुसार श्रीपाद भटजी काशीस निघून गेले. तिथे नित्यनियमाने गंगास्नान, विश्वेश्वरदर्शन, भजन-पूजन करून तीन महिने तिथे राहिले. श्रीपाद भटजी स्वतः मोठे विद्वान, वेदशास्त्रसंपन्न दशग्रंथी वैदिक पंडित असल्यामुळे रोज विद्वान, शास्त्री पंडित यांच्या सभेत जाऊन बसण्याचा त्यांचा नित्यक्रम होता. परंतु त्यांस श्री काशीक्षेत्री कोणी सन्मान देत नसे. आधीच पंडित, त्यात काशीकर. त्यामुळे त्यांचा अहंकारही तितकाच मोठा आणि स्वभाव इतरेजनांस तुच्छ, कमी लेखणारा होता. अशा लोकांत श्रीपाद भटांना विचारतो कोण? त्यामुळे एके दिवशी त्यांना अतिशय वाईट वाटले. नको ही मान-सन्मानाची कटकट! असा विचार करून ते सरळ काशी विश्वेश्वराच्या दर्शनास झटपट निघाले.

श्रीपाद भट काशीमधील विश्वेश्वराच्या देवालयाजवळ आले. पाहतात तो काय! ब्रह्मांडनायक श्री स्वामी समर्थ देवालयाजवळ कटीवर हात ठेवून प्रसन्न मुद्रेने उभे होते. 'श्रीं'च्या त्या दिव्य, तेजःपुंज रूपदर्शनाने येणारे-जाणारे दर्शनार्थी लोक थक्क होऊन जात. 'हे महाराज शृंगेरी मठाचे श्री शंकराचार्य आहेत की काय?' असे काही जण म्हणू लागले. दर्शनार्थींतील कोणी म्हणत होते, ''आम्ही हे स्वरूप-सुंदर देवपुरुष हंपी-विरूपाक्ष इथे पाहिले.'' काही म्हणत होते, ''यांना (श्री स्वामींना) आम्ही जगन्नाथ क्षेत्री पाहिले.'' त्यातीलच एका वृद्ध, अनुभवी व्यक्तीने सांगितले, ''हे तेजस्वी, कांतिमान संन्यासी आम्ही हिमालय पर्वतावर संचार करताना प्रत्यक्ष बघितले.'' देवालयाजवळील त्या दर्शनार्थींमध्ये त्याच वेळी काही विद्वान मंडळी तिथे आली. त्यांतील काहींच्या म्हणण्यानुसार ज्योतिर्मठाच्या सिंहासनावर हेच शंकराचार्य अधिष्ठित होते. चार-पाच महिने त्या

पदावर राहून त्यांनी तेथून अन्य क्षेत्री गमन केले. हे (श्री स्वामी) वेद-वेदांगवेत्ते असूनही वेड्यासारखे का भासवतात? वेडीवाकडी वचने का अर्पितात? दर्शनार्थींतील काही म्हणत होते, ''हे सत्पुरुष यात चतुर्वेद वेदांग पारंगत आहेत. ते श्रोत्रिय, ब्रह्मनिष्ठ आचार्य आहेत. ते जितेंद्रिय आहेत. सर्वांत महत्त्वाचे म्हणजे ते अत्यंत निःस्पृह आहेत. अशा तऱ्हेने तेथील उपस्थितांची श्रींबद्दल कौतुकमिश्रित प्रतिक्रियांची कारंजी थुईथुई उडत होती.

तेवढ्यात तिथे दोन संन्यासी आले. त्यातील एकजण श्रींना निर्देशित करीत म्हटला, ''यांची कीर्ती फार महान आहे. थोड्या दिवसांपूर्वीच हे कलकत्त्यातील (आताचे कोलकाता) दुर्गामातेच्या कालीघाटावर बसून तेथील उपस्थितांच्या मनातील विचार सांगत होते.'' त्याच वेळी दुसरा संन्यासी म्हणाला, ''कलकत्त्यामध्ये महाकालीच्या स्थानावर यांना बसल्याचे आम्ही स्वतः पाहिले आहे.'' श्री स्वामींविषयी अशी चर्चा चालली असताना काही दुष्टबुद्धीच्या मंडळींनी श्री स्वामींची परीक्षा पाहण्यासाठी त्यांच्यासमोर मद्य व मांसाची पात्रे आणून ठेवली आणि त्याच्या भक्षणासाठी ते यतिवर्यांना आग्रह करू लागले.

अकस्मात तिथे एक सुंदर युवती उभी ठाकली. विविध अलंकारांनी विभूषित त्या सुंदर युवतीला पाहून तिथे उपस्थित असलेले लोक भयचकित झाले. तेव्हा उपस्थितांवर नेत्रकटाक्ष टाकून विनम्रपणे हात जोडून ती म्हणाली, ''अहो, तुम्ही अज्ञानी जन आहात, तुम्हाला यथार्थ ज्ञान नाही. या ब्रह्मांडनायकांचा छळ करण्याचे धाष्टर्य करू नका. हे पूर्णब्रह्म, परमहंस, परमात्मा म्हणून मायेचे खेळ व अविद्येचे कार्य करणाऱ्यांच्या स्तोमाच्या विध्वंसासाठी प्रकटले आहेत. म्हणून यांच्याबाबत कोणतीही विपरीत भावना बाळगू नका.'' असे म्हणून त्या देवांग युवतीने मद्य-मांसाच्या पात्रांस स्पर्श केला. मांसाची फळे झाली व मद्याचे स्वादिष्ट मधुर रसाने युक्त असे पात्र झाले.

पुढे ती तरुण युवती आणि ते दोन्ही संन्यासी तेथून दिसेनासे झाले. सर्व दर्शनार्थी आश्चर्याने स्तंभित झाले. तेव्हा इचलकरंजीकर श्रीपाद जोशी त्या दर्शनार्थींच्या गर्दीतून पुढे होत ब्रह्मांडनायकांच्या चरणांवर साष्टांग नमस्कार करीत म्हणाले, ''महाराज, आपण अक्कलकोटी असून इथे केव्हा आलात?'' त्यावर श्री स्वामी म्हणाले, ''आम्ही निरंतर सर्वत्र असतो. परंतु तुझ्यासाठी इथे प्रकटलो आहोत. तेव्हा आज मंत्र जागरणाच्या वेळी सर्व विद्वानांमध्ये निर्भयपणे जाऊन बसावे. तिथे वेदमंत्राचा जयघोष करावा. आम्ही तिथे जवळच आहोत.''

श्रींच्या या संजीवक उद्‌गारांनी श्रीपाद भटांना मोठेच आत्मिक बळ मिळाले. मोठ्या आत्मविश्वासाने ते काशीकर वैदिकांच्या चर्चेत सामील होण्यासाठी सिद्ध झाले. पट्टीचे वैदिक विद्वान असणाऱ्या काशीकरांमध्ये श्रीपाद भट जाऊन बसले. त्या मंडळींच्या निवेदनात श्रीपाद भटजींस काही चुका आढळून येताच त्या त्यांनी अतिशय निर्भयपणे दाखवून सर्वांस सावध केले. अर्थात 'श्री स्वामी समर्थ' नामाचे स्मरण आणि जप मनातून अव्याहतपणे सुरू होता. त्यांनी जेव्हा उपस्थित काशीकर विद्वानांना थक्क करून सोडले, तेव्हा त्या विद्वानांनी श्रीपाद भटांना अतिशय सन्मानपूर्वक तेथील विद्वज्जनांच्या प्रमुख उच्चासनावर आणून बसविले. त्यांचा सर्वांसमक्ष यथोचित सत्कार करून त्यांना सन्मानपूर्वक वस्त्रालंकार आणि धनही अर्पण केले. थोडे दिवस काशी तीर्थक्षेत्री थांबून श्रीपाद भट अक्कलकोटी आले.

अक्कलकोटमध्ये येताच श्रीपाद भटांनी प्रथम श्रींचे ऋण व्यक्त करण्यासाठी त्यांची दर्शनभेट घेतली. त्यांच्या चरणांवर साष्टांग दंडवत घालून त्यांचे ऋण कृतज्ञतापूर्वक सर्वांसमक्ष व्यक्त केले. त्या वेळी त्यांनी उपस्थित सर्वांनाच काशीक्षेत्री ब्रह्मांडनायक श्री स्वामी समर्थांच्या ईश्वरी सामर्थ्याचा आलेला अनुभव मुक्त कंठाने सांगितला. त्या श्रवणाने सर्व जण भारावून गेले. उपस्थितांना ते सर्व कथन अद्‌भुत आणि अतर्क्य वाटत असले, तरी श्रीपाद भटांनी त्याचा प्रत्यक्ष अनुभव घेतला होता. उपस्थित सर्वांनीच भक्तिभावाने ब्रह्मांडनायक श्री स्वामी समर्थ नावाचा जयजयकार बराच वेळ केल्यानंतर श्रींना वंदन करून ते सर्व जण आपापल्या घरी गेले.

। रोकडी प्रचिती ।

संचारेश्वर श्री स्वामी समर्थ एकदा अक्कलकोटमधील मोदींच्या वाड्यात होते. मोहरमचे दिवस होते. गावात ताबुताच्या उत्सवाची धामधूम होती. तेव्हा श्रीपाद भट पुजारी व भुजंगा शिपाई श्री स्वामींकडे आले. ''महाराज, आम्हास ताबूत पाहायला जाण्याची इच्छा आहे. परवानगी द्यावी.'' अशी विनंती करू लागले. ''जाऊ नका.'' स्वामींनी त्या दोघांस निक्षून सांगितले. परंतु त्यांना जाण्याची फारच हौस होती, म्हणून काही वेळाने मोठ्या मिनतवारीने 'महाराज, आम्ही ताबूत पाहून गेल्या पावली लगेच माघारी येतो?' अशी विनंती भुजंगाने केली. श्रीपाद भटाने 'होय' म्हणून मान हलवून भुजंगाच्या विनंतीस दुजोरा दिला. तेव्हा त्या दोघांवर रागवून श्री स्वामी म्हणाले,

''जाऊ नका म्हणून सांगितले ना एकदा?'' तरीही दुसऱ्या सेवेकऱ्यास त्यांच्याजवळ बसवून, त्यांचा डोळा चुकवून ते दोघे उभयता हळूच ताबूत पाहण्यास निघून गेले.

''भुजंगा, हे सोन्याचे कडे राहू दे तुझ्याकडे, तुझ्या हातात. ताबुताच्या गर्दीत कोणी तरी काढून घेईल माझ्या हातातून.'' श्रीपाद भटजी विनवणीच्या स्वरात भुजंगास म्हणाले.

''नको, नको भटजीबुवा. माझ्या हातात नका घालू हे किंमती सोन्याचे कडे.'' भुजंगा म्हणाला.

परंतु भुजंगाचे काहीही एक न ऐकता श्रीपाद भटाने बळेबळेच, जबरदस्तीने तीन-साडेतीन तोळे सोन्याचे किंमती कडे त्याच्या हातात घातले. ताबूत बुडवण्याचा तो दिवस होता. त्यामुळे हजारो लोकांची गर्दी मजा पाहण्यासाठी उसळली होती. ते दोघेही त्या गर्दीत शिरले. भुजंगा रेवड्या व खारका घेऊन त्या ताबुतावर उडवू लागला. हे करीत असताना भुजंगाच्या हातातील ते सोन्याचे कडे गेले. काही वेळानंतर ते कडे गेल्याचे त्या दोघांच्याही लक्षात आले. भुजंग व श्रीपाद भट अतिशय घाबरून गेले. त्यांनी सर्वत्र शोधाशोध केली. पण तेवढ्या त्या गर्दीत त्यांना कड्याचा तपास लागेना. त्या दोघांनी दोन-तीन तास कडे शोधण्याचा आटोकाट प्रयत्न केला. पण व्यर्थ.

अखेरीस त्या दोघांनी त्या वेळच्या पोलीस ठाण्यात तक्रार केली आणि श्री स्वामींकडे रडत रडत आले. श्री स्वामी समर्थ महाराज 'जाऊ नका' म्हणत असताना त्यांची आज्ञा भंग करून आपण ताबूत पाहण्यास गेलो, त्यामुळे हा प्रसंग ओढवला, याची त्यांना पूर्ण जाणीव झाली. ते दोघेही कमालीचे हिरमुसले. तोंड लपवीत लपवीत ते श्री स्वामींकडे आले. त्यांच्यापुढे रडू लागले. ''तुम्हाला जाऊ नका म्हणून सांगत असताना झक मारण्यास का गेलात?'' असे म्हणून श्री स्वामींनी त्या दोघांना पुष्कळ शिव्या दिल्या. ''महाराज, आमची चूक झाली. अपराधाची क्षमा करावी. आमच्यावरील हे संकट दूर करावे...'' असे बरच काही म्हणून स्वतःचे कान उपटून घेत ते दोघेही श्री स्वामींची वारंवार दीनवाणीपणे प्रार्थना करून क्षमा मागू लागले.

भगवान श्री विष्णूचे द्वारी जसे जय-विजय असतात, त्याप्रमाणे भुजंगा शिपाई श्रींचा द्वारपाल होता. आजपावेतो तो त्यांची नोकरी एकनिष्ठपणे करीत आला होता. श्रींस त्याची दया आली. ते म्हणाले, ''भुजंगा, रडू नकोस. तुझे कडे चालत घरी येईल. स्वस्थ बस.'' श्रींच्या ह्या उद्‌गाराने त्यास धीर आला. थोड्याच वेळात तेथे एक पोलीस शिपाई व दोन माणसे कडे घेऊन आली. ताबुताच्या त्या गर्दीत एका मनुष्यास ते कडे सापडले. दुसऱ्याने ते पाहिले. त्यावरून त्या दोघांत भांडण झाले.

पोलिसांनी त्या दोघांना विचारले, ''का भांडता?''

'ह्या सोन्याच्या कड्यावरून.' असे म्हणत त्या दोघांत हमरीतुमरी झाली. तेव्हा शिपाई त्या दोघांना घेऊन श्रींकडे आले. ' तुझे कडे तुझ्याकडे चालत घरी येईल.' ह्या श्री स्वामीवचनाची रोकडी प्रचिती भुजंगासह श्रीपाद भटास आली. श्री स्वामीआज्ञेचा भंग केला म्हणून संकट आले. पण ते दोघेही अपराधाची क्षमा मागून त्यांना अनन्यभावे शरण गेले, म्हणून संकट दूरही झाले.

। वासुदेव बळवंत फडके ।

आद्य क्रांतिकारक वासुदेव बळवंत फडके यांच्या मनात इंग्रज राजवटीबद्दल कमालीचा राग होता. 'एकदाचा ब्रिटिशांविरुद्ध सशस्त्र लढा देऊन हिंदुस्थानातून त्यांना हाकलून लावावं,' असं त्यांच्या मनात होतं. त्यासाठी त्यांनी त्यांच्याच विचारांची फलटणही उभी केली होती. आपल्या या कृतीस कुणातरी सिद्ध पुरुषाचा आशीर्वाद, मार्गदर्शन असावं म्हणून ते दोनतीन वेळा अतिशय गुप्तपणे श्री स्वामींस भेटण्यास प्रज्ञापुरीत आले होते. परंतु श्रींनी त्यांना सशस्त्र बंड करण्याची अनुमती दिली नव्हती. एकदा मात्र ते मनाचा ठाम निर्धार करून श्री स्वामी समर्थांपुढे तलवार ठेवून त्यांची अनुमती मिळवायचेच या उद्देशाने अक्कलकोटी आले.

दिवस अस्तमानाला गेला गेला होता. सर्वत्र काळोख दाटला होता. काही निवडक सेवेकऱ्यांसह श्री स्वामी वटवृक्षाखाली बसले होते. तेव्हा काळ्याकुट्ट कांबळीत लपवून आणलेली तलवार त्यांनी श्री स्वामीचरणांपुढे ठेवली. मनातल्या मनात वासुदेवराव फडक्यांनी असा संकल्प केला की, 'जर ब्रह्मांडनायक श्री स्वामींनी ही तलवार माझ्या हातात दिली, तर आम्ही इंग्रजांविरुद्ध करीत असलेल्या उठावात आम्हाला निश्चित यश मिळेल.' परंतु सर्वसाक्षी, अंतर्ज्ञानी, कुणाच्याही मनीचा हेतू क्षणात ओळखणाऱ्या, भूत, वर्तमान आणि भविष्य जाणणाऱ्या त्रिकालज्ञानी श्री स्वामींनी एका सेवेकऱ्यास हाक मारून तलवारीकडे निर्देश करीत म्हणाले, ''ही तलवार तरटीचे झाडावर नेऊन ठेव!'' श्री स्वामींच्या या उद्‌गाराने आणि कृतीने वासुदेवराव फडके कमालीचे निराश झाले. त्याच वेळी त्यांना श्री स्वामींसमवेतची पहिली दर्शनभेटही आठवली. तेव्हा त्यांनी आपला मनोदय श्री स्वामींस प्रांजळपणे सांगितला होता. तेव्हाही त्यांनी वासुदेवरावांना आशीर्वाद न देता त्यांच्यासमोरून नकारात्मकता सूचित करण्यासाठी काहीही न बोलता ताडताड

निघून गेले होते. आताही त्यांनी ''अभी वक्त नहीं आया है।'' असे सांगून एक प्रकारे नकारच दिला होता.

वासुदेवरावांनी अतिशय खिन्न मन:स्थितीत ती तलवार घेतली. श्री स्वामींनी त्यांना दोन्ही भेटींत स्वातंत्र्यलढ्यात भाग घेण्यापासून रोखण्याचा प्रयत्न केला होता. अशुभसूचक संकेत देऊन अप्रत्यक्षपणे नकार दिला होता. पण त्यांनी श्रींची इच्छा अव्हेरून स्वातंत्र्यलढ्यात उडी घेतली आणि अंतिमत: अपयशाचे धनी झाले.

। चिंतोपंत टोळ ।

एकदा चिंतोपंत टोळ यांनी त्यांचे घरी श्रीविष्णुपंचायतनास एक कोटी तुळशी वाहण्याचा संकल्प सोडला. त्याप्रमाणे दररोज तुळशी वाहण्याचा त्यांचा नित्यक्रम चालला होता. केव्हा केव्हा या पूजेच्या वेळी श्री स्वामी समर्थ टोळाचे घरी येत असत. ते घरी आल्यानंतर त्यांनाच दत्तरूप समजून विष्णुसहस्रनामावलीने त्यांचे चरणी चिंतोपंत टोळ तुळशी वाहत असत. एके दिवशी श्रींचरणी नामावली वाहून, धूप-दीप-नैवेद्य दाखवून चिंतोपंतांनी श्रींची यथासांग पूजा केली. पूजा आटोपल्यावर त्यांनी श्रींस प्रार्थना केली, ''महाराज, आपले चरण नित्य पूजेकरिता आमच्या सन्निध असावेत.''

सर्वसाक्षी, अंतर्ज्ञानी श्री स्वामी टोळांचा आणि त्यांच्या कुटुंबीयांचा भक्तिभाव जाणून म्हणाले, ''बरे आहे, तुझ्या म्हणण्याप्रमाणे होईल.'' असा शुभाशीर्वाद देऊन ते तिथून निघून गेले. काही वेळाने चिंतोपंत टोळ आणि त्यांचे कुटुंबीय पाहतात, तो ज्या पाटावर ब्रह्मांडनायक श्री स्वामी समर्थ महाराज बसले होते, त्या शुष्क लाकडाच्या पाटावर त्यांचे दोन्ही चरण उमटलेले दृष्टीस पडले. हा अद्‌भुत चमत्कार पाहून चिंतोपंत टोळ आणि त्यांच्या कुटुंबीयांना भक्तिभावाने गहिवरून आले. त्या सर्वांना परमानंद झाला. श्रींचा हा कृपाप्रसादच आहे असे समजून ते भक्तिपूर्वक, नित्यनियमाने त्या पादुकांची पूजा करू लागले. सदरहू प्रासादिक पादुकांचा तो लाकडी पाट हल्ली अक्कलकोट येथे जोशीबुवांच्या घराजवळील श्री स्वामी समर्थांच्या मठात आहे. तो पाट कशानेही घासला तरी त्यावरील श्री स्वामी समर्थांची पावले जशीच्या तशी आहेत.

असेच एका प्रसंगी गणपतराव जोशी यांचे घरी सायंकाळी श्रींची स्वारी आली. त्यांच्यासमवेत चोळाप्पा आणि चिंतोपंत टोळांचे चिरंजीव गोविंदराव टोळ हे दोघेच

होते. चार घटका रात्र झाल्यावर चोळाप्पाने 'श्रीं'साठी अंथरूण घालून दिले. ''श्री स्वामी समर्थ महाराज उठून कुणीकडे जातील, त्याजवर तुम्ही नजर ठेवावी.'' असे गोविंदरावास सांगून चोळाप्पा त्याच्या घरी गेला. श्रींस गाढ निद्रा लागून ते घोरू लागले. तेव्हा गोविंदरावाच्या मनात आले, 'श्री स्वामी समर्थ महाराज महान योगी असून साधारण मनुष्याप्रमाणे घोरतात, हे कसे?' तेव्हा अंतर्ज्ञानी, सर्वसाक्षी श्रींनी गोविंदराव टोळाच्या मनात आलेला हा विचार झोपेत घोरत असतानाच त्यास खाकरून सांगितला. तोंडावर पांघरूण ओढून घेत ते पुन्हा घोरू लागले. ते ऐकून गोविंदरावाला परमआश्चर्य वाटले. श्रींच्या अंत:साक्षी ईश्वरी स्वरूपाची त्यास ओळख पटली. गोविंदराव टोळास श्री नेहमी 'सोनार' म्हणून हाक मारीत.

❋

प्रतिवर्षी अक्कलकोटमध्ये रंगपंचमीचा उत्सव मोठ्या धुमधडाक्यात आणि उत्साहात राजवाड्यात तसेच सर्वसामान्य लोकांतही साजरा होत असे. असेच एकदा रंगपंचमीच्या दिवशी राजवाड्यात उत्सवाच्या संबंधाने दरबार भरला होता. त्या दिवशी श्री स्वामी, कारभारी चिंतोपंत आप्पा टोळ यांच्या घरी होते. म्हणून चिंतोपंत टोळही घरीच होते. मालोजीराजांकडून टोळास दरबारात बोलावण्यासाठी राजाचा जासूद आला. पण तेव्हा श्री स्वामींनी 'आज दरबारात जाऊ नकोस' अशी टोळास आज्ञा दिली. श्रींची आज्ञा अमान्य करून टोळास जाता येईना. त्याच वेळी राजाच्या हुकमाचा अवमान केला म्हणून राजाची इतराजी होईल याचीही टोळास भीती वाटली. अशा द्‌विधा अवस्थेत टोळ सापडले असतानाच त्यांना राजाकडून दुसरे बोलावणे आले. पण श्री स्वामी टोळास जाण्याची आज्ञा देईनात. तिसऱ्या खेपेस चोपदार टोळास बोलावण्यास आला, तरी श्री स्वामी समर्थांनी टोळास परवानगी दिली नाही.

अखेरीस चिंतोपंतांकडे रागाने पाहत श्री स्वामी म्हणाले, ''तिथे तुझा गळा कापला, तुझे हातपाय तोडले, तर तू काय करशील?...'' असे पुष्कळसे बोलून श्री स्वामी काहीसे क्रोधाने म्हणाले, ''दरवाजाबाहेर बसून 'लवकर या' म्हणून मोठ्या दिमाखाने हुकूम करतो.''

श्रींचे हे उद्‌गार ऐकून चिंतोपंतांची खात्री झाली, की आज दरबारात नक्कीच काहीतरी विपरीत, अनिष्ट घडणार. म्हणून राजाच्या गैरमर्जीची पर्वा न करता श्रींच्या आज्ञेप्रमाणे टोळांनी दरबारात न जाण्याचा निश्चय केला. राजाकडून आलेला चोपदार परत जाऊ लागला तेव्हा श्री स्वामींजवळ बसलेले गोपाळ जोशी हिरलीकर उठून बाहेर निरोप आणलेल्या चोपदाराचे मागे गेले व राजेसाहेब कोठे आहेत, असे त्यास

विचारले. चोपदाराने उत्तर दिले, ''राजेसाहेब थोरले दरवाजाचे बाहेर चौथऱ्यावर बसले आहेत.'' 'दरवाज्याबाहेर बसून हुकूम करतो' या श्रींच्या उद्गाराचे प्रत्यंतर जोशीबुवास आले.

त्या दिवशी दरबारात अनर्थ घडला. दरबारात दुतर्फा मानकरी मंडळी लोडाला टेकून मोठ्या ऐटीत बसली होती. तिथे असलेल्या गणपतराव खंडागळे या मानकऱ्याच्या कमरेला तलवार लटकत होती. तिचे टोक मानकऱ्यात बसलेल्या गणपतराव बस्ते यांच्या पागोट्यास लागून त्याचे पागोटे खाली पडले. भर दरबारात अपमान झाल्याचे वाटून बस्ते रागाने खंडागळ्याच्या अंगावर धावले. दोघांमध्ये शब्दाने शब्द वाढत गेला. भांडण हमरीतुमरीवर आले. दोघेही तलवारी उपसून एकमेकांचे प्राण घेण्यास सिद्ध झाले, तेव्हा इतर मानकऱ्यांनी मध्यस्थी करून त्यांचे भांडण कसेबसे मिटविले.

पण रंगपंचमीच्या कार्यक्रमाचा बेरंग झाला तो झालाच. असे काही दरबारात घडेल हे सर्वसाक्षी, अंतर्ज्ञानी श्रींनी अगोदरच ओळखले होते. कारण श्री हे मेधावी म्हणजे सूक्ष्मातील अतिसूक्ष्म, स्थिर, खंबीर, निश्चयात्मक बुद्धीने सर्व काही जाणणारे आणि विचार करणारे होते. To be or not to be अशी हॅम्लेटसारखी स्थिती त्यांची कधीच होत नसे. योग्य-अयोग्य याचा ते अचूक विचार करीत. वेध घेत. तसे सूचक संकेत देत. उद्गार काढीत. म्हणूनच चिंतोपंत आप्पा टोळांस दरबारात जाण्याची आज्ञा त्यांनी दिली नव्हती. 'तेथे तुझा गळा कापला, हात-पाय तोडले, तर तू काय करशील?' असे उद्गार काढून भविष्यात घडणाऱ्या घटनांची सूचना अगोदरच केली होती.

❈

चिंतोपंत आप्पा टोळ यांचे चिरंजीव गोविंदराव टोळ नळदुर्गास नोकरीला होते. त्यांना पोटदुखीचा अतिशय तीव्र आजार होता. ते वडिलांकडे अक्कलकोटास आले. पोटदुखीच्या व्याधीनिरसनार्थ गाणगापूरला दत्तप्रभूंची सेवा करण्यास जावे असा त्यांचा दृढ निश्चय झाला होता. तसे त्यांनी त्यांचे पिताश्री चिंतोपंत टोळांस सांगितले. परंतु त्यांनी त्यास सांगितले, ''येथे ब्रह्मांडनायक श्री स्वामी समर्थ साक्षात दत्तावतार आहेत. ते कृपा करतील. गाणगापुरास जाण्याचे कारण नाही.'' अखेरीस जबरदस्तीने त्यांनी गोविंदराव बरोबर एक मनुष्य देऊन त्यास 'श्रीं'चे दर्शनास पाठविले.

तेव्हा आप्पासाहेब माने यांचे घरी श्रींची स्वारी बसलेली होती. गोविंदरावांनी तिथे जाऊन श्रींचे दर्शन घेतले. तेव्हा गोविंदरावांसमवेतच्या गृहस्थाने श्रींस

प्रार्थनापूर्वक सांगितले, ''पोटदुखीच्या व्याधीनिरसनार्थ गोविंदराव गाणगापुरास जाऊ इच्छितात. आपली आज्ञा असावी!'' तेव्हा सर्वसाक्षी, अंतर्ज्ञानी श्री स्वामी म्हणाले, ''येथेच राहा. जाऊ नको.'' परंतु गोविंदरावांची श्रींवरील निष्ठा तकलादू असल्यामुळे कुणाचेही न ऐकता ते गाणगापुरास गेले. तिथे दत्तप्रभूंची सेवा करू लागले, अडीच वर्षे सेवा झाल्यानंतर त्यास दृष्टान्त झाला, ''अक्कलकोटास निघून जावे!'' पण गोविंदराव हट्टाने तिथेच राहिले. दरम्यान तिथे त्यांची प्रकृती अधिकच बिघडली. इकडे 'श्रीं'ची स्वारी अक्कलकोटमध्ये राजवाड्यात असताना चिंतोपंत टोळ श्रींच्या दर्शनास तिथे गेले.

दर्शन घेऊन उभे राहताच श्रींनी त्याच भागात असलेल्या शाळेतील मुलांकडून कित्ता मागून घेतला. तो चिंतोपंत टोळांच्या हाती दिला. त्यांनी तो उघडून वाचल्यावर त्यांना 'रा. रा. गोविंदरावांना येथील कुशल तागाईत' (येथे आल्यावरच बरे वाटेल) असा मजकूर लिहिलेला आढळला. त्या कित्त्याच्या पृष्ठभागावर दोन कोतवाली घोड्यांची चित्रे होती. कित्ता हातात घेऊन श्री स्वामी म्हणाले, ''शिष्य पडले आहेत.'' या सर्व घटना, प्रसंग श्रींची कृती आणि उद्‌गार यांचा अर्थ चिंतोपंतांनी मनोमन लावला. गाणगापुरास घोडा पाठवून गोविंदरावांस अक्कलकोटास आणले.

*

पुढे नऊ-दहा वर्षे गोविंदराव श्री स्वामी समर्थांपाशी त्यांच्या सेवेत राहिले. मात्र दर अमावास्या व पौर्णिमेस त्यांचे पोट अतिशय दुखत असे. परंतु श्रींची नित्य दर्शनभेट आणि सेवा यांमुळे त्यांची पोटदुखीची तीव्रता पुष्कळच कमी झाली होती. त्यांच्यातील नैराश्य जाऊन काहीशी हुशारी वाटू लागली होती.

एका प्रसंगी, गोविंदरावांचे पोट अतिशय दुखू लागले. इतके, की त्या व्याधीने ते गडबडा लोळू लागले. दहा-बारा दिवस ते अन्न-पाणीही घेऊ शकले नाहीत. त्याच दरम्यान अंतर्ज्ञानी श्री स्वामी गोविंदरावांच्या घरी आले. ''क्यो सोनार?'' (गोविंदरावांस ते 'सोनार' म्हणून संबोधीत) ते काहीशा दरडावणीच्या स्वरात बोलले. त्याचे हे असे कणखर बोलणे ऐकताच गोविंदरावांमधील ब्रह्मसमंधाचा संचार सुरू झाला. तेव्हा गोविंदरावांमधील ब्रह्मसमंध श्रींस वेडेवाकडे बोलू लागला. तो त्यांना म्हणाला, ''खुंट रोवल्यासारखे संन्याशाने एके ठिकाणी कशाकरिता राहावे? देऊळ, धर्मशाळा पाहून संन्याशाने तिथे राहावे.'' असे बोलून गोविंदरावामधील ब्रह्मसमंध दंगामस्ती करू लागला. श्रींच्या अंगावर चाल करून त्यांना लाथा मारण्याचा प्रयत्न करू लागला. तेव्हा तेथील उपस्थित सेवेकऱ्यांनी त्यास आवरून धरले.

गोविंदरावांमधील समंधाचे हे खेळ पाहून श्री स्वामी समर्थ काहीही न बोलता तेथून उठून बाहेर असलेल्या औदुंबराच्या झाडाखाली जाऊन बसले. पण समंधाने त्यांची पाठ पुरवली. समंध (गोविंदराव) तिथे जाऊन श्रींस म्हणू लागला, ''संन्याशाने गावात कशास राहावे?'' हे सर्व पाहून व ऐकून सर्वांनाच आश्चर्य वाटू लागले. अशा या आडदांड, उग्र समंधाचा बंदोबस्त श्री स्वामी समर्थ महाराजांनी केला पाहिजे, असे तिथे उपस्थित असलेले सेवेकरी व इतर दर्शनार्थी आपापसांत बोलू लागले.

तेवढ्यात श्री स्वामी समर्थ महाराज मोठ्याने म्हणाले, ''लोहार, सव्वा मणाची बेडी याच्या (समंधाच्या) हातात ठोक.'' असे त्रिवार रागाने म्हणताच गोविंदरावांची (समंधाची) दोन्ही हातांची मनगटे एकावर एक जखडली गेली. त्यांच्या दोन्ही पायांची अढी पडली. त्यास तीव्र कळ लागून तो समंध (गोविंदराव) मोठ्याने ओरडू लागला. ''महाराज, मी मरतो आहे. मला सोडवा! महाराज, मी फार अपराध केले आहेत. आपल्याला अपशब्द बोललो. मारण्यास धावलो. मला क्षमा करा. गोविंदरावांकडे माझे पैसे येणे आहेत, ते देववावे म्हणजे मी जातो.'' असे तो समंध म्हणू लागला.

परंतु श्री स्वामी काहीही आज्ञा करीनात. गोविंदरावांचे धाकटे बंधू गणपतराव जवळच होते. त्यांनी श्रींस प्रार्थना करून सांगितले, ''महाराज, आपण आज्ञा द्याल तितका पैसा खर्च करण्यास आम्ही तयार आहोत, पण कसेही करून गोविंदरावांस या व्याधीपासून मुक्त करावे, ही आपल्या चरणी नम्र विनंती आहे.'' ते ऐकून श्री स्वामी समंधाकडे रागाने पाहत कडाडले, ''ह्यास फुटकी कवडीसुद्धा द्यावयाची नाही. हम उसकू जुते मारकर निकालेंगे!'' यावर गणपतरावांसह सर्वच शांत बसले.

तेवढ्यात एक मुसलमान शिपाई श्रींच्या दर्शनास तिथे आला. दर्शन घेऊन त्याने श्रींस प्रार्थना केली, ''महाराज, झाडास (समंधास- गोविंदरावास) फार कष्ट होत आहेत. त्यास सोडवावे!'' यावर श्री स्वामी त्यास म्हणाले, ''तुम बड़ी दाढ़ी लेकर आये हो! तुम अपने हाथ से उनकी पावकी अढी निकालो!'' हे ऐकून तो उगीच राहिला. नंतर काही वेळाने एक बाई श्री स्वामींच्या दर्शनास आली. ''सोडव गं याच्या हातापायाची अढी!'' श्रींच्या आज्ञेनुसार त्या बाईने समंधास हात लावताच समंधाचे (गोविंदरावांचे) हात-पाय मोकळे झाले, हा सर्व चमत्कार पाहून तेथील सर्व उपस्थितांना खूप आश्चर्य वाटले. सर्वांनीच एक मुखाने ''ब्रह्मांडनायक श्री स्वामी समर्थ महाराज की जय!'' असा जयजयकार केला आणि ते आपापल्या घरी गेले.

पुढे तीन-चार दिवसांतच गोविंदरावांचा पोटशूळ पूर्णपणे थांबला. त्यांची प्रकृती व्यवस्थित बरी झाली. तथापि त्यांच्या प्रकृतीत थोडी कसर राहिली होती. त्याबाबतही श्री स्वामी म्हणाले, ''प्रकृतीतील त्या थोड्याफार कसरीचा, समंधाचा पंचावन्नावे वर्षी निकाल लागेल!'' श्रींच्या या वचनाची प्रचिती संपूर्ण परिवाराला आणि त्यांच्या आप्त मित्रांनाही आली. गोविंदरावांच्या पोटात थोडी कसर राहिल्याचा परिणाम म्हणून त्यांचे पोट अधूनमधून दुखत असे. त्यांचे हातपाय बारीक व पोट घागरीसारखे मोठे दिसत होते.

यावरही त्यांनी वैद्य, डॉक्टर आदींची पुष्कळ औषधे घेतली. पण गुण काही येईना. नोकरीच्या निमित्ताने गोविंदरावांना त्यांच्या कामासाठी त्या वेळी विजापूर आणि सोलापूर जिल्ह्यात हिंडावे लागे. अखेरीस श्री स्वामी समर्थांनाच त्यांची दया आली. गोविंदरावांच्या वयाच्या पंचावन्नाव्या वर्षाचे अखेरीस ते विजापूर मुक्कामी एका अबकारी मक्तेदाराच्या बंगल्यावर वास्तव्यास होते. रात्री तीन वाजल्यानंतर पहाटे श्री स्वामी गोविंदरावांच्या स्वप्नात आले. चमत्कार होऊन गोविंदरावाच्या पोटातील सुताचा गुंडा काढला गेला. 'बरा होशील' अशी त्यास आज्ञा झाली. गोविंदराव भानावर येत जागे होऊन पाहू लागले, तर त्यांना स्वतःला त्यांचे पोट हलके वाटून अतिशय मऊ लागू लागले.

केवळ आणि केवळ ब्रह्मांडनायक श्री स्वामी समर्थ महाराजांच्या कृपेमुळेच हे सर्व घडून आले. कारण गोविंदरावांच्या या पोटदुखीच्या दुर्धर आजाराबाबत ''हा उदररोग आहे! पोट फाडल्याशिवाय बरा व्हायचा नाही.'' असे बहुतेक सर्व डॉक्टर, हकीम आणि वैद्यांनी त्या वेळी सांगितले होते. पण गोविंदराव चिंतोपंत टोळ ब्रह्मांडनायक श्री स्वामी समर्थ महाराजांच्या ईश्वरी कृपेने पूर्णतः ठणठणीत बरे झाले. त्यांना तसे पाहून डॉक्टर, हकीम आणि वैद्यांनाही मोठा अचंबा आणि कौतुकही वाटले. श्रींच्या या अद्‌भुत लीलेने ते थक्क झाले.

। १८५७च्या युद्धाचे संकेत ।

श्री स्वामी प्रज्ञापुरीत चिंतोपंत आप्पा टोळ यांच्या घरी असताना त्यांनी चमत्कारिक खेळ खेळण्यास सुरुवात केली. भविष्यात काय घडेल हे ते त्यांच्या त्या खेळातून सूचित करीत होते. अनेकदा ते बोलण्यापेक्षा अथवा त्यावर भाष्य करण्यापेक्षा विशिष्ट कृतीतून भविष्यात घडणाऱ्या घटनांचे संकेत देत असत. तसे सूचित करीत

असत. ते गावाबाहेर जायचे. एरंडाची लाकडे आणायचे. त्याचे वीत-वीतभर (७-८ इंच) लांबीचे तुकडे करायचे. त्यात माती लाकडाने चांगली ठासून भरायचे. त्यानंतर पाच-पाच, सात-सात तुकडे त्रिकोणाकृती ज्याप्रमाणे पलटणीचे लोक बंदुका लावून ठेवतात, त्याप्रमाणे एरंडाच्या लाकडाच्या तुकड्याच्या रांगाच्या रांगा लावून ठेवीत असत. त्याचप्रमाणे घोंगडीच्या दशा काढून त्या दशा एके ठिकाणी गाठून त्यांची रांग लावून ठेवीत असत, असा त्यांचा क्रम ६-७ महिनेपावेतो चालला होता. त्यांच्या या उपक्रमाबाबत कोणी 'महाराज काय करता?' असे विचारल्यास प्रश्नकर्त्याकडे पाहत ते उत्तर देत ''पलटणी तयार करतो.''

श्रींच्या त्या कृतीचा आणि त्यांनी दिलेल्या उत्तराचा अर्थ त्या वेळी तरी कुणासही कळेना. परंतु थोड्याच दिवसांत सन १८५७-५८चे पहिले स्वातंत्र्ययुद्ध झाले. नानासाहेब पेशवे, झाशीची राणी, सेनापती तात्या टोपे, आद्य क्रांतिकारक वासुदेव बळवंत फडके आदी अनेकांनी ब्रिटिश सत्तेविरुद्ध पलटणी तयार करून उठाव केला. परंतु या उठावात त्या सर्वांना नामुष्की पत्करून पराभव स्वीकारावा लागला. हेसुद्धा श्रींनी त्यांच्यावरील खेळातून दाखवले होते. कारण एरंडाच्या लाकडाच्या रांगेत तयार केलेल्या पलटणी कधीकधी ते स्वहस्ते विस्कटून टाकीत. डोक्याला हात लावून त्या विस्कटून टाकलेल्या खेळाकडे एकटक पाहत बसत. इंग्रज सत्तेविरुद्धच्या त्या प्रयत्नात आपण भारतीय यशस्वी होणार नाही हेच त्यांना सूचित करावयाचे होते. पुढे घडलेही तसेच. एरंडाची लाकडे पोकळ, कमकुवत आणि निरुपयोगी असतात.

ब्रिटिशांच्या बलाढ्य फौजेपुढे भारतात त्या वेळी तयार करण्यात आलेल्या पलटणींचा निभाव लागणार नाही, असं बरंच काही त्यांनी त्यांच्या त्या कृतीतून अगोदरच सूचित केलं होतं. त्याचा प्रत्यय ते स्वातंत्र्ययुद्ध हरण्यातून सिद्ध झाला. १८५७च्या बंडाचा काही दिवस धुमाकूळ माजला, सर्वत्र अस्वस्थता आणि गोंधळ निर्माण झाला होता. भारतीय पलटणी पराभूत झाल्या. इंग्रज फौजा विजयी झाल्या. श्री स्वामी आता वेगळीच कृती करू लागले.

अक्कलकोटमध्ये 'लक्ष्मी' नावाची मोठी तोफ आहे. तिथे ते अधूनमधून जात. तोफेच्या तोंडात डोके खुपसून उभे राहत. त्यांचा हा क्रम काही दिवस चालला. या वेळीही लोकांस श्री स्वामींच्या या कृतीचा अर्थ कळेना. लवकरच १८५७च्या बंडाच्या ब्रिटिश सरकारमार्फत चौकशा झाल्या. बंडात सामील झालेल्या लोकांस तोफेच्या तोंडी देण्याचा सरकारने सपाटा चालविला. तेव्हा लोकांस सर्वसाक्षी, अंतर्ज्ञानी, ब्रह्मांडनायक श्री स्वामी समर्थांच्या कृतीचा अर्थ कळला.

पुढे एके दिवशी 'श्रीं'ची स्वारी अक्कलकोटमधील बुधवार पेठेतील बदुलखाँ याचे अंगणात बसली होती. तिथे उपस्थित असलेल्या लोकांनी बंडात झालेली इंग्रजाकडून लुटालूट, अत्याचार, काही राजे-रजवाडे, संस्थानिक यांच्या वहीमाबाबत विषय काढताच श्री स्वामी म्हणाले ''अब हिंदु का कुछ रहा नहीं। हाथी गया, घोडा गया, पालखी गया, सब कुछ गया।'' थोड्याच दिवसांत त्यांच्या या उद्गाराची प्रचिती आली. अनेकांची वतने, संस्थाने, छोटी-छोटी राज्ये खालसा झाली. त्यावर इंग्रजी अधिकारी नेमण्यात आले.

श्रींच्या या लीला आणि उद्गार सर्वांनाच बुचकाळ्यात पाडणारे होते. त्यांच्या वागण्या-बोलण्याचा आणि कृतीचा अर्थ कोणालाही तत्काळ लागत नसायचा. परंतु त्यातून काही ना काही भविष्यसूचक घटना, प्रसंग घडतील याचा संकेत देण्याचा, प्रसंगी जागृत करण्याचा त्यांचा उद्देश असायचा. कधीकधी लोकांच्या हे सर्व लक्षात यायचे. कधीकधी फार उशिरा लक्षात यायचे.

। कर्मकांडावर प्रहार ।

श्री स्वामी समर्थ प्रज्ञापुरी तथा अक्कलकोटमध्ये जेव्हा इ.स. १८५७-५८ला आले तेव्हा समाजात विविध प्रथा, रूढी आणि अंधश्रद्धा रूढ होत्या. त्याचा सर्वांवरच कमी-अधिक प्रमाणात पगडा होता. शैक्षणिकदृष्ट्या लोक मागासलेले होते. श्री स्वामींनी अंधश्रद्धा तोडून मोडून काढण्यासाठी, कृतिशील प्रयत्न केले. तेव्हा त्यांना त्या वेळच्या प्रस्थापितांनी होईल तेवढा विरोध केला. काहींनी शांत बसणे पसंत करून अंधश्रद्धेस मूक संमती दिली. पण श्री स्वामी समर्थांनी या कशाचीही यत्किंचितही पर्वा केली नाही. त्यांच्या दरबारात विटाळाला, स्पर्श-अस्पर्शाला मुळीच थारा नव्हता. दगडास शेंदूर फासून त्याला देव-देव म्हणून भजणाऱ्यांची ते कठोर शब्दात निर्भर्त्सना करीत. प्रसंगी अशा शेंदूर फासलेल्या दगडावर लघवीही करीत. कधीकधी शौचही करीत. या अशा कृतीतून ते त्या वेळच्या साध्या, भोळ्या, भाबड्या, अडाणी लोकांना अंधश्रद्धा, कालबाह्य रूढी-परंपरा यांपासून पराववृत्त करीत.

ते नेहमी म्हणत, ''परमार्थ करावा, तर तो डोळसपणे करावा. अंधश्रद्धा झुगारून द्याव्यात. सोवळ्या-ओवळ्याचे अवडंबर माजवू नये. कर्मकांडाचा अतिरेक झाला, की भक्ती लोप पावते. सद्गुरू पारखून करावा. एकदा पारखला, की त्याच्याठायी पूर्ण शरणागती असावी. उगाच देव-देव्हारे माजवू नयेत आणि

वाढवू नयेत. आचारविचार आणि वर्तनव्यवहार सरळ, स्वच्छ, प्रामाणिक असावा. जातिभेद पाळू नये. वर्तणूक नेमस्त असावी. ऋद्धीसिद्धीच्या चमत्कारांच्या जाळ्यात फसू नये.''

त्या वेळी अक्कलकोटमध्ये 'गाणदेवी' म्हणून एका दगडास शेंदूर फासलेली देवी होती. सध्या ही देवी अक्कलकोटमधील आझाद गल्लीत 'हाक्याचा मारुती' मंदिरासमोरील मोकळ्या जागेत एका झाडाखाली पारावर आहे. खरे तर ही गाणदेवी नसून ही घाणदेवी अथवा घाणादेवी असावी. समोरून पाहता तो नुसताच एक पाषाण आहे असे दिसते. परंतु जवळून पाहता हा पाषाण वरून खोलगट दिसतो. कदाचित हा त्या वेळचा तेलाचा घाणा असावा. या स्थानाविषयी काही वेगवेगळे अनुभव स्थानिकांना आले होते. त्यामुळे या तथाकथित गाणदेवीचा सर्व अक्कलकोटवासियांना दरारा वाटत होता. तिच्या जवळून दोन प्रहरी अथवा सायंकाळी अगर अमावास्येला कुणी गेल्यास त्याला ती देवी झपाटत असे. बाधा पोहोचवत असे. अमावास्येला तर तिची झपाटण्याची तीव्रता फारच असे. लोकांमध्ये असे भीतीचे वातावरण पसरले असल्यामुळे तिला शांत करण्यासाठी अथवा तिचा कोप होऊ नये म्हणून लोक कोंबडे, नारळ आदींचा नैवेद्य तिला अर्पण करीत असत.

परंतु श्री स्वामींना ही अंधश्रद्धा, लोकांचा देवभोळेपणा वाटत होता. तो घालवण्यासाठी श्री स्वामी मुद्दामच त्या मार्गाने जात व या गाणदेवीवर शौच अथवा मूत्र विसर्जन करीत. रामायणात अहीमहीचे नगरीतील देवीची जशी मारुतीरायाने फजिती करून लोकांच्या मनातील भीती घालविली, तशाच उद्देशाने श्री स्वामी समर्थ ही कृती करीत. त्यामुळे थोड्याच दिवसांत अक्कलकोटवासियांच्या मनातून या गाणदेवीची भीती पूर्णतः हद्दपार झाली. नगरवासी त्या गाणदेवीपासून भयमुक्त झाले.

परंतु त्या वेळच्या परिस्थितीला हसण्याचा अधिकार आपल्याला नाही. आजही स्वतःला सुशिक्षित, प्रगल्भ, ज्ञानी, यंत्रयुगात वावरणारे आपण म्हणवतो. तसे मिरवतो, दाखवतो; पण अंधश्रद्धेच्या मगरमिठीतून आपण पूर्णतः मुक्त झालेलो नाही. श्री स्वामी समर्थ महाराज सर्वश्रेष्ठ होते, आहेत याची खात्री पटूनही 'स्वतःला श्री स्वामी समर्थ भक्त म्हणून मिरवणारे आपण कसा आचारविचार, वर्तनव्यवहार करतो; याचा शांतपणे विचार करावयास हवा. श्री स्वामी समर्थांचे नाव घेऊन 'निःशंक हो, निर्भय हो!' असे म्हणायचे; पण भीतीपोटी कुप्रथा, कालबाह्य रूढी, परंपरा सांभाळायच्या, अवलंबावयाच्या. थोडक्यात, दंगा करायला निमित्त हवे,

म्हणून देवाचे निमित्त; स्वार्थ दडवायला कारण हवे म्हणून देवाचे निमित्त. आपल्या जिभेचे चोचले पुरविता यावेत म्हणून देवाचे निमित्त. देवावर झटकून मोकळे होता यावे म्हणूनही देवाचे निमित्त. हे सर्व श्री स्वामी समर्थ महाराजांना अजिबात आवडत नाही. पण हे कुणी आणि कुणाला सांगायचे?

। श्रीपती अवतार ।

श्री स्वामी हे 'श्रीपती' म्हणजे भगवान विष्णूंचे सदेह स्थितीत प्रज्ञापुरीत वावरणारे रूप होते. त्यांनी त्यांच्या अवतारकाळात केलेल्या लीलांचा आढावा घेतला; त्यांतील त्यांची भूमिका, दृष्टिकोन, हेतू तपासला, अभ्यासला; तर श्री स्वामी हे श्रीपती आहेत. याची साक्ष जाणवते. त्यांच्या 'श्रीपती' या बिरुदावलीची साक्ष देणाऱ्या अनेक लीला ते अक्कलकोटला येण्यापूर्वी, अक्कलकोटला आल्यावर त्यांनी केल्या. त्यांनी समाधी घेतल्यानंतरही अनेक निष्ठावान भक्तांना त्याची प्रचिती वा अनुभूती येत आहे.

मंगळवेढा (जि. सोलापूर) इथे श्री स्वामींचा एक भक्त तंतुकार होता. तो दारिद्र्याने पिडलेला होता. तो सत्शील आणि चारित्र्यसंपन्न होता. भक्तिभावाने, व्यापक निरपेक्षपणे तो श्रींची सेवा करीत असे. परंतु सर्वज्ञ अंतर्ज्ञानी श्री स्वामींना त्याची आर्थिक, कौटुंबिक अवस्था माहीत होती. एके दिवशी त्याला स्वप्नात दृष्टान्त देऊन त्यांनी सांगितले, "अरे तंतुकारा, तुझा बाप पूर्वी मोठा व्यापारी होता. तो पंढरपुरास यात्रेस गेला असता, तिकडेच मरण पावला. तुझी आई त्याचे पूर्वीच मेली. तुझ्या घराच्या मागे तुळशी वृंदावनाखाली तुझ्या बापाने पुष्कळ द्रव्य पुरून ठेवले आहे. ते काढून घे." तो सकाळी जागा झाला. श्रींचे आज्ञेप्रमाणे घराच्या मागील तुळशीवृंदावनाखाली खोदले, तर त्याला विपुल धन मिळाले. श्रींच्या या लीलेने तो थक्क झाला. पुढे तो मोहळास येऊन राहिला. इथे तो अखेरच्या श्वासापर्यंत 'श्रीं'ची भक्ती करीत राहिला.

बंडोबा पुराणिक म्हणून अक्कलकोटच्या राजाचे आश्रित होते. त्यास श्रीमंत मालोजीराजांचे वडील शहाजीराजे यांनी सातारकर छत्रपती बुवासाहेबांकडून 'संस्थानचा अधिकार मिळाल्यास तुम्हास हजार रुपयांची जमीन इनाम देईन.' असा वचननामा लिहून घेतला होता, पण त्यांनी वचननाम्यानुसार बंडोबा पुराणिकास जमीन दिली नाही. थोड्याच दिवसांत शहाजीराजांचे निधन झाले. बंडोबा पुराणिकांचे नित्य श्री स्वामी समर्थ उपासना आणि दर्शन सुरू होते. वचननाम्याप्रमाणे जमीन मिळावी

अशी त्यांची इच्छा होती. एके दिवशी त्याने श्री स्वामींस प्रार्थना केली, ''महाराज, शहाजीराजांनी दिलेल्या वचनाप्रमाणे मला जमीन मिळावी.'' तत्क्षणी श्री स्वामी म्हणाले, ''अरे बंडोबा, तुजला आम्ही लिंग दिले आहे ना?'' श्री स्वामीवचनानुसार बंडोबा पुराणिकास मौजे शिरवळ येथील जमीन मिळाली. त्या जमिनीत महादेवाची पिंड असलेले श्री रामेश्वर हे उत्तम देवालय होते. देवालयाभोवती आंब्याची भरपूर झाडे होती. जमिनीच्या दोन्ही बाजूंस निर्मळ ओढे वाहत होते.

⁂

एकदा दारिद्र्याने गांजलेला बसाप्पा त्याच्या तीन पुत्रांसह अक्कलकोटला श्रींच्या दर्शनभेटीस आला होता. योगायोगाने एक जोडपेही 'श्रीं'च्या दर्शनास त्याच वेळी तिथे आले होते. त्या जोडप्यातील स्त्री दर्शन घेऊन उभी राहताच तिला स्वामींनी बोलावले. जवळच बसलेल्या बसाप्पाकडे निर्देश करीत ते तिला म्हणाले, ''हा तुझा पूर्वजन्मीचा नवरा आहे आणि त्याच्यासमवेत हे तीन मुलगे तुझ्याच पोटचे आहेत. त्यांना जवळ घे.'' श्रींच्या या उद्‌गारामुळे त्यांच्यात मातृप्रेमाची आणि तिच्यात पुत्रप्रेमाची भावना दाटून आली. थोड्या वेळानंतर ते तिला म्हणाले, ''अग लिंबे, तुझ्या मागील जन्मात तू त्याच्याबरोबर जाऊन त्याच्या घरात पश्चिम बाजूस रंगीत खांबाखाली द्रव्याने भरलेला हंडा पुरला आहेस. तो उकरून त्यातील सर्व द्रव्य निर्लोभीपणाने याला दे. म्हणजे त्याचे दारिद्र्यही जाईल आणि तुला यथावकाश पुत्रही होईल.'' 'श्रीं'च्या वचनानुसार सर्व घडले. बसाप्पाचे दारिद्र्यही गेले आणि तिलाही यथावकाश पुत्रप्राप्ती झाली.

मुंबईच्या श्रीमान प्रभू नावाच्या श्रीमंत गृहस्थांसमवेत एक गरीब माणूस अक्कलकोटला श्रींच्या दर्शनभेटीसाठी आला. श्रींचे दर्शन घेऊन आणलेले नैवेद्याचे ताट त्यांच्यापुढे ठेवून तो उभा राहताच श्री स्वामी म्हणाले, ''अरे, पाच हजार रुपये रखे, सो ले जाव। अभी छोडना नही।'' तेव्हा तो म्हणाला, ''महाराज, एक तर मी साधासुधा स्वयंपाकी म्हणून काम करून माझा उदरनिर्वाह करतो, मला पाच हजार रुपये कुठून मिळणार?'' परंतु श्रींचे वचन हे ब्रह्मवाक्य, ते थोडेच व्यर्थ जाणार? ते दोघेही मुंबईस परत आले. श्रीमान प्रभूंच्या मावशीजवळ हा माणूस पूर्वी आचारी होता. ती बाई चांगली धनसंपन्न होती. तिने त्यास संतोषाने पाच हजार रुपये बक्षीस दिले. श्रींचे वचन हे ब्रह्मवाक्य असते याची त्यास रोकडी प्रचिती आली.

एकदा गोविंदराव नावाच्या मुंबईहून आलेल्या गृहस्थासमवेत एक कनोजी माणूस आला होता. 'श्रीं'नी केलेल्या आज्ञेचे पालन करून फकीर आणि

त्याच्यासमवेत असलेल्या कुत्र्याने खाऊन उरलेले अन्न प्रसाद म्हणून त्या गरीब माणसाने श्रींवरील नितांत श्रद्धेने ग्रहण केले. पण गोविंदरावांनी ते ग्रहण केले नाही. तेव्हा श्री स्वामी गोविंदरावांस ''तुझी भक्ती अद्याप कच्ची आहे, तुला अजून सेवा करावी लागेल.'' असे बोलून त्यास स्वत:च्या पायातील पादुका घेऊन जाण्याची व त्याची उपासना करण्याची आज्ञा दिली. त्या कनोजी माणसावर स्वामी प्रसन्न झाले. ''जाव. मुंबई मे तुमको दस हजार रुपये मिलेंगे।'' असा आशीर्वाद देऊन, त्यास जाण्याची आज्ञा केली.

यशावकाश एके दिवशी एक चमत्कार घडला. एक श्रीमंत शेठजी मरण पावला. त्याच्या पत्नीने म्हणजे शेठाणीने सकाळच्या प्रहरी जी कोणी व्यक्ती दिसेल त्या व्यक्तीस गुप्तदान करण्याचा संकल्प सोडला. त्यानुसार दहा हजार रुपयांच्या नोटांचे पुडके कागदात बांधून ती संकल्प पूर्ण करण्यासाठी दारात बसली. तेवढ्यात तो कनोजी त्या शेठाणीच्या दृष्टीस पडला. तिने त्याला ते कागदात गुंडाळलेले दहा हजार रुपयांचे पुडके दिले. त्याला नमस्कार केला. श्री स्वामी समर्थांच्या वचनाची त्यास प्रचिती आली. लक्ष्मी त्या गरीब कनोजीवर प्रसन्न झाली.

किमयेने सोने बनवणाऱ्या उन्मत्त, उद्धट संन्याशाची खोड श्री स्वामींनी मोडली. त्याची सोने बनवण्याची किमया निकामी केली. एका लिंबाच्या झाडाकडे निर्देश करून त्यास त्यातून सोने पाझरत असल्याचे दाखवून दिले. झाडातून पाझरणारे सोन्याचे पाणी जमिनीवर पसरून जमीनही सोन्यासारखी झाल्याचे त्याच्या प्रत्ययास आणून दिले. अखेरीस तो किमयागार संन्यासी श्रींना शरण आला. श्री स्वामी हे 'श्रीपती' म्हणजे भगवान विष्णू आहेत, याची रोकडी प्रचिती घेतली.

दारिद्र्याने गांजलेला एक गृहस्थ अक्कलकोटमध्ये आला. काही दिवस श्रींची नित्यसेवा करीत राहिला. तो दररोज चार-चार घटका श्रींचे स्मरण करीत त्यांच्यापुढे हात जोडून विनम्रपणे उभा राहत असे. एके दिवशी श्री स्वामी महारवाड्यात होते. त्यांच्या आजूबाजूस काही हाडे पडलेली होती. हा गृहस्थ नित्यनियमाप्रमाणे तिथे गेला. श्रींचे दर्शन घेऊन हात जोडून श्रींसमोर उभा राहताच सर्वज्ञ, अंतर्ज्ञानी श्री स्वामींनी, 'ओ हड्डी लेके जाव।' अशी आज्ञा त्यास केली. 'हाडकास कसे शिवावे?' असा विचार त्याच्या मनात आला. पण श्री स्वामींची आज्ञा भंग होऊ नये म्हणून त्याने साशंक मनाने थोडीशीच हाडे खांद्यावरील उपरण्यात बांधून बाजूस नेऊन ठेवली. पुन्हा हात जोडून 'श्रीं'समोर येऊन उभा राहिला. त्यावर ते त्यास म्हणाले, ''अब जाव, कायकु खडे?'' तेव्हा तो उपरण्यात बांधून ठेवलेल्या गाठोड्याजवळ

आला. ते उचलून पाहता त्यास ते जड लागले. उपरणे सोडून पाहिल्यावर त्यास हाडकाऐवजी उत्तम प्रकारचे सोने दृष्टीस पडले. तो आनंदविभोर झाला. श्री स्वामी हे लक्ष्मीपती आहेत असे मनोमन म्हणत, त्यांचे आशीर्वाद घेऊन आपल्या गावी गेला.

✻

त्या वेळच्या मारवाड प्रांतातील एक तरुण मारवाडी ब्रह्मांडनायक श्री स्वामी समर्थांची किर्ती ऐकून अक्कलकोटी आला. श्रींच्या सेवेत तीन वर्षे राहिला. 'घरी परत निघून ये' म्हणून त्यास वारंवार पत्रे, निरोप येत होते. परंतु तो काही श्रींची सेवा सोडावयास तयार नव्हता. अखेरीस त्याचे वडील व चुलता त्याला घरी नेण्यासाठी अक्कलकोटला आले. चोळाप्पाद्वारे त्यांनी श्री स्वामींकडे या संबंधी विनंती केली. तेव्हा श्री स्वामी त्यास म्हणाले, ''तू आता तुझ्या घरी जा व कधीकधी इथे येत जा.'' अशी 'श्रीं'ची आज्ञा होताच तो अत्यंत नाइलाजाने त्याचे वडील आणि चुलत्यांबरोबर घरी परत जाण्यास तयार झाला. अखेरचा निरोप घेताना तो तरुण मारवाडी श्री स्वामींस म्हणाला, ''महाराज, आपल्या या परमपवित्र चरणांच्या दर्शनास आता मी मुकणार! कृपा करून आपल्या चरणांचे दर्शन अधूनमधून मला देत जा. येथून जातेसमयी मला काही प्रसाद द्या.''

त्याच्या या विनंतीवर श्री स्वामी त्यास कठोरपणे म्हणाले, ''येथे घेणे-देणे असला काही व्यापार नाही.'' तो मारवाडी जावयास निघणार, तेवढ्यात दयाघन श्री स्वामी बाजूस पडलेल्या हाडकांच्या ढिगाऱ्याकडे निर्देश करीत म्हणाले, ''तुला प्रसादच पाहिजे असेल, तर समोरच असलेल्या त्या हाडकांच्या ढिगाऱ्यातील चार हाडके तुझ्यासोबत घेऊन जा.''

'श्रीं'ची आज्ञा प्रमाण मानून त्याने त्या हाडकांच्या ढिगाऱ्यातील चार हाडके एका फडक्यात बांधून घेतली. ते तिघेही त्यांच्या घरी मारवाडात (सध्याचे राजस्थान) आल्यानंतर ते हाडकांचे गाठोडे सोडून पाहिले, तर त्यात त्यांना त्या हाडांचे सोने झालेले आढळले. येथेही 'श्रीं'च्या श्रीपती तथा विष्णू असल्याचा प्रत्यय त्या तिघांना आला. श्री स्वामी समर्थ हे 'श्रीपती' असल्याचा सुखद अनुभव अशाच एका तेलंगी माणसास आला. एकदा तो द्रव्येच्छेने तीर्थयात्रा करीत-करीत अक्कलकोटी आला. 'श्रीं'चे दर्शन घेऊन उभा राहताच, ''अरे! काय इच्छा धरून आलास?'' असे स्वामींनी त्यास विचारले.

तो म्हणाला, ''महाराज, मी दारिद्र्याने अतिशय गांजलो आहे. मला कर्जही फार झाले आहे, तरी 'श्रीं'नी कृपावंत होऊन, मला कर्जमुक्त करावे.'' त्यावर श्री

स्वामी त्याच्याकडे रोखून पाहत म्हणाले, ''आम्ही संन्यासी! आमच्याजवळ द्रव्य नाही.'' हाताने मातीच्या ढिगाऱ्याकडे निर्देश करीत ते म्हणाले, ''तुला पाहिजे असल्यास त्यातील तुला हवी तितकी माती घे.''

''माती घेऊन काय करू, महाराज?'' असे तो म्हणताच श्री स्वामी त्यास रागावून म्हणाले. ''नको असल्यास येथून चालता हो!'' तेव्हा त्याने मनातल्या मनात विचार करून, महाराज म्हणतात म्हणून मातीच्या ढिगाऱ्यातील एक मातीचे ढेकूळ उपरण्यात बांधून घेतले व तो घरी आला. घरात पत्नीसमोर सोडून पाहतो, तर त्या मातीच्या ढेकळाची चांदी झालेली त्यास आढळली. त्याने 'श्रीं'चे मनोमनी स्मरण करून तेथूनच हात जोडून त्यांना वंदन केले.

श्री स्वामी समर्थ हे इच्छादाता श्रीपती असल्याचा सुखद अनुभव अनेकांना त्या वेळी येत होता. त्यातीलच एक हैद्राबाद प्रांतातील विठ्ठलराव नावाचे मामलेदार होते. त्यांच्या काही अपराधांमुळे त्यांस मामलतीचे कामावरून दूर केले होते. पश्चात्ताप पावून ते श्री स्वामींस अनन्यभावे शरण आले. 'पुन्हा अपकृत्ये करणार नाही' असे श्री स्वामी चरणावर डोके ठेवून त्यांनी सांगितले, तेव्हा दयाघन श्री स्वामी त्यांस म्हणाले, ''जा, तुझे अपराध क्षमा केले आहेत. यापुढे सावधगिरीने वाग!'' 'श्रीं'चे आशीर्वाद घेऊन विठ्ठलराव हैद्राबादेस आले. लवकरच दोषमुक्तही झाले. त्यांची जप्त झालेली मालमत्ताही त्यास परत मिळाली.

। चन्नबसाप्पा ।

धनिक जंगम वाणी चन्नबसाप्पा सावकाराने प्रत्यक्ष पाहिलेल्या श्री स्वामी समर्थांच्या त्या दैवी वैभवाची निंदा त्याच्या समवेत असलेल्या गुरू सिद्धाप्पाजवळ केली. तो कुत्सितपणे म्हणाला, ''काय हो ही वेडी, खुळी, श्रद्धाळू प्रजा! आज सर्व व्यापारी, दुकानदार, सोलापूरची मुले, लेकरे, स्त्रिया, पुरुष त्या अक्कलकोटच्या संन्याशाच्या दर्शनास आली आहेत वाटते? किती मूर्ख आणि अविवेकी आहेत हे सारे लोक! सिद्धेश्वरासारखा देव सोडून त्या संन्याशाच्या नादी लागले आहेत. संसार, व्यवसाय, काम-धंदा सर्व टाकून आलेत. कदाचित अक्कलकोटच्या राजाला पाहण्यासाठी ते सगळे जण आले असावेत!'' त्याच्या बोलण्यातील खोच आणि प्रत्येक शब्दात 'श्रीं'बद्दलचा उपहास आणि मत्सर ठासून भरलेला होता. परंतु चन्नबसाप्पाच्या समवेत असलेल्या गुरू सिद्धाप्पास त्याचे हे उपहासात्मक विचार रुचले नाहीत. त्या

वेळी तो म्हणाला, ''चन्नबसाप्पा, देव, साधू आणि गुरू यांची निंदा नालस्ती करणे हे फार मोठे पातक आहे. त्यापेक्षा आपणही त्या स्थळी प्रत्यक्ष जाऊन पाहू या.'' असे म्हणून ते दोघेही धर्मरावाच्या बागेत आले. बागेत सजवलेल्या भव्य, नितांत सुंदर मंडपात एका सिंहासनावर श्रींची स्वारी विराजमान झालेली होती.

ती भव्यदिव्य यात्रा पाहून ते दोघेही चकित झाले. गुरू सिद्धाप्पांनी श्री स्वामींना साष्टांग दंडवत घातला. त्याच वेळी त्याच्यासमवेत असलेला काही वेळापूर्वी 'श्रीं'ची निदा-नालस्ती करणारा, नावे ठेवणारा चन्नबसाप्पा पुढे होऊन श्रींना निरखून पाहू लागला. त्यास त्या स्थानी कैलासनायक श्री सिद्धेश्वर पार्वतीसह बसले असल्याचे दृश्य प्रत्यक्ष दिसले. त्याने आश्चर्यचकित होऊन श्री स्वामींस साष्टांग नमस्कार घातला. पश्चात्ताप पावून तो स्वत:च स्वत:च्या तोंडात मारून घेऊ लागला. कान चिमटीत पकडून श्रींची वारंवार क्षमा मागू लागला. ''आपली निंदा करणारी माझी ही जिव्हा छाटून टाकावी...'' असे बरेच काही उच्च स्वरात श्रींसमोर बसून कळवळून म्हणू लागला, ''महाराज, आपण साक्षात शिवहर शंकर सिद्धेश्वर आहात! मी खरोखर महापातकी आहे. डुकराहून, कुत्र्याहूनही नीच आहे. आपले भगवत्स्वरूप मी ओळखले नाही. पैशाच्या उन्मादात आणि बलाढ्य सावकारीच्या तोऱ्यात माझ्या तोंडून आपल्याबद्दल अतिशय निंदाजनक वचने निघाली. आज लक्षावधी लोक घरदार सोडून आपल्या दर्शनास आली. आपले साक्षात ईश्वरी दर्शन घेऊन कृतार्थ झाली. त्या सर्वांना मी दूषणे दिली, नावे ठेवली. या माझ्या घोर अपराधास देहान्त प्रायश्चितच मिळाले पाहिजे!''

चन्नबसाप्पाची ही पश्चात्तापदग्ध अवस्था ओळखून श्री स्वामी त्यास म्हणाले, ''तुला खराखुरा पश्चात्ताप झाला आहे ना? अरे, पश्चात्ताप हे पाप्यासाठी मुख्य प्रायश्चित्त आहे. त्याने पाप जळते. चित्त शुद्ध होते. सर्व दुर्वासनांचा क्षय होतो. त्यामुळे मनोजय होतो. प्रपंचाचा अनुताप होणे हेच वैराग्य जाणावे.'' अतिशय उन्मत्त, उद्धट म्हणून लौकिक असलेल्या चन्नबसाप्पास पश्चात्ताप झालेला पाहून तिथे निकटतम सर्व उपस्थितांना आश्चर्य वाटले. श्री स्वामींना निंदक आणि वंदक दोन्हीही समान असत. नंतर इतरांप्रमाणेच त्यांनी त्यास प्रसाद दिला. तो तिथल्या तिथेच त्याने भक्तिभावाने आणि श्रद्धापूर्वक भक्षण केला. आता चन्नबसाप्पा श्री स्वामी समर्थ महाराजांस पुरता शरण आला होता.

पुढे त्याने यथावकाश श्रींना उत्तम प्रकारचे शिवलिंग पिंडीसह अर्पण केले. त्याची स्थापना बुधवार पेठेतील मठात करण्यात आली. त्याचप्रमाणे त्याने सुरेख

कृष्णवर्णीय पादुकाही श्रींस अर्पण केल्या. त्यांचीही याच मठात 'नृसिंहभान पादुका' म्हणून स्थापना करण्यात आली. पुढे 'श्री'कृपेने त्यास पुत्रसंतान झाले. श्रींच्याच आज्ञेने त्याचे नाव 'मल्लिकार्जुन' असे ठेवण्यात आले. मुलास प्रज्ञापुरी आणून त्यास श्री स्वामीचरणांवर घातले. त्या वेळी चन्नबसाप्पाने एक सहस्त्रमुद्रा श्रींचरणी अर्पण केल्या. त्याच वेळी देवकार्यासाठी एक चवरीही अर्पण केली. (चवरी म्हणजे तांब्याच्या धातूचा फार मोठा हंडा. ज्यात मोठ्या चाळीस घागरी इतके पाणी राहते.) चन्नबसाप्पाची श्री स्वामी समर्थांवर अपार श्रद्धा जडली. मग त्यांनी श्री सेवेत कधीही कसूर होऊ दिली नाही. ते त्या वेळचे सोलापुरातील नामांकित, लौकिकप्राप्त श्रीमंत व्यापारी सावकार होते. राजदरबारीही त्यांना फार मानमरातब होता. त्यांचा मुलगा मल्लिकार्जुनही त्यांच्यासारखाच श्री स्वामीभक्त होता.

। मोरोपंत ।

अक्कलकोट व कर्नाटकातील तीर्थक्षेत्र गाणगापूर यांच्या दरम्यान बडदाळे नावाचे एक छोटेसे गाव होते. या गावी मोरोपंत बापट नावाचे एक जकात कारकून नाकेदारीच्या कामावर होते. त्या काळी फक्त सोलापूरपर्यंतच येण्या-जाण्याचा लोहमार्ग होता. बहुतांशी प्रवासी, यात्रेकरू व दर्शनार्थी सोलापूरपर्यंत आगगाडीतून प्रवास करीत. पुढे पायवाटेने, बैलगाडी वा घोड्यावरून अक्कलकोटला श्री स्वामी समर्थ महाराजांचे दर्शन घेण्याकरिता येत असत. 'श्रीं'चे दर्शन घेतल्यानंतर गाणगापूर इथे श्रीगुरू नृसिंहांच्या दर्शनासाठी जात.

अक्कलकोट व गाणगापूरच्या दरम्यान असणाऱ्या बडदाळे गावी तेव्हा बहुतेक भाविक भक्त मोरोपंत बापटांच्या घरी मुक्कामास थांबत. तिथेच स्नान, भोजन आदी आटोपत. त्याबदल्यात मोरोपंतांस थोडीफार रक्कमही देत. भाविक भक्तांची गर्दी होत असे. पण मोरोपंत पैशांवर डोळा ठेवत. त्या बदल्यात यात्रेकरूंची चांगली व्यवस्था ठेवत नसत. कधीकधी तर नाराजीने अथवा नाखुशीनेच ते यात्रेकरूंची व्यवस्था करीत. प्रसंगी यात्रेकरूंशी तुसडेपणाने वागत. त्यांची हिडीसफिडीस करीत. दिवसेंदिवस त्यांचा यात्रेकरूंशी उर्मटपणाचा वर्तनव्यवहार फारच वाढला होता. यात्रेकरू नाइलाजास्तव मोरोपंतांचे हे वर्तन सहन करीत व 'श्रीं'च्या दर्शनास जात.

पुढे एकदा मोरोपंत बापट अक्कलकोटी 'श्रीं'च्या दर्शनास आले. 'श्रीं'स त्यांनी साष्टांग नमस्कार केला. मानभावीपणे नम्रपणाचा आव आणून त्यांच्या समोर हात

जोडून उभे राहिले. तेव्हा त्रिकालज्ञानी, सर्वज्ञ श्री स्वामी त्यांच्याकडे पाहत रागाने म्हणाले, ''काय रे मोऱ्या! आमच्याकडे येणाऱ्या-जाणाऱ्यांचे तुला फारच अप्रेम वाटते.'' 'श्रीं'चे हे वास्तव वर्णन करणारे धारदार बोलणे ऐकून मोरोपंत चांगलेच चरकले. ते पुढे काही बोलणार तोच त्यांना हाताने निर्देश करून थांबवित ते म्हणाले, ''अरे मोरोबा, तुझ्या सेवेच्या बदल्यात यात्रेकरूंकडून मोबदला वसूल करून तू त्यांचा अनादरही करतोस काय?'' 'श्रीं'च्या या बोलण्याने मोरोपंत पुरते घाबरले. ''महाराज, चूक झाली. क्षमा करा. इथून पुढे माझ्याकडून यात्रेकरूंशीच काय, पण कुणाशीही असे वर्तन होणार नाही...'' दोन्ही कान पकडून श्रीचरणांवर वारंवार लोटांगण घालून मोरोपंत क्षमा मागू लागले.

तेव्हा दयाघन श्री स्वामी त्यांस म्हणाले, ''अरे मोरोबा, प्रामाणिकपणे येणाऱ्या-जाणाऱ्या यात्रेकरूंची सेवा करावी. त्यांच्याशी आदरयुक्त, मृदू संभाषण करावे. कुणालाही अकारण दुखवू नये. यात्रेकरूची आपुलकीने सेवा ही आमचीच सेवा आहे असे समजून वागला तर सत्कीर्तिवान होशील. सर्वमान्य होऊन सद्गती पावशील...'' असा बराच हितोपदेश मोरोपंत श्री स्वामींच्या मुखातून एकाग्र चित्ताने ऐकत होते. 'होय महाराज', 'होय महाराज' असे म्हणून ते त्यांना सकारात्मक प्रतिसाद देत होते. वारंवार 'श्रीं'ची क्षमा मागत होते. ''क्षमा करा, महाराज. चुकलो.'' असे वारंवार म्हणत होते. आता मोरोपंतांचे पूर्ण परिवर्तन झाले होते. श्री स्वामींची महती त्यांनी याचि देही याचि डोळा अनुभवली होती. त्यांचे सर्वज्ञपण त्यांना कळले होते. त्यांचा अहंकार गळून पडला होता. चित्तशुद्धी होऊन ते त्यांच्या गावी बडदळ्यास परतले.

श्री स्वामी समर्थ आज्ञेनुसार प्रज्ञापुरी आणि गाणगापुरी येणाऱ्या- जाणाऱ्याचे आदरातिथ्य, मनोभावे श्री स्वामी सेवा म्हणून ते करू लागले. ते व त्यांचे कुटुंबीय यात्रेकरूंना थोडीसुद्धा तसदी होणार नाही याची काळजी घेत होते. बडदळ्याहून आलेल्या यात्रेकरूंकडे पाहून सर्वज्ञ श्री स्वामी मिश्कीलपणे हसत. अधूनमधून यात्रेकरूंमधून अचूकपणे बडदळ्याहून आलेल्या यात्रेकरूस, ''काय म्हणतोय आमचा मोरोबा?'' असे विचारून खो-खो हसत. मोरोपंतांचे क्षेमकुशल विचारीत. श्रींचे दर्शन घेऊन परत जाणारे यात्रेकरू बडदळे गावी मोरोपंतांस 'श्रीं'नी क्षेमकुशल विचारल्याचे सांगत. ते ऐकून मोरोपंतांच्या डोळ्यांत कृतज्ञतेचे अश्रू जमत. तेथूनच ते 'श्रीं'ना हात जोडून नमस्कार करीत. यात्रेकरूंच्या रूपातच जणू ते श्रींचे रूप पाहत असत. आता 'श्रीं'च्या वचनानुसार त्यांची कीर्ती सर्वत्र पसरली होती. यात्रेकरूंची

संख्याही वाढली होती. त्यांचे उत्पनही वाढले होते. ते आणि त्यांचे कुटुंबीय श्री स्वामी समर्थकृपेचा आनंद उपभोगत होते.

सेवेकरी, भक्त, संत, यती, मूक, बधीर, अंध, अपंग - कुणीही येवो, त्यांस पोटभर अन्नपाणी देणे हा त्यांचा व त्यांच्या कुटुंबीयांचा धर्मच झाला होता. येणाऱ्या-जाणाऱ्या यात्रेकरूंमध्ये ते श्री स्वामी समर्थांना बघत. त्यांनाच 'श्री'रूप समजून त्यांची सेवा करीत. थोड्याच दिवसांत परोपकारी, शांत, सेवाभावी, न्यायी म्हणून मोरोपंत बापटांचा लौकिक बडदाळे गावाच्या सीमा ओलांडून सर्वत्र पसरला. परमार्थी, विचारवंत आणि आचारवंत म्हणून त्याची सर्वत्र ख्याती पसरली. अधूनमधून मोरोपंत आणि त्यांचे कुटुंबीय 'श्रीं'च्या दर्शनास अक्कलकोटी जात. तेथेही ते अन्नदान करीत. दुर्बलांना वस्त्रे आणि खर्चासाठी अल्प स्वल्प धनही देत. 'श्री'कृपेने प्राप्त झालेले श्रींचरणी अर्पण करीत.

मोरोपंतांचे असे काही दिवस सुखा-समाधानात आणि आनंदात जात असताना त्यांचा अकारण द्वेष करणारे काही लोकही निर्माण झाले. त्या द्वेषी, मत्सरी, विघ्नसंतोषी, दुष्ट लोकांनी मोरोपंतांवर अनेक संकटे आणली. त्यांच्याविरुद्ध वरिष्ठांचे कान भरले. त्यास प्रत्यक्ष-अप्रत्यक्ष मानसिक यातना देण्याची, त्यांच्या विरुद्ध कटकारस्थाने केली. त्यांचे व त्यांच्या कुटुंबीयांचे स्वास्थ्य कसे बिघडेल यासाठी हरतऱ्हेचे प्रयत्न अतिशय नीच पातळीला जाऊन केले. त्यांच्या जकात कारकुनीच्या नोकरीवर गदा आणण्यासाठी थेट त्यांच्या वरिष्ठांकडे खोट्यानाट्या तक्रारी केल्या. त्यांना दोषी ठरवण्याचा त्यांच्या हितशत्रूंनी खूप प्रयत्न केला. मोरोपंताना त्यांची नाकेदारीची नोकरीही गमवावी लागली. खोटे-नाटे आरोप त्यांच्यावर ठेवण्यात आले होते. मोरोपंतांच्या विरोधकांनी त्यांचे जगणे असह्य करून सोडले होते. या अशा बिकट परिस्थितीत श्री स्वामी समर्थ महाराज हेच त्यांचे व त्यांच्या कुटुंबीयांचे आधारवड होते. त्या सर्वांची श्री स्वामी समर्थांवर अविचल निष्ठा होती. त्या विपरीत परिस्थितीतही ती तसूभरही कमी झालेली नव्हती. उलट वाढलीच होती. 'श्री स्वामी समर्थ सर्वज्ञ आहेत! आपल्याला तेच योग्य न्याय देतील आणि या सर्व संकटांतून तेच वाचवतील.' असे मोरोपंत मनोमन जाणून होते. त्यांच्या कुटुंबीयांना ते श्री स्वामी समर्थांच्या भरवशावर आणि त्यांच्यावरील दृढ श्रद्धेवर दिलासा देत होते.

अखेरीस मोरोपंताची श्री स्वामींवरील निष्ठा फळास आली. अंतिमत: त्या वेळच्या निजामालाही योग्य न्याय करण्याची बुद्धी झाली. 'मोरोपंत पूर्णत: निर्दोष आहेत. पुन्हा, त्यांना नोकरीवर घेण्यात येत आहे. नोकरीवरून काढून टाकल्याच्या

काळातील त्याचा पगारही त्यास देण्यात येत आहे.' असा हुकूमच निजाम सरकारच्या अधिकाऱ्यांनी काढला. मान-सन्मानाने मोरोपंत पुन्हा त्यांच्या जकात कारकुनाच्या नोकरीवर रुजू झाले. थोड्याच दिवसांत श्रीकृपेने त्यांस अव्वल कारकुनाचा दर्जा मिळाला. पगारही वाढला. सत्यवादी म्हणून त्याची त्या परिसरात कीर्ती झाली.

श्री स्वामी समर्थ कृपेने मोरोपंत व त्यांच्या परिवारात मोठा बदल झाला होता. निर्लोभी, नि:स्पृह आणि नि:पक्ष वर्तनव्यवहाराने ते सर्व कुटुंब वागत होते. मोरोपंत व त्यांची पत्नी आणि परिवारातील सदस्य अतिशय सेवाभावी वृत्तीने येणाऱ्या-जाणाऱ्या यात्रेकरूंची देखभाल करीत होते. त्या सर्वांनाच श्री स्वामी समर्थ नामस्मरणाचा छंद जडला होता. जणू श्री स्वामी समर्थ त्या सर्वांचा प्राणवायूच झाले होते.

। जगन्नाथ शिरोडकर ।

इ.स. १८६१-६२च्या दरम्यानची ही गोष्ट मुंबईच्या त्या वेळच्या सुप्रसिद्ध जगन्नाथ शिरोडकर यांच्या पायास काहीतरी भयंकर रोग झाला. पायास जागोजागी भोके पडली. तीन-साडेतीन वर्षे ते या पायाच्या जखमेच्या असह्य वेदना सहन करीत होते. त्यांनी आपला पाय त्या वेळच्या मुंबईतील पुष्कळ चांगल्या अनुभवी डॉक्टर हकीम आणि वैद्यास दाखविला. त्यांनी जी जी औषधे व उपाय सुचविले, ते सर्व करून ते अक्षरश: थकून गेले. परंतु त्यांपैकी एकापासूनही गुण आला नाही. त्यांनी त्या वेळच्या प्रख्यात डॉ. भाऊ दाजींनाही पाय दाखवला. त्यांनीही हात टेकले. शेवटी ते जगन्नाथरावांस सर जमशेटजीच्या इस्पितळात घेऊन गेले. तेथील त्या वेळच्या सुप्रसिद्ध डॉ. हंटर व डॉ. फॅगर्टी अशा मोठमोठ्या नामांकित डॉक्टरांस दाखविले, तेव्हा हे तिन्ही डॉक्टर मिळून 'जगन्नाथरावाचे पाय ढोपरापासून कापावे लागतील' या निर्णयाप्रत आले.

हा भयंकर उपाय ऐकून जगन्नाथराव अतिशय घाबरले. त्यांना त्यांच्या जीविताची आशाच राहिली नाही. या असल्या अघोरी उपायाच्या धास्तीने ते पुरते खचून गेले. ते जवळजवळ अर्धमेल्या अवस्थेत आले. कमालीचे कृश झाले. याच दरम्यान त्यांच्या काही मित्रांनी त्यांना सांगितले, ''अक्कलकोट क्षेत्री श्री स्वामी समर्थ नामे अवतारी महापुरुष आहेत. ते व्याधीग्रस्तांची व्याधी दूर करतात.'' हे ऐकून जगन्नाथरावांस काहीसा दिलासा मिळाला. त्यांनी आपले कुटुंब, स्नेही, आचारी व एक चाकर बरोबर घेऊन अक्कलकोटला प्रस्थान केले.

त्या वेळी ते अक्कलकोटमध्ये गणपतराव जोशी यांचे घरी उतरले. श्री स्वामी समर्थ तेव्हा चोळाप्पाच्या घरी होते. समवेतच्या सर्व मंडळींसह जगन्नाथराव श्री स्वामी समर्थ महाराजांच्या दर्शनास तिथे गेले. श्रींपुढे श्रीफळ व अन्य काही वस्तू अर्पण करून त्यांचे चरणदर्शन घेताना जगन्नाथरावांच्या मनात विचार आला, 'श्री स्वामी समर्थ महाराजांनी माझ्या पायाची ही जीवघेणी व्याधी बरी करून मला जीवदान द्यावे. नाहीतर एकदाचा या देहाचा संबंध तरी तोडून टाकवा.' या विचाराने त्यांच्या डोळ्यांतून अश्रू वाहू लागले. ते ढळाढळा रडू लागले. जगन्नाथरावांनी आपल्या अश्रूंचा अभिषेक श्रीचरणांवर घातला.

अंतर्ज्ञानी दयानिधी श्री स्वामी समर्थ महाराजांनी आपली अमृतदृष्टी जगन्नाथरावांच्या पायावरील जखमेवर रोखली आणि म्हणाले, "क्या दर्द है?" एव्हाना जगन्नाथरावांच्या पायाच्या जखमेवरील पूर्वी बांधलेल्या काही पट्ट्या सैल झाल्या, तर बऱ्याचशा गळून पडल्या. चाकर त्या गोळा करीत आहेत असे पाहून श्री स्वामी म्हणाले, "फेक दो।" जखमेवरील त्या पट्ट्या फेकून देण्यात आल्या. नंतर त्या जखमांवर नवीन पट्ट्या बांधण्यात आल्या. तेव्हा काही वेळ जगन्नाथराव श्री स्वामी समर्थचरणांजवळ मनोमन 'श्री स्वामी समर्थ' नामाचा जप करीत बसून राहिले. दर्शनार्थींची गर्दी वाढू लागली. तेव्हा आपल्या दुखऱ्या पायास कुणाचा धक्का लागू नये म्हणून जगन्नाथराव श्री स्वामी चरणांपासून हळूहळू मागे सरकले.

तेवढ्यात जगन्नाथरावांच्या कुटुंबानेही श्रींचरणी मस्तक ठेवून "महाराज मला चुडेदान मिळावे." अशी प्रार्थना केली. तेव्हा श्री स्वामी आशीर्वादात्मक हात उंचावून म्हणाले, "तुझी मनोकामना पूर्ण होईल. जा." हे शब्द उच्चारून स्वामींनी संमतीदर्शक मान हलविली. अशा प्रकारे श्री स्वामी समर्थांचा कृपाशीर्वाद घेऊन ते उभयता त्यांच्या चाकरासह गणपतराव जोशी यांच्या घरी जिथे त्यांचा मुक्काम होता, तिथे आले. घरी आल्याआल्या त्यांनी सर्व हकीकत गणपतराव जोशी यांना सांगितली. "जगन्नाथराव! तुमचा रोग गेलाच म्हणून समजा." असे गणपतरावांनी आत्मविश्वासपूर्वक त्यांना सांगितले. "पण जो पर्यंत आपण इथे आहात, तोपर्यंत आपण उभयतांनी श्रींचे दर्शन नित्यनियमाने घेत जावे म्हणजे झाले!" त्या उभयतांनी त्यांच्या या सूचनेवर मान डोलवली. पुढे २१ दिवसांच्या अक्कलकोटमधील त्यांच्या मुक्कामात त्या दोघांनीही श्रींचे नित्यदर्शन घेण्याचा क्रम सुरू ठेवला. कधीकधी दिवसातून दोनदाही ते दोघे श्रींच्या दर्शनास उत्साहाने जात असत. दरम्यान त्यांनी मुंबईहून बरोबर आणलेली औषधे व मलमेही ते पायास लावीत.

श्रींस अर्पण करण्यासाठी त्यांनी नाना प्रकारची फळे, सुका मेवा आदी आणली होती. ती नित्यशः ते नेत. मनोभावे श्रींचरणी अर्पण करीत. असेच एके दिवशी नित्यक्रमाने दर्शन घेऊन, फळे आदी अर्पण करून मनातल्या मनात विचार करू लागले, 'ही कडू औषधे घेण्याचे माझ्या नशिबी अजून किती दिवस आहे कोण जाणे?' तत्क्षणी अंतर्ज्ञानी श्री स्वामी त्यांच्याकडे पाहत म्हणाले, ''नवे औषध तयार होत आहे!'' आश्चर्यचकित झालेले जगन्नाथराव पुन्हा श्रींचरणी नतमस्तक झाले व परत मुक्कामाच्या ठिकाणी बिऱ्हाडी आले. यापुढे मुंबईहून आणलेली डॉक्टरांची औषधे घ्यायची नाहीत, असा त्यांनी निश्चय केला; परंतु पायावरील त्या जखमांवर माशा बसू नयेत म्हणून ते मलमाच्या पट्ट्या जखमांवर लावीत असत.

❋

एके दिवशी सकाळच्या वेळी जगन्नाथराव गड्याचे खांद्यावर बसून शौचाहून येत असता 'महाराज मोगलाईत गेले!' असे काही लोक म्हणू लागले. कोणी म्हणाले, ''ते मुसलमानांच्या दर्ग्यात गेले आहेत.'' चौकशीअंती त्यांना कळले की, श्रींची स्वारी अक्कलकोटापासून सुमारे सहा-सात कोसांवरील मोगलाईतील 'नरगुंद' गावी गेली आहे. असे खात्रीशीर समजल्यावर, जगन्नाथराव श्री स्वामींच्या दर्शनभेटीच्या तीव्र ओढीने गड्याच्या पाठीवर बसून तिथे गेले.

तिथे गेल्यावर पाहतात, तो श्रींची स्वारी मुसलमानांच्या दर्ग्यात शांतपणे, सुखात, स्वानंदात बसली होती. त्यांच्या खांद्यावर पोपट बसला होता. श्री स्वामी वरचेवर त्याच्या अंगावरून हात फिरवीत होते. त्याला प्रेमाने कुरवाळीत होते. तोही त्यांच्याशी जणू त्यांचा जिवलग सखा असल्याप्रमाणे खेळत होता. श्री स्वामींचे ते विलोभनीय, तेजःपुंज, ईश्वरी स्वरूप जगन्नाथरावांनी होईल तितके डोळ्यांत साठविले. नोकराच्या पाठीवरून उतरून त्यांनी श्रींचे चरण घट्ट धरले. मोठ्याने आक्रोश केला. श्रींच्या सभोवताली काही अंतरावर चार बाजूस चार फकीर बसले होते. एक फकीर झाडलोट करीत होता. दुसरा श्री स्वामींसाठी हुक्का तयार करीत होता. जगन्नाथरावांनी तेव्हा पुन्हा जोराचा हंबरडा फोडून श्रींचे चरण छातीशी कवटाळले व कळवळून म्हणाले, ''देवाधिदेवा, स्वामिराया, आता मी काय करू?'' तेव्हा श्री स्वामी त्यास 'मालक आला नाही' असे म्हणाले. श्रींचे हे वाक्य ऐकून जगन्नाथरावांनी त्यांना विनंती केली, ''देवाधिदेवा स्वामिराया, मी कोण आहे हेच मला कळत नाही. तेव्हा मालक कोण हे मी अज्ञ पामर काय समजू?'' त्या वेळी त्याच्या शोकाश्रूंनी श्रींचे चरण अक्षरशः भिजून गेले. ते

परमपवित्र ईश्वरी चरण स्ववस्त्रांनी पुसून जगन्नाथराव तसेच तिथे काही वेळ बसले. त्यांनी सोबत आणलेल्या चांदीच्या पादुका खिशातून काढून त्या श्रींच्या चरणास लावल्या व त्या तशाच त्यांच्या सन्निध ठेवल्या. नंतर श्रींस हात जोडून प्रार्थनापूर्वक म्हणाले, ''देवाधिदेवा श्री स्वामिराया, आता यापुढे आपल्या परमपावन पवित्र चरणतीर्थावाचून अन्य दुसरे कोणतेही औषध मी माझ्या पायासाठी घेणार नाही. आता तुमचे चरण तारोत अथवा मारोत. काहीही होवो.'' असे म्हणून पुन्हा जगन्नाथरावांनी श्रीचरणांवर मस्तक ठेवले.

श्रींच्या डाव्या बाजूस बसलेला फकीर त्यास म्हणाला, ''तुम्हारा काम हुआ, फिकीर मत करो।'' तो असे म्हणतो न म्हणतो, तोच श्री स्वामींनी जगन्नाथरावांचे मस्तकावरून आशीर्वादात्मक हात फिरविला. त्या आशीर्वादात्मक दैवी करस्पर्शाने त्यांस मोठा आनंद झाला. त्यांनी सोबत आणलेल्या त्या चांदीच्या पादुका पुन्हा श्रीचरणांस लावून आपल्या खिशात घातल्या. काही वेळाने त्यांची पत्नीही तिथे आली. तिनेही श्रीचरणांवर मस्तक ठेवले. ''महाराज, आपण आमचेच मायबाप, सर्वेसर्वा आहात. यांना पायाच्या या व्याधीतून वाचवा हो, महाराज, वाचवा!'' असे म्हणत ती ओक्साबोक्शी रडू लागली. तिची ती केविलवाणी अवस्था सभोवतालच्या फकिरासही ऐकवेना आणि पाहवेना. तेव्हा तिथे उपस्थित असलेले ते फकीर म्हणाले, ''अगं, तुझ्या नवऱ्याचे कार्य झाले आहे. जा आता.'' फकिरांच्या या बोलण्यास ब्रह्मांडनायक, दयानिधी श्री स्वामी समर्थ महाराजांनी होकारात्मक मान डोलावली. त्या उभयतांस शुभाशीर्वाद देऊन परत जाण्याची अनुमती दिली.

तेथून अक्कलकोटास परत बिऱ्हाडी आल्यावर उभयता पती-पत्नीने सर्व हकिकत गणपतराव जोशांस सांगितली. ''जगन्नाथराव, तुम्ही अक्कलकोटास आल्याचे सार्थक झाले.'' असे गणपतराव त्यांना दिलासा देत म्हणाले. भोजन वगैरे आटोपून जगन्नाथराव परत वामकुक्षीसाठी झोपले असता त्यांना ब्रह्मांडनायक श्री स्वामी समर्थ अक्कलकोटास परत आल्याचे स्वप्न पडले. जागृत होऊन पाहतात, तो खरेच श्री स्वामींची स्वारी परत आल्याचे त्यांना समजले. लगेचच ते उभयता पती-पत्नी श्रींच्या दर्शनास गेले. तेव्हा श्रींची स्वारी थोडी रोषात असल्याचे जाणवले. म्हणून दुरूनच नमन करून ते काही अंतरावर बसले. थोड्या वेळाने सरकत सरकत जाऊन श्रींना चरणस्पर्श करून त्यांचे दर्शन घेतले आणि ते उभयता बिऱ्हाडी परत आले.

दुसऱ्या दिवशी मुंबईत परत जाण्याची सर्व तयारी करून ने दोघेही श्रींच्या दर्शनास आले. त्यांना साष्टांग नमस्कार करून ''महाराज, आम्ही मुंबईस जात

आहोत. आम्हास आज्ञा व आशीर्वाद द्यावा'' असे प्रार्थनापूर्वक म्हणाले. त्या दोघांकडे प्रसन्न वदनाने पाहत आशीर्वादात्मक हात उंचावून श्री स्वामी म्हणाले, ''अब घरकू जाव. सब ठीक हो जायगा।'' ह्याप्रमाणे श्री स्वामी समर्थांची आज्ञा आणि कृपाशीर्वाद घेऊन ते मुंबईस येण्यास निघाले.

मुंबईच्या परतीच्या प्रवासातच जगन्नाथरावास जाणवू लागले, की त्यांच्या पायाच्या त्या जखमा थोड्या-थोड्या कोरड्या पडू लागल्या होत्या. घरी येताच त्यांनी मातोश्रींची दर्शनभेट घेतली व अक्कलकोट येथील ब्रह्मांडनायक श्री स्वामी समर्थ कृपेचा साग्रसंगीत इत्थंभूत वृत्तान्त मातोश्रींना सांगितला. ते ऐकून मातोश्रींच्या डोळ्यांतून आनंदाश्रू वाहू लागले. त्या स्थितीत कृतज्ञतेने हात जोडून त्या म्हणाल्या, ''देवाधिदेवा, श्री स्वामिराया, केवढी रे कृपा केलीस माझ्या जगन्नाथावर!'' पुढे जगन्नाथरावांनी नित्यनियमाने श्रींच्या चरणास लावून आणलेल्या पादुकांचे तीर्थ प्राशन करण्याचा आणि जखमांवर लावण्याचा क्रम चालू ठेवला. पुढे दिवसेंदिवस त्या जखमा कोरड्या पडत गेल्या. चारपाच महिन्यांनी तर त्या जखमा निःशेष बऱ्या झाल्या. आता जगन्नाथरावांस घरातल्या घरात फिरण्याची शक्ती आली होती.

श्री स्वामी समर्थ महाराजांच्या कृपेने जगन्नाथरावांचे दोन्ही पाय पूर्णतः बरे झाले. आता ते चांगले हिंडू फिरू लागले होते. एके दिवशी ते सहजच डॉ. भाऊ दाजी यांचे घरी गेले. ज्या डॉ. भाऊ दाजींनी 'पाय कोणत्याही औषधांनी बरे होणार नाहीत म्हणून ढोपरापासून तोडावेच लागतील' असे निर्वाणीचे आणि अखेरचे सांगितले होते, त्याच डॉ. भाऊ दाजींना जगन्नाथरावांचे पाय इतर माणसासारखे पूर्णतः बरे झालेले पाहून मोठे आश्चर्य वाटले. ''हा एवढा अशक्यप्राय चमत्कार कसा काय झाला?'' डॉ. भाऊ दाजींनी आश्चर्याने विचारले.

तेव्हा जगन्नाथरावांनी अक्कलकोटमधील श्री स्वामी समर्थांच्या कृपेचा सर्व इत्थंभूत वृत्तान्त सांगितला. ''अक्कलकोटच्या ब्रह्मांडनायक श्री स्वामी समर्थांनी मला या दुर्धर आजारातून बरे केले.'' असे कृतज्ञतापूर्वक उद्‌गार त्यांनी काढले. जगन्नाथरावांचे पूर्णतः बरे झालेले पाय पाहत डॉक्टर भाऊ दाजींनी आश्चर्याने त्यांस विचारले, ''त्यासाठी कोणता औषधोपचार केला?''

''औषध म्हणून दुसरे काहीच न करता मी फक्त श्री स्वामी समर्थ चरणांचे तीर्थ नित्यनियमाने लावीत होतो आणि प्राशन करीत होतो.'' जगन्नाथरावांनी अतिशय भावविवश होत त्यांना सांगितले. हे ऐकून डॉ. भाऊ दाजींस परमआश्चर्य वाटले. त्यांनी श्री स्वामी समर्थांची ही अघटित लीला त्यांच्या सर्व स्नेही मंडळींना सांगितली

व दाखवलीसुद्धा. जगन्नाथरावांचे व्याधिग्रस्त पाय ढोपरापासून तोडावे लागतील असे निदान डॉ. भाऊ दाजी, जमशेटजीच्या इस्पितळातील डॉ. हंटर व डॉ. फॅगर्टी या तीन तज्ज्ञ डॉक्टरांनी केले होते. तेच पाय केवळ श्री स्वामी समर्थांच्या कृपातीर्थाने नि:शेष बरे झाले होते. केवढे हे ईश्वरी सामर्थ्य!

। कुष्ठरोगपीडित पंजाबी गृहस्थ ।

असेच एकदा शके १७८६मध्ये (१८६४) एक धिप्पाड, उंच, बोलण्यात धीट परंतु महारोगाने पिडलेला पंजाबातील एक गृहस्थ अक्कलकोटला आला. त्या वेळी श्रींची स्वारी अक्कलकोटमधील साखरविहिरीवर बसली होती. बरोबर काही सेवेकरीही होते. पोटशुळाने अतिशय त्रस्त झालेला एक वृद्ध जवळच निंबाच्या वृक्षाखाली श्रींना पोटशुळाबाबत सांगण्यासाठी बसला होता.

तेवढ्यात तो पंजाबी इसम श्रींस दंडवत घालून उभा राहिला आणि म्हणाला, ''महाराज, आप बहुत चमत्कार करते हो, यह सुनकर में आया हूँ।'' त्याचे हे उद्धट भाषण ऐकून एखादी वीज कडकडावी त्याप्रमाणे श्री स्वामी त्यास रागाने म्हणाले, ''चमत्कार गारुडी के खेल मे देखे नहीं?''

तो पश्चात्ताप पावून श्री स्वामींस शरण गेला. वारंवार त्यांची क्षमा मागू लागला. दयाघन श्रींनी त्यास हात उंचावून ''अभी ठीक है।'' असे म्हणून त्यास क्षमा केली. पुढे तो अक्कलकोटला दोन-तीन महिने श्रींच्या नित्यसेवेत राहिला. नंतर तो रोगमुक्त होऊन 'श्रीं'चा कृपाशीर्वाद घेऊन त्याच्या मुलखात अत्यानंदाने निघून गेला.

तेथेच लिंबाच्या झाडाखाली बसलेला आणि पोटशुळाने त्रस्त झालेला माणूस श्रींस तेथूनच दीनवाणेपणाने प्रार्थना करीत असताना त्याच्याकडे पाहत श्री स्वामी त्यास म्हणाले, ''काय रे, आम्ही काय तुझ्या बापाचे काही देणे लागतो आहोत काय? उगीच आम्हा संन्याशाजवळ येऊन का मरतोस?'' असे बोलून ते उगीच राहिले. तेव्हा हात जोडून तो म्हणाला, ''देवाधिदेवा स्वामीराया, आम्हा पीडितास आपल्याशिवाय कोण त्राता आहे? आपण या अनाथावर कृपा करावी.'' असे बरेच काही दीनवाणीने बोलून पोटशुळाच्या वेदनेने तो मोठमोठ्याने रडू लागला. ते ऐकून दीनदयाळ श्री स्वामी कळवळले आणि म्हणाले, ''हत्तीच्या लेंड्या आणि त्या तुझ्या डोक्यावरील लिंबाचा पाला एकत्र करून खा, म्हणजे तुझा पोटशूळ जाईल. जा आता.''

'श्रीं'चे हे ब्रह्मवाक्य शिरसावंद्य मानून त्याने हत्तीच्या लेंड्या आणि डोक्यावरील लिंबाचा पाला एकत्र करून खाल्ला. दुसऱ्या दिवशीही श्रींची स्वारी त्याच स्थानी म्हणजे साखरविहिरीजवळ बसली होती. तो स्वामींकडे जाऊन प्रार्थनापूर्वक म्हणाला, ''महाराज, लिंबाचा पाला फार कडू लागतो.'' ते ऐकून श्री स्वामी त्यास हाताने लिंबाच्या झाडाच्या फांदीला स्पर्श करून निर्देश करीत म्हणाले, ''अरे, त्या फांदीचा नाही, या फांदीचा पाला खा, म्हणजे गोड लागेल.'' श्रींच्या आज्ञेनुसार त्याने तसे करताच श्रींनी स्पर्श केलेल्या फांदीचा पाला गोड मधासारखा लागला. ते श्री स्वामी समर्थ स्पर्शीत लिंबाचे झाड अगदी अलीकडील काही वर्षांपर्यंत अक्कलकोटमध्ये होते. भाविक भक्त त्या फांदीचा पाला प्रसाद म्हणून काढून नेत आणि खात. सध्याच्या शहरीकरणात ते झाड तोडले गेले आहे.

त्याचा पोटशूळ श्रींनी सांगितलेल्या औषधाने थोड्याच दिवसात पूर्णतः बरा झाला. तो श्रींचरणी अनन्यभावे लीन होऊन म्हणाला, ''देवाधिदेवा, स्वामीराया, मला अनुग्रह द्यावा!'' तेव्हा श्री स्वामी त्यास म्हणाले, ''जा, कांद्याची बोंडे खा!'' श्री स्वामीमुखातील अनुग्रहाचे वचन ऐकून त्या वृद्धास आनंद झाला. वास्तविक वैष्णव कांद्याला शिवत नाहीत. श्री स्वामी समर्थ तर त्यास 'कांदे खा' म्हणून सांगतात. त्यांच्यासह तेथील उपस्थितांना तेव्हा खूप आश्चर्य वाटले होते. पण श्रींच्या मुखातील वचन निश्चितच उद्धारक असेल, यावर ठाम विश्वास ठेवून तेव्हा कुणीही काही बोलले नाही. हा घडलेला चमत्कार महारोगाने सुरुवातीस उद्धट बोलणाऱ्या त्या पंजाबी गृहस्थाने प्रत्यक्ष पाहिला. सर्वज्ञ असलेल्या श्री स्वामींशी आपण केलेल्या अविवेकी, उद्धट वर्तनाचा त्याला आता खूप पश्चात्ताप झाला होता. तोही त्यांच्यापुढे लीन-दीन होऊन त्यांच्या सेवेत दोन महिने राहिला. पूर्ण बरा होऊन श्री स्वामींचा आशीर्वाद घेऊन तो स्वदेशी गेला.

। विष्णुबुवा ब्रह्मचारी ।

इंग्रजी राजवटीत ख्रिश्चन मिशनऱ्यांचे प्रस्थ अतिशय वाढले होते. त्याला महाराष्ट्रात विशेषतः मुंबईत रोखण्याचे, धक्का देण्याचे प्रभावी काम विष्णु भिकाजी गोखले तथा ब्रह्मचारी बुवांनी प्रभावीपणे केले. विविध साधू, संत, महंत, विद्वान यांना भेटल्यानंतर त्या कुणाच्याही कच्छपी न लागता त्यांनी स्वतःच स्वतःचे गुरू आणि स्वतःच स्वतःचे उद्धारकर्ते होण्याचा निर्णय घेतला. मिशनऱ्यांच्या धर्मप्रसारास विरोध आणि

त्यांच्या मतांचे खंडन हे त्यांनी त्यांचे जीवितकार्य मानले. इ.स. १८५७ ते इ.स. १८७१पर्यंतचा १५ वर्षांचा त्यांच्या आयुष्यातील महत्त्वाचा कालखंड ख्रिश्चन मिशनऱ्यांशी कडवा संघर्ष करण्यात; स्वतःचे विचार व्याख्यानांतून, प्रवचनांतून सांगण्यात आणि महत्त्वाच्या ग्रंथलेखनात गेला.

त्या काळातील अनावश्यक सोवळ्या-ओवळ्याचे प्रस्थ, कल्पना झटकून टाकणारा, स्वतःचे सुधारणावादी विचार सांगण्याचे धाष्टर्य असलेला एक निर्भीड विचावंत म्हणून त्यांचा त्या वेळी सर्वत्र लौकिक होता. त्यांची वक्तृत्वशैली इतकी प्रभावी होती, की त्या काळी एक आणा तिकीट लावून त्यांची व्याख्याने व्हायची. त्यांच्या व्याख्यानास तिकिटे असूनही इतकी प्रचंड गर्दी व्हायची, की गर्दी हटवण्यासाठी काही प्रसंगी पोलिसांना पाचारण करावे लागे. त्यांना स्पृश्यास्पृश्यता अजिबात मान्य नव्हती. त्यांची मते ऐकण्यासाठी शेकडो ख्रिश्चन मिशनरीही येत. दर गुरुवारी त्यांचा मिशनऱ्यांशी खुलेआम संवाद, वादविवाद आणि चर्चा होत असे. ख्रिश्चन मिशनऱ्यांनी हिंदू धर्माविरुद्ध घेतलेल्या आक्षेपांचे ते बिनतोड खंडन करीत.

त्या वेळचे ख्यातनाम ख्रिस्ती धर्मोपदेशक 'जी बोएन' वादविवाद सभेला उपस्थित राहात. प्रसंगी भागही घेत. यावरून विष्णुबुवांची प्रगत विचारसरणी, बिनतोड खंडन आणि सुस्पष्ट मंडन (मांडणी) करण्याची क्षमता आणि शैलीची कल्पना सर्व लोकांना येत असे. याचे सर्व वृत्त त्या वेळच्या 'बॉंबे गार्डियन' या अग्रगण्य इंग्रजी पत्रात छापून येत असे. ते स्पर्शबंदी, रोटीबंदी, सिंधुबंदी मोडणारे प्रखर सुधारणावादी होते. त्या काळी ते सर्व जातिधर्मांतील लोकांशी उघडपणे, बिनदिक्कत संभाषण करीत. 'परजातियांबरोबर, परधर्मियांबरोबर रोटी-व्यवहार आणि सागरप्रवास केल्यामुळे धर्मभ्रष्ट आणि नष्ट होत नाही' असे त्यांचे स्पष्ट मत होते. सोवळे-ओवळे विटाळ आदी बुरसटलेल्या, कालबाह्य कल्पना टाकून दिल्या पाहिजेत हे त्यांनी निव्वळ ठामपणे सांगितलेच नाही, तर ते प्रत्यक्ष आचरणात आणले.

त्यांनी लिहिलेल्या 'वेदोक्त धर्मप्रकाश' या ग्रंथातील 'सत्याचा वाद' हे प्रकरण रोखठोक बुद्धिप्रामाण्यावर आधारित मत मांडणारे आहे. संतांच्या नावावर जे चमत्कार सांगितले जातात, ते निखालस खोटे आहेत हे सांगण्याचे धाष्टर्य या काळात त्यांनी दाखविले. 'विज्ञानाचा आधार नसलेले संत वा संन्याशांच्या नावे सांगितले जाणारे चमत्कार वा लीला हे तथाकथित संन्याशांचे, बुवा-बाबांचे प्रस्थ वाढवण्यासाठीच केलेले आहेत,' असे त्यांचे स्पष्ट मत होते. उदाहरणार्थ, शंकराचार्यांनी धर्मस्थापना

केली हे म्हणणे ठीक आहे. पण ते काचेचा रस प्याले हे निखालस खोटे आहे. मुकुंदराजांनी जयत्पाल राजाला घोड्यासकट सात दिवस मंत्र सामर्थ्याने दगडासारखे अचेतन केले. दळावयाची जाती मनुष्याशिवाय आपोआप धान्य दळू लागली. यांसारख्या साधू, संत, महंतांनी केलेल्या लीला, चमत्कार निखालस खोटे आहेत. त्या कपोलकल्पित, भाकडकथा आहेत, असे त्यांनी सांगितले. विष्णुबुवांचे समकालीन समाजसुधारक गोपाळ हरी देशमुख तथा लोकहितवादी हे ब्रिटिश अमदानीत मोठ्या अधिकारपदावर होते. तरीही ते विष्णुबुवांकडे चर्चा करण्यासाठी, शंकानिरसनासाठी नेहमी येत. कालबाह्य कर्मकांड, ढोंग, धत्तुरे, गंडे-दोरे आदी अनेक गोष्टींविरुद्ध त्यांनी त्यांची वाणी व लेखणी तशा प्रतिकूल परिस्थितीतही झिजविली, हे नोंद घेण्यासारखे आहे.

विष्णुबुवांचे असे सुधारणावादी कार्य सुरू असतानाच त्या वेळी प्रज्ञापुरी तथा अक्कलकोटमध्ये ब्रह्मांडनायक श्री स्वामी समर्थांचे 'बहुजन हिताय, बहुजन सुखाय' या विचाराशी बांधिलकी मानून कार्य सुरू होते. पण ते विविध लीलाप्रसंगी चमत्कार वाटावेत अशा कृतीद्वारे सुरू होते. त्यात दया, क्षमा, शांती, करुणा आणि सत्याचा ओलावा होता. 'सत्यम् शिवम् सुंदरम'ची जोपासना आणि उपासना होती. 'सम सकला पाहू' हाच श्रींच्या आचार, विचार आणि व्यवहारधर्माचा गाभा होता. म्हणूनच दूरदूरहून अनेक मोठमोठे योगी, तपस्वी, संन्यासी, सिद्धपुरुष श्रींच्या दर्शनाला आणि मार्गदर्शन घेण्यासाठी येत. ते अवतारी असल्याचे अनुभवांती मान्य करीत.

ज्यांनी ज्ञानोबा, तुकाराम, चांगदेव आदींचे चमत्कार, लीला या खोट्या आहेत अशी टीका केली; त्याच विष्णुबुवा गोखले (ब्रह्मचारी) बुवा यांनी श्री स्वामींना 'अवतारी' असा किताब सहजासहजी बहाल केला नाही. मूलतः ते अतिशय चिकित्सक, परखड, बुद्धिप्रामाण्यवादी आणि सुधारणावादी होते. पण अनुभवांती त्यांना श्रींच्या ईश्वरी सामर्थ्याची कल्पना आली. कुणापुढे कधीही न झुकणारे, ताठ कण्याचे, कृतिशील विद्वान विष्णुबुवा श्री स्वामींपुढे झुकले. त्यांचे श्रेष्ठत्व आणि असामान्यत्व सर्वांसमक्ष त्यांनी मान्य केले.

अक्कलकोटचे श्रीमंत मालोजीराजे यांना वेदान्त विषय ऐकण्याचा व आपल्या रयतेलाही ऐकवण्याचा फार छंद होता. विष्णुबुवा ब्रह्मचारी यांचे वेदान्त व पुराणे यांवरील रसाळ, बिनतोड प्रवचने करण्याचे कौशल्य राजांच्या कानी आलेले होते.

त्यांना या प्रज्ञापुरीत आणून त्यांची व्याख्याने तमाम रयतेस ऐकवावी, असे राजाच्या मनात होते. म्हणून खटपटी करून विष्णुबुवांना व्याख्यानासाठी अक्कलकोटी आणले. राजवाड्यात विष्णुबुवांची रसाळ प्रवचने सुरू झाली. त्यांची कीर्ती सगळ्या अक्कलकोटमध्ये आणि आजूबाजूच्या खेड्यापाड्यांत पसरली. ज्ञानेश्वरी, अमृतानुभव, चांगदेव पासष्टी, भगवद्‌गीता इत्यादींचे ते रसाळ आणि सोप्या भाषेत सहज विश्लेषण करीत. तमाम लोक विष्णुबुवांच्या प्रवचनांच्या श्रवणासाठी सातत्याने येत. पण श्री स्वामी प्रज्ञापुरीत असूनही प्रवचनासाठी एकही दिवस उपस्थित तर राहिले नाहीतच, पण त्यांच्या प्रवचनांची साधी दखलही त्यांनी घेतली नाही. याचे वैषम्य प्रकांडपंडित विष्णुबुवांना मनातून वाटत होतेच. फक्त ते तसे दाखवीत नव्हते इतकेच.

*

एकदा मालोजीराजांनी विष्णुबुवांना श्री स्वामी समर्थांकडे दर्शनासाठी नेले. त्या वेळी प्रज्ञापुरीतील इतर बरेच प्रतिष्ठित जनही त्यांच्यासमवेत होते. श्री स्वामी समर्थांपुढे श्रीमंत मालोजीराजे नतमस्तक झाले. त्यांच्या समवेत असलेले इतर लोकही नतमस्तक झाले. श्रींच्या दरबारात आजूबाजूंस विविध देवदेवतांचे निरनिराळे टाक अस्ताव्यस्त पडलेले होते. उदबत्त्या लावलेल्या, पेढे, नारळ, हार, फुले यांचे ढीग लागलेले. मधोमध श्री स्वामी समर्थ महाराज दिगंबर अवस्थेत पहुडलेले. कुणीही यावे त्यांचे दर्शन घ्यावे, नमस्कार करावा, दिला तर प्रसाद घ्यावा, नाहीतर चालू पडावे. स्पृश्यास्पृश्याचा विधिनिषेध नाही. असा सगळा अस्ताव्यस्त, खुला आणि मोकळा कारभार होता. तेव्हा नाक मुरडतच विद्वान प्रकांडपंडित विष्णुबुवा तिथे गेले. त्यांना वाटले, की प्रथम आपण या तथाकथित संन्याशाची परीक्षा घेऊ. त्यात ते जर उत्तीर्ण झाले तर आणि तरच त्यांच्यापुढे नतमस्तक होऊ. ते श्रींसमोर बसले आणि म्हणाले, ''मला आपणाशी वेदान्तविषयक चर्चा करावयाची आहे. आपण ती कराल का?'' पण श्रींनी ऐकल्या न ऐकल्यासारखे करीत त्यांच्याकडे ढुंकूनसुद्धा पाहिले नाही.

थोडा वेळ वाट पाहून अहंभावीपणाने त्यांनी श्री स्वामींस सर्वांसमक्ष प्रश्न केला, ''ब्रह्मतदाकार वृत्ती होणे म्हणजे काय?'' त्यानंतर ते स्वत:च इतर विद्वत्ताप्रचुर श्री स्वामींसमोर बोलत राहिले, पण श्री स्वामींनी त्यावर काहीएक उत्तर दिले नाही. त्यांच्या प्रश्नांची व विद्वत्ताप्रचुर बोलण्याची साधी दखलही न घेता श्री स्वामी हातात गोट्या घेऊन बसल्या बसल्या खालीवर फेकण्याचा,

झेलण्याचा त्यांचा नित्याचा खेळ आत्ममग्नतेने खेळत होते. बुवांनी पुन्हा तोच प्रश्न श्री स्वामींना विचारला. तेव्हाही बुवांकडे पाहून स्मितहास्य करीत, काहीच उत्तर न देता, ते गोट्या खेळण्यात दंग झाले. आपण विचारलेल्या प्रश्नाचे उत्तर न देता हे स्वामी नुसतेच हसतात आणि गोट्यांशी खेळतात असे आढळल्यावर विष्णुबुवा काहीशा रागाने पण विजयी आविर्भावात बाहेर येऊन लोकांना सांगू लागले, ''हे स्वामी समर्थ वेडे संन्यासी आहेत. त्यांनी तुम्हास भुरळ पाडली आहे. तुम्ही व्यर्थ त्यांचे नादी लागला आहात. त्यामुळे त्यांचे ढोंग अधिकच वाढले आहे. तुम्ही यांना परमेश्वररूप यति म्हणता, मानता. पण हा तुमचा भ्रम आहे. तुमचे अज्ञान पाहून यांचे स्तोम अधिकच वाढले आहे. यांना वेदशास्त्रादिकांचे कवडीचेही ज्ञान नाही.'' असे म्हणून विष्णूबुवांनी उपहासात्मक स्मितहास्य केले. तेथील उपस्थितांनी हे सर्व पाहिले आणि ऐकलेसुद्धा.

विष्णुबुवा ब्रह्मचारी आपण विशेष पराक्रम गाजविला आहे, या अहंभावातच आपल्या मुक्कामाच्या स्थानी म्हणजे डाकबंगल्याकडे आले. या भेटीनंतर ते श्री स्वामींस तुच्छ, अज्ञानी आणि ढोंगी मानू लागले. दुसऱ्या दिवशी प्रवचनाचा झोकदार, रसाळ कार्यक्रम आटोपून ते त्यांच्या खास निवासस्थानी डाकबंगल्यावर आले. काही वेळाने त्यांना रात्री झोप लागली.

त्या वेळी त्यांच्याजवळ त्यांच्यासमवेत आलेले तीन पारशी झोपले होते. त्याच रात्री त्यांना स्वप्न पडले. अनेक विंचू त्यांच्या अंगावर चढत असून त्यातील एक भला मोठा विंचू आपणास दंश करीत आहे, असे विष्णुबुवांस स्वप्नात दिसले. त्यामुळे ते घाबरून 'मेलो! मेलो!' असे मोठ्याने ओरडतच जागे झाले. त्यांची बोबडी वळली. ते कमालीचे घाबरले, त्यांच्या तोंडून एक शब्दही फुटेना. त्यांचे शरीर घामाने ओलेचिंब झाले. त्यांच्याबरोबर असलेले ते तिघेही पारशी त्यांचे ओरडणे ऐकून जागे झाले. त्यांनी 'काय झाले?' म्हणून बुवांना विचारताच त्यांनी त्यांना पडलेले स्वप्न सांगितले. शयनगृहात कंदील लावून पाहिले, तर तिथे विंचू वगैरे काहीच नव्हते. तेव्हा त्या तिघा पारशांनी त्यांना धीर देत सांगितले, ''अशी अनेक स्वप्ने पडत असतात. त्यात असे काय नवल असते? त्याला काही घाबरायचे नसते. झोपा आता शांत.'' तेव्हा बुवा कसेबसे झोपले. 'काल आपण श्री स्वामींस नावे ठेवल्याचे तर हे फळ नसेल ना?' या विचाराने अस्वस्थ होत बुवा दिवस उजाडेपर्यंत अर्धवट जागेत-झोपेत बिछान्यावर तळमळत पडून राहिले.

दुसऱ्या दिवशी परत ते श्रीस्वामी समर्थांकडे गेले, अहंभावीपणे त्यांनी कालचाच 'ब्रह्मतदाकार वृत्ती म्हणजे काय?' हा प्रश्न श्रींना छद्मीपणे पुन्हा विचारला. हे अंतर्ज्ञानी, सर्वसाक्षी ब्रह्मांडनायक श्री स्वामींच्या त्वरित लक्षात आले. तेव्हा ताडकन वीज कोसळावी त्याप्रमाणे ते बुवांवर सर्वांसमक्ष कडाडले, ''हत् गाढवा, स्वप्नात हजारो विंचू तुझ्या अंगावर चढले व त्यातला एक दंश करू पाहत होता. त्याला तू घाबरलास व 'मेलो! मेलो!' अशी बोंब मारीत उठलास आणि वर वेदान्ताच्या गोष्टी करतोस? तू केवळ पढतमूर्ख आहेस. ब्रह्मतदाकार वृत्ती अशी वाटेवर पडली आहे काय? वाचाळपणा करून, कोट्यांवर कोट्या करून तू ती वेदान्ताची भाषा बोलतोस, म्हणजे स्वतःला मोठा योगी समजतोस की काय? त्यासाठी अनेक कष्टप्रद साधना कराव्या लागतात. तेव्हा कोठे ब्रह्मतदाकार वृत्ती कळते. चल जा. चालता हो येथून.'' श्री स्वामींच्या या वाक्ताडनाने विष्णुबुवा पुरते घाबरले. तेथील इतर जण अवाक् झाले. विष्णुबुवा ज्ञानी असण्याबद्दल श्रींची काहीच हरकत नव्हती. वेदान्तावर ते तासन्तास रसाळपणे विद्वत्तापूर्ण बोलू शकत होते, यावरही त्यांचा आक्षेप नव्हता. बुवा अनुभवावाचून वृथा ज्ञानाचा भार वाहत होते. अनुभवविरहित पोपटपंची करीत होते. त्यांच्या वागण्या-बोलण्यात अहंभाव होता. त्याला दूर करण्यासाठी श्रींना ही लीला चाणाक्षपणे करावी लागली.

श्री स्वामींच्या त्या परखड आणि स्वप्नात घडलेल्या वृत्ताच्या वास्तवाची जाणीव करून देणाऱ्या कठोर उद्‌गारांमुळे विष्णुबुवांना तिथल्या तिथे श्रींच्या दैवी सामर्थ्याची कल्पना आली. आपले स्वप्न व स्वप्नात झालेली आपली अवस्था यांनी कशी जाणली, याचे त्यांस परम आश्चर्य वाटले. श्रींच्या सर्वसाक्षित्वाची बुवांना आता पुरेपूर कल्पना आली. हे स्वतःच परब्रह्मस्वरूप आहेत. आपण ब्रह्मतदाकार वृत्तीबद्दल त्यांना प्रश्न विचारून मोठीच चूक केली. या सर्व विचारांनी विष्णुबुवा पुरते खजील झाले. त्यांच्या बुद्धीवरील अहंभावाची टरफले गळून पडली.

नंतर श्री स्वामींनी चोळाप्पांस खूण करून सांगितले, ''चोळ्या, पाण्याने भरलेला तो कलश इथे यांच्यासमोर आणून ठेव.'' श्रीआज्ञेनुसार त्यांनी पाण्याने भरलेला कलश आणून विष्णूबुवांसमोर ठेवला. त्याकडे अंगुलिनिर्देश करीत श्री स्वामी विष्णूबुवांस म्हणाले, ''हे पाहिले का काय आहे ते?'' त्यावर विष्णूबुवा म्हणाले, ''हो पाहिले. पाण्याने भरलेला कलश आहे.'' ''असे काठोकाठ भरून शांत राहावे. आता समजले ना काय ते?'' श्रींनी विष्णुबुवांकडे पाहत विचारले. विष्णूबुवांच्या डोळ्यांत पाणी तरळले. ते आता पुरते शरमिंदे झाले होते. श्री स्वामी

हे निश्चितच अवतारी पुरुष आहेत यांची त्यांना पूर्ण खात्री पटली. ते मनोमनी खजील झाले. श्री स्वामींची क्षमायाचना करून परतण्याच्या तयारीत असतानाच श्री स्वामींनी त्यास जवळ बोलावून स्वत:शेजारी बसविले. काही गोष्टींचे हितगुजही त्यांच्याशी केले, त्यांना विष्णुबुवांच्या विद्वत्तेबद्दल आदर होताच. त्यांचे कार्यही माहीत होते. फक्त बुवांचा 'अहंभाव' घालवण्यासाठी त्यांनी ही विंचवाची लीला केली. त्यांनी बुवांस त्याच्या पूर्वायुष्यात घडलेल्या साक्षात्काराची आठवण करून दिली. त्याच्या अनेक निजखुणा बुवांस सांगितल्या. आता बुवा पूर्णपणे समजून चुकले, की श्री स्वामी समर्थ हे खरेखुरे अवतारी पुरुष, परब्रह्म, ब्रह्मांडनायक आहेत.

दुसरे दिवशीही मुंबईकडे प्रयाण करण्यापूर्वी बुवा श्री स्वामींच्या दर्शनास एका सर्वसामान्य दर्शनार्थीसारखे आले. विष्णूबुवांमध्ये झालेला बदल पाहून त्या तिघा पारशांनाही फार आश्चर्य वाटले; कारण कुणासमोर शरण न जाणारे, मान न झुकवणारे विष्णुबुवा साधे-सरळ-नम्र झाले होते. हा अनुभव त्यांना नवीनच होता. या वेळी श्री स्वामींनी बुवांस 'ब्रह्मतदाकार वृत्ती म्हणजे काय?', 'ती कशी साध्य होते?', 'त्यासाठी काय साधना कराव्या लागतात?', 'कोणती पथ्ये पाळावी लागतात?' अशा अनेक बाबींबद्दल महत्त्वाची गुह्य माहिती सांगितली. त्यांना योगमार्गाची दीक्षा देऊन योगाधिकारी पुरुष केले. अनुभवसंपन्न विद्वत्ताच श्रेष्ठ असते, नुसती पोपटपंची, वादविवाद कौशल्य उपयोगाचे नसते, हे स्वप्नदृष्टान्ताद्वारे त्यांस समजावून दिले. कृष्णपाषाणातील पादुकांचा प्रसाद दिला आणि आपल्या मुक्कामी जाण्याची आज्ञा दिली. पुढे विद्वान वाचस्पती विष्णुबुवा ब्रह्मचारी त्यांच्या आयुष्याच्या अखेरच्या क्षणापर्यंत ब्रह्मांडनायक श्री स्वामी समर्थांच्या ऋणात राहिले. श्रींनी प्रसादरूपाने दिलेल्या पादुकांची स्थापना स्वत:च्या जन्मगावी शिरवली (ता. माणगाव, जि. रायगड) इथे केली.

। शेकडो मैल दूर, तरीही... ।

ब्रह्मांडनायक श्री स्वामी समर्थ हे साक्षात ईश्वरी चैतन्यच होते. चैतन्य हे सर्वत्र सर्वकाळी सारखेच असते. सर्वत्रास व्यापून परत ते शिल्लक उरतेच. ते आता आहे, नंतर नाही असे कधी घडत नाही. यामुळेच की काय, जगाच्या कानाकोपऱ्यात घडणाऱ्या कोणत्याही लहानमोठ्या अथवा क्षुल्लकशा गोष्टीची नोंद ब्रह्मांडनायक श्री स्वामींच्या मनात होत असे. १८५७पासून १८७८पर्यंत ते प्रज्ञापुरी तथा

अक्कलकोटमध्ये वास्तव्यास होते. तरी त्यांनी त्याच वेळी अनेकांना शेकडो मैल दूर असलेल्या ठिकाणी सदेह स्वरूपात दर्शन दिल्याची अनेक उदाहरणे व लीला आहेत.

प्रज्ञापुरीजवळील खेड गावी नारायण भट नावाचा माणूस राहत होता. शके १७९२ (सन १८७०) अश्विन शु. तृतीयेला तो श्रीगिरीपर्वतावर व्यंकटेशाचे दर्शनास गेला. तिथे त्याला श्री स्वामी समर्थ महाराजांनी दर्शन दिले. ही गोष्ट जेव्हा नारायण भटाने अक्कलकोटमध्ये सर्वांस सांगितली, तेव्हा सर्वांनाच आश्चर्य वाटून 'श्रीं'च्या या अतर्क्य लीलांचे कौतुक वाटले. कारण अक्कलकोट सोडून श्रीस्वामी इतक्या दूरवर कधीच गेले नाहीत. नारायण भटाने 'श्रीं'ना हे अक्कलकोटमध्ये एकदा प्रार्थनापूर्वक अनेक दर्शनार्थींसमोर विचारले, ''महाराज, आपण अक्कलकोटमध्ये सतत वास करीत असता, मग मला चार महिन्यांपूर्वी व्यंकटेश्वराच्या गिरीपर्वतावर दर्शन दिले. त्या ठिकाणी, अक्कलकोटपासून इतके दूर आपण कुठून व कसे आला होता?'' त्यावर ब्रह्मांडनायक श्री स्वामी शांतपणे म्हणाले, ''हे पूर्वीपासूनचे महान पुण्यक्षेत्र आहे. तिथे लक्ष्मीचा उत्सव होता म्हणून मी तिथे आलो होतो.'' श्री स्वामी समर्थांच्या या उत्तराने तेथील उपस्थित सर्वांनाच आश्चर्य आणि कौतुकही वाटले. 'जिथे भाव, तिथे देव' या न्यायाने ते कोणताही भक्त कितीही दूर असला, तरी त्या भक्ताकडे जात. दुःखी लोकांची दुःखे दूर करीत. पीडितांच्या पीडा दूर करीत. जिज्ञासूंना मार्ग दाखवीत. हे सारे ते अक्कलकोटमध्ये बसूनच करीत. श्री स्वामी समर्थ कधी कुठे गेल्याचे कुणाला अक्कलकोटी दिसत नसे. कळत नसे. पण दुःखमुक्त झालेले लोक जेव्हा शेकडो मैलांवरून अक्कलकोटी येत, त्यांच्या पायावर लोळण घेत आलेले अनुभव, झालेली श्रींची कृपा सांगत, तेव्हा सर्वांनाच 'श्रीं'च्या ब्रह्मांडनायकत्वाची साक्ष पटत असे. इतक्या दूरवर श्री स्वामी केव्हा व कसे गेले याचा अचंबा वाटत असे. कोणत्या भक्ताच्या मनात कोणती स्पंदने वा संवेदना निर्माण झाल्या आहेत, काय इच्छा-आकांक्षा आहेत हेही ते अक्कलकोटमध्ये राहून सहज ओळखत. असे अनुभव अनेकांना येत. श्रीमंत तुकडोजीराव होळकर यांना स्वामींनी गिरनार पर्वतावर दर्शन दिले होते, तर केजच्या महारुद्रराव देशपांड्यांना गिरीपर्वतावर व्यंकटेश बालाजी मंदिरात दर्शन दिले होते. इतके त्यांचे ब्रह्मांडनायकत्व व्यापक, सर्वगामी होते.

४. सर्वांभूती समभाव...

। कुणब्याचा बैल ।

ब्रह्मांडनायक श्री स्वामी समर्थांची पशु-पक्षी, प्राण्यांवरही प्रेमळ हुकमत होती, म्हणून त्यांना 'पशुपती' म्हणून गौरविले जाते. एकदा एका कुणब्याचा बैल अतिशय बिथरला. बिथरलेल्या अवस्थेतच तो एका विहिरीजवळ जाऊन उभा राहिला. तो कुणबी व इतर दहा-पंधरा माणसे त्या बैलास धरण्याचा सकाळपासून संध्याकाळपर्यंत प्रयत्न करीत होते; परंतु त्या बैलास धरण्यात त्यांना यश येत नव्हते. त्याच्या जवळ जाणाऱ्याच्या अंगावर तो जोराने धावून जात असे. शिंगांनी मारण्याचा प्रयत्न करीत असे. त्या दिवशी श्री स्वामी समर्थ महाराज खासबागेतच होते. अखेरीस तो कुणबी काही माणसांबरोबर श्री स्वामींकडे जाऊन प्रार्थनापूर्वक म्हणाला, ''महाराज, माझा बैल अतिशय बिथरला आहे. कुणाला धरू देत नाही. त्याच्याजवळ गेल्यास धरणाऱ्याच्या अंगावर त्वेषाने शिंगे पुढे करून मारण्यास धावतो. काय करू?''

सर्व हकिकत ऐकल्यावर श्री स्वामी उठले व त्या बिथरलेल्या बैलाकडे गेले. श्रींनी त्याच्याकडे कृपाळू नजरेने पाहताच इतका वेळ अतिशय बिथरलेला तो बैल शांत उभा राहिला. श्रींनी त्याचा कान पकडला, तो बैल निमूटपणे त्याच्याबरोबर आला. त्यांनी तो कुणब्याच्या स्वाधीन केला.

। सुंदरी वानरीण ।

मित्र, सखा आणि सुहृद असे जवळिकीचे तीन प्रकार असतात. यातील मित्र व सखा हे व्यावहारिक पातळीवरचे असतात. परंतु 'सुहृद' हा निरिच्छ, निरपेक्ष प्रेम करणारा असतो. श्री स्वामी हे सर्वांचे 'सुहृद' होते, आहेतही. तुम्ही त्यांना आपले म्हणा अथवा न म्हणा, ते तुम्हा-आम्हा सर्वांना सदैव आपलेच समजत असतात. त्यांचे नित्य स्मरण करणाऱ्यांच्या कायम समवेत असतात. कुणीही सद्गुणी असो अथवा दुर्गुणी असो, ते करुणावत्सल सुहृद असल्यामुळे

आपल्याला जवळ घेतात. आपल्याकडून कितीही अपराध झाले, तरी ते आपल्या अपराधांची क्षमा करतात. आपला स्वीकार करतात. असाच श्री स्वामी समर्थांचा वर्तन-व्यवहार मानवाप्रमाणेच पशुपक्ष्यांबरोबरही होत असे. सुंदरी वानरीसारख्या मुक्या जीवाबाबतीतही घडला. त्यांची मुक्या जीवावरही मानवासारखीच माया होती. मुकेही श्री स्वामींवर अतिशय प्रेम करत. त्यांच्या आदेश, आज्ञेत वागत. त्यासंबंधात त्यांच्या अवतारकाळात असंख्य लीला, घटना आणि प्रसंग आहेत. त्यातीलच ही एक लीला.

अक्कलकोट संस्थानात अक्कलकोटी श्रींचे वास्तव्य असताना संस्थानाचा कारभार ब्रिटिश सरकारच्या वतीने बघण्यासाठी 'बंबगार्डन' नावाचा एक अधिकारी ब्रिटिशांचा अधिकृत एजंट म्हणून कार्यरत होता. त्याने एक सुंदरी नावाची वानरी पाळलेली होती. पुढे काही दिवसांनंतर ती पिसाळली. ती लोकांच्या अंगावर धावून जाई आणि चावेही घेई. एकदा-दोनदा तर ती तिला पाळणाऱ्या बंबगार्डनच्या अंगावर त्याचा चावा घेण्यासाठी धावून गेली. त्यामुळे त्याचा तिच्यावर राग होता. तिचा उपद्रव कायमचा मिटवून टाकण्याच्या हेतूने त्याने त्याच्या नोकराकरवी तिला ठार मारण्याचा हुकूम दिला. ''आत्ताच्या आत्ता या उपद्रवी वानरीला गोळी घालून ठार करा. किल हर इमिजिएटली.'' असे तो रागाने म्हणताच त्यांच्या तैनातीत असलेले शिपाई आणि दोन-तीन माणसे सुंदरी वानरीच्या मागे तिला ठार मारण्याच्या हेतूने धावू लागली. ती स्वतःचा जीव वाचवण्याच्या हेतूने खंडोबा मंदिराच्या भिंतीआड लपून राहिली. हे स्वामीभक्त भुजंगाने पाहिले. तेव्हा भुजंग श्री स्वामींस म्हणाला, ''महाराज, बंबगार्डनसाहेबांचे दास सुंदरी वानरीला ठार मारण्यासाठी हत्यारे घेऊन तिच्या मागे लागले आहेत. ते तिला ठार मारतील. तर तिला इकडे तुमच्याकडे घेऊन येऊ का?''

तेव्हा श्री स्वामी त्यास म्हणाले, ''जा घेऊन ये तिला?'' तेव्हा भुजंग लगबगीने सुंदरी जिथे लपली होती, तिथे आला. त्या सुंदरी वानरीला म्हणाला, ''तुला श्री स्वामी बोलावीत आहेत. चल ये माझ्या मागे.'' श्री स्वामींचा हा सांगावा त्या मुक्या घाबरलेल्या जीवाला कसा समजला? हे आश्चर्यच आहे. लगेच ती निमूटपणे भुजंगाबरोबर जात असतानाच तिचे मारेकरी शिपाई भुजंगाला रस्त्यातच भेटले. भुजंगाने त्यांना सांगितले, ''तुम्ही या सुंदरी वानरीला मारू नका. श्री स्वामी समर्थ महाराजांनी तिला त्यांच्याकडे आश्रयास बोलावले आहे.'' हे एकताच ते मारेकरी शिपाई माघारी बंबगार्डनसाहेबांकडे परतले.

इकडे भुजंग आणि सुंदरी आज्ञाधारकपणे श्री स्वामी समर्थचरणी लोळण घेऊ लागले. वास्तविक मुळातच मर्कट, तशात पिसाळलेली ती इतकी कशी शांत, लीन, दीन झाली हे तेव्हाच्या प्रत्यक्षदर्शींना कुणालाच कळेना. ते सर्व आश्चर्यचकित झाले. श्री स्वामी मात्र तिच्या पाठीवरून कौतुकाने हात फिरवीत होते. तिला आंजारत-गोंजारत, थोपटत होते. सर्वांकडे बघून ते स्मितहास्य करीत होते. 'जगा आणि जगू द्या' असाच संदेश जणू ते त्यांच्या स्नेहल डोळ्यांतून आणि ममताळू स्पर्शातून देत होते.

नंतर लगेचच लडिवाळ पण कठोर शब्दांत ते तिला म्हणाले, ''काय गं मर्कटे? लोकांना का चावतेस? तुला मस्ती आलीय का? आजपासून कोणाला चावू नकोस. चावलीस तर तुला उफराटे टांगून स्वर्गासी पाठवू. काय गं चावटे? चावशील का?'' त्या वानरीने एखाद्या आज्ञाधारक, निरागस, निष्पाप बालकासारखी 'नाही चावणार' अशा अर्थाने नकारार्थी मान हलवून 'मी इथून पुढे अक्षय तुमच्या आज्ञेत राहीन' असेच जणू श्री स्वामींस अभिवचन दिले. पुढे ती कुणालाही चावली नाही, की कुणाच्याही अंगावर धावून गेली नाही. कमालीचा आज्ञाधारकपणा तिच्यात आला होता. श्रींच्या तर जणू ती गळ्यातील ताईतच झाली होती. जिथे जिथे ते जात, तिथे तिथे ती दोन वेळा जाऊन त्यांच्या चरणांवर पडून दोन्ही हात जोडीत असे. श्री स्वामीही तिचे खूप लाड करीत. ते तिला हरभरे, अन्नपाणी, काही खाद्यपदार्थ, पेढे, कधीकधी त्यांच्यासाठी आलेला नैवेद्यही देत असत. तीसुद्धा श्रींनी दिलेला तो प्रसाद भक्तिभावाने खात असे. त्यांच्या मागेमागे गावागावात, जंगलातही, काट्याकुट्यांत ते जायचे, तिथे ती जात असे. या सर्व कालावधीत तिच्या चेहऱ्यावर एखाद्या समाधानी, सात्त्विक, तृप्त भक्तासारखे भाव असत. कधीकधी श्री स्वामी जेव्हा भक्तगण, दर्शनार्थी आदींशी बोलत असत; तेव्हा ती निमूटपणे एखाद्या आज्ञाधारक श्रोत्यासारखी बसून श्रींचे बोलणे ऐकत असे.

तिची ही आज्ञाधारक, समंजस, सात्त्विक वृत्ती अनेक दर्शनार्थींना बुचकळ्यात टाकीत असे. श्री स्वामी अनेकदा आपल्या गळ्यातील माळ, स्वत:च्या हाताने तिच्या गळ्यात घालीत असत. काही वेळा ते तिच्या मस्तकावर आपली टोपी घालीत. असा सुंदरी वानरीचा आणि श्री स्वामींचा लडिवाळ खेळ चाले. पुढे काही दिवसांनी अक्कलकोटच्या बुधवार पेठेत पुढे ज्या भागात श्री स्वामी समर्थ महाराजांची समाधी करण्यात आली, तिथेच काही दिवसांनंतर

सुंदरी वानरीने श्रींच्या चरणांवर डोके ठेवले ते कायमचेच. तिच्या मृत्यूचा तो प्रसंग जितका धक्कादायक, तितकाच वैभवशाली आणि गौरवशाली ठरला. तिच्या मृत्युपश्चात तिला फार मोठा सन्मान देण्यात आला. श्रीआज्ञेनुसार मोठ्या समारंभपूर्वक, वाजतगाजत, गुलाल-बुक्का आणि रेवड्या उधळत, साखरेचे वाटप करीत आणि भजने गात-गात सुंदरी वानरीचा मृतदेह मिरवणुकीने नेऊन पुरण्यात आला. ज्याप्रमाणे प्रभू रामचंद्रांचे आश्रित होऊन जशी हनुमंत आणि हनुमंतसेना मोक्षपदास पोहोचली, त्याचप्रमाणे सुंदरी वानरीला श्री स्वामीकृपेचा लाभ झाला. अक्कलकोटवासीयांनी श्रींची लाडकी, प्रिय वानरीण म्हणून तिचा मोठाच सन्मान एखाद्या पुण्यशील मानवासारखा केला. श्रीकृष्णावताराच्या वेळीही त्यांच्या समवेत वावरलेले गाई-वत्स, गोप-गोपी आदींचा उद्धार झाला, तसेच या सुंदरी वानरीचेही झाले.

। चिमणी ।

असेच एकदा ते चोळाप्पा व काही सेवेकऱ्यांसह त्या वेळी अक्कलकोटबाहेर असलेल्या रामाच्या देवळात गेले. त्या देवळाच्या जवळच एक लिंबाचे झाड होते. श्री स्वामी चोळाप्पांसमवेतच्या अन्य सेवेकऱ्यांसह त्या झाडाखाली बसले. सूर्योदयाच्या सुमारास एक चिमणी त्या झाडावर चिवचिव करीत बसली होती. सर्वांसमक्ष अगदी सहजच त्यांनी त्या चिमणीकडे पाहत तिला उद्देशून म्हटले, ''अगं ए चिमणे, आम्ही सर्व जण जरा जवळच्या गावाहून जाऊन येतो. तो पर्यंत तू येथेच थांब. कोठे जाऊ नकोस.'' अशी आज्ञा करून ते सर्व अक्कलकोटपासून एक कोसावर असलेल्या 'वाडी' नावाच्या गावी गेले.

वाडी गावाहून ते सर्व दुपारी बारा वाजण्याच्या सुमारास, रामाच्या देवळाशेजारी असलेल्या त्या लिंबाच्या झाडाखाली पुन्हा येऊन बसले. वर बघतात, तर श्रींच्या आज्ञेनुसार ती चिमणी तिथेच त्या लिंबाच्या त्याच फांदीवर बसलेली होती. तिच्याकडे प्रेमळ दृष्टीने पाहत श्री स्वामी म्हणाले, ''अगं चिमणे, दुपार झालीय. तुला भूक लागली असेल. तू आता जा.''

त्यांची अशी आज्ञा होताच ती चिमणी भुर्रकन् त्या फांदीवरून उडून गेली. ही श्री स्वामीलीला पाहून चोळाप्पांसह समवेतचे सेवेकरी चकित झाले. त्या सर्वांनाच श्री स्वामींच्या ईश्वरी अवताराचा पुन्हा प्रत्यय आला.

। गव्हार हत्ती ।

अक्कलकोटमध्ये महिपालाच्या मंदिराजवळ तेव्हा हत्ती बांधण्याचे स्थळ होते. सध्या त्या परिसरात शाळा बांधण्यात आली आहे. तिथे गव्हार नावाच्या हत्तीला बांधण्यात येत असे. एकदा तो गव्हार हत्ती इतका मस्तवाल आणि उन्मत्त झाला की, त्या रस्त्याने जाण्या-येण्याची लोकांना भीती वाटू लागली. तो माहूत अथवा कुणाही मनुष्यास जवळ येऊ देईना. त्याच्या चारही पायांत साखळदंड अडकवून त्याला एका मोठ्या जाडजूड खांबाला बांधून ठेवण्यात आले होते. त्याने त्याच्या बेफामपणाने खांबाचा अर्धा भाग तोडून टाकला होता. लगतच दगडगोटे भरून रचलेले दोन बुरूज होते. ते त्याने त्याच्या सोंडेच्या तडाख्याने एका झपाट्यात पाडून टाकले. त्यामुळे त्याच्या सोंडेच्या आवाक्यात असंख्य दगडगोटे आले.

मग काय! त्या बेफाम झालेल्या गव्हार हत्तीने सोंडेने एक-एक दगड फेकून मारण्यास प्रारंभ केला. तेव्हाच्या राजमार्गावरचे हे ठिकाण असल्याने लोकांची बरीच ये-जा त्या मार्गाने होत असे. पण त्याने त्याच्या या दहशतीने लोकांची ती ये-जा बंद पाडली. लोकच काय, पण त्या परिसरातील गाई, घोडे, बैल, म्हशी, कुत्रे, गाढवे आदी सर्व मुके प्राणीही गर्भगळित झाले होते. त्यांच्यावरही तो दगडगोटे फेकू लागला. त्या परिसरात गव्हार हत्तीच्या या बेफाम उन्मत्तपणामुळे एकच हलकल्लोळ उडाला होता. सर्वत्र भीतीचे वातावरण पसरले होते. जर याच्या पायातील साखळदंड तुटले, तर हा काय कहर करील याची कल्पनाच करवत नव्हती. सर्वच हादरले होते. कमालीचे घाबरले होते.

श्रीमंत मालोजीराजांनी गव्हार हत्तीच्या या बेफामपणाची दखल घेतली. रयतेच्या रक्षणासाठी त्यांनी गव्हार हत्तीच्या आजूबाजूला ठरावीक टप्प्यांवर सशस्त्र शिपाई आणि सशस्त्र घोडेस्वार ठेवले. त्या बेफाम हत्तीला नियंत्रणात आणण्यासाठी राजाने शक्य तेवढे सर्व प्रयत्न केले, पण गव्हार हत्ती काही कुणास आकळत नव्हता. नियंत्रणात येत नव्हता. तेव्हा अखेरचा उपाय म्हणून एक तर गव्हार हत्तीला गोळ्या घालून ठार करायचे, नाही तर जगन्नियंत्रक ब्रह्मांडनायक श्री स्वामींना सांगायचे.

अखेरीस श्री स्वामींच्या कानावर गव्हार हत्तीचा मस्तवालपणा आणि त्यापासून होणारा त्रास घालण्यात आला. अंत:साक्षी श्री स्वामींना हे सर्व ठाऊक होते. आपणास काहीच माहीत नाही असे दाखवून त्यांनी राजाचे म्हणणे शांतपणे

ऐकून घेतले. त्यावर श्री स्वामी स्मितहास्य करीत राजास म्हणाले, "अरे, त्यास मारू नकोस."

श्री स्वामी स्वतः सेवेकऱ्यांसह त्या बेफाम झालेल्या गव्हार हत्तीकडे जाण्यास निघाले. तेव्हा रस्त्यातील काही लोक त्यांना सांगू लागले, "स्वामी महाराज, या रस्त्याने जाऊ नका! गव्हार हत्ती मोठमोठे दगडधोंडे सोंडेने लोकांच्या अंगावर सारखा फेकत आहे." हे ऐकून भीतीपोटी श्री स्वामींच्या समवेत आलेले ते सर्व सेवेकरी मागे फिरले.

वास्तविक ब्रह्मांडनायक श्री स्वामी समर्थांच्या निकटतम, सदासर्वदा सेवेस आणि भोजनास असणाऱ्या त्या सर्व सेवेकऱ्यांना कळायला हवे होते की, समस्त जीवांना संजीवन देणारे, सकल देहांमध्ये प्राण फुंकणारे विश्वाचे तारणहार श्री स्वामी समवेत आहेत, तर भीती कसली? असे असूनही स्वतःचा जीव वाचवण्यासाठी भीतीपोटी श्रींसमवेतचे बरेच लोक मागे पळत सुटले. सत्शिष्य चोळाप्पा, बाबा यादव एवढेच फक्त श्री स्वामींसमवेत राहिले. भोजनभाऊ, पोटार्थी, कमकुवत निष्ठेचे स्वतःचा जीव मुठीत धरून माघारी पळाले.

श्री स्वामी निर्भयतेने दोन्ही हात कमरेवर ठेवून उन्मत्त गव्हार हत्तीकडे रोखून पाहत म्हणाले, "मूर्खा, माजलास काय? पूर्वीचे स्मरण तू विसरलास वाटते? चढेल तो खचितच पडेल. तुझा हा मस्तवाल अभिमान घातक आहे, तुझा हा बाष्कळपणा आता सोडून दे..." श्री स्वामींचे हे धारदार वचन ऐकून खवळलेला, बेफाम झालेला गव्हार हत्ती बघता-बघता शांत झाला. त्याने श्रींजवळ येऊन, पुढच्या पायांचे गुडघे त्यांच्यासमोर टेकून गंडस्थळ त्यांच्या चरणांवर माथा टेकवावा त्याप्रमाणे ठेवले. काही तासांपूर्वी अतिशय बेफाम झालेला तो मुका जीव आता शांत झाला होता. त्याच्या डोळ्यांतून अखंड अश्रुधारा वाहत होत्या. एका मुक्या जीवाची झालेली ही अवस्था पाहून त्या वेळी तिथे उपस्थित असलेला जनसमुदाय थक्क झाला! सर्वांनीच श्री स्वामी समर्थ नामाचा जयजयकार केला. 'श्री स्वामी समर्थ जय जय श्री स्वामी समर्थ, राजाधिराज योगिराज श्री स्वामी समर्थ महाराज की जय.' असा जयजयकार करीत उपस्थित जनसमुदाय आनंदित झाला होता.

श्रींच्या केवळ दर्शनाने आणि त्याच्या पूर्वाश्रमीच्या जन्माची आठवण करून देणाऱ्या वचनांनी एका मुक्या जीवात किती मोठे परिवर्तन श्रींनी घडवून आणले? जसे पूर्वी त्रेतायुगात प्रभु श्रीरामचंद्रांचे दर्शन होताच हनुमंत, नळ, नीळ, जांबुवंत,

सुग्रीव आणि अठरा पद्म वानर ही मुकी वनचरे असतानाही प्रभू श्रीरामचंद्राच्या दर्शनाने त्यांना अनन्यभावे शरण जाऊन कृतार्थ होऊन सहकार्य करते झाले. भगवान श्रीकृष्णाच्या दर्शनानेही गाई, वासरे, पशुपक्षी, वृक्ष आणि अगदी तृणचर गजेंद्र पाषाणादिक आणि गोकुळातील गोपी-गोपाळ सर्व उद्धरले, पावन झाले.

तशाच प्रकारे ब्रह्मांडनायक श्री स्वामी समर्थांच्या परमपावन, पवित्र दर्शनाने आणि त्यांच्या ईश्वरवाणी श्रवणाने मदोन्मत्त गव्हार हत्तीचा उद्धार झाला. त्याने लीनपणा धारण केला. पुढे कधी कुणास कसलाही त्रास दिला नाही. सर्व अक्कलकोटवासी नागरिक सुखावले.

मुकी जनावरे ही श्रींच्या परमपावन, पवित्र दर्शनाने आणि त्यांच्या मुखातील ईश्वरवाणीच्या श्रवणाने उद्धरतात. धन्य धन्य होतात. तर आपणास शरीर, बुद्धी आणि चातुर्य इतर ज्ञानेंद्रिये असूनही आपण का सुधारत नाही? उद्धरत नाही? प्रश्न अनेक आहेत. श्री स्वामी समर्थांची डोळस, बुद्धिनिष्ठ उपासना आणि त्यांची कृपा हे त्यावर उत्तर आहे.

५. श्री स्वामी समर्थांचे कृपांकित शिष्य

ब्रह्मांडनायक श्री स्वामींना एका भक्ताने भीत-भीतच विचारले, ''स्वामीन् ! आपण कोण आहात?''

तेव्हा ते उत्तरले, ''मूळ, मूळ वडाचे झाड, दत्तनगर.'' त्यांच्या या उत्तरात आणि त्यांनी त्यांच्या प्रदीर्घ अवतारकाळात केलेल्या कार्यात कमालीचे साधर्म्य आहे. 'वटवृक्ष विरामा' ही श्रींची बिरुदावली सर्वपरिचित आहे. दीर्घ आयुष्य आणि उत्तम आरोग्य ही वटवृक्षाची विशेषता आहे. श्री स्वामी समर्थांचे अवतारकार्य पूर्णतः वटवृक्षासारखेच प्रदीर्घ आणि विस्तीर्ण आहे. वडाचे झाड हे अक्षय स्वरूपाचे निदर्शक आहे. पूर्णत्वाचे प्रतीक आहे. कोणत्याही वृक्षाला मूळ असते. मुळातूनच वृक्ष वाढत असतो, वर-वर सरकत आकाशाकडे झेपावतो; परंतु सृष्टीच्या या नियमाला वटवृक्ष अपवाद आहे. वटवृक्ष जसजसा वाढत जातो, बहरत जातो, तसतशा त्याला पारंब्या फुटतात. त्या पारंब्या हळूहळू जमिनीच्या दिशेने खाली येतात. जमिनीत उतरून काही काळाने पुन्हा मूळ स्वरूपात मिसळून नव्या वृक्षरूपाने वाढत जातात. ब्रह्मांडनायक श्री स्वामी समर्थांच्या अलौकिक दैवी कार्याचेही असेच आहे. त्यांनी प्रत्यक्ष ज्यांच्यावर कृपा केली, त्या कृपांकित शिष्यांची मांदियाळी पाहिली, तर श्री स्वामीच्या ब्रह्मांडनायक स्वरूपाची आणि त्यांच्या 'वटवृक्ष विरामा' या बिरुदावलीची कल्पना येते. कृपांकित शिष्यांची प्रभावळ निर्माण करीत असताना त्यांनी त्या सर्वांना चांगलेच तावून सुलाखून घेतले. त्यांचा प्रत्येक शिष्य हा एकदोन नव्हे, तर अनेक लेखांचा आणि ग्रंथांचा विषय आहे. त्या शिष्यांच्या नावावरून जरी नजर टाकली, तरी याची कल्पना येते. या शिष्यांचीही पुढे थोर शिष्यपरंपरा निर्माण झाली. यावरून श्री स्वामी समर्थांचे ब्रह्मांडनायकत्व प्रत्ययास येते. श्री स्वामी समर्थांच्या सर्व कृपांकित शिष्यांची आध्यात्मिक व पारमार्थिक पातळी अत्युच्च कोटीची आहे. श्री स्वामींनी त्यांच्यावर कृपावर्षाव करून स्वतःमधील काही दैवी सामर्थ्य संक्रमित करून जणू प्रतिस्वामी समर्थ बनविले. धर्मरक्षण, जनउद्धार व समाजजागृतीचे कार्य करण्यासाठी त्यांना सिद्ध केले.

ब्रह्मांडनायक श्री स्वामी समर्थ कृपांकित शिष्यांची मांदियाळी

१. शेगावचे श्री गजानन महाराज

२. सच्चिदानंद स्वामीकुमार

३. माधवाचार्य मैसलगीकर
४. यशवंतराव देवमामलेदार
५. सीताराम महाराज मंगळवेढेकर (खर्डी) (इ.स. १८५२-१९०३)
६. आनंदनाथ महाराज (कोकण)
७. दत्तगिरी महाराज (कोकण)
८. रामचंद्र तथा रामूमास्तर बोटे कैवल्याश्रमस्वामी (कर्नाटक) (इ.स. १८५७-१९११)
९. रामचंद्र तथा बाबा घोलपस्वामी (नाशिक) (इ.स. १८२५-१८८७)
१०. मोरेश्वर रघुनाथ जोशी तथा श्री मयुरानंद सरस्वती (उमराळे) (ठाणे-पालघर)
११. श्रीकृष्ण सरस्वती तथा कुंभारस्वामी (कोल्हापूर)
१२. स्वामीशिष्य बावडेकर पुराणिक, बार्शी (जि. सोलापूर) (इ.स. १८३१-१९२३)
१३. सद्गुरू जंगली महाराज (पुणे) (इ.स. १८३०-१८९०)
१४. बिडकर महाराज (पुणे)
१५. काळ बोवा वा काळबुवा (पुणे)
१६. नृसिंहसरस्वती (आळंदी देवाची)
१७. मुसलमान जमादार (मैंदर्गी) (कर्नाटक)
१८. श्री शिवराम बावडेकर तथा रांगोळी महाराज (सोलापूर)
१९. विष्णुबुवा ब्रह्मचारी (मुंबई) (इ.स. १८२५-१८७१).
२०. श्रीकृष्ण ठाकूरदासबुवा, (मुंबई)
२१. महारुद्र देशपांडे तथा चिदानंद केजकरस्वामी (मराठवाडा) (इ.स. १८४३-१८८६)
२२. आनंदभारती (ठाणे)
२३. स्वामीशिष्य रामचंद्र भेंडे तथा तातमहाराज, मुंबई
२४. अब्दुल रहिमानबाबा, भेंडीबाजार, मुंबई (इ.स. १८००-१९१६)
२५. गोपाळबुवा केळकर तथा प्रीतिनंद गोपाळबुवा महाराज (चिपळूण, कोकण)
२६. ब्रह्मनिष्ठ वामनबुवा वैद्य वांबोरीकर (इ.स. १८४८-१९११)

यांपैकी प्रत्येकाची चरित्रे, पोथ्या, मठ, मंदिरे आहेत. शिष्यपरिवार आहेत. नियमित उत्सव होत असतात. पैकी काही कृपांकित शिष्यांची माहिती पाहू या.

। शेगावचे गजानन महाराज ।

श्री स्वामी समर्थांच्या कृपांकित शिष्यांच्या मांदियाळीमध्ये शेगावचे श्री गजानन महाराज हे नाव अग्रभागी आहे. ते १५-१६ वर्षांचे असताना श्री स्वामींच्या दर्शनभेटीसाठी अक्कलकोटला आले. त्या दिवसाचे प्रज्ञापुरीतील अवघे वातावरण संजीवन, चैतन्याने अभिमंत्रित झालेले होते. श्री स्वामी समर्थ महाराज अतिशय आनंदाने आणि प्रसन्नपणे सारखे म्हणत होते, ''आज माझा गणपती येणार! आज माझा गणपती येणार!'' श्रींच्या या पुटपुटण्याचे नजिकच्या कुणासही तेव्हा आकलन होत नव्हते.

त्या दिवशी मध्यान्हसमयी एक १५-१६ वर्षांचा तेजस्वी बालक येताच श्री स्वामींनी आनंदविभोर होऊन आरोळी ठोकली, ''आला, माझा गजानन आला!'' लगेच ते त्या बालकाच्या दिशेने लगबगीने चालू लागले. तो बालकही पितृत्व भेटीच्या ओढीने श्री स्वामींकडे तेवढ्याच लगबगीने येत होता. दोघेही एकमेकांस भेटताच त्यांनी आनंदविभोर अवस्थेत एकमेकांची गळाभेट घेतली. दोघांच्याही डोळ्यांतून प्रेमाचे आनंदाश्रू ओघळत होते. तिथे उपस्थित असलेल्या दर्शनार्थींनी 'श्रीं'ची अशी कृती या अगोदर पाहिली नव्हती. खरोखर धन्य धन्य ते दर्शनार्थी.

श्री स्वामी स्वतः त्या बालकाचा हात धरून त्यास प्रज्ञापुरीतील वटवृक्षाखाली बैठकीच्या जागी घेऊन आले. त्याला स्वतःजवळ बसवून पित्तृवात्सल्याने त्याच्या डोक्यावरून हात फिरवू लागले. लहान मुलाशी जसे बोलतात, तसे त्याच्याशी गप्पागोष्टी करू लागले. त्याचे क्षेमकुशल पुसू लागले. तो बालकही श्रींच्या त्या वर्तन-व्यवहाराने कमालीचा प्रसन्न आणि आनंदी झालेला दिसत होता. त्या अपूर्व भेटीने त्या पितापुत्रांचे चेहरे तेजस्वी सूर्यासारखे उजळून निघाले होते. तेव्हा दर्शनार्थींमधील कुणीतरी मध्येच उत्सुकतेने 'श्रीं'स विचारले, ''महाराज, हा मुलगा वयाने मोठा दिसतोय, तरी आपण त्याला एखाद्या लहान मुलासारखे आंजारत-गोंजरत आहात. त्याच्याच भाषेत बोलत आहात. का?'' त्यावर स्मितहास्य करीत आणि गजाननाच्या डोक्यावर हात ठेवत श्री स्वामी म्हणाले, ''अरे, हा माझाच वंश आणि अंश आहे.''

नंतर गजानन श्रींच्या सान्निध्यात काही दिवस राहिले. ''माझ्या या मुलाची नीट व्यवस्था लावा. त्यास काही कमी पडू देऊ नका.'' अशा सूचना श्रींनी संबंधित सेवेकऱ्यांस दिल्या. त्या कालावधीत ते त्यांस 'बाबा' म्हणून संबोधत. दोघांच्याही

नित्याच्या निकटतम सहवासात काही ना काही बोलणे चालायचे. हितगूज, गुफ्तगू व्हायचे. पण ते सर्व इतरांच्या बुद्धीच्या आणि आकलनाच्या पलीकडचे होते.

गजाननाच्या अक्कलकोटमधील काही दिवसांच्या वास्तव्यानंतर त्यास 'श्रीं'नी नाशिक त्र्यंबकेश्वर तीर्थक्षेत्राजवळील कपिलधारा क्षेत्री तेव्हा वास्तव्यास असलेल्या रघुनाथदास महंतांकडे पाठविले. इथे त्यांनी बारा वर्षे तपसाधना केली. येथील तपसाधना पूर्ण केल्यानंतर ते स्वेच्छाभ्रमंती करीत पुन्हा 'श्रीं'च्या दर्शनभेटीसाठी अक्कलकोटला आले.

येथील अल्पभेटीत श्रीं स्वामींनी गजाननांस सांगितले, ''तू आता देव मामलेदाराकडे जा! तिथे जरा स्वतःला घासून घे, म्हणजे उजळून निघशील. तेथून त्यांची आज्ञा घेऊन उगवतीकडे (पूर्व दिशेस) पळ. तू जिथे थांबशील ते शेगाव. तिथेच बस. तुला नाव नाही, गाव नाही. लोक म्हणतील ते तुझे नाव असेल.'' श्रींची आज्ञा शिरसावंद्य मानून गजानन पुढे निघाले. श्री स्वामी समर्थ कृपांकित देव मामलेदारांना ते भेटले. काही दिवस त्यांच्या सान्निध्यात राहिले, स्वामीआज्ञा प्रमाण मानून शेगावी श्री गजानन महाराज म्हणून प्रकट झाले.

। मोरेश्वर - मयूरानंद ।

श्री स्वामी समर्थांचे सर्वसामान्य भक्त, उपासक व अनेक कृपांकित शिष्य होते, त्यात मोरेश्वर रघुनाथ जोशी तथा श्री मयूरानंद सरस्वती हे एक होते. १८५७पासून अक्कलकोटनिवासी श्री स्वामी समर्थांचा कीर्तिसुगंध दरवळत होता. अर्थात त्यामुळेच १८६५-६६च्या दरम्यान गणपती आणि मोरेश्वर या नावाचे दोन जिद्दी, जिज्ञासू तरुण एकाच वेळी, परंतु दोन वेगवेगळ्या ठिकाणांहून श्रींच्या दर्शनभेटीसाठी अक्कलकोटला आले होते. त्यांपैकी एक होता सातारा जिल्ह्यातील गोंदवल्याचा 'गणपती'. दुसरा मोरेश्वर होता ठाणे जिल्हातील नालासोपाऱ्याजवळील उमराळ्याचा. श्रींनी दोघांवरही कृपामृताचा वर्षाव केला. पुढे 'गणपती' श्री ब्रह्मचैतन्य गोंदवलेकर महाराज म्हणून नावारूपास आले. त्यांस श्रींनी सांगितले, ''मी तुझा गुरू नाही, तू तुकाईकडे जा. ते तुला मार्गदर्शन करतील.'' त्याप्रमाणे पुढील मार्गदर्शनासाठी गणपती तिकडे गेले.

मात्र श्रींनी मोरेश्वरास प्रज्ञापुरीत ठेवून घेतले. सर्वज्ञ श्रींस मोरेश्वराचा भूतकाळ माहीत होता. मोरेश्वराचे मामा लक्ष्मणशास्त्रींनी त्यांचे संगोपन केले होते.

त्यास संस्कृत व ज्योतिषशास्त्र शिकविले होते. त्याच्याकडून देवीची कठोर, व्रतस्थ उपासना करून घेतली होती. योगायोगाने उमराळे येथील चक्रेश्वर मंदिरात एक महान तपस्वी महंत त्यांच्या शिष्यांसह एकदा आले होते. त्यांनी बाळ मोरेश्वराच्या कपाळी स्वहस्ते विभूती लावून, 'पितृसुखाला पारखा झालेला हा बालक भविष्यात कीर्तिमान होईल व घराण्याचे नाव उज्ज्वल करेल. यास प्रत्यक्ष परमेश्वरी अवताराचा अनुग्रह होईल.' असे सांगितले होते. नंतर त्या महंताने कुणास काहीही कानोकानी खबर लागू न देता हिमालयाकडे प्रयाण केले.

अशा सुसंस्कारी आणि आध्यात्मिक वातावरणात मोरेश्वर लहानाचा मोठा होत होता. त्यास संगीताची आणि गायन कलेची विशेष आवड होती. त्यात त्याची चांगली गती होती. त्यास आता चांगला नावलौकिकही मिळू लागला होता. मोरेश्वर आता त्यात पूर्ण व्यग्र झाला होता. पण त्याचे मामा लक्ष्मणशास्त्रींना हे काही पसंत नव्हते.

एकदा मोरेश्वर त्याचा गायनाचा कार्यक्रम संपवून व्यासपीठावरून उतरत असताना, त्याच्या मामाने त्यास बाजूस घेऊन समजावण्याच्या स्वरात सांगितले, ''मोरेश्वरा, तू गायनकलेत उत्तम यश मिळवले आहेस, पण हे असे किती दिवस चालणार आणि टिकणार? याचा उपयोग काय? हे बघ, रंगलेल्या जगात रंग कायम राहत नाहीत. मिळत असलेले पैसे व रंगेल लोकांच्या टाळ्या क्षणभंगुर असतात. यात शाश्वत सुखाचा लवलेशही नसतो. आज जे लोक तुला डोक्यावर घेत आहेत, तेच तुला उद्या भविष्यकाळात पायदळी तुडवण्यास मागे-पुढे पाहणार नाहीत. या असल्या अशाश्वत व भ्रामक आनंदापेक्षा शाश्वत आनंद कसा मिळविता येईल याचा विचार कर. सौंदर्य व तारुण्य कधीच कायम टिकत नाही. वृद्धपणी देव धर्म करावा हे म्हणणे व मानणे हास्यास्पद आहे. तेव्हा हे शृंगारिक, क्षणभंगुर जीवन सोडून शाश्वत आणि सत्य जीवनाचा मार्ग स्वीकारण्यातच तुझे हित आहे.'' मामांच्या या बोलण्याचा तरुण मोरेश्वरवर विलक्षण परिणाम झाला. त्या क्षणी त्याने गायन, संगीत, ललित कलेला कायमचा रामराम ठोकून चिरकालीन शाश्वत जीवनाच्या दृष्टीने आयुष्याच्या अखेरपर्यंत मार्गक्रमण करण्याचा ठाम निर्धार केला. त्यासाठी शाश्वत सुखाच्या मार्गदर्शकांचा मोरेश्वरचा शोध सुरू झाला.

मोरेश्वरच्या कानावर अक्कलकोटच्या श्री स्वामी समर्थांचे नाव आलेले होतेच. आता त्यास त्यांच्या दर्शनभेटीची तीव्र ओढ निर्माण झाली. अशा अवस्थेत असतानाच एक दिवस त्याच्या स्वप्नात आजानुबाहू, लंबोदर, रक्तांगवर्ण, कौपिनधारी एक तेजस्वी मूर्ती दिसली. ती मूर्ती त्यास स्वतःकडे बोलवीत असल्याचे

जाणवले. त्या स्वप्नदृष्टान्ताने संमोहित झालेल्या मोरेश्वरने जेव्हा जाणकारांकडे चौकशी केली, तेव्हा ते अक्कलकोटचे ब्रह्मांडनायक श्री स्वामी समर्थ आहेत, असे त्यास समजले. आता त्यास त्यांच्या भेटीचा ध्यास लागला. मोरेश्वरने पत्नी, आजोबा व इतर संबंधितांस अक्कलकोटला जाण्याचा मनोदय सांगितला. त्यांची अनुमती मिळवली. श्री स्वामी समर्थांची दर्शनभेट होईपर्यंत पाणीही पिणार नाही, अशी भीष्मप्रतिज्ञा करून त्यांनी अक्कलकोटकडे प्रयाण केले.

त्या वेळी रस्त्यांची, वाहतुकीच्या साधनांची प्रचंड प्रतिकूलता असताना मजल दरमजल करीत मोरेश्वर ३५०-४०० कोसांचे अंतर कापत अक्कलकोटला पोहोचला. चौकशी करता श्रींची स्वारी तेव्हा गावाबाहेरील डोंगरावर गेली होती. नेहमीप्रमाणेच काही सेवेकरी त्यांच्या सोबत होते. काही मुमुक्षू लोकही श्रींच्या दर्शनभेटीस आणि आपल्या अडीअडचणी सांगण्यास तिथे पोहोचले होते. श्री स्वामी त्या सर्वांना काही ना काही सांगत होते. अचानक ते मोठ्याने म्हणाले, ''या वेड्यास काय म्हणावे? आम्ही त्यास सोपाऱ्याला दर्शन दिले होते, तरीही हा आता आमच्या दर्शनाला इथे का आला आहे?'' अर्थात त्या वेळचे श्रींचे उद्‌गार उमराळे सुपाऱ्याहून आलेल्या मोरेश्वरला उद्देशून होते.

पण तेथील उपस्थितांना श्रींच्या या उद्‌गाराचा उलगडा झाला नाही. तेवढ्यात मोरेश्वर डोंगर चढून वर आले. श्रींना प्रत्यक्ष पाहिल्यावर त्यांची खात्री झाली की, स्वप्नात दिसलेली ईश्वरी विभूती ती हीच आहे. मोरेश्वरने लागलीच श्रींस साष्टांग दंडवत घातला, तेव्हा त्यांच्याकडे पाहत श्री स्वामी म्हणाले, ''अरे, तुला तुझ्या घरी दर्शन दिले असताना तू इतका त्रास घेऊन पुन्हा इथे कशाला आलास? आता तू ताबडतोब तुझ्या घरी नीघ. तुझी पत्नी तू घर सोडल्यापासून अन्नपाणी वर्ज्य करून देवाजवळ बसली आहे. तू गेल्याशिवाय ती काहीही खाणार नाही. तू आता ताबडतोब नीघ.''

श्रींच्या मुखातील हे आश्वासक उद्‌गार ऐकून मोरेश्वरास परमानंद झाला, पण त्याच वेळी त्यास परमदु:खही झाले. कारण एवढा लांबचा, खडतर प्रवास करून आपण श्रींची सेवा करण्याच्या उद्देशाने इथे अक्कलकोटास आलो, पण श्रींची सेवा करण्याची संधी मिळत नाही. अंतर्ज्ञानी श्रींनी मोरेश्वरच्या मनात होत असलेली घालमेल ओळखली. त्यावर कृपाकटाक्ष टाकीत त्यांनी त्यास श्री गणेशाची मूर्ती प्रसाद म्हणून दिली. 'याची सेवा कर' म्हणून सांगितले. पितळी पादुका व दगडावर कोरलेल्या पादुका मोरेश्वराच्या हाती सोपवत श्री स्वामी म्हणाले, ''तू मेल्यावर या

पादुका तुझ्या डोक्यावर ठेवण्यास सांग. राममंदिराची स्थापना कर. तुझ्या वंशात सात पिढ्या कीर्तन परंपरा चालेल. जा सोपाऱ्याला जा. आमची ध्वजा उभी कर. निर्मळच्या यात्रेत मी तुला परत भेटेन. योग्य वेळी तुझ्या घरीही येईन.'' श्रींनी दिलेली मूर्ती, पादुका आणि कृपाशीर्वाद घेऊन मोरेश्वर घरी परतला तो मयूरानंद सरस्वती म्हणूनच. घरी आल्या आल्या त्यांना श्री स्वामींनी सांगितल्याप्रमाणे त्यांची पत्नी अन्नपाणी वर्ज्य करून त्यांच्या आगमनाकडे डोळे लावून बसलेली दिसली. श्रींच्या ईश्वरी सामर्थ्याची रोकडी प्रचिती त्यांना आली.

मोरेश्वर तथा मयूरानंदांचे एक आप्त नामे बाळा रामभाऊस महारोग झाला होता. त्या वेळी उपलब्ध असलेले सर्व औषधोपचार त्यांनी केले. सर्व प्रकारच्या हकीम, वैद्यांना दाखवले, पण गुण नाही. म्हणून बाळारामभाऊ देव देव करणाऱ्या मयूरानंदाकडे आले. पण बाळारामभाऊचा कुष्ठरोग बरा करणे हे आपल्या आवाक्याबाहेरचे आहे असे समजून त्यास अक्कलकोटास श्री स्वामी समर्थांकडे न्यावे असे त्यांना वाटले. म्हणून त्यास घेऊन मयूरानंद अक्कलकोटला श्रींच्या दर्शनभेटीस आले. त्या दोघांनी श्रींचे दर्शन घेतले. बाळारामभाऊंकडे पाहत श्री स्वामी कडाडले, ''तुम्ही पापे करायची व आम्ही ती बरी करायची का?'' असे म्हणून शेकोटीतील जळून विझलेला एक निवडुंगाचा फणा त्याच्याकडे फेकीत म्हणाले, ''हा उगाळून लाव, मात्र यापुढे परान्न भक्षण करू नकोस.'' दोघांनीही श्री स्वामी समर्थ महाराजांचे ऋण व्यक्त केले. श्रींना साष्टांग नमस्कार करून व त्यांचे शुभाशीर्वाद घेऊन ते दोघेही स्वगृही उमराळ्याला परतले.

'तुमच्या घराण्यात सात पिढ्या कीर्तन परंपरा राहील.' असा श्रींनी मयूरानंदांना या अगोदरच आशीर्वाद दिला होता. त्यानुसार मयूरानंदांनी कीर्तनाची गादी स्थापन केली. त्या माध्यमातून श्रींना अपेक्षित असलेला समाज प्रबोधनाचा जागर त्यांनी त्यांच्या अखेरच्या श्वासापर्यंत केला. 'श्री स्वामी कृपा जिथे, काय उणे तिथे?' याचा त्यांना पदोपदी अनुभव येऊ लागला.

कीर्तन-प्रवचनांतून त्यांना बऱ्यापैकी धनप्राप्ती होऊ लागली. स्वतःच्या व कुटुंबाच्या माफक गरजेपुरते ठेवून उर्वरित द्रव्य श्रीराम मंदिराच्या उभारणीसाठी ते खर्च करू लागले. श्री स्वामीआदेशानुसार त्यांनी १८९०मध्ये उमराळे इथे श्रीराम मंदिराच्या उभारणीचा निश्चय केला.

श्रीकृपा इतकी की मंदिराचा पाया खोदण्याचे काम चालू असतानाच मारुतीची मूर्ती सापडली. सारेच अचंबित झाले. मारुतीच्या मूर्तीची प्राप्ती हा केवळ योगायोग

नव्हता. जिथे श्री स्वामी राम तिथे भक्त श्री मारुती असणारच. भगवंताला भक्ताशिवाय शोभा नाही. त्या मंदिरात प्रभू श्रीरामचंद्र, सीतामाई आणि हनुमान यांच्या मूर्तींची विधिवत प्राणप्रतिष्ठा करण्यात आली. या तिन्ही मूर्तींच्या प्राप्तीचा अद्‌भुतरम्य वृत्तान्त आणि ब्रह्मांडनायक श्री स्वामी समर्थांची मयूरानंद सरस्वतींवरील असीम कृपेचा सविस्तर वृत्तान्त मयूरानंद सरस्वतींच्या चरित्रात दिलेला आहे.

दीड-दोनशे वर्षांपूर्वी काळबादेवी इथे विविध देव-देवतांच्या मूर्ती विक्रीस ठेवल्या जात असत, म्हणून मयूरानंद मूर्ती खरेदी करण्यासाठी तिथे गेले. परंतु त्यांना त्या मूर्तींमधील एकही मूर्ती पसंत पडली नाही. पुढे ग्रँटरोड स्टेशनवर एका तरुणाशी मयूरानंदांची अनाहूतपणे भेट झाली. एकमेकांची विचारपूस करताना मयूरानंदांनी त्यास सांगितले, ''मी काळबादेवीस मूर्ती खरेदी करण्यास गेलो होतो, पण मला तिथे एकही मूर्ती पसंत पडली नाही, म्हणून इथे आलो.'' त्यावर तो तरुण म्हणाला, ''माझ्या पेटीत तीन मूर्ती आहेत. एकाने मला त्या घडवण्यास सांगितले होते, परंतु त्याने दुसरीकडून मूर्ती घेतल्या.'' लगेचच त्याने त्याच्या पेटीतील राम, लक्ष्मण व सीता यांच्या मूर्ती मयूरानंदांस दाखवल्या. त्या मूर्ती पाहून त्यांचे मन प्रसन्न झाले. त्या मूर्तीचा मोबदला मयूरानंद त्यास देऊ लागले, पण तो मोबदला घेण्यास तयार होईना. मयूरानंद 'घे' म्हणत होते. तो नम्रपणे 'नाही' म्हणत होता. असे हो-नाही चालू होते. तेवढ्यात गाडी आली. तो तरुण त्या मूर्ती न घेताच गाडीत बसून निघून गेला.

मयूरानंदांना मूर्ती आवडल्या, पण व्यवहार जमला नाही म्हणून खूप वाईट वाटले. पुढे मयूरानंदांना रेल्वे स्टेशन नियंत्रकाकडून एक टपाल मिळाले. त्यांनी ते टपाल फोडले असता त्यात मजकूर होता - 'जय रामजी की। मैं जो करने जा रहा हूँ, शायद यह बात आपको राज ना आए। मेरी इच्छा है की, श्रीरामजी, लखनजी और सीतामैय्या की मूर्तियाँ आपको भेट दे दूँ। आपसे कीमत नहीं ले सकता। ये मूर्तियाँ अगर आपको सौंप दूँ, तो जिस मंदिरमें उन्हें आप प्रतिष्ठित करेंगे, वहाँ ईश्वर आराधना का बहुत बड़ा केंद्र होगा, यह मेरा विश्वास है। आप मेरी बिनती का सम्मान करो यह अपेक्षा। आपका अपना।'

मयूरानंदांनी या पत्रातील समग्र हकीकत स्टेशन नियंत्रकास सांगितली. तेव्हा ते नियंत्रक म्हणाले ''अर्पण केलेल्या मूर्तींचा आपण स्वीकार करावा.'' मयूरानंदांनी श्री स्वामीइच्छा समजून त्या मूर्तींचा स्वीकार केला. नंतर मयूरानंदांनी गावकऱ्यांच्या मदतीने खोदकामात सापडलेली हनुमंताची व मिळालेल्या प्रभू रामचंद्र, लक्ष्मण

आणि सीतामाई या मूर्तींची विधिवत स्थापना केली. अशा तऱ्हेने श्री स्वामी समर्थांच्या इच्छेने आणि कृपेने रामपंचायतन पूर्ण झाले.

ब्रह्मांडनायक श्री स्वामी समर्थांनी मोरेश्वर तथा मयूरानंदांना पहिल्याच भेटीत सांगितले होते, ''निर्मलच्या यात्रेत भेटेन.'' त्यानुसार मयूरानंद निर्मलच्या यात्रेत गेले. तिथे श्री स्वामी समर्थ महाराजांचे दर्शन होणार या उत्सुकतेपोटी त्यांनी ती यात्रा संपूर्ण धुंडाळली, पण श्रींचे दर्शन त्यांना झाले नाही. यात्रेत फिरता फिरता ते एका शंख, माळा, रुद्राक्ष, विविध प्रकारचे गंध, शाळिग्राम, बाणालिंगे आदी वस्तू मांडून बसलेल्या दुकानाजवळ थांबले. त्या दुकानात साधूवेशातील एक तेजस्वी, तेज:पुंज दुकानदार धुनी लावून बसलेला होता. मयूरानंद त्या दुकानातील वस्तू पाहत असताना त्यांना वस्तूत एका बाणाला चंदन लावून बेल वाहिलेला दिसला. त्यांनी त्याबाबत दुकानदारास विचारले असता, तो 'चंद्रशेखर बाण' आहे, असे त्याने सांगितले. त्यांनी त्याची किंमत विचारली, तेव्हा ते साधू बाबा म्हणाले, ''हा बाण अतिदुर्मीळ असतो. नर्मदेतून हा फार क्वचित मिळतो. हा बाण माझ्या गळ्यातील ताईत व माझा आत्मा आहे. मला हा विकायचा नाही. या व्यतिरिक्त अन्य कोणताही बाण घे.'' परंतु मयूरानंद त्याच बाणासाठी हटून बसले. शेवटी ते दुकानदार साधूबाबा म्हणाले, ''तुझी परीक्षा घेतल्याशिवाय हा बाण मी तुला देणार नाही.''

''हो. घ्या परीक्षा. मी तयार आहे.'' मयूरानंद नम्रपणे म्हणाले. मी लिंगावरचे बिल्वपत्र तुझ्या दिशेने फेकीन. तू उपरणे झोळीसारखे धरून उभा राहा. ते जर तुझ्या उपरण्यात पडले, तर मी हा बाण तुला देईन.'' दुकानदाराच्या या अटीस मयूरानंद तयार झाले. श्री स्वामी समर्थांचे स्मरण करीत मयूरानंदांनी साधूने सांगितल्याप्रमाणे उपरणे झोळीसारखे धरून उभे राहिले.

'श्री स्वामी समर्थ' या षडाक्षरी मंत्राचा अखंड जप मयूरानंदांचा सुरू होता. साधूबाबांनी ठरलेल्या अटीप्रमाणे बाणावरील बिल्वपत्र फेकताच ते मयूरानंदांच्या उपरण्याच्या झोळीत अलगद पडले. साधूबाबांनी तो बाण लगेचच पेटलेल्या धुनीत टाकला. ते मयूरानंदास म्हणाले, ''बेटा, तेरा तकदीर अच्छा है। यह बाण नहीं टुटेगा।''

त्या दुकानदार साधूबाबाने तो बाण जेव्हा धुनीतून काढला, तेव्हा तो तप्त होऊन लालबुंद झालेला होता. साधूबाबांनी तो थंड पाण्यात टाकला. तरी तो तडकला नाही, की तुटला नाही. तो चंद्रशेखर बाण मयूरानंदांना देत साधूबाबा म्हणाले, ''आता तुला भय नाही. हा बाण मी तुला देत आहे. तुझे व तुझ्या वंशजांचे भाग्य उज्ज्वल आहे. तुझ्या वंशाची कीर्ती वाढेल. या बाणाची नित्यनियमाने पूजा करीत जा.''

बाण घेऊन मयूरानंद आनंदाने तेथून निघाले. पुढे जाताच त्यांना वाटले, त्या दुकानदार साधूबाबाला श्री स्वामी समर्थांविषयी विचारावे. म्हणून ते अर्ध्या रस्त्यातूनच परत माघारी फिरले. जेथून तो बाण घेतला होता, तिथे आले. तो दुकानदार साधूबाबा, त्यांचे दुकान, धुनी असे काहीही तिथे नव्हते. शेजारच्या दुकानदाराकडे चौकशी करता त्याने तिथे असे काहीच नसल्याचे सांगितले. तत्क्षणी मयूरानंदांस 'मी तुला निर्मलच्या यात्रेत भेटेन.' या श्री स्वामींनी सुरुवातीसच अक्कलकोटमध्ये दिलेले वचन आठवले. परंतु तेव्हाच साधूबाबांस विचारण्यास अथवा ओळखण्यास आपणच कमी पडलो याची जाणीव होऊन मयूरानंदांस खूप वाईट वाटले. पण श्री स्वामींनी साधूबाबांच्या रूपात दर्शन देऊन स्वतःचे आत्मलिंग 'चंद्रशेखर बाणलिंगा'च्या रूपाने दिले. याचा परम संतोष त्यांना वाटला. पण या सर्व घटनाक्रमाने मयूरानंदांची मती कुंठित झाली होती. श्री स्वामींचे ब्रह्मांडनायकत्व त्यांना पुरेपूर समजले होते, उमजले होते.

श्रींच्या आज्ञेनुसार एकदा रामनवमीच्या उत्सवात मयूरानंदांचे कीर्तन सुरू होते. गावातील व त्यांच्या घरातील सर्व मंडळी कीर्तनश्रवणास आली होती. ही संधी साधून चोर मयूरानंदांच्या घरातील सर्व मौल्यवान ऐवज घेऊन घराबाहेर पडत असताना दोन अनाहूत तरुणांनी त्या चोरांना अडवून दरडावून विचारले, ''घरचा मालक त्याचे कर्तव्य तिकडे कीर्तनसेवा करून पार पाडीत असताना तुम्ही इकडे काय करत आहात? तुम्ही इथे आलातच का? लाज नाही वाटत?'' त्या तरुणांच्या आवेशपूर्ण दरडावणीने चोर पुरते घाबरले. त्यांना कापरे भरले. त्या दोघांचे पाय धरून ते क्षमायाचना करू लागले. तेवढ्यात मयूरानंद कीर्तन आटोपून घरी आले. चोरांनी त्यांचे पाय धरले आणि म्हणाले, ''आम्हाला सोडावे, आम्ही इथून निघून जातो.'' परंतु मयूरानंदांनी त्यांच्यावर न रागवता त्यांच्या चरणाशी कोसळलेल्या त्या चोरांना उठविले. त्यांना घरात नेऊन त्यांचा यथायोग्य सत्कार करून त्यांची प्रेमाने पाठवणी केली.

पुढे वयोमानपरत्वे त्यांच्या हालचालींवर बंधने आली होती. छोटे-मोठे आजार अधूनमधून डोके वर काढत त्यांना त्रस्त करीत. एके दिवशी प्रातःकाळी सर्व आन्हिके आटपून ते श्री स्वामी समर्थांचे ध्यान करीत बसले होते, तेव्हा एका अनाहूत संन्याशाने दरवाजा लोटून आत प्रवेश केला. त्या यतीश्वर संन्याशाचे त्यांनी उठून आनंदाने स्वागत केले. त्या यतीने मयूरानंदांकडे दौत, टाक व कागद मागितला. कागदावर स्वहस्ते त्या यतींनी काही औषधे, त्यांची प्रमाणे व मात्र लिहून

दिल्या. नंतर यती त्यांना म्हणाले, ''यात पोटात होणाऱ्या जंतांचे (कृतींचे) हनन करणारे औषध कसे बनवायचे ते लिहिलेले आहे. शिवाय अपत्य होण्यास विशिष्ट परिस्थितीत उपयुक्त ठरू शकेल अशा औषधी जडीबुटींची नावे व मिश्रणे लिहून दिली आहेत. गरजू रुग्णांना ही औषधे दे. माफक धनाचा स्वीकार कर. याचा बाजार करू नकोस.'' तसेच परत जाताना त्यांनी मयूरानंदांस झोळीतून एक नाणे काढून देत ते म्हणाले, ''तुला नित्य धनप्राप्ती होईल. तुझा योगक्षेम आम्ही चालवू.'' असा आशीर्वाद देऊन यती निघून गेले.

या मंतरलेल्या घटना-प्रसंगातून भानावर येत मयूरानंदांनी घराबाहेर येऊन त्या यतीचा लगबगीने शोध घेतला. परंतु ते सापडले नाहीत. साक्षात ब्रह्मांडनायक श्री स्वामी समर्थ महाराज प्रात:काळी त्यांच्या घरी आले होते, असे त्यांना राहून राहून वाटत होते. ते यती म्हणजेच श्री स्वामी समर्थ पुढच्या कित्येक पिढ्यांच्या उदरनिर्वाहाचे साधन मयूरानंदांना देऊन अदृश्य झाले. श्रींची लीला व कृपा अगाध आहे हेच खरे वास्तव आहे.

। महंमद शाह कादरी तथा जंगलीशा ।

ब्रह्मांडनायक श्री स्वामींचे गारूड त्या वेळी अनेक साधूसंत, महंत, विद्वान, दशग्रंथी वेदशास्त्रसंपन्न पंडित यांवर निर्विवाद होते. महंमद शाह दाऊदसाहेब कादरी सत्तारी उर्फ जंगलीशा हे त्या प्रभावळीतीलच एक नामवंत. पुढे 'श्रीं'चा कृपाशीर्वाद लाभल्यानंतर सद्गुरू जंगली महाराज म्हणून ते ख्यातकीर्त झाले. पुण्याला पूर्वीच्या भांबुर्डे (सध्याचे शिवाजीनगर) भागात 'जंगली महाराज रोड' म्हणून प्रसिद्ध हमरस्ता आहे. या रस्त्यावरच सुप्रसिद्ध 'जंगली महाराज समाधी मंदिर' आहे. हिंदू-मुस्लीम भाविकांचे श्रद्धास्थान म्हणून ते सुप्रसिद्ध आहे. या स्थानावर जंगली महाराज सुमारे बावीस वर्षे वावरले. श्री स्वामींच्या शिष्याने सन १८९०ला इथे समाधी घेतली.

तसे ते मुळचे सोलापूर-विजापूर (कर्नाटक) रस्त्यावर सिना नदीच्या काठी वसलेल्या होनमूर्गी या गावचे. त्यांचा जन्म विजापूरजवळील बर्डोल (कर्नाटक) या गावी झाला. ते जन्मत:च अतिशय बुद्धिमान होते. त्यांची स्मरणशक्ती तीव्र होती. त्यांनी अल्पवयातच उर्दू, कानडी, पर्शियन आणि मराठी या भाषा अवगत केल्या होत्या. ते वादविवादात इतके निपुण होते, की ते प्रौढांनाही निरुत्तर करीत.

त्यांनी प्राथमिक शिक्षण पूर्ण केल्यानंतर अधिक मार्गदर्शनासाठी अक्कलकोट येथील मुस्लीम गुरू हजरत शाह ताहिर कादरी सत्तार तथा ताहेरशा यांच्या पाठशाळेत दाखल झाले.

ताहेरशा हे मंत्रविद्येत तेव्हा अक्कलकोट व आजूबाजूच्या पंचक्रोशीत तरबेज होते. मंत्रविद्या, जादूटोणा (काळी जादू) आदींमध्ये त्यांचा हातखंडा होता. सुरुवातीस बाल जंगलीशाला त्या वयात या सर्वांचे कुतूहल आणि आकर्षण होते. या साऱ्या विद्या व सिद्धी ताहेरशांनी जंगलीशाला शिकवल्या. जात्याच बुद्धिमान असलेला जंगलीशा या मंत्रविद्येत पारंगत झाला. ताहेरशाचा मुख्य भर मंत्रविद्या, जादूटोणा, जारण-मारण आणि इस्लाम धर्माचा प्रसार आणि प्रचार यांवर होता.

याउलट त्या वेळी अक्कलकोटमध्ये अवतीर्ण झालेल्या ब्रह्मांडनायक श्री स्वामी समर्थ महाराजांचा आचार-विचार, वर्तनव्यवहार होता. त्यांच्या शिकवणुकीत सर्वसमावेशकता आणि नीतिमूल्यांचा समावेश होता. त्यांची शिकवण विशाल, उदात्त आणि विश्वव्यापक नीतितत्त्वावर आधारित होती. त्यामुळे त्यांची दर्शनभेट आणि दरबार प्रवेश सर्वांसाठी मुक्त आणि खुला होता. त्यामुळे हिंदुस्थानच्या कानाकोपऱ्यातून सर्व जाती-धर्मांचे, पंथांचे अगणित संप्रदायांचे लोक अक्कलकोटला त्यांच्या दर्शनभेटीस येत.

याउलट ताहेरशाकडे मोजकेच लोक कुविचाराने प्रभावित होऊन येत. इतरांवर सूड उगवण्याच्या हेतूने, मत्सरग्रस्त लोकांचाच त्यात अधिक भरणा असे. त्यातही प्रामुख्याने मुस्लिमांचा भरणा अधिक असे. ताहेरशा व त्याचा त्या वेळचा शिष्य महंमदशा (पुढे जंगली महाराज) यांच्यात श्री स्वामींच्या लोकप्रियतेविषयी नेहमीच गांभीर्याने चर्चा होत असे. त्या दोघांनाही श्री स्वामींचा प्रचंड हेवा वाटत असे. विशेषतः ताहेरशाच्या मनात श्री स्वामींविषयी प्रचंड मत्सर असे. इतका, की श्री स्वामींना स्वतःमध्ये असलेल्या मंत्रसामर्थ्याचा प्रयोग करून कायमचे संपवून टाकावे असे त्यास वाटे.

एके दिवशी रात्रीच्या वेळी ताहेरशाने श्री स्वामींना मंत्रविद्येने कायमचे संपवण्याचा त्याचा मनोदय त्याचा शिष्य महंमदशाजवळ बोलून दाखविला. त्या वेळी काहीशा अपरिपक्व व पोरसवदा असलेल्या महंमदशाने त्यास संमती दर्शविली. त्यानुसार जंगलीशाने श्री स्वामी समर्थांच्या मठात इतर स्वामी भक्तांप्रमाणे राजरोस प्रवेश करायचा. तिथे गेल्यावर श्रींवर त्यांच्या बेसावध क्षणी मंत्राचा प्रखर आघात करायचा. गुरू-शिष्यामध्ये ठरलेल्या या योजनेनुसार जंगलीशाने इतर

स्वामीभक्तांसमवेत श्री स्वामी समर्थांच्या मठात प्रवेश केला. श्रींपासून हाकेच्या अंतरावर तो उभा राहिला. श्री स्वामी इतर भक्तगणांशी बोलण्यात गुंतलेले पाहून त्याने त्यांच्यावर अघोरी प्राणघातक मंत्रप्रयोग केला. तत्क्षणी श्री स्वामींना त्या मंत्रप्रयोगाचा किंचितसा धक्का जाणवला, पण सर्वसाक्षी श्री स्वामी समर्थांना या अघोरी प्राणघातक मंत्राची जाणीव होताच त्यांनी जंगलीशावर तीव्र, जळजळीत नेत्रकटाक्ष टाकला.

त्यांच्या केवळ नेत्रकटाक्षाने त्याने त्यांच्यावर टाकलेला तो जीवघेणा मंत्र पूर्णतः निष्प्रभ तर ठरलाच, पण मंत्र टाकणाऱ्या जंगलीशाचे हातपाय आखडले. तो जागच्या जागी जायबंदी झाला. लोळागोळा होऊन पडला. त्या अवस्थेतून स्वतःची सुटका करून घेण्याचे त्याने जिवाच्या आकांताने प्रयत्न केले. परंतु ते सर्व निष्फळ ठरले. या प्रकाराने जंगलीशा पुरता चक्रावून गेला. त्याचे सुटका करून घेण्याचे सर्वच मार्ग खुंटल्यानंतर त्याने ब्रह्मांडनायक श्री स्वामी समर्थ महाराजांस कळवळून प्रार्थना केली, ''स्वामी, मेरेकू बचाव! मेरेकू बचाव! मुझे जिंदगी दे दो!'' त्याची ती दयनीय अवस्था पाहून श्रींना त्याची दया आली. क्षणभर त्यांनी त्याच्यावर प्रेमळ नेत्रकटाक्ष टाकला. जखडलेला जंगलीशा मुक्त झाला. धावत जाऊन तो श्रींचरणी नतमस्तक झाला. श्रींनी त्याच्या शिरी वरदहस्त ठेवून त्याला आशीर्वाद दिला. हा प्रसंग घडला, तेव्हा आळंदीचे नृसिंहसरस्वती हेसुद्धा तिथे उपस्थित होते.

वात्सल्यपूर्ण दृष्टीने जंगलीशाकडे पाहत श्री स्वामी म्हणाले, ''कशासाठी आला होतास? तेरेकू क्या चाहिए?'' श्रींच्या या वात्सल्यपूर्ण, कृपाळू, प्रेमळ वर्तनव्यवहाराने आणि वात्सल्यपूर्ण नजरेने, जंगलीशाच्या डोळ्यांतून पश्चात्तापाच्या अश्रुधारा वाहू लागल्या. आपण असा अघोरी, जीवघेणा मंत्रप्रयोग त्यांच्यावर करूनही ते किती परमदयाळू, कनवाळू, द्वेषविरहित आहेत याचा त्याला अचंबा वाटला. त्यांच्या ठायी जणू 'ईश्वर-अल्ला परवरदिगार' आहे असेच त्यास राहून राहून वाटत होते. त्याच्या आचारविचारांत आणि वर्तनव्यवहारात बदल झाला. त्याने श्री स्वामींना त्याच्या व त्याचा गुरू ताहेरशाच्या मनातील श्री स्वामी समर्थांविषयीची द्वेषमूलक खदखद प्रांजळपणे सांगताना तो म्हणाला, ''महाराज, तुम्हाला कायमचे नष्ट करण्याच्या हेतूने माझ्या गुरूच्या आज्ञेने तुमच्यावर प्राणघातक मंत्राचा वापर मी केला. पण आपण तो मंत्र केवळ आपल्या एका नेत्रकटाक्षाने निष्प्रभ करून टाकला. उलट त्या प्राणघातक मंत्राचा वापर करणारा मीच जखडला गेलो. अशी कोणती अपूर्व विद्या आपल्याकडे आहे? महाराज, कृपा करून ती मला शिकवा.''

जंगलीशाच्या या प्रांजळ वक्तव्यावर स्मित हास्य करीत श्री स्वामी म्हणाले, ''बेटा, माझ्याजवळ विद्या वगैरे काही नाही. 'शिवहर शंकर, नमामि शंकर' हे नाम हीच माझी योग विद्या आहे. काहीही झाले तरी तुझे आणि ताहेरशाचे मी भलेच चिंतेन.'' कृपेने ओथंबलेल्या श्रींच्या या उद्‌गारांनी जंगलीशा गहिवरला. श्रींचे चरण घट्ट धरीत तो निश्चयाने म्हणाला, ''स्वामी महाराज, मी आता हे पाय कधीच सोडणार नाही. मला आपल्यापासून दूर लोटू नका?'' त्यावर त्याला उठवीत ते म्हणाले, ''तू माझ्याजवळ जरी राहिलास, तरी ताहेरशाचा अवमान त्यांच्या परोक्ष कुणाजवळही कधीही करू नकोस. त्यांच्याबद्दल मनात कुविचार आणू नकोस. त्यांनाही तुला गुरुस्थानी मानावे लागेल. मानवसेवा हाच धर्म मानून तू पुढे चल.'' आळंदीचे नृसिंहसरस्वती या वेळी तिथे हे सर्व ऐकत आणि पाहतही होते. पुढे हाच जंगलीशा जंगली महाराज म्हणून पुण्यात प्रसिद्ध झाला. त्याचे आळंदीच्या नृसिंह सरस्वतींशी गुरुबंधूचे दृढ नाते तयार झाले.

जंगलीशा श्री स्वामींच्या सहवासात सुमारे दोन महिने राहिला. या काळात त्याने श्रींची मनोभावे सेवा केली. त्यांच्याकडून लोकोपयोगी काही गूढ तत्त्वेही जाणून घेतली. यादरम्यान, होनमुर्गीचे लोक त्याला घरी परत नेण्यास आले. पण तो गेला नाही. त्याने गावाकडील लोकांना स्पष्टच सांगून टाकले, ''तुमच्या चरितार्थासाठी सव्वाशे एकर जमीन आहे. ती कसून कुटुंबाचा चरितार्थ चालवा. माझ्यावाचून तुमचे कुणाचे काहीही अडणार नाही. इथून पुढे श्री स्वामी समर्थ महाराज सांगतील त्याप्रमाणे मी वागणार आहे.'' त्याचे हे विरक्तीचे उद्‌गार ऐकून त्याच्या घरीची मंडळी हिरमुसली होऊन त्यांच्या गावी परत गेली.

श्री स्वामी जंगलीशाच्या या विरक्त, निर्मोही वृत्तीवर प्रसन्न होऊन त्यास बोधित करताना म्हणाले, ''जंगलीशा, तू आता विरक्त झाला आहेस, नीतिधर्माने आचरण करून इथून पुढे तू जगदुद्धाराचे कार्य कर, त्यासाठी पदयात्रा कर. नामस्मरणाने व एकांत चिंतनाने तुला सारे काही सिद्ध होईल. सिद्धींचा, अघोरी विद्येचा उपयोग कधीही करू नकोस. कुणीतरी जबर संकटातून वाचणार असेल, कुणाचे काहीही नुकसान होणार नसेल, तरच नाइलाजास्तव सदसद्‌विवेकाने ऋद्धिसिद्धीचा वापर कर.'' असे सांगून त्याच्या मस्तकावर वरदहस्त ठेवून त्याच्यावर कृपावर्षाव केला. श्रींना विनयाने वंदन करून जंगलीशा पुढील कार्यासाठी मार्गस्थ झाला.

होनमुर्गी, अहिरवाडी, अक्कलकोट, जत, विजापूर, कुडची, जमखंडी, मिरज, सातारा, रेडरे, नेर्ले, कादरुगा, नरसोबाची वाडी, देहू यांसारख्या अनेक गावांचा

पल्ला गाठत, तिथे धार्मिक स्थळांची उभारणी करीत, त्या वेळच्या सर्वच बाबतींत मागासलेल्या रयतेला मार्गदर्शन करीत, आयुष्याच्या अखेरच्या टप्प्यात जंगलीशा तथा जंगली महाराज १८६८च्या दरम्यान पुण्यात दाखल झाले. 'सम सकला पाहू। अवघ्या मानवाची सेवा करू॥' या श्री स्वामी समर्थांनी केलेल्या उपदेशानुसार त्यांचा आचारविचार आणि वर्तनव्यवहार होता. त्या वेळच्या पुण्यात आणि पुण्याच्या पंचक्रोशीत त्यांनी अद्वितीय कार्य केले. म्हणून 'पुण्याचे जंगली महाराज' असा त्यांचा सर्वत्र नावलौकिक झाला. जंगली महाराज रस्ता व त्यांचे समाधिस्थान आज पुण्याचे वैभव समजले जाते. पण त्या जंगली महाराजांवर ब्रह्मांडनायक श्री स्वामी समर्थांचा कृपाशीर्वाद होता हे विसरून कसे चालेल?

। दत्तगिरी ।

श्री स्वामी समर्थ कृपांकित शिष्यांपैकी कोकणातले दत्तात्रेय प्रभू खानोलकर तथा 'दत्तगिरी' हे एक होते. श्री स्वामींनी त्यांच्यावर केलेली कृपा अतिशय रंजक व अद्‌भुत आहे. हरिचरणगिरी नावाच्या महंतांचा वावर निवती इथे सातशे वर्षांपूर्वी होता. निवती येथील मठाचे ते आद्य संस्थापक. या मठातच त्यांनी समाधी घेतली. पुढे अनेक मठाधिपती झाले. सातवे मठाधिपती भगवानगिरीच्या वृद्धापकाळात त्यांना त्यांचा उत्तराधिकारी नजरेत येईना. तेव्हा निवतीच्या प्रभू समाजबांधवांना एकत्र जमवण्यात आले. त्या बैठकीत त्या सर्वांसमोर निवती मठाधिपती नेमण्याविषयीचे निवेदन करण्यात आले. त्या निवेदनात "मठासाठी उत्तराधिकारी हवा आहे. तेव्हा आपल्यातील कुणीही आपले मूल मठास अर्पण करावे." असे म्हटले होते. पण कुणीही आपले मूल मठास अर्पण करण्यास तयार होईना. सर्वच एकमेकांकडे पाहत होते.

त्या बैठकीत गोरखे प्रभू खानोलकर हे साठ वर्षे वयाचे गृहस्थ बसले होते. त्या वयोवृद्ध व्यक्तीने झटकन उठून तेव्हाचे मठाधिपती भगवानगिरीचे पाय धरले. ते म्हणाले, "महाराज, आपल्या कृपेने या वयात मला मुलगा झाला, तर तो या मठासाठी मी अर्पण करीन." तेव्हा तेथील उपस्थितांमध्ये उपहासात्मक मोठा हास्यकल्लोळ झाला. गोरखे प्रभूंना तीन मुलगे होते. त्यांची लग्नकार्ये झाली होती. घरात नातवंडे होती. अशा परिस्थितीत त्यांनी वरील विधान करणे तेथील सर्वांनाच हास्यास्पद आणि वेडेपणाचे वाटणे साहजिक होते.

भगवानगिरींचेही डोळे चमकले. त्यांनी गोरखे प्रभूंना आशीर्वादाचे फळ दिले. पण अनेकदा ईश्वरी इच्छा कल्पना न करता येण्यासारखी असते. विटाळ गेलेल्या साठीतल्या अन्नपूर्णाबाईंना मासिक धर्म सुरू झाला. काही दिवसांतच त्यांना डोहाळे लागले. विविध दत्तक्षेत्रांवर जाऊन श्रीदत्तसेवा करण्याचा त्यांना ध्यास लागला. ते दोघेही नृसिंहवाडी या दत्तक्षेत्री आले. येथील बाबाजी नारायण पुजारी (बडवे) यांच्याकडे त्यांनी मुक्काम केला. घडलेला एकूण सर्व घटनाक्रम त्यांना ऐकवला. त्यांनी मोठ्या आनंदाने त्या उभयतास आश्रय दिला. शके १७७२च्या (सन १८५०) चैत्र शुद्ध द्वादशीला माध्यान्ही अन्नपूर्णाबाई सुखरूप बाळंत झाल्या. बाईंना पुत्ररत्न झाले. नरसोबाच्या वाडीचा त्या पुत्राचा जन्म म्हणून त्याचे नाव 'दत्तप्रसाद' ठेवण्यात आले. अशा तऱ्हेने निवती मठाचे नियोजित नवे उत्तराधिकारी अवतरले. पुढे त्यांचे नामकरण 'दत्तात्रेय' असे करण्यात आले. १८५८ला भगवानगिरींनी देह ठेवला. वयाच्या तेराव्या वर्षी दत्तात्रेयाला गिरिदीक्षा देण्यात आली. १८६३मध्ये हेच दत्तात्रेय प्रभू खानोलकर मठाचे अधिपती बनले. 'दत्तगिरी' असे त्यांचे नामकरण करण्यात आले. याच नावाने ते पंचक्रोशीत सर्वज्ञात झाले.

पण १८६८च्या शिमग्यात या दत्तगिरींनी अतोनात धुमाकूळ घातला. एखाद्या दीर्घ परंपरा असलेल्या मठाच्या अधिपतीचे तेव्हाचे ते वर्तन त्यांच्या त्या पदाला मुळीच साजेसे नव्हते. तेव्हा मठाच्या श्री गुरुपदाच्या नात्याने संबंध असणाऱ्या चिदानंदस्वामी परंपरेतले एक अधिपती नाना बागलकर हे संतप्त झाले. त्यांनी दत्तगिरींवर चांगलेच तोंडसुख घेतले. त्यामुळे दत्तगिरी फारच दुखावले. ते थेट मठाच्या गर्भागारात शिरले. मठाचा दरवाजा त्यांनी आतून बंद केला. स्वअस्तित्वाची ओळख पटवून घेण्यासाठी समाधी पुरुषासमोर ते हट्ट धरून बसले. दत्तगिरीच्या या हठयोगी कृतीचे फलित म्हणजे सातव्या दिवशी समाधीपुरुष हरिचरणगिरींनी स्पष्ट आवाज दिला, ''तू अक्कलकोटास श्री स्वामी समर्थांकडे जा.''

या सूचनेने त्या रात्री दत्तगिरी संभ्रमित झाले. कोण श्री स्वामी समर्थ? कोठे आहे अक्कलकोट? तिथेच जाण्यास का सांगितले? नवेच प्रश्न दत्तागिरींसमोर निर्माण झाले, पण समाधी पुरुषाने आपणास पुढील मार्गदर्शनाची स्पष्ट दिशा दाखवली, याचे परम समाधानही त्यांना झाले. दुसऱ्याच दिवशी भल्या पहाटे त्यांनी अक्कलकोटच्या दिशेने प्रस्थान केले.

त्यांच्या या प्रस्थानात त्यांची पंढरपूर क्षेत्री श्री स्वामी समर्थशिष्य श्रीधरबुवा कान्हेरे तथा मौनीबुवांशी भेट झाली. दत्तगिरींनी त्यांची सर्व कर्मकथा त्यांना

सांगितली. तेव्हा मौनीबुवा दत्तगिरींना म्हणाले, ''तुम्ही अक्कलकोट निवासी श्री स्वामी समर्थ महाराजांना शरण गेलेच पाहिजे. तसेच आता येथून पुढे 'दत्तगुरू जय दत्त' हा अष्टाक्षरी मंत्र अखंड जपत राहा.'' त्याच वेळी मौनीबाबांच्या हेही लक्षात आले की, दत्तात्रेयावर बाह्यसंस्कार वृद्धिंगत होऊन त्याची मनोधारणा बळकट होण्यासाठी काही संस्कार आवश्यक आहेत असे वाटल्यावरून त्यास पुन्हा नरसोबाच्या वाडीस रवाना केले. तिथे जाऊन दत्तगिरींनी भगवद्नामाचे संकीर्तन नित्य अंगीकारून मन:शांती मिळविली. त्यानंतर ते अक्कलकोटी गेले.

तेव्हा श्री स्वामी समर्थ आपल्या सेवेकऱ्यांसमवेत, दर्शनार्थींसमोर एका वाड्यात बसले होते. पण श्री स्वामी त्या वेळी अचानक उठून दरवाजाच्या दिशेने गेले. नेमके त्याच वेळी दत्तगिरी श्री स्वामींना शोधत त्याच दरवाजापर्यंत पोहोचले. तत्क्षणी दत्तगिरींनी श्रींना साष्टांग नमस्कार घातला. त्या वेळी श्रींनी दत्तगिरींच्या मस्तकावर कृपाशीर्वादाचा हस्त ठेवला, ''आता तू आमच्या समवेत येथेच राहायचे आहे.'' अशी त्यास सर्वांसमक्ष आज्ञा केली. श्रींनी त्यास स्वत:च्या अवतारकार्याच्या समाप्ती लीलेपर्यंत (१८७८) अक्कलकोटमध्येच राहू दिले.

एकदा एका प्रसंगी श्रींनी स्वत:च्या खडावा दत्तगिरींच्या छातीवर मारल्या, तेव्हा दत्तगिरींस जखमही झाली, पण दत्तगिरींशी आपले रक्ताचे नाते आहे, हेच जणू त्यांनी या कृतीतून उपस्थितांना दाखवून दिले. दत्तगिरी श्री स्वामींच्या नित्याच्या सेवेकऱ्यांसमवेत श्रींसन्निध असत. स्वत:च्या खडावांव्यतिरिक्त श्री स्वामींनी दत्तगिरींस रुद्राक्षांची माळही दिली होती. श्री स्वामी समर्थ महाराजांच्या समाधी लीलेनंतर दत्तगिरी श्री स्वामी समर्थ ध्वजा लावण्यासाठी अक्कलकोटमधून प्रस्थान करते झाले.

श्री स्वामी समर्थांच्या कृपाशीर्वादामुळे दत्तगिरींना 'गमनसिद्धी' प्राप्त झाली होती. ते इच्छित स्थळी निमिषार्धात पोहोचत. अनेक क्षेत्रांवर एकाच वेळी उपस्थित राहत. अशी प्रचिती त्यांच्या अनेक भक्तांना येऊ लागली. त्यांच्या गमनकलेद्वारेच दत्तगिरी चौदा वर्षांनी निवतीत परतले. आता ते श्री स्वामी समर्थकृपेने पूर्ण सिद्धसाधक बनले होते. बुवा-बाबांचा, ढोंगी, सोंगी लफंग्यांचा बुरखा टराटरा फाडणाऱ्या, त्यांची चारचौघांत भंबेरी उडवणाऱ्या श्री स्वामी समर्थांचे कृपांकित शिष्य होऊन ते परतले होते. चौदा वर्षांपूर्वी निवती गावात आणि आजूबाजूच्या पंचक्रोशीत टारगट, उनाड ठरलेला त्या वेळचा दत्त्या आज श्री स्वामी समर्थांच्या असीम शिष्य बनून गिरी संप्रदायाचा मानबिंदू ठरला होता. त्या कोकण पंचक्रोशीतील तमाम लोकांना

दत्तगिरींच्या सामर्थ्याची आणि कृपेची प्रचिती येत होती. कारण त्यांच्या साधनेचे मूळ ब्रह्मांडनायक श्री स्वामी समर्थ हे होते.

। तात महाराज ।

रामचंद्र व्यंकटेश भेंडे तथा तात महाराज यांचे घराणे पूर्वापार शिवोपासक होते. रामचंद्रांचा ओढा लहानपणापासूनच शिवोपासनेकडे होता. हेच रामचंद्र भेंडे पुढे 'तात महाराज' म्हणून प्रसिद्ध पावले. ते मुंबईतील बाबुलनाथाच्या देवळात नित्यनियमाने जात. मुंबईमधील सोनापुरात असलेल्या भगवान शिवशंकराच्या मंदिरात रोज रात्री जाऊन सहा-सहा तास एका पायावर उभे राहून ते शिवोपासना करीत. त्यांचा हा व्रतस्थ उपासनेचा नित्यनियम पहाटेपर्यंत चालत असे.

याचे फलित म्हणून भगवान शंकराने त्यांना एकदा स्वप्नात दृष्टान्त देऊन सांगितले, ''वत्सा, गृहस्थाश्रमी जीवन सांभाळून तू व्रतस्थपणे माझी उपासना करतो आहेस. हठयोग्यालाही लाजवील एवढी तुझी तपश्चर्या पाहून मी तुझ्यावर प्रसन्न झालो आहे. प्रज्ञापुरीत (अक्कलकोट) श्री स्वामी समर्थ या दत्तावतारी सगुण स्वरूपात मी तुझी वाट पाहत आहेत. त्यांच्यामध्ये तुला माझे (शिवाचे) रूप दिसेल. त्यांच्या रूपाने मी तुझे सद्गुरुत्व स्वीकारेन. याचि देही, याचि डोळा मी तुला समाधिस्थितीतून मुक्तीचा सोहळा भोगण्याचे भाग्य देईन. उठ, ताबडतोब अक्कलकोटला सहकुटुंब सहपरिवार जा. मी सगुण रूपात अक्कलकोटमध्ये आहे. तिथे येऊन भेट.''

शिवशंकराच्या या दृष्टान्तानुसार श्री रामचंद्र भेंडे एक महिन्याची रजा घेऊन (ते सरकारी नोकरीत होते) सहकुटुंब अक्कलकोटला श्री स्वामी समर्थांच्या दर्शन भेटीला गेले. सर्वसाक्षी श्री स्वामींनी त्यांना प्रथम शिव स्वरूपात, नंतर विष्णुरूपात आणि शेवटी ब्रह्मा स्वरूपात दर्शन दिले.

त्या तिन्ही स्वरूपांच्या दर्शनांबाबत श्री रामचंद्र भेंडे तथा तात महाराज म्हणतात, ''शिवस्वरूपात दिलेले दर्शन पाहून मला दरदरून घाम फुटला. पण दुसऱ्याच क्षणी मला श्री स्वामी समर्थ अत्यंत मोहक विष्णुरूपात दिसले. नंतर त्यांनी ब्रह्मदेवांच्या रूपातही दर्शन दिले. त्या वेळी मी त्यांचे चरण पकडून विनविले, ''स्वामिराया, मला हे ईश्वररूप दर्शन नको! आपण आपल्या नित्याच्या यतिरूपातच मला दर्शन द्यावे.'' तत्क्षणी श्री स्वामी म्हणाले, ''देखता क्या है?

हम तुम्हारे में आ जायेंगे.'' असे म्हणत त्यांनी माझ्या छातीवर हात ठेवताच माझी भावसमाधी लागली.

श्रींनी अनेक सिद्धी, तात महाराजांमध्ये संक्रमित केल्या. श्रींनी तात महाराजांच्या छातीवर ठेवलेल्या हाताच्या पंजाची खूण श्रींचे प्रसादचिन्ह म्हणून तात महाराजांच्या छातीवर आयुष्याच्या अखेरपर्यंत होते. अक्कलकोटमधील एक महिन्याच्या वास्तव्यात तात महाराज आणि श्री स्वामी यांच्यात आध्यात्मिक विषयांवर दीर्घकाळ चर्चा चालत असे.

शेवटच्या दिवशी श्री स्वामींनी त्यांना श्रीफळाचा प्रसाद देत म्हटले, ''आपल्या घरी जाऊन स्वस्थ राहा.'' शेवटी त्यांनी पंढरपूरला जाण्याचा विचार रद्द केला. ते मातोश्रींसह श्रींच्या दर्शनास व पंढरपूरला विठोबाच्या दर्शनासाठी जाण्याची आज्ञा घेण्यास आले. आपल्या भक्ताच्या मनातील शुद्ध भाव जाणून तेव्हा ब्रह्मांडनायक श्री स्वामी समर्थ महाराजांनी आपले दोन्ही कर कटीवर ठेवून विठ्ठल स्वरूपात त्यांना दर्शन दिले. साक्षात विठ्ठल मूर्ती पाहून रामचंद्र भेंडे तथा तातमहाराज भावविभोर झाले.

जागृतावस्थेत येत ते म्हणाले, ''स्वामी महाराज, आपण प्रत्यक्ष विठ्ठल आहात! आम्ही अज्ञानाने आपणास न ओळखून पंढरपुरास निघालो होतो.'' असे म्हणून त्यांनी श्रींस साष्टांग नमस्कार घातला. ''महाराज, आम्हास मुंबईस जाण्याची आज्ञा द्यावी.'' असे सांगून पुन्हा त्यांना चरणस्पर्श केला.

''चाललाच आहेस तर जा, पण सागरकिनारी किल्ला बांधून राहा.'' असा आदेश श्रींनी त्या वेळी दिला. श्रींचा आदेश शिरोधार्य मानून ते सहकुटुंब सहपरिवार मुंबईला आले.

पुढे श्री स्वामी समर्थांच्या कृपाशीर्वादाने मुंबईचा दादर येथील मठ त्यांचेच शिष्य बाळकृष्ण महाराजांच्या माध्यमातून त्यांनी २९ मे, १९१० रोजी बांधून पूर्ण केला. सागरकिनारी किल्ला बांधण्याचा श्रींचा आदेश त्यांनी पूर्ण केला. त्या काळात श्री स्वामी समर्थांच्या कार्याचा प्रचार आणि प्रसार अतिशय सेवाभावी वृत्तीने त्यांनी मोठ्या प्रमाणात मुंबई आणि मुंबापुरीच्या आजूबाजूच्या परिसरात आणि उपनगरांत केला.

। आनंदनाथ महाराज ।

श्री स्वामी समर्थांचा सहा वर्षे निकटतम सहवास लाभलेले एक अग्रगण्य कृपांकित शिष्य म्हणजे वेंगुर्ल्याचे (कोकण) आनंदनाथ महाराज. त्यांचे मूळ नाव गुरुनाथ एकनाथ वालावलकर. त्यांचा जन्म १८३०चा. त्यांच्या घराण्यात पूर्वापार दत्तप्रभूंच्या उपासनेची परंपरा होती. ते हिरड्यांचा व्यापार करीत. व्यापाराच्या निमित्ताने ते मुंबईस आले. एकदा योगायोगाने त्यांना श्री. भेंडे यांच्या पेढीवर अक्कलकोटच्या श्री स्वामी समर्थांची माहिती मिळाली. त्यामुळे गुरुनाथांच्या मनात त्यांची दर्शनभेट घेण्याची उत्सुकता व कुतूहल वाढले. त्यामुळे ते लागलीच मुंबईहून अक्कलकोटला आले.

तपास करता श्री स्वामी बहुधा वटवृक्षस्थळी असतात, असे त्यांना कळले. क्षणाचीही उसंत न घेता ते त्या स्थळी आले. दर्शनभेट घेण्यापूर्वी हातपाय धुण्याच्या उद्देशाने वटवृक्षाखाली असलेल्या तळ्यात उतरले. हातपाय धूत असताना वडाच्या झाडाची एक छोटीशी फांदी त्यांच्या डोक्यावर पडली. तत्क्षणी त्यांच्या अंगात विलक्षण चैतन्याची लाट निर्माण झाली. अंगअंग रोमांचित झाले. भक्तिभावाने आनंदविभोर होऊन त्यांनी वर पाहिले, तर त्यांना श्री स्वामी समर्थांची रक्तवर्ण, तेजःपुंज मूर्ती दिसली. ती ईश्वरी मूर्ती पाहून मुळातच अध्यात्माची उत्तम मशागत झालेले गुरुनाथ खूपच आनंदी झाले. त्यांनी आपला वरदहस्त गुरुनाथांच्या शिरी ठेवला. त्या क्षणी, त्याच्या मनात वैराग्यभावनांच्या लाटा उसळू लागल्या.

अशा या वैराग्यावस्थेतच ते श्रींसमोर आले. तेव्हा श्री स्वामी समर्थ कृपा संपादन करण्यासाठी प्रपंच, घरदार सोडावे का? काय करावे? असे विचारतरंग गुरुनाथांच्या मनात निर्माण होतात न होतात, तोच अंतर्ज्ञानी श्री स्वामी म्हणाले, ''माझी कृपा संपादन करण्यासाठी तू काहीही सोडू नकोस.'' (थोडक्यात, अध्यात्मप्राप्तीसाठी अथवा गुरुकृपा संपादन करण्यासाठी संसार- प्रपंच सोडण्याची आवश्यकता नाही, असेच श्रींना सूचित करावयाचे होते.) आपल्या मनातील भाव श्रींनी तत्क्षणी जाणले, याचे गुरुनाथांना परम आश्चर्य वाटले. त्यांच्या मनातील सर्व विकल्प फिटले. श्री स्वामींनी त्यांच्या संपूर्ण अवतारकाळात हरिभाऊ तथा स्वामिसुत यांच्या व्यतिरिक्त कुणासही कधीही 'संसार, प्रपंच, उद्योग-धंदा सोडा आणि माझ्या भजनी लागा' असे सांगितले नाही. गुरुनाथ निःशंक होऊन अतिशय

तृप्त मनाने श्रींचे दर्शन व शुभाशीर्वाद घेऊन पुन्हा यथावकाश श्रींच्या दर्शनभेटीस येण्याचा निश्चय करून मुंबईला परतले.

मुंबईला परत आल्यावर गुरुनाथ यांना त्यांच्या पत्नीने विचारले, ''अक्कलकोटमध्ये असे काय पाहिले?'' त्यावर ते अतिशय आनंदाने उत्तरले, ''अगं, अक्कलकोटी काय पाहिले नाही ते विचार.'' नंतर त्यांनी अक्कलकोटी वटवृक्षस्थळी घडलेला सर्व वृत्तान्त भावविभोर होऊन पत्नी गंगाबाईस सांगितला. ते ऐकून गंगाबाई चकितच झाल्या. त्यांनी पतिराजाला अक्कलकोटी श्री स्वामी समर्थांची सेवा करण्यासाठी सहर्ष परवानगी दिली. स्वतः जमेल तसा, झेपेल तसा निगुतीने संसार करण्याचा निश्चय केला. आता गुरुनाथांच्या मनात विरक्तीने घर केले होते. ते श्री स्वामी समर्थस्मरणात आणि चिंतनात दंग झाले. अशाच अवस्थेत काही दिवस मुंबईत राहिले. संसार, प्रपंच, उद्योग-व्यवसाय यांची व्यवस्था लावून ते पुन्हा श्रींच्या दर्शनभेटीस अक्कलकोटला आले.

आता त्यांना सदा सर्वकाळ फक्त आणि फक्त श्री स्वामी समर्थांच्या स्मरणाचा आणि सेवेचा ध्यास लागला होता. तोच त्यांचा श्वास बनला होता. आता अक्कलकोटमधील बहुतेक सेवेकरी आणि काही लोकही त्यांच्या परिचयाचे झाले होते. त्यांची अवस्था इतकी विदेही झाली होती, की कित्येकदा त्यांना स्वतःच्या देहाचेही भान उरत नसे. कधीकधी त्यांच्या अंगावर कोणतेही वस्त्र शिल्लक राहत नसे. पुढेपुढे तर ते दिवस-दिवस लंगोटी नेसूनच राहत. असे श्रींच्या नित्य सान्निध्यात अक्कलकोटमध्ये वास्तव्य केले. श्रीकृपेने त्यांच्या काव्यप्रतिभेला वेगळेच तेज प्राप्त झालेले होते. याच कालखंडात त्यांनी श्रींवर विपुल प्रमाणात काव्य, अभंग, दोहे, अष्टके आदी भक्तिरसाने ओथंबलेल्या श्रींचे सामर्थ्य व गुणवर्णन करणाऱ्या रचना केल्या. एकदा श्री स्वामी त्यांना जवळ बोलवीत म्हणाले, ''आनंद करा. आनंदनाथ व्हा.'' हे ऐकून भक्तगणांनी त्यांचे नामकरण त्या दिवसापासून गुरुदास ऐवजी 'आनंदबुवा' असे केले. काही जण त्यांना आनंदनाथ संबोधू लागले.

एकदा 'श्रीं'करवी त्यांना चिमुकल्या सोन्याच्या पादुका प्राप्त झाल्या. श्री स्वामींनी पुन्हा एकदा त्यांच्या हाती छोट्याशा स्फटिकाच्या पादुका दिल्या. याशिवाय स्व-स्वरूपाचा निजबोध करवून देताना श्रींनी आनंदनाथांना अगदी जवळ बोलविले. स्वतःचा घसा खाकरल्यासारखा केला आणि स्वमुखातून 'आत्मलिंग' काढून आनंदनाथांच्या हाती सोपविले. जणू देवी सरस्वती ही श्री स्वामी समर्थ महाराजांच्या जिव्हेवरून अंशात्मक पायउतार होऊन आनंदनाथांच्या हाती आली. त्या क्षणाला

त्यांना ब्रह्मांडनायक श्री स्वामी समर्थ महाराजांच्या स्वरूपाचा बोध झाला. तोच शब्दरूपे साकार होऊन त्यांच्या 'आनंदलहरी' ओवीग्रंथात दाखल झाला. जरी हा ग्रंथ मंगळवार, दि. २१ ऑगस्ट १८८८ रोजी प्रसिद्ध झाला, तरी त्या शुद्ध रूपाची जाणीव आणि खरीखुरी अस्सल प्रेरणा आनंदनाथांना श्री स्वामींसमोरच झाली होती. सहा वर्षांच्या अक्कलकोटमधील श्री स्वामींच्या निकटतम वास्तव्यानंतर श्रींच्या आज्ञेनुसार ते अक्कलकोटहून निघाले. पुढे वेंगुर्ल्यास मठाची स्थापना केली. त्यात श्री स्वामी समर्थांच्या पादुकांची स्थापना केली.

। गोपाळबुवा केळकर ।

गोपाळ रामचंद्र केळकर उर्फ गोपाळबुवा तथा प्रीतिनंद महाराज हे श्री स्वामी समर्थ बखरीचे कर्ते. हे मूळचे कोकणातील रत्नागिरी जिल्हातील राजापूर तालुक्यातील कोर्ले गावचे. त्या काळी इंग्रजी तिसऱ्या इयत्तेपर्यंत शिकलेले. इंग्रजी राजवटीत रेल्वेमध्ये स्टेशन मास्तर म्हणून ते नोकरी करीत होते. इंग्रजी भाषेचा पगडा, रेल्वे स्टेशन मास्तरचा हुद्दा; त्यामुळे इंग्रज अधिकाऱ्याबरोबर सतत उठबस, त्यामुळे त्यांच्या मनावर इंग्रजांचा अधिक पगडा बसला होता. देवधर्म, पूजाअर्चा आदी वेडगळ कल्पना आहेत, अशी त्यांची धारणा झाली होती. त्यांचा आचार-विचार आणि वर्तनव्यवहार पूर्णतः नास्तिकत्वाकडे झुकला होता. घराण्यात पूर्वपार चालत आलेली आन्हिके, नित्यकर्म, पूजाअर्चा, स्नानसंध्या आदी नित्यकर्मे त्यांनी सोडून दिली होती. देवधर्मावरील त्यांचा विश्वास उडाला होता. अशा या नास्तिकास आपल्याकडे ओढून घेण्यासाठी ब्रह्मांडनायक श्री स्वामी समर्थांनी त्यांच्यामागे पोटाची व्याधी लावून दिली.

त्यांची बदली विदर्भात, नागपुरात असताना त्यांना जलोदराची व्याधी जडली. त्या व्याधीने गंभीर स्वरूप धारण केले. त्यांचे पोट सतत दुखू लागले. कोणत्याही औषधोपचाराने त्यांना बरे वाटेना. अखेरीस एका वैद्याने सांगितले, ''तुम्ही कोकणात घरी परत जा. तिथल्या हवामानाने गुण येईल.'' त्या वेळी त्यांना नोकरीपेक्षाही जीव महत्त्वाचा वाटत होता. म्हणून ते कोकणात गावी आले. पण इथे येऊनही फरक तर पडला नाहीच, उलट पोटात वायुप्रकोप होऊन कमालीचा अशक्तपणा वाटू लागला. इतक्या वेदना होत, की गोपाळरावांच्या मनात 'या वेदनामय जीवनापेक्षा मृत्यू परवडला' हा विचार प्रबळ होऊ लागला.

एके दिवशी त्यांनी वेदनेने आक्रोशत प्रार्थना केली, ''जो कोणी या जगाचा ईश्वर असेल, त्याने माझी ही जलोदराची व्याधी दूर केली आठ दिवसांत, तर त्या भगवंताशिवाय पुन्हा अन्य कोणाचीही मी चाकरी करणार नाही.'' त्यांच्या त्या घोर प्रतिज्ञेनंतर त्यांची व्याधी कमी झाली. कमालीच्या नास्तिक असलेल्या गोपाळरावांच्या मनात आता भावभक्तीचे अंकुर फुटू लागले. आपल्या दुर्धर व्याधीत आपणास दिलासा देणाऱ्या ईश्वरी विभूतीचा शोध ते घेऊ लागले. त्या वेळी नाशिक क्षेत्री देव मामलेदार व अक्कलकोट क्षेत्री श्री स्वामी समर्थ या दोन ईश्वरी विभूती असल्याचे त्यांना कळले. त्या वेळी त्यांनी अक्कलकोटच्या श्री स्वामी समर्थांकडे जाण्याचा निर्णय घेतला. 'स्नेह्याकडे जातो आहे' असे खोटे सांगून ते रेल्वेने सोलापूरला आले. पुढील प्रवासासाठी खिशात पैसे नव्हते. ते एका धर्मशाळेत थांबले. चमत्कार घडावा त्याप्रमाणे मध्यरात्री एक गर्भश्रीमंत बाई दहा-बारा गाड्यांच्या काफिल्यासह त्याच धर्मशाळेत उत्तरल्या. त्यांनी गोपाळरावांस जवळ बोलवून त्यांना हवे तेवढे द्रव्य देऊ केले. पण ते सर्व द्रव्य विनम्रपणे नाकारत ते म्हणाले, ''मला फक्त तुम्ही अक्कलकोटला जाण्यापुरतेच द्रव्यसाहाय्य करा.'' त्या श्रीमंत बाई गोपाळरावांच्या या प्रामाणिक उद्गारांवर खूश झाल्या. बाईंकडून पैसे घेऊन ते अक्कलकोटला आले.

❋

अक्कलकोटमध्ये दाखल होताच त्यांनी त्यांच्याजवळील पाच पैशांच्या खारका घेतल्या. श्री स्वामी समर्थ महाराजांच्या दर्शनभेटीसाठी ते खासबागेतील वटवृक्षाजवळ आले. तिथे वटवृक्षाखाली पहुडलेल्या तेज:पुंज, आजानुबाहू श्री स्वामी समर्थांना पाहून श्री स्वामींना खारका अर्पण करून साष्टांग नमस्कार केला. अंत:साक्षी श्री स्वामींनी गोपाळबुवांकडे स्नेहार्द्र दृष्टीने पाहिले. तेव्हा बुवांना तहान-भूक आणि रोग यांचा पूर्णत: विसर पडला. बुवांनी त्यांच्यापुढे ठेवलेल्या खारकांतून श्रींनी त्यांना प्रसाद न देता त्या खारका आपल्या खजिन्यात ठेवल्या.

त्रिकाल दर्शनभेट 'श्री स्वामी समर्थ' या षडाक्षरी नामाचे नित्यस्मरण आणि दररोजच्या माधुकरीवर नित्य गुजराण असे चार महिने व्रतस्थपणे ते उपासना करीत होते. या काळात बुवांच्या मनाचा संकल्प होता, की आपल्याला काही ना काही गुरुउपदेश 'श्रीं'कडून मिळावा. परंतु बुवांनी श्रींच्या चरणावर डोके ठेवताच त्यांच्या तोंडातून जे शब्द निघतील तोच मंत्र समजावा आणि त्याचाच जप करावा; नाही तर त्यांनी स्वत: राम, कृष्ण, दत्त वगैरे काहीतरी मंत्र सांगून आपणास मार्गी लावावे,

अशी बुवांची इच्छा होती. परंतु चार महिन्यांच्या खडतर नित्यभेटीत असे काहीही घडले नाही. उलट ज्या ज्या वेळी बुवा श्रींच्या पायावर डोके ठेवीत, त्या त्या वेळी श्री स्वामी कितीही बोलत असले अथवा कोणावर रागवत असले, तरी त्या वेळी बोलणे अथवा रागावणे बंद करीत असत. त्या वेळी बुवास 'श्रीं'चा हा वर्तनव्यवहार कळत नसे. पण त्यांच्यावर श्रींचे प्रेम होते हे अंतर्ज्ञानी श्री स्वामींनी गोपाळबुवास पुढील घटनेतून दाखवून दिले. या कालावधीत अतिशय तीव्र स्वरूपाची त्यांची पोटाची व्याधी श्रीकृपेमुळे बरीच सौम्य झाली होती. परंतु श्रींना गोपाळबुवांना घडवायचे होते, म्हणून ते बुवांच्या वेगळ्या तऱ्हेने कसोट्या पाहत होते.

एकदा गोपाळबुवा सरदेशमुखांच्या वाड्यात रात्री निद्रिस्त असताना श्री स्वामी समर्थ त्यांच्या स्वप्नात आले. बुवांच्या पोटावरून हात फिरवत म्हणाले, ''तुझा रोग आम्ही नाहीसा करतो.'' लगेच तेथून निघून गेले. बुवा जागे झाले. लगेचच त्यांना भरपूर लघवी होऊन त्यांचे पोट सैल झाले. त्यांची जलोदराची जुनाट, जीवघेणी व्याधी समूळ नष्ट झाल्याची त्यांना जाणीव झाली. त्यांच्यात तेव्हापासून नवचैतन्य संचारले. त्यांच्या डोळ्यांतून श्री स्वामी समर्थ महाराजांविषयी परम कृतज्ञतेचे प्रेमाश्रू वाहू लागले. या चमत्काराने गोपाळबुवा भारावून गेले. दुसऱ्या दिवशी श्रींच्या दर्शनास गेले असता श्री स्वामी पटकन म्हणाले, ''भटाचे पोट बघा.'' तेथील उपस्थितांना श्रींच्या बोलण्याचा अर्थ काही कळला नाही. पण जेव्हा गोपाळबुवांनी घडलेला वृत्तान्त सांगितला, तेव्हा सर्वांनाच परम आश्चर्य वाटले.

पुढे महिनाभराने श्री स्वामी जवळच्या हसनाळ गावी सेवेकऱ्यांसमवेत मुक्कामास राहिले. गोपाळबुवाही तेव्हा त्यांच्यासमवेत होते. बुवा पहाटे उठून स्नानास निघण्याच्या तयारीत होते. त्यांना तंबाखू ओढण्याची सवय होती. बुवांनी चिलीम भरून विस्तव मिळवण्याचा प्रयत्न केला, पण त्यांस विस्तव काही मिळेना. म्हणून बुवांनी 'श्रीं'च्या शय्येजवळील पेटलेल्या समईवर सुंभाची गुंडी तयार करून ती धरली. तेवढ्यात श्री स्वामी अंगावरील शालजोडी बाजूस करून उठून बसले. मग काय विचारता? बुवांच्या अंगात कापरे भरले. त्यांच्या हातातली गुंडी खाली पडली. तेव्हा श्रींनी बुवांकडे एकटक रोखून पाहिले. पण त्यांनी स्वतःला कसेबसे सावरून श्रींचे पाय धरत प्रार्थना केली, ''महाराज, या दीनावर अनुग्रह करावा.'' असे म्हणून त्यांचे चरण धरले. तत्क्षणी क्षमाशील श्री स्वामी समर्थांनी बुवांवर कृपावर्षाव केला.

⁂

पुढे एका प्रसंगी गोपाळबुवा स्नानासाठी विहिरीवर गेले असताना त्यांनी एका मराठा गृहस्थाकडून घागर घेतली. ती विहिरीतून भरून आणली व स्नान केले. बळवंतराव नावाच्या एक कर्मठाने ते पाहिले. त्याने मोठ्याने हाकाटी पिटीत म्हटले, ''हा कोकण्या (गोपाळबुवा) बाटला. ह्याचे हातचे पाणी घेऊ नका. याला आपल्या पंक्तीत बसू देऊ नका.'' इतरांनीही त्या वेळी त्या कर्मठास साथ देऊन गोपाळबुवांच्या भोवती 'बुवा बाटला, बुवा बाटला' असे म्हणून एकच गलका केला. नंतर श्रीपाद भटांमार्फत गोपाळबुवांस श्रींचे तीर्थ देऊन त्यांची शुद्धी करण्यात आली. पण हे प्रकरण एवढ्यावरच थांबले नाही.

त्याच दिवशी प्रसादभोजनासाठी श्री स्वामी समर्थांसह सेवेकऱ्यांची पाने मांडण्यात आली. तेव्हा त्यांतील काही कर्मकांड्यांनी गोपाळबुवांकडे निर्देश करीत म्हटले, ''त्या कोकण्याचे पान पंक्तीबाहेर ठेवा.'' तेव्हा श्रीपाद भटजींनी सांगितले, ''त्यांचे शुद्धीकरण श्रींच्या चरणतीर्थाने केले आहे. आता त्यांचे पान पंक्तीबाहेर वेगळे मांडण्याची गरज नाही.'' तरीही त्या कर्मठांना हे न पटून गोपाळबुवांचे पान पंक्तीतून बाजूला मांडण्यात आले. सर्वांसमक्ष बुवांना पंक्तीतून उठून बाजूच्या पानावर बसावयास सांगण्यात आले.

या दिल्या जात असलेल्या भेदभावाच्या वागणुकीने त्यांना मेल्याहून मेल्यासारखे झाले. हा अपमान त्यांच्या जिव्हारी लागला. अन्न हे पूर्णब्रह्म असते. त्याचा अव्हेर करू नये म्हणून बुवा अनिच्छेनेच बाजूस मांडलेल्या भोजनाच्या पानावर बसले. तेवढ्यात श्री स्वामी समर्थ तिथे आले. त्यांना भोजनपात्रावर बसण्याचा उपस्थितांकडून विनंतीवजा आग्रह होऊ लागला. तेव्हा श्रींनी क्रोधाने रौद्ररूप धारण केले. सर्व उपस्थितांवर शिव्यांची सरबत्ती सुरू केली. ''आम्ही बाटलो, आम्हास शिवू नका. आम्ही जेवत नाही.'' असे म्हणून ते भोजनपंक्तीतून उठून ताडताड पावले टाकत उकिरड्यावर जाऊन बसले. अनेक सेवेकरी त्यांना भोजनासाठी आणण्यास गेले. पण ते कोणालाही समोर येऊ देईनात. सर्वांच्या आर्जव, विनंत्या, प्रार्थना त्यांनी धुडकावून लावल्या. सर्वांनाच गोपाळबुवांच्या बाबतीत केलेल्या वर्तनाचा पश्चात्ताप झाला. सर्वांनीच त्याबद्दल श्री स्वामींपुढे कान पकडून वारंवार क्षमायाचना केली.

हा प्रसंग घडल्यानंतर दुसऱ्या दिवशी मात्र गोपाळबुवांचा सर्वांकडूनच आदरसत्कार करण्यात आला. त्यांना सर्वांनीच आग्रहपूर्वक प्रेमाने पंक्तीत बसवून भोजन दिले. या वेळी गोपाळबुवांच्या डोळ्यांतून श्रींविषयीच्या कृतज्ञतेचे अश्रू वाहत होते. श्रींविषयीचे भावभक्तीचे भरते त्यांना आले होते. ते मनोमन म्हणाले,

''स्वामिराया, मनुष्याने जरी उपेक्षा केली, तरी आपल्यासारखा ब्रह्मांडनायक मात्र उपेक्षा करीत नाही.'' स्नानाचे वेळी बुवांची उपेक्षा करणाऱ्या कर्मठ बळवंतरावास त्याच्या कृत्याची शिक्षा मिळाली. पुढे त्याला वेड लागून त्याच्या मृत्यूपर्यंत तो अक्कलकोटमध्ये माथेफिरूसारखा भटकत मरण पावला.

नंतर पंधराव्या दिवशी रात्री गोपाळबुवांना स्वप्नदृष्टान्त झाला. त्यात स्वत: गोपाळबुवा, काही सेवेकरी मंडळी आणि श्री स्वामी समर्थ महाराज एका शेतात बसलेले दिसले. तेव्हा अचानक पाच-पन्नास जण हातात नंग्या तलवारी घेऊन 'दिन! दिन!' असे त्वेषाने ओरडत त्या सर्वांना मारण्याच्या उद्देशाने तिथे आले. अचानक होत असलेल्या त्या आक्रमणाने सर्व मंडळी भयभीत झाली. गोपाळबुवा भयाने थरथर कापू लागले. आता आपला मृत्यू निश्चित आहे असेच त्यांना वाटू लागले. तेव्हा श्री स्वामी समर्थांनी बुवांस खांद्यावर उचलून घेतले व ते तेथून निघाले. एका उंच डोंगरावर आले. त्यावर गर्द झाडी होती. तेथून एक नदी खळखळ वाहत होती. अशा ठिकाणी श्री स्वामींनी बुवास नदीच्या किनाऱ्यावर आणून ठेवले. स्वत: कमरेवर हात ठेवून उभे राहिले. श्री स्वामींनी त्या भयाण परिस्थितीतून शेतातून उचलले, खांद्यावर घेतले, नदी किनाऱ्यावर आणून ठेवले, तोपर्यंत बुवांनी डोळे गच्च मिटलेले होते. किनाऱ्यावर येताच त्यांनी डोळे उघडले, तर त्यांना साक्षात श्री स्वामी समर्थांची दिव्य, तेजस्वी, तेज:पुंज मूर्ती दिसली. तत्काळ त्यांनी श्रींच्या पायावर डोके टेकवून म्हटले, ''महाराज, कृपा करून मला अनुग्रह द्यावा.'' तेव्हा श्री स्वामी म्हणाले, ''अजून अवकाश आहे.'' तेवढ्यात स्वप्न संपले. गोपाळबुवा जागे झाले. त्यांना कमालीचा विस्मय वाटला. पण श्री स्वामी समर्थ हेच एकमेव आपले पाठीराखे आणि संरक्षणकर्ते आहेत हे त्यांना उमगले. यापुढे विश्वासाने ते त्या दिवसापासून कमालीचे प्रसन्न दिसू लागले. गोपाळबुवा तथा प्रीतिनंदन कुमार यांना श्री स्वामी समर्थांनी सर्व कसोट्यांवर तावून-सुलाखून कोकणात चिपळूणमधील मार्कंडी इथे मठस्थापना करून उर्वरित आयुष्य तिथे घालवण्याची आज्ञा केली.

श्रीस्वामीकृपेचा लाभ होऊनही गोपाळबुवांमध्ये अहंकाराचा अंश होताच. तो पूर्णत: नष्ट करण्यासाठी श्रींनी बुवांसंबंधी अशीच एक लीला केली. एके दिवशी गोपाळबुवा केळकर यांच्या चिपळूणच्या मठात एक सिद्ध सत्पुरुष आले. पाऊणएक तास ते तिथे होते. तेव्हा बुवांनी त्यांना विचारले, ''महाराज, आपण कुठले? आलात कोठून?'' तेव्हा ते सिद्ध सत्पुरुष बुवांस म्हणाले, ''मला काय ठाऊक? मला काय ठाऊक?'' असे म्हणून ते चालते झाले.

त्यांचे हे असे उत्तर ऐकल्यावर बुवांना वाटले, सिद्ध सत्पुरुष हे असेच असतात तर. झाले, आधीच लोक बुवांच्या पाया पडत होते. त्यांना आदराने 'बुवामहाराज' म्हणत होतेच. आता त्यात या नव्या ज्ञानाची भर पडली. एकदा बुवा अक्कलकोटला श्रींच्या दर्शनासाठी येत असताना वाटेतील एका खेड्यात भिक्षा मागण्यासाठी गेले. तिथे एकाने त्यांना विचारले, ''बुवा, तुम्ही कुठले?'' आपण सिद्ध सत्पुरुष झालो आहोत असे समजून त्यांना चिपळूणच्या मठात त्या सिद्ध सत्पुरुषाने उत्तर दिले त्याप्रमाणे बुवांनीसुद्धा 'मला काय ठाऊक?' असे उत्तर देऊन तेथून चालते झाले.

पुढे ते अक्कलकोटमध्ये आले. 'श्रीं'चे दर्शन घेऊन हात जोडून उभे राहताच 'श्रीं'नी बुवांना पहिलाच प्रश्न विचारला, ''तुम्ही कुठले?''

बुवा म्हणाले, ''चिपळूणचे.''

पुन्हा श्रींचा प्रश्न ''अहो बुवा, चिपळूण कोठे आहे?''

बुवांनी उत्तर दिले, ''कोकणात.''

पुन्हा श्रींचा प्रश्न - ''कोकण कुठे आहे?''

बुवांचे उत्तर - ''घाटाखाली.''

पुन्हा श्रींचा प्रश्न - ''घाट कुठे आहे?''

इतके प्रश्न होताच यात काहीतरी गडबड आहे याची बुवांना जाणीव झाली. श्री स्वामी समर्थ महाराज सर्वसाक्षी, अंतर्ज्ञानी असताना आपल्याला पूर्वीपासूनच ओळखत असता असे अनेक प्रश्न आता का विचारत आहेत? थोड्याशा विचारांती बुवांच्या डोक्यात लख्ख प्रकाश पडला. त्यांना आठवले की इथे येताना वाटेतील खेडेगावच्या त्या गृहस्थाला आपण स्वतःला सिद्ध पुरुष म्हणून जे उत्तर दिले, ते 'श्रीं'नी जाणले असावे. त्यावरूनच ते आपल्याला टोकत असावेत. त्यासरशी एकदम धक्का बसून आपली चूक झाली याची त्यांना जाणीव झाली. लगेच ''महाराज, मला कोकण ठाऊक नाही.'' असे म्हणून कान उपटून घेत बुवांनी श्री स्वामी समर्थ महाराजांची क्षमा मागितली. त्यांच्यातला सूक्ष्मातला सूक्ष्म अहंकारही सद्गुरु श्री स्वामींनी अशा प्रकारे घालविला.

श्री स्वामी समर्थउपासनेत या 'स्व'ने भारलेल्या 'अहं'ने लिप्त झालेल्या वृत्ती आणि कृतींचा पूर्णतः क्षय झालेला असावा. निर्लेप, निर्मोही, षड्रिपूविरहित स्वतःचे आत्मनिरीक्षण करण्याची सवय लावून घ्यावयास हवी. ही सवय लागली, की श्री स्वामी समर्थकृपा झालीच म्हणून समजा. श्री स्वामी समर्थ कृपांकित गोपाळबुवा केळकरांमध्ये टप्प्याटप्प्याने परिवर्तन होत गेले. त्यांनी त्यांच्या आयुष्याच्या

अखेरपर्यंत श्री स्वामी समर्थ सेवेचे कार्य व्रतस्थ पद्धतीने केले. त्यांच्या पुढील पिढ्यांनी तो वसा सद्य:स्थितीतही तसाच पुढे चालू ठेवून श्रींच्या कार्याची ध्वजा डौलाने फडकवत ठेवली आहे.

चिपळूणमधील मार्कंडी येथील मठाची स्थापनाही मोठी विलक्षण आहे. श्रींच्या ईश्वरी सामर्थ्याची साक्ष देणारी आहे. इथे मठ स्थापण्याची आज्ञा होईपर्यंत मार्कंडी हे स्थान कोठे आहे, कसे आहे, लोकांसाठी मठाची व्यवस्था कशी असावी, ती कशी कार्यान्वित करावी, आदी गोष्टींबाबत बुवांना काही म्हणता काहीच माहीत नव्हती. पण ब्रह्मांडनायक श्री स्वामींना ते सर्व अगोदरच माहीत होते. प्रथमत: श्रींनी बुवास स्वामिसुतांच्या कांदेवाडी (मुंबई) मठात उमेदवारी करण्याचा योग घडवून आणला. श्री स्वामी समर्थ महाराजांचे सर्वच अतर्क्य, अनाकलनीय, पण कमालीचे नियोजनबद्ध असायचे.

श्री स्वामींनी स्वामिसुतास अगोदरच सांगितले होते, ''तुझ्याबरोबर जे दोघे मुंबईतील मठात सेवेत आहेत, ते फारसे तुझ्या कामी येणार नाहीत. त्यांपैकी एक वर्षभरातच पळून जाईल आणि दुसऱ्यास मठ सोडून जावे लागेल.'' त्या वेळी स्वामिसुतांनी या श्री स्वामीवचनाची फारशी गांभीर्याने दखल घेतली नाही. श्रींची ही 'ब्रह्मवाक्ये' थोड्याच दिवसांत खरी ठरली. मठातील त्या दोघांपैकी एक शीघ्रकोपी होता. त्याचे कुणाशीही फारसे पटले नव्हते. तो श्री स्वामी समर्थांच्या पादुका घेऊन निघून गेला. हेच ते ब्रह्मचारी बुवा. कोकणात त्या वेळच्या चिपळूणच्या आसपास मार्कंडी या भागात एकांत स्थानी जाऊन राहिले. तेथील एका डुंग्यावर (टेकडीसारखा उच्च भाग) त्यांनी श्री स्वामी समर्थांच्या पादुकांची स्थापना केली. तिथे निशाण रोवले व श्री स्वामीसेवेत लीन झाले. तेव्हा हे स्थान चिपळूण शहराच्या बाहेर घनदाट झाडीत, निसर्गरम्य शांत परिसरांत होते. गोपाळबुवा श्रींच्या आज्ञेनुसार मुंबईत स्वामिसुतांच्या कांदेवाडी येथील मठात असताना श्रींनी त्यांना स्वप्नात दर्शन देऊन 'ताबडतोब अक्कलकोटमध्ये निघून ये' अशी आज्ञा दिली. बुवा अतिशय घाबरले. आपल्या हातून अशी काय चूक झाली म्हणून आपणास तातडीने अक्कलकोटला बोलाविले, हे त्यांना कळेना. श्रींची आज्ञा शिरोधार्य मानून ते तातडीने मुंबईहून तडक अक्कलकोटला आले. घाबरत घाबरतच त्यांनी श्रींचे दर्शन वटवृक्षस्थानी घेतले. तिथे जवळच त्यांना पत्नी सरस्वती आणि सासूबाई दिसल्या. त्या दोघींना तिथे पाहून गोपाळबुवा पुरते ओशाळले. श्रींनी आपणास इथे तातडीने बोलावून घेतले या स्वप्नातील आदेशाचा उलगडा त्यांना झाला.

त्यांनी लगेचच श्रींचरणी दंडवत घालून कळकळीने क्षमायाचना केली. ''माझी पोटदुखीची दुर्धर व्याधी दूर करणाऱ्यास या जगातला एकमेव ईश्वर मानून माझे उर्वरित आयुष्य त्या ईश्वराच्या सेवेत घालवण्याचा मी निश्चय केला होता म्हणून...'' बुवास हाताने बोलणे थांबवण्याचा निर्देश देऊन ते म्हणाले. ''कोकणात चिपळूण गावाबाहेर मार्कंडी म्हणूनच स्थान आहे. तिथे जवळच ब्रह्मचारी बुवांनी स्थापिलेल्या पादुका आहेत. त्यांची पूजा करीत राहा. पत्नीसह तिथे जाऊन राहा.'' श्री स्वामी समर्थ महाराजांस गोपाळबुवांचे हे भविष्य विधिलिखित माहीत होते. म्हणून त्यांनी गोपाळबुवांची सर्वांगीण तयारी होतीच. बुवा सर्व कसोट्यांवर उतरल्यावर पत्नीशी भेट, कांदेवाडीच्या मठातील अनुभव, मार्कंडी ठिकाणी पाठवण्याचे नियोजन आदी सर्वच थक्क करणारे आहे.

निरोपाच्या वेळी गोपाळबुवांना दोन नारळ, एक खारीक आणि वंशवृद्धीचा शुभाशीर्वाद श्री स्वामी समर्थांनी दिला. तेव्हा उपस्थित असलेल्या सेवेकऱ्यांनी 'हे काय' असे विचारताच श्री स्वामी समर्थ स्मितहास्य करीत म्हणाले, ''अरे, या संन्याशाला फार मुली काय करायच्या? दोन मुलगे व एक मुलगी पुरे.'' नंतर त्यांनी त्यांच्या पत्नी सरस्वतीबाईंचाही यथोचित सन्मान केला. त्यांना साडी-चोळी देऊन त्यांची ओटी भरली. सासूबाईंचाही यथोचित सन्मान केला. ''ब्रह्मचाऱ्यांनी स्थापन केलेल्या पादुकांची सेवा करीत पत्नीसह मार्कंडी राहावे. परमार्थ आणि प्रपंच करीत राहावा.'' असा आशीर्वाद देऊन त्यांना दहा रुपये खर्ची दिले. (तेव्हा दहा रुपये मोठी रक्कम होती) त्या सर्वांना शुभाशीर्वाद देऊन सन्मानपूर्वक मार्कंडीस रवाना केले.

। माणिक प्रभू ।

श्री स्वामी अक्कलकोटास येण्यापूर्वी हुमनाबादमध्ये (कर्नाटक) माणिक प्रभू नावाचे एक सिद्ध पुरुष होऊन गेले. एकदा स्वामी समर्थ त्यांच्या भेटीस गेले होते. नेमके त्याच वेळी अक्कलकोटचे रहिवासी बाबा सबनीस हेदेखील सिद्ध पुरुष श्री माणिकप्रभूंच्या दर्शनासाठी आले होते. तसे ते वारंवार इथे श्री प्रभूंच्या दर्शनासाठी येत असत. सायंकाळची वेळ होती. श्री माणिकप्रभूंच्या दर्शनभेटीसाठी असंख्य लोक जमले होते. श्री प्रभूंसमोर वीणा, मृदुंग, टाळाच्या घोषात संतचरित्राचे गायन, अत्यंत पवित्र मंगलमय आध्यात्मिक वातावरणात चालले होते. तोच अकस्मात तिथे सूर्यप्रकाशाइतकी तेजस्वी प्रभा फाकली. जणू स्वर्गातल्या इंद्रसभेमध्ये अचानक

महेश्वरांनी मध्ये येऊन उभे राहावे, तसे तिथे दिव्य, सुंदर, तेजःपुंज ब्रह्मांडनायक श्री स्वामी येऊन उभे राहिले. त्यांच्या समवेत अन्य दोन संन्यासी होते. जणू तिथे ब्रह्मा, विष्णू आणि महेश्वरच प्रकटले होते. ते पाहताच स्वतः श्री माणिकप्रभूंनी ब्रह्मांडनायकाच्या स्वागतासाठी धाव घेतली. त्यांना विनम्र भावे प्रणिपात करून प्रेमाने आलिंगन दिले. मोठ्या सन्मानाने त्यांना उत्तम उच्चासनावर बसवले. सुगंधी फुलांचे हार त्यांच्या गळ्यात घातले. बरोबरीच्या इतर संन्याशांचाही यथोचित सन्मान केला.

श्री माणिकप्रभूंनी ब्रह्मांडनायक श्री स्वामींस विचारले, ''हे देवाधिदेवा, आपले आगमन कुठून झाले? आमच्यासाठी आपली आज्ञा काय, हे कृपया सांगावे.'' तेव्हा श्री स्वामी त्यांच्याकडे स्नेहार्द्र दृष्टीने पाहत म्हणाले, ''प्रभू, आपण अंतर्ज्ञानी, सर्वज्ञ आहात. सर्व जाणत आहात. निर्विकार निरपेक्षपणे जगदोद्धारासाठी अहोरात्र कष्टत आहात.'' सरळ प्रश्नाचे हे वेगळेच उत्तर मिळाल्यावर श्री माणिकप्रभू काय समजायचे ते समजून चुकले. तिथे उपस्थित भक्तजनांस उद्देशून श्री माणिकप्रभू म्हणाले, ''हे ब्रह्मांडनायक आम्हास गुरुस्थानी आहेत. या जगदुद्धारक सद्‌गुरूंस आम्ही साक्षात दत्तात्रेय स्वरूपात भजतो. हेच सर्वत्र पूजनीय, वंदनीय ठरतील यात कदापिही संशय नसावा.'' तिथेच बसलेल्या मूळ अक्कलकोटच्या असलेल्या बाबा सबनीसांना उद्देशून आणि श्री स्वामींकडे निर्देश करीत श्री माणिकप्रभू म्हणाले ''हे भवतारक, सद्‌गुरू जगत्पति आहेत! हे जगताचे ब्रह्मांडनायक स्वामी आहेत हे जाणावे. दोन वर्षांनंतर तुमच्या प्रज्ञापुरी जगहितार्थ प्रकटतील. यांच्या चरणसेवा, दर्शन आणि नामस्मरणाने सर्वांच्या इच्छा, आकांक्षा सफल होतील. थोड्याच दिवसांत हे अक्कलकोटी जगाच्या उद्धारासाठी विराजतील.''

श्री माणिकप्रभूंनी बाबा सबनीसांस खूण करून श्री स्वामींचे दर्शन घेण्यास सूचित केले. पण बाबास ते काही समजले नाही. तेव्हा श्री प्रभूंनी बाबास स्पष्टच सांगितले. ''इतःपर हे ब्रह्मांडनायक श्री स्वामी हेच तुझे गुरू असतील. त्यांना चरणस्पर्श करून त्यांचे दर्शन घे!'' मग बाबा सबनीसांनी 'श्रीं'चे व त्यांच्याबरोबर असलेल्या दोन संन्याशांचे दर्शन घेतले. तेव्हा 'श्रीं'नी बाबा सबनीसांकडे रोखून पाहत त्याला पुष्कळ शिव्या दिल्या. इतकेच नव्हे तर त्यांस त्यांच्या मनातील अनेक गोष्टींची ओळख करून देताना ते स्पष्टपणे म्हणाले, ''तू कसाई आहेस. अभी अक्कलकोटकू जाव, हम भी आवेंगे.'' हे ऐकताच बाबा सबनीसांस आश्चर्य वाटले. आपण अक्कलकोटचे राहणारे हे यांना कसे कळले? आई फार आजारी असताना,

ती 'मला सोडून जाऊ नकोस' असे वारंवार सांगत असताना आपण निर्दयपणे एखाद्या कसायासारखे तिला सोडून इथे आलो. म्हणूनच आपणास 'कसाई' म्हणून त्यांनी संबोधिले. श्री स्वामी हे निश्चित अवतारी आहेत, याची बाबा सबनीसांस तिथे खात्री पटली.

''तुला इथून पुढचे मार्गदर्शन श्री स्वामी अक्कलकोटी करतील. इथे येण्याचे आता कारण नाही. तुम्ही आता अक्कलकोटी जावे. तिथे जगद्गुरू श्री स्वामी लवकरच येतील. त्यांची सेवा करावी.'' अशी श्री माणिकप्रभूंनी सबनीसांस आज्ञा दिली. त्यांची आज्ञा शिरसावंद्य मानून बाबा सबनीस तातडीने अक्कलकोटला आले. काही दिवसांनंतर श्री स्वामी अक्कलकोटास आले. हुमनाबादेत श्री माणिकप्रभूंसमवेत दर्शन दिलेली अवतारी मूर्ती हीच, अशी बाबा सबनीसांची खूण 'श्रीं'ना पहिल्यानंतर लगेच पटली. ते 'श्रीं'चे निस्सीम भक्त झाले.

हुमनाबादेत श्री माणिकप्रभुंनी ज्या दिवशी संन्यासदीक्षा घेतली, त्याच दिवशी सर्वज्ञ सर्वसाक्षी श्री स्वामी समर्थांनी उपस्थित भक्तगणांस अक्कलकोटमध्ये सांगितले, ''माणकेश्वर संन्यस्त धर्मात प्रवेश करते झाले. आज त्यांनी चतुर्थाश्रमात प्रवेश केला. उद्या प्रात:काळी ते समाधी घेणार आहेत.'' श्री स्वामींचे हे वचन ऐकताच बाबा सबनीसांसह तिथे उपस्थित असलेले समस्त भक्तजन दु:खी झाले. आकाशात सर्वत्र काळे ढग दाटले. हुमनाबाद पुण्यनगरी तर शोकसागरात बुडाली होती. श्री स्वामीही तेव्हा उदासीन होते. बाबा सबनीसांस आपला स्वपिताच जणू गेल्याचे दु:ख झाले होते. सर्वांनाच पोरके करून श्री माणिकप्रभू हुमनाबादेत (कर्नाटक) समाधिस्थ झाले.

। सीताराम महाराज ।

श्री स्वामी समर्थांच्या कृपांकित शिष्यांच्या मांदियाळीत सीताराम महाराज मंगळवेढेकर हे एक होते. लहानपणीच सीतारामचे, मातृछत्र हरपले. पुढे सावत्र आईच्या अनन्वित छळाला कंटाळून अवघ्या बाराव्या वर्षी एका लंगोटीनीशी बाल सीतारामने घर सोडले. ते मंगळवेढे ते पंढरपूर उपाशी पोटी उन्हातान्हातून पंढरपुरला विठ्ठलाच्या मंदिरात आले. ते रुक्मिणी मातेसमोर धाय मोकलून रडू लागले. त्यांचा जीव भुकेने व्याकूळ झाला होता. त्यांनी रुक्मिणी देवीला कळवळून प्रार्थना केली, ''माते! मला फार भूक लागली आहे. मला जेवायला दे. '' तेव्हा

साक्षात रुक्मिणीदेवीने दयाळू अंतःकरणाने, मातृहृदयाने पंचपक्वान्नांचे ताट बाल सीतारामासमोर ठेवून ''बाळा, तुझ्यासाठी जेवण आणले आहे. जेवण कर बाळा.'' असे मोठ्या ममतेने सांगितले. कडकडीत भुकेलेल्या बाळ सीतारामने तो देवीचा प्रसाद भुकेल्या पोटी, उत्सुकतेने आणि भक्तिभावाने खाल्ला. तृप्तीचा ढेकर देऊन तो तिथेच जमिनीवर आडवा झाला. प्रवासाने थककेला तो बाळ सीताराम लगेच झोपी गेला. त्याला झोपेत सुस्पष्ट दृष्टान्त देत रुक्मिणीदेवी म्हणाल्या, ''तुझी आई अक्कलकोटमध्ये आहे. आता तू तिथे जा.'' रुक्मिणीदेवीची आज्ञा शिरसावंद्य मानून बाळ सीताराम मजल-दरमजल करीत अक्कलकोटला आला.

आपण इथे आलो आहोत खरे, पण का व कशासाठी आलो आहोत? रुक्मिणीमातेने आपणास इथे का व कशासाठी पाठविले? श्री स्वामी समर्थ नेमके कोण आहेत? ते आता कोठे असतील? अशा अनेक प्रश्नांचे काहूर त्याच्या मनात उठले होते. त्याच वेळी इकडे वटवृक्षाखाली ब्रह्मांडनायक श्री स्वामी समर्थ महाराजांच्या मंगलआरतीचा सोहळा उत्साहात सुरू होता. श्रींच्या समोर फळाफुलांचा ढीग जमा झाला होता. दर्शनार्थींची गर्दी उसळली होती. श्रींनी फळांच्या तबकातून एक फळ उचलले, तोंडाजवळ नेले व ते पुन्हा तबकात ठेवून त्रिकालज्ञानी श्री स्वामी सेवेकऱ्यास उद्देशून म्हणाले, ''जाव, अभी के अभी जाव। मेरा बच्चा सीताराम आया है। उसको लेके आव। वह आ रहा है। उसको लेके आव।'' श्रीआज्ञेनुसार वटवृक्षाकडे श्रींच्या दर्शनभेटीच्या उत्सुकतेने येणाऱ्या बाळ सीतारामाला श्रींसमोर आणण्यात आले.

श्री स्वामी समर्थांची ती तेजःपुंज, सुकुमार, दैवी मूर्ती पाहून त्याचे भान हरपले. तेवढ्यात श्रींनी एका सेवेकऱ्यास आज्ञा केली, ''अरे, आधी त्याला जेवू घाला, मग माझ्याकडे आणा.'' तत्क्षणी त्यास रुक्मिणीमातेचे 'बाळा, तुझी आई अक्कलकोटमध्ये आहे' हे शब्द आठवले. श्री स्वामींचा कृपाप्रसाद ग्रहण करून त्याने विनम्रपणे श्रींचे दर्शन घेतले. श्रीचरणांवर मस्तक ठेवून बाळ सीताराम म्हणाला, ''हे पांडुरंगा, आता तुम्हीच माझे माता-पिता.'' श्रीस्वामींनी संमतीदर्शक मान हलवून त्याच्या या विधानास स्मितहास्य करीत दुजोराच दिला. श्री स्वामी समर्थ महाराजांनाच आई आणि वडील समजून त्यांची तो श्रद्धेने सेवा करू लागला. अशी ही सेवा त्याने अखंड सात वर्षे अक्कलकोटमध्ये नित्यनियमाने, व्रतस्थपणे केली.

त्याची योग्यता आणि निष्ठा ओळखून श्री स्वामींनी त्याच्या शिरी वरदहस्त ठेवला. त्याला स्वतःजवळ बसवून त्याला योगाभ्यासासह अनेक बाबींच्या चमत्कारिक लीला दाखवून, प्रत्यक्ष सांगून त्याची तयारी करून घेतली. श्रींच्या नित्य

सान्निध्यात आता सीताराम महासिद्ध पुरुष झाला होता. श्रींच्या सहवासात त्याला ब्रह्मरसाची प्राप्ती झाली होती. सर्वज्ञ श्री स्वामींना जेव्हा जाणवले, की सीतारामची सर्वांगीण तयारी पूर्ण झाली आहे, तेव्हा ते त्यास जवळ घेऊन पूर्णाशीर्वाद देऊन, ''जेथून आलास तिथे जा. लोकोद्धाराचे कार्य करीत राहा. जा आता.'' अशी आज्ञा दिली. श्रींची आज्ञा शिरसावंद्य मानून, त्यांचा शुभाशीर्वाद घेऊन तो मूळ स्थानी, कोकणात आला. इथे श्री स्वामी समर्थ कृपांकित शिष्य म्हणून ख्यातकीर्त झाले.

। श्रीकृष्ण सरस्वती - कुंभार स्वामी ।

ब्रह्मांडनायक श्री स्वामी समर्थांचे गारुड अनेकांवर होते. त्यांनी स्वत:मधील दैवी सामर्थ्य त्यांच्या कृपांकित शिष्यांमध्ये त्यांचे कार्य व्यापक स्वरूपात सर्वदूर करून घेण्यासाठी संक्रमित केले. त्यातीलच एक सिद्धपुरुष कोल्हापूरचे श्रीकृष्ण सरस्वती तथा कुंभार स्वामी होत. यांच्या जन्माची कहाणी विलक्षण आहे. कोल्हापूर जिल्ह्यातील नांदणी गावातील आप्पाभट आणि त्यांची पत्नी अन्नपूर्णाबाई यांच्या पोटी अपत्य नसल्यामुळे ते कमालीचे दु:खी होते. पुत्रप्राप्तीसाठी आप्पाभट दत्तगाव तथा नरसोबाच्या वाडीत काही दिवस नित्यनियमाने उपासना करत होते. एका रात्री ते झोपेत असताना त्यांना स्वप्नदृष्टान्त झाला. त्यात साधू वेषातील एक संन्यासी म्हणाला, ''सावध हो. तू पुत्रप्राप्तीची काळजी सोडून दे. मी स्वत:च तुझा पुत्र म्हणून तुझ्या घरी जन्म घेईन. चिंता करू नये.''

हा दृष्टान्ताचा वृत्तान्त ऐकून अन्नपूर्णाबाई परमसंतुष्ट झाल्या. यथावकाश त्यांना पुत्रप्राप्ती झाली. त्याचे नाव श्रीकृष्ण असे ठेवण्यात आले. सहा महिने झाले, तरी कृष्णाच्या रडण्याचा आवाज एकदाही आला नाही. पाळण्यात घाला, नाहीतर जमिनीवर ठेवा. कृष्णा नेहमी हसतमुख राहायचा. इतका लहान असूनही तो कधी आईचे दूध पीत नसे, पण त्यामुळे तो कधी अशक्त झाला असेही घडले नाही. हळूहळू कृष्णा दोन वर्षांचा झाला, पण तो दूधभातही खाईना. जबरदस्तीने खाऊ घालावा, तर तो घास थुंकून टाकू लागला. लहानपणापासूनच त्याचा देवाधर्माकडे ओढा होता. एकदा साक्षात कैलासनाथाने सांगितले, ''अरे कृष्णा, तू माझाच अंश आहेस. गोरगरीब, दीनदुबळ्यांची सेवा आणि उद्धार करण्यासाठी तुझा हा जन्म आहे. प्रथम तू अक्कलकोटी जा. तिथे नृसिंहभान नावाचे प्रसिद्ध स्वामी आहेत, त्यांच्या चरणी वंदन कर. सर्व यथास्थित होईल.'' इतके सांगून कैलासनाथ अदृश्य

झाले. तेव्हा कृष्णा बारातेरा वर्षांचा होता.

घरी आल्याआल्या कृष्णा म्हणाला, ''आई-बाबा, आता मला अक्कलकोटला जायचे आहे.'' कृष्णाच्या बोलण्यावर आई अन्नपूर्णाबाई रडू लागल्या. तेव्हा त्यांची समजूत घालीत आप्पाभट म्हणाले, ''त्याच्या इच्छेच्या आड तू येऊ नकोस. जगाच्या कल्याणासाठीच त्याचा जन्म आहे. त्याला अडवण्याचे सामर्थ्य आपल्यात नाही.'' कृष्णाने त्यांना आश्वासन दिले, ''जेव्हा जेव्हा तुम्ही माझे स्मरण कराल, तेव्हा तेव्हा मी प्रत्यक्ष तुमच्यासोबत असेन.'' त्यांना वंदन करून कृष्णा अक्कलकोटकडे निघाला. त्याला श्री स्वामी समर्थांच्या दर्शनभेटीची तीव्र ओढ लागली होती.

त्या काळात रस्ते, वाहने आदींची तीव्र प्रतिकूलता असूनसुद्धा १२-१४ वर्षांचा लहानगा कृष्णा मजल दरमजल खडतर प्रवास करीत अक्कलकोटला तिसऱ्या दिवशी पोहोचला. 'श्रीगुरू कोठे आहेत?' असे विचारता ग्रामवासीयांनी सांगितले, ''येथे श्री स्वामी समर्थ म्हणून दत्तावतारी साधू आहेत, त्यांनाच नृसिंहभान असेही म्हणतात. तीच ही श्रीगुरुमूर्ती आहे.'' हे ऐकून कृष्णास परमानंद झाला. त्याचा प्रवासातील थकवा कुठल्या कुठे पळून गेला. त्याच्यात कमालीचा उत्साह संचारला. श्रीगुरूंच्या भेटीची त्याची उत्सुकता शिगेला पोहोचली. इकडे श्री स्वामी सारखे पुटपुटत होते, ''आज माझा कृष्णा येणार आहे! कृष्णा येणार आहे!'' मोठ्या आतुरतेने ते कृष्णाची वाट पाहत होते. श्रींच्या दर्शनभेटीस आलेल्या लोकांना आणि सेवेकऱ्यांना श्री स्वामींच्या उत्सुकतेचा आणि पुटपुटण्याचा अर्थ तेव्हा लागत नव्हता.

एकदाचा कृष्णा आला. त्याने धावत जाऊन श्रीचरणांना मिठी मारली. पितृत्वाच्या मायेने श्रींनी त्यास उठवले व जवळ घेतले. त्याला लडिवाळपणे आंजारले, गोंजारले. मायेने खाऊ-पिऊ घातले. नंतर ते दोघेही अक्कलकोटपासून दूर अंतरावरील जंगलात गेले. तिथे ते दोघेही सात दिवस-सात रात्री समाधी अवस्थेत राहिले. अखेरीस श्री स्वामी समर्थ महाराज प्रथम सावध झाले. नंतर त्यांनी कृष्णाच्या पाठीवरून हात फिरवून जागे केले. या कालावधीत त्या दोघांमध्ये बरीच चर्चा झाली असावी. हे सर्व आपल्यासारख्या सर्वसामान्यांच्या आकलनाच्या पलीकडचे आहे. पण श्रीकृष्ण सरस्वती तथा कुंभारस्वामींच्या पुढील कार्य आणि शिष्य परंपरेनुसार त्या दोघांत महत्त्वपूर्ण आध्यात्मिक चर्चा झाली असावी, हे निश्चित. या सात दिवसांच्या कालावधीत श्री स्वामी अक्कलकोटमध्ये नव्हते, त्यामुळे सर्वच अक्कलकोटवासी अस्वस्थ होते. पुन्हा ते परत आलेले दिसताच सर्वांना आनंद झाला व त्यांच्या दर्शनासाठी सर्वांनीच गर्दी केली. तेव्हा श्रींनी कृष्णास सांगितले, ''तू आणि मी एकच

आहोत. माझेच कार्य तुला पुढे चालू ठेवायचे आहे.'' त्यांनी सेवेकऱ्यांना जवळ बोलावून सांगितले, ''अरे, हा माझा कृष्णा उपाशी आहे. त्याला पोटभर चुरमा लाडू खाऊ घाला.'' त्यांनी स्वहस्ते त्यास मायेने, ममतेने भरविले व स्वत:ही जेवले. नंतर सर्वांसमक्ष ते म्हणाले, ''आम्ही आता याचे नाव श्रीकृष्ण सरस्वती असे ठेवले आहे.''

त्या सर्व घटनाप्रसंगाने श्रीकृष्ण अतिशय भारावून गेला होता. श्रींच्या पितृतुल्य, वात्सल्यपूर्ण वर्तनाने तो त्यांची स्तुती करू लागला. तेव्हा त्यास प्रेमाने थापटी मारीत श्री स्वामी म्हणाले, ''कृष्णा, आता आमची स्तुती करणे पुरे कर. जगाचा उद्धार करण्यासाठी तुला, मला अवतार घ्यावा लागला आहे. हे तू सदैव स्मरणात ठेव. नीतिमत्तेच्या सीमा न ओलांडता, षड्रिपूंच्या आहारी न जाता या जगात वावरावयाचे आहे, कार्य करावयाचे आहे.'' एवढे बोलून श्री स्वामींनी आपला हात कृष्णा तथा श्रीकृष्ण सरस्वतींच्या मस्तकावर ठेवला. दोन दिवसांच्या वास्तव्यानंतर श्री स्वामी कृष्णास म्हणाले, ''आता तुला करवीर नगरीकडे प्रस्थान करायचे आहे!'' याच दरम्यान त्या दिवशी एक कुष्ठरोगी गरीब पंडित कुष्ठरोगाच्या निवारणार्थ श्रींकडे आला. तिथे येण्याअगोदर त्याने तीन वर्षे गाणगापुरात दत्तप्रभूंची सेवा, त्याला झालेल्या कुष्ठरोगाच्या निवारणार्थ केली होती. त्याला एके रात्री स्वप्नदृष्टान्तात एका दिव्य विभूतींनी आज्ञा केली, ''तू अक्कलकोटी जा. मी तिथे श्री स्वामी समर्थ नामे वास करून आहे. तिथे तू बरा होशील.'' त्या दृष्टान्तानुसार तो भल्या पहाटे उठून अक्कलकोटी आला होता.

त्या कुष्ठरोगपीडिताने श्रींचे दर्शन घेऊन त्यांना विनविले, ''महाराज मी या कुष्ठरोगाने पुरता पिडून गेलो आहे. या मरणयातनांतून मला सोडवा.'' तेव्हा त्यांच्याजवळ पायाशीच बसलेल्या श्रीकृष्णाकडे अंगुलीनिर्देश करीत श्री स्वामी म्हणाले, ''हे श्रीकृष्ण सरस्वती स्वामी आहेत. त्यांच्या समवेत तू कोल्हापूरला जा. त्यांची सेवा कर. ते तुला बरा करतील.'' तेव्हा प्रचंड नाराज झालेला तो कुष्ठरोगपीडित श्री स्वामींस म्हणाला, ''महाराज, दत्तप्रभूंनी मला गाणगापूरहून आपल्याकडे पाठविले आहे आणि आपण आता मला तिसऱ्या अन्य ठिकाणी, अन्य व्यक्तीसमवेत पाठवत आहात. महाराज हात जोडून प्रार्थना करतो, असे काही करू नका. मला कुष्ठरोगमुक्त करा, नाहीतर मारून तरी टाका. मी आपणाशिवाय अन्य कुठेही, अन्य कुणाबरोबरही जाणार नाही.'' त्या कुष्ठरोगपीडिताच्या या उद्‌गारांनी श्री स्वामी समर्थ महाराज क्रोधायमान होत म्हणाले, ''अरे मूर्खा, तो माझाच अंश आहे. तू निश्चिंत राहा व त्याच्याबरोबर कोल्हापूरला जा.'' श्रींची ही निर्वाणीची आज्ञा शिरसावंद्य मानून तो श्रीकृष्ण सरस्वतींसमवेत कोल्हापूरला निघाला.

अक्कलकोटहून कोल्हापूरला मजल दरमजल करीत येत असताना त्या कुष्ठरोगपीडित पंडितास श्रीकृष्ण सरस्वतींच्या काही दैवी लीलांचा अनुभव आला. 'पंचगंगा नदीवर जाऊन स्नान कर. तू पूर्णपणे बरा होशील!' या त्यांच्या आज्ञेनुसार तो स्नानास गेला. पंचगंगेत स्नान करून बाहेर आला आणि अद्भुत चमत्कार घडला. त्याचा कुष्ठरोग पूर्णतः बरा झालेला त्याला आढळला. त्या आनंदाच्या आणि उत्साहाच्या भरात श्रीकृष्ण सरस्वती आणि तो जिथे वास्तव्यास होते, त्या ठिकाणी राममंदिरात आला. पण श्रीकृष्ण सरस्वती स्वामी तिथे नव्हते. त्याने त्यांचा पुष्कळ शोध घेतला, पण शोध लागला नाही. तेव्हा त्यास कुष्ठरोग बरा झाल्याच्या आनंदापेक्षाही श्रीकृष्ण सरस्वती स्वामींस आपण मुकलो याचे दुःख झाले. त्यास त्यांच्या भेटीचा तीव्र ध्यास लागला. एके दिवशी श्रीकृष्ण सरस्वतींनी स्वप्नात येऊन सांगितले, ''वत्सा, मी आता तुला पुन्हा भेटणार नाही. परंतु तू चिंता करण्याचे काहीच कारण नाही. आता तू तुझ्या घरी जा. माझा तुला आशीर्वाद आहे.''

ब्रह्मांडनायक श्री स्वामी समर्थकृपेने पुढे श्रीकृष्ण सरस्वती तथा कुंभारस्वामींचा कीर्तिसुगंध सर्वत्र दरवळू लागला. सर्व स्तरांतील, जाती-धर्म-पंथांतील भक्तगण त्यांच्याकडे येऊ लागले. श्री स्वामी काही भक्तांना कुंभारस्वामींच्या दर्शनास पाठवत. श्री स्वामी समर्थ महाराजांचा खडावारूपी गुरुकृपाप्रसाद आणि श्रीकृष्ण सरस्वती हे नाम घेऊन करवीर तथा कोल्हापूर नगरीत आले. करवीरनगरीच्या कुंभारगल्लीत वास्तव्य केले. म्हणून कुंभारस्वामी नावाने ते ख्यातकीर्त झाले. श्री स्वामी समर्थांना अपेक्षित असलेले कार्य समाधीलीला करेपर्यंत कुंभारस्वामी करत राहिले.

। बावडेकर पुराणिक ।

श्री स्वामी समर्थांच्या अनेक कृपांकित शिष्यांपैकी दत्तात्रय साधले तथा बावडेकर पुराणिक हे एक होते. ते मुळातच अतिशय विद्वान होते. त्यांच्या उपनयन संस्काराच्या प्रसंगी मातृभिक्षेच्या वेळी 'ॐ भवति भिक्षां देहि' असा उच्चार करावा लागतो. याच वेळी त्यांनी चार वेद, सहा शास्त्रे, अठरा पुराणे यांचे पठण करण्याची प्रतिज्ञा केली. हे सर्व ज्ञान संपादन करणासाठी त्यांनी त्या काळच्या बदरीवनातील एका सिद्ध साधुपुरुषाचे शिष्यत्व पत्करले. तिथे एक तप कठोर अभ्यास आणि साधना केल्यानंतर ते खऱ्या अर्थाने वेदशास्त्रसंपन्न झाले. तेव्हा त्यांच्या गुरूने पुराणिक बुवांस 'घरी जाऊन प्रपंच कर.' अशी आज्ञा केली. परंतु पुराणिक बुवा गुरूंस

सोडण्यास तयार नव्हते, तेव्हा गुरूंनी बुवास 'तू आज्ञाभंग केल्यास शाप देईन!' असे निक्षून सांगितल्यावर बुवा नाइलाजास्तव घराकडे येणास दु:खद अंत:करणाने तयार झाले.

परंतु घरी परतण्यापूर्वी त्यांनी सहा महिने विविध ठिकाणच्या तीर्थयात्रा केल्या. त्यानंतर घरी न जाता पुन्हा ते दर्शनभेटीसाठी काशीस आले. बुवा परत आलेले पाहाताच गुरू संतप्त झाले. परंतु काही दिवसांत बुवांची गुरुभक्ती व निष्ठा पाहून ते सौम्य झाले. याच दरम्यान बुवांस महामारीचा (कॉलरा) जबरदस्त त्रास सुरू झाला. ते निपचित पडले असताना कोणी एका अनाहूत संन्याशाने तिथे येऊन बुवांस औषध पाजले. बुवा ठीकठाक होऊन सावध झाले. सभोवार पाहत क्षीण आवाजात त्यांच्या गुरूंस विचारले, ''तुम्ही कोणी मला औषध पाजले काय?'' तेव्हा त्यांच्या गुरूने सांगितले, ''तुला औषध पाजण्यास कुणीही इथे आले नव्हते. हा काहीतरी ईश्वरी चमत्कार अथवा तुला भास झाला असेल. पण आता या घटनाप्रसंगाची कुठेही वाच्यता करू नकोस.'' थोड्याच दिवसांत बुवा बरे झाले. पण आपला आजार बरा करण्यासाठी इथे येऊन औषध पाजणारे संन्यासी कोण होते, याचा पुराणिक बुवा रात्रंदिवस विचार करू लागले. तेवढ्यावर न थांबता त्या अनामिक संन्याशाचा शोध घेण्याचा त्यांनी दृढ निश्चय केला. काही दिवस लोटल्यानंतर गुरूंनी बुवास घरी जाण्याची आज्ञा केली. या वेळी मात्र ती आज्ञा शिरसावंद्य मानून पुराणिक बुवा घराकडे निघाले.

वाटेत त्यांनी त्या संन्याशाला शोधण्याचे काम चालूच ठेवले. असे करता करता ते बार्शीस (जि. सोलापूर) येऊन पोहोचले. दरम्यान अक्कलकोटच्या श्री स्वामी समर्थांचा कीर्तिसुगंध बुवांना इथे आला. श्री स्वामींच्या दर्शनभेटीच्या ओढीने बुबा अक्कलकोटास आले. श्रींचे दर्शन घेताच पुराणिक बुवांची पक्की खात्री झाली, की आपल्याला महामारीच्या गंभीर आजाराच्या वेळी संन्याशाच्या रूपात काशीक्षेत्री येऊन औषध पाजून दुर्धर आजारातून वाचवणारे हेच ते भगवंत. त्या क्षणी श्रींनी पसंतीदर्शक स्मितहास्य केले, पण ते काहीच म्हणाले नाहीत. परंतु श्रींच्या त्या अद्‌भुत दर्शनाने मुळातच विद्वान असलेले पुराणिक बुवा अचंबित झाले. आपल्या आयुष्याची इतिकर्तव्यता या चरणांपाशीच फलद्रूप होईल असे मनोमन ठरवून बुवा बार्शीस आले. पण बुवांना श्री स्वामींची ओढ स्वस्थ बसू देईना. म्हणून ते श्रींच्या दर्शनभेटीस वरचेवर अक्कलकोटी येऊ लागले.

बुवा जरी विद्वान होते, तरी त्यांना जिव्हा दोष होता. अंतर्ज्ञानी श्री स्वामींनी त्यांस एकदा 'तू प्रत्येक ठिकाणी पुराणे सांगावीत!' अशी आज्ञा केली. त्यावर बुवा

प्रार्थनापूर्वक श्री स्वामींस म्हणाले, ''महाराज, मला स्पष्ट बोलता येत नाही. तर मी पुराणे कशी सांगू?'' बुवांवर कृपाशीर्वादाचा प्रसन्न कटाक्ष टाकीत श्री स्वामी म्हणाले, ''चिंता करू नकोस. वाटेल ते पुराण सांग. तुझी वाणी गंगेच्या प्रवाहाप्रमाणे वाहत राहील.'' अशक्यही शक्य करणाऱ्या ब्रह्मांडनायक श्री स्वामी समर्थांचा आशीर्वाद मिळाल्यावर पुराणिक बुवा रसाळ, ओघवत्या वाणीने जनताजनार्दनास पुराण सांगू लागले. बघता बघता ते एक उत्तम, पट्टीचे प्रवचनकार आणि कीर्तनकार म्हणून नावलौकिकास पोहोचले.

आपणास औषध पाजून मृत्यूच्या दाढेतून वाचवणारी व्यक्ती हीच! याबाबत आता बुवांच्या मनात काहीच संदेह राहिला नव्हता. असेच एकदा बुवा श्रींच्या दर्शनभेटीस आले. त्या दिवशी त्यांनी एकाएकी श्रीचरण घट्ट धरून ठेवले. त्यांच्या डोळ्यांतून आनंदाचे आणि कृतज्ञतेचे अश्रू वाहत होते. तेव्हा श्री स्वामी बुवांस म्हणाले, ''बेटा! उठ. तू मला ओळखलेस काय?'' असे म्हणून त्यांच्या पाठीवरून श्रींनी हात फिरविला. बुवांस उठवून श्रींनी त्यास विचारले, ''तुम कहाँ रहते हो?'' त्यावर बुवा उत्तरले, ''हल्ली मी बार्शीत राहतो.''

''धंदा क्या करते हो?''

''पुराण वाचतो.'' बुवा म्हणाले.

''मग आज संध्याकाळी या ठिकाणी पुराण वाचा.'' श्रींनी बुवांस आज्ञा केली.

''होय महाराज, जशी आपली आज्ञा.'' बुवा विनम्रपणे उत्तरले. लगेचच श्री स्वामींनी सर्व शिष्यमंडळींस सांगितले, ''आपल्याकडे आज पुराणिक बुवा आलेले आहेत. आज सायंकाळी ते पुराण सांगणार आहेत. त्यांची चांगली व्यवस्था ठेवा.''

श्रीआज्ञेनुसार बुवांचे उत्तम पुराण झाले. त्या वेळी आशीर्वाद देताना श्री स्वामी समर्थ बुवास म्हणाले, ''पुराणिक, तू याच्यापेक्षाही पुराण उत्तम सांगशील. तुझी वाणी पूर्णतः निर्दोष होईल!'' बुवांबरोबर बार्शीहून आलेली मंडळी घरी परत जाण्यास निघाली, तेव्हा श्रींनी बुवास विचारले, ''क्यूं पुराणिक, तुम इनके साथ जाते हो क्या?'' बुबा तत्काळ म्हणाले, ''महाराज, मी नाही जात. आपल्याच चरणाजवळ राहण्याची माझी इच्छा आहे.'' श्री त्यांस म्हणाले, ''अरे पुराणिक, तुला संसार, प्रपंच आहे. इथे तू कसा काय राहणार?'' त्यावर बुवा नम्रपणे म्हणाले, ''महाराज, आपल्या चरणाशी मी माझा संसार, प्रपंच अर्पण केला आहे.'' यावर श्रींनी बुवांवर कृपांकित दृष्टिक्षेप टाकीत स्मितहास्य केले. बुवांस अक्कलकोटमध्ये थांबण्याची जणू अनुमतीच दिली. बुवांच्या समवेत आलेली मंडळी बार्शीस निघून गेली.

नंतर बुवा श्रींस म्हणाले, ''महाराज, माझ्या हातून सेवा घडावी अशी माझी इच्छा आहे. तरी याबाबत आपण मला योग्य ते मार्गदर्शन करावे.'' पुराणिकबुवांचा हा भक्तिभाव पाहून श्री स्वामी म्हणाले, ''तीन वर्षे उपोशीत राहून श्रीमद्‌भागवताची पारायणे करावीत.'' यावर तेथील उपस्थित सेवेकऱ्यांनी श्रींस विचारले, ''महाराज, या कालावधीत बुवांचा दोन्ही वेळेचा आहार काय असावा?'' त्यावर श्री स्वामी म्हणाले, ''या पारायण कालावधीत बुवांनी कडूलिंबाचा पाला खावा आणि त्यावर तीन वेळा दूध प्यावे.'' श्रींच्या या कठोर नियमाने सर्वच अचंबित झाले. पण दृढनिश्चयी बुवांनी तसे करण्याची तयारी दाखविली. श्रींच्या निर्देशानुसार बुवांचा नित्यक्रम व्रतस्थपणे सुरू झाला. श्री स्वामी आज्ञेनुसार पुराणिक बुवांनी अक्कलकोटमध्येच बिऱ्हाड केले. त्यांना राहण्यास मठातच जागा देण्यात आली.

एकदा मात्र नवल घडले. शृंगेरी मठातील शास्त्री अक्कलकोटास श्रींच्या दर्शनास आले. श्रींच्या बालचेष्टा पाहून ते पुराणिक बुवास म्हणाले, ''अहो बुवा, तुम्ही एवढे विद्वान पंडित, पट्टीचे प्रवचनकार असूनही या वेड्याजवळ (श्री स्वामी समर्थ) का राहिलात? यांच्याजवळ राहिल्याने तुमचे कल्याण होईल असे मला वाटत नाही. आमच्याबरोबर याल, तर आम्ही तुम्हाला सर्व शास्त्रे शिकवू.'' शास्त्रीबुवांचे हे आश्वासक उद्‌गार एकूण पुराणिक बुवा त्यांच्याबरोबर जाण्यास तयार झाले. पण हे त्रिकालज्ञानी श्री स्वामी समर्थांना कळल्याशिवाय कसे राहील?

त्याच दिवशी रात्री बुवा त्यांच्या खोलीत आतून कडी लावून निद्रिस्त असताना मध्यरात्रीच्या सुमारास श्री स्वामी त्यांच्या खोलीजवळ गेले. त्यांनी दाराला स्पर्श करताच लावलेली कडी निघाली. कडी वाजल्याचे ऐकून आणि खोलीचे दार उघडल्याचे पाहून बुवा जागे झाले. साक्षात सूर्यासम तेजःपुंज श्री स्वामींस पाहून बुवा दिपून गेले. घाबरलेसुद्धा! त्यांची बोबडी वळली. अंगाला दरदरून घाम सुटला. श्री स्वामी करारी आवाजात म्हणाले, ''काय पुराणिका! तू शास्त्राभ्यास शिकण्यास केव्हा जाणार आहेस? पण तत्पूर्वी त्या शास्त्र्याने कामादी षड्रिपू जिंकून त्याचे चित्त शुद्ध झाले आहे का, तेही पाहा.'' एवढे बोलून ते तिथेच गुप्त झाले. त्या दिवशी 'श्रीं'चे शब्द ऐकल्यापासून दिवस उजाडेपर्यंत बुवा अस्वस्थ, बेचैन होते.

दुसऱ्या दिवशी श्रींची दर्शनभेट घेण्यास बुवा गेले. तेव्हा श्रीस्वामी कमालीचे निश्चल, निर्विकार होते. जणू काही रात्री काहीच घडले नाही अशा आविर्भावात स्वस्थचित्त बसले होते. श्रीचरणांवर कोसळत बुवा पुन्हापुन्हा म्हणू लागले, ''महाराज, मला क्षमा करा. माझी चूक झाली!'' बुवांची ती दीन, दयनीय,

केविलवाणी अवस्था पाहून इतका वेळ शांत असलेले श्री स्वामी समर्थ महाराज पोट धरून मोठमोठ्याने हसू लागले. येथून पुढे मात्र बुवांची स्वामिनिष्ठा अविचल राहिली, ती अखेरपर्यंत.

श्री स्वामीआज्ञेनुसार बुवांनी तीन वर्षांचे भागवत पारायणाचे अनुष्ठान व्रतस्थपणे पूर्ण केले. अनुष्ठानाची सांगता करण्यासाठी श्री स्वामी उपस्थित सेवेकऱ्यांस म्हणाले, ''उद्या गुरुवार आहे. लाखो खंड्या दूध आटवा. सर्व अक्कलकोटवासियांना बासुंदी-पुरीचे जेवण घाला. पुराणिक बुवांसही जेवू घाला. त्यांच्या उपोषणाची सांगता करा.'' श्रीआज्ञेनुसार पुराणिक बुवांच्या अनुष्ठानाची साग्रसंगीत सांगता करण्यात आली. तरीही श्री स्वामी बुवांना पुन्हापुन्हा तावून सुलाखून घेत होते. एकदा पुराणिक बुवा चोळाप्पांच्या घरी काही सेवेकरी व श्री स्वामींच्या पुढे पोथी उघडून वाचण्यास सुरुवात करणार तोच श्री स्वामी कडाडले, ''बंद कर ते पुराण! तुला कोणी वाचण्यास सांगितले?'' सर्व उपस्थितांनी बुवांस 'बुवा, पुराण बंद करा, महाराज संतापले आहेत.' असे सांगितले. त्याप्रमाणे त्या दिवशी बुवांनी पुराण सांगणे थांबवले.

दुसऱ्या दिवशी, तिसऱ्या प्रहरी बुवा पोथी घेऊन पुन्हा आले. श्रींचे दर्शन घेऊन पुराण सांगण्यास सुरुवात करताच पुन्हा श्री स्वामी शिव्या देऊन कडाडले, ''निकल जाव यहाँसे!'' तेव्हाही उपस्थितांनी सांगितले, ''बुवा, पुराण बंद करा. महाराज संतापलेले आहेत.''

तिसऱ्या दिवशीही हाच प्रकार घडला. पुराणिक बुवा हट्टास पेटले. 'ज्या दिवशी श्री स्वामी समर्थ महाराजांच्या मला शिव्या देणे बंद होईल, त्या दिवशी त्यांची माझ्यावर कृपा झाली असे मी समजेन. त्या दिवसापासून पाहिजे असल्यास पुराण सांगणे बंद करीन. पण तोपर्यंत नाही.' असा दृढ निश्चय त्यांनी केला. 'श्रीं'चा बुवांस शिव्या देण्याचा आणि बुवांचा नित्यपुराण सांगण्याचा नित्यक्रम सहा महिने सुरू होता.

शेवटी बुवा कंटाळून म्हणू लागले, ''मी या जन्मात असे कोणते पाप केले आहे, की श्रींचा माझ्यावर इतका कोप असावा?''

'असेल तुमचे काहीतरी मागील जन्मीचे पातक!' असे म्हणून बरोबरचे सेवेकरी बुवांची समजूत काढण्याचा प्रयत्न करीत. पण बुवा मात्र श्रींच्या अशा वर्तनामुळे अतिशय दु:खी व बेचैन होत. एके दिवशी अशा जगण्यापेक्षा मृत्यू परवडला, असा विचार करून ते भल्या पहाटेच कुणासही काही न सांगता घराबाहेर पडले, ते घरी

परत न येण्याच्या उद्देशाने. बुवा घरी व इतर नेहमीच्या ठिकाणी नाहीत म्हणून बुवांची सर्वत्र शोधाशोध करण्यात आली, पण बुवा काही सापडले नाहीत. रात्र झाली तरी बुवांचे घरी परतण्याचे चिन्ह दिसेना. श्रींना बुवा कोठे गेले म्हणून विचारण्यात आले, पण तेही काही सांगेनात. इकडे बुवांच्या घरी त्यांची पत्नी व आई धाय मोकलून रडत होत्या, ''मला न विचारता कुठेही न जाणारा दत्ता (बुवा) आज माझी परवानगी न घेताच कोठे गेला?'' असे म्हणून बुवांची म्हातारी आई ओक्साबोक्शी रडत होती.

तिसऱ्या दिवशी त्या दोघीही स्वामी समर्थ महाराजांकडे आल्या. त्यांच्या पायांवर डोके ठेवून धाय मोकलून रडू लागल्या. बुवांची आई आक्रोश करीत म्हणाली, ''महाराज, आम्ही आता काय करावे? कोठे जावे? दुःखाने आणि दारिद्र्याने त्रस्त झालो, म्हणून आम्ही आपल्या पायाशी आलो, तर आमची ही स्थिती! देवाधिदेवा स्वामिराया, आपल्याशिवाय आम्हांस कोण आहे? महाराज, माझी म्हातारीची या सरत्या आयुष्यात एवढीच प्रार्थना आहे, की माझ्या मुलाचा पत्ता सांगावा. नाहीतर आपल्या चरणाशी माझा देह विसर्जित करून घ्यावा...'' असं बरंच काही सांगता-सांगता बुवांच्या वृद्ध आईने श्रींचे चरण घट्ट धरत म्हटले, ''महाराज, मला माझ्या मुलाविषयी काय ते सांगितल्याशिवाय मी आपले चरण सोडणार नाही.''

त्या वेळी दयाघन श्री स्वामी त्यांच्याजवळच बसलेल्या मोत्या कुत्र्याला आज्ञा देऊन म्हणाले, ''अरे मोत्या, जाव उसकु लेकर आव।'' प्रत्यक्ष ब्रह्मांडनायकांचीच आज्ञा ती. आज्ञाधारक स्वामीभक्तासारखा मोत्या कुत्रा पुराणिक बुवा जिथे होते, तिथे अचूक गेला. बुवांजवळ घुटमळू लागताच बुवांच्या लक्षात आले, की श्रींचा लाडका मोत्या कुत्रा इथे आला आहे, म्हणजे महाराजांनी बोलवले आहे. ते मोत्या कुत्र्याच्या मागे-मागे श्री स्वामी समर्थ जिथे होते तिथे आले. बुवांस बघताच त्यास उद्देशून श्री स्वामी म्हणाले, ''निश्चयाचे बळ। तुका म्हणे तेचि फळ॥'' बुवांनी आवेगाने धावत जाऊन श्रींचे चरण घट्ट धरले. तेव्हा सर्व उपस्थितांनी 'श्री स्वामी समर्थ महाराज की जय' असा मोठ्याने नामघोष केला. तेव्हा श्री स्वामी बुवांस म्हणाले, ''बैस, बैस! शांतचित्त हो!'' सर्व उपस्थितांच्या डोळ्यांत आनंदाश्रू दाटून आले. मोत्या कुत्र्यासारखे मुके प्राणीसुद्धा श्री स्वामींचा आदेश पाळतात आणि अचूक शोध घेतात. किती अगाध लीला आहे ब्रह्मांडनायक श्री स्वामी समर्थांची! असे जाणून सर्वच अचंबित झाले. श्री स्वामी समर्थ नामाचा उद्घोष करीत त्या दिवशी सर्व आपापल्या घरी गेले.

तिसऱ्या दिवशी पुराणिक बुवांनी पुराण सांगण्यास प्रारंभ केला. या वेळी मात्र श्री स्वामींनी बुवांचे पुराण प्रेमाने ऐकले. पुढे थोड्याच दिवसांत बुवांस रात्री स्वप्न पडले. आपण पूर्वजन्मी आपल्या हातून पुष्कळ गायी व अन्य काही प्राण्यांची हत्या झाली. पण त्यात सत्कर्माचा भाग असा की, ऐन कडक थंडीच्या दिवसांत एका पंचा नेसलेल्या, थंडीने कुडकुडत असलेल्या गरीब माणसास पूर्वजन्मीच्या बुवाने एक धोतर आणि घोंगडी देऊन दया दाखवली.'' बुवा सकाळी लवकर उठले. स्नान, संध्या उरकली. तातडीने श्रींच्या दर्शनभेटीस गेले. दर्शन घेऊन उभे राहताच श्री स्वामी बुवाकडे पाहत कडाडले, '' मागच्या जन्मात तू काय केले होतेस, ते कळले ना? किती प्राणी मारले याचे स्मरण आहे तुला?'' हे श्रींचे उद्‌गार ऐकताच बुवांस रात्री झालेला स्वप्नदृष्टान्त आठवला. त्यास आताही श्रींच्या ईश्वरी साक्षित्वाची प्रचिती आली. 'दिव्यत्वाची जेथ प्रचिती। तेथे कर माझे जुळती' या उक्तीनुसार बुवांनी श्रींचे चरण धरले. हे चरण अखेरच्या श्वासापर्यंत सोडायचे नाहीत असा दृढ निश्चय करीत ते घरी आले.

दिवसेंदिवस उत्तम प्रवचनकार म्हणून बुवांची ख्याती सर्वत्र पसरली. त्यातून त्यांना चांगली द्रव्यप्राप्ती होऊ लागली. ते बार्शीत सुस्थितीत स्थायिक झाले. ह्याच पुराणिक बुवांस 'श्रीं'च्या समाधीलीलेनंतर (इ.स. १८७८) १०-१२ वर्षांनी म्हणजे १८९०च्या सुमारास 'अक्कलकोटला या' असा श्री स्वामींनी स्वप्नात आदेश दिला. ही आज्ञा शिरसावंद्य मानून बुवांनी अक्कलकोटमध्ये वास्तव्य केले.

श्रींनी त्यांच्या स्थूल देहाचा त्याग करण्यापूर्वी निकटतम सेवेकऱ्यांना बोलावून स्वत:ची खेळणी व काही वस्तू त्यांच्या स्वाधीन करीत सांगितले, ''बावडेकर शास्त्री अक्कलकोटी आले म्हणजे त्यांना ही खेळणी द्या.'' अजूनही ती खेळणी बावडेकर पुराणिक बुवांच्या बार्शी येथील मठात आहेत. बुवासुद्धा ब्रह्मांडनायक श्री स्वामी समर्थांना अपेक्षित असलेले 'लोकजागरणा'चे काम आयुष्याच्या अखेरपर्यंत कीर्तन, प्रवचनाद्वारे करीत राहिले.

। महारुद्रराव देशपांडे ।

श्री स्वामी समर्थांच्या अनेक कृपांकित अंतरंग शिष्यांमध्ये महारुद्रराव देशपांडे तथा चिदानंद केजकरस्वामी हे एक प्रमुख शिष्य होते. मराठवाड्यातील बीड जिल्हातील केज या गावचे ते खूप मोठे वतनदार, जहागिरदार होते. त्यांची स्थावर आणि जंगम

अशी दोन्ही प्रकारची प्रचंड मालमत्ता होती. मोठे धनिक म्हणून त्यांचा त्या पंचक्रोशीत नावलौकिक होता. असे सांगतात की, दहा हजार एकर जमिनीचे, जडजवाहीर सोने-नाणे अशा भरपूर संपत्तीचे ते धनी होते. त्यांचा फार मोठा सुखी, समाधानी आणि आनंदी परिवार होता. कशाची म्हणून त्यांना उणीव अथवा कमतरता नव्हती. सर्व काही सुरळीत चालले होते. पण अचानक एक दिवस तेव्हाच्या निजाम सरकारने महारुद्रराव देशपांड्याची सर्व मालमत्ता, उत्पन्न व जहागिरीची सनद जप्त केली. त्यांचे सर्व वैभव गेले, होत्याचे नव्हते झाले. अशा परिस्थितीत महारुद्रराव फार दु:खी, कष्टी आणि हताश झाले. त्यांची झोप, समाधान, शांती हरवली. ते कमालीचे बेचैन आणि अस्वस्थ झाले.

मालमत्ता सोडवण्याचे व जप्त केलेली जहागिरीची सनद परत मिळविण्याचे त्यांनी आटोकाट प्रयत्न केले. त्यासाठी त्यांनी सर्व प्रकारची व्रतवैकल्ये आणि अनुष्ठाने केली. त्यांना सुचविले गेलेले विविध प्रकारचे धार्मिक कार्यक्रम केले. अनेक देवदेवतांचे दर्शन घेतले व तेथे पूजाअर्चाही केल्या. पण त्यांना जप्त केलेल्या मालमत्तेच्या आणि जहागिरीच्या सनदेच्या मुक्ततेबाबत यश मिळण्याचे साधे पुसटसे चिन्हही दिसेना. त्यामुळे ते कमालीचे हताश झाले. अशा उद्‌विग्न मानसिक परिस्थतीत असतानाच त्यांना एक आशेचा किरण दिसला.

बीडजवळ खडकी गावी ‘खडकीकर महाराज’ म्हणून एक प्रसिद्ध योगी पुरुष होते. त्यांच्या दर्शनास महारुद्रराव अधूनमधून जात असत. त्यांच्यावर महारुद्ररावांचा श्रद्धाभाव होता. त्या खडकीकर महाराजांची योग्यता इतकी थोर होती, की त्यांनी जमिनीवरील माती मुठीत घेतली आणि ती मूठ उघडली, की त्यात सोने दिसे. ते थोर दत्तोपासक योगी होते. अशा थोर पुरुषाजवळ महारुद्ररावांनी त्यांची सर्व कथा आणि व्यथा सांगितली. “यावर काहीतरी उपाय सांगा, आमचे कार्य सिद्ध करा.” अशी त्यांना नम्र प्रार्थना केली. तेव्हा त्या योगी पुरुषाने काही घटका ध्यानात जाऊन सांगितले, “मी एक साधासुधा योगी आहे. पण अक्कलकोटमध्ये प्रत्यक्ष परमेश्वर ‘ब्रह्मांडनायक श्री स्वामी समर्थ’ हे नाव धारण करून वावरत आहेत. त्यांच्या दर्शनास जा. त्याचा उपयोग होईल.” हे कळताच महारुद्रराव देशपांडे सत्वर अक्कलकोटमध्ये दाखल झाले.

❋

येथे आल्यावर चौकशी करता त्यांना कळले की श्री स्वामी समर्थ महाराज विरूपाक्ष मोदी यांच्या घरी बसलेले आहेत. त्यानुसार ते लगोलग तेथे गेले. श्रीफळादी अर्पण

करून भक्तिभावाने श्रींस नमस्कार केला. त्यांच्या समोर हात जोडून विनम्रपणे उभे राहिले. ते त्यांना काही विचारण्याच्या आतच त्यांच्या मनातील दर्शनाचा हेतू जाणून तत्काळ श्री स्वामी म्हणाले, ''तू चार मनोरे आहेत तिकडे जा. तुझे काम होईल. तुझे शेत आम्ही सोडवून देऊ?'' असा त्यांना आशीर्वाद दिला, तेव्हा त्यांना श्रींच्या अंतर्साक्षित्वाची पुरेपूर खात्री पटली.

महारुद्रराव लगेच तातडीने हैद्राबादला, म्हणजे चार मनोरे आहेत तिकडे रवाना झाले. हैद्राबादला येताच संबंधित अधिकाऱ्यापुढे कैफियत मांडण्याआधीच त्यांचे काम त्यांच्या मनाप्रमाणे सुलभरीत्या झाले होते. याआधी त्यासाठी त्यांनी अथक प्रयत्न करून आणि विपुल धन खर्च करूनही जे काम झाले नव्हते, ते केवळ श्रींच्या एका कृपाशीर्वादाने सहज सुलभरीत्या झाले. या अपूर्व घटनेमुळे त्यांची श्रद्धा व भक्ती श्रींचरणी दृढ झाली. केज गावी परत आल्यावर त्यांनी पूर्ववत कारभार हाती घेतला खरा, पण त्यांच्या चित्तवृत्तींत आता विलक्षण बदल झाला होता. श्रीकृपेने त्यांना गेलेले वैभव पूर्ववत मिळूनही आता त्यांच्या मनात विरक्तीचे भाव निर्माण झाले होते. म्हणून ते पुन्हापुन्हा श्री स्वामी समर्थ महाराजांच्या दर्शनासाठी अक्कलकोटला येत असत.

असेच एकदा ते अक्कलकोटला श्रींच्या दर्शनासाठी आले, त्या वेळी श्री स्वामी समर्थ महाराज श्रीमंत मालोजीराजांच्या राजवाड्यात मुक्कामी होते. त्यांना तर श्रींच्या दर्शनभेटीची तीव्र इच्छा लागली होती. त्यांनी राजवाड्यात प्रवेश मिळवण्याच्या प्रयत्नांची शिकस्त करूनही त्यांना श्रींच्या दर्शन भेटीसाठी प्रवेश मिळेना. परंतु श्रींच्या दर्शनभेटीची आंतरिक ओढ, त्यांच्याप्रति जडलेला पराकोटीचा भक्तिभाव यामुळे त्यांना काळवेळेचे भान राहिले नाही. तहान, भूक, निद्रा सर्व काही विसरून ते श्रींच्या दर्शनभेटीची प्रतीक्षा करीत दुसऱ्या दिवशीच्या सकाळपर्यंत राजवाड्यासमोर बसून राहिले. त्रिकालज्ञानी, ब्रह्मांडनायक, भक्तवत्सल, भक्ताभिमानी, अवतारी योगी श्री स्वामी समर्थ महाराजांना हे सर्व समजल्याशिवाय कसे राहील? शेवटी महारुद्ररावांच्या दृढ निश्चयाचे फळ कामास आले. अवधूतमूर्ती श्री स्वामी राजवाड्यात एकाएकी कडाडले, ''जाव, नाना को यहाँ लेके आव!''

तत्क्षणी राजाचे नोकर आणि सेवेकरी राजवाड्याच्या महाद्वाराकडे धावले. इकडे राजवाड्याबाहेर महारुद्रराव तथा नाना श्री स्वामी दर्शन-चिंतनात मग्न होऊन त्यांच्या दर्शनाची प्रतीक्षा करीत बसलेले होते. तत्काळ ते सर्व महारुद्ररावांजवळ आले. ''महाराजांनी आपणास राजवाड्यात बोलाविले आहे. आम्ही आपणास

नेण्यासाठी आलो आहोत.'' या उद्‌गारश्रवणांनी महारुद्ररावांचा आनंद गगनात मावेना. नोकर व सेवेकऱ्यांसमवेत ते राजवाड्यात येऊन श्रींपुढे नतमस्तक होऊन विनम्रपणे उभे राहिले. श्रींच्या त्या अपूर्व, तेजःपुंज, ईश्वरी दर्शनाने त्यांना गहिवर आला. त्यांच्या डोळ्यांतून अश्रूंचे पाट वाहू लागले.

त्यांच्याकडे पाहत श्री स्वामी कडाडले, ''हमकू क्यों सताता है? तेरा खेत छुडा कर दिया है। तुम्हारा काम हुआ है। तो भी हमारा पिछा क्यों करता है?'' त्यांनी महारुद्ररावांच्या दिशेने एक दगडी गोटा फेकून मारला. तो त्यांना लागला, पण इजा मात्र झाली नाही. किंचित भानावर येत त्यांनी श्रीचरणावर डोके ठेवण्यासाठी पुढे सरकत असताना श्रींनी पायातील जोधपुरी वहाणा (जोडे) त्यांच्या दिशेने भिरकावल्या. त्यांनी तो जोडाही श्रींचा कृपाप्रसाद समजून स्वतःच्या मस्तकी अतिशय आदरभावाने लावला. निश्चल मनाने देहभान हरवलेल्या अवस्थेत ते श्री स्वामींपुढे उभे होते. तेव्हा श्रींनी हातात एक दंडाने (काठी) त्यांच्या अंगावर प्रहार करून तो दंड दूर भिरकावून दिला. तोही त्यांनी भक्तिभावाने कृपाप्रसाद समजून मस्तकी लावला. श्री स्वामी समर्थ महाराजांस महारुद्ररावांनी कृतज्ञतेचा साष्टांग नमस्कार घातला.

या प्रसंगी श्री स्वामींची मुद्रा क्रोधाने तप्त सुवर्णासारखी लाल झाली होती. नंतर ते लगेचच रागारागाने राजवाड्यातून निघून गेले. तेव्हा उपस्थित अनुभवी सेवेकरी महारुद्ररावांस म्हणाले, ''श्री स्वामी समर्थ महाराजांचे हे वर्तन, म्हणजे तुमच्यावर त्यांची कृपाच झाली आहे असे समजा.'' महारुद्ररावांनी त्या सर्व वस्तू (दगडी गोटा, जोडा आणि दंड) श्रींचा कृपाप्रसाद म्हणून भक्तिभावाने पुन्हा एकदा मस्तकी लावल्या. श्री स्वामींकडून मिळालेला हा कृपाप्रसाद घेऊन ते त्यांच्या स्वग्रामी म्हणजे केज येथे आले. घडलेला सर्व वृत्तान्त त्यांनी त्यांच्या कुटुंबीयांना व आप्तेष्टांना सांगितला. श्रींचा प्राप्त कृपाप्रसाद म्हणून मिळालेल्या त्या सर्व वस्तू सर्वांना दाखविल्या. सद्यःस्थितीत त्या सर्व वस्तू केज गावच्या (जि. बीड) मठात भाविक भक्तांसाठी दर्शनार्थ ठेवलेल्या आहेत. आता त्यांच्या सर्व कुटुंबीयांची श्रींचरणी दृढ श्रद्धा निर्माण झाली होती. म्हणून महारुद्रराव अनेकदा त्यांच्या कुटुंबीयांसमवेत 'श्रीं'च्या दर्शनभेटीसाठी अक्कलकोटी येत.

❋

असेच एकदा महारुद्रराव त्यांच्या परिवारासह त्यांचे कुलदैवत श्री विठ्ठलाच्या दर्शनासाठी पंढरपुरी गेले. चंद्रभागेत स्नान करून ते देवळात विठ्ठलाच्या दर्शनास

आले, तर देवळात विठ्ठलाच्या जागी विटेवर दोन्ही कर कटीवर ठेवलेले साक्षात ब्रह्मांडनायक श्री स्वामी समर्थ त्यांना दिसले. श्रींचे ते देदीप्यमान रूप पाहून त्यांचे भानच हरपले. तत्क्षणी त्यांना श्रींच्या प्रत्यक्ष दर्शनाची तीव्र ओढ लागली. लगोलग ते सहपरिवार अक्कलकोटला आले. त्यांनी श्रीचरणावर भक्तिभावाने लोटांगण घातले. तेव्हा श्रींनी त्यांना श्रीविठ्ठलाच्या रूपात प्रज्ञापुरीत दर्शन दिले. 'कुलदैवता रुक्मिणीकांत जनार्दना, हे योगेश्वर सत्य आहे' असे म्हणून महारुद्ररावांनी श्रींना पुन्हा साष्टांग दंडवत घातला. श्री स्वामी समर्थांशिवाय आपले कोणतेही अन्य दुसरे दैवत नाही, असा मनाशी दृढ निश्चय करून ते त्यांच्या परिवारासह केज गावी आले.

पुढे एकदा त्यांनी त्यांच्या कुटुंबीयांना एकत्र बोलवून 'श्री स्वामी समर्थांशिवाय अन्य दुसरे दैवत नाही. त्यांचा मठ आपल्या गावी बांधून ध्वजा उभी करावी.' असा मनोदय व्यक्त केला. त्यांच्या या मनोदयाने सर्वांनाच आनंद झाला. यासाठी श्रींची अनुमती घेण्यासाठी त्यांचा जेष्ठ पुत्र रघोत्तमराव याच्यासह ते अक्कलकोटला आले. परंतु येथे येताच एकाएकी त्यांची प्रकृती खूपच बिघडली. इतकी की त्यांच्या जिवंत राहण्याची आशा मावळत चालली होती. त्या वेळी त्यांचे ज्येष्ठ पुत्र रघोत्तमरावांनी श्रींकडे धाव घेतली. श्रींना नानांच्या आजारपणाबद्दल सांगितले. हात जोडून प्रार्थना करताच श्री स्वामी म्हणाले, ''उसको कुछ नही होनेवाला। जाव, उसको अपने घर को लेके जाव और अपना काम करो।'' याप्रसंगी रघोत्तमरावांनी श्रींचे चरणतीर्थ घेऊन ते वडिलांच्या मुखी घातले. तेव्हा असा चमत्कार झाला, की मरणासन्न अवस्थेत असलेल्या नानांस हुशारी वाटू लागली. त्यांचे थंड पडलेले शरीर हळूहळू उबदार होत गेले. ते पूर्ण शुद्धीवर आले. लवकरच त्यांच्या प्रकृतीस आराम पडून ते आठच दिवसांत ठणठणीत बरे झाले. लगेचच ते पुत्र रघोत्तमरावाबरोबर श्रींचे दर्शनास आले. दर्शन घेतल्यानंतर त्यांच्या पुत्राने 'श्रीं'ना कथन केले, ''महाराज, आपल्या कृपेमुळे आमच्या वडिलांचे प्राण वाचले आहेत. आपण या दासास काही सेवा सांगावी.'' लगेच त्यांनी त्या वेळी श्रींचरणी दहा हजार रौप्यमुद्रा अर्पण केल्या.

त्यावर निर्मोहीपणे सकारात्मक स्मितहास्य करीत श्री स्वामींनी हरिश्चंद्र शेणवीने खास संगमरवरी दगडात घडविलेल्या नितांत सुंदर स्फटिकमय चरणपादुका स्वतःच्या पायाला स्पर्श करून रघोत्तमास दिल्या. ''आम्हास द्रव्य लागत नाही. आपल्या घरी जा. घराजवळील उकिरडा साफ कर. तेथे मठ बांध. त्यात हा दगड (पादुका) ठेव.'' अशी त्यास श्रींकडून आज्ञा झाली. त्यांची आज्ञा शिरसावंद्य मानून रघोत्तमराव सर्व मंडळीसह आनंदभरे केज गावी आले.

घरी येताच श्रीआज्ञेनुसार त्यांनी घराजवळील उकिरडा साफ करताना द्रव्याने भरलेले हंडे सापडले. ही ब्रह्मांडनायक श्री स्वामी समर्थांची अद्‌भुत लीलाच म्हणायची...! वैशाख शुद्ध पंचमी शके १७९७ (१८७५) या दिवशी गुरुवारी त्या उकिरड्याच्या जागी श्रीआज्ञेनुसार मुंबईचे स्वामिसुतांचे गादीवरील त्यांचे बंधू श्री स्वामी समर्थ कृपांकित दादासाहेब यांच्या शुभहस्ते त्या पादुकांची प्रतिष्ठापना करून त्याच जागेवर मठ बांधण्यास सुरुवात झाली. पुढे या मठाचे बांधकाम दहा वर्षे चालू होते. या अगोदर एका प्रसंगी एकदा नित्यनियमानुसार महारुद्रराव अक्कलकोटला श्रींच्या दर्शनभेटीसाठी आले. त्यांनी श्रींना साष्टांग दंडवत घालून प्रार्थना केली की, ''महाराज, आपली आजानुबाहू, उभी पण लहान स्वरूपाची मूर्ती मिळावी.'' त्यांची तीही इच्छा या वेळी श्री स्वामींनी एका स्वामिभक्त कलाकाराकडून पंचधातूची आजानुबाहू उभी मूर्ती तयार करवून त्यास देऊन पूर्ण केली.'' सद्य:स्थितीत महारुद्रराव देशपांडे व त्यांच्या कुटुंबीयांनी केज येथे बांधलेल्या मठात श्रींनी दिलेल्या सर्व वस्तू दर्शनार्थींसाठी ठेवल्या आहेत.

❊

महारुद्रराव देशपांडे दरवर्षी दत्तजयंतीस नित्यनियमाने श्रींच्या दर्शनभेटीस अक्कलकोटी येत असत. दत्तजयंतीचा उत्सव श्री स्वामी प्रतिवर्षी स्वत: आपल्या भक्तगणांसमवेत मोठ्या उत्साहाने थाटामाटात साजरा करीत. पण एकदा अशीच दत्तजयंती जवळ आली असताना भयंकर दुष्काळ पडला होता. महागाई भडकली. वस्तूंचा प्रचंड तुटवडा भासत होता. सर्व भक्तांना तेव्हा दत्तजयंती उत्सव कसा साजरा करायचा यांची चिंता वाटू लागली. तेव्हा श्री स्वामी अक्कलकोटजवळील एका खेडेगावात होते. चिंताग्रस्त स्वामिभक्तांनी 'श्रीं'कडे धाव घेतली. त्या सर्वांकडे पाहत स्वामी पुटपुटले, ''त्यासी काय उणे? काय कमी?'' आणि सर्वांच्या चिंताग्रस्त चेहऱ्यांकडे पाहून ते मोठ्याने पोट धरून हसले. लगेच टाळी वाजवून म्हणाले, ''कशाला काळजी करता? माझा नाना (महारुद्रराव) येतोय ना! सर्व काही ठीक होईल.''

खरेच दुसऱ्या दिवशी महारुद्रराव तथा नानासाहेब आपल्या लव्याजम्यासह आणि भरपूर शिधासामग्रीची सिद्धता करून तेथे आले. त्यांनी आपल्याबरोबर गाडीभर गहू, भरपूर तांदूळ, गूळाच्या ढेपी, अस्सल लोणकढे तूप वगैरे शिधासामग्री आणली होती. नेहमीप्रमाणेच ऐन दुष्काळात आणि विपरीत परिस्थितीतही त्या वर्षीचा दत्तजयतींचा उत्सव मोठ्या थाटामाटात व आनंदात पार पडला. पंचक्रोशीतील

तमाम लोक त्या दत्तजयंतीचा भरपूर प्रसाद ग्रहण करून तृप्त झाले. 'जेथे स्वामी, तेथे काय कमी?' असे मनोमन म्हणत, भोजनतृप्तीचा ढेकर देत श्री स्वामी समर्थ नामाचा जयजयकार करीत लोक आपापल्या घरी गेले.

महारुद्रराव देशपांड्यांना ब्रह्मांडनायक श्री स्वामी समर्थांचे इतके रोकडे अनुभव, प्रचिती येऊनही त्यांच्या मनात एकदा पुसटशी शंका आली. 'श्री स्वामी समर्थ हे खरेच श्री दत्तगुरूंचे अवतार आहेत का?' सर्वसाक्षी, अंतर्ज्ञानी ब्रह्मांडनायक श्रींना महारुद्रराव देशपांडे यांच्या मनातील हा विचार कळल्याशिवाय कसा राहील? लगेच ते महारुद्ररावांस म्हणाले, "नाना, माझ्याबरोबर चल." श्री स्वामी त्यांना घेऊन दूर एका डोंगरावर आले. तेथे एका भल्यामोठ्या शिळेवर उभे राहून नानांस श्री दत्तात्रयाच्या रूपात दर्शन दिले. तेव्हा नानांनी ब्रह्मांडनायक श्री स्वामी समर्थांच्या चरणांना मिठी मारीत पुन्हापुन्हा त्यांची क्षमायाचना केली. लगेचच भक्तवत्सल, भक्ताभिमानी श्री स्वामींनी नानांस क्षमा केली. नानांच्या मनातील शंका, किंतु, पण, परंतु त्यांनी जाणला आणि तो अशा प्रकारे नानाच्या मन:पटलावरून पुसूनही टाकला.

❋

शके १८०० (१८७८) चैत्र वद्य त्रयोदशीला, मंगळवारी सायंकाळी ४.३० वाजता ब्रह्मांडनायक श्री स्वामी समर्थांनी आपल्या नरदेही अवताराची इहलोकीची यात्रा वटवृक्षछायेत समाप्त केली. या प्रसंगी महारुद्रराव तथा नानासाहेब स्वत: हजर होते. अतिशय शोकाकुल भावावस्थेत श्रींचे दर्शन घेऊन ते त्यांच्या केज या जन्मगावी आले. श्री स्वामी समर्थांनी त्यांच्यावर आणि त्यांच्या परिवारावर केलेली कृपा आठवून ते फार दु:खी होत. पुढे यशावकाश शके १८०७ मध्ये (१८८५) श्रींनी निर्देशित केल्याप्रमाणे केज येथील मठाचे बांधकाम पूर्ण झाले. चैत्र शुद्ध प्रतिपदेस गुढीपाडव्याच्या शुभमुहूर्तावर ब्रह्मांडनायक श्री स्वामी समर्थ महाराजांकडून कृपाप्रसादाने मिळालेला दगडी गोटा, दंड, स्फटिकमय पादुका (हरिश्चंद्र शेणवीने संगमरवरी दगडात घडवलेल्या), श्रींच्या नित्य वापरातील लाकडी खडावा, श्रींची आजानुबाहू उभी, पंचधातूची प्रासादिक मूर्ती या सर्व वस्तूंची योग्य तो धार्मिक विधी करून केज येथील मठात विधिवत स्थापना केली.

आता पूर्ण वैराग्यवृत्तीने महारुद्ररावाच्या मनाचा पूर्णत: ठाव घेतला होता. त्यामुळे त्यांचे सर्व चित्त, संसार, प्रपंच, कुटुंबकबिला यांऐवजी श्री स्वामी समर्थांच्या नित्यस्मरणात आणि पूजाअर्चा यांत ते पूर्णत: गुंतले होते. पुढे काही दिवसांतच त्यांनी त्यांच्या सुख, समाधान, आनंद आणि तृप्ततेने ओसंडून वाहणारा, वैभवशाली

सुखसमृद्धीने भरलेल्या संसाराचा, धन-संपत्तीचा अतिशय तृप्त मनाने त्याग केला. सर्व बाबतीत पूर्णत: विरक्त होऊन त्यांनी संन्यास घेतला. विविध क्षेत्रांच्या तीर्थयात्रा करीत ते एकदा श्रीगिरी व्यंकटेश बालाजीच्या दर्शनास आले. येथे त्यांना श्री बालाजी व्यंकटेशाच्या ऐवजी ब्रह्मांडनायक श्री स्वामी समर्थच दिसले. एवढेच नव्हे, तर त्या रात्री श्री स्वामींनी त्यांना दृष्टान्त देऊन स्पष्टपणे सांगितले की, तू ताबडतोब अक्कलकोटास निघून ये! त्याक्षणी त्यांनी दृढ निश्चय केला की, इथून पुढे बालाजी अथवा कोणत्याही अन्य तीर्थक्षेत्री जायचे नाही. प्रज्ञापुर तथा अक्कलकोट हेच आपले सर्वस्व आणि सर्वतीर्थ असा निश्चय करून ते अक्कलकोटास निघाले. ही घटना घडली त्याच्या काही वर्षे अगोदरच ब्रह्मांडनायक श्री स्वामी समर्थांनी समाधी लीला केली होती.

। पुण्याचे काळबुवा ।

श्री स्वामी समर्थांच्या अनेक कृपांकित शिष्यांपैकी पुण्याचे विष्णुबुवा हे एक होते. कोणी त्यांना 'नारायणबुवा' तथा 'काळबुवा' म्हणत. ते तसे सुरुवातीस पंढरपुरात होते. एकदा त्यांच्यावर एका मुलास दगड मारल्याच्या वहिमावरून खटला भरण्यात आला होता. त्यात त्यांना 'वेडे' ठरवून येरवड्याच्या (त्या वेळच्या पुणे स्टेशननजीकच्या डेव्हिड ससून) इस्पितळात ठेवण्यात आले. एके दिवशी वामनबुवा बडोदेकर (श्रीगुरुलीलामृत रचयिते ब्रह्मनिष्ठ वामनबुवा वांबोरीकर) आणि सदाशिव गवंडी इस्पितळात गेले. वामनबुवांनी त्यांना विचारले, ''आपण सत्पुरुष दिसता, पिशाच्चवृत्ती धारण करण्याचे कारण काय? आपले गुरु कोण?''

''ज्यांनी तुम्हाकडे माणूस पाठविला होता, पण तुम्ही त्याची थट्टा केली, त्या अक्कलकोट निवासी श्री स्वामी समर्थ महाराजांचे आम्ही सेवक आहोत! लोकांची उपाधी टाळण्यासाठी अशी वृत्ती धरली आहे.'' त्यांनी हे सांगितल्यावर वामनबुवांना त्यांची महती कळली. त्यामुळे ते काळबुवांच्या दर्शनभेटीस नित्यनियमाने जात.

ज्याने काळबुवावर फिर्याद केली होती आणि ज्यामुळे त्यांना येरवड्याच्या इस्पितळात राहावे लागले, तो अक्कलकोटास श्री स्वामी समर्थांच्या दर्शन भेटीस गेला असता श्री स्वामी त्यास म्हणाले, ''का हो, आमच्यावर फिर्याद करून तुम्हास काय मिळाले?'' हे ऐकताच त्यास काळबुवावर फिर्याद केल्याची घटना आठवली. पुण्यास आल्या आल्या काळबुवांची भेट घेऊन त्याने त्यांची क्षमा मागितली.

। नृसिंहसरस्वती ।

पुण्याच्या काळबुवांसारखेच 'आळंदी देवाची' येथील नृसिंह सरस्वती म्हणून श्री स्वामी समर्थांचे कृपांकित शिष्य होते. ते श्रेष्ठ अधिकारी चतु:शास्त्रप्रवीण, महान विद्वान आणि हटयोगी होते. ते सदैव आत्मानंदात निमग्न असत. सुरुवातीस ते पंढरपूरला असताना विठ्ठलस्वामी म्हणून प्रसिद्ध होते. त्यांना समाधी अवस्था प्राप्त करण्याची तीव्र इच्छा होती. त्यासाठी त्यांनी अनेक साधू, संत, महंत, योगी, महायोगी, हठयोगी आदींच्या भेटीगाठी घेतल्या. पण त्यांना हव्या असलेल्या हठयोग समाधीचे ज्ञान कुणीच देऊ शकले नाही. म्हणून ते बेचैन होते. त्यांची योगशास्त्रातील प्रगती भ्रूमध्यातील आज्ञाचक्रापर्यंत झाली होती. पण भ्रूमध्यातील ब्रह्मरंध्राची खिडकी उघडत नव्हती. त्यामुळे त्यांना आत्मस्वरूपाचे परब्रह्म सद्‌गुरुरूप भेटत नव्हते, दिसत नव्हते. त्यासाठीचा त्यांचा शोध, प्रयत्न सुरू होता. अखेरीस त्यांना त्यांच्या या गाठीभेटीत कोणीतरी अनामिक सत्पुरुषाने अक्कलकोटच्या श्री स्वामी समर्थांविषयी सांगितले. तत्काळ त्यांनी अक्कलकोटला प्रस्थान केले. अक्कलकोटमध्ये पटवर्धनांच्या गणपती मंदिरात येऊन ते थांबले. श्री स्वामी समर्थ महाराजांचे दर्शन घेण्यासाठी ते कमालीचे उत्सुक झाले होते.

त्या वेळी श्रींची स्वारी राजवाड्यात होती. सर्वज्ञ श्री स्वामींनी अंतर्ज्ञानाने ते येणार असल्याचे ओळखून राजेसाहेबांना त्यांच्या येण्याच्या मार्गावर एक मृगाजिन अंथरून ठेवण्यास सांगितले. कारण श्री स्वामी, नृसिंह सरस्वतींची योग्यता अंतर्ज्ञानाने जाणून होते. ऐन दुपारी रणरणत्या उन्हात नृसिंह सरस्वती श्रींच्या शोधार्थ भंडारखान्याजवळ येताच श्रींनी योगशास्त्रातील आज्ञाचक्रभेदनाचा श्लोक म्हटला व त्यांच्यावर कृपादृष्टी टाकली. तत्काळ त्यांची ब्रह्मरंध्राची खिडकी उघडली. त्यांची कुंडलिनी शक्ती प्रज्वलित झाली. त्यांची वृत्ती ब्रह्मतदाकार अवस्थेत झेपावली जाऊन त्यांना दोन तासांची समाधी लागली. नंतर श्री स्वामी समर्थांनी नृसिंह सरस्वतींवर कृपाकटाक्ष टाकून त्यांची ती समाधी उतरविली. त्यानंतर ते 'श्रीं'स हात जोडून म्हणाले, ''देवाधिदेवा श्री स्वामीराया, मी खूप वर्षे समाधी योग साधन साध्य करण्यासाठी प्रयत्न केले, पण यश मिळाले नाही. अखेरीस आपल्याच कृपेने ते आज साध्य झाले.'' नंतर श्री स्वामी म्हणाले, ''अभी तुम आळंदी जाव, लोगों को भक्ती के बारे मे बताव।'' श्री स्वामी आज्ञा शिरसावंद्य मानून ते आळंदीस आले.

आता नृसिंह सरस्वतींनी त्यांची भक्ती, उपासना स्वत:पुरतीच मर्यादित न ठेवता तमाम रयतेसाठी ते ती उपयोगात आणू लागले. श्रींच्या कृपाशीर्वादामुळे त्या वेळी आळंदी आणि आळंदीच्या परिसरातील लोकांस त्यांनी भक्तिमार्गाला लावले. परंतु ते सिद्धी, चमत्कार मार्गात गुंतत गेले. लोकांकडून मानसन्मान, धन, प्रसिद्धी मिळू लागल्यावर त्यातच त्यांना स्वारस्य वाटू लागले. पण खरेखुरे निखळ समाधान त्यांना लाभेना. सर्व काही प्राप्त होऊनही ते अस्वस्थ होते. म्हणून ती अस्वस्थता घालवण्याचा उपाय शोधण्यासाठी ते पुन्हा अक्कलकोटास श्रींच्या दर्शनभेटीस आले. तेव्हा श्री स्वामी समर्थ महाराज त्या वेळच्या अक्कलकोटच्या पश्चिमेस माळावर असलेल्या राममंदिरात दर्शनार्थी भक्तमंडळींच्या गराड्यात होते.

श्री नृसिंह सरस्वती श्रींचे दर्शन घेण्यासाठी भक्तमंडळी आणि दर्शनार्थींच्या गराड्यातून वाट काढीत 'श्रीं'जवळ जाताच श्री स्वामींनी त्यांच्याकडे रोखून पाहत काहीशा रागाने विचारले, ''क्यों जी, रंडी अभी तक नही छोडी?'' हे कठोर उद्‌गार ऐकताच श्री नृसिंहसरस्वती श्रीं पुढे लीन दीन होत म्हणाले, ''महाराज, रंडी छोडने के वास्ते इलाज चाहिये। वह पूछने के लिए आपके पाँव के पास आया हूँ। आप की कृपा से ही रंडी छूट जाएगी।'' त्यांच्या या वक्तव्यावर काहीसे शांत होत स्मितहास्य करीत श्री स्वामी अंथरलेल्या व्याघ्राजिनाकडे निर्देश करीत त्यांना म्हणाले, ''उस पर बैठ जाव।'' श्रींच्या आज्ञेनुसार ते व्याघ्राजिनावर बसले. नंतर त्यांनी त्यांच्यावर एक दृष्टिक्षेप टाकला. दोन घटका नृसिंह सरस्वती देहभान विसरून ध्यानसमाधीत गेले. ध्यानसमाधी उतरल्यानंतर तेथील उपस्थितांना नृसिंह सरस्वतींत विलक्षण कायापालट झालेला जाणवला. श्रींचे दर्शन घेऊन ते हात जोडून उभे राहिले असता श्री स्वामी त्यांस म्हणाले, ''अभी यहाँ आने की जरूरत नही। इलाज हो गया है। अब जाव।'' तेथील उपस्थित मंडळींनी नृसिंह सरस्वतीस 'रंडी' सोडण्यास सांगितले याचा अर्थ काय, असे विचारता ते म्हणाले, ''रंडी म्हणजे सिद्धी सामर्थ्य. ती सोडण्याविषयी श्रींची आज्ञा आहे. त्याप्रमाणे त्यांच्या कृपाशीर्वादाने त्यात मी यशस्वी होणार आहे.''

श्री स्वामी समर्थांची आज्ञा व आशीर्वाद घेऊन आणि कृपांकित होऊन नृसिंह सरस्वती आळंदीस आले. आता त्यांच्यात अंतर्बाह्य बदल झाला होता. त्यांची दिनचर्या, आखीव, रेखीव आणि आदर्श झाली होती. ब्राह्ममुहूर्तावर उठणे, सर्व आन्हिके आटोपणे, योगाभ्यास, ध्यान, मनन, चिंतन श्री स्वामी समर्थांना साक्षीला ठेवून करणे. अखंड 'श्री स्वामी समर्थ' स्मरण, जप-जाप्य करणे. आलेल्यांना

अतिशय साध्या, सोप्या, सरळ भाषेत मार्गदर्शन करणे. सुरुवातीचा त्यांच्यातील हटयोगीपणा, तामसी, क्रोधी वृत्ती, संस्कृतप्रचुर भाषेत अनाकलनीय बोलणे हे सर्व बदलले होते. आता ते श्री स्वामी समर्थ कृपेमुळे सर्वसामान्यांना उपयुक्त ठरेल आणि सहज समजेल अशा भाषेत बोलत होते, वागत होते. तामसरूपी रंडीचे अक्कलकोटमध्येच श्री स्वामी चरणी विसर्जन करून ते आळंदीस आले होते. त्यांचे कार्य आळंदीत आणि आजूबाजूच्या परिसरात व्यापक स्वरूपात सुरू झाले होते.

। अब्दुल रहमान बाबा ।

ब्रह्मांडनायक श्री स्वामी समर्थांच्या कृपांकित शिष्यांपैकी भेंडीबाजार मुंबई येथील पैगंबरवासी अब्दुल रहमानबाबा सुप्रसिद्ध आहेत. हे मूळचे बगदादचे. अब्दुल रहमान व त्यांचे वडील शमसुद्दीन हे तेव्हा मद्रास (तामिळनाडू) प्रांतात इस्लाम धर्माचा प्रचार करीत असत. ते तेव्हा अधूनमधून वडिलांबरोबर मुंबईला येत. एकदा ते हज यात्रेहून परतत असताना एका पश्चिमी स्थानावर एका प्रचंड मोठ्या दरीमध्ये त्यांची एका तेजःपुंज योगी पुरुषाशी गाठ पडली. त्या योगी पुरुषाने बाबांवर कृपादृष्टी टाकली. 'हे योगी पुरुष कोण?' अशी चौकशी केली असता 'चंचलभारती' साधू अशी त्यांची ओळख सांगण्यात आली. हेच योगी पुरुष पुढे अक्कलकोटमध्ये श्री स्वामी समर्थ म्हणून सर्वज्ञात झाले.

सुरुवातीच्या भेटीतच बाबांना चंचलभारतींकडून शक्तिपात दीक्षाही मिळाली होती. त्यामुळे अब्दुल रहमानबाबत आगळेवेगळे दैवी सामर्थ्य निर्माण झाले होते. श्री स्वामींनी बाबांस दृष्टान्त देऊन 'अक्कलकोटला निघून ये!' अशी आज्ञा केली. विशाल दरीत दर्शनभेट होऊन शक्तिपात दीक्षा दिलेले योगी चंचलभारती आणि दृष्टान्तात दिसलेले योगी सारखेच होते, म्हणून दृष्टान्तातील त्यांचा आदेश शिरसावंद्य मानून अब्दुल रहमान बाबा हे मिर्झा सानिया यांच्यासमवेत अक्कलकोटकडे प्रस्थान करते झाले.

चौकशी करत ते मैंदर्गीच्या जमादार तथा पीरसाहेब काशीमकडे आले. पीरसाहेब हे श्री स्वामी समर्थांचे कृपांकित शिष्य होते. त्यांनी श्रींचे कार्य अगोदरच सुरू केले होते. येथे बाबांची पीरसाहेबांबरोबर श्री स्वामींविषयी सखोल चर्चा झाली. झालेल्या स्वप्नदृष्टान्ताविषयी जमादार साहेबांस सांगताच ते त्यांना अक्कलकोटला श्रींच्या दर्शनभेटीस घेऊन आले. दर्शन घेऊन उभे राहताच श्रींनी

त्यांच्या पायातील मोजडी अब्दुल रहिमान बाबाकडे पायानेच भिरकावली आणि घरी जाण्याची आज्ञा केली.

अक्कलकोटमध्ये श्रींच्या प्रत्यक्ष दर्शनाने बाबा कमालीचे प्रभावित झाले होते. तेथून निघाल्यापासून ते 'श्री अक्कलकोट निवासी श्रीदत्तस्वरूपाय नमः' असा मंत्रोच्चार सारखा करीत असत. श्री स्वामींसन्निध ते दोन आठवडे राहिले. दिवसातून एकदा संचारेश्वर श्रींचे दर्शन ते जेथे कोठे असतील तेथे जाऊन घेण्याचा त्यांचा नित्यक्रम होता. नंतर ते पुन्हा मैंदर्गीला आले. तेथे काही दिवस मुक्काम करून अब्दुल रहमान बाबा मुंबईस आले. त्यांच्या एका हातात लांब मोठी काठी व दुसऱ्या हातात चेंडूसारखा लोखंडी गोळा असे. ते मुंबईत बहुतांशी भेंडी बाजार, डोंगरी भागाच्या परिसरात वावरत. ब्रह्मांडनायक श्री स्वामी समर्थांचे प्रत्यक्ष दर्शन, मोजडीरूपी मिळालेला पादुकांचा प्रसाद, मंगल आशीर्वाद आणि कृपा लाभल्यामुळे अब्दुल रहमान बाबा हे एक आगळेवेगळे थोर विभूती वाटत. अशा या श्री स्वामी कृपांकिताने शंकर साटमसारख्या एका साध्यासुध्या साधकाचे सद्‌गुरू श्री समर्थ साटम महाराजांत स्थित्यंतर घडवून आणले.

हिंदू-मुस्लीम ऐक्याचे प्रतीक म्हणून बाबा कार्यरत राहिले. त्यांच्या दर्ग्यावर मुस्लिमांप्रमाणे हिंदूही मोठ्या संख्येने जातात. तसेच येथे अखंड समई (दिवा) तेवत असते. अक्कलकोटमध्ये श्री स्वामी समर्थांच्या दर्शनानंतर शेखनूर दर्ग्यातही अशीच समई तेवत ठेवण्याची प्रथा दिसते. यावरून श्री स्वामी समर्थ आणि मुस्लीम समाजाचा संबंध लक्षात यावा. अब्दुल रहमान बाबांची कृपादृष्टी श्री सद्‌गुरू साटम महाराजांवर पडली होती. तर अब्दुल रहमान बाबा हे ब्रह्मांडनायक श्री स्वामी समर्थांच्या कृपाछत्राखाली आल्यावर संतपदास पोहोचले. श्री स्वामी समर्थांनी अब्दुल रहमान बाबांच्या अंगावर अक्कलकोट येथील दर्शनभेटीत भिरकावलेल्या स्वचरणातील मोजडी कोकणातील मालवण-मसुरे येथील दर्ग्यात आहेत. तसेच बाबांच्या हातात नेहमी आढळणारी काठी (दंड) व खाटही येथे आहे.

। रांगोळी महाराज ।

शिवराम बावडेकर तथा रांगोळी महाराज हे अब्दुल रहमान बाबांसारखेच श्री स्वामी समर्थांचे कृपांकित शिष्य होते. ते आठनऊ वर्षांचे असताना त्यांच्या चुलतीने त्यांना श्री स्वामी समर्थ दर्शनासाठी अक्कलकोटला आणले होते. दर्शन वगैरे आटोपल्यावर

श्री स्वामी बाल शिवरामकडे निर्देश करीत चुलतीस म्हणाले, ''हा मुलगा मला हवाय. देतेस का?'' तिने काही उत्तर द्यायच्या आतच श्री स्वामींनी बाल शिवरामला स्वतःच्या मांडीवर बसवून घेतले. ''कोल्हापुराच्या कुंभार गल्लीतील कुंभार स्वामींची सेवा कर. तसेच तू आजन्म ब्रह्मचारी राहा. आसेतुहिमाचल तीर्थाटन कर.'' असे त्यास सांगितले. त्याच्या अंगावर भगवी कफनी टाकली. त्याचा विलक्षण परिणाम शिवरामवर झाला. कोल्हापूरला आल्यानंतर शिवराम स्वतःच्या तंद्रीतच असायचा. त्यामुळे त्याची आई सीताबाईस चिंता वाटू लागली. कोणाच्यातरी सांगण्यानुसार ती शिवरामला घेऊन कुंभार गल्लीतील श्रीकृष्ण सरस्वतींच्या मठात गेली. श्री स्वामींनी या अगोदरच शिवरामला कुंभार स्वामींची सेवा करण्याची आज्ञा दिली होती.

सीताबाई व शिवरामला पाहताच औदुंबराच्या झाडावर बसलेले सद्गुरू कुंभारस्वामी खाली उतरले आणि स्वतःच्या स्थानावर स्थानापन्न झाले. सीताबाईने शिवरामला श्रीकृष्ण सरस्वतींच्या पायावर घातले. येथेही श्री स्वामींप्रमाणेच कुंभारस्वामींनी शिवरामला जवळ घेतले. त्याच्या चेहऱ्यावरून ममतेने हात फिरवला. त्यांनी शिवरामच्या कानात काहीतरी सांगितले. (आध्यात्मिक भाषेत त्यांनी शिवरामचे कान फुंकले. त्यास गुरुमंत्र दिला.) स्वतःच्या अंगावरची भगवी शाल त्याच्या अंगावर घातली. याअगोदर अक्कलकोट दर्शनभेटीत श्रींनी त्याला भगवी कफनी दिली होती. श्री स्वामी समर्थांनी त्यांना दिलेले 'आत्मलिंग' फडक्यात बांधून ते शिवरामच्या गळ्यात बांधले. शिवराम तथा रांगोळी महाराजांनी त्यांच्या आयुष्याच्या अंतापर्यंत ते आत्मलिंग स्वतःजवळ जपून ठेवले होते. आता ते श्री स्वामी आज्ञेनुसार कुंभारस्वामींच्या सेवेत रुजू झाले होते. ते नेहमी म्हणत, ''सद्गुरूसेवा ही सर्व सुखाची व भाग्याची जननी आहे.'' या प्रसंगी कुंभारस्वामींनी सीताबाईंस स्पष्ट सांगितले, ''आजपासून हा मुलगा (शिवराम) आमचा झाला. तू त्याला आता घरी घेऊन जा. योग्य वेळी तो येथे येईल.''

बावडेकर तथा रांगोळी महाराज नेहमी म्हणत, ''अक्कलकोटचे श्री स्वामी समर्थ हे माझे आजोबा, तर कुंभार गल्लीतील श्रीकृष्ण सरस्वती हे माझे वडील आहेत. मात्र मी कुणाचा गुरू नाही आणि कोणी माझा शिष्य नाही.'' त्यांनी वैशाख शुद्ध त्रयोदशी शके १८६९ (५ मे १९४७) कोकणातील मालवण येथे देह विसर्जन केला. मालवण भरड रोड भागात त्यांनी स्थापन केलेले श्री स्वामी समर्थ व कुंभारस्वामींचे पुतळे आहेत. येथेच त्यांना या सत्पुरुषांकडून प्राप्त झालेली भगवी कफनी, भगवा फेटा, रामलिंग आदी वस्तू ठेवण्यात आलेल्या आहेत. ते श्री स्वामी

समर्थ व कुंभारस्वामींच्या शिकवणीनुसार 'सम सकला पाहू' या वृत्तीने अखेरच्या श्वासपर्यंत वागत राहिले.

। रामकृष्णबुवा माटे ।

श्री स्वामी समर्थांच्या अनेक शिष्यांपैकी पुण्यातील रामकृष्णबुवा माटे म्हणून प्रसिद्ध वेदान्ती आणि कीर्तनकार होते. ते सखारामबुवा कवाडकर यांचे शिष्य होते. रामकृष्णबुवा हे त्यांच्या कीर्तनातून वेदान्त विषयाचे उत्कृष्ट रीतीने प्रतिपादन करीत असत. त्यांची त्या वेळच्या पुणे प्रांतात खूपच प्रसिद्धी होती. त्यांचा शिष्य आणि अनुयायी वर्गही मोठा होता. ते श्री स्वामींचे निस्सीम भक्त होते. सर्वज्ञ श्री स्वामींना माटेबुवांची विद्वत्ता आणि अध्यात्मातील पात्रता ठाऊक होती. म्हणून ते जेव्हा जेव्हा 'श्रीं'च्या दर्शनास येत, तेव्हा श्री स्वामी समर्थ माटेबुवांचा योग्य तो मान-सन्मान, आदर करीत. माटेबुवाही अक्कलकोटास श्रींच्या दर्शनभेटीस जात. काही दिवस श्रींच्या सन्निध राहून तेथे कीर्तनसेवाही करीत. एकदा माटेबुवा श्रींपुढे कीर्तन करताना विलक्षण प्रसंग घडला. माटेबुवांनी श्रींचे दर्शन घेऊन त्यांच्यापुढे कीर्तन केले.

पण त्या कीर्तन निरूपणात अभिमानाने वेदान्तभाष्य करताना श्रींच्या आचरणाबद्दल खुबीने टोचून बोलू लागले. अभिमानाने म्हणू लागले, ''एकदा एका अंत्यजाने जगद्‌गुरू श्रीमत् शंकराचार्यांना आपल्या घरी भोजनास येण्याची विनंती केली. त्यास होकार देऊन जगद्‌गुरू शंकराचार्य श्वानाच्या रूपाने त्या अंत्यजाचे घरी भोजनास गेले. परंतु त्या अंत्यजाने जगद्‌गुरूस ओळखले नाही. कुणी श्वान आपल्या घरी आले आहे असे समजून त्यास हुसकावून लावले व जगद्‌गुरू शंकराचार्यांच्या आगमनाची वाट पाहू लागला. बराच वेळ वाट पाहिल्यानंतर तो मध्यान्हसमयी जगद्‌गुरू शंकराचार्यांकडे जाऊन त्यांना भोजनास येण्याची विनंती करू लागला. तेव्हा ते त्या अंत्यजास म्हणाले, ''आम्ही श्वानरूपाने तुझ्या घरी भोजनास आलो असता तू आमचा धिक्कार करून आम्हास हुसकावून लावले. म्हणून आम्ही परत आमच्या आश्रमी आलो.'' हे ऐकून अंत्यज त्यांना म्हणाला, ''श्री जगद्‌गुरूंनी असे कपट करून मला फसवणे योग्य दिसते काय? आपण जगाचा उद्धार करण्यासाठी अवतरला आहात, म्हणून माझ्यासारख्या या अंत्यज दीनाची भिक्षा आपण प्रत्यक्ष रूपात येऊन प्रेमाने अवश्य मान्य करावयास हवी होती.'' नंतर श्रीमत् शंकराचार्यांनी अतिशय आपुलकीने त्या अंत्यजाचे समाधान केले.''

माटेबुवांचे हे भाषण ऐकून श्री स्वामी म्हणाले, ''त्या वेळी तुम्ही कोठे होता? श्वानात व तुमच्यात परमार्थ दृष्टीने काय फरक आहे? ही दुकानदारी करून द्रव्याची पिशवी भरणे आणि अध:पतित वर्तन ठेवणे हा परमार्थ आहे काय?'' श्रींचे हे सुस्पष्ट, खरमरीत उद्‍गार ऐकून विद्वान आणि पट्टीचे कीर्तनकार माटेबुवा गोरेमोरे झाले. त्यांना त्यांच्या विवेचनाचा व दिलेल्या उदाहरणाचा फार खेद झाला. पश्चात्ताप पावून त्यांनी कसेबसे कीर्तन आटोपले व ते खाली बसले.

तेव्हा श्री स्वामी समर्थांजवळ एक महाविद्वान, विनम्र आणि अनुभवी सत्पुरुष संन्यासी बसले होते. ते माटेबुवांस म्हणाले, ''तुम्ही विद्वान वेदान्ती आहात. पुण्यात सोमेश्वराचे मंदिरात पुराण सांगत असता. तुमचे गुरू परमपूज्य श्री सखारामबुवा अनगाव कवाडकर बुवांना मी स्वत: पाहिलेले आहे. ते थोर सत्पुरुष होते. त्यांची वृत्ती निरभिमानी होती. तुम्हीही विद्वान आणि उत्तम कीर्तनकार आहात; परंतु पूर्णब्रह्म, ब्रह्मांडनायक श्री स्वामी समर्थ दत्तरूपाने या अवनीवर अवतीर्ण झालेले आहेत. तुम्हाला जरी चारही वेद आणि सहा शास्त्रे मुखोद्‍गत असली, तरीही श्री स्वामी समर्थ महाराजांच्या योग्यतेशी बरोबरी या जन्मातच नव्हे, तर सात जन्मांतही करता येणार नाही. अशा पुराण पुरुषोत्तम ब्रह्मांडनायकासमोर अभिमानाने, खोचक वृत्तीने, टोचून आणि द्वैतबुद्धीने भाषण करणे हे केवढे साहस आहे! आपल्यासारख्या प्रकांड विद्वान, वेदान्ती आणि पट्टीच्या कीर्तनकाराला असे निरूपण शोभत नाही.'' त्या सत्पुरुष संन्याशाचे रोख-ठोक, वास्तववादी बोलणे ऐकून माटेबुवांस फार पश्चात्ताप झाला. आपल्याकडून हे घोर पाप घडल्याची जाणीव त्यांना झाली. त्यांनी संन्यासीबुवांचे पाय धरले. स्वत:च्या तोंडात मारून घेतले. कान धरून पुन्हापुन्हा क्षमा मागितली. श्री स्वामी समर्थ निश्चलपणे हे सर्व पाहत होते. माटेबुवांची, त्यांच्या वाचाळ विद्वत्तेची मनातल्या मनात कीव करीत होते.

नंतर लगेचच माटेबुवा श्रींस अनन्यभावाने शरण जाऊन, त्यांच्या चरणास मिठी मारून म्हणू लागले, ''महाराज, मी महाअपराधी आहे. मला क्षमा करावी.'' असे बरेच काही बोलून माटेबुवा श्रींपुढे लीन-दीन झाले. ''जा, आचार, विचार आणि विद्वत्ता यांचा मेळ घालून वाग.'' असे सांगून दयाशील श्री स्वामींनी त्यास नारळाचा प्रसाद देऊन निरोप दिला. पुढे माटेबुवांची श्रींचरणी निष्ठा वाढत गेली. दरवर्षी ते नित्यनियमाने श्रींच्या दर्शनभेटीसाठी येत. श्रीआज्ञेनुसार कीर्तनसेवा रुजू करीत.

एके वर्षी रामकृष्णबुवा माटे यांनी अक्कलकोटमध्ये भागवताचा सप्ताह केला. तेव्हा अखंड सात दिवस श्री स्वामींनी माटेबुवांचे भागवत पुराण श्रवण केले.

याप्रमाणे अखंड सात दिवस श्री स्वामींनी पुराण श्रवण केल्याचे हेच एकमेव उदाहरण होते. कोणी विद्वान गृहस्थ आल्याचे श्रींना कोणी सांगितले, तर 'विद्वान कसले? गळेकापू आहेत' असे श्री स्वामी म्हणत. विद्वज्जन थोडेसेच अपवाद वगळता कसे असतात, असे ते स्पष्ट करीत.

असेच एकदा माटेबुवांच्या कीर्तनाचा थाट खासबागेत चालला होता. कीर्तन श्रवण करण्यास अक्कलकोट आणि अक्कलकोटच्या जवळील खेड्यापाड्यांतील शेकडो लोक आले होते. श्रींची आसनव्यवस्था दिमाखदार उंच सिंहासनावर करण्यात आली होती. खासबागेचा परिसर श्रोत्यांनी खचाखच भरून गेला होता. अतिशय उत्साही मंगलमय वातावरणात श्री स्वामींच्या उपस्थित रामकृष्ण माटेबुवा त्यांच्या ओघवत्या रसाळ कीर्तनशैलीत निरूपण करीत होते. उपस्थित सर्वच मंत्रमुग्ध होऊन श्रवण करीत होते. उपस्थित सर्व श्रोत्यांकडे बघत माटेबुवांनी प्रश्न केला, ''या भवसागरातून कोणते चरण आम्हास निश्चितपणे तारतील?'' असा प्रश्न करताच उच्च सिंहासनी विराजमान झालेल्या ब्रह्मांडनायक श्री स्वामींनी त्यांचा सव्य चरण खाली सोडला. त्यासरशी माटेबुवांनी सद्‌गदित होऊन, भक्तिभावाने सर्वांसमक्ष श्रींजवळ जाऊन त्यांचा तो चरण पोटाशी घट्ट आवळून धरला. हेच चरण भवसागर तारून नेण्यास समर्थ आहेत, असे सर्व श्रोत्यांना सांगत असताच श्रींनी लगेच त्यांचा दुसरा पाय खाली सोडला. तो बाळाप्पा सेवेकऱ्याने आपल्या पोटाशी धरला. त्या वेळी सर्वच उपस्थितांमध्ये एक वेगळीच आध्यात्मिक संजीवनी संचारली होती. सर्वांनी एकमुखाने 'राजाधिराज योगिराज श्री स्वामी समर्थ महाराज की जय' असा एकच जयघोष केला. सर्वांच्याच नेत्रांतून भक्तिभावाचे आनंदाश्रू वाहत होते. रामकृष्णबुवांना तर आपण हा दिव्य ईश्वरी सोहळा अनुभवीत आहोत असाच भास झाला. ते आता पूर्णतः स्वामीमय होऊनच पुण्यास परतले.

असेच एके दिवशी ते अक्कलकोटमधील वटवृक्षाखाली बसले होते. त्या दिवशी स्वारी रागातच होती. कुणासही दर्शन घेऊ देईनात. जवळही येऊ देईनात. त्यांच्या या अशा वर्तन-व्यवहारावरून नजीकच बसलेला एक अभाविक गृहस्थ सर्वांना ऐकू जाईल अशा स्वरात म्हणाला, ''काय हो, हे संन्याशीबुवा स्वतःला साधू म्हणवितात, मग त्यांना राग कशास पाहिजे?'' श्री स्वामींनी त्यास त्या वेळी काहीही उत्तर दिले नाही. आपण श्री स्वामींना चारचौघांत कसे बोललो या अहंभावी आनंदातच तो अभाविक गृहस्थ घरी आला.

पुढे पंधरा दिवसांनी माटे बुवांचे कीर्तन त्याच स्थळी वडाखाली होते. चार-पाचशे लोकांचा समुदाय त्या वेळी कीर्तन-श्रवणासाठी जमलेला होता. त्यात तो अभाविक, 'श्रीं'ची निंदा करणारा इसम माटेबुवांच्या जवळ कीर्तनश्रवणास बसला होता. माटे बुवांनी कीर्तन सुरू करण्यापूर्वी श्री स्वामींचे चरणदर्शन घेतले. नंतर कीर्तन सुरू करणार, तेवढ्यात निंदा करणाऱ्या इसमाकडे पाहत श्री स्वामी हाताने निर्देश करीत म्हणाले, ''मजला जर राग येत असता, तर इथे असलेल्या सर्व लोकांची भाजी करून खाल्ली असती.'' असे ते त्रिवार मोठ्याने म्हणाले. क्षणभर कुणालाच श्रींच्या या त्रिवार उच्चाराचा अर्थ कळेना. पण तो अभाविक इसम मात्र 'श्रीं'च्या या त्रिवार उच्चारांनी गोरामोरा झाला. सर्व श्रोत्यात उभे राहून, स्वतःचे कान पकडून त्याने सर्वांसमक्ष 'श्रीं'ची क्षमा मागितली. दयाघन 'श्रीं'नीसुद्धा स्मितहास्य करीत ''बैस खाली, तुला माफ केले. विचारपूर्वक वागत जा. बोलत जा.'' असे सांगितले.

माटेबुवांनी कीर्तन सुरू केले. श्री स्वामींचा कुणावरही त्या त्या प्रसंगीचा राग खरा नसे. कधीकधी कोठेतरी विपरीत घडत असले, त्यांच्या भक्तावर अन्याय-अत्याचार होत असला, तर त्यांच्या वृत्तीचा क्षोभ मात्र होत असे. प्रसंगी ते रुद्रावतार धारण करीत असत. परंतु त्यात कुणाचा संहार अथवा विनाश करणे हा उद्देश कधीच नसे. त्यांनी त्यांच्या प्रदीर्घ परिभ्रमणात हातात शस्त्र घेऊन कुणाचा संहार केल्याचा उल्लेख नाही. त्यांच्यावर टीका-टिप्पणी करणारे, त्यांची निंदानालस्ती करणारे लोक पुढे त्यांचे निस्सीम भक्त झाल्याचीही अनेक उदाहरणे आहेत. येथे त्या अभाविकाबाबत असेच घडले.

। देव मामलेदार ।

ब्रह्मांडनायक श्री स्वामी प्रज्ञापुरीत येण्यापूर्वी अनेकांना त्यांनी साधुत्व आणि देवत्वाच्या पदाला पोहोचविले होते. स्वतःमधील दैवी सामर्थ्य त्यांच्यात संक्रमित करून त्यांचेकडून भारतात ब्रिटिश राजवट असतानासुद्धा खूप मोठ्या प्रमाणात रयतेची सेवा करून घेतली होती. त्यातल्याच अनेक रत्नांपैकी एक यशवंतराव भोसकर तथा साधू देव मामलेदार हे एक होत. ते ब्रिटिश अमदानीत अहमदनगर जिल्ह्यातील पारनेर येथे महसूल खात्यात मामलेदार म्हणून नोकरीस होते. एके रात्री त्यांच्या स्वप्नात एक संन्यासी आले आणि म्हणाले, ''बेटा, घबराओ नही। तुम्हे एक काम की चीज देता हूँ। उसकी पूजा करो, तुमसे परमार्थ और प्रपंच होगा। दुनिया

मे साधू पुरुष ऐसा नाम होगा।'' स्वप्नदृष्टान्त संपला. दररोजच्या नित्यनियमाने ते ब्राह्ममुहूर्तावर उठले. त्यांना त्यांच्या बिछान्याजवळ उशालगत एक शाळिग्राम दिसला. (हा शाळिग्राम सद्य:स्थितीत नाशिक क्षेत्री देव मामलेदार मंदिराच्या पुजाऱ्याकडे पूजेत आहे.) तो शाळिग्राम बघताच ते आनंदविभोर झाले. प्रत्यक्ष परमेश्वराच्या वरदहस्ताचे प्रतीक म्हणून त्यांनी तो त्यांच्या नित्यपूजेत ठेवला.

श्रीकृपेने यशवंतरावांची त्यांच्या नोकरीत भरभराट होत गेली. पण स्वप्नात दृष्टान्त देऊन प्रत्यक्षात शाळिग्राम देणारे यतिवर्य कोण? त्यांच्या दर्शनासाठी ते अतिशय उतावीळ झाले होते. त्यासाठी तगमगू लागले होते. पूजा करताना पुन्हापुन्हा प्रार्थू लागले. याचे फलित म्हणून त्यांना एके रात्री स्वप्नदृष्टान्त होऊन आदेश झाला, ''सख्या, झडकरी यशवंता, सध्या आम्ही सोलापूर प्रांतातील अक्कलकोटी वास करीत आहोत. तिथे तो शालिग्राम घेऊन यावे.'' स्वप्नदृष्टान्तातील आज्ञेनुसार ते प्रज्ञापुरी तथा अक्कलकोटमध्ये दाखल झाले. चौकशी करता श्री स्वामी समर्थ महाराज चोळाप्पांच्या घरी असल्याचे कळले. उभयता पती-पत्नी दर्शनभेटीच्या अनिवार ओढीने चोळाप्पांच्या घरी गेले.

पलंगावर विसावलेली ती तेज:पुंज ईश्वरी मूर्ती आणि स्वप्नात पाहिलेली यतिमूर्ती तंतोतंत सारख्याच दिसल्याचे लक्षात आल्यावर यशवंतराव कमालीचे आनंदित झाले. दर्शन घेऊन हात जोडून उभे राहताच श्री स्वामी त्यांच्याकडे पाहत स्मितहास्य करीत म्हणाले, ''काय रे, तो शाळिग्राम आणलास काय?'' या उद्‌गाराने दोघाही पती-पत्नींस श्रींच्या ब्रह्मांडनायकत्वाची आणि ईश्वरी स्वरूपाची साक्ष पटली. पुन्हा ते दोघेही श्रींचरणी नतमस्तक झाले. म्हणाले, ''महाराज, आपल्या परमपावन ईश्वरी दर्शनाने मी धन्य झालो!'' त्या उभयतांनी त्यांची साग्रसंगीत पाद्यपूजा केली.

त्याच वेळी श्री स्वामी यशवंतरावास म्हणाले, ''थांब, तुझा मागचाच रस्ता चालू करतो!'' लगेच यशवंतरावांच्या शिरी स्वहस्त ठेवून त्यांनी 'अहं ब्रह्मास्मि' असा त्रिवार पुकारा केला. त्याचबरोबर यशवंतरावांना भावसमाधी अवस्थेचा आनंददायी, दैवी, सुखद अनुभव आला. थोडा वेळ त्यांनी श्रींची चरणसेवा केली. श्रींचा निरोप घेऊन ते उभयता निघताच श्री स्वामी त्यांस म्हणाले, ''तुम्ही मूळचेच संत आहात. पुढे लोकच तुम्हाला संत मानतील आणि देव-देव म्हणून जयघोष करतील.''

पुढे थोड्याच दिवसांत श्री स्वामींचे त्या वेळचे उद्‌गार प्रत्यक्ष अनुभवास आले. श्री स्वामी समर्थ कृपाशीर्वादाने यशवंतरावांचा नावलौकिक उत्तरोत्तर खूपच वाढत गेला. ब्रिटिश सरकारच्या नोकरीत राहूनही ते सर्वांमध्ये ईश्वर पाहत व

तसेच वर्तनही करीत. अखेरीस श्री संत दामाजीपंतांसारखे ते प्रसिद्ध झाले. 'साधू देव मामलेदार' म्हणून ख्यातकीर्त झाले. सटाणा, जि. नाशिक व नाशिक तीर्थक्षेत्री गोदातीरी त्यांची मंदिरे आहेत. सटाण्याला दरवर्षी त्यांची मोठी यात्रा भरत असते.

। घोलपस्वामी ।

नाशिकचे सुप्रसिद्ध ज्योतिषी प्रकांड पंडित रामचंद्र तथा बाबा घोलपस्वामी ब्रह्मांडनायक श्री स्वामी समर्थ कृपांकित होते. त्यांना संस्कृत व मराठी चांगले अवगत होते. त्यावर त्यांचे प्रभुत्व होते. व्याकरण, न्यायमीमांसा, ज्योतिषशास्त्र मंत्रशास्त्र आदींचाही त्यांचा सखोल अभ्यास होता. त्या वेळी घोलपस्वामींची अल्पावधीतच, अल्पवयात विद्वान शास्त्री म्हणून गणना होऊ लागली. त्यांचा नित्यक्रमही अत्यंत काटेकोर आणि व्रतस्थ होता. त्यांच्या साधू वृत्तीने आणि प्रकांड पांडित्याने ते सर्वांसाठी वंदनीय ठरले होते. नाशिक तीर्थ क्षेत्रातल्या या प्रकांड पंडिताबद्दल अतिशय दूरवर असलेले त्रिकालज्ञानी, ब्रह्मांडनायक श्री स्वामी समर्थ जाणून होते.

अशाच एका पहाटे बाबा घोलप नित्यस्नानासाठी कपालेश्वरासमोरच्या गोदापात्रातील लक्ष्मण कुंडात उतरले. पाण्यात डुबकी मारून, पाण्याबाहेर येऊन पाहतात तो काय? ब्रह्मांडनायक श्री स्वामी समर्थ जलपृष्ठावर उभे होते. पाण्याच्या पृष्ठावर त्यांची लालसर तांबूस, गौरवर्णाची विलक्षण, तेजःपुंज, काया झळाळून निघाली होती. या अनपेक्षित दृश्याने बाबा घोलप चकित झाले. समोर दिसणारी ही दैवी विभूती कोण आहे? ते इथे का आले? असे प्रश्न त्यांच्या मनःचक्षूंसमोर उद्भवताच त्या दिव्य विभूतीने सांगितले, ''आम्ही अक्कलकोटास असतो. तुझ्या शुद्ध कर्माचे फळ देण्यासाठी आम्ही येथे आलो आहोत, सध्या आमचा निवास प्रज्ञापुरी (अक्कलकोट) येथे असतो.'' या घटनेपावेतो बाबा घोलप फक्त अक्कलकोटचे नाव ऐकून होते, पण श्री स्वामी समर्थांना त्यांनी प्रत्यक्ष पाहिले नव्हते. बाबा घोलप यांना कृपाशीर्वाद देऊन श्री स्वामी गुप्त झाले.

त्या क्षणापासून मुळातच सात्त्विक आणि विद्वान असलेले बाबा घोलप अधिकच उजळून निघाले. श्री कृपेने बाबा घोलपांच्या नाशिकमधील चित्रघंटेच्या कोटावर असलेल्या घरातील ब्रह्मसमंधाची बाधा नष्ट झाली. ज्योतिषशास्त्रात ते निपुण होतेच. परंतु आता श्रीकृपेने त्यांना वाचासिद्धीही प्राप्त झाली. त्यामुळे त्यांनी कथन केले भविष्य तंतोतंत खरे ठरू लागले. 'जेथे कृपावंत श्री स्वामी, तेथे काय

असे कमी?' याची अनुभूती त्यांना पदोपदी येऊ लागली. १८७०मध्ये श्री स्वामी कृपांकित ब्रह्मनिष्ठ वामनबुवा वैद्य वांबोरीकर यांची बाबा घोलपांशी नाशिक मुक्कामी कपालेश्वर येथे भेट झाली.

तेव्हा बुवांनी एका किमयागार संन्याशाबद्दल घोलपांना सांगितले, की हा किमयागार तंत्र-मंत्र वापरून, काळ्या विद्येने तोळा-दोन तोळे सोने बनवीत असे. तो बुवास म्हणाला, ''तुझा तो अक्कलकोटचा गुरू सोने बनवतो का? जो सोने बनवून दाखवू शकत नाही, तो कसला आला साधू?'' असे बरेच काही तो अद्वातद्वा बोलला. तो वृत्तान्त बुवांच्या तोंडून ऐकून घोलपस्वामी म्हणाले, ''त्या किमयागार संन्याशाचे असे बोलणे योग्य नाही. त्याने श्री स्वामींचे सामर्थ्य काय जाणले? त्याला योग्य वेळी शासन होईलच.''

बुवा काही दिवस नाशिक तीर्थक्षेत्री देवदर्शन घेतल्यानंतर पुन्हा घोलपस्वामींच्या भेटीस आले, तेव्हा ते वामनबुवांस म्हणाले, ''बुवा, तुम्ही त्या किमयागार संन्याशाकडे जा. तो श्री स्वामींस विनाकारण नावे ठेवतो आहे ना? आता त्याच्या किमयेची मात्रा चालत नाही. आता सोन्याऐवजी कोळसे तयार होत आहेत.'' श्रींनी त्याची सोने करण्याची सिद्धीच काढून घेतलीय. घोलपस्वामींच्या तोंडून किमयागार संन्याशाची झालेली ही अवस्था ऐकून बुवांस खूप बरे वाटले. घोलपस्वामींचा निरोप घेऊन ते त्यांच्या गावी परतले.

ब्रह्मांडनायक श्री स्वामींनी घोलपस्वामींना गोदेच्या पात्रात, कपालेश्वराच्या समोर लक्ष्मणकुंडात सदेह दर्शन दिले होते. त्यानंतर काही वर्षांनी ते प्रत्यक्ष अक्कलकोटला श्री स्वामींच्या दर्शनभेटीस गेले. त्या वेळी त्यांना गोदापात्रात लक्ष्मण कुंडावर जसे दर्शन झाले होते, अगदी तसेच प्रत्यक्ष दिव्य स्वरूपात दर्शन झाले. तेव्हा श्रींची स्वारी वडाच्या झाडाखाली पलगांवर विराजमान झालेली होती. तेव्हा आपण पृथ्वीवर आहोत की स्वर्गात, असा भाव घोलपस्वामींच्या मनात निर्माण झाला. त्यांनी पुन्हा 'श्रीं'ना त्रिवार वंदन करताच ते स्मितहास्य करीत, ''काय घोलप, नाशकाहून केव्हा आलात?'' असे म्हणताच घोलपांची उन्मनी अवस्था झाली. श्रींच्या प्रश्नास काय उत्तर द्यावे हे त्यांना समजेना. काही दिवस ते अक्कलकोटमध्ये श्रींसन्निध राहिले. श्रींच्या पादुका व कृपाशीर्वाद घेऊन नाशिक क्षेत्री परत आले. नाशिक क्षेत्री त्यांनी 'श्रीं'च्या त्या पादुकांची विधिवत स्थापना केली.

६. ढोंग, सोंग, व्यभिचारादी कृत्यांना विरोध

स्वामी समर्थ शुष्क, विद्रोही, नास्तिक नव्हते. पण जिथे चुकीचे, गैर, अन्यायकारक असेल, तिथे ते सर्वांसमक्ष चुकीच्या व्यक्तीची झाडाझडती घेत असत; मग ती व्यक्ती कितीही मोठी अथवा छोटी असो! सत्य आणि वास्तवापुढे ते कुणाचाही मुलाहिजा ठेवत नसत. आचारशून्य विद्वानांना, प्रकांडपंडित, कुशल प्रवचनकारास अथवा कीर्तनकारास ते सर्वांसमक्ष 'विद्वान कसले? गळेकापू आणि स्वतःचे खिसे व पिशव्या भरणारे आहेत', असे स्पष्ट म्हणत. म्हणून त्यांच्याबद्दल सर्वांनाच आदरयुक्त दरारा वाटे. पापी, ढोंगी, बदमाश, व्यभिचारी स्त्री-पुरुष त्यांच्या समोर जाण्यास, त्यांचे दर्शन घेण्यास घाबरत असत. कारण सर्वज्ञ, अंतर्ज्ञानी असलेले श्री स्वामी सर्वांसमक्ष ढोंग, सोंग, व्यभिचार याचा पर्दाफाश करीत असत.

एकदा अशीच एका तालेवार, श्रीमंत घराण्यातील बाई पुत्रप्राप्तीच्या हेतूने दास, दासी व अन्य सेवकजनांसह श्रींच्या दर्शनास आली. दर्शन घेऊन हात जोडून मानभावीपणे त्यांच्यापुढे उभी राहिली. तेव्हा श्री स्वामी तिच्याकडे रोखून पाहत म्हणाले, ''अगं, मजजवळ कशाचा मुलगा? तो तुझा यार बसला आहे, तो तुला मुलगा देईल.'' ती बाई अतिशय गोरीमोरी झाली. तिथे क्षणभरही न थांबता ती कमालीची नाराज होऊन निघून गेली. थोड्याच दिवसांत तिच्या व्यभिचाराचा उघडउघड बभ्रा झाला. स्वामींचे व्यक्तिमत्त्व इतके रोखठोक आणि पारदर्शी होते.

❋

बडोद्याहून जानकीबाई नावाची स्त्री श्री स्वामींच्या दर्शनास अक्कलकोटला आली. तिचे सोवळेओवळे अतिशय कडक होते. जिकडेतिकडे तिला सोवळेओवळेच दिसे. एकदा ती साग्रसंगीत नैवेद्याचे ताट घेऊन श्रींच्या दर्शनास आली. श्रींचे दर्शन घेऊन तिने नैवेद्याचे ताट त्यांच्या पुढे ठेवले. ''महाराज, आपण नैवेद्य ग्रहण करावा.'' अशी तिने प्रार्थना केली. तेव्हा ते तिच्याकडे पाहत म्हणाले, ''अगं, आम्ही सोवळ्याचे अन्न खात नाही. तुझ्या नाटकवाल्या प्रिय पुरुषास हे नैवेद्याचे ताट नेऊन दे.'' श्रींच्या या मर्मभेदी आणि अंतःकरणछेदी वचनाने ती पुरती हादरली, घाबरली. पश्चात्तापाने विरघळली. श्रींची क्षमा मागून सर्वांसमक्ष अपमानित होऊन ती तेथून निघून गेली.

७. रोगपीडितांचे धन्वंतरी

श्री स्वामी समर्थ हे अनेकांच्या दृष्टीने ईश्वर तर होतेच, पण एक चांगले खात्रीशीर धन्वंतरीही होते. तेव्हा आरोग्याच्या सोयीसुविधा आजच्याइतक्या प्रगत आणि सहज उपलब्ध होणाऱ्या नव्हत्या. त्यामुळे दुर्धर व्याधींनी पीडित अनेक लोक श्रींच्या दर्शनभेटीला आणि उपाय करून घेण्यासाठी लांबून-लांबून येत.

❋

शके १७८६मध्ये (१८६४) शरीराने चांगला धष्टपुष्ट, धिप्पाड, बोलण्यात धीट असलेला परंतु महारोगाने पिडलेला, त्या वेळच्या पंजाब प्रांतातील एक गृहस्थ श्री स्वामींच्या दर्शनभेटीस आला. श्रींना दंडवत घालून उद्धटपणे त्यांच्यासमोर उभा राहिला आणि म्हणाला ''आप बहुत चमत्कार करते हो, यह सुनकर मैं यहाँ आया हूँ।'' त्याचे हे उद्धट बोलणे ऐकून श्री स्वामी समर्थ रागाने कडाडले, ''चमत्कार गारुडी के खेल में नहीं देखे?'' तो पंजाबी मनातल्या मनात वरमून तटस्थ उभा राहिला. कुणाचाही मुलाहिजा न ठेवणारा असा त्यांचा रोखठोक मामला होता. पण याच दीनदयाळ श्री स्वामींनी चूक लक्षात आलेल्या महारोगाने पीडित पंजाबी गृहस्थावर कृपा केली. 'श्रीं'च्या सेवेत राहून श्रीकृपेने आणि त्यांनी सुचविलेल्या उपायांनी तो रोगमुक्त झाला. श्रींचे आशीर्वाद घेऊन त्याच्या पंजाब प्रांती गेला.

❋

औरंगाबाद येथील लालासाहेब त्या वेळच्या निजाम सरकारच्या पदरी मोठ्या मानाच्या पदावर होते. त्यांना श्वेतकुष्ठ उद्‌भवले. त्यांचे दोन्ही हात श्वेतकुष्ठाने भरले होते. त्यामुळे लोकांमध्ये वावरताना, नमस्कार करताना त्यांना लाज वाटे. त्यामुळे शक्यतो ते कुठे बाहेर जात नसत. कुणात मिसळत नसत. त्यामुळे ते फार काळजीत पडले. अतिशय दुःखीकष्टी झाले. त्यांना कुणीतरी सांगितले की, हैद्राबादपासून दोन योजनांवर 'आलवाल' नावाचे व्यंकटेशक्षेत्र आहे. या व्यंकटेशासमोर पुष्करणी वापी तीर्थ प्रख्यात आहे. तिथे तीन महिने नित्य स्नान केले असता मोठमोठ्या, अतिशय दुर्धर रोगांचाही विनाश होतो. इथे आठवडाभर त्रिकाळ स्नान केल्यास शीतज्वरादी पळून जातात. अशा महतीमुळे इथे कार्तिक कृष्ण अमावास्येला फार मोठा रथोत्सव असतो. त्या दिवशी इथे फार मोठी यात्रा भरते. हे फार मोठे प्रसिद्ध नरेंद्रबहादुराचे स्थान आहे.

त्या क्षेत्राची अशी महती ऐकल्यानंतर लालासाहेब तिथे गेले. तिथे त्यांनी दर्शन, स्नान, दान यात काहीही उणेपणा ठेवला नाही. तिथे सहा महिने त्यांनी अनुष्ठान केले. पण गुण नाही. त्यामुळे अतिशय निराश होऊन ते हैद्राबादेस परतले. हैद्राबादेत शालबिंडा पेठेतील राजे रायराया यांच्या संबंधातील एक सत्शील गृहस्थ अक्कलकोटहून आले होते. त्यांनी श्री स्वामी समर्थ महाराजांच्या चरणकमलांचे दर्शन घेतल्यानंतर त्यांना जो स्वानुभव आला, तो लालासाहेबांना ऐकवला. तेव्हा कमालीचे हताश आणि निराश झालेले लालासाहेब त्यास म्हणाले, ''अहो, आलवालसारख्या विविध क्षेत्री जाऊन आम्ही तिथे काय कमी श्रम केले? त्याचे काय फलित मिळाले? तेव्हा आता काय होणार?'' अशा हताश अवस्थेत असतानाच लालासाहेब रात्री मंचकावर पडले होते. कृष्णपक्षातील ती मध्यरात्र होती. सर्वत्र गर्द काळोख दाटला होता. त्यांना स्वप्नदृष्टान्त झाला. त्यात त्यांना एक सुंदर आणि पुष्ट गाय त्यांच्याजवळ येऊन उभी आहे असे दिसले.

तेव्हा लालासाहेबांनी असा विचार केला, 'ही गाय जिना चढून माडीवर कशी काय आली? ही जागृती आहे की स्वप्न आहे?' असा विचार करीत असतानाच त्यांना त्या गायीच्या पाठीमागे भगवी वस्त्रे परिधान केलेली, एक भव्यदिव्य, उंचपुरी, तेजःपुंज मूर्ती दिसली. त्या मूर्तीला वंदन करून लालासाहेबांनी प्रार्थनापूर्वक विचारले, ''आपण कोण? कुठले?'' त्यावर ते साधू म्हणाले, ''गुराखी समज! सोलापूर आणि गाणगापूरच्या मध्ये गौतमीचे गुरुस्थान आहे. तिच्याजवळ प्रज्ञापुरीत आम्ही असतो.''

''ही गाय कोणाची? घराची दारे बंद असताना आपण गायीसह जिना चढून वर कसे आलात?'' लालासाहेबांनी आदबीने विचारले. तेव्हा ते म्हणाले, ''ही गाय आमचीच आहे, आम्हाला जाण्या-येण्याचा कोठेच प्रबंध नाही. आम्ही पाहिजे त्या वेळी, पाहिजे त्या ठिकाणी दृश्य-अदृश्य रूपाने जात असतो.'' असे म्हणत-म्हणतच ते साधुपुरुष दिसेनासे झाले. लालासाहेबांस हा अद्‌भुत चमत्कार वाटला. अक्षरशः या घटना-प्रसंगाने ते पुरते चक्रावून गेले. हे काय घडले? दुसऱ्या दिवशी सकाळी-सकाळी राजे रायरायांच्या संबंधित सद्‌गृहस्थास घडलेला प्रसंग त्यांनी इत्थंभूत सांगितला.

तेव्हा त्या सद्‌गृहस्थांनी सांगितले, ''तुम्ही अक्कलकोटला जा. तेच गुरुस्थान आहे. त्या ठिकाणी अवतारी महात्मे आहेत. तेच तुम्हाला आरोग्यसंपन्न करतील यात संशय नाही.'' त्या सद्‌गृहस्थांच्या सांगण्याचा आणि रात्रीच्या घटना प्रसंगाचा मेळ

बसला असे त्यांना वाटले. रात्री स्वप्नात दर्शन दिलेली मूर्ती अक्कलकोटचीच असावी अशी त्यांची खात्री झाली. मग त्यांनी ताबडतोब अक्कलकोटचा रस्ता धरला.

लालासाहेब अक्कलकोटला पोहोचल्यावर त्यांना चौकशीअंती ते महात्मे चोळाप्पाकडे आहेत असे समजताच ते तिथे दर्शनास गेले. तेव्हा श्रींची स्वारी काही सेवेकऱ्यांसह पलंगावर विराजमान झालेली दिसली. त्यांना पाहताच क्षणी स्वप्नातील मूर्ती ती हीच अशी लालासाहेबांची खात्री झाली. श्रींसमोर ती कपिला गायही त्यांना चोळाप्पांच्या घरासमोर चारा खाताना दिसली. त्याबरोबर लालासाहेबांचे अंग भावभक्तीने रोमांचित झाले. तत्क्षणी त्यांनी श्रीचरणांवर लोटांगणावर लोटांगणे घातली. हात जोडून ते उभे राहताच श्री स्वामी स्मितहास्य करीत म्हणाले, ''काय रे, आमच्या गायीला मारण्यासाठी क्रूरपणे उठला होतास काय?'' आता लालासाहेबाला श्रींच्या दिव्यत्वाची पुरेपूर कल्पना आली होती. ''महाराज, आपण साक्षात आदिनारायण आहात. प्रभुराया, तुमची लीला अद्‌भुत आहे. आपल्या परमपावन, पवित्र दर्शनाने मी धन्य धन्य झालो. आज माझी बेचाळीस कुळे उद्धरली. आपल्या कृपेने माझ्या गृहस्थाश्रमाचे वैभव पूर्णतः अनुकूल आहे. परंतु, हे प्रभूराया, कुष्ठरोगाने माझा जीव मात्र अतिशय त्रस्त झाला आहे.''

त्याच वेळी श्री स्वामींनी कृपादृष्टीने लालासाहेबांच्या कुष्ठांकडे पाहिले. ''कुत्र्यांना अन्नपाणी घाला.'' अशी त्यांस आज्ञा केली. लालासाहेबांनी श्रींची ही आज्ञा शिरसावंद्य मानून ते रोज कुत्र्यांना अन्नपाणी देऊ लागले. काही दिवसांतच त्यांचे कुष्ठ क्रमाक्रमाने निःशेष बरे होऊन त्यांचे शरीर दिव्य झाले. श्रींची आज्ञा घेऊन ते हैद्राबादेस आले. त्यांना कुष्ठरोगविरहित झालेले पाहून सर्वांनाच आनंद झाला आणि आश्चर्यही वाटले. पुढेही ते अधूनमधून श्री स्वामी समर्थ महाराजांच्या दर्शनभेटीस येत असत. त्या काळी श्रींच्या नैवेद्यासाठी म्हणून दर महिना दहा रुपये व चौघड्यासाठीही काही ठरावीक रक्कम ते अक्कलकोटी पाठवीत असत. किती हा कृतज्ञपणा! अखेरपर्यंत लालासाहेब आणि त्यांचे कुटुंबीय श्री स्वामी समर्थ सेवा करीत राहिले.

⁂

तेव्हा उपलब्ध असलेल्या हकीम, वैद्य आदींकडून व इतर सर्व उपाय करून झाल्यानंतर अखेरचा उपाय म्हणून विविध औषधोपचार करून घेण्यासाठी दूरदूरहून शेकडो, हजारो स्त्री-पुरुष अक्कलकोटमध्ये येत असत. परंतु, त्यात असेही अल्प-स्वल्प होते की, त्यांना श्री स्वामी समर्थ महाराजांचे महत्त्व समजत नव्हते. अर्थात,

लोकांनी मान द्यावा, सन्मान करावा यासाठी ते काहीच करत नव्हते. निरपेक्ष, निर्मोही वृत्तीने सूर्य जसा प्रकाशतो, अगदी त्याच वृत्तीने हा ज्ञानसूर्य प्रज्ञापुरीत आणि प्रज्ञापुरीत येण्यापूर्वीही इतरत्र अहोरात्र कार्यरत होता. त्यामुळे कुणी दखल घेतली काय किंवा न घेतली काय, याची त्यांना पर्वा नव्हती.

दिनकरराव अनंग नावाचे असेच एक शेणवी गृहस्थ अक्कलकोट संस्थानामध्ये काही दिवस कारभारी होते. त्यांना नेत्रविकार उद्‌भवला. त्यामुळे त्यांच्या डोळ्यांची रात्रंदिवस आग-आग होत होती. हा नेत्ररोग बरा व्हावा, म्हणून त्यांनी त्या वेळी उपलब्ध असलेले सर्व औषधोपचार केले होते. हकीम, वैद्य, डॉक्टरांना दाखवून झाले होते. काही धार्मिक विधीही केले होते. पण गुण नाही. त्यामुळे दिनकरराव कमालीचे हताश झाले होते. नेत्ररोग बरा होण्यासाठी त्यांनी विपुल धनही खर्च केले. पण कशाचीही मात्रा त्यांच्या नेत्ररोगावर चालेना. तेव्हा हे काय ईश्वरी सूत्र आहे? याचा त्यांना विचार पडला. त्यावर खूप चिंतन-मनन करता, काही जाणकारांना विचारता कुणीतरी त्यांना सुचविले, की आपण श्री स्वामी समर्थ महाराजांपाशी जावे. त्यांना विचारावे. अखेरचा उपाय म्हणून त्यांनी 'श्रीं'च्या दर्शनभेटीस जाण्याचे ठरविले. या अगोदर ते अक्कलकोटमध्ये राहत असूनही कधीही त्यांच्या दर्शनभेटीस गेले नव्हते. उलट आपल्या अक्कलकोट संस्थानात श्री स्वामी समर्थ महाराज हे ईश्वर दत्तावतार सदेह वावरत आहेत, याचेही त्यांना फारसे अप्रूप आणि कौतुक वाटले नव्हते. 'असेल एखादा भटक्या बुवा, इतर बुवांसारखा पोटार्थी, पोटभरू' असेच त्यांना तेव्हा वाटत होते. अखेरीस अत्यंत नाइलाजाने त्यांनी चोळाप्पास नोकराकरवी बोलावून घेतले.

चोळाप्पा आल्यानंतर कारभारी दिनकरराव त्यास म्हणाले, ''चोळाप्पा, नेत्रपीडेने मी त्रस्त झालो आहे. आपण श्री स्वामी समर्थ महाराजांकडे माझ्या नेत्रपीडेविषयी विचारणा करावी. काय उपाय करता येईल असे त्यांना विचारून पाहावे.'' 'जी हजूर' म्हणून चोळाप्पा आज्ञाधारकपणे राजवाड्यातून बाहेर पडला. घरी आल्यावर त्याने श्रीपाद भटास कारभारी दिनकररावांच्या नेत्ररोगाविषयी आणि ते काय म्हणाले त्याबाबत सविस्तर सांगितले.

श्रीपाद भट 'श्रीं'च्या दर्शनास आले. दर्शन घेऊन, हात जोडून, विनंतीपूर्वक म्हणाले, ''महाराज, कारभारी दिनकरराव शेणवी नेत्ररोगाने अतिशय त्रस्त आहेत. आपण त्यावर उपाय सुचवावा.'' तेव्हा श्री स्वामी श्रीपाद भटांस म्हणाले, ''हत्तीचे मूत्र नेत्रात घालावे, म्हणजे नेत्ररोग बरा होईल.''

श्रीपाद भटाने 'श्रीं'नी सांगितलेला उपाय दिनकरराव कारभाऱ्यास कळवला. तिथे अन्य लोकही उपस्थित होते. श्रीपाद भटाने श्रींनी सांगितलेला उपाय ऐकताच दिनकररावासहित सर्वच खोऽखो हसू लागले. ''हत्तीचे मूत्र आणि ते नेत्रात घालावे! म्हणजे नेत्ररोग बरा होईल!'' असा कुठे जगावेगळा उपचार असतो का, असे म्हणून तेथील सर्वच हुजरेगिरी करणारे उपहासात्मक हसले होते.

खरं तर कारभारी दिनकरराव सत्ता, संपत्ती आणि अधिकार यामुळे मदांध झाले होते. आजूबाजूला हुजरेगिरी करणाऱ्या दासांचा कोंडावळा होताच. ''हे साधू असेच भलतेसलते औषधोपचार सुचवत असतात.'' दिनकरराव सर्वांसमक्ष मोठ्याने पुटपुटले.

'पण आपणच त्यांना विचारले आहे, म्हणून त्यांनी हा उपाय सुचविला आहे, तर करून पाहायला काय हरकत आहे?' असा विचार करून दिनकररावांनी नोकराकरवी हत्तीचे मूत्र मागविले.

हत्तीचे मूत्र त्यांनी तीन दिवस सकाळ, दुपार, सायंकाळ डोळ्यांत घातले. त्या मूत्राचा अतिशय उग्र वास येई, पण दिनकररावांच्या डोळ्यांची आग कमी- कमी होत गेली. चारपाच दिवसांतच त्यांच्या डोळ्यांची आग पूर्णतः थांबली. त्यांना स्वच्छ दिसू लागले. दिनकररावांना या गोष्टीचे मोठे नवल वाटले. श्रींनी सांगितलेला हा उपाय निश्चितच चमत्कारिक आणि विलक्षण आहे. पण त्याने गुण मात्र आला हे वास्तव आहे.

यामागे 'श्रीं'चे निश्चितच ईश्वरी सामर्थ्य आहे, अशी दिनकररावांची खात्री झाली. आता त्यांना पश्चात्ताप होऊ लागला. 'इतकी वर्षे आपण अक्कलकोटमध्ये कारभारी म्हणून काम करीत असून एकही दिवस श्रींच्या दर्शनास गेलो नाही. त्यांचे कधी स्मरणही केले नाही. कधी त्यांची साधी दखलही घेतली नाही. तरीही करुणासागर श्री स्वामींनी आपल्यावर कृपा केली. त्यांच्याच कृपेने आणि सुचवलेल्या औषधाने आपणास स्वच्छ दिसू लागले, आपण कधी त्यांची भक्तीही केली नाही. इतकेच काय त्यांचे 'नाव'सुद्धा उच्चारले नाही. या नेत्ररोगाच्या वेळीही प्रत्यक्ष स्वतः त्यांच्या दर्शनभेटीस न जाता मध्यस्थ टाकला, तरीही श्रींनी आपल्यावर कृपा केली.' असे बरेच काही ते पश्चात्तापाने बोलले, पण तरीही धन, संपदा, पद, प्रतिष्ठा यांच्या अहंभावामुळे ते लगोलग श्रींच्या दर्शनास व त्यांची कृतज्ञता व्यक्त करण्यास गेले नाहीत.

श्रींनी त्यांचे ईश्वरी कृत्य केले होते. आता त्याबद्दल श्रींची कृतज्ञता व्यक्त करण्याची वेळ दिनकररावांची होती. पण प्रत्यक्ष श्रींच्या दर्शनास जाण्यासाठी त्यांना

त्यांचे शेवटचे दिवस जवळ यावे लागले. ज्याचे-त्याचे भाग्य, दुसरे काय? पुढे थोड्याच दिवसात त्यांची प्रकृती अशक्त होत गेली. तेव्हाही ते औषधोपचारांसाठी नाझर गोपाळराव यांना सोलापूरला पाठवीत असत. पण त्या औषधांचा काहीही उपयोग होत नव्हता. त्यांची प्रकृती अधिकच खंगत चालली होती. शेवटचा उपाय म्हणून नाझर गोपाळरावांच्या मध्यस्थीसह ते श्रींना शरण गेले.

'श्रीं'चे दर्शन घेऊन कारभारी दिनकरराव गोपाळरावांच्या मदतीने कसेबसे उभे राहिले, तेव्हा श्री स्वामींनी गोपाळरावास विचारले, ''काय हो, साखर कोठून उपजते?'' गोपाळराव उत्तरले, ''गुळापासून.'' श्रींनी पुन्हा विचारले, ''गूळ कसा तयार होतो?'' गोपाळराव म्हणाले, ''महाराज, उसाचा प्रथम रस काढतात. त्या रसास आगीवर उकळवून त्याचा गूळ करतात.'' तेव्हा श्री स्वामी म्हणाले, ''अहो झडकरी, लावा हो आग कारभाऱ्यांच्या डोक्याला.''

पण या संवादाने दिनकरराव याच्या डोक्यात काही प्रकाश पडला नाही. त्यांनी काकुळतीला येऊन श्री स्वामींना विचारले, ''महाराज, मी निरोगी होऊन इथे केव्हा येईन?'' दिनकररावांकडे पाहत श्री स्वामी म्हणाले, ''दिनकरा, आता इथे येणे विसरा.'' हे श्रीवचन ऐकून दिनकरराव कमालीचे नाराज झाले. श्रीवचनाची प्रचिती त्यांना थोड्याच दिवसांत आली. ते सोलापूरला गेले असताना त्यांचा मृत्यू झाला. श्रींच्या ब्रह्मवाक्याची नाझर गोपाळरावांसह अन्य संबंधितांनाही प्रचिती आली; पण सत्ता, संपत्ती, कारभारी पद, अधिकार याच्या धुंदीमुळे कारभारी दिनकररावांना श्री स्वामी समर्थांची महती अक्कलकोटमध्ये राहूनही समजण्यास खूप उशीर झाला होता.

❋

श्री स्वामी समर्थांचा कीर्तिसुगंध त्या काळात सर्वत्र दूरवर पसरला होता. तेव्हा विविध प्रकारच्या दुखण्यांवर, आजारावर आत्तासारखे औषधोपचार आणि उपचारपद्धती उपलब्ध नव्हत्या. तेव्हा आबालवृद्धांचे धन्वंतरी एकमेव आधारवड श्री स्वामी समर्थच असल्यामुळे अनेक जण 'श्रीं'कडे येत असत. असेच एकदा पुणे येथील श्रीमंत उमाबाई रास्ते यांच्या चिमाताईस डोळ्यांचा तीव्र आजार होऊन तिला काही दिसेना. त्यावर त्या वेळी उपलब्ध असलेली सर्व प्रकारची औषधे, हकीम, वैद्य, डॉक्टर यांचे उपचार करून झाले होते; पण गुण काही येईना. अखेरीस त्यांच्या एका जवळच्या स्नेह्याने उमाबाईंस सांगितले. ''बाईसाहेब, अक्कलकोटमध्ये श्री स्वामी समर्थ म्हणून अवतारी दत्तप्रभू आहेत. त्यांच्या कृपेने चिमाताईस दृष्टी येते काय,

ते तिथे जाऊन पाहावे.'' स्नेह्यांच्या सूचनेवरून उमाबाईसाहेब एक कारकून, एक हुजऱ्या आणि एक मदतनीस बरोबर घेऊन अक्कलकोटास आल्या.

चौकशी करता श्री स्वामी अक्कलकोटमधील साखर विहिरीवर होते असे कळले. त्या सर्वांनी तिथे जाऊन श्रींचे दर्शन घेतले. समवेत असलेल्या कारकुनाने श्री स्वामींस प्रार्थनापूर्वक सांगितले, ''महाराज, या मुलीचे (चिमा) डोळे गेले आहेत. तिला काहीच दिसत नाही. कृपा करून तिला दृष्टी द्यावी.'' त्यावर श्री स्वामींनी चिमाताईस विचारले, ''काय गं ए मुली, काय पाहिजे?'' मूलतःच धीट स्वभावाची चिमाताई उत्तरली, ''काय पाहिजे म्हणजे? डोळे पाहिजेत.'' त्यावर चिमाताईच्या निरागस धीटपणावर खूश होऊन श्री स्वामी म्हणाले, ''मांजरीचे दूध सात दिवस डोळ्यांत घाल, म्हणजे तुला डोळे येतील.''

नंतर ही सर्व मंडळी श्री स्वामींना साष्टांग नमस्कार करून त्यांची आज्ञा घेऊन पुण्यास आली. पुण्यात आल्यावर श्री स्वामी आज्ञेनुसार चिमाताईच्या डोळ्यात मांजरीचे दूध सात दिवस घातल्यावर तिला सातवे दिवशी चांगले लख्ख, स्पष्ट दिसू लागले. हे सर्व प्रत्यक्ष पाहून आणि ऐकून चिमाताईच्या डोळ्यांवर औषधोपचार करणाऱ्या हकिमांना, वैद्यांना आणि डॉक्टरांना मोठे आश्चर्य व कौतुक वाटले.

अनेक पीडित व्याधी-निरसनार्थ गाणगापुरी जात. असाच एक कुष्ठरोगी व्याधी निरसनार्थ गाणगापुरी गेला. बरेच दिवस नित्यनियमाने तिथे श्री दत्तप्रभूंची सेवा करीत राहिला. 'तुझी कुष्ठरोगाची व्याधी तू अक्कलकोटला जाऊन आमची सेवा केलीस, की बरी होईल. आम्हीच तिथे सदेह स्थितीत आहोत.' असा तिथे स्वप्नदृष्टान्त झाला. तो लगेचच मजल-दरमजल करीत अक्कलकोटास आला. 'श्रीं'च्या नित्य सेवेत राहिला. परंतु त्याच्या कुष्ठरोगाच्या वेदना काही कमी होत नव्हत्या. एके दिवशी तो वेदनेने अतिशय त्रस्त असताना त्याने श्रींस प्रार्थना केली, ''महाराज, माझ्याच्याने आता हे कुष्ठरोगाचे दुःख सहन होत नाही. जर मला येथेच आपल्या चरणांशी मरण प्राप्त झाले, तर मी या व्याधीपासून कायमचा मुक्त होईन.'' कनवाळू 'श्रीं'ना त्यांची कीव येऊन ते म्हणाले, ''विष्ठा घेऊन अंगास लाव.''

''महाराज, आज्ञा प्रमाण.'' असे म्हणून श्रींस वंदन करून तो उठला.

तो औषध मिळवण्याच्या खटपटीस लागला. त्याने विचार केला की, ''विष्ठाच अंगास लावायची तर दुसऱ्याची कशाला आणावी? जर श्रींचीच विष्ठा लावली तर उत्तम.'' म्हणून त्याने श्रींची विष्ठा घेऊन तिचा सर्वांगास लेप दिला. काही वेळाने अंग

धुवून टाकले. हा उपाय चारपाच दिवस केला. चारपाच दिवसांनंतर त्याच्या अंगावर कुष्ठाच्या जिथे जिथे जखमा होत्या, तिथे खपल्या धरल्या. त्याच्या शरीरावरील कुष्ठाच्या सर्व जखमा बऱ्या झाल्या. त्याचे शरीर पूर्ववत, किंबहुना त्याहीपेक्षा अधिक सतेज, कांतिमान, तेजस्वी दिसू लागले. काही दिवस श्रींच्या सेवेत राहून, नंतर त्यांची आज्ञा घेऊन मोठ्या आनंदाने तो आपल्या गावी गेला.

✻

श्रीधर नावाचा एक माणूस पोटाच्या व्याधीने त्रस्त झाला होता. सर्व उपाय करून तो व त्याचे कुटुंबीय जेरीस आले होते. अखेरचा उपाय म्हणून तो गाणगापुरात येऊन दत्तप्रभूंची व्रतस्थपणे सेवा करीत असता, एक दिवस दत्तप्रभूंनी यतिरूप धारण करून त्याच्या स्वप्नात येऊन सांगितले, ''श्रीपुरीच्या पानांचा रस काढून, त्यात सुंठ व सैंधव घालून भक्षण कर; म्हणजे तुझा पोटशूळ शांत होईल.'' दुसऱ्या दिवशी सकाळी त्याला रात्रीच्या स्वप्नदृष्टान्ताची आठवण झाली. पण श्रीपुरी कोणत्या झाडाला म्हणतात ते त्याला कळेना. त्याने काही अनुभवी गृहस्थ व वैद्यांना श्रीपुरी वृक्षाबद्दल विचारले, पण कुणासही श्रीपुरी वृक्षाबद्दल काही सांगता येईना.

अखेरीस चिंतित होऊन तो निजला असता पुन्हा त्यास दृष्टान्त झाला. ''अक्कलकोटमध्ये श्री स्वामी समर्थ आहेत ते तुला श्रीपुरीचे झाड दाखवून देतील. तिथे जा.'' भल्या पहाटे उठून त्याने अक्कलकोटचा रस्ता धरला. मजल दरमजल करीत तो अक्कलकोटला पोहोचला. 'श्रीं'ची स्वारी नव्या विहिरीजवळ मारुतीच्या ओट्यावर बसली होती. 'श्रीं'च्या पायावर डोके ठेवून हात जोडून तो उभा राहिला. त्या श्रीधर नावाच्या माणसाने काही सांगण्याच्या आतच त्याच्या तोंडाकडे पाहून अंतर्ज्ञानी श्री स्वामी समर्थ महाराज म्हणाले, ''अरे, निंबाच्या झाडासच श्रीपुरी म्हणतात. त्याचा रस काढून त्यात सुंठ व सैंधव घालून त्याचे मिश्रण करून तीन दिवस खा, म्हणजे तुझी व्याधी नष्ट होईल.'' त्यास खूप आनंद झाला. श्रींच्या आज्ञेनुसार त्याने तसे औषध घेतले. आठ दिवसांत त्याची पोटशुळाची व्याधी संपूर्ण नष्ट झाली. श्रींची आज्ञा आणि आशीर्वाद घेऊन त्यांचे गुणगान गात तो त्याच्या कर्नाटक प्रांतातील गावी गेला. अशा अनेक व्याधीग्रस्तांना श्रीकृपेमुळे त्यांनी सुचविलेल्या उपाय केल्यामुळे व्याधिमुक्तता मिळाली. श्री स्वामी हे अश्विनीकुमार, ईश्वरी धन्वंतरी म्हणून असे काही उपचार सुचवत, की ते ऐकून अचंबित व्हावे. पण पीडितांस मात्र यथावकाश गुण खात्रीने येत असे.

❋

अशा अनेक पीडितांमध्ये रा. रा. नारायण परशुराम दामले नावाचे त्या वेळचे सोलापुरमधील सुप्रसिद्ध वकील होते. ते श्री स्वामींचे निस्सीम भक्त होते, ते श्रींच्या दर्शन भेटीस नित्यनियमाने येत. श्री स्वामीही त्यांना प्रेमाने 'गणपती' म्हणून हाक मारीत. अशा या नारायणराव दामले वकिलांना मूळव्याधीचा जबरदस्त त्रास होऊ लागला, त्या वेळी उपलब्ध असलेले सर्व उपाय त्यांनी केले पण गुण नाही. शेवटी डॉक्टरांनी शस्त्राने त्यांच्या व्याधींवर प्रयोग केला, म्हणजे तो मूळव्याधाचा कोंब कापला. परिणामी त्यापासून गुण न येता मूळव्याधीच्या कोंबातून फार रक्तस्राव होऊ लागला. त्यामुळे दिवसेंदिवस दामले वकिलांची प्रकृती खालावत गेली. विविध प्रकारची औषधे घेता घेता ते कंटाळून गेले. त्यांची प्रकृती इतकी क्षीण झाली होती, की 'श्रीं'स प्रार्थना करून उपचार करून घेण्याची ताकदही त्यांच्या अंगात उरली नव्हती. मूळव्याधीच्या या दुर्धर त्रासातून आपण आता वाचत नाही असे त्यांना वाटत होते. त्यांनी जगण्याची आशा जवळजवळ सोडली होती.

अखेरीस श्री स्वामींशिवाय आपणास कोणी तारणार नाही असा विचार करून अक्कलकोटमधील मोरोपंत नावाच्या सेवेकऱ्यांस पत्र पाठवून त्यात 'श्री स्वामी समर्थ महाराजांना माझ्या मूळव्याधीच्या दुखण्याबद्दल सांगून ते जी आज्ञा देतील तिचे मी पालन करीन.' अशा मजकुराचे पत्र पाठविले. पत्रानुसार सेवेकरी मोरोपंत श्री स्वामींकडे गेले. दामले वकील, त्यांचा मूळव्याधीचा आजार यांबद्दल मोरोपंतांनी काही सांगण्याअगोदर व पत्र दाखवण्यापूर्वीच सर्वज्ञ श्री स्वामी म्हणाले, ''गोमूत्र द्यावे म्हणजे व्याधी जाईल.'' मोरोपंत सेवेकऱ्यांनी श्री स्वामींचा हा निरोप दामले वकिलास सोलापूरला पत्राने कळवला, त्यांनी श्री स्वामींनी दिलेल्या आज्ञेनुसार गोमूत्र घेतले. आठ-दहा दिवसांतच नारायण दामले वकिलांची व्याधी समूळ नष्ट झाली. ते पूर्वीसारखे त्यांचे कामकाज करू लागले. पण या साऱ्या घटना क्रमामध्ये त्यांचे 'श्री स्वामी समर्थ' नामाचे नामस्मरण अखंड चालूच होते. सर्वज्ञ, अंतर्ज्ञानी भक्तवत्सल श्री स्वामी समर्थांना हे सर्व कळल्याशिवाय कसे राहिले असेल?

❋

अक्कलकोटपासून एक कोसावर बोरी नदीच्या काठी ममदाबाद नावाच्या गावात गोविंदपंत कुलकर्णी राहत असत. त्यांना भोजन केल्यानंतर पोटात खूप दाह होत असे. जणू आत पोटातून आग लागली आहे असे वाटत असे. खाल्लेले अन्न

ओकून पडत असे. या व्याधीने ते त्रासून गेले होते. यातून सुटका मिळावी या हेतूने ते गाणगापुरास गेले. तिथे त्यांनी दत्तप्रभूंची व्रतस्थपणे सेवा आरंभली. काही दिवसांनंतर त्यांना 'तुला परब्रह्माचे दर्शन झाल्यास तू व्याधीपासून मुक्त होशील.' असा स्वप्नदृष्टान्त झाला.

प्रात:काळी उठल्याबरोबर गोविंदराव विचार करू लागले, 'या कलियुगात एखाद्या योग्याचे दर्शन होणेसुद्धा महाकठीण! तेव्हा माझ्यासारख्यास परब्रह्माचे दर्शन कसे होईल?' असा विचार करीत असताना तिथे बाबा भट नावाचा एक कुष्ठरोगी विद्वान आला. त्यास गोविंदपंत सांगू लागले, ''मी एक कुटुंबवत्सल माणूस. मला मुमुक्षत्व, वैराग्य वगैरे काही नाही. मी फार मोठा साधक, तपस्वीही नाही. असे असता मला परब्रह्माचे दर्शन कसे होईल? हे कृपा करून सांगा.'' नंतर बाबा भटाने गोविंदराव कुलकर्णींसाठी दत्तप्रभूंची प्रार्थना केली. त्यानंतर गोविंदरावांस दृष्टान्त झाला की, 'तुझी व्याधी निरसन करणारे परब्रह्म अक्कलकोटी आहे. तिथे जाऊन घरे झाडावी म्हणजे व्याधी निरसनाचा उपाय सापडेल.' या स्वप्नदृष्टान्ताने जागे होऊन त्यांनी श्रींच्या पादुकांचे पूजन केले, आणि दुसऱ्या दिवशी अक्कलकोटला प्रस्थान केले.

श्रीदर्शन घेऊन हात जोडून उभे राहताच त्यांच्याकडे पाहत अंतर्ज्ञानी श्री स्वामी म्हणाले, ''अरे, गोमूत्र आणि शेण रोज सात दिवस खा, म्हणजे त्या व्याधीपासून मुक्त होशील.'' श्री स्वामी आज्ञेनुसार त्याने तसे करताच पोटात अग्नी भडकण्याची आणि खाल्लेले अन्न ओकून बाहेर पडण्याची त्याची व्यथा पूर्णत: थांबली. त्याला चांगलीच हुशारी वाटू लागली. श्री स्वामींना त्रिवार वंदन करीत आणि त्यांची स्तुती करीत गोविंदराव कुलकर्णी म्हणाले, ''देवाधिदेवा, श्री स्वामिराया, पोटदुखीच्या विपरीत दुखण्याने मी पुरता पिडलो होतो. परंतु केवळ आपल्यामुळे मी व्याधिमुक्त झालो. आपण साक्षात शिवाचे अवतार आहात, आमच्यासारख्या मूढ जनांच्या उद्धारासाठीच आपला अवतार आहे.'' काही दिवस श्रींसन्निध सेवेस राहून, त्यांची अनुमती घेऊन ते त्यांच्या गावी ममदाबादला आनंदाने परतले. पुढे आयुष्याच्या अखेरच्या श्वासापर्यंत श्री स्वामी समर्थ दर्शनभेटीची नित्यनियमित वारी ते करीत राहिले.

❊

पुण्याच्या जानकीबाई नावाच्या एका स्त्रीस नेत्ररोग होऊन तिला अंधत्व आले. त्या वेळी उपलब्ध असलेले सर्व औषधोपचार तिने केले, पण गुण पडला नाही. श्री स्वामी समर्थांची कीर्ती ऐकून ती अक्कलकोटी आली. श्रींचे दर्शन घेऊन उभी राहताच ते तिला म्हणाले, ''अगं जानके, हत्तीचे मूत डोळ्यांत घाल, म्हणजे तुला दिसेल!'' श्री

स्वामींच्या आज्ञेनुसार तिने तसे करताच तिला आठ दिवसांतच स्वच्छ दिसू लागले. नंतर तिने श्रींची पूजा केली व नैवेद्य अर्पण केला. त्यांची आज्ञा आणि आशीर्वाद घेऊन ती पुण्यास आनंदाने परत आली.

❈

एका बाईच्या मानेला मोठे गळू झाले. ते फुटले. जखमेतून पू वाहू लागला. तिला ठणका बसून वेदना होऊ लागल्या. काही केल्या तिला बरे वाटेना. म्हणून ती श्रींच्या दर्शनास आली. 'श्रीं'ना दाखवीत प्रार्थनापूर्वक म्हणाली, ''महाराज, या मानेवरील जखमेला तुम्हीच काही तरी औषध सांगा.'' तेव्हा त्या जखमेकडे कृपादृष्टीने पाहत श्री स्वामी म्हणाले, ''अगं, त्याला बैलाचे मूत लाव, म्हणजे बरे होईल!'' त्या बाईने तीनचार दिवस मानेवरील त्या गळूस बैलाचे मूत लावताच गळू आठ-दहा दिवसांत पूर्ण बरे झाले.

❈

असाच कोणी एक अनामिक जटाधारी तपस्वी विविध तीर्थक्षेत्री फिरत फिरत रामेश्वरी आला. श्रीसेतुबंध रामेश्वराचे दर्शन घेऊन निघाला असता त्याला जलोदराची व्याधी जडली. त्यामुळे त्याची प्रकृती क्षीण होत गेली. त्याही स्थितीत मोठ्या मुश्किलीने तो प्रवास करीतच राहिला. तेव्हा त्याच्या मनात द्वारकेची यात्रा करावी व चतुर्भुज श्रीकृष्णाचे दर्शन घ्यावे असे आले. त्याने तसा दृढ संकल्प केला. जलोदराच्या व्याधीने जर्जर झालेला तो गोसावी कसाबसा मजल दरमजल करीत प्रवास करीत होता. एके दिवशी प्रवासात रात्रीच्या वेळी त्याला दृष्टान्त झाला. ''तू अक्कलकोटी जा. तिथे अवतारी परमहंस पुरुष आहेत. तिथे तुला आरोग्य प्राप्त होईल.'' या दृष्टान्ताने त्या गोसाव्यात हिंमत आली. मोठ्या आशेने त्याने प्रज्ञापुरी तथा अक्कलकोटकडे प्रतिदिन कोस अर्धाकोस चालत चालत मार्गक्रमण केले. अखेर १०-१५ दिवसांनी तो अक्कलकोटी पोहोचला. मुरलीधर मंदिरालगत असलेल्या धर्मशाळेत त्याने मुक्काम केला. एव्हाना जलोदराच्या व्याधीने त्याचे प्राण कंठाशी आले होते.

श्री स्वामी समर्थांचे दर्शन होईल आणि आपली जलोदराची व्याधी बरी होईल या तीव्र उत्सुकतेने तो श्री स्वामी समर्थ महाराजांच्या दर्शनास आला होता. त्या दिवशी श्रींची स्वारी एका विहिरीच्या काठावर येऊन स्थानापन्न झालेली होती. शोध घेत घेत तो गोसावी तिथे आला. त्या ठिकाणी अगोदरच श्रींच्या दर्शनार्थींची विपुल गर्दी झालेली होती. त्या गर्दीत हा गोसावी उभा राहिला. तेव्हा सर्वज्ञ श्री स्वामी त्या

गोसाव्याकडे हाताने निर्देश करीत उपस्थित दर्शनार्थींना म्हणाले, ''त्या गोसाव्याला रस्ता द्या. त्याचा हात धरून त्याला सांभाळून माझ्याकडे घेऊन या.'' श्रीआज्ञेनुसार दर्शनार्थींनी त्या गोसाव्यास त्यांच्याकडे येण्याचा रस्ता बाजूस होऊन मोकळा करून दिला. एक सेवेकरी त्यास हाताला धरून श्रींकडे घेऊन आला. विविध तीर्थयात्रा करीत आलेला तो गोसावी श्रींच्या तेज:पुंज दर्शनाने दिपून गेला. त्याने श्रींना साष्टांग नमस्कार करून त्यांच्यापुढे तो हात जोडून उभा राहिला.

त्याच्याकडे वात्सल्याने पाहत श्री स्वामी समर्थ महाराज म्हणाले, ''का हो बैरागीबुवा, द्वारकेची यात्रा करण्याची आणि चतुर्भुज श्रीकृष्णाचे दर्शन घेण्याची तुमची इच्छा आहे ना? तुमची ही इच्छा पूर्ण होईल, याचा भरवसा ठेवा.'' श्री स्वामिरायांनी आपले मनोगत अचूक ओळखले याचे त्यास परम आश्चर्य वाटले. त्याच्या डोळ्यातून आनंदाश्रू वाहू लागले. तो स्वत:शीच म्हणाला, 'हे तर साक्षात परब्रह्मस्वरूप परमात्माच आहेत. यांच्यासारखा दुसरा कुणीच नाही, याबद्दल संदेह नाही.' तत्क्षणी सर्वज्ञ श्री स्वामी उद्‌गारले, ''संदेह, नि:संदेह यांची गरजच काय? आम्ही कोणीही असोत. तू त्या कडुनिंब वृक्षाची पाने काढून खा. ते आधी नि:शंकपणे कर. मग बाकीच्या गोष्टी.''

जलोदराची व्याधी बरी होण्यासाठी त्याने श्रींनी निर्देशित केलेल्या कडुनिंबाच्या वृक्षाची पाने काढून खाल्ली. पण ती त्याला इतकी कडू लागली, की त्यास ती थुंकून टाकावी लागली. तेव्हा तो हात जोडून म्हणाला, ''हे प्रभुनाथा, आपण मला फारच कडू औषध सांगितले. ती पाने माझ्याच्याने खाववतही नाही. या कडू औषधांना मी कंटाळलो आहे. जे नको तेच प्रारब्ध भोग मला भोगावे लागत आहेत. हा देह विसर्जन झाल्यातच जमा आहे, असे मला वाटू लागले आहे. आपण सांगितलेले मी ऐकत नाही म्हणून खेद नसावा हो, पुरुषोत्तमा! आपण परमपुरुष योगिराज. मी दीन... आपल्या कृपेमुळेच मी येथवर येऊ शकलो. मी आपला शरणागत आहे. या दीनास कृतार्थ करा हो, जगदीशा!''

तेव्हा हाताने निर्देश करीत ब्रह्मांडनायक श्री स्वामी हसत उद्‌गारले, ''त्या निंबाची जी दुसरी फांदी दिसते आहे, तिची कोवळी पाने अत्यंत प्रेमभावाने भक्षण कर. त्यात कडूपणा नाही.'' श्रीआज्ञेनुसार त्याने कडुलिंबाची दुसरी फांदी जवळ ओढून त्याची कोवळी पाने काढली. मुखात घातली, तर ती त्यास अत्यंत मधुर लागली. त्याने चकित होऊन डोळे विस्फारताच अन्य उपस्थित लोकही त्या फांदीची पाने तोडून चघळू लागली. त्यांनाही मधुर चवीचा अनुभव आला. त्या गोसाव्याची

तर खात्रीच पटली, की केवळ निर्देशाने एखाद्या झाडाच्या फांदीची पाने गोड लागणे हे ईश्वरी कृत्याशिवाय दुसरे काय असणार! कडुनिंबाची पाने एरवी तोंडात घालवत नाहीत, ती इथे तर साखरेप्रमाणे गोड लागत आहेत! सर्व जण आश्चर्य करू लागले. त्या निर्देशित लिंबाच्या पानांचे अमृततुल्य स्वाद तीन दिवस त्या गोसावीबुवाने घेतल्यानंतर त्याची उदरव्याधी पूर्णत: बरी झाली. गोसाव्याच्या आनंदाला तर आता पारावार उरला नव्हता. त्याला दिवसरात्र ध्यानीमनी आणि स्वप्नीसुद्धा श्री स्वामी समर्थ महाराजांची ती तेज:पुंज मूर्ती दिसत होती. अक्कलकोटच्या वास्तव्यात तो नित्य श्रींच्या समीप वावरत असे.

एके दिवशी नेहमीप्रमाणेच श्री स्वामी समर्थ महाराजांच्या दर्शनभेटीसाठी विपुल गर्दी झाली होती. श्रीकृपेने आरोग्यवंत झालेला तो गोसावीही श्रींसमोर हात जोडून विनम्रपणे उभा होता. अकस्मात श्रींचे ते रूप श्रीकृष्णरूपात परावर्तित झाले. शंख-चक्र-गदा-पद्म, पितांबर, गळा वैजयंती माळा, चार भुजा, श्यामवर्ण वगैरे स्वरूपात त्यास श्रीकृष्णमूर्ती दिसू लागली.

त्या दर्शनाने तो गोसावी आनंदाने बेहोश होऊन नाचू लागला. म्हणू लागला, ''हे देवाधिदेवा, दयासागरा श्री स्वामिराया, माझे अज्ञान उडाले. अविद्या गळाली. आपण अनंत कोटी ब्रह्मांडनायक आहात. सर्वत्र आपणच व्यापून राहिला आहात. मी पामराने आपले कसे उतराई व्हावे!'' असे बरेच काही कमालीच्या आनंदविभोर अवस्थेत तो बराच वेळ बोलत होता.

तेथे उपस्थित असलेल्यांना या घटनाप्रसंगाचे परम आश्चर्य वाटले. इतक्यात श्री स्वामींनी ते श्रीकृष्णरूप सोडून पूर्वरूप धारण केले. तसा तो गोसावी भानावर आला. तेव्हा उपस्थितांनी त्यास विचारले, ''काय हो गोसावीबुवा, तुम्हाला काय दिसले?'' तेव्हा त्याने उत्तर दिले, ''अहो, गेल्या कित्येक दिवसांपासून चतुर्भुज श्रीकृष्णाचे दर्शन घ्यावे, अशी माझ्या मनाची इच्छा होती. ती आज पूर्ण झाली. खरोखर मी परमभाग्यशाली आहे.'' असे म्हणून त्याने श्रीचरणांवर लोळणच घेतली. श्री स्वामी समर्थ महाराज समाधिस्थ होईपर्यंत तो अक्कलकोटमध्येच श्रींच्या सेवेत होता. नंतर काही दिवसांनी तो तीर्थयात्रा करण्याकरिता निघून गेला.

❋

श्री स्वामी समर्थ हे अनेक व्याधिग्रस्तांचे, रोगपीडितांचे आणि रुग्णांचे आधारवड होते. त्यामुळे वाहतुकीच्या आणि दळणवळणाच्या सर्व प्रतिकूलतेवर मात करीत अनेक रोगपीडित श्रींकडे अक्कलकोटी येत असत. त्यात पुणे जिल्ह्यातील जुन्नर

गावातील सखू नावाची एक स्त्री होती. तिच्या अंगावर श्वेतकुष्ठ उद्भवल्यामुळे ती अतिशय त्रस्त झाली होती. ते श्वेतकुष्ठ चेहऱ्यासह संपूर्ण शरीरावर पसरले होते. त्यामुळे तिला कुठेही जनमानसात वावरण्याची लाज वाटत असे. ते श्वेतकुष्ठ नष्ट व्हावे म्हणून तिने तेव्हा उपलब्ध असलेले सर्व उपाय केले, पण गुण काही येईना. उलट चेहऱ्यावरचा आणि हाता-पायाचा विद्रूपपणा वाढतच चालला. औषधोपचार, अंगारेधुपारे, देवादिकांना खेट्या, प्रदक्षिणा, अभिषेक आदी सारे केले; पण व्यर्थ.

एकदा एक साधू भिक्षा मागण्याच्या निमित्ताने तिच्या दाराशी आला. त्याने त्याचे नाव चरणदास सांगितले. भिक्षा वाढत असताना सखुबाईने तिची शरीरव्यथा त्याला ऐकवली. ''कुष्ठरोगनाशार्थ काही उपाय आहे का, साधूबुवा?'' सखुबाईने त्यास विचारले. चरणदास साधू म्हणाला, ''माये, अक्कलकोटास दत्तावतार श्री स्वामी समर्थ सगुण स्वरूपात आहेत. त्यांचे दर्शन जर तू घेशील, तर तुझा रोग जाईल. जा, माये, अक्कलकोटी जा. उशीर लावू नकोस.'' साधूच्या या सूचनेने सखुबाईस आनंद झाला. लगोलग मुलीला बरोबर घेऊन मजल दरमजल करीत ती अक्कलकोटच्या दिशेने निघाली.

ज्या दिवशी अक्कलकोटास पोहोचली, त्या दिवशी श्रींची स्वारी खंडोबाचे देवळात बसली होती. नेहमीप्रमाणेच त्यांच्या दर्शनभेटीस आलेल्यांची गर्दी उसळली होती. गर्दीतून वाट काढीत सखुबाई कन्येसह श्री स्वामींपर्यंत पोहोचली. श्रींस साष्टांग दंडवत घालून ती उभी राहिली. श्री स्वामी समर्थ महाराजांच्या त्या दिव्य, तेजःपुंज दर्शनाने तिचे अष्टभाव जागृत झाले. कंठ सद्गदित झाला. अंगावर रोमांच उभे राहिले. त्या दोघीही हात जोडून उभ्या होत्या. काहीतरी सांगण्यासाठी ती बोलणार, तेवढ्यात श्री स्वामी तिला म्हणाले, ''बाई सखे, तू पर्वतासारखे खूपच मोठे दुःख भोगते आहेस ना? चरणदासाच्या मुखातून निघालेल्या वचनानुसार तू इथे आलीस. सुखाने परतशील बरे. हा पांढरा दगड घेऊन जा आणि रोज अंगास उगाळून लावीत जा.'' असे बोलून त्यांनी तिच्या हाती पांढरा दगड दिला. सखुबाईने तो भगवंताचा कृपाप्रसाद म्हणून दोन्ही हातांच्या ओंजळीत घेतला आणि भक्तिभावाने मस्तकी लावला.

मुलीसह तिथेच धर्मशाळेत महिना-दीड महिना त्या दोघी मायलेकी राहिल्या. श्रींचे नित्यदर्शन, तीर्थप्रसाद प्राशन आणि तो पांढरा दगड उगाळून अंगास लावणे असा एक महिना तिचा उपक्रम सुरू होता. दरम्यान माधुकरी मागून ती व तिच्या मुलीचा उदरनिर्वाह करीत असे. असे एक महिना करताच तिचा रोग निःशेष बरा झाला. तिचे शरीर पूर्वीपेक्षाही अधिक तेजस्वी आणि कांतिमान दिसू लागले. कृतज्ञभावनेने

सखुबाईने श्रींचे भक्तिभावाने पूजन केले. त्यांची आज्ञा घेऊन सुखासमाधानाने आणि आनंदाने ती कन्येसह जुन्नरला आली.

※

त्या वेळच्या कोकण प्रांतात एक धनिक गृहस्थ फिरत फिरत वाराणसीला गेला. तिथे त्याच्याकडून अनुचित कर्मे झाली. तो मद्यप्राशनात धुंद असे आणि व्यभिचारही खूप करीत असे. त्या अवस्थेत तो त्याचे कुळधर्म-कुळाचारही विसरला. परिणामी त्याला दारिद्र्य आले. त्याच्या सर्वांगावर कुष्ठ उमटले. भिक्षान्न मागून त्याला पोट भरावे लागे. अशा अवस्थेत तो नाशिक-त्र्यंबकेश्वर तीर्थयात्रा करीत-करीत पंढरपूर क्षेत्री आला. दारिद्र्य, सर्वांगावरील कुष्ठ यांमुळे तो त्रस्त झाला होता. ऐन वैभवात असताना केलेल्या कुकर्मांचा आणि उन्मादीपणाचा त्याला पश्चात्ताप होत होता.

येथे पंढरपुरी त्याची योगायोगाने एका साधूशी भेट झाली. साधूपुढे नतमस्तक होत तो म्हणाला ''साधूबुवा, हा दुर्धर कुष्ठ रोग मला आता सोसवत नाही. या लाजिरवाण्या भिकारपणापेक्षा मरण परवडले.'' तेव्हा त्यास शांत करीत साधू महाराज म्हणाले, ''आपण कुकर्म करताना देवास विसरतो आणि दुःख भोगताना त्यासच आठवतो. आता कुणासही दोष न देता तुम्हास एक सोपा उपाय सांगतो. तो केल्यास तुमचे भोग संपतील.''

''कोणता तो उपाय? साधूमहाराज, लवकर सांगा. तो मी निश्चितपणे करीन.'' त्याने अधिरतेने विचारले.

''सध्या अक्कलकोटमध्ये ब्रह्मांडनायक श्री स्वामी समर्थ दत्तात्रेयाचा अवतार धरून सदेह नांदत आहेत.'' साधूमहाराजांनी त्यास सांगितले. त्यांचे हे कथन तो अतिशय उत्सुकतेने लक्ष देऊन ऐकत होता. साधूबुवा म्हणाले, ''माझा स्वतःचाच श्रीस्वामींबद्दलचा अनुभव आहे. ऐकायचाय तुम्हाला?'' त्या साधूस पुढे काहीही बोलू न देता तो म्हणाला, ''सांगा सांगा. मी ऐकण्यास अगदी अधीर झालो आहे.'' तेव्हा साधूमहाराज त्यांच्या धीर-गंभीर स्वरात म्हणाले, ''मी दम्याच्या विकाराने बेजार झालो होतो. अनेक औषधोपचार करून थकलो. शेवटी पांडुरंगाला प्रार्थिले, ''देवा, मी या दम्याच्या विकाराने जर्जर झालेलो आहे. माझ्यावर कृपा करा. मला यावर काही तरी उपचार सुचवा. आपल्या चरणांशिवाय मी अन्य कुठे जाणार? पंढरीनाथा, हे सर्व आता मला नाही सोसवत. कृपा करा या दीनावर.''

साधूमहाराजांचे बोलणे अतिशय मनोभावे तो ऐकत होता. ''पुढे काय झाले?'' त्याने उत्सुकतेने पुन्हा विचारले.

''त्याच रात्री रुक्मिणीकांत पांडुरंग स्वप्नदृष्टान्त देऊन म्हणाले, ''तू त्वरित अक्कलकोटी जावे व व्याधीचे निरसन करून घ्यावे.'' तो व्याधीग्रस्त 'पुढे काय? पुढे काय?' असे जिज्ञासेने विचारून कान टवकारून साधू महाराजांचे बोलणे ऐकत होता.

''पांडुरंगाचे दर्शन घेऊन मी अक्कलकोटी आलो. श्रींचे दर्शन घेऊन त्यांचे पुढे हात जोडून उभे राहताच अंतर्ज्ञानी श्री स्वामी समर्थ महाराज म्हणाले, ''पांडुरंगाच्या आज्ञेने इथे आलास ना? तर मग तीन दिवस रताळी भाजून खा. रोग निःशेष बरा होईल. साधूराया, जा भिऊ नकोस.'' श्रींच्या आज्ञेनुसार मी तीन दिवस रताळी भाजून खाल्ली. त्याने माझी दम्याची व्याधी समूळ नष्ट झाली. सांगायचे तात्पर्य हेच आहे की, तूही तिथे जा.'' साधू महाराजांच्या त्या अनुभवसिद्ध कथनाने त्या कुष्ठपीडितामध्ये उत्साह संचारला. साधूंच्या आज्ञेनुसार तो गृहस्थ तातडीने अक्कलकोटास दाखल झाला.

दुसऱ्या दिवशी श्री स्वामींचे दर्शन घेऊन हात जोडून त्यांच्यापुढे उभा राहिला. तेव्हा अंतर्ज्ञानी श्री स्वामी त्यास म्हणाले, ''काय रे, पंढरपूरच्या साधूच्या आज्ञेने तू इथे आलास ना?'' त्याने होकारात्मक मान हलवली. श्रींच्या तेजःपुंज आणि आजानुबाहू रूपाने तो दिपून गेला होता. पुन्हा त्यांना साष्टांग नमस्कार करून तो तिथेच बसला. खंडोबा मंदिराशेजारच्या धर्मशाळेत तो कुष्ठपीडित वास्तव्यास होता. तिन्हीत्रिकाळ श्रींचे दर्शन घेणे, माधुकरी मागणे, अखंड 'श्री स्वामी समर्थ' नामाचा जप करणे हा त्याचा नित्यक्रम चालू होता. तो श्रींच्या अनेक लीला ऐकत व प्रत्यक्ष पाहतही होता.

❋

एके दिवशी नित्यनियमाने श्रींच्या दर्शनभेटीसाठी एक जण आला. दर्शन घेऊन हात जोडून उभा राहताच श्री स्वामी त्यास म्हणाले, ''अहो भटजीबुवा, तुमच्या घराच्या मागीलदारी परमसुगंधी चंदनाचे झाड आहे. त्याचे एक खोड आम्हाला आणून द्या!'' श्रींना आपल्या घराच्या मागील दारी चंदनाचे झाड आहे हे कसे कळले, या विचाराने तो अचंबित झाला. श्रींना त्रिवार मुजरा करून त्यांची आज्ञा घेऊन त्याच्या गावी, घरी त्वरेने आला. त्याने चंदन वृक्षाचे खोड कापले. अक्कलकोटी येऊन ते श्रींचरणी अर्पण केले. श्रींनी ते आपल्या हाती घेऊ त्यावर कृपाकटाक्ष टाकला.

जवळच उभ्या असलेल्या कुष्ठपीडिताच्या हाती देत ते म्हणाले, ''हे खोड उगाळून अंगास लावावे. हे खोड ज्या दिवशी सरेल, त्या दिवशी तुझा कुष्ठरोग

जाईल!'' श्रींची आज्ञा प्रमाण मानून ते चंदनाचे खोड नित्यनियमाने उगाळून त्याच्या अंगास तो लावू लागला. त्याच वेळी मनातल्या मनात 'श्री स्वामी समर्थ' नामाचा जपही चालू असे. श्रींच्या वचनानुसार ज्या दिवशी त्या चंदनाचे खोड पूर्ण सरले, त्या दिवशी तो पूर्णतः कुष्ठरोगमुक्त झाला. त्याचे शरीर पूर्वीपक्षाही अधिक तेजस्वी झाले. काही दिवस श्री स्वामीसेवेत राहून, त्यांचा आशीर्वाद घेऊन तो आपल्या गावी आला. त्याला रोगमुक्त झालेला बघून त्याच्या पत्नीस व मुलास खूप आनंद झाला. थोडे दिवस गावी राहून बायकोमुलांसह तो श्री स्वामींच्या कृतज्ञता दर्शनभेटीसाठी अक्कलकोटला आला.

श्री स्वामी समर्थ महाराजांचे दर्शन घेऊन तो, त्याची पत्नी आणि मुलगा हात जोडून श्रींपुढे उभे राहिले, तेव्हा श्री स्वामी त्यास म्हणाले, ''तुझ्या घराजवळ औदुंबर आहे. त्याच्याखाली यथाविधी यथाशास्त्र श्रीगुरुपादुका स्थापन कर.'' असे म्हणून त्यांनी त्यास सुरेख पादुका दिल्या. पादुकाप्रसाद व श्रींचे शुभाशीर्वाद घेऊन तो त्याच्या पत्नी व मुलासह अत्यानंदाने गावी आला.

आपल्या घरामागे औदुंबर आहे, हे वास्तव श्री स्वामीमुखातून ऐकून त्याच्यासह त्याच्या पत्नीस व मुलास परमआश्चर्य वाटले. कारण या अगोदर श्री स्वामी समर्थ त्यांच्या घरीच काय पण गावीही कधी आले नव्हते. श्रींच्या आज्ञेनुसार त्याने यथाविधी यथाशास्त्र श्रीगुरुपादुकांची स्थापना श्रींनी निर्देशित केलेल्या जागी केली. श्री स्वामी समर्थांनी या कार्यक्रमास यावे असे त्यास मनोमन वाटत होते. तशी तो मनोमन प्रार्थना करत होता. भोजन सुरू होते. श्री स्वामीराज माउली या कार्यक्रमास निश्चित येतीलच असा त्याला दृढविश्वास वाटत होता. त्यांनी यावे यासाठी त्याचा मनोमन धावा आणि 'श्री स्वामी समर्थ' नामाचा जप अखंड सुरू होता. भोजनाच्या पंगतीवर पंगती उठत असताना चमत्कार घडला. भक्तवत्सल, भक्ताभिमानी श्री स्वामी समर्थ त्या स्थळी आले. उपस्थिताना परमानंद झाला. 'श्री स्वामी समर्थ महाराज की जय, श्री स्वामी समर्थ की जय' अशा भक्तिरसपूर्ण उत्स्फूर्त जयजयकार त्या वातावरणात निनादत होता. सर्वत्र भक्तिसुगंध दरवळत होता.

सर्वांनी श्रींचे जसे जमेल तसे स्वतःच्या क्षमतेनुसार स्वागत केले. श्रींच्या दर्शनाने त्या छोट्याशा गावातील सर्व भोळेभाबडे खेडूत आनंदाने भारावून गेले. नेमके त्याच वेळी अक्कलकोटमध्ये मुंबई-हैद्राबादकडील असंख्य भक्तगण, दर्शनार्थीही आले होते. तेव्हा श्री स्वामींची स्वारी अक्कलकोटच्या खासबागेत विराजमान झालेली होती. नेमक्या त्याच वेळी मोगलाईत त्या भक्ताच्या घरीही ब्रह्मांडनायक श्री

स्वामी समर्थ महाराजांची उपस्थिती होती. तिथे पादुकास्थापनार्थ गेलेले भक्तगण, त्या सोहळ्याचा आनंद घेऊन अक्कलकोटमध्ये परतले. इथे येऊन पाहतात तो काय, श्री सामी समर्थ महाराज प्रज्ञापुरीत खासबागेत भक्तगणांना दर्शन देत होते. त्यांनी श्री स्वामी मोगलाईतील त्या भक्ताच्या घरी विराजमान झाल्याचे वृत्त सांगताच सर्वांना महदाश्चर्य वाटले. सर्वांनीच भक्तिभावाने श्री स्वामींना पुन्हापुन्हा वंदन केले.

मोगल प्रांतात मोरगाव म्हणून एक गाव होते. तिथे नागुअण्णा कुलकर्णी नावाचे एक वकील होते. त्यांच्या वयाच्या चाळिसाव्या वर्षी त्यांचे डोळे गेले. त्यांना अजिबात दिसत नव्हते. त्यांनी सर्व प्रकारचे औषधोपचार केले, पण गुण नाही. तेव्हा 'तुळजापूर क्षेत्री जाऊन अनुष्ठान करावे म्हणजे दृष्टी येईल.' असे कुणातरी अनामिक सद्गृहस्थाच्या सांगण्यावरून ते त्यांच्या बारा वर्षांच्या मुलीला व एका मदतनिसाला घेऊन तुळजापूरला आले.

तेथील पुजाऱ्यास व काही जाणत्या वडीलधारी मंडळींस नागुअण्णाने विचारले, "देवीची काय सेवा करावी, म्हणजे मला दृष्टी येईल?"

"तुळजाभवानी मातेच्या अंतर्गाभाऱ्यात देवीस प्रदक्षिणारूपी अनुष्ठान करावे." असे सर्वांनी त्यास सुचवले. म्हणून नागुअण्णांनी त्यांच्या बारा वर्षे वयाच्या मुलीचा हात धरून दररोज दोन प्रहरापर्यंत देवीला प्रदक्षिणा घालून तिसऱ्या प्रहरी भोजन करण्याच्या नियमाचे अनुष्ठान सुरू केले. त्यांच्या या अनुष्ठानास सुमारे सहा महिने होत आले, परंतु नागुअण्णांस देवीचा दृष्टान्त वगैरे काही झाला नाही. ते फारच काळजीत पडले. 'आता काय करावे?' असा विचार करीत असता त्यांना एका मध्यरात्री स्वप्नदृष्टान्त झाला.

रात्रीच्या त्या स्वप्नदृष्टान्तात एक पोक्त वयाची, पांढरेशुभ्र पातळ नेसलेली, जरीची चोळी, गळ्यात मोत्यांचा हार व कपाळावर ठसठशीत कुंकू लावलेली, जणू देवीचेच रूप असलेली ती बाई म्हणाली, "आता तू इथे राहू नकोस, अक्कलकोटला जा." असे सांगून ती बाई निघून गेली. तोच नागुअण्णा जागे झाले. स्वप्नदृष्टान्ताबाबत त्यांनी पुजाऱ्यास सांगितले, तेव्हा पुजाऱ्याने सांगितले, "नागुअण्णा, तुम्हास देवीची आज्ञा झाली आहे. आता तुम्ही अक्कलकोटला जावे." नागुअण्णांनी विचार केला, 'देवीची आज्ञा झाली आहे हे खरे. पण अक्कलकोटास जाऊन काय करावे? याबाबत देवीने काहीच स्पष्ट सांगितले नाही. अजून सहा महिने भरण्यास थोडा अवधी आहे, तेव्हा आपण सुरू केलेले अनुष्ठान येथेच पूर्ण करून जाणे इष्ट.' असे मनात आणून

त्यांनी तोच क्रम सुरू ठेवला. ज्या दिवशी त्यांच्या अनुष्ठानाचे सहा महिने भरले, त्याच रात्री नागुअण्णास पुन्हा स्वप्न पडले.

या अगोदरच्या स्वप्नदृष्टान्ताप्रमाणेच अंगावर विपुल दागिने घातलेली, दिव्य तेज असलेली बाई हातात एक पितळी भांडे, त्यात थोडा भात आणि एक कानुला असे अन्न, एका बाजूस एक चोळीचा खण व कुंकवाची पुडी असे जिन्नस घेऊन म्हणाली, ''अरे नागोबा, उठ उठ. हा प्रसाद घे!'' असे म्हणून तिने त्यांच्या हातात ती पितळी दिली व पुन्हा म्हणाली, ''आता अक्कलकोटास श्री स्वामी समर्थ महाराजांकडे जा! उगीच संशयात पडू नकोस!'' असे स्पष्ट सांगून ती बाई लगेच अदृश्य झाली. नागुअण्णा जागे झाले. हेही स्वप्न त्यांनी पुजाऱ्यास सांगितले, तेव्हा पुजाऱ्याने नागुअण्णास सांगितले ''तुम्हाला आता देवीची स्पष्ट आज्ञा झाली आहे, आता तुम्ही तुळजापुरात राहू नये. अक्कलकोटास जावे.'' नागुअण्णाने लगेचच त्यांच्या सहा महिने अनुष्ठानाची यथासांग सांगता केली व अक्कलकोटकडे प्रस्थान केले.

अक्कलकोटमध्ये येताच ते श्रींच्या दर्शनास गेले. तेव्हा श्री स्वामी समर्थ महाराज शालजोडी तोंडावर पांघरून पलंगावर निजले होते. नागुअण्णा श्रीचरणांवर डोके ठेवून उभे राहताच त्यांनी पडल्या पडल्या पांघरलेल्या शालजोडीतून ओरडले, ''आमच्याकडे हे लचांड का पाठविले? उगीच स्वस्थ बसावे, तर या अशा उपाधी येतात!'' श्रींचे शब्द नागुअण्णाला ऐकू आले. ते आपली हकिकत सांगू लागताच तोंडावरील शाल बाजूस करून म्हणाले, ''येथे का आलास? जा पंढरपुरास!'' अशी आज्ञा देऊन ते पूर्ववत पलंगावर शाल पांघरून निजले.

तेथे उपस्थित असलेली चोळाप्पांसह सर्व मंडळी नागुअण्णांस म्हणाली, ''अहो बुवा, तुम्ही आता पंढरपुरास जा. तुम्हाला स्पष्ट आदेश झाला आहे. काहीही शंका घेऊ नका. श्री स्वामी असे कोणासही प्रत्यक्ष सांगत नाहीत. तुमचे भाग्य थोर म्हणून तुम्हास तत्काळ आज्ञा झाली.'' हे सर्व ऐकून नागुअण्णांस थोडा राग आला. मनातल्या मनात चरफडत काहीशा त्राग्याने ते अस्पष्टपणे म्हणाले, ''मी सहा महिने तुळजापुरात भवानीमातेची सेवा केली. त्याचे फलित म्हणून देवीने मला इथे अक्कलकोटी पाठविले. आता हे म्हणतात, की पंढरपुरात जा. मला दृष्टी यावी म्हणून दैवी उपाय करण्यासाठी तुळजापुरात गेलो. तिथे मोठ्या कष्टाने सहा महिने सेवा केली. मग तिथेच देवीने मला सांगायचे होते, की तुझे डोळे बरे व्हायचे नाहीत. म्हणजे मी इतके कष्ट कशाला घेतले असते?'' असे बरेच काही वैतागून सांगत असतानाच ''अरे, जाव पंढरपूर को. मोठा आलाय आमच्यावर हुकूम घेऊन. चल

निकल यहा से और चुपचाप पंढरपूर को जाव।'' असे म्हणून ते पुन्हा तोंडावर शाल ओढून निजले.

तेव्हा जवळच असलेल्या चोळाप्पाने सांगीतले, ''बुवा, फार उत्तम झाले! तुमचे मनोरथ पंढरपूरला गेल्यावर नक्कीच सिद्ध होईल. तुम्ही आता इथे थांबू नका. जा आता.'' या घटनेने नागुअण्णांस फार वाईट वाटले. तरीही स्वतःला सावरीत ते पंढरपूरास आले. तिथे ते एका विप्राच्या मठात उतरले. दररोज पांडुरंगाचे व इतर देवदेवतांचे दर्शन घेण्यात त्यांचे तीनचार दिवस गेले. परंतु पुढे काय करावे, हे त्यांना सुचेना. अशाच प्रसंगी दोन गृहस्थांनी नागुअण्णांस सांगितले, ''येथे उद्धवाच्या मठाजवळ एक डोळ्यांचा वैद्य आला आहे. त्याच्याकडे तुम्ही जा.'' मग नागुअण्णा त्या वैद्याकडे गेले.

वैद्यांची आणि त्यांची गाठ पडल्यावर वैद्यांनी त्यास सांगितले, ''मी तुमचे डोळे नीट करण्याचे पन्नास रुपये घेईन.'' त्यास नागुअण्णा तयार झाले. वैद्याने त्यांच्या डोळ्यांवरचे पडदे काढून त्यावर पट्टी बांधली. तीन दिवस ही पट्टी सोडू नका, असे वैद्याने सांगितले. नंतर नागुअण्णा त्यांच्या बिऱ्हाडी तुका विप्राच्या मठात आले. तीन दिवसांनंतर डोळ्यांवरची पट्टी सोडली. नागुअण्णास भुरकट भुरकट दिसू लागले. परंतु तरी थोडी कसर राहिली होती. त्यांना स्पष्ट दिसत नव्हते. डोळ्यांस कळही लागत होती. म्हणून ते पुन्हा त्यावर उपचार करून घेण्यासाठी त्या वैद्याकडे उद्धवाच्या मठात आले. तिथे चौकशी करता तेथील लोकांनी सांगितले, ''डोळ्याचा कोणी वैद्य इथे आल्याचे आम्हाला माहीत नाही.'' हे ऐकून नागुअण्णास परमआश्चर्य वाटले.

नागुअण्णांचे डोळे आता साधारणतः बरे झाले होते. परंतु अजूनही ते आतून थोडेथोडे दुखत होते. त्यांनी दुसऱ्या वैद्यास दाखविले. त्याने सुचविलेला उपाय केल्यानंतर डोळे बरे होण्याऐवजी जास्तच ठणकू लागले. 'अक्कलकोटमध्ये चालते बोलते श्री स्वामी समर्थ देव हेच वैद्य आहेत. त्यांच्याकडेच जाणे उत्तम!' असा विचार करून ते अक्कलकोटला आले. श्रींचे दर्शन घेऊन सर्व हकीकत त्यांना सांगितली आणि प्रार्थनापूर्वक कळवळून विनंती केली, ''महाराज, माझ्या डोळ्यांच्या आतून होणारा ठणका आता माझ्याच्याने सोसवत नाही. मी आंधळा होतो, तेच बरे होते. तरी, स्वामिराया, कृपा करून आता डोळ्यांवर उपाय सांगावा.''

दीनदयाळू श्रीस्वामी नागुअण्णाच्या या कळकळीच्या प्रार्थनेने द्रवले. ते त्यास म्हणाले, ''घोड्याचे मूत डोळ्यात घाल, म्हणजे सर्व काही ठीकठाक होईल. जा आता!'' श्रींच्या आज्ञेनुसार तसे करताच नागुअण्णांच्या डोळ्यांचा ठणका पूर्णतः

थांबला. त्यांना आता स्वच्छ आणि स्पष्ट दिसू लागले. श्री स्वामींची ही अद्‌भुत लीला पाहून सर्वांनाच आश्चर्य वाटले. नागुअण्णा काही दिवस श्रींच्या नित्यसेवेत राहिले. नंतर त्यांचा आशीर्वाद आणि कृपाप्रसाद घेऊन ते त्यांच्या गावी मोगलाईत मोरगावी गेले. अधूनमधून श्रींच्या दर्शनभेटीस ते येत असत. अशा अनेक घटना श्री स्वामी समर्थांबाबत अनेक पीडित अनुभवत होते. त्यांच्या कृपेस पात्र होऊन सुख-समाधान-आनंद अनुभवत होते. श्री स्वामी समर्थ हे तेव्हा रोगपीडितांचे धन्वंतरी म्हणून भूमिका बजावीत होते. जगावेगळे उपाय सुचवीत होते. लीला करीत होते.

। पुण्याचे नंदराम गवंडी ।

पुण्याचे त्या वेळचे सुप्रसिद्ध सावकार नंदराम सुंदरजी गवंडी हे मूत्रकृच्छच्या व्याधीने दोन-तीन वर्षे त्रस्त झाले होते. त्या वेळच्या नामांकित डॉक्टर, हकीम व वैद्यांनी त्यांच्यावर निरनिराळे औषधोपचार करूनही त्यांना गुण आला नाही. सर्वांचे सर्व उपाय करून ते थकले. त्यासाठी त्यांनी विपुल द्रव्यही खर्च केले. इतर धार्मिक उपाय करूनही काही उपयोग झाला नाही.

त्या दरम्यान मूळचे अक्कलकोटचे रहिवासी असलेले बाळकृष्ण जोशी हे बडोद्याहून परतताना विश्रांतीसाठी पुण्यात थांबले. ते सहजच सावकार नंदराम गवंडीना भेटण्यासाठी गेले. त्याच वेळी सावकार नंदरामजींच्या घरी पंचाक्षरी साधू, ख्यातनाम ज्योतिषी, काही वैद्य आदी सावकार नंदरामच्या मूत्रकृच्छच्या व्याधीवर उपचार करण्यासाठी आलेले होते. सर्व जण अतिशय गांभीर्याने आणि काळजीयुक्त स्वरात नंदरामजीच्या त्या मूत्रकृच्छाच्या दुर्धर व्याधीवर चर्चा करीत होते. तेव्हा तेथे उपस्थित असलेल्या बाळकृष्ण जोशींनी नंदरामजीला धीर देत सांगितले, ''शेठजी, आता अन्य कोणत्याही उपाययोजनेच्या भानगडीत न पडता अवतारी सत्पुरुषाचे दर्शन घ्या. म्हणजे तुम्हाला तुमच्या व्याधीवर उपाय सापडेल.'' तेव्हा नंदरामजींनी त्यांना विचारले, ''सांप्रतच्या या कलियुगात सध्या असे कोण अवतारी यति आहेत?'' तेव्हा बाळकृष्ण जोशी म्हणाले, ''सांप्रतच्या या कलियुगात ब्रह्मांडनायक श्री स्वामी समर्थ ईश्वरस्वरूपात प्रज्ञापुरीत विद्यमान आहेत. नित्य सहस्रावधी लोक त्यांच्या दर्शनास येत असतात. अनेकांचे मनोरथ पूर्ण झालेले आहेत. संशयाचे येथे काम नाही. आम्ही प्रचिती घेतली आहे. तुम्हीही प्रत्यक्ष हा अनुभव घ्यावा.''

मूत्रकृच्छाच्या व्याधीने कमालीचे त्रस्त झालेले व सर्व उपाय करून थकलेले नंदरामजी अखेरचा उपाय म्हणून जोशींना कळवळून म्हणाले, 'ब्रह्मांडनायक श्री स्वामी समर्थांकडील अंगारा आपल्यापाशी असेल, तर तो माझ्या शरीराला आपल्याच हाताने लावा. गुण आल्यास आपण सांगितल्यानुसार मी वागेन.'' त्यावर बाळकृष्ण जोशींनी त्यांच्याकडील श्री स्वामी समर्थांचा अंगारा नंदरामजीली लावला व म्हणाले, ''तुम्हाला श्री स्वामी समर्थ महाराजांच्या या अंगाऱ्याने आराम वाटला, तरच आपण अक्कलकोटास प्रत्यक्ष जाऊन श्रींचे दर्शन घ्या. दानधर्म आणि अन्नदान करा.'' एवढे सांगून थोडा वेळ तेथे थांबून बाळकृष्ण जोशी निघून गेले. त्याच रात्री नंदराम शेठजींना त्या अंगाऱ्याने खूप बरे वाटले. जळजळ कमी झाली. येणाऱ्या कळा थांबल्या. त्यांना शांत झोप लागू लागली. एका आठवड्यातच ते उठून हिंडू-फिरू लागले. त्यांचा उत्साहही वाढला. त्यामुळे केव्हा एकदा अक्कलकोटास जातो आणि श्री स्वामी समर्थ महाराजांचे दर्शन घेतो असे त्यांना झाले.

⁂

एका भल्या पहाटे उठून नंदराम सावकाराने सर्व तयारीनिशी अक्कलकोटकडे प्रयाण केले. येथे ते बाळकृष्ण जोशी यांच्या घरीच मुक्कामासाठी उतरले. श्रींचे दर्शन होताच नंदरामजी देहभान हरपून गेले. त्या ईश्वरी दर्शनाने ते कमालीचे आनंदित झाले. येथे त्यांनी गोरगरीब, गरजू जनास अन्नदान व वस्त्रदान केले. भोजने घातली. प्रत्येकास यथोचित दक्षिणा दिल्या. मूलतःच ते श्रीमंत आणि उदार अंतःकरणाचे असल्यामुळे त्यांनी विपुल द्रव्य खर्च करून सर्वांनाच संतुष्ट केले. अंतःसाक्षी श्री स्वामी हे सर्व तटस्थ वृत्तीने पाहत होते.

नंदरामजी हे कट्टर शिवभक्त असल्यामुळे ते नित्य सोमवारचे व्रत अतिशय काटेकोरपणे पाळत. प्रत्येक सोमवारी ते शिवमंदिरात जाऊन भगवान शंकराचे दर्शन घेत. एकदा एका सोमवारी ते आणि बाळकृष्ण ग्रामजोशी मल्लिकार्जुनाच्या दर्शनास गेले. त्याच ठिकाणी बाहेर ओट्यावर श्री स्वामी समर्थांची स्वारी स्वानंदात बसली होती. त्या दोघांनी मंदिरात शिरण्यापूर्वी श्रींना नमस्कार केला. तेव्हा श्री स्वामी त्यांना तत्काळ म्हणाले, ''आम्हीं शंकर नाही. जा आत त्या दगडाच्या देवाकडे.'' या आज्ञेबरोबर ते दोघेही निमूटपणे श्रीमल्लिकार्जुन शिवाच्या दर्शनासाठी मंदिरात शिरले. पण आत जाऊन पाहतात तो काय! त्यांना तेथे शिवलिंग दिसेना.

तेव्हा नंदराम सावकार म्हणू लागले, "येथे देवालय असूनही गाभाऱ्यात शिवलिंग स्थापन झालेलेच नाही की काय? की मी शुद्धीवर नाही? की शिवदर्शनास पात्र नाही म्हणून मला शिवदर्शन होत नाही!" असे मनोमन म्हणतच त्यांनी पुन्हा मंदिराच्या गर्भगृहात निरखून पाहिले, तो काय! लिंगस्थानी ब्रह्मांडनायक श्री स्वामी समर्थ महाराज स्थानापन्न असल्याचे दिसत होते. नंदरामजी आश्चर्यचकित झाले. अत्यंत वेगाने ते बाहेर धावतच आले. त्यांना ओट्यावर श्री स्वामी समर्थ सुरुवातीस जसे बसलेले होते, तसेच दिसले. पुन्हा गर्भगृहात जाऊन पाहिले, तर तिथेही श्री स्वामी समर्थ महाराज बसलेले दिसले. त्यांना काही सुचेना. शिवस्वरूप हे ब्रह्मांडनायक श्री स्वामी समर्थाहून भिन्न असल्याची त्यांना आधी झालेली विचित्र भेदबुद्धी व अहंकार तिथल्या तिथे गळून पडला.

श्रींच्या ईश्वरी लीलेने सावकार नंदराम भयचकित झाले. स्वतःच्या श्रीमुखात ते फाडफाड मारून घेऊ लागले. कान चिमटीत धरून पुन्हापुन्हा माफी मागू लागले. श्रींच्या चरणांवर वारंवार लोटांगणे घालू लागले. श्रींना हात जोडून ते विनयाने म्हणाले, "महाराज, आपणच शिवशंकर आहात! अंतर्बाह्य व्यापक परमेश्वर आपणच आहात! याचा अभूतपूर्व साक्षात्कार सर्व लोकांसमक्ष मी घेतला आहे. हे देवराया! आपले सामर्थ्य अलौकिक आणि अवर्णनीय आहे. जगाच्या उद्धारार्थ आपण या पृथ्वीतलावर प्रकटला आहात. कुणालाच चटकन आकलन होणार नाहीत, अशा अगम्य लीला दाखवून आम्हा सर्वांवरच आपण कृपा करीत आहात. आम्ही मोह, माया, प्रपंच यांत गुंतून पडलो आहोत. हे पुराणपुरुषोत्तमा! शिवशंकर स्वरूपधारका! सर्व श्रुती, स्मृति, पुराणे आपलाच महिमा वर्णितात..." अशा प्रकारे श्री स्वामी गुरुरायांची नंदरामांनी अफाट स्तुती करून त्यांची साग्रसंगीत, षोडशोपचारे पूजा केली. नैवेद्य-फल-तांबूल, दक्षिणा अर्पिली. नंतर श्रीस्वामींचा कृपाप्रसाद संपादून व त्यांची आज्ञा घेऊन ते प्रज्ञापुरीतून पुणे नगरीकडे येण्यास निघाले.

इकडे पुण्यास आल्यानंतर नंदरामची दुर्धर मूत्रकृच्छ व्याधी, जी या अगोदर कुठल्याही उपायाने नियंत्रणात येत नव्हती, ती श्री स्वामी समर्थ कृपेने सहजपणे नष्ट झाली. श्री स्वामी समर्थ महाराज प्रत्यक्षात कोण आहेत याची त्यांना अनुभवसिद्ध प्रचिती आली. मनात असलेला संशय आणि द्वैतभाव पूर्णतः नष्ट झाला. आता एकमेव श्री स्वामी समर्थ हेच त्यांचे उपास्य दैवत झाले. त्यातच ते भगवान शिवशंकराचे रूप पाहू लागले.

। जीवघेणा पोटशूळ झाला बरा ।

तेव्हाच्या प्राप्त परिस्थितीत रोग निवारण्याचे मार्ग खूपच मर्यादित होते. रोगनिवारणार्थ तीर्थक्षेत्री जाऊन अनेकदा देवदेवतांपुढे उपास-तापास, अनुष्ठाने, पारायणे केली जात असत. असाच एक गरीब पोटशूळाच्या व्याधीने अतिशय त्रस्त झाला होता. ती व्याधी निवारण्यासाठी तो नरसोबाची वाडी येथे येऊन गुरुचरित्राची पारायण सेवा करू लागला. पुष्कळ दिवस सेवा केल्यानंतर त्यास एक रात्री 'ब्रह्मा-विष्णू-महेश रूपाने मी अक्कलकोटास अवतार घेतला आहे. तेथे तू जा म्हणजे या व्याधीपासून तू मुक्त होशील' असा स्वप्नदृष्टान्त झाला. त्याने सकाळी उठून तेथील पुजाऱ्यास स्वप्नदृष्टान्ताबद्दल सांगितले. तेव्हा पुजाऱ्याने 'तुम्हास स्पष्ट आज्ञा झाली आहे. करिता तुम्ही नि:संशय अक्कलकोटास जा.' असे सांगितले.

तो गरीब अतिशय अशक्त होता. एका लहानशा घोड्यावर बसून तो अक्कलकोटला निघाला. निघण्यापूर्वी त्याने दत्तप्रभूंना नवस केला, ''मी अक्कलकोटला सुखरूप पोहोचल्यास सव्वा रुपयाचे पेढे श्री स्वामींपुढे ठेवीन.'' अक्कलकोटमध्ये पोहोचल्यावर श्री स्वामी समर्थ महाराज चोळाप्पाच्या घरी असल्यामुळे तो तेथे आला. बाहेरच्या दरवाजाच्या आत तो घोड्यासकट जाऊ लागला, तेव्हा ते घोडे त्या दरवाजाच्या उंबरठ्यावर थांबले. त्याने पुन्हापुन्हा त्याला आतमध्ये आंगणात जाण्यासाठी टाच मारून दामटले. पण ते घोडे काही पुढे जाईच ना. तेव्हा क्रोधित होऊन तो घोड्यावरून खाली उतरला. घोड्याला आतमध्ये जाण्यासाठी त्याने घोड्याला खूप मारहाण आणि ओढाताण केली. पण व्यर्थ! घोडे दरवाजातून आत जाईच ना किंवा तेथून बाहेर माघारीही येईना. ते दरवाजातच अडून उभे राहिले. तेथे उपस्थित असलेल्या अन्य दर्शनार्थींना आणि सेवेकऱ्यांना या घटना-प्रसंगाचे मोठे आश्चर्य वाटले.

आतल्या बाजूस पलंगावर विराजमान झालेले श्री स्वामी त्यास हसतहसत त्रिवार म्हणाले, ''सव्वा रुपयाचे पेढे विसरून गेलास आणि घोडा आत दामटतोस?'' तेव्हा चोळाप्पांनी दरवाजात येऊन त्या माणसास सांगितले, ''अहो, तुम्ही येथे येण्यापूर्वी काही नवस बोलला होता का?'' त्यास लगेच स्मरण होऊन ''हो. बोललो होतो'' असे तो म्हणाला. लगेच दुकानातून त्याने सव्वा रुपयाचे पेढे आणले, त्यासरशी ते घोडे मागे सरले आणि दरवाजातून बाहेर आले. उपस्थित सर्वांना या

घटना-प्रसंगाचे मोठे आश्चर्य वाटून श्रींच्या ब्रह्मांडनायकत्त्वाची व ईश्वरी स्वरूपाची कल्पना आली.

लगेच त्या पंडिताने श्रींना तो पेढ्यांचा नैवेद्य अर्पण करून त्यांचे अनन्यभावे दर्शन घेतले. तेव्हा तो उपस्थितांना सांगू लागला, ''मी नरसोबाच्या वाडीत 'श्रींना पेढे अर्पण करीन' असा नवस केला होता. पण नंतर विसरलो. म्हणून घोडे दरवाजात अडकले.'' त्याच्या या निवेदनावर सर्वच हसू लागले. श्री स्वामीही त्यात सामील झाले. नंतर श्रींची विपुल स्तुती करून काही दिवस त्यांच्या सेवेस तो राहिला. काही दिवस त्याची नित्यनियमाची सेवा संपल्यानंतर एके दिवशी तो श्री स्वामींना वंदन करून हात जोडून प्रार्थनापूर्वक म्हणाला, ''देवाधिदेवा, दयाघना, कृपासागरा! श्री स्वामीराया, आता माझ्याच्याने माझा हा पोटशूळ सोसवत नाही. त्यापेक्षा आपल्या चरणाशी माझा मृत्यू झाला, तर अधिक बरे! तरी या दीनावर कृपा करावी व मला या पोटशुळाच्या व्याधीतून सोडवावे.'' अशी विनवणी करीत असतानाच तो व्याधीग्रस्त वेदनेने जमिनीवर कोसळून गडाबडा लोळू लागला.

तेव्हा त्रिकालज्ञानी श्रींना त्याची दया आली. ''अरे, इकडे ये.'' असे म्हणून त्यास प्रेमळपणे जवळ बोलावले आणि विचारले, ''तुझे पोट किती दिवसांपासून दुखते आहे?'' तेव्हा तो कसाबसा उठत आणि काहीसा सावरून बसत वेदनेने रडत रडतच म्हणाला, ''महाराज, तेरा वर्षांपासून माझे पोट कमीअधिक प्रमाणात दुखते आहे. सर्व प्रकारचे उपाय केले, पण गुण नाही. आता आपणच या दीनावर दया करा. या जीवघेण्या पोटशुळाच्या व्याधीवर उपाय करा.'' श्री स्वामींनी त्यास जवळ बोलाविले. त्यांच्या हातात त्याच्याच कुलदेवतेचा पितळेचा मुखवटा देऊन त्याच्या पोटाला लावण्यास सांगितले. त्याने तसे करताच थोड्या वेळाने त्याचे पोटशुळाचे जुनाट दुखणे हळूहळू व पुढे पूर्ण बरे झाले. त्याच्या डोळ्यांतून आनंदाश्रूंच्या आणि कृतज्ञतेच्या धारा वाहू लागल्या. त्याने श्रीचरणांवर मस्तक ठेवून कृतज्ञतेचा अभिषेक केला. श्रींस नैवेद्य अर्पण केला. यथाशक्ती भोजन घातले. काही दिवस 'श्रीं'च्या सेवेत राहिला. पुढे त्यांचा शुभाशीर्वाद घेऊन श्री स्वामी समर्थ नामाचा जयजयकार करीत तो त्याच्या गावी गेला.

८. दैन्य निवारणार्थ

श्री स्वामी अंत्यजांच्या वस्तीत हाडांच्या ढिगाऱ्याला खेटून बसले होते. हाडांच्या तुकड्यांशी खेळत होते. तेव्हा तिथे एक गरीब कर्मठ माणूस आला. श्रींना हाडांच्या ढिगाऱ्याशी खेटून बसलेले आणि हाडांच्या तुकड्यांशी खेळताना पाहिल्यावर नाखुशीने तो त्यांच्यापासून दूरच उभा राहिला. अंतर्ज्ञानी श्रीस्वामींनी त्याचेकडे पाहत विचारले, ''का रे, का आला होतास? काय पाहिजे तुला?'' तो भीतभीत थोडेसे पुढे सरकत म्हणाला, ''महाराज, मी दारिद्र्याने पुरता गांजलो आहे. तो पुढे काही बोलण्याच्या आतच श्री स्वामी म्हणाले, ''वो हड्डी लेके जाव।'' असे म्हणून त्यांनी बाजूस पडलेल्या हाडकांकडे निर्देश केला, तेव्हा त्या माणसाच्या मनात विचार आला, 'आपण ही हाडके कशी घेऊन जावीत?'

तत्क्षणी सर्वज्ञ श्री स्वामी त्याच्यावर कडाडले, ''तुझ्या शरीरात हाडेच आहेत ना? का दुसऱ्या कशाने तुझे ते शरीर बनले आहे?'' यावर तो अतिशय खजील होऊन श्रीआज्ञेनुसार काही हाडे उपरण्यात बांधून कोकणात गावी आला. घडलेला वृत्तान्त त्याने पत्नीस सांगितला. तेव्हा ती म्हणाली, ''श्रीगुरुदेव दत्तात्रेयाचीच आपल्यावर कृपा झाली. भले त्यांनी प्रसादरूपाने हाडे दिली असतील. ती घरात आणण्यास कुरकुर नको. हा एका अवतारी पुरुषाने प्रेमाने दिलेला प्रसाद आहे.'' उपरण्याचे गाठोडे सोडून पाहताच त्यांना त्या हाडाऐवजी सोन्याच्या लगडी दिसल्या. त्या उभयतांना खूप आश्चर्य वाटले आणि आनंदही झाला.

थोड्याच दिवसांत ते दोघेही श्रींच्या दर्शनभेटासाठी अक्कलकोटी आले. आता त्यांच्यात पूर्णतः बदल झाला होता. श्रींच्या चरणावर डोके टेकवून, चरणास मिठी मारून तो म्हणू लागला, ''देवाधिदेवा, स्वामिराया, मनातील सर्व संशय फिटले. अगणित अपराध माझ्या हातून झाले. मला क्षमा करा.'' श्री स्वामी त्याला उठवत म्हणाले, ''संशय फिटला ना? आता हे अति कर्मकांड सोडून सर्वांशी समत्वाने आणि ममत्वाने वाग. जा. सुखासमाधानाने संसार करा.'' त्या उभयतांनी काही दिवस श्री स्वामीसन्निध राहून त्यांचे आशीर्वाद आणि आज्ञा घेऊन त्यांच्या गावी कोकणात आले.

अक्कलकोटपासून तीन कोसांवर मैंदर्गी हे त्या वेळच्या कुरुंदवाडकरांचे इनामी गाव होते. त्या गावात पांडू सोनार नावाचा श्री स्वामी समर्थांचा भक्त होता. सोनारकाम करून तो त्याचा प्रपंच चालवीत होता. त्याच्यावर बरेच कर्ज झाले होते, त्यामुळे तो अस्वस्थ होता. एकदा एका श्रीमंत गृहस्थाने त्याच्याकडे दागिने घडवण्यास दिले. कर्जबाजारीपणामुळे त्याने त्या दागिन्यातील सोने चोरून त्याऐवजी चांदीचे दागिने घडवून त्यावर सोन्याचा मुलामा देऊन ते त्या श्रीमंत गृहस्थास दिले. तो श्रींचा जरी भक्त होता, तरी कर्जबाजारीपणाच्या काळजीने व प्रपंचाच्या ओढगस्तीने त्याने ते कृत्य केले. परंतु त्या श्रीमंत गृहस्थास पांडूची ही चोरी समजली. त्याने मैंदर्गीच्या मामलेदाराकडे फिर्याद केली. त्या फिर्यादीची चौकशी होऊन पांडू सोनारावर गुन्हा सिद्ध झाला.

त्या वेळी दुष्काळाचे दिवस असल्यामुळे कैदेची शिक्षा न देता मामलेदाराने पांडू सोनारास फटक्यांची शिक्षा देण्याचा हुकूम दिला. पांडूने आलेले संकट जाणून श्री स्वामी समर्थांचा कळवळून धावा सुरू केला. हात जोडून प्रार्थना केली, ''देवाधिदेवा, श्री स्वामी समर्था, आपण सर्वज्ञ आहात. मी असे करावयास नको होते. पण ते माझ्याकडून केले गेले. माझी चूक झाली. मला पश्चात्ताप होतोय, मला क्षमा करा. येथून पुढे माझ्या प्राणांवर जरी संकट गुदरले, तरी मी अशी चूक करणार नाही. महाराज, मला या शिक्षेपासून वाचवा.'' दीनवाण्या स्वरात तो श्री स्वामी समर्थ महाराजांची मनोमन प्रार्थना करीत होता. त्यांचे 'श्री स्वामी समर्थ' नामाचे अखंड नामस्मरण सुरू होते.

वस्त्रहरणाच्या वेळी संकटात सापडलेल्या द्रौपदीने भगवान श्रीकृष्णाचा धावा केला असता रुक्मिणीने वाढलेले पंचपक्वान्नाचे ताट बाजूस सारून ज्याप्रमाणे भगवान श्रीकृष्ण द्रौपदीच्या रक्षणासाठी धावून आले; त्याचप्रमाणे भक्तवत्सल, भक्ताभिमानी, ब्रह्मांडनायक श्री स्वामी ज्या दिवशी पांडू सोनाराची शिक्षा अमलात यावयाची होती, त्याच दिवशी सकाळच्या प्रहरी स्नान घालण्याच्या तयारीत सेवेकरी असताना अचानक म्हणाले, ''मला स्नान करायचे नाही. मेणा ले के आव!''

उपस्थित सेवेकरी या श्रीआज्ञेने चक्रावून गेले. का आणि कशासाठी इतक्या तातडीने सकाळच्या प्रहरी मेणा आणण्याचा हुकूम झाला? कुणाला काहीच समजत नव्हते. श्री स्वामींना कुणी काही विचारूही शकत नव्हते, त्यांच्या आज्ञेनुसार भोयांनी सज्ज मेणा बोरी नदीच्या पात्रात आणण्यात आला. तिथे स्नान करून दुपारी सुमारे तीन वाजेच्या दरम्यान मेणा मैंदर्गीस पोहोचला. तत्काळ श्री स्वामींनी मेणा मामलेदार कचेरीत घेण्याची आज्ञा केली.

श्री स्वामी समर्थ महाराजांना असे अवचित आल्याचे पाहून मामलेदारांस सुरुवातीस आश्चर्य वाटले. पण लगेच त्यांना जाणवले की, 'श्रीं'ची आपल्यावर आज कृपाच झाली म्हणायची! म्हणून मामलेदारांनी अतिशय अगत्यपूर्वक, भक्तिभावाने श्रींचे आगतस्वागत केले.

मोठ्या सन्मानाने त्यांना आपल्या स्वतःच्या खुर्चीवर अदबीने बसवले व स्वतः एखाद्या आज्ञाधारक नम्र सेवकासारखे श्री स्वामी समर्थांच्या बाजूस हात जोडून उभे राहिले. शिक्षा झालेला कैदी पांडू सोनार समोरच उभा होता. हाताने निर्देश करीत श्री स्वामी त्यास म्हणाले, ''ये रे, इकडे ये!'' असे म्हणून त्यास आपल्या जवळ बसवून घेतले.

कैदी पांडू सोनारावरील श्रींची ही आपुलकी व जिव्हाळा पाहून मामलेदारास आश्चर्य वाटले. श्रींच्या सरबराईस स्वतः मामलेदार लागले. थोडा वेळ गेल्यानंतर श्री स्वामी पांडू सोनारास म्हणाले, ''पांडोबा, बसलास का? जा सरबराईस लाग. जा!'' पांडोबासही मनातून तेच हवे होते. 'श्रीं'ची आज्ञा होताच त्याने आनंदाने धावत जाऊन लगबगीने व मोठ्या खुशीने श्री स्वामी समर्थ महाराजांची मामलेदारांस हवी होती तशी चोख व्यवस्था केली. पांडू सोनारावरील श्रींचे प्रेम व कृपा लक्षात घेऊन मामलेदारांनी त्यास शिक्षा न करता सोडून दिले. अशी होती अनोखी भक्तवत्सलता श्री स्वामी समर्थांची.

अतिशय आनंदाने हा सर्व वृत्तान्त सेवेकऱ्यांस, कुटुंबीयांस व सर्व संबंधितांस पांडू सोनाराने सांगितला. तेव्हा श्री स्वामी घाईगर्दीने प्रातःकाळी उठून मैंदर्गीस का आले याचे कारण सर्व संबंधित सेवेकऱ्यांच्या लक्षात आले. श्री स्वामी समर्थ महाराजांची भक्तवत्सलता कशी आहे हे जाणून त्यांनी 'श्री स्वामी समर्थ' नामाचा आनंदाने जयजयकार केला. त्या काळात श्री स्वामींवर नितांत भक्ती असलेले अनेक गरीब-श्रीमंत स्त्री-पुरुष भक्त होते. श्री स्वामीही भक्तांचा आचारविचार जोखून प्रत्यक्ष-अप्रत्यक्ष त्यांच्यावर पांडू सोनारावर केली तशी आगळीवेगळी कृपा करीत असत. अशीच कृपा त्यांनी नाथोबावर केली.

नाथोबा शेखदार नावाचा एक अतिशय सत्शील, निष्ठावान माणूस श्री स्वामी समर्थांचा भक्त होता. तो अक्कलकोट संस्थानच्या खजिन्याचा खजिनदार होता. तो श्रींचे नित्यदर्शन, पूजन आणि नामस्मरण करीत असे. अतिशय प्रामाणिक, साधा, सरळ खजिनदार म्हणून त्याचा नावलौकिक होता. परंतु त्याचा द्वेष करणारे काही

लोक त्या वेळी होते. त्यांना नाथोबाची प्रखर स्वामिनिष्ठा, सचोटी आणि त्याचा सज्जनपणा सहन होत नव्हती. म्हणून त्याला त्रास व्हावा, राजाने त्यास शिक्षा करावी या हेतूने कुणा दुर्जनाने हिकमतीने खजिन्यातील दोन हजार रुपये काढून घेतले. राजाच्या कानांवर त्याच्या खजिन्यातील तुटीबाबतचे वृत्त हस्ते परहस्ते घालण्यात आले. 'नाथोबाच्या खजिन्यात तूट आहे' या वृत्ताची दखल घेऊन राजेसाहेब आणि कारभारी दाजी भोसले यांनी कोणतीही खातरजमा, शहानिशा न करता केवळ ऐकीव माहितीवर, खजिना न तपासताच नाथोबाला कैद करण्याचा हुकूम दिला व त्याला कैद केले.

या घटनेचा नाथोबाला जबरदस्त धक्का बसला. 'मी एक पैसुद्धा खाल्ली नाही, की कुणाला दिली नाही. मग ही दोन हजार रुपये तूट कशी आली?' त्याला काही समजेना, की उमजेना. तो ओक्साबोक्शी रडू लागला. रडून रडून त्याचे डोळे सुजले. तो सारखा श्री स्वामी समर्थ महाराजांचा धावा करीत होता. विनवीत होता, 'महाराज, आपण सर्वसाक्षी, सर्वज्ञ आहात. मी खरोखर काहीच अपराध केला नाही, तरी माझ्यावर हे असे संकट का?'' भक्तवत्सल, भक्ताभिमानी अंतर्ज्ञानी श्री स्वामी सर्व जाणून होते. दुसरे दिवशी गुरुवारी राजा आणि कारभारी दाजीबा भोसले श्री स्वामींच्या नित्य दर्शनासाठी आले. दर्शन घेऊन हात जोडून उभे राहताच, त्यांच्या तोंडाकडे पाहून श्री स्वामी कडाडले, ''काय रे, असाच खजिना मोजता काय? एखाद्या माणसाला विनाकारण ताप देता? या असल्या कृतीने तुम्हाला अपरंपार दुःख होईल.''

श्री स्वामींची ही कडाडणाऱ्या चाबकासारखी वाक्ये ऐकताच दोघेही भयभीत झाले. ''महाराज, क्षमा करावी.'' असे म्हणून ते वारंवार श्रींची प्रार्थना करू लागले. शरमिंदे होऊन श्रींना नमस्कार करून लगोलग ते राजवाड्यात आले. इथे येताच प्रथम त्यांनी खजिना मोजला. तो बरोबर भरला. त्यात एका पैशाचीही तूट आढळली नाही.

खातरजमा न करता नाथोबाला कैद केल्याबद्दल त्या दोघांना पश्चात्ताप झाला. त्यांनी ताबडतोब नाथोबाला कैदेतून मुक्त केले. त्या दोघांनीही स्वतःचे मोठेपण आणि अधिकार विसरून नाथोबाची वारंवार क्षमा मागितली. ''झाले गेले सर्व विसरून आपण कामावर यावे. खजिनदार पदाची जबाबदारी पूर्वीप्रमाणेच सांभाळावी.'' दोघांनीही नाथोबास विनंतीपूर्वक पुन्हापुन्हा सांगितले. ''ही सर्व ब्रह्मांडनायक श्री स्वामी समर्थ महाराजांची अघटित करणी आहे. आता येथून पुढे त्यांची सोडून अन्य कुणाचीही चाकरी करायची नाही.'' असे नाथोबाने राजास व

कारभारी दाजीबा भोसलेस निर्धारपूर्वक सांगितले. केलेल्या निर्धाराप्रमाणे नाथोबाने त्याच्या खजिनदारपदाचा राजीनामा दिला. उर्वरित आयुष्य श्री स्वामी समर्थ नाम:स्मरण आणि त्यांच्या चरणसेवेत घालवले.

। गरीब बाईचा नैवेद्य ।

असेच एकदा एका अत्यंत गरीब अपत्यहीन स्त्रीने श्री स्वामींस भक्तिभावाने नैवेद्य आणला होता. बाई निर्धन घरची, साध्यासुध्या वेशात, जोडलुगडे (धादुक) नेसलेली असल्यामुळे श्री स्वामींच्या त्या दर्शनगर्दीत त्या गरीब बिचारीची दाद कोणी लागू देईनात. आपला नैवेद्य श्री स्वामींनी स्वीकारावा या हेतूने तालेवार, श्रीमंत घरच्या स्त्रिया उंची वेशात जरीकाठाच्या पैठण्या नेसून, नटून-थटून आल्या होत्या. चांदीच्या तबकात उंची वस्त्राखाली झाकलेली नैवेद्याची ताटे घेवून त्या पुढेपुढे जाण्याची धडपड करत होत्या.

त्या गर्दीत दूरवर उभ्या असलेल्या त्या गरीब बिचाऱ्या स्त्रीचे 'श्री स्वामी समर्थ' नामाचे चिंतन सुरू होते. त्याच वेळी तिच्या मनात हाही विचार आला की, 'माझ्यासारख्या निर्धन, साध्यासुध्या, गरीब स्त्रीच्या नैवेद्यातील दोन घास तरी श्री स्वामी समर्थ खातील काय?'

असा विचार करीत असतानाच अंतर्ज्ञानी चैतन्याने ओतप्रोत भरलेले श्री स्वामी त्या निर्धन स्त्रीकडे निर्देश करीत मोठ्याने म्हणाले, ''त्या भटणीच्या नैवेद्यास कोण आडवा येतो? माजलेले, तिला अडवणारे पायपोस खातील! अगं, आण इकडे तो नैवेद्य, येऊ द्या तिला.''

श्रीआज्ञेनुसार ती दरिद्री बाई फाटक्या लुगड्याच्या तिच्या पदराखाली झाकलेले श्रींसाठीचे नैवेद्याचे ताट घेऊन गर्दीतून वाट काढत कशीबशी श्रींसमोर आली. त्यांच्यापुढे भक्तिभावाने तो नैवेद्य तिने अर्पण केला आणि अदबशीरपणे ती दूर सरकून उभी राहिली. श्री स्वामींनी अतिशय प्रेमाने तो नैवेद्य ग्रहण केला. प्रभू रामचंद्राने ज्याप्रमाणे शबरी भिल्लीणीची उष्टी बोरे चवीने खाल्ली, त्याचप्रमाणे त्या निर्धन, उपेक्षित स्त्रीच्या नैवेद्याचे ग्रहण स्वामींनी सर्वांसमक्ष केले.

त्या गरीब बिचारीस कृतकृत्य झाल्यासारखे वाटले. तिच्या डोळ्यांतून आनंदाश्रू वाहत होते. पुन्हा तिला जवळ बोलावीत आशीर्वाद देत ते म्हणाले, ''तुला खोडकर मुलगा होईल. जा.''

श्री स्वामी समर्थांच्या या आशीर्वादाने त्या स्त्रीच्या पोटात आनंद मावेना. श्री स्वामींस कृतज्ञतापूर्वक नमस्कार करून हात जोडून ती म्हणाली, ''स्वामिराया, आजपर्यंत पुष्कळ सत्पुरुषांच्या दर्शनभेटीचा योग मला आला, पण आपल्यासारखा अंतर्ज्ञानी सत्पुरुष मी कधीच बघितला नव्हता. देवाधिदेवा, आपल्या दर्शनाने मी धन्य धन्य झाले.''

पुढे यथावकाश पोटी संतान नसलेल्या त्या स्त्रीला पुत्रप्राप्ती झाली. श्री स्वामी समर्थ स्मरणाने ती सद्गदित आणि आनंदविभोर होत असे. वारंवार त्यांचे स्मरण करीत असे.

❈

९. श्रींच्या अन्य लीला

। बसलगावी श्रींचे आगमन ।

श्री स्वामी सर्व देवदेवतांशी प्रसंगोपात संभाषण करीत असत. असेच एकदा संचारेश्वर श्री स्वामी एके दिवशी अक्कलकोटपासून सहा कोस दूर असलेल्या 'बसल' गावी गेले आणि गावाबाहेरील माळावर जाऊन बसले. त्यांच्या मागाहून काशिनाथपंत, गणपतराव वगैरे सेवेकरी मंडळीही आली. श्रींचे दर्शन घेऊन खाली बसताच श्री स्वामींनी गणपतराव आणि काशिनाथपंत या दोघांस गावात जाऊन ''मी आलो आहे म्हणून नथणीस (देवीस) जाऊन सांगा.'' अशी आज्ञा केली.

श्रीआज्ञेनुसार त्या दोघांनी गावात देवीच्या देवळात जाऊन श्रींचा निरोप मंदिरातील देवीच्या मूर्तीला सांगितला. 'श्रीं'च्या आगमनमुळे दर्शनार्थींची बरीच गर्दी झाली होती. सर्वांच्या भोजनप्रसादाची व्यवस्था कशी होणार, याची चिंता होतीच. थोड्याच वेळात श्री स्वामी इतर सेवेकऱ्यांसमवेत देवीच्या देवळात आले. तितक्यात सोलापूरहून एक कुटुंब श्रींच्या दर्शनास तिथे आले. दर्शन घेऊन खाली बसताच श्री स्वामी त्यांस म्हणाले, ''काय रे, आम्हास जेवण घालीत नाहीस काय?'' तो माणूस श्री स्वामींस नैवैद्य अर्पण करण्याच्या हेतूनेच श्री स्वामींचा शोध घेत घेत बसल गावी आला होता. आपला मनोभाव श्रींनी अचूक ओळखला याचे त्यास व त्याच्या कुटुंबीयांस परम आश्चर्य वाटले.

त्याने बसल गावच्या भगवानराव देशपांडे व कुलकर्णी या दोन इसमांकरवी तेव्हा तिथे उपस्थित असलेल्या पन्नास लोकांचा स्वयंपाक करण्याची व्यवस्था केली. त्या दिवशी अमावास्या होती. श्री स्वामी समर्थ बसलगावी आहेत म्हणून दर्शनार्थींची मोठी गर्दी झाली होती. ''स्वयंपाक करून इथे आलेल्या सर्वांस जेवू घालावे.'' अशी श्री स्वामींनी आज्ञा केली. त्याच वेळी गणपतराव जोशी यांचे घरी दर्शन असल्यामुळे घरी जाण्याचा ते विचार करीत होते. 'श्री स्वामी सांगतील तर घरी जाऊ' असा विचार त्यांच्या मनात येतो न येतो, तोच श्री स्वामी त्यास म्हणाले, ''लङ्ग्या, (गणपतरावास श्री स्वामी नेहमी 'लङ्ग्या' म्हणून संबोधत.) लवकरात लवकर घरी जा. तुझ्या घरी 'दर्शन' आहे ना?'' हे ऐकून गणपतराव चकितच झाले.

स्वयंपाक झाल्यावर श्री स्वामींस स्नान घालण्यात आले. त्यांची षोडशोपचारे पूजा व आरती करण्यात आली. भोजनपात्रे वाढण्यात आली. ''आलेल्या सर्वांस भोजन घालावे'' अशी श्री स्वामीआज्ञा होताच पंक्तीवर पंक्ती बसू लागल्या.

पन्नास पानांच्या स्वयंपाकात पाचशे दर्शनार्थी यथेच्छ जेवून तृप्त झाले. सर्वांत शेवटी यजमानाने कुटुंबीयांसमवेत भोजनप्रसाद घेतला. नंतर तो श्री स्वामी समर्थांसमोर येऊन बसला. त्याला समंधाची बाधा असल्यामुळे तो समंध अंगात संचार करून डूलू लागला. मस्ती करू लागला. मोठमोठ्याने ओरडू लागला. इतका वेळ शांत, प्रसन्न, आनंदी असलेल्या त्या माणसाची ही समंधबाधित अवस्था पाहून सर्वच भयचकित झाले.

श्री स्वामींकडे पाहून तो समंधबाधित मोठमोठ्याने ओरडू लागला. ''या संन्याशास असले खाण्यापिण्याचे, स्वतःची पूजाअर्चा करून घेण्याचे खेळ कशास पाहिजेत?'' असे उद्धटपणे म्हणत, अचकट-विचकट बोलत, हातवारे करत नाचू लागला. असा त्याचा खेळ तिथे बराच वेळ चालला होता.

शेवटी श्री स्वामी क्रोधित होऊन समंधबाधित माणसाकडे निर्देश करीत म्हणाले, ''याच्या मुसक्या बांधा!'' असे म्हणताच त्याचे हातपाय लुळे होऊन तो खाली पडला. नंतर कसाबसा उठून तो 'श्रीं'जवळ जाऊन त्यांच्या पाया पडला. ''महाराज, मी अनाथ आहे, मजवर कृपा करावी. मला सद्‌गती द्यावी.'' अशी प्रार्थना करून तो वारंवार श्रींच्या पाया पडून म्हणू लागला. ''माझी मुक्ती करावी.'' अशी हात जोडून, पाया पडून प्रार्थना करू लागला.

दयाघन श्री स्वामींनी त्याच्याकडे रोखून पाहत, ''जा आता, काय आहे तुझे इथे? सर्वांनी भोजनप्रसाद घेतला, तुझी तृप्ती झाली ना? जा आता.'' असे श्रींनी त्यास म्हणताच त्या समंधबाधिताने 'हो, तृप्ती झाली.' असे म्हणून होकारार्थी मान हलविली.

घटका-अर्ध्या घटकेनंतर तो पूर्ववत झाला. त्याचे कुटुंबीय त्याच्या जवळ आले. त्या सर्वांना अतिशय आनंद झाला आणि समाधान वाटले. तेथील सर्व उपस्थितांनी 'ब्रह्मांडनायक श्री स्वामी समर्थ महाराज की जय' असा भक्तिभावाने उद्घोष केला. सोलापूरचा तो माणूस समंधमुक्त होऊन अतिशय चांगल्या अवस्थेत श्री स्वामी समर्थांना त्रिवार वंदन करून त्याच्या कुटुंबीयांसमवेत त्याच्या गावी परत गेला. पुढे तो दर पौर्णिमेला अक्कलकोटला श्री स्वामी समर्थांची वारी त्याच्या हयातीपर्यंत करीत होता.

समाजात भूतबाधा, जादूटोणा, करणी, काळी जादू आदींबाबत खूप चर्चा होत. त्यावर विविध उपाय सांगणारे काही भोंदू मांत्रिक, भगत वगैरे होते. सर्वसामान्य भोळे-भाबडे, अडाणी, लोक त्यास बळी पडत आणि लुटले जात. तेव्हा भोंदू साधू-बाबा, बुवा, मांत्रिक, भगत यांची विशेष चलती होती. फार थोडेसेच खरे होते. अशा स्थितीत पुण्याचे जहागीरदार आप्पासाहेब हसबनीस यांना जबरदस्त पिशाच्च बाधा झालेली होती. जेव्हा जेव्हा त्यांच्या अंगात पिशाच्च शिरत असे, तेव्हा तेव्हा ते पिशाच्च उभयता पती-पत्नींस हैराण करून सोडत असे. आठ-आठ दिवस त्यांचे खाणे-पिणे, स्नान आदी बंद होऊन जात असे. क्षौर कर्म तर दूरच. विशेष म्हणजे पिशाच्च अंगात आल्यावर आप्पासाहेब मोठमोठ्या शास्त्रवार्ता करीत. त्यांनी त्यावर गुण यावा म्हणून विविध प्रकारचे तोडगे केले होते. अनेक मांत्रिकांनाही दाखविले होते. नाना प्रकारची अनुष्ठाने, गुरुचरित्राचे सप्ताह, पारायणे आदी केले होते, पण गुण नाही. सर्व उपाय करून थकल्यानंतर त्यांनी गाणगापूरला जाऊन दत्तप्रभूंची आराधना करण्याचा निर्णय घेतला. चार मनुष्ये बरोबर घेऊन ते गाणगापुरास निघाले.

वाटेत त्यांना अक्कलकोट लागले. इथे श्री स्वामी समर्थ महाराजांचे दर्शन घ्यावे असे त्यांच्या मनात आले. ते श्रींच्या दर्शनभेटीस निघाले, तेव्हा श्रींची स्वारी अक्कलकोटमधील कर्नाळकरांच्या वाड्यात होती. त्या ठिकाणी जाऊन त्यांनी श्रींचे दर्शन घेतले. श्रींची ती तेजस्वी, दिव्य, तेज:पुंज, ईश्वरी मूर्ती पाहून त्यांचे डोळे दिपून गेले. त्यांनी श्रीफळ, फळफळावळ आदी श्रींपुढे अर्पण केल्या. त्यांच्या चरणांचे दर्शन घेतले. हात जोडून प्रार्थना केली, ''महाराज, आम्ही पिशाच्चबाधेच्या व्याधिनिरसनार्थ गाणगापुरास जात आहोत. आपली आज्ञा असावी. हे ऐकून त्यांच्यावर नेत्रकटाक्ष टाकीत श्री स्वामी समर्थ म्हणाले, ''कशाला जाता? आम्ही राखरांगोळी करून टाकू त्याची.'' श्रींची ही आज्ञा ऐकून त्या उभयतांनी गाणगापुरी जाण्याचे रद्द करून अक्कलकोटमध्येच राहण्याचा निर्णय घेतला.

अक्कलकोटमध्ये ते दोघेही एक-दोन वर्षे नाही, तर तब्बल पाच वर्षे श्री स्वामी समर्थांच्या जवळ राहिले. या कालावधीत त्यांनी श्रींची कडक आणि व्रतस्थ सेवा केली. श्रींच्या पादुकांवर अभिषेक, गुरुचरित्राचे पारायण, माधुकरी मागून त्यावर उपजीविका, औदुंबराला नित्य प्रदक्षिणा असा त्या दोघांचाही नित्यक्रम

चालू होता. जेव्हा जेव्हा आप्पासाहेबांमध्ये तो पिशाच्च समंध संचार करी, तेव्हा तो 'या अनुष्ठानाने काय होणार आहे? मी असा सहजासहजी जाईन का? याचा (आप्पासाहेबांचा) फडशा पाडीन. मी पिशाच्च होण्याला हाच कारण आहे.' असे बडबडत असे. अंगात संचार झालेला असताना त्यास श्रींचे दिव्य दर्शन घेववत नसे, आरतीसुद्धा बघवत नसे; परंतु जसजशी त्यांची आप्पासाहेबांची सेवा होऊ लागली, तसतसा त्यांच्यातील तो पिशाच्च समंध कमी होऊ लागला. ''आता मी काय करू? हा मार (श्री सेवा) माझ्याच्याने सोसवत नाही.'' असे पिशाच्चसंचारित आप्पासाहेब अधूनमधून म्हणायचे. पण पाच वर्षांच्या अखेरीस त्या उभयतांतील पिशाच्च समंध त्यांना सोडून गेला. ते दोघेही आता पूर्ववत आरोग्यसंपन्न, सुखी-समाधानी झाले.

पुढे हसबनीसांनी निर्धास्तपणे अक्कलकोटमध्येच वकिलीचा धंदा सुरू केला. त्यांना पुन्हा पिशाच्च समंधाचा त्रास होऊ लागला. ते पुन्हा श्री स्वामींस शरण गेले. प्रार्थनापूर्वक त्यांना म्हणाले, ''महाराज, पिशाच्च पुन्हा उपद्रव देऊ लागले आहे. मला अस्वस्थ करीत आहे. त्यामुळे मी त्रस्त आहे.'' तेव्हा त्यांच्याकडे पाहत सर्वज्ञ श्री स्वामी म्हणाले, ''करावे तसे भरावे. मध्यस्थपणा (वकिली) कशाला करता?'' हे ऐकताच हसबनीस काय समजायचे ते समजले. श्रीचरणांवर लोटांगण घालीत म्हणाले, ''महाराज, आता या क्षणापासून मी मध्यस्थपणा (वकिली) करण्याचे सोडून देत आहे.'' बोलल्याप्रमाणे श्रींच्या आज्ञेनुसार त्यांनी वकिली सोडली. वकिलीचा जो पैसा जमा झाला होता, तो त्यांनी श्री स्वामी समर्थ महाराजांच्या सेवेत खर्च केला. त्यानंतर हसबनीसांनी पुण्यास प्रस्थान केले. त्यांची व त्यांच्या कुटुंबीयांची श्री स्वामी समर्थ चरणी भक्ती उत्तरोत्तर वाढत गेली. अक्कलकोटच्या पाच-सहा वर्षांच्या वास्तव्यात त्यांनी इथे एक घर विकत घेतले होते. अक्कलकोट सोडण्यापूर्वी त्यांनी एक वर्षाचे अन्नधान्य, शिधासामग्री भरून श्री स्वामी समर्थ महाराजांच्या सेवेप्रीत्यर्थ अर्पण केली. नंतर ते आयुष्याच्या अखेरपर्यंत श्री स्वामी समर्थांच्या भजन-पूजनातच व्यग्र राहिले.

। अहमदनगरचा पंडित ।

असेच एकदा अहमदनगरमधील कोणी एक पंडित सहकुटुंब श्री स्वामींच्या दर्शनास आला. दर्शन घेऊन, त्याने त्यांना विनंती केली, ''महाराज, माझ्या गरिबावर दया करून माझी पुडी (नैवेद्य) मान्य करावी.'' तेव्हा अंतर्ज्ञानी श्री स्वामी त्यास म्हणाले,

''भजी, कडबोळी, क्षिप्रा आमटी करा, म्हणजे आमचे पोट भरेल.'' लगेचच त्या पंडिताने गणपतराव सेवेकऱ्याकरवी दुसऱ्या दिवशी श्रींनी सांगितलेल्या पदार्थासह पुरणावरणाचा उत्तम स्वयंपाक केला. सेवेकरी व गावातील काही मंडळींस भोजनाचे निमंत्रण देण्यात आले होते. आमंत्रित सर्व मंडळी भोजनास आली. नंतर लगेचच तो पंडित लगबगीने श्री स्वामींस भोजनासाठी बोलाविण्यास गेला. श्रींस नमस्कार करून प्रार्थनापूर्वक तो त्यांना म्हणाला, ''महाराज, कृपा करून भोजनास चलावे.'' तेव्हा श्री स्वामी त्यास हसत हसत म्हणाले, ''सगळ्यांचे पोट भरले, म्हणजे आमचे पोट भरेल. जा. आनंदाने सर्वांना जेवू घाल. आता माती चिवडू नको!''

श्री स्वामींचे हे अनुग्रहवचन नाइलाजास्तव मान्य करून तो बिऱ्हाडी आला. सर्व आमंत्रित मंडळी पोटभरून जेवली. तांबूल चर्वण करीत आपापल्या घरी गेली. त्यानंतर त्या भाविक पंडिताने श्री स्वामी समर्थांचे एक पात्र, स्वतःचे एक आणि त्याच्या पत्नीचे एक अशी तीन भोजनपात्रे सर्व पदार्थ यथास्थित भरून बाजूस वेगळी काढून ठेवली. बाकीचे अन्न इतरांस दिले. तेवढ्यात दोन पंडित तेथे येऊन म्हणाले, ''आम्हा दोघांस भोजन कोठे मिळेल? आम्ही अतिशय भुकेलेले झालो आहोत. भोजनासाठी आम्ही खूपच व्याकूळ झालेलो आहोत.'' तेव्हा त्या भाविक पंडिताने स्वतःसाठी व स्वतःच्या पत्नीसाठी बाजूस वाढून ठेवलेली ती दोन भोजनताटे त्या दोघा अभ्यागतांस दिली व 'आपण हा भोजनप्रसाद ग्रहण करावा.' अशी त्यांना विनंती केली.

त्या दोघांनी आनंदित होऊन भोजनास सुरुवात केली. ती पंडित पती-पत्नी आनंदाने पाहत होती. थोड्याच वेळात त्या अभ्यागतांनी विनंती केली, ''माई, आम्हास अजून भोजनप्रसाद वाढ. आम्ही फारच भुकेलेले आहोत?'' आता मात्र तो पंडित आणि त्याची पत्नी विचार करू लागली. 'आता काय करावे? फक्त 'श्रीं'साठी एक पात्र बाजूस काढून ठेवलेले आहे.' त्या दोघांनीही मनोमन 'श्रीं'ची प्रार्थना केली, 'महाराज, आपल्या आज्ञेप्रमाणे आम्ही आपल्यासाठी पदार्थ तयार केले. भोजने घातली. आपले पात्रही वेगळे ठेवले. आमची दोन्हीही पात्रे या दोघा अभ्यागतांस दिली. पण ते अजून मागत आहेत. काय करावे? आपले प्रारब्ध! आम्हाला क्षमा करा, महाराज...'' असे बरेच काही भाविकपणाने त्यांनी 'श्रीं'स विनविले. नंतर 'श्रीं'साठी बाजूस ठेवलेल्या भोजनपात्रातील सर्व पदार्थ त्या दोघांस, त्यांची तृप्ती होईपर्यंत वाढले.

नंतर तो भाविक पंडित व त्याची पत्नी 'श्रीं'ची क्षमायाचना करण्याच्या दृष्टीने त्यांचेकडे गेले. तेवढ्यात ते दोघे नुकतेच भोजन घेऊन तृप्त झालेले अभ्यागतही तेथे

आले. सर्व जण 'श्रीं'चे दर्शन घेऊन खाली बसताच श्री स्वामी त्या सर्वांकडे पाहत, प्रसन्नपणे हसत, स्वतःच्या पोटावर हात फिरवीत व तृप्तीचे ढेकर देत म्हणाले, ''काय हो, आज क्षिप्रा फारच छान झाली. परंतु त्यात वेलदोडे थोडे जास्त झाले. भोजनातील पुरणपोळी, भजी, आमटी आम्हास फारच आवडली, परंतु कडबोळ्यातील मिरच्यांनी मात्र भडका केला. तथापि ती स्वादिष्ट होती. आमटीची तर शाब्बास!'' हे सर्व ऐकून त्या उभयतांस व त्यांच्याच समवेत आलेल्या त्या दोन अभ्यागतांस मोठे आश्चर्य वाटले. ते एकमेकांकडे पाहत आश्चर्याने म्हणू लागले, ''श्री स्वामी समर्थ महाराज प्रत्यक्ष भोजनास मुळीच आले नसतानाही त्यांनी भोजनाबाबत हे सर्व इत्थंभूत कसे सांगितले? त्यांचे पोट भरले कसे?''

त्याच वेळी तिथे दोन सुधारक गृहस्थ अत्याधुनिक पोशाखात त्यांच्या पत्नीसह तेथे आले. काहीशा उपहासाने तेथील उपस्थितांना उद्देशून काहीशा कुत्सित, संशयी वृत्तीने ते म्हणाले, ''काय हो, स्वामी आता भोजनाविषयी जे म्हणाले, ते खरे आहे काय?'' तिथे उपस्थित असलेली मंडळी म्हणाली, ''हो. श्री स्वामी महाराज म्हणाले, ते तंतोतंत खरे आहे. आम्ही स्वतः त्या भोजनप्रसादाचा आस्वाद घेऊन नुकतेच येथे त्यांच्या दर्शनास आलो आहोत.''

तेवढ्यात श्री स्वामी त्या अत्याधुनिक पोशाख केलेल्या गृहस्थांकडे पाहत म्हणाले, ''काय रे? तुम्ही दोघे एकमेकांच्या बायकांजवळ निर्लज्जपणे निजत असता, हे असले निंद्य कर्म करून वर कुत्सित आणि संशयी वृत्तीने बोलता? नरकात जाऊ इच्छिता का?''

श्री स्वामींच्या ह्या मर्मभेदी, टोकदार आणि धारदार खरडपट्टीने ते दोघे निमूटपणे तेथून माना खाली घालून चालते झाले. त्यांच्या स्त्रियांना मात्र पश्चात्ताप झाला. श्री स्वामींपुढे नतमस्तक होत नाक घासून त्या म्हणाल्या, ''महाराज, आमच्याकडून आणि आमच्या पतींकडून खूप मोठ्या चुका झाल्या आहेत. आता ह्या क्षणापासून आम्ही नीट वागू. आम्हाला क्षमा करा.''

एवढं बोलून त्या दोघी तेथेच धाय मोकलून रडू लागल्या. दयाघन श्री स्वामी म्हणाले, ''जा, येथून पुढे स्वतःला व स्वतःच्या नवऱ्यांना नीट सांभाळा. नैतिकतेने वागा. जा आता.'' तेव्हा तेथे पत्नीसह उपस्थित झालेल्या त्या पंडित गृहस्थास श्री स्वामी म्हणाले, ''तुझी समाराधना (भोजन) सांग (चांगली) झाली. तुझ्या बिऱ्हाडी जाऊन कोनाड्यात पत्रावळीवर भजी वगैरे सरस्वतीने (त्याची पत्नी) ठेवली आहेत. ती घेऊन ये!''

तेव्हा त्या भाविक पंडिताची स्त्री प्रांजळपणे म्हणाली, ''महाराज, घरात अन्न वगैरे बिलकूल शिल्लक नाही.''

तिच्याकडे पाहत स्मितहास्य करीत म्हणाले, ''अगं, काय बोलतेस हे? तुझे घर भरलेले आहे. जा, पाहून ये बरे!'' ती बिऱ्हाडी येऊन पाहते तो तिला 'श्रीं'नी म्हटल्याप्रमाणे कोनाड्यात पत्रावळीवर अन्नपदार्थ दिसले. ते घेऊन ती श्री स्वामींकडे आली व श्री स्वामींना खाऊ घातले.

काही दिवस श्री स्वामी समर्थांच्या सहवासात ते दोघेही राहिले. नंतर त्यांचा आशीर्वाद घेऊन ते त्यांच्या घरी आले.

। साधनधुनी कुक्कुभाई ।

संचारेश्वर श्री स्वामी समर्थ असेच एकदा अक्कलकोटपासून जवळच असलेल्या 'साधनधुनी' या गावी गेले. सोबत दीडशे सेवेकरी होते. त्या गावी एक मोठी टेकडी होती. तिच्यावर एक फकीर राहत होता. त्याच ठिकाणी श्रींचा मुक्काम पडला. त्या दिवशी श्री स्वामी समर्थ महाराजांकरिता चोळाप्पाने त्याचा मुलगा कृष्णप्पाजवळ फराळाचे ताट भरून पाठवले. पित्याच्या आज्ञेनुसार ते नैवेद्याचे ताट त्याने श्रींसमोर आणून ठेवले.

श्रींनी तेथील फकिरास बोलावले. त्याच्या हातून त्या ताटातील मोजून सात घास त्यांनी खाल्ले. सातच घास का? जीवसृष्टीच्या पोषणासाठी उत्तरोत्तर वाढत जाणाऱ्या सात अन्नवृद्धीच्या अवस्था सांगितल्या आहेत. 'प्रभू', 'विभू', 'बहु', 'भय', 'पूर्ण', 'पूर्णतर' आणि 'क्षितिज' अशा त्या सात अवस्था आहेत. अन्नपूर्णा ही त्यांची देवता आहे. श्री स्वामींवर ती प्रसन्न होती. त्यांच्यात जणू भावाबहिणीचे नाते होते.

त्या दिवशी सायंकाळपर्यंत श्रींची स्वारी टेकडीवर होती. इकडे बरोबर असलेले सेवेकरी भुकेने कासावीस झाले. ते सर्व श्रींस प्रार्थना करू लागले, ''महाराज, आम्हास खूप भूक लागली आहे. काय करावे?''

त्यावर त्यांच्याकडे पाहत, स्मितहास्य करीत श्री स्वामी म्हणाले, ''अरे, उपाशी का मरता? चुरमा लाडू यथेच्छ खा.'' त्या सुनसान टेकडीवर सायंकाळच्या वेळी भुकेने व्याकूळ झालेल्या सेवेकऱ्यांना श्रींच्या या बोलण्याचा आणि स्मितहास्याचा काहीच अर्थ कळेना.

तेवढ्यात खाण्याची सर्व सामग्री घेऊन हैद्राबादचे जहागीरदार कुक्कुभाई त्यांच्या परिवारासह आपल्या पुत्राचे जावळ काढण्याकरिता श्री स्वामींसन्निध आले. श्रींना चरणस्पर्श करून कुक्कुभाई हात जोडून श्रींसमोर विनम्रपणे उभे राहिले. सर्व सेवेकऱ्यांकडे निर्देश करीत स्वामी कुक्कुभाईंस म्हणाले, ''अरे, आमची ही पोरे उपाशी आहेत. त्यांना जेवू घाल.''

श्रींच्या मुखातील आज्ञा शिरसावंद्य मानून जहागिरदार कुक्कुभाईंनी सर्व सेवेकऱ्यांना व यात्रेकरूंना लाडवांचे यथेच्छ भोजन घातले. दुसऱ्या दिवशी त्याने त्याच्या पुत्राचे जावळ श्रींच्या साक्षीने काढले. बोललेल्या नवसाची पूर्तता केली. नंतर अतिशय संतुष्टपणे श्रींची षोडशोपचारे पूजा केली. जहागिरदाराने तीन दिवस निरनिराळ्या पक्वान्नांचे भोजन सेवेकरी, श्रींच्या दर्शनार्थींना व येईल त्यास मुक्तपणे दिले. शेवटी सेवेकऱ्यांना यथोचित दक्षिणा देऊन संतुष्ट केले. नंतर श्रींचे आशीर्वाद आणि आज्ञा घेऊन कुक्कुभाई सहकुटुंब संतुष्ट मनाने लव्याजम्यासह हैद्राबादला परतले. श्री स्वामींच्या दर्शनासाठी महाराष्ट्रातून दूरदूरहून अनेक लहान थोर भाविक भक्त येत असत.

। गोविंदशास्त्री ।

श्री स्वामी समर्थांकडे वेगवेगळ्या कारणांनी हेतुपूर्ती करून घेण्यासाठी अनेक लोक येत. त्यात एकदा अक्कलकोटमधील गोविंदशास्त्री म्हणून एक साधा-सरळ पंडित आला. तो अतिशय विरक्त आणि श्रद्धाळू भक्त होता. परंतु कुटुंबाच्या काळजीमुळे तो फार जेरीस आला होता. तो नित्यनियमाने श्रींच्या दर्शनास येत असे.

एकदा त्याच्या मनात आले, 'कुटुंबाच्या उदरनिर्वाहाची म्हणजे त्यांच्या भाजी-भाकरीची काही निश्चिती झाली, तर श्रींची भक्ती करण्यास अवकाश तरी मिळेल. भिक्षुकी करून मन अगदी कंटाळून गेले आहे. पण काय करावे काही उपाय सुचत नाही. महाराज त्यांच्याकडे दर्शनभेटीसाठी येणाऱ्या लोकांचे हेतू पूर्ण करतात. तर आपणही त्यांना विचारून पाहायला काय हरकत आहे? शेवटी आपले प्रारब्ध!' असा विचार करून श्रींचे दर्शन घेऊन त्यांच्या पायालगतच काही अंतरावर ते अदबशीरपणे बसले.

तेवढ्यात अंतर्ज्ञानी श्री स्वामी त्यांच्या तोंडाकडे पाहून म्हणाले, ''तुमचे घराचे परसात सुपारीचे झाड आहे. त्या खाली जे आहे, ते घेऊन स्वस्थ 'हरी हरी'

करीत बसा.'' श्री स्वामीमुखातील हे वाक्य ऐकून शास्त्रीबुवांना खूप आनंद झाला. श्रींचरणी पुन्हा नतमस्तक होऊन व त्यांचा शुभ आशीर्वाद घेऊन ते घरी आले.

घरी आल्याआल्या श्री स्वामीवचनानुसार त्यांनी त्यांच्या घराच्या परसात सुपारीच्या झाडाखाली खोदले. तो त्यांना तेथे पुरलेल्या धनाचा हंडा सापडला. अशा प्रकारे श्रीकृपेने धनलाभ झाल्यावर गोविंदशास्त्रींच्या आनंदास पारावार राहिला नाही. ते त्यांच्या श्वासागणिक मोठ्या प्रेमभराने श्री स्वामी समर्थांचे गुणगान गाऊ लागले. श्री स्वामी समर्थांच्या आज्ञेप्रमाणे त्यांनी 'हरी हरी' म्हणून त्यांचा उर्वरित आयुष्याचा काळ समाधानात व तृप्ततेत घालविला.

। भाऊ रसूल ।

भाऊ रसूल म्हणून त्या वेळी मुंबईचे ख्यातकीर्त सावकार होते. त्यांचा मुंबईत आणि आजूबाजूस मोठा व्यापार-उदीम होता. ब्रह्मांडनायक श्री स्वामी समर्थ महाराजांची कीर्ती त्यांच्या कानावर आली, म्हणून एक दिवस ते श्रींच्या दर्शनासाठी अक्कलकोटला आले. चौकशी करता श्री स्वामी वटवृक्षाखाली आहेत असे त्यांना कळले. लगेच ते श्रींच्या दर्शनासाठी वटवृक्षस्थळी आले. श्रींची ती दिव्य, तेजःपुंज, आजानुबाहू मूर्ती पाहून भाऊ रसूलचे अष्टसात्त्विक भाव दाटून आले. त्यांनी श्रींचे दर्शन घेतले. त्यांची षोडशोपचारे पूजा केली. दुसऱ्या दिवशी पंडितांना भोजन घालून श्रींस प्रार्थना केली, ''महाराज, माझ्या व्यापाराची जर भरभराट झाली तर दोनशे रुपये आपल्या चरणी अर्पण करीन.'' असा नवस बोलून, पुन्हा श्रींचे चरणदर्शन व आशीर्वाद घेऊन ते मुंबईस आले.

पुढे श्रींच्या कृपेने भाऊ रसूल यांची व्यापारात नेत्रदीपक भरभराट झाली. विपुल धनदौलतही मिळाली. पुत्रसंतानही झाले. सर्वच बाबतीत आनंदीआनंद आणि सुख, समाधान, शांती त्यांच्या जीवनात निर्माण झाली. पण त्याच अवस्थेत श्री स्वामी समर्थांसमोर बोललेल्या नवसाचा त्यांना विसर पडला. श्रीकृपेने चौफेर भरभराट तर झाली होती, मात्र श्रीकृपेची कृतज्ञता भाऊ रसूल विसरले होते. पण सर्वज्ञ श्री स्वामी कसे विसरतील? श्रींना पैशाची आवश्यकता मुळीच नव्हती, पण 'बोले तैसा चाले' असा वर्तनव्यवहार श्री स्वामींना अपेक्षित होता.

म्हणून काही वर्षांनी ब्रह्मांडनायक श्री स्वामी समर्थ तीन वर्षांचे बालरूप धारण करून मुंबईत भाऊ रसूल सावकाराच्या घरात प्रकट झाले. घरात जिकडे तिकडे रांगू

लागले. भाऊ रसूल भोजनास बसले असता त्यांचे लक्ष रांगणाऱ्या बालकाकडे गेले. त्यास पाहून ते म्हणाले, ''हे कोणाचे लेकरू?'' तत्क्षणी श्रींनी आपले बालरूप सोडून यतिरूप धारण केले. तेथील उच्चासनावर बसून ते भाऊ रसूलास दरडावून म्हणाले, ''काय रे, आमचे दोनशे रुपये देतोस की नाही?''असे बोलून ते तेथून एकाएकी गुप्त झाले. भाऊ रसूल यास तर आश्चर्याचा धक्काच बसला. त्यांना 'व्यापारात भरभराट झाल्यास श्रींपुढे दोनशे रुपये ठेवीन.' या बोललेल्या नवसाची आठवण झाली.

दुसऱ्या दिवशी तत्काळ सावकार भाऊ रसूल त्यांच्या कुटुंबीयांसमवेत अक्कलकोटमध्ये दाखल झाले. श्रींचे दर्शन घेऊन त्यांना साष्टांग नमस्कार घातला. झालेल्या अपराधाची ते पुन्हापुन्हा क्षमा मागू लागले. हात जोडून विनंतीपूर्वक म्हणाले ''महाराज, मी आपण दिलेल्या ऐश्वर्यात, केलेल्या व्यापाराच्या भरभराटीत मदांध झालो होतो. मी आपणास केलेला नवस विसरलो. माझा असा घोर अपराध असूनही आपण दर्शन देऊन मला पुनीत केले.'' लगेचच त्यांनी श्रीचरणांपुढे दोनशे रुपये ठेवले. स्मितहास्य करीत श्री स्वामी त्यास म्हणाले, ''काय रे, तुझ्या घरी आम्ही आलो, तर साधे 'भोजन करा' असेसुद्धा म्हणाला नाहीस. तेव्हा अतिथी अभ्यागतास तर तुझ्याकडे एका घासाचासुद्धा थारा मिळणार नाही, असे वाटते.''

सावकार भाऊ रसूलांना मुंबईच्या घरातील बालस्वरूपात आलेल्या यतींचा सर्व प्रसंग आठवला. आपण श्री स्वामींस भोजनास थांबा असे म्हणालो नाही याचा त्यांना खूप खेद वाटला. श्रींच्या चरणावर कोसळत ते म्हणाले, ''महाराज, माझी ती मोठी चूकच झाली. पण आजपासून आलेल्या कुणाही अतिथी अभ्यागतास अन्नपाणी देत जाईन.'' यावर श्रींनी हास्य करीत आशीर्वादात्मक हात वर करीत म्हणाले, ''जा, सुखी राहशील.'' श्रींचा आशीर्वाद घेऊन सावकार भाऊ रसूल सहकुटुंब मुंबईस परतले.

। नारायण भटास शिक्षा ।

श्री स्वामी समर्थ हे जसे वज्रभेदी, कठोर होते तसेच ते परमदयाळूही होते. ते ठकास महाठकही होते. एखाद्या व्यक्तीचा आचारविचार आणि व्यवहार धर्म चुकीचा, कुत्सित असेल तर त्या व्यक्तीस ते अद्दलही घडवीत. मात्र त्या व्यक्तीस पश्चात्ताप झाला, चुकीबद्दल त्याने वा तिने क्षमायाचना केली, तर परमदयाळू श्री स्वामी अशांना माफही करीत. सन्मार्गास लावीत.

त्या वेळी सोलापुरात राहणारा नारायण भट नावाचा गृहस्थ होता. तो अधून मधून अक्कलकोटला येत असे; परंतु त्याच्या स्वभावधर्मानुसार श्रींची कीर्ती त्याला खुपत असे. म्हणून तो अकारण त्यांची निंदा-नालस्ती करताना सतत कुणाजवळही म्हणत असे, ''हे स्वामी स्वतःला संन्यासी म्हणवतात, पण कुणाकडेही जेवतात, कोठेही निजतात, कोठेही त्यांची उठबस असते. त्यांच्या वागण्यात बोलण्यात पवित्र-अपवित्रतेचा काही धरबंध नाही. कर्म काहीच नाही. हे कसले संन्यासी? कसले अवतारी पुरुष?...'' असे बरेच काही बोलत तो नेहमीच श्रींची कुचाळकी करत असे.

एकदा असाच तो अक्कलकोटमध्ये आला होता. त्याला लगेचच सोलापूरला परतायचे होते. पण त्याने विचार केला, ''इतके लोक श्री स्वामींच्या दर्शनास येथे येतात, तर आपणही घरी परतण्यापूर्वी सहजच त्यांचे दर्शन घेण्यास काय हरकत आहे?'' 'श्रीं'चे सहजच दर्शन घेऊन, थट्टामस्करी करण्याच्या आविर्भावात तो गंमत पाहत बाजूला उभा राहिला. तेव्हा श्री स्वामी त्याच्याकडे पाहत म्हणाले, ''अरे भटा, असा उभा का? बोंबलत जा!'' श्रींच्या या बोलण्याचा काहीच विधिनिषेध न मानता, त्यांचे बोलणे फारसे गांभीर्याने न घेता नारायण भट तेथून मोठ्या ऐटीत अहंभावीपणे 'श्रीं'कडे तुच्छतेने पाहत सर्वदर्शनार्थींच्या समोर घराकडे मोठ्या रुबाबात, एखाद्या तालेवारासारखा विजयी मुद्रेने सोलापुरी निघाला.

पण घरी येताच त्याला धक्का बसला. त्याच्या घरातून त्या वेळच्या तीन-चार हजार रुपये किंमतीच्या मौल्यवान दागिन्यांची चोरी झाली होती. त्याने पुष्कळ तपास केला, परंतु त्या चोरीचा तपास अखेरपर्यंत लागला नाही. शांत चित्ताने हे असे का घडले याचा त्याने विचार केला, तेव्हा त्यास श्री स्वामींच्या 'बोंबलत जा!' या शब्दांची आठवण झाली. विनाकारण श्री स्वामी समर्थांच्या आपण करीत असलेल्या निंदेची चांगलीच शिक्षा मिळाली. याची अखेरीस नारायण भटास जाणीव झाली. त्याने पश्चात्ताप पावून, श्री स्वामींची तिथेच दोन्ही कान पकडून मनोमन क्षमा मागितली.

त्या घटनेपासून तो श्री स्वामी समर्थांची भक्ती करू लागला. पुढील भेटीत त्याने तातडीने अक्कलकोटी जाऊन श्रींचे चरण धरले. क्षमा मागितली. श्रींनी स्मितहास्य करीत त्याला श्रीफळ देत सांगितले, ''स्वतःत असाच चांगला बदल कर. ठीक होईल. जा.'' श्रींना साष्टांग दंडवत घालून, त्यांचा आशीर्वाद घेऊन तो घरी सोलापुरी परतला. पुढे नारायण भटाने त्याचे उर्वरित आयुष्य त्याच्या कुटुंबीयांसमवेत श्री स्वामी समर्थांच्या उपासनेत घालविले.

। विठ्ठल जमादार ।

विठ्ठल जमादार नावाचे एक सद्गृहस्थ त्या वेळच्या हैद्राबाद संस्थानातील सुप्रसिद्ध चंदुलाल यांचे नातू नरेंद्र बहादुर यांच्याकडे कामाला होते. त्यांची मिळकत यथातथाच होती. त्यामुळे त्यांचा प्रपंच अतिशय ओढगस्तीचा होता. प्रपंचक्लेशाने विठ्ठल जमादारांना जीवन नकोसे झाले होते.

एकदा त्यांनी हैद्राबादेतील एका साधुपुरुषाला स्वत:च्या कर्मदशेबद्दल विचारले, तेव्हा त्यांनी त्यास सांगितले, ''अक्कलकोट येथे एक अवतारी सत्पुरुष आहेत. त्यांच्या केवळ दर्शनभेटीनेही विचित्र प्रारब्धदशा विलय पावते व उत्तम कल्याणदशेस प्रारंभ होतो.''

हे ऐकताच विठ्ठल जमादारास हुरूप आला. मोठ्या उमेदीने आणि उत्साहाने तो अक्कलकोटी आला. तपासांती श्री स्वामी वटवृक्षस्थळी असल्याचे कळले. तत्काळ तो श्रींच्या दर्शनास तिथे गेला. श्रींसमोर नारळ ठेवून भक्तिभावाने साष्टांग नमस्कार केला. हात जोडून विनम्रपणे त्यांच्या समोर उभा राहिला. अंतर्ज्ञानी श्रींनी त्यास विचारले, ''तुला किती धन पाहिजे? ते घेऊन तू काय करशील?'' तेव्हा साध्या-सरळ मनाने विठ्ठल जमादार विनम्रपणे म्हणाले, ''महाराज मायबापा, आपण कृपावंत होऊन जितके द्याल, तितके घेईन. त्याचा चिरकाळ यथायोग्य दानधर्म करीन.'' नंतर श्रींना वंदन करून, यथाशक्ती भोजन घालून ते हैद्राबादेस आले.

येथे आल्यावर त्यांनी त्यांचे मालक नरेंद्र बहादूर यांना 'श्रीं'कडून प्राप्त झालेला प्रसाद दिला, श्रींच्या दर्शनभेटीचा वृत्तान्तही सांगितला. त्या प्रसंगी श्रींनी काय विचारले व आपण त्यांना काय उत्तर दिले तेही सांगितले, ते सर्व ऐकून मालक नरेंद्र बहादूर अतिशय संतुष्ट झाले. विठ्ठलराव जमादाराची लीनता आणि सच्चेपणा त्यांना भावला. त्या दिवसापासून त्यांनी विठ्ठलराव जमादारावर महत्त्वाची कामे सोपवण्यास सुरुवात केली. तेही ती कामे प्रामाणिकपणे तडीस नेऊ लागले. त्यामुळे नरेंद्र बहादूर त्यांच्यावर जाम खूश झाले. त्यांचा पगारही चांगलाच वाढवून देण्यात आला. त्यातून श्रीकृपेने योग्य न्यायनीतीच्या वर्तनामुळे विठ्ठलरावांना लक्षावधीने द्रव्य मिळू लागले. त्यांनी श्री स्वामी समर्थ महाराजांसमोर कबूल केल्याप्रमाणे दानधर्म चालवला. प्रतिवर्षी एकदोनदा तरी ते अक्कलकोटला श्रींच्या दर्शनभेटीस येत. श्रींचे यथासांग पूजन करून उत्तमरीत्या भोजन व संतर्पण

करीत. परिणामस्वरूप श्री स्वामीकृपेचा अधिकाधिक वर्षाव होऊन त्यास जहागीर व सरकारी वेतनही प्राप्त झाले. ते आता विठ्ठल जमादारचे विठ्ठलराव जमादार म्हणून सर्वपरिचित झाले.

ब्रह्मांडनायक श्री स्वामी समर्थ आज्ञेनुसार त्यांनी आचारविचार, वर्तनव्यवहार ठेवल्याने ते सर्वसुखी झाले. विठ्ठलराव जमादारांची वर्तणूक शुद्ध व श्रींना दिलेल्या शब्दानुसार होती. त्यामुळे त्यांच्या उत्तरायुष्यात ते उदार, सद्धर्मी म्हणून विख्यात झाले. श्री स्वामी समर्थकृपेने त्यांच्या ऐश्वर्याचे स्थैर्य वशंपरंपरागत टिकून राहिले.

। राममंदिरातील हरिबाई ।

श्री स्वामी समर्थ जसे दयाळू, दीनपरायण आणि भक्तवत्सल होते; तसेच ते प्रसंगी कठोरही होते. विशेषत: उपासना, साधना करणाऱ्यांच्या बाबतीत चारित्र्य, शील, आचारविचार यांबाबत ते कठोर कसोट्या घेत.

असेच एकदा अक्कलकोट गावाबाहेर रामाच्या मंदिरात हरिबाई म्हणून एक विधवा स्त्री प्रभू रामचंद्रांची उपासना करीत असे. ती रामदासी पंथाची होती. ती भिक्षा मागून त्यावर स्वत:चा उदरनिर्वाह करीत असे. दासबोध आदी ग्रंथाचे श्रवण-मनन-चिंतन करून त्यावर प्रवचनेही करीत असे. त्याच ठिकाणी बाबा सबनीस वेदान्तचर्चा रोज करीत असत. श्रावणमासात श्री स्वामी समर्थही अधूनमधून तिथे येऊन बसत.

तिथे ऐकण्यास बसणारे काही जण नाहक, विनाकारण श्रींचा उपहास करीत. त्यांच्या परोक्ष त्यांच्याविषयी कुचाळक्या करीत, कुजके-नासके बोलत. त्यात दांभिक वारकरी काशिनाथ म्हसवडकर, बाबा फडणीस आघाडीवर होते. एके दिवशी हे दोघे आणि त्यांचे इतरही काही साथीदार श्रींच्या गैरहजेरीत म्हणू लागले, ''श्री स्वामींचे मस्तक फिरून ते वेडे झाले आहेत. लोक उगीचच त्यांच्या नादी लागले आहेत. चतुर्थाश्रम घेऊन ते भ्रष्ट झाले आहेत. यांच्या नादाने बाबा सबनीस हेसुद्धा पोथ्या उलथ्या-पालथ्या करीत बसले आहेत...'' असे बरेच जण टीका करीत होते.

टीकात्मक बोलणाऱ्यांतील दुष्ट वर्तन करणाऱ्या त्या अधर्मींपैकी एकाच्या पायाला सर्पदंश होईल, अशी योजना श्री स्वामींनी केली. सर्पदंश झालेला गृहस्थ विषाच्या प्रभावाने काळानिळा पडू लागताच तिथे उपस्थित असलेले सर्व जण

घाबरून गेले. मग काशिनाथ म्हसवडकर यांनी सर्वांच्या आग्रहाखातर सर्पदंश झालेल्या व्यक्तीला उचलून धावत-पळत अखेरचा उपाय म्हणून श्री स्वामींपुढे आणून ठेवले.

तेव्हा श्री स्वामी अन्य भक्तगणांशी संवाद साधत होते. त्यांना हितोपदेश करीत होते. मार्ग सुचवीत होते. सर्वसाक्षी श्री स्वामींना तत्क्षणी सर्व घटना- प्रसंगाची कल्पना आली होती. काशिनाथ म्हसवडकर, बाबा फडणीस आणि त्यांच्या सोबतचे काही मोजके लोक पडलेल्या चेहऱ्यांनी काकुळतीला येऊन श्रींना काही सांगणार, तोच श्री स्वामी त्यांना हसून म्हणाले. ''आम्ही वेडे, भ्रष्ट झालो. आमच्या मस्तकात भ्रम झाला आहे. पण यात तुमच्या बापाचे काय गेले? बसून भोजन मिळते, म्हणून तुम्हाला या अशा चेष्टा आठवल्या वाटते? तुमचे सर्व घोटाळे आणि काळी कारस्थाने मला ठाऊक आहेत. तुमचे टिळे, माळा आणि सोवळे सर्व काही जळो. तुम्ही आतून आणि बाहेरून पूर्ण विटाळलेले आहात.''

श्री स्वामींचे हे अंत:साक्षी उद्गार ऐकताच म्हसवडकर, बाबा फडणीस, त्यांचे दुष्ट साथीदार अगदी लज्जित झाले. खरे तर श्रींविषयी असे अनुद्गार काढण्याचे त्यांना काही कारणही नव्हते आणि गरजही नव्हती. परंतु आपणच तेवढे शहाणे आणि बाकीचे सर्व मूर्ख, अडाणी अशी काहींची गुर्मी असते. त्यामुळे असा आचारविचार व वर्तनव्यवहार करण्याची काहींची सवय असते. म्हसवडकर, फडणीस आणि त्यांचे काही साथीदार हे त्यातलेच. त्यांना श्रींवर टीकाटिप्पणी करण्याचा, त्यांची निंदानालस्ती करण्याचा काही एक अधिकार आणि प्रयोजनही नव्हते. परंतु बाका प्रसंग गुदरल्यामुळे ते सर्व श्री स्वामींना शरण आले. पुन्हापुन्हा त्यांना चरणस्पर्श करून आणि हात जोडून त्यांची क्षमा मागू लागले. ते सर्वच एकमुखाने म्हणू लागले, ''स्वामी महाराज, आपण साक्षात ब्रह्मांडनायक आहात. आम्ही दुष्ट, पापी, छलवृत्तीचे, तुमचे कट्टर निंदक असूनही तुम्ही आमच्या अक्षम्य अपराधांना आणि कृतींना माफ केले.'' श्री स्वामींनी त्या पश्चात्तापदग्धांवर करुणेचा कटाक्ष टाकून त्यांना क्षमा केली.

ज्या व्यक्तीस सर्पदंश झाला होता, ती व्यक्ती श्रींची निस्सीम भक्त बनली. पुढे बाबा फडणीसही श्रींचे कट्टर अनुयायी झाले. म्हसवडकरांनी श्री स्वामीकृपेमुळे निंदा करण्याचा, कुचाळकीखोर स्वभाव सोडून ते सरळमार्गी वागू लागले. श्री स्वामी समर्थांच्या नित्यस्मरणात आणि त्यांच्या नामजपात त्या सर्वांनी त्यांचे उर्वरित आयुष्य व्यतीत केले.

। भूत-वर्तमान-भविष्याचे वेध ।

भूत, वर्तमान आणि भविष्याचा वेध घेण्याचे, त्या दृष्टीने मार्गदर्शन करण्याचे विलक्षण दैवी सामर्थ्य श्री स्वामी समर्थांमध्ये होते. याचा प्रत्यय त्यांच्या अनेक लीलांमधून येतो.

इंदूरच्या सुप्रसिद्ध सावकार किबे यांच्याकडे रावजी भिकाजी ढवळे उर्फ रावसाहेब ढवळे नावाचे गृहस्थ दिवाण म्हणून कामास होते. पुढे त्यांनी ती नोकरी सोडली. सर्वसंगपरित्याग करून ते अक्कलकोटला श्री स्वामी समर्थांजवळ त्यांच्या सेवेत राहिले. ढवळ्यांच्या मातोश्री काशीक्षेत्री वास करून होत्या. पुण्यक्षेत्री आपला देह पडावा अशी त्यांची खूप इच्छा होती. पुढे त्या खूप आजारी असल्याची तार रावसाहेब ढवळेंना अक्कलकोटी आली. त्यात 'तू ताबडतोब काशीक्षेत्री निघून ये.' असे म्हटले होते, म्हणून रावसाहेबांनी श्रींजवळ जाऊन सांगितले, ''महाराज, काशीक्षेत्री माझ्या मातोश्री खूप आजारी असल्याची तार आली आहे. मला ताबडतोब बोलावले आहे. तर तिला भेटण्यास जाण्याची आज्ञा द्यावी.''

तत्क्षणी श्री स्वामी त्यांस म्हणाले, ''बैठ, किधर जाता है?'' श्रींची आज्ञा शिरसावंद्य मानून रावसाहेब तेव्हा काशीस गेले नाहीत. पुढे मातोश्रींस आराम पडून त्या बऱ्या झाल्या. तसे पत्र रावसाहेबांस आले. 'ही श्री स्वामी समर्थांची कृपा!' असे म्हणून त्यांनी श्रींस खूप धन्यवाद दिले आणि भक्तियुक्त अंत:करणाने कृतज्ञता व्यक्त केली.

पण पुढे काही महिन्यांनी मातोश्री आजारी असल्याचे रावसाहेबांना पुन्हा पत्र आले, तेव्हाही त्यांनी श्रींकडे जाण्याविषयी परवानगी मागितली, पण तेव्हाही श्रींनी नकारार्थी मान हलवत 'जाऊ नकोस' म्हणून सांगितले. रावसाहेबांनी याही वेळी काशीस जाणे स्थगित केले. इकडे मातोश्रींची प्रकृती ठीक होऊन त्या पूर्ववत हिंडू-फिरू लागल्या. तिसऱ्या वर्षी रावसाहेबांना आई आजारी असल्याचे पत्र आले. याही वेळी ते श्रींची आज्ञा घेण्यास गेले, तेव्हा त्रिकालज्ञानी श्री स्वामी म्हणाले, ''अब जाव.'' श्रींची आज्ञा घेऊन रावसाहेब काशीस आले. ते तिथे पोहोचताच त्यांच्या मातोश्री मरण पावल्या, मग त्यांनी मातोश्रींचे उत्तरकार्य यथासांग, विधिवत काशी तीर्थक्षेत्री पार पाडले. काही दिवस तिथे थांबून ते पुन्हा अक्कलकोटास आले.

श्रींचे दर्शन घेऊन हात जोडून उभे राहताच श्री स्वामी म्हणाले, ''रावसाहेब, पूर्वी गेला असतास, तर गाय (आई) चिखलात रुतली असती.''

त्यांना या उद्‌गारातून असेच सूचित करावयाचे होते, की रावसाहेब ढवळे हे पहिल्यांदाच काशीक्षेत्री गेले असते, तर दोन-तीन वर्षे तिथेच अडकून पडले असते. तिथे राहण्यापेक्षा श्रींजवळ राहणेच साधकाच्या दृष्टीने अधिक योग्य. पुढे रावसाहेब ढवळे श्रींच्या सेवेत दीर्घ काळ राहिले. श्रींनी रावसाहेबास सोन्याने मढवलेली रुद्राक्षांची माळ प्रसाद म्हणून दिली. नंतर श्रींच्या संकेतानुसार त्यांनी पुढे संन्यास घेतला.

। शंकराचार्यांचे आगमन ।

श्री स्वामी समर्थ अक्कलकोटमध्ये होते, तेव्हा आद्य शंकराचार्यांचा लौकिक संपूर्ण हिंदुस्थानात सर्वत्र दुमदुमत होता. हिंदू धर्माच्या प्रचारार्थ त्यांचा तेव्हा सर्वत्र संचार होता. असेच एकदा जेव्हा संकेश्वरचे शंकराचार्य अक्कलकोटास आले होते, त्या वेळी श्री स्वामी स्वत:चे ब्रह्मांडनायकत्व विसरून चोळाप्पांसह शंकराचार्य जिथे उतरले होते तिथे राजवाड्यात गेले. आपल्या हिंदू धर्माचे प्रमुख म्हणून शंकराचार्य आपल्या गावी पाहुणे म्हणून आले आहेत; त्यांचा योग्य तो मानसन्मान, आदर राखण्याच्या हेतूने स्वत:चा मोठेपणा, देवत्व सर्व विसरून शंकराचार्यांची व्यवस्था जिथे केली होती तिथे चोळाप्पासह ते आले. वास्तविक शंकराचार्यांनी श्री स्वामी समर्थांचे श्री दत्तस्वरूप जाणून त्यांच्या भेटीस जाणे उचित ठरले असते, पण शंकराचार्यांनी तसे काहीही केले नाही. ज्याचा मोठेपणा त्याला देण्याचा संकेत श्री स्वामींनी पाळला. पण त्या स्थळी आल्यावर श्रींना कोणी साधे 'या' असेही म्हणेना की बसावयास आसनही देईना. जो तो शंकराचार्यांच्या सरबराईत व्यग्र झाला होता. शंकराचार्यांना उच्चासनावर बसवून त्यांची षोडशोपचारे पूजा करण्यात आणि त्यांचा उद्घोष करण्यात सर्व दंग होते. त्यांतील काही विद्वान, पंडित, ज्योतिष यांनी श्री स्वामींना बघताच आपापसांत कुजबूज सुरू केली, ''हे संन्यासी असूनही पाहिजे त्याकडे अन्न खातात, पाहिजे तिथे जातात. उठबस करतात. तेव्हा त्यांना आपल्या पंक्तीस, भोजनास बसवू न देता त्यांचे पान वेगळे मांडावे.''

सूक्ष्मातल्या सूक्ष्म गोष्टीचा वेध घेण्याचे सामर्थ्य असलेले श्री स्वामी तेव्हा काहीही न बोलता बाळाप्पांसह तिथेच बाजूस बसून राहिले. उपस्थित सर्व विद्वज्जन आपापल्या भोजनपात्रांवर येऊन बसले. संकल्प सुटला. भोजनाला सुरुवात

होणार तोच पक्वान्न वाढलेल्या पात्रात प्रत्येकास बुजबुजणारे किडे दिसू लागले. शंकराचार्यांसह सर्व विद्वज्जन दिङ्मूढ झाले. हे असे अघटित का झाले हे कुणासही कळेना. आश्चर्यचकित होऊन ते सर्व एकमेकांच्या तोंडाकडे पाहू लागले.

तेव्हा एका वृद्धाने श्रींकडे निर्देश करून शंकराचार्यांना सांगितले, ''अहो, धर्ममार्तंड जगद्गुरू, या समारोहात प्रत्यक्ष दत्तप्रभूंचा अनादर झालाय.'' हे ऐकताच शंकराचार्य त्यांच्या उच्च सिंहासनावरून खाली उतरले. ब्रह्मांडनायक श्री स्वामी समर्थांजवळ जाऊन हात जोडून प्रार्थनापूर्वक म्हणाले, ''महाराज, अपराधाची क्षमा असावी. (वास्तविक) आपणच जगद्गुरू आहात. (परंतु) आम्ही आपला अनादर करण्याचा भयंकर मोठा अपराध केला आहे. आता क्षमा करावी आणि कृपा करून सिंहासन ग्रहण करावे.'' अशा प्रकारे श्री स्वामींच्या हात जोडून मिनतवाऱ्या केल्या.

त्यांनी वारंवार श्रींची क्षमा मागून त्यांना अतिशय आदराने सिंहासनावर बसविले. सर्वांसमक्ष जाहीर पश्चात्ताप व्यक्त केला. त्यांची पाद्यपूजा वगैरे करून योग्य तो मान दिल्यावर श्रींनी अमृतदृष्टीने सर्वत्र दृष्टिक्षेप टाकला. भोजनपात्रात वळवळणारे किडे नाहीसे झाले. श्री स्वामींना अनिष्ट वृत्ती-प्रवृत्तींचा, आचार-विचारांचा भयंकर तिटकारा होता. सोंग आणि ढोंग यांचे ते भंजक होते. 'सत्यम् शिवम् सुंदरम्' या त्रिकालाबाधित विश्वव्यापकत्त्वाची स्थापना, आदर आणि ते वर्धिष्णू करण्याचा त्यांचा सतत प्रयत्न असे. म्हणूनच ते तेव्हाही पूजिले जायचे, आताही पूजिले जातात आणि पुढेही पूजिले जातील.

❋

पुढे श्रीमंत मालोजीराजे कैलासवासी झाले. शहाजीराजे गादीवर आले. श्री स्वामींनी १८७८मध्ये (शके १८००) समाधी लीला केल्यावर दहा वर्षांनी हेच जगद्गुरू श्री शंकराचार्य पुन्हा प्रज्ञापुरी आले. त्या वेळी त्यांचेसमवेत तब्बल दोनशे भक्तगण होते. जगद्गुरू पालखीत बसून मशालीच्या उजेडात (तेव्हा अक्कलकोटमध्ये विजेचे दिवे नव्हते.) बुधवार पेठेतील श्री स्वामी समर्थ महाराजांच्या समाधीस्थानी दाखल झाले. पालखीतून उतरून त्यांनी पायीच्या खडावा काढल्या. शिष्यांच्या खांद्यांवर हात ठेवून ते सभामंडपात प्रवेशले. 'श्रीमद् दत्तात्रेय स्वामी सर्वेश्वर' असे उच्च स्वरात बोलून ते महाराजांच्या समाधीजवळ आले. त्या दिवशी त्यांनी समाधीपूजन व आरती स्वहस्ते केली. त्याच वेळी त्यांनी ब्रह्मांडनायक श्री स्वामींवर श्लोकबद्ध अष्टक रचना केली. ती ऐकून उपस्थित सर्व जनसमुदाय संतुष्ट झाला.

अष्टक म्हटल्यानंतर जगद्गुरू श्री शंकराचार्य दीड तास एकाग्रचित्ताने सहजसमाधी अवस्थेत प्रवेशले. तद्नंतर सर्वांसमक्ष त्यांनी भक्तिभावाने श्री स्वामी समर्थ महाराजांच्या समाधीवर मस्तक टेकविले. त्या अवस्थेत ते बराच वेळ होते. त्यानंतर अतिशय हर्षभरात ते सभामंडपात दाखल झाले.

तेव्हा तेथील सर्व उपस्थितांना संबोधित करताना ते म्हणाले, ''आचार्यपदावर स्थित असणाऱ्याने कधी अन्य यतीच्या, संन्याशाच्या दर्शनास जावू नये, असे शास्त्रसंकेत आहेत. परंतु हे श्री स्वामी समर्थ महाराज परमात्मा हृषीकेश श्रीमत्परमहंस, ब्रह्मांडनायक असून त्यांच्या पारमार्थिक सत्तेचा विचार करता ते व्यापक स्वरूपात सर्वत्र विद्यमान आहेत. भक्तजनमानसी यांचा वास आहे. म्हणून या परमपुरुषाचे समाधिस्थान अवश्य वंदिले पाहिजे.'' असे हजारो उपस्थितांसमोर कथन करून त्यांच्या सेवेकऱ्यांसमवेत त्यांनी अन्य ग्रामी प्रयाण केले.

। कोंडूनाना व बंबगार्डन ।

कोंडूनाना नावाचा एक साधा, सरळ गृहस्थ श्री स्वामी समर्थांचा निस्सीम भक्त होता. एके दिवसी तो अक्कलकोट येथील खासबागेतील विहिरीवर तोंड धूत होता. तेव्हा इंग्रज सरकारचा तत्कालीन अधिकारी बंबगार्डन साहेब घोड्यावरून फिरत फिरत त्या विहिरीजवळ आला. तिथे त्याला कोंडूनाना तोंड धुताना दिसला. कोंडूनानाच्या या कृत्यामुळे विहिरीचे पाणी खराब होते, असा बंबगार्डन साहेबाचा ग्रह झाला. म्हणून त्याने कोंडूनानाला जवळ बोलावून घेतले. घोड्यावर बसलेल्या त्या उर्मट रुबाबदार इंग्रज अधिकाऱ्याला पाहून कोंडूनाना अतिशय घाबरला. घाबरत घाबरत त्या इंग्रज अधिकाऱ्याजवळ जाऊन, हात जोडून अतिशय दीनवाणीने तो त्या इंग्रज अधिकाऱ्याची क्षमा मागू लागला. ''मायबाप सरकार, माझ्याकडून चूक झाली. माफ करा. पुन्हा अशी चूक कधीच करणार नाही...'' असे बरेच काही विनंतीवजा बोलून तो घोड्यावर स्वार असलेल्या बंबगार्डनच्या पायाला स्पर्श करीत पुन्हापुन्हा ''चुकलो माफी असावी, सरकार!''

त्या मग्रूर ब्रिटिश अधिकाऱ्याने त्याला पायाने जोरदार ढकलून दिले. त्यासरशी तो गरीब बिचारा कोंडूनाना खाली जमिनीवर पडला. रागाने बेभान झालेल्या बंबगार्डनने घोड्यावरून खाली उतरत कोंडूनानाच्या पेकाटात बुटाच्या दोनतीन जोरदार लाथा मारल्या. त्याला 'बेवकूफ, गधा, पागल, स्टुपिड, इडियट' अशा

इंग्रजी आणि मोडक्यातोडक्या हिंदी भाषेत शिव्या दिल्या. घोड्याला टाच मारून कोंडूनानाकडे तुच्छतेने पाहत तो निघूनही गेला.

असह्य वेदना होत असतानाही कोंडूनाना नित्याप्रमाणे श्रींच्या दर्शनास आला. श्रींचे दर्शन घेऊन त्याने खासबागेतील विहिरीजवळ घडलेला प्रसंग श्रींच्या कानांवर घातला. सर्वसाक्षी श्री स्वामींना ते सर्व अगोदरच ज्ञात झालेले होते, तरी त्यांनी कोंडूनानाच्या तोंडून सर्व वर्तमान शांतपणे ऐकून घेतले. त्या वेळी ते त्यास काही बोलले नाही. थोड्याच दिवसांत बंबगार्डन साहेबाने ज्या पायाने कोंडूनानास लाथ मारली होती, नेमक्य त्याच पायास गोम डसली. त्याला अतिशय वेदना होऊ लागल्या. त्या कमी व्हाव्यात म्हणून त्याने विविध उपाय केले. पण त्याचा काही उपयोग होईना. त्याचा पाय अगदी कामातून गेला. पाय कापल्याशिवाय बरा व्हायचा नाही, असे डॉक्टरांचे मत पडले. पण त्यास ते मत काही रुचेना आणि पटेना. तेव्हा मोरो काशी हे अक्कलकोटचे मामलेदार होते. त्यांच्यामार्फत श्री स्वामींशी संपर्क साधून काही उपाय सांगण्याची त्याने प्रार्थना केली. मामलेदाराने श्री स्वामींस बंबगार्डनचा पाय बरा होण्याच्या संदर्भात प्रार्थना करताच श्री स्वामी महाराज क्रोधाने म्हणाले, ''गधे, हमकु क्या पुछता है?''

श्री स्वामींचा हा निरोप बंबगार्डन साहेबास सांगताच श्रींचा आपल्यावर रोष असल्याचे त्याच्या लक्षात आले. पायाचे दुखणे तर कमालीचे विकोपाला जाऊन त्याला ते सोसवत नव्हते, पण त्यावर उपाय श्री स्वामीच करू शकतील असे त्याचे मन त्याला ग्वाही देत होते. पण श्रींचा आपल्यावर एवढा राग का आहे, हे त्याला काही समजत नव्हते.

एक दिवस श्री स्वामी समर्थ महाराज सहजच फिरत फिरत त्याच्या बंगल्यात गेले. कोंडूनाना प्रकरणाचा श्री स्वामी समर्थ येण्याशी काही संबंध असेल याची थोडीसुद्धा कल्पना त्याला नव्हती. म्हणून श्री स्वामींना आलेले पाहताच तो उठून उभा राहिला. त्यांना बसण्यासाठी अदबीने खुर्ची देऊन त्यांना अतिशय नम्रपणे सलाम केला. त्याने त्यांना सहजच विचारले, ''महाराज, आपण इकडे का येणे केले?'' त्यावर त्याचा काहीही मुलाहिजा न ठेवता खणखणीत आवाजात त्यांना उत्तर दिले.

श्रींचे बोलणे ऐकून बंबगार्डन अक्षरश: थिजलाच. त्यास कमालीचे वाईट वाटले. त्याच्याकडे रोखून पाहत उग्र मुद्रेने भक्तवत्सल, भक्ताभिमानी श्री स्वामी त्यास म्हणाले, ''आम्हाला लाथा मारल्यास आणि वर औषध विचारतोस?'' एखादी वीज आकाशात लख्ख चमकून जावी त्याप्रमाणे त्याच्या लक्षात खासबागेतील

विहिरीच्या पाण्यात तोंड धुणाऱ्या व्यक्तीस (कोंडूनानास) लाथा मारल्या, म्हणूनच श्री स्वामींचा आपल्यावर रोष आहे, हे आता त्याला पुरते कळून चुकले. तत्काळ हात जोडून श्री स्वामींना चरणस्पर्श करून त्याने त्यांची क्षमा मागितली. त्यांच्या चरणावर मस्तक ठेवून त्याने कळवळून प्रार्थना केली, ''महाराज, गलती झाली. अपराधाची क्षमा करावी. मी त्याच पायाचे दुःख भोगतो आहे. आता ते मला सहन होत नाही. त्यावर आपणच काहीतरी औषध द्या.''

केलेल्या कृत्याचा पश्चात्ताप झाला आहे, हे अंतर्ज्ञानी श्रींच्या लक्षात येताच त्यांनी त्यास उपाय सांगितला. ''निंबवृक्षाच्या रक्तखोडास पाण्यात उगाळून तो लेप पायास लावा. म्हणजे व्याधी बरी होईल.'' साहेबाने हा उपचार करताच आठ दिवसांचे आत त्याचा पाय बरा झाला. अन्यथा शेवटी पाय तोडण्याची वेळ त्याच्यावर आली होती. परंतु ब्रह्मांडनायक श्री स्वामी समर्थांच्या कृपेने ती वेळ टळली. त्याचा पाय पूर्ववत बरा झाला. या घटनेमुळे ब्रिटिश अधिकारी बंबगार्डनची श्री स्वामी समर्थ महाराजावर आत्यंतिक भक्ती जडली. इतर इंग्रज व अन्य अधिकाऱ्यांना ही खबर कानोकानी लागली. तेही श्रींच्या दर्शनास येऊ लागले. अधूनमधून विद्वान, पंडित, दशग्रंथी, वेदशास्त्रनिपुण लोकही श्रींच्या दर्शनास येत. दर्शन घेऊन संतुष्ट होत.

। वेदशास्त्रसंपन्न माधवाचार्य ।

असेच एकदा भीमा नदीच्या तीरावरील शिरगूर नावाच्या गावचे जहागीरदार दशग्रंथी वेदशास्त्रसंपन्न माधवाचार्य रामचंद्र मैसलगीकर एकदा त्यांच्या दूरच्या नातेवाईकाकडे घोड्यावरून लग्नसमारंभास शिरवळ गावाला निघाले होते. तसे ते अधूनमधून श्री स्वामी समर्थांच्या दर्शनभेटीसाठी अक्कलकोटी येत असत. असेच एकदा ते अक्कलकोटवरून लग्नगावी जात होते. श्री स्वामी समर्थ ओट्यावर बसलेले होते. श्रींना पाहताच ते घोड्यावरूनच वाकून श्रींना नमस्कार करते झाले. तेवढ्यात श्रींनी हाताने निर्देश करीत माधवाचार्यांस बोलावले. त्यांनी श्रींचे दर्शन घेऊन उभे राहताच सर्वसाक्षी श्री स्वामींनी चोळाप्पाकरवी अगोदरच मागवलेल्या अक्षता माधवाचार्यांच्या डोक्यावर टाकल्या. 'सुमुहूर्त सावधान' असे बोलून त्यांस आशीर्वाद म्हणून श्रीफळ त्यांच्या उपरण्यात टाकले.

या सर्व प्रकाराने माधवाचार्य गडबडून गेले, गोंधळले. ते काहीसे गोरेमोरे झाले. हे काय घडते आहे ते त्यांना समजेना. उपस्थित सेवेकरीही चेष्टेने माधवाचार्यांकडे

पाहत अजूनच जास्त थट्टामस्करी करू लागले. ''हे काय भलतेच, महाराज? माझी पत्नी स्वर्गी गेली. आता मीही जायची वेळ आली आहे. हे कसे शक्य आहे?'' माधवाचार्य श्रींना प्रार्थना करीत म्हणाले, ''महाराज, हे सेवेकरी माझ्यासारख्या वृद्धाची थट्टा करीत आहेत. आता माझे वय पन्नास वर्षांपेक्षाही अधिक झाले आहे. शिवाय माझ्यावर पाच हजारांपेक्षाही (ही रक्कम तेव्हा फार मोठी होती) अधिक कर्ज झाले आहे. अशा स्थितीत माझा विवाह संस्कार कसा होईल?'' चिंतातुर स्वरात बोलून, आत्मविश्वास गमावून बसल्यागत पूर्णतः खचलेल्या स्थितीत ते श्री स्वामींपुढे उभे राहिले. ''हमने जो बोला वही होनेवाला है। तेरे तकदीर मे जो है, उसे तू क्या करेगा? आल्या वाटेने चालता हो.'' श्री स्वामींची आज्ञा प्रमाण मानून त्यांना साष्टांग नमस्कार करून घोड्यावर बसून ते शिरवळ गावच्या दिशेने लग्न समारंभासाठी निघाले.

थोड्याच वेळात माधवाचार्य शिरवळ इथे पोहोचले. तिथे त्यांना लग्नघरी, लग्नमंडपात चिंतेचे वातावरण दिसले. चौकशीअंती त्यांना कळले, की दोन विवाह एकाच मंडपात होणार होते. त्यांपैकी कनिष्ठ कन्येचा वर आणि वऱ्हाड अगदी वेळेवर मंडपात उपस्थित झाले आहे. परंतु ज्येष्ठ कन्येच्या वराचा आणि वऱ्हाडाचा अजूनही पत्ता नव्हता. त्या वरास आणण्यासाठी गेलेली वधुपित्याकडील मंडळी हात हलवीत परत आली होती. विवाहाचा मुहूर्त तर जवळ येऊन ठेपला. तरीही वराचा आणि वऱ्हाडाचा पत्ता नव्हता. म्हणून वधुपिता आणि संबंधित सर्व चिंतेत होते. ज्येष्ठ कन्येचा विवाह पार पडल्याशिवाय कनिष्ठ कन्येचा विवाह करणे शास्त्रसंमत नव्हते. लग्नमंडपात चिंतेचे आणि काळजीचे वातावरण असताना त्या वेळी माधवाचार्य मंडपात उपस्थित झाले होते.

ते दूरचे का असेना, पण वधुपित्याचे नातलग होते. त्याच लग्न समारंभासाठी ते आप्त म्हणून आले होते. वधू पित्यास आणि अन्य नातेवाईकांस माधवाचार्य यांची माहिती होतीच. वधूपित्याने सर्व प्रकार त्यांच्या कानी घातला. विवाहमुहूर्त टळू नये म्हणून त्यांनाच बोहल्यावर चढवले आणि ज्येष्ठ कन्येचा विवाह माधवाचार्यांबरोबर लागला. विधुर माधवाचार्य श्री स्वामी समर्थांच्या कृपाशीर्वादाने विवाहित झाले. ब्रह्मांडनायक श्री स्वामी समर्थांच्या 'सुमुहूर्त सावधान' व 'तकदीर मे जो हैं, उसे तू क्या करेगा?' या वचनाची त्यांना प्रचिती आली. त्यांनी श्री स्वामी समर्थांचे मनोमन स्मरण करीत कृतज्ञता व्यक्त केली व ते उभयता त्यांच्या गावी परत येण्यास निघाले.

परतीच्या वाटेवर ते श्रींचे दर्शन घेण्यासाठी अक्कलकोटला आले. त्या

उभयतांना पाहून स्वामी समर्थ पोट धरून खोऽखो हसत सुटले. तेव्हा श्रींच्या आजूबाजूस बसलेल्या व असलेल्या मंडळींना श्री स्वामी असे का हसताहेत हे कळेना. माधवाचार्यांनी नववधूसह श्रींचे दर्शन घेतले. श्रींचे चरण पकडीत कृपाशीर्वाद मागितले. तेव्हा श्री स्वामी त्या पती-पत्नींच्या शिरी हात ठेवून शुभाशीर्वाद देत म्हणाले, ''जा आता, ऋणमुक्त व्हाल. पुत्रपौत्रादींसह सुखी व्हाल.'' तेव्हा तिथे मुंबईचे हरिचंद्र शेणवी हे श्री स्वामीभक्त उपस्थित होते. ते श्री स्वामी समर्थांच्या अत्यंत उत्तम आणि सुबक पादुका घडवीत असत. माधवाचार्यांनी त्यांच्याकडे श्री स्वामींच्या पादुका नित्यपूजेसाठी मागितल्या. हरिचंद्र शेणवींनी श्रींच्या अनुमतीने पाषाणपादुका श्रींच्या चरणांना लावून त्या स्वामींकडे दिल्या. 'इसे सम्हाल!' असे म्हणत त्यांनी त्या पादुका माधवाचार्यांना दिल्या. या प्रसादस्वरूप पादुका आणि श्रींचे शुभाशीर्वाद घेऊन ते सपत्नीक शिरगूर या त्यांच्या गावी परतले.

सर्व काळज्या आणि चिंता श्रींचरणी अर्पण करून माधवाचार्य प्रचंड आत्मिक सामर्थ्याने त्यांच्या नित्यकामास लागले. त्यांची नित्यनियमाने श्री स्वामी समर्थ उपासना सुरू होतीच. तिरुपतीचा बालाजी हे त्यांच्या घराण्याचे कुलदैवत होते. मध्व संप्रदायाच्या परंपरेनुसार त्याचे नित्य पूजन-अर्चनही त्यांच्या घरी चालायचे. त्यात माधवाचार्य प्रथम शालिग्राम, शिळेची आणि व्यंकटेशाची पूजा करून त्याच तीर्थाने श्रींच्या पादुकांचे ते पूजन करीत असत. एक प्रकारे त्यांच्या या पूजेअर्चेमध्ये 'द्वैतभाव' होता. वैष्णवांना प्रथम मानाचे स्थान होते आणि नंतर इतरांना. अशी त्यांच्या मनात उपासनेबाबतही सूक्ष्म भेदबुद्धी होती.

श्रींचा शुभाशीर्वाद फलद्रूप झाल्याचा रोकडा अनुभव माधवाचार्यांना आलेला होता. पुढे ते दोन-तीन वर्षांतच कर्जमुक्त झाले. त्यांना त्या वयातही त्यांच्या द्वितीय पत्नीपासून एक कन्या आणि पुत्ररत्न झाले. हे सर्व व्यंकटेशाच्या कृपेनेच घडले, असे त्यांना वाटून ते सहकुटुंब तिरुपती व्यंकटेश बालाजीच्या दर्शनासाठी निघाले. मजल-दरमजल करीत ते शिरगूरहून सातआठ दिवसांनी तिरुपती इथे पोहोचले. (तेव्हा आतासारख्या दळण-वळणाच्या, वाहतुकीच्या सोयीसुविधा नव्हत्या.) गिरीच्या बालाजी मंदिराच्या सभामंडपातील एका कोपऱ्यात भाविक दर्शनार्थींचा प्रचंड गराडा पडला होता. कुतूहलापोटी माधवाचार्यांनी त्या गर्दीत घुसून पाहिले, तर त्यांना तिथे ब्रह्मांडनायक श्री स्वामी समर्थ महाराजांची स्वारी विराजमान झालेली दिसली. श्रींच्या तेथील या अनपेक्षित आणि अकल्पित दर्शनाने ते थक्क झाले. इतर दर्शनार्थींही श्रींचे दर्शन घेत होते. तृप्त होऊन आपापसांत बोलत होते. ''यह बुवा को

(श्री स्वामी समर्थ) हमने द्वारका तीर्थ में देखा। इसे हमने रामेश्वर मे देखा। गिरनार पर्वत और काशी में भी देखा।'' असे बरेच काही ऐकून माधवाचार्यांनी श्रींचे चरण पकडून विचारले, ''महाराज, आपण इथे कसे काय? अक्कलकोटहून इथे केव्हा आलात?'' हे ऐकून श्री त्यांच्यावर एक जळजळीत नेत्रकटाक्ष टाकीत कडाडले, ''अरे, तेरे घर में हमें रोज जूठा मिलता है। इसलिए कुछ ताजा मिलता है क्या, यह बालाजी को पूछने यह यहाँ आया हूँ।''

श्रींच्या मुखातील हे परखड आणि वास्तववादी उद्‌गार ऐकताच माधवाचार्यांना ते पूजा करीत असतानाच्या द्वैतभावनेची आणि कृतीची चूक लक्षात आली. कारण ते पूजा करताना शाळिग्राम व व्यंकटेश श्रेष्ठ समजून त्यांची पूजा प्रथम करीत. नंतर त्याच तीर्थाने व निर्माल्याने ते श्री स्वामींनी दिलेल्या पादुकांची पूजा करीत. बालाजी आणि श्री स्वामी यांच्यात भेद (श्रेष्ठ-कनिष्ठ) मानून द्वैतभावाने ते उपासना करीत.

नंतर लगेचच त्यांना श्रींचे दैवी सामर्थ्य व कृपाशीर्वाद अनुभवूनसुद्धा त्यांना ओळखण्यात आपण कमी पडलो, याची खंत वाटली. तिथेच ते श्रींचे चरण घट्ट पकडून धाय मोकलून रडू लागले. श्री चरणावर त्यांनी अक्षरशः पश्चात्तापांच्या अश्रूंचा अभिषेक केला, त्यानंतर ते गाभाऱ्यात बालाजीच्या दर्शनासाठी गेले. त्या वेळी त्यांना तिथे व्यंकटेश बालाजीच्या जागी ब्रह्मांडनायक श्री स्वामी समर्थमहाराजांचे दर्शन झाले. त्यांच्या मनात असलेले उरलेसुरले द्वैत या एकरूप दर्शनाने पूर्णतः संपले. मनातून संदेह, किंतु, पण, परंतु सर्वांचा निचरा झाला. आता स्वामी समर्थ हेच एकमेव उपास्य दैवत असा त्यांनी मनोमन निश्चय केला.

श्रींचरणी मस्तक ठेवून त्यांना शरण जावे, पुन्हा त्यांच्याकडे या अगोदर पूजेच्या वेळी झालेल्या चुकांची क्षमायाचना करावी असा मनोमन निश्चय करून ते व्यंकटेश बालाजी मंदिराच्या गाभाऱ्यातून बाहेर सभामंडपात आले; पण बाहेर येऊन ते पाहतात, तर ब्रह्मांडनायक श्रीस्वामी समर्थमहाराज तिथून केव्हाच अदृश्य झाले होते. तेव्हा, माधवाचार्यास श्रींच्या दैवी सामर्थ्याची या घटना-प्रसंगाने 'याचि देही याचि डोळा' साक्षात प्रचिती आली. या घटना-प्रसंगाने त्यांचे अंतःकरण भावभक्तीने उचंबळून आले आणि कृतज्ञतेने डोळ्यांतून अश्रुधारा वाहू लागल्या. त्या वेळी माधवाचार्यांच्या अंगातील कण न् कण 'श्रीं'वरील भक्तिभावाने रोमांचित झाला होता.

व्यंकटेश बालाजीचे दर्शन घेऊन माधवाचार्य त्यांच्या गावी शिरगूरला आले. आता त्यांच्या मनातला द्वैतभाव पूर्णतः फिटला होता. आपल्या हातून घडलेल्या द्वैतभाव वर्तणुकीचे प्रायश्चित घेण्याचा दृढनिश्चय करून ते अक्कलकोटला श्रींच्या

दर्शनार्थ आले. माधवाचार्यांचा भक्तिभाव व त्यांच्यात झालेले परिवर्तन सर्वज्ञ असलेल्या श्रीस्वामी समर्थांनी जाणले होते. ते त्यांची विद्वत्ता, व्यासंग, निस्सीम भक्तिभाव आणि अधिकार ओळखून होते.

त्यामुळे त्यांच्याकडे क्षमायाचना करण्यास आलेल्या माधवाचार्यांच्या शिरावर वरदहस्त ठेवून ते म्हणाले, ''तू आमच्यावर एक स्तवन कर, म्हणजे आम्हीं तुला माफी देऊ.'' श्रींची ही आज्ञा शिरसावंद्य मानून त्यांनी ब्रह्मांडनायक श्री स्वामी समर्थांवर संस्कृत भाषेत चार अध्यायी ग्रंथ लिहिला. तो ऑगस्ट १८७२मध्ये श्रींचरणी अर्पण करून त्यांच्या माफीस आणि कृपादृष्टीस ते पात्र झाले. हा ग्रंथ श्री स्वामींच्या शुभहस्ते त्यांच्याच उपस्थितीत प्रसिद्ध करण्यात आला. त्यास श्री स्वामींचा 'तथास्तु' असा शुभाशीर्वाद मिळाला.

। रहिमतपूरचे विश्वासराव माने ।

असेच एकदा सातारा जिल्ह्यातील रहिमतपूरचे विश्वासराव तथा आप्पासाहेब माने १८६५मध्ये अक्कलकोटला आले. मुळातच धार्मिक वृत्तीच्या आप्पासाहेब मानेंची श्रींवर दृढ श्रद्धा होती. त्यांना दोन पुत्र व एक कन्या होती. जरी ते पाटीलकी आणि सरदारकी त्या काळात सांभाळत असले, तरी ते तितकेसे मातब्बर, तालेवार आणि श्रीमंत नव्हते. बघता बघता त्यांची कन्या जमनाबाई लग्नासाठी उपवर झाली. आप्पासाहेब माने यांना तिच्या विवाहाची चिंता लागली. त्यांनी पुष्कळ प्रयत्न करूनही तिला अनुरूप असा वर मिळेना. उत्तम, गुणसंपन्न, रूपसुंदर जमनाबाई दिवसागणिक जसजशी मोठी होत होती, तसतशी आप्पासाहेब मानेंची जमनाबाईच्या विवाहासंबधीची चिंता वाढत होती. त्यांनी त्यासाठी अनेक तालेवारांकडे कधी प्रत्यक्ष, कधी आप्तेष्ट-नातेवाईकांमार्फत तिच्यासाठी वर शोधण्याचे प्रयत्न केले. पण ते सर्व निष्फळ ठरले. गुणसंपन्न आणि रूपसुंदर जमनाबाईस चांगल्यात चांगल्या तालेवार घरातील स्थळ मिळावे असे आप्पासाहेब मानेंना सारखे वाटत होते. तसे त्यांचे अथक प्रयत्नही सुरू होतेच. पण त्यांना त्यात यश मिळत नव्हते. त्यामुळे ते दिवसेंदिवस अधिक विचारमग्न आणि चिंतातुर होत गेले.

श्री स्वामींचा अपार महिमा आणि ईश्वरी सामर्थ्य ते ऐकून होते. म्हणून अखेरचा उपाय आणि आधार म्हणून ते अक्कलकोटी आले. अक्कलकोटमध्ये बाबासाहेब मराठे तथा गुर्जर यांच्या घरी त्यांचा मुक्काम होता. तब्बल चार ते पाच महिने ते

अखंड श्रींच्या सेवेत होते. एके दिवशी त्यांनी जमनाबाईच्या विवाहासंबंधीची चिंता चोळाप्पांच्या कानावर घातली. चोळाप्पांनी मानेंची अडचण योग्य समयी श्रींना ऐकविली. ''महाराज, विश्वासराव तथा आप्पासाहेब माने हे अक्कलकोटचेही मानकरी आहेत. पण आर्थिकदृष्ट्या ते निर्बल आहेत. त्यामुळे त्यांना त्यांच्या सुस्वरूप, गुणसंपन्न कन्येसाठी योग्य स्थळ मिळेनासे झाले आहे...''

चोळाप्पाचे हे बोलणे मध्येच थांबवत ते म्हणाले, ''चोळ्या, थांब. आम्हाला सर्व ज्ञात आहे. काही सांगू नकोस.'' नंतर ते आप्पासाहेब मानेंकडे पाहत आश्वासक स्मितहास्य करीत म्हणाले, ''काळजी का करतोस? आम्ही तिच्यासाठी खंड्या नेमला आहे.'' पण त्या क्षणी माने यांना श्री स्वामींच्या या गूढ बोलण्याचा अर्थ चटकन कळला नाही. चोळाप्पांसह तिथे त्या वेळी उपस्थित असलेले सर्वच चकित झाले. पण श्रींचे उद्गार जसेच्या तसे पूर्णत्वास येणार म्हणजे येणारच. त्यांचे शब्द म्हणजे ब्रह्मवाक्य असा आजपर्यंत सर्वांचा अनुभव होता. श्रीचरणांचे षोडशोपचारे पाद्यपूजन करून, त्यांना नैवेद्य अर्पण करून श्री माने त्यांच्या मूळ गावी रहिमतपूरला परतले. पण श्रींनी उच्चारलेला हा खंड्या तथा खंडेराय कोण, असा माने यांना प्रश्न पडला होताच. पण श्रींच्या वचनावर त्यांचा दृढ विश्वास होता.

माने रहिमतपूरला आल्याबरोबर अचानक एक अजब घटना घडली. त्या वेळच्या नावलौकिकप्राप्त तालेवार बडोदा संस्थानचे एक मंडळ रहिमतपूरला मानेंच्या कन्येला राजा खंडेरायासाठी म्हणून पाहण्यास आले. खरे तर हे सर्व मानकरी, ज्योतिषी, कारकून व काही निवडक श्रेष्ठ मंडळी साताऱ्यामधील काही बड्या श्रीमंत तालेवार संस्थानिक मंडळींच्या मुलींच्या पत्रिका खंडेराय राजेसाहेबांसाठी जुळतात का, हे निश्चित करण्यासाठी आली होती. पण सर्व चौकशा, ज्योतिषी कसोट्यांअंती त्यांना माने यांचीच कन्या उत्कृष्ट वाटली. अत्यंत तातडीने बडोद्याच्या राजवाड्यात शास्त्रविहित कन्यापरीक्षण होऊन विवाहदिनही निश्चित करण्यात आला.

रहिमतपूरच्या आप्पासाहेब माने यांची कन्या जमनाबाईंचा विवाह खंडेरायांबरोबर होऊन त्या खंडेराय महाराज गायकवाड सरकारच्या राणी झाल्या. अंगावर रत्नमौक्तिके, अनमोल सुवर्णालंकार लेवून वज्रचुडेमंडित सौभाग्यवती जमनाबाई खंडेरायराजा समवेत बसलेल्या पाहिल्यावर आप्पासाहेब मानेंना जीवनाचे सार्थक झाल्यासारखे वाटले. श्रीवचनाची त्यास रोकडी प्रचिती आली. त्यांनी शतदा नव्हे, तर हजारदा श्री स्वामी महाराजांना मनोमन वंदन केले.

आता आप्पासाहेब माने श्री स्वामी समर्थांचे निस्सीम भक्त झाले होते. श्री स्वामी समर्थांचे नामस्मरण हा त्यांचा श्वास बनला होता. श्रींचे अखंड चिंतन, मनन आणि स्मरण हेच आता माने यांचे जीवितकार्य झाले होते. एकदा त्यांच्या अक्कलकोटच्या मुक्कामात ते पटवर्धन यांच्या गणपतीच्या देवळात उतरले होते. तिथे त्यांना त्यांच्या प्रारब्धयोगाने विषमज्वर झाला. पण त्याही स्थितीत त्यांचा श्रींचे दर्शन घेण्याचा नित्यनियम सुरू होता. परंतु त्यांच्या आजाराने उचल खाल्यामुळे त्यांना श्रींच्या दर्शनास जाता येईना. श्रींच्या दर्शनासाठीची त्यांची तीव्र तगमग सुरू होती. सर्वसाक्षी, अंतर्ज्ञानी, भक्तवत्सल, भक्ताभिमानी श्री स्वामी समर्थ महाराजांना मानेंची ही अवस्था कळल्याशिवाय कशी राहील? म्हणून ते फिरत-फिरत माने ज्या गणपतीच्या देवळात उतरले होते तिथे आले. त्या वेळी माने मरणासन्न अवस्थेत बेशुद्ध पडले होते. तेव्हा श्रींनी मानेंच्या अंगावरून तीन वेळा पाय फिरवला. थोडा वेळ तिथे थांबून ते निघून गेले. दुसऱ्या दिवसापासून आप्पासाहेबांना बरे वाटू लागले. चारपाच दिवसांत ते दुखण्यातून पूर्ण बरे झाले. श्री स्वामी समर्थ महाराज हे सर्वांचेच सुहृद होते.

। बरजोरजी ।

याच दरम्यान, बरजोरजी नावाचे एक पारशी गृहस्थ मुंबईचे राहाणारे, परंतु ते अक्कलकोटास कामदार होते. त्यांनी त्यांच्या भेटीत त्यांचे नातेवाईक असलेल्या नवरोजजीस ब्रह्मांडनायक श्री स्वामी समर्थांच्या ईश्वरी सामर्थ्याविषयी आणि लीलांविषयी बरीच माहिती सांगितली होती. परंतु नवरोजजीस ते काही खरे वाटेना. त्या काल्पनिक, भाकड कथा आहेत; अतिरंजित, वर्णन केलेल्या, मीठमसाला लावून सांगितलेल्या गोष्टी आहेत असे वाटे. नवरोजजी एकदा सहजच बरजोरजीस भेटण्यास अक्कलकोटला आले.

नवरोजजी हे मुंबईचे प्रतिष्ठित गृहस्थ असल्यामुळे त्यांचा मुक्काम साहेबांच्या डाकबंगल्यावर होता. दुसऱ्या दिवशी मात्र अद्‌भुत चमत्कार घडला. रात्री नवरोजजी बंगल्याची दारे-खिडक्या लावून एकांतात निवांत बसले होते. मध्यरात्रीची वेळ होती. बाहेर पहारेकरी खडा पहारा देत होते. नवरोजजी ज्या मंचकावर बसले होते, त्याच्या बाजूस खुर्च्या मांडलेल्या होत्या. त्यांतील एका लाकडी खुर्चीवर अकस्मात संचारेश्वर योगिराज श्री स्वामी समर्थ महाराज दिगंबर अवस्थेत येऊन बसले. त्यांना

पाहताच नवरोजजी विस्मयचकित झाले. झटकन त्यांनी श्री स्वामी महाराजांना साष्टांग नमस्कार घातला. ''महाराज, या बंगल्याचा परिसर सुरक्षारक्षकांकरवी पूर्णत: संरक्षित असताना आणि दारे-खिडक्या बंद असतानाही आपण इथे आत कसे आलात?''

त्यावर श्री स्वामी स्मितहास्य करीत म्हणाले, ''आमचा वावर सदाकाळ सर्वत्र असतो.'' श्री स्वामींच्या ईश्वरी सामर्थ्याची ही रोकडी प्रचिती त्यास आल्यामुळे त्याने श्रींचरणी साष्टांग प्रणिपात केला. लगेचच अतिशय विनम्रतेने त्याने श्री स्वामींना सांगितले, ''महाराज, मी सध्या कर्जात बुडालो आहे. ते फिटून पुष्कळ संपत्ती आणि मोठ्या अधिकाराची प्राप्ती हवी अशी इच्छा आहे. त्यासाठी मी आपल्या चरणांशी प्रार्थना करीत आहे.''

त्यावर श्री स्वामी समर्थ त्यास म्हणाले, ''तुला संपत्ती मिळाल्यावर आम्हाला काय देशील?''

तेव्हा हात जोडून नवरोजजी म्हणाला, ''मला मिळणार असलेल्या त्या प्राप्तीचा एक चतुर्थांश हिस्सा तुम्हास मी देईन.'' तेव्हा श्री स्वामी त्याच्याकडे पाहत स्मितहास्य करीत म्हणाले, ''तू नर्मदेच्या दिशेने जा.'' नंतर नवरोजजीने तांबुल कुटण्यास प्रारंभ केला व त्यांच्याशी अन्य विषयांवर चर्चा करीत असतानाच श्री स्वामी तेथून अचानक गुप्त झाले. गोंधळून गेलेला नवरोजजी बंगल्याच्या आत-बाहेर श्री स्वामींस शोधू लागला. परंतु त्यास ते कोठेही दिसले नाहीत. त्याने बाहेरची दारे-खिडक्या उघडून पाहिले, तेव्हा त्यास बंगल्याबाहेर सर्व रक्षक झोपलेले असल्याचे लक्षात आले. त्यांना उठवून त्यांच्या मदतीने आजूबाजूस श्री स्वामींचा शोध घेतला असता त्यांचा कसलाही मागमूस आढळला नाही. नवरोजजी अतिशय विस्मयचकित होऊन गेला. श्रींच्या शोधार्थ इकडेतिकडे, चोहीकडे फिरून आलेल्या काही रक्षकांनी बातमी आणली, ''श्री स्वामी समर्थ महाराज कालच रामपूर गावी गेले आहेत.'' लगेचच दुसऱ्या दिवशी सकाळीच नवरोजजीने रामपूर गावाकडे धाव घेतली. रामपूरला येताच श्रींस साष्टांग नमस्कार घालून त्यांचे चरणदर्शन घेतले. तो हात जोडून पुन्हापुन्हा त्यांची क्षमा मागू लागला. तेव्हा त्याच्याकडे पाहत श्री स्वामी गमतीने म्हणाले, ''का हो शेठ, सुखरूप आहात ना? आमचा तांबुल तुमच्या इथेच राहिला.'' रात्रीच्या अनुभवाची खूण सांगताच नवरोजजी आश्चर्यचकित झाले. आपण त्यांच्यासाठी त्यांच्या समक्ष तांबुल कुटीत होतो, तोच आणायचा विसरून गेलो या जाणिवेने तो आता पुरता आश्चर्यचकित झाला. कमालीचा अपराधीपणाचा

भाव त्याच्या मनी दाटला होता. श्री स्वामी हे साधेसुधे, देहधारी सत्पुरुष नव्हेत; तर ते साक्षात ब्रह्मांडनायक, ईश्वर आहेत ही ऐकीव नव्हे तर प्रत्यक्ष अनुभूती त्यास आली होती. वास्तवात आलेला हा स्वानुभव त्याने इतरांस कथन केल्यावर सर्वच आश्चर्यचकित झाले.

श्री स्वामी नवरोजजीस म्हणाले, ''आपणास गुर्जर (गुजरात) देशीचे पाचारण (बोलावणे) आले आहे. तेव्हा तू आता तिकडे जा.'' श्री स्वामींपुढे श्रीफल ठेवून त्यांना कृतज्ञतेचा साष्टांग नमस्कार करून नवरोजजी मुंबईस आला. मुंबईला पोहोचताच बडोदा संस्थानकडून श्रीमंत मल्हारराव गायकवाड महाराजांची माणसे नवरोजजींना आणण्यास लेखी राजाज्ञा घेऊन मुंबईस आली. त्यांच्यासमवेत नवरोजजी तत्काळ बडोद्यास रवाना झाले. तिथे त्यास प्रचंड धनप्राप्ती झाली. वस्त्रालंकार प्राप्त झाले. मानसन्मान मिळाला. नवरोजजीने अक्कलकोटमध्ये आलेला श्री स्वामींचा अनुभव बडोद्याच्या नरेशांस संक्षिप्त स्वरूपात कथिला. राजाही आश्चर्यचकित झाला. अक्कलकोटचे श्री स्वामी समर्थ महाराजांस कसेही करून इकडे आमच्या संस्थानी, बडोद्यास घेऊन या, असे आग्रहपूर्वक नवरोजजीस सांगण्यात आले. श्री स्वामी समर्थकृपेनेच हे सर्व झाले याची कृतज्ञ जाणीव नवरोजजीस होती. म्हणून ते ताबडतोब अक्कलकोटी श्रींच्या दर्शनभेटीस व कृतज्ञता व्यक्त करण्यास आले.

श्रींचरणी लीन होत आपण कर्जमुक्त झाल्याचे त्यांनी सर्वांच्या उपस्थितीत श्रींना सांगितले. त्याच वेळी त्यांनी बडोदा (गुजरात) संस्थानचे राजे श्रीमंत मल्हारराव गायकवाड यांचा निरोपही श्री स्वामी समर्थांना सांगितला. त्यावर ते तत्काळ म्हणाले, ''आम्ही येत नाही जा.'' त्यावर काहीही भाष्य न करता नवरोजजी मुंबईस निघून गेले. ''महाराज इकडे येत नाहीत. पुष्कळ खटपट केली परंतु ती व्यर्थ गेली.'' असे नवरोजजीने बडोद्याच्या श्रीमंत मल्हारराव गायकवाडांस कळविले, पण श्रीकृपेने मात्र नवरोजजीस पुष्कळ द्रव्य मिळून ते कर्जमुक्त झाले.

। भक्तांची इच्छापूर्ती ।

शके १७८९मध्ये (सन १८६७) श्रींची स्वारी अक्कलकोटमधील तेव्हाच्या विष्णुबुवा ओंडकरांच्या ओट्यावर बसली होती. पण ते त्या दिवशी अतिशय क्रोधात होते. त्यांनी जणू नृसिंहावतार धारण केला होता. त्यांच्या त्या उग्र रूपापुढे जाण्याची

कोणाचीही हिंमत होत नव्हती. अशा वेळी तिथे चोखामेळा आले. गळ्यात तंबोरा आणि हातात चिपळ्या घेऊन मधुर स्वरात 'जोहार मायबाप हो जोहार' असे म्हणून त्यांनी श्री स्वामींस नमस्कार केला. श्रींचा तेव्हाचा नृसिंहावतार पाहून चोखोबांनी भक्त प्रल्हादावर नृसिंहाने कृपा केल्यासंबंधीची भजने तालासुरात, भावभक्तीने म्हणावयास सुरुवात केली. तेव्हा तिथे उपस्थित असलेले सर्व लोक त्यांचे भजन ऐकण्यात तल्लीन झाले.

अतिशय कोपायमान झालेल्या श्री स्वामी समर्थांचा क्रोधही सौम्य झाला. ते त्यांच्यावर प्रसन्न होऊन म्हणाले, ''तुझा मुलगा मोठा सत्पुरुष होईल. तुला जन्मभर अन्नवस्त्र सुखाने मिळेल.'' तेव्हा चोखामेळा म्हणाले, ''महाराज, मी दीन दास आहे. माझ्या आजच्या ऐंशीव्या वर्षी आपल्या चरणदर्शनाने मी पुनीत झालेलो आहे. महाराज, मला ज्ञानेश्वरी अवगत आहे. परंतु काही ठिकाणी मला तिचा अर्थ लागत नाही.'' तेव्हा त्यांचे बोलणे मध्येच थांबवीत श्री स्वामी त्याच्याकडे कृपादृष्टीने पाहत म्हणाले, ''तुझा मुलगा तुला ज्ञानेश्वरीचा अर्थ समजावून सांगेल, जा.'' स्वामींनी त्यास शुभाशीर्वाद दिला. ''तू सुखासमाधानाने भक्तिपूर्ण जीवन जगशील. तुझा धर्मभाव सुविहित चालेल.'' असे म्हणून त्याजवर कृपा केली.

※

श्री स्वामींकडे कोणी ना कोणी, काही ना काही इच्छा मनात धरून येत असत. सर्वज्ञ श्री स्वामींना ते तत्काळ कळत असे. यथायोग्य वेळेत ते त्याचा उलगडा करत असत. असेच एकदा एक बाई श्रींच्या दर्शनास आली. तेव्हा ते त्या बाईस म्हणाले, ''वटवृक्षास भेट, म्हणजे तुला यथार्थ ज्ञान होईल.'' हे ऐकताच ती बाई वडाच्या झाडास भेटून आली आणि सांगू लागली, ''महाराज, आपल्या चरणी नमन करताच माझ्या मागील दु:खाचा परिहार झाला. वडाच्या झाडास भेटताच पंचपात्र म्हणजे पंचमहाभूतात्मक देह, वस्तू म्हणजे आत्मा याचा बोध झाला. आमच्यासारख्या चुलीपाशी बसून स्वयंपाक करणाऱ्या आणि भाकऱ्या बडवणाऱ्या अज्ञानी, अल्पमतीच्या स्त्रियांनासुद्धा आपल्या कृपेमुळे तत्काळ ज्ञान होते, हे मी स्वानुभवाने सांगते.'' ती मोकळेपणाने म्हणाली.

※

अक्कलकोटमधील रामाचार्य नावाच्या भिक्षुकास तीन कन्या होत्या. पण पुत्रसंतती नव्हती. म्हणून रामाचार्यांची पत्नी गयाबाई दु:खी होत्या. त्या जेव्हा जेव्हा श्रींची

प्रार्थना करीत, तेव्हा ते म्हणत, ''गयाबाई, तुला एक मुलगा होईल.'' याप्रमाणे दोन वर्षे गेली. गयाबाई जेव्हा जेव्हा श्रींची प्रार्थना करीत असे, तेव्हा तेव्हा स्मितहास्य करीत ते तिला सांगत, ''होईल तुला मुलगा.'' पण एके दिवशी अतिशय निराश होऊन गयाबाई श्रींस म्हणाल्या, ''महाराज, सहा वर्षे झाली, पण पोटी पुत्र नाही. मी आपणास नित्यनियमाने प्रार्थना करत आले आहे. महाराज, माझ्या नशिबी नसेल, तर तसे सांगा. आपल्या आशीर्वादाने या जन्मी पुत्र होईल की पुढील जन्मी याची स्पष्टता करावी. माझी सहनशीलता आता संपली आहे.'' गयाबाईची ही काकुळतीची अवस्था जाणून तिच्याकडे कृपादृष्टीने पाहत ते म्हणाले, ''गयाबाई, नाही गं, तुला याच जन्मी पुत्र होईल.'' पुढे दोन वर्षांनी गयाबाईंना पुत्ररत्न झाले.

राजमान्य राजेश्री बाबाजी सदोबा हे पोस्ट खात्यात मुंबईला सुपरिंटेंडेंट होते. एकदा ते शनिवार-रविवार सुट्टीची संधी साधून अक्कलकोटला श्रीदर्शनास आले. श्रींचे दर्शन घेऊन परत जाण्यासाठी ते श्री स्वामींस हात जोडून म्हणाले, ''महाराज, मला परत जाण्याची आज्ञा द्यावी. सोमवारी कामावर हजर व्हायचे आहे.'' तेव्हा त्यांच्याकडे पाहत श्री स्वामींनी 'किधर जाता?' असे इशारेवजा बोलून त्यास थांबण्याचा निर्देश दिला. थोडा वेळ तिथेच थांबून बाबाजी सदोबांनी जाण्यासाठी पुन्हा श्रींकडे आज्ञा मागितली. पण त्यास आज्ञा मिळाली नाही. आणखी काही वेळ तिथे थांबून ते श्रींकडे आज्ञा मागू लागले, तेव्हा श्री स्वामी म्हणाले, ''नदीकिनारे पार नहीं।''

तेव्हा बाबाजी सदोबांनी असा विचार केला, की आता श्री स्वामींची आज्ञा घेण्याची अपेक्षा धरली, तर गाडी चुकेल आणि तिकडे सरकारच्या नोकरीत खंड पडेल. म्हणून श्रींची नजर चुकवून ते कडगाव रेल्वे स्टेशनवर आले, पण तिथे गाडी कोठे होती? तेव्हा त्यास चौकशी करता असे कळले, की मुसळधार पावसामुळे कृष्णा नदीला महापूर आला, त्यात नदीवरील पूल पडला. त्यामुळे गाडी आली नाही. दुसऱ्या दिवसापर्यंत गाडीची वाट पाहत त्यांना स्टेशनवरच तिष्ठत बसावे लागले. तेव्हा त्यांना श्रींनी आज्ञा न देण्याचा व 'नदीकिनारे पार नहीं' या बोलण्याचा अर्थ समजला. त्रिकालज्ञानी, ब्रह्मांडनायक श्री स्वामी समर्थांना त्रैलोक्यात काय चालले आहे, काय घडणार आहे, हे अगोदरच कळत असे. तसे ते त्यांच्या भक्तगणांना वेळोवेळी सांगतही असत आणि तसे संकेतही देत असत. काही ऐकत, तर काही पोस्टल सुपरिंटेंडेंट बाबाजी सदोबांसारखे 'श्रीं'ची नजर चुकवून जात व पश्चात्ताप पावत.

※

त्या वेळच्या सर जमशेटजी जिजिभाई दवाखान्यातील सर कावसजीच्या डोळ्यांच्या हॉस्पिटलमध्ये एक इस्रायली डॉक्टर होता. एकदा तो मुंबईच्या काही लोकांसोबत सहजच अक्कलकोटला आला. सर्वांसोबत त्यानेही श्रींचे दर्शन घेतले. त्याच्याकडे पाहत श्री स्वामींनी त्यास प्रश्न विचारला, ''क्यो जी, कितनी हजार आँखे तुमने फोड़ी?'' श्रींचा हा अंत:साक्षित्वाचा प्रश्न ऐकून तो डॉक्टर आश्चर्याने थक्क झाला. तो सर्वांसमक्ष म्हणाला, ''मी डोळ्यांचा डॉक्टर आहे हे श्रींना कसे कळले?'' तो श्रींचरणी तिथल्या तिथे लीन झाला. ''महाराज, आपण साक्षात अवतारी आहात! अशी माझी पूर्ण खात्री झाली आहे.'' मोडक्या-तोडक्या हिंदी भाषेत सांगून त्याने श्रींना साष्टांग नमस्कार केला. त्यांचा शुभाशीर्वाद घेऊन तो मुंबईस आला. श्रींच्या दिव्यत्वाची साक्षात अनुभूती त्याने घेतलेली असल्यामुळे तो त्याच्या कुटुंबासह श्रींच्या दर्शनास अधूनमधून सुटीच्या दिवशी अक्कलकोटास येत असे.

※

हरिश्चंद्र गोपाळजी हे बडोद्यास राहत असत. एकदा त्यांच्या घरातून एका पंडिताने दोन हजारांची चोरी केली व तो दूर कोठेतरी अज्ञात ठिकाणी पळून गेला. त्यांनी त्या वेळी त्याचा पुष्कळ तपास केला, पण त्याचा शोध काही लागला नाही. पुढे काही दिवसांनी हरिश्चंद्रजी अक्कलकोटला श्रींच्या दर्शनभेटीसाठी आले. दर्शन घेऊन त्यांनी श्रींस त्यांच्या घरातून झालेल्या चोरीबद्दलचा सविस्तर वृत्तान्त सांगून विचारले, ''महाराज, पुष्कळ प्रयत्न करूनही चोर सापडत नाही. काय करावे?'' तेव्हा श्री स्वामी त्यास म्हणाले, ''तुम्हारा चोर मोगलाई में अमुक-अमुक गावी पकड के रखा है।'' हरिश्चंद्र गोपाळजींनी श्रींच्या सांगण्यावरून त्यांनी जे ठिकाण सुचवले होते, तिथे तपास केला असता तो चोर सर्व मुद्देमालासह तिथे सापडला आणि हरिश्चंद्र गोपाळजींस त्यांचे पैसे मिळाले. त्यांनी श्री स्वामींस मनोमन नमस्कार करून धन्यवाद दिले.

※

अक्कलकोटपासून आठ कोसांवर सोलापूर जिल्ह्यात बोरमणी म्हणून एक गाव आहे. त्या गावी गणपतराव हुकिरे म्हणून गृहस्थ होता. त्याच्याकडे त्या वेळी पुष्कळ गाई-म्हशी होत्या. एके दिवशी त्यातील तीन म्हशी नाहीशा झाल्या.

त्याने पुष्कळ शोधाशोध केली, परंतु हरवलेल्या त्या तीन म्हशींचा काही पत्ता लागेना. शेवटी त्या काळी सर्वांचाच आधारवड म्हणून श्री स्वामी समर्थ होते. त्याने मनोमन श्रींस 'जर माझ्या हरवलेल्या म्हशी सापडल्या, तर त्यातील एक म्हैस आपल्या चरणी अर्पण करीन किंवा एका म्हशीची किंमत अर्पण करीन!' अशी कळवळून प्रार्थना केली.

दुसऱ्या दिवशी चमत्कार घडला. गणपतराव हुकिरेकडे एक अनाहूत गृहस्थ येऊन सांगू लागला, ''अहो, गावाबाहेर एका जुन्या-पडक्या घरात म्हशी हंबरडा फोडीत आहेत. त्या तुमच्याच आहेत काय, ते तिथे जाऊन पाहा.'' लगेचच गणपतराव गड्यासमवेत तिथे गेले. ''अरे, या तर आपल्याच म्हशी आहेत!'' असे आश्चर्याचे उद्‌गार काढून गड्याच्या मदतीने त्या तिन्ही म्हशी घरी घेऊन आले. सर्व गावकऱ्यांना आश्चर्य वाटले. नंतर कळले की चोरांनी त्या तीन म्हशी गावाबाहेर नेऊन ठेवल्या होत्या. दुसऱ्या दिवशी त्या दुसरीकडे नेण्याचा त्यांचा विचार होता, पण त्यांना ते काही जमले नव्हते.

नवसपूर्ती करण्यासाठी गणपतराव हुकिरे एक वांझ म्हैस घेऊन अक्कलकोटमध्ये आले व ती वांझ म्हैस श्रींस अर्पण केली. ते त्याच्याकडे पाहत हसून म्हणाले, ''आमची ही म्हैस तुझ्याकडेच राहू दे!'' गणपतरावास श्रींचे हसणे आणि तिरकस बोलणे समजले नाही. ते ती वांझ म्हैस घेऊन त्यांच्या गावी बोरमणीस आले. पण आता ती वांझ म्हैस श्री स्वामींची झाली होती. दयानिधी श्री स्वामी समर्थकृपेने ती वांझ म्हैस तीन वेळा व्याली. तिला तीन पारड्या झाल्या. ती दूधही पुष्कळ देत असे.

परंतु हे सर्व गणपतराव विसरले. त्यांनी 'गरज सरो आणि वैद्य मरो' या म्हणीप्रमाणे कधीही श्री स्वामींना त्या वांझ म्हशीबद्दल 'ती व्यायली', 'दूध देऊ लागली' असे काहीही सांगितले नाही. नैवेद्याकरिता दहीदुधाचा एक थेंबही कधी त्यांनी पाठविला नाही. त्यांच्या या कृतघ्न आणि नतद्रष्ट वर्तनाकडे न पाहता श्री स्वामींनी पशुपक्षी यांच्याप्रति असलेला दयाभाव म्हणून ती वांझ म्हैस दुभती केली. जेव्हा ती वांझ होती, तेव्हा ती उपेक्षित, सर्वांची नावडती होती. दोडकी होती. पण जेव्हा ती भरपूर दूध देऊ लागली, तिला पारड्या झाल्या, तेव्हा ती सर्वांची आवडती आणि लाडकी झाली. असे श्रींचे पशुप्राण्यांवरील प्रेम निखळ आणि निःस्वार्थ होते. पण प्रपंचात गुरफटलेली आणि स्वार्थात अडकलेली माणसे काही सुधारत नव्हती.

⁂

नेहमीप्रमाणे अक्कलकोटमध्ये माघ महिन्यातल्या गुरुप्रतिपदेचा उत्सव होता. प्रसादभोजनाचा मोठा कार्यक्रम होता. त्यासाठी मल्लू गवळ्याकडून दुप्पट किंमत देऊन दूध विकत घेतले होते. मल्लू गवळ्याने दुप्पट किंमत घेऊनसुद्धा दुधात पाणी घालून दिले होते. परिणामी सर्व दूध नासून गेले.

सेवेकऱ्यांनी श्री स्वामींस विचारले, ''महाराज, मल्लू गवळ्याने दुधाची दुप्पट किंमत घेऊनसुद्धा दुधात पाणी घालून दिले. त्यामुळे सर्व दूध नासून गेले. आता काय करावे?'' श्री स्वामींस असे सांगत असतानाच तिकडे मल्लू गवळ्याच्या म्हशींच्या गोठ्यात चमत्कार झाला.

मल्लू गवळ्याच्या पंधरा-वीस दुभत्या म्हशी स्तनास हात लावू देईनात. त्यांच्या स्तनातून रक्ताच्या धारा लागल्या. हे घडलेले अघटित पाहून मल्लू गवळी भयचकित झाला. तेव्हा त्याने पुष्कळ औषधोपचार, तोडगे केले, परंतु गुण येईना. खूप विचारांती त्याला त्याच्या दुधात पाणी घातल्याच्या दुष्कृत्याची आठवण झाली. ब्रह्मांडनायक श्री स्वामी समर्थांची तो मनोमन क्षमा मागत त्यांच्या दर्शनास आला. श्रींचे पाय धरले. दोन्ही कान पकडून मल्लू म्हणाला, ''महाराज, माझ्याकडून झालेल्या अपराधाला क्षमा करा! आजपासून अशी लबाडी मी कधीही करणार नाही.''

श्री स्वामी हसून म्हणाले, ''जा. होईल बरे.''

श्रींचा आशीर्वाद, तीर्थ व अंगारा घेऊन मल्लू घरी आला. त्यांने श्रींचे तीर्थ व अंगारा म्हशींस लावला. त्यासरशी म्हशींच्या स्तनांतून येणाऱ्या रक्ताच्या धारा थांबल्या. त्या स्तनास हात लावू देऊ लागल्या आणि दूधही देऊ लागल्या. श्रींनी दिलेले तीर्थ आणि अंगारा (भस्म) साधेसुधे नव्हते. कारण गुरुचरित्रात वर्णन केलेले शिवस्वरूप वामदेव श्री स्वामी समर्थ महाराजांच्या रूपाने अक्कलकोटी अवतरले होते. पुढे हाच मल्लू गवळी कृतज्ञ भावनेने पेठेतील मठात एक शेर दूध श्रींच्या नैवेद्याकरिता नित्यनियमाने आणून देत असे.

। दोन सख्खे - सावत्र भाऊ ।

त्या काळातील मोगलाईमध्ये नळदुर्ग नावाच्या गावांत गोपाळ व मारुती असे दोघे सख्खे भाऊ होते. त्या दोघांना एक तिसरा सावत्र भाऊ होता. त्या सावत्र

भावाने अक्कलकोटमध्ये येऊन श्री स्वामींस प्रार्थना केली. "महाराज, आमच्या मालमत्तेतील निम्मा हिस्सा मला मिळाल्यास त्यातील एक चतुर्थांश हिस्सा मी श्रींचरणी अर्पण करीन. असा नवस करून तो त्याच्या गावी नळदुर्गला निघून गेला. वास्तविक दोघे सख्खे आणि एक सावत्र असे ते तिघे भाऊ. तीन हिस्से होऊन त्याला तिसरा हिस्सा मिळाला असता, पण त्याने श्रींचरणी प्रार्थना केली होती, म्हणून पुढे त्यांच्या मनोकामनेनुसार त्यास निम्मा हिस्सा मिळाला. परंतु त्यास श्रींस केलेल्या नवसाचा विसर पडला.

त्याच्या आप्तस्वकीय मित्रांनी त्याने श्रींस केलेल्या नवसाची वारंवार आठवण करून दिली होती. त्यांनी त्यास हेही सांगितले, "हे बघ. ज्या देवाच्या कृपेने तुला मालमत्तेचा निम्मा हिस्सा मिळाला आहे. त्या देवाचा नवस ताबडतोब फेडून टाक. देव काही कशाचा भुकेलेला नसतो. पण तू नवस बोलल्याप्रमाणे वाग..." असे बरेच काही सांगूनही त्या लोभ्याने कुणाचेही ऐकले नाही. धनलोभाने त्याची मती भ्रष्ट झाली. प्राप्त संपत्तीच्या उन्मादात देवबीव, बोललेला नवस सर्व तो विसरून गेला. संपत्तीच्या धुंदीचा धूर त्याच्या डोळ्यांवर आला होता. श्रींचा तर त्यास केव्हाच विसर पडला होता. परंतु अंतर्ज्ञानी श्री स्वामींस कसा विसर पडेल? त्यांना सर्व काही कळल्याशिवाय कसे राहील? श्रींना त्याच्या मालमत्तेची गरज होती, असे मुळीच नव्हते. त्याने नवसाप्रमाणे दिले असते, तरी ते सर्व त्यांनी कोणा गरजूस परस्पर देवविले असते. त्याची मागणी अवास्तव असल्याचे अंतर्ज्ञानी श्री स्वामींना कळत होते, तरीही त्यांनी त्याची मागणी पूर्ण केली. पण तो कृतघ्नपणे वागला. त्याला त्याच्या कृतघ्नपणाचे प्रायश्चित्तही श्रींनी दिले.

त्या काळी पैसे ठेवण्यासाठी बँक वगैरे सुविधा नव्हत्या. त्याने चोरट्यांच्या व शत्रूच्या भीतीने त्याचे बहुतेक धन पुरून ठेवले. पुढे त्याचे कोळसे झाले. 'हे कसे झाले?' असे वारंवार म्हणत तो शोक करू लागला. कपाळावर हात मारून घेऊ लागला. अखेरीस तो अक्कलकोटला आला. श्री स्वामी समर्थचरणी नतमस्तक झाला. हात जोडून विनम्रपणे घडलेले वृत्त सांगू लागला. त्याला हाताने इशारा करीत सांगितले, "थांब. काही सांगू नकोस. आम्हाला सर्व माहीत आहे. देवाने तुला मनासारखे धन दिले होते. देवानेच ते नेले. आमचा काही उपाय चालणार नाही. आमच्याकडे काही विचारणे राहिले नाही. जसे आमचे भजन, तसेच फळ! चालतो हो इथून." श्रींचे कठोर वचन ऐकून तो अतिशय खिन्न आणि उदास मनाने त्याच्या नळदुर्ग गावी आला. श्रीमद्भगवद्गीतेतील कर्मसिद्धान्ताचा त्याला प्रत्यय आला.

। श्रींच्या अंत:साक्षित्वाच्या प्रत्यय ।

मोरेश्वर हरि नागर नावाचा बऱ्हाणपूरचे एक गृहस्थ इंदूरच्या (मध्य प्रदेश) प्रसिद्ध किबे सावकाराच्या पदरी नोकरीस होते. सुरुवातीस मोरेश्वराने त्याच्या मायावी, फसव्या, दिखाऊ नम्र वर्तनाने किबे सावकाराचा विश्वास संपादन केला. पण थोड्याच दिवसांत आपले असली स्वरूप दाखवून त्याने किबे सावकाराचा विश्वासघात करून भरपूर पैसा मिळविला. पण पाप उघडकीस आल्याशिवाय कसे राहील? एके दिवशी त्याची ही विश्वासघातकी कृत्ये उघड झाली. त्यामुळे त्याच्यावर भयंकर प्रसंग गुदरले. म्हणतात ना - ''हासत कर्म करावे, भोगावे रडत त्याचे परिणाम.'' त्याला सुरुवातीला वाममार्गाने पैसा मिळविताना खूप बरे वाटत होते. पण जेव्हा प्रकरण अंगाशी आले, तेव्हा त्याला ब्रह्मांड आठवले. तो कमालीचा बेचैन झाला. त्याला काही सुचेना. त्याच्या पूर्वपुण्याईने म्हणा अगर काहीही म्हणा, त्याला अक्कलकोटच्या ब्रह्मांडनायक श्री स्वामी समर्थांची तीव्रतेने आठवण झाली. तो स्वामी समर्थांकडे आला व त्यांना वंदन करून म्हणाला, ''महाराज, माझ्यावर गुदरलेले भयंकर प्रसंग जर टळले, तर मी श्रींसाठी पन्नास रुपयांच्या चांदीच्या पादुका मढवून देईन.''

पुढे लवकरच श्रीकृपेने त्याच्यावर गुदरलेले भयंकर प्रसंग टळले. त्याच्या मनासारखे सर्व काही ठीकठाक झाले. नंतर तो अक्कलकोटी येऊन राहिला. संकट टळल्यामुळे लगेच शेफारला. लोकांजवळ मोठ्या फुशारकीने सांगू लागला, ''मी श्रींस नवस केला आहे. माझी संकटेही टळली आहेत, पण त्यानुसार श्रींनी मागितल्याशिवाय मी नवसाच्या चांदीच्या पादुका मढवून देणार नाही.'' म्हणजे आधी पाप केले ते केलेच, पाप अंगाशी आल्यावर श्रींना साकडे घातले, त्यातून त्यांच्याच कृपेने सुटका झाल्यावर कृतज्ञ राहावयाचे की नाही? पण ते राहिले बाजूलाच, 'श्रींनी मागितल्याशिवाय देणार नाही.' असे मोठ्या गुर्मीत आणि फुशारक्या मारून तो सांगत होता. असे तीन-चार महिने गेले.

एके दिवशी तो श्रींजवळ बसून मोठ्या अभिमानाने सावकारीच्या गोष्टी बोलू लागला. सर्वज्ञ, सर्वसाक्षी, अंतर्ज्ञानी श्री स्वामी त्याच्यावर विजेसारखे कोसळत कडाडत म्हणाले, ''काय रे, धन्याचे द्रव्य हडप करून त्यास फसविले, त्याचा विश्वासघात केलास आणि आता मोठ्या फुशारकीने सावकारीच्या गोष्टी सांगतोस?

मूर्खा, लाज नाही वाटत?'' श्रींच्या या अंत:साक्षित्वाच्या भाषणाने मोरेश्वरास मेल्याहून मेल्यासारखे झाले. 'मेलो तर बरे.' असेच त्यास त्या प्रसंगी वाटले.

त्याने लगेचच श्रींचे पाय घट्ट धरून केलेल्या अपराधांची पुन्हापुन्हा क्षमा मागितली. नंतर श्रींच्या पादुका घेऊन मोरेश्वर त्या मढवण्याकरिता पुण्यास गेला. तिथे त्या रुप्याच्या पत्र्याने मढवून तो अक्कलकोटी आला. श्रींचे दर्शन घेऊन त्यांची पाद्यपूजा पूजा केली. भोजने घातली. ''महाराज, पुत्राशिवाय माझा जन्म व्यर्थ जात आहे. तरी श्रींनी कृपा करून संतान द्यावी.'' अशी श्री चरणी प्रार्थना केली. दयाघन श्री स्वामींनी प्रसन्न होऊन मोरेश्वरास श्रीफळ दिले. पुढे एक वर्षाचे आत त्यास पुत्र झाला.

। सहस्रभोजनाचा नवस ।

श्री स्वामी समर्थांची केव्हा, कोणावर, कशी कृपा होईल हे सांगता येत नसे. असेच एकदा एका माणसाचे नशीब फळफळून पुष्कळ पैसे मिळाले; परंतु त्यास संतती नव्हती. म्हणून उभयता पती-पत्नीने गाणगापुरास जाऊन श्री दत्तप्रभूंना 'आपल्या कृपेने आम्हास पुत्रलाभ झाल्यास सहस्रभोजन घालू' असा नवस केला. पुढे एका वर्षात त्यांना पुत्रलाभ झाला. परंतु दुर्दैवाने त्याचे दिवाळे निघाले. त्याची अब्रू गेली. थोड्याच दिवसांत तोही मरण पावला. परंतु त्याच्या बायकोच्या मनात नवसाची गोष्ट वारंवार घोळत होती. आपल्या हातून सहस्रभोजन कसे घातले जाणार, याची घोर चिंता तिला पडली.

तेव्हा त्या चिंताग्रस्त स्त्रीस तिच्या शेजारणीने तिला सांगितले, ''तू तुझ्या पुत्रासह गाणगापुरी जा. तिथे तुम्ही मायलेक श्री दत्तपादुकांची सेवा करा म्हणजे श्रीदत्तप्रभू तुमचा नवस फेडून घेतील.'' त्या स्त्रीला शेजारणीची ही गोष्ट रुचली. त्या मायलेकांनी गाणगापुरास जाऊन दत्तप्रभूच्या पादुकांची सेवा सुरू केली.

या नित्यसेवेत काही दिवस गेल्यानंतर तिला एके रात्री 'तू अक्कलकोट येथे जाऊन श्री स्वामी समर्थांस जेवू घाल, म्हणजे तुझा नवस फिटेल!' असा दृष्टान्त झाला. दुसऱ्या दिवशी सकाळसकाळी त्या मायलेकांनी अक्कलकोटास प्रस्थान केले. तिथे जाताच श्री स्वामी समर्थ महाराजांचे दुरूनच दर्शन घेऊन ती हात जोडून उभी राहिली, तेव्हा श्री स्वामींनी हाताने निर्देश करीत तिला जवळ बोलावून सांगितले, ''अगं, आम्हास जेवू घाल असे तुला सांगितले आहे. तेव्हा आता तू आम्हाला जेवू घाल व तुझा नवस पुरा कर.'' श्रींच्या या अंत:साक्षित्वाच्या उद्‌गारांनी ती अचंबित

झाली. त्यांच्या ईश्वरी स्वरूपाची तिला प्रचिती आली. लगेच बाईने नैवेद्याची तयारी करून ताट वाढून आणले. श्रींना तो नैवेद्य मनोभावे अर्पण केला. श्रींनी तो ग्रहण केला. पोटावर तृप्ततेने हात फिरवीत आणि ढेकर देऊन स्मितहास्य करीत ते म्हणाले, ''बाई, तुझे हजार लोक जेवले बरे.'' हे श्रींचे वचन ऐकून बाईला अतिशय आनंद झाला. बाईने ही हकीकत उपस्थित सर्वांना सांगितली.

एकदा धर्माच्या यज्ञात शुक्राचार्यांनी पोपटाच्या रूपाने येऊन भोजनपात्रातील भाताची शिते खाल्ली. म्हणून स्वर्गात सहस्रभोजनपूर्तीच्या घंटा वाजू लागल्या. या पौराणिक कथेसारखाच अर्थ जणू श्री स्वामींच्या या भोजनग्रहण कृतीतून व्यक्त झाला. गुरुचरित्रातसुद्धा एका भक्ताच्या स्त्रीची भोजनाची वासना नष्ट केल्याबद्दलची कथा आहे. लीलाधारी ब्रह्मांडनायक श्री स्वामी समर्थसुद्धा सदेह स्थितीत अक्कलकोट आणि अक्कलकोटच्या पंचक्रोशीत त्या काळी वावरत असताना त्यांचा निस्सीम भक्त कोठेही का असेना, त्यास कोणत्या ना कोणत्या निमित्ताने स्वत:जवळ आणून त्याची वा तिची मनोकामना पूर्ण करीत असत.

। नवसपूर्ती ।

पांडुरंग बापूजी जाधव म्हणून पुण्याच्या गृहस्थाचे एका पाठोपाठ एक असे चार पुत्र दोन महिन्यांत मरण पावले. त्या दोघा पती-पत्नीवर मोठीच आपत्ती कोसळली. पुढे त्यांना काही वर्षे संतानच न झाल्यामुळे ते दोघेही पती-पत्नी अतिशय दु:खी होत असत. पांडुरंग जाधवांची पत्नी भागुबाई ही अतिशय भाविक होती. एक दिवस योगायोगाने तिने एका भाविक स्त्रीभक्ताकडून श्री स्वामी चरित्राविषयी बरेच ऐकले. त्यामुळे श्रींचरणी तिची भक्ती जडली. ती सदासर्वदा श्री स्वामी समर्थ महाराजांचे नित्य ध्यान व मुखाने त्यांचे 'श्री स्वामी समर्थ' असे नामस्मरण करीत असे. श्रींची एक तसबीर देवघरात स्थापन करून ती त्याची नित्यनियमाने पूजा करीत असे. श्रींची ध्यानधारणा, पूजाअर्चा करताना कोणी व्यत्यय आणला, तर भागुबाईस खूप दु:ख होत असे. अशी तिची श्री स्वामीचरणी भक्ती दृढ झालेली होती.

तिचा हा श्री स्वामी समर्थ उपासनेचा क्रम व्रतस्थपणे सुरू असताना एके दिवशी रात्री बाईच्या स्वप्नात श्री स्वामी समर्थ आले आणि त्यांनी विचारले, ''आम्ही तुला मुलगा दिला, तर तू आम्हाला काय देशील?'' तेव्हा भागुबाई

म्हणाली, ''महाराज, मी मुलगा आपल्या पायावर घालून त्यास ब्रह्मचारी करीन. त्या प्रीत्यर्थ दोनशे पंडितांना अक्कलकोटमध्ये जेवू घालीन.'' या दृष्टान्तानंतर बाईस प्रचिती आली. काही दिवसांनी ती गरोदर राहिली. त्या उभयता पती-पत्नीस खूप आनंद झाला; परंतु दुर्दैवाने सात महिन्यांनंतर एक दिवस ती अस्पर्श झाली. त्यामुळे तिच्या पोटात धस्स झाले. तिने कळवळून प्रार्थना केली, ''महाराज, मला दगा देऊ नका. मजकडे चांगले लक्ष द्या. माझे माय-बाप, गणगोत सर्व काही आपणच आहात.'' त्रिकालज्ञानी, सर्वज्ञ, दयाघन श्रींनी तिला दृष्टान्त दिला. ''काही घाबरू नकोस. सर्व व्यवस्थित होईल.'' असे सांगितले. या स्वप्नदृष्टान्तानंतर बाई शांतचित्त झाली. दोघेही पती-पत्नी श्री स्वामींवर विश्वास ठेवून नित्याचे त्यांचे काम करीत राहिले.

पुढे यथावकाश गरोदरपणाचा कालावधी पूर्ण झाल्यानंतर ती बाळंत होऊन तिला पुत्र झाला. काही दिवसांनी बाईस दृष्टान्त झाला, की श्री स्वामी समर्थ महाराज केळीच्या पानांनी सुशोभित केलेल्या मखरात प्रसन्नचित्त बसलेले आहेत. दोन सेवेकरी त्यांची सेवा करीत आहेत, तेव्हा श्री स्वामी बाईस स्मरण देत म्हणाले, ''तुला आता मुलगा झाला आहे. आम्हाला सांगितल्याप्रमाणे तू आता दिले पाहिजे.'' नवसपूर्तीसाठी उभयता पती-पत्नी अक्कलकोटमध्ये आली. तेव्हा त्यांना श्री स्वामी समाधिस्त झाल्याचे कळले. ते दोघेही फारच दु:खी झाले. भागुबाईस श्री स्वामी केळीच्या पानांनी सुशोभित केलेल्या मखरात प्रसन्नचित्त बसल्याच्या दृष्टान्ताचा अर्थ कळला. त्या दोघांनीही 'श्रीं'स कबूल केलेल्या नवसाची साग्रसंगीत पूर्तता केली. त्यांच्या समाधीचे मनोभावे दर्शन घेऊन लहान अपत्यासह पुण्यास परतले. पुढे त्या बाईचे सर्व कुटुंब श्री स्वामी समर्थांची अनन्यभावाने भक्ती करू लागले.

। शेषाचार्य अग्निहोत्री ।

श्रीगुरुचरित्रात एका कर्मनिष्ठ माणसास त्याच्या स्त्रीच्या आग्रहावरून भोजनास जाण्याची आज्ञा करून त्याच्या स्त्रीच्या वासनेचा नाश केल्याची गोष्ट प्रसिद्ध आहे. त्याचप्रमाणे ब्रह्मांडनायक श्री स्वामी समर्थसुद्धा त्यांच्या निस्सीम भक्ताच्या मनात कोणत्याही स्वरूपाची अतिरिक्त वासना निर्माण झाली, तर युक्ती-प्रयुक्तीने तिचा क्षय करीत अथवा नष्ट करीत. याचे प्रत्यंतर आणून देणारी ही एक अद्‌भुत कथा.

अक्कलकोटमध्ये त्या वेळी शेषाचार्य अग्निहोत्री नावाचा एक अतिशय सात्त्विक माणूस राहत होता. त्यांचा श्रींचरणी अतिशय भक्तिभाव होता. श्रींनासुद्धा ते तेवढेच प्रिय होते. शेषाचार्य श्रींच्या दर्शनास गेले, की श्रींनी प्रेमाने पाय पुढे करावे आणि त्यांनी आवडीने त्यांचे चरणदर्शन घ्यावे. त्यांनी तपकिरीची डबी श्रींपुढे करावी आणि त्यांनी त्यातून चिमटीत तपकीर घेऊन ती ओढावी, असे त्या दोघांचे संबंध होते. शेषाचार्य आपले कुलदैवत, अन्य देवदेवता श्री स्वामीच आहेत, असे समजून त्यांचे नित्यदर्शन घेत असत.

'भक्ति प्रिय श्रीपती' श्री स्वामीही शेषाचार्यास नित्यदर्शन देत असत. श्रींची स्वारी रागात असेल, तर त्यांच्यापुढे जाऊन दर्शन घेण्याची कुणाचीही हिंमत अथवा शामत होत नसे; परंतु शेषाचार्यांना त्याही स्थितीत श्री स्वामी समर्थ महाराज दर्शन देत. असे त्या दोघांत अतूट नाते होते. श्री स्वामींपुढे, दर्शनार्थी भाविक-भक्त, पेढे-बर्फीची ताटेच्या ताटे आणून नैवेद्य म्हणून अर्पण करीत. ते सर्व पेढे-बर्फी श्री स्वामी लहानलहान मुलांस, यात्रेकरूंस वाटत. कुत्र्यास, बैलास खाऊ घालीत, पण शेषाचार्य अग्निहोत्री बुवांस मात्र कधीही एक पेढा अथवा बर्फीचा लहानसा तुकडाही कधी प्रसाद म्हणून दिला नाही. त्यामुळे त्यांच्या मनात येई, 'श्री स्वामी समर्थ महाराज सर्वांस प्रसाद देतात आणि मला मात्र कधीही प्रसाद देत नाहीत. याला काय म्हणावे? महाराजांचे माझ्यावरील प्रेम सुकेच आहे. तबकभर पेढे-बर्फी मला दिली, तर ती पोटभर खाऊन मी तृप्त होईन.' शेषाचार्यांच्या मनात निर्माण झालेली ही वासना तत्काळ अंतर्ज्ञानी श्रींस कळली. तेव्हापासून त्यांनी अग्निहोत्री बुवांस दर्शन देणे बंद केले.

जेव्हा जेव्हा शेषाचार्य अग्निहोत्री बुवा श्रींच्या दर्शनास येत, तेव्हा ते तोंडावर पांघरूण घेऊन निजत, पण त्यांना दर्शन देत नसत. असे नेहमी होऊ लागले. असे कित्येक दिवस, महिने गेले. अग्निहोत्री बुवा आले व श्री स्वामी बसलेले आहेत, असे कधीच घडत नसे. कधीकधी श्री स्वामी जागृत होईपर्यंत वाट पाहून श्रींचे दर्शन घेऊनच जावे असे बुवांनी मनात आणले, तर श्री स्वामी निजल्या-निजल्याच बुवांना नाना प्रकारच्या शिव्या देत.

असे अनेकदा घडल्यावर बुवांनी मनातल्या मनात विचार केला, 'श्रींचे आपल्यावर इतके प्रेम असूनही एकाएकी त्यांची आपल्यावर अशी नाराजी का झाली? त्यांनी आपणास दर्शन देणेही का बंद केले. असा माझा अपराध तरी कोणता? कदाचित मी आपणाकडे क्षुल्लक पेढ्यांची वासना धरली म्हणूनच का? किती अधम

मी!' असे नाना तर्क-वितर्क त्यांच्या मनात आले, पण खरे कारण त्यांच्या लक्षात काही येईना. बराच विचार करता त्यांच्या लक्षात आले, की आपल्या मनात बर्फी खाण्याची वासना उत्पन्न झाली, तेव्हापासूनच श्रींनी आपणास दर्शन देणे बंद केले. हे आठवून अग्निहोत्री बुवांस फारच वाईट वाटले.

श्रींची स्वारी एके दिवशी खासबागेत होती. त्याच दिवशी अग्निकुंडात जाळण्याकरिता अग्निहोत्री बुवा शेणाचे गोळे करावयास खासबागेत गेले. ते इथे आले, तेव्हा श्री स्वामी निजलेले होते. त्यामुळे त्यांस श्रींचे दर्शन झाले नाही. शेणाचे गोळे करीत असता अग्निहोत्री बुवांस कमालीचा पश्चात्ताप झाला. दु:खाचे कड मनात ऊतू जाऊ लागले. त्यांनी हातातील शेण आपल्या तोंडात घातले, पश्चात्तापाने ते म्हणू लागले ''महाराज, येथून पुढे मी आपणाकडे जर पेढे-बर्फी मागितले, तर शेण खाईन. कृपा करून मला पूर्ववत दर्शन द्या. आपली कृपादृष्टी व प्रेम माझ्यावर कायम ठेवा.''

भक्तिप्रिय श्रीपती श्री स्वामींना श्री शेषाचार्य अग्निहोत्री बुवांची दया आली. त्यांच्या पश्चात्तापदग्ध मनाची जाणीव झाली. त्याच वेळी त्यांनी जागृत होऊन अग्निहोत्री बुवांस दर्शन दिले. ते हसत हसत बुवांस म्हणाले, ''का हो बुवा, बर्फी पोटभर खाल्ली ना? आणा ती तपकिरीची डबी इकडे!'' बुवांनी मोठ्या आनंदाने तपकिरीची डबी पुढे केली. श्रींनी त्यातून चिमूटभर तपकीर घेतली. ती ओढून ते पोट धरून हसू लागले. श्रींची ती विलोभनीय कमालीची प्रेमळ कृती आजमावून बुवांस परमानंद झाला. त्यांच्या डोळ्यांतून प्रेमाश्रूंच्या धारा वाहत होत्या. श्रींस साष्टांग नमस्कार घालून, हात जोडून बुवा म्हणाले, ''महाराज, आपण चांगले जोडे मारलेत!''

पुढे पूर्वीप्रमाणेच ते त्यांस दर्शन देऊ लागले. श्रींनी बुबांच्या पेढे-बर्फीसारख्या क्षुल्लक वासनांचा क्षय करून टाकला. पुढे बुवांस श्रींच्या कृपेने उत्तम वैराग्य प्राप्त झाले. त्यांनी त्यांच्या आयुष्याच्या अंतापर्यंत श्रीची भक्ती केली.

श्री स्वामी समर्थांच्या कृतीचा अर्थ ज्यांना कळत असे, ते उद्धरून जात. पण बाकीचे मात्र त्यांच्या अशा कृतींना चमत्कार समजण्यात, त्यांच्या पुढे प्रापंचिक अडीअडचणींचे गाऱ्हाणे मांडण्यातच धन्यता मानत.

अर्थात, श्री स्वामी समर्थ हे परम कनवाळू असल्यामुळे ते कुणालाही कधीही विन्मुख पाठवत नसत. धर्मशास्त्राची संहिता ते प्रत्यक्ष कृतीने आणि वचनाने लोकांसमोर मांडून लोकशिक्षण आणि लोक कल्याण साधत.

। सिद्धप्पा ।

श्री स्वामी समर्थ सर्वांशी समत्वाने आणि ममतेने वागत. याचा प्रत्यय सर्वांनाच येत असे. एकदा अक्कलकोटपासून आठ योजने दूर असलेल्या सिद्धनकेरी गावच्या जंगमाचे गुरू आणि मठाधीश सिद्धप्पा श्रींच्या दर्शनास आले. त्या दिवशी श्रींची स्वारी गावाबाहेरील जंगमाच्या मठात विराजमान झालेली होती. मठाधीश जंगमाचे गुरू सिद्धप्पा स्वत:बरोबर असलेला सर्व लवाजमा, हत्ती, घोडे, गाई, शिष्य समुदाय आदी सर्व टाळून अनवाणी पायांनी श्रींच्या दर्शनास आले. श्रींचे तेज:पुंज, आजानुबाहू, दैवी रूप पाहून सिद्धप्पा अक्षरश: दिपून गेले.

या जंगम गुरू सिद्धप्पाची पूर्वपीठिका मोठी रंजक आहे. त्याचे माता-पिता पूर्वी मंगळवेढ्यात राहत असत, तेव्हा लीलाधर श्री स्वामीही मंगळवेढ्यात होते. त्या जंगम पतीपत्नीस पुत्रसंतान नव्हते, तेव्हा त्या उभयतांनी शुद्ध भक्तिभावाने श्रींची उपासना केली, तेव्हा आशीर्वचन देताना ब्रह्मांडनायक श्री स्वामी त्यांना म्हणाले, ''तुम्हाला पुत्र होईल, तो संत बनून कुलदीपक ठरेल.'' त्यानंतर थोड्याच दिवसांत त्या जंगम पतीपत्नीस पुत्र झाला. हाच मुलगा तरुण झाल्यावर जंगमांच्या गादीवर बसला. सिद्धप्पा म्हणून नावलौकिक प्राप्त करता झाला.

तेच सिद्धप्पा श्रींना साष्टांग नमस्कार घालून, हात जोडून म्हणाले, ''महाराज, आज माझे मनोरथ पूर्ण झाले. आपल्या दर्शनाने मी कृतकृत्य झालो. माझा मठ, महंती, हत्ती, घोडे, गाई-गुरे, शिष्य समुदाय हे सर्व वैभव, लवाजमा काय चुलीत घालायचे आहे?'' श्रींचे चरण धरीत सिद्धप्पा पुन्हा गहिवरून म्हणाले, ''महाराज, आता या चरणांशिवाय अन्य दुसऱ्या कशाचीही अपेक्षा नाही.'' हे सर्व होता होता सायंकाळ झाली.

श्री स्वामींच्या सान्निध्यात सिद्धप्पा आणि त्यांच्या शिष्यमंडळीचा बराच वेळ गेला होता. त्यामुळे त्या सर्वांनाच त्या दिवशी उपवास घडला होता. तेव्हा श्री स्वामी सिद्धप्पास म्हणाले, ''अरे, आता आम्ही तुला एक भाकर देतो, ती तुला पचेल काय?'' त्यावर सिद्धप्पा विनम्रपणे म्हणाला, ''महाराज, आपण कृपा करून जे द्याल ते मलाच काय, पण पाहिजे त्या कुणासही पचेल.''

तेवढ्यात तिथे उपस्थित असलेल्या धनगराकडे वळून श्री स्वामी म्हणाले, ''अरे धनगरा, तुझ्याजवळ असलेली भाकरी इकडे आण.'' श्रीआज्ञेनुसार त्या

धनगराने त्याच्या जवळची फडक्यात गुंडाळलेली भाकरी श्रींपुढे ठेवली. ती त्यांनी सिद्धप्पास दिली. जंगम हे शिवभक्त असल्यामुळे ते जंगमाशिवाय इतर कुणाकडेही व कुणाच्याही हातचे अन्नोदक घेत नसत. कोरान्न मात्र घेण्याचा त्यांचा एक पर्याय होता. असे असूनही मठाधिपती जंगम गुरू सिद्धप्पाने ती प्रासादिक भाकरी ताबडतोब भक्षण केली. कारण श्रींच्या दर्शनाने व प्रसादाने त्यांच्यात अंतर्बाह्य बदल झाला होता.

श्री स्वामींच्या हस्ते प्राप्त झालेल्या त्या प्रासादिक भाकरीचा सिद्धप्पावर विलक्षण परिणाम झाल्याचा जाणवला. त्यांच्यातला मठ-महंतीचा ताठा गळून पडला. त्यांचा अहंपणा नष्ट झाला. तो पूर्णतः निर्लोभी, निर्विकार, विरक्त झाला. त्यांची वृत्ती ब्रह्मस्वरूप तादात्म्य पावली. अशी सिद्धप्पाची अवस्था झाल्यावर श्री स्वामींनी त्यास सांगितले, ''आता तुम्ही आपल्या संस्थानी जाऊन अभिन्नत्वाने ब्रह्मस्थिती भोगावी. स्वतः निःस्पृह, निर्लेप वागावे. तमाम लोकांशी अभिन्नत्वाने वागावे. सर्वांभूती समदृष्टी ठेवून परोपकार करावा. त्या सर्वांशी सतत प्रिय, मधुर भाषण करून त्यांना संतुष्ट करीत जावे. भक्ती-वैराग्य ज्ञानमार्ग आचरून स्वतः निर्मल वृत्तीने राहून अनुयायांस बोध करावा.''

अशा प्रकारचे आचारविचार, व्यवहारवर्तनाचे सिद्धप्पास बोधामृत आणि कृपाशीर्वाद देऊन त्याचा योग्य मानसन्मान करून त्यास निरोप दिला.

। दत्तजयंती उत्सव ।

अक्कलकोटमध्ये दरवर्षी दत्तजयंतीचा उत्सव मोठ्या थाटामाटात, अन्नदानात पार पडत असे. पण एके वर्षी तीव्र दुष्काळ होता. दत्तजयंतीच्या दिवशी प्रसादाकरिता आजूबाजूच्या लोकांची फार गर्दी झाली होती. त्या वेळी चोळाप्पा, श्रीपाद भट, केशव देशपांडे आदी काळजीच्या स्वरात श्रींची प्रार्थना करू लागले, ''महाराज, आज दरवर्षी होते त्यापेक्षा प्रसादास फार गर्दी झाली आहे. तीनशे माणसांना पुरेल इतकाच प्रसाद तयार केला आहे. त्यात हे उत्सवास आलेले तीन-चार हजार यात्रेकरू कसे जेवतील?'' त्या सर्वांकडे स्मितहास्य करीत श्री स्वामी समर्थ महाराज म्हणाले, ''हे कडे आणि हा अंबामातेचा टाक घ्या व पोळ्यांच्या राशीत टाका. काळजी करू नका. जा!'' मग केशव देशपांडेंनी श्रींनी दिलेले कडे आणि अंबामातेचा टाक पोळ्यांच्या राशीत ठेवला. नंतर मोठ्या थाटात अंबेची आरती

करण्यात आली. श्री स्वामी समर्थांचे नाव घेऊन श्रीफळ वाढवण्यात आले. त्याचे तीर्थसिंचन शिजविलेल्या अन्नावर करण्यात आले. नंतर वाढण्यास सुरुवात करण्यात आली.

त्या दिवशी दत्तजयंतीच्या उत्सवात पहिली पंगत दोन हजारांची झाली. दुसरी एक हजाराची झाली. तिसऱ्या पंक्तीत मुस्लीम, हरिजन व इतर लोकांची एक हजारांची पंगत झाली. त्या दिवशी कुणीही प्रसादभोजनाचे राहिले नाही. उपस्थित सर्वांनी 'श्री स्वामी समर्थ जय जय स्वामी समर्थ' असा उच्चारवाने जयजयकार केला. तेव्हा श्री स्वामी चोळाप्पा, श्रीपाद भट, केशव देशपांडे यांना म्हणाले, ''अरे, ते कडे आणि टाक इकडे आणा.'' श्रीआज्ञेनुसार देशपांडेंनी कडे आणि टाक आणून श्रींपुढे ठेवला. नंतर श्री स्वामींनी भोजन केले. त्या रात्री भजन, गायन होऊन जिकडेतिकडे आनंदीआनंद झाला. सर्वत्र उत्सवी आणि उल्हासी वातावरण होते. त्या दिवशीचा चमत्कार हाच की, ब्रह्मांडनायक श्री स्वामी समर्थ महाराजांनी कड्याचे व टाकाचे निमित्त करून तीनशे पानांच्या स्वयंपाकात चार हजार पाने यथेच्छ जेवली. कर्ते करविते श्री स्वामी समर्थ, आपण मात्र कळसूत्री बाहुल्यासारखे निमित्तमात्र.

। उत्सवातील अपघात ।

एकदा माघ वद्य प्रतिपदेच्या दिवशी प्रज्ञापुरीत वटवृक्ष मठात उत्सव होता. केशव देशपांडे पाणी आणण्यासाठी बैलगाडी जुंपून तिच्यात मोठमोठी भांडी, घागरी, हंडे घेऊन त्या वेळच्या गणेश बागेतील विहिरीवर गेले. गाडीतील सर्व भांडी पाण्याने भरून दोन जण ती गाडी हाकत उत्सवाच्या ठिकाणी येत होते. थोड्या अंतरावर गाडी येताच बैलाचे जू एकाएकी तुटले. गाडी उलटली. गाडीचे बैल उधळले. ते भिऊन दूर पळाले. गाडीतील दोघेही पाण्याने भरलेल्या मोठ्या भांड्याखाली सापडले. परंतु चमत्कार असा झाला, की दोघांच्याही अंगास यत्किंचितही धक्का लागला नाही. थोडक्यात काय, तर ब्रह्मांडनायक श्री स्वामी समर्थ महाराजांची ज्यांच्यावर पूर्ण कृपा आहे, त्यांच्या केसालाही धक्का लावण्याची हिंमत प्रत्यक्ष काळालाही होत नाही. कारण त्या प्रसंगी ते दोघेही पाण्याने भरलेल्या मोठ्या भांड्याखाली सापडून मेले, असेच ती घटना प्रत्यक्ष पाहणाऱ्यांना वाटले होते. पण तसे घडले नाही. 'श्री'कृपेने ते दोघे जिवंत राहिले.

। कन्या येणार आहे ।

संचारेश्वर श्री स्वामी समर्थ हे त्या वेळी अक्कलकोट गावाबाहेर असलेल्या श्री प्रभू रामचंद्रांच्या देवालयात गेले. तिथे प्रहर दीड प्रहर बसून उठले व जवळच असलेल्या आंब्याच्या वाडीत गेले. तिथे एका गर्द आंब्याच्या झाडाच्या सावलीत जाऊन बसले. त्यांच्या मागून सर्व सेवेकरी मंडळीही तिथे आली. त्या वाडीत एक तलाव होता. त्यास चांगले पाणीही होते.

बघता बघता दिवस मावळला. गर्द काळोख दाटत चालला. वाराही जोराने वाहत होता. तेव्हा काही सेवेकऱ्यांनी श्री स्वामींस प्रार्थना केली, ''महाराज, रात्र झाली आहे. इथे भोजनाची काहीच व्यवस्था नाही. वाऱ्याने दिवेही राहत नाहीत. काय करावे? तरी श्रींनी कृपा करून अक्कलकोटला चलावे.''

तेव्हा श्री स्वामी म्हणाले, ''कन्या येणार आहे, काळजी नको.'' परंतु श्रींच्या बोलण्याचा अर्थ तेव्हा कुणासही कळला नाही. श्री स्वामी पुन्हा म्हणाले, ''अरे, चोरापासून तुम्हा मंडळीचे निवारण व्हावे, म्हणून चार भुजंग तुमच्या रक्षणासाठी ठेवले आहेत.'' असे सांगून ते निद्रिस्त झाले. सेवेकरीही झोपले.

मध्यरात्रीच्या सुमारास काही चोर सेवेकऱ्यांचे सामान-सुमान चोरण्याच्या उद्देशाने तिथे आले. ते चोर सामानास हात लावतात न लावतात, तोच चार मोठे भुजंग तिथे आले. त्या चोरांवर फणा उभारून आणि जिव्हा काढून जोराने फुत्कारू लागले. ते पाहून चोर सामान न घेताच घाबरून पळू लागले.

या सर्व गडबडीत चोरांची चाहूल लागून सर्व सेवेकरी जागे झाले. दिवे लावून पाहतात तो फणा काढलेले फुत्कार टाकीत असलेले चार महाभुजंग! सर्वांस आश्चर्य वाटले. अर्थात त्या भुजंगांना पाहून चोर पळून गेले होते. हा सर्व चमत्कार पाहून सर्वांनी 'श्री स्वामी समर्थ महाराज की जय' असा एकच जयजयकार केला.

दुसऱ्या दिवशी श्री कृपेने एका महिलेने तिच्या नवसपूर्तीच्या फेडीसाठी भोजनाचा शिधा आणला होता. मग सर्वांनीच श्री स्वामी समर्थांसाठी नैवेद्य केला. 'श्रीं'ना नैवेद्य अर्पण करून सर्व उपस्थित सेवेकऱ्यांनी भोजन केले.

''कन्या येणार आहे, काळजी नको.'' या श्री स्वामीवचनाची अनुभूती घेऊन सर्व जण अक्कलकोटी परतले.

। रामाचा साक्षात्कार ।

सीतारामपंत नेने हे गारोडे गावचे एक भाविक गृहस्थ होते. आपणास रामाचा साक्षात्कार व्हावा, म्हणून ते कडक उपासना करीत असत. परंतु रामाचा साक्षात्कार होण्याची त्यांची इच्छा काही फलद्रूप झाली नाही. ब्रह्मांडनायक श्री स्वामी समर्थांची कीर्ती ऐकून ते अक्कलकोटला आले. आल्या आल्या श्रींचे दर्शन घेत असताना त्यांचे ते तेजस्वी, अतिशय ईश्वरी, तेजःपुंज स्वरूप पाहून काही काळ त्यांचे देहभानच हरपले. ते कमालीचे संतुष्ट झाले. आज मला माझा राम भेटला, असेच त्यांना वाटले. उदरनिर्वाहासाठी नित्य माधुकरी मागून श्रींची सेवा करण्यासाठी ते अक्कलकोटमध्येच राहिले. नित्य माधुकरी मागून जेवावे आणि श्रींसमोरच राम-उपासनेची माळ घेऊन जप करीत बसावे, असे सर्व त्यांचे व्रतस्थ वृत्तीने सुरू होते. हे सर्व करीत असताना अन्य कुणाशी ते संभाषण करीत नसत.

असे काही दिवस नित्य उपासनेत गेल्यानंतर एके दिवशी दोन प्रहरी त्यांस श्री स्वामींनी स्वप्नात दर्शन दिले. सीतारामपंत नेनेंच्या ज्या काही शंका होत्या, त्यांचे निरसन करून समाधान केले. जागृत झाल्यावर त्यांना जणू प्रभू रामचंद्रानेच बोध केल्याचे जाणवले. 'याचसाठी केला होता अट्टाहास. तो आज सफल झाला.' असे म्हणत ते श्रीचरणावर नतमस्तक झाले. काही दिवस श्रींजवळ राहिले. नंतर ते श्री स्वामी समर्थांची आज्ञा व शुभाशीर्वाद घेऊन त्यांच्या गारोडे या मूळ गावी गेले. 'मीच राम होतो.' असे श्री स्वामी समर्थ अधूनमधून म्हणत, त्याचे प्रत्यंतर सीताराम नेने यांना त्याच्या श्रींवरील निस्सीम भक्तीने आणि व्रतस्थ सेवेने मिळाले होते.

। काशीकर स्वामी ।

असेच एकदा एक थोर तपस्वी, न्यायशास्त्रसंपन्न, वेदान्त, मंत्रशास्त्र यात विशेष प्राविण्य संपादन केलेले काशीकर स्वामी नावाने त्या वेळी ख्यातकीर्त असलेले एक रामोपासक स्वामी होते. त्यांची बुद्धी विलक्षण तीव्र होती. ते वृत्तीने निःस्पृह, निर्मोही होते. त्यांना चारपाच भाषा चांगल्या अवगत होत्या. त्यांना वेद, योग आणि आत्मज्ञान यांबाबत काही शंका व प्रश्न होते. त्यांच्या निरसनार्थ हे काशीकर स्वामी त्या वेळचे अनेक संन्यासी, योगी, विद्वान ज्ञाते, महंत, पंडित, महापंडित आदींना

भेटले; परंतु त्यांच्या प्रश्नांचे व शंकांचे काही समाधान झाले नाही. त्यासाठी त्यांनी बऱ्याच तीर्थयात्राही केल्या होत्या. पण सर्व व्यर्थ ठरले.

रामेश्वराच्या यात्रेस जाऊन परत येताना त्यांना मलबारात (केरळ) एका रात्री दृष्टान्त झाला, ''तू अक्कलकोटास ये!'' जागे होऊन अक्कलकोट कोठे आहे, याची त्यांनी चौकशी केली. लगेचच त्यांनी अक्कलकोटकडे प्रस्थान केले. मजल दरमजल करीत ते शके १७९९ (१८७७) पौष वद्य पंचमीस सकाळी ११ वाजता अक्कलकोटमध्ये येऊन पोहोचले. स्वतः काशीकर स्वामी गाढे विद्वान असूनही अनेकांची दर्शने घेऊनही श्रींच्या दर्शनाने मात्र ते कमालीचे प्रभावित झाले. त्यांच्या डोळ्यांतून आनंदाश्रूंच्या धारा वाहू लागल्या. अक्षरशः चार घटका ते स्तंभित झाले. श्रीचरणावर मस्तक ठेवून ते त्यांच्या पायाजवळ शांतचित्त बसले. पुढे एक महिना ते श्रीसान्निध्यात राहिले. स्वतःच्या उदरनिर्वाहासाठी म्हणून त्यांच्या जवळ एक लहानसा भोपळा, दोन लंगोट्या आणि एक छाटी होती. इतके ते विरक्त, निर्मोही आणि निर्लेप होते.

अक्कलकोटपासून चौदा किलोमीटर अंतरावर असलेल्या मैंदर्गी गावापासून सुमारे एक मैल अंतरावर नाथांचा मठ आहे. सकाळी आठच्या सुमारास श्री स्वामी समर्थ महाराज पंधरा-वीस सेवेकऱ्यांसोबत बसले होते. तेव्हा तिथे हे काशीकर स्वामी स्नान-संध्या आटोपून श्रींच्या दर्शनास आले. त्या वेळी त्यांनी 'श्रीं'ना दंडवत घातला व हात जोडून उभे राहिले. पुन्हा दंडवत घालून उभे राहिले असे त्यांनी पाचसहा वेळा केले. या वेळी त्यांचे शरीर रोमांचित आणि चेहरा प्रफुल्लित झालेला दिसत होता. त्यांच्या डोळ्यांतून कृतज्ञतेच्या आनंदाश्रूंचे जणू पाट वाहत होते. सर्व दर्शनार्थी हे पाहत होते. परंतु नेमके असे काय व का घडले, ते ब्रह्मांडनायक श्री स्वामी समर्थ व काशीकर स्वामीच जाणोत. अन्य कुणास काही त्या घटनेचा बोध झाला नाही.

दुसऱ्या दिवशी काशीकर स्वामी आणि दत्तात्रयबुवा पुराणिक यांची गाठभेट झाली. तेव्हा काशीकर स्वामींनी दत्तात्रयबुवा पुराणिकांस सांगितले, ''अहो बुवा, माझ्या अनेक गूढ समस्या आणि शंका होत्या. त्यासाठी मी भ्रमंतीही विपुल केली, पण त्या सर्व शंकांचे समाधान मला फक्त श्री स्वामी समर्थ महाराजांमुळेच झाले. खरोखर ज्याचा मी आयुष्यभर अट्टाहास केला, तो केवळ श्रींच्या दर्शनाने आणि त्यांच्या कृपाकटाक्षाने पूर्ण झाला. आज खरेच मी धन्य धन्य झालो! आजपर्यंतच्या माझ्या तपोबलाने आणि वेद, पुराणे, शास्त्रे इत्यादींच्या अभ्यासाने या पायरीपर्यंत मी

येऊन पोहोचलो. पण या पुढील मार्ग मला फक्त श्री स्वामीच दाखवू शकले. माझ्या जन्माचे त्यांच्या उपदेशाने आणि दर्शनाने सार्थक झाले!'' काशीकर स्वामींच्या या कृतज्ञतापूर्ण भाषणाचे दत्तात्रय बुवा पुराणिकांसही परम आश्चर्य वाटले. ब्रह्मांडनायक श्री स्वामी समर्थांचा असा अनेकांवर प्रत्यक्ष-अप्रत्यक्ष प्रभाव पडत होता. अनेकांच्या इच्छा-आकांक्षा पूर्ण होत होत्या. अनेकांना त्यांच्या कूट, जटिल प्रश्नांची उत्तरे मिळत होती.

। विहिरीचे पाणी पिण्यायोग्य केले ।

एकदा संचारेश्वर श्रींची स्वारी फिरत फिरत अक्कलकोटापासून चौदा किलोमीटर अंतरावर असलेल्या मैंदर्गीस आली. मैंदर्गी गावाबाहेरच्या नाथाच्या मठात तेव्हा त्यांचा तीन दिवस मुक्काम होता. समवेत सुमारे दोनशे सेवेकरी मंडळी होती. पिण्याच्या पाण्यासाठी जवळच एक विहीर होती. विहिरीचे पाणी तिसऱ्या दिवशी नासले. त्या विहिरीतील पाण्याला इतका घाण वास येऊ लागला, की ते तोंडात धरवेना. तेव्हा सर्व मंडळी श्रींस विनंतीपूर्वक म्हणाले, ''महाराज विहिरीचे पाणी पुरते घाण झाले आहे. तोंडात धरवत नाही. दुसरी अन्य काही पाण्याची सोयही नाही. तेव्हा येथून मुक्काम हलविलेलाच बरा.'' असे बरेच काही सांगून श्रींना तेथून मुक्काम हलवण्याचा सर्व मंडळी आग्रह करीत होती. पण श्रींची स्वारी त्या सर्वांच्या आर्जवास, विनंतीस दाद देईना. यात बराच वेळ गेला. त्यामुळे सर्व मंडळी काळजीत पडली. स्वयंपाकास, अंघोळीस, पिण्यास पाणी कसे आणि कुठून आणायचे? सारेच हवालदिल झाले. त्यातील काही सेवेकरी लांब दीड-दोन कोसावर जाऊन स्नान करून आले. हे सर्व करता करता साऱ्यांचीच दमछाक झाली, तारांबळ उडाली.

भक्तवत्सल श्री स्वामींना सेवेकऱ्यांची दया आली. ते पलंगावरून उठले आणि जवळच असलेल्या विहिरीवर गेले. ती विहीर सुमारे वीस-पंचवीस हात खोल होती. श्रींच्या हातात सुमारे अडीच-तीन हात लांबीची काठी होती. ती त्यांनी एकदा विहिरीत घातली आणि आपल्या नाकास लावली. पुन्हा दुसऱ्यांदा ती काठी विहिरीत घालून जवळच असलेल्या वडाच्या झाडास लावली आणि ते तेथून चालते झाले आणि पुन्हा मठातील पलंगावर येऊन बसले. श्रींची ही अतर्क्य कृती त्यांनाच कळू जाणे! अडीच-तीन हात लांबीची काठी, वीस पंचवीस हात खोल विहीर. एवढ्या

खोलीवर असलेल्या पाण्यापर्यंत अडीच-तीन हात लांबीची काठी पोहोचली कशी? त्यांनी ती काठी त्यांच्या नाकास का लावली? नंतर दुसऱ्यांदा ती काठी वडाच्या झाडाचा का लावली? त्या पाण्याचा वास गेला कसा? इत्यादी सर्व श्री स्वामींच्या आवाक्यातील गोष्टी होत्या. आपल्यासारख्यांच्या आकलनापलीकडचे हे सारे आहे. म्हणून श्री स्वामी समर्थ हे ब्रह्मांडनायक आहेत.

तेवढ्यात एक गृहस्थ विहिरीत उतरून पाण्याची चूळ भरून परत आला. ''विहिरीचे पाणी उत्तम, पूर्वीपेक्षाही अधिक चविष्ट झाले. त्याला अजिबात वास येत नाही.'' असे लोकांस अत्यानंदाने सांगू लागला. दोन-तीन लोकांनी प्रत्यक्ष विहिरीत उतरून खातरजमा करून पाहिली. तर खरेच पाणी पिण्यायोग्य झाले होते. मग काय विचारता? सर्वांनी अतिशय आनंदाने आणि भक्तिभावाने 'श्री स्वामी समर्थ' नामाचा जयजयकार केला. सर्वांनी स्वयंपाक करून श्रींस नैवेद्य अर्पण केला. इतर लोकांनी आपापला स्वयंपाक केला. यथासांग जेवणे करून श्री स्वामी समर्थांसह मोठ्या आनंदाने अक्कलकोटमध्ये आले.

। बहिरेशास्त्री ।

श्री स्वामी समर्थ हे त्रिकालज्ञानी, संकटविमोचक असल्याचा अनुभव अनेकांना येत होता. एखाद्याच्या प्रारब्धात अल्प आयुष्य असेल, तर ते त्या व्यक्तीच्या प्रारब्धानुसार प्रसंग टाळीत. त्यास दीर्घायुषी करीत. अशीच एक लीला त्यांनी बहिरेशास्त्रींच्या अल्पायुषी मुलाबाबत केली. श्रीक्षेत्र काशी इथे बहिरेशास्त्री नावाचे सदाचारी, ज्ञानसंपन्न, शास्त्रनिपुण गृहस्थ त्यांच्या पत्नीसमवेत राहत होते. विवाहानंतर बरीच वर्षे त्यांना अपत्य झाले नव्हते, पुढे श्री विश्वेश्वर कृपेने त्यांना अपत्यप्राप्ती झाली. ते अतिशय विद्वान व ज्योतिषशास्त्रात निपुण होते. त्यांनी ज्योतिषशास्त्राच्या आधारे स्वतःच्या पुत्राची पत्रिका मांडली, तेव्हा त्यांच्या लक्षात आले की, पुत्राचे आयुष्य केवळ चौदाच वर्षांचे आहे. तो अल्पायुषी ठरणार आहे. या ज्योतिषनिष्कर्षाने बहिरेशास्त्री उभयता अतिशय चिंतित झाले. मोठ्या नवससायासांनी संतती झाली खरी, पण ती अल्पायुषी आहे!

याच्या मृत्यूनंतर आपले पुढे कसे होईल, या घोर चिंतेत ते असतानाच बहिरेशास्त्रींना एक सत्पुरुष भेटले. शास्त्रींनी मुलाच्या पत्रिकेबाबत त्यांस सांगितले. त्यांनीही पत्रिका पाहून शास्त्रीबुवांस सांगितले, ''तुमच्या या मुलास दीर्घायुषी

करण्याचे कोणतेच उपाय सफल होणार नाहीत. परंतु एखाद्या अवतारी महात्म्याच्या दर्शनाने तुमचा मुलगा आयुष्यमान होईल.'' तेव्हा बहिरेशास्त्रींनी त्या साधूस चिंतित स्वरात विचारले, ''हल्ली असे अवतारी महात्मे कोठे आहेत?''

त्या सत्पुरुषाने सांगितले, ''सद्य:स्थितीत अखंडचिंतामणीस्वरूप, भक्तांच्या अडीअडचणी दूर करणारे ब्रह्मांडनायक, पूर्णब्रह्मस्वरूप श्री स्वामी समर्थ महाराज अक्कलकोटमध्ये विराजित आहेत. मनात कोणताही संशय न बाळगता तिथे जाऊन त्यांची सेवा करा.''

लगेचच बहिरेशास्त्री पत्नी आणि पुत्रासह अक्कलकोटमध्ये दाखल झाले. तेव्हा श्री स्वामी नारायणभट हर्डिकरांच्या घरी मुक्कामास होते. तिथे त्या त्रिवर्गाने जाऊन श्रींचे दर्शन घेतले. श्रींच्या त्या ईश्वरी, तेज:पुंज दर्शनाने बहिरेशास्त्री अक्षरश: भारावून गेले. ते त्रिवर्ग श्रींच्या नित्यसेवेत काही वर्षे राहिले. शास्त्रींच्या पुत्राच्या आयुष्यासंबंधीचा तो कालनिर्मित दिवस जवळ येत होता.

एकदा संचारेश्वर श्री स्वामी खासबागेत बसले असता ते त्रिवर्ग नित्यनियमाप्रमाणे श्रींच्या दर्शनास आले. इतर दर्शनार्थी मंडळींही तिथे होती. इतक्यात बहिरे शास्त्रींचा मुलगा अकस्मात मूर्च्छित होऊन पडला. थरथर कापू लागला. त्याने डोळे पांढरे केले. श्री स्वामी समर्थ महाराज तिथे समोरच बसून होते. त्यांनी शास्त्रीबुवांस 'ताबडतोब तीळ घेऊन ये' अशी आज्ञा केली. त्या उभयता पती-पत्नींचा तर धीरच खचला. शास्त्रीबुवांनी तर श्रीचरणांना मिठीच मारली. ते दोघेही ओक्साबोक्शी रडू लागले. दु:खाच्या आवेगाने श्रींस म्हणू लागले, ''देवाधिदेवा, श्री स्वामिराया, आम्ही आपली सेवा मुलाचा हा क्षण टळावा म्हणून इतकी वर्षे करत आलो. तरीही शेवटी व्हायचे तेच झाले!'' असे नाना प्रकारे श्रींना विनवू लागले. तेव्हा त्रिकालज्ञानी, दयाघन श्री स्वामी त्या दोघांना म्हणाले, ''अरे, असे रडता का? जा, साखर आणि तीळ त्याच्या तोंडात घाला.'' श्रीआज्ञेनुसार त्यांनी लगेच शर्करायुक्त तीळ मुलाच्या तोंडात घातले. मुलगा सावध होऊन उठून बसला.

त्या दोघांनाही परमानंद झाला. अशा प्रकारे ब्रह्मांडनायक श्री स्वामींनी प्रत्यक्ष त्या पुत्रास हस्तस्पर्श न करता, केवळ दृष्टिक्षेपाने शर्करायुक्त तिळाचे औषध देण्याचे निमित्त करून अल्पायुष्याच्या भाकितातून वाचवले. त्यास दीर्घायुषी केले. तो अल्पवयीन पुत्र दोन्ही हात जोडून श्री स्वामींस नमन करता झाला. बहिरेशास्त्री पती-पत्नींचे उत्तर आयुष्य सुखासमाधानाचे आणि आनंदाचे गेले. पुढे ते त्रिवर्ग श्री स्वामी

समाधिस्थ होईपर्यंत अक्कलकोटमध्ये त्यांच्या सेवेत राहिले. तद्नंतर बहिरेशास्त्री सहपरिवार वाराणसीला गेले.

। गणपतरावांवर कृपा ।

मानवी जीवन सदा-सर्वदा कमीअधिक गुंतागुंतीचे, अडी-अडचणींचे, संकटाचे, काळजीचे असते. यातून कुणाचीही सुटका नसते; परंतु कधी-कधी सद्गुरुकृपेने त्यातून एखाद्याची लवकर सुटका होत असते. श्री स्वामी समर्थांच्या अशाच अनेक लीलांपैकी एक लीला.

अक्कलकोटचे श्रीमंत मालोजीराजे यांच्या पदरी गणपतराव जोशी, राहणार संगमेश्वर हे ग्रामजोशी होते. त्यांना त्या वेळी अंदेवाडी, तालुका अफजलपूर हा गाव पेशवे, निजाम आणि अक्कलकोटचे राजे या त्रिवर्गांनी जहागीर करून दिला होता. पुढे काही कारणांनी निजाम सरकारने आंदेवाडी जहागीर गाव जप्त केला. म्हणून जोशीबुवांनी अक्कलकोटच्या राजेसाहेबांकडे तक्रार अर्ज केला.

त्यांच्याकडून ही तक्रार सोलापूरच्या पोलिटिकल एजंटच्या मार्फत हैद्राबादच्या निजाम रेसिडेंट साहेबाकडे गेली. सर्व तपास करून आंदेवाडी या गावची जप्त जहागीर खुली करण्याबद्दलचे पत्र सोलापूरच्या पोलिटिकल एजंटला लिहिले.

त्यांनी अक्कलकोटास ज्या दिवशी कळविले, त्याच दिवशी प्रात:काळी ग्रामजोशी गणपतराव जोशी, कारभारी चिंतोपंत टोळ व आंदेवाडी जहागीरगावचा पाटील हे 'श्रीं'च्या दर्शनभेटीस आले होते. या त्रिवर्गांनी श्रींचे दर्शन घेतले व ते खाली बसले.

तेव्हा श्रींनी पाटलांस आज्ञा केली, "पाटील, जा आता खुशाल कमाविसदारी करा." नंतर हे त्रिवर्ग चिंतोपंत आप्पा टोळ यांच्या घरी आले.

तेथे एक सरकारी टपाल अगोदरच आले होते. कारभारी चिंतोपंत यांनी त्या दोघांसमक्ष टपाल फोडले. त्या टपालात मजकूर होता - 'आंदेवाडी, तालुका अफजलपूर गावची जप्ती उठवण्यात आलेली आहे. जहागिरी मोकळी केली आहे.' हे वाचताच त्या त्रिवर्गास फार आनंद झाला.

श्री स्वामींच्या वचनाने व त्यांच्या ईश्वरी सामर्थ्याने ते तिघेही अक्षरश: थक्क झाले. सद्गुरू श्री स्वामी समर्थांना वंदन करून 'श्रीं'च्या ईश्वरी सामर्थ्य चिंतनात रंगून गेले.

। गणपतरावांचा मुकटा परत ।

ग्रामजोशी गणपतरावांवर श्रीकृपा झाली होती. श्रीकृपेने त्यांची मोलाची जहागिरी मोकळी झाली होती. तरीही मानवी स्वभावानुसार त्यांच्यात कृपाकर्त्याबाबत अल्प-स्वल्प विकल्प होताच. त्याचा प्रत्यय इथे येतो. ग्रामजोशी गणपतराव यांच्या घरी नेहमीप्रमाणे प्रात:काळी श्रींची स्वारी आली. त्यांना पाहून जोशींसह घरातील सर्वांनाच आनंद झाला. जोशीबुवांनी श्रींस स्नान घातले. भरजरी, कोरा-करकरीत, किंमती पिवळा मुकटा नेसवला. उच्चासनावर बसवून श्रींची यथासांग षोडशोपचारे पूजा केली. नैवेद्य दाखवण्यासाठी श्रींपुढे ठेवला. त्याच वेळी जोशीबुवांच्या मनात विचार आला, की श्री स्वामी भोजनानंतर बाहेर गेल्यावर आपण त्यांना नेसावयास दिलेला नवाकोरा, किंमती मुकटा कुणास देऊन टाकणार तर नाहीत ना? त्रिकालज्ञानी, सूक्ष्मातल्या सूक्ष्म गोष्टींचाही वेध घेणारे श्री स्वामी समर्थ महाराज तत्क्षणी त्या उच्चासनावरून उठले. ''हा घे तुझा किंमती कोरा करकरीत मुकटा!'' असे म्हणत त्यांनी तो मुकटा तिथेच सोडून टाकला. भोजन न करताच ते दिगंबरावस्थेतच तेथून निघाले.

जोशीबुवा लगोलाग श्रींच्या मागेमागे गेले. ''महाराज, क्षमा करा! चूक झाली, आपण भोजनास परत चलावे!'' असे पुन्हापुन्हा श्रींस कान पकडून, हातापाया पडून विनवणी करीत होते. तेव्हा जोशीबुवांकडे पाहत श्री स्वामी म्हणाले, ''तुझ्या मनात विकल्प आला. आता आम्ही तुझ्या घरी भोजन करणार नाही.'' असे सांगून दिगंबरावस्थेतच ते रस्त्याने झपझप चालू लागले. तेवढ्यात तात्या वैद्य नावाच्या सद्‌गृहस्थांनी श्रींस पाहिले व त्यांना साष्टांग नमस्कार केला. भक्तियुक्त अंत:करणाने विनंती केली, की महाराजांनी माझ्यावर अनुग्रह करावा व माझ्या घरी भोजनास चलावे. वैद्यांच्या मनातला भक्तिभाव ओळखून भक्तवत्सल, भक्ताभिमानी श्रींची दिगंबर स्वारी लगेचच त्यांच्या घरी भोजनासाठी गेली.

ब्रह्मांडनायक श्री स्वामी समर्थांना स्वामिसुतांनी 'देवाधिदेव' ही बिरुदावली त्यांच्या प्रचंड भक्तिभावातून दिली होती. अन्य देवदेवतांना कमी अथवा गौण लेखणे हा त्यांचा उद्देश मुळीच नव्हता. देवदेवतांमध्ये कुठलाही द्वैत भाव नाही व नसतो. त्या सर्वांचे मूळ तत्त्व एकच आहे. श्री स्वामी त्यानुसार कोणत्याही देवदेवतेचे स्वरूप धारण करू शकत. त्यांनी त्यांच्या अवतारकाळात अनेकांना

भगवान दत्तप्रभू, विठ्ठल, श्रीराम, श्रीकृष्ण, शंकर, कार्तिकेय, देवी आदिमाया इत्यादींच्या रूपात दर्शन दिल्याची अनेक उदाहरणे व लीला आहेत.

। कार्तिकस्वामी दर्शन ।

कार्तिकस्वामींचे दर्शन अधिक पुण्यफलदायी असल्यामुळे एका कार्तिकी पौर्णिमेला बडोद्याची काही मंडळी अक्कलकोटमार्गे कार्तिकस्वामींच्या दर्शनासाठी निघाली होती. मार्गात अक्कलकोट आल्यानंतर ती सर्व मंडळी श्री स्वामींच्या दर्शनार्थ थांबली. श्री स्वामी समर्थ कोठे आहेत, याची चौकशी करून ते सर्व दर्शनार्थी त्यांना वंदन करण्यासाठी गेले. त्या वेळी त्यामध्ये धोंडिबा व रामशास्त्री डोंगरे नावाचे सेवेकरी होते. त्यांनी 'श्रीं'ना प्रार्थनापूर्वक विनविले, ''महाराज, गुजरातहून आलेल्या यात्रेकरूंसमवेत आम्ही कार्तिकस्वामींच्या दर्शनास जाऊ इच्छितो. आपण आम्हाला जाण्याची परवानगी द्यावी.''

श्री स्वामी त्यांच्याकडे पाहत म्हणाले, ''जाऊ नका. आणि काय रे, कार्तिकस्वामी इथे अक्कलकोटमध्ये नाहीत का?''

'श्रीं'च्या या आदेशाने दोघांस वाईट वाटले. ते दोघेही यात्रेस गेले नाहीत हे खरे, पण रामशास्त्री डोंगरे नाराज होत तिथेच बसून राहिले. थोड्याच वेळात बाबा सबनीस नावाचे संतप्रवृत्तीचे स्वामींचे सेवेकरी श्रींच्या दर्शनास तिथे आले. रामशास्त्रींनी बाबा सबनीसांस नुकताच घडलेला सर्व वृन्तात कथन करून विचारले, ''कार्तिकस्वामींच्या दर्शनास जाण्याची परवानगी श्री स्वामी महाराज मला देत नाहीत. आता मी काय करावे? हे कृपा करून मला सांगा.''

यावर बाबा सबनीस म्हणाले, ''शास्त्रीबुवा, तुम्ही विद्वान, ज्ञाते पंडित आहात. श्रींचे वचन सत्यच असते. त्यांच्या आज्ञेचा भंग करून आपण कार्तिकस्वामींच्या दर्शनास जाऊ नये. त्या स्थानावरील कार्तिकस्वामींच्या दर्शनाची तळमळ, अस्वस्थता येथेच श्रींचरणी ठेवून नि:शंकपणे राहावे.'' बाबा सबनीसांच्या या सल्ल्याने रामशास्त्री काहीसे शांत झाले. परंतु त्यांच्या मनात कार्तिकस्वामींच्या दर्शनाची तीव्र तळमळ मात्र होतीच.

पुढे कार्तिक पौर्णिमेच्या दिवशी रामशास्त्री स्नानसंध्या करून श्रींच्या दर्शनास गेले. त्या दिवशी कार्तिक पौर्णिमेच्या कृत्तिका योगावर श्रींचे दर्शन घ्यावे असे ठरवून पुष्कळ मंडळी दर्शनासाठी आली होती. धोंडिबाही त्यात होता. श्रींची मंगलारती

झाल्यावर सर्वांनी श्री स्वामींना कार्तिकस्वामी समजून त्यांचे दर्शन घेतले. नंतर श्री स्वामी समर्थ महाराज प्रसन्न वदनाने सर्वांसमोर उभे राहिले.

रामशास्त्रींसह सर्वांनाच कार्तिकस्वामींच्या स्वरूपात प्रत्यक्ष सगुण स्वरूपात ब्रह्मांडनायक श्री स्वामी समर्थ महाराजांनी दर्शन घडविले. रामशास्त्री डोंगरे यांना व धोंडिबांस त्या सगुण दर्शनाने कृतकृत्य झाल्यासारखे वाटले. 'जाऊ नको' या श्री स्वामीआज्ञेचे त्यास तत्काळ स्मरण होऊन त्यांनी श्री स्वामींस साष्टांग नमस्कार केला. ते भक्तिभावाने सर्वांसमक्ष म्हणू लागले, ''महाराज, आपण चालते-बोलते, सगुण-निर्गुण असे ईश्वराचे रूप आहात. आता माझ्यासारख्या अज्ञानीला याचा साक्षात्कार झाला आहे. आम्ही अज्ञानी, मदांध असल्याकारणाने आपल्या ब्रह्मांडव्यापी ईश्वरी स्वरूपाची आम्हाला कल्पना आली नाही. आपण आम्हाला क्षमा करा, महाराज!'' त्यावर श्रींनी त्याचाकडे पाहून क्षमा केल्याचे संमतिदर्शक स्मित केले.

रामशास्त्री डोंगरे यांची श्री स्वामी दर्शनाची भूक भागेना, म्हणून श्री स्वामींच्या नित्य सेवेत ते तब्बल दोन वर्षे प्रज्ञापुरीतच राहिले. नंतर श्री स्वामी समर्थांच्या आज्ञेने, त्यांचा कृपाशीर्वाद घेऊन पुराणकथन करण्यासाठी ते बडोद्यास निघून गेले. या लीलाघटनेवरून श्री स्वामींना 'सुरेश्वर' ही बिरुदावली शोभणारी आहे. दर्शनार्थींच्या मनात ज्या देवदेवतांबाबत भक्तिभाव असे, त्या दर्शनार्थींस त्यांनी त्या त्या देवतेच्या स्वरूपात योग्य वेळी, योग्य प्रसंगी दर्शन दिले. अशी अनेक उदाहरणे त्यांच्या प्रदीर्घ अवतारकाळात घडून आली.

❋

प्रज्ञापुरी तथा अक्कलकोटमधील अनेकांना श्री स्वामी समर्थांच्या ईश्वरी सामर्थ्याच्या अनुभूती येत असे. येथील राम जोशीबुवांच्या घरी 'पंचदशी' नावाचा एक वेदोत्तर पुरातन ग्रंथ होता. गणपतराव जोशी, संगमेश्वरकर, गोपाळ जोशी हिरलीकर, जयतीर्थ, पुराणिक वगैरे विद्वान मंडळी तो ग्रंथ नित्यशः वाचत असत.

एके दिवशी नित्यनियमाप्रमाणे या सर्व मंडळीचे वाचन चालले होते. तेव्हा त्या ग्रंथातील एका श्लोकाचा अर्थ त्या कुणासही बरोबर लागेना. त्याच्या विवरणात ती सर्व मंडळी अगदी गढून गेली. तथापि, त्यांनी पुष्कळ प्रयत्न करूनही त्या श्लोकाचा अर्थ काही केल्या त्यांना लागेना. तेव्हा त्या सर्व विद्वान मंडळींनी विचार केला. 'श्री स्वामी समर्थ महाराजांकडे जाऊन त्यांना या श्लोकाचा अर्थ विचारावा. त्यावर चर्चा करावी.' असे ठरवून ते सर्व श्रींच्या दर्शनभेटीस आले.

श्रींचे दर्शन घेऊन ही सर्व मंडळी खाली बसताच त्रिकालज्ञानी श्रींनी त्या मंडळीवर एक सकारात्मक नेत्र कटाक्ष टाकला. त्यांना नडलेला नेमका तोच श्लोक म्हटला. त्यांचे समाधान होण्याइतपत त्यांना त्या श्लोकाचा अर्थ सांगितला. हा चमत्कार अनुभवून ती विद्वान मंडळी आश्चर्यचकित झाली. अक्षरश: तिथे थिजून गेली. श्री स्वामी समर्थ महाराजांमध्ये ईश्वरी तत्त्व पूरेपूर एकवटलेले आहे याचा त्या सर्वांना रोकडा प्रत्यय आला. श्री स्वामी हे साक्षात ईश्वरी अवतार आहेत अशी त्यांना खात्री पटली. पुढे ते सर्व जण पारमार्थिक ज्ञान मिळवण्याच्या हेतूने अधूनमधून चारपाच घटका नित्य श्रीसान्निध्यात घालवू लागले. वारंवार त्यांना भेटू लागले. त्यांचे मार्गदर्शन घेऊ लागले.

। मूकं करोति वाचालम् ।

अक्कलकोटमध्ये एक जन्मजात मुका माणूस होता. तो श्रींची बारा वर्षे नित्यनियमाने सेवा करीत होता. जन्मत:च असलेले आपले मुकेपण जावे, असे त्यास सतत वाटे. पण तो त्याच्या मनातील ही भावना श्रींजवळ व्यक्त करू शकत नव्हता. सर्वज्ञ असलेल्या श्रींनी एके दिवशी 'थांब' असे म्हणून त्याला थांबवले व स्वमुखातील तांबुल त्याच्या हाती देत, ''हा खा आणि आपले काम कर.'' असे म्हणाले. श्रीआज्ञा प्रमाण मानून त्याने तो श्रींच्या मुखातील तांबुल प्रसाद म्हणून ग्रहण केला. थोड्याच वेळात तो इतरांसारखा बोलू लागला. हा श्री स्वामींचा चमत्कार तिथे उपस्थित असलेल्या सर्वांनीच पाहिला. आश्चर्य व्यक्त करत त्या सर्वांनी श्री स्वामी समर्थ नामाचा जयजयकार केला. श्रींच्या अशा अनेक लीला कारणपरत्वे सुरू असत.

। श्री स्वामी आणि कोकणी भाषा ।

सातारा जिल्ह्यातील पांडुरंग केशव नावाचा श्रींचा निस्सीम भक्त होता. त्यास त्याच्या मृत्यूपूर्वी दोन दिवस अगोदर श्री स्वामी समर्थांनी साक्षात सदेह दर्शन दिले होते. तो अधूनमधून श्रींच्या दर्शनभेटीस अक्कलकोटला येत असे. एकदा तो आला असता मुंबईकडची बरीच मंडळी श्री स्वामींच्या दर्शनभेटीस आली होती. त्यात काही रत्नागिरीकडची बाले मंडळीही होती. त्यात लख्या नावाच्या एका पोरास ब्रह्मचारी वामनबुवांनी बाजारातून गूळ आणण्यास सांगितले. त्या वेळी मांजरेकर

व दुसरी कोकणी मंडळी श्रींजवळ बसली होती. इकडे लख्याने गूळ विकत घेतला. येताना वाटेतच तो गूळ खाऊ लागला. तेव्हा सर्वांसमक्ष त्रिकालज्ञानी श्री स्वामी ''लखा गूळ खाता, माका देत नाय!'' असे म्हणून रडू लागले. असे त्यांनी तीनचार वेळा केले.

श्रींची ही कृती पाहून उपस्थितांतील काही मंडळी बाजाराकडे गूळ आणण्यासाठी गेलेल्या लख्यास शोधण्यास गेली. पाहतात तो काय, लख्या बाजारातून गूळ खात येत असताना त्यांच्या दृष्टीस पडला. तेव्हा श्रींच्या या अंत:साक्षित्वाबद्दल सर्वांनाच परम आश्चर्य वाटले. पण याहीपेक्षा नवलाची गोष्ट अशी की, श्री स्वामी बाले लोकांची कोकणी भाषा केव्हा व कोठे शिकले असतील? उपस्थित सर्वच आश्चर्यचकित होऊन श्रींचरणी लीन झाले.

१०. स्वामी समर्थांचे गारुड

। वामनरावजी वैद्य ।

श्री स्वामी समर्थ महाराजांच्या अवतार काळात प्रज्ञापुरी तथा अक्कलकोट येथील ब्रह्मनिष्ठ वामनरावजी वैद्य तथा वांबोरीकर यांचे स्थान अनन्यसाधारण आहे. वामनबुवा हे विद्वान पंडित होते. त्यांना मराठी, संस्कृत आणि इंग्रजी भाषेचे चांगले ज्ञान होते. त्यांचे पौराणिक ग्रंथाचे वाचन, मनन, पाठांतर आणि भाष्य अजोड आणि तर्कनिष्ठ होते. इतके सर्व असूनही त्यांच्यात अहंभावाचा लवलेशही नव्हता, हे विशेष महत्त्वाचे होते. श्री स्वामी अक्कलकोटमध्ये येऊन तीन वर्षे झाल्यावर ते 'श्रीं'ची महती ऐकून त्यांच्या दर्शनभेटीस आले. त्यानंतर त्यांचा प्रतिवर्षी दोनतीन वेळा अक्कलकोटला श्रींच्या दर्शनभेटीला येण्याचा नित्यक्रम अखेरपर्यंत होता.

तत्पूर्वी वामनबुवांचे वडील रामजी वैद्य आणि ब्रह्मांडनायक श्री स्वामी समर्थांची भेट या अगोदर बऱ्याच वर्षांपूर्वी गिरनार पर्वतावर झाली होती. तेव्हा श्री स्वामी अक्कलकोटमध्ये आलेही नव्हते. तरीही त्यांनी रामजी वैद्यांना त्यांच्या तिन्ही मुलांचे भाकित खूप अगोदरच सांगितले होते. वामनबुवांबद्दल श्री स्वामींनी भाकित केले होते की, हा आमचा शिष्य आमचे गुणगान गाईल. पुढे श्री स्वामींनी त्या वेळी गिरनार पर्वतावरील रामजी वैद्यांजवळ काढलेल्या उद्गारांची प्रचिती प्रत्यक्ष वास्तवात आली. वामनबुवा वैद्य वांबोरीकर श्री स्वामींचे कृपांकित अनुयायी तर झालेच, परंतु श्री स्वामी सहवासात प्रत्यक्ष पाहिलेल्या, अनुभवलेल्या आणि ऐकून खात्री करून घेतलेल्या लीलांची ते वेळोवेळी नोंद करीत गेले. त्या सर्व लीलांचे एकत्रित स्वरूप आणि वामनबुवांचे प्रसंग, व्यक्ती, घटनांनुसार असलेले भाष्य ग्रंथरूपाने प्रसिद्ध झाले. तोच श्री स्वामी समर्थ मार्गातला अजोड, आधारभूत विश्वसनीय ग्रंथ म्हणजे 'श्रीगुरुलीलामृत' होय.

असे हे वामनबुवा त्यांच्या मातोश्रींसमवेत काही दिवस पुण्यात वास्तव्यास होते. एके दिवशी ते व काही विद्वान गोपाळदादा नातू, व्यंकप्पा तेलंग आणि एका पुराणिकासमवेत पुण्यातील शेषशायी देवळाजवळील ओट्यावर बसून अध्यात्म विषयावर गहन चर्चा करीत बसले असताना तिथे एक तेजस्वी माणूस आला व

म्हणाला, ''सदगुरुकृपेवाचून तुमच्या या सर्व चर्चा व्यर्थ आहेत.'' तेव्हा ते सर्वच आश्चर्यचकित झाले. ''आपण म्हणता तसा सद्‌गुरू आपल्या पाहण्यात आहे काय? त्यांना आम्ही दत्तात्रेयसमान मानू!'' असे वामनबुवांनी सांगितले. तेव्हा त्याने वामनबुवांना व त्यांच्यासमवेत उपस्थित असलेल्यांना सांगितले, ''असे सद्‌गुरू अक्कलकोट इथे आहेत. तिकडे त्वरित जा. तिथे दत्तरूप श्री स्वामी समर्थ आहेत. त्यांचे दर्शन घ्या.'' एवढे बोलून तो तेथून निघून गेला. त्यासरशी आध्यात्मिक चर्चा करणारे वामनबुवा व त्यांचे विद्वान मित्र चकित झाले.

श्री स्वामी समर्थांविषयी या अगोदर ते बरेच काही फक्त ऐकून होते. पण प्रत्यक्ष त्यांची दर्शनभेट कधीही झालेली नव्हती. तेव्हा वाहतुकीच्या साधनांचा प्रचंड अभाव असल्यामुळे अक्कलकोट पुण्यापासूनही बरेच दूर वाटत असे. त्या सर्वांनी त्या माणसाचा चहूकडे बराच शोध घेतला. पण त्यांना तो कोठेच दिसला नाही.

त्याच रात्री वामनबुवांना स्वप्नदृष्टान्त झाला, त्यात श्री दत्तगुरूंनी त्यांना स्पष्टच सांगितले, ''मीच अक्कलकोटमध्ये आहे. माझा तुला पूर्ण आशीर्वाद आहे. मी तुला माझ्या पूर्ण अंकित ठेवीन. तू ताबडतोब तिथे जा.'' या स्वप्नदृष्टान्तामुळे वामनबुवांच्या मनात अक्कलकोटला जाण्याची तीव्र इच्छा निर्माण झाली. त्यासाठी ते तळमळू लागले. आईची परवानगी आणि गाठीशी काही रक्कम घेऊन त्यांनी अक्कलकोटची वाट धरली. खडतर प्रवास करून महत्प्रयासाने ते १८६०मध्ये (शके १७८२) अक्कलकोटला पोहोचले.

⁂

श्री स्वामींचा शोध घेता वामनबुवांना ते अक्कलकोटाजवळील रोडगी आणि मिरगी या दोन गावांमध्ये असलेल्या पायो नदीवर असल्याचे कळले. बुवांनी लगेच तिकडे कूच केले. बुवा श्री स्वामींजवळ येताच अंतर्ज्ञानी श्री स्वामी म्हणाले, ''आमच्या माणसाची थट्टा का केली?'' हे ऐकताच वामनबुवांना पुण्यात मित्रासमवेत घडलेला प्रसंग, एकाएकी तेथून निघून गेलेला तो तेज:पुंज पंडित, त्याने काढलेले उद्‌गार हे सारे काही आठवले. श्रींच्या अंत:साक्षित्वाची आणि ईश्वरी सामर्थ्याची बुवांना तिथेच प्रचिती आली. त्यांनी लगेचच त्यांना साष्टांग प्रणिपात केला. तेव्हा श्री स्वामी पायो नदीच्या पात्राच्या मध्यावर असलेल्या जलावर स्वस्तिकासन घालून बसले होते. त्यांनी तेथूनच बुवांस स्नान करण्यास सांगितले. बुवांनी श्री आज्ञेनुसार तिथे पायो नदीत स्नान उरकले. नंतर बुवा श्री स्वामी व इतर सेवेकऱ्यांसमवेत अक्कलकोटी आले.

त्या दिवशी बुवांनी स्वहस्ते नैवेद्याचा घास श्री स्वामी मुखात घातला. श्रींनी बुवांवर प्रसन्न होऊन त्यास महामंत्राचा उपदेश केला. बुवांच्या अंगावर अवधूत गीतेची पोथी फेकत त्यांस सांगितले, ''आमची नोकरी कर, म्हणजे ब्रह्मनिष्ठ होशील. तुझे गाठोडे आता आम्हास दे.'' हे श्री स्वामीवचन ऐकताच बुवांनी लंगोटी नेसून स्वत:बरोबर आणलेल्या सर्व चीजवस्तू, सामानसुमान श्रीचरणांशी ठेवले. हात जोडून त्यांच्यासमोर उभे राहिले. श्रींनी त्यातला एक तांब्या पाण्याने भरून बुवास दिला आणि सांगितले, ''कळिकाळासही भिऊ नकोस! आमची सेवा करून वैदिक धर्माचे पालन कर. ब्रह्मनिष्ठ होशील.'' त्या वेळी बुवांचे वय असेल जेमतेम १५-१६ वर्षांचे! आता ते श्री स्वामींचे कृपांकित एकनिष्ठ सेवेकरी झाले होते. पुढे ते दरवर्षी दोनतीन वेळा नित्यनियमाने अक्कलकोटी श्रींच्या दर्शन भेटीस येत असत.

परंतु अद्यापही बुवांमध्ये अल्प-स्वल्प चंचलवृत्ती शिल्लक होतीच. त्यामुळे अक्कलकोटमधील चालतेबोलते देहधारी सगुणस्वरूपी ब्रह्मांडनायक श्री स्वामी समर्थांची प्रचिती येऊनही त्यांनी एकदा गाणगापुरी जाऊन गुरुचरित्राचे एक पारायण करण्याचा निर्धार केला. श्री स्वामींकडे 'गाणगापुरासी जाऊन येतो' असे म्हणून आज्ञा मागितली. तेव्हा श्री स्वामी बुवांस म्हणाले, ''जाऊ नका, व्यर्थ पाण्यात आणि चिखलात बुडाल.'' पण अस्थिर आणि चंचल स्वभावाचे बुबा गाणगापुरास निघालेच. पुढे श्री स्वामी वचनानुसार भयंकर पाऊसपाण्याला आणि चिखल-गाळास तोंड देत अखेरीस ते कसेबसे गाणगापूरला पोहोचले. रस्त्याने 'श्री स्वामी समर्थ' नामाचे त्यांचे स्मरण मात्र सुरू होते. भक्तवत्सल, भक्ताभिमानी श्रींनी पाऊसपाण्याच्या त्या काळच्या खडतर काळातही त्यांची काळजी घेतली.

गाणगापुरात त्यांनी विधिवत श्रीगुरुचरित्राचे पारायण केले. भीमा नदीच्या तीरावर अमरजा संगमी ते थांबले असता स्वप्नदृष्टान्तात दत्तप्रभूंनी त्यांना स्पष्टच सांगितले, ''मीच अक्कलकोटमध्ये श्री स्वामी समर्थ नामे आहे. आता भटकण्याची आणि मनात संशय ठेवण्याची जरुरी नाही.'' त्या दृष्टान्तानंतर बुवा लगेच प्रज्ञापुरी परतण्यास भल्या पहाटेच निघाले. गंगापूरला जाताना प्रवासात त्यांना खूप यातना झाल्या, पण परतताना मात्र बुवास बैलगाडी मिळून त्यांचा प्रवास सुखकारक झाला. आता ते फारच स्थिर आणि प्रसन्न झाले होते.

❈

आल्या-आल्या प्रथम श्री स्वामी समर्थ महाराजांचे दर्शन घेऊन बुवा उभे राहतात, तो श्री स्वामी त्यास म्हणाले, ''आता पुण्याला जा. मातोश्रींची सेवा कर.'' श्रींची आज्ञा

शिरसावंद्य मानून वामनबुवा आनंदाने पुण्यास आले. १८७१च्या (शके १७९३) सिंहस्थात वामनबुवा नाशिक, त्र्यंबकेश्वर यात्रेस गेले. तेथून ते वणीस सप्तशृंगी देवीच्या दर्शनास गेले. साग्रसंगीत पूजा केल्यानंतर देवीच्या मुखात तांबुल ठेवताना 'तो आपणास देवीचा कृपाप्रसाद म्हणून मिळावा' अशी इच्छा बुवांनी देवीच्या पुजाऱ्याजवळ बोलून दाखविली. पण ते त्यास कबूल नव्हते. बुवांनी देवीस हात जोडून कळवळून प्रार्थना केली, ''हे जगदंबा माते, जर आमचे कुळावर तू प्रसन्न असशील व तुझी आमचेवर पूर्ण कृपा असेल, तर हा तुझ्या मुखातील तांबुल माझ्या हाती पडो!'' त्यासरशी तो देवीमुखातील तांबुल बुवांच्या हाती पडला. पुढे ते नाशिकला आले.

भागीरथीचे (गोदावरीचे) जल तांब्यात भरून घेतले आणि पंढरपूरला आले. त्या जलाचा श्री विठ्ठल चरणांवर त्यांनी जलाभिषेक केला. आश्चर्य असे की या प्रसंगी बुवास विठ्ठलाचे ठिकाणी ब्रह्मांडनायक श्री स्वामी समर्थ महाराज दिसले. या सर्व यात्रा संपन्न करून वामनबुवा अक्कलकोटास आले, श्रींचेचे दर्शन घेऊन उभे राहताच श्री स्वामी कडक स्वरात बुवांस म्हणाले, ''सप्तशृंगीला जाऊन शंख केलास, पण विडा मात्र आम्हास द्यावा लागला. पंढरीनाथाची गंगाही आम्हीच ग्रहण केली.'' या प्रचितीच्या उद्गाराने वामनबुवा चकित झाले. शेवटी काहीसे रागाने ते बुवास म्हणाले, ''मडके भाजले, तरी ते कच्चेच आहे. उगाच सगळीकडे फिरून का शिणतोस? परमानंदात स्वस्थचित्त राहा.'' त्याच क्षणी वामनबुबांना श्री स्वामी समर्थ हे साक्षात ब्रह्मांडनायक परब्रह्म आहेत याची पूर्ण खात्री पटली. आता 'ब्रह्मांडनायक श्री चरणांवीण अन्य कोणतेही चरण धरणे नाही, की दर्शन घेण्यासाठी इतर तीर्थक्षेत्री जाणे नाही' असा त्यांनी दृढनिश्चय केला.

पुढे इ.स. १८७३च्या (शके १७९५) चैत्र वद्य एकादशीस श्री स्वामींच्या दर्शनभेटीस बुवा अक्कलकोटी दोन दिवस आधीच आले होते. एकादशीच्या दिवशी श्रींना मंगलस्नान घालण्याची बुवांची तीव्र इच्छा होती. पण चोळाप्पा आणि सुंदराबाई बुवांस स्नान घालू देईनात. तेव्हा श्री स्वामी बुवांस दरडावून म्हणाले, ''जैनास (चोळाप्पास) व बोडकीस (सुंदराबाईंस) भिऊ नकोस. गंगा आणून घाल.'' अशी आज्ञा होताच बुवांनी श्रींना मंगलस्नान घातले.

दुसऱ्या दिवशी बुवा श्रींपुढे कीर्तनास उभे राहिले असता श्री स्वामी त्यास म्हणाले, ''फुकट कीर्तन कशाला? नैवेद्याचा काय ठिकाणा?'' दुसऱ्या दिवशी बुबांनी श्रींसाठी साग्रसंगीत नैवेद्य केला. इतरांनाही जेवू घातले, श्रींचा कृपाशीर्वाद घेऊन ते पुण्यास आले.

✻

पुढे वामनबुवा बडोद्यास श्रीमंत सरदार घोरपडे यांचेकडे आईसह राहू लागले. श्री स्वामी समर्थांच्या आज्ञेनुसार त्यांनी भारतातल्या सर्व महत्त्वाच्या तीर्थक्षेत्रांच्या यात्रा केल्या. श्री स्वामींस तो वृत्तात प्रज्ञापुरीत जाऊन दिला व ते बडोद्यास आले. परंतु इथे येताच त्यांची प्रकृती एकदम ढासळली. नेत्ररोग, मूळव्याध, खोकला, संधिवात, शरीरदाह, मूत्रकृच्छ इ. रोग त्यांच्यात एकदमच बळावले. त्यांना रात्रंदिवस चैन पडेना. सर्व वैद्यकीय उपाय थकल्यावर वैद्यांनीच 'बुवा वाचण्याची शक्यता नाही' असे संबंधितांना सांगितले. पण त्याही असाहाय्य स्थितीत त्यांचे 'श्री स्वामी समर्थ' या षडाक्षरी नामाचे मनोमन स्मरण चालू होते. अक्कलकोटला पत्र पाठवून त्यांनी श्री स्वामींकडे व्याधीमुक्तीसाठी कृपाप्रसाद मागितला. पण त्यांच्या पत्राचे उत्तर आले नाही.

शेवटी बुवांनी आयुष्याला कंटाळून बडोदा येथील सुखसागर तलावात जलसमाधी घेण्याचा निश्चय केला. रात्री १० वाजता घरातील सर्व मंडळी निद्रिस्त असताना ते सुखसागर तलावाकडे आले. तेथील एरंडाच्या काठी पाण्यात उतरून जलसमाधी घेणार तेवढ्यात ब्रह्मांडनायक श्री स्वामी समर्थ महाराज तिथे सदेह प्रकट झाले. त्यांनी बुवांचा हात धरून त्यांना पाण्यातून वर काढले. त्यांच्या श्रीमुखात भडकवत ते म्हणाले, ''अजून आयुष्य आहे, ते का संपवतोस? प्रारब्ध भोग भोगावेच लागतील. या जन्मी नाही तर पुढच्या जन्मी. सहजसमाधी सोडून जलसमाधी कसली घेतोस? हेच का तुझे ब्रह्मज्ञान आणि विविध तीर्थक्षेत्रांच्या यात्रांचे फलित?'' श्री स्वामींच्या करस्पर्शाने आणि वाक्ताडनाने बुवा शांत झाले. श्रींनी बुवांस त्यांच्या घरी सोडले व ते गुप्त झाले.

त्यानंतर बुवांच्या व्याधींचा जोर कमी झाला. त्यांना शांत झोप लागली. लगेच अक्कलकोटाहून पत्र आले. त्यात स्पष्ट लिहिले होते, ''गुरुक्षेत्री आल्यावर सर्व व्याधी नि:शेष बऱ्या होतील.'' आता बुवांच्या प्रकृतीत आश्चर्यकारक सुधारणा झाल्यामुळे बुवा दत्तजयंतीस गुरुक्षेत्री म्हणजे अक्कलकोटास आले. या वेळी त्यांच्या मनात योगशास्त्रासंबंधी काही प्रश्न व शंका होत्या. ते विचारण्याचा त्यांचा मनोदय होता. श्रींचे दर्शन घेऊन उभे राहताच श्री स्वामी पोट धरून खदाखदा हसत बुवांस म्हणाले, ''सुखसागरात जीव देत होता, ते तुम्हीच काय? तुमचा सुखसागर कोरडा होता ना?'' वामनबुवा या प्रचितीच्या घटनेबद्दल ऐकून कमालीचे आश्चर्यचकित झाले. श्रींच्या अगम्य अंत:साक्षी ईश्वरी सामर्थ्याबद्दल ते थक्क झाले. डबडबलेल्या कृतज्ञतापूर्ण

अश्रूंचा श्री स्वामी चरणांवर त्यानी त्याप्रसंगी अक्षरश: अभिषेक घातला. श्रीं समवेत अक्कलकोटी काही दिवस राहून ते घरी आले.

✲

एकदा नित्यनियमाला अनुसरून वामनबुवा अक्कलकोटी श्री स्वामींच्या दर्शनभेटीसाठी गेले. दर्शन घेऊन उभे राहताच श्री स्वामी बुवांना रागावून म्हणाले, ''कच्चं मडकं तर भाजलं. त्याला खूप दिवस झाले. आता पुन्हा इथे का आलास? आत्ताच्या आत्ता निघून जा.'' श्री स्वामींच्या या क्रोधाग्नीचे कारण बुवांस कळेना. पण 'श्रीं'ना वंदन करून निमूटपणे बुवा अक्कलकोटच्या वेशीबाहेर आले.

तेवढ्यात श्री स्वामींनी एका सेवेकऱ्यास आज्ञा देऊन बुवास परत बोलावून घेतले. वामनबुवा 'श्रीं'समोर उभे राहिले. तेव्हा श्री स्वामी म्हणाले, ''अरे, तुझे मन पाहिले. पक्का झालास. योगशास्त्रासंबंधी प्रश्न विचारणार होतास ना? मग ते न विचारता परत कसा जातोस?'' नंतर ते चोळाप्पाकडे वळून म्हणाले, ''याला (वामनबुवास) आमचे ताट दे!'' वामनबुवांस श्री स्वामी समर्थांच्या कठोरतेचा आणि भक्तवत्सलतेचा तेव्हा चांगलाच अनुभव आला. नंतर बुवांनी समाधानाने भोजन केले. दुसरे दिवशी श्री स्वामींनी बुवांच्या योगशास्त्रातील सर्व शंकांचे निरसन करून त्यांचे समाधान केले.

नियमितपणे अक्कलकोटला वर्षातून दोन-तीनदा जाणारे वामनबुवा एका वर्षी मार्गशीर्षात शुक्लपक्षी अक्कलकोटास गेले. श्री स्वामी मैंदर्गीहून येऊन मंचकावर स्थानापन्न झाले होते. त्या वर्षी भीषण दुष्काळामुळे अन्नधान्याची वानवा झाली होती. दत्तजयंती उत्सव कसा साजरा करावा याची सर्वांनाच घोर चिंता होती. ''महाराज, काय करावे?'' असे सर्वच चिंतातूरपणे श्री स्वामींना विचारीत होते. तेव्हा ते म्हणाले, ''नैवेद्यासाठी पोटभर तूप गुळ घ्या!'' श्रींच्या या उद्‌गारावर कारभारी पंच आणि उपस्थित असलेले वामनबुवाही आश्चर्यचकित झाले. या भीषण दुष्काळी परिस्थितीत हे कसे शक्य आहे? असा विचार करीत सर्व आपापल्या मुक्कामी परतले.

दुसऱ्याच दिवशी एका श्रीमंत तालेवार गृहस्थाने भरपूर शिधासामग्री आणून श्री चरणी अर्पण करून नवसपूर्ती केली. त्या शिधासामग्रीवर सर्वांचेच यथास्थित भोजन झाले. दत्तजयंतीचा उत्सवही यथासांग पार पडला. सर्वांनाच श्रींच्या या अतर्क्य लीलांचे आणि सूचक उद्‌गाराचे आश्चर्य वाटले. 'ब्रह्मांडनायक श्री स्वामी समर्थ महाराज की जय!' असा जयघोष करीत, त्या भीषण दुष्काळातही तृप्त मनाने लोक पोटभर तृप्ततेने जेवले व आपापल्या घरी परतले.

पुढे दोनतीन दिवसांनी श्री स्वामी समर्थ खासबागेत जाऊन बसले. बघता बघता त्यांच्या दर्शनभेटीसाठी अलोट गर्दी जमली. त्यांची प्रिय भागीरथी गाय तिच्या कल्याण वत्सासह उपस्थित होती. श्री स्वामी तिच्या समीप पायी खडावा घालून, हाती कमंडलू घेऊन जणू दत्तप्रभूंच्या स्वरूपात उभे होते. लगेच ते म्हणाले, ''अलख अलख माय गे!'' त्या वेळी श्री स्वामींचे श्री दत्तात्रय स्वरूप पाहून उपस्थित जन ''दत्त माय - दत्त माय!'' असा जयघोष करू लागले.

वामनबुवांवर श्री स्वामींचे प्रेम होतेच. पण त्याही अगोदर श्री स्वामी अक्कलकोटला येण्याअगोदर बुवांच्या वडिलांस - रामजी वैद्यांस सांगितले होते, ''तुमचा तिसरा पुत्र आमचे गुणगान गाईल आणि ब्रह्मनिष्ठ होईल.'' झालेही तसेच. नंतर या प्रसंगी ते बुवांस म्हणाले, ''ब्रह्मांडामध्ये काही होवो, जावो. सदासर्वदा स्वस्थ, आनंदात असावे हे बरे. निर्विकार, निर्विकल्प स्थितीत राहावे. एकदा जीव ब्रह्मनिष्ठ झाला, उपाध्या गेल्या, की मग जीव घेणे-देणे, जलादि समाधी हवी कशाला? देहक्लेश झाला तरी घाबरू नये, निर्गुण पथाने चालले असता कसले विधिनिषेध?'' यांसारख्या अमृतवचनांनी बुवांना श्री स्वामींनी बोधामृत देऊन तृप्त केले. मूलत: आध्यात्मिक आणि वैचारिक पिंड असलेल्या बुवांमध्ये क्रांतिकारक बदल झाला. श्री स्वामी समर्थ आचार, विचार धर्माचा ते प्रचार आणि प्रसार करीत. चैत्र शुद्ध पंचमी शके १८८३ (२५ मार्च १९०१) रोजी ब्रह्मांडनायक श्री स्वामी समर्थचरणी ते लीन झाले.

। गोविंदराव हजगुडे ।

'शेत पिकवावे आणि खावे' असे श्री स्वामी समर्थ त्यांच्या दर्शनास येणाऱ्या शेती, विहिरी, पाणी आदींबाबत विचारणाऱ्यांना सांगत. 'वसु' म्हणजे शेतीवाडी, निवास, धन, गाई-गुरे, पुत्र इत्यादी स्थावर, जंगम-संपत्ती. श्री स्वामींनी अनेकांना त्यांची निस्सीम भक्ती, निष्ठा, सदाचार, सत्कर्म जोखून त्यांच्यावर कृपावंत होऊन ही संपत्ती पुरेशा प्रमाणात दिली. याचाच प्रत्यय आणून देणारी त्यांची ही एक लीला.

मोगलाईमधील धाराशिवजवळच्या काजळे गावचे गोविंदराव हजगुडे पाटील नावाच्या एका सुखवस्तू गृहस्थांना पुत्रसंतान नव्हते. म्हणून ते अक्कलकोटी श्रींच्या दर्शनभेटीसाठी दोन-तीनदा आले होते. श्रीकृपेने त्यांना यथावकाश पुत्रसंतान प्राप्ती झाली. म्हणून त्यांची श्री स्वामींवर दृढ श्रद्धा जडली. एकदा ते श्रीकृपेने लाभलेले

पुत्रसंतान, बापू यास सोबत घेऊन प्रज्ञापुरी आले. श्रींचे दर्शन घेऊन त्यांना विनवून म्हणाले, ''महाराज, सध्या आमच्या उत्पन्नात न्यूनता झाली आहे. आब राखून गृहस्थाश्रम कसा निभावला जाईल याची काळजी वाटते.''

त्यावर श्री स्वामी म्हणाले, ''तुमच्या शेतात विहीर खणावी. तिथे ऊस, हळद लावावी.'' तेव्हा पाटील हात जोडून कळवळून श्रींस म्हणाले, ''महाराज, पुष्कळ विहिरी खोदल्या, पण शेतात पाणीच लागत नाही. त्यावर श्री स्वामी पुन्हा म्हणाले, ''अरे, तुझ्या शेतातील औदुंबर, पिंपळ आणि पिंपरी यांच्या मध्यभागी खोदावे, म्हणजे भरपूर पाणी मिळेल!''

श्रीआज्ञेनुसार गावी येऊन, श्री स्वामींनी सांगितलेल्या ठिकाणी विहीर खणून पाहिली, परंतु पाणी लागले नाही. तेव्हा गावातील काही कुटिल मंडळी गोविंदरावांचा उपहास करून कुत्सितपणे म्हणाली, ''काय झाले तुमच्या श्री स्वामी समर्थ वचनाचे? अहो, जमिनीच्या पोटातले काय सांगणार तो?'' असे म्हणून त्यांना हसू लागली. त्यावर गोविंदराव मात्र त्यांना ठामपणाने म्हणाले, ''श्री स्वामिरायांनी शेतातील वृक्षांची नावे घेऊन त्या खुणा नेमक्या सांगितल्या आहेत. ते प्रत्यक्ष ब्रह्मांडनायक, परब्रह्म आहेत. त्यांच्याच कृपाशीर्वादाने आम्हाला पुत्रसंतान लाभले. त्यांचे विजयवचन सत्य आणि फलदायी होईलच. बघा. मी अक्कलकोटला जाऊन प्रभूदर्शन घेईन. पाणी मिळावे म्हणून त्यांना पुन्हा प्रार्थना करीन. त्यांच्या कृपेने मी निश्चितच यशस्वी होईन.'' असे त्या कुचेष्टेखोर गावकऱ्यांना ठामपणे सांगून ते अक्कलकोटी श्रींच्या दर्शनभेटीस आले.

तेव्हा श्री स्वामी चोळाप्पाच्या घरी बसले होते. गोविंदराव पाटलांनी तिथे जाऊन श्रीचरणांवर लोटांगण घातले. हात जोडून कळवळून प्रार्थना केली. ''महाराज, आपल्या आज्ञेप्रमाणे खणून पाहिले; परंतु पाणी मिळाले नाही. आता काय करावे?'' तेव्हा ते त्यास म्हणाले, ''अरे, काळ्या हत्तीचे मस्तक फोडले असता, पाणी धोऽ धोऽ वाहील. खेद करू नकोस!'' चिंतेत असलेल्या गोविंदरावांस श्री स्वामींच्या 'हत्तीचे मस्तक फोड' या बोलण्याचा अर्थ न कळल्यामुळे ते म्हणाले, ''हत्तीचे मस्तक म्हणजे काय?'' तेव्हा श्रींसमीप बसलेले कृपांकित सेवेकरी श्रीपाद भटजी म्हणाले, ''अहो गोविंदराव, औदुंबराच्या बाजूस विहिरीत हत्तीसारखा एक काळा दगड (खडक) आहे. तो फोडला असता पुष्कळ पाणी येईल. असा श्रीवचनाचा अर्थ आहे.''

गोविंदराव परमसंतोषाने त्यांच्या गावी परतले. श्री स्वामीआज्ञेनुसार त्यांनी विहिरीतील भल्याथोरल्या कृष्णपाषाणाचा, हत्तीच्या गंडस्थळासारख्या दिसणाऱ्या

खडकाचा भाग फोडला. तेव्हा त्या खडकातून श्री स्वामी समर्थवचनानुसार हत्तीच्या सोंडेसारखा पाण्याचा प्रवाह धोऽधोऽ वाहू लागला. गोविंदरावांच्या विहिरीला भरपूर पाणी लागल्याची बातमी काजळे गावात वाऱ्यासारखी पसरली. श्रींना नावे ठेवणाऱ्यांची, गोविंदरावांची कुचेष्टा करणाऱ्यांची तोंडे बंद झाली. पण तरीही गोविंदराव कुणास काहीच बोलले नाहीत, की पाणी लागले म्हणून गर्वाने फुगूनही गेले नाहीत.

उलट, 'हा तर श्री स्वामी समर्थकृपेचा प्रसाद आहे!' असे ते विनम्रपणे सर्वांना सांगत सुटले. मग त्यांनी विद्वान वैदिक पंडिताकरवी समारंभपूर्वक श्री स्वामी समर्थांच्या पादुकांची स्थापना त्याच पाषाणावर विहिरीत केली. ते पाणी अतिशय स्वच्छ, नितळ व अतिमधुर लागत असे. ते प्राशन केले असता आरोग्यकारक ठरू लागले. या पाण्यामुळे गोविंदरावांची शेती अतिशय बहरली आणि फुललीदेखील. त्यांच्या प्रपंचाची काळजी श्री स्वामी समर्थकृपेने कायमची दूर झाली. नंतर त्यांनी त्यांचे उर्वरित आयुष्य पूर्णतः श्री स्वामी समर्थांच्या भजनपूजनात, दानधर्म करण्यात, गरजूंस यथायोग्य मदत करण्यात घालविले.

। लक्ष्मण कोळी ।

मुंबापुरीजवळील ठाण्याचा लक्ष्मण कोळी नावाचा तांडेल अधूनमधून अक्कलकोटी श्रींच्या दर्शनास येत असे. तो गलबताचा व्यापार करीत असे. त्यामुळे त्याची समुद्रमार्गातून सतत व्यापारी सामानसुमान आणि व्यक्तींची ने-आण चालत असे. एके दिवशी जहाजात पुष्कळ माल भरून काही सहकाऱ्यांस घेऊन लक्ष्मण कोळी निघाला. त्यांचे जहाज समुद्रकिनाऱ्यापासून अतिदूर खोल समुद्रात आले. एकाएकी समुद्रात वादळी वारे सुरू झाले. प्रचंड मोठमोठाल्या लाटा उसळू लागल्या. त्याच्या जहाजावर येऊन आदळू लागल्या. अंधार दाटत चालला होता. एरवी धैर्याने तोंड देणाऱ्या लक्ष्मण कोळीचा धीर सुटला. आता आपणा सर्वांना जहाजासह जलसमाधी मिळणार, असे त्याला वाटू लागले. जहाजाचा प्रमुख तांडेल या नात्याने त्याच्यावर त्या सर्व माणसांच्या जीविताची जबाबदारी होती. या प्रसंगातून सर्वांना वाचवणे अवघड आहे. मालासकट माणसे आणि आपला जीव जाणार, या जाणिवेने त्याचा धीर खचला. तो कमालीचा धास्तावला. काळजीत पडला.

यापूर्वी दोनतीन वेळा तो अक्कलकोटला श्री स्वामी समर्थ महाराजांच्या दर्शनभेटीस येऊन गेलेला होता. त्यांचे ईश्वरी सामर्थ्य त्यास ज्ञात होते. त्याची 'श्रीं'वर निष्ठा होती. अचानक त्या संकटाच्या वेळी संकटविमोचक श्री स्वामी समर्थांची त्यास आठवण झाली. त्याने अतिशय कळवळून त्यांचा धावा सुरू केला. ''ब्रह्मांडनायक श्री स्वामी समर्था! या अचानक उद्भवलेल्या जीवघेण्या भीषण संकटात आपल्याविना आम्हास कोणी तारणार नाही!'' असे म्हणत त्याने श्रींच्या नामाची आर्त आळवणी चालविली. ''अक्कलकोटनिवासिनी आई, धाव! आता आमचा काही उपाय चालण्यासारखा नाही. स्वामिराया, धावा हो धावा! आमची नौका या जीवघेण्या संकटातून सुखरूप पार करा! या संकटातून जगलो-वाचलो, तर माझे पुढचे सारे आयुष्य तुमच्याच चरणसेवेत वाहीन.''

लक्ष्मण कोळ्याचा सागरातील तुफानी वादळवाऱ्याशी मुकाबला सुरू असताना, इकडे प्रज्ञापुरीत चोळाप्पागृही बसलेले सर्वसाक्षी, अंतर्ज्ञानी, ब्रह्मांडनायक श्री स्वामी समर्थ आनंदात चाललेला गोट्या खेळण्याचा खेळ एकाएकी सोडून, ताडकन उभे राहत म्हणाले, ''लक्ष्मण बुडत आहे. लक्ष्मणाची माणसे बुडत आहेत!'' मोठ्याने ओरडत, त्वरेने उजवा हात खालून वर उचलीत मोठ्या आवेशाने मुखातून 'हुं हुं हुं' म्हणू लागले. श्रींपुढे एकही जड वस्तू नसताना ते काहीतरी उचलण्याची कृती करीत आहेत हे पाहून तिथे उपस्थित असलेले लोक आश्चर्यचकित झाले. त्या वेळी कुणासही श्रींच्या त्या कृतीचा अर्थबोध होईना. थोड्याच वेळात त्यांच्या हातातून निथळणारे पाणी उपस्थितांनी चाखून पाहिले, तर ते समुद्राच्या पाण्यासारखे खारट लागले. ते सारेच एकमेकांकडे आश्चर्यचकित होऊन कुतूहलाने पाहू लागले. ''महाराज, हातातून खारट पाणी का निथळत आहे?''

त्यावर स्मितहास्य करीत भक्तवत्सल श्री स्वामी समर्थ म्हणाले, ''समुद्रात बुडत असलेले लक्ष्मणचे जहाज उचलले ना...'' त्या वेळी उपस्थितांना श्रींच्या या बोलण्याचा काहीही अर्थबोध झाला नाही. वास्तव हे होते की, श्री स्वामींनी सागरी वादळात सापडलेल्या लक्ष्मण कोळ्याचे बुडत असणारे जहाज प्रज्ञापुरीत हाताने उचलण्याची कृती करून वाचविले. जसे श्रीहनुमंतानी द्रोणागिरी उचलला, तसेच श्रींनी लक्ष्मण कोळ्याचे समुद्रात बुडणारे जहाज उचलून सावरले. त्याला व जहाजातील माणसांना जलसमाधीपासून वाचविले. इकडे अक्कलकोटमध्ये श्रींच्या हात वर उचलण्याच्या त्या कृतीबरोबर तिकडे समुद्रातील वादळी वारा शांत झाला आणि जहाज एकदम गचका मारून वर उचलल्याचा लक्ष्मण कोळ्यासह जहाजातील

सर्वांनाच भास झाला. नंतर लक्ष्मण कोळ्याने जहाज सुखरूप किनाऱ्यावर आणले. सर्वांनीच सुटकेचा नि:श्वास सोडला. तत्काळ लक्ष्मणाने श्रींप्रति कृतज्ञता व्यक्त करण्यासाठी काही मंडळींसमवेत त्यांच्या दर्शनभेटीस अक्कलकोटला प्रस्थान केले.

❈

अक्कलकोटला लक्ष्मण कोळी त्याच्या सहकाऱ्यांसह श्रींच्या दर्शनभेटीसाठी गेला असता श्री स्वामी समर्थ महाराज त्यांच्या भावसमाधीतून जागे होऊन उभे राहिले. लक्ष्मण त्यांच्या चरणास मिठी मारीत म्हणाला, "महाराज, आपण आम्हाला वाचविले! आता मला प्रपंच नको! आपली चरणसेवा हाच माझा संसार, मला जवळ घ्या. मला आशीर्वाद द्या." महाराज त्यास उठवत आणि जवळ घेत म्हणाले, "अरे, कोळ्याच्या पोरा, साध्या सागराला एवढा घाबरलास? मग तुला तर हा दुनियेचा सागर तरून जायचे आहे, तेव्हा काय करशील?" या वेळी श्रींनी त्यास जवळ घेऊन अनुग्रह दिला. त्याच वेळी ते त्यास म्हणाले, "तू आनंदभारती हो जा। यापुढे तू भगवी वस्त्रे नेस."

श्रींच्या या कृपाशीर्वाद वचनाने लक्ष्मण कोळी भारावून त्याच्या सहकाऱ्यांसह ठाण्यास परत आला. आता तो लक्ष्मण कोळी नव्हता, तर 'आनंदभारती' झाला होता. आता त्यांस श्री स्वामी समर्थांशिवाय अन्य काहीही सुचत नव्हते. आल्या आल्या इथे त्यांनी श्री स्वामी समर्थ मठाची स्थापना केली. त्याद्वारे श्रींचे सर्वसमावेशक मानवधर्माचे कार्य त्यांनी सुरू केले. पण त्यांच्या आप्तजनांस त्यांचे हे कार्य आणि प्रपंचातील विरक्ती रुचली नाही. त्यांनी त्यांची निंदानालस्ती, कुचाळक्या, चेष्टा, अवहेलना करणे सुरू केले. परंतु श्री स्वामी समर्थांवरील अढळ निष्ठेपोटी त्यांनी या कशाचीही पर्वा केली नाही. थोड्याच दिवसांत त्यांच्या आध्यात्मिक सामर्थ्याची प्रचिती लोकांना येऊ लागली. मग आपोआपच निंदकांची तोंडे बंद होऊ लागली.

त्यांनी स्थापलेल्या मठासमोरील औदुंबराखाली त्यांच्या चालणाऱ्या कीर्तनास आता लोक जमू लागले. ते गात असलेल्या भजनातही लोक रंगू लागले. अक्षरशत्रू असलेल्या लक्ष्मण कोळ्याने 'किती सुकुमार रूप हे सुंदर। लोळू तव चरणावर प्रेमभावे॥' यांसारख्या अनेक प्रासादिक काव्यरचना, भजने, कवने, स्तोत्रे श्री स्वामींवर केली.

आता अक्षरशत्रू लक्ष्मण कोळी, एक तांडेल, जहाजावरील अडाणी खलाशी न राहता श्री स्वामी समर्थ कृपांकित 'आनंदभारती' झाले होते. श्री स्वामी समर्थकृपेने त्यांचा कीर्तिसुगंध सर्वत्र दरवळू लागला. ठाण्याला सध्या जे दत्तमंदिर आहे तिथे

त्यांनी मठ स्थापन केला. त्यात श्रींच्या पादुकांची विधिवत प्राणप्रतिष्ठा केली. तत्पूर्वी त्यांनी महाराजांच्या आज्ञेनुसार मुंबईतील श्री स्वामिसुतांच्या कांदिवलीच्या मठात काही दिवस वास्तव्य केले. तेथील सर्व कार्यपद्धतीचा अनुभव घेतला. त्यानंतरच श्री स्वामींनी त्यांना स्वप्नदृष्टान्त देऊन ठाण्यास मठ स्थापण्याची अनुमती दिली. ब्रह्मांडनायक श्री स्वामी समर्थकृपा म्हणजे काय याचे उत्तम उदाहरण म्हणजे ठार अक्षरशत्रू असलेल्या लक्ष्मण कोळ्याचे श्री स्वामी कृपांकित 'आनंदभारती' झाले. आजही चंपाषष्ठीला कोळी समाज त्यांच्या पुण्यतिथीचा उत्सव मोठ्या प्रमाणात साजरा करतात. ठाणे इथे कोळी समाजाने चेंदणी कोळीवाडा इथे आनंदभारतींचे स्मारक उभारले आहे.

। गिरी, पुरी, भारती ।

एकदा अक्कलकोटमधील खासबागेत श्री स्वामी भक्तगण व दर्शनेच्छुंच्या समवेत त्या बागेतील विस्तीर्ण घनदाट वृक्षराजीत बसलेले होते. तेव्हा गिरी, पुरी, भारती नावाचे तीन प्रबळ शक्तिमान गोसावी तिथे दाखल झाले. ते तिन्ही गोसावी अंगाने चांगले धष्टपुष्ट आणि बोलण्यात धीट, उद्धट होते. ते न्याय, व्याकरण व वेदान्तशास्त्रात प्रवीण असल्याचा आव आणत होते. तसे सर्वांस दाखवीत होते. या सर्वांचा त्यांना प्रचंड गर्व होता. त्यामुळे त्यांचा इतरांची आचारविचार, धर्म हा उद्धट आणि उन्मत्त होता. त्यांनी श्री स्वामींस सेवेकऱ्यांच्या आणि दर्शनार्थींच्या गर्दीत पाहूनही नमस्कार वगैरे काही न करता तिथे उपस्थित असलेल्या विश्वनाथ व श्रीपाद भटास छद्मीपणाने विचारू लागले, "हे स्वामी कोण? कुठले? हे संन्यासी असूनही यांच्यासाठी पलंग, गाद्या, गिरद्या का? यांचा दंड कोठे आहे? यांनी संन्यासग्रहण केव्हा केला? यांनी इथे राहण्याचे कारण काय? यांचा मठ संप्रदाय कोणता? शृंगेरीचा जगन्नाथ मठ, द्वारकेचा शारदा मठ, बद्रिकाश्रम आदी मठांशी हे संबंधित आहेत काय? किंवा संकेश्वर आदी इतर शिष्यसंप्रदाय मठांचे ते मुख्य आहेत का? या प्रश्नाविषयी इत्थंभूत विवेचन आमच्यासमोर आत्ताच्या आत्ता करा."

त्या तीन उन्मत्त गोसाव्यांच्या या थयथयाटी, क्रोधी, उपहासात्मक प्रश्नांमुळे स्वामींचे सेवेकरी पुरते गांगरून गेले. ते भीत भीत म्हणाले, "आम्ही याबाबत काहीही जाणत नाही. तुम्ही श्री स्वामींपुढे चला. काय ते त्यांनाच विचारा. म्हणजे तुम्हास समजेल."

श्री स्वामी सेवेकऱ्यांच्या या मृदू पण नम्र वक्तव्यावर ते उन्मत गोसावी अधिकच उन्मत्तपणे गरजले, ''आम्ही माहूरगडचे राहणारे आहोत. आम्ही मोठे योगी आहोत. तुम्ही सगळे मूर्ख आहात. तुम्हा लोकांना काय कळते?'' असे बोलत असताना त्यांनी मारण्यासाठी सेवेकऱ्यांवर हात उचलला, तेव्हा काही उपस्थित सेवेकऱ्यांनी हे गोसावी प्रकरण चोळाप्पा व श्रीपाद भट यांच्यापर्यंत पोहोचविले.

त्यात श्रीपाद भट हे अत्यंत धीट, प्रसंग पाहून तारतम्याने वागणारे स्वामिभक्त होते. ते त्या गोसाव्यांस सामोरे गेले. तेव्हा त्या उद्धट, मस्तवाल गोसाव्यांनी श्रीपाद भटांस विचारले, ''हे स्वामी हंस आहेत की परमहंस? यांनी दंड ग्रहण केला आहे काय? या प्रश्नांची आम्हाला तत्काळ उत्तरे द्यावीत. अन्यथा वादविवाद करण्यास सिद्ध व्हावे.''

श्रीपाद भटांनी मोठ्या कौशल्यपूर्णतेने त्यांच्याशी संवाद साधीत म्हटले, ''गोसावी जनहो! आपण सर्वसंगपरित्याग करून संन्यास घेतला आहे. आपण श्री स्वामी समर्थांसमोर चला. आपल्या सर्व प्रश्नांची आपणास पाहिजे तशी प्रशस्त, समाधानकारक उत्तरे मिळतील.''

गिरी, पुरी, भारती हे तिन्ही गोसावी विद्वत्तेची घमेंड मिरवत श्री स्वामींपुढे आले. तेव्हा श्री स्वामी स्वानंदात मग्न होते. त्या तिघांनी शिष्टाचार, औपचारिकता म्हणून श्रींना नमस्कारही केला नाही. अर्थात, श्रींना याची पर्वा नव्हती. त्यांनी त्या तिघांकडे अशा काही नजरेने पाहिले, की त्या तिघांनाही आपल्या पायाखालची जमीनच सरकल्याचा भास झाला. ज्या ज्ञानाचा त्यांना गर्व होता, ज्या ज्ञानाच्या जोरावर विजयपत्रे मिळवीत ते देशभर उन्मत्त आणि उद्धटपणे हिंडत होते, ज्या ज्ञानाच्या जोरावर ते सच्छील, सज्जन आणि खऱ्याखुऱ्या विद्वानांची अकारण अवहेलना करीत होते, ते ज्ञानच ते विसरले. पार डोक्यातूनच ते निकामी झाले. आपण इथे कशाकरिता आलो हे त्यांना काही केल्या स्मरेना. या भ्रमिष्ट अवस्थेतून बाहेर कसे पडावे, हे त्यांना कळेना.

अखेर ते तिघेही श्रींच्या पायाशी लोळण घेऊन पुन्हापुन्हा क्षमायाचना करू लागले. त्यांची ती दयनीय, केविलवाणी, लीन-दीन अवस्था पाहून दयेचे सागर असलेल्या श्रींनी त्या तिघांवर अमृतदृष्टीचा कटाक्ष टाकला. तत्क्षणी त्या तिघा गोसाव्यांचा उन्मत्तपणा आणि दुरभिमान उतरू लागला. इतरांकडे कुत्सित दृष्टीने पाहण्याचा त्यांचा नेत्ररोग समूळ नष्ट झाला. थोड्याच वेळात ते तिन्ही गोसावी पश्चात्तापदग्ध होऊन स्वतःच स्वतःची छाती बडवून घेवू लागले.

श्री स्वामींनी त्यांना जवळ बोलावून त्यांच्या जिभेवर भस्म टाकले. त्याबरोबर त्यांना त्यांची वाचा परत मिळाली. ते धडाधड स्वत:लाच पुन्हापुन्हा दोष देत वारंवार श्रींचे पाय धरू लागले. त्यांच्या चरणाशी नाक घासून पुन्हापुन्हा त्यांची क्षमा मागू लागले. पुन्हापुन्हा हात जोडून म्हणू लागले, ''ब्रह्मांडनायका, स्वामिराया, आम्ही दुष्ट, चांडाळ आहोत. आमच्या पांडित्याला आणि विद्वत्तेला आग लागो. स्वामिराया, आम्ही विद्येने उन्मत्त होऊन मस्तीत वावरलो. आम्ही अहंकाराने पांडित्य गाजवीत इतरांचा वाटेल तसा छळ केला. आम्ही वेदांचे खरेखुरे सार न जाणता इतरांना वेदांच्या फुकट गोष्टी सांगत राहिलो.'' असे बरेच काही विवेचन त्या तिन्ही गोसाव्यांनी श्रींपुढे केले.

श्री स्वामी क्रोधित झाले तर आपले काय होईल, या भयाने ते त्या वेळी चळाचळा कापू लागले. श्री स्वामी स्थानासमोरील चरण पादुका उचलून ते स्वत:च्या मुखात पुन्हापुन्हा मारून घेऊ लागले. ''जळो सगळे आमचे खोटे, तकलादू शहाणपण. आमची देहबुद्धी, मोठेपणा समूळ गळून पडो. आम्ही मदोन्मत दुष्ट राक्षस आहोत. आजपर्यंत आम्ही लोकांस त्रासच दिला. हे प्रभो! आपण साक्षात ब्रह्मांडनायक असून या जगात देहधारी स्वरूपात वावरत आहात! आमच्याकडून अगणित पापे झालीत. दीनदयाळा! दयासागरा! आमच्या अपराधांची क्षमा करा.'' असे म्हणत ते पुन्हापुन्हा श्रींस साष्टांग दंडवत घालू लागले. ''आपण साक्षात ब्रह्मांडनायक, पुराणपुरुषोत्तम, आदिनारायण आहात हो. आम्ही पांडित्याने बहकलो. मदांध होऊन मातलो, माजलो. या भवसागरात पुरते बुडालो. तरीही भ्रमाने आम्हीच तरलो आहोत, असा समज आम्ही करून घेतला होता. वादविवाद करून विजयपत्रे मिळवत लोकांना गांजवले. एखादे माकड मदिरा प्यायले, त्यातच त्याला विंचू चावला. शिवाय त्याच्यात भूताचा संचार झाला, तर त्या माकडाची जशी अवस्था होते, तशी आमची अवस्था झाली आहे...'' असे बरेच काही पश्चात्तापदग्ध मनोगत व्यक्त करून ते श्री स्वामी महाराजांपुढे पुन्हापुन्हा हात जोडून लोटांगणे घालू लागले.

श्रींची परमपावन दृष्टी त्यांच्यावर पडताच, पश्चात्तापाने पोळलेल्या त्या गिरी, पुरी आणि भारती गोसाव्यावर परमशुद्धतेचा प्रकाश पसरला, ''आम्ही या अविद्येपासून कसे मुक्त होऊ? आम्हाला ईश्वरनिष्ठा कशी प्राप्त होईल? आमची पुढील वाटचाल कशी असावी? आमचे हित कशात असेल?'' असे अनेक प्रश्न त्या तिघांनी श्रींना विचारले. तेव्हा श्री स्वामी म्हणाले, ''संत सज्जनांच्या वचनावर विश्वास ठेवा. त्यांना शरण जा. स्वत:मधील गर्व, अहंभाव टाकून द्या. कर्ता करविता

सर्व ईश्वर आहे, अशी भावना ठेवा. भक्तीचा आश्रय करा. याप्रमाणे तुमची उपासना सिद्ध झाली म्हणजे तुम्ही कृतकृत्य व्हाल. जा आता.''

श्री स्वामींच्या या उपदेशपर भाष्यावर ते पुन्हा हात जोडून श्रींस म्हणाले, ''देवाधिदेवा! आता आम्हास कोठे जाण्यास सांगता? आपल्या चरणापाशीच आम्हाला कायम सेवेत ठेवा. आता हे चरण आम्हाला सोडावेसे वाटत नाही. या चरणतेजापुढे तीर्थक्षेत्रे, साधू, महंत, देवदेवता यांची प्रतिष्ठा नाही. कारण त्या देवदेवता तत्काळ फळ देत नाहीत. पण आपल्या परमपवित्र, पावन चरणांचे दर्शन होताच सर्व प्रकारचे मानसिक आणि आत्मिक दोष नष्ट होऊन आम्ही शुद्ध झालो. आपल्या चरणांची अखंड भक्ती घडावी.'' अशी अनेक प्रकारे प्रार्थना करून ते श्रीं समोरभूमीवर पडले. पुष्कळ वेळ त्याच स्थितीत होते.

नंतर काही वेळाने उपस्थित सेवेकऱ्यांनी त्यांना उठविले. श्री स्वामींनी त्यांना प्रसाद दिला. तो प्रसाद त्यांनी मोठ्या श्रद्धेने तिथेच भक्षण केला. श्रींच्या सेवेकरिता ते तिथेच श्री स्वामी समर्थ महाराज समाधिस्थ होईपर्यंत अक्कलकोटीच राहिले. त्यानंतर गिरी, पुरी आणि भारती हे तीन गोसावी तीर्थयात्रा करण्याकरिता प्रज्ञापुरीतून निघून गेले.

। राधा कसबीण ।

एकदा श्री स्वामी समर्थांच्या दर्शनासाठी राधिका नावाची एक स्वरूपसुंदर गणिका आली. काही कुबुद्धीच्या लोकांच्या ती आहारी गेली होती. म्हणून श्री स्वामींवर स्वत:च्या रतित्वाचा प्रभाव पाडून श्रींना वश करण्यासाठी खरे तर ती आली होती. तिने श्रींच्या मनावर छाप पाडण्याचा आटोकाट प्रयत्न केला. पण त्याचा काहीच उपयोग झाला नाही. अखेरीस श्रींचे दर्शन घेऊन ती त्यांच्याजवळ बसली. त्याही स्थितीत भावना चाळवणाऱ्या हालचाली ती करू लागली.

श्री स्वामी समर्थांचे तेज:पुंज रूप पाहून राधा विव्हल झाली. नयनबाणांनी 'श्रीं'चे चित्त ढळते काय, याचा अंदाज घेऊ लागली. पण प्रचंड मनोविजय प्राप्त केलेले श्री स्वामी त्याही स्थितीत अविचल होते. तिचे कामुक रतिबाण नेहमीच्याच सवयीने ती त्यांच्या दिशेने सोडू लागली. दुष्ट लोकांनी श्री स्वामींबाबत तिला असे काहीबाही करण्यास भरीस घातले होते. सर्वज्ञ श्री स्वामी हे सर्व जाणून होते. रूपगर्विता राधा कसबिणीच्या मदनरती कटाक्षाने श्री स्वामींची काय स्थिती होते

हे पाहण्यास ते दुष्ट उत्सुक होते. सर्व उपस्थित दर्शनार्थी श्वास रोखून राधेचा तो यौवनखेळ बघत होते.

मोठमोठ्या महान तपस्वींचा, ऋषीमुनी, ज्ञानी-विद्वानांचा तपोभंग करण्याचे सामर्थ्य कांतेच्या सौंदर्यात, नखऱ्यात आणि नजाकतीत असते, याचा खूप मोठा इतिहास अनादी काळापासून आहे. त्यास श्री स्वामीही बळी पडतील असा त्या निंदक, छलवृत्तीच्या आणि दुष्ट लोकांसह इतर दर्शनार्थींनाही वाटू लागले होते. रंभा, उर्वशी, मेनका यांसम असणारी गौरकमल कोमलांगी रूपगर्विता राधा कसबीण तिचे कामुक नखरे, रतिकटाक्ष, आव्हानात्मक हावभाव आदींचे प्रयोग श्री स्वामींवर करू लागली. उपस्थित सर्व पुरुषांचे ती आकर्षण ठरली होती.

त्या वेळी साऱ्या भक्तजनांचे श्री स्वामी तिच्यासमवेत काय वर्तन करतील याकडे लक्ष होते. तिला भरीस घालणारे जे मोजके दुष्ट लोक होते, ते थेट ''राधे, श्री स्वामींशी काहीतरी बोल, त्यांच्याशी संभाषण कर, असे कर, तसे कर.'' म्हणून परोपरीने तिला सुचवत होते, खुणवत होते. त्यांच्या सूचनेनुसार राधा वागत होती. पण त्याचा श्री स्वामींवर काहीच परिणाम होत नव्हता.

परंतु कर्तुम् अकर्तुम्, अन्यथा कर्तुम् सामर्थ्य असलेल्या श्री स्वामींनी अशी काही लीला केली, की राधेला तेव्हा विषयवासनांसंदर्भात तोंडून एकही वाक्य उच्च स्वरात बोलता येईना. इतर वेळी लाडिकपणे, कामवासनेने पूर्णतः बोलणारी राधा त्या क्षणी काहीच बोलू शकत नव्हती. मनातल्या मनात ती चरकली, भ्याली. ती मनात म्हणाली, 'एखाद्या देवांगनेप्रमाणे मी सौंदर्यखणी, रूपगर्विता आहे! माझ्यासारख्या रूपगर्विता रतीचा समागम यांना घडला असेल का नाही?' हा विचार तिच्या मनःपटलावर उमटतो न उमटतो, तोच सर्वज्ञ, सर्वसाक्षी ब्रह्मांडनायक श्री स्वामी तिच्याकडे पाहत म्हणाले, ''काय गं राधे, स्त्री-पुरुषांत काय भेद आहे?''

श्रींचा हा प्रश्न तिला कळलाच नाही. वास्तविक त्यांनी तिला प्रकृती आणि पुरुष यांत भेद काय, अशा अर्थाने प्रश्न विचारला होता. पण हे कळण्याइतके ज्ञान तिला नव्हते. पश्चात्तापदग्ध होऊन वैराग्य वृत्तीने ती बोलू लागली, ''देवाधिदेवा, मी दुराचारी आहे. दुष्टांच्या संगतीने मी भलतेच साहस तुमच्याबाबत केले ते करावयास नको होते. हे दीनदयाळू श्री स्वामिराया, या दासीची लज्जा संरक्षावी. आपण सदासर्वदा शक्तिमान आहात. आपण माझ्या अंतरीचे निजगुण जाणता. आता इथून पुढे माझे हित होईल असे करा.''

तेवढ्यात तिच्या समवेत असलेला वीणावादक ओरडला. ''अहो, बाई! तुमच्या अवयवांचे काय झाले ते पहा! त्या दुष्ट दुर्जनांच्या नादी लागून तुम्ही काय मिळविले? आता भजन-पूजन करीत बसा.''

तेव्हा राधा कसबीण स्वत:च्या शरीराकडे पाहू लागली. तिचे पुष्ट, आकारबद्ध स्तन अगदीच लहान होत चालले होते. ज्याच्या बळावर ती जगास आकर्षित करीत होती, त्या स्तनघटांचे मादक सौंदर्य बघता बघता लयास गेले. तिची छाती पुरुषाप्रमाणे सपाट दिसू लागली. हा अनुभव तिथे उपस्थित असलेल्या सर्वांनाच अनपेक्षित होता. काही वेळापूर्वी स्वत:च्या रूपगर्वितेच्या विजयी मदोन्मत्तपणाचा परिपोष असलेली राधा स्तन छातीत जिरून गेल्यानंतर फार लाजली. तिला पश्चात्ताप झाला.

तेथील सर्व उपस्थितांनी उच्च स्वरात 'ब्रह्मांडनायक श्री स्वामी समर्थ महाराज की जय' असा गजर केला. व्यथित झालेली राधा मनोमन विचार करू लागली. 'माझे अवयव, दृढ शरीर गेले कोठे? मला कसलाही रोग नाही, व्याधी नाही, निर्बलता नाही ना वृद्धत्व. दृष्टीभूत बाधेचाही संबंध नाही, तरी हे घडले कसे?'

राधा कसबिणीइतकेच उपस्थित जनही राधेतील हा शारीरिक बदल पाहून थक्क होऊन गेले होते. अनेकांच्या अनेक कल्पनांचे खेळ सुरू झाले. मांत्रिक, वैद्य, रोगचिकित्सक, शास्त्री, ज्योतिषी, याज्ञिक, पुराणिक आदी प्रत्येक जण ब्रह्मांडनायक श्री स्वामी समर्थांच्या ईश्वरी सामर्थ्याचे कौतुक करण्यातच दंग होते.

छलवृत्तीच्या दुष्टांचे चेहरे मात्र काळवंडले होते. या घटनेच्या दिवसापासून अक्कलकोटमधल्या कोणत्याही टवाळखोराने श्री स्वामी समर्थांची टवाळी करण्याचे मनातही आणले नाही. त्यांच्या परोक्षसुद्धा कुणी त्यांना नावे ठेवीत नव्हते. सारेच या घटनेने थांबले होते. सर्वांत लक्षणीय बदल झाला तो राधेच्या चित्तवृत्तींमध्ये. ती श्री स्वामी समर्थचरणी शरणागत झाली. निर्लोभ, निर्मोह, निरिच्छ वृत्ती तिने धारण केली. आता तिचे तन आणि मन पूर्णत: ब्रह्मांडनायक श्री स्वामी रूपी रंगले. वास्ताविक तिच्या पूर्वायुष्यात तिची कोणतीही उपासना नसतानाही ती श्री स्वामी समर्थ कृपाबळावर सत्यस्वरूप जाणती झाली. श्रद्धेने, भक्तिभावाने ती श्री स्वामी समर्थ नाम संकीर्तनात दिवस-रात्र पूर्णपणे गढून गेली.

त्यांच्यासमोर उभी राहताच ती सद्‌गदित होत असे. तिच्या डोळ्यांतून श्री स्वामिभक्तीचे अश्रू ओघळत. एके दिवशी श्री स्वामींनी आपल्या गळ्यातील माळ राधा कसबीणीच्या गळ्यात स्वहस्ते घातली. तिला शुभाशीर्वाद देत पुण्यात्मा बनविले. ताबडतोब काशी, प्रयाग, वृंदावन, गोकूळ आदी तीर्थक्षेत्री दर्शनास जाण्यास

आज्ञापिले, तेव्हा कृतकृत्य झालेली राधा सद्गदित स्वरात हात जोडून विनंतीपूर्वक म्हणाली, "देवाधिदेवा स्वामिराया, आपली आज्ञा मला सर्वतोपरी मान्य आहे. परंतु मला आपली पुरेशी सेवा करता आलेली नाही. मी आजही अजाण, अज्ञानी, मूढ आहे. आपण देवाधिदेव, ब्रह्मांडनायक आहात. आम्हाला आपल्या चरणाशी श्वान म्हणून राहू द्या. ईमानी कुत्र्याप्रमाणे आपली सेवा करण्याचे भाग्य मला मिळू द्या." यावर काहीही न बोलता श्री स्वामी शांत, स्तब्ध राहिले. त्यांची ती स्तब्धता जणू सुचवत होती, की 'राधे, तुला आता अक्कलकोटमधून निघावयास हवे."

राधेच्या चेहऱ्यावर श्री स्वामी समर्थ ताटातुटीचे भाव जाणवत होते. ताटातुटीचा आवंढा गिळत श्री स्वामींचे चरण धरीत ती म्हणाली, "देवाधिदेवा, श्री स्वामिराया, आपल्या आज्ञेप्रमाणे मी काशी वृंदावनास निघते. आपल्या या चरणदासीला आपल्या अखंड दर्शनाचा आशीर्वाद द्यावा." या कृपायाचनेनंतर राधेने तिचे नित्याचे वस्त्रालंकार त्यागून श्वेत वस्त्रे परिधान केली. पुनश्च एकदा अच्युत श्रींच्या चरणांवर श्रद्धाभावाने भक्तीने मस्तक ठेवून जड अंत:करणाने तीर्थक्षेत्रदर्शनार्थ ती अक्कलकोट सोडून गेली.

। नारायणदास ।

ब्रह्मांडनायक श्री स्वामी समर्थ अक्कलकोटमध्ये असल्याचे सर्वांना जरी दृश्य स्वरूपात दिसत असले, तरी त्यांच्या लीला सर्वदूर सुरू असत. त्या माध्यमातून ते 'सत्यम् शिवम् सुंदरम्' या त्रिकालाबाधित तत्त्वाची प्रस्थापना आणि पाठराखण करीत होते. त्याला छेद देणाऱ्यास अद्दलही घडवत होते. अशीच एक लीला मराठवाड्यातील बीड इथे घडली. इथे नारायणदास गुजराती नागर नावाचा एक माणूस राहत होता. एके दिवशी त्याच्या घरी तीर्थयात्रा करणारा एक यात्रेकरू फिरत फिरत आला. "आपण कोण? कुठले? कोठून आलात?" आदी प्रश्न विचारून चौकशी सुरू झाली, तेव्हा त्या यात्रेकरूने देवतीर्थ माहात्म्य सांगण्यास सुरुवात केले. बोलता बोलता अक्कलकोट निवासी श्री स्वामी समर्थ महाराजांचा विषय निघाला. "अक्कलकोटी अंत:साक्षी साक्षात ईश्वर प्रकट झाला असून त्या अवतारी महात्म्याचे अपूर्व दर्शन मला झाले." तो यात्रेकरू अगदी सहज भावभक्तीने म्हणाला. त्यावर नारायणदास उपहासाने म्हणाला, "हे कसले अवतारी? या कलियुगात साधू, संत, संन्यासी आळशी, ऐतखाऊच फार झालेत. पोट भरण्यासाठी

चमत्कार करून, हातचलाखी दाखवून विविध लीला करीत फिरत असतात. हे असले चमत्कार दाखवणारे कसले अवतारी?'' असे बरेच काही व्यथित करणारे बोलणे ऐकून तो यात्रेकरू म्हणाला, ''निंदक वृत्ती असू नये. विनाकारण एखाद्या महापुरुषाची हेटाळणी, कुठलीही सत्य माहिती जाणून वा अनुभव घेऊन करू नका. निंदेचे महापातक मोठे आहे.'' एवढे बोलून तो तिथे क्षणभरही न थांबता लगेच निघून गेला. त्याला असल्या निंदक, कुचाळखोर माणसांची भिक्षाही नको होती.

काही दिवसांनी नारायणदासाची गरोदर पत्नी प्रसूतीकाळात अडकली. तिला मरणतुल्य वेदना होऊ लागल्या. प्रसूतीचा कालावधी उलटून काही महिने झाले, तरी तिची प्रसूती होईना. वेदनेने व्याकूळ होऊन ती ओरडे, ''देवा, ही प्रसूती नको, त्यापेक्षा मला मरण दे!'' पत्नीची ती महादुःखद अवस्था पाहून नारायणदासास खूप काळजी वाटू लागली. या दुःखापुढे त्यास व्यापार, धंदाही आवडेनासा झाला. 'आता यावर मी काय उपाय करू? मी या शहरातला चांगला नावलौकिक प्राप्त सावकार. माझ्या पत्नीच्या पहिल्या अपत्याचे वेळीच हा असला दुःखद विचित्र प्रकार कसा काय उद्‌भवला? त्या यात्रेकरूजवळ अक्कलकोट स्वामींची निंदा केली, त्यामुळे तर असे झाले नसेल ना?' असे मनोमन समजून तेव्हा तो धंदेवाईक नारायणदास म्हणाला, ''देवा, आता या संकटापासून सोडवा! मी आपणास शरण आलो आहे. दीनाचा अव्हेर करू नका!'' अशी विनम्र प्रार्थना करून त्याने तिथल्या तिथेच आकाशाकडे पाहत नमस्कार केला.

इतक्यात लीलाधारी श्री स्वामी यतिवेष धारण करून नारायदासाचे घरी आले आणि म्हणाले, ''अरे, त्या यात्रेकरूजवळ आमची पुष्कळ निंदा-नालस्ती केलीस ना?'' हे ऐकताच नारायणदास आश्चर्याने म्हणाला, ''आपण सर्वसाक्षी, सर्वज्ञ, प्रत्यक्ष ब्रह्मांडनायक आहात. आपण सगळे वृत्त बरोबर जाणले. माझ्या अज्ञानीपणामुळे माझ्याकडून चूक झाली. मला क्षमा करा. माझ्या पत्नीस प्रसूतीच्या मरणप्राय वेदना होत आहेत. कृपा करून योग्य त्या मार्गाने तिला सुखरूप प्रसूत होऊ द्या.''

तेव्हा यतिवेष धारण केलेले देहस्वरूप श्री वदले, ''अक्कलकोटला जाऊन रुद्राभिषेक करावा व भोजन घालावे. गरज असेल तर करा, नाही तर करू नका.'' तेव्हा तो कमालीचा मतलबी, स्वार्थी धंदेवाईक नारायणदास म्हणाला, ''आज सायंकाळपर्यंत जर माझी पत्नी प्रसूत झाली आणि जर तिला मुलगा झाला, तर हा खर्च मी निश्चित करेन.'' एवढे तो बोलतो न बोलतो तोच ते यतिवेषधारी तेथून दिसेनासे झाले. हे सर्व पाहून आणि ऐकून उपस्थित सर्वांनाच आश्चर्य वाटले.

थोड्याच क्षणांत नारायणदासाची पत्नी सुखरूप प्रसूत होऊन तिला पुत्र झाला. नारायणदासास परमानंद झाला.

यथावकाश त्या मुलाचे नामकरण करण्यात आले. असे चारपाच महिने झाले, तरी नारायणदास अक्कलकोटला जायचे व नवस फेडण्याचे नाव घेईना. तेव्हा त्याच्या घरात विचित्र, अशुभसूचक घटना घडू लागल्या. त्याची पत्नी अस्वस्थ राहू लागली व ते तान्हे बाळ सतत किरकिर करत, रडून सर्वांनाच हैराण करू लागले. अशा स्थितीत त्याच्या पत्नीस मात्र नवसाची आठवण असल्याने, तिने गुरुवारचा उपवास सुरू केला. ती तिच्या पतीस म्हणू लागली, ''अहो, मी कितीदा तरी अक्कलकोटला जाऊन नवस फेडण्याची आठवण तुम्हाला करून दिली. तरी तुम्ही माझे म्हणणे ऐकून न ऐकल्यासारखे करता. काय करावे तुमच्या या वृत्तीला आणि कृपण स्वभावाला? अक्कलकोटला देवदर्शनास जाण्याची बुद्धी तुम्हाला का होत नाही?'' पत्नीच्या या वास्तववादी बोलण्याने त्याचा अहं दुखावला गेला. झालेली चूक दुरुस्त करण्याऐवजी तो त्याच्या पत्नीवरच भडकला. तिला डाफरत, अद्वातद्वा शिव्या देऊ लागला. त्याचे हे असे वागणे, बोलणे नित्याचेच झाले होते. नंतर नंतर तर तो चक्क वेड्यासारखा वागू लागला. स्वत:च्या अंगावरील कपडे फाडून उकिरड्यात लोळू लागला. शेवटी त्याच्या पत्नीने त्यांच्या पेढीवरील मुनीमजींशी सल्लामसलत केली. मोठ्या खटपटीने ती तिच्या पतीला अक्कलकोटला घेऊन आली.

तेव्हा श्री स्वामी समर्थ महाराज विरूपाक्ष मोदी यांच्या घरात बसले होते. तिथे जाऊन श्रींचे दर्शन घेऊन तिने त्यास श्री स्वामींपुढे उभे केले. त्याच्याकडे रोखून पाहत श्री स्वामी त्याच्यावर शब्दांचे आसूड ओढत म्हणाले, ''काय रे, माजलास काय? आणखी काय हवे तुला? शिक्षा हवी का दंड भोगायचाय? तू चार महिने इथे राहिल्याशिवाय बरा होणार नाहीस.'' एवढे बोलून ते तेथून निघून गेले. नंतर ते सर्व श्रींच्या आज्ञा प्रमाण मानून त्यांच्या सेवेत राहून, यशाशक्ती त्यांची सेवानित्यनियमाने करू लागले. बरोबर चार महिन्यांनंतर श्री स्वामीवचनानुसार नारायणदास यांची प्रकृती सुधारली. त्याचा वेडेपणा संपूर्ण गेला. त्याच्यात आता बदल झाला होता. त्याने धार्मिक विधी भक्तिभावाने केले. त्यात हजार रुपये खर्च केले. श्रीकृपेने प्राप्त अपत्यास उभयता पती-पत्नीने श्री स्वामी समर्थ महाराजांच्या चरणावर ठेवले. श्री स्वामी महाराजांचे शुभाशीर्वाद आणि आज्ञा घेऊन ते बीड मुक्कामी आले. पुढे अधूनमधून नारायणदास पत्नी व मुलासह प्रज्ञापुरीत श्रींच्या दर्शनभेटीस येत असे.

श्री स्वामी समर्थांकडे एक माणूस आला. तो ठिकठिकाणच्या तीर्थयात्रा करीत फिरत असे. त्याचे आचार-विचार शुद्ध होते, पण तो कमालीचा धनलोभी होता. श्रीक्षेत्र प्रयाग, वाराणसी, पुष्कर, वृंदावन, मथुरा, गोकूळ, मातृगया, सिद्धपूर, डाकोर आदी विविध ठिकाणच्या तीर्थयात्रा करीत करीत तो पंढरपुरी आला. येथील यात्रा आटोपून तो सोलापुरी आला. इथे त्याच्या कानी प्रज्ञापुरी तथा अक्कलकोटच्या ब्रह्मांडनायक श्री स्वामी समर्थांच्या ईश्वरी सामर्थ्याविषयी खूप काही ऐकायला मिळाले. ''ते कुणाच्याही अंतरीचे हृद्‌गत जाणतात. ज्याला जे जे हवे, ते ते देतात.'' हे सर्व ऐकून त्या धनलोभी माणसाची कळी खुलली. त्याच्या मूळच्या धनलोभी वृत्तीने अधिक उचल खाल्ली. क्षणाचीही उसंत न घेता तो लगोलग अक्कलकोटमध्ये दाखल झाला.

'श्रीं'ची स्वारी त्या दिवशी खासबागेत होती. त्या दिवशीही नेहमीप्रमाणेच दर्शनार्थींचा मोठा जनसमूह तिथे जमला होता. तिथे जाऊन त्या माणसाने 'श्रीं'ना साष्टांग प्रणिपात केला. त्यांच्यासमोर हात जोडून विनम्रपणे उभा राहिला.

तेव्हा अंत:साक्षी श्री स्वामी समर्थ त्याच्याकडे रोखून पाहत म्हणाले, ''विविध तीर्थयात्रा करून तू कोणता हेतू मनात ठेवला आहेस आणि आम्हाला हुडकायला इथे प्रज्ञापुरीत पोहोचला आहेस?''

तेव्हा तो काहीसा गांगरला. अंतस्थ हेतू जाणणाऱ्या श्री स्वामींकडे पाहून आश्चर्यचकित झाला. पण तरीही आशाळभूतपणे म्हणाला, ''महाराज, तीर्थयात्रेच्या जाण्यायेण्यामध्ये धर्मकर्मार्थ माझे खूप धन खर्च झाले. आता माझ्यापाशी काही नाही. उलट मी कर्जात अडकलो आहे. सबब, मी दारिद्र्याने गांजलो आहे. माझ्यावर खूप कर्ज झाले आहे. तेव्हा या साऱ्यातून मला मुक्त करावे.''

श्री स्वामी त्याच्याकडे निर्विकारपणे पाहत म्हणाले, ''आम्ही संन्यासी. आमच्याजवळ द्रव्य नाही. पाहिजे असल्यास समोर दिसते ती माती घेऊन जा.''

एकवार मातीकडे आणि नंतर श्रींकडे पाहत तो म्हणाला, ''महाराज, तुम्ही म्हणता ती ही माती घेऊन मी काय करू?''

तेव्हा श्री स्वामी त्यास तत्काळ रागावून म्हणाले, ''माती नको असल्यास येथून चालतो हो!'' तेव्हा त्याने मनातल्या मनात विचार केला, 'गुरुवाक्याचा आणि आज्ञेचा अव्हेर करू नये. शिवाय, या मातीचा काही नाही, तर पार्थिव मूर्ती करण्यास उपयोग होईल.'' म्हणून त्याने श्रींनी निर्देशित केलेल्या मातीतील एक ढेकूळ घेतले. श्रींस वंदन करून तो हैद्राबादच्या दिशेने घरी जाण्यास निघाला. काही अंतर चालून

गेल्यानंतर त्याला ते ढेकूळ जड लागू लागले. जड काय लागते म्हणून त्याने एका वृक्षाच्या सावलीत बसून ढेकूळ ठेवलेली पिशवी उघडली. आत पाहतो तो काय, त्या मातीच्या ढेकळाची पांढरीशुभ्र चांदी झालेली त्याला दिसली. त्या वेळी त्या लोभी माणसाचा आनंद गगनात मावेना. आता घरी पोहोचण्याची त्याला तीव्र ओढ लागली होती.

प्रवासाचा सर्व थकवा तो विसरून घरी केव्हा येऊन पोहोचला, हे त्यालाही कळले नाही. घरी आल्याआल्या त्याने मातीच्या ढेकळाची चांदी झाल्याची बातमी पत्नीस सांगितली. पत्नीला व घरातील इतरांनाही बातमी ऐकून खूप आनंद झाला. त्याने ती पिशवी एका गुप्त ठिकाणी ठेवली. त्या माणसाच्या घरात चैतन्यदायी आनंद पसरला होता.

कर्णोपकर्णी ही बातमी काही लोकांना कळली. मातीच्या ढेकळाची चांदी कशी झाली, तो चमत्कार प्रत्यक्ष पाहण्यासाठी आणि त्याबाबत ऐकण्यासाठी बरेच लोक त्याच्या घरी आले. सर्वांसमक्ष त्याने त्या पिशवीतून चांदीचे ढेकूळ बाहेर काढले. उपस्थित सर्वांना आश्चर्य वाटले. त्या चांदीच्या ढेकळाच्या एका बाजूस किंचितसे मातीचे कण चिकटलेले दिसले. श्री स्वामी समर्थांची ही अगम्य लीला प्रत्यक्ष पाहून, त्याबद्दल त्याच्या तोंडून ऐकून उपस्थित सर्व जण थक्क झाले. ते सर्व जण श्री स्वामिरायांना मनोमन वंदन करीत त्यांच्या घरी गेले.

जसा तो माणूस अति धनलोभी होता, तशीच त्याची बायकोही! ती पतीस म्हणाली, ''नाथ, तुम्ही पुन्हा त्या स्वामिरायांकडे जाऊन या चांदीच्या ढेपीचे सोन्यात रूपांतर करून आणावे. ज्यांचे सामर्थ्य मातीचे रूपांतर चांदीत करण्याचे आहे, ते चांदीचे सहजच सोन्यात रूपांतर करतील. सोने केव्हाही चांदीपेक्षा अधिक मौल्यवान आणि किमती असते.''

बाईल बुद्धीचे हे बोल ऐकून आधीच लोभी असलेल्या त्यास अधिक लोभ सुटला. बायकोचे म्हणणे योग्यच आहे असे समजून घाईघाईने कसेतरी दोन घास खाऊन, क्षणाचाही विलंब न करता तो अक्कलकोटच्या दिशेने पुन्हा निघाला.

लोकांना जेव्हा कळले की तो पुन्हा अक्कलकोटास चांदीचे सोने करण्यास निघाला आहे, तेव्हा त्यांतील काही जण त्याला म्हणाले, ''अहो गुरुजी, ही चांदी किमान दोन हजार रुपयांची (त्या वेळच्या किमतीनुसार) आहे. अनायासे ती दैवयोगाने तुम्हास लाभली आहे, तर तो देवाचा कृपाप्रसाद समजून तिचा स्वीकार करा व शांतचित्त राहा. बाईल बुद्धीला बळी पडून असे वागू नका.'' परंतु अतिलोभाने

अंध झालेल्या त्या माणसाने लोकांचा हा सल्ला धिक्कारून अक्कलकोटचा रस्ता धरलाच. लोभी व्यक्तीची पंचेंद्रिये बधीर झालेली असतात, असे म्हणतात. तसेच त्याचेही झाले होते. लोकांचे बोलणे ऐकूनही न ऐकल्यासारखे त्याने केले आणि तो सुसाट अक्कलकोटच्या दिशेने निघाला. लोभामुळे त्या वेळी त्याच्यात हरणाचे चापल्य आले होते.

अक्कलकोटमध्ये येऊन घाईघाईनेच श्री स्वामी दर्शन घेऊन तो हात जोडून मानभावीपणे उभे राहून काही बोलणार, तेवढ्यात अंतर्ज्ञानी श्री स्वामी त्याच्याकडे रोखून पाहत म्हणाले, ''अरे लोभी माणसा, उठ. आत्ताच्या आत्ता येथून चालता हो!''

श्री स्वामींच्या या बोलण्यात इतकी जरब होती, की आता सोने तर मिळणार नाहीच, पण आणलेल्या या चांदीचीही माती होऊन जाईल या भीतीने त्याने श्री स्वामींस पडलेल्या चेहऱ्याने दुरूनच नमस्कार केला व तेथून सर्वांसमक्ष पोबारा केला.

। लड्ड्याची पुरात उडी ।

चंद्रभागेच्या तीरी धाकटे मणूर म्हणून एक गाव आहे. असेच एकदा श्री स्वामी समर्थांची स्वारी चोळाप्पा, श्रीपाद भट तथा लड्ड्या (श्री स्वामी त्यास 'लड्ड्या' या नावाने हाक मारीत) व अन्य काही सेवेकऱ्यांसह भीमा नदीच्या ऐलतीरी आले. त्या वेळी अश्विन महिना होता. पाऊसही खूप पडल्यामुळे भीमेस महापूर आला होता. तेव्हा श्री स्वामी म्हणाले, ''पैलतीरी जायचे होते. पण भीमेस तर महापूर आला आहे. बरे इथे नौकाही नाहीत. ज्या आहेत त्या पैलतीरी आहेत. तिकडे जाऊन कोण नौका आणतो?'' तेव्हा चोळाप्पा म्हणाला, ''पलीकडे जाता आले असते, परंतु इथे सांगाडीही (भोपळे) नाही! बरे, नौकेशिवाय महापुरात उडी घेणे म्हणजे प्राणास मुकणेच.'' त्यावर हसून श्री स्वामी श्रीपाद भटाकडे निर्देश करीत म्हणाले, ''जर आमचा हा लड्डेश्वर पंडित गेला, तर पैलतीरावरून नौका अवश्य घेऊन येईल.''

तेव्हा श्रीपाद भटाने गुर्वाज्ञा प्रमाण मानून अंगावरची वस्त्रे काढली, पंचा नेसला. श्री स्वामी समर्थ नावाचा जयजयकार करीत त्याने भीमेच्या महापुरात उडी मारली. उपस्थित सर्व सेवेकऱ्यांचे भीतीने श्वास रोखले गेले. त्यांनी घाबरून 'श्रीं'स विनंती केली, ''महाराज, श्रीपाद भटांचे रक्षण करा.'' त्यावर हसून श्री स्वामी म्हणाले, ''लड्ड्या मरतो कशाने? तो आत्ता पैलतीरी जाऊन नौका घेऊन येईल पाहा.'' श्री

स्वामींचे योगसामर्थ्याचे या चराचर सृष्टीवरही प्रभुत्व होते. म्हणून त्यांना कधीही, कोठेही, कशाचीही अडचण आली नाही. नद्यांचे पूरही त्यांना अडवू शकले नाहीत. श्रीपाद भट श्री स्वामी समर्थ नामाचे स्मरण करीत गेला आणि नौका घेऊन आला. नंतर त्या नोकेत श्री स्वामींसह सर्व सेवेकरी बसून पैलतीरी असलेल्या थोरल्या मणूरास आले.

नंतर सर्व सेवेकऱ्यांसह श्री स्वामींची स्वारी थोरल्या मणूरच्या यल्लम्माच्या देवळात उतरली. त्या वेळी तिथे महामारीचा प्रचंड उपद्रव सुरू झाला होता. रोज दहा-पंधरा माणसे मरत होती. त्याच वेळी थोरल्या मणूर गावचा पाटील 'श्रीं'जवळ येऊन म्हणाला, ''महाराज, माझा मुलगा हनुमंता शेवटच्या घटका मोजतो आहे. त्याचा वाचण्याचा भरवसा नाही, तरी श्रींनी कृपा करून त्यास गुण द्यावा, बरे करावे.'' करुणासागर श्री स्वामी तत्क्षणी आप्पा पाटलाच्या घरी जाऊन सोप्यात (पडवीवजा जागा) बसले. श्री स्वामींस बघताच घरातील लोकांनी मोठ्याने हंबरडा फोडून धाय मोकलून रडायला सुरुवात केली. हणमंता अखेरच्या उचक्या देत असता, आप्पा पाटील श्रीचरणांवर येऊन पडला. तिकडे घरात एकच आकांत उडाला, तेव्हा चोळाप्पा श्री स्वामींस म्हणाला, ''महाराज, हा प्रसंग आम्हास पाहवत नाही. मुलगा निरोप घेऊन चालला आहे. अखेरच्या घटका मोजीत आहे.'' त्यावर श्री स्वामी म्हणाले, ''त्यास कोण निरोप देतो? कडुलिंबाचा पाला त्या मुलाच्या सर्व शरीरास लावा आणि पाण्यात वाटून त्याच्या तोंडात घाला.'' या लीलेतही त्यांचा वनस्पतींवरील प्रभुत्वाचा प्रत्यय येतो. श्री स्वामीआज्ञेनुसार तसे करताच हनुमंता चलनवलन करू लागला. डोळे उघडून तो इकडेतिकडे पाहू लागला. तिथे जमलेल्या सर्व मंडळीस आनंद झाला. आप्पा पाटलाचा मुलगा हनुमंता महामारीच्याडी तडाख्यातून मरता-मरता वाचला. एवढेच नव्हे, तर दुसऱ्या दिवसापासून थोरल्या मणूर गावातील महामारीचा उपद्रव थांबला. असा श्री स्वामींच्या पदस्पर्शाचा गुण होता. 'जिथे स्वामीपाय, तिथे न्यून काय?' याचा अनुभव थोरल्या मणूर गावचे तमाम ग्रामस्थ घेत होते.

। मैंदर्गीचा जमादार ।

ब्रह्मांडनायक श्री स्वामी समर्थांच्या भ्रमंतीचा कुणालाच, कुठलाच अंदाज नसे. ते जेव्हा त्यांच्या मनाला वाटेल तिकडे कूच करायचे. समवेत काही सेवेकरी

असायचे. असेच एकदा अक्कलकोटपासून चौदा किलोमीटर अंतरावर मैंदर्गी हे कुरुंदवाडकर पटवर्धनांचे इनामी गाव म्हणून प्रसिद्ध आहे. त्या गावी 'श्रीं'ची स्वारी सेवेकऱ्यांसमवेत आली. त्या गावात श्री स्वामी भक्तिपरायण शंभू लोहार, पांडुरंग सोनार तसेच एक मुसलमान मदार जमादार हे 'श्रीं'चे प्रिय भक्त राहत होते. एकदा श्री स्वामी मैंदर्गीत आले. मुस्लीम जमादाराशी त्यांची भेट झाल्यानंतर श्री स्वामी त्यास म्हणाले, ''आम्ही संन्यासी. तुलाही कोणी नाही. चल, तुझ्याकडे मला स्नान करायचे आहे.'' जमादाराने त्यांना घरी नेले. तेव्हा ते त्यास म्हणाले, ''तू जिथे अंघोळ करतोस, तिथे मी अंघोळ करणार नाही. माझी व्यवस्था बाहेर कर.'' त्याप्रमाणे जमादाराने श्रींच्या स्नानाची व्यवस्था बाहेर केली. स्नान आटोपताच तो म्हणाले, ''महाराज, हमारे यहा कुछ खानपान करो।''

'अभी नही' असे जमादारास सांगून तिथे काहीही न खातापिता तेथून ते निघून गेले. पुढे याच मुस्लीम जमादारावर श्री स्वामींनी कृपा केली. मैंदर्गीच्या कारागृहावर रखवलदारी करणाऱ्या याच जमादारास त्यांनी कसे वाचवले, ती घटना पाहू.

एकदा मैंदर्गीच्या कारागृहात बंदी असलेला कैदी तुरुंगातून पळून जाऊन कोटाच्या खंदकात लपून बसला. त्या म्हाताऱ्या जमादारावर चांगलेच संकट कोसळले होते. तो श्री स्वामींचा निष्ठावंत परमभक्त होता. श्रींचा धावा करीत तो म्हणू लागला, ''महाराज, ही नोकरी करता करता मी म्हातारा झालो. आता पेन्शन घेऊन घरी बसण्याचे दिवस आले असता माझ्यावर ही काय आफत आली? महाराज, पळालेला कैदी सापडून माझ्यावर आलेले दूषण टळल्यास मी नोकरीचा राजीनामा देईन आणि जन्मभर आपली चाकरी करीन.'' तेव्हा त्या कारागृहाचा मुख्य अधिकारी तात्यासाहेब येलूर याने या घटनेची कोणतीही माहिती न काढता, मागचा-पुढचा सारासार विचार न करता संबंधित कारागृह रक्षक जमादारास दोषी ठरवून त्यास फटके मारण्याची शिक्षा जाहीर केली.

कारागृह अधिकारी त्याच्या शिक्षेच्या कारवाईस सुरुवात करणार तोच त्रिकालज्ञानी श्री स्वामी इकडे अक्कलकोटमध्ये उपस्थित मंडळीस सांगू लागले, ''आमचा प्रिय भक्त मैंदर्गीचा मदार जमादार याचा काहीही दोष नसताना त्यास कोरडे मारण्यास उभे केले आहे.'' मग तत्काळ भक्तवत्सल, भक्ताभिमानी श्री स्वामी समर्थ मेण्यात बसून सेवकवर्गासह मैंदर्गीला अत्यंत वेगात येऊन पोहोचले.

तात्यासाहेबांच्या आज्ञेनुसार मदार जमादारास फटके मारण्याची शिक्षा सुरू होत असतानाच श्री स्वामी समर्थ महाराज मैंदर्गीत आल्याची बातमी तिथे

येऊन थडकली. तेव्हा उन्मत्त व मदयुक्त वृत्तीने तात्या येलूर गरजले, ''आपल्या भक्ताला सोडवण्यासाठी श्री स्वामी समर्थ आमची भेट घ्यायला येत आहेत. पाहू, काय करतात ते.'' तेवढ्यात फटके मारण्यासाठी उगारलेला मारेकऱ्याचा हात वरचा वरच राहिला. त्याला त्याच्या हाताची काहीच हालचाल करता येईना. तो एखाद्या पुतळ्यासारखा स्तब्ध उभा राहिला. हा चमत्कार पाहून तेथील उपस्थित जन विस्मित आणि भयचकित झाले. सर्व उपस्थित जनसमुदाय ब्रह्मांडनायक श्री स्वामींस शरण आला. त्यांचा नामघोष मोठ्या भक्तिभावाने आणि उत्स्फूर्तपणे करू लागला. लोकांचा हा उत्स्फूर्त, भक्तियुक्त आवेश शांत झाल्यानंतर सर्वसाक्षी श्री स्वामी तात्यासाहेब येलूरला म्हणाले, ''काय रे, असाच न्याय करतोस काय? फुले तोडणाऱ्यास लगेच फाशी द्यायला निघतोस? लाज नाही वाटत? तुला कसला माज आलाय?''

श्रींच्या या तीक्ष्ण, धारदार बोलण्याने आणि सामर्थ्याने तात्या येलूर ढेकळासारखा विरघळला. झालेल्या अपराधाची सर्वांसमक्ष क्षमा मागू लागला. श्रींचरणी लोळण घेत त्यांना शरण आला. पुन्हापुन्हा श्रींची क्षमा मागू लागला. तेवढ्यात पळून गेलेला कैदी सापडला. त्या कैद्यास तिथे हजर करण्यात आले. जेव्हा त्यास 'खंदकात रात्रभर कसा लपून राहिलास?' असे विचारले गेले, तेव्हा त्याने सांगितले, ''पळून जाण्याकरिता रात्रभर मी खंदकाभोवती फिरलो. खंदकावर चढून जावे, तर एक संन्यासी मला मारण्यास हातात भली मोठी काठी घेऊन येई. दिवस उजाडेपर्यंत तो संन्यासी माझ्या मागे मागे फिरत होता. त्यामुळे मला पळून जाता येईना. असे होता-होता उजाडले. सकाळी सकाळी मी पकडला गेलो.'' कैद्याच्या तोंडून हे वृत्त ऐकून सर्वांनाच आश्चर्य वाटले. जमादाराची खात्री झाली, की आपल्यावरील हे संकट श्री स्वामी समर्थ महाराजांनीच संन्याशाच्या वेशात येऊन टाळले आहे. त्याने बोललेल्या वचनाप्रमाणे तिथल्या तिथेच नोकरीचा राजीनामा दिला. अक्कलकोटास जाऊन सर्वसंगपरित्याग करून श्रींचरणी सेवेस राहिला.

उदरभरणाचा कोणताच उद्योग तो करीत नव्हता. सर्वांचेच कर्तेपण घेतलेले श्री स्वामी दररोज बारा वाजता ''चोळ्या, यास दोन भाकरी दे.'' म्हणून आज्ञा करीत. आठ दिवस असे चालले. पुढे चोळाप्पास त्या जमादारास भाकरी देणे जड वाटू लागले, तेव्हा त्याने 'जमादार, 'श्रीं'जवळ बसू नका.' असे सांगितले. आज्ञा प्रमाण मानून जमादार श्रींपासून लांब बसू लागला. अंतर्ज्ञानी श्री स्वामींनी एक दिवस त्यांच्या पायातील जोडे जमादाराच्या अंगावर भिरकावले व म्हणाले, ''मदारा, अभी

तुम तुम्हारे गाव मैंदर्गी को जाव. तू मन स्वस्थ करून निर्भयपणे राहा. भक्ती, भजन चालू ठेव. तुझा चरितार्थ मी चालवतो, पुढेही चालवीन, हे जाण. तुझे सर्वदा कल्याण होईल. श्रींचे हे बोधामृत ऐकून आणि त्यांची आज्ञा शिरसावंद्य मानून त्यांनी त्याच्या अंगावर भिरकावलेल्या चरणपादुका हा गुरुप्रसाद समजून घेतला. भक्तिभावाने 'श्रीं'च्या चरणपादुका डोक्यावर घेऊन तो त्याच्या गावी मैंदर्गीस आला. भगवान श्रीकृष्णांनी दुष्ट कीचकाच्या हातून द्रौपदीला सोडविले, तसेच श्री स्वामींनी मदार मुस्लीम जमादारास सोडविले.

हा मुस्लीम जमादार श्रींच्या चर्मी पादुका त्याच्या घरात ठेवून मोठ्या भक्तिभावाने त्यांची नित्यपूजा करू लागला. एक कट्टर मुस्लीम हिंदू साधूचा जोडा घरात आणून त्यांची पूजा करतो, ही गोष्ट त्या जमादाराच्या पत्नीस, मुलास व अन्य जातिबांधवांस अयोग्य वाटल्यामुळे त्यांनी जमादारास त्या पादुकांसह घराबाहेर हाकलून दिले. तो घरालगत पत्र्याचे छप्पर असलेल्या एका पडक्या घरात जाऊन राहू लागला. तिथे त्याने श्रींच्या चर्मी पादुकांची स्थापना केली. तो त्या चर्मी पादुकांखालील माती दुःखी-पीडितांना देऊ लागला. श्रीकृपेने त्याच्याकडे आलेल्यांना गुण येऊ लागला. त्यामुळे व्याधिग्रस्त लोकांची त्याच्याकडे गर्दी वाढली. त्याची कीर्ती एक 'सिद्धपुरुष' म्हणून सर्वत्र झाली. सगळे त्यास वंदन करू लागले.

तो नेहमी अक्कलकोटला श्रींच्या दर्शनास जात असे. पुढे श्री स्वामी त्याला 'पीरसाहेब' नावाने हाक मारू लागले. त्यास नाव, कीर्तीबरोबरच विपुल द्रव्यही मिळू लागले. ज्या बायको-पोरांनी त्यास अपमानित करून घराबाहेर घालवून दिले होते, त्यांनीच मोठ्या प्रेमाने व सन्मानाने त्यास पादुकांसह पुन्हा घरी नेले. 'मिळती शृंगार भूषणे पैशाने, कांताही लवे बहुमाने' या उक्तीप्रमाणे त्या जमादाराची बायकोही आता त्याची सेवा करू लागली. पुढे या जमादाराने मैंदर्गीत श्री स्वामी समर्थांचे देऊळ बांधले. त्यात श्रींच्या चर्मपादुकांची स्थापना केली. पूजेसाठी एक पुजारी नेमला. प्रतिवर्षी तो मोठ्या थाटामाटात श्रींचा उत्सव करू लागला.

❋

याच मैंदर्गीत एक माणूस राहत होता. त्याला दोन मुले आणि तीन मुली अशी पाच अपत्ये होती. परंतु त्याच्या पूर्वयोगाने ती सर्व वेडगळ निघाली होती. त्यात मन्याबा नावाचा मुलगा होता. तो मूकबधीर होता आणि त्याचे मानसिक संतुलनही ढळले होते. पुढे दुर्दैवाने तो माणूस, त्याची पत्नी आणि चार अपत्ये मृत्यू पावली. फक्त मन्याबा जिवंत राहिला. तो अगदी निराधार अवस्थेत मैंदर्गी गावात राहत असे.

कुठेही, काहीही खावे, कोठेही बसावे, कोठेही निजावे, मिळेल ते खावे. अशा तऱ्हेने मन्याबा गावात वीस-पंचवीस वर्षे राहत होता. त्याच्या पूर्वपुण्याईने म्हणा अथवा काहीही म्हणा, मैंदर्गी गावची काही मंडळी श्री स्वामी समर्थ महाराजांच्या दर्शनास अक्कलकोटला निघाली. त्यांनी त्यांच्या समवेत मन्याबासही घेतले. सर्वांनी श्रींचे दर्शन घेतले. लोकांनी त्या वेड्या, मुक्या मन्याबासही श्रींच्या चरणावर घातले. तेव्हा अंतर्ज्ञानी श्री स्वामी त्यास म्हणाले, ''ए दीवाना! तुझे क्या होना है?'' मन्याबा काहीच बोलला नाही. पण त्याच्या बरोबरची मंडळी म्हणाली, ''महाराज, याचे वेड घालवा!'' त्या क्षणी श्री स्वामी काहीच बोलले नाहीत.

मैंदर्गीची मंडळी दोन दिवस अक्कलकोटी राहून परत गावी गेली. पण हा वेडा, मुका मन्याबा मात्र अक्कलकोटमध्येच श्रींजवळ राहिला. पुढे श्रींची त्याच्यावर अलोट कृपा झाली. तो लोकांच्या दृष्टीने सिद्ध स्थितीत येऊन पोहोचला. मन्याबा मुका असताना श्रीकृपेने मराठी आणि कानडी भाषा बोलू लागला. त्याला नवस केलेल्या लोकांची तो नवसपूर्ती करू लागला. म्हणून पुढे-पुढे लोकही त्यास मान, प्रतिष्ठा देऊ लागले. कोणाचे काही काम असेल, तर लोक मन्याबास सन्मानपूर्वक घरी नेत. काम होणार असेल तर तो 'होईल' असे म्हणे. जर काम होणार नसेल, तर तो 'नाही' म्हणे. काही लोक त्याला म्हणत, ''मन्याबा, काम होईल असे म्हण.'' त्यावर मन्याबा उत्तर देई, ''नाही रे!'' तेव्हा काही लोक त्यास विचारीत, ''मन्याबा, काम होईल असे का म्हणत नाहीस?'' त्यावर तो उत्तर देई, ''स्वामी मारील, रक्त काढील!'' त्याला भूतकाळ, भविष्य कळत असे. त्याच्यावर श्री स्वामींचा वरदहस्त होता.

मन्याबा लहान पोरांपासून थोरांपर्यंत सर्वांस 'दादा' आणि लहान मुलीपासून मोठ्या पोक्त बाईस 'आई!' म्हणून हाक मारीत असे. कुणी त्यास धोतर दिले, तर ते त्याच्या अंगावर आज असायचे, तर उद्या नसायचे. दोन-चार दिवसांनी कुणीतरी त्याला स्नान घालायचे. लोकच त्याला पाहिजे तर जानवे घालायचे, शेंडी ठेवायचे. पाहिजे तर काढून टाकायचे. अशी मन्याबाची विदेही ब्रह्मस्थिती सदासर्वदा असायची. जो मन्याबा वीस-पंचवीस वर्षे पूर्णतः वेडा आणि मुका होता, त्याच्यात एवढे मोठे परिवर्तन ब्रह्मांडनायक श्री स्वामी समर्थ महाराजांनी घडवून आणले होते. ज्या विदेही ब्रह्मस्थितीकरिता अनेक साधू, संत, महंत, योगी, हठयोगी कैक वर्षे किंवा जन्मही घालवतात. तरीही त्यांना ब्रह्मस्थिती प्राप्त होता होता मारामार. तिथे मन्याबासारखा जन्मतःच पूर्णतः वेडा, पोरका आणि मुक्या असलेल्या अतिसामान्य

जीवात बदल करण्याचे ब्रह्मांडनायक श्री स्वामी समर्थांचे किती हे सामर्थ्य! मन्याबाबरोबर इतर नास्तिकांमध्ये त्यांनी बदल घडवून आणला. त्यात श्री स्वामी समर्थ बखरकार केळकर बुवाही होते.

। मल्लिकार्जुन ।

एकदा बार्शीचा (जि. सोलापूर) मल्लिकार्जुन नावाचा जंगम प्रज्ञापुरीस तथा अक्कलकोटला कीर्तन करण्यासाठी आला. त्याचे श्रीमंत मालोजीराजांसमोर राजवाड्यात कीर्तन चालले होते. त्याला कीर्तनात साथसंगत करण्यासाठी त्याचे चार मुलगे होते. ज्ञानेश्वरी, गीता, भागवत असे ग्रंथ त्याला चांगले अवगत होते. परिणामी हा ज्ञानाचा अहंभाव त्याच्या बोलण्यातून आणि देहबोलीतून पदोपदी दिसे. वाड्यातील कीर्तन आटोपल्यावर तो जंगमाच्या मठात जाऊ लागला. फाटकाच्या वेशीत श्रींची स्वारी स्वानंदात विराजमान झालेली त्यास दिसली. समवेत चोळाप्पासह अन्य काही सेवेकरी होते.

तेव्हा त्याने तेथील काही लोकांस विचारले, ''या प्रज्ञापुरीत एक अवतारी विभूती आली असल्याचे म्हणतात, ते हेच की काय?'' उपस्थितांनी तत्क्षणी 'होय' म्हणून उत्साहाने सांगितले. श्री स्वामींची तेज:पुंज, आजानुबाहू, काषाय वस्त्र परिधान केलेली, पायी खडावा घातलेली मूर्ती पाहून मल्लिकार्जुन अक्षरश: दिपून गेला. परंतु स्वत:मधील विद्येचा ताठा, कीर्तन कौशल्य यांमुळे अहंभावातच असलेला तो विचार करू लागला. 'आपल्या पायातील वहाणा काढून अथवा न काढून यांना (श्री स्वामींस) नमस्कार केला अथवा न केला, तर काय फरक पडतो?' त्याच्या मनात हे अहंभावाने लिप्त विचार येतात न येतात तोच श्री स्वामी त्याच्याकडे रोखून पाहत म्हणाले, ''अरे, आमची पंचायत तू कशाला करतोस? तू आमच्या पाया पडलास काय किंवा न पडलास काय? आम्हाला त्याची गरज नाही. त्याने आम्हाला काही फरकही पडत नाही.''

आपल्या मनातले भावतरंग श्रींनी जसेच्या तसे ओळखल्याची रोकडी अनुभूती मल्लिकार्जुन यास आली. लागलीच तो ढेकळासारखा विरघळला. श्रींना चरणमिठी घालून प्रार्थनापूर्वक म्हणाला, ''महाराज, आपण साक्षात सदाशिव शंकर आहात! सत्य ईश्वर आहात! या दासाला अपराधाची क्षमा करावी. आपले ईश्वरी सामर्थ्य न ओळखता मी आपल्यावर संशय घेतला. त्या अपराधाची या

दासाला क्षमा करावी.'' त्यावर श्रींनी स्मितहास्य करीत त्यास क्षमा केली. लगेच तो श्रींस म्हणाला, ''महाराज, आमच्याबरोबर आपण मठात चलावे.'' त्याचा शुद्ध भक्तिभाव ओळखून ते त्याच्या समवेत जंगमाच्या मठात गेले.

आता त्याच्यात अंतर्बाह्य परिवर्तन झाले होते. त्याच्या मनात श्री स्वामी समर्थ महाराजांबद्दल कमालीचा भक्तिभाव उचंबळून आला होता. त्याने श्री स्वामींना यथोचित स्नान घातले. षोडशोपचारे त्यांची पूजा केली. त्यांना नैवेद्य अर्पण केला. श्रींच्या भोजनानंतर त्यांच्या उच्छिष्ट प्रसादाचे प्रेमभावाने भक्षण केले. श्रींना त्रयोदशगुणी तांबुलचूर्ण अर्पण केले. नंतर दोन्ही हात जोडून तो विनवू लागला, ''महाराज, माझ्या कन्येस गर्भ राहून आज तीन वर्षे झाली आहेत. परंतु तो गर्भ वाढतही नाही आणि पतनही पावत नाही. त्यामुळे ती फार त्रासली आहे. तिच्या हालअपेष्टा पाहून मी दुःखाने फार हैराण झालो आहे. तेव्हा काय करावे?'' करुणासागर श्री स्वामी म्हणाले, ''चिंता करू नकोस. गर्भ वाढेल.'' तेव्हा श्रींच्या समवेतच असलेल्या चोळाप्पांनी श्रींचा तीर्थप्रसाद त्या मुलीकरिता त्याच्याजवळ दिला. श्रींनी त्या प्रसंगी आपले 'मुखवस्त्र' त्यास दिले. नंतर श्री स्वामींचा आशीर्वाद, तीर्थप्रसाद आणि मुखवस्त्र घेऊन तो घरी, बार्शीस आला.

त्या जंगम कन्येला श्रींचा तीर्थ व अंगारा देताच तिचा गर्भ यथायोग्य वाढू लागला. योग्य समयी तिला पुत्ररत्न झाले. यामुळे तर मल्लिकार्जुनाचा विश्वास श्रींचरणी अधिकच दृढ झाला. श्रींनी त्यास जे मुखवस्त्र प्रसादरूपाने दिले होते, ते तो पूजेस नित्य वापरू लागला. त्या पूजेतील अंगारा श्री स्वामीसमर्थांच्या नावाने दुःखी-पीडितांस देऊ लागला. लोकांनाही गुण येऊ लागला. पुढे श्रीकृपेने त्याची लोकांत प्रसिद्धी होऊ लागली. त्यातून त्यास विपुल द्रव्यही मिळू लागले. हे प्राप्त द्रव्य तो जंगम भोजनासाठी खर्च करू लागला. श्रींच्या कृपाशीर्वादाने आता तो संतोषी, समाधानी झाला होता.

एका वर्षी श्रावण महिन्यात मल्लिकार्जुनने बार्शीत जंगम भोजन सप्ताह घालायचा संकल्प केला. त्या सप्ताहात त्याने सर्व समाजबांधवांना आणि इतरही समाजघटकांना आत्यंतिक आदराने आणि भक्तिभावाने आमंत्रित केले होते. श्री स्वामी समर्थांसही खास अगत्यपूर्वक आमंत्रित केले होते. भक्तवत्सल, भक्ताभिमानी श्री स्वामी सातही दिवस जंगमाच्या भोजनपंक्तीत भोजनास येत होते. नेमके याच वेळी अक्कलकोटमध्ये श्री स्वामी सात दिवस राजवाड्यात मुक्कामी होते. इथे मात्र ते पूर्णपणे निराहार होते. तेव्हा श्रीमंत मालोजीराजांनी

श्रींस कळवळून विनवले, ''महाराज, आपण अन्नग्रहण करावे. आपण अन्नत्याग का केला आहे?'' अशाच विनवण्या तिथे उपस्थित असलेल्या सर्व भक्तांनी व लोकांनी श्री स्वामींना केल्या.

त्या वेळी श्री स्वामी समर्थ म्हणाले, ''बार्शीला श्रावण महिन्यात जंगमाची भोजने चालली आहेत. आम्ही तिथे मल्लिकार्जुन जंगमाकडे भोजन करून तृप्त होऊन प्रज्ञापुरी इथे येत असतो.'' श्री स्वामी समर्थ महाराज असे बोलल्यावर चकित झालेल्या श्रीमंत मालोजीराजांनी बार्शीला वस्तुस्थिती पडताळण्यासाठी लगोलग घोडेस्वारांना पाठविले. त्यांनी तिथे जाऊन शोध घेतला असता सर्व जंगम सांगू लागले, ''श्री स्वामी समर्थ महाराज आज सात दिवस आमचे इथे पंक्तीस भोजनास असतात.'' शोध घेण्यास आलेल्यांनाही प्रसादभोजन देण्यात आले. अक्कलकोटी परत आलेल्या घोडेस्वारांनी बार्शीमध्ये जंगमांनी श्री स्वामी भंडारा भोजनपंक्तीत सातही दिवस हजर असल्याचे राजास सांगितले. या घटनेने सर्वच आश्चर्यचकित झाले होते.

स्वत: मल्लिकार्जुनाने मालोजीराजांस सात दिवसांच्या श्रींच्या भोजन सप्ताहाच्या उपस्थितीबद्दल स्वहस्ते हे वृत्त लिहून कळविले. चोळाप्पा व आदी प्रमुखांनाही कळविळे, सर्वांनी हे वास्तव जाणून घेतल्यावर श्री स्वामी समर्थ हे विश्वव्यापक, ब्रह्मांडनायक साक्षात परमात्मा, परब्रह्म आपल्या अक्कलकोटी लोकहितार्थ संदेह अवतरले आहेत. या जाणिवेने सर्वांचीच अंत:करणे श्री स्वामी समर्थ भक्तीने उचंबळून आली. ''आपण परम भाग्यशाली आहोत, की या ब्रह्मांडनायक श्री स्वामी समर्थांचे आपणास इथे सगुण स्वरूपात नित्य दर्शन होत असते.'' असे गौरवोद्गार काढीत श्री स्वामी समर्थनामाचा उद्घोष करीत सर्व भाविक भक्त आपापल्या घरी आनंदी मनाने परतले. श्री स्वामी समर्थांचे अनेक कृपांकित शिष्य 'श्रीं'चा लौकिक ऐकून पुन्हापुन्हा अक्कलकोटी त्यांच्या दर्शनास येत असत. त्यात मुंबापुरीचे श्रीकृष्णबुवा तथा ठाकुरदास बाबा हे एक होते.

। ठाकुरदास महाराज ।

मुंबईस ठाकुरद्वार इथे सुप्रसिद्ध देवस्थान आहे. या देवस्थानातील देवाच्या मंडपाच्या उजव्या बाजूस एक छोटेसे देऊळ बांधलेले आहे. त्यात ब्रह्मांडनायक श्री स्वामी समर्थांची तसबीर व पादुका स्थापन केलेल्या आहेत. इथे नित्यनियमाने श्री स्वामी

समर्थ महाराजांची आरती, धुपारती वगैरे धार्मिक समारंभ होत असतात. प्रत्येक गुरुवारी इथे श्रींची पालखी निघत असते. ठाकुरदासबाबा उर्फ श्रीकृष्णबुवा यांनी या पादुकांची इथे स्थापना केली आहे. ते लहानपणापासून कट्टर दत्तोपासक होते. ते पट्टीचे कीर्तनकार होते. त्यांच्या रसाळ, भावमधुर, उत्कट कीर्तनाबाबत ते तेव्हा मुंबईत सुपरिचित होते. ठाकुरदास कैलासवासी झाल्यानंतर श्रीकृपेने त्यांचे सुपुत्र गुरुनाथबुवा ठाकुरद्वारी या स्थानी श्रींचे भजन-पूजन नित्यनियमाने करीत असत. सद्य:स्थितीतही त्यांचे वंशज हीच परंपरा पुढे व्रतस्थपणे चालवत आहेत.

श्रीकृष्ण ठाकुरदासबुवांना नरसोबाची वाडी, गाणगापूर आदी श्रीदत्तक्षेत्री जाऊन दत्ताची सेवा करण्याची फार हौस होती. मात्र दुर्दैवाने पुढे काही वर्षांनी त्यांच्या अंगावर श्वेतकुष्ठ निर्माण झाले. तोंडावरही पांढरेपणा येऊन त्यांचा चेहरा विद्रूप दिसू लागला. बुवा विद्वान, पट्टीचे कीर्तनकार, रसाळ प्रवचनकार म्हणून सर्वमान्य व आदरणीय होते. यामुळे त्यांना लोकांत वावरावे लागे. परंतु त्यांना या रोगामुळे मरणप्राय दु:ख होत असे. हा रोग बरा व्हावा यासाठी त्यांनी विविध प्रकारचे उपाय करूनही गुण काही आला नाही. त्यामुळे ते कमालीचे उदास झाले. 'यापुढे स्वजनास हे श्वेतकुष्ठपीडित, विद्रूप तोंड दाखवायचे नाही' असा त्यांनी निश्चय केला. त्यासाठी त्यांनी कुटुंबासह श्री काशीक्षेत्री जाऊन राहण्याचे ठरवले. त्याप्रमाणे त्यांनी सर्व तयारीही केली. परंतु काशीक्षेत्री जाण्यापूर्वी श्रीनृसिंह सरस्वतींच्या पादुकांचे दर्शन घेण्यासाठी ते गाणगापुरास आले.

श्रींच्या पादुकांस अर्पण करण्याच्या हेतूने त्यांनी त्यांचेबरोबर उत्तम कस्तुरी आणली होती. त्यांनी इथे आल्यावर पादुकांची यथासांग पूजा केली. मात्र नेमके त्या वेळी श्रींच्या पादुकांस कस्तुरी अर्पण करण्याचा त्यांना विसर पडला. नंतर त्यांनी भोजन घातले. त्या दिवशी मंदिरामध्ये उत्तम प्रकारचे कीर्तन केले. काशीस जाण्याबद्दल श्री दत्तप्रभूंची प्रार्थनापूर्वक आज्ञा मागितली. पण त्याच दिवशी असा चमत्कार घडला, की बुवांस रात्री स्वप्नदृष्टान्त झाला, ''मीच आता सदेह स्थितीत अक्कलकोटमध्ये श्री स्वामी समर्थरूपे वास करून आहे. तिथे जाऊन दर्शन घ्यावे, म्हणजे रोगापासून मुक्त व्हाल!''

श्रीकृष्णबुवा प्रात:काळी जागे झाल्यावर त्यांना रात्रीच्या दृष्टान्ताचे स्मरण झाले. त्यांनी लगबगीने स्नान-संध्यादी नित्यकर्मे आटोपली. श्रीनृसिंह सरस्वतींच्या पादुकांचे दर्शन घेतले आणि लगेचच अक्कलकोटचा रस्ता धरला. तिसऱ्या दिवशी ते अक्कलकोटला पोहोचले. श्री स्वामी समर्थ महाराज कोठे आहेत याचा तपास

करता त्यांना कळले, की बाहेरगावची एक वेश्या अक्कलकोटमध्ये येऊन राहिली होती, तिच्या घरी ते बसले आहेत. लगेच बुवा तातडीने श्रींच्या दर्शनास निघाले. तिथे जाताच श्रींचे दर्शन घेऊन, त्यांच्या चरणांवर मस्तक ठेवले.

तेव्हा बुवाकडे पाहत श्री स्वामी म्हणाले, ''हमारी कस्तुरी अभी के अभी लाव!'' तत्क्षणी बुवांस आपण श्रीच्या पादुकांवर अर्पण करण्यास कस्तुरी आणली होती त्याचे स्मरण झाले. आपल्या विस्मरणाने कस्तुरी सोबत आणण्याचे तसेच राहिले; पण श्रींनी त्याची आठवण करून दिली, यावरून बुवांस श्रींच्या अंतर्ज्ञानाची आणि ते साक्षात दत्तावतार आहेत याची खात्री पटली. श्रींच्या ईश्वरी दिव्यत्वाची त्यांना रोकडी प्रचिती आली. बुवांनी बिऱ्हाडी जाऊन कस्तुरीची पुडी आणली व श्रींच्या हातात दिली. त्यावर बुवांकडे पाहत त्यांनी स्मितहास्य केले. तिथे जमलेल्या लहानलहान मुलांना ती कस्तुरी वाटून दिली. या घटनेने मात्र बुवांना श्रीनृसिंह सरस्वती आणि श्री स्वामी समर्थ भिन्न नाहीत, याची रोकडी प्रचिती आली.

श्री स्वामी समर्थ महाराजांची नित्यनियमाने सेवा करीत श्रीकृष्ण ठाकूरदास बुवा अक्कलकोटमध्ये काही दिवस राहिले. एके दिवशी ते दर्शनास आले असता जवळच्या पेटत्या धुनीतील एक जळके लाकूड घेऊन श्रींनी बुवांच्या अंगावर फेकले. तेव्हा तिथे उपस्थित असलेल्या सेवेकऱ्यांनी श्री स्वामी समर्थ नामाचा जयजयकार करून बुवांस सांगितले, ''तुमचे कार्य झाले!'' बुबा ते काष्ठ नित्य उगाळून त्यात गाणगापूरचे भस्म मिसळून त्याचा एकत्रित लेप श्वेतकुष्ठावर नित्य लावू लागले. हा उपचार काही दिवस केल्यानंतर बुवांचे श्वेतकुष्ठ पूर्णपणे नाहीसे झाले. त्यांची कांती पूर्वीपेक्षाही अधिक तेजस्वी दिसू लागली. बुवांचा श्रीसेवेचा उत्साह आता पूर्वीपेक्षाही वाढला होता. कारण त्यांना श्री स्वामींच्या दिव्यत्वाची प्रचिती आली होती.

❊

बुवांच्या समवेत त्यांच्या पत्नी राधाबाई ह्यासुद्धा श्रींची एकनिष्ठ भावाने सेवा करीत असत. बुवांस त्या वेळी एक सात वर्षांची कन्या होती. पुत्रसंतान मात्र नव्हते. राधाबाईने श्री स्वामींस पुत्रप्राप्तीबद्दल प्रार्थना केली. तेव्हा स्वामींनी त्यांच्या डोक्यावरील जरीची टोपी काढून बाईच्या ओटीत टाकली. बाईने हा श्रींचा कृपाप्रसाद म्हणून त्या टोपीचा भक्तिभावाने स्वीकार केला आणि त्यांना साष्टांग नमस्कार घातला.

पुढे बारा महिन्यांच्या आत त्यांना पुत्र झाला. त्या उभयतांनी त्याचे नाव 'गुरुनाथ' ठेवले. श्रींच्या आज्ञेनुसार गुरुनाथचा व्रतबंध संस्कार अक्कलकोटमध्ये श्री स्वामी समर्थ महाराजांच्या उपस्थितीत विधिवत पार पडला.

इ.स. १९७०मध्ये माघ महिन्यात शिवरात्रीच्या दिवशी ठाकुरदासबुवा कीर्तन करीत असता श्रींनी आपल्या डोक्यावरील भरजरी टोपी काढून ती गुरुनाथाच्या डोक्यावर घातली. पुढे ठाकुरदासबुवा श्रींचे कट्टर भक्त झाले. प्रतिवर्षी गुरुप्रतिपदेच्या उत्सवास अक्कलकोटास येऊन ते चार दिवस भक्तिभावाने कीर्तनसेवा श्रींचरणी रुजू करू लागले. ठाकुरदासबुवांच्या मनात 'श्रीं'विषयी कमालीचा पूज्यभाव निर्माण झाला होता.

एके दिवशी ते अक्कलकोटी 'श्रीं'च्या भजन-पूजनात व्यग्र असतानाच त्यांच्या मनात श्री स्वामी समर्थांकडून आपणास गुरुपदेश मिळावा, असे आले. तेव्हा अंतर्ज्ञानी श्री स्वामी बुवांस तत्काळ म्हणाले, ''हमकू कायकू सताता है? हम पंतोजीपण (गुरूपद) नहीं करता। गाँठके गुरू बाटके चेले हम करते नही देखे!''

पुढच्या वर्षी मात्र बुवांनी निर्धारच केला, की मरण आले तरी बेहत्तर, पण श्री स्वामी समर्थांचा अनुग्रह घ्यायचा म्हणजे घ्यायचाच. असा ठाम निर्धार करूनच बुवा हात जोडून विनम्रपणे श्री स्वामींपुढे उभे राहिले. तेव्हा ते त्याच्याकडे रागावून पाहत कडाडले, ''निकल जा यहाँसे, वरना हम जूता मारेंगे।'' हे शब्द ऐकून बुवांच्या मनात तेव्हा भक्तिविजयातील कथेचे स्मरण झाले.

या कथेत काशीक्षेत्री रामानंद स्वामी म्हणून एक महान साधू होते. त्यांचा अनुग्रह आपणास मिळावा म्हणून कबीर त्यांच्याकडे गेले होते. काशीक्षेत्री गंगा नदीच्या मणिकर्णिका घाटावर रामानंद स्वामी स्नान-संध्या करीत असता, कबीर त्यांचेजवळ जाऊन हात जोडून उभे राहिले. त्यास पाहून रामानंदांनी आपल्या पादुका उगारून कबिरास मारल्या. हा अनुग्रहच झाला असे समजून कबीर श्रीरामाची भक्ती करू लागले. ही गोष्ट ठाकुरदासबुवांचे मनात येताच अंतर्ज्ञानी श्री स्वामी त्यास म्हणाले, ''तेरा कबीर झक मारता है, हम कुछ पर्वा नहीं रखते।'' हे शब्द ऐकून श्रींच्या अंत:साक्षित्वाबदल बुवांस परमआश्चर्य वाटले. ''रघुनाथजीके सन्निध हमकू नाचनेकू जगह रखो।'' अशी आज्ञा श्री स्वामींनी ठाकुरदासबुवांस आगोदरच केली होती. ती आज्ञा शिरसावंद्य मानून त्यांनी मुंबईला ठाकुरद्वारला श्रीरघुनाथाचे देवळाजवळ श्रींच्या पादुकांची विधिवत स्थापना केली. तेथील उत्सव-परंपरा, पूजाअर्चा अद्यापही उत्तम प्रकारे सुरू आहे. अशीच कृपा त्यांनी पुण्याच्या श्री रामानंद बिडकरांवर केली.

। रामानंद बिडकर ।

रामानंद बिडकर पुण्यात सराफी व सुगंधी द्रव्यांचा (उंची अत्तरे विकण्याचा) व्यवसाय करीत. त्यांनी किमयेचे ज्ञान प्राप्त करून आपला उदरनिर्वाह उत्तम रीतीने चालवला होता. मात्र छानछोकीचे जीवन जगण्याकडे त्यांचा कल होता. एकदा योगायोगाने त्यांची एका साधूशी गाठभेट झाली. त्यातून त्यांचे त्या साधूकडे येणे-जाणे, प्रसंगी काही वेळ तेथे घालविणे वाढले. यातून त्यांचे समाधान होईना, त्यांना निव्वळ शब्दज्ञान नको होते. स्वत:ची व इतरांचीही आत्मिक उन्नती घडवून चिरंतन सुख, समाधान आणि शांती मिळवून देणारे ज्ञान हवे होते. त्यासाठी बिडकरांचे प्रयत्न होते. परंतु अतिशय सुखासीन अवस्थेत राहण्याची त्यांची वृत्ती होती. त्यांना जवळून ओळखणारी बहुतेक मंडळी म्हणत, ''अहो बिडकर, तुम्हाला जे ज्ञान हवे आहे, त्यासाठी कडकडीत वैराग्य हवे. अन्यथा सर्व व्यर्थ आहे. तुम्ही तर हे असे सुखासीन. तुम्ही सराफी व्यवसायच करावा, सुगंधी द्रव्ये विकावीत, ऐशआराम, मौजमजा, चैन करावी. आपण परमार्थाला लायक नाहीत.'' अशी शेरेबाजी त्यांच्यावर सतत केली जात असे.

अत्यंत स्वाभिमानी, जिद्दी आणि कमालीच्या मेहनती असलेल्या रामानंद बिडकरांना लोकांची ही सततची येता-जाता केली जाणारी शेरेबाजी सहन झाली नाही. परंतु त्या लोकांशी कोणताही वाद न घालता, प्रत्युत्तर न देता त्यांनी 'मी ते ज्ञान मिळवून दाखवण्यासाठी स्वत:ला सिद्ध करून दाखवेन म्हणजे दाखवेनच, तरच रामानंद नांव सांगेन.' अशी प्रतिज्ञा केली.

त्यांची ही प्रतिज्ञा त्यांना स्वस्थ व शांत बसू देत नव्हती. त्यासाठी त्यांनी त्यांचे उपास्य दैवत वायुसुत मारुतिरायांची उपासना, पूजाअर्चा, हनुमान कवचाचे पाठ, अनुष्ठाने नित्यनियमाने सुरू केली. मारुतिरायाच आपली प्रतिज्ञा वास्तवात उतरविण्यासाठी मदत करतील, असा त्यांना ठाम विश्वास वाटत होता. अखेरीस त्यांची खडतर उपासना फळास आली. 'आपण आपल्या प्रतिज्ञापूर्तीसाठी अक्कलकोटला जावे' असा त्यांना सुस्पष्ट दृष्टान्त झाला. क्षणाचीही उसंत न घेता रामानंद बिडकरांनी अक्कलकोटचा रस्ता धरला.

अक्कलकोटला पोहोचल्यावर, श्री स्वामी समर्थ भेटीसाठी कमालीच्या आतुर झालेल्या बिडकरांनी घाईतच स्नान उरकले. पोषाख केला. श्रीफळ, उदबत्ती, अत्तरे घेऊन ते श्रींच्या दर्शनास गेले. सोबत आणलेले पूजा साहित्य 'श्री'चरणी समर्पण करून ते श्रींच्या पाया पडले. श्री स्वामी समर्थांनी विचारले, ''कायकू पाया पडते?'' त्यावर 'पाया मजबूत पाहिजे.' असे बिडकरांनी उत्तर दिले. तेव्हा श्री स्वामींनी खुंटीला अडकवून ठेवलेल्या हरणाच्या कातड्याकडे निर्देश करीत म्हटले, ''उधर देख! उधर देख!'' त्या मृगाजिनकडे पाहून बिडकरांना वाटले की, त्यावर बसून योगाभ्यास करावा. परंतु श्री स्वामींचा असा निर्देश करण्यामागे काय उद्देश असावा, हे लक्षात न आल्यामुळे बिडकर श्रींना म्हणाले, ''महाराज, ध्यान में नही आया!'' मी अज्ञानी आहे. श्री स्वामी बिडकरांवर अतिशय रागावले. त्यांनी बिडकरांना शिव्यांची लाखोली वाहण्यास सुरुवात केली. त्यांची मुद्रा तेव्हा कमालीची क्रोधायमान झाली होती.

जवळच असलेल्या सुंदराबाई व चोळाप्पाने बिडकरांना श्रींपासून दूर केले. ''तुम्ही गृहस्थाश्रमी आहात. श्रींचा कोप झाला, तर तुमचे फार नुकसान होईल तुम्ही येथून जरा दूर त्यांच्या नजरेआड जा.'' असे सांगितले. पण जिद्दी स्वभावाचे रामानंद बिडकर तेथून हटण्यास तयार नव्हते. कडकडणाऱ्या शिव्यारूपी विजा सहन करीत ते तसेच हात जोडून निश्चलपणे श्रींपुढे उभे राहिले. काही वेळानंतर श्रींच्या शिव्यांचा गडगडाट थांबला. कोप शांत झाल्यावर स्वामींनी बिडकरांवर ममत्वाने दृष्टिक्षेप टाकीत आशीर्वादात्मक हुकूम दिला, 'अभी यहाँ से चले जाव, तुम्हारा काम हो गया है।'' पुन्हा श्री स्वामींस कृतज्ञतापूर्वक वंदन करून बिडकर पुण्यास आले.

❋

या प्रसंगाने व श्री स्वामींच्या ईश्वरी दर्शनाने बिडकरांच्या चित्तवृत्तीत एकदम फरक पडला. 'श्रीगुरुराय माउली' म्हणण्याचा त्यांना एकसारखा चाळा लागला. पुढे एक वर्षानंतर माघ शुद्ध पौर्णिमेस ते पुन्हा श्री स्वामी समर्थ महाराजांच्या दर्शनास आले. श्री स्वामी बिडकरांस म्हणाले, ''आंबे का पाड लगा है, पुरा होयगा तो काम हो जायेगा।'' या खेपेस दुसरे काही विशेष घडले नाही. परंतु 'श्रीगुरुराय माउली' म्हणण्याचा त्यांचा चाळा अखंड सुरूच होता. नंतर पुन्हा एक वर्षाने माघ शुद्ध पौणिमेस गुरुवारी ते 'श्रीं'च्या दर्शनास गेले. या खेपेस श्री स्वामींचा उपदेश होईपर्यंत त्यांच्या सेवेला त्यांच्या सन्निध राहण्याचा दृढनिश्चय बिडकरांनी केला. रात्री श्री स्वामींचे पाय चेपत असता पहाट झाली. तरी श्री स्वामींनी 'पुरे आता' असे म्हटले

नाही. ह्या प्रसंगातून ते बिडकरांची सहनशीलता आणि निष्ठा जोखत होते. इतकेच नव्हे, तर त्यांची परीक्षा पाहण्याकरताच की काय बिडकरांकडून पाय चेपून घेणे सुरू होते. बिडकरांचे पाय चेपणे सुरू असताना एकाएकी श्रींच्या जांघेमधून एक भला मोठा नाग बाहेर पडला. फणा वर करून बिडकरांच्या अंगावर तो फुत्कारू लागला. त्याही अवस्थेत बिडकरांचे मुखाने 'श्रीगुरुराय माउली, श्रीगुरुराय माउली' असे नामस्मरण व श्री स्वामींचे पाय चेपणे निर्भयपणे सुरूच होते. फणा काढून फुत्कारणारा नाग लगेचच तेथून निघून गेला. तेव्हा श्री स्वामी एकदम उठून बसले. ''तू बड़ा राक्षस जींद है।'' असे अतिशय क्रोधाने बिडकरांकडे पाहत म्हणाले.

या वेळी मात्र बिडकर घाबरले. श्री स्वामी आपणास शाप तर देणार नाहीत ना, अशी धास्ती त्यांच्या मनात निर्माण झाली. पण तसे काहीही न होता ''बडा जींद राक्षस है तू, निकल जाव यहाँसे।'' असे म्हणून त्यांनी बिडकरास एक थप्पड मारली. त्यासरशी ते गुंगी येऊन खाली पडले. पुढे दुसरे दिवशी पहाटे बिडकर शुद्धीवर आले. त्या वेळेचा बिडकरांचा आनंद अवर्णनीय होता. त्या आनंदविभोर अवस्थेतच ते पुन्हा श्रींच्या दर्शनास गेले असता त्यांनी बिडकरांस आज्ञा केली, ''अभी क्या तेरे बाप का यहाँ कुछ लेना देना है? अब सेवा बनाव.'' येथे श्री स्वामी समर्थ महाराजांचा बिडकरांशी वर्तनव्यवहार वरकरणी रागाचा जरी वाटत असला, तरी त्यांचे बिडकरांच्या जिद्दीला आणि निष्ठेला ते शाबासकी व आशीर्वादच होते. एक प्रकारे ते बिडकरांची कसोटी पाहत होते.

❋

तिसऱ्या खेपेस श्री स्वामी समर्थांच्या दर्शनभेटीस जाताना बिडकर एक हजार रुपयांची सर्व तऱ्हेची किमती सुगंधी अत्तरे पेटीत घेऊन रेल्वेने पुण्याहून कुर्डुवाडी स्टेशनपर्यंत आले. तेथून घोडा करून ती किमती अत्तरांची पेटी घेऊन अक्कलकोटी निघाले. वाटेत घोडा उधळला. त्याने जोराची धाव घेतली. तेव्हा अत्तराची पेटी खाली पडली. ती दोरीने बांधलेली असल्यामुळे धावत्या घोड्याबरोबर आपटत-फरफटत फुटत गेली. पेटीतील अत्तरांच्या कुप्या एकमेकींवर आदळून फुटल्या. सर्व जिनसांची नासधूस झाली. बिडकरांना तेव्हा फार वाईट वाटले, परंतु त्यांची श्रीदर्शनाची ओढ कमी झाली नाही आणि 'श्रीगुरुराय माउली'चे स्मरणही थांबले नाही.

बिडकर कसेबसे अक्कलकोटला पोहोचले खरे, पण आता त्यांच्याजवळ पैसा नव्हता. सहस्त्रभोजन घालण्याचा संकल्प कसा पुरा करावा, अशी त्यांना काळजी लागली. पण श्री स्वामीकृपेने त्या वेळी राजाच्या कारभाऱ्यांकडून त्यांना

मदत मिळाली. वाण्याकडून भोजनाचे सर्व साहित्य उधारीवर मिळाले. श्रीआज्ञेनुसार सोडलेल्या संकल्पाप्रमाणे बिडकरांनी त्या वेळी तमाम रयतेस सहस्त्रभोजन घातले. फुटलेल्या अत्तरांच्या कुप्यांतून अत्तर मिळवून राजास अष्टगंध हवे होते ते तयार करून दिले. त्या बदल्यात राजाकडून पैसे मिळाले. त्यातून त्यांनी वाण्याच्या पैशांची भरपाई केली. स्वत:जवळील अल्प-स्वल्प पैशांनी पंडितास भोजन घातले व दक्षिणा दिली. या सर्व कृती मागे बिडकरांचा संकल्प पूर्ण करण्याचा हेतू होता. हे श्री स्वामींना ज्ञात होते.

''हमारेकु भोजन तो दिया, लेकिन दक्षिणा नहीं दिया। अभी दक्षिणा होना।'' असे श्री स्वामी म्हणाले. पुन्हा बिडकरांवर कृपादृष्टी टाकीत श्री स्वामींनी विचारले, ''बच्चा, अभी कित्ती गुरुदक्षिणा देगा, बहोत देगा?'' तेव्हा बिडकर श्रींपुढे नतमस्तक होऊन आणि हात जोडून विनम्रपणे म्हणाले, ''महाराज, आज्ञा प्रमाण.'' तेव्हा काहीसे स्मितहास्य करीत श्री स्वामी म्हणाले, ''बेटा, अभी झूठा क्यों बोलते हो? तेरेसे दक्षिणा नहीं दी जायेगी, देना है तो वचन देव।'' असे म्हणून त्यांनी बिडकरांच्या पुढे हात केला व त्यांच्याकडून हातावर तीन वेळा वचन घेतले.

पण आपल्याकडे पैसेच शिल्लक राहिले नाहीत हे अंतर्ज्ञानी श्रींना समजले याचे परम आश्चर्य बिडकरांस वाटले. तेव्हा आपण श्री स्वामी समर्थांना वचन दिल्यामुळे आपल्याला सराफी, सुगंधी द्रव्ये, अत्तर विकून आणि किमयेने मिळणाऱ्या प्रचंड संपत्तीचा झरा आटेल याची थोडीसुद्धा भीती बिडकरांना वाटली नाही. तेव्हा विनम्रपणे त्यांनी श्री स्वामींस विचारले, ''श्रीगुरुराय माउली महाराज, काय आज्ञा आहे?'' त्यावर श्री स्वामींनी सांगितले, ''तू जो जडीबुटीचा अथवा किमयेचा उद्योग करतोस, तो आजपासून बंद. पुढे करू नये.''

श्री स्वामींनी वचनाद्वारे मागितलेली ही गुरुदक्षिणा बिडकरांनी तत्काळ मान्य केली. वास्तविक त्यातून मिळणाऱ्या अमाप पैशावर बिडकरांनी या अगोदर खूप चैन, मौजमजा केली होती. घेऊ नये ते उपभोग घेतले होते. राजवैभवी जीवन बिडकर जगले होते. बेफिकिरीने आणि बेदरकारपणे वागले होते. या गुरुदक्षिणेमुळे संपत्तीचा प्रवाहच बंद पडणार होता. परंतु बिडकरांनी श्री स्वामी समर्थ महाराजांचा एक निष्ठावान शिष्य म्हणून दिलेले वचन पाळले.

''महाराज, प्राप्त परमार्थ विद्या मी दुसऱ्याला सांगेन. चालेल का?'' बिडकरांनी नम्रपणे विचारले, ''राम्या, भूक लागल्याशिवाय जेवू घातले तर त्याचे चीज होणार नाही. अन्नाचा चिवडा होईल.'' श्री स्वामींनी त्यांना स्पष्टपणे सांगितले. महाराज,

भुकेल्याला कोणीही देईल पण...'' बिडकरांना थांबवत काहीही न बोलता श्रींनी संमतीदर्शक स्मितहास्य केले. श्री स्वामींचा आशीर्वाद घेऊन बिडकर पुण्यास आले.

❋

चौथ्या खेपेस बिडकर श्री स्वामी समर्थ महाराजांच्या दर्शनास आले. दर्शन घेऊन आज्ञाधारक वृत्तीने हात जोडून ते श्रींपुढे उभे राहिले. तेव्हा श्रींनी त्यांना स्पष्टपणे आज्ञा केली, की तू पुन्हा अक्कलकोटास येऊ नये, नर्मदाप्रदक्षिणा करावी. श्रींची आज्ञा शिरसावंद्य मानून ते पुन्हा कधीही अक्कलकोटास गेले नाहीत. परंतु श्रीआज्ञेनुसार नर्मदा प्रदक्षिणा करण्याचा त्यांनी निश्चय केला. परंतु इतर यात्रेकरूंप्रमाणे नर्मदा परिक्रमेच्या नेहमीच्या मळलेल्या प्रदक्षिणेच्या वाटेने न जाता, आडमार्गाने, रानातून वाट काढीत नर्मदा प्रदक्षिणा करण्याचा त्यांनी निश्चय केला.

त्यानुसार बिडकर प्रथम ओंकारेश्वरास आले. येथे काही गोसावींना व साधूंना ते भेटले. संध्याकाळी घनदाट झाडीतून वाट काढीत तेथेच धुनी पेटवून मुक्काम करण्याचे ठरविले. परंतु त्यांना धुनीजवळ कुणीतरी बसले आहे असा भास झाला. जवळ जाऊन पाहतात तो एक वाघ दिसला. घनदाट अरण्यातील काळ्याकुट्ट रात्रीच्या गडद अंधारात त्या वाघाचे विजेसारखे चमकणारे तेजस्वी, गरगरीत डोळे जेव्हा बिडकरांच्या नजरेस पडले, तेव्हा त्यांना दरदरून घामच फुटला. श्री स्वामी समर्थांचे नाव घेऊन न डगमगता त्यांनी वाघाच्या डोळ्यास डोळा भिडवला, तेव्हा तो वाघ बिथरला. डरकाळ्यांवर डरकाळ्या फोडीत पेटलेल्या धुनीभोवती फेऱ्या घालू लागला.

त्याने बिडकरांच्या अंगावर झेप घेण्याचा आवही आणला. तेव्हा बिडकरांनी अतिशय कळवळून ब्रह्मांडनायक श्री स्वामी समर्थांचा धावा सुरू केला. अखेरीस तो वाघोबा धुनीवरून उडी मारून डरकाळ्या फोडीत त्या घनदाट जंगलात निघून गेला. तेव्हा श्री गुरुराय माउली स्वामी समर्थांच्या आठवणीने बिडकरांच्या डोळ्यांतून प्रेमाश्रूंचे पाट वाहू लागले. 'महाराज, धन्य धन्य तुमची लीला आणि भक्तवत्सलता!' असे मनोमनी म्हणून त्यांनी तेथूनच श्रींना साष्टांग नमस्कार केला. तेथे काही काळ ते निश्चिंत निद्राधीन झाले.

दुसऱ्या दिवशी सूर्योदयापूर्वीच ब्राह्ममुहूर्तावर जागे होऊन, मोठ्या आत्मविश्वासाने आणि निर्भयतेने असेच आडमार्गाने ते निघाले, तेव्हा एका मोठ्या अजगराच्या तडाख्यातून सोडविण्याकरिता एका भिल्लाने त्यांना अन्य रस्त्याने सुरक्षित नेले. आडमार्गाने जाता जाता संध्याकाळ झाली. बिडकरांना गावचा रस्ता

सापडेना. तेव्हा एक लांडगा त्यांच्या मागे लागला. तेव्हा लांडगा आपल्या मागे येत आहे असे पाहून बिडकर पळत सुटले व मनुष्यवस्ती असलेल्या गावाजवळ आले. गावाजवळ येताच तो लांडगा त्यांना सोडून पळून गेला. जणू त्या मागे लागलेल्या लांडग्याच्या भीतीने त्यांना मनुष्यवस्तीजवळ आणून सोडले असेच वाटले. त्यांनी मनोमन श्री गुरुराय माउली श्री स्वामी समर्थांना वंदन केले. त्यांच्या असीम कृपेचे आभार मानले. त्या गावी श्री नर्मदामाईंचे त्यांस प्रत्यक्ष दर्शन झाले. येथे त्यांना दूध मिळाले. नर्मदा परिक्रमा करीत असताना बिडकर महेश्वर गावी पोहचले असता श्री स्वामी समर्थ महाराजांच्या महानिर्वाणाची दु:खद बातमी त्यांना कळली. या बातमीने त्यांच्यावर जणू वज्राघात झाला. संपूर्ण दिवस ते फार अस्वस्थ होते. श्री स्वामींनी रात्री त्यांच्या स्वप्नात दर्शन दिले. 'मी जरी देह सोडला असला, तरी तुमच्यातून गेलेलो नाही. मी जिवंतच आहे. ओंकारेश्वरीच, म्हणजे जेथून तू प्रदक्षिणा सुरू केलीस, तेथेच प्रदक्षिणा पूर्ण करावी.' अशी बिडकरांना श्री स्वामींनी स्वप्नात आज्ञा केली.

नंतर बिडकरांनी महेश्वरापासून तीनचार मैलांवर ओंकारेश्वराजवळ 'पंथा' म्हणून गाव आहे, तेथे मुक्काम केला. दुसरे दिवशी नर्मदा ओलांडून बिडकर ओंकारेश्वरी आले. या नर्मदा परिक्रमेसाठी कुटुंबापासून बरेच दिवस ते दूर होते. घरी त्यांचा पत्रव्यवहारही होत नव्हता. म्हणून त्यांच्या शोधार्थ त्यांच्या पत्नी निघाल्या. त्यांचा शोध घेत घेत त्या फत्तेगिरीबुवांच्या मठात आल्या. 'बिडकर आपणास ओंकारेंश्वरीच भेटतील' असे मठातील बुवांनी त्यांना सांगितले. त्या ओंकारेश्वरी आल्या. तेथे ब्रह्मचाऱ्यांच्या मठात त्यांची व बिडकरांची भेट झाली. नंतर ते दोघेही पुण्यास आले. येथेही त्यांचा श्री स्वामी समर्थ उपासनेचा नित्यक्रम सुरूच होता. त्यांनी पुष्कळ शिष्यगण तयार केले. पुण्यात मठाची स्थापना केली. मूळव्याधीमुळे त्यांचे १ एप्रिल १९१३ रोजी निधन होऊन ते श्री स्वामी समर्थचरणी लीन झाले.

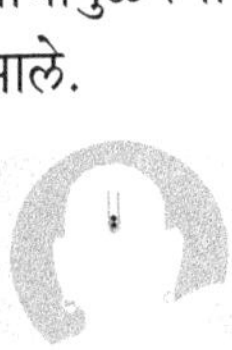

। विनायक वासुदेव ।

श्री स्वामी समर्थांच्या ईश्वरी सामर्थ्याचे गारूड अनेकांप्रमाणे त्या वेळच्या मुंबापुरीतील विनायक वासुदेव तथा काकासाहेब या मोठ्या सरकारी, सुशिक्षित अंमलदारावरही होते. त्या वेळी त्यांचे मुंबई सरकारात, तसेच इतर संस्थानांत

मोठे वजन व दबदबा होता. त्यांना सर्वत्र मान आणि आदर होता. त्यांना इंग्रज सरकारकडून 'ओरिएंटल इन्स्लेटर' ही सन्माननीय पदवी प्राप्त झाली होती. त्यांनी पीनल कोडचे सुबोध मराठीत भाषांतरही केले होते. त्यावरून त्यांची विद्वत्ता व अधिकाराची कल्पना येते. ते अभ्यासू, बुद्धिप्रामाण्यवादी, चिकित्सक, कर्तबगार अधिकारी होते. तेसुद्धा ब्रह्मांडनायक श्री स्वामी समर्थांचे निस्सीम भक्त होते.

पहिल्या खेपेस ते श्रींच्या दर्शनभेटीस निघाले. तेव्हा सुमारे दोनशे माणसे त्यांच्या समवेत होती. ते सर्व मुंबापुरीहून कडपगावपर्यंत रेल्वेने आले. राजमान्य राजश्री विनायक वासुदेव तथा काकासाहेब अक्कलकोटी श्रींच्या दर्शनभेटीसाठी येणार याची वर्दी अगोदरच राजवाड्यावर देण्यात आली होती. म्हणून रा. रा. काकासाहेबांस सन्मानाने, राजेशाही इतमामात आणण्यासाठी राजाकडून बग्या, मेणे, हत्ती, कारभारी, मानकरी, घोडे वगैरे सर्व लवाजमा कडपगावपर्यंत पाठविण्यात आला होता.

त्याच वेळी अंतर्ज्ञानी, सर्वसाक्षी, भक्तवत्सल श्री स्वामींनी राजवाड्यावर सेवेकऱ्यांकरवी निरोप पाठविला, ''हमकू भी तट्टू भेजो, हम भी जायेंगे!'' श्री स्वामी आज्ञेनुसार 'श्रीं'नाही पालखी पाठविण्यात आली. पालखीत बसून ते कडपगावच्या रेल्वेस्टेशनपर्यंत गेले. भक्तवत्सल, भक्ताभिमानी श्री स्वामी समर्थ महाराज स्वत: दर्शन देण्याकरिता येत आहेत, हे ऐकून रा. रा. काकासाहेब व त्यांच्या पत्नीस अतिशय आनंद झाला. लगेच ते आपले वाहन सोडून, पादचारी होऊन श्रींच्या दर्शनास गेले. श्रीचरणांवर मस्तक ठेवून त्यांनी त्यांच्या चरणांना आनंदाश्रूंचा अभिषेक घातला. ज्यांना शक्य होते, त्या दर्शनार्थींनी श्रींचे लगबगीने दर्शन घेतले. श्री स्वामी गाडीत बसून 'चलो, गाडी हकालो!' असे आदेशवजा बोलले. लागलीच गाड्या सुरू केल्या. बाकीच्या उर्वरित मंडळीचे दर्शन अक्कलकोटास गेल्यावर झाले.

रा. रा. काकासाहेब चार दिवस अक्कलकोटी राहून श्रींची आज्ञा घेऊन निघणार, तेवढ्यात श्रींनी श्रीफळाचा प्रसाद काकासाहेबांच्या पदरात टाकला आणि हाताची टिचकी वाजवत 'शीघ्र शीघ्र शीघ्र!' असे तीन वेळा म्हटले. त्यांच्या या कृतीचा आणि उद्गाराचा अर्थ कुणाच्याही ध्यानात आला नाही. मात्र काकासाहेब श्री स्वामी समर्थ आज्ञेनुसार अतिशय शीघ्रगतीने कडपगाव रेल्वे स्टेशनवर आले. तेथे पाहतात तो मोठा अनर्थ गुदरला होता.

मुंबईहून काकासाहेबांसोबत आलेली काही मंडळी पुढे कडपगावास गेली होती. त्यांतील काही लहान मुले हौसेने हत्तीच्या अंबारीत बसून गेली होती. त्या वेळी आगगाडी नवीनच असल्यामुळे तिच्या कर्णकर्कश शिटीने स्टेशनजवळील तो हत्ती बुजला, घाबरला. सोंड वर करून रानाकडे धावत गेला. हे वर्तमान ऐकून काकासाहेब फार काळजीत पडले. त्यांनी श्री स्वामी समर्थांचा धावा सुरू केला. श्री स्वामींच्या 'शीघ्र शीघ्र शीघ्र' या उद्‌गाराचा आणि हाताची टिचकी मारून त्वरित निघायला सांगण्याचा उलगडा झाला. श्रीकृपेशिवाय आपल्या हातून तरी काय होणार? असा विचार करीत 'श्री स्वामी समर्थ' नामाचा धावा करीत ते स्तब्ध राहिले. थोड्याच वेळात दुसरे माहूत व इतर लोक भाले घेऊन हत्तीचे पाठीमागे गेले. मोठ्या प्रयासांनी त्या सर्वांनी मुलांस सुरक्षितपणे स्टेशनवर आणले. हे पाहून काकासाहेबांस अत्यानंद झाला. 'श्री स्वामी समर्थ महाराज की जय' असा त्रिवार जयजयकार करीत सर्व मंडळी आगगाडीत बसून तुळजापूर, पंढरपूर वगैरे यात्रा करून सुखरूपपणे मुंबईस परतली.

पुढे तीनचार वर्षांनी शनिवार-रविवारची संधी पाहून काकासाहेब पुन्हा अक्कलकोटला आले. या वेळी त्यांना श्री स्वामींचा मोठाच चमत्कार अनुभवण्यास आला. सकाळचे प्रहरी नऊ-दहा वाजायच्या दरम्यान श्रींची स्वारी मंचकावर विसावली होती. रावसाहेब ढवळे श्री स्वामींवर चवरी वारीत होते. छोटे राजेसाहेब (शहाजी महाराज) जवळच बसले होते. त्यास 'शंकर, उठ, तेरेकु काम नहीं मालूम!' अशी आज्ञा करून त्यास चवरी वारण्यास सांगितले. श्रींच्या आज्ञेनुसार राजेसाहेब चवरी घेऊन वारू लागले.

त्या दिवशी चोळाप्पांनी श्रींस पीतांबर नेसविला होता व अंगात भरजरीचा अंगरखा घातला होता. डोकीस जरीची टोपी घातली होती. एकाएकी श्री स्वामींनी पीतांबर फेडून तो डोक्यापासून पायापर्यंत सर्व अंगावर ओढून घेतला. अंगातील अंगरखा, डोक्यावरील टोपी काढून फेकून दिली. त्या वेळी त्यांच्या डोळ्यांतून दु:खाश्रूंचे पाट वाहत होते. 'पंढरीचा विठोबा वाळवंटी' असे ते फार वेळ सारखे म्हणत होते. दिवसभर ते उदास आणि खिन्न होते. तेव्हा सर्व भक्तमंडळींनी व दर्शनार्थींनी तर्क केला की, काही तरी अनिष्ट घडले असावे. पण नेमके काय अनिष्ट घडले असावे, हे कोणाच्याच लक्षात येईना. श्रींना विचारण्याचे धाडसही कुणास होईना. त्यामुळे बिचारी भक्तमंडळीही त्या दिवशी उदास राहिली. सर्वत्र शोककळा पसरली होती.

काकासाहेबांस रजा नसल्याकारणाने श्रींची आज्ञा घेऊन निघाले. रात्री बार्शी रोड स्टेशनवर त्यांना बातमी कळली की, पंढरपुरात कोणी यवनाने पंढरीनाथास दगड मारून त्याचा पाय मोडला. हे वृत्त ऐकताच काकासाहेबांच्या मनात काल श्रींच्या कृतीचे व उदासवाण्या वृत्तीचे स्मरण झाले. श्री स्वामींच्या या अगम्य लीलेने त्यांच्यासह त्यांच्या बरोबरची सर्व मंडळी चकित झाली.

पंढरीचे लोका । किती मारू हाका । तेथे माझा सखा । पांडुरंग ॥ असे श्री स्वामी नेहमीच म्हणत असत. यांचेही स्मरण काकासाहेबांस झाले. त्यांच्या त्या सख्या पांडुरंगाच्या पायास दुखापत झाल्यामुळे श्रींच्या डोळ्यातून दुःखाश्रूंचे पाट वाहत होते. याचे यथार्थ आकलन काकासाहेबांसह सर्व समवेतच्या मंडळीस झाले. पंढरपुरातील पांडुरंगाचे वृत्त जेव्हा कळले, तेव्हा सर्वच आश्चर्यचकित झाले. ब्रह्मांडनायक श्री स्वामी समर्थांचे स्मरण आणि जयजयकार करीत सर्व मंडळी मुंबईस आली. त्रैलोक्यात काय खेळ होत असतो, त्याचे संकेत श्री स्वामी समर्थ महाराज अक्कलकोटमध्ये बसून देत असत. परंतु ते तेव्हा कुणाच्याही लक्षात येत नसत. नंतर त्याचा उलगडा झाल्यावर सर्व जण त्यांच्या ईश्वरी सामर्थ्याला आदराने पुन्हापुन्हा वंदन करीत असत. त्यांच्यापुढे नतमस्तक होत.

पुढे १८७८-७९मध्ये ब्रह्मांडनायक श्री स्वामी समर्थ महाराजांचे महानिर्वाण होण्याअगोदर काही महिने काकासाहेब श्रींच्या दर्शनभेटीस अक्कलकोटला गेले होते. त्या वेळी ते ६० वर्षे वयाचे होते. सेवानिवृत्त होऊन त्यांना काही महिने झाले होते. पेन्शनसाठी ते खटपट करीत होते. पण इंग्रज सरकार ती देण्यास टाळाटाळ करीत होते. श्री स्वामींना काहीही न सांगता त्यांनी श्रींचे दर्शन घेतले. तेव्हा त्यास ''दर्याकिनाऱ्यावर बसून आनंद कर जा।'' अशी श्री स्वामी समर्थ महाराजांनी त्यांना आज्ञा केली. ती आज्ञा शिरसावंद्य मानून त्यांनी शके १८१४ (१८९२) दत्तजयंतीस उभयता पती-पत्नीने श्री स्वामी समर्थ महाराजांकडून आशीर्वादात्मक मिळालेल्या प्रासादिक पादुकांची यथासांग विधिवत स्थापना केली. सर्व भार श्री स्वामींवर सोपवून काम चोख, प्रामाणिकपणे करणाऱ्या काकासाहेबांचे निवृत्तिवेतन अखेर इंग्रज सरकारने मंजूर केले.

रावजी भिकाजी ढवळे उर्फ रावसाहेब ढवळे यांच्याजवळ श्री स्वामींनी पादुका दिल्या व 'काकासाहेबांस या पादुका नेऊन दे' असा आदेश देऊन पाठवले. या पादुका काही वर्षे रा. रा. काकासाहेब यांच्या नित्यपूजेत होत्या. अशा श्री स्वामी समर्थ महाराजांच्या लीला अतर्क्य होत्या.

। भाऊराव सरदेसाई ।

१८५७-५८ दरम्यान दळणवळण, संदेशवहन याची प्रचंड प्रतिकूलता होती. रेल्वे नुकतीच (१८५३) सुरू झाली होती. तरीही ब्रह्मांडनायक श्री स्वामी समर्थ महाराजांच्या दर्शनभेटीच्या ओढीने लांबून लोक सर्व प्रतिकूल परिस्थितीला तोंड देत अक्कलकोटी येतच होते. लोकांना विविध अडचणींना तोंड देत अक्कलकोटला यावयास लागू नये, म्हणून श्री स्वामीआज्ञेने आणि कृपेने हरिभाऊ तावडे तथा स्वामिसुतांनी मुंबईत कामाठीपुऱ्यात श्री स्वामी समर्थ मठाची स्थापना केली होती.

मूळचे कोकणातील संगमेश्वर, जि. रत्नागिरीचे कृष्णराव अनंत उर्फ भाऊराव सरदेसाई जी.आय.पी. रेल्वेत मुंबईमध्ये बरीच वर्षे कारकून होते. भाऊराव हे स्वामिसुतांनी स्थापन केलेल्या मठात नित्यनियमाने जाऊन भजन-पूजन करीत असत. भाऊरावांची पत्नी जन्मत:च क्षयरोगी असल्यामुळे अतिशय कृश म्हणजे निव्वळ अस्थिचर्म धारण करून होत्या. भाऊरावांनी स्वामिसुतांच्या तोंडून ब्रह्मांडनायक श्री स्वामी समर्थ महाराजांची कीर्ती ऐकून, एकदा त्यांचेबरोबर कृष्णराव सरदेसाई श्रींच्या दर्शनास अक्कलकोटला गेले. श्रींच्या अगाध लीला प्रत्यक्ष पाहून, ऐकून त्यांची श्रींवर दृढ श्रद्धा बसली होती.

पुढे काही दिवसांनंतर कृष्णराव त्यांची पत्नी अन्नपूर्णाबाईंसमवेत अक्कलकोटला श्रींच्या दर्शनभेटीस गेले. ते उभयता काही दिवस तेथे श्री सेवेत राहिले. एके दिवशी अन्नपूर्णाबाईंनी सुंदराबाईंकरवी श्रींस प्रार्थना केली. सुंदराबाई श्री स्वामींस म्हणाली, ''अन्नपूर्णाबाई, संततीची इच्छा धरून आपल्या चरणापाशी आल्या आहेत.''

तेव्हा श्री स्वामी म्हणाले, ''बोरीचे झाडास तिने प्रदक्षिणा घालाव्या.'' हे श्रीआशीर्वाद ऐकून बाईंनी श्रींचरणी मस्तक ठेवले. उभयता पती-पत्नी श्रींचा शुभाशीर्वाद आणि आज्ञा घेऊन मुंबईस आले.

अन्नपूर्णाबाईंनी त्यांचे पती कृष्णराव यांना श्रींची आज्ञा सांगितली. ''बोरीचे झाडास कोणी प्रदक्षिणा घालताना मी ऐकले नाही आणि पाहिलेही नाही. आपण बोरीस प्रदक्षिणा घातल्यास लोक नावे ठेवतील, कसे करावे?'' त्यांनी पती भाऊरावांना सल्ला विचारला. त्यावर भाऊराव म्हणाले, ''श्री स्वामी समर्थ महाराजांच्या बोलण्याचा अर्थ सहज कोणास कळत नाही, करिता तू पिंपळास

प्रदक्षिणा घाल म्हणजे झाले.'' पुढे बालमुकुंदाचे मठानजीक अश्वत्थवृक्ष (पिंपळ) आहे, त्यास एक वर्षभर अन्नपूर्णाबाईंनी प्रदक्षिणा घातल्या, पण पुत्र झाला नाही. त्यामुळे त्या निराश झाल्या. पण पती भाऊरावांनी तिला खात्रीपूर्वक सांगितले, ''श्रींचे आशीर्वादपर वचन कालत्रयी असत्य होणार नाही.''

एके दिवशी भाऊराव स्वामिसुतांच्या मठात गेले. तेथे त्यांनी श्रीसच्चिदानंद स्वामिकुमारांजवळ श्री स्वामी समर्थ महाराजांनी बोरीच्या झाडास प्रदक्षिणा घालण्याबद्दल आज्ञा केल्याची घटना सांगितली. पुढे ते असेही म्हणाले, ''माझी पत्नी अश्वत्थ वृक्षास एक वर्षापासून नित्यनियमाने प्रदक्षिणा घालत आहे, पण फलप्राप्ती नाही.'' तेव्हा स्वामिकुमारांनी सांगितले, ''श्री स्वामी समर्थ महाराजांच्या आज्ञेचा अर्थ तुम्हाला समजला नाही.'' महाराज स्वामिसुतांस 'बोरीचे झाड' म्हणत असत. स्वामिसुताचे मठात येऊन बाईंनी सेवा केल्यास त्यांची मनोकामना खचित पूर्ण होईल.''

पुढे उभयता पती-पत्नीने स्वामिसुतांचे मठात सेवा करण्याचा नित्यक्रम चालू केला. काही वर्षांतच भाऊरावांच्या पत्नी अन्नपूर्णाबाई गरोदर राहिल्या. पाच महिने लोटल्यावर त्यांनी बाईंना कोकणात माहेरी बाळंतपणास पाठविले, पण इकडे मुंबईत भाऊराव चिंतेत पडले. ''श्री स्वामीकृपेने पत्नी गरोदर राहिली हे चांगले झाले, पण ती फार अशक्त असल्याने तिची निर्विघ्नपणे सुटका होऊन एका जिवाचे दोन जीव होतील तो सुदिन समजायचा!'' श्री स्वामींचरणी पूर्ण भरवसा ठेवून इकडे मुंबईत भाऊराव निश्चिंत राहिले.

नवमास पूर्ण झाल्यावर एके दिवशी रात्री भाऊरावांस स्वप्नात येऊन श्री स्वामींनी सांगितले, ''मी सोनवड्यास स्नानास जातो आहे.'' पत्नी अन्नपूर्णाबाई या बाळंतपणास सोनवड्यासच गेल्या होत्या. 'काहीतरी वाईट तर घडणार नाही ना, या विचाराने भाऊराव चिंताग्रस्त झाले. 'पुत्रमुख तर नाहीच, पण पत्नीही दृष्टीस पडते की नाही कोण जाणे' या विचाराने ते कमालीचे अस्वस्थ झाले होते.

पण दुसरे दिवशी प्रात:काळी अन्नपूर्णाबाई सुखरूप बाळंत होऊन पुत्ररत्न झाल्याचे पत्र भाऊरावांस आले. पत्र वाचून ब्रह्मांडनायक श्री स्वामी समर्थांच्या अगाध लीलेचा आठव येऊन त्यांच्या डोळ्यांतून कृतज्ञतेच्या आनंदाश्रूंचे पाट वाहू लागले. 'धन्य! धन्य! स्वामीराया, तुमची अगाध लीला! असे वारंवार उच्चारून त्यांनी तेथूनच हात जोडून श्री स्वामी समर्थ महाराजांस कृतज्ञतेचा साष्टांग नमस्कार घातला.

। ईश्वरी सामर्थ्याची खात्री ।

श्री स्वामी कधीकधी एखाद्या व्यक्तीला भविष्यात काय घडेल हे त्या व्यक्तीने न विचारताही सांगत. भविष्यात त्या गोष्टीची प्रचिती आल्यानंतर त्या व्यक्तीला 'श्रीं'च्या ईश्वरी सामर्थ्याची खात्री पटत असे. असेच एकदा मुंबईहून तेव्हा कोणी श्रीमान प्रभू नावाचे गृहस्थ 'श्रीं'च्या दर्शनाला अक्कलकोटास आले. त्यांनी पूजेचे सर्व साहित्य व पक्वानांनी भरलेले नैवेद्याचे ताट एका सेवकातर्फे आणले होते.

ताट खाली ठेवताच श्री स्वामी सेवकाकडे पाहत म्हणाले, ''पाच हजार रुपये रखे, सो ले जाव! कभी छोडना नहीं।' असे मुखातून तीन वेळा निघालेले वाक्य ऐकून तो म्हणाला, ''महाराज, मी तर एक साधासुधा स्वयंपाकी आहे. स्वयंपाक करून उदरनिर्वाह करतो. माझेजवळ पाच हजार रुपये (त्या वेळचे) कोठून येणार?'' श्री स्वामी जेथे बसले होते, त्याचे मागील बाजूस शेराची कुपाटी होती. तेथे एक वृद्ध फकीर एका काळ्या रंगाच्या कुत्र्यासह बसलेला होता. इकडे श्री स्वामींनी त्यांच्या पुढे ठेवलेल्या नैवेद्याच्या ताटाकडे निर्देश करीत त्यास सांगितले, ''वह उनको खिलाव!'' त्या पंडिताने श्रीआज्ञेनुसार ते नैवेद्याचे ताट त्या फकिरापुढे नेऊन ठेवले.

नंतर त्या फकिराने व कुत्र्याने मिळून त्या ताटातले अन्न खाल्ले आणि फक्त पाच घास म्हणजे थोडेसेच अन्न त्या ताटात शेष ठेवले. प्रभू गृहस्थाने श्रींची यथासांग पूजा करून प्रसादाचे ताट घेऊन ते मुक्कामाचे ठिकाणी बिऱ्हाडी आले. नैवेद्याच्या त्या ताटातील फकिराकरवी राहिलेले प्रसादरूपी अन्नभक्षण करावे की न करावे, या विचारात ते पडले. मग त्यांनी याबद्दल अक्कलकोटमधीलच राजोपाध्ये, नारायण भट, हर्डीकर, व्यंकटेश शास्त्री आदी विद्वान गृहस्थास विचारले; तेव्हा 'याचे निराकारण श्री स्वामी समर्थ महाराजच करतील' असे त्यांनी एकमताने सांगितले. नंतर ते प्रभू गृहस्थ त्यांच्यासमवेत मुंबईहून आणलेल्या सेवकासह पुन्हा श्रीदर्शनास आले. त्या दोघांना पाहताच श्री स्वामी म्हणाले, ''तुम्हारेकु खाना होये तो खाव, नही तो हमारे पीछे देव! घर घर पंचायत कायकु करते हो?'' श्रींच्या मुखातील ही वाक्ये ऐकून ते नि:शंकपणे परत बिऱ्हाडी आले व मनोभावे तो प्रसाद ग्रहण केला.

दुसरे दिवशी श्रींचे दर्शन घेऊन ते मुंबईस आले. येथे आल्यावर असा चमत्कार घडून आला, की त्या प्रभू गृहस्थाच्या मावशीजवळ हा पंडित पूर्वी आचारी होता. ती

बाई चांगली धनसंपन्न होती. तिने त्या पंडितास विश्वासू, गरीब, सालस आहे असे पाहून संतुष्ट मनाने पाच हजार रुपये बक्षीस दिले. अशा प्रकारे स्वप्नातदेखील ज्यास त्या वेळी पाच हजार रुपये मिळण्याचा संभव नव्हता, त्यास श्री स्वामी समर्थ कृपेने आणि त्यांनी उच्चारलेल्या वाक्याप्रमाणे अगदी सहज पाच हजार रुपयांचा लाभ झाला. त्या प्रभू गृहस्थाचीही पुढे मुंबईत भरभराट व प्रगती झाली.

। बळवंतराव भेंडे ।

१८६९-७० मध्ये अठ्ठावीस वर्षे वयाच्या रामचंद्र केरोबा उर्फ बळवंतराव भेंडे यांच्या शरीरात एकाएकी आजार उद्भवला. त्यांचे शरीर फारच अशक्त झाले. क्षयरोग झाल्याची भावना व्यक्त केली जाऊ लागली. त्यांनी पुष्कळ औषधोपचार केले, पण गुण नाही. तशात मुंबईस ज्या सावकारी कार्यालयात ते नोकरी करीत होते, त्यांचेही दिवाळे निघाले. त्यामुळे त्यांची नोकरीही गेली. प्रकृती अगदी तोळामासा झाली. आता काय करावे? त्यांना काही म्हणून काही सुचेना. हवा पालटण्यासाठी ते त्यांचे मावसभाऊ रावबहादूर नागोबा सोनोबा म्हणून पुण्यास हुजूर डेप्युटी कलेक्टर होते त्यांचेकडे आले.

येथेही रामचंद्र केरोबा यांनी पुष्कळ नामवंत वैद्यांची औषधे घेतली, पण गुण नाही. उलट दिवसेंदिवस त्यांची प्रकृती बिघडू लागली. येथे त्यांच्या कानावर अक्कलकोटच्या ब्रह्मांडनायक श्री स्वामी समर्थ महाराजांची कीर्ती आली. अक्कलकोटचे श्री स्वामी मोठ्यातल्या मोठ्या कोणत्याही रोगराईतून व संकटातून कुणासही मुक्त करतात हे ऐकून त्यांच्या जीवात जीव आला. मावसबंधू रावबहादूरांनी त्यांच्या पदरचा शिपाई व त्या वेळचे अक्कलकोटचे मामलेदार रा. रा. बाबुराव यांना पत्र दिले. त्यांची बहीण व मातोश्री यांसह ते अक्कलकोटला आले.

येथील मामलेदाराला पत्र दाखवून त्यांच्याकडे राहण्याची व्यवस्था झाली. दुसऱ्या दिवशी पूजेचे साहित्य घेऊन ते 'श्रीं'च्या दर्शनास आईसह गेले. तेव्हा श्री स्वामी खासबागेत एका विस्तीर्ण वडाच्या झाडाखाली बसले होते. 'श्रीं'ची ती तेजस्वी, तेजःपुंज मूर्ती पाहून रामचंद्ररावांचे तर देहभानच हरपले. साक्षात 'श्री शिवयोगी' बसले आहेत, असा त्यांस भास झाला. ते पूजेचे साहित्य घेऊन श्रींजवळ गेले. त्यांच्या पादुकांस केशरगंध लावला. सर्वांगास उटी लावली. सुंदर पुष्पांची माळ त्यांच्या गळ्यात घातली. यथाशक्ती दक्षिणा, नारळ, फळफळावळ त्यांच्यापुढे

ठेवले. भक्तिभावाने त्यांस साष्टांग नमस्कार करीत असता रामचंद्ररावांस असे वाटले, की आज आपले कुलदैवत भगवान शंकर यांचे प्रत्यक्ष दर्शन होऊन आपल्या जन्माचे सार्थक झाले आहे!

श्रींना नमस्कार करून विनम्रपणे हात जोडून त्यांच्यासमोर उभे राहिले. तेवढ्यात रामचंद्ररावांकडे प्रसन्नचित्ताने पाहत श्री स्वामी म्हणाले, ''अरे, इकडे ये.'' समोरच अर्पण केलेला नारळ घेऊन त्याच्या पदरात टाकत म्हणाले, ''तोंड वासून बसलास कशाला? जा आपल्या घरी.'' हे ऐकून तेथे उपस्थित असलेले सेवेकरी म्हणाले, ''आपणास प्रसाद झाला, आता आपण घरी जावे.'' सोबत आलेल्या त्यांच्या मातोश्रींनीही श्रींची यथासांग पूजा केली. तिला श्री स्वामींनी स्वत:च्या गळ्यातील माळ काढून दिली. पुन्हा एकदा श्री स्वामींना कृतज्ञतेचा साष्टांग नमस्कार करून ते मुक्कामाच्या ठिकाणी परत आले.

*

मुंबईहून येथे अक्कलकोटला येणे त्या वेळी अवघड, कठीण आणि जिकिरीचे वाटत असल्याने, त्यांनी येथेच अक्कलकोटमध्ये थांबून नित्य श्रींचे दर्शन घेणे आणि लीला पाहणे पसंत केले. त्यामुळे ते येथेच १०-१२ दिवस थांबले. अक्कलकोट सोडण्यापूर्वी रामचंद्ररावांच्या मातोश्रींनी असा विचार केला, की मुंबईला परत जाताना अनायासे इतक्या दूर आलोच आहोत, तर पंढरपूर यात्रा करून श्री पांडुरंगाचे दर्शन घेऊन जाऊ. ज्या दिवशी असे ठरले, त्याच दिवशी संध्याकाळी श्री स्वामींचे दर्शन घेण्यासाठी रामचंद्रराव मातोश्रींसह गेले असता श्री स्वामी त्यांना खासबागेत एका आंब्याच्या झाडाखाली कटीवर दोन्ही हात ठेवून पांडुरंगाच्या रूपात उभे राहिलेले दिसले. त्या दिवशी श्रींनी त्या दोघा मायलेकांस साक्षात पंढरीच्या पांडुरंगाच्या स्वरूपात दर्शन दिले. उपस्थित सेवेकरी व दर्शनार्थींनी अचंबित होऊन विचारले, ''आज हा काय चमत्कार आहे?'' त्या वेळी रामचंद्ररावांनी उपस्थितांना सांगितले, ''माझ्या मातोश्रींनी आम्ही मुंबईस परत जाताना पंढरपूर यात्रा करून श्री पांडुरंगाचे दर्शन घेऊन जाण्याचा बेत केला होता. पण सर्वज्ञ, अंतर्ज्ञानी श्रींनी अंत:साक्षित्वाने हे सर्व जाणले आणि आम्हाला येथेच प्रत्यक्ष पांडुरंगाच्या स्वरूपात दर्शन दिले.'' हे ऐकून सर्व उपस्थित आश्चर्यचकित झाले. श्रींच्या देवत्वाची त्या सर्वांनाच रोकडी प्रचिती आली.

नंतर त्यांनी पंढरपूरला जाण्याचा बेत रद्द करून श्रींचा कृपाशीर्वाद घेऊन ते पुण्यास आले. घडलेली सर्व हकिकत मावसभावास सांगितली. त्यांनाही फार

आनंद झाला आणि अचंबाही वाटला. त्यांनी रामचंद्र केरोबा व मातोश्रींस मुंबईस पाठविले. घरी पोहोचताच दुसऱ्या दिवशी त्यांच्या पूर्वीच्या ऑफिसच्या साहेबांनी शिपायाबरोबर चिठ्ठी पाठवून त्यांना पूर्वीच्या नोकरीवर बोलवून घेतले. थोड्याच दिवसांत त्यांची प्रकृती सुधारत गेली व ते पूर्ण तंदुरुस्त झाले. ''श्री स्वामी समर्थ महाराज, आपल्या कृपेने माझी प्रकृती ठीक झाली. गेलेली नोकरीही मिळाली, आपल्या चरणापासून मला कधीच दूर ठेवू नका. माझ्या अखेरच्या श्वासापर्यंत आपली नित्यसेवा माझ्या हातून घडू द्या. आपले नित्य स्मरण करण्याचे सामर्थ्य द्या!'' असे म्हणत, स्मरण करत आणि तशी कृती करत रामचंद्र केरोबा उर्फ बळवंतराव भेंडे यांनी त्यांच्या कुटुंबीयांसमवेत आयुष्य घालविले.

। रामकृष्ण जांभेकर ।

श्री स्वामी समर्थांचा संचार त्यांच्या अवतारकाळात सर्वत्र सर्वदूर व्यापक स्वरूपात होता. त्याला मुंबापुरीही अपवाद नव्हती. श्री रामकृष्ण जांभेकर ह्या निस्सीम स्वामिभक्तात आणि श्री स्वामी समर्थांत आगळेवेगळे आत्मिक नाते होते. एखादे लेकरू जसे आपल्या आईला सर्व काही सांगते, तिच्यावर कमालीचे प्रेम करते, तिच्यावर श्रद्धा आणि विश्वास ठेवते; अगदी असेच दृढ नाते श्री स्वामी समर्थ आणि रामकृष्ण जांभेकर यांचे होते. एकदा श्री स्वामी आणि जांभेकर रात्री एकांतात बोलत बसले असताना श्री स्वामींनी जांभेकरांना अचानक विचारणा केली, ''रामकृष्णा, तुला काय हवे ते मागून घे.'' प्रत्यक्ष ब्रह्मांड आपल्या हातात गोटीसमान धारण करणारे श्री स्वामी जांभेकरांना विचारीत असताना जांभेकर स्वतःसाठी काहीही मागू शकले असते. स्वतःच्या वासना, इच्छा, आकांक्षा तृप्त करू शकले असते. पण तसे काहीच न करता वा न मागता विनम्रपणे हात जोडून ते श्री स्वामींस म्हणाले, ''महाराज, मला स्वतःला काहीच नको. तुम्हाला काही द्यायचेच असेल, तर ते माझ्या सिद्धिविनायकाला द्या.''

रामकृष्ण जांभेकरांची ही इच्छा ऐकून श्री स्वामींना परम संतोष झाला. आपल्या लाडक्या, हृदयस्थ भक्ताने स्वतःसाठी काहीही न मागता सिद्धिविनायकासाठी मागितले. हे मागणे मागण्यामागे त्यांचा उदात्त हेतू होता. सिद्धिविनायकास वैभव दिल्याने या ठिकाणी येणारे भक्त वाढतील. तो वैभवसंपन्न सिद्धिविनायकच आपल्या भक्तांना कलियुगाच्या अंतापर्यंत साथ देत राहील. सुखी, समाधानी,

आनंदी ठेवेल. येथे येणाऱ्या आणि या ईश्वराचे म्हणजे सिद्धिविनायकाचे मनोभावे दर्शन घेणाऱ्यांच्या मनोकामना पूर्ण होत जातील. एका इच्छेत दोन गोष्टी साध्य होणार होत्या. रामकृष्ण जांभेकरांची इच्छापूर्ती आणि त्यातून तेथे येणाऱ्या अनेक भाविक भक्तांची इच्छापूर्ती.

रामकृष्णबुवा जांभेकराची ही कल्पना श्रींना अतिशय आवडून त्यांना आशीर्वाद देत ते म्हणाले, ''रामकृष्णा, तुझ्यासारखा निरिच्छ, निःस्पृह शिष्य मला लाभला, हे माझे भाग्य आहे. मुंबईला गेल्यावर मंगळवारी सिद्धिविनायकाला जा. तेथे तू मंदारवृक्षाचे रोपटे लाव. तुझा हा मंदारवृक्ष जसजसा इंचाइंचाने वाढेल, तसतसे तुझ्या सिद्धिविनायकाचे वैभव बहरेल.'' श्री स्वामींनी रामकृष्णबुवा जांभेकर यांना प्रसन्न मनाने शुभाशीर्वाद दिला.

श्री स्वामींचा असा शुभाशीर्वाद प्राप्त झाल्याने आनंदविभोर अवस्थेत चौथ्या दिवशी रामकृष्ण प्रभादेवीला आले. प्रथम त्यांनी श्रीआज्ञेनुसार मंगळवारी मंदार वृक्षाचे रोपटे सिद्धिविनायक देवळात लावले. त्या ठिकाणी त्यांनी हात जोडून प्रार्थना केली. ''हे गजानना, श्री स्वामी समर्थ महाराजांनी दिलेला शब्द खरा ठरो आणि तुला या जगात वैभव प्राप्त होवो. या वैभवाच्या झगमगाटाने तुझ्याकडे भक्त आकर्षित होवोत व सर्व भक्तांच्या सर्व मनोकामना पूर्ण होवोत.'' असे आशीर्वचन रामकृष्णबुवांनी त्या वेळी सिद्धिविनायकाकडे मागितले.

श्री स्वामी समर्थांचा आशीर्वाद खरा ठरला आहे. रामकृष्ण जांभेकरांनी सिद्धिविनायकासाठी मागितलेले वैभव सिद्धिविनायकाला प्राप्त झाल्याचे सर्वच अनुभवत आहेत आणि पाहतही आहेत. त्यांनी लावलेला मंदार वृक्ष जसजसा बहरत गेला, तसतसे सिद्धिविनायकाला वैभव प्राप्त झाले आणि त्याची किर्ती सर्वत्र पसरली, पसरत आहे. श्री स्वामी समर्थांनी आपल्या लाडक्या भक्ताची इच्छा पूर्ण केली.

श्रीकृपेने आणि आशीर्वादाने सिद्धिविनायकाचे मंदिर तमाम भाविक दर्शनार्थींसाठी प्रासादिक आणि इच्छा पूर्ण करणारे ठरले आहे. मुंबईत राहणाऱ्या किंवा मुंबईची ओळख असलेल्या कोणत्याही व्यक्तीला दादर येथील प्रभादेवीचे सिद्धिविनायक मंदिर आणि त्याची महती माहीत आहे. मुंबई फिरण्यासाठी, पर्यटनासाठी किंवा अगदी कामासाठी येणारी व्यक्ती वेळात वेळ काढून या सिद्धिविनायकाचे दर्शन घेतेच घेते. यापाठीमागेही एक आगळीवेगळी आध्यात्मिक पार्श्वभूमी आहे. ब्रह्मांडनायक श्री स्वामी समर्थ महाराजांची आणि मुंबईतील श्री सिद्धीविनायकाची ही एक विलोभनीय कथा आहे.

। शंकररावराजे रायभान ।

रा. रा. शंकररावराजे रायभान यांचे वडील कर्नाटकातील बिदरचे जन्मसिद्ध योगी श्री माणिकप्रभू यांचे सेवेकरी होते. त्यांच्या मृत्यूनंतर वडिलांप्रमाणे राजे शंकरराव हेही श्री माणिकप्रभूंचे सेवेत राहिले. कालानुक्रमे श्री माणिकप्रभू संजीवन समाधिस्थ झाले. त्यानंतर शंकरराव ब्रह्मांडनायक श्री स्वामी समर्थांच्या सेवेत आले. ते मुळातच धार्मिक वृत्तीचे असल्यामुळे विविध तीर्थक्षेत्रांवर सहकुटुंब दर्शनासाठी नित्यनियमाने जात असत.

श्री स्वामी समर्थ महाराजांची अलोट कीर्ती त्यांच्या कानावर अगोदरच आल्यामुळे श्रींचे दर्शन घ्यायचेच असा त्यांनी मनोमन निश्चय केला. दरम्यान त्यांना अचानक ब्रह्मसमंध बाधा झाली. त्यातच त्यांना क्षयबाधा झाल्याने त्यांचे प्रकृतिमान रोडावले. तरीही ते सहकुटुंब काशीयात्रेस गेले. तिथे ते श्री काशीविश्वेश्वराचे दर्शनासाठी गेले असता तेथील शिवलिंग दिसेनासे होऊन महादिव्य मूर्ती त्या जागी दिसू लागली. जागृतावस्थेत असे ते कोण दिसले म्हणून चौकशी केली असता तेथील पंडितांनी त्यांना विचारले, ''तुमची काही नवसपूर्ती बाकी आहे का ते आठवा.'' तेव्हा शांत चित्ताने विचार करून आठवताच अक्कलकोटच्या श्री स्वामी समर्थ महाराजांच्या दर्शनभेटीच्या संकल्पाची त्यांना आठवण झाली.

पुढे काही तीर्थक्षेत्रांचे दर्शन घेऊन, तेथे मोठा दानधर्म करून व्याधीच्या जोरामुळे ते घराकडे प्रस्थान करते झाले. त्यांना त्या काळी सहा लक्षाची सालाना जहागिरी होती. सर्व सुखे उशापायथ्याशी होती, पण ब्रह्मसमंध आणि क्षयरोग यांमुळे त्यांना सुख असे लाभेनाच. दिवसेंदिवस त्यांची प्रकृती बिघडत गेली. त्या वेळच्या सर्व नामांकित हकीम, वैद्य, डॉक्टरांचे औषधोपचार करून झाले, पण ते सर्व व्यर्थ ठरले. शंकररावांची प्रकृती इतकी बिघडली, की त्यांना वाटू लागले, 'आपली आयुर्मर्यादा आता संपली.' आता आपल्या आयुष्याचे काही खरे नाही, असेच ते उद्वेगाने म्हणत. प्रकृतीला आराम पडावा म्हणून त्यांनी अनेक जपानुष्ठाने, संतर्पणे व दानधर्म केले. तरीही त्यांच्या प्रकृतीस आराम पडेना.

शेवटी कुणा अनामिकाने त्यांना सांगितले, 'सद्गुरूंच्या कृपादृष्टीने तुम्हास आराम पडेल!'' म्हणून ते पत्नीसह गाणगापुरास तीन महिने राहिले. पुष्कळ

अनुष्ठाने, जपजाप्य, पूजाअर्चा वगैरे केल्यावर त्यांना एके रात्री दृष्टान्त झाला. ''अक्कलकोटास श्री स्वामी समर्थांकडे जावे, म्हणजे आरोग्य होईल.'' परंतु शंकररावांची श्री स्वामींप्रति विशेष श्रद्धा नसल्यामुळे ते गाणगापुरातच राहिले. परंतु पुन्हा त्यांना सुस्पष्ट दृष्टान्त झाला की, 'अक्कलकोटास गेल्याशिवाय आरोग्य होणार नाही.' तेव्हा त्यांचा नाइलाज होऊन संतर्पण करून ते अक्कलकोटास आले.

⁂

येथे ते देशमुखांच्या वाड्यात उतरले. तेव्हा श्री स्वामी समर्थ महाराजांची स्वारी आप्पा कर्दळकर यांचे माडीवर होती. शंकरराव जेव्हा श्रींच्या दर्शनास गेले, तेव्हा ते पलंगावर विसावले होते. श्रींचरणी मस्तक ठेवून ते त्यांच्या सन्निध अदबीने बसले, तेव्हा सुंदराबाई श्रींची सेवा करीत होती. शंकरराव तिच्याजवळ स्वतःच्या आजारपणाबाबत गोष्ट काढीत म्हटले, ''बाई, मी व्याधीने फार त्रस्त झालो आहे. तरी श्रींजवळ माझ्याबद्दल प्रार्थना करावी.'' तेव्हा सुंदराबाई म्हणाली ''तुम्हास आरोग्य झाल्यास तुम्ही मला काय द्याल?'' तेव्हा शंकरराव म्हणाले, ''तुम्ही सांगाल ते देऊ.''

शंकरराव हे लक्षाधीश होते. परंतु व्याधीने पीडित असल्यामुळे ते हडकुळे आणि निस्तेज दिसत होते. तेव्हा सुंदराबाईस वाटले, की हे कुणीतरी सर्वसामान्य गृहस्थ असावेत. सुंदराबाई म्हणाल्या, ''तुम्ही बरे झाल्यास दोन हजार रुपये द्याल का?'' असा प्रश्न करताच शंकरराव म्हणाले, ''मी बरा झाल्यास दहा हजार रुपये देईन.'' ही रक्कम ऐकून बाई चकित झाल्या. खात्री करून घेण्यासाठी सुंदराबाईने शंकररावांस दहा हजार रुपये देण्याचा संकल्प करून पाणी सोडण्यास सांगितले. त्याप्रमाणे त्यांनी केले.

सुंदराबाईने लगेचच श्री स्वामींस प्रार्थना करीत म्हटले, ''महाराज, यास (शंकररावास) बरे करावे.'' त्यावर काहीही न बोलता श्री स्वामी तडक उठून शेखनूर साहेबांच्या दर्ग्यात गेले. तेथे मुसलमान लोकांची स्मशानभूमी होती. तेथे एक नवीनच खाच केलेले थडगे होते. त्यात छाटी टाकून ते थोडा वेळ तेथे निजले. नंतर उठून शंकररावांना म्हणाले, ''यहाँ के सब फकिरो को खाना खिलाव और शेखनूर साहब के कब्रस्थान पर कफनी चढ़ाव।'' एवढे सांगून ते वटवृक्षाखाली नित्याच्या बैठकीच्या जागी आले.

उपस्थित सेवेकरी आपापसांत म्हणू लागले, ''श्री स्वामी समर्थ महाराज स्वतः स्मशानभूमीतील थडग्यातील 'खाचेत' निजले या कृतीने त्यांनी शंकररावांचा

मृत्यू टाळला.'' शंकररावांनी परम संतुष्ट होऊन फकिरांना जेवण दिले. शेखनूरच्या कबरस्तानावर कफनी चढविली. त्यानंतर आठ-दहा दिवस ते अक्कलकोटमध्ये श्रीसेवेत राहिले.

दरम्यान श्रींनी त्यांस आज्ञा केली, ''लिंबाचा पाला बारीक वाटून त्यात नऊ मिऱ्या घालून ते औषध म्हणून घ्यावे.'' श्री स्वामीआज्ञेनुसार औषध सुरू केल्यापासून शंकररावांना त्यांच्या व्याधीची तीव्रता कमी-कमी होत असल्याचे जाणवले. पुढे ते अत्यंत समाधानाने त्यांच्या गावी हैद्राबादला गेले.

❋

पाच-सहा महिन्यांतच त्यांची प्रकृती ठणठणीत बरी झाली. कृतज्ञता व्यक्त करण्यासाठी पुन्हा ते अक्कलकोटास आले. श्रींचे दर्शन घेऊन त्यांना प्रार्थनापूर्वक सांगितले, ''देवाधिदेवा श्री स्वामीराया, केवळ आपल्या कृपेने मला आराम पडला आहे. त्याकरिता दहा हजार रुपये आपल्या चरणी अर्पण करण्याचे उदक सोडले आहे. त्या रुपयांचे काय करावे, त्यासंबंधी आज्ञा हवी.''

तेव्हा सुंदराबाई व चोळाप्पा हे दहा हजार रुपये आपल्याला मिळावेत, यासाठी पुढेपुढे लुडबूड करू लागले. तेव्हा सर्वज्ञ श्री स्वामी शंकररावांकडे पाहत म्हणाले, ''बोडकीस (सुंदराबाईस) व जैनास (चोळाप्पास) काही देऊ नकोस. मठ बांध.'' उपस्थित मंडळींनी विचारले, ''महाराज, मठ कोठे बांधायचा?'' त्यावर श्री स्वामी उत्तरले, ''गावाबाहेर रामाचे देऊळ आहे, तेथे बांधावा.''

मठ बांधण्याची आज्ञा झाली ही बातमी कारभारी नानासाहेब बर्वे वगैरे मंडळींस कळल्यावर ते सर्व जण श्रींस सांगू लागले, ''महाराज, गावाबाहेर मठ बांधल्यास तेथे कोणी येणार नाही आणि राहणारही नाही. करिता गावातच मठ बांधणे चांगले.'' (तेव्हा ती जागा पूर्णत: गावाबाहेर होती.) ''सांगितलेल्या जागीच मठ बांधावा!'' श्री स्वामी ठामपणे म्हणाले.

श्रींच्या आज्ञेनुसार त्यांनी निर्देशित केलेल्या जागेवरच शंकररावांनी टोलेजंग मठ उभारला. 'श्रीं'चा नितांत सुंदर मुखवटा व त्यांची परमपवित्र चरणकमले कोरलेल्या संगमरवरी पादुका १८७७च्या माघ महिन्यात श्रींच्या साक्षीने त्या मठात स्थापन झाल्या. श्री स्वामी ज्यांना लाडाने 'कबीरा' म्हणत अशा रामाचार्य जमखंडीकर यांच्याकडे राहणाऱ्या रामदासबुवा या सत्पुरुषाकडे हा मठ सांभाळण्याची व येथील सर्व व्यवस्थेची जबाबदारी सोपविण्यात आली.

। हैद्राबादचे विठ्ठलराव ।

श्री स्वामी समर्थांच्या दैवी अनुभूतीचा प्रत्यय दूरदूरच्या अनेकांना येत होता. त्यात विठ्ठलराव नावाचे हैद्राबादचे एक मामलेदार होते. सुरुवातीस बिदरच्या (कर्नाटक) श्री माणिकप्रभूचरणी त्यांचा शुद्ध भक्तिभाव होता. परंतु एकदा त्यांच्या हातून काहीतरी मोठा अपराध झाला, म्हणून त्यांना मुघल सरकारने मामलतीच्या कामावरून काढून टाकले. त्यांच्यावर कैद होण्याची वेळ आली. या संभाव्य अटकेच्या बातमीने विठ्ठलराव घोर चिंतेत पडले. अटक टाळण्यासाठी त्यांनी त्या वेळी हैद्राबादेतून पळ काढला. श्री माणिकप्रभूंच्या चरणी जावे, तर वॉरंट दाखवून पोलीस पकडतील. हातात बेड्या घालून तुरुंगात डांबतील, म्हणून ते रातोरात (मध्यरात्रीच्या समयी) अक्कलकोटमध्ये दाखल झाले.

त्या वेळी श्री स्वामी अक्कलकोटमधीलच शेख नूरुद्दीन दर्ग्यात सेवेकरी-भक्तांसमवेत निद्रिस्त झाले होते. विठ्ठलरावांनी श्री स्वामींच्या मुक्कामाची निश्चित खात्री करून शेख नूरुद्दीन दर्ग्याकडे धाव घेतली. तेथे झोपलेल्या पुजाऱ्यास उठविले. ''पुजारीबुवा, मी हैद्राबादहून आलो आहे. तेथे मामलेदार आहे. माझ्यावर सरकारची तोहमत आलेली आहे. त्यातून श्री स्वामी समर्थ महाराजच मला सोडवू शकतील. कृपया आपण माझ्यावर आलेल्या या संकटाविषयी त्यांना सांगावे.'' अशी विनंती ते पुजाऱ्यास करीत होते.

''अहो, तुम्ही म्हणत आहात ते ठीक आहे. पण एवढ्या रात्री श्री स्वामी महाराजांना उठवणे योग्य नाही.'' पुजारी विठ्ठलरावांस पुन्हापुन्हा सांगत होता.

''काहीही करा, पण श्री स्वामी महाराजांना तुम्ही कृपा करून उठवाच. माझ्या जीवावर बेतणारे हे खूप मोठे संकट आहे.'' पुजाऱ्याच्या हातापाया पडून विठ्ठलराव तेवढ्या रात्री प्रयत्न करीत होते. त्या दोघांचे 'होय', 'नाही' चालले असतानाच सर्वसाक्षी, अंतर्ज्ञानी श्री स्वामी तेवढ्या रात्री अचानक उठून बसले. ते पाहून संकटग्रस्त विठ्ठलरावांनी थेट 'श्रीं'कडे धाव घेतली.

त्यांना साष्टांग नमस्कार घालून, हात जोडून विनम्रपणे ते त्यांच्या पुढे उभे राहिले. क्षणार्धात 'श्रीं'ची मुद्रा त्या गडद काळोख्या रात्रीही रागाने तप्त झाली. ते त्यांच्यावर बेतलेल्या संकटाविषयी बोलणार तोच अंतर्ज्ञानी श्री स्वामी त्यांच्याकडे कठोरतेने पाहत, त्यांचे बोलणे थांबवीत तेवढ्या मध्यरात्री कडाडले, ''मूर्खा, तू पापी

आहेस, व्यभिचारी आहेस. काही एक सांगू नको मला. तुझे सर्व कारनामे आम्ही जाणतो. अरे दुष्टा, दुर्जना, परस्त्रिया आणि परधन अपहरण करण्याचे दुर्वर्तन तू केलेस. कर्म करावी हसत हसत, मग परिणाम भोगावे रडत रडत! काय रे, माजलास काय? दुसऱ्यांच्या बायका, द्रव्य तुला पाहिजे का? आमच्याकडे का आलास? जा चालता हो! तुझ्या बापाचे काय आम्ही नोकर आहोत काय?'' गर्द अंधाराने दाटलेल्या काळोख्या रात्री आकाशात विजा कडाडाव्यात तसे श्री स्वामी त्याच्यावर कडाडत होते.

अतिशय काकुळतीला येऊन, दीनवाण्या स्वरात, खाली मान घालून, हात जोडून विठ्ठलराव म्हणाले, ''महाराज, माझ्याकडून अनंत अपराध झाले आहेत, याची मला कल्पना आहे. पण आता मला माझ्या त्या दुष्कृत्यांचा पश्चात्ताप होतो आहे. महाराज काहीही करून या आपल्या चरणदासाला क्षमा करा. सांभाळून घ्या. पण माझ्यावर गुदरलेल्या या संकटातून मला वाचवा. या क्षणी तरी त्रैलोक्यामध्ये आपल्याशिवाय मला तारणारा कोणीही नाही.'' गयावाया करीत त्याने 'श्री'चरणांना घट्ट मिठीच मारली व धाय मोकलून ओक्साबोक्शी रडू लागला.

दयानिधी सर्वज्ञ श्री स्वामींनी विठ्ठलरावांचा खराखुरा शरणागत भाव ओळखला आणि पश्चात्तापदग्ध मनोभावना जाणत ते म्हणाले, ''ठीक आहे. उठ आता. तुझे सर्व अपराध पोटात घातले आहेत. यापुढे सावधगिरीने आणि सदसद्विवेकाने वाग. जा आता!'' अत्यंत कृतज्ञतापूर्वक 'होय महाराज' असे म्हणून, 'श्रीं'ना नमस्कार करून विठ्ठलराव म्हणाले, ''महाराज, जर माझी सुटका सहीसलामत झाली, तर मी आपल्या चरणाशी एक सहस्र मुद्रा अर्पण करीन.'' त्यावर त्याच्याकडे पाहत श्रींनी फक्त निर्विकार मंदस्मित केले. श्रींना पुन्हा एकदा कृतज्ञतेचा नमस्कार करून आणि त्यांची आज्ञा घेऊन विठ्ठलराव हैद्राबादेस आले. येथे येताच वरिष्ठांनी त्यास पाहिले आणि चमत्कार घडावा त्याप्रमाणे त्याच्यावर कोणतीही कारवाई न करता त्यास निर्दोष सोडून दिले.

निर्दोष सुटल्यासुटल्या विठ्ठलराव प्रथम श्री माणिक प्रभूंच्या स्थानावर गेले. तेव्हा त्या गादीवर माणिक प्रभूंचे पुतणे आप्पासाहेब माणिकप्रभू होते. त्यांना वंदन करून उभे राहताच ते त्यास चटकन म्हणाले, ''बा विठ्ठला! तुमचा संकल्प श्री स्वामी समर्थ महाराजांस सहस्र मुद्रिका देण्याचा आहे. तेव्हा आपण आधी अक्कलकोटास जाणे.'' हे सत्यवचन आप्पासाहेब माणिक प्रभूंच्या मुखातून ऐकताच विठ्ठलराव खजिल झाले व लगोलग अक्कलकोटला रवाना झाले.

श्रींचे दर्शन घेऊन, त्यांच्यापुढे हात जोडून उभे राहाताच अंत:साक्षी श्री स्वामींनी त्याच्या अंतरीचा ठाव घेत करडेपणाने विचारले, ''काय रे विठ्या! तू कारागृहातून मुक्त झालास ना? मग बोलल्याप्रमाणे आमचे धन का देत नाहीस? तू लोभी आणि कृतघ्न आहेस! आमच्याशी प्रतारणा का केलीस?'' श्री स्वामी त्याला रागाने हे बोलले खरे, परंतु लगेच कृपाळू होऊन त्याच्या सर्व अपराधांची क्षमा केली, त्याच्यावर कृपावंत होऊन स्वत:च्या पायांतील पादुका त्यास बहाल केल्या. नंतर विठ्ठलरावाने रामनाम कोरलेली सोन्याची अंगठी श्री स्वामी समर्थचरणी अर्पण केली. तेव्हा त्या अंगठीची किंमत रुपये पस्तीस एवढी होती. तसेच त्यांनी रोख ६५ रुपये श्रींचरणी अर्पण केले. त्यानंतर श्री स्वामी समर्थ महाराज सदेह स्थितीत असेपर्यंत व त्यानंतरही विठ्ठलराव अतिशय भक्तिभावाने आणि नित्यनियमाने त्यांच्या समाधीचे दर्शन अक्कलकोटी येऊन घेत. त्यांचा हा परिपाठ त्यांच्या आयुष्याच्या अंतकाळापर्यंत होता.

। झाडाझडती ।

त्या काळात हैद्राबादच्या विठ्ठलराव मामलेदारासारखे वागणारे जसे होते, तसेच काही कपटी लोकही होते. त्यातीलच एक हैद्राबादहून आलेला यवन शिपाई होता. एकदा अक्कलकोटमधील मुरलीधर देवालयाजवळ असलेल्या साखरविहिरीजवळ एका आंब्याच्या झाडाखाली श्री स्वामी समर्थ महाराज बसले होते. तेथेही त्यांच्या दर्शनासाठी उत्सुक अनेक जण उभे होते. त्यात हा यवन शिपाईही उभा होता. त्याने कपटबुद्धीने श्रींना वंदन करून, नम्र भावाचा आव आणून त्यांना प्रार्थना केली, ''महाराज, माझ्यापाशी खर्च करण्यासाठी म्हणून एक पैसाही नाही. आपण खर्चासाठी पैसे देत असता असा आपला लौकिक आहे. आता मला माझ्या कामासाठी तत्काळ मुंबापुरीला जायचे आहे. तर मला काही पैसे द्याल का?''

सर्वज्ञ, अंतर्ज्ञानी, सर्वसाक्षी श्रींना हे कळल्यावाचून कसे राहील? ते त्याच्याकडे रोखून पाहत, त्याच्या कपटबुद्धीची कीव करीत त्याला स्पष्टपणे म्हणाले, ''का रे, कमरेला पंधरा रुपये बांधून आला आहेस आणि येथे आमच्याशी खोटे बोलतोस? शिवाय तुझ्याजवळ असलेल्या गाठोड्यात सोन्याचे मौल्यवान दागिनेही आहेत. तरीही कपटी मनाने माझ्याकडे एकही पैसा नाही असे खोटे बोलतोस काय?''

श्रींनी सर्वांसमक्ष त्याची अशा तऱ्हेने झाडाझडती घेतल्यावर त्याला दरदरून घाम फुटला. श्रींचे हे वास्तव ऐकून त्याने लज्जेने मान खाली घातली. हात जोडून श्रींपुढे उभा राहिला. त्याला पश्चात्ताप झाला. उपस्थित सर्वांसमक्ष त्याने त्याच्याजवळील गाठोड्यातील सोन्याचे दागिने आणि कमरेला बांधून ठेवलेले पंधरा रुपये काढून दाखवले. उपस्थित सर्व जण हे सर्व वास्तव श्रींच्या मुखातून ऐकून आणि प्रत्यक्ष त्याच्याजवळ पाहून आश्चर्यचकित झाले.

तेव्हा लीन-दीन होऊन तो 'श्रीं'चे चरण पकडून विनम्रपणे हात जोडून उभा राहिला आणि म्हणाला, ''स्वामी महाराज, आप खुद खुदा, अल्लाह, इलाही, रहमान हो। मुझे आपका बच्चा समझकर माँ की दृष्टि से गलती माफ कीजिए। अज्ञान से, कपट बुद्धी से मैने आपके साथ बर्ताव किया है। सचमुच आप भगवान है। आपका महिमा अलौकिक है।'' असे बरेच काही विनयाने बोलून तो वारंवार श्रींना नमस्कार करून पुन्हा त्यांची माफी मागत होता.

तेव्हा कृपाळू होऊन क्षमाशील श्री स्वामी त्यास म्हणाले, ''आता तू मुंबापुरीला जा. तुझे इच्छित कार्य होईल.''

आपल्या गैरवर्तनानंतरसुद्धा आपणास श्री स्वामींनी माफ करून आपल्यावर कृपा केली. आपणास उपदेश केला याबद्दल परम संतुष्ट होऊन तो तेथून त्याच्या पुढच्या कामासाठी निघून गेला. श्री स्वामी समर्थांच्या दर्शन भेटीसाठी लोकांची ये-जा नेहमीप्रमाणेच सुरू होती.

। मणूर - रामाचार्य, सीतारामाचार्य ।

संचारेश्वर श्री स्वामी समर्थ असेच एकदा भीमा नदीच्या तीरावरील खेड मणूर या गावी यल्लम्मादेवीच्या देवळात काही सेवेकऱ्यांसह उतरले. या गावी रामाचार्य आणि सीतारामाचार्य असे दोन विद्वान राहत होते. येथे त्यांना विशेष मान आणि जहागिरीही होती. म्हणून त्यांचा मणूर गावात आणि आजूबाजूच्या परिसरात विशेष नावलौकिक आणि दबदबा होता. आप्पासाहेब नावाचा या गावचा वतनदार पाटील होता.

श्री स्वामी समर्थ महाराज मणूर येथे आल्याची वार्ता कळल्यावर गावातील व गावच्या परिसरातील भक्तजनांची श्रींच्या दर्शनासाठी दाटी झाली. भारावलेल्या त्या भक्तिमय स्थितीतच मणूरच्या आप्पासाहेब पाटलाने आणि त्याच्या घरातील

सर्वांनी श्री स्वामींचे चरणतीर्थ आणि उष्टे प्रसादअन्न भक्तिभावाने आणि निर्मळ मनाने ग्रहण केले.

हे पाहून रामाचार्यादी काही मंडळींना वैषम्य वाटले. त्यांनी मोठ्या रागात आणि तिरस्काराच्या आविर्भावात श्रींविषयी बडबड सुरू केली. रामाचार्य मोठमोठ्याने आणि त्वेषाने सर्व ग्रामस्थांसमोर म्हणू लागले, ''अहो, हे यति (श्री स्वामी) भ्रष्ट झालेले आहेत. यांना जातपात नाही, गोत्र नाही. कोणत्याही घरचे, कुणाकडेही, कुणाच्याही हातून हे अन्नपाणी घेतात. यांची उठबस कोठेही असते. कोणताही विधिनिषेध हे बाळगत नाहीत. त्यात आमच्या गावचे प्रमुख म्हणून असणारे आप्पा पाटील आणि त्यांचे कुटुंबीय त्यांचे चरणतीर्थ घेतात! भक्तिभावाने त्यांचे उष्टे अन्न प्रसाद म्हणून ग्रहण करतात. म्हणून यांना जातीच्या बाहेर ठेवावे. येथून पुढे यांच्याशी कुणीही कोणत्याही प्रकारचा व्यवहार ठेवू नये.''

तेव्हा हे बोलणे ऐकून, तेथील उपस्थित मंडळी म्हणाली, ''शास्त्रीबुवा म्हणतात हे जर खरे आहे, तर आपण त्यांची ईश्वरी प्रचिती (परीक्षा) पाहू या. पण यतिवर्यांची (श्री स्वामींची) परीक्षा कशी घ्यायची?'' त्या वेळी तेथे उपस्थित असलेल्या मणूरच्या महाविद्वान सीतारामाचार्यांनी उपस्थितांना सांगितले. ''अहो, विचार केल्याशिवाय कोणतेही साहसकर्म करू नका. आपण येथील सर्व उपस्थितांनी यतिवर्यांची सर्वांसमक्ष परीक्षा घेऊनच अनुभव घ्यावा.''

''पण यतिवर्यांची परीक्षा कशी घ्यायची?'' उपस्थितांमधील कोणीतरी हा प्रश्न रामाचार्यांना विचारला.

''आपल्यातील दशग्रंथी, वेदशास्त्रसंपन्न पंडितांनी कोणत्याही वेदामधील वेद-मंत्र-ऋचा अर्थासह, तसेच भागवतातील कठीण श्लोक, गीतेतील सार्थ पठण हे आपल्या मनी अर्धे प्रमाण धरावे व उरलेले यतिवर्यांना विचारावे. या प्रकारे केले असता कठीण श्लोकाचा अर्थ, उर्वरित मंत्र, श्लोकाचे उत्तर यतिवर्यांनी यथार्थपणे व समाधानकारक दिले तरच आणि तरच यांना आपण भगवान विष्णूंचा अवतार मानावे. नंतर त्यांचे तीर्थप्रसाद स्वीकारण्यास काहीही हरकत नसावी. त्यात काहीही दोष न मानावा.'' सीतारामाचार्यांनी सर्वांसमक्ष सुचविले. त्यांची सूचना रामाचार्य आदी तेथे उपस्थित असलेल्या सर्वांनाच योग्य आणि पोक्तपणाची वाटली. सर्वांनी त्यास अनुमती दिली. त्यानंतर यतिवर्यांची परीक्षा पाहण्याकरिता सर्व मंडळी मोठ्या उत्सुकतेने, कुतूहलाने यल्लम्माच्या देवळात आली.

सकाळची वेळ होती. श्रींसाठी गुडगुडी भरून तयारीनिशी मैंदर्गीचा मुस्लिम जमादार उभा होता. चोळाप्पा, श्रीपाद भट पाणी घेऊन श्री स्वामी जागृत होण्याची वाट पाहत होते. इतक्यात श्री स्वामी जागृत होऊन उठून बसले. त्या वेळी मैंदर्गीचा जमादार श्रींना गुडगुडी ओढण्याबद्दल म्हणाला, ''महाराज, गुडगुडी भरून तयार आहे. आपण ओढता ना?'' तेव्हा मोठ्या आवाजात अंतर्ज्ञानी श्री स्वामी म्हणाले, ''आज प्रथम तुम्ही ओढा. आमची परीक्षा पाहण्याकरिता वीर समाज, काही दशग्रंथी विद्वान मंडळी समवेत येथे आली आहेत. म्हणून तुम्ही आज प्रथम ओढावी.''

विद्वान, पंडित रामाचार्य, सीतारामाचार्य आदी श्री स्वामींसमोर त्यांना अवघड श्लोक विचारण्याच्या आविर्भावात तेथे आले. त्या वेळी गावातील वैष्णवादी काही मंडळी काय घडते आहे हे बघण्यासाठी आणि ऐकण्यासाठी देवळाच्या भिंतीमागे उत्सुकतेने उभी होती. त्यांना ना श्रींनी पाहिले, ना त्यांनी श्रींना पाहिले. परंतु सर्वसाक्षी, अंतर्ज्ञानी श्री स्वामी त्यांचे कपट जाणून त्यांनी त्यांच्या मनात ठरवून आलेले काही विचारण्यापूर्वीच स्वतःच ऋग्वेद मंत्र, ऋचा सुस्पष्ट आवाजात म्हणू लागले. भागवतातील दोन श्लोकार्थ, श्रीमद्‌भगवद्‌गीतेतील तीन श्लोकार्थ, योग-उपनिषदांतील यथासांग तत्त्वज्ञान आदी स्पष्टपणे सांगू लागले. तसेच यजुर्वेद, सामवेद, अथर्ववेद, सममंत्रशास्त्र अगदी सहज स्वमुखातून म्हणू लागले. हे सर्व प्रत्यक्ष ऐकून आणि पाहून ते सर्व दशग्रंथी, वेदशास्त्रसंपन्न विद्वानांसह तेथे जमलेले तमाम वैष्णव विस्मयचकित झाले. रामाचार्य आणि सीतारामाचार्यांचा विद्वत्तेचा मद पुरता उतरला. ते स्वतःच स्वतःच्या तोंडावर ताडताड मारून घेऊ लागले. ''महाराज, आपण साक्षात महाविष्णू ईश्वरावतार आहात. आम्ही निःशंक झालो आहोत. आमच्या मनीच्या सर्व शंकाकुशंका फिटल्या आहेत, किंतु-परंतु नाहीसे झाले आहेत.'' असे गौरवोद्‌गार काढून श्रींची क्षमायाचना करू लागले. सर्वसामान्य वैष्णवजनांच्या उत्साहाला आणि आनंदाला अक्षरशः उधाण आले होते. कारण त्यांना त्या चिकित्सक, अहंभावी, गर्विष्ठ, विद्वान पंडितापेक्षा श्रींचे देवत्व कळले होते. त्यांचे महत्त्व स्पष्टपणे समजले होते.

आप्पासाहेब पाटलांसह इतर सर्व जण श्री स्वामींचे ईश्वरी सामर्थ्य जाणून होतेच. पण आज दशग्रंथी वेदशास्त्रसंपन्न विद्वान रामाचार्य आणि सीतारामाचार्य यांनाही ते सर्वांसमक्ष मान्य करावे लागले, याचा आप्पा पाटलांसह सर्वसामान्यांना निखळ आनंद झाला होता. श्रींच्या या अघटित लीलांचे वैभव गात आणि 'श्री

ब्रह्मांडनायक श्री स्वामी समर्थ महाराज की जय' असा जयघोष करीत समस्त वैष्णवजन आपापल्या घरी गेले.

ज्या रामाचार्यांनी श्री स्वामींची परखड शब्दांत सर्व वैष्णवांसमोर निर्भर्त्सना आणि निंदा केली होती, त्यांची पत्नी मात्र व्याधी निवारण्यासाठी अक्कलकोटला प्रत्येक पौर्णिमेला नित्यनियमाने अक्कलकोटची वारी करू लागली. तिथे ती नि:संशयपणे तीर्थप्रसाद व श्रींचा उष्टा नैवेद्य प्रसाद म्हणून सेवन करीत असे. यथावकाश श्री स्वामी समर्थकृपेने ती लवकरच व्याधीमुक्त झाली. पुत्रप्राप्तीची तिची इच्छाही पूर्ण झाली. पुढे रामाचार्यसुद्धा श्रींचे ईश्वरी स्वरूप जाणून त्यांचे नित्य भजन-पूजन करू लागले. यथावकाश त्यांची कुमती झडून त्यांना सुमती प्राप्त झाली. श्री स्वामी समर्थकृपेने त्यांना आता सर्वच बाबतीत सुबत्ता, सुख-समाधान आणि आनंद यांची प्राप्ती झाली होती. श्रींचे कट्टर विरोधक असलेले रामाचार्य आता त्यांच्या सहवासात येणाऱ्या सर्वांजवळ श्री स्वामी समर्थांचे ईश्वरी सामर्थ्य मनापासून कथन करीत होते.

। आप्पाराव पाटील ।

संचारेश्वर श्री स्वामी समर्थ महाराजांनी आपल्या गावात यावे, असे त्या त्या गावातील ग्रामस्थांना सतत वाटत असे. पण त्यांना वाटून काय उपयोग? श्रींच्या मनात ज्या गावी जायचे असेल, त्याच गावी ते जात. ते कधीकधी अचानक एखाद्याच्या गावी, घरी, शेतात अथवा व्यवसायाच्या ठिकाणी जात. याच दरम्यान अक्कलकोटहून नरसिंहराव भोसले हे श्रींना त्यांच्या गावी नेण्यासाठी मेणा व भोई घेऊन आले. एका रात्री अक्कलकोटच्या पंचक्रोशीत असलेल्या केसेगावच्या आप्पारावांनाही अतिशय तीव्रतेने वाटत होते, की श्रींनी आपल्या गावी व घरी यावे. भक्तवत्सल, अंतर्ज्ञानी श्री स्वामींनी आप्पारावांना असा स्वप्नदृष्टान्त दिला.

दृष्टान्तात आप्पाराव झोपलेले होते. त्यांच्या उशाशी बसलेले श्री स्वामी त्यास म्हणाले, 'पुढील तीन जन्मांतही तुझ्या (आप्पारावांच्या) प्रारब्धाचा उदय होण्याची शक्यता नाही. परंतु तुझी चांगली वर्तणूक व भक्ती जाणून तुझ्याबद्दल मला प्रीती वाटते. थोड्याच दिवसांत तुला दोन पुत्र व एक कन्या अशी संतती प्राप्त होईल. आम्ही उद्या प्रात:काळी मेण्यात बसून अक्कलकोट मार्गाने जात असता, तुम्ही वाटेत येऊन आडवे पडावे. म्हणजे आम्ही तुमचे ग्रामी येऊ. याबद्दल आता

संशय नको. स्वस्थपणे आपण आता भोजन करावे.' असे आशीर्वचन देऊन तो दृष्टान्त संपला.

स्वप्न सरताच आप्पाराव खडबडून जागे झाले. उठून बसले. इकडेतिकडे पाहतात तो काय, श्री स्वामी समर्थ महाराजांचे प्रासादिक निर्मल मुखवस्त्र जवळच जमिनीवर राहून गेले होते. त्या भगव्या पवित्र मुखवस्त्राला वंदन करीत त्यांनी ते श्रींचा कृपाप्रसाद म्हणून हृदयाशी भक्तिभावाने कवटाळले. श्री स्वामी येथे येऊन गेल्याची निश्चित खात्री त्या मुखवस्त्रावरून आप्पाराव पाटलांची झाली. ते मुखवस्त्र पाहून त्यांच्या डोळ्यांत आनंदाश्रू दाटून आले. या घटनेने चकित होऊन ते स्वत:शीच म्हणू लागले, ''हे स्वप्न होते की जागृतीत घडलेला हा प्रसंग आहे! स्वामीराज माउली तर दूरवर, अन्य स्थळी, वेगळ्याच घरात आहेत. माझे प्रबोधन करून प्रीतिपूर्वक वस्त्रप्रसादही त्यांनी मला दिला. किती ही भक्तवत्सलता आणि भक्ताभिमान!'' असे मनाशीच म्हणत या घटनेचे त्यांना परम आश्चर्य वाटले.

आप्पाराव प्रात:काळी लवकर उठून श्री स्वामी समर्थांचे चिंतन, नामस्मरण करीत शौचस्नानादी विधी त्यांनी आटोपले. स्वप्नदृष्टान्तातील आदेशानुसार ते श्री स्वामी समर्थ महाराजांच्या दर्शनासाठी त्वरेने दाखल झाले. ब्रह्मांडनायक श्री स्वामी समर्थांच्या जयजयकाराने तो परिसर जणू अभिमंत्रित झाला होता. दर्शनार्थ भक्तांची दाटी झाली होती. सर्व जण क्रमाक्रमाने श्रींचे दर्शन घेत असता आप्पाराव जेव्हा त्यांच्या निकट आले, तेव्हा ते त्यास म्हणाले, ''काय हो, आमचे मुखवस्त्र कोठे आहे?'' श्री स्वामींचे हे उद्‌गार ऐकताच उपस्थित भक्तगणांस आश्चर्य वाटले. 'बाहेरच्या गावातील माणसाकडे श्रींचे मुखवस्त्र कसे गेले?' या विचाराने उपस्थित लोक आश्चर्यचकित झाले. तेव्हा आप्पारावांनी सर्वांसमक्ष उपस्थितांना श्री स्वामी समर्थांचे मुखवस्त्र दाखवत स्वप्नदृष्टान्त व प्रत्यक्ष आलेला अनुभव निवेदन केला.

तेवढ्यात श्री स्वामी अक्कलकोटला प्रस्थान करण्यासाठी मेण्यात येऊन बसले. श्रींचा मेणा आपल्या गावी थांबावा म्हणून उपस्थित भक्तगण विनंती, निवेदने करू लागले. मेणा उचलला जाताच 'श्री स्वामी समर्थ महाराज की जय' अशा ललकाऱ्या वातावरणात घुमू लागल्या. श्रींचा मेणा मेणावाहक भोई घेऊन जात असताना त्यांना वाटेत धोत्री, आरळी, कुंभारी आदी गावे लागली. तेथील ग्रामस्थ रस्त्याच्या दुतर्फा उभे राहून 'आमच्या ग्रामी श्रींचे चरण लागावे.' म्हणून विनंती करीत होते. परंतु त्या गावात श्री स्वामींचा मुक्काम न झाल्याने ती मंडळी क्षणैक उदास होत होती. पण श्री स्वामी समर्थ महाराजांच्या दर्शनाचा अनायासे लाभ

तर झाला या आनंदात पुढच्याच क्षणी 'श्री स्वामी समर्थ' नामाचा भक्तिभावाने, उत्स्फूर्तपणे जयघोष करीत होते.

तेव्हा ब्रह्मांडनायक श्री स्वामी समर्थ मेण्यातूनच विराजित स्थितीत सर्वांना स्मितवदनाने आणि उजवा हात आशीर्वादासाठी उंचावून म्हणत होते, ''आपल्या सदनी सुखाने नांदा. सर्वभूती दया, प्रेम असू द्या!'' श्रींच्या मुखातील हे ईश्वरी बोल ऐकून रस्त्यात उभे असलेले दर्शनार्थी तृप्त होत होते. समाधान पावत होते. चोळाप्पा, कृष्णाप्पा, श्रीपाद भटजी आदी प्रमुख सेवेकरी दर्शनार्थींना प्रसाद देऊन संतोषवीत होते. श्रींची प्रिय भागीरथी गायही तिच्या वत्सासमवेत सोबत चालली होती.

⁂

श्रींची स्वारी मेण्यातून अक्कलकोटच्या दिशेने त्वरेने चालल्याचे पाहून आप्पारावांना प्रश्न पडला, की श्री स्वामी आपल्या गावी येणार आहेत की नाही? तत्क्षणी त्यांनी स्वप्नदृष्टान्तातल्या सूचनेनुसार विनवणी करण्याचे ठरविले. आप्पाराव मेण्यासमोर आडवे पडून स्वामीरायांची करुणा भाकू लागले, ''हे भगवंता, स्वामीराया, चला हो, माझ्या गावी चला. कृपा करा या दीन दासावर. हे दीनबंधू स्वामीराया, या लेकरास उपेक्षू नका हो!'' असे कळवळून प्रतिपादन करताच उपस्थित भक्तजनांस श्री स्वामी म्हणाले, ''जनहो, आपण संतुष्ट होऊन आपापल्या गावी परत जावे. ईश्वरभक्ती करून सुखी राहावे. आम्ही आता आप्पारावांच्या केसेगावी जातो.'' श्रींना नतमस्तक होऊन वंदन करीत उपस्थित मंडळी आपापल्या घरी परतली.

नरसिंहराव भोसल्यांसह सर्व भक्तजन केसेगावच्या दिशेने निघाले. श्री स्वामी आपल्या गावी येत आहेत, हे मंगलकारक वृत्त वायुवेगाने केसेगावात येऊन धडकले. मंगलवाद्यांच्या तयारीसह केसेगावचे ग्रामस्थ गाववेशीवर श्रींच्या स्वागतासाठी उत्साहाने दाखल झाले. श्रींचा मेणा वेशीत दाखल होताच मंगलवाद्ये वाजू लागली. तुताऱ्या निनादल्या. उत्साही आणि उत्सवी वातावरणात ब्रह्मांडनायक श्री स्वामींची दिव्यमूर्ती आप्पाराव पाटलांच्या गृही प्रवेशली. अगोदरच त्यांच्या उत्तम आसनाची व्यवस्था करण्यात आली होती. श्री स्वामी आसनस्थ होताच केसेगावातील लहानथोर, पुरुष, स्त्रिया सर्वांनी श्रींचे दर्शन घेतले. त्यांना पंचारती ओवाळण्यात आली. दरम्यान श्री स्वामी समर्थांचा जयघोष भक्तजनांकडून सुरू होता.

आप्पाराव पाटलांच्या वाड्यासमीप जंगमांचा मठ होता. तिथे श्रीस्वामीरायांसह सर्वांच्या प्रसादभोजनाची साग्रसंगीत व्यवस्था करण्यात आली होती. श्रींचे उच्छिष्ट

आप्पाराव आणि त्यांच्या पत्नीने प्रसाद म्हणून भक्तिभावाने सेवन करून श्री स्वामी घरी येईपर्यंत धरलेले उपवासाचे पारणे सोडले.

केसेगावी श्रींचे वास्तव्य सात दिवस होते. या कालावधीत गावातील सर्वांनीच त्यांचे दर्शन घेतले. गावातून उत्साही आणि उत्सवी वातावरणात श्री स्वामी समर्थ महाराजांची मंगलवाद्यांच्या गजरात भव्य मिरवणूक काढण्यात आली. श्रींच्या परमपवित्र वास्तव्याने केसेगावातील आणि आजूबाजूचे वातावरण भक्तिसुगंधाने गंधित झाले होते. केसेगावच्या प्रत्येक घरात दिवाळीच्या सणासारखे आनंदी वातावरण होते. या देवदुर्लभ सोहळ्यासाठी आप्पारावांनी विपुल धन खर्च केले. श्री स्वामी अक्कलकोटास प्रस्थान करण्यापूर्वी आप्पारावास उद्देशून म्हणाले, ''तुमच्या मनात असलेले सत्संकल्प लवकरच पूर्ण होतील. तुमच्या घराजवळ अलौकिक देवालयाची रचना करावी. त्यात शिवलिंग स्थापन करावे. त्याचप्रमाणे श्रीक्षेत्र काशी, गोकर्ण, महाबळेश्वर, श्रीशैल्य, मल्लिकार्जुन व सेतुबंध रामेश्वरीही लिंगे स्थापना करावी.'' विशेष म्हणजे हाच संकल्प आप्पारावांच्या मनामध्ये होता. अंतर्ज्ञानी श्रींनी तोच कथन केला होता. श्रींच्या या वचनाने आप्पाराव आनंदित झाले.

नंतर केसेगावच्या ग्रामस्थांनी त्यांच्याकडील अश्वरथ, बैलगाड्या आदींसह श्री स्वामीरायांच्या मागे-मागे चालत गावाच्या सरहद्दीपर्यंत साथ दिली. आप्पाराव मात्र श्री स्वामी समर्थ महाराजांसमवेत अक्कलकोटापर्यंत मेण्यासमवेत आले.

पुढे लवकरच श्री स्वामींनी आप्पारावांना प्रासादिक शिवबाण लिंग दिले. त्या दिव्य लिंगाची स्थापना आप्पारावांनी त्याच्या गृहासमीपच श्रींच्या सूचनेनुसार श्रींच्याच शुभहस्ते केली. यथावकाश आप्पारावांचे सत्कर्म फलद्रूप झाले. त्या उभयतांस एक कन्या व दोन पुत्ररत्नांची प्राप्ती झाली. यानंतर आप्पाराव पाटील सहकुटुंब काशीयात्रेस रवाना झाले. त्यांनी त्रिस्थळी यात्रा केली. मनात कल्पिलेला आणि श्री स्वामींनी सांगितलेला संकल्प त्यांनी सिद्धीस नेला.

। पाच राक्षसांची गोष्ट ।

संचारेश्वर श्री स्वामी समर्थ प्रज्ञापुरीत असले, तरी अनेकदा गावातल्या गावात वेगवेगळ्या ठिकाणी बसत. ते जेथे बसत, तेथे दर्शनार्थींना दर्शन देत. असेच एकदा ते देशमुखांच्या वाड्यात बसले होते. त्या वेळी बाबा सबनीस, बाबा यादव, रामदास, चोळाप्पा, कृष्णाप्पा, सुंदराबाई, शिवुबाई आदी सेवेकरी आसपास होते.

तेव्हा मोगलाईतील एक स्त्री तिच्या अंध मुलासमवेत येऊन तेथे बसली. त्या वेळी शिवुबाईने श्री स्वामींना विनंतीपूर्वक सांगितले, ''महाराज, या गरीब साध्वी स्त्रीच्या मुलाला जन्म झाल्यापासून दिसत नाही. तरी आपण यावर काही उपाय सांगावा.'' तेव्हा श्री स्वामी म्हणाले, 'पाच उन्मत्त वैष्णव आमची परीक्षा बघण्याकरिता येत आहेत! त्या परीक्षेच्या वेळेस हा पोरगा डोळे उघडील.''

श्रींनी म्हटल्याप्रमाणे थोड्या वेळातच पाच वैष्णव उन्मत्तपणे तेथे आले. ते मोठ्या थाटामाटात विद्वत्तेच्या घमेंडीत कन्नड आणि संस्कृत भाषेत बोलत बोलत आणि तेथे उपस्थित असलेल्यांकडे तुच्छेतेने पाहत श्रींजवळ आले. त्यांनी रीतीचा भाग म्हणून श्रींना नमस्कारही केला नाही. उलट तुच्छतेने त्यांच्याकडे पाहिले. ''आपल्या प्रश्नांची उत्तरे या संन्याशाकडून समाधानकारक मिळाली तरच यांना मानू.'' अशी त्यांची आपापसांत तुच्छतादर्शक चर्चा चालू होती. त्याच वेळी अन्य काही दर्शनार्थी तेथे आले होते. त्यांनी श्रींना विनम्रपणे नमस्कार करून उपस्थित असलेल्या अन्य दर्शनार्थींमध्ये बसले.

त्या पाच राक्षसांची श्रींनी फारशी दखलही घेतली नाही. त्यांच्याकडे बघितलेसुद्धा नाही. ते इतर दर्शनार्थींशी बोलण्यात व्यग्र होते. तेव्हा काहीसे रागावून ते पाचही जण म्हणू लागले, ''अहो, संन्यासीबुवा! आमच्या प्रश्नांची उत्तरे अगोदर द्या. नंतर उपस्थितांशी वार्तालाप करा.'' तेव्हा श्री स्वामी त्यांच्याकडे रोखून पाहत म्हणाले, ''तुमच्या प्रश्नांची उत्तरे मीच कशाला द्यायला पाहिजेत?'' जवळच बसलेल्या त्या अंध मुलाकडे निर्देश करीत ते म्हणाले, ''हा अंध मुलगा तुमच्या प्रश्नांची उत्तरे देईल.'' असे म्हणून त्यांनी त्या अंध मुलास नावानिशी बोलावीत म्हटले, ''गणेशा! इकडे ये. या उन्मत्त, गर्विष्ठांच्या मनातील शंका वेदस्मृती-पुराण वचनांच्या आधारे उत्तरे देऊन त्यांच्या शंकाकुशंका दूर कर. त्यांच्या मनाचे पूर्ण समाधान होईपर्यंत त्यांच्या प्रश्नांची उत्तरे दे. त्यांच्या मनातील श्लोक त्यांचे अर्थ सर्व त्यांना सांग.''

तेव्हा त्या बाईसमवेत दृष्टी मागण्यास आलेला तो अंध गणेश श्रीचरणांवर मस्तक ठेवून विनम्रपणे म्हणाला, ''महाराज, मी अडाणी, अशिक्षित आहे. मला वेदातील एक अक्षरदेखील येत नाही. यांना काय उत्तरे देऊ हे कळत नाही.'' तेव्हा श्रींनी स्वतःच्या गळ्यातील माळ काढून ती त्या अंध गणेशच्या गळ्यात घातली. त्याच्या डोळ्यांना सुगंधी फुलांचा स्पर्श केला. कृपाकर श्री स्वामींनी अंध गणेशच्या डोळ्यांस स्पर्श करताच त्याला क्षणात दृष्टी प्राप्त झाली. श्रींच्या आदेशानुसार

तो त्या उन्मत्त वैष्णव आचार्यांसमोर उभा राहिला. श्री स्वामींचे हे दैवी सामर्थ्य प्रत्यक्ष पाहूनही त्या उन्मत्त वैष्णवांना काहीच वाटले नाही. क्षणार्धात ब्रह्मांडनायक श्री स्वामी समर्थ कृपेने त्या अंध गणेशास दृष्टी प्राप्त झाली. त्यास पूर्वजन्मातील विद्याभ्यासाचे ज्ञान आणि भान प्राप्त झाले. तो अतिशय सुस्पष्टपणे ऋग्वेदातील मंत्र, त्यांचे अर्थ, भगवद्‌गीतेतील श्लोक, तसेच भागवतातील श्लोक म्हणू लागला. त्यावर त्या उन्मत्त राक्षसांच्या मनात आलेल्या शंकांची उत्तरे यथासांग अर्थासह न अडखळता, अस्खलितपणे सांगू लागला. काही क्षणांपूर्वी अतिशय उन्मत्त, उद्धट असलेल्या त्या पाचही वैष्णवांचा गर्व हे सर्व पाहून आणि ऐकून नष्ट झाला. श्रींच्या ईश्वरी सामर्थ्याची त्यांना रोकडी प्रचिती आली.

ते पाचही श्रींना अनन्यभावे शरण आले. त्यांनी श्रींस साष्टांग नमस्कार केला. श्रींपुढे हात जोडून, लीन-दीन होऊन ते म्हणू लागले, ''देवाधिदेवा, आमच्या अपराधांना क्षमा करा. आपण सर्वसाक्षी समर्थ ब्रह्मांडनायक आहात. विद्याभ्यासाने उन्मत्त होऊन आम्ही आपल्याशी निंदनीय वर्तन केले. आपण आम्हाला माफ करा.'' असे म्हणून ते पाचही वैष्णव अक्षरशः श्रींचरणी लोळण घेऊन वारंवार त्यांची क्षमायाचना करू लागले. उपस्थित जनही श्रींच्या या अद्‌भुत, अतर्क्य लीलेने आश्चर्यचकित झाले. 'योगिराज ब्रह्मांडनायक श्री स्वामी समर्थ महाराज की जय!' अशा जयजयकाराने तो संपूर्ण परिसर तेव्हा दणाणून गेला होता.

❋

त्या पाचही वैष्णवांकडे रोखून पाहत श्री स्वामी म्हणाले, ''आम्ही कोठेही उठतो, बसतो. कुणाकडेही जेवतो, संन्यासी असूनही संन्याशाचा आचारधर्म मोडतो. हे सर्व पाहण्यासाठीच तुम्ही आला होता ना? पण आमची चिंता तुम्ही करू नका. तुमच्या स्वतःबद्दल आठवा आणि विचार करा. तुमच्या मातेने कामवशामध्ये एका मुसलमानाबरोबर व्यभिचार कर्म करून स्वतःचे पोट वाढविले. तुम्ही स्वतः एका यवनापासूनचे आहात. स्वतःची सर्व परीक्षा अगोदर करा. नंतर आमची परीक्षा घ्या.'' श्री स्वामीमुखातील या तीक्ष्ण उद्‌गारांनी त्या वैष्णवांची मान लज्जेने खाली गेली. त्यांचा उरलासुरला सर्व अहंकार गळून पडला.

त्या वैष्णवातील एक वैष्णव अत्यंत लज्जित होऊन श्री स्वामींस म्हणाला, ''महाराज, देवाधिदेवा स्वामीराया, आम्हा पतितास प्रायश्चित्त काय आहे, ते सांगावे. आम्ही आपले चरणदास आहोत. आम्ही पश्चात्ताप पावलो आहोत. आमच्यावर कृपा करावी. येथे येण्यापूर्वी आम्ही याच गावातील पंढरीनाथ पागे

नावाच्या सद्गृहस्थाच्या घरी भोजनास गेलो असता त्याने आपली महती, कीर्ती आणि अवताराबाबत आम्हाला विपुल सांगितले होते. पण आम्ही विद्वत्तेच्या उन्मादाने त्यांनी आपल्याविषयी सांगितलेले खरे न मानता आपली फार निंदा केली. आपली परीक्षा पाहण्यास आलो. आमच्यासारखा छलवृत्तीचा, चांडाळ, दुष्ट, पतित असा या जगात कुणीही नसेल, असे आम्हाला आता खात्रीशीर कळून चुकले आहे. तरी आता आम्हा दीनांवर कृपा करून आमच्या कल्याणाचा मार्ग आम्हाला दाखवा! महाराज, आपण आम्हाला जी शिक्षा द्याल आणि जी आज्ञा कराल, ती आम्हाला शिरसावंद्य असेल!''

अंत:करणापासून झालेला पश्चात्ताप मनाला शुद्ध आणि स्वच्छ करतो. या नियमाने त्या पाचही वैष्णवांचे चित्त शुद्ध झाले आहे हे सर्वज्ञ, अंतर्ज्ञानी श्रींनी जाणले. तद्नंतर दयावंत श्री स्वामी त्यांना म्हणाले, ''गंगास्नान करून भागवतधर्माचे आचरण करा. सदासर्वदा सत्कर्म करीत राहा. म्हणजे पापापासून मुक्त व्हाल.'' श्री स्वामींचा असा अनुग्रह व आशीर्वाद प्राप्त झाल्यावर पुनश्च श्रींना वंदन करून ते त्यांच्या स्वगृही गेले. उपस्थित जनांस श्री स्वामींच्या या लीलेचे महदाश्चर्य वाटले. श्रींना त्रिवार वंदन करून, त्यांचे नामस्मरण करीत सर्व दर्शनार्थी आपापल्या घरी परतले.

। सर्वांचे उद्धारक ।

श्री स्वामी समर्थ महाराज असेच एकदा त्यांच्या भ्रमंतीत ऐळमेली नावाच्या ग्रामी काही सेवेकऱ्यांसमवेत आले. येथे देशपांडे नावाचे स्वामिभक्त श्रींची भजन-पूजनाच्या माध्यमातून सेवा करून कालक्रमणा करीत होते. त्यांच्या क्षमतेनुसार ते आल्या-गेल्या अतिथींचा आदरसत्कार करीत. तसेच दीनजनांवर परोपकार करीत. त्यांच्याकडे जे जे धार्मिक कार्यक्रम होत, त्यांस सर्व जातिधर्मांचे, अठरा पगड जातींचे लोक येत असत. त्यांचा आचारविचार आणि व्यवहारधर्म सर्वांप्रति समतेचा आणि ममतेचा होता. म्हणून श्री स्वामिरायांना देशपांडे विशेष प्रिय होते. त्यांच्याकडे होणाऱ्या धार्मिक कार्यक्रमास इतरांसमवेत तान्ही नावाची एक पूर्वाश्रमीची गणिकाही नित्यनियमाने आवर्जून येत असे.

ही तान्ही गणिका तिच्या ऐन तारुण्यात अतिशय रूपसंपन्न होती. ती अत्यंत चतुर, मोहक व गुणसंपन्न होती. कुणालाही सहज भुरळ पाडील अशी ती रुपगर्विता

अप्सरा होती. त्या वेळी अक्कलकोट संस्थानात विशेष अधिकारावर असलेल्या एक परदेशीय श्रीमंत अधिकाऱ्याकडे ती त्याची रखेली म्हणून राहत असे. तिने त्याच्याकडून पुष्कळ द्रव्य, दागदागिने व इतर किमती चीजवस्तू मिळविल्या होत्या. पुढे तो परदेशीय अधिकारी त्याच्या देशी निघून गेला.

तेव्हापासून तान्ही नायकिणीने तिचा गणिकेचा व्यवसाय सोडून दिला. आता तिचे तारुण्यही सरले होते. उतारवयाकडे झुकलेली तान्ही देवाच्या भजन-पूजनात मग्न राहू लागली. रमू लागली. प्रसंगवशात ती श्रीक्षेत्र पंढरपूर, गाणगापूर, तुळजापूर आदी स्थळी जाऊन देवपूजन, नैवेद्य, भोजन, मंत्रजागरण, कीर्तन, पुराण यांसाठी पुष्कळ धन खर्च करीत असे. पूर्वायुष्यातील तान्ही ही गणिका आता प्रभूचरणी लागली होती. परंतु सर्वसामान्य लोकांच्या मनातून तिला लागलेला गणिकेचा कलंक पुसला जात नव्हता. हेच तिच्या मनातले शल्य होते. वाल्याचा वाल्मिकी होऊ शकतो, हे अनेकदा लहानसहान व्यक्तींबाबत स्वीकारायला तयार नसतात, हेच खरे!

एके समयी देवाधिदेव श्री स्वामी समर्थ महाराज आपल्या सेवेकऱ्यांसह देशपांड्यांच्या सदनी मुक्कामास थांबले होते. तेव्हा श्रींच्या दर्शनासाठी दर्शनार्थींची झुंबड उडाली होती. श्री स्वामी त्या दिवशी रयतेच्या समस्या सोडविण्यात इतके व्यग्र होते, की त्यांना त्या दिवशी भोजनासही वेळ मिळाला नाही. शिष्यवर्गाने श्रींस भोजनासाठी वारंवार विनविले. परंतु ते येणाऱ्या- जाणाऱ्या दर्शनार्थींचे क्षेमकुशल विचारण्यात, काहींच्या समस्या सोडविण्यातच इतके दंग होते, की त्यांचे शिष्यवर्गाच्या भोजनाच्या विनंतीकडे लक्ष गेले नाही किंवा त्यांनी त्याकडे लक्ष दिले नाही. तेव्हा प्रमुख सेवेकरी श्रीपाद भट तिथे उपस्थित असलेल्या तान्ही गणिकेला म्हणाले, ''तुम्ही तरी काहीतरी युक्तीने श्रींस विनवावे, त्यांना भोजन भरवावे.'' सुरुवातीस तान्ही काहीशी संकोचली, पण लगेच भटांची आज्ञा शिरसावंद्य मानून तान्हीबाईंनी त्वरेने शक्य तितके खाण्याचे पदार्थ मागविले.

तिने श्रींना भोजनाविषयी प्रार्थना केली. भीतभीतच मागविले ते पदार्थ श्रींच्या समोर ठेवले. पण या प्रसंगी तिच्या मनात पूर्वायुष्यातील तिच्या नायकिणीच्या व्यवसायाचा न्यूनभाव दाटून आला. तिला अपराध्यासारखे वाटू लागले. परंतु अंतर्ज्ञानी सर्वसाक्षी श्री स्वामी तान्ही गणिकेकडे पाहून वत्सल भावनेने काहीसे हसून गमतीने म्हणाले, 'काय गं तान्हे, आम्हाला जेवायला वाढून तू बाटवतेस की काय आम्हाला?'' श्रींच्या या उद्गारांनी तान्ही गणिका कमालीची ओशाळली. ''क्षमा करा महाराज, चूक झाली.'' असे म्हणून क्षमायाचना करीत असतानाच

तिला मध्येच थांबवीत ते म्हणाले, 'अगं, विटाळ वगैरे काही नाही. आण तो नैवेद्य इकडे.'' या उद्गारांनी ती कमालीची आनंदित झाली. तिचे देहभान उडाले. तिचे अष्टसात्त्विक भाव पूजनीय विचारांनी जागृत झाले. श्री स्वामी समर्थभक्तीने तिचे अंत:करण उचंबळून आले. अन्य लोक आपल्या पूर्व आयुष्याबाबत काय बोलतात यातला फोलपणा तिला जाणवू लागला. त्याक्षणी त्यांची पर्वाही तिला वाटेनाशी झाली. कारण प्रत्यक्ष परमेश्वरानेच श्री स्वामी समर्थरूपाने तिच्या हातच्या भोजनाचा स्वीकार सर्वांसमक्ष केला होता. खरोखर श्री स्वामी समर्थ आपल्या सारख्यांच्या आयुष्याचेसुद्धा उद्धारक, तारक आहेत या भावनेने तिच्या डोळ्यांतून आनंदाश्रू घळाघळा वाहू लागले. हे दृष्य पाहून सर्व दर्शनार्थी अवाक् झाले. श्री स्वामी समर्थांचा नामघोष करीत दर्शनार्थी आपल्या घरी गेले. तान्ही गणिकेला त्या दिवशी कृतकृत्य झाल्याचे आगळेवेगळे समाधान लाभले होते.

। अन्नपूर्णादेवी ।

श्री स्वामी दुसऱ्या दिवशी ऐळमेलीतून सेवेकऱ्यांसमवेत कोन्हाळी गावी निघाले. त्या वेळी त्यांच्या समवेत शंभराच्या आसपास सेवेकरी, गाई, बैल, घोडे आदी मोठाच लवाजमा होता. त्या काळी कोन्हाळी गावाच्या चोहोबाजूंस घनदाट काटवन होते. त्यातून चालणे सर्वच सेवेकऱ्यांना अतिशय त्रासाचे वाटू लागले. श्री स्वामी समर्थ तर कोठेही थांबेनात, बसेनात. सर्वच मेटाकुटीला आले होते. सर्वांना खूप भूक लागली होती. दिवस मावळण्याची वेळ झाली होती. 'थांबू या येथे!' असे श्री स्वामींना कोण सांगणार? त्या काट्याकुट्यातून, अवघड आडरानातून श्री स्वामी मात्र झपझप पावले टाकीत आनंदाने चालले होते. मध्येच ते झाडाझुडपांना, उंच-मोठ्या दगडधोंड्यांना प्रेमाने स्पर्श करीत होते. थोपटीत होते. जणू काही तेही सजीव प्राणीच आहेत, असे समजून श्री स्वामी त्यांच्याशी वागत होते. प्रसंगी काहीबाही बोलत होते. पोरवयीन श्रीपाद भटांनी श्रींच्या वाटेत आडवे पडून विनंती केली, ''स्वामीराया, मी एक लहान लेकरू आहे. आम्ही सर्व अन्नपाण्याविना भुकेने तडफडत आहोत. आता आमचा जीवच घेऊन टाका आणि मग आपणास पाहिजे तिकडे जावे.''

पोरवय असलेल्या श्रीपाद भटांच्या या विनंतीवजा बोलण्यावर श्री स्वामी खदाखदा हसू लागले. सर्व सेवेकऱ्यांच्या भुकेलेल्या अवस्थेकडे पाहून त्यांची

हसून हसून पुरेवाट झाली. तेव्हा श्री स्वामी म्हणाले, ''चला, तुम्हाला अन्नपूर्णा जेवू घालणार आहे.'' असे म्हणत ते कोन्हाळी गावच्या घनदाट वनात खूप आतमध्ये शिरले. श्री स्वामी त्या काटवनातून सर्व वृक्ष आपले आप्तेष्ट, सगेसोयरे समजून त्यांच्याशी बोलत बोलत झपझप चालत होते. सर्व सेवेकऱ्यांची श्री स्वामींबरोबर चालताना मात्र फारच तारांबळ उडत होती. फरपट होत होती. श्री स्वामी काही थांबेनात. सेवेकऱ्यांना भूक काही आवरेना. अशा अवस्थेत त्या सर्वांची अखेरीस त्यांना दया आली. नंतर लगेचच ते एका डेरेदार वृक्षाखाली विसावले. ताबडतोब सर्व सेवेकऱ्यांनी आसपासची जागा साफसूफ केली.

अर्ध्या कोसावर पाणी आहे असे समजताच काही सेवेकरी घागरी घेऊन पाणी आणण्यास गेले. पाणी घेऊन आल्यानंतर 'महाराज, आपण काही तरी खावे' अशी श्रींना विनंती करताच ते म्हणाले, ''तुम्ही सर्व भोजन करा. नंतर आम्ही खाऊ.'' तेव्हा श्रीपाद भट म्हणाले, ''महाराज, एवढ्या रात्री या घनदाट अरण्यात इतक्या सर्व मंडळींस भोजन कोठून मिळणार?'' त्या गर्दीतील दोघेतिघे हळू आवाजात कुजबुजले, ''येथे या गर्द झाडीच्या जागी आपल्यासाठी जेवण कोणी आयते वाढून ठेवले आहे की काय?''

तेव्हा श्री स्वामी हाताने निर्देशित करीत म्हणाले, ''त्या पलीकडच्या मळ्यात जा. अन्नपूर्णा वाट पाहत आहे.'' हे ऐकून गुरुवचनावर विश्वास नसलेले ते दोघे पुन्हा कुजबुजले, ''तेथे कोणी आपल्यासाठी आयते वाढून ठेवले आहे की काय? आणि हे आपल्याला तेथे जाण्यास सांगतात.'' असे अविश्वासदर्शक विचार करीत होते. पण श्रीपाद भटांचा श्री स्वामीवचनावर दृढ विश्वास असल्यामुळे त्याने परशुरामादी पाचसहा सेवेकऱ्यांसह कंदील घेऊन श्रींनी निर्देशित केलेल्या मळ्याकडे कूच केले.

❈

त्या मळ्यात एका वृक्षाखाली एक प्रसन्नवदन, गौरवर्णीय, पोक्त बाई उभी होती. श्रीपाद भटांनी तिला नमन करून विचारले, ''माय, तुम्ही कोण? कुठल्या? येथे एकट्याच एवढ्या रात्री उभ्या का आहात? आपल्याकडे थोडेबहुत फळादी अन्न आहे काय?'' त्यावर ती प्रसन्नवदन माउली म्हणाली, ''या शेतात आंब्याच्या झाडाखाली आज आमची मंडळी भोजनाला यायची होती. त्यांच्याकरिता स्वयंपाक तयार करून ठेवला आहे. परंतु अद्याप कुणी आलेले नाही. सूर्यास्त होऊन गेला आहे. काय करावे? त्यांची वाट पाहत कुठवर तिष्ठावे? असे करा,

तुम्ही हे सर्व सिद्धान्न घेऊन जावे. शुद्ध जळाच्या घागरीही तेथे भरून ठेवल्या आहेत, त्याही न्याव्यात.''

त्या माउलीच्या निर्देशानुसार श्रीपाद भट व त्यांच्यासमवेत आलेल्या सेवेकऱ्यांनी ते सर्व तयार सिद्धान्न घेऊन जाण्याची तयारी केली. तेव्हा श्रीपाद भट त्या बाईंना म्हणाले, ''माय, आमच्याबरोबर आपणही श्री स्वामी समर्थांच्या दर्शनास चलावे. आमच्यावरील या दुर्घट प्रसंगी आम्हाला भोजन पुरवून आपण आमच्यावर मोठीच कृपा केली आहे.''

त्यावर हात जोडून त्या बाई म्हणाल्या, ''देवरायाला माझा नमस्कार सांगा. माझे नाव अन्नपूर्णा. मागाहून मीही येते त्यांच्या दर्शनाला. आपण सर्व जण फारच भुकेले झाले आहात. त्वरेने जा. आता वेळ दवडू नका.'' श्रीपाद भटांसह त्याच्या समवेतचे सेवेकरी सिद्धान्न घेऊन निघाले. थोडे अंतर चालून गेल्यानंतर श्रीपाद भटांसह त्या सर्वांनी मागे वळून पाहिले, तर ती बाई त्यांना कुठेही दिसली नाही. श्री स्वामींच्या या अद्‌भुत ईश्वरी लीलेने ते आश्चर्यचकित झाले. डोक्यांवर आणि हातांत सिद्धान्नाची भांडी घेऊन, 'श्री स्वामी समर्थ जय जय स्वामी समर्थ' म्हणत ते सर्व जण श्री स्वामी आणि इतर सेवेकरी जेथे होते, त्या स्थळी आले.

सर्वांची भोजने यथासांग पार पडल्यानंतर बाबा जाधवांनी श्री स्वामींस नम्रपणे विचारले, ''महाराज, आपणा सर्वांच्या भोजनाची व्यवस्था करणारी ती बाई कोण? कोठील?'' त्यावर श्री स्वामी म्हणाले, ''ती आमच्याच कुटुंबातील, आमची भगिनी आहे.'' हे श्रीवचन ऐकून उपस्थित सर्वच आश्चर्यचकित होऊन एकमेकांकडे कुतूहलाने आणि कौतुकाने पाहू लागले.

भयाण अपरात्री एक कुलीन स्त्री भर रानात एकटी सर्व भोजनसामग्री घेऊन उभी राहते. 'ती आमच्याच कुटुंबातील आहे.' असे श्री स्वामी सांगतात. या सर्वांस दैवी सामर्थ्याशिवाय अन्य दुसरे कोणते नाव देणार? तुम्हाला अन्नपूर्णा जेवू घालणार आहे, या स्वामींच्या वचनाची आठवण झाली. श्री स्वामींची महती स्मरत, जेवून तृप्त झालेली सर्व सेवेकरी मंडळी बघता बघता झोपी गेली. ब्रह्मांडनायक श्री स्वामी समर्थ मात्र जागेच होते. भुकेने अस्वस्थ झालेले सर्वच पोट भरून जेवले, याचेच त्यांना फार समाधान होते. दुसऱ्या दिवशी अन्नपूर्णा मातेकडून मिळालेली भांडी घेऊन सेवेकरी मंडळी अक्कलकोटच्या दिशेने निघण्यास सिद्ध झाली. श्री स्वामी समर्थ महाराजांना बसण्यासाठी घोडागाडी तयारच होती. त्यात स्थानापन्न होऊन ब्रह्मांडनायक श्री स्वामी समर्थ प्रज्ञापुरीत परतले.

। ईश्वरी मायेचे कौतुक ।

एकदा संचारेश्वर श्री स्वामी प्रज्ञापुरीत त्यांच्या सेवेकऱ्यांसह व काही दर्शनार्थींसह शेख नूरुद्दीन दर्ग्याजवळ बसले होते. तिथे त्यांच्या दर्शनासाठी अन्य दर्शनार्थीही जमले होते. त्या दिवशी श्री स्वामींचा पूर्वभक्त बसाप्पा त्याच्या तीन मुलांसह 'श्रीं'च्या दर्शनार्थ आला होता. १८३८च्या दरम्यान श्री स्वामी मंगळवेढ्यात असताना बसाप्पाला सर्प उचलायला सांगून आणि सर्पाचे सोन्याच्या लगडीत रूपांतर करून बसाप्पाचे दारिद्र्य स्वामींनी दूर केले होते. तेव्हा त्या दोघाही पती-पत्नीचा संसार सुखासमाधानाने चालला होता. संचारेश्वर श्री स्वामी मात्र तेथून निघून ठिकठिकाणी जाऊन अखेरीस प्रज्ञापुरीत स्थिरावले होते.

आता २५-३० वर्षांनंतर वृद्ध बसाप्पा श्रींच्या दर्शनार्थ अक्कलकोटी आला होता. दरम्यान त्याच्या पत्नीचाही मृत्यू झाला होता. अत्यंत वृद्ध झालेला बसाप्पा शेवटी शेवटी द्रव्यहीन, दरिद्री झाला होता. श्रीकृपेमुळे मंगळवेढ्यात प्राप्त झालेले त्याचे वैभव लोप पावले होते. त्याच्या तीन मुलांसह तो श्रींसन्निध असतानाच कोकणातून एक तरुण जोडपे श्रींच्या दर्शनासाठी आणि कृपालाभ व्हावा म्हणून तेथे आले होते. त्या उभयतांनी श्रींस साष्टांग नमस्कार घातला, ते हात जोडून उभे राहिले. तद्नंतर बसाप्पा मुलांसह पुढे येऊन श्रींस दंडवत घालू लागला, तेव्हा श्री स्वामी त्या बाईकडे पाहत म्हणाले, ''लिंबे, (हे तिचे पूर्वजन्मीचे नाव असावे.) इकडे ये. बसाप्पा तुझा पूर्वजन्मीचा नवरा आहे. तुला यापासून हे तीन मुलगे झाले आहेत. तुझ्या या प्रिय लेकरांना तू जवळ घे. पाहतेस काय?'' श्री स्वामीमुखातील हे चमत्कारिक उद्गार ऐकताच ती स्त्री चकित झाली. (रिपीट पृ. १६२)

पण इकडेही असा चमत्कार झाला, की बसाप्पाच्या त्या तिन्ही पुत्रांना पूर्वजन्मीच्या त्या मातेविषयी ममत्व निर्माण झाले. वास्तविक ते तिघेही त्या बाईपेक्षा किंचित वयाने मोठे दिसत होते, पण ती पूर्वजन्मीची आई आहे हे जाणून त्यांच्या पोटात आईविषयी माया निर्माण झाली. ते तिघेही तिला 'आई! आई!' म्हणून तिच्या जवळ जाऊन बसले. तिच्यातील मातृत्व जागे होऊन तिनेही त्यांना जवळ घेऊन कुरवाळले. आईच्या मायेने त्यांच्या चेहऱ्यावरून हात फिरविला. असा अपूर्व प्रसंग या अगोदर ना कोणी पाहिला होता, ना कुणी कधी ऐकला होता. हे ईश्वरी मायेचे कौतुक आगळेच होते. सर्व दर्शनार्थी आश्चर्यचकित होऊन ते दृश्य पाहत होते.

नंतर श्री स्वामी त्या स्त्रीला म्हणाले, ''अगं लिंबे, तू या बसाप्पाच्या घरी त्याचेबरोबर त्वरेने जा. त्याच्या घरात पश्चिमेच्या बाजूस रंगीत खांब आहे. त्याच्या खाली तुझ्या हाताने पुरून ठेवलेला द्रव्याने भरलेला हंडा आहे. तो तू स्वत:च्या हाताने बाहेर काढ. कुठल्याही प्रकारचा लोभ न ठेवता ते सर्व द्रव्य बसाप्पास देऊन टाक. म्हणजे त्याचे दारिद्र्य दूर होईल. नंतर तुलाही पुत्रसंतान होईल. जा.'' श्री स्वामी समर्थांची आज्ञा शिरसावंद्य मानून ते सर्व जण अक्कलकोटपासून ३२ मैल दूर असलेल्या बसाप्पाच्या घरी आले. श्रींच्या वचनाप्रमाणे त्या बाईने नेमक्या त्या स्थळी जाऊन ते धन काढले व बसाप्पाच्या हवाली केले. त्यामुळे त्याचे जन्माचे दारिद्र्य गेले.

नंतर ती उभयता पुन्हा अक्कलकोटला आली. हा चमत्कार सर्व सेवेकऱ्यांस सांगितला. तो ऐकून सर्वच थक्क झाले. ते दोघे पती-पत्नी काही दिवस श्री स्वामी समर्थांच्या सेवेत प्रज्ञापुरीत राहिले. श्रींचा आशीर्वाद घेऊन कोकणात गेले. यथावकाश त्याच वर्षी त्यांना पुत्रप्राप्ती झाली. ब्रह्मांडनायक हे असे इच्छादाता आहेत. त्यांनी बसाप्पाचे दारिद्र्यही घालावले. श्रींची योग्यता न जाणता त्यांच्या लीला म्हणा वा चमत्कार म्हणा, त्यामागचा कार्यकारणभाव, उद्देश जाणून न घेता टीका-टिप्पणी करणारेही काही होते. पण श्री स्वामी त्याची पर्वा न करता अव्याहतपणे कार्य करीत होते.

११. अशक्यही शक्य करतील स्वामी

। मैंदर्गीहून आगमन व उत्सव ।

शके १७९८चा (१८७६) महाराष्ट्रातील दुष्काळ या अगोदरच्या सर्व दुष्काळांपेक्षा अभूतपूर्व होता. गायी-गुरे, वासरे, माणसे आदी सर्वांचीच अन्नान्न दशा झाली होती. मुळातच दुष्काळी प्रदेशात असलेले अक्कलकोट तर दुष्काळाने पूर्णतः होरपळून निघाले होते. त्या वर्षीच्या मार्गशीर्ष शुक्ल पक्षात संचारेश्वर श्री स्वामी समर्थ नुकतेच मैंदर्गीहून अक्कलकोटला आले होते व ते पेठेतील मठात मंचकावर बसले होते. दुष्काळामुळे अन्नधान्याची प्रचंड वानवा असल्यामुळे चिंताग्रस्त होऊन कारभाऱ्यांनी श्रींना काळजीच्या स्वरात विचारले, ''महाराज, यंदा उत्सवासाठी काय करावे? दुष्काळ तर असा भीषण. भाताचे प्रमाण वाढवून यंदा भोजन आटोपावे का?'' तेव्हा श्री स्वामी कारभाऱ्यांकडे व पंचांकडे पाहत ताडकन म्हणाले, ''पांढरे तुकडे तुमच्या घरी श्राद्ध असेल त्या दिवशी करा. नैवेद्यासाठी पोटभर तूप, गूळ घ्या.'' भीषण दुष्काळ असताना श्रींचे हे उद्‌गार ऐकून कारभारी आणि पंच सर्वच विस्मयचकित झाले. 'अशा या तीव्र दुष्काळात हे कसे शक्य आहे?' हाच भाव त्या सर्वांच्या चेहऱ्यावर दिसत होता.

पण 'अशक्य ही शक्य करतील स्वामी'. श्री स्वामींनी अशी काही लीला केली की, दुसऱ्याच दिवशी एक श्रीमंत गृहस्थ भरपूर शिधासामग्री, तांदूळ, गव्हाचे पीठ, गूळ, तूप आदी घेऊन आला व त्याने ती सर्व सामग्री श्रींचरणी अर्पण केली. त्यामुळे सर्वच स्वामी भक्तांना मार्गशीर्षाच्या उत्सवात पुरणपोळी-तुपाचे यथोचित भोजन मिळाले. सर्व जण त्या दिवशी पोटभर जेवले. सर्वांनी 'जेथे स्वामी, तेथे काय कमी?' याचा अनुभव घेतला. नंतर सर्वांना मार्गदर्शन करून श्री स्वामी समर्थ महाराज खासबागेत जाऊन बसले.

तेथेही दर्शनार्थींची प्रचंड गर्दी होती. श्रींची प्राणप्रिय भागीरथी गाय तिच्या कल्याण नावाच्या पाडसासह उपस्थित होती. पायी खडावा घालून श्री स्वामींची ती तेजःपुंज, प्रसन्न मूर्ती भागीरथी गायीच्या समीप उभी होती. हाती कमंडलू घेऊन तिच्या पाठीवर हात ठेवीत ते त्रिवार म्हणाले, ''अलख, अलख, अलख माय गे.''

त्या दैवी वाणीने उपस्थित सर्व दर्शनार्थी रोमांचित झाले. ब्रह्मांडनायक श्री स्वामी समर्थांचे ते विलोभनीय ईश्वरी दत्तप्रभूस्वरूप पाहून सर्वांच्याच मुखातून ''दत्त-माय, दत्त-माय गे'' असा उद्घोष होऊ लागला, तेव्हा सर्वांवर कृपाकटाक्ष टाकीत श्री स्वामी म्हणाले, ''दत्त विसरा, दत्त विसरा!'' थोडे थांबून उपस्थितांकडे बघून पुन्हा म्हणाले, ''श्वान भूंकून उपाशी मरतील.''

त्या उत्सवात श्री स्वामींनी सर्वांना दत्तप्रभूंच्या स्वरूपात दर्शन दिले होते, त्यामुळे सर्वच दर्शनार्थी तृप्त झाले होते. पण लगेचच त्यांनी आता ''दत्त विसरा.'' असेही सूतोवाच केले. त्यामुळे त्यांनी स्वतःच्या निर्गमनाचे पहिले-वहिले संकेत दिले होते, पण त्या क्षणी भक्तिभावाने वेड्या झालेल्या दर्शनार्थींना त्यांच्या त्या शब्दांचे गांभीर्य कळले नाही. तेव्हा त्यातील मथितार्थ समजून घेणे ही तर फारच दूरची गोष्ट होती आणि तसे काही कारण नव्हते. अर्थात कुणाचीही अशीच स्थिती झाली असती. दर्शनार्थींनी श्री स्वामी समर्थ महाराजांचे चरणदर्शन घेण्यातच धन्यता मानली होती. त्यासाठी त्यांनी प्रचंड गर्दी केली होती. दत्तजयंतीचा सोहळा होता. साक्षात श्री स्वामी सर्वांना श्री दत्तप्रभूंच्या स्वरूपात दर्शन देते झाले होते.

आपल्या निर्गमनानंतर यांपैकी बरेचसे सेवेकरी भक्त आपसांत विनाकारण भांडतील, हेवे-दावे, द्वेष-मत्सर करतील. ज्या कार्यकारणभावासाठी आपण या पृथ्वीतलावर अवतार धारण केला, सर्वांचेच विविध लीला-घटना-प्रसंगांतून प्रबोधन केले, भक्तिमार्ग, उपासना आदी मार्ग सांगितले. स्वच्छ, निर्मळ, निःस्पृह चारित्र्याची आवश्यकता आणि महत्त्व सांगितले, सर्वांनी तसे वागावे अशी अपेक्षा बाळगली. जीवजगत, वृक्ष आदींच्या संरक्षणाबाबत वेळोवेळी सांगितले, अंधश्रद्धेला मूठमाती देऊन अवघे मानवकल्याण साधण्याचा प्रयत्न केला, कर्मकांडावर कृतिशील प्रहार केले, ते सर्व विसरून हे सेवेकरी क्षुल्लक कारणांवरून हेवेदावे करतील, आपापसात भांडतील, हे सूचित करण्यासाठीच ते उद्‌गारले, ''श्वान भुंकून उपाशी मरतील.'' श्री स्वामींचे हे उद्‌गार तेव्हा कुणी फारसे गांभीर्याने घेतले नाही. आजही कुणी मनावर घेतल्याचे जाणवत नाही. मठ, मंदिरे, केंद्र, आश्रम, संस्थाने यांतच गुंतून पडलेले स्वतःचेच महत्त्व, मठ, महती सांगण्यात, श्रेष्ठत्व आणि वेगळेपण दाखविण्यातच अनेक जण व्यग्र आहेत. त्यालाच ते उपासना समजतात. देवदेवतांच्या निकटतम सहवासात राहणारेही थोडेसेच अपवाद वगळता यातून सुटलेले नाहीत. हे वास्तव सर्वांनाच कळते आहे, पण वळत नाही हेच दुर्दैव आहे.

त्या वेळी प्रज्ञापुरी तथा अक्कलकोटच्या पंचक्रोशीत वीस-पंचवीस लहान-मोठी खेडी, वाड्या व वस्त्या होत्या. संचारेश्वर श्री स्वामी समर्थांचा अधूनमधून तेथे वावर व मुक्कामही असायचा. तेव्हाचे बहुतेक लोक अनेक बाबतींत अडाणी व मागासलेले होते. बहुतेकांचा मुख्य व्यवसाय शेती हाच होता. तेव्हा गावगाड्याला अनुसरून बारा बलुतेदारी पद्धत होती. वाहतुकीसाठी रस्ते व इतर साधने फारशी नव्हती. त्यातल्या त्यात अक्कलकोट हे बऱ्यापैकी मोठे खेडे आणि छोट्याशा संस्थानाची राजधानी होते. तेव्हा शेती पूर्णतः निसर्गावर अवलंबून असायची.

एके वर्षी संपूर्ण चातुर्मास्यात पुरेसा पाऊसच पडला नाही. जिकडेतिकडे पाण्याचा दुष्काळ निर्माण झाला. पावसावर अवलंबित शेतीची तर वाटच लागली होती. माणसे, जनावरे, पशु-पक्षी यांना नित्य गरजेसाठी पाणी मिळणेही कठीण झाले होते. तेव्हा सारे लोक श्री स्वामींना 'पर्जन्य पडू दे!' म्हणून विनवू लागले.

तेव्हा श्री स्वामी म्हणाले, ''पर्जन्यसूक्ताचे आणि रेणुकासहस्रनामाचे नित्यनियमाने पठण करा, पर्जन्यवृष्टी होईल.'' तेव्हाच्या जाणत्या लोकांनी श्री स्वामी आज्ञेप्रमाणे पर्जन्यसूक्ताचे पठण, रेणुकासहस्रनामाचे पठण, शंकरावर अभिषेक, वेगवेगळी अनुष्ठाने सुरू केली. तरीही पाऊस पडेना. पुढे दोन-तीन दिवसांनी श्रींची स्वारी अक्कलकोटपासून बारा-तेरा किलोमीटर अंतरावरील जेऊर गावी भक्तगणांसह गेली. तेथील काशीविश्वेश्वराच्या जागृत लिंगावर ग्रामस्थांकडून संततधार अभिषेक चालू होता. श्री स्वामींचा तिथेच मुक्काम होता. त्या वेळी त्यांनी काशीविश्वेश्वराचे लिंगासमवेत संभाषण केले. काही वेळाने बाहेर निघताना शिवाला रागे भरत ते म्हणाले, ''माझी लेकरे, बाळे, पशू, पक्षी, जनावरे पाण्यासाठी वणवण फिरत आहेत. तुम्ही पर्जन्यवृष्टी का करवत नाही?''

दुसऱ्या दिवशी ते भक्तगणांसह जवळच्याच हंजगी गावी मुक्कामास गेले. तिथे ते शिवलिंग स्थानावर गेले. तेथेही रागे भरून विचारू लागले, ''तुम्ही सदाशिव-पार्वती उभयता पर्जन्यवृष्टी का करीत नाही?'' शिवशंकराशी श्री स्वामींचा हा संवाद चालू असताना तिथे पुष्कळ ग्रामस्थ जमले. श्री स्वामी येथून निघत आहेत असा अंदाज येताच ग्रामस्थ भक्तिभावाने हात जोडून विनवू लागले, ''महाराज, आज आमच्या गावी मुक्काम करा.'' तेव्हा श्री स्वामी सर्वांसाठी आशीर्वादात्मक

हात उंचावून म्हणाले, ''सध्या राहाणे नाही.'' असे बोलून ते भक्तगणांसह वळसंग गावाकडे निघाले.

। वळसंग ।

भगवान परब्रह्म श्री स्वामी समर्थ महाराज भक्त मंडळींसमवेत आपल्या गावी येत असल्याचे वृत्त आधीच वळसंग गावच्या ग्रामस्थांना समजले होते. यामुळे सर्व गाव त्यांच्या दर्शनासाठी आणि स्वागतासाठी गावच्या वेशीजवळ गोळा झाला होता. सर्वांनी त्यांचे भावभक्तीने स्वागत केले. ते शंकराचे देवळातच उतरले होते. सर्व ग्रामस्थ त्यांना हात जोडून विनवणीच्या स्वरात विचारीत होते. ''महाराज, पर्जन्यवृष्टी केव्हा होईल?'' पावसासाठी सर्वांचा दीनवाणा आक्रोश ऐकून ते संतप्त होत. प्रमुख ग्रामस्थांसह ते शिवमंदिराच्या गाभाऱ्यात गेले. तेथे त्यांनी शब्दफुलांची तीव्र बरसात केली. त्या झपाट्यात शिव, पार्वती, गणेश, हनुमंतादी सर्वच स्वरूपे आली. श्री स्वामी त्यांना तक्रारीच्या स्वरात विचारू लागले, ''तुम्ही पाऊस का पाडत नाही? तुम्हाला काय हरभरे पाहिजे आहेत काय?'' असे म्हणून त्यांनी ग्रामस्थांकडून हरभरे मागविले. मग त्यांनी ते हरभरे तेथील सर्व देवांवर उधळले. नंतर ते लगतच असलेल्या धर्मशाळेत जाऊन विसावले.

मध्ये सुमारे तास-अर्धा तास गेला असेल नसेल, तेवढ्यात प्रचंड वारा सुटला. बघता बघता आकाशात ढग जमा झाले. ढगांचा गडगडाट, विजांचा लखलखाट होऊ लागला. मुसळधार पावसाने सुरुवात केली. दुसरा दिवस उगवेपर्यंत निसर्गाचे हे विलोभनीय वर्षातांडव, सर्वांच्या इच्छा-आकांक्षा पूर्ण करणारे नाचगाणे चालूच होते. सगळीकडे पाणीच पाणी झाले. त्या वर्षी वर्षातांडवाने अक्कलकोटच्या पंचक्रोशीतील वीस-पंचवीस कोस परिसरातली पाणीटंचाई दूर झाली. पशु, पक्षी, लोक सर्वांना जीवदान मिळाले. श्रीकृपेने सर्वच सुखावले. सर्व परिसर नवचैतन्याने सळसळू लागला. तेव्हा गावातील बायाबापड्या पोरे-सोरे, गडीमाणसे आपापसांत, एकमेकांत म्हणू लागले, ''अक्कलकोटच्या ब्रह्मांडनायक श्री स्वामी समर्थांमुळे ही किमया झाली.''

त्यासरशी पंचक्रोशीतील, खेड्यापाड्यांतील, वाड्या-वस्त्यांतील लोक श्रींच्या दर्शनभेटीसाठी अक्कलकोटच्या दिशेने लगबगीने, उत्साहाने, आनंदाने, नव्या उमेदीने निघाले. श्री स्वामी वळसंग गावी मुक्कामी आहेत हे माहीत झाले.

ते वळसंग गावच्या दिशेने निघाले. सर्वत्र उत्साहाचा आणि आनंदाचा भक्तिमय जल्लोष सुरू होता. त्यांच्या समवेतचे सेवेकरीही अत्यानंदात होते.

। कानफाट्या ।

श्री स्वामी समर्थांच्या सेवेत विविध स्वभावांचे, प्रकृतिधर्माचे सेवेकरी होते. असाच एक कानफाट्या म्हणून श्री स्वामी समर्थ महाराजांचा एकनिष्ठ भक्त होता. तो फार सशक्त होता. त्याच्या अंगात जणू बारा हत्तींचे बळ होते. त्याच्या अंगावर पाच पंचवीस माणसे जरी चालून आली, तरी तो घाबरत नसे. उलट त्यांनाच चोप देऊन तो माघारी परतवून लावत असे. 'श्रीं'ची स्वारी जर कोठे जात असेल, तर तो त्यांच्याकडे तोंड करून तो उलटा चालत असे. 'श्रीं'चा निजण्याचा पलंग, गादी, तक्क्या, पांघरुणे वगैरे चार-पाच असामींचे ओझे डोक्यावर अगदी सहज घेऊन चालत असे. 'श्रीं'वर त्याची पराकाष्ठेची निष्ठा होती. इतकी की तो 'श्रीं'ची विष्ठा प्रसाद म्हणून भक्षण करीत असे. तो नाथसंप्रदायी होता. त्याच्या त्या बलदंड शरीरामुळे आणि धसमुसळेपणाच्या वर्तनामुळे त्याचा सर्व सेवेकरी वर्गावर दरारा होता. त्याच्या मताविरुद्ध कोणी बोललाच, तर तो त्यास लगेच मुष्टिमोदक देत असे. विशेषतः श्रीपाद भट, चोळाप्पा, विश्वनाथबुवा आणि सुंदराबाई यांच्यावर त्याचा फार डोळा होता व रोषही होता.

एके दिवशी रात्री त्याच्या घरात काही सेवेकरी मंडळी निजली होती. मध्यरात्रीच्या सुमारास त्याने बळवंतराव नावाच्या एका निजलेल्या सेवेकऱ्याचे डोके दगड मारून फोडले. त्या गडबडीने सर्व जण जागे झाले. तेथे एकच गलबला झाला. हलकल्लोळ उडाला. सुंदराबाई 'श्रीं'च्या पलंगाजवळ झोपली होती. त्याने तिच्याही पाठीवर लाथ मारली. पोलिसांना बोलविण्यात आले. पोलिसांनी त्याची समजूत काढण्याचा प्रयत्न केला, पण त्यांना कानफाट्यास पकडण्याचे धैर्य होईना. शेवटी सेवेकरी आणि पोलिसांनी मोठ्या युक्ती-प्रयुक्तीने त्यास धरले. काही ठाणेदार पोलीस आणि चार-पाच बलदंड लोकांनी त्यास पोलीस ठाण्यात आणले. तेथे त्याचे जाबजबाब होऊन त्याला या मारामारीबद्दल शिक्षा झाली. त्याला तुरुंगात डांबण्यात आले. त्याच्यावर कडक पहारा ठेवण्यात आला.

परंतु 'श्रीं'ची त्याच्यावर कृपा असल्यामुळे त्याला समज देऊन थोड्याच दिवसांत मामलेदाराने सोडून दिले. पण त्याचे असे मोकळे राहणे सर्वच सेवेकऱ्यांना

त्यांच्या जीविताच्या दृष्टीने हानिकारक वाटू लागले. म्हणून त्या सर्वांनी एकचित्त करून मामलेदारास अर्ज केला -

> 'साहेब, कानफाट्याला मोकळे सोडू नये. तो सतत विनाकारण दंगामस्ती करीत असतो. कधीकधी मारपीटही करतो. तो मोकळा राहिल्यास आमच्या जीविताला धोका आहे. त्याकरिता त्यास मोकळे सोडू नये ही विनंती.'

त्या विनंतिअर्जावर सर्व सेवेकऱ्यांच्या सह्या, अंगठे होते. मामलेदाराने कानफाट्यास पकडून पुन्हा तुरुंगात डांबण्याचा हुकूम दिला. त्यानुसार त्याला तुरुंगात डांबण्यात आले व त्याच्यावर कडक पहारा ठेवण्यात आला.

त्याची 'श्रीं'वर इतकी निष्ठा होती, की त्यांच्या दर्शनाशिवाय तो चार-चार दिवस जेवतही नसे. पण चार दिवसांचे अन्न एकाच दिवसात खात असे. त्याला तंबाखू ओढण्याचे व्यसन होते, परंतु तो तुरुंगात असल्यामुळे तेथे तंबाखू ओढण्यास सक्त मनाई होती. पहाऱ्यावर असलेल्या शिपायास कानफाट्या रात्री तंबाखू ओढताना दिसत असे. त्यांना राजरोस त्याच्या तोंडास चिलीम व त्यावर विस्तव दिसत असे. पण पोलीस त्याच्या अगदी जवळ पाहण्यास गेले, की त्यांना काहीच दिसत नसे. त्यामुळे ते बुचकळ्यात पडत. शिपायांनी ही गोष्ट तुरुंगाधिकाऱ्यांस सांगितली. तुरुंग अधिकाऱ्यानेही या गोष्टीचा पडताळा पाहिला. तेव्हा तुरुंग अधिकाऱ्यांसह सर्वांनाच आश्चर्य वाटले. त्यामुळे त्यास रोज 'श्रीं'च्या दर्शनास नेण्याची परवानगी मिळाली. पोलीस बंदोबस्तात का होईना, त्याला 'श्रीं'चे नित्यदर्शन होऊ लागले. पण काही दिवसानंतर 'श्री'च्या दर्शनास गेला की तो दंगा करू लागला, म्हणून त्यास रोजचे 'श्री'चे दर्शन घेण्यावर बंदी घालण्यात आली. अधूनमधून क्वचित त्यास पोलीस बंदोबस्तात श्रींचे दर्शन घेऊ दिले जात असे.

एके दिवशी अक्कलकोटच्या धाकट्या लेंडूरीबुवाच्या मळ्यात तीनचार फूट उंचीच्या समाधीवर श्री स्वामींची स्वारी जाऊन बसली. तेथे असलेल्या शिवलिंगाचे श्रींनी त्या दिवशी पूजन केले. नेमका त्याच दिवशी, त्याच वेशीच्या बाजूने दोन शिपायांच्या बंदोबस्तात कानफाट्या आला. तितक्यात त्या लेंडूरीबुवांच्या मळ्यातून 'श्री स्वामी समर्थ महाराज की जय!' असा जयघोष भक्त मंडळी करीत असल्याचे कानफाट्याच्या कानावर आले. त्यासरशी तो त्याचे देहभान विसरला. 'श्री'चे दर्शन घेण्यास तो अतिशय आतूर झाला. इतका आतूर झाला, की शिपायांनी बांधलेल्या

मजबूत दोरखंडांनाही जोराने हिसके देऊन तो श्री स्वामी समर्थ महाराजांकडे दर्शनासाठी झेपावू लागला. त्याने त्या प्रसंगी शिपायांस विनवणी केली, ''मला श्री स्वामी समर्थ महाराजांच्या दर्शनास घेऊन चलावे.'' पण शिपाई काही त्याची विनंती मान्य करत नव्हते. तेव्हा त्याने अतिशय क्रोधाने शिपायाच्या कमरेत लाथ घातली. त्या सरशी शिपाई जमिनीवर पडला. लगेच त्याने शिपायाच्या कमरेची तलवार खसकन ओढून घेतली. दोरखंड तोडून टाकले. म्यानातून तलवार काढून तो नंग्या तलवारीसह श्री स्वामी समर्थ महाराजांकडे गेला.

त्याच्या या कृतीने सर्वच भयभीत झाले. मामलेदार, फौजदार, पोलीस, घोडेस्वार हत्यारबंद होऊन श्री स्वामी समर्थांकडे निघाले. इकडे कानफाट्या तलवार घेऊन 'श्रीं'समोर आला आणि त्यांचे दर्शन घेऊन हात जोडून नम्रपणे उभा राहिला. 'श्रीं' जवळ असलेले पंचवीस-तीस सेवेकरी कानफाट्याच्या भीतीने 'श्रीं'जवळून दूर पळून गेले. वास्तविक प्रत्यक्ष ब्रह्मांडनायक श्री स्वामी समर्थ सन्निध्य असताना भय ते कसले? कळिकाळापासून संरक्षण करणाऱ्या 'श्रीं'ना त्यांच्या सतत निकटतम राहूनही ओळखू न शकलेल्या, भक्ती आणि निष्ठा कमालीची तकलादू, कच्च्या मडक्यासारखी असलेल्या त्या सेवेकऱ्यांकडून वेगळी अपेक्षा करणे व्यर्थ होते. ते श्रींच्या निकटतम फक्त प्रसाद भक्षण करण्यासाठी असलेले भोजनभाऊ होते. त्या मानाने उग्र प्रवृत्तीचा, दणकट शरीराचा कानफाट्या त्या सर्वांपेक्षा कितीतरी पटींनी उजवा होता. फक्त तेथे तीन सेवेकरी थांबले. बाकीच्यांनी तेथून भीतीने पोबारा केला.

कानफाट्याच्या हातात नंगी तलवार पाहून श्री स्वामी त्यास म्हणाले, ''यहाँ क्या है? मोट के पास बैल और टोणगा है। उसके पास जाव।'' श्रींनी उच्चारलेल्या त्या शब्दांचा अर्थ - भावार्थ आणि मथितार्थ त्या वेळी तरी कुणाला समजला नाही. पण तो कानफाट्याला समजला असावा. म्हणून तो 'श्री'आज्ञेनुसार काही पावले विहिरीकडे गेला आणि पुन्हा माघारी आला.

तेथेच एक वृद्ध पाठमोरा बसलेला होता. तो पाठमोरा चोळाप्पांप्रमाणे दिसत होता. चोळाप्पांवर कानफाट्याचा जबरदस्त राग होताच. त्या वृद्धास चोळाप्पा समजून त्याने त्याच्या मानेवर एकामागून एक सपासप घाव घालण्यास सुरुवात केली. त्या धटिंगण कानफाट्याने बेदरकारपणे त्या गरीब वृद्धाच्या मानेवर सातआठ वार केले. ते वार इतके जोराचे होते, की त्याच्या हातातील ती तलवार वाकडी झाली. ती तलवार त्याने पायाने नीट करून आणखी वार करण्यास सुरुवात केली. शेवटी

तलवारीची मूठ गळून पडली, तेव्हा त्याने घाव घालणे थांबविले आणि ती तलवार श्रींसमोर आणून टाकली. पण कानफाट्या एकामागून एक सपासप घाव घालीत असताना ब्रह्मांडनायक श्री स्वामी समर्थांची अमृतदृष्टी त्या वृद्धावर खिळलेली होती. थोडेसे अल्प-स्वल्प रक्त निघण्यापलीकडे त्यास काही झाले नव्हते. तो त्या जखमी अवस्थेत उठून जवळच असलेल्या विहिरीवर गेला. पुढे काही सेवेकऱ्यांनी त्यास औषधोपचार करण्यासाठी दवाखान्यात नेले.

त्या प्रसंगी कानफाट्याभोवती पोलीस, काही अधिकारी व इतर लोक मिळून चारशे-साडेचारशे लोक जमले होते. परंतु त्यास पकडण्याची कुणाचीही हिंमत होईना, तेव्हा तो लोकांस मातीची ढेकळे फेकून मारू लागला. सर्व लोकांची भीतीने पाचावर धारण बसली. 'आता काय करावे?' असा विचार तेथे उपस्थित असलेला प्रत्येक जण करू लागला. इतक्यात तेथे एक धष्टपुष्ट, बलदंड धनगर आला. त्यातील काही मंडळी धनगरास म्हणाली, ''धनगर दादा, आम्ही कानफाट्याला बोलण्यात गुंतवून ठेवतो. आम्ही तुम्हाला खूण केल्यानंतर मागून जाऊन त्याच्या कमरेस मिठी मारा.'' त्याप्रमाणे उपस्थित लोकांनी कानफाट्याच्या शौर्याची खोटी स्तुती करण्यात, त्याला बोलते करून बोलण्यात गुंतवून ठेवले. तेवढ्यात त्यातील एकाने धनगराला खूण करताच त्याने कानफाट्याच्या मागून जाऊन त्याचे दोन्ही पाय घट्ट धरून त्याला खाली पाडले. त्या सरशी पोलिसांनी त्याच्यावर झडप घातली. इतर लोकही धावले. पोलिसांनी त्याला दोरखंडाने पक्के जखडून टाकले.

इकडे त्या वृद्धाच्या जखमेवर 'श्रीं'नी अमृतदृष्टीने पाहिल्यामुळे आठ- दहा दिवसांत तो ठणठणीत बरा झाला. येथे आश्चर्य आणि चमत्कार असा की, दणकट कानफाट्याच्या हाताची एक बुक्कीसुद्धा त्या वृद्धाचे प्राण हरण करू शकली असती. पण धारदार तलवारीचे एकामागून एक असे सात-आठ सपासप वार होऊनही तो वृद्ध जिवंत राहावा! हा कशाचा प्रताप? ही कोणाची किमया? परंतु तेथे उपस्थित असलेल्या मामलेदार, न्यायाधीश वगैरे मंडळीस भुजंगा मोठ्या ऐटीत आणि बढाया मारू लागला. जणू काही त्यानेच हे सर्व केले आहे, असा त्याचा आविर्भाव होता.

तेव्हा सर्वांसमक्ष भुजंगावर डाफरत श्री स्वामी त्यास म्हणाले, ''चारचौघांत बढाई मारतो आहे! बैल बैलगाडी ओढत असतात, पण त्या गाडीच्या मागून गाडीच्या सावलीत धावणाऱ्या कुत्र्याला वाटत असते, की आपणच गाडी ओढतो आहोत.'' अशा मानसिकतेचे भुजंगासारखे लोक कमीअधिक प्रमाणात सर्वत्र असतात, परंतु चारचौघांत त्यांना रोखणारे, टोकणारे श्री स्वामी समर्थांसारखे क्वचितच असतात.

। पोलखोल कोणाची ? ।

असेच एकदा स्वतःला सुधारक, अधिक प्रागतिक समजणारे मुंबई-पुण्याकडचे चारपाच लोक श्री स्वामी समर्थ नामाचा नावलौकिक ऐकून श्री स्वामी समर्थांची सखोल चिकित्सा करण्याच्या हेतूने अक्कलकोटला येण्यास रेल्वेने निघाले. 'अक्कलकोटमध्ये त्या संन्याशास (श्री स्वामींस) पाहून त्याचे पोलखोल करून आपणास लगेच परतायचे आहे.' असा विचार करून त्यांनी त्यांच्यासमवेत आणलेले सामानसुमान कडपगावच्या रेल्वेस्टेशनवरच क्लॉकरूममध्ये ठेवले. नंतर ते श्रींच्या दर्शनभेटीसाठी वटवृक्षस्थळी आले.

अंतर्ज्ञानी श्री स्वामी तेव्हा दिगंबरावस्थेत कंबरेवर हात ठेवून त्यांच्यासमोर उभे राहिले. उपस्थित सर्वांनाच दिसणारे श्री स्वामी या पुढारलेले म्हणविणाऱ्या आणि तसे दाखवणाऱ्या छलवृत्तीच्या लोकांना मात्र दिसेनात. ते पुरते गोंधळले, गडबडले आणि आश्चर्यचकित झाले. ''सर्वांनाच दिसणारे परमात्मा, परब्रह्म श्री स्वामी आपणास कसे दिसत नाहीत?'' असे म्हणताच त्यांना पश्चात्ताप झाला. याक्षणी आपली पापी प्रवृती या परमात्म्याच्या दर्शनाच्या आड येत आहे याचे त्यांना भान आले आणि ज्ञान झाले. श्रींचरणी वारंवार लोटांगण घालून ते त्यांची क्षमा याचना करू लागले.

तेव्हा दयासागर, कनवाळू श्री स्वामींनी त्यांना दर्शन दिले. श्रींच्या त्या तेजःपुंज, आजानुबाहू, दिव्य ईश्वरी स्वरूपाने ते दिपून गेले. तेव्हा ते श्रींना अनन्यभावे शरणागत होऊन त्यांचे दास झाले. वारंवार क्षमायाचना करू लागले. त्यांनी श्रींचे मनोभावे पाद्यपूजन केले. दुसऱ्या दिवशी भोजने घातली. नंतर श्रींनी त्यांना त्यांच्या दृष्टीने अनेक हितकारक, गुह्य गोष्टी सांगितल्या. ''तुम्ही तुमचे सामान स्टेशनवरच ठेवून का आलात?'' असे श्रींनी त्यांना विचारताच ते मनातून खजिल झाले आणि लाजले. श्रींच्या अंतर्ज्ञानाची त्याना प्रचिती आली. त्यांनी श्रींस साष्टांग नमस्कार घालून पुन्हापुन्हा क्षमायाचना केली. त्यांचा पूर्वीचा देहाभिमान, अहंभाव गळाला. त्यांचा नटवेपणातील तकलादूपणा आणि फसवेपणा संपला. ते अंतरी सद्गदित होऊन वारंवार श्रीचरण धरू लागले. नंतर श्री स्वामी समर्थ महाराजांनी त्यांना प्रसाद व आशीर्वाद दिला. अतिशय प्रसन्नचित्ताने ते मुंबई-पुण्यास परतले.

। चिमाची विहिरीत उडी ।

अक्कलकोटमध्ये चिमा नावाची एक विधवा स्त्री श्रींच्या सेवेसाठी येऊन राहिली होती. ती नित्यनियमाने श्रींचे दर्शन, भजन, पूजन करीत असे. भिक्षा मागून ती उदरनिर्वाह करीत असे. एकदा अक्कलकोटबाहेरील श्रीरामचंद्राच्या देवालयासमोरच्या विहिरीजवळ श्री स्वामी समर्थ महाराज गोट्या खेळत बसले होते. जवळच चिमाही होती. अकस्मात श्रींनी तिचा तांब्या पाण्याने तुडुंब भरलेल्या विहिरीत फेकून दिला.

तेव्हा चिमा श्रींस विनवू लागली, ''अहो दत्तावधूत स्वामीराया, माझ्याकडे पाणी पिण्यासाठी अन्य दुसरे भांडे नाही. आता मी काय करू ?'' ती रडू लागली. तेव्हा ते तिच्याकडे पाहत स्मितहास्य करीत म्हणाले, ''आता तू विहिरीत उडी टाक आणि तुझा तांब्या तू काढून घे.'' पोहता येत नसतानाही केवळ श्रींची आज्ञा शिरसावंद्य मानून क्षणाचाही विलंब न करता चिमाने पाण्याने तुडुंब भरलेल्या त्या खोल विहिरीत 'श्री स्वामी समर्थ' नाम घेत उडी टाकली. तिला पोहता येत नसल्यामुळे ती विहिरीत गटांगळ्या खाऊ लागली. त्याही स्थितीत 'श्री स्वामी समर्थ' नामाचा तिचा जप सुरूच होता. शेवटी ती एकदाची खाली गेली, ती वर येईना.

तेव्हा काही लोक धावपळ करीत तेथे आले. विहिरीत उतरण्याची तयारी करू लागले. तेव्हा श्री स्वामी त्यांना थांबवत म्हणाले, ''थांबा, नका उतरू विहिरीत, ती मरणार नाही. तिला काय झाले आहे? कायमच चेष्टा करीत असते. आता वर येईल.'' श्रींच्या या वचनावर लोक विहिरीत उतरण्याचे थांबले. ते विहिरीत डोकावून पाहू लागले. त्यांना ती दिसेना. नंतर बऱ्याच वेळाने ती पाण्यावर तरंगताना दिसली. तिचे चलनवलन होत होते, ती जिवंत होती. चिमा सहीसलामत स्वप्रयत्नाने विहिरीबाहेर चढून आली, तेव्हा सर्व जण म्हणू लागले, ''श्रींचा वरदहस्त असता तिचा प्राण कसा जाईल ?''

। 'श्रीं'नी मेणा हलका केला... ।

एकदा संचारेश्वर श्री स्वामी समर्थ खेडनापुराहून अक्कलकोटला येण्याकरिता निघाले. भरपूर पाऊस झाल्यामुळे सर्वत्र चिखल झाला होता. महाराज मेण्यात बसले. मेणा अतिशय जड लगू लागला. तशात भरपूर पावसामुळे रस्त्यात चिखलच चिखल

झालेला. तेव्हा मेण्यास खांदा देऊन चालणाऱ्यात श्रीपाद भटही होते. काकुळतीला येऊन ते म्हणू लागले, ''महाराज, आज मेणा नेहमीपेक्षा खूपच जड लागतो आहे. आम्हाला आता चालवत नाही. रस्ताही चिखलाचा.'' तेव्हा करुणाघन श्री स्वामी लगेच मेण्यातून खाली उतरले. सेवेकऱ्यांनी त्यांना घोड्यावर बसविले. पण तो घोडा ठेंगणा असल्याने श्रींचे पाय जमिनीला लागू लागले. तेव्हा या सेवेकऱ्यांनी श्रींस प्रार्थना केली, ''महाराज, जर आपण हलके झालात, तर आम्ही मेणा उचलू शकू.''

यावर श्री स्वामी त्या सर्वांकडे पाहत पोट धरून हसू लागले. भक्तकामकल्पद्रुम श्री स्वामी हसत हसत मेण्यात जाऊन बसले. सेवेकऱ्यांनी मेणा उचलला तो फुलांच्या परडीसारखा हलका लागू लागला. इतका, की रिकाम्या मेण्यापेक्षाही तो मेणा त्यांना हलका जाणवू लागला. याप्रसंगी श्रींनी उदानवायूचा संयम करून पालखीचे व स्वत:चे वजन फुलासारखे हलके केले होते.

'श्री स्वामी समर्थ' नामाचा जयजयकार करीत ते सर्व त्या चिखलाच्या रस्त्यातूनही झपझप चालू लागले. ते सर्व नागणसुरास आले. तेथे त्या दिवशी राहून दुसऱ्या दिवशी वाडी गावी आले.

पण येथे धान्य वगैरे काही मिळेना. दोन प्रहरी बाजरी भरडून त्या सर्वांनी खाल्ली. त्यांना भाजीसुद्धा मिळाली नाही. सायंकाळी सर्वच श्रींची प्रार्थना करीत म्हणू लागले, ''महाराज, येथे बाजरीही मिळत नाही. तर अक्कलकोटला चलावे.'' पण ते कोणाचेही ऐकेनात. तेव्हा निराश झालेले महादेव भट सर्वांच्या वतीने श्रींस विनंतीपूर्वक म्हणाले, ''महाराज, आम्हाला उद्या उपवास आहे.''

''तर मग...?'' श्रींनी आश्चर्याने पण हसून विचारले.

''महाराज, उपवासाच्या फराळाचे काय?'' महादेव भटाने खाली मान घालून नम्रतेने विचारले.

त्यावर दयाळु श्री स्वामी म्हणाले, ''उपवास का करता? तूप-गूळ घ्या.'' तेव्हा सर्वांच्या केविलवाण्या भुकेल्या चेहऱ्यांकडे पाहत श्री स्वामी गमतीने हसू लागले. पुढे काय घडेल याचे जणू संकेत देत होते.

त्रिकालज्ञानी श्री स्वामी समर्थांना केव्हा काय घडेल याची पूर्ण कल्पना असायची. सर्व सेवेकऱ्यांची भुकेली अवस्था पाहून ते म्हणाले होते त्याप्रमाणे दुसऱ्या दिवशी प्रात:काळी त्या वेळच्या मोगलाईतील केज धारूरचे (जि. बीड) महारुद्रराव देशपांडे सहकुटुंब श्रींच्या दर्शनभेटीस आले. त्यांनी त्यांच्यासमवेत नैवेद्याची सर्व सामग्री आणली होती. तेव्हा श्रींसमवेत सुमारे दीडशे सेवेकरी होते. उपस्थित सर्वांचा

अंदाज घेऊन स्वयंपाक सिद्ध करण्यात आला. श्रींना मंगलस्नान घालण्यात आले. त्यांची षोडशोपचार पूजा करण्यात आली. अतिशय उत्साहाने आणि भक्तिभावाने श्रींची मंगल आरती करण्यात आली. त्यांना नैवेद्य अर्पण करण्यात आला. नंतर सर्वांचे यथेच्छ भोजन झाले. सर्व सेवेकऱ्यांना 'उपवास का करता?' या उद्‌गाराचा प्रत्यय आला. दोन दिवस सर्वांचाच मुक्काम वाडी गावीच पडला होता.

रात्री सर्व सेवेकरी चापून भोजन केल्यामुळे गाढ झोपी गेले. रात्री चोरांनी सर्व सामान घेऊन पोबारा केला. तेव्हा श्री स्वामी समर्थ मात्र मोठमोठ्याने हसू लागले. सेवेकऱ्यांनी जागे होऊन श्रींस विचारले, ''महाराज, आपण का हसता आहात?'' तेव्हा ते निर्विकारपणे सर्वांकडे पाहत हसून म्हणाले, ''तुमचे सामानसुमान चोर घेऊन गेले, आता करा भजन!'' त्यावर दु:खीकष्टी होत श्रीपाद भटांनी श्रींस प्रार्थनापूर्वक हात जोडून विचारले, ''महाराज, सामान कोठे सापडेल?'' तेव्हा ते म्हणाले, ''आमच्या पोरांना कळवा, म्हणजे सामान सापडेल!'' मग तातडीने बसलगावचे कुलकर्णी व भवानराव देशपांडे यांना रात्री चोरी झालेल्या सामानाचा घडलेला वृत्तान्त सांगण्यात आला.

त्यांनी लगेचच त्या वेळी चोऱ्या-माऱ्या करणाऱ्या काही सराईत लोकांना धरून आणले. सुरुवातीस ते एकमुखाने 'आम्ही चोरी केली नाही! आम्हाला सोडून द्या!' असे सांगत होते; पण कुलकर्ण्यांनी त्यांचा हिसका दाखवताच, त्यांना मार देताच त्यांनी गुन्हा कबूल केला. जवळच्या 'किन्हीं' गावात चोरलेले लपवून ठेवलेले सर्व सामान त्यांनी चुपचाप आणून दिले. त्या चोरांवर खटला दाखल करण्यात आला. गुन्हा शाबीत झाला. सर्वांना शिक्षा झाल्या. परंतु या घटना-प्रसंगातील आश्चर्य हे की, ज्यांनी श्रींच्या पलंगाजवळून सामान चोरले होते, ते सुटले आणि ज्यांनी खोल्यांतून सामान चोरले होते त्यांना शिक्षा झाली.

। लोहगावचे बापूराव कुलकर्णी ।

असेच एकदा अक्कलकोटापासून वीस कोसांवर असलेल्या लोहगावचे बापूराव कुलकर्णी यांस कंठछिद्र पडल्यामुळे व त्यातून खाल्लेले अन्न-पाणी बाहेर पडत असल्यामुळे ते अगदी त्रासून गेले होते. त्यांनी गाणगापुरास येऊन गुरुचरित्राचे पारायण करून त्याचे मनोभावे श्रवण केले. सातव्या दिवशी त्यांना 'पार्थिव गणपतीची पूजा करा' असा दृष्टान्त झाला. त्यानुसार ते गणपतीची पूजा करू लागले.

त्यांचा हा गणपती पूजनचा नित्यक्रम बरेच दिवस चालला होता. एक दिवस ते पार्थिवाची पूजा करीत असताना त्यांच्या मागाहून एक भला मोठा भुजंग येऊन त्यांच्या अंगावर चढू लागला. हे पाहताच बापूराव कुलकर्णी अतिशय घाबरले. गणपतीचे पार्थिव खाली पडले. त्यासरशी तो भुजंग पळाला. मात्र त्या दिवसापासून बापूच्या कंठास आराम पडू लागला. थोड्याच दिवसांत त्यास 'हरिगुण वर्णन करा.' असा दृष्टान्त झाला. तेवढ्यात ते जागे होऊन विचार करू लागले की, 'माझा कोणत्याही प्रकारचा विद्याभ्यास नाही, काव्यशास्त्राची जाण नाही. अशा स्थितीत मला कवित्व कसे करता येईल?' या विवंचनेत ते पडले. परंतु दृष्टान्तात आज्ञा झाल्यानुसार सुरुवात तर केली पाहिजे. या भावनेने प्रेरित होऊन त्यांनी तीन-चारशे अभंग लिहिले, परंतु प्रत्येक अभंगाचा शेवटचा चरण मात्र त्यांना पूर्ण करता येईना.

बापू अतिशय चिंतातुर होऊन प्रार्थना करू लागले. ''देवाधिदेवा, आपल्या आज्ञेनुसार आपल्याच कृपेने मी तीन-चारशे अभंग केले, पण प्रत्येक अभंगाचा शेवटचा चरण काही मला पूर्ण करता येत नाही. त्यामुळे मी चिंतातूर आहे.'' नंतर पुन्हा बापू कुलकर्ण्यांना दृष्टान्त झाला, की 'मी अक्कलकोटी श्री स्वामी समर्थ नामे अवतार घेतला आहे. त्या ठिकाणी तू ये, म्हणजे तुझे कार्य होईल.' लगेच त्यांनी दुसऱ्या दिवशी सकाळी अक्कलकोटकडे प्रस्थान केले.

अक्कलकोटी येऊन श्रींना साष्टांग नमस्कार घालून त्यांचे दर्शन घेतले, तेव्हा अंतर्ज्ञानी श्रींनी बापूस 'इकडे ये, इथे बैस.' असे निर्देशित करून स्वत:जवळ बसविले व पायाचा अंगठा बापूच्या कंठास लावला. त्याच्या मस्तकी आशीर्वादात्मक हात ठेवला. त्याबरोबर बापूची कंठव्यथा पूर्णत: बरी झाली. चमत्कार घडावा त्याप्रमाणे त्यांना पूर्वानुभवासहित त्यांच्या डोक्यात लख्ख प्रकाश पडला, तीन-चारशे अभंगांचे अपूर्ण राहिलेले शेवटचे चरण त्यांना सुचले, ते लिहून त्यांनी ते सर्व अभंग पूर्ण केले. पुढे हेच बापूराव कुलकर्णी 'दासबापू' या नावाने प्रसिद्ध पावले व संतपदास पोहोचले.

'श्री स्वामी समर्थ' या महाराजांच्या षडाक्षरी नामस्मरणाने बुद्धी विवेचक बनते. चांगले तेच निवडणारी, सूक्ष्म विचार करणारी आणि जाणणारी बनते. प्रतिभा जागृत होते. श्रींच्या या दैवी सामर्थ्यांचा लोहगावच्या बापूराव कुलकर्णी यास अनुभव आला. आयुष्याच्या अखेरपर्यंत बापूराव कुलकर्णी तथा 'दासबापू' श्रींच्या सेवेत राहिले.

अक्कलकोटपासून ३५ किलोमीटरवर माशाळ नावाचे गाव आहे. या गावात त्या वेळी सिंदगीकर, जगप्पास्वामींचे अनेक शिष्य होते. या गावातील हे शिष्य व ग्रामस्थ काही ब्रह्मवृंदांसह या स्वामींचा मोठा उत्सव दरवर्षी साजरा करीत असत. त्या निमित्ताने या संप्रदायानुसार मध्यरात्रीस प्रसादभोजनाचा (आराधना) मोठा समारंभ होत असे. नंतर भोजनाचा कार्यक्रम होत असे. एके वर्षी त्या आराधनेच्या काळात माशाळ येथे श्री स्वामी समर्थ आले. दुसऱ्या एका देवालयात ते आपल्या भक्त मंडळींसह उतरले होते.

इकडे माशाळ गावातील ब्रह्मवृंदास श्री स्वामी समर्थ आल्याचे वृत्त कळताच ते श्री स्वामी समर्थ व त्यांच्या भक्तगणांस निमंत्रण देण्याचा विचार करू लागले. परंतु वेळ मध्यरात्रीची होती. श्री स्वामी भोजनास येतील की नाही अशी शंका वाटून त्यांनी भोजन केले. त्यानंतर श्री स्वामी ज्या देवालयात उतरले होते तेथे त्यांना व सेवेकऱ्यांना भोजनासाठी बोलावण्यास गेले. म्हणजे 'आधी पोटोबा नंतर विठोबा' या वृत्तीने ते ब्रह्मवृंद वागले. ''स्वामीन्, आमच्याकडे संप्रदायानुसार सिंदगीकर जगप्पा स्वामींच्या प्रीत्यर्थ आराधना (भोजन) आहे. आपणास व आपल्या सेवेकऱ्यांस त्यासाठी आम्ही आमंत्रण देण्यास आलेलो आहोत. आपण अवश्य यावे ही प्रार्थना.''

विनंती करून हात जोडून, नम्रतेचा आव आणून ते उभे राहिले. तेव्हा त्रिकालज्ञानी श्री स्वामी जेवून आलेल्या त्या माणसाकडे पाहत तृप्ततेचा ढेकर देत पोटावरून हात फिरवीत, स्मितहास्य करीत होते. 'भोजन करून आमंत्रण देण्यास आलास' असे जणू ते आमंत्रण देण्यास आलेल्यांना त्यांच्या कृतीतून सूचित करीत होते. ते गेल्यानंतर श्री स्वामींनी शिष्यवर्गास सांगितले, ''प्रसादभोजनाचे आमंत्रण देण्यास आलेले हे जेवून आले आहेत. त्यांच्या उष्ट्या पत्रावळी आणून आम्हाला दाखवा.''

श्रींच्या आज्ञेनुसार सेवेकऱ्यांनी त्वरेने जाऊन त्यांच्या काही उष्ट्या पत्रावळी श्रींस दाखविल्या. त्यानंतर श्री स्वामींनी पुन्हा आज्ञापिले, ''सर्वच्या सर्व जणांच्या सर्व उष्ट्या पत्रावळी आणाव्यात.'' सेवेकऱ्यांनी पुन्हा तेथे जाऊन सर्व उष्ट्या पत्रावळी आणल्या. श्रींनी त्या उष्ट्या पत्रावळी घोड्याच्या रिकिबीत घातल्या-काढल्याची कृती केली. नंतर त्या सर्व उष्ट्या पत्रावळींचा सेवेकऱ्यांच्या हस्ते होम करविला.

इकडे त्या ब्रह्मवृंदातील जे श्रेष्ठ होते, त्यांचे इतरांनी पदप्रक्षाळण केले. त्या वेळी त्या सर्वांच्या जागी श्री स्वामी समर्थ महाराजांचे चरण, नमस्कार करणाऱ्या माणसांना दिसत होते, याचे सर्वांनाच आश्चर्य वाटले. त्या वेळी त्या माणसांनी आता श्री स्वामी काय करीत आहेत हे पाहण्याकरिता श्रींचा मुक्काम ज्या देवालयात होता तेथे धाव घेतली. तेव्हा त्यांना महाराज सर्व उष्ट्या पत्रावळींचा होम करून बसले असल्याचे दृष्टीस पडले. त्यांना श्री स्वामी अतिशय तेज:पुंज, ईश्वरी स्वरूपात दिसले. श्री स्वामी समर्थांची ही कृती सर्वांनाच थक्क करून सोडणारी होती. श्री स्वामी प्रत्यक्ष भोजनास न येताही श्रीचरण दिसले! श्री स्वामी समर्थांचे सारेच अद्‌भुत आणि अतर्क्य होते.

। पादुकांची पूजा ।

श्री क्षेत्र पंढरपूर येथे खाजगीवाले यांच्या घरी श्री दत्तप्रभूंच्या पादुका होत्या. त्या पादुकांची नित्यपूजा होत असे. याबाबत पंढरीनाथ व त्याचा धाकटा बंधू गणेश या दोघा भावांत पादुकापूजनावरून भांडणे सुरू झाली. वडील बंधू पंढरीनाथास गोविंदा व गोपाल असे दोन पुत्र व चंद्रभागा नावाची एक कन्या होती. कनिष्ठ बंधू गणेश पादुकापूजन करतात याचे पंढरीनाथास व त्याच्या कुटुंबाला दु:ख होत असे. पुढे हे कुटुंब निर्धन झाले. पंढरीनाथास अफू-गांजाचे व्यसन लागले. त्यास काहीही उत्पन्न नव्हते. अखेरीस तो त्यांच्या कुटुंबासह गाणगापुरास आला. येथे माधुकरी मागून कुटुंबाचे कसेबसे पोषण करू लागला.

पुढे पंढरीनाथ काही दिवसांनंतर कुटुंबीयांसह अक्कलकोटी येऊन राहिला. तो नित्य श्रींचे दर्शन घेत असे. भिक्षान्नावर त्याची व त्यांच्या कुटुंबाची उपजीविका कशीबशी चालत असे. अशी त्याची दोन-तीन वर्षे गेली. एके दिवशी पंढरीनाथ दर्शनास आला व तो श्रींस सांगू लागला, ''महाराज, माझ्याच्याने आता हा प्रपंचाचा गाडा ओढवत नाही.'' श्री स्वामी त्यास म्हणाले, ''अरे पंढरी, काय पाहिजे तुला?'' त्यावर पंढरीनाथ उत्तरला, ''महाराज, माझा धाकटा भाऊ गणेश श्री दत्तप्रभूंच्या पादुकांची पूजा करीत असतो. ती पूजा माझ्याकडे यावी ही इच्छा आहे. पण महाराज, माझा तो भाऊ आणि त्याचा मुलगा हे दोघे मेल्याशिवाय हे शक्य नाही.''

त्यावर श्री स्वामी हसत हसत म्हणाले, ''पंढरीनाथा, तुझ्या धाकट्या भावाचा, गणेशाचा मृत्यू व्हावा असेच ना? तू आणि तुझा मुलगाही स्वर्गस्थ झाला तर दोष कसला? हे बघ, दुसऱ्याचे असे अनिष्ट चिंतन कधी करू नये.'' नंतर थोड्याच

दिवसांत पंढरीनाथाचा कनिष्ठ बंधू मृत झाला. त्याचा मुलगाही गेला. हे अशुभ वृत्त पंढरीनाथास कळले, तेव्हा तो श्रींची आज्ञा घेऊन पंढरपुरास गेला. श्री दत्तपादुकांची पूजा करीत सुखाने उदरनिर्वाह करू लागला. पुढे थोड्याच दिवसांत पंढरीनाथ, त्याची पत्नी व त्याचा ज्येष्ठ पुत्र गोविंद या त्रिवर्गाचा अकस्मात मृत्यू झाला. त्याला त्याच्या अनिष्ट चिंतनाचे फळही तसेच अनिष्ट मिळाले.

। टिकाजी उपलप ।

विविध देवदेवतांचे उपासक भक्त श्री स्वामी समर्थांकडे दर्शन, मार्गदर्शन घेण्यासाठी येत असत. अशाच अनेक भक्तांपैकी त्या वेळी सोलापूर शहरात टिकाजी उपलप नावाचे एक सद्गृहस्थ राहत होते. ते पांडुरंगाचे निस्सीम भक्त होते. त्यांचे ज्येष्ठ पुत्र पिराजीराव एकदा श्रींच्या दर्शनभेटीसाठी अक्कलकोटला आले. तेव्हा श्रींची स्वारी पटवर्धनांच्या गणेश मंदिरात विराजमान झाली होती. तेथे दर्शनार्थींची प्रचंड नेहमीप्रमाणेच प्रचंड गर्दी उसळली होती. तेव्हा पिराजीरावांनी उत्कट भक्तिभावाने श्रींस साष्टांग नमस्कार घातला. नंतर हात जोडून समोर पाहतात, तो काय! प्रत्यक्ष विठ्ठल! चक्रपाणी, कर्णी देदीप्यमान मोतीकुंडले, कंठी माळा' असे साक्षात पांडुरंगाचे स्वरूप त्यास दिसले. त्या विलोभनीय स्वरूपदर्शनाने पिराजीरावांच्या अंतःकरणाचा ठावच घेतला. श्री स्वामी उपस्थित दर्शनार्थींना उद्देशून व पिराजीकडे निर्देश करीत म्हणाले, ''यांचा (पिराजीरावांचा) वंश विठ्ठलभक्तपरायण आहे!'' हे ऐकून आणि श्रींचे स्वरूप पाहून सद्गदित झालेले पिराजीराव श्री स्वामी विठ्ठलाच्या चरणी नतमस्तक झाले. ''महाराज, आपण साक्षात विठू माउली आहात. या दीनावर आपण अपरंपार कृपा केली, स्वामीराया! आपल्या दर्शनाने आज साक्षात मला पंढरपुरच्या पांडुरंगाचे दर्शन झाले. मी भरून पावलो...'' असे सद्गदित अंतःकरणाने पिराजीराव म्हणाले.

या वेळी प्रसन्नवदन श्रींनी स्वकंठातील पुष्पहार पिराजीरावांच्या गळ्यात घातला. त्यास कल्याणकारक शुभाशीर्वाद दिला. श्रींकडून प्रसाद घेऊन ते प्रसन्नचित्ताने घरी परतले. पिराजीचे धाकटे बंधू विठ्ठलराव यांच्यावरही श्री स्वामी समर्थांची कृपा होती. तेही स्वामीनिष्ठ भक्त होते. ते श्रीमंत शहाजीराजांच्या पदरी मुख्य कारभारी होते. त्यांना श्रीकृपेने रावबहादुरी मिळाली. त्यांनी इंग्रज व मराठा राज्य या उभयतांमध्ये सामंजस्याचा आणि प्रगत समन्वयाचा कारभार केला. सामंजस्य, सद्भाव आणि सदाचार केवळ श्री स्वामीकृपेनेच झाल्याचा ते अनुभव

घेत होते आणि त्यांच्या सहवासात येणाऱ्या अनेकांना मुक्तकंठाने ब्रह्मांडनायक श्री स्वामी समर्थांची महती सांगत होते.

। बोटे तथा कैवल्यस्वामी ।

सामान्यांपासून असामान्यांपर्यंत असंख्य साधक, विद्वान, मुमुक्षू श्री स्वामी समर्थ महाराजांची कृपा संपादन करण्यासाठी त्या वेळी प्रज्ञापुरी तथा अक्कलकोटला येत. त्यातील एक श्री कैवल्याश्रमस्वामी तथा बोटे स्वामी होते. त्यांचे मूळ नाव रागचंद्र. त्यांनी त्यांच्या वडिलांच्या मुखातून अक्कलकोटनिवासी श्री स्वामी समर्थांविषयी अनेक लोकोत्तर चमत्कार ऐकले होते. संवेदनशील स्वभावाच्या, चौदा-पंधरा वर्षांच्या बाल रामचंद्रावर त्याचा खोलवर परिणाम झाला. इतका की 'अक्कलकोटनिवासी श्री स्वामी समर्थांचे दर्शन घेतलेच पाहिजे' असा त्याने तेव्हा दृढनिश्चय केला. वडील परवानगी देणार नाहीत म्हणून त्यांना देण्यासाठी बाल रामने चिठ्ठी लिहून ती धाकट्या बंधूजवळ दिली. कुणालाही काहीही न कळविता त्यांनी अक्कलकोटचा रस्ता धरला.

अक्कलकोटला येत असता एका रात्री त्यांचा एका खेड्यात मुक्काम झाला. तेव्हा रात्री श्री स्वामींनी त्यास स्वप्नात दिगंबर स्वरूपात दर्शन दिले व सांगितले, ''चिदंबरम् आणि मी एकच आहोत!'' या स्वप्नदृष्टान्ताने आनंदित होऊन पोरसवदा रामचंद्र भल्या पहाटेच उठून श्रींच्या दर्शनभेटीच्या ओढीने अक्कलकोटचा रस्ता अतिशय झपाट्याने, झपाटल्यागत चालू लागला. अक्कलकोटला येताच दोन पैशांचा पेढा घेऊन तो श्रींच्या दर्शनभेटीस वटवृक्षस्थळी पोहोचला. स्वप्नात पाहिलेली तीच दिव्य, तेजस्वी मूर्ती त्याला प्रत्यक्ष दिसली. ते तेज:पुंज आणि आजानुबाहू स्वरूप पाहून बाल रामचंद्राचे देहभान हरपले. तशा अभिमंत्रित स्थितीत श्री स्वामींपुढे हात जोडून उभे राहत त्याने प्रार्थना केली, ''आपल्या पवित्र, पावन चरणांचे दर्शन घ्यावे, या उत्कट इच्छेने मी आपल्या सन्निध आलो आहे. तरी आपण आपले पवित्र, पावन चरण पुढे करून या दीन दासावर कृपा करावी.''

त्या भावविभोर अवस्थेत तो श्रींना पेढा अर्पण करण्यास विसरला. तेव्हा श्री स्वामी समर्थ महाराज त्याच्याकडे वत्सलतेने कृपाकटाक्ष टाकीत आपले पाय पुढे करीत स्मितहास्याने उद्गारले, ''बेटा, पेढा लाव!'' त्यास 'श्रीं'च्या सर्वसाक्षित्वाची प्रचिती आली.

इकडे मुरगुड मुक्कामी मात्र हलकल्लोळ उडाला होता. दोन-चार दिवस उलटले तरी रामचंद्राचा पत्ता लागेना. सर्वत्र शोधाशोध आणि तपास सुरू झाला. धाकट्या मुलाजवळ त्याने दिलेल्या पत्रावरून वडिलांना रामचंद्र अक्कलकोटी गेल्याचे समजले. लगेच त्यांनी अक्कलकोटचा रस्ता धरला.

अक्कलकोटला पोहोचल्यावर त्यांनी श्री स्वामी समर्थ महाराजांचे दर्शन घेतले आणि आपल्या मुलाविषयी मठात, गावात सर्वत्र तपास केला; पण त्याचा मुळीच ठावठिकाणा लागेना. तेव्हा खिन्न मनाने तेथेच बसून त्यांनी मनोमन संकल्प केला की, 'श्री स्वामी समर्थकृपेने आपला मुलगा भेटला, तर आठ आण्याची साखर आणून श्री स्वामींच्या नावाने वाटीन.' इतक्यात त्यांना त्यांचा मुलगा श्रीचिदंबराचे स्मरण करीत येत असल्याचे दिसले. श्री स्वामीकृपेची तत्काळ प्रचिती आली. दोघांनाही खूप आनंद झाला. त्यांनी एकमेकांस कडकडून मिठी मारली. संतुष्ट मनाने आणि आनंदविभोर अवस्थेतच ते दोघेही पितापुत्र श्री स्वामी समर्थ महाराजांच्या दर्शनभेटीस गेले.

त्या वेळी अक्कलकोटमध्ये असलेल्या मैदानातील वटवृक्षाखाली श्री स्वामी समर्थ महाराज एका मंचकावर पूर्वाभिमुख होऊन बसले होते. त्यांच्या अंगावर तेव्हा अतिशय विलोभनीय काषाय वस्त्र होते, कमरेला लंगोटी, गळ्यात टपोऱ्या रुद्राक्षांची माळ होती. त्यांच्या मुळात दैवी असलेल्या रूपसंपदेत या सगळ्यांनी भरच घातली होती. स्मितहास्य करीत असलेल्या त्या तेजस्वी श्री स्वामी मूर्तीला पाहून ते दोघेही पितापुत्र कमालीचे आनंदविभोर झाले. त्या दोघांनीही आनंदातिशयाने श्रींच्या चरणावर मस्तक ठेवून विनम्रपणे त्यांना वंदन केले. शेजारीच सुरू असलेल्या पुराणश्रवणास ते दोघे जाऊन बसले.

पुराण चालू असतानाच श्री स्वामींनी मध्येच पोथीचे एक पान घेऊन त्याचे नळकांडे केले. श्रोत्यांकडे तोंड करून त्या नळकांड्यातून ते एखाद्या लहान निरागस बालकाप्रमाणे ते फुंकू लागले. अशा कृतीतून त्यांना सूचित करायचे होते, 'श्रोतेहो, तुमच्यातील काहींची स्थिती 'नळी फुंकली सोनारे, इकडून तिकडे गेले वारे' अशी आहे.' पुराणश्रवण आटोपल्यानंतर बोटे पिता-पुत्रांनी श्री स्वामींचे पुन्हा दर्शन घेतले. ते श्री स्वामींचा निरोप घेत असतानाच श्री स्वामी एकदम म्हणाले, ''नवसाची साखर कोठे आहे?'' तत्क्षणी पित्याला त्यांच्या संकल्पाची आठवण झाली. ''महाराज, चूक झाली. क्षमा असावी.'' असे म्हणून लगेच श्रींपुढे साखर आणून ठेवली. तेव्हा त्यातील चिमूटभर साखर त्यांनी स्वमुखात टाकली. उरलेली उपस्थितांना वाटून

देण्यास सांगितले. स्वतः पिता-पुत्रास श्री स्वामींच्या सर्वज्ञ, अंतर्ज्ञानाची रोकडी प्रचिती या घटनेतून आली. उपस्थित दर्शनार्थी, पुराणश्रोते सर्वच अचंबित झाले. 'श्री स्वामी समर्थ' नामाचा जयजयकार करीत सर्व श्रोतेगण आपापल्या घरी परतले. श्रींचा आशीर्वाद घेऊन पिता-पुत्र कर्नाटकातील त्यांच्या मुरगोड गावी परत आले.

⁂

वडिलांच्या आग्रहामुळे रामचंद्राने शिक्षक होण्यासाठी त्या वेळचा प्रशिक्षण महाविद्यालयाचा अभ्यासक्रम पूर्ण केला. नोकरीवर जाण्यापूर्वी श्री स्वामींचे दर्शन घेण्याची उत्कंठा त्यांना लागली. तेव्हा देशभर सर्वत्र भीषण दुष्काळ पडला होता. अशा स्थितीत त्या वेळी कर्नाटक प्रांतातून महाराष्ट्रात, अक्कलकोटला येणे फारच कठीण होते. दळणवळण व इतर सुविधांचा पूर्णतः अभाव होता. पण श्री स्वामी समर्थांवर भार टाकून, घरच्या मंडळींच्या विरोधास न जुमानता मनाचा हिय्या करून ते अक्कलकोटला निघाले.

मजल दरमजल करीत अक्कलकोटला आल्या आल्या तहानभूक, प्रवासाचा थकवा सारे सारे विसरून रामचंद्राने श्री स्वामी समर्थांच्या दर्शनास वटवृक्षस्थळी धाव घेतली. पण श्रींची स्वारी तेथे नव्हती. त्यांचा तपासही कोठे लागेना. त्यामुळे रामचंद्र बोटे खूपच नाराज होऊन एका झाडाखाली चिंतेत बसले. मनोमन चिंतू लागले, 'देवाधिदेवा, श्री स्वामी समर्थराया, आता तुम्हास मी कुठे शोधू?' असे कळवळून मनातल्या मनात चिंतित असतानाच एक सद्गृहस्थ त्यांच्याजवळ येऊन म्हणाला, ''श्री स्वामी समर्थ महाराजांची स्वारी गावाबाहेर तीन मैलांवर एका झाडाखाली बसली आहे.'' लगेच ते त्या ठिकाणी गेले. तेथे त्या सद्गृहस्थाने सांगितल्याप्रमाणे श्रींची स्वारी झाडाखाली व्याघ्रासनावर बसलेली होती. त्यांना पाहून रामचंद्र बोटे कमालीचे आनंदित झाले. एक नवाच उत्साह त्यांच्यात संचारला.

त्यांच्यासमोर विनम्रपणे हात जोडून उभे राहून रामचंद्र म्हणाले, 'देवाधिदेवा, श्री स्वामिराया, या कलियुगात आपण साक्षात अवतारी पुरुष आहात! आपल्या केवळ दर्शनाने आणि नामस्मरणाने कैक लोकांची पातके नष्ट झाली असतील. तरी, श्री स्वामिराया, या दासाचा भाव ओळखून कृपाकरून चरणस्पर्श करण्यासाठी आपले परमपावन पवित्र चरण पुढे करावेत.'' सर्वज्ञ, अंतर्ज्ञानी श्री स्वामी समर्थ महाराजांनी त्यांच्या मनीचा भगवद्भाव जाणला. त्यांच्याकडे स्मितहास्य करीत कृपादृष्टीने पाहिले. त्यांच्या इच्छेखातर त्याच्यावर कृपावंत होऊन दोन्ही चरण पुढे केले.

त्यासरशी अत्यानंदाने पुढे होत त्याने श्रीचरणांवर मस्तक ठेवले. सोबत आणलेले पाच रुपये श्रींपुढे ठेवले. ते हातात घेऊन, हातातल्या हातात इकडे तिकडे ओंजळीत घोळवून रामचंद्रास प्रसाद म्हणून परत दिले. त्या वेळी ते त्यास म्हणाले, ''रामू, पाणी फार खोल आहे. भिऊ नकोस.'' छातीवर उजवा होत ठेवून ते पुन्हा त्यास म्हणाले, ''मी तुझ्याबरोबर येतो.'' तेथे उपस्थित असलेले अनुभवी सेवेकरी रामचंद्रास म्हणाले, ''श्री स्वामी समर्थ महाराजांची तुमच्यावर पूर्ण कृपा झाली आहे.'' श्रींना कृतज्ञतापूर्वक नमस्कार करून रामचंद्र त्यांच्या गावी कर्नाटकात मुरगोड गावी आला.

पुढे त्यांनी थोरल्या भावाच्या हाताखाली काही वर्षे मास्तरकी केली. 'राम मास्तर' म्हणून ते ओळखले जात होते. त्यांचे श्री स्वामी समर्थांचे भजन-पूजन आणि नामस्मरण नित्यनियमाने चालू होते. एकदा तेव्हाचे अगडीचे (धारवाडचे) सुप्रसिद्ध वेसशास्त्रसंपन्न दशग्रंथी व्यंकटभट हे 'रामू शिक्षक कोठे आहे?' असा शोध घेत आले. त्यांना चरणस्पर्श करून मोठ्या भक्तिभावाने त्यांच्यापुढे श्रीफळ ठेवले. तेथे उपस्थित असलेल्या लोकांना त्या सद्गृहस्थाच्या या कृतीचे आश्चर्य वाटले. त्यांनी व्यंकटभटजीस त्यांच्या या कृतीबद्दल जेव्हा विचारले, तेव्हा व्यंकरभटजी म्हणाले, ''आम्ही अक्कलकोटास ब्रह्मांडनायक श्री स्वामी समर्थांच्या दर्शनास गेलो असता त्यांना विनविले, ''महाराज, पुन्हा लवकरच आपल्या दर्शनाचा सुयोग यावा!'' तेव्हा श्री स्वामी म्हणाले, ''मुरगोडास राम मास्तर हा आमचा परमभक्त आहे. त्याचे दर्शन घ्या, म्हणजे आमचे दर्शन झाल्याप्रमाणेच आहे.'' श्री स्वामी समर्थांच्या आज्ञेनुसार मी येथे आलो आहे.'' यावरून रामचंद्र बोटे तथा श्रीकैवल्याश्रमस्वामींची योग्यता तर कळतेच, पण ब्रह्मांडनायक श्री स्वामी समर्थांच्या कार्याची व्याप्ती, सखोलता आणि चौफेरताही लक्षात येते. त्यांच्यापुढे एकदाच नव्हे, तर हजारदा मस्तक नत होते.

। कनोजी पंडित व गोविंदराव ।

त्या वेळी मुंबईहून गोविंदराव माधवजी नावाचे एक भाविक गृहस्थ तीर्थयात्रा करीत करीत गाणगापुरास आले. त्याच्या समवेत एक गरीब कनोजी पंडित होता. ते दोघेही गाणगापुरीत दत्तप्रभूंची साधना करू लागले. काही दिवस येथे साधना केल्यानंतर त्या गृहस्थास दृष्टान्त झाला ''आम्ही सदेह स्थितीत अक्कलकोटमध्ये आहोत. तिथे जा, म्हणजे तुझी मनोकामना पूर्ण होईल.'' लागलीच दुसऱ्या दिवशी मुंबईचे गोविंदराव व कनोजी मजल दरमजल करीत अक्कलकोटमध्ये आले.

अनावर दर्शनभेटीच्या ओढीने ते दोघेही वटवृक्षाखाली श्री स्वामी समर्थ महाराजांच्या दर्शनास गेले. श्रींचे ते तेज:पुंज, देदीप्यमान दैवी रूप पाहून ते दोघेही अक्षरश: दिपून गेले. आजपर्यंत आपण एवढ्या तीर्थक्षेत्री फिरत येथे आलो आणि येथेच ईश्वरी रूपाचे दर्शन झाले. त्या दोघांनी भावविभोर मंत्रमुग्ध अवस्थेत मोठ्या भक्तिभावाने श्रींचे दर्शन घेतले. हात जोडून विनम्रपणे त्यांच्यासमोर उभे राहिले. 'जाव सेवा करों' ही श्री स्वामींची आज्ञा प्रमाण मानून ते दोघेही तिन्ही त्रिकाळ श्रींची नित्य दर्शन घेत. सोबत असलेला तो कनोजी पंडित श्री स्वामींसाठी नैवेद्य करीत असे. श्रींना नैवेद्य दाखवूनच ते दोघेही भोजन करीत असत. असा त्यांचा नित्यक्रम अखंड पाच महिने चालू होता.

एके दिवशी मात्र चमत्कार घडला. नेहमीप्रमाणे त्यांनी श्रींसाठी नैवेद्य आणला असता त्या नैवेद्याच्या पात्रास फक्त हस्तस्पर्श करून श्री स्वामी म्हणाले, ''जाव, गाव के बाहर मसीद में एक फकीर और कुत्ता है। उनकु खिलाव।'' हे ऐकून कनोजी ते नैवेद्याचे ताट गावाबाहेर असलेल्या मशिदीत घेऊन गेला. श्रींनी सांगितल्यानुसार तिथे एक फकीर बसलेला होता. त्याच्याजवळ एक भलामोठा बलदंड कुत्राही बसलेला होता. त्या कनोजीस पाहून फकीर म्हणाला, ''तुमको स्वामीजी ने भेजा है। इधर लाव!'' असे म्हणून त्याच्याजवळून ते नैवेद्याचे ताट घेतले. पण ह्या प्रसंगाने त्या दोघांसही श्रींच्या सर्वसाक्षित्वाची कल्पना आली. फकिराने आणि कुत्र्याने तो नैवेद्य भक्षण केला. नैवेद्याच्या ताटात थोडा वडा व खीर ठेवून ते ताट त्या माणसास परत दिले.तो त्या उच्छिष्टासह ते ताट घेऊन श्री स्वामी समर्थ महाराजांकडे परत आला.

त्या उच्छिष्ट प्रसादाकडे निर्देश करीत श्रींनी त्या उभयतांस सांगितले, ''अब वह प्रसाद तुम भक्षण करो।''

विविध ठिकाणच्या तीर्थयात्रा करून आलेल्या व स्वत:ला परमपवित्र, पुण्यवान समजणाऱ्या गोविंदरावाच्या मनात विचार आला, 'मुसलमानाने आणि कुत्र्याने उष्टावलेला नैवेद्य प्रसाद म्हणून कसा खावा?' अशी शंका घेऊन त्यांनी तो प्रसाद खाल्ला नाही. परंतु त्या गरीब कनोजीने गुर्वाज्ञा प्रमाण मानून तो उष्टावलेला नैवेद्य भक्तिभावाने खाल्ला.

त्या कनोजीवर प्रसन्न होऊन श्री स्वामी आशीर्वाद देऊन म्हणाले, ''अब तुम मुंबई मे जाव। वहाँ तुमको दस हजार रुपये मिलेंगे।'' त्यास आशीर्वादपूर्वक जाण्याची आज्ञा दिली. गोविंदरावांवर रागावून म्हणाले, ''अभी तुम्हारी भक्ती कच्ची है। और भी सेवा करते रहो।'' असे सांगून त्यास सेवेसाठी पादुका देऊन जाण्याची आज्ञा दिली.

*

कनोजी पंडित श्री स्वामीवचनांवर विश्वास ठेवून दहा हजार रुपये मिळतील या विश्वासावर मुंबईस आला. परंतु त्या काळी इतके रुपये मिळणार कुठून? त्याचा ना मोठा व्यापार, ना मोठ्या पगाराची, वरच्या हुद्यावरची नोकरी; मग मिळणार कसे इतके रुपये? पण श्री स्वामी समर्थ वचन असत्य व्हायचे नाही, असा त्याचा दृढ विश्वास होता. म्हणून तो रस्त्याने शोधक नजरेने इकडेतिकडे फिरू लागला. कोठेही कचऱ्यात, कचऱ्याच्या ढिगाऱ्यात कागदाचे पुडके दिसले, की तो ते उघडून पाहत असे. मुंबई नगरी मोठी आहे. येथे श्रीमंत व्यापारी लोकही राहतात. कुणाचे तरी नोटांचे पुडके पडून ते आपणास सापडून श्री स्वामी समर्थ वचन खरे होणार म्हणजे होणारच! या दृढ विश्वासाने तो कनोजी सुमारे पंधरा दिवस मुंबईच्या रस्तोरस्ती केरकचऱ्याचे ढिगारे धुंडाळत फिरत होता.

पण एके दिवशी अकल्पितपणे चमत्कार झाला. एक श्रीमंत भाटिया मरण पावला. त्याची बायको गुप्त दानधर्म करण्याच्या उद्देशाने दहा हजार रुपयांच्या नोटांचे पुडके कागदात गुंडाळून दरवाजात येऊन बसली. 'प्रात:काळी ज्या पंडिताचे प्रथम दर्शन होईल, त्यास ही रक्कम द्यायची' असा संकल्प करून ती दारात बसली होती. तेवढ्यात हा कागद गोळा करणारा कनोजी पंडित तेथे आला. तिने त्याला ते कागदात गुंडाळलेल्या दहा हजार रुपयाचे पुडके दिले. त्याला खूप आनंद झाला.

बाजूस जाऊन ते कागदाचे पुडके त्याने सोडून पाहिले, तर त्याला त्यात दहा हजार रुपये असल्याचे आढळून आले. त्याचा आनंद गगनात मावेना. 'श्री स्वामी समर्थ' नामाचा जयजयकार करीत तो कनोजी पंडित उत्तर हिंदुस्तानात गेला. तो श्री स्वामी समर्थ महाराजांचा त्याच्या शेवटच्या श्वासापर्यंत नि:स्सीम भक्त म्हणून राहिला. गोविंदराव श्री स्वामी समर्थांनी आशीर्वादपूर्वक दिलेल्या पादुकांची पूजा करीत सुखासमाधानाने कालक्रमणा करीत राहिला.

। स्वामिसुत, पंडित, खत्री ।

गोविंदराव माधवजी श्री स्वामींचे दर्शन आणि आज्ञा घेऊन मुंबईस आले. तीर्थयात्रा केल्याबद्दल त्यांनी मावंदे (अतिथींना भोजन) घातले. त्या भोजनास लक्ष्मण पंडित व अन्य काही मंडळी आली होती. त्या प्रसंगी गोविंदराव माधवजीने श्री स्वामी समर्थांच्या लीलांचे भक्तिभावाने वर्णन केले. ''श्री स्वामी समर्थ हे साक्षात दत्तावतार

आहेत.'' असे उपस्थितांना सांगितले. लक्ष्मणराव पंडित १८६८चे दरम्यान मुंबईतील बळवंतराव सखाराम कंपनीत भागीदार होते. त्यांना त्यात बराच तोटा होऊन ते कर्जबाजारी झाले होते. आपली आता अब्रू जायची वेळ आली अशी त्यांना काळजी वाटत होती. यजमान गोविंदराव यांच्या मुखातून ऐकलेल्या अनुभवसिद्ध श्री स्वामी समर्थांकडे त्यांचे लक्ष वेधले. तत्क्षणी लक्ष्मण पंडित यांनी नवस केला, 'श्री स्वामी समर्थांनी जर आठ दिवसांत आपणास कर्जमुक्त केले, तर आपण अक्कलकोटास जाऊ. श्री स्वामी समर्थांचे दास होऊ.' तेव्हा गोविंदराव म्हणाले, ''लक्ष्मणराव, जर तुमचा असा दृढनिश्चय असेल, तर तुमची कार्यसिद्धी निश्चित होईल.''

सात दिवस झाले. परंतु कर्ज फिटण्याची चिन्हे काही दिसेनात. पंडितांनी आपल्या कमनशिबास दोष दिला. 'आपले नशिबच असे खडतर असेल, तर त्यास श्री स्वामी समर्थ तरी काय करणार?' अशी मनाची समजूत करून ते शांत राहिले. हरिभाऊंचा (नंतरचे स्वामिसुत) व पंडितांचा स्नेह अगोदरपासूनच होता. आठवा दिवस उजाडला. सकाळचे प्रहरी हरिभाऊ व गजानन खत्री असे दोघेही लक्ष्मण पंडिताकडे आले. त्या दोघांनी पंडितांस सांगितले, ''आम्ही दोघांनी मिळून एक व्यापार केला, पण तो आमच्या दोघांच्या अंगावर आला आहे. त्यात फार तोटा होणार असून आम्हा दोघांचे दिवाळे निघणार आहे. तसा प्रसंग आल्यास आम्ही दोघेही आमच्या नोकरीस मुकू. त्या संबंधाने आम्ही दोघे तुमच्याकडे आलो आहोत. तुम्ही आमचे स्नेही आहात, करिता तुम्ही आमच्याबरोबर येऊन दुकानावर (पेढीवर) होणाऱ्या नफ्या-तोट्याच्या हमीपत्रावर सही करावी.'' त्या तिघांचे आपापसांत मैत्रीचे संबंध होते, म्हणून त्या दोघांची ही विनंती पंडितांनी मान्य केली. ते त्यांच्या समवेत पेढीवर गेले व हमीपत्रावर सही केली. ''तीन दिवसांनी या दोघांबद्दलची रक्कम आपण भरून द्यावयास तयार आहोत.'' अशी हमी देऊन पंडितांनी त्या हमीपत्रावर सही केली. ते तिघेही आपापल्या घरी गेले.

ब्रह्मांडनायक श्री स्वामी समर्थांची लीला अगाध आणि अर्तक्य! गिरिधरलाल नावाच्या पेढीवरून ईश्वऱ्या नावाचा मारवाडी आठव्या दिवशी चार वाजता पंडितांच्या घरी आला. 'पंडित कोठे आहेत? मी पेढीवरून आलेलो आहे.' असे सांगू लागला. तेव्हा कर्जबाजारी लक्ष्मण पंडित घाबरून गेले व त्या आलेल्या इसमाची चुकवाचुकवी करू लागले. त्या मारवाड्याच्या माणसाने पंडितांच्या घरी दोनतीन चकरा मारल्या. पण पंडित काही त्यास भेटले नाहीत. शेवटी ज्या मुंबई म्युनिसिपालटीत हरिभाऊ आणि गजानन खत्री नोकरीस होते, तेथे स्वतः मारवाडी

गेला. त्याने हरिभाऊंस गाठले आणि सांगितले, ''अफूचे व्यापारात दोन हजार रुपये नवीन सही करणाऱ्या लक्ष्मण पंडित यांच्या नावावर आले आहेत. ते घेण्यास त्यांस (पंडितांस) बोलविण्यास त्याच्या घरी माणूस पाठवला होता, पण तो भेटला नाही. सबब, तुमच्याकडे मी स्वत: आलो आहे.''

तेव्हा ते दोघे व मारवाडी पंडितांच्या घरी गेले. मारवाड्याने पंडितांना सांगितले, ''माल पूर्वी विकला गेला नव्हता. आता तो विकला गेला. त्यात दिढीचा (दीडपट) नफा मिळाला आहे. दोन हजारांची रक्कम पेढीवर येऊन घेऊन जावी.'' मारवाड्याच्या या उद्गाराने तिघांनाही अत्यानंद झाला. लगेच पंडित, हरिभाऊ खत्री पेढीवर गेले. पंडितांनी सही करून दिली. त्यास कमिशन बट्टा वगैरे वजा जाता १९०० रुपये मिळाले. ते घेऊन ते तिघेही घरी आले. पंडितांनी श्री स्वामी समर्थांस केलेला नवस व त्याची प्रचिती आल्याची सविस्तर घटना त्या दोघांस सांगितली व म्हणाले, ''अक्कलकोटला जाऊन श्री स्वामी समर्थ महाराजांचे दर्शन घेऊन त्यांना सविस्तर वृत्तान्त सांगितल्यावरच ह्या रकमेस हात लावायचा.'' पंडिताचे हे निश्चयी उद्गार ऐकून हरिभाऊ व गजानन यांस मोठे आश्चर्य वाटले. 'अशा अवतारी सद्गुरूंचे दर्शन घेऊन आपणही पुनीत होऊ' असे म्हणून त्या दोघांनीही पंडितांच्या विचारास सहमती दर्शविली.

❈

नफ्यापैकी तीनशे रुपये त्यांनी बरोबर घेतले, हरिभाऊ व गजानन खत्री यांनी पंधरा दिवसांची रजा घेतली. त्या वेळी दाजीबा भोसले सरकारच्या इच्छेवरून मुंबईस राहत होते. त्यांची शिफारस चिठ्ठी घेऊन लक्ष्मण पंडित, हरिभाऊ व गजानन खत्री असे तिघे अक्कलकोटमध्ये दाखल झाले. येथे ते गणपतराव जोशींच्या वाड्यात उतरले. श्रींच्या दर्शनाची त्याना तीव्र ओढ लागली होती. श्री स्वामी समर्थ महाराज कोठे आहेत याचा तपास करताना ते चोळाप्पांच्या घरी असल्याचे त्यांना कळले. तातडीने ते चोळाप्पांच्या घरी आले. त्या तिघांनी भक्तिभावाने श्रींचे दर्शन घेतले. विनम्रपणे हात जोडून त्यांच्यापुढे उभे राहिले. तेव्हा श्री स्वामी त्यांच्याकडे पाहत म्हणाले, ''व्यापार केला, तोटा झाला. मला नवस केला आणि दोन हजार रुपये नफा झाला.'' हे ऐकून त्या तिघांनाही श्रींच्या अंत:साक्षित्वाची आणि सामर्थ्याची कल्पना आली. त्यांना परम आश्चर्य वाटले. त्यांच्या डोळ्यांतून आनंदाश्रू घळाघळा वाहू लागले. श्री स्वामींच्या ईश्वरी सामर्थ्याची प्रचिती घेऊन ते तिघेही बिऱ्हाडी आले.

रात्री अशी घटना घडली, की एका चोरट्याने त्या तिघांचे सर्व कपडे चोरून नेले. त्यांनी पुष्कळ तपास केला. पण काही उपयोग झाला नाही. ते तिघेही प्रात:काळी

श्रींच्या दर्शनास गेले. त्यांनी श्री स्वामींकडे याबाबत फिर्याद केली. तेव्हा ते म्हणाले, ''सुंठीवाचून खोकला गेला.'' मग तिघांपैकी गजाननास ते म्हणाले, ''बाजारात जाऊन डोकीस धोतर बांध.'' पंडितांस सांगितले, ''बाजारात जाऊन डोकीस रुमाल बांध.'' हरिभाऊंच्या हाताला धरून जवळ घेत म्हणाले, ''तू आपल्या कुळावर पाणी सोड आणि माझा सुत हो.''

नफ्यापैकी ३०० रुपये त्या तिघांनी सोबत आणले होते. त्यांचे काय करावे असे श्रींस विचारता ते म्हणाले, ''त्या पैशांचे सफेद, सफेद घेऊन ये.'' अशी श्रींनी हरिभाऊंस आज्ञा केली. ''सफेद म्हणजे काय?'' हरिभाऊंनी श्रींस विचारले. तेव्हा त्यांनी आपले पाय पुढे केले. त्यावरून हरिभाऊंच्या लक्षात आले, की त्या पैशांच्या चांदीच्या पादुका करून आणाव्या.

मुंबईहून येताना त्या तिघांनी श्रींस अर्पण करण्यासाठी काही फळे आणली होती, ती 'श्रीं'पुढे ठेवली, तेव्हा लक्ष्मण पंडितांच्या मनात आले की, एक केळे आपण स्वहस्ते श्री स्वामी समर्थ महाराजांस भरवावे. म्हणून त्याने केळ्याची साल काढून ते श्रींपुढे केले. तेव्हा क्रोधित होऊन ते म्हणाले, ''तेरेकु ढासी है, उस वास्ते कुवेके आड होके तुम खा जाव।'' श्रींचे हे उद्‌गार ऐकून उपस्थित सेवेकरी पंडितास म्हणाले, ''तुम्हावर प्रसाद (कृपा) झाला आहे.'' श्रीआज्ञेनुसार पंडिताने आडाच्या पलीकडे जाऊन केळे खाल्ले. मग दर्शन घेऊन ते तिघेही बिऱ्हाडी आले.

दुसऱ्या दिवशी हरिभाऊने गणपतराव जोशी यांना सांगितले, की श्री स्वामी समर्थांचे आवडीचे पदार्थ नैवेद्यास करावे. त्यानुसार बेसन लाडू, खीर, कांदाभजी, कडबोळी आदी पदार्थ श्रींच्या नैवेद्यासाठी तयार करण्यात आले. दत्तोपंत नावाच्या सद्‌गृहस्थाच्या हाती नैवेद्याचे ताट देऊन त्यास श्री स्वामी समर्थ महाराजांकडे पाठवण्यात आले. पण तेव्हा श्री स्वामींची स्वारी राजवाड्यात गेली होती. म्हणून नैवेद्य तेथे पाठवण्यात आला. पंडित, हरिभाऊ आणि गजानन या त्रिवर्गाजवळ दाजीबा भोसले यांचे शिफारस पत्र असल्यामुळे त्यांना राजवाड्यात प्रवेश मिळाला.

श्रींना नैवेद्य अर्पण करण्यात आला. त्यांनी नैवेद्य पात्रातील भाताची मूद उचलून हरिभाऊंस दिली. गजाननास लाडू दिला व पंडितांस कांद्याची भजी दिली. पंडितांनी अनेक वर्षांपासून कांदे खाण्याचे सोडले असल्यामुळे ते श्रींनी दिलेला कांदाभजीचा प्रसाद खाण्यास का-कू करू लागले. श्री स्वामी त्यांस म्हणाले, ''कांद्यात काय आहे? तू भक्षण कर, मंगल आहे!'' त्या तिघांनीही तिथेच श्री स्वामींनी दिलेला प्रसाद भक्षण केला.

सर्वसाक्षी, अंतर्ज्ञानी श्री स्वामींनी त्यांस बोलावून एका तसबिरीकडे निर्देश करीत विचारले, ''काय रे, कोण आहे त्या तसबिरीत?'' पंडितांनी घाबरत घाबरत उत्तर दिले, ''या तसबिरीत मारुती आहे.'' दुसऱ्या तसबिरीकडे निर्देश करीत त्यांस विचारले, ''या तसबिरीत कोण आहे?'' पंडित उत्तरले, ''या तसबिरीत राम आहे.''

तिसऱ्या तसबिरीकडे बोट दाखवून स्वामींनी त्यांस विचारले, ''या तसबिरीत कोण आहे?'' त्यावर पंडितांनी जबाब दिला, ''या तसबिरीत शंकर आहे.'' तेव्हा श्री स्वामी त्या तिघांना म्हणाले, ''हेच तुम्ही तिघे जण आहात. ''मारुती ब्रह्मचारी आहे, म्हणून हरिभाऊ मारुती होईल. शंकर शुभ आहे, म्हणून गजानन शंकर होईल.'' लक्ष्मण पंडितांस म्हणाले, ''तू राम होशील.'' मी याप्रमाणे तुमच्या तिघांच्या गाठी घातलेल्या आहेत.'' असे सांगून श्री स्वामींनी तेथेच त्या तिघांना तीन लोक दिले.

हरिभाऊंस : *गुरुर्ब्रह्मा गुरुर्विष्णु गुरुर्देवो महेश्वरः ।*
गुरुः साक्षात् परब्रह्म तस्मै श्रीगुरुवे नमः ॥

गजाननास : *आकाशात् पतितं तोयं यथा गच्छति सागरम् ।*
सर्वदेवनमस्कारः केशवं प्रतिगच्छति ॥

पंडितांस : *इदमेव शिवं । इदमेव शिवं ।*
इदमेव शिवं । इदमेव शिवं ।

श्री स्वामींनी त्रिवर्गास हे तीन श्लोक दिले व पंडितांस आज्ञा केली, ''तू या तिन्ही श्लोकांचा अर्थ सांग.'' त्यांनी त्याच्या आकलनानुसार यशाशक्ती त्या तिन्ही श्लोकांचा अर्थ सांगितला. नंतर एक दिवस प्रज्ञापुरीत थांबून श्री स्वामी समर्थ महाराजांचा शुभाशीर्वाद घेऊन ते मुंबईस आले.

मुंबईस आल्यावर या त्रिवर्गांनी नफ्याचे सोळाशे रुपये वाटून घेतले. श्री स्वामीकृपेने पंडित त्यांचे कर्ज फेडून काळजीतून मुक्त झाले. मात्र हरिभाऊंनी प्रत्यक्ष चालते-बोलते ब्रह्मांडनायक श्री स्वामी समर्थ पाहिल्यामुळे त्यांचे चित्त संसारात लागेना. वयाच्या अवघ्या पंचविशीतच त्यांना वैराग्य आले. त्यांना सरकारची चाकरी नकोशी वाटू लागली. श्री स्वामी समर्थ चरणांपाशी केव्हा जाईन व त्यांचा अनुग्रह केव्हा मिळेल, हाच एकमेव ध्यास त्यांना लागला होता.

अक्कलकोटला नेलेल्या तीनशे रुपयांपैकी दोनशे रुपये शिल्लक राहिले होते. हरिभाऊंनी त्या पैशांत चांदीच्या (सफेद) पादुका बनवून घेतल्या. त्यांवर सुंदर,

कलात्मक वेलबुट्टी काढून घेतली. पंधरा दिवसांच्या आतच हरिभाऊ आपल्या दोन मित्रांसह ब्रह्मांडनायक श्री स्वामी समर्थ महाराजांच्या दर्शनासाठी अक्कलकोटला पुन्हा आले.

अक्कलकोटला येताच हरिभाऊंनी त्या चांदीच्या पादुका श्री स्वामींचे दर्शन घेऊन, भक्तिभावाने त्यांच्या चरणांपाशी ठेवल्या. श्री स्वामींनी लगेचच त्या पादुका पायांत घातल्या. सतत चौदा दिवस त्या पादुका त्यांनी स्वत:जवळ ठेवल्या. मोठ्या प्रेमाने त्या पायांत घालून ते वावरत. या चांदीच्या पादुका आपणास मिळाव्यात म्हणून निकटच्या, नित्य सेवेतल्या प्रमुख सेवेकऱ्यांनी फार खटपटी केल्या; पण श्रींनी त्या पादुका कुणासही दिल्या नाहीत.

ते त्या पादुकांबाबत म्हणत, ''हे माझे आत्मलिंग आहे. मी ते कोणासही देणार नाही.'' पुढे चौदावे दिवशी हरिभाऊ नित्यनियमाने श्रींच्या दर्शनास आले असता, श्री स्वामी हरिभाऊंस आपणाजवळ ओढून घेत म्हणाले, ''तू माझा सुत आहेस. तू आपला सर्व धंदा, रोजगार सोडून बंदर किनाऱ्यावर जाऊन मोठा किल्ला बांधून आमची ध्वजा उभी कर.''

नंतर श्री स्वामींनी त्या पादुका आपल्या हातास, पायास, तोंडास, मस्तकास वगैरे सर्व अवयवांस लावल्या. ''हात जोडून उभा राहा. तीन उठाबशा काढ. या पादुका मस्तकावर ठेव.'' असा हरिभाऊंस आदेश दिला आणि सांगितले, ''हे माझे आत्मलिंग (पादुका) त्या किल्ल्यात मांडण्याकरिता तुला देत आहे. तू आजपासून माझा सुत झालास.'' या घटनेने हरिभाऊंचा आनंद त्रिभुवनात मावेना. ते आनंदाने बेहोष होऊन नाचू लागले. पुढे हरिभाऊ, गजानन आणि पंडित हे त्रिवर्ग बिऱ्हाडी आले.

त्याच रात्री हरिभाऊंस श्री स्वामींचा अनुग्रह झाला. त्या रात्री श्री स्वामी समर्थ गावाबाहेरील पिंपळाच्या झाडाजवळ वस्तीस गेले. हे तिघे व अन्य काही सेवेकरी त्यांच्या समवेत तेथे होते. सर्व मंडळी निद्रिस्त असताना मध्यरात्रीच्या सुमारास श्री स्वामी समर्थ महाराज उठून बसले. हातात काठी घेऊन त्या पिंपळाच्या झाडाकडे पाहत म्हणाले, ''तू साले यहाँ से निकल जा। नीचे हमारे बाल-गोपाल सोये है।'' या प्रमाणे तीन वेळा म्हणत त्यांनी काठी उगारली. त्यासरशी ते पिंपळाचे झाड सळसळ हलले. त्यातून मशालीच्या उजेडाप्रमाणे प्रज्वलित गोळ्याच्या रूपाने ब्रह्मसमंधाला तेथून हाकलून लावले. तेव्हा आगीचा गोळा निघून गेल्यासारखे दिसले. त्या त्रिवर्गाने निजल्या ठिकाणाहून हे सर्व पाहिले. ह्या प्रसंगी श्री स्वामींनी त्या त्रिवर्गाच्या बाबतीत आपली पितृवत्सलतेची भूमिका निभावली.

थोड्या वेळाने हरिभाऊ हळूच उठून श्रींजवळ जाऊन त्यांचे पाय चेपू लागले. श्रींच्या व हरिभाऊंच्या गुप्त गोष्टी बराच वेळ चालल्या होत्या. शेवटी श्री स्वामींनी आपली छाटी, कफनी, झोळी वगैरे उशाखाली असलेले कपडे हरिभाऊंच्या अंगावर फेकले आणि त्यांस सांगितले ''आपला सर्व संसार लुटवून टाक.''

दुसरे दिवशी प्रात:काळी श्री स्वामींनी दिलेल्या आत्मलिंग पादुका घेऊन व त्यांनी अंगावर फेकलेली कफनी परिधान करून हरिभाऊ आता 'स्वामिसुत' होऊन त्यांच्या दोन मित्रांसमवेत मुंबईस आले.

। स्वामिकुमार (स्वामिसुत) ।

स्वामिसुतांच्या निधनानंतर मुंबईतील मठाची गादी रिक्त झाली. तेव्हा मुंबईतील काही सेवेकऱ्यांनी अक्कलकोटला येऊन श्री स्वामींस 'महाराज, आता या रिक्त गादीवर कोणास नेमायचे?' असे विचारले. श्री स्वामी तत्काळ उत्तरले, ''सध्याच्या सेवेकऱ्यांपैकी आम्हास एकही योग्य वाटत नाही. आमच्या मनात येईल तेव्हा आम्ही मोर पाखरास तेथे अधिकारी म्हणून नेमू.'' नंतर श्रींनी ''मोर पाखरा! मोर पाखरा!'' असा धोषा रात्रंदिवस चालू केला. ते स्वामिसुतांच्या आई काकूबाईंस ''आमची पाऱ्याची वीट नीट जप!'' असे वारंवार बजावत. 'ती तू लपवून ठेवली आहेस, ती आम्हास दिली पाहिजे.' असे सांगत. श्रींच्या या बोलण्याचा अर्थ कुणालाच स्पष्टपणे कळत नव्हता. पाऱ्याच्या विटेबाबत सर्वच अनभिज्ञ होते.

स्वामिसुतांचा धाकटा भाऊ - दादा कोकणात राहत होता. तो लहान, अज्ञानी होता. प्रकृतीने तो अगदीच किरकोळ होता. पुढे तो अधिकाधिक खंगत चालल्याने त्यास (दादाबुवास) घेऊन काकूबाई श्री स्वामींना दाखविण्यासाठी अक्कलकोटला घेऊन आली. ''महाराज, दादाबुवांस कृपादृष्टीने निरोगी करावे.'' काकूबाईंनी श्रींस प्रार्थना केली. त्यावर ते तिला म्हणाले, ''यास चार वेळा जेवू घाल, म्हणजे त्याला आरोग्यप्राप्ती होईल!'' काकूबाईंनी तसे करताच दादाबुवाची प्रकृती चांगलीच सुधारली.

श्री स्वामी समर्थ कृपांकित नानासाहेब तथा महारुद्रराव देशपांडे यांनी श्रींच्या आज्ञेनुसार केज गाव (ता. बीड) येथे श्री स्वामी समर्थांचा मठ स्थापन केला होता. या मठात श्रींच्या पादुका स्थापन करण्याची आज्ञा घेण्यासाठी महारुद्रराव देशपांडे अक्कलकोटला आले. तेथे त्यांची स्वामिसुतांच्या मातोश्री काकूबाईंशी भेट झाली. तेव्हा त्यांनी काकूबाईंस विचारले, ''दादास (स्वामिसुतांचा धाकटा भाऊ)

आमच्याबरोबर श्रींच्या पादुका स्थापण्यास केजला पाठवता का?'' त्यावर काकूबाई म्हणाल्या, ''दादा अजून लहान आणि अज्ञानी आहे. शिवाय त्याची प्रकृतीही ठीक नाही. त्याची काळजी कोण घेणार? पण श्री स्वामी समर्थ आज्ञा देतील तर मी त्याला पाठवीन.'' असे सांगून त्या दादास घेऊन श्री स्वामींकडे आल्या.

तेव्हा श्री स्वामी काकूबाईंस म्हणाले, ''तो अज्ञान आणि लहान असला, तरी आम्ही त्याची काळजी घेऊ. त्यास केजला पाठवून द्यावे.'' पण आता मात्र श्री स्वामी समर्थांनी सांगूनही काकूबाई दादास केजला पाठविण्यास तयार होईनात. त्या श्रींना सांगू लागल्या, ''त्यास पाठवू नका! पाठवू नका!'' तेव्हा श्रींनी तिला सांगितले, ''आम्हास जे योग्य वाटेल, तेच आम्ही करणार. त्यात तुमचे काय गेले?'' त्यांनी दादास महारुद्रावाबरोबर केजला पाठवले. श्रींचा कृपाशीर्वाद असल्यामुळे दादा केजला जाऊन, पादुकांची यथाविधी स्थापना करून परत अक्कलकोटी आला. श्री स्वामींनी त्यास काही निवडक सेवेकऱ्यांबरोबर मुंबईला पाठविले. पुढे दादास स्वामिसुतांच्या गादीवर बसविण्यात आले. त्यास गोसावी करून कफनी, झोळी आणि निशाण दिले. परंतु दादा लहान आणि अज्ञानी असल्यामुळे त्याने गोसावी होण्यास व स्वामिसुतांच्या गादीवर बसण्यास नकार दिला. पुष्कळ खटपट करूनही दादा तयार न झाल्याने त्यास अक्कलकोटी परत पाठविण्यात आले.

श्री स्वामींनी भुजंगास आज्ञा केली, ''फिरंगी, दादास वाघाच्या कातड्यावर उभे करा. माझ्या पादुका त्याच्या मस्तकावर ठेवा. त्याच्या गळ्यात रुद्राक्षांची माळ घाला. मोर्चेल आणून त्याच्यावर धरा.'' लगेचच श्रींनी आपल्या पायांतील पादुका भुजंगाकडे फेकल्या. श्रींनी सांगितल्यानुसार कृती करण्यात आली. श्रींच्या पादुका दादाच्या डोक्यावर ठेवताच चमत्कार घडला. दादाच्या मनात उपरती झाली. डोक्यात ज्ञानसूर्य उगवला. हृदयात भक्तिभाव उचंबळला. त्याच्यातील अज्ञानाचा अंधकार नाहीसा झाला. तो भजनात रंगला, देहभान विसरला. श्रींच्या पादुकांनी दादास पोरवयातच ब्रह्मज्ञान प्राप्त झाले.

दादाबुवातील त्या आश्चर्यकारक बदलाने काकूबाई दचकल्या. त्यांना वाटले श्री स्वामींनी जसे हरिभाऊस (स्वामिसुत) संन्यासी केले, तशी तर ही दादांबाबत श्री स्वामींची कृती नसेल ना?'' या विचाराने त्या श्रींस म्हणाल्या, ''महाराज, महाराज, तुम्ही हे काय करीत आहात? आपल्या पादुका त्याच्या डोक्यावर काय म्हणून ठेवल्या?'' त्यावर काकूबाईंवर रागवत श्री स्वामी म्हणाले, ''आम्हास जे योग्य वाटले, तेच आम्ही केले आहे. उगाच वायफळ बडबड करू नकोस.''

तेव्हा काकूबाई फणकाऱ्याने म्हणाल्या ''एकास (हरिभाऊ) या अगोदर गोसावी करून मारून टाकले तेवढे पुरे झाले.'' हे ऐकताच काकूबाईंवर प्रचंड संतापत श्री स्वामी कडाडले, ''तुला बघवत नाही का? घाला रे कोंडून हिला.'' श्री आज्ञेनुसार सेवेकऱ्यांनी काकूबाईंस बांधून टाकले. तिने खूप आकांत केला, गोंधळ घातला; पण श्रींनी तिच्याकडे पूर्णपणे दुर्लक्ष केले.

आता श्रींनी दादास गोसावी बनवले. त्यास कफनी व झोळी दिली. दुसऱ्या दिवशी त्यास भिक्षेस पाठवले. काकूबाई श्रींपुढे पदर पसरून शोक करू लागल्या. ''नका हो महाराज! दादास गोसावी नका करू!'' असे बरेच काही बोलत होती.

तेव्हा श्री स्वामी तिच्यावर कडाडत म्हणाले, ''झाली गोष्ट आता फिरायची नाही. धोंड्यावर (दगडावर) रेघ मारून ठेव!''

लहानग्या दादास श्रींनी जवळ बोलवले. स्वतःच्या मांडीवर बसवले. वात्सल्याने कुरवाळले. त्यास कौपिन नेसवले. त्याचे कान फुंकत स्वामी म्हणाले, ''आता काकूबाई तुझी आई नाही आणि तू तिचा मुलगा नाहीस. आता तू माझा मुलगा आहेस.''

श्री स्वामी समर्थ महाराजांनी दादाच्या मस्तकावर आशीर्वादात्मक स्वहस्त ठेवला. 'सच्चिदानंद स्वामीकुमार' असे दादाबुवांचे नामकरण करण्यात आले. त्यास रीतसर स्वामिसुतांच्या गादीवर बसविण्यात आले. काही दिवस दादाबुवांस स्वसान्निध्यात ठेवून श्री स्वामींनी त्यास मुंबईत स्वामिसुतांच्या मठात पाठवले.

। कांदेवाडीचा मठ ।

श्री स्वामी समर्थ (गुरू) आज्ञेनुसार स्वामिसुतांनी स्वतःचा संसार पूर्णतः लुटवून टाकला. कडकडीत वैराग्य धारण केले. पत्नी ताराबाईच्या अंगावरील ६० तोळ्यांचे सोन्याचे तोडे, २४ तोळ्यांच्या सोन्याच्या बांगड्या, अठरा गाठले, ठुशी, नथ, बुगड्या, पायांतील तोडे वगैरे सर्व दागिने विकून त्यांनी सर्वच्या सर्व रक्कम दान करून टाकली. ह्या प्रसंगी पत्नी ताराबाईने रडून रडून आकांत मांडला, पण अंतर्बाह्य विरक्ती धारण केलेल्या स्वामिसुतांच्या निश्चयात बदल झाला नाही. स्वतः भगवी वस्त्रे परिधान करून पत्नी ताराबाईंस एक पांढरे पातळ नेसण्यास दिले. सद्गुरू श्री स्वामींचे इतके गारूड त्यांच्यावर झाले होते, की ते निव्वळ बैरागी बनले. भगवी वस्त्रे परिधान करून, हाती टाळ व वीणा घेऊन भक्तिभावाने श्री स्वामी समर्थ महाराजांचे भजन भावविभोर अवस्थेत करू लागले.

आपणासारखे करिती तत्काळ । नाही काळवेळ मग तयाला ॥ या संत उक्तीनुसार श्रींनी स्वामिसुतांना कृपांकित केले. पुढे लवकरच सद्गुरू श्री स्वामी समर्थआज्ञेनुसार मुंबईतील कामाठीपुऱ्यात त्यांनी मठाची स्थापना केली. त्यात श्री स्वामींनी स्वत:च्या पायांत चौदा दिवस घातलेल्या त्या आत्मलिंग पादुकांची विधिवत स्थापना केली. थोड्याच दिवसांत 'श्री स्वामी समर्थ असती जेथे। काय उणे तेथे॥..' याची प्रचिती लोकांस येऊ लागली. अक्कलकोटास श्री स्वामी समर्थ महाराजांच्या दर्शनास गेलेल्या भक्तजनांस दर्याकिनारी म्हणजे मुंबईस जाण्याची आज्ञा होऊ लागली. अक्कलकोटहून दर्शन घेऊन आलेल्या भक्तमंडळींस स्वामिसुत तेथील घडलेल्या गोष्टींविषयी सांगत असत. त्या मठास प्रतिअक्कलकोटचे स्वरूपच प्राप्त झाले होते.

सदासर्वदा छलवृत्तीचे लोक असतातच. यास स्वामिसुतही अपवाद नव्हते. मुंबईतील त्या वेळच्या काही लोकांना स्वामिसुतांचा मठ व ते करीत असलेला उपदेश थोतांड वाटत असे. असे लोक स्वामिसुतांचा छळ करीत. त्यांना नावे ठेवत. पण स्वामीसुत श्री स्वामी समर्थांवरील अविचल निष्ठेने त्यांचे कार्य शांतपणे करीत होते. कांदेवाडीतच राहणारा गोविंद बोरचट नावाचा (मूळचा घाटमाथ्यावरील) गृहस्थ एकदा स्वामिसुत स्थापित कांदेवाडीतील मठ टाळून अक्कलकोटला श्री स्वामींच्या दर्शनाला गेला. 'श्रीं'चे दर्शन घेऊन हात जोडून नम्रपणाचा भाव दर्शवीत 'श्रीं'पुढे उभा राहिला. तेव्हा अंत:साक्षी, सर्वज्ञ श्री स्वामी त्याच्याकडे रोखून पाहत रागावून म्हणाले, ''काय रे, ए घाट्या! तुझ्याजवळचा कांदेवाडीचा मठ सोडून थेट इथे का कडमडलास? माझ्या पुत्रावर तुझा विश्वास नाही का? मूर्ख! नालायक!'' तत्क्षणी त्यास स्वामिसुतांची महती लक्षात आली. ''महाराज, क्षमा करा. चूक झाली.'' असे म्हणून त्याने 'श्रीं'चे चरण धरले. नंतर लगोलग मुंबईचा रस्ता धरून तो कांदेवाडीच्या मठात आला.

स्वामिसुतांनी त्यास पाहताच म्हटले, ''बरे झाले घाट्या, खुद्द श्री स्वामी समर्थ महाराजांनीच तुझे कान उपटले. हा त्यांचाच जवळचा मठ सोडून तू लांबच्या मठात जातोस नाही का?'' या घटना-प्रसंगावरून श्री स्वामी समर्थ व श्री स्वामी कृपांकित स्वामिसुत यांचे अद्वैत त्याच्या लक्षात आले.

अशीच घटना त्या वेळच्या मुंबईतील नाना सोहनी नावाच्या गृहस्थांबाबत घडली. नाना सोहनींस स्वामिसुतांचे लोकाभिमुख आध्यात्मिक कार्य अजिबात पसंत नव्हते. त्यामुळे संधी मिळेल तेव्हा सोहनी स्वामिसुतांच्या कार्याची चार लोकांत यथेच्छ टिंगलटवाळी करीत. वाटेल तशी, वाटेल तेव्हा, वाटेल तिथे टीका-टिप्पणी

करीत. तरीही स्वामिसुतांचे स्वामीकार्य व्रतस्थवृत्तीने शांतपणे, अखंड सुरू होते. स्वामिसुत स्थापित कांदेवाडी मठावर नाना सोहनींचा अजिबात विश्वास नव्हता.

एकदा ते अक्कलकोटला महाराजांच्या दर्शनास गेले. दर्शन घेऊन, डोळे मिटून श्रींचे चिंतन करू लागताच ते त्यांच्यावर कडाडत म्हणाले, ''काय रे ए कावळ्या, तुझा चोची मारण्याचा उद्योग थांबत नाही काय? इथे ढोंगी बगळ्याप्रमाणे डोळे मिटून चिंतन करण्याऐवजी कांदेवाडीत उघड्या डोळ्यांनी जे जे सत्य आहे, ते निरखून पाहा. एखाद्याला छळायचं तरी किती? त्यालाही काही प्रमाण आहे की नाही, डोमकावळ्या?''

'श्रीं'च्या ह्या रोखठोक, मर्मभेदी उद्‌गारांनी नाना सोहनी खाडकन भानावर आले. ओशाळून म्हणाले, ''महाराज, मला क्षमा करा! माझ्याकडून चूक झाली.'' श्रींचे पाय धरून ते त्यांची पुन्हापुन्हा क्षमायाचना करू लागले. लगेच श्री स्वामींची आज्ञा घेऊन ते मुंबईला आले.

मुंबईला आल्या आल्या नाना सोहनींनी कांदेवाडीच्या मठाकडे धाव घेतली. स्वामिसुतांच्या चरणावर मस्तक टेकवून अतिशय खुल्या अंतःकरणाने त्यांची क्षमा मागितली. ''उठ वत्सा, अजूनही वेळ गेलेली नाही. तुझे हे अनमोल शरीर सत्कार्यासाठी अर्पण कर.'' असे म्हणत स्वामिसुतांनी त्यांस उठविले. पुढे नाना सोहनींमध्ये खूप परिवर्तन झाले. त्या वेळी त्यांनी मुंबई महानगर पालिकेतील दीडशे रुपये पगाराची नोकरी सोडली. स्वतःचा सुखी, समाधानी, भरलेला संसार स्वामिसुतांसारखाच लुटवला. घरादारावर तुळशीपत्र ठेवून, लंगोट नेसून पत्नीच्या हाती झोळी दिली. अगदी निःसंकोचपणे श्री स्वामी समर्थकार्यात स्वतःला झोकून दिले. पुढे स्वामिसुतांच्या मार्गदर्शनानुसार रत्नागिरीजवळच्या नाखरे गावी श्री स्वामी समर्थ मठाची स्थापना केली. स्वामिसुतांनी त्यांना दिलेल्या कृष्णपाषाणातील पादुकांची तेथे स्थापना केली. श्री स्वामी समर्थकार्याचा ध्वज फडकत ठेवला. ब्रह्मांडनायक श्री स्वामी समर्थांचा केवढा हा प्रभाव?

। सोने करणारा किमयागार ।

''आम्ही पंजाब देशीचे राहणारे आहोत. आम्हाला सोने करण्याची किमया साधली आहे.'' असे एक स्वतःला महान किमयागार संन्यासी म्हणून सांगणारा आणि मिरविणारा एक साधू फुशारकीने लोकांना सांगत असे. त्याचे व्यक्तिमत्त्व प्रभावी होते. तो संभाषणचतुर होता. त्याला हिंदुस्थानी, मराठी व मुसलमानी (संस्कृत,

मराठी, हिंदी, उर्दू) या भाषा चांगल्या अवगत होत्या. किमयेच्या जोरावर तो विपुल पैसे मिळवत होता. विलासी जीवन जगत होता. त्या काळी तो स्वत:ला जरी मोठा संन्यासी म्हणून मिरवत होता. तरी पण संन्यासधर्माच्या विरुद्ध त्याचा आचार, विचार आणि वर्तनव्यवहार होता. त्या वेळी तो पंचवीस माणसे, दोन घोडे, एक बैलगाडी असा लवाजमा पदरी बाळगून मोठमोठ्या शहरांत वास्तव्य करीत असे. तो अतिशय मिजासी आणि विलासी जीवन जगत होता. त्याच्या भोजनात नित्य विविध रुचकर मिष्टान्ने असत. एकंदर त्याचा थाट वैभवी बादशाहासारखा होता.

किमयेसंबधीचे त्याचे बोलणे इतके त्त्तिवेधक, सफाईचे आणि प्रभावी होते, की कित्येक श्रीमंत विद्वान पंडित, व्यापारी, साधू आदी सहजच त्याचे अंकित होत. त्याच्या भजनी लागत. त्याचे अनुयायी होत. त्याच्याविरुद्ध कुणाची काही बोलण्याची हिंमत नव्हती. चुकून कोणी त्याच्याविरुद्ध बोलला, तर तो किमयागार संन्यासी अद्वातद्वा शिव्या देत असे. प्रसंगी तो व त्याच्या दिमतीला असलेली माणसे भांडणाऱ्या व्यक्तीला मारझोडही करीत असत. त्यामुळे त्याचा त्या वेळी सर्वत्र विलक्षण दरारा आणि दबदबा निर्माण झाला होता. तसेच 'सोने करण्याची किमया यास साधली आहे' असा त्याचा लौकिक त्या वेळी सर्वत्र कानोकानी पसरला होता. त्यामुळे त्याची हडेलहप्पी आणि उन्मत्त वृत्ती शिगेस पोहोचली होती. अविवेकी, लोभी, झटपट श्रीमंत होऊ इच्छिणारे त्याच्या डामडौलास सहज बळी पडत.

एकदा श्री स्वामीकृपांकित ब्रह्मनिष्ठ वामनबुवा वैद्य वांबोरीकर आणि नाशिकचे घोलपस्वामी यांची नाशकात गाठभेट झाली. तेव्हा घोलपस्वामींनी वामनबुवांस सांगितले, "किमया करणारा एक संन्यासी पलीकडे उतरला आहे. त्याने भगवा वेष परिधान केला आहे. त्याच्यासमवेत मोठा लवाजमा आहे. परंतु त्याच्यात संन्यासधर्माचा, विवेक-वैराग्याचा लवलेशही दिसत नाही. त्याची आमची भेट झाली आहे. तुमची इच्छा असल्यास त्यांचेकडे जा, पाहा. नंतर काय होते ते येऊन सांगा."

लगेचच वामनबुवा आणि काही मंडळी किमया करणाऱ्या त्या संन्याशाला भेटण्यास गेले. तेथे अगोदरच नारायणशास्त्री आचार्य, विंचूरकर शास्त्री शौचे, गायधनी, भट अशी त्या वेळची नाशकातील ख्यातनाम विद्वान मंडळी बसलेली होती. त्या सर्वांशीच तो किमयागार संन्यासी अद्वातद्वा उर्मटपणे काहीशा अधिकारवाणीने बोलत होता. ते सर्व स्वत:ला विद्वान समजणारे 'शेषं कोपेन पूरयेत्' या उक्तीनुसार काहीएक प्रत्युत्तर न देता मूग गिळून स्वस्थ बसले होते.

नंतर तो संन्यासी वामनबुवा व त्यांच्यासमवेत असलेल्या मंडळीकडे वळून म्हणाला, ''आम्ही नित्य प्रात:काळी भट्टीत तीनचार तोळे सोने सहज तयार करतो.'' असे त्यांना अहंभावीपणे सांगून त्याने त्या दिवशी तयार केलेले सोने त्यांना दाखविले. मग पुन्हा फुशारकीने तो सांगू लागला, ''मी चिलमीतदेखील अर्धा तोळा सोने करतो. माझ्याप्रमाणेच याअगोदर गोरक्ष, मच्छिंद्रनाथ आदींनी किमया करून योग्यता मिळवली आहे. गुरू दत्तात्रेयांनीसुद्धा किमयेसाठीच अवतार घेतला. किमयेने राम-कृष्णावतार पूज्य मानले गेले. ब्रह्मदेवाने दोन-तीन वेळ किमया केली होती. विष्णूदेवाने समुद्रात एकांतात बसून किमया करून पदार्थ उत्पन्न केले. भगवान शंकराने तर चिलमीत रत्ने, सोने, रूपे व पारद करून ठेवले. सांगायचे तात्पर्य हेच आहे, की किमया करील तोच सिद्ध, योगी, महात्मा म्हणावा. जवळ द्रव्य नसले, म्हणजे नाना प्रकारचे वेष धारण करून काही साधू ढोंगीपणाने दारोदार भीक मागतात. भीक मागणे, लोकांपुढे हात पसरणे, तोंड विचकत याचना करणे ही साधूची लक्षणे आहेत काय? ज्यांच्यावर परमेश्वराची संपूर्ण कृपा आहे, ते कधी तरी काखेत झोळी घेऊन भिक्षा मागतील का? भिक्षा मागणे हे केवळ पोटार्थीचे, निर्लज्जपणाचे काम आहे. अशांचा त्रिवार धिक्कार असो!''

किमयागार संन्याशाचे ते धारदार, प्रभावशाली बोलणे वरकरणी तरी कुणालाही खरे वाटणारे व प्रभाव टाकणारे वाटत होते. हे ऐकून तेथील उपस्थित सर्वच अचंबित झाले.

नंतर गोविंदबुवा व वामनबुवांनी त्या किमयागार संन्याशास चार प्रश्न विचारले, ''आपण संन्यास का घेतला? पुडी (भोजन) कोठे करता? किमया म्हणजे काय? संन्याशाने धातुस्पर्श करावा का?'' हे चार मर्मभेदी प्रश्न ऐकून तो किमयागार संन्यासी कमालीचा भडकला. अतिशय संतापला. अतिक्रोधित होऊन त्यांच्या अंगावर मारण्यासाठी धावला. त्वेषाने त्याने वामनबुवांस विचारले, ''तुझे नाव काय? तुझे गुरू कोण?'' त्यावर वामनबुवांनी उत्तर दिले, ''माझे नाव वामनबुवा वांबोरीकर. आमचे गुरू दत्तावतार योगिराज अक्कलकोटनिवासी श्री स्वामी समर्थ महाराज आहेत.'' तेथील उपस्थितांनी श्री स्वामी समर्थ महाराजांच्या नावाचा उत्स्फूर्तपणे मोठ्याने जयघोष केला.

या सर्व वातावरणाने अगोदरच खवळलेला तो किमयागार संन्यासी अधिकच खवळला. त्याच्या क्रोधाचा भडका उडाला. तो श्री स्वामींस उन्मत्तपणे अद्वातद्वा शिव्या देऊ लागला. अखेरीस रागाने चवताळून वामनरावांवर व गोविंदरावांच्या

अंगावर मारण्याच्या उद्देशाने धावून जात म्हणाला, ''तुम्ही गद्धे लोक, उगीच त्या स्वामीचा जयघोष करून त्याची स्तुती करता! तुमचा तो गुरु करतो काय?'' हे ऐकून वामनबुवा निर्भयपणे म्हणाले, ''अरे किमयागारा, संन्याशा, तू आमच्या गुरूंची व्यर्थ निंदा करू नकोस. तुला आमच्या सद्गुरूची खरी किमया समजली, म्हणजे तुला सर्व सोनेच दिसेल व तू यतिवेष धारण केल्याचे सार्थक होईल. हे सर्व तू एक वेळ प्रत्यक्ष अक्कलकोटला जाऊन पाहा. त्यांची प्रचिती घे, म्हणजे तुला समजेल.''

यावर त्या किमयागाराच्या संतापाचा स्फोट आणि क्रोधाचा कडेलोट झाला. तो उद्धटपणे म्हणाला, ''मला तेथे प्रत्यक्ष जाऊन पाहण्याची जरुरी नाही. मी तुमचे म्हणणे कधीही खरे मानणार नाही. जर तुमचे गुरू खरोखरच सामर्थ्यशाली असतील, तर त्यांनी येथेच मला चमत्कार करून दाखवला पाहिजे. माझी खात्री झाली, तरच मी त्यांचे सामर्थ्य मान्य करीन. उगीच पोकळ ढोंगाच्या गोष्टी मी ऐकत नसतो.'' त्या किमयागार संन्याशाचे हे उर्मट, बेताल आणि बेमुर्वतखोर बोलणे ऐकून वामनबुवांस अतिशय वाईट वाटले. ''येईल, त्याचीही प्रचिती तुला लवकरच येईल.'' असे त्यास सांगून ते लगोलग घोलपस्वामींकडे आले.

*

वामनबुवा व त्यांच्यासमवेत असलेल्या अन्य मंडळींनी घोलपस्वामींच्या कानावर त्या किमयागार संन्याशाच्या स्थळी घडलेला सर्व वृतान्त घातला. तेव्हा घोलपस्वामी म्हणाले ''त्या उन्मत्त किमयागार संन्याशाची खोड ब्रह्मांडनायक श्री स्वामी समर्थ मोडल्याशिवाय राहाणार नाहीत.'' नंतर सर्व मंडळी आपापल्या बिऱ्हाडी गेली. दुसरे दिवशी गंगास्नान, भोजन व देवदर्शने आटोपून ते पुन्हा घोलपस्वामींकडे आले. त्यांना पाहताच घोलपस्वामी अत्यानंदाने म्हणाले, ''अहो वामनबुवा, मोठा चमत्कार झाला. काही वेळापूर्वीच त्या किमयागार संन्याशाची शिष्य मंडळी नुकतीच येथे येऊन गेली. त्यांनी सांगितले, त्यांचा तो किमयागार संन्यासी आज प्रात:काळपासून किमयेबद्दल नेहमीप्रमाणे पडदे लावून पुष्कळ वेळ सोने बनवण्याच्या उद्देशाने बसला. करायचे ते सर्व उपाय त्याने केले, परंतु नेहमीप्रमाणे सोन्याची गोळी न बनता केवळ काळ्या कोळशाची गोळी झाली. त्यामुळे तो पार वैतागून गेला आहे. खूप संतापला आहे. त्या संतापातच तो सर्वांवर विनाकारण डाफरू लागला आहे. त्यामुळे आज त्या सर्वांचे चहा-पाणी, स्वयंपाक वगैरे काही झाले नाही. अकारण रागे भरणे, मारझोड, उपासमार यामुळे काही स्त्री-पुरुष निघूनसुद्धा गेले. 'अक्कलकोटच्या सेवेकऱ्यास ठार मारीन' असे काही-बाही भ्रमिष्टासारखा तो बडबडतो आहे.''

घोलपस्वामींनी किमयागार संन्याशाबद्दल सांगितलेल्या या कथनामुळे वामनबुवांना आनंद झाला. पण आता पुढे काय होणार या विचारात ते पडले. तरीही मनाचा निर्धार करून 'श्री स्वामी समर्थ' नामाचा जप करीत, त्यांच्यावर विश्वास ठेवून गोविंदरावांसह वामनबुवा किमयागार संन्याशाकडे काय झाले हे बघण्याच्या उद्देशाने आले. वामनबुवांस व त्यांच्या समवेतच्या इसमास पाहताच अगोदरच संतापलेला आणि अतिशय खवळलेला तो किमयागार संन्यासी हातात भला मोठा धोंडा घेऊन त्या दोघांचे डोके फोडण्याच्या उद्देशाने चाल करून आला.

अतिशय क्रोधाने तो ''मर जाव! हमारा पूरा घात किया। हमारी किमया खत्म की। खडे रहो, देखो हरामखोर, गधे, क्यों नहीं मरते?'' असे बरेच काही अद्वातद्वा बोलत, शिव्या देत तो त्या दोघांच्या अगदी जवळ आला. त्याला त्या आविर्भावात पाहून वामनबुवा व गोविंदराव यांच्या अंगास दरदरून घाम फुटला. 'श्रीगुरू स्वामी समर्थ, जय जय दत्तराज योगी श्री स्वामी समर्थ' असा नामघोष दोघांचाही अखंड सुरू होता. तेवढ्यात चमत्कार झाला! तो किमयागार संन्यासी एकाएकी घाबरा झाला आणि त्याच्या अंगाला दरदरून घाम सुटला. त्याच्या हातातील दगड त्याच्याच डोक्यावर आदळून तो एकाएकी निश्चेष्ट होऊन जमिनीवर बेशुद्ध पडला. इकडे सर्व उपस्थितांचे 'श्री स्वामी समर्थ जय जय स्वामी समर्थ' असे जयघोष युक्त भजन सुरू होते. किमयागाराची केविलवाणी स्थिती सर्वच बघत होते. मनातल्या मनात श्री स्वामी समर्थांची थोरवी आठवत होते.

❋

थोड्याच वेळात तो किमयागार संन्यासी सावध होऊन ''अक्कलकोट का स्वामी! हाँ जी भय्या, अक्कलकोट का स्वामी सच्चा है।'' असे बडबडत तो कसाबसा उठून बसला. अंग झटकीत, कपडे सावरीत, गडबडीने धावत जाऊन त्याने तो दगड गोदापात्रात टाकला व स्नान केले. थोडा शांत होऊन वामनबुवांस आणि गोविंदरावांस हाका मारू लागला. ''तुम भी स्नान करो।'' असे म्हणाला. त्याच्या आज्ञेनुसार त्या दोघांनी गोदापात्रात स्नान केले. 'अब आव सेवाधारी' असे म्हणून तो त्या दोघांसमवेत त्याच्या मुक्काम स्थळी गेला.

तेथे गेल्यावर वामनबुवा त्यास म्हणाले, ''स्वामीजी, कुछ प्रसादभोजन करो.'' तेव्हा तो म्हणाला, ''ज्या दिवशी आम्ही अक्कलकोट स्वामींस पाहू, त्याच दिवशी भोजन करू. तोपर्यंत थोडासाच फलाहार करीत राहू. उद्या प्रात:समयी गंगास्नान करून रामचरण (त्याचा सेवेकरी) यास बरोबर घेऊन अक्कलकोटास चालते

होऊ.'' नंतर त्याने वामनबुवांचा पत्ता लिहून घेतला. ''अक्कलकोटला गेल्यानंतर जे काही घडेल, ते सर्व आपणास लिहून कळवीन.'' असे त्याने वामनबुवांस सांगितले.

किमयागार संन्यासी रामचरणसह अक्कलकोटला पोहोचला. तत्काळ तो ब्रह्मांडनायक स्वामी समर्थ महाराजांच्या दर्शनास खासबागेत गेला. श्री स्वामींचे दर्शनाने तो दिपून गेला. श्रींचे दर्शन घेऊन उभा राहताच श्री स्वामी त्याच्याकडे पाहून, मोठ्याने वीज कडाडावी तसे कडाडत म्हणाले, ''घाल दगड डोक्यात. काय रे माजलास काय? इथे काय हुडकतोस? कोळसे झाले, तर जीव दे! संन्याशाची काय परीक्षा करतोस? किमया देख. इकडे काय पाहतोस रे?'' नंतर त्यांच्या डाव्या बाजूस असलेल्या झाडाकडे निर्देश करीत त्यास ते रागावून म्हणाले, ''काय रे ए किमयागारा, ते झाड दिसते ना तुला?'' तो म्हणाला, ''हां दिखता है।''

''अभी आखें खोलकर किमया देख।'' असे बोलून ते पोट धरधरून मुक्तपणे हसू लागले. त्या किमयागार संन्याशाची स्थिती अतिशय केविलवाणी आणि दयनीय झाली होती. त्याला नाशिक क्षेत्री, गंगा किनारी घडलेल्या सर्व घटनांच्या अंतर्यामी अंत:साक्षित्वाच्या खुणा पटल्या. तो कमालीचा शरमिंदा झाला. त्याचे सर्व अवसान गळून पडले. श्री स्वामींच्या सर्वज्ञपणाने आणि त्रिकालज्ञानाने तो आश्चर्यचकित झाला. 'तेथेच मेलो असतो तर बरे झाले असते अथवा पृथ्वी दुभंगून तिने मला पोटात घेतले असते, तर बरे झाले असते! असा प्रसंग माझ्यावर ओढावला नसता.' असे विचारचक्र त्याच्या मनात फेर धरून नाचत असतानाच श्री स्वामी त्याच्याकडे पाहून पुन्हा कडाडले, ''क्या सोच रहे हो? धरणी तुम्हारे जैसे को पेट में नही लेनेवाली।'' आता मात्र तो श्रींच्या अंतर्ज्ञानाने थक्क होऊन त्यांच्यापुढे दीनवाणीपणे हात जोडून म्हणाला, ''महाराज! परवरदिगार! आपके दर्शन से मैं पुनीत हो गया हूँ। मेरा आज भाग्योदय हुआ, की आप जैसे भगवान का साक्षात दर्शन हुआ।''

''उस नींब के पेड की तरफ देख,'' असे श्रींनी त्यास पुन्हा दरडावून सांगताच, त्यांनी निर्देशित केलेल्या लिंबाच्या झाडाकडे त्याने पाहिले. तेव्हा त्या झाडातून सोन्यासारखा पिवळाजर्द द्रव पाझरताना त्याला दिसला. तो द्रव जमिनीवर पसरून जमीनही सोन्यासारखी पिवळीजर्द दिसू लागली. ती अद्‌भुत किमया पाहून तो किमयागार संन्यासी अक्षरश: मातीच्या ढेकळासारखा विरघळला. त्याच्या शरीरास कंप सुटला. हात, पाय, इंद्रिये जड भासू लागली. शरीराचे मिथ्यत्व जाणवू लागले. त्याच्यात होती-नव्हती ती सर्व घमेंड उर्मटपणा, विलासी, मिजासखोरी पूर्ण उतरली.

आपण करीत असलेली किमया किती क्षुल्लक आणि क्षुद्र! आपला अहंभाव किती फसवा आणि हानिकारक होता, याची त्याला त्याक्षणी तीव्रतेने जाणीव झाली.

श्री स्वामी त्याची ती अवस्था जाणून आणि त्याच्याकडे पाहून खदखदा हसत होते. तेव्हा तेथे उपस्थित असलेल्यांना व त्याच्यासमवेत असलेल्या त्या रामचरण नोकरासही खूपच आश्चर्य वाटले. रामचरण यास त्या किमयागार संन्याशाची अक्कलकोटला येण्यापूर्वीची स्थिती, त्याचे वागणे, ऐश करणे, दुसऱ्यास क:पदार्थ समजणे, रागावणे, प्रसंगी मारझोड करणे हे सर्व काही आठवू लागले. आज ब्रह्मांडनायक श्री स्वामींपुढे त्या किमयागार संन्याशाची झालेली केविलवाणी अवस्थाही दिसली. दोन्ही स्थितींतील दोन ध्रुवांइतके अंतर तो पाहत होता. श्रींच्या ईश्वरी सामर्थ्याचे मनोमन कौतुक करीत होता. तो कमालीचा आश्चर्यचकित झाला होता.

किमयागार संन्यासी श्रींच्या ईश्वरी दर्शनाने, त्यांनी सांगितलेल्या अंत:साक्षी खाणाखुणांनी आणि केलेल्या अद्भुत किमयेने अक्षरश: थिजून गेला होता. त्याही अवस्थेत श्रीचरणांना वंदन करीत तो म्हणाला, ''दत्तगुरू स्वामी, आपके दर्शनसे मैं धन्य धन्य हुआ हूँ। किमया, इंद्रजाल, गारूड, माया, अविद्या, असत् सब मिथ्या है। आपके दर्शनसे मै पुनीत हुआ हूँ । इस सेवकको क्या हुकूम है?'' त्याचे ते विनीत भाषण ऐकून भक्तवत्सल, दीनानाथ, दत्तदिगंबर श्री स्वामी समर्थ म्हणाले, ''जाव हमारे माहूरगड में, मजे में चूप बैठे रहो।''

''अच्छा गुरू, आप जैसे परमात्मा की आज्ञा सर्वथा शिरपर मान्य है।'' असे विनम्रपणे बोलत असतानाच श्री स्वामींनी त्याच्या अंगावर भगवी छाटी व मृगाजिन फेकले. तो प्रसाद समजून त्याचा विनम्रपणे स्वीकार करून आणि त्यांची आज्ञा घेऊन पूर्णत: परिवर्तित झालेला तो किमयागार संन्यासी माहूरगड गुरुस्थानात आला.

येथे येऊन दत्तगुरूंच्या स्थानात पाहतो, तर मृगाजिनावर ब्रह्मांडनायक अक्कलकोटनिवासी श्री स्वामी समर्थ बसलेले त्याला दिसले. आता मात्र त्याच्या आश्चर्याचा अक्षरश: कडेलोट झाला होता. श्री स्वामी समर्थांच्या व्यापकत्वाची, दिव्यत्वाची त्याला पुन्हा कल्पना येऊन त्याने श्रींचरणी अक्षरश: लोळण घेतली. लगेच तो किमयागार संन्यासी नि:संकोचपणे तेथेच उद्‌गारला, ''देवाधिदेवा, आपली अपूर्व, सर्वव्यापी किमया अनुभवास आली. माझ्या त्या पूर्वीच्या किमयेचा धिक्कार असो! खरी किमया जोपर्यंत सापडत नाही, तोपर्यंतच खोट्या किमयेला किंमत असते! धिक्कार असो माझ्या त्या पूर्वीच्या वृत्तीचा आणि कृतीचा!'' असे म्हणून त्याने श्रींना पुन्हा त्रिवार दंडवत घातले. थोड्याच अवधीत ब्रह्मांडनायक श्री

स्वामी त्या स्थानावरून दिसेनासे झाले. हे सर्व वृत्त त्याने वामनबुवांना पुढे कबूल केल्याप्रमाणे पत्राने बडोद्यास (गुजरात) लिहून कळविले.

। ग. ब. मुळेकर ।

रावसाहेब गणेश बल्लाळ मुळेकर यांच्यावर प्रत्यक्ष श्री स्वामी समर्थांचा अनुग्रह झाला. त्यांना श्रीकृपेने सरकारी नोकरी लागली. ते अक्कलकोटमध्येच अव्वल कारकून व मामलेदार झाले. पुढे ते येथेच फर्स्ट ग्रेड मामलेदार व फर्स्ट क्लास मॅजिस्ट्रेटही झाले, त्या काळात ब्रिटिश अमदानीत या पदांचा फार मोठा दबदबा व मानसन्मान होता तो केवळ आणि केवळ श्री स्वामीकृपेमुळेच प्राप्त झाला अशी त्यांची ठाम समजूत होती. त्यांनी त्यांच्या आयुष्यभर श्री स्वामी समर्थ हेच एकमेव उपास्य दैवत सदासर्वदा स्मरले आणि पूजिलेसुद्धा. त्यांनी प्रत्यक्ष पाहिलेल्या, अनुभवलेल्या, ऐकून खात्री करून घेतलेल्या श्री स्वामी समर्थांच्या लीला, चमत्कार 'श्री अक्कलकोटनिवासी स्वामी महाराज यांचे चरित्र' या नावाने लिहून प्रसिद्ध केले. त्यांनी सन १८९३-९४च्या दरम्यान पुणे येथून प्रसिद्ध होणाऱ्या 'पुणे वैभव' साप्ताहिकात श्री स्वामी समर्थांच्या लीला परिश्रमपूर्वक प्रसिद्ध करविल्या. त्या वेळी अनेक सामान्य ते विद्वजनांनी श्री स्वामी समर्थांचे ईश्वरी सामर्थ्य समजले. याचे बहुतांशी श्रेय रावसाहेब मुळेकरांकडेच जाते.

सुरुवातीस ग. ब. मुळेकर कलेक्टर कचेरीत कारकून म्हणून काम करीत होते. पण त्यांचे अक्षर अतिशय गचाळ होते, म्हणून त्यांना कलेक्टरने कामावरून कमी केले. पूर्वीची त्यांची बेलिफाची नोकरीही गेली. त्यामुळे त्यांना घरीच बसावे लागले. अशा प्रसंगी कोणत्याही वरीष्ठ अधिकाऱ्याची 'हाजी हाजी' न करता अक्कलकोटच्या श्री स्वामी समर्थ महाराजांकडे त्यांनी धाव घेतली. त्या दिवशी श्रींची स्वारी रस्त्यावरच विराजमान झालेली त्यांना दिसली. ती दैवी तेजःपुंज, आजानुबाहू मुर्ती पाहून मुळेकरांच्या आनंदास पारावार राहिला नाही, त्यांनी श्रीचरणांवर मस्तक ठेवून त्यांस प्रेमाश्रूंचा अभिषेक घातला. तेव्हा कितीतरी घटका एकाग्र चित्ताने मुळेकर श्री स्वामी समर्थ महाराजांकडे पाहत उभे राहिले. आजपर्यंत त्यांनी अशी दैवी तेजस्वी ईश्वरी मूर्ती कधीच बघितली नव्हती. अक्षरशः ते तेव्हा स्वतःचे देहभान हरवून बसले होते.

नंतर लगेचच मुळेकरांनी गावात जाऊन श्रींच्या नैवेद्याची साग्रसंगीत तयारी केली. नैवेद्य घेऊन येईपर्यंत श्रींची स्वारी खासबागेतील विहिरीनजीक विराजमान

झालेली होती. या वेळेस ते तमोवृत्तीत होते. त्यामुळे त्यांच्या आसपास शंभर-सव्वाशे कदमांवर कोणासही फिरकू देत नव्हते. सेवेकऱ्यांनी मुळेकरांजवळील नैवेद्य पुढे केल्याबरोबर त्यांनी यथेच्छ गालीप्रदान केले. तेव्हा तेथे थोडा वेळ थांबून मुळेकरांना बिऱ्हाडी परतावे लागले.

पुन्हा तिसरे प्रहरी मुळेकर श्रींच्या दर्शनास आले. त्या वेळी मात्र 'श्रीं'ची मुद्रा शांतचित्त, प्रसन्न आणि आनंदी होती. लगेचच मुळेकरांनी श्री स्वामी समर्थ महाराजांवर चवरी वारणे, त्यांचे पाय चेपणे यांसारखी अल्पसेवा केली. श्रींच्या सान्निध्यामध्ये मुळेकर तल्लीन झाले होते. तेव्हा त्यांना इतर विवंचनांचा जणू विसर पडला होता. असेच काही दिवस गेले. नोकरी गेल्याची खंत मुळेकरांना होतीच, पण याबाबत श्रींना विचारण्याची संधी त्यांना मिळेना. श्रींचे जाज्वल्य तेज पाहून त्यांना नोकरीबाबत विचारण्याचा धीर मुळेकरांना होईना.

पुढे रामनवमीच्या आदल्या दिवशी मुळेकरांना एका सेवेकऱ्याने विनंती केली, ''मुळेकर, उद्या रामनवमी आहे. सबब, फराळाकरिता आठ आण्याचे दही विकत घेऊन द्यावे.'' त्यावर मुळेकर त्या सेवेकऱ्याला म्हणाले, ''माझे एक काम आहे. तेवढे श्रींना विचारून करून द्याल, तर मी तुम्हास दही देईन.'' तेव्हा सेवेकरी म्हणाला, ''काय काम आहे तुमचे?'' मुळेकर म्हणाले, ''माझी नोकरी गेली आहे, त्याबद्दल महाराजांस विचारावयाचे आहे.'' तेव्हा सेवेकऱ्याने तत्काळ श्रींना विचारले, ''महाराज, यांची (मुळेकरांची) नोकरी गेली आहे. ती केव्हा लागेल?'' त्यावर अंतर्ज्ञानी श्री स्वामी म्हणाले, ''नोकरी लागली आहे. जा.'' हे ऐकून मुळेकरांस समाधान वाटले. पण पुन्हा मुळेकरांनी सेवेकऱ्यास विनंती केली, की कृपया किती रुपयांची नोकरी लागेल म्हणून विचारा.'' सेवेकऱ्याने लगेचच हा प्रश्न श्रींना विचारला. तेव्हा ते तत्काळ उत्तरले, ''लाख रुपयाची लागेल. जा!'' श्रींच्या मुखातील या आशीर्वादपर वचनाने मुळेकरांस परमानंद झाला. त्यांनी लगेचच सेवेकऱ्यास आठ आण्याचे दही घेऊन दिले. थोडे दिवस तेथे श्रींच्या सेवेत राहून मुळेकर गाणगापुरास निघाले.

❋

पण गाणगापुरास निघतानाही मुळेकरांच्या बाबतीत श्रींनी चमत्कार केला. मुळेकरांना नोकरी अगर कुठलाही कामधंदा नसल्यामुळे त्यांची पैशांची टंचाई होती. म्हणून त्यांनी गाणगापुरास जाण्यासाठी लागणारे पैसे निराळे बाजूस काढून ठेवले. कडपगावपावेतो लागणारे टांग्याचे पैसे गाठी मारून ते निघाले. वाटेतच त्यांना

कळले की, श्रींची स्वारी स्टेशनच्या वाटेवरील रामाच्या देवळात आहे. 'श्रींचे दर्शन घेतल्याशिवाय पुढे जाणे योग्य नाही. दर्शनास रिक्त हस्ते जाण्यापेक्षा नारळ वगैरे घेतले पाहिजे, पण त्यासाठी पैसे? आपल्याजवळ तर मोजकेच पैसे! सबब, काय करावे?' मुळेकर विचार करू लागले. टांग्यातील दुसऱ्या प्रवाशांनी श्रींपुढे ठेवण्यासाठी खारका घेतल्या होत्या. त्यांनी त्यातील चार खारका घेतल्या. त्याच श्रींपुढे ठेवून दर्शन घेतले. त्यांच्याकडे रागाने पाहत श्री स्वामी म्हणाले, ''नारळ घेऊन ये जा.!'' हे ऐकून त्यांचा नाईलाज झाला. पुढील प्रवासाच्या खर्चासाठी राखून ठेवलेल्या रुपयातील एक रुपया मोडून चार आण्याचा नारळ आणला. तो श्रींपुढे ठेवला. तो त्यांनी उचलून जवळच बसलेल्या शास्त्रीस दिला. मुळेकर विचार करू लागले, की श्रींपुढे नारळ ठेवण्यासाठी बाजूस ठेवलेला एक रुपया मोडावा लागला. आता सोलापूर पावेतो पैसे कसे पुरणार? ह्या विचारचक्रात मुळेकर पुरते गुरफटून गेले होते.

पण चमत्कार असा घडला, की गाणगापुरास जाताना मध्ये लागणाऱ्या गुंडूर स्टेशनवर उतरताच त्यांचाच गाववाला त्यांचा मित्र तेथील स्टेशन मास्तर हरी परांजपे त्यांना भेटला. त्याने मुळेकर या बालमित्राचे मनापासून, आनंदाने स्वागत केले. त्यांना आपल्या बिऱ्हाडी नेले. तेथे आपुलकीने जेवू घातले. मित्र हरीभाऊकडे पैसे उसने मागण्याचा विचार मुळेकरांच्या मनात आला; पण आपणास कामधंदा, नोकरी काहीही नसताना मित्र पैसे उसने देईल की न देईल, असा विचार करीत असतानाच त्यांचा मित्र हरीभाऊ म्हणाला, ''नथोबा, (मुळेकरांचे लहानपणीचे प्रचलित नाव) हे पाच-सहा रुपये घे व सोलापुरास गेल्यावर मला अंगरख्यास कापड पाठवून दे.'' हे ऐकताच मुळेकरांस आनंद झाला. मुळेकरांकडे स्वत:साठी घेतलेले कापड होतेच. ते हरीभाऊंस देऊन त्याबद्दल पाच-सहा रुपये घेतले. मुळेकर विचार करू लागले, ''बाजूस ठेवलेला एक रुपया मोडावा लागला. पण त्या बदल्यात पाच-सहा रुपये, चांगले आगत- स्वागत व भोजनही मिळाले.'' या घटनेने मुळेकर श्रींच्या या अतर्क्य लीलेने अचंबित झाले. मनोमन श्रींना वंदन करून ते पुढच्या प्रवासास निघाले.

मुळेकर श्रीकृपेने गाणगापूरची यात्रा सुफळ संपूर्ण करून घरी आले. ज्या दिवशी श्रींनी त्यांना 'लाख रुपयाची नोकरी लागेल, जा.' असा आशीर्वाद दिला होता, बरोबर त्याच दिवशी, त्याच वेळी एक महिन्याने मुळेकरांना मामलेदार कचेरीत दरमहा पंधरा रुपये पगाराची नोकरी लागली. केवढी ही विस्मयकारी लीला! नंतर काही महिन्यांतच त्यास फर्स्ट असिस्टंट कलेक्टरच्या ऑफिसात दरमहा वीस

रुपये पगाराची नोकरी मिळाली. त्या वेळी मुळेकरांकडे कलेक्टर ऑफीसमार्फत अक्कलकोटच्या ॲक्टिंग पोलिटिकल एजंटचे काम मिळाले. यामुळे मुळेकरांना वारंवार अक्कलकोटला जाण्याचा प्रसंग येऊ लागला. त्या निमित्ताने त्यांना श्री स्वामी समर्थ महाराजांची दर्शनभेट घेण्याची संधी मिळू लागली. तेव्हा आपणास लाख रुपयाची नोकरी केवळ आणि केवळ श्री स्वामी समर्थ महाराजांमुळे मिळाली, अशी त्यांची दृढ समजूत झाली. हे सर्व सन १८७६मध्ये घडले.

दिवसेंदिवस मुळेकरांची स्वामिभक्ती वृद्धिंगत होऊ लागली. श्री स्वामी समर्थांनीसुद्धा आपल्या अंत:साक्षित्वाच्या व अवतारीपणाच्या अनेक गुप्त खुणा, संकेत मुळेकरांना वेळोवेळी दाखविले. ते आता श्री स्वामींचे निस्सीम भक्त झाले होते. उत्तरोत्तर त्यांना बढती मिळून सेवानिवृत्त होतेवेळी ते फर्स्ट क्लास मॅजिस्ट्रेट झालेले होते. श्री स्वामी समर्थांशिवाय अन्य दुसरे दैवत ते जाणत नव्हते. प्रसंगवशात कधीकधी अन्य देवतांचे दर्शन घेण्याची वेळ अथवा प्रसंग मुळेकरांना पडलाच, तर त्या देवदेवतांत ब्रह्मांडनायक श्री स्वामी समर्थच आहेत असे समजून ते दर्शन घेत असत. त्यांच्याही आयुष्यात अनेक वेळा अनेक संकटे आली, पण श्रीकृपेमुळे त्यातूनही मुळेकर सहीसलामत बाहेर पडले. श्रींकडून मिळालेल्या प्रासादिक पादुकांची ते अखेरपर्यंत भक्तिभावाने व एकनिष्ठेने सेवा करीत राहिले. श्रींच्या अवतारसमाप्तीच्या लीलेनंतर (१८७८) मुळेकरांनी २०-२२ वर्षे श्री स्वामी समर्थांची सेवा, पूजाअर्चा, नामस्मरण, नामजप करण्यात घालविली. अतिशय अल्प आजाराने १३ ऑक्टोबर १९०० रोजी ते ब्रह्मांडनायक श्री स्वामी समर्थचरणी लीन झाले.

। दादासाहेब विंचूरकर ।

श्री स्वामी समर्थ त्यांना मनात येईल अथवा वाटेल तेव्हा त्यांच्या भक्ताकडे जात. अशा भक्तांमधील एक भक्त माधवराव विठ्ठल उर्फ दादासाहेब विंचूरकर हे एक होते. ते अक्कलकोट संस्थानात रिजंट होते. श्रींचरणी त्यांची भक्ती अपार होती. त्यामुळे भक्तवत्सल, भक्ताभिमानी श्री स्वामी अधूनमधून दादासाहेबांच्या बिऱ्हाडी जात असत. त्यांनाही श्री स्वामी समर्थ महाराज आपल्या घरी आल्याचा परमानंद होत असे. ते अतिशय भक्तिभावाने श्रींस स्नान घालीत, त्यांना सुवासिक अष्टगंध लावीत. केशर-कस्तुरी अर्पण करीत, त्यांची षोडशोपचारे पूजाअर्चा करीत. त्यांना मिष्टांनाचा नैवेद्य अर्पण करीत. नंतरच अन्नग्रहण करीत.

वरकरणी दादासाहेब 'नास्तिक' आहेत असे काहींना वाटे. कारण पूजेअर्चेचे त्यांनी कधीही प्रदर्शन केले नाही. त्याचे स्तोम माजवले नाही. आपण श्री स्वामींचे निस्सीम भक्त आहोत, असेही ते कधी कुणास सांगत नसत. तसे दाखवितही नसत. पण ते श्री स्वामी समर्थ महाराजांचे निस्सीम भक्त होते हे मात्र खरे. रात्री भजनी मंडळी जमवून त्यांच्यासमवेत टाळमृदुंग घेऊन ते श्रींचे भजन आनंदाने, आत्मियतेने आणि भक्तिभावाने करीत. कधीकधी श्री स्वामीही त्या ठिकाणी येऊन बसत.

पुढे काही दिवसांतच दादासाहेब विंचूरकरांच्या मांडीवर श्वेतकुष्ठाचा एक डाग निर्माण झाला. त्यामुळे दादासाहेब काळजीत पडले. हा रोग शरीरभर फैलावतो की काय या कल्पनेने ते चिंताग्रस्त झाले. एके दिवशी ते 'श्रीं'च्या दर्शनास आले. श्रींची स्वारी प्रसन्नचित्त आहे असे पाहून त्यांनी श्री स्वामींस प्रार्थना केली, ''महाराज, मांडीवर पांढऱ्या रंगाचा डाग निर्माण झाला आहे. तो बरा व्हावा अशी प्रार्थना आहे.'' त्यावर श्रींनी त्यांना विचारले, ''त्याचे नाव काय?'' दादासाहेबांनी उत्तर दिले. ''महाराज, लोक त्यास श्वेतकुष्ठ म्हणतात.'' नंतर त्यांच्या हाताकडे पाहत विचारले, ''तुझ्या हातातील बोटात काय आहे?''

''रत्नजडीत अंगठी आहे.'' दादासाहेब विनम्रपणे उत्तरले. ''त्या अंगठीत खडा कसला आहे?'' असे विचारताच दादासाहेबांनी उत्तर दिले, ''पांढरा आहे.'' तेव्हा त्याकडे निर्देश करीत श्री स्वामी म्हणाले, ''ही रत्नमुद्रिका (हिऱ्याची अंगठी) फेकून दिल्यास तुझा रोग शमेल.''

दादासाहेबांनी मनातल्या मनात विचार केला की, 'इतकी किंमती, मौल्यवान अंगठी फेकून कशी द्यावी? ही जर आपण श्रींच्या बोटात घातली तर? मग ते त्या अंगठीचे पाहिजे ते करोत.'' असा विचार करून उदार, धर्मशील, प्रेमळ स्वामीभक्त दादासाहेबांनी ती रानजडित, किमती अंगठी बोटातून काढून तत्काळ विनम्रपणे श्रींचरणी ठेवली. अंतर्ज्ञानी श्री स्वामींनी ती अंगठी थोडा वेळ आपल्या बोटात घातली. लगेचच जवळच उभ्या असलेल्या चोळाप्पांस म्हणाले, ''चोळ्या, इकडे ये. ही अंगठी घे.'' असे म्हणून निर्मोहीपणे व विरक्त वृत्तीने ती अंगठी चोळाप्पांच्या स्वाधीन केली. पुढे चोळाप्पांनी ती अंगठी विकून श्री स्वामींच्या देवळाचे काम चालविले. हल्ली ती अंगठी अक्कलकोटच्या राजेसाहेबांजवळ आहे. पुढे दादासाहेब विंचूरकरांचे मांडीवरील श्वेतकुष्ठाचा डाग कमी-कमी होत पूर्णपणे नाहीसा झाला.

एकदा दादासाहेब विंचूरकर त्यांच्या ऑफिसात काहीतरी काम करीत बसले होते. तेवढ्यात श्री स्वामी समर्थ महाराज अकस्मात तेथे आले. तेव्हा लगेच दादासाहेब

स्वत:च्या खुर्चीवरून उठले. श्री स्वामींस नमस्कार केला. अतिशय अदबीने विनंतीपूर्वक त्यांना खुर्चीवर बसविले व स्वत: त्यांच्यापुढे आज्ञाधारक सेवकासारखे उभे राहिले. त्या दोघांत काही बोलणे झाल्यावर श्री स्वामी त्यास म्हणाले, ''अब तुम्हारा खुर्च्या, टेबल सदा सब सब खटला उंटपर डालकर कूच करो।'' श्री स्वामींच्या मुखातील हे उद्‌गार ऐकून दादासाहेब चकितच होऊन श्री स्वामींना म्हणाले, ''महाराज, मला कुठे जाण्यास सांगता?'' त्यावर श्री स्वामी म्हणाले, ''हजारों लोक 'राम राम' करतात तेथे जा!'' एवढे सांगून लगेच ते तेथून चालते झाले.

पुढे काही दिवसांत श्रीमंत मालोजीराजे आणि दादासाहेब या उभयतांमध्ये वितुष्ट निर्माण झाले. हे वृत्त आप्पासाहेब विंचूरकर यांना समजले. त्यांनी दादासाहेबांस परत विंचूर संस्थानात बोलावून घेतले. त्यांच्याकडे संस्थानचे सर्व काम सोपविले. त्यांना येथे मानमरातब मिळू लागला. 'हजारो-लाखो लोक राम राम करतात तेथे जा.' या श्री स्वामी समर्थवचनाची प्रचिती आली. म्हणूनच श्री स्वामी समर्थांना 'कृतलक्षणी' ह्या बिरुदावलीने गौरविले जाते. प्रसंग अगर घटनेचे लक्षण दाखविणारा तो कृतलक्षणी. त्यांना पुढे काय घडणार आहे ते आधीच कळत असे. त्यानुसार ते त्यांच्या निस्सीम भक्तास तसे सूचित करीत. संकेत देत. त्यांच्या समाधीपश्चातही याची ते अनुभूती देतात.

। नानाबुवा तांदूळवाडकर ।

सर्वज्ञ, श्री भक्तवत्सल, श्री स्वामी समर्थ अनेकदा त्यांच्या भक्तांस, चाहत्यांस अथवा दर्शनार्थींस काहीही न विचारता त्यांच्या मनातल्या इच्छा, आकांक्षा, वेदना, दु:ख सहज सांगत. त्यांची इच्छापूर्ती करीत. असेच सातारा जिल्हातील नानाबुवा तांदूळवाडकर म्हणून पंढरीच्या पांडुरंगाचे निस्सीम भक्त होते. ते अतिशय उत्तम भजनी वारकरी होते. ब्रह्मांडनायक श्री स्वामी समर्थांची कीर्ती ऐकून ते एकदा दर्शनासाठी अक्कलकोटास आले.

नानाबुवा गणपतराव जोशी संगमेश्वरकर यांचे घरी उतरले. श्री स्वामी समर्थ चोळाप्पांच्या घरी असताना नानाबुवांनी तेथे जाऊन श्रींचे अतिशय भक्तिभावाने दर्शन घेतले. श्रींचे ते अद्‌भुत दिव्य तेज, आजानुबाहू मूर्ती पाहून त्यांच्या डोळ्यांतून आनंदाश्रूंचा पूर वाहू लागला. काही घटका श्रींसन्निध थांबून समाधानी चित्ताने नानाबुवा बिऱ्हाडी आले. बिऱ्हाडी शांतचित्त बसले. तरी श्रींची ती दिव्य, तेजस्वी,

ईश्वरी मूर्ती त्यांच्या डोळ्यांसमोरच आहे, असे त्यांना वाटत होते. इतकी ती त्यांच्या मनात पक्की ठसली होती.

श्रींपुढे भजन करावे असा हेतू नानाबुवांच्या मनात निर्माण झाला. परंतु 'श्री स्वामी माझ्यासारख्या एका सर्वसामान्य वारकऱ्याचे भजन ऐकायला बसतील का' असा विचार करीत असता श्री स्वामी, बुवा ज्या गणपतराव जोशी यांच्या बिऱ्हाडी उतरले होते तेथे आले. श्री स्वामींच्या अकल्पित आगमनाने आणि पवित्र, पावन दर्शनाने बुवांचा आनंद त्रिभुवनात मावेना. त्यांनी लागलीच मृदुंग, वीणा वगैरेंची व्यवस्था करून भजनास आरंभ केला. साक्षात श्री स्वामी समोर भजनश्रवणास बसलेले पाहून बुवांस भावभक्तीचे आणि आनंदाचे भरते आले.

नानाबुवांचे भजन ऐन रंगात आले असताना चमत्कार घडला. सर्व श्रोतेजन बुवांच्या भक्तिरसात न्हाऊन निघत होते. बुवा तल्लीनतेने भजन म्हणत होते. त्यांच्या डोळ्यांतून आनंदाश्रू वाहत होते. अशा स्थितीत बुवा स्थिरचित्त उभे राहिले आणि एक घटका निश्चेष्टीत भावसमाधी अवस्थेत जमिनीवर पडले. समाधी उतरल्यावर त्यांनी काही वेळ भजन करून भजनाची समाप्ती केली. श्रींस आरती ओवाळली. 'श्रीं'स नमन करून बुवा खाली बसले.

नानाबुवा खाली बसल्यावर गणपतराव जोशी यांनी त्यांना विचारले ''नानाबुवा, भजन ऐन रंगात असताना आपण एक घटकाभर तटस्थ उभे का होता? ते आम्हा सर्वांना कृपा करून सांगावे.'' तेव्हा बुवा डोळ्यांत आनंदाश्रू आणून प्रसन्न वदनाने सांगू लागले, ''माझे निम्मे भजन झाल्यावर श्री स्वामी समर्थ महाराजांचे स्वरूप एकाएकी अदृश्य झाले व त्या ठिकाणी सावळ्या वर्णाची, पीतांबर परिधान केलेली, कमरेवर दोन्ही हात ठेवलेली, मस्तकी मुकुट व कर्णी कुंडले धारण केलेली अशी श्री पांडुरंगाची मूर्ती मला दिसू लागली. ते तेज:पुंज रूप मनपूर्वक पाहून माझी चित्तवृत्ती अंतर्मुख झाली. मला समाधी लागली. माझे देहभान नाहीसे झाले. पुढे काही वेळाने भानावर येऊन देहवृत्तीत आलो, तेव्हा मी पुन्हा भजन सुरू केले. श्री स्वामी समर्थ महाराज प्रत्यक्ष दत्तावतार आहेत. भक्तजनांच्या उद्धारार्थ हा मानवी शरीरसंबंध ठेवून आम्हा मूढजनांचे तारण, उद्धारण करीत आहेत, यात संदेह नाही!''

अशा प्रकारे नानाबुवा तांदूळवाडकरांना श्री पांडुरंगाचे प्रत्यक्ष, सदेह दर्शन झाल्यामुळे ते कमालीचे संतुष्ट आणि तृप्त झाले. ज्यासाठी त्यांनी त्यांच्या उभ्या आयुष्यभर भजन-पूजन करून नित्यनियमाने आषाढी व कार्तिकीला पंढरपूरच्या वाऱ्या करून श्री पांडुरंगाच्या दर्शनाची जी इच्छा बाळगली होती, ती इच्छा ब्रह्मांडनायक श्री

स्वामी समर्थांनी पूर्ण केली होती. काही दिवस श्री स्वामींसन्निध राहून, त्यांची सेवा करून आणि शुभाशीर्वाद घेऊन नानाबुवा तृप्त मनाने त्यांच्या गावी आले.

। आबाजी तळवडकर रामदासी ।

त्या वेळेच्या सोलापूर प्रांतातील आबाजी तळवडकर नावाचे रामदासी बुवा 'श्रीं'चे निस्सीम भक्त होते. ते मोठे वेदान्ती आणि विद्वान होते. त्या काळी त्यांची सोलापूर प्रांतात पट्टीचे कीर्तनकार म्हणून खूप मोठी कीर्ती होती. परंतु एवढे सर्व असूनही त्यांचे मन अशुद्ध होते. त्यांना त्यांच्या विद्वत्तेचा फार गर्व होता. 'श्रीं'ची कीर्ती ऐकून त्यांचे दर्शन घ्यावे असे त्यांस सुरुवातीस वाटले. परंतु ब्रह्मांडनायक श्रींना जर एखाद्या व्यक्तीस दर्शन द्यावयाचे मनात नसेल, तर ते दोनदोन तीनतीन दिवस त्या व्यक्तीस दर्शन देत नसत. हे काही त्या विद्वान, वेदान्ती कीर्तनकारास ठाऊक नव्हते.

आपण वेदान्ती, महान, विद्वान, पट्टीचे कीर्तनकार आणि प्रवचनकार आहोत या घमेंडीत आबाजी बुवा 'श्रीं'च्या दर्शनास आले. 'श्रीं'ची स्वारी तेव्हा झोपलेली होती. बुवा श्रींच्या उठण्याची वाट पाहत तेथेच बसून राहिले. दुपारचा प्रहर टळून चार वाजले. पाच वाजून गेले, सहा वाजले. तरीही श्री स्वामी उठले नाहीत. बुवा अस्वस्थ झाले. त्यांची चुळबुळ सुरू झाली. श्री स्वामी उठण्याची वाट पाहत पाहत ते कंटाळून गेले. तेव्हा श्रींच्या निकटच्या सेवेकऱ्यांनी बुवास सांगितले, ''अहो बुवा, श्रींच्या मनात आज तुम्हास दर्शन देण्याचे दिसत नाही. तेव्हा तुम्ही आता परत जा.'' पण अहंभावी बुवा हट्टास पेटून सेवेकऱ्यांस म्हणाले, ''श्रींचे दर्शन घेतल्याशिवाय आपण येथून मुळीच जाणार नाही.'' पण श्री स्वामींच्या हट्टापुढे कोणाचा हट्ट चालणार? सायंकाळचे सात वाजले, आठ वाजले, तरीही श्री स्वामी उठले नाहीत. अखेरीस कंटाळून बुवा बिऱ्हाडी आले.

बुवा बिऱ्हाडी गेल्याबरोबर श्री स्वामी उठून बसले. खरे तर श्री स्वामींस निद्रा अशी नसायचीच, पण बुवांस त्यांच्या अहंभावीपणाची आणि घाणेरड्या अंत:करणाची जाणीव करून देण्यासाठी त्यांनी दिवसभराच्या झोपेचे हे नाटक केले. दुसऱ्या दिवशी बुवा येणार हे अंतर्ज्ञानी श्रींना ठाऊक होते. झालेही तसेच.

बुवा येण्याअगोदर श्री स्वामी मुद्दामच एका उकिरड्यावर जाऊन बसले. बुवांनी तेथे जाऊन त्यांचे दर्शन घेतले, तेव्हा त्यांनी समवेतच्या सेवेकऱ्यांस ''अरे, दोन घागरी घेऊन या.'' अशी आज्ञा केली.

श्री स्वामीआज्ञेनुसार सेवेकऱ्यांनी दोन घागरी आणल्या. लगेच त्यांनी सेवेकऱ्यांस सांगितले, ''दोन घागरी या बुवांपुढे पालथ्या ठेवा.'' सेवेकऱ्यांनी तत्काळ श्रीआज्ञेनुसार दोन घागरी आणून आबाजी बुवा तळवळडकरांपुढे पालथ्या ठेवल्या. श्री स्वामींना त्यांच्या या कृतीतून 'पालथ्या घड्यावर पाणी' या म्हणीचा अर्थ स्पष्ट करायचा होता.

व्यर्थ भाराभर केले पाठांतर । जोवरी शुद्ध नाही अंतःकरण॥

असेच जणू त्यांना त्यांच्या या कृतीतून सूचित करायचे होते. थोडक्यात, जोपर्यंत मनाची एकाग्रता साधून परमेश्वराप्रतीचे ध्यान व ध्यास लागत नाही किंवा परमेश्वराशी अनुसंधान साधले जात नाही, तोपर्यंत विद्वत्ताप्रचुर पांडित्याने लोकांस उपदेश करणे म्हणजे वाक्पांडित्याचे पालथ्या घड्यावर पाणी पाडण्यासारखेच आहे. कितीही पाणी ओता, घडा पालथा असल्यास तो भरणार कसा? आतून कोरडा आणि रिकामाच राहणारच.

पण बुवा सुज्ञ असल्याने श्रींच्या या कृतीचा अर्थ-आशय-भावार्थ आणि मथितार्थ त्यांना त्वरित समजला. त्यांनी स्वतःमध्ये सुधारणा केली. ते पश्चात्ताप पावून श्रींपुढे जाऊन त्यांना चरणस्पर्श करीत म्हणाले, ''महाराज, कितीही झाले तरी आम्ही सामान्य माणसेच. आमच्यात दोष असणारच. त्यातून आमच्याकडून चुका होणारच. तरी त्याबद्दल आपण मला क्षमा करावी.''

बुवांचे हे पश्चात्तापदग्ध उद्‌गार ऐकून श्री स्वामी स्मितहास्य करीत त्यांना म्हणाले, ''जा, प्राप्त ज्ञानाचा आणि बुद्धीचा उपयोग लोकांचे शहाणपण वाढविण्यासाठी करा.''

'होय महाराज' असे म्हणून बुवांनी संमतीदर्शक मान हलविली. पंधरा दिवस श्रींसन्निध राहून व शुभाशीर्वाद घेऊन ते स्वतःच्या गावी आले.

। नरसाप्पा सुतार ।

श्री स्वामी समर्थांचा वावर अठरा पगड जाती आणि बारा बलुतेदारांच्या वाड्यावस्त्यांवर अधूनमधून असे. 'शुद्ध, निर्मळ, अहंकारविरहित आचारविचार आणि व्यवहारधर्म' हीच एकमेव त्यांची कृपा संपादण्याची कसोटी होती, जे त्यांच्या या कसोटीस उतरत, त्यांवर ते कृपा करीत. जे त्यांविरुद्ध वर्तन करीत, त्यांना ते रागे भरत. योग्य त्या कृतीतून धडा देत.अहंकार, स्वयंलिप्ततेची जाणीव करून देत.

पश्चात्ताप्यास क्षमा करीत, सन्मार्गास लावत. यास अक्कलकोटमधील नरसाप्पा सुतारही अपवाद नव्हता. तो श्रींचा निस्सीम भक्त होता. त्याच्याजवळ एक म्हैस होती. ती व्याल्यावर तिचे रेडकू मरत असे आणि ती दूधही देत नसे. असे पाचसहा वेळा झाले. म्हणून नरसाप्पाच्या दृष्टीने ती म्हैस असून नसल्यासारखीच होती.

एकदा भक्तवत्सल श्री स्वामी नरसाप्पाच्या घरी असताना त्याच दिवशी त्याची ती म्हैस व्याली आणि नेहमीप्रमाणे तिचे रेडकू तडफडत मरण्याच्या बेतात होते. तेव्हा नरसाप्पाने श्रींच्या चरणास मिठी मारून विनवले, ''महाराज, एवढे रेडकू वाचवले, तर आपल्या कृपेने माझी बायको, मुलेबाळे दूध तरी पिऊ शकतील.'' त्याने त्या म्हशीचे या अगोदरचे व्याल्याबरोबर रेडकू मरण्याचे आणि दूध न देण्याचे चार-पाच वेळेचे प्रसंग अतिशय दीनवाणेपणे श्रींस सांगितले. दयाघन श्री स्वामी उठून त्या नुकत्याच व्यालेल्या म्हशीजवळ गेले. मरण्याच्या बेतात असलेल्या त्या रेडकावरून दहा-बारा वेळा पाय फिरविला आणि आपल्या जागी येऊन बसले.

श्रींच्या चरणस्पर्शाने मरणासन्न अवस्थेत असलेले ते रेडकू ठीकठाक झाले. व्यवस्थित उठून बसले. त्याच्या मातेला म्हणजे त्या म्हशीस चाटू लागले. पुढे ती चांगले दूध देऊ लागली. नरसाप्पाच्या घरात बायकोला, मुला-बाळांना विपुल, यथेच्छ दूधदुभते मिळू लागले. पुढे त्या म्हशीला होणारी रेडके मेली नाहीत. नरसाप्पाच्या घरातले दूधदुभते कधीच कमी झाले नाही.

नरसाप्पाची स्वामिनिष्ठा प्रखर होती. त्याची स्वामी दर्शनभेट नित्याचीच होती. एकदा नरसाप्पा घोड्यावर बसून त्याच्या शेताकडे जात असताना त्यास श्रींची स्वारी रस्त्यावरील एका दुकानात बसलेली दिसली. श्रींना तेथे बसलेले बघताच तो घोड्यावरून खाली उतरला. त्यांच्याजवळ जाऊन विनंतीपूर्वक म्हणाला, ''महाराज, आमच्या शेतात उत्तम हुरडा झाला आहे. करिता आपण तो खाण्यास चलावे.'' तेव्हा 'श्रीं'स राग येऊन त्याच्याकडे रोखून पाहत म्हणाले, ''हत लेका, कधी हुरडा पेरला होतास? आणि शेत कुणाचे?'' नरसाप्पा काय समजायचे ते समजून चुकला. स्वत:चे दोन्ही कान पकडून तो 'श्रीं'स म्हणाला, ''महाराज, क्षमा करा. माझी चूक झाली. शेत आमचे नाही. शेत आपल्या सर्वांचे आहे. आपल्या शेतात हुरडा आहे. तो खाण्यास चलावे.'' तेव्हा भक्तवत्सल, भक्ताभिमानी श्री स्वामी 'ठीक आहे. चल.' असे म्हणून सेवेकऱ्यांसह हुरडा खाण्यास गेले.

वास्तविक नरसाप्पाची ही साधीच चारचौघांसारखी विनंती होती. पण केवळ 'आमच्या' या शब्दाने बिनसले. या एका शब्दात 'माझे शेत, मी पिकवले, एवढे

मी केले, म्हणून आज घोड्यावरून जा-ये करण्याइतकी माझी ऐपत झाली आहे' इतके सगळे 'मी-माझेपण' त्यात डोकावत होते. तसा नरसाप्पा सुतार बिचारा साधा-सुधा, सरळसोट माणूस. त्याला इतके सखोल ज्ञान कुठून असणार? अशा प्रकारच्या भाषेमुळे 'मीपणा' दिसतो हे काही त्याच्या ध्यानात आले नाही. पण त्याच्या ध्यानात आले नाही म्हणून श्री स्वामींच्या ध्यानात येणार नाही असे थोडेच होते? त्यांनी लगेच नरसाप्पाला खरमरीत भाषेत झापले.

इतक्या बारीकसारीक, वरवर क्षुल्लक दिसणाऱ्या पण भक्तिमार्गात अडथळे आणणाऱ्या गोष्टींचा विचार श्री स्वामींच्या मनात सदैव असे. ते प्रसंग, घटनेनुसार त्यांच्या भक्तांना त्याची जाणीव करून देत. म्हणजेच भक्तीमध्ये अभिमान, दंभ नसावा. येथे अभिमान म्हणजे मीपणा. नारद भक्तिसूत्र ७२मध्ये नारदांनी म्हटले आहे, 'नास्ति तेषु जाती विद्या । रूप कुल धन क्रियादि भेदः॥' म्हणजे जात-पात, विद्या, रूप, कुळ, संपत्ती आणि व्यवसायादि कर्मे यांवरून भक्तीचे भेद, प्रकार ठरत नाहीत. सर्व सारखेच असतात. अशा या सूत्रांचे कृतिशील पालन श्री स्वामी समर्थ स्वतः करीत. आपल्या भक्तांनीही ते करावे अशी त्यांची अपेक्षा असे. त्यांच्या दृष्टीने सर्व समान होते. त्यांच्या एखाद्या भक्ताच्या मनात यांपैकी काही विकल्प आलाच, तर ते युक्तीने किंवा कृतीने दूर करीत. जसा नरसाप्पाच्या मनातील केला.

नरसाप्पाने हुरड्याबरोबर खाण्यासाठी ऊसही आणले होते. ऊस खाऊन श्री स्वामींनी त्याची कांडकी (तुकडे) खेळता खेळता शेतातील जमिनीत पुरून ठेवली. त्यांच्या या कृतीने नरसाप्पास वाटले, की आपण जमिनीत ऊस लावावा अशी महाराजांची इच्छा दिसते आहे. त्यानुसार त्याने त्या वर्षी त्याच्या शेतात ऊस लावला. श्री स्वामी समर्थकृपेने तो ऊस चांगल्या प्रकारचा होऊन त्यास दरवर्षीपेक्षा वीसपट अधिक उत्पन्न मिळाले.

नरसाप्पा श्री स्वामींचा निस्सीम, एकनिष्ठ भक्त असल्यामुळे भक्तवत्सल श्री स्वामी फिरत फिरत घटका-दोन घटका अधूनमधून त्याच्या घरी जात. श्री स्वामींच्या आगमनाने त्याच्या घरातील सर्वांना जणू प्रत्यक्ष परमेश्वरच आपल्या घरी आले आहेत असे वाटे. त्यामुळे सर्वांनाच खूप आनंद होई, एकदा असेच श्री स्वामी नरसाप्पाच्या घरी आलेले होते. श्रींनी आपले घरी बहुत दिवस राहावे, इथेच मुक्काम करावा, अशी त्याची मनापासून इच्छा होती. स्वेच्छाचारी श्री स्वामी समर्थांनी रात्री निघून जाऊ नये म्हणून नरसाप्पा घराच्या दरवाज्याच्या उंबरठ्यात निजत असे. असे आठ दिवस चालले. महाराज त्याच्या घरी आठ दिवस राहिले.

परंतु सुगीच्या दिवसांत श्री स्वामी समर्थ महाराज घरात असल्यामुळे शेतात जाता येणार नाही, शेताची देखभालही करता येणार नाही, शेतीचे नुकसान होणार, कसे करावे, असा विचार नरसाप्पाच्या मनात आला. त्याच्या मनातला हा भाव अंत:साक्षी श्री स्वामींनी जाणला. ते पहाटे चार वाजता उठून दरवाजा उघडून बाहेर जाऊ लागले. नरसाप्पा दरवाज्याच्या उंबऱ्यातच झोपलेला होता. त्याने उठून हात जोडून, पाया पडून 'श्रीं'ना न जाण्याविषयी विनंती केली. तेव्हा स्वामी म्हणाले, ''सुगीचे दिवस आहेत. तुला आमची अडचण होते. सबब, आम्ही जातो.'' श्री स्वामींनी त्यास त्याच्या मनात आलेल्या विचारांची जाणीव करून दिली, तेव्हा नरसाप्पाला खूप पश्चात्ताप झाला. त्या स्थितीत स्वत:च स्वत:च्या तोंडात पुन्हापुन्हा मारून घेत स्वामींच्या पायांवर डोके ठेवीत त्यांनी विनवणी केली, ''महाराज, या अडाणी गरीब लेकराला क्षमा करा...'' दोन्ही हातांनी त्यांचा रस्ता अडवत नरसाप्पा दरवाजात उभा राहिला. पण कुणाचेही ताबेदार नसलेले ब्रह्मांडनायक श्री स्वामी त्याच्या घरून निघून गेले.

। कानडी नरसाप्पा ।

एकदा सध्याचे कर्नाटक व त्यावेळचे म्हैसूर प्रांतातून साठ वर्षे वयाचा नरसाप्पा नावाचा कानडी भाषिक गृहस्थ अक्कलकोटास श्री स्वामी समर्थांकडून अनुग्रह मिळावा म्हणून आला होता. त्याला कानडीशिवाय अन्य कोणतीही भाषा येत नव्हती. आपल्याला त्यांच्याकडून अनुग्रह घ्यावयाचा आहे, हे श्री स्वामींस कसे कळवावे, या चिंतेत तो होता. श्री स्वामींची दृढ निश्चयाने त्याची नित्यसेवा सुरू होती. त्याला जरी श्रींच्या दरबारातील काहीच समजत नव्हते, तरी श्रींचे दैवी व तेज:पुंज रूप न्याहळताना, डोळ्यांत साठवताना त्याला अपूर्व आनंद होत असे आणि समाधान लाभत असे. त्यामुळे तो श्रींसन्निध नित्यनियमाने येऊन तासन्तास बसत असे.

एके दिवशी मात्र चमत्कार झाला. श्रींपुढे पुराण चालले होते. पुराण आटोपल्यावर श्रींनी नेत्रसंकेताने नरसाप्पास जवळ बोलविले, तेव्हा त्याला अत्यानंद होऊन त्याने श्रींच्या चरणावर डोके ठेवून साष्टांग नमस्कार घातला. हात जोडून 'श्रीं'समोर उभा राहिला. तेवढ्यात श्रींनी शेजारीच जमाखर्च मांडणाऱ्या कारकुनाकडून एक वही मागून घेतली. ती नरसाप्पाच्या हातात दिली. त्याने त्या वहीचे पृष्ठ उघडून पाहिले.

'भगवद्गीता म्हण, म्हणजे तुझे कार्य होईल.' अशा अर्थाची अक्षरे कानडी लिपीत त्यास दृष्टीस पडली. ती वाचून त्याला परमानंद झाला. इतक्या दूरवरून परप्रांतातून येथे आल्याचे सार्थक झाले, असे त्यास वाटले.

याप्रसंगी वेदशास्त्रसंपन्न रा. रा. दत्तात्रयबुवा श्रींच्या दर्शनास तेथे आले होते. ते दर्शन घेऊन जात असताना त्यांना वाटेत गाठून नरसाप्पानेमोडक्या तोडक्या मराठी भाषेत हात जोडून प्रार्थनापूर्वक विनविले, "शास्त्रीबुवा, मला भगवद्गीता शिकवा. महाराजांनीच कानडी लिपीत लिहिले. मी तुम्हाला सांगतोय." शास्त्रीबुवांनी लगोलग परत येऊन कारकुनास विचारले, "श्रींनी काही वेळापूर्वी नरसाप्पाला दिलेली वही कोठे आहे?" त्यांनी त्यांच्याकडून ती वही मागून घेतली. ती सर्व वही चाळून पाहिली. परंतु तिच्यात कोणत्याही पानावर कानडी लिपीतील, कानडी भाषेतील एकही अक्षर लिहिलेले दृष्टीस पडले नाही. दुसऱ्या वह्याही चाळून पाहिल्या, तथापी त्या वह्यांमध्ये शुद्ध मोडी अक्षरावाचून अन्य दुसऱ्या कोणत्याही भाषेत व लिपीत एकही अक्षर दृष्टीस पडले नाही. ब्रह्मांडनायकांच्या या अतर्क्य कृतीचे दत्तात्रयबुवांसह सर्वांनाच आश्चर्य वाटले.

पुढे एके दिवशी रात्री विलक्षण चमत्कार घडला. रा. रा. दत्तात्रयशास्त्री आणि एक संन्यासी वेदान्त विषायावर बोलत बसले होते. नरसाप्पाही त्यांच्या जवळच बसलेला होता. त्याला झोप लागली. मध्यरात्रीच्या सुमारास तो एकाएकी घामाघूम झाला. त्याच्या डोळ्यांतून अश्रुधारा वाहत होत्या. थरथरत्या स्थितीत तो उठून बसला. 'श्री स्वामी समर्थ महाराज थोर ईश्वर आहेत.' असे वारंवार हात जोडून तो स्वत:शीच बोलू लागला. ते ऐकून दत्तात्रयशास्त्रींनी त्यास विचारले, "श्री स्वामी समर्थ महाराज ईश्वर आहेत, हे तू कशावरून म्हणतोस?" त्यावर नरसाप्पा मोडक्या-तोडक्या मराठीत, पण कानडी भाषेच्या लहेजात म्हणाला, "अहो, श्री स्वामी समर्थांनी मला वैकुंठात नेले होते. तेथे राम पंचायतनाचे दर्शन घडविले." त्यानंतर एक घटकाभर नरसाप्पा कधी रडत होता, तर कधी हसत होता. अत्यानंदाने तो म्हणू लागला, "वाहवा! वाहवा! श्री स्वामी महाराज! या दीनावर आज आपण मोठीच कृपा केलीत. काय ते वैकुंठ! काय ते श्रीराम! काय ते दिव्यतेज! काय ते राम पंचायतन! ते सर्व पाहून माझे तर डोळेच दिपून गेले." असे स्वत:शीच भ्रमिष्टासारखे कधी हसत, तर कधी आनंदाने रडून नरसाप्पा एक घटकेपर्यंत बोलत होता. थोड्या वेळाने तो शांत होऊन स्तब्ध झाला. या घटनेपासून नरसाप्पाची श्री स्वामींवर फारच भक्ती जडली.

पुढे आठ-दहा दिवसांनी नरसाप्पाच्या उजव्या हातास एकाएकी फारच कळ लागू लागली. त्या दुखण्याने तो अगदी बेजार झाला. एके दिवशी श्री स्वामी समर्थांचे दर्शन घेऊन नरसाप्पा स्वत:चा दुखरा हात श्री स्वामींस दाखवत रडक्या स्वरात म्हणाला, ''महाराज, माझ्या या हातास सात-आठ दिवसांपासून फार जोराची कळ लागून येते आणि फार ठणका लागतो. फार त्रास होतोय, महाराज! यावर काही तरी उपाय सांगा, महाराज.''

तेव्हा 'श्रीं'ची स्वारी स्वानंदात हुक्का ओढीत बसली होती. त्याला जवळ बोलवत ते म्हणाले, ''ठीक आहे. आम्ही तुझा हात आत्ता बरा करतो.'' असे म्हणून त्यांनी नरसाप्पाच्या दुखऱ्या हातावर तोंडातील हुक्क्याचा धूर सोडला. त्यासरशी त्याच्या हाताची कळ राहिली. ठणका बंद झाला. 'काय विलक्षण दैवी शक्ती ही!' असे सर्वच उपस्थित लोक आश्चर्याने म्हणू लागले.

। भगवंत आप्पा सुतार ।

श्री स्वामी समर्थांचे देवत्व बहुतेक लोकांना अनुभवांती ज्ञात झाले होते. म्हणून त्यांच्या भक्तगणांची संख्याही दिवसेंदिवस वाढतच होती. यात अक्कलकोटचा राहणारा भगवंत आप्पा सुतार हा 'श्रीं'चा निस्सीम भक्त होता, भक्तवत्सल श्री स्वामी अधूनमधून त्याचे घरी जात. दोन-दोन दिवस त्याचे घरी मुक्कामी राहत.

त्याने एकदा त्याच्या शेतात श्री स्वामी समर्थांच्या मार्गदर्शनानुसार विहीर खोदली होती. श्रीकृपेमुळे त्या विहिरीला पाणीही विपुल होते. एके दिवशी त्याच्या मनात आले, 'सद्‌गुरू श्री स्वामीरायांस शेतात न्यावे, त्यांची पूजा करून त्यांना साग्रसंगीत नैवेद्य दाखवावा. त्यांना भोजन घालून त्यांचा उच्छिष्टप्रसाद ग्रहण करून धन्य व्हावे!' असा हेतू मनात धरून तो श्री स्वामींच्या दर्शनभेटीस गेला. श्रींची स्वारी चोळाप्पांच्या घराजवळ मोदी यांच्या घराच्या ओट्यावर स्वानंदात बसली होती.

भगवंत आप्पा सुताराने तेथे जाऊन 'श्रीं'चे दर्शन घेतले आणि विनंतीपूर्वक त्यांना प्रार्थना केली, ''महाराज, कृपा करून मळ्यात चलावे.'' त्यावर ते म्हणाले, ''थोडे थांब.'' सुताराने चार-पाच वेळा त्यांना मळ्यात चलण्याविषयी विनंती केली. पण त्यांचे उत्तर ''थोडे थांब.'' असेच होते. थोड्याच वेळात काशीनाथपंत म्हसवडकर श्रींच्या दर्शनभेटीस तेथे आले. ते दर्शन घेऊन श्रींसन्निध बसले.

सुताराने म्हसवडकरांस सूचना केली, ''श्री स्वामी समर्थ महाराजांना मळ्यापर्यंत घेऊन चलावे.'' म्हसवडकरांनी श्रींस तशी विनंती करताच ते उठले आणि म्हसवडकरांसमवेत सुताराच्या मळ्याचा रस्ता धरला.

सुताराने नैवेद्याच्या स्वयंपाकाची सामग्री आणली होतीच. नैवद्याचा स्वयंपाक करण्यात आला. श्रींना मंगलस्नान घालण्यात आले. त्यांची षोडशोपचारे पूजा करण्यात आली. त्यांना नैवेद्य दाखवून भोजन घालण्यात आले. म्हसवडकर व सबनीस भोजनास बसणार, इतक्यात गावातून बरीच सेवेकरी मंडळी श्री स्वामी समर्थ महाराजांच्या दर्शनभेटीसाठी आली. तेव्हा श्री स्वामी म्हणाले. ''येथे आलेल्या या आमच्या भक्तगणांस यथेच्छ भोजनप्रसाद घाला.''

''महाराज, पाच जणांचाच स्वयंपाक केलेला आहे. त्यात इतकी मंडळी कशी जेवतील?'' म्हसवडकरांनी काळजीच्या स्वरांत श्रींना विचारले.

''कायकु दिलगीर होते हैं?'' असे श्री स्वामी त्यांना म्हणाले.

श्रींची आज्ञा प्रमाण मानून श्रींच्या दर्शनभेटीस आलेल्या त्या भक्तांस ते जसजसे येत गेले, तसतसे त्यांना भोजनप्रसादास बसवण्यात आले. म्हसवडकर, बाबा सबनीस, भगवंत आप्पा सुतार आणि त्याचा भाऊ असे चौघे सर्वांत शेवटी जेवले. चार पानांच्या अन्नसामग्रीत एकंदर पन्नास असामी जेवले. ब्रह्मांडनायक श्री स्वामी समर्थांच्या कृपेने अन्नाची मुळीच तूट पडली नाही. जेवणे होता होता दुपार टळली.

सायंकाळच्या चार वाजण्याच्या सुमारास हुरडा भाजण्यासाठी मंडळींनी आगटी तयार केली. श्री स्वामी आगटीजवळच बसलेले होते. तेथे जवळच एक पाण्याने भरलेली घागर होती. तिच्यातील पाणी एका तांब्यात घेऊन ते चूळ भरून आगटीत पेटलेल्या विस्तवावर टाकू लागले. पाणी विस्तवावर पडल्याबरोबर होमकुंडात तुपाची आहुती पडल्याप्रमाणे अग्नी अधिकाधिक प्रदीप्त होत होता. 'चंद्राय स्वाहा, वरुणाय स्वाहा' असे ते आगटीत पाण्याची चूळ टाकताना म्हणत होते. घागरीतील पाणी संपेपर्यंत त्यांचा हा खेळ चालला होता. वास्तविक अग्नीवर पाणी पडले असता तो विझावा. पण तसे न होता, यज्ञकुंडात तूप टाकल्यावर अग्नी भडकावा त्याप्रमाणे तो भडकत होता. श्री स्वामी समर्थांची ती लीला पाहून सर्व मंडळी आश्चर्याने थक्क झाली. सर्वांनी 'श्री स्वामी समर्थ महाराज की जय' असा जयजयकार केला. सर्वांनी हुरड्याचा आस्वाद घेतल्यानंतर सायंकाळी ते सर्व अत्यानंदाने अक्कलकोटी परतले.

। कर्तुम् अकर्तुम्, अन्यथा कर्तुम् ।

ब्रह्मांडनायक संचारेश्वर श्री स्वामी समर्थांच्या अवतारकार्यात पूर्व, मध्य आणि उत्तरार्ध (समाधीपश्चात) त्यांच्या कर्तुम् अकर्तुम्, अन्यथा कर्तुम् या शक्तीचा प्रत्यय अनेक लीलांमधून येतो. त्यांना प्राप्त झालेल्या सिद्धींच्या शक्तीचा वापर ते क्वचित प्रसंगीच करीत. पुराणात सांदिपनी गुरूंनी 'मला दक्षिणा म्हणून मृत झालेला पुत्र आणून द्यावा' अशी आज्ञा भगवान श्रीकृष्णाला केली. तेव्हा श्रीकृष्णाने यमाच्या कराल दाढेतून मृत झालेला पुत्र आणून आपली गुरुदक्षिणा देण्याचे काम पूर्ण केले. हे नवल वाटण्यासारखेच आहे. परंतु सृष्टीच्या जीवन-मृत्यूच्या उत्पत्ती, स्थिती आणि लय (नाश) या चक्रात परमेश्वर सहसा ढवळाढवळ करीत नाहीत. तसे जर केले, तर जीवसृष्टीचा सर्वच समतोल ढळेल आणि गोंधळ माजेल.

म्हणून ब्रह्मांडनायक श्री स्वामी समर्थांकडे कुणी जीवदान अथवा प्राणदान मागण्यास आला, तर सर्व विचार करून अपवादात्मक परिस्थितीत ते जीवदान देत. मात्र अनेक प्रसंगी जीवदान देण्यास नकारही देत. तेव्हा ते म्हणत, ''काय रे, अभिमन्यू मेला, तेव्हा श्रीकृष्ण भगवान जवळ होते की नाही?'' ह्या उद्गारातून ते सूचित करीत, की सदासर्वदा प्राणदान देणे शक्य नाही. प्राणदानाची लीला अगदी क्वचित प्रसंगी करायची असते.''

एकदा पुण्यातील एका पंडिताच्या मुलाची जन्मपत्रिका पाहून निष्णात ज्योतिषाने सांगितले, ''हा मुलगा अकरा वर्षांपेक्षा अधिक जगणार नाही.'' तो पंडित भाविक होता. त्याने त्या ज्योतिषावर विश्वास ठेवून त्याच्या त्या मुलाची अकरा वर्ष होईपर्यंत मुंजच करायची नाही असा निश्चय केला. मुलगा दहा वर्षांचा झाल्यावर अक्कलकोटनिवासी श्री स्वामी समर्थांची कीर्ती ऐकून त्या मुलास घेऊन तो पंडित श्री स्वामी समर्थ महाराजांच्या दर्शनास अक्कलकोटला आला. दर्शन घेऊन उभा राहताच श्री स्वामी त्याचेकडे पाहून म्हणाले, ''काय रे, अभिमन्यू चक्रव्यूहात मेला, तेव्हा भगवान श्रीकृष्ण कोठे होते?'' श्री स्वामींच्या त्या सवालाने त्यास कळून चुकले, की आपला एकुलता एक मुलगा आता वाचत नाही. तो परत पुण्यात आला. ज्योतिषाच्या भाकिताप्रमाणे अकराव्या वर्षी त्या मुलास देवाज्ञा झाली.

पण कर्तुम् अकर्तुम्, अन्यथा कर्तुम् हे शक्तिसामर्थ्य असलेले श्री स्वामी प्रसंगी प्राणदानही देत असत. सर्पदंश झालेल्या रावण्णास असेच प्राणदान त्यांनी दिले.

अक्कलकोटजवळील खेडेगावातील एका बाईचा मुलगा अत्यवस्थ झाला. त्या वेळी उपलब्ध असलेले सर्व औषधोपचार करून झाले. परंतु कोणत्याही उपायाने गुण येईना, तेव्हा सर्वांचा एकमेव अंतिम आधार ब्रह्मांडनायक श्री स्वामी समर्थ हेच होते. त्यामुळे त्या बाईने विचार केला, 'हरतऱ्हेचे सर्व उपाय केले, तरीही गुण येत नाही. तेव्हा अक्कलकोटला श्री स्वामी समर्थ महाराजांकडेच घेऊन जावे आणि त्यांच्या पायावर मुलास घालावे.' हा विचार करून पदराखाली असलेल्या अत्यवस्थ मुलास घेऊन ती अक्कलकोटच्या दिशेने निघाली. श्रींच्या दर्शनास येताना सहजच त्या बाईने मुलाच्या तोंडावरील पदर बाजूस सारून पाहिले, तर ते मूल मृतवत झालेले तिला आढळले. तेव्हा तिच्या शोकास पारावार राहिला नाही. ऊर बडवून घेत ओक्साबोक्शी मोठ्याने रडत ती श्रींचरणाशी आली.

ती श्रींस रडून रडून सांगत होती ''स्वामी महाराज, घरी सर्व प्रकारचे औषधोपचार केले, पण बालकास आराम न पडला नाही. आपल्या चरणांवर घालण्यासाठी येथे आणले, तर ही गोष्ट घडून आली. माझे प्रारब्धच असे विपरीत म्हणायचे. देवाच्या दर्शनास गेल्यावर देऊळच अंगावर पडून मृत्यू यावा, त्याप्रमाणे माझी अवस्था झाली आहे. महाराज, कृपा करून मला या दुःखातून वाचवा हो. माझ्या लेकराला प्राणदान द्या.'' असे बरेच काही विनवीत तिने रडून रडून आकांत मांडला.

दीनदयाळू, कनवाळू ब्रह्मांडनायक श्री स्वामी तिच्या त्या हृदयद्रावक विलापाने कळवळले. क्षणार्धात आसनावरून उठून त्या बाईजवळ गेले आणि ''आण तुझा मुलगा इकडे!'' असे म्हणून त्या मुलास तिच्या जवळून घेतले. श्री स्वामी त्या मुलाचे खाली डोके व वर पाय करून गरगर फिरवू लागले. तेथे जवळच एक घोडा उभा होता. त्याच्या तोंडास त्या मुलाला लावून श्री स्वामी म्हणाले, ''हे घोड्या, तू हिचे पोर खा!'' दरडावणीच्या स्वरात बोलून त्यांनी ते पोर स्वयंपाक करण्याकरिता जो चर खोदला होता, त्यात फेकून दिले. त्यासरशी ते मूल जिवंत होऊन रडू लागले.

त्या शोकग्रस्त बाईने तेथे धावत जाऊन त्या मुलास पोटाशी धरून त्यास स्तनपान करविले. या प्रसंगी तिच्या डोळ्यांतून आनंदाश्रू वाहत होते. श्री स्वामी समर्थ महाराजांस ती अनन्यभावे शरण गेली. त्या वेळी तेथे उपस्थित असलेल्या सर्वांनीच भक्तिभावाने 'श्री स्वामी समर्थ महाराज की जय' असा जयजयकार केला. काही दिवस तेथे राहून ती आपल्या लेकरासह आनंदाने तिच्या गावी गेली.

पण काही कुत्सित लोक आताच्यासारखे त्या वेळीही तेथे होतेच. ते म्हणू लागले, ''अरे, कसले आले आहे या महाराजांचे सामर्थ्य! ते मूल मुळातच जिवंत होते.

त्याला ग्लानी आल्यामुळे ते मेल्यासारखे दिसत होते. या महाराजांनी गरगर फिरवून घोड्याच्या तोंडाला लावून काहीतरी बडबडून फेकले आणि त्यामुळे त्याची ग्लानी उतरून ते रडू लागले. म्हणे यांनी जिवंत केले! कसले सामर्थ्य नि कसले काय?'' पण या अशा कुचाळखोरांचा श्री स्वामींवर काहीच परिणाम होत नव्हता. तेव्हाही आपला 'उदो उदो' व्हावा आणि महिमा वाढावा अशी त्यांची इच्छाच नव्हती मुळी.

अनादी काळापासून पुराणात आणि इतिहासातसुद्धा असे कार्य करणाऱ्यास कुत्सित लोकांची टिकाटिप्पणी, टिंगलटवाळी सहन करावी लागली आहे. भगवान श्रीकृष्णाच्या अवतारकाळात अतिवृष्टीच्या भीतीने गोवर्धन पर्वताकडे सर्व गोकूळवासी धावले. तेव्हा श्रीकृष्णाने स्वतःच्या करांगुलीवर गोवर्धन पर्वत तोलून धरून सर्व गोकूळवासीयांचे रक्षण केले. हे वास्तव असूनसुद्धा अतिवृष्टी थांबल्यावर, सर्व व्यवस्थित, स्थिरस्थावर झाल्यावर गोकुळातील शेंबडे, चिपडे, पोरसवदा गोपाळ एकापेक्षा एक अधिक बढाया मारू लागले.

त्यातील एक म्हणाला, ''मी त्या डोंगरास सोटा लावल्यामुळे डोंगर वरचे वर राहिला. म्हणून आपल्या सर्वांचे पर्जन्यापासून संरक्षण झाले.'' दुसरा म्हणाला, ''मी माझ्या गदेने डोंगर तोलून धरला नसता, तर फार मोठे संकट आपणा सर्वांवर कोसळले असते.'' तिसरा म्हणू लागला, ''आम्ही पाच-दहा जणांनी मिळून ही मोठी शिळा वरचेवर तोलून धरली, म्हणून डोंगर गोकूळवासीयांच्या अंगावर पडला नाही.''

अनेकांनी अनेक प्रकारे टीकाटिप्पणी करून बढाया मारून श्रीकृष्णाचे महत्त्व कमी लेखण्याचा त्या वेळी प्रयत्न केला. पण त्याचा काहीही परिणाम न होता श्रीकृष्णाचं महत्त्व त्रिकालाबाधित राहिले आहे. त्यास भगवान परब्रह्म, ब्रह्मांडनायक श्री स्वामी समर्थ तरी कसे अपवाद ठरतील?

। मीच राम होतो, मीच कृष्ण होतो ।

श्री स्वामी समर्थ हे घननीळ कृष्णासारखे, रामासारखे होते. म्हणून तर ते कधीकधी, प्रसंगोपात 'मीच राम होतो बरे! मीच कृष्ण होतो बरे!' असे म्हणत. हा घननीळ नुसतीच आश्वासने देत नव्हता, तर याने मृत्यूपथास लागलेल्या अनेकांना जीवदान दिले, तर काहींना किती वर्षांचे आयुष्य आहे तेही सांगितले. सर्वसाक्षी असलेल्या 'श्रीं'ना त्यांच्याकडे आलेल्या व्यक्तीचे प्रारब्ध, क्रिया, कर्ममाण, भूत, वर्तमान आणि भविष्य अचूक कळत असे. तेही कुणाचीही कुंडली, हात वगैरे न पाहता.

कारण हा घननीळ परमेश्वरी अवतार होता. अनेकांना त्यांनी मृत्यूच्या दाढेतून ओढून काढले. अनेकांचे दुर्धर आजार बरे केले. त्याचे कार्य कमालीच्या विरक्तीने आणि निर्मोहीपणाने चाललेले असायचे. 'पुराण पुरुषोत्तमा त्वा धरिले अगणित अवतारा' असे श्री स्वामींचे वर्णन अनेकांनी केलेले आहे.

बडोद्यात रामचंद्रराव तथा भाऊसाहेब घोरपडे नावाचे सुप्रसिद्ध तालेवार जहागीरदार होते. त्यांना इंग्रज सरकारकडून दत्तवाड, बेडग, सप्तसागर वगैरे गावे वंशपरंपरागत इनाम मिळाली होती. त्यांना एक मुलगी होती, पण मुलगा नव्हता. त्यासाठी त्यांनी पुष्कळ देवधर्म केले, पण उपयोग झाला नाही. ते व त्यांची पत्नी अतिशय दु:खी होते. श्री स्वामी समर्थांची कीर्ती ऐकून ते अक्कलकोटला आले. श्रींचे दर्शन घेऊन त्यांना विचारले, ''आम्हास संतान नाही. काय करावे?'' तेव्हा श्री स्वामी म्हणाले, ''हरिवंश ऐका, म्हणजे मुलगा होईल.'' श्रींचा आशीर्वाद घेऊन ते उभयता बडोद्यास आले. श्रीआज्ञेनुसार त्या दोघांनीही हरिवंश ऐकले. यथावकाश त्यांना पुत्ररत्न प्राप्त झाले. अनुभूती ही भक्तीची आणि श्रद्धेची वृद्धी करते या आध्यात्मिक मानसशास्त्रानुसार त्यांची श्रींचरणी भक्ती दृढ होत गेली. अधूनमधून अक्कलकोटला श्री स्वामी समर्थ महाराजांच्या दर्शनभेटीस ते उभयता येत असत.

पुन्हा एकदा दक्षिण भारतात तीर्थयात्रा करीत असताना ते अक्कलकोटला आले. त्या दिवशी श्रींची स्वारी पटवर्धनांच्या देवळानजीकच्या दगडावर स्वानंदात बसली होती. भाऊसाहेबांनी शुद्ध अंत:करणाने श्री स्वामींस नमन केले आणि कृतज्ञतापूर्वक सांगितले, ''आपल्या वचनाप्रमाणे आम्हास मुलगा झाला.'' त्या वेळी अक्षरशः आनंदाश्रूंनी त्यांनी श्रींचे चरण धुतले. अंगावरील भरजरी, किंमती उपरण्याने ते पुसले. हात जोडून विनम्रपणे श्रींसमोर उभे राहिले. सर्वज्ञ, दयाघन श्री स्वामींनी हरभऱ्याचे सात कुजके दाणे त्यांच्या हातावर ठेवले, ''अभी ये लेव। काम आयेंगे।'' हरभरे त्याच्या हातावर ठेवून म्हणाले, ''जा खुशाल आपल्या गावी. मोठे काम करा.'' असा आशीर्वाद दिला व नारळाचा प्रसादही दिला.

भाऊसाहेब घोरपड्यांना या प्रसाद आणि आशीर्वादप्राप्तीने परमानंद झाला. पुढे तीन दिवस ते श्रीसान्निध्यात राहून बडोद्यास आले. त्यांना मोठे कामही मिळाले. त्यांचा सतत द्वेष करणारे, त्यांच्या कामकाजात अडथळा आणणारे त्यांचे सात शत्रू पुढे पटकीच्या आजाराने मरण पावले. तेव्हा भाऊसाहेबांना श्रींनी दिलेल्या सात कुजक्या हरभऱ्याचा अनुभवही आला. त्यांच्या सर्व कुटुंबीयांची श्री स्वामी समर्थचरणी भक्ती दिवसेंदिवस वाढत गेली.

। श्री क्षेत्र वाईचा पंडित ।

श्री स्वामी समर्थ महाराजांची कीर्ती तेव्हा सर्वदूर खेड्यापाड्यात, वाड्या-वस्त्यांवर त्या वेळी पसरली होती. ती श्री क्षेत्र वाई (जि. सातारा) येथील पंडिताच्या कानावरसुद्धा गेली होती. त्यामुळे तो अक्कलकोट येथे 'श्रीं'च्या दर्शनभेटीसाठी आला. श्रींचे दर्शन घेऊन तो म्हणाला, ''महाराज, मला एका अनुष्ठानी बुवाने फसविले आहे. अनुष्ठानाची समाप्ती करण्यासाठी ब्राह्मणभोजन घालण्याच्या हेतूने त्याने माझ्याकडून पंचवीस रुपये (त्या वेळचे) उसने घेतले. 'आपली हुंडी एकदोन दिवसांत आल्यावर लगेच तुमच्या पैशाची फेड करीन' असेही त्याने मला खात्रीपूर्वक सांगितले. धार्मिक कार्यात त्याला मी नड म्हणून मदत केली. पण तो अनुष्ठानी बुवा समाराधना वगैरे यथासांग पार पाडून त्याच रात्री त्याने येथून गुपचूप पोबारा केला व मज गरिबाचे पैसे बुडविले.'' अतिशय दुःखाने डोळ्यांत अश्रू आणून हे सर्व श्री स्वामींस सांगितल्यावर पुन्हा तो म्हणाला, ''मी श्री दत्तप्रभूंप्रीत्यर्थ म्हणजे आपल्या नावाने ब्राह्मणभोजन घालणार असे त्याने मला खात्रीपूर्वक, शपथेवर सांगितले. म्हणून मी माझी अडचण सोसून देवकार्यासाठी त्यास त्या वेळी पैसे दिले. त्याची अशी व्यवस्था व्हावी काय महाराज?''

त्या वाईकर पंडिताचे मनोगत 'श्रीं'नी ऐकून घेतले. पण त्यांनी त्यास त्या वेळी काही उत्तर दिले नाही. थोड्याच वेळात दर्शनार्थींची तेथे विपुल गर्दी झाली. त्यापैकी एकाकडे श्रींनी निर्देश करीत म्हटले, ''तोच का अनुष्ठानी पंडित?'' तेव्हा वाईकर पंडित मागे वळून पाहू लागला. तो काय विलक्षण चमत्कार झाला! ज्या अनुष्ठानी बुवांनी त्यास फसविले होते, तोच तो इसम होता. दोघांची तेथे बरीच बाचाबाची आणि झटापट झाली. शेवटी त्या अनुष्ठानी बुवाने त्याची लबाडी श्री स्वामींसमोर कबूल केली. त्याचे जवळ तेव्हा रोख रुपये नव्हते. गोविंदराव टोळ व दुसऱ्या एका गृहस्थाने मध्ये पडून दोघांची समजूत घातली. त्यांच्या जवळच्या काही वस्तू वाईकर पंडितास देण्यात आल्या. नंतर तो श्रींजवळ येऊन म्हणाला, ''महाराज, आपल्या कृपेनेच माझे पैसे मिळाले. त्याचे काय करायचे ते आपणच सांगावे?'' तेव्हा श्री स्वामी निर्विकारपणे त्या वाईकर पंडितास म्हणाले, ''आम्हाला ठाऊक नाही, तू आल्या वाटेने परत जा!'' श्री स्वामींना नमस्कार करून तो घरी परतला.

। भीमरावाच्या डोक्यावरील गळू ।

अक्कलकोटमध्ये सर्व जाती-धर्म-पंथांतील लोकांपैकी कुणी ना कुणी श्री स्वामी समर्थ महाराजांचा सेवेकरी असायचाच. त्यांपैकीच त्या वेळच्या मोगलाईतून चितापूर गावाहून आलेला भीमराव नावाचा एक सेवेकरी तेथे होता. त्याच्या डोक्यास जन्मत:च गडव्याएवढे भले मोठे गळू झालेले होते. त्यामुळे त्यांची मुद्रा चमत्कारिक दिसे. त्यास लोक थट्टेने 'दोन डोक्याचा' म्हणून हाक मारीत. मात्र त्याची श्रींवर अविचल निष्ठा होती. तो आणि त्याचा मुलगा बागेत जाऊन श्रींसाठी टोपलीभर फुले नित्यनियमाने आणीत आणि श्रींचरणी भक्तिभावाने अर्पण करीत.

एके दिवशी श्रींची स्वारी खास बागेत स्वानंदात बसली होती. तेव्हा त्यांच्यासाठी भीमरावाने त्याच्या नित्यनियमानुसार फुलांची टोपली भरून फुले आणली. तेव्हा सेवेकरी 'दोन डोक्यांचा माणूस आला! दोन डोक्याचा माणूस आला!' असे मोठ्याने म्हणून त्याची थट्टा करू लागले. त्याचबरोबर श्री स्वामीही 'दोन डोक्यांचा माणूस' म्हणून खदखदा हसू लागले. त्यामुळे खजील होऊन भीमराव श्रींस म्हणाला, ''महाराज, लोक हसतात तर हसू द्यात. पण आपण दीनदयाळू, भक्तवत्सल आहात. भक्ताचे व्यंग पाहून ते दूर करणे हा तर आपल्या भक्तवात्सल्याचा धर्म आहे. तर या दीनावर कृपा करून या व्यंगापासून मला मुक्त करावे. म्हणजे मीसुद्धा इतर लोकांप्रमाणे मौजेने पागोटे घालून आनंदात राहीन. मग लोक मला कशाला हसतील आणि दोन डोक्यांचा माणूस म्हणतील?''

भीमरावाच्या या दयार्द्र प्रार्थनेने श्री स्वामी कळवळले. पण तेव्हा ते त्यास काहीच बोलले नाहीत. त्याच रात्री भीमराव निद्रिस्त असता त्यास स्वप्नात दर्शन दिले. त्याच्या डोक्यावरील आवाळूवरून त्यांनी आपला वात्सल्यपूर्ण हात फिरवला. सकाळी जागा होऊन भीमराव पाहतो, तर त्याच्या डोक्यावरील आवळू फुटून त्याचे वीतभर कातडे लोंबत होते. अत्यानंदाने भीमराव 'श्रीं'च्या दर्शनास गेला. दोन डोक्यांचा माणूस आता एक डोक्याचा झाला होता. त्याला कोणीही चिडवले नाही, की हसलेही नाहीत. भीमरावाला त्या स्थितीत पाहून सर्वांना आश्चर्य मात्र वाटले.

त्याने उपस्थित सर्वांनाच स्वप्नात 'श्रीं'नी दर्शन दिल्याचे आणि त्यांच्या हस्तस्पर्शाने गळू फोडल्याचे सविस्तर सांगितले. सर्वांनाच या लीलेचे आश्चर्य वाटले. नंतर त्याने गळवावरील कातडे दाखवत त्याने विचारले, ''महाराज, हे

लोंबणारे कातडे कशाने बरे होईल? की ते कापून टाकू?'' असे विचारताच त्यांनी आज्ञा केली, ''हा अंगारा आणि तीर्थ घे. ते लोंबणाऱ्या कातड्यास लाव. ठीक होईल.'' 'श्रीं'ची आज्ञा प्रमाण मानून त्याने तसे करताच काही दिवसांतच ते लोंबणारे कातडे सुकून गेले. अर्थात श्रींनी औषध म्हणून दिलेल्या त्या तीर्थ व अंगाऱ्यात ईश्वरी सामर्थ्य होते, म्हणून ते सारे घडले.

श्री स्वामी समर्थ हे दत्तप्रभूंचे पूर्ण अवतार मानले जातात. गुरुचरित्रात भस्माचे (अंगारा) महत्त्व सांगितले आहे. भगवान शंकरही कपाळी, प्रसंगी सर्वांगास भस्म फासत. अर्थात हा अंगारा (भस्म) भीमरावास गुरुचरित्रातील वर्णन केलेले शिवस्वरूप वामदेवाने ब्रह्मांडनायक श्री स्वामी समर्थ महाराजांच्या हातून दिला गेला होता. त्याचा हा प्रभाव होता. भीमराव अगदी ठीकठाक होऊन पूर्ण बरा झाल्यावरही 'श्रीं'ची सेवा करीत काही दिवस अक्कलकोटमध्ये राहिला. नंतर तेव्हाच्या मोगलाईत असलेल्या त्याच्या चीतापूर गावी तो परत गेला. 'श्रीं'चा कृपाशीर्वाद घेऊन गेला.

। सुरेश्वर।

श्री स्वामी हे 'सुरेश्वर' होते. गुरुतत्त्व म्हणजे श्री स्वामी तत्त्व हे साक्षात आदिदेवच आहेत. त्यांच्याशी एकाकार, एकनिष्ठ राहिल्यास, भजन-पूजन, स्मरण, चिंतन करीत राहिल्यास इतर देवदेवतांची उपासना करण्याची आवश्यकता नाही. हा देव, ही देवी, तो देव, ती देवी श्रेष्ठ आणि कनिष्ठ, मध्यम, उशिरा, जलद फलप्राप्ती देणारे आहेत असा कोणताही भेद देवदेवतांमध्ये नाही व नसतो. म्हणून तर जगद्गुरू श्रीसंत तुकाराम महाराजसुद्धा 'भेदाभेद भ्रम अमंगळ' असे ठासून सांगतात. अनेक साधकांना हे सर्व समजते, पण उमजत नाही.

याचा अर्थ ब्रह्मांडनायक श्री स्वामीच श्रेष्ठ आणि अन्य सर्व देवदेवता कनिष्ठ असा नाही. सद्गुरू ब्रह्मांडनायक श्री स्वामी समर्थांची सेवा म्हणजे इतर सर्व देवदेवतांची सेवा, हे त्यांनी त्यांच्या अवतारकाळात अनेकदा विविध लीला करून दाखवून दिले आहे. अर्थात असे करूनही त्यांनी उपासकांच्या आवडीनुसार व त्याच्या/तिच्या इच्छेनुसार अथवा मनोदयानुसार त्याच्या आराध्य देवदेवतांचे वा उपास्य दैवतांचे दर्शन त्यांनी घडविलेसुद्धा. यातून त्यांनी हेच दाखवून दिले, की ती दैवते आणि आपण (श्री स्वामी समर्थ) भिन्न नाहीत.

कै. गं. ब. मुळेकर हे श्री स्वामी समर्थ कृपांकित होते. त्यांनी 'श्रीं'च्या लीला प्रत्यक्ष पाहिल्या, अनुभवल्याही. ते अक्कलकोटमध्ये 'श्रीं'च्या हयातीत महसूल खात्यात मामलेदार होते. त्यांनी 'श्रीं'च्या लीलांची टाचणे ठेवली होती. त्या आधारे त्यांनी 'श्रीं'चे चरित्र लिहिले आहे. त्यात ते लिहितात, 'दत्तभट म्हणून महाराजांचा एकनिष्ठ सेवेकरी होता. संन्यास ग्रहण करून तो काही दिवस काशीक्षेत्री वास करून राहिला होता. एके दिवशी दत्तभटाचे मनांत आले की 'आपल्या कुलदेवतेस जावे.' दत्तभटाने कुलदेवतेस जाण्याबद्दल महाराजांची आज्ञा मागितली. महाराज म्हणाले, ''तुझी देवी कोठे आहे? ती आणून दे.'' दत्तभटाने आपल्या देव्हाऱ्यातील देवीचा रुप्याचा टाक आणून महाराजांच्या हाती दिला. तो महाराजांनी आपल्या पायातील जोड्यात घातला व पुन्हा काढून 'पाहिला का रे?'' असे म्हणून दत्तभटास दाखविला.

याप्रमाणे जोड्यात टाक घालण्याची व पुन्हा काढून दत्तभटास दाखविण्याची क्रिया महाराजांनी पाचसात वेळा केली. दत्तभटाची खात्री झाली, की सर्व दैवते श्रींचरणी वास करीत आहेत. असे चालते-बोलते देव केवळ श्री स्वामी समर्थ आहेत अशी त्याची खात्री झाली. पुढे दत्तभट यात्रेस न जाता श्रींचरणी सेवा करीत राहिला.

। परशुराम सेवेकरी ।

एकदा परशुराम नावाच्या सेवेकऱ्याच्या मनात काशीविश्वेश्वराच्या दर्शनास जावे असा विचार आला. म्हणून तो श्री स्वामींकडे आला. त्यांचे दर्शन घेऊन म्हणाला, ''महाराजा, मी काशीविश्वेश्वराचे दर्शन घेण्यासाठी काशी क्षेत्री जाऊ इच्छितो. परवानगी द्यावी.'' तेव्हा श्री स्वामी म्हणाले, ''संतचरणाची माती तीच माझी भागीरथी.'' त्यांचे हे उत्तर ऐकून परशुरामाने काशीक्षेत्री जाण्याचा बेत रद्द केला.

एकदा चोळाप्पा त्यांच्या कुटुंबीयांसमवेत त्यांच्या कुलदेवतेच्या दर्शनास तुळजापूरला निघाले. त्यांनी बाळाप्पांनाही आपल्यासमवेत येण्याचा आग्रह केला. परंतु बाळाप्पा श्रींचे नि:सीम भक्त असल्यामुळे त्यांच्या आज्ञेशिवाय कोणतीहि गोष्ट करीत नसत. त्यांनी चोळाप्पांस सांगितले, ''आपण श्री स्वामी समर्थ महाराजांची परवानगी घ्यावी. त्यांनी परवानगी दिल्यास मी आपणासमवेत येण्यास तयार आहे.'' तेव्हा चोळाप्पांनी मोठ्या आत्मविश्वासाने बाळाप्पांचा हात धरून त्यास श्री स्वामींकडे नेले. ''महाराज, मी बाळाप्पास आमच्यासमवेत तुळजापूरला कुलदेवतेच्या दर्शनास घेऊन जाऊ इच्छितो. आपण आज्ञा द्यावी.'' तेव्हा श्री स्वामी

तत्काळ म्हणाले, ''डोंगर चढून उकिरडे उकरण्यास कशास जातोस?'' हे ऐकताच श्री स्वामी समर्थ महाराजांची सेवा सोडून तुळजापूरला जाण्यात काहीच अर्थ नाही असे समजून बाळाप्पा चोळाप्पांबरोबर तीर्थयात्रेस गेले नाही. चोळाप्पा मात्र गेले. 'श्रीं'च्या सहवासात राहूनही त्यांचा वर्तनव्यवहार असा कच्चा होता.

। गोसाव्यास दत्तदर्शन ।

संचारेश्वर श्री स्वामी शके १७९१ (सन १८६९) मार्गशीर्षाच्या शुद्ध पक्षात काही सेवेकरी व लोकांसमवेत अक्कलकोटनजीकच्या नागसूर, हचनाळ, हादरे वगैरे गावी फिरत होते. त्या दरम्यान एक गोसावी त्यांच्या दर्शनभेटीस आला. त्या गोसाव्याने श्रीगुरू दत्तात्रेयांचे प्रत्यक्ष, सदेह दर्शन व्हावे या हेतूने पुष्कळ वर्षे जप-जाप्य, अनुष्ठाने केलेली होती; पण त्यास त्याला इच्छित असलेल्या श्रीगुरू दत्तात्रेयांचे प्रत्यक्ष दर्शन झाले नाही. पण त्याचा दत्तप्रभूंच्या दर्शनाचा ध्यास आणि धडपड काही थांबली नव्हती. ती अखंड सुरूच होती.

श्रींच्या त्या भटकंतीत त्या गोसाव्याची आणि श्रींची योगायोगाने एक वृक्षाखाली भेट झाली. तत्क्षणी अंतर्ज्ञानी श्री स्वामींनी त्या गोसाव्याची आंतरिक तळमळ जाणून त्यास तिथल्या तिथे तीन शिरे, सहा हात, हातांमध्ये शंख, चक्र, त्रिशूळ, डमरू, कमंडलू आणि माला वगैरे धारण केलेल्या श्री गुरुदत्तात्रेयांच्या रूपात साक्षात सदेह दर्शन दिले. त्या गोसाव्यास हा विलक्षण चमत्कार पाहून परमानंद झाला. श्रींस चरणस्पर्श करून हात जोडून तो म्हणाला, ''महाराज, आम्ही अज्ञानी! आपल्या स्वरूपाची ओळख आम्ही कशी ठेवणार? अहो भगवान, आपण साक्षात पूर्णब्रह्म ब्रह्मांडनायक श्रीगुरू दत्तात्रेय आहात! आपण मला दर्शन दिले. माझ्या कर्माचे, उपासनेचे आणि जन्माचे सार्थक केलेत. आपल्या या अवचित भेटीने मी धन्य धन्य झालो...'' असे म्हणत पुन्हा एकदा श्रींस वंदन करून त्यांचा आशीर्वाद घेऊन तो त्याच्या प्रांती गेला.

। नळदुर्ग-बैरामजी ।

संचारेश्वर ब्रह्मांडनायक श्री स्वामी समर्थ एकदा फिरत-फिरत पूर्वीच्या काळी मोगल मुलखात असलेल्या नळदुर्ग ह्या तालुक्याच्या ठिकाणी आले. हे तालुक्याचे ठिकाण

त्या वेळी अत्यंत शोभिवंत व सुंदर होते. येथूनच बोरीभद्र नदीचा नयनरम्य प्रवाह खाली वाहत जातो. येथील जलमहल अत्यंत भव्य, पाहण्यासारखा आहे. येथे त्या वेळी तालुकादाराची विशाल कचेरी होती. त्या काळी बैरामजी शेठ नावाचा पारशी तालुकादार होता. तो नास्तिक आणि श्री स्वामी समर्थद्वेष्टा होता, परंतु त्याच्या कचेरीतील कारकुनांची श्री स्वामींवर नितांत श्रद्धा होती. म्हणून ते श्रींच्या दर्शनासाठी जात असत. तो मात्र त्यांना दर्शनभेटीस जाऊ देत नसे, मज्जाव करीत असे. प्रसंगी 'श्रीं'विषयी द्वेषमूलक, कुचाळकीचे उद्गार काढीत असे.

एकदा श्रींची स्वारी नळदुर्गाजवळील केसेगावसराटी मुक्कामी होती, म्हणून सर्व कारकुनांनी बैरामजीस विनंती केली, ''साहेब, श्री स्वामी समर्थ महाराज जवळच असलेल्या केसेगावसराटी ग्रामी वास्तव्यास आलेले आहेत. त्यांच्या दर्शनासाठी आम्हाला एक कलाकाची (तासाची) रजा द्यावी, ही विनंती आहे.'' त्यांची ही विनंती उद्धटपणे धुडकावत बैरामजी त्यांना रागावून म्हणाला, ''तुम्ही जंगली व मूर्ख लोक आहात! आपल्यासारख्याच मनुष्यरूपात असलेल्या त्या स्वामींचे दर्शन घेऊन तुम्हास काय लाभ होणार? अशा साधू, संत, संन्याशांच्या नादी लागून, त्यांना कधीही वंदन करू नये...'' असे बरेच वाक्ताडन त्याने रजा मागणाऱ्या त्या कारकुनांचे केले.

बैरामजीने अधिकाराच्या मदमस्तीत केलेले वाक्ताडन ऐकून सर्व कारकून त्या बैरामजीवर मनातून फारच संतापले होते, परंतु ब्रह्मांडनायक श्री स्वामींची लीलाच अगाध! त्याच क्षणी 'श्रीं'वर अनन्य भक्ती व निष्ठा असलेले बैरामजीचे वरिष्ठ दिवाण सर सालारजंग हैद्राबादहून नळदुर्गास आले. श्री स्वामी नळदुर्गास मुक्कामी आहेत हे वृत्त त्यांना कळले होते. म्हणून श्रींच्या पावन, पवित्र दर्शनासाठी ते त्याच वेळी नळदुर्गास आले होते. या वृत्ताने कचेरीतील सर्वच कारकून मंडळींस व अन्य कर्मचाऱ्यांना खूपच आनंद झाला होता. जणू सर्व कारकुनांची 'श्री'दर्शनाची कळकळ, तळमळ फलद्रूप झाली होती. बैरामजी मात्र खूपच नाराज झाला. दिवाणबहादुर सालरजंग आल्याआल्या प्रथम श्रींचरणी नतमस्तक होऊन बराच वेळ त्यांच्या सान्निध्यात थांबले. श्रींचा शुभाशीर्वाद घेऊन हैद्राबादेला रवाना झाले.

दुसऱ्या दिवशी बैरामजीने सर्व कारकुनांस श्रींच्या दर्शनास गेल्याबद्दल दंड केला. तेव्हा त्या सर्व कर्मचाऱ्यांनी 'बैरामजींना 'श्रीं'जवळ नेऊन चांगलीच खोड मोडू या.' असा बेत केला. ते सर्व जण बैरामजीस म्हणाले, ''साहेब, आज त्या संन्याशाजवळ (श्री स्वामी) पुष्कळ यात्रा जमली आहे. तेव्हा आपण गंमत पाहण्यास जाऊ. याल का?'' असे त्या सर्व कारकुनांनी मुद्दामच बैरामजीला आग्रहपूर्वक

सांगितले. बैरामजीने विचार केला, 'आपण भलेही श्रींचे भक्त नसू, नास्तिक असू; पण हे सारे जण आग्रह करत आहेत, तर गंमत पाहायला जाण्यास काय हरकत आहे?' मौज पाहण्याच्या हेतूने तो त्यांच्यासमवेत श्री स्वामी जेथे होते, तिथे आला.

येथे त्याला श्रींसमोर भक्तगणांचा प्रचंड मेळाच जमा झालेला दिसला. त्यात हिंदू, मुस्लीम आदी सर्व 'श्री स्वामी समर्थ' नामाचा जयजयकार उत्साहाने, उच्चस्वराने आणि भक्तिभावाने करीत होते. कर्पुरारती चालली होती. सर्वांची चित्तवृत्ती श्रींचरणी एकवटली होती. तो सर्व भावभक्तीचा भावोत्कट सोहळा पाहून तालुकादार बैरामजीचा एकाएकी शक्तिपात झाला. त्याची बोबडी वळली. श्रींजवळच तो मटकन खाली बसला. तेव्हा श्री स्वामी त्याच्याकडे पाहत क्रोधाने म्हणाले, ''अरे गाढवा, निंद्य कर्म करून तू भयंकर जीवहिंसा करतोस! तुमच्या देवधर्मीय शास्त्रात व्यर्थ प्राणघात, निंद्य, अन्यायी कर्मे करावी अशी आज्ञा आहे. काय?'' या श्री वचनाने तो पुरता घायाळ झाला. त्याच्या पोटात भीतीने खड्डाच पडला. 'श्रीं'चे रागावणे गडगडाटी, तसे हसणेही गडगडाटी. तिथे मुळमुळीतपणा, लेचेपेचेपणा नव्हताच मुळी. स्वतःच्या विचित्र कर्मांचा त्याला पश्चात्ताप झाला. आपली निंद्य कर्मे जाणणारे हे त्रिकाल अंतःसाक्षी, सर्वज्ञ असल्याची त्याला तीव्रतेने जाणीव झाली. त्याने श्रींचरणी लोटांगण घालून प्रार्थना केली, ''हे मायबापा, कृपार्णवा, माझ्या अनेक अपराधांची क्षमा करावी.''

या घटनेनंतर तमाम भक्तगणांच्या आणि त्या कारकुनांच्या इच्छेखातर भक्तवत्सल, भक्ताभिमानी श्री स्वामी समर्थांचा कासेगावसराटीहून नळदुर्गास आठ दिवस मुक्काम होता. तेव्हा बैरामजी आठ दिवसांची रजा घेऊन श्रींसन्निध त्यांच्या सेवेस राहिला. एके समयी रात्रीच्या वेळी त्याने श्री स्वामींस प्रार्थनापूर्वक विनविले, ''महाराज, मी आपणास शरण आलेलो आहे. मला उपदेश द्यावा.''

तालुकदार पदाचा अभिमान, दुराग्रह सोडून दिल्याचे अंतर्ज्ञानी श्रींनी जाणले. त्यावर प्रसन्न होत ते म्हणाले, ''अरे, सर्व धर्मांचे तात्पर्य हेच आहे की, परोपकारार्थ परिश्रम करावेत. कधीही जीव-हिंसा करू नये. दुसऱ्यास पीडू नये, नाडू नये. मोठा अधिकार, संपत्ती यांचा चिरकालासाठी भरवसा धरू नये. कधीही भेदाभेद मानू नये. मनात सर्वांप्रति समता आणि ममता असावी. सत्य, न्याय व धर्म यांस महत्त्व द्यावे. परमेश्वर चरणी सदा रत असावे, कोणतेही दुर्व्यसन करू नये. अतिथी-अभ्यागतांना अन्नोदक द्यावे. न्यायार्जित धनाने स्वहित व परहित साधावे. परोपकारार्थ वापी, कूप, तडाग बांधावे. पांथिकास उपयोगी पडतील अशा धर्मशाळा बांधाव्यात. दया, क्षमा,

शांती, करुणायुक्त चित्त असावे. अशा आचार-विचार, वर्तनव्यवहाराने प्रपंच आणि परमार्थ करीत जन्माचे सार्थक करावे. हेच सर्व धर्मांचे रहस्य व उपदेश आहेत.''

श्रींच्या मुखातील हे अमृततुल्य दीर्घ बोधामृत बैरामजीने मनोभावे श्रवण करून त्यांच्यापुढे लोटांगण घातले. पुढे त्याने त्याचे उर्वरित आयुष्य श्री स्वामी समर्थांच्या आज्ञेनुसार, त्यांच्या नित्य भजनात, पूजनात आणि नामस्मरणात घालविले. पुढे त्याचा नळदुर्गातच नव्हे, तर आजूबाजूच्या परिसरात एक सज्जन, कृतिशील, धार्मिक तालुकदार म्हणून नावलौकिक झाला.

। कीर्तनकार पुराणिक ।

याच दरम्यान श्री स्वामी नळदुर्गास आठ दिवस वास्तव्यास असताना दक्षिण भारतातील रामेश्वरचा एक पुराणिक नळदुर्गास आला. तो विद्वान, पट्टीचा कीर्तनकार आणि चांगला गाणाराही होता. वीणा वाजवत पुराण सांगण्याची त्याची अनोखी पद्धत होती. नळदुर्गात श्रींसमोर पुराणकथनाची संधी मिळाल्यास चांगला अर्थलाभ होईल असा विचार करून तो त्या कामास लागला. परंतु सर्वच मंडळी श्रींच्या सेवेत असल्याने त्या पुराणिकाची डाळ काही शिजेना. त्याची दखल कुणी घेईना. मुळातच तो कमालीचा तापट, हेकट आणि तामसी होता. तशात त्याला सेवेकरी व इतर मंडळीकडून उपेक्षेची वागणूक मिळाली होती.

स्वत:च्या विद्वत्तेची, ज्ञानाची, गायनकलेची त्याला प्रचंड घमेंड होती. त्यात त्याला उपस्थितांपैकी कुणीही विचारेना आणि मानही देईना. 'आधीच मर्कट, तशात मद्य प्याला' या म्हणीसारखीच त्या पुराणिकाची स्थिती झाली होती. झाडून सर्व मंडळी श्रींच्या सेवेत पाहून मत्सराने त्याचा तीळपापड झाला. तळपायाची आग मस्तकात गेली. तो द्वेषज्वराने ग्रस्त होऊन श्रींविषयी वाटेल ते बडबडू लागला. ''हा एक साधासुधा, उघडा-बोडका संन्यासी; पण याची काय ही मिजास? याचा किती आदर सत्कार आणि पाद्यपूजा?''

तेव्हा सर्वज्ञ श्री स्वामी सर्व उपस्थितांकडे हास्यवदनाने पाहत त्या पुराणिकाचा निर्देश करीत म्हणाले, ''या पुराणिकाचा द्वेषाने चित्तभ्रम झाला आहे. करिता याचे पुराण ठेवा. त्याला यथाशक्ती धन द्या आणि त्याचे चित्त व मस्तक शांत करा.'' परंतु पुराणिकाच्या वर्तनव्यवहारामुळे उपस्थित सर्व त्याच्यावर कमालीचे नाराज होते. श्रींनी या अशा नतद्रष्टावर कृपा करू नये, दया दाखवू नये, असेच सर्वांना

वाटत होते. म्हणून ते सर्वच पुराणिकाबाबत नाक मुरडीत होते. खरे तर त्या दुराचारी पुराणिकास कोणत्याही प्रकारची मदत करण्यासाठी कुणीही तयार नव्हते.

मात्र श्रींच्या वचनाचा त्या उद्धट, गर्विष्ठ पुराणिकावर परिणाम झाला. तो कमालीचा शरमिंदा झाला. लाजला. पश्चात्ताप पावून म्हणू लागला, ''हे तर अंत:साक्षी, सर्वज्ञ, ईश्वरस्वरूपच आहेत. यांना कोणताही विकार स्पर्श करू शकत नाही. हे तर षड्रिपुमुक्त, निर्मोही, निर्लेप आहेत. माझ्यासारख्या द्वेषी, निंदक, अधम, दुर्जन अपराध्यावरही कृपा करतात. हे निश्चितपणे महान अवतारी पुरुष आहेत. महाराज, मी विनाकारण आपली निंदानालस्ती केली. माझ्यासारखा दुष्ट, नीच मीच आहे. मी मानाच्या आणि धनाच्या लालसेपोटी आपली यथेच्छ निंदा केली, परंतु माझ्या पूर्वजन्मीच्या पुण्याईने मला वेळीच सावध केले. महाराज, 'दीनदयाळ' ही बिरुदावली केवळ आपल्यालाच शोभते. तरी महाराजांनी, दयावंत, कृपावंत होऊन माझ्यासारख्या अधमाला क्षमा करावी.'' असे बरेच काही बोलून सर्वांसमक्ष तो पुन्हापुन्हा श्रींचरणी लोटांगण घालू लागला.

दुसऱ्या दिवशी लोकांनी एकत्र जमून त्याचे पुराण करविले. त्याने पुराणास प्रारंभ केला. त्याने कथनास 'पुत्र' हा विषय घेतला. 'अपुत्रस्य गतिः नास्ति।' 'पुत्रप्राप्ती झाली नसल्यास गती मिळत नाही. पुत्रानेच जय आणि पुण्यलोक प्राप्ती होते. निपुत्रिकास गती नाही.' असे मोठ्या अभिमानाने आणि दिमाखाने स्वत:चे पांडित्य, विद्वत्ता आणि पोकळ शब्दप्रचुरता तो दाखवू लागला. शिष्ट परंपरा, पुराणकथन पद्धती सोडून भरकटल्यासारखे मनोरंजनाच्या अंगाने तो प्रतिपादन करू लागला. त्याचे ज्ञान पाजळू लागला. तेव्हा श्री स्वामी त्याला कठोरपणे म्हणाले, ''अरे पुराणिका, शिष्ट परंपरा, पुराणपद्धती सोडून पोकळ, आचारशून्य पांडित्य दाखवून लोकांचे मनोरंजन करतोस काय? 'पुत्रावाचून गति नाही' अशा थाटाचे खोटेच कथन करून खोटेच सिद्धान्त ठोकून देतोस? पोपटाला पुत्र नाही काय? वीणा वाजविणाऱ्यास (नारद) पुत्र आहे काय? वामदेव, व्यासाचार्य यांना पुत्र होते काय? साऱ्या महर्षींचा पुत्रवंश तुला सांगता येईल का? किंवा त्यांच्या शिष्यांचाही वंश दाखविता येईल का? यातले तुला काय माहीत आहे? तूदेखील निपुत्रिक आहेस. म्हणून तू अधोगतीला (नरकात) जाशील काय? परमेश्वराचे गुणवर्णन करायचे सोडून तू हे काय भलतेसलतेच बरळतो आहेस? ज्या पुरुषास पुत्र नाही, त्यास स्वर्गप्राप्ती नाही याविषयी या लोकापुढे शास्त्रार्थ सांगू शकशील काय? अरे, मोक्षप्राप्ती पुत्रापासून नाही सत्कर्मांतून होत असते. यदाकदाचित पुत्रापासून पित्यास

मोक्षप्राप्ती होईल. अधिकाधिक पुत्र जन्मास घातले, म्हणून का कुणास मोक्ष मिळतो काय? असे असेल तर श्वान (कुत्रे), सूवर (डुकरे) आदी पशूंना मनुष्याहून अधिक पिल्ले होतात, म्हणून त्या सर्वांनाच मोक्ष मिळायला हवा ना? मुलगा जन्मास घातला म्हणून पित्याला मोक्ष वा स्वर्गप्राप्ती! उलट पुत्राच्या पोषणार्थ पिता पापे करीत असेल, तर त्या योगे तो नरकात जाईल, हे निश्चित.''

श्रींच्या या धोऽ धोऽ बरसणाऱ्या प्रभावी वाणीने वास्तव व अमृततुल्य विचारांनी सर्वच श्रोते चित्रासारखे स्तब्ध झाले. पुराणिक तर अक्षरशः थिजूनच गेला होता. त्याचे पांडित्य, ज्ञान, कीर्तननैपुण्य पार विरघळून गेले. स्वतःला कसेबसे सावरत त्याने 'कायेन वाचा' हा श्लोक म्हणून पुराण कसेबसे एकदाचे संपविले. श्रींचरणी मिठी मारून, अश्रुपूर्ण नयनांनी तो सांगू लागला ''मुलाचे अनेकानेक अपराध झाले, तरी जन्मदाते त्याचा राग करीत नाहीत. मी पढतमूर्ख, विवेकहीन आहे. मी पाहिजे तसे बोलतो. लोकांस वाटेल ते सांगून, त्यांचे मनोरंजन करून पुष्कळ द्रव्य मिळवितो. माझा विपरीत, दांभिक स्वभाव अति तामसी वृत्तीच मला जिथे तिथे नडते, पिडते. महाराज, आपण साक्षात् पूर्णब्रह्मस्वरूप ब्रह्मांडनायक, करुणासागर आहात. कृपावंत होऊन माझ्यासारख्या दुष्ट पापी माणसावर आपल्या कृपाप्रसादाची उधळण करावी.'' असे विनंतीपूर्वक आर्जव केले. नंतर त्याने चोळाप्पांना विचारले, ''श्रींनी वीणाधारक आणि पोपट यांचा जो उल्लेख केला, ते कोण आहेत?''

त्यावर श्रींना वंदन करून, त्यांच्याच कृपाशीर्वादाने चोळाप्पा सांगू लागले, ''पोपट म्हणजे शुक्राचार्य आणि वीणाधारक म्हणजे नारदमुनी. वेदव्यास, वामदेव, भीष्माचार्य आदी ऋषिवर्यांना पुत्रसंतान नव्हते. तरीही ते तरले. प्रत्यक्ष या कलियुगात शंकराचार्य अवतरले. केवळ वेदान्तसूर्य, सद्धर्म संस्थापक असे साक्षात शंकरच ते. जगाच्या उद्धारासाठी या त्रिमूर्तींचे अवतार झाले. श्रीपाद श्रीवल्लभ, श्री नृसिंह सरस्वती, विद्यारण्य स्वामी या सर्व विभुती जगन्मान्य ठरल्या. हे सारे ब्रह्मसाक्षात्कारी सत्पुरुष पुत्रसंतानावाचून जगाला तारून स्वतःही तरले. म्हणून 'अपुत्रस्य गतिर्नास्ति' असा सिद्धान्त करता येत नाही.''

चोळाप्पांच्या मुखातून सिद्धान्ताचे हे स्पष्टीकरण ऐकून त्या पुराणिकाच्या अभिमानाचा पुरता निचरा झाला. चोळाप्पालाही वंदन करून त्याने अश्रुपूर्ण नयनांनी आणि पश्चात्तापदग्ध मनाने श्री स्वामींचरणी मिठी मारली आणि सर्व उपस्थितांसमोर तो ढसढसा रडू लागला. श्रींनी त्यास उठविले. चोळाप्पांनी त्यास सावरले. इतरांनी त्यास धीर दिला. पुढे काही दिवस श्रींचरणी तो सेवेत राहिला. त्यांच्या कृपाशीर्वादाने

त्याच्यात लक्षणीय परिवर्तन झाले. पुराणिकाची पत्नी पुत्रसंतानाविना दुःखी होती. तेव्हा ती पन्नास वर्षे वयाची होती. त्या पुराणिक पती-पत्नींवर श्रीकृपा होऊन त्यांना पुत्रसंतान झाले. त्या उभयतांनी त्यांचे उर्वरित आयुष्य श्री स्वामीसेवेत घालविले.

। मोरोबा कुलकर्णी यांची पत्नी ।

श्री स्वामी स्वामी समर्थ महाराज नेहमी सूक्ष्मातल्या सूक्ष्म घटनेची, प्रसंगाची दखल सहज घेत असत. 'सूक्ष्म' म्हणजे अत्यंत लहानात लहान अति लहान, अणु-रेणूएवढा. त्यामुळे हे सर्वव्यापी ईश्वरी चैतन्य अत्यंत सूक्ष्मरूपात सर्वत्र व्यापून राहत असे. म्हणून श्री स्वामींना कोणाच्या मनात काय चालले आहे हे सहज कळत असे. चैतन्य स्वरूपात त्यांना यत्र, तत्र, सर्वत्र काय घडते आहे आणि घडणार आहे याचीही त्यांना तत्काळ जाणीव होत असे. याची स्पष्ट जाणीव करून देणारी अक्कलकोटमधील मोरोबा कुलकर्णींबाबतची लीला पाहणे उद्बोधक ठरेल.

श्रींची स्वारी अधूनमधून मोरोबांच्या घरी जात असे. एके दिवशी ते मोरोबांच्या घरी मुक्कामी होते. त्या रात्री काही सेवेकऱ्यांसमवेत ते त्यांच्या घराच्या अंगणात झोपले होते. मध्यरात्रीच्या सुमारास मोरोबांच्या पत्नीचे पोट फारच दुःखू लागले. ती पोटदुखीच्या मरणप्राय वेदनेने कमालीची व्याकूळ झाली होती. तेव्हा सर्व निद्रिस्त झालेले आहेत असे समजून प्राणत्याग करण्याच्या हेतूने घराजवळील विहिरीच्या काठावर जाऊन जीव देण्याच्या विचारात आणि पावित्र्यात ती उभी राहिली.

तेवढ्यात ब्रह्मांडनायक श्री स्वामी जागृत होऊन सेवेकऱ्यांस उठवीत म्हणाले, ''अरे, विहिरीत कोण जीव देतो आहे ते पाहा बरे.'' सेवेकरी अंथरुणावरूनच म्हणाले, ''महाराज, एवढ्या रात्री कोण आपला जीव देतो आहे? आपण स्वस्थ निजावे.'' पण सूक्ष्मातिसूक्ष्मही सहज जाणणाऱ्या श्रींना पुढे घडणाऱ्या घटनांची चाहूल लागली होती. तेव्हा ते सेवेकऱ्यांना रागवून म्हणाले, ''तुम्ही अरण्यपंडित आहात. आम्ही खरे तेच सांगितले असता तुम्ही ते का मानीत नाहीत, मूर्खांनो?''

मग सेवेकरी तत्काळ उठून विहिरीवर गेले. पाहतात तो काय! मोरोबांची पत्नी विहिरीत उडी टाकण्याच्या पवित्र्यातहोती. पदर कमरेला खोचून विहिरीच्या कठड्यावर उभी असतानाच तेथे गेलेल्या सेवेकऱ्यांनी तिचा हात धरून मागे खेचले व तिला 'श्रीं'कडे घेऊन आले. दरम्यान त्या गडबडीत मोरोबांच्या घरचे लोकही जागे झाले होते. त्या बाईच्या प्राणत्याग करण्याच्या कृत्याबद्दल बोलू लागले.

श्री स्वामी हे सर्व पाहत होते. तेवढ्यात मोरोबा धावत येऊन श्रींस साष्टांग नमस्कार करून म्हणाते, ''महाराज, आज माझ्यावरील मोठ्या संकटाचे आपण निवारण केले. माझा संसार वाचवला. असाच आपल्या या चरणदासाचा सांभाळ करावा.'' तेव्हा श्रींनी मोरोबांवर व त्याच्या पत्नीच्या पोटावर कृपाकटाक्ष टाकला. अमृतदृष्टीने तिच्याकडे पाहिले. तत्काळ तिच्या पोटदुखीची जीवघेणी कळ थांबली. यथावकाश तिची पोटदुखी पूर्णत: बरी झाली.

। लिंगायतबाई ।

श्री स्वामी समर्थांकडे निव्वळ त्यांचे दर्शन घेण्याच्या हेतूने क्वचितच कुणी येत. जे कोणी येत, त्यांत बहुसंख्य काही ना काही मागण्याच्या उद्देशाने, लाभ मिळविण्याच्या हेतूनेच येत. असेच एके दिवशी 'श्रीं'ची स्वारी अक्कलकोटमधल्या महारवाड्यात बसली होती. दर्शनार्थी तेथेही त्यांच्या दर्शनभेटीस येत. त्यात एक लिंगायत बाई होती. तिने श्री स्वामींसमोर हात जोडून प्रार्थना केली, ''महाराज, माझे लग्न होऊन बरीच वर्षे झाली. पण अजून पोटी संतान नाही. ते प्राप्त व्हावे?'' श्रींनी बाजूस पडलेले मोठे हाड सेवेकऱ्याकरवी मागितले. ''हा घे मुलगा.'' असे म्हणून ते हाड तिच्या पदरात टाकू लागले. तेव्हा त्या लिंगायत बाईच्या मनात 'आपण हाड घेतल्यास आपणास विटाळ होईल.' असा विचार येऊन गेला. 'श्रीं'च्या हातून ते हाड न घेताच ती पटकन मागे सरली.

तेवढ्यात त्या दर्शनार्थींतील एक स्त्री झटकन 'श्रीं'च्या पुढे सरकली. श्रींपुढे पदर पसरून प्रार्थना करत म्हणाली, ''महाराज, मला मुलगा द्या!'' त्यांनी लगेच ते हाड आशीर्वादपूर्वक तिच्या पदरात घातले. पुढे श्रीकृपेने तिला एका वर्षाच्या आतच मुलगा झाला. शंका-कुशंका घेणारी ती लिंगायत बाई मात्र पुत्रसंतानावाचून वंचित राहिली.

। पायाजवळ घागर ।

अक्कलकोटमध्ये त्या वेळी सावकार विहिरीसमोर एक मोठा तलाव होता. तेथे एकदा एक स्त्री धुणे धुवत होती. धुणे आटोपल्यानंतर पाणी घेऊन जाण्यासाठी तिने एक घागरही समवेत आणलेली होती. धुण्याजवळच घागर होती. त्याच रस्त्याने श्री स्वामींची स्वारी चालली होती. त्यांनी जाता-जाता हळूच ती घागर तलावाच्या

पाण्यात सोडून दिली व ते पुढे काही अंतरावर जाऊन बसले. धुणे धुऊन झाल्यानंतर ती स्त्री समवेत आणलेल्या घागरीचा शोध घेऊ लागली, पण तिला घागर कोठेही दिसेना. तेव्हा ती घाबरून गेली. ती सासूरवाशीण स्त्री मोठमोठ्याने रडत म्हणू लागली, ''घागर तर गेली! आता घरी गेल्यावर बोलणी खावी लागतील! मारही बसेल! आता मी काय करू?''

नंतर पट्टीच्या पोहणाऱ्यास बोलविण्यात आले. त्याला तलावातील पाण्यात घागर शोधण्यास सांगण्यात आले. त्याने सर्व तलाव शोधून पाहिला, परंतु त्यास घागर मिळाली नाही. तेथील उपस्थितांचा एकच गलबला सुरू झाला. इकडे श्रींची स्वारी मात्र पोट धरून हसत होती. रडत असलेल्या त्या बाईकडे पाहत ते म्हणाले, ''काय गं, आमच्यावर खोटा आळ आणतेस? बघ तुझ्या पायापाशीच तर घागर आहे. उगाच थोतांड करून लोकांस रडून दाखतेस काय?'' त्या स्त्रीने पायाजवळ पाहिले, तर खरेच घागर तिथे होती. ते पाहून उपस्थित लोकांत मोठा हशा पिकला. बाई फारच लाजली. श्री स्वामींना वंदन करून घागरीत पाणी व धुतलेले धुणे घेऊन ती बाई आनंदाने घरी गेली. असे श्री स्वामी समर्थ कधीकधी अधूनमधून निखळ गमतीदार लीला करीत असत.

। गोपाळ भिडे, मिरजकर ।

अक्कलकोटमधील ग्रामजोशी गणपतराव यांच्या घराच्या उत्तरेस फार दिवसापासून पडीक जागा होती. त्या जागेत औदुंबराचे झाड होते. झाडाच्या नजीकच एक आड होता. श्रींची स्वारी लहर असेल, तेव्हा कधीकधी ह्या औदुंबराच्या झाडाखाली येऊन बसे. एके दिवशी औदुंबराखाली श्री स्वामी बसलेले असताना गोपाळ भिडे, मिरजकर आदी सेवेकऱ्यांच्या मनात आले की, 'ह्या औदुंबराच्या खाली अधूनमधून श्री स्वामी समर्थ महाराज येऊन बसतात, तर येथे पादुकांची स्थापना करून त्यावर मठ बांधावा. पण हे कार्य सिद्धीस कसे जावे? आपण तर पडलो दरिद्री!' त्यांच्या मनातील हा भक्तिभाव अंतर्ज्ञानी श्रींनी जाणून लगेच ते मिरजकरास म्हणाले, ''हवेली बांधून येथे पादुकांची स्थापना कर.'' आपल्या मनातला हा सूक्ष्म भाव श्रींनी तत्काळ ओळखल्याचे आश्चर्य वाटून, हात जोडून मिरजकर म्हणाले, ''महाराज, त्यासाठी पैसे कोठून आणू?'' त्यावर ते लगेच म्हणाले, ''अल्लख कर, म्हणजे पाहिजे तितके पैसे मिळतील.''

स्वामी आज्ञा प्रमाण मानून गोपाळ भट आदी सेवेकरी बाजूच्या धाराशिव वगैरे गावांतून पायपीट करून चार-पाचशे रुपये घेऊन आले. अक्कलकोटवासीयांकडूनही वर्गणी मिळविली. त्या वेळी अदमासे हजार रुपये जमले. पंचांमार्फत देवालय बांधले. त्या वेळच्या सासवडकर दीक्षित वगैरे नामवंत विद्वान पंडितांच्या हातून श्रींच्या पादुकांची विधिवत स्थापना करण्यात आली. या प्रसंगी स्वत: श्री स्वामी समर्थांची स्वारी उपस्थित होती. त्यांनी त्या प्रसंगी 'श्रीमन् महागणाधिपतये नमः। निर्विघ्नमस्तु।' असे स्वत: म्हणून पूजेस प्रारंभ केला. सर्व पूजाविधी होईपर्यंत श्रींची स्वारी त्या स्थळीच होती.

मठात पादुकांची व श्रीविष्णुपंचायतनाची स्थापना करण्यात आली. देवालयापुढे संभामंडप बांधण्याचे काम नियोजित होते. रा. रा. विनायक वासुदेव हे श्री स्वामींचे निस्सीम भक्त होते. ते वारंवार श्रींच्या दर्शनभेटीस येत असत. एकदा त्यांच्या मनात देवालयाच्या पुढे सभामंडप बांधण्याची अंत:प्रेरणा झाली. ती त्यांनी श्री स्वामींजवळ बोलूनही दाखवली. पण तेव्हा ते काही बोलले नाहीत. फक्त स्मितहास्य करून त्यास संमती दिली. त्यांनी लगेचच त्या वेळी आठ हजार रुपये खर्च करून सभामंडप बांधला. या सर्वांवरून लक्षात येते की, एखादी सार्वजनिक, धार्मिक कृती करण्यासाठी श्री स्वामी कशी प्रेरणा निर्माण करत आणि त्यांच्याकडून कसे कार्य करून घेत. हे सर्व तेच जाणोत आणि तेच करोत. आपल्यासारख्या पामर स्वामी भक्तांचे ते काम नव्हे. आपण फक्त त्यांची जमेल तेवढी मनोभावे उपासना करीत राहायचे. एवढेच आपणास शक्य आहे व आपल्या आवाक्यात आहे.

। श्री स्वामी वृक्षपती ।

ब्रह्मांडनायक श्री स्वामी हे वृक्षपती होते. अक्कलकोटात आगमन होण्यापूर्वी त्यांचे बहुतांशी वास्तव्य घनदाट जंगलात, काटवनात, वृक्षराजींच्या सहवासात गेले. ते सहज चालता-चालता वृक्षांना प्रेमाने स्पर्श करीत, प्रसंगी मिठी मारून उभे राहत. आलिंगन देत. काहीतरी बोलत पुढे जात. वटवृक्ष आणि लिंबाचे झाड त्यांना विशेष प्रिय असे. अक्कलकोटात त्यांचा मुक्काम वटवृक्षाखाली असे. म्हणून त्यांना 'वटवृक्षविरामी' अशी ही बिरुदावली दिली गेली आहे.

असेच एकदा ते ग्रामजोशी गणपतराव यांच्या घराच्या सोप्यात (पडवीत) बसले होते. गणपतरावांच्या आज्ञेवरून त्यांचा गडी अंगणात असलेल्या कडुलिंबाच्या

झाडाची फांदी तोडत होता. हे श्री स्वामींनी पाहताच ते त्याच्यावर अतिशय रागावून त्याला म्हणाले, ''आमच्या पालखीची दांडी कोण तोडतोय, त्याचे हात-पाय तोडून टाकावेत.'' श्री स्वामींचे हे उद्‌गार ऐकताच गणपतरावांनी गड्यास बजावले, ''फांदी तोडण्याचे थांबव. खाली उतर.'' तरीही श्री स्वामींचा क्रोधाग्नी भडकलेलाच होता. त्यामुळे जोशी तोंड चुकवून कुठेतरी जाऊन बसले. थोड्या वेळाने श्री स्वामी तेथून उठले व जोशांच्या घराच्या परसात असलेल्या उकिरड्यावर जाऊन बसले.

श्री स्वामी महाराज कोठे गेले म्हणून जोशीबुवा व इतर मंडळी त्यांना शोधू लागली, तेव्हा ते उकिरड्यावर जाऊन बसलेले दृष्टीस पडले. जोशीबुवा क्षमायाचना करण्यास त्यांच्या निकट गेले, तेव्हा जोशीबुवांच्या नजरेस आले की, 'श्रीं'च्या कानात गांधीलमाशी जाऊन ती त्यांचा कान उकरीत आहे व त्यामुळे त्यांच्या कानातून रक्तस्राव होत आहे. पण श्रींना त्यांची जणू काहीच गंधवार्ता नव्हती. ते मुक्तपणे हसत-खेळत होते. तेव्हा ते कुणासही जवळ येऊ देत नव्हते. ते अगदी ब्रह्मानंदात होते. 'ते जणू गोपतनु ईश्वर आहे.' याचा अर्थ इंद्रियांवर संयम ठेवणारे होते. ऋषी-मुनींची तनु (म्हणजे देह) धारण करून वावरणे सर्वसामान्यांना जमत नाही. आपण सर्वसामान्य देहावरच अधिक प्रेम करतो. या नश्वर देहाला अनावश्यक नटवतो, सजवतो. स्वतःचे प्रतिबिंब आरशात वारंवार पाहतो. स्वतःच स्वतःच्या सौंदर्यावर खूश असतो. इतरांच्या सौंदर्यावर भाळतो. दुसऱ्याकडून स्वतःच्या सौंदर्याचे गुणगान ऐकण्यात आपल्याला कमालीचा आनंद होतो.

पण ब्रह्मांडनायक श्री स्वामी समर्थांसारख्या ईश्वरी गोपतनूबद्दल काय सांगावे? तो सर्व प्रकारचे सर्व आकाराचे देह धारण करतो. पण स्वतः मात्र इंद्रियातीत किंवा अतींद्रिय राहतो. हे त्यांचे विशेष आहे. गोपतनू म्हणजे ब्रह्मतदाकार वृत्ती. यामुळे देहाचे लाड पुरवणे, कोडकौतुक करणे त्यांच्या गावीही नसते. जेवले तर जेवतील, अन्यथा आठआठ दिवस अन्न-पाण्याविना राहतील. स्नान घातले तर करतील, नाही तर नाही. कपडे नेसवले तर नेसतील, पण नेसलेले अथवा अंगावर घातलेले कपडे फार काळ अंगावर ठेवतील, याचा भरवसा नसायचा.

पण त्या वेळी गणपतराव जोशी श्रींजवळ मनाचा ठाम निश्चय करून गेलेच. त्यांना प्रार्थना करीत म्हणाले, ''महाराज, या वेळी आपण मला मारले तरी चालेल, पण तुमच्या कानातील गांधीलमाशी काढल्याशिवाय मी राहणार नाही.'' गणपतरावांचा हा दृढ निश्चय आणि स्वामी भक्ती पाहून ते शांत झाले व स्मितहास्य करू लागले. लागलीच जोशींनी चिमटा आणून श्रींच्या कानातील गांधीलमाशी

काढली. कान पुसून काढला. कानात बारकाईने पाहिले तर काहीच पोखरलेले दिसले नाही. कान स्वच्छ दिसत होता. पण कानातून रक्तप्रवाह कसा आला हे कळेना. त्याबद्दल तेथील त्या वेळच्या सर्व उपस्थितांना ब्रह्मांडनायक श्री स्वामींच्या या अजब लीलेचे आश्चर्य वाटले.

। भाऊ खेडकर ।

त्या वेळी बडोदा संस्थानात भाऊ खेडकर नावाचे गृहस्थ मोठ्या अधिकारपदावर होते. परंतु त्यांच्या सात हितशत्रूंमुळे खेडकरांचे संस्थानातील मानाचे अधिकारपद गेले. इतकेच नव्हे, तर शत्रूंच्या कुटिल कारवायांमुळे त्यांना बडोदा संस्थानही सोडावे लागले. अखेरीस श्री स्वामी समर्थ महाराजांची महती ऐकून ते अक्कलकोटला आले. श्रींचे ते तेज:पुंज दैवी रूप पाहून ते चकित झाले आणि त्याच्या चरणी नतमस्तक झाले. त्यांच्या डोळ्यांतून भक्तियुक्त आनंदाश्रू वाहत होते. ते श्रींना काही सांगण्याच्या आताच त्रिकालज्ञानी श्री स्वामींनी त्यास 'हात पुढे कर' म्हणून सांगितले व चण्याचे सात कुजके दाणे त्यांच्या हाती देत म्हणाले. ''आता तू तुझ्या गावी खुशाल जा!'' त्या वेळी त्यांच्या उपरण्यात प्रसादफळ टाकले. या कृपादानप्रसंगी ब्रह्मनिष्ठ वामनबुवा वैद्य, चोळाप्पा, श्रीपाद भट, धर्मराव मराठे आदी सेवेकरी मंडळी तेथे होती.

श्रींच्या कृपा प्रसादाने आनंदित झालेले भाऊ खेडकर यथासांग श्रींची पाद्यपूजा करून बडोद्यास परतले. येथे आल्यावर आल्पावधीतच त्यांना त्यांचे हिरावून घेतलेले सर्वाधिकार परत मिळाले. त्याचप्रमाणे त्यांचे जे सात हितशत्रू होते, ते पूर्णत: निष्प्रभ झाले. त्यांच्या चित्तवृत्तीत परिवर्तन झाले. ते सर्व भाऊ खेडकराशी पूर्वीचे सर्व शत्रूत्व विसरून मित्रत्वाच्या नात्याने वागू लागले. आता भाऊसाहेबांना पूर्वीपेक्षाही अधिक मानमरातब मिळाला. ते आनंदात कुटुंबीयांसमवेत राहू लागले. ही सर्व श्री स्वामी समर्थांचीच कृपा होती, अशी त्यांची पक्की धारणा झाली. त्यांची श्रींचरणी उत्तरोत्तर भक्ती अधिक दृढ होत गेली.

‘हम गया नही, जिंदा है ।’

। समाधीचे संकेत ।

ब्रह्मांडनायक श्री स्वामी समर्थांनी मंगळवार दिनांक ३० एप्रिल १८७८ रोजी समाधी घेण्याची लीला केली. सगुण स्वरूपात दिसणारे चालते फिरते, हसते बोलते, प्रसंगी रागावणारे त्यांचे देहधारी स्वरूप या दिवशी निर्गुणात गेले. आता ते प्रज्ञापुरीत इथे तिथे, वाड्यात, घरात, शेतात, लिंबाच्या, आंब्याच्या, वडाच्या झाडांखाली, निवडुंगाच्या काटेरी फडांत, डोंगर, टेकड्या, कडेकपारीत उकिरड्यावर, दर्ग्यात, स्मशानभूमीत, यत्र-तत्र-सर्वत्र कुठेही सदेह स्वरूपात त्यांच्या भक्तगण, दर्शनार्थींना दिसणार नव्हते. कृपेचा प्रत्यक्ष वर्षाव करू शकणार नव्हते. चुकलेल्यांना ठिकाणावर आणण्यासाठी रागावणारही नव्हते. हे जरी वास्तव होते, तरी त्यांचे निर्गुण-निराकार स्वरूपातील अस्तित्व त्यांच्या समाधी लीलेनंतर अद्यापही त्यांच्या निष्ठावंत भक्तास निरनिराळ्या माध्यमांतून घटना, प्रसंग, व्यक्तीद्वारे जाणवत आहे. त्यांच्या अस्तित्वाचे संकेत मिळत आहेत. अनुभूती येत आहे. भविष्यातही हे असे घडत राहणार आहे.

त्यासंबंधीच्या असंख्य घटना, प्रसंग व लीला आहेत. ते निजधामास जाण्यापूर्वी एक वर्ष अगोदर 'आपण निजधामास जाणार आहोत' हे सूचित करणारी चिन्हे ते दाखवीत. तसे संकेत देत. अक्कलकोटाजवळच 'सगर' म्हणून एक गाव आहे. श्री स्वामी एकदा तिथे गेले असता पहाटे बाळाप्पांस म्हणू लागले, ''बाळ्या, आम्हास फार उंच जायचे आहे, फार लांब जायचे आहे. काय रे, तू आमची नोकरी करण्यास येतोस की नाही?'' श्रींच्या या बोलण्याचा अर्थ बाळाप्पास त्या वेळी कळला नाही. बरोबर एक वर्षापूर्वीच्या चैत्र वद्य त्रयोदशीची ही गोष्ट आहे. पुढील वर्षीच्या याच तिथीस श्रींनी देह ठेवला. पण या वेळेपासून अगोदरच ते आपल्या निजधामास जाण्याची दुश्चिन्हे दाखवीत होते; परंतु त्यांच्या या संकेतांचा कुणासही बोध होत नव्हता. निकटचे सेवेकरीही ते जाणू शकत नव्हते. श्रींच्या भक्तीने मंतरलेल्या अस्तित्वामुळे त्यांच्या निर्गमनाची कुणालाही कल्पना येत नव्हती. अनेक संकेतांपैकी काही संकेत विचार करावयास लावणारे आहेत. उदाहरणार्थ, जर कुणी त्यांना आरती ओवाळू लागले, तर ती घेऊन महाराज आरतीचे तबक पालथे घालीत.

अक्कलकोटमध्ये 'संताचा मठ' म्हणून एक पवित्र स्थान आहे. श्रींच्या मठापासून हे लिंगायत साधूंच्या समाधीचे स्थान तसे जवळच आहे. एकदा श्री स्वामी तेथे जाऊन समाधीपुढे सेवेकऱ्याकरवी पलंग टाकून त्यावर निजले. त्या वेळी

ठाकूरदास बुवांचे श्रींसमोर तिसऱ्या प्रहरी कीर्तन चालले होते. बावडेकर पुराणिकही जवळच होते. तेव्हा 'श्रीं'नी बावडेकरांस 'दोन-चार टोपल्या गोवऱ्या घेऊन ये जा.' अशी आज्ञा केली. श्रींच्या आज्ञेनुसार बावडेकरांनी टोपलीभर गोवऱ्या आणल्या. ''अरे, आपणास होम करायचा आहे. आपणास आणखी दोन टोपल्या गोवऱ्या लागतील.'' असे श्रींनी सांगताच त्यांनी आणखी दोन टोपल्या गोवऱ्या आणल्या.

त्या ठिकाणी असलेल्या समाधीवर शंभू महादेवाची एक पिंड होती. तिच्यावर श्रींनी सेवकऱ्यांकरवी एखादी चिता रचावी त्याप्रमाणे गोवऱ्या रचून घेतल्या. ''जा रे, मणभर तूप घेऊन या.'' सेवेकऱ्यांना त्यांनी आदेश दिला. लागलीच सेवेकऱ्यांनी एक मणभर तूप आणले. नंतर त्यांनी खारका, नारळ, सुपारी, पेढे, बर्फी इत्यादी जिन्नस आणण्यास सांगितले. पडत्या फळाची आज्ञा मानून सेवेकऱ्यांनी त्या जिनसा आणून श्रींसमोर ठेवल्या. ते सर्व त्यांनी गोवऱ्या रचलेल्या पिंडीवरील चितेत टाकण्याची आज्ञा केली. श्रींच्या आज्ञेनुसार रचलेल्या गोवऱ्यांच्या चितेत त्या सर्व वस्तू टाकण्यात आल्या. त्यास अग्नी लावण्यात आला. रचलेली चिता पेटविण्यात आली. पेटलेल्या चिंतेत थोडे थोडे तूप टाकण्यात येत होते. श्रींच्या या विपरीत कृतीचा तेव्हा कुणालाच अर्थबोध होत नव्हता. त्यांना कुणी काही विचारण्याचा प्रश्नही नव्हता. सर्व जण त्यांच्या आदेशाचे नेहमीप्रमाणे पालन करीत होते. त्या दिवशी त्यांनी निरंकार उपोषण केले. अन्नपाणी काहीही घेतले नाही.

लिंगायत वाण्यांच्या पवित्र स्थानावर श्री स्वामींनी वरील कृती केल्याचे ऐकून लिंगायतांची सुमारे पंचवीस तीस शिष्यमंडळी संतापून 'श्रीं'स शासन करण्याच्या हेतूने, तेथील रचलेल्या गोवऱ्या वगैरे उडवून टाकण्याच्या उद्देशाने त्या स्थळी तावातावाने आली. परंतु श्रींनी अशी काही किमया केली, की श्रींच्या तेजस्वी, तेज:पुंज चेहऱ्याकडे पाहताच त्यांच्या तोंडातून 'ब्र'सुद्धा निघेना. त्यांना श्रींच्या सूर्यासम तेजस्वी चेहऱ्याकडे एकसारखे पाहवेना. तेव्हा ते सर्व आल्या पावली परत गेले. रात्र सरली होती. दिवस उजाडल्यावर श्री स्वामींनी आज्ञा केली, ''अरे भुजंगा, पिंडीवरील ती गोवऱ्यांची राख काढून टाक व ती पिंडी स्वच्छ धुवून काढ.'' श्रींची आज्ञा शिरसावंद्य मानून भुजंगाने पिंडीवरील गोवऱ्यांची राख काढून घेतली. पिंडी स्वच्छ, सुव्यवस्थित धुतली. स्वच्छ वस्त्राने पुसली. तेव्हा आश्चर्य असे घडले की, ती पिंडी पूर्वीपेक्षाही अधिक तेजस्वी, देदीप्यमान, सतेज दिसू लागली. सर्वच दर्शनार्थी ती पिंडी पाहून अचंबित झाले. श्रींच्या या कृतीचा अर्थ-भावार्थ-मथितार्थ त्या वेळी तरी कुणालाही लावता आला नाही.

त्या पिंडीवर चोहोबाजूने गोवऱ्यांचा भलामोठा मजबूत थर रचला होता. रात्रभर सुमारे पाच-सहा प्रहर त्या धगधगत्या आगीत पिंड जळत होती. वास्तविक इतक्या प्रखर, दीर्घकालीन उष्णतेने त्या पिंडीचे तुकडे-तुकडे व्हावयास हवे होते. किमान त्या पिंडीस तडे जायला हवे होते; परंतु असे काहीही न होता ती पिंड पूर्वीपेक्षाही अधिक तेजस्वी, देदीप्यमान, सतेज दिसू लागली. त्या उष्णतेच्या कडक तापाने त्या मंदिराच्या दरवाजाचे दगडी चिरेही तडकून गेले होते, पण समाधीवरील त्या पिंडीस तिळमात्र इजा झाली नाही. श्री स्वामींच्या अशा कृतीचा अर्थ लोकांस कळत नसे. अचंबित होण्यापलीकडे ते काही करू शकत नव्हते; परंतु काहीतरी दुःखद, अनर्थकारक घटना भविष्यात लवकरच घडणार आहे अशी अटकळ तेथील काही जाणती मंडळी मात्र बांधत होती. पण उघड काही कुणी बोलत नव्हते.

जेव्हा जेव्हा सेवेकरी श्री स्वामींसाठी बिछाना घालावयास लागत, तेव्हा तेव्हा ते म्हणत, ''आता आम्हाला बिछान्यावर निजावयाचे नाही.'' देह ठेवण्याच्या पंधरा दिवस आधी श्री स्वामी समर्थ महाराज तात्या सुभेदार यांच्या घरी होते. इतर पुष्कळ शिष्यमंडळींनीही श्रींच्या दर्शनभेटीसाठी गर्दी केली होती. घराच्या दरवाजाबाहेर एक दगडी कुंडी पडली होती. तिच्याकडे निर्देश करून श्री स्वामी एका सेवेकऱ्यास म्हणाले, ''अरे, ती दगडी कुंडी उचल आणि मुरलीधराच्या देवळाजवळ एक तळे आहे तेथे घेऊन जा.'' श्रीआज्ञेनुसार सेवेकऱ्याने ती कुंडी श्री स्वामींनी सांगितलेल्या तळ्यावर नेली. श्री स्वामीही त्या सेवेकऱ्यामागोमाग तेथे गेले. तळ्यातील गुडघाभर पाण्यात ते उतरले. सेवेकऱ्यास म्हणाले, ''अरे, कुंडी पाण्यात बुडव.'' सेवेकऱ्याने श्रीआज्ञेनुसार कुंडी पाण्यात बुडवली. तेव्हा तेथे उपस्थित असलेल्या दर्शनार्थींना उद्देशून ते म्हणाले, ''आता सर्व मंडळी रडा. सर्व मंडळी बोंबा ठोका.'' श्री स्वामींच्या या बोलण्याचा आणि कृतीचा तेव्हा कुणालाही उलगडा होत नव्हता.

समाधीलीला करण्याच्या आठ दिवस आधी श्री स्वामी अक्कलकोटजवळ नागणहल्ली म्हणून जे गाव आहे, तेथे गेले. निवडक सेवेकरी त्यांच्या समवेत होते. तेथे ते 'शिव हर शंकर, नमामि शंकर, शिव शंकर शंभो । हे गिरिजापती भवानी शंकर शिवशंकर शंभो ॥' असे भजन करू लागले. हे भजन श्री स्वामींनी त्या अगोदर केल्याचे कुणाही निकटवर्ती सेवेकऱ्याने ऐकले नव्हते. पण आता ते हे भजन का म्हणताहेत याचा कुणी गांभीर्याने विचार केला नाही. श्री स्वामी परसाकडे बसले, की अधूनमधून लहर लागेल तेव्हा लहान मुलाप्रमाणे काही तरी खेळ खेळत असत. देह ठेवण्यापूर्वी एक महिनाभर परसाकडच्या वेळेस ते चौकोनी खडे घेऊन समाधिरूप

आकृती काढीत असत. या कृतीतून ते पुढील दु:खद घटनांचे संकेतच देत होते.

असेच एकदा श्री स्वामी तात्या सुभेदार यांच्या घरी होते. दुपारच्या वेळेस ते शौचास जाऊन बसले. काहीही कारण नसताना ते तेथे एकाएकी लवंडले. तेव्हा तेथे उपस्थित असलेले सेवेकरी घाबरून म्हणाले, ''महाराज, काय झाले तुम्हाला अचानक?'' त्यावर ते म्हणाले, ''काही नाही रे, पटकीने ढकलले.'' त्या दिवशी त्यांच्या शरीरात बराच ताप भरला होता. सायंकाळी त्यांना तात्या सुभेदाराच्या घरून मुरलीधराच्या देवळात नेण्यात आले. त्या दिवशी त्यांना जुलाबही होत होते. दुसऱ्या दिवशी मात्र त्यांना थोडा आराम वाटला.

म्हणून त्यांना मेण्यातून नागणहल्लीस नेण्यात आले. तेथे ते चार दिवस आंब्याच्या बागेत राहिले, पण तेव्हापासून त्यांनी अन्न वर्ज्य केले. त्यांना आराम पडत नव्हता, तेव्हा त्यांच्या सेवेस असलेला सेवेकरी सखाराम लोखंडे श्रींना प्रार्थनापूर्वक म्हणाला, ''महाराज, आपण अक्कलकोटमध्ये वडाखाली बसावे.'' श्री स्वामींनी त्यास होकार दिल्यामुळे त्यांना नागणहल्ली येथून मेण्यातून अक्कलकोटी वटवृक्षस्थळी आणण्यात आले. त्यांनी आताशा अन्न पूर्णत: वर्ज्य केले होते. अशाही स्थितीत त्यांच्यात पूर्वीसारखीच तत्परता होती. या दुखण्यात कण्हणे, कुंथणे किंवा कोणतीही कुरकुर नव्हती. सर्व वातावरण नेहमीसारखेच चैतन्याने आणि उत्साहाने भरलेले होते. श्री स्वामींनी सांगितले, ''अरे, त्या नाईकास (गोपाळ नावाचा नाभिक) बोलवा.'' श्रींच्या आज्ञेनुसार नाईकास बोलावण्यात आले.

नाईकाने आल्या आल्या श्रींच्या आज्ञेनुसार त्यांची श्मश्रू केली. त्यांना मंगलस्नान घालण्यात आले. त्यांची षोडशोपचार पूजा व नंतर मंगलारती करण्यात आली. सर्वांनी आग्रह, विनंत्या करूनही श्री स्वामी काही खाईनात. तेव्हा सर्वांनाच फार काळजी वाटू लागली, ''आम्ही आता जाणार आहोत! सर्वांचाच निरोप घेणार आहोत.'' असे ते वारंवार सांगू लागले. पण श्री स्वामी समर्थ महाराजांनी आपला अवतार समाप्त करावा, असे कुणासही वाटत नव्हते. त्यामुळे ज्याला जे योग्य वाटेल, ते उपचार तो सुचवित होता. त्या वेळचे सर्व नामांकित डॉक्टर, वैद्य, हकीम, अंगारे-धुपारे करणारे यांनी प्रयत्नांची पराकाष्ठा केली होती. प्रत्येकालाच श्री स्वामी समर्थ महाराजांना आराम पडावा असे वाटत होते. सोलापूरचे काही ख्यातनाम डॉक्टर, वैद्य येऊन श्रींची नाडी पाहू लागले, तेव्हा ते त्यांना म्हणत, ''माझी काय नाडी पाहता? तुमच्या बापाची नाडी पाहा!'' श्रींच्या बाह्य चेहऱ्यावरून त्यांना काही इजा झाली आहे असे कुणासही वाटत नव्हते. त्यांच्या या आजारपणात त्यांना कुणी

अनाहूत सल्ला दिला अथवा सुचविले, तर ते म्हणत, ''मी मेलो तर तुमच्या बापाचे काय गेले?''

श्रींची अशी स्थिती पाहून सुंदराबाई त्यांना म्हणाली, ''महाराज, तुम्ही केव्हा उठाल?'' त्यावर ते म्हणाले, ''डोंगर बोलतील तेव्हा उठेन.'' जवळच असलेल्या श्रीपाद भटजीनेही असाच प्रश्न त्यांना केला, तेव्हा ते म्हणाले, ''पंढरी जळेल तेव्हा उठेन.'' श्रींच्या या उत्तरावरून बहुतेक उपस्थितांना अंदाज आला की, श्री स्वामी समर्थ महाराज आपला अवतार आता लवकरच संपवणार आहेत. तरीही भक्तमंडळींची त्यांच्याबद्दलची आशा सुटत नव्हती. औषधोपचार, अंगारे-धुपारे सुरूच होते. त्यांना कोणी डॉक्टर अथवा वैद्याने दिलेल्या गोळ्या त्यांच्या तोंडात घातल्याबरोबर ते थुंकून टाकीत. त्यांनी अन्न वर्ज्य केल्याने त्यांना परसाकडे बाहेर जाववत नसे. अशा स्थितीत भुजंगा त्यांना म्हणाला, ''महाराज, आपण पाटावर बसा. मी आपणास बाहेर उचलून नेतो.'' तेव्हा त्याच्याकडे पाहत श्री स्वामी म्हणाले, ''अरे, भुजंगा आज मला पाटावर बसवून उचलून नेईन म्हणतोस. उद्या देऊळ उचलून नेशील काय?'' या वेळी मात्र श्रींच्या बोलण्यावरून सर्वांच्याच अंत:करणाचा ठाव सुटला. सर्व जण दु:खाच्या महासागरात बुडाले. आजपावेतो आपण सर्व त्यांच्यामुळेच निर्धास्त होतो, आनंदात होतो. तेच आपणा सर्वांचे आधारवड होते, पण त्यांनी देह ठेवल्यावर आपल्या सर्वांचे कसे होणार, या कल्पनेने तेथे उपस्थित असलेल्या सर्व भक्तजनांच्या काळजाचा ठोका चुकला.

प्रत्येक जण श्री स्वामींजवळ येऊन काळजीच्या स्वरात विचारू लागले, ''महाराज, आम्ही काय करावे?'' तेव्हा त्यांनी श्रीपाद भटजीकडे निर्देश करीत म्हटले, ''तू वडाची मुळे खणीत बैस.'' गणपतरावास 'तू देवळात राहा!' अशी आज्ञा केली. बाळप्पास 'तू औदुंबराच्या छायेत बैस!' म्हणून सांगितले. काकूबाईस 'तू अक्कलकोटातच राहा!' असे सांगितले. असे कोणास काही, कोणास काही सांगून श्री स्वामींनी शोकाकुल भक्तांची समजूत घातली. श्री स्वामी समर्थ महाराजांच्या अशा स्थितीची वार्ता अक्कलकोटच्या पंचक्रोशीत सर्वत्र पसरली. बघता बघता वटवृक्षस्थळी भक्तजनांचा प्रचंड महासागर तेथे उसळला. श्री स्वामींनी टेकून बसण्यासाठी एका सेवेकऱ्यास तक्क्या आणण्याची खूण केली. सेवेकऱ्याने त्वरित तक्क्या आणून ठेवला. श्री स्वामी समर्थ महाराज त्या तक्क्यास टेकून बसले. अशा स्थितीही त्यांचे तेज:पुंज शरीर अधिकच उजळून दिसत होते. आजारपणाचा कोणताही लवलेश दिसत नव्हता.

श्री स्वामी सेवेकऱ्यास उद्देशून म्हणाले, ''अरे, माझी लेकरे येथे आणून उभी करा.'' तत्क्षणी श्री स्वामींच्या निकटतम सेवेत असलेल्या सेवेकऱ्यांनी श्रींनी लळा लावलेली, त्यांनी लेकरासारखी माया-ममता केलेली गायी, वासरे, बैल, घोडी आदी जनावरे वटवृक्षस्थळी आणून त्यांच्यासमोर उभी केली. श्री स्वामी आलेल्या नैवेद्याकडे आणि वस्त्रांकडे निर्देशित करीत म्हणाले, ''हे सर्व नैवेद्य माझ्या या लेकरांना खाऊ घाला आणि वस्त्रे त्यांच्या अंगावर टाका.'' श्री स्वामींच्या आज्ञेनुसार त्या दिवशी श्रींना जितके नैवेद्य आले होते, ते सर्वच्या सर्व त्या जनावरांना खाऊ घालण्यात आले. दानात मिळालेली होती-नव्हती ती सर्व किमती वस्त्रे त्या जनावरांच्या अंगावर टाकण्यात आली. त्या वेळी त्या मुक्या जनावरांच्या डोळ्यांतून अश्रूंच्या धारा वाहत होत्या. ती सर्व मुकी लेकरे गहिवरली होती. श्री स्वामींनी त्यांच्याजवळ येत त्यांच्या अंगावरून हात फिरवला, ममतेने त्यांना थोपटले. वासरांनी दुःखावेगात आकाशाकडे बघून दुःखाने हंबरडे फोडले. गायी-वासरांना थोपटून त्यांच्या अंगावरून प्रेमाने हात फिरवल्यानंतर श्री स्वामी समर्थ महाराज पलंगावर येऊन शांत बसले. शेवटी सर्वांवर कृपाकटाक्ष टाकीत ब्रह्मांडनायक श्री स्वामी समर्थ महाराजांनी श्रीमद्‌भगवद्‌गीतेतील श्लोक अव्याहतपणे म्हटला.

अनन्याश्चिंतयन्तो मां ये जनाः पर्युपासते ।
तेषां नित्याभियुक्तानां योगक्षेमं वहाम्यहम् ॥

(अ. ९ श्लो. २२)

जो माझी अनन्यभावाने भक्ती करतो, त्याचा योगक्षेम मी स्वतः चालवतो, असे अभिवचन त्यांनी या श्लोकाद्वारे तेथे जमलेल्या तमाम भक्तगणांना दिले. त्यांनी शांतपणे एकवार सर्वांवर कृपाकटाक्ष टाकून डोळे मिटले. तेथे जमलेल्या सर्व भक्तगणांना अनिवार दुःख झाले होते. सर्वत्र दुःखाची गडद छाया पसरली होती. तेवढ्यात 'श्रीं'नी पुन्हा डोळे उघडून सर्वांवर प्रेमळ कटाक्ष टाकून डोळे मिटले. जवळच असलेल्या डॉक्टरांनी श्रींची नाडी पाहिली. ती हातास लागेना, श्वास थांबला होता. मग काय विचारता? एकच आकांत उडाला. दुःखाचा हलकल्लोळ निर्माण झाला. सर्व सेवेकरी हंबरडा फोडून मोठमोठ्याने रडू लागले. गायीवासरांच्या डोळ्यांतूनही घळघळा अश्रू वाहत होते.

'महाराज! महाराज! आता आम्ही काय करावे? कोठे जावे?' असा आकांत करून भक्तगण दुःखाने डोके, छाती बडवू लागले. जमिनीवर गडबडा लोळू लागले. 'आई-आई, बापा-बापा, महाराज-महाराज, गुरुराया, दत्तात्रेया, श्री

स्वामी समर्थ, श्री स्वामी समर्थ, हे देवाधिदेवा मायबापा!' असे अनेक प्रकारचे दु:खद शब्द वातावरण भेदून टाकत होते. कोणी कोणाचे सांत्वन करावे? सर्वच सांत्वनापलीकडचे होते. जमलेला प्रचंड जनसमुदाय दु:खसागरात बुडालेला होता. त्यास तेथे असलेले पशुपक्षी, मुकी जनावरेही अपवाद नव्हती.

तेवढ्या दोनचार घटकांच्या अवकाशात बाहेर रामा सुतार व त्याच्या सहकारी मंडळींनी लाकडाचे विमान तयार केले होते. त्यास केळीचे खांब लावले होते. विविध फुलांच्या माळांनी ते सुशोभित केले होते. सर्व तयारी पूर्ण झाल्यानंतर विद्वान शास्त्री मंडळींनी श्री स्वामी समर्थ महाराजांवर शास्त्रोक्त अभिषेक केला. त्यांना पोशाख, अलंकार घालण्यात आले. शेवटी मोठ्या गजरात आरती केली. उसळलेल्या गर्दीतून दु:खाचे हुंदके, उसासे आणि स्फुंदून स्फुंदून रडणे ऐकू येत होते. पण मोठ्याने, दु:खाने हंबरडा फोडणे, छाती बडवणे, डोके आदळणे आदी कृती श्रींच्या मंगल आरतीच्या वेळी थांबवल्या होत्या.

डंका, निशाणे, जरीपटक्याचे हत्ती, अंबारीचे हत्ती, शृंगारलेले घोडे, घोडेस्वार, पायदळ, तोफा इत्यादी ब्रह्मांडनायकांच्या अंतिम प्रवासास साजेल, शोभेल असाच लवाजमा त्या स्थळी सज्ज ठेवला होता. ज्यांना ही वार्ता कळली होती, ते दूरदूरचे सरदार, जहागीरदार, मानकरी, पदाधिकारी सर्व प्रज्ञापुरीत दाखल होऊन अंत्ययात्रेत सर्वसामान्य नागरिकांसारखे सामील झाले होते. 'श्रीं'साठी खास सजविलेल्या विमानात उंच सिंहासनावर श्रींचा देह विराजमान करण्यात आला होता. सदेह स्थितीपेक्षाही श्री स्वामी समर्थ महाराजांची चर्या त्या क्षणी उजळून निघाली होती.

मोठ्या दिमाखात कृतज्ञेच्या भावनेत परंतु शोकमग्न अवस्थेत प्रचंड जनसमुदाय श्री स्वामींना अखेरचा निरोप देण्यासाठी प्रज्ञापुरीत लोटला होता. अंत्ययात्रेत नाना प्रकारची वाद्ये वाजविली जात होती. भजने म्हटली जात होती, बुक्का लावला जात होता. गुलाल, लाह्या, बत्तासे, फुले उधळली जात होती. नामघोषाच्या गजरात ब्रह्मांडनायक श्री स्वामी समर्थ महाराजांची ती पालखी अक्कलकोटमधील बुधवार पेठेत चोळाप्पाच्या घराजवळ आली. तेथे अगोदरच समाधी बांधून त्यावर श्रींच्या पादुकांची स्थापना करण्यात आली होती. त्याखाली श्रींस बसण्याइतकी पाषाणाची गुहा तयार करण्यात आली होती. सजविलेल्या विमानातील श्री स्वामी समर्थ महाराजांचा देह समाधीचे दार उघडून त्यात व्यवस्थित त्यांच्या नेहमीच्या बसण्याच्या स्थितीत अलंकारांसह ठेवण्यात आला. त्यांची वेदोक्त पूजा आणि मंगल आरती करण्यात आली. अतिशय दु:खद अंत:करणाने समाधीचे द्वार बंद

करण्यात आले. हे सर्व अंतिम सोपस्कार करता-करता चार घटका रात्र झाली. परंतु ब्रह्मांडनायक श्री स्वामी समर्थ महाराजांच्या त्या तेज:पुंज, देदीप्यमान, तेजस्वी चेहऱ्यात काडीइतकाही फरक पडला नव्हता. उलट तो अधिकच तेजस्वी आणि उजळलेल्या सूर्यासम दिसत होता.

त्या दिवशी अक्कलकोटच्या साऱ्या पंचक्रोशीत प्रचंड उदासीनता पसरली होती. त्या वेळी उपलब्ध असलेली तारायंत्रे, टपाल इत्यादींद्वारे श्री स्वामी समर्थांच्या समाधीलीलेची ही दु:खद वार्ता सर्वत्र वाऱ्यासारखी पसरली होती. स्वामींचे सर्व भक्तगण या दु:खद वार्तेने शोकसागरात बुडाले होते. आता येथून पुढे संचारेश्वर ब्रह्मांडनायक श्री स्वामी समर्थ महाराज अक्कलकोटातील आबालवृद्धांना, पशु, पक्षी, प्राण्यांना दिसणार नव्हते. विहिरी, तळी, पाण्याच्या जागी भेटणार नव्हते. झाडे, लतावेलींना थोपटणार नव्हते की आलिंगन देणार नव्हते. दगडधोंड्यांना, खडकांना स्पर्श करणार नव्हते की कुरवाळणार नव्हते. सारेच पोरके झाले होते.

❋

श्री स्वामी समर्थ महाराजांनी चैत्र वद्य त्रयोदशीस म्हणजे शके १८०० मध्ये (१८७८) मंगळवार दिनांक ३० एप्रिलला सायंकाळी चार ते पाच वाजायच्या दरम्यान समाधीलीला केली; परंतु निर्गुण स्वरूपात आजही ते स्वत:च्या अस्तित्वाची प्रचिती अनन्यभावे त्यांना शरण जाऊन नामस्मरण करणाऱ्यांना देतात. याचीच अनुभूती देणाऱ्या अनेक घटना आहेत. त्यातील काही निवडक घटना.

❋

एकदा ते काही सेवेकऱ्यांसह निलेगावी गेले; तेव्हा जवळच्या निलेगावचे श्रीमंत भाऊसाहेब जहागीरदार श्रींच्या दर्शनास आले होते. त्यांनी चोळाप्पांकरवी श्रींस प्रार्थना केली, ''आपण आमच्या गावी येऊन ती भूमी पुनीत करावी असा आम्हा सर्वांचा मनोदय आहे.'' चोळाप्पाने भाऊसाहेबांची ही विनंती श्रींच्या कानांवर घातली; तेव्हा श्रींनी होकारदर्शक मान हलवून भाऊसाहेबांच्या विनंतीस संमती दिली. दिलेल्या वचनानुसार श्री स्वामी समर्थ महाराजांची स्वारी काही दिवसांनंतर निवडक सेवकऱ्यांसह निलेगावी जाण्यास निघाली.

ही बातमी भाऊसाहेबांना कळताच ते अन्य मंडळींसमवेत श्री स्वामी समर्थ महाराजांच्या स्वागतास निलेगावापासून दोन कोस अलीकडे सामोरे आले. श्रींना तेथून मोठ्या थाटामाटात वाजत-गाजत मिरवणुकीने आपल्या गावी घेऊन गेले.

उपस्थित सर्वांमध्ये अभूतपूर्व चैतन्य आणि उत्साह संचारला होता. इकडे निलेगावी आबालवृद्ध ग्रामस्थांनी ब्रह्मांडनायक श्री स्वामी समर्थांच्या स्वागताची जय्यत तयारी अगोदरच करून ठेवली होती. श्रींसाठी भव्य मंडप उभारण्यात आला होता. त्यास नाना प्रकारची सुरेख रंगीबेरंगी आकर्षक छते लावली होती. कमानी, केळीचे खांब, रंगीबेरंगी, सुगंधी फुलांनी तो भव्य मंडप सुशोभित केला होता. सर्वांच्याच उत्साहाला प्रचंड उधाण आले होते. भक्तीचा महापूर जणू दुथडी भरून वाहत होता. प्रत्येकाच्या ध्यानात मनात आणि श्वासांत फक्त आणि फक्त श्री स्वामी समर्थच होते.

त्या सुशोभित मंडपाच्या मध्यभागी एक भव्यदिव्य उंच सिंहासन मांडले होते. वाजत-गाजत, आगत-स्वागत करीत ब्रह्मांडनायक श्री स्वामी समर्थांना मंडपाजवळ आणण्यात आले. गावकऱ्यांनी त्यांच्या घरावर गुढ्या-तोरणे उभारली होती. घरापुढे सडे घालून रांगोळ्या काढण्यात आल्या होत्या. जणू श्रींच्या आगमनाच्या दिवशी दिवाळी आणि गुढीपाडवा हे दोन्ही सण एकत्र साजरे केले जात होते. श्री स्वामी समर्थ नामाचा सर्वत्र उत्साहाने व भक्तिभावाने जयजयकार केला जात होता. प्रभू रामचंद्र अयोध्या नगरीत परत आल्यावर सर्वांना जसे आनंदाचे भावभक्तीचे उधाण आले होते, अगदी तसेच वातावरण श्रींच्या आगमनाने निलेगावात त्या दिवशी निर्माण झाले होते.

श्रींना अगत्यपूर्वक उंच सिंहासनावर बसविण्यात आले. सर्वांनी 'राजाधिराज योगीराज श्री स्वामी समर्थ महाराज की जय' असा उत्स्फूर्तपणे जयजयकार केला. मंगल वाद्यांचा सुमधुर गजर सर्वत्र दुमदुमत होता. निलेगावसह आजूबाजूचे सर्व लोक श्री स्वामी समर्थ महाराजांच्या दर्शनासाठी फार मोठ्या संख्येने त्या स्थळी उपस्थित झाले होते. भाऊसाहेब जहागीरदार, त्यांचे कुटुंबीय आणि त्या गावच्या प्रमुखांनी श्रींच्या आगतस्वागतात थोडीसुद्धा कसर राहणार नाही याची डोळ्यांत तेल घालून दक्षता घेतली होती. येणाऱ्या दर्शनार्थींसाठी भाऊसाहेबांनी मोतीचुराच्या लाडवांचा स्वादिष्ट बेत केला होता.

दुसऱ्या दिवशी भाऊसाहेबांकरवी श्रींना मंगलस्नान घालून त्यांची उभयता पती-पत्नींनी षोडशोपचारे पूजा केली. श्री स्वामी समर्थांच्या कपाळी, दंडांवर, पोटावर, चरणांच्या अंगठ्यावर केशर-कस्तुरीचे गंध लावण्यात आले. त्यावर तांदळाच्या अक्षता लावण्यात आल्या. त्यातील तीन तांदळाचे दाणे खाली तबकात पडले, तेव्हा ते श्रींनी भाऊसाहेबांना प्रसाद म्हणून दिले. त्यातील एक तांदळाचा दाणा स्वतः भाऊसाहेबांनी खाल्ला, दोन दाणे पत्नीस खाण्यास दिले. उभयता पती-पत्नींनी श्रींना धूप-दीपाने ओवाळले. ताट भरून दक्षिणा श्रींसमोर ठेवण्यात

आली होती. अभ्यागतांसाठी भोजनपात्रे वाढली. पंडितांना एक-एक रुपया दक्षिणा देण्यात आली. वस्त्रदान करण्यात आले. सर्वांच्या यथासांग पूजा, मानसन्मान झाले. सर्वांची यथेच्छ भोजने झाली. भोजनानंतर सर्वांना उत्तम प्रकारचे विडे देण्यात आले. सायंकाळी श्रींपुढे उत्तम, सुश्राव्य कीर्तन झाले. याप्रमाणे चार दिवस निलेगावात मोठ्या थाटामाटात श्री स्वामींच्या स्वागताचा उत्सव पार पडला.

त्या वेळी भाऊसाहेबांनी कृतज्ञतापूर्वक त्या वर्षाच्या दत्तजयंतीसाठी दहा घागरी तूप दिले. 'निलेगावी पुन्हा यावे' अशी श्रींना मोठ्या प्रेमाने गळ घातली, तेव्हा श्री स्वामी म्हणाले, ''शनिवारी येऊ.''

भाऊसाहेबांना संतती नव्हती. त्यांनी त्या वेळी चोळाप्पांमार्फत श्रींस संततीविषयी प्रार्थना केली, तेव्हा त्यांनी शुभाशीर्वाद देत म्हटले, ''तुला चांगला मुलगा होईल.'' इकडे त्याच वर्षी भाऊसाहेबांच्या पत्नीस गर्भ राहिला. श्रींच्या प्रसादाचा एक तांदळाचा दाणा भाऊसाहेबांनी खाल्ला होता. त्याप्रमाणे त्यांना एक मुलगा झाला. त्यांच्या पत्नीने तांदळाच्या प्रसादाचे दोन दाणे खाल्ले होते, म्हणून त्यांना दोन कन्या झाल्या. अशी त्या उभयतांस एक मुलगा व दोन कन्या अशी तीन अपत्ये झाली. भाऊसाहेब अधूनमधून अक्कलकोटला श्री स्वामी समर्थांच्या दर्शनभेटीसाठी येत. दोन-चार दिवस श्री स्वामींसन्निध राहत. सर्व सेवेकरी मंडळीस भोजन, दक्षिणा वगैरे देऊन संतुष्ट करीत. श्रींच्या सेवेकरिता काही द्रव्य अर्पण करून आणि त्यांचा आशीर्वाद घेऊन गावी परतत असत.

निलेगावच्या श्रीमंत भाऊसाहेब जहागीरदांची श्री स्वामी समर्थांवर दृढश्रद्धा होती. एकदा 'श्रीं'ची स्वारी सेवेकऱ्यांसह अक्कलकोटजवळच्या केसेगाव, नळदुर्ग आदी भागांत फिरत होती. ही संधी साधून भाऊसाहेब श्रींच्या दर्शनास तेथे आले. त्यांनी कळवळून श्रींस प्रार्थना केली, ''महाराज, आपण निलेगावी यावे.'' तेव्हां श्री समवेत असलेल्या सेवेकऱ्यांनी सुद्धा भाऊसाहेबांच्या विनंतीस दुजोरा देत श्रींना विनंती केली, ''महाराज, आपण बऱ्याच दिवसांपासून निलेगावी गेलेलो नाही, निलेगावी जाऊन आपण भाऊसाहेबांचे मनोरथ पूर्ण करावे.''

भाऊसाहेबांकडे पाहत, स्मितहास्य करीत श्री स्वामी म्हणाले, ''भाऊसाहेब, आम्ही तुझ्या गावी शनिवारी येऊ.'' श्रींचे वचन ऐकून भाऊसाहेबांस परमानंद झाला. श्रींनी दिलेला प्रसाद घेऊन, श्रींचे निलेगावी येण्याचे वचन मिळवून आनंदविभोर अवस्थेतच भाऊसाहेब निलेगावी आले. भाऊसाहेबांना निलेगावी येण्याचे वचन देण्याची ही घटना श्रींनी समाधीलीला करण्यापूर्वी १८७७ सालात घडली होती.

परंतु त्यानंतर श्री स्वामी समाधिस्थ झाले होते. त्या अगोदरच ते सदेह स्थितीत असताना त्यांनी भाऊसाहेबास 'शनिवारी येऊ' असे वचन दिले होते. या दिलेल्या पूर्ववचनाची आठवण ठेवून ते भाऊसाहेबांस दर्शन देण्यासाठी समाधीलीलेनंतर निलेगावी प्रकट झाले. खरे तर इकडे अक्कलकोटमध्ये श्री स्वामी समर्थ महाराज हजारो भाविकांच्या उपस्थितीत मंगळवारी समाधिस्थ झाले होते. पण पुढे पाचव्याच दिवशी नवल घडले. 'हम गया नहीं, जिंदा है।' या ईश्वरी अभिवचनाची प्रचिती आली. ब्रह्मांडनायक श्री स्वामी समर्थ महाराज हे शनिवारी आपल्या भक्त-सेवकांसह प्रकट होऊन निलेगावात वावरले. तेव्हा ते एकटे नव्हते. त्यांचा नित्याचा समस्त सेवेकरी लवाजमा, गायी, घोडे, मेणा सर्वच त्यांच्याबरोबर होते.

निलेगावाबाहेरच्या एका डेरेदार झाडाखाली श्री स्वामी समर्थ सर्वांसह बसले होते. श्रींच्या दर्शनासाठी निलेगावतील समस्त स्त्री-पुरुषांची, बालकांची प्रचंड झुंबड उडाली होती. त्यात भाऊसाहेब जहागीरदारही होते. त्यांनी श्री स्वामींना विनंती केली, ''महाराज, आपण सदनी चलावे.'' यावर श्री स्वामी उत्तरले, ''उद्या (म्हणजे रविवारी) येऊ.'' श्रींच्या या वचनाने भाऊसाहेबास व त्यांच्या परिवारास परमानंद झाला. स्वामीआज्ञा प्रमाण मानून सर्व जण सायंकाळी आपापल्या घरी परतले. भोजनादि कार्यक्रम आटोपून झोपी गेले.

दुसऱ्या दिवशी (म्हणजे रविवारी) प्रात:काळी सर्व निलेगावकर ग्रामस्थ मंडळी गावाबाहेरील त्या वृक्षाकडे श्रींच्या दर्शनभेटीसाठी पुन्हा आले. तेथे येऊन पाहतात तो काय? श्री स्वामी समर्थ महाराज त्यांच्या सर्व लव्याजम्यासहित तेथून निघून गेले होते. भाऊसाहेबांसह सर्व ग्रामस्थ तेथील सर्व सुनसान दृश्य पाहून कमालीचे उदास झाले. भाऊसाहेबांनी त्याच्या चार जासुदांना पत्र घेऊन लगेच अक्कलकोटला रवाना केले. श्री स्वामी त्यांच्या लवाजम्यासह व सेवेकऱ्यांसमवेत येथे निलेगावी शनिवारी आल्याचे त्यांनी त्या पत्रात स्पष्ट लिहिले होते. हे पत्र घेऊन लगेचच जासूद अक्कलकोटी पोहोचले.

जासूदांनी अक्कलकोटमध्ये ज्यांच्या नावे पत्रे दिली होती, त्यांस दिली. ती पत्रे वाचून सर्वांनाच आश्चर्य वाटले. श्री स्वामी समर्थ महाराज तर मंगळवारी चौथ्या प्रहरी समाधिस्थ झाले. आज पाचवा दिवस! निलेगावात हे सर्व शनिवारी कसे काय घडले? श्री स्वामी समर्थांच्या या अजब लीलेने सर्वच चक्रावून गेले. पुजारी आणि इतर संबंधितांनी भाऊसाहेबांना उलट टपाली 'श्री स्वामी समर्थ महाराज मंगळवारीच समाधिस्थ झाले' असे इतिवृत्त लिहून कळविले. त्यांनी त्या पत्रात असेही म्हटले

होते की, 'आम्ही अक्कलकोटमध्ये श्री स्वामी समर्थ महाराजांचे दर्शनसुख बरेच दिवस भोगले; पण तुमचे भाग्य इतके थोर, की श्री स्वामी समर्थ महाराजांसारखे ब्रह्मांडनायक परब्रह्म तुम्हास समाधीलीलेनंतरही परत सदेह दर्शन देते झाले.'

त्याच वेळी निलेगावी रविवारी सूर्योदयापासून भाऊसाहेबांनी श्रींचा सर्वत्र शोध घेणे सुरू केले. भाऊसाहेबांना प्रश्न पडला, की इतक्या लव्याजम्यासह श्री स्वामी समर्थ इतक्या पटकन कसे आणि कोठे निघून गेले? सर्वत्र शोध घेऊन थकल्यावर अतिशय निराश होऊन ते त्यांच्या गढीवर (निवासस्थानी) आले. श्री स्वामी समर्थ आज आपल्या निवासस्थानी भोजनास येणार म्हणून भाऊसाहेब व त्यांच्या परिवाराने 'श्रीं'च्या भोजनाची उत्तम तयारी करून ठेवली होती. तेवढ्यात अकस्मात गढीचा भोजनकक्ष उजळून निघाला. असे अकल्पित घडलेले पाहून भाऊसाहेब व त्यांचा परिवार कावराबावरा झाला. तेवढ्यात त्या सर्वांना ब्रह्मांडनायक श्री स्वामी समर्थ महाराज एकटेच सदेह स्थितीत दिसले. 'श्रीं'चे हे सदेह प्रकटीकरण पाहून भाऊसाहेब परमानंदाने, लगबगीने श्रींच्या स्वागतासाठी उठले.

'श्रीं'ना आसन ग्रहण करण्याची विनंती करून भाऊसाहेबांनी श्रींना साष्टांग नमस्कार केला. त्यांच्यासाठी नैवेद्यपात्र सिद्ध केले. त्यांना भोजनासाठी प्रार्थनापूर्वक विनविले. पण श्री स्वामी समर्थ तेव्हा एकही शब्द न बोलता भाऊसाहेबांसह संपूर्ण परिवारावर प्रेमळ आशीर्वादात्मक कृपाकटाक्ष टाकून जसे संदेह प्रकट झाले, तसे अकस्मात दिसेनासे झाले. श्रींच्या या वर्तनव्यवहाराचा अर्थ भाऊसाहेबांना काही केल्या कळत नव्हता.

घरातील मंडळींची समजूत काढीत भाऊसाहेब म्हणाले, ''श्री स्वामी समर्थ महाराज म्हणजे ब्रह्मांडनायक. शुद्ध परब्रह्म. ते ईश्वरी अवतार आहेत. म्हणूनच त्यांनी शनिवारी लव्याजम्यासह आपणा सर्वांस दर्शन दिले. 'उद्या घरी येऊ' असे सांगून आज येथे सदेह प्रकट झाले व आमचे मनोरथ पूर्ण केले.'' असे श्रींच्या ईश्वरी सामर्थ्याचे कौतुक सुरू असतानाच अक्कलकोटला पाठविलेला जासूद पत्र घेऊन परतल्याची वर्दी गढीवर आली. वृत्त जाणण्यास भाऊसाहेबांसह गढीवरील सर्वच कमालीचे उत्सक होते.

जासुदांनी आणलेला खलिता सर्वांसमोर उघडून वाचण्यात आला. त्यात सुस्पष्ट लिहिले होते - 'गत मंगळवारीच श्री स्वामी समर्थ महाराज समाधिस्थ झाले.' या वृत्ताने भाऊसाहेबांसह तेथील उपस्थितांवर जणू वज्राघातच झाला. त्याही स्थितीत भाऊसाहेबांच्या दृष्टीने एक समाधानाची बाब अशी होती, की 'श्रीं'नी शब्द दिल्याप्रमाणे

ते निलेगावी आले होते. श्रींनी समाधी घेतल्याच्या वृत्ताने भाऊसाहेबांस दु:ख खचित झाले होते, परंतु त्यांना याचेही मोठे समाधान आणि संतोष वाटला, की श्रींनी आपणास समाधीनंतरही सदेह दर्शन दिले. श्रींच्या गढीवरील दिव्य प्रकटनाच्या आठवणीने ते कमालीचे आनंदित झाले. स्वत:ला परमभाग्यशाली समजले. 'हम गया नही, जिंदा है।'ची प्रचिती समाधी घेतल्यानंतर लगेचच पाचव्या दिवशी 'श्रीं'नी दिली.

⁜

अशीच घटना श्री स्वामी समर्थ कृपांकित सद्गुरू रामानंद बिडकरांच्या बाबतही घडली. श्रींच्या आज्ञेनुसार बिडकर नर्मदा परिक्रमा करीत होते. तेव्हा त्यांना ब्रह्मांडनायक श्री स्वामी समर्थ महाराजांच्या महान निर्वाणाचे म्हणजे त्यांनी समाधी घेतल्याचे वृत्त कळले. हे वृत्त ऐकून बिडकर कमालीचे व्यथित झाले. 'श्री स्वामी समर्थांशिवाय आपले जीवन शून्यवत् आहे' असे व्याकूळ भाव त्यांच्या मनात दाटून आले. संपूर्ण दिवस ते दु:खात होते. कशात म्हणून त्यांचे मन लागत नव्हते. सर्वज्ञ असलेल्या श्री स्वामींना त्यांचा कृपांकित शिष्य रामानंद बिडकर यांची ही अवस्था, तगमग कळल्याशिवाय कशी राहील? त्यांनी नर्मदा परिक्रमा करीत असलेल्या बिडकरांना महेश्वरगावी स्वप्नात सदेह प्रकट होऊन दृष्टान्त दिला व अभिवचन देत सांगितले, ''मी देह जरी सोडला, तरी मी (श्री स्वामी) गेलेलो नाही. मी जिवंतच आहे. हम गया नहीं, जिंदा है।'' पुढे दृष्टान्तात श्री स्वामींनी बिडकरांना असेही सांगितले की, 'जेथून तू ही नर्मदा परिक्रमा सुरू केलेली आहेस, तेथे जाऊन ती पूर्ण करावी.' रामानंद बिडकरांनी त्यांचे गुरू श्री स्वामींच्या आज्ञेनुसार पुन्हा ओंकारेश्वरास येऊन त्यांची नर्मदा परिक्रमा पूर्ण केली. 'श्रीं'च्या समाधीपश्चात सद्गुरू रामानंद बिडकरांनासुद्धा 'हम गया नही, जिंदा है।'चा रोकडा प्रत्यय आला.

⁜

डॉ. वि. म. भट हे एक अतिशय चिकित्सक विद्वान व नास्तिक सद्गृहस्थ होते. ते पुण्यातील त्या वेळच्या एका सुप्रसिद्ध वृत्तपत्राचे दीर्घकाळ उपसंपादक होते. त्यांनी 'योगसिद्धी आणि ईश्वरी साक्षात्कार' नावाचा प्रसिद्ध आधारभूत ग्रंथ लिहिला आहे. यांत पृ. क्र. २६६ ते २६७ वर श्री स्वामी समर्थांच्या महानिर्वाणानंतर (समाधी घेतल्यानंतर) स्वत:चा अनुभव त्यांनी दिला आहे. तो निश्चित विचार करायला लावणारा आहे. 'हम गया नहीं, जिंदा है' या श्री स्वामी समर्थांच्या अभिवचनाचा प्रत्यय आणून देणारा आहे. मूलत: नास्तिक परंतु सज्जन असलेल्या

डॉ. वि. म. भटांनी १९५४मध्ये, म्हणजे श्री स्वामी समर्थांच्या समाधीच्या ७६ वर्षानंतर आलेला अनुभवाचा सारांश असा आहे.

'मी (डॉ. वि. म. भट) काही श्री स्वामी समर्थांचा भक्त नव्हतो, पण एके दिवशी एका अनामिक गृहस्थाने 'ललिता स्तोत्रा'चे पुस्तक मला दिले. मला ते पुस्तक वाचण्यास सांगितले. पण या अशा स्तोत्रपठणाने रोग बरे होतात यावर माझा विश्वास नव्हता. पण 'बघू या तर खरे. हे स्तोत्र वाचण्याने नाही काही फायदा झाला, तर असा काय तोटा होणार आहे?' असा विचार करून मी ते स्तोत्र मनोभावे वाचले. तर काय आश्चर्य! माझा हृदयरोग बरा झाला.'

'शूर सेनानी' या मासिकाचे संपादक मा. श्री. संजय वेंगुर्लेकर यांनी २००४च्या दिवाळी अंकात 'हम गया नही, जिंदा है।' हा प्रदीर्घ लेख लिहिला. या लेखात श्री स्वामी समर्थ महाराजांनी समाधी घेतल्यानंतरही अनेकांना दर्शन दिल्याचे अनेक दाखले त्यांनी दिली आहेत. ते लिहितात - 'समाधीनंतर तीन महिन्यांनी कृष्णानंद सरस्वतींस काशीमध्ये श्री स्वामी समर्थांनी सदेह दर्शन दिले. त्यानंतर आजवर असंख्य भक्तांना ते (श्री स्वामी समर्थ) अतिदिव्य अशा तेजस्वी स्वरूपात सहजतेने दर्शन देत असल्याचे असंख्य दाखले आमच्यापाशी आहेत.' श्री स्वामींनी शके १८००मध्ये (१८७८) समाधी घेतल्यानंतर ते निर्गुण निराकार स्थितीत गेले, हे वास्तव आहे. पण त्यानंतरही त्यांच्या अस्तित्वाची, कृपाप्रसादाची प्रचिती व अनुभूती अनेकांना येते आहे. हे वरील काही मोजक्या संक्षिप्त स्पष्टीकरणांवरून स्पष्ट होते.

शके १८०० चैत्र वद्य त्रयोदशी (मंगळवार, ३० एप्रिल, १८७८) दुपारी ४ ते ५च्या दरम्यान श्री स्वामी समाधी घेताना तेथे उपस्थित असलेल्या सर्व शोकाकुल भक्तांना उद्देशून त्यांनी श्रीमद्भगवद्गीतेतील नवव्या अध्यायामधील बाविसावा श्लोक त्रिवार म्हटला. तो समजून घेतल्यानंतर श्री स्वामी समर्थांच्या अमरत्वाची आणि व्यापकत्वाची कल्पना येते.

अनन्याश्चिंतयन्तो मां ये जनाः पर्युपासते ।
तेषां नित्याभियुक्तानां योगक्षेमं वहाम्यहम् ॥

जे लोक अनन्य भक्तिभावाने माझ्या दिव्य स्वरूपाचे चिंतन करीत माझी उपासना करतात, त्यांच्या गरजा मी पूर्ण करतो (योगक्षेम मी चालवतो) आणि त्यांच्याकडे जे आहे त्याचे मी रक्षण करतो.

✻

केजचे महारुद्रराव देशपांडे हे श्री स्वामीकृपांकित शिष्य श्रींच्या समाधीलीलेनंतर म्हणजे १९७८नंतर श्री गिरी व्यंकटेशाच्या दर्शनास तिरुपतीला गेले. परंतु तेथे त्यांना तत्काळ अक्कलकोटी जाण्याचा दृष्टान्त झाला. श्रींची आज्ञा प्रमाण मानून ते लगोलग अक्कलकोटला आले. क्षमा मागून मार्गशीर्षातील श्रीदत्त जयंतीच्या उत्सवाची जबाबदारी त्यांनी आपल्या शिरावर घेतली.

✻

पुण्याचे वामन राजाराम घोलप हे गृहस्थ कराची शहरात त्या वेळी इंग्रज सरकारच्या दरबारी नोकरीस होते. नोकरीच्या कार्यकाळात त्यांनी अनेक लोकांना फसवले. त्यातून विपुल द्रव्यप्राप्ती केली. वाममार्गाने मिळणाऱ्या या फुकटच्या संपत्तीतून त्यांना नको त्या वाईट सवयी लागल्या. ते अनुचित कर्मे करू लागले. ते एका सुंदर परस्त्रीच्या नादाला लागले. तिच्या पतीस जेव्हा हे वृत्त कळले, तेव्हा तो अतिशय संतापला. त्याने वामनराव घोलपांविरुद्ध पोलिसांत तक्रार केली. त्यामुळे त्यांच्यावर पोलीस कारवाई झाली. तसेच त्यांच्या अन्य गैरप्रकाराची वाच्यता होऊन त्यांस अटक झाली. पोलिसी खाक्या मिळताच त्यांना श्री स्वामी समर्थांची आठवण झाली. त्यांनी श्री स्वामी समर्थ नामाचे अखंड नामस्मरण सुरू केले.

अतिशय आर्ततेने घोलप प्रार्थना करू लागले. ''धाव! धाव बा श्रीरंगा! दत्तात्रेय स्वामी कृपार्णवा! मी पापी आहे. माझ्या हातून उन्मत्तपणे घोर अपराध घडले आहेत. माझी झोप उडाली आहे. मी काळजीने त्रस्त झालो आहे. मी चुकलो. आपल्या चरणांची क्षमा मागतो. मी आपला चरणदास आहे. या महत्संकटी आपणच मला वाचवू शकाल. आपल्या ब्रीदानुसार आम्हास सांभाळावे. आमचे संरक्षण करावे. तुमच्याशिवाय अन्य कुणीही आमचा त्राता नाही. आपणचि सखा, माता-पिता... या बालकास संकटातून बाहेर काढा.'' अशी अतिशय दीनवाणी करुणा भाकणे घोलपांनी सुरू केले होते.

तेव्हा दयाघन, कृपानिधी श्री स्वामी समर्थ वामनराव घोलप ज्या कारागृहात खितपत पडले होते, तिथे सदेह प्रकट होत त्यास म्हणाले, ''भिऊ नये, संकट दूर होईल.'' हे 'श्री'वचन ऐकताच सद्गदित झालेल्या वामनराव घोलपांनी श्रींस साष्टांग नमस्कार घातला. तुरुंगात असलेल्या त्या स्त्रीसमोरही ते प्रकटले. अभयकर वचन देऊन ते तत्काळ अदृश्य झाले.

दुसऱ्या दिवशी न्यायालयात रामचंद्र घोलप आणि त्या स्त्रीला न्यायाधीशांनी काही प्रश्न विचारले. त्यांचे समाधान झाल्यावर न्यायाधीशांना घोलप यांच्या कामात काही उणे न आढळल्यामुळे त्या उभयतांना दोषमुक्त केले. यानंतर वामनराव घोलपांनी सरकारी नोकरी सोडून दिली. गाणगापुरात श्री दत्तसेवेत दाखल झाले. त्यांनी श्रीपूजन केले. नैवेद्य अर्पिला. तेव्हा श्री स्वामी महाराजांनी आपण प्रज्ञापुरी असल्याची पूर्वीची ओळख घोलपांना करून देताच ते चकित झाले. नंतर ते पुण्यास स्वगृही परत गेले.

श्री स्वामी समर्थांनी वामनराव घोलपांना फकीरवेषात दर्शन दिले होते. 'श्रीं'च्या कृपेमुळे ते दोषारोपातून मुक्त होऊन तुरुंगातून सुटले होते. अतिशय कठीण प्रसंगातून सहीसलामत सुटल्याने वामनराव श्रींचा शोध घेत पुण्यात आणि पुण्याबाहेर फिरले. परंतु त्यांना कुठेही श्रींचा शोध लागला नाही. म्हणून त्यांनी त्या वेळच्या अक्कलकोटच्या पुजाऱ्यांस स्वतःवर कराचीत घडलेला प्रसंग, त्यातून श्रीकृपेने झालेली मुक्तता, श्रींनी फकिराच्या वेषात येऊन दिलेले दर्शन, केलेली कृपा आदींबाबत सविस्तर लिहिले. पुण्यात आल्यावर 'श्रीं'चा शोध घेण्याच्या प्रयत्नाबाबतही लिहिले. पण 'श्रीं'ची दर्शनभेट होऊ शकली नाही, असे सविस्तर लिहिलेले घोलप यांचे पत्र पुजाऱ्यास अक्कलकोटी मिळाले.

तेव्हा अक्कलकोटच्या पुजाऱ्यांनी उत्तरादाखल वामनराव घोलपांस कळविले की, 'श्री स्वामी समर्थ महाराजांनी आपले अवतारकार्य चैत्र वद्य चतुर्दशी (त्रयोदशी नव्हे!) मंगळवारी, बहुधान्य संवत्सर शके १८००ला संपवले. महाराज समाधिस्थ झाले.' पत्र वाचताच घोलप चकित होऊन म्हणाले, ''कालच आमच्या येथे स्वतः श्री स्वामींनी येऊन सदेह दर्शन दिले आणि आपण हे काय वाचत आहोत?'' त्यांनी हा प्रकार लगोलग अक्कलकोटला पत्राने कळविला. सर्वांनाच आश्चर्य वाटले. समाधिस्थ झाल्यानंतरही पुढे श्री स्वामी समर्थांनी त्यांची निस्सीम भक्ती करणाऱ्या भक्तांस वारंवार सगुण स्वरूपात वेगवेगळ्या माध्यम, घटना, प्रसंग, स्वरूपांत भेटत राहिले, भेटत आहेत. हैदराबाद, मुंबई, पुणे, बडोदे, काठेवाड या स्थळी भक्तांसाठी ते प्रगटले. लखतरचे चिमणलाल गणपतराव दवे या स्वामिभक्तास कोलकाता येथे श्री स्वामी समर्थांनी दर्शन दिले. 'हम गया नही, जिंदा है ।'ची प्रचिती आणून दिली.

श्री स्वामी समर्थांचे
चित्रमय दर्शन

चोळाप्पा व इतर शिष्यगणांसह बसलेल्या
श्री स्वामी समर्थांचे अस्सल छायाचित्र

(संदर्भ पृ. क्र. १०५)

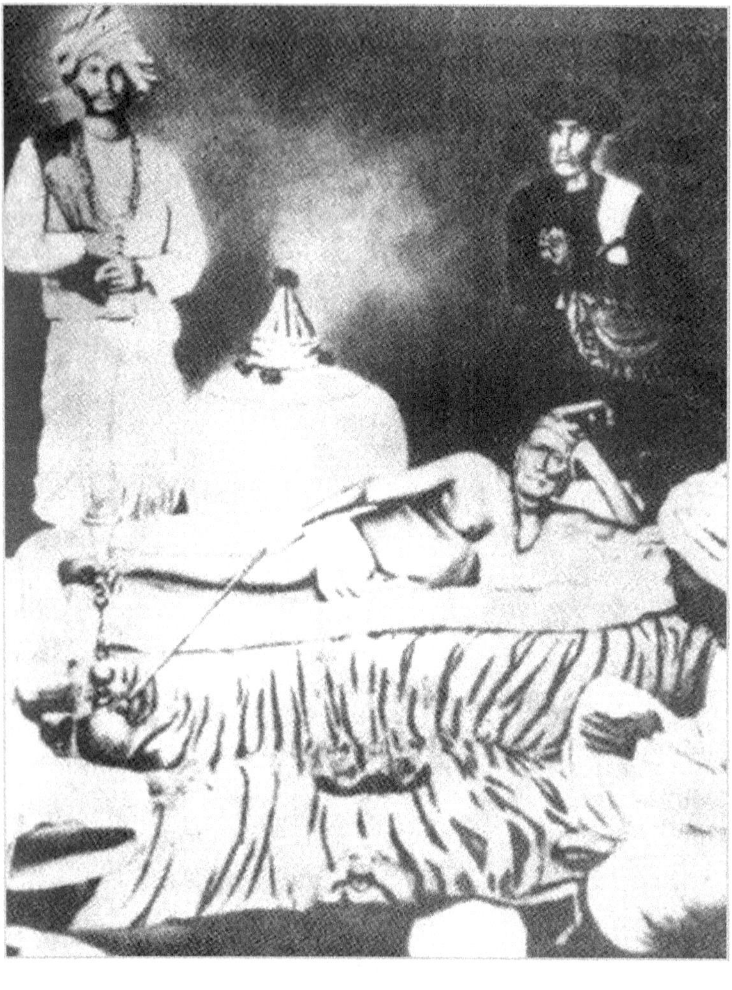

✻

शेषनिद्रा मुद्रेत पहुडलेल्या
श्री स्वामी समर्थांचे अस्सल छायाचित्र

(संदर्भ पृ. क्र. १०५)

॥ परिशिष्ट १ ॥

१. *श्री स्वामी समर्थ बखर*, श्री. गोपाळबुवा केळकर (संपादन : डॉ. रा. चिं. ढेरे, पुणे) संपादित. आवृत्ती १९७५, अनमोल प्रकाशन, पुणे.

२. *श्री गुरुलीलामृत*, ब्रह्मनिष्ठ वामन रावजी वैद्य (वांबोरीकर), अध्याय ५५

३. *श्री गुरुलीलामृत*, (सार्थ भावानुवाद), संजय नारायण वेंगुर्लेकर

४. *परम अर्थाचे ३६५ दिवस, श्री अक्कलकोट स्वामी समर्थांचे बोधामृत*, नागेश करंबेळकर

५. *समुद्र भरला आहे*, नागेश करंबेळकर

६. *नित्यनिरंजनावधूत अक्कलकोट निवासी श्री स्वामी समर्थ चरित्र आणि कार्य*, पंडित मीमांसातीर्थ श्रीपाद शास्त्री किंजवडेकर

७. *श्री स्वामी चरित्र*, श्री. नारायण हरि भागवत

८. *श्री तुकाराम गाथा*, संपादक डॉ. प्र. न. जोशी.

९. *श्री स्वामी समर्थ लीलांच्या अर्थबोधाची बखर* (आवृत्ती पहिली), प्रा. डॉ. यशवंत पाटील

१०. *श्री स्वामी समर्थांच्या फलदायी बिरुदावल्या*, प्रा. डॉ. यशवंत पाटील

॥ परिशिष्ट २ ॥

सिद्धी, सिद्धींचा वापर व धारणा यांबाबत संकलित माहिती. एकूण सिद्धी तेवीस आहेत. त्या अशा :

आठ महासिद्धी

१. अणिमा. २. महिमा. ३. लघिमा ४. प्राप्ती.
५. प्रकाश्य. ६. ईशिता. ७. वशिता. ८. प्राकाम्य

दहा गौण सिद्धी

१. अनूर्मि. २. दूरश्रवण. ३. दूरदर्शन. ४. मनोजव.
५. कामरूपा. ६. परकाया. ७. इच्छामरण. ८. सहक्रीडा
९. संकल्पसिद्धी. १०. आज्ञासिद्धी.

पाच क्षुद्र सिद्धी

१. त्रिकाळ ज्ञान. २. अद्वंद्व ३. प्रतिष्टंभ.
४. परवित्तज्ञान. ५. अपराजय.

सिद्धींचे वर्गीकरण महा, गौण व क्षुद्र या तीन प्रकारांत केलेले आहे. शिवसापेक्ष असणाऱ्या महासिद्धी व जीवसापेक्ष सिद्धींना गौण व क्षुद्र सिद्धी म्हटले जाते.

सिद्धींचा वापर

सिद्धी म्हणजे एक प्रकारच्या शक्ती असल्याने या शक्तींचा उपयोग चांगला किंवा वाईटही होऊ शकतो. लोकांचे दुःखनिवारण करणे, त्यांना सुखी करणे हा सिद्धींचा चांगला उपयोग आहे. मात्र तो निरिच्छ आणि निष्काम बुद्धीने केला जावा. श्री स्वामी समर्थांनी लोकहितासाठीच विविध सिद्धींचा वापर त्यांच्या अवतारकाळात केला.

लोकांना त्रास देण्यासाठी, सूड उगविण्यासाठी किंवा आपले महत्त्व वाढविण्यासाठी अथवा पैसा कमावण्यासाठी केलेला सिद्धींचा वापर हा वाईट आणि

तिरस्करणीय असतो. असा वापर या कादंबरीत सोने बनवणारा किमयागार पाच राक्षस आदींनी कलेला आहे.

योगमार्गाने असो वा भक्तिमार्गाने असो, साधकाची आध्यात्मिक प्रगती होत असताना त्याला सिद्धी प्राप्त होणे अनिवार्य असते. परंतु योगमार्गात अहंकारावर तितकेसे दडपण नसल्याने योगी सिद्धींच्या आहारी जाण्याचा धोका असतो. (याच कादंबरीत गवेस्वामी, किमयागार, आळंदीचे नृसिंहस्वामी यांच्या लीलांसंबंधी उल्लेख आला आहे.) भक्तिमार्गात मात्र अहंकार भगवंताच्या चरणी सोपविल्याखेरीज, म्हणजेच संपूर्ण शरणागती साधल्याखेरीज सिद्धींची प्राप्ती होत नाही. त्यामुळे मिळालेली सिद्धी ही भगवंताची देणगी आहे, कृपाच आहे, अशी भावना दृढ असावी. म्हणूनच भक्तिमार्गाने प्राप्त झालेल्या सिद्धींची लवकर जाणीव होत नाही किंवा जाणीव झाली, तरी बाधक होत नाही. सिद्धी प्राप्त झालेली विभूती लोककल्याणासाठीच सिद्धीचा वापर करीत असते. जसा या कादंबरीत ब्रह्मांडनायक श्री स्वामी समर्थांनी तो वेळोवेळी केला आहे. त्यातून पीडित, बाधित व्यक्तींचे कल्याणच साधले आहे.

सिद्धींची धारणा : (श्री संत एकनाथ महाराज प्रणित)

योगमार्गाची यातायात न करता ज्या एकाच धारणेने सर्व सिद्धी प्राप्त होतात, ती धारणा अशी - पाच कर्मेंद्रिये व पाच ज्ञानेंद्रिये शम-दमाने आधी जिंकावीत. जे जे म्हणून दिसते, त्या सर्वांबद्दल आसक्ती नसावी. विवेकबुद्धीने वृत्ती आवराव्यात व सर्वकाळ भगवंताच्या चिंतनात घालवावा. चिंतन-मनन सतत असले, की मन जिंकता येते. अशा रीतीने मनात भगवंताचे ठाण मांडले, की सर्व सिद्धी दासी होतात. परंतु सिद्धी दासी झाल्या, म्हणून उठसूट त्या सिद्धी वापरणे अथवा सिद्धींद्वारे कसाही मन मानेल तसा उपभोग घेणे योग्य नाही. निरपेक्ष बुद्धीने, मनाने, चित्ताने भगवंताचे चिंतन अखंड सतत ठेवल्यास आत्मज्ञान लवकर होते. पण सिद्धींवर डोळा ठेवून साधना केल्यास आत्मदर्शनास अडथळा जरूर होतो, हे कदापि विसरू नये.

॥ ऋणनिर्देश ॥

१. मा. प. पू. नागेश करंबेळकर
२. गुरुवर्य आचार्य वसंतराव गोडबोले, पुणे
३. मा. श्री. संजय वेंगुर्लेकर, संपादक, प्रकाशक लेखक शूर सेनानी
४. मा. श्री. नंदकुमार पेडणेकर. (संस्थापक, अध्यक्ष, श्री स्वामी समर्थ मठ, देवगड, जि. सिंधुदुर्ग)
५. मा. श्री. दिनकर कडू (संस्थापक-अध्यक्ष - श्री स्वामी समर्थ महाराज संस्थान (स्वामीधाम) बेसा, नागपूर
६. मा. श्री. महेशजी इंगळे (मुख्य विश्वस्त, अक्कलकोट वटवृक्ष मंदीर)
७. मा. श्री. दिलीप तथा बंडू हणमंतराव कुलकर्णी (प्रोप्रायटर कुलकर्णी ग्रंथ भांडार, अक्कलकोट)
८. मा. श्री. मिलिंद (दादा) मगर (प्रमुख पिठले महाराज समाधी तीर्थ, नाशिक)
९. मा. श्री. विष्णुपंत महाडिक (मुंबई)
१०. मा. श्री. बाळासाहेब तथा नानासाहेब पाटे (नारायणगाव, जि. पुणे)
११. मा. श्री. आनंद खुरुंद (सोलापूर)
१२. श्री. शामदत्त तथा शाम विभांडीक (नाशिक)
१३. मा. श्री. दिनकर नाना घोरपडे (दिंडोरी)
१४. मा. श्री. आप्पासाहेब उर्फ कुंडलिकराव कोकाटे (सिन्नर)
१५. मा. प्राचार्य श्री. आर. जे. थोरात सर (सिन्नर)
१६. मा. श्री. अशोक (नाना) मोरे (दिंडोरी)
१७. मा. श्री. बापू पवार (दिंडोरी)
१८. मा. श्री उल्हास काका भाटे (पुणे)
१९. मा. श्री. श्रीकांत सौंदणकर (पुणे)
२०. मा. श्री. रवींद्र भोसले (पुणे)
२१. श्री. निशांत पांडे
२२. श्री. नरेश पाटील

२३. मा. श्री. चैतन्यभाई रावल आणि त्याचे सर्व सहकारी (अहमदाबाद, गुजरात)
२४. मा. श्री. अरविंदराव सिंगेवार (नागपूर)
२५. प्रशांत भरविरकर (पत्रकार कवी, लेखक)

॥ संदर्भ सूची ॥

१. *श्री स्वामी समर्थ चरित्र,* चार अध्यायी पोथी, वे.शा.स. दशग्रंथी माधव रामचंद्र मैसलगीकर, प्रकाशक श्री. रविंद्र भा. पट्टणकर, बडोदे

२. *स्वामी चरित्र,* भाग १ व २, इ.स. १८७९, मुंबई, नॅशनल छापखाना, नारायण हरी भागवत

३. *श्री स्वामी समर्थ बखर,* के. गोपाळबुवा केळकर, अनमोल प्रकाशन, पुणे, १९७५

४. *श्री गुरुलीलामृत,* (पोथी) ब्रह्मनिष्ठ वामन रावजी वैद्य वांबोरीकर, प्रकाशक : ज्योती धनंजय ढवळे, केशव भिकाजी ढवळे, मुंबई ४००००४, आवृत्ती एकोणिसावी, सप्टेंबर २००९

५. *श्री स्वामी चरित्र सारामृत,* (पोथी) क. विष्णु बळवंत थोरात, आवृत्ती एकोणिसावी, १९७२, (अक्षय्यतृतीया) प्रकाशक : खंडेराव आप्पाजी मोरे, दिंडोरी, जि. नाशिक

६. *अक्कलकोटनिवासी स्वामी महाराज यांचे चरित्र,* के. गणेश बल्लाळ मुळेकर, आवृत्ती नववी, प्रकाशक : प्रशांत केशव मुळेकर, मुंबई ४०००१६

७. *तोचि भगवंताची मूर्ती,* के. श्री शंखानवेलकर, आवृत्ती पहिली, विदर्भ मराठवाडा बुक कंपनी, १३३४, शुक्रवार पेठ, पुणे २

८. *अक्कलकोटनिवासी श्री स्वामी समर्थ चरित्र आणि कार्य,* मीमांसातीर्थ श्रीपाद शास्त्री किंजवडेकर, आवृत्ती दुसरी, १९९७, अनमोल प्रकाशन, ६०३, बुधवार पेठ, पुणे २

९. *समुद्र भरला आहे,* श्री. नागेश करंबेळकर

१०. *श्री सद्‌गुरू अक्कलकोट स्वामी महाराज यांचे बोधामृत* (ओवीबद्ध), नागेश करंबेळकर, आवृत्ती पहिली, प्रकाशिका : सौ. अपर्णा करंबेळकर, कुळगाव, बदलापूर (पूर्व) ४२१५०३

११. *श्री स्वामी मालामंत्र* (अनुष्ठान विधी), नागेश करंबेळकर, आवृत्ती पहिली, २००९, प्रकाशक : श्री प्रकाश अनंत संगीत, आपटे वाडी, शिरगाव, बदलापूर ४२१५०३

१२. *नित्यक्रम आणि उपासना*, संपादन व प्रस्तावना विवरण : प्रा. डॉ. नरेंद्र स. कुंटे, आवृत्ती बारावी, प्रकाशक : श्री वटवृक्ष स्वामी महाराज देवस्थान, अक्कलकोट

१३. 'पूर सेनानी'चे इ. स. १९९८ ते २०१२ दिवाळी अंक, मालक-संपादक श्री. संजय वेंगुर्लेकर

१४. श्री स्वामी समर्थांवर प्रसिद्ध झालेले इ.स. २०१३पर्यंतचे सर्व साहित्य, श्री. संजय वेंगुर्लेकर

१५. *श्री स्वामी समर्थांची तीर्थक्षेत्रे*, डॉ. ह. ना. कुंदेन, प्रकाशक : प्रकाश य. कुंदर, शारदा साहित्य, २८/अ, बुधवार पेठ, अंबर चेंबर्स, पुणे २

लेखक परिचय

प्रा. डॉ. यशवंतराव पाटील

'राजस बंगला',
प्लॉट नं. १३, मायको सर्कलजवळ,
तिडके कॉलनी, नाशिक-४२२००३
भ्रमणध्वनी : ९८९०६१५६४९
ई-मेल : yashwantraopatil1947@rediffmail.com

शैक्षणिक पात्रता

- बी.ए. (ऑनर्स) एल.एल.बी. (पुणे विद्यापीठ)
- 'श्री स्वामी समर्थ' या विषयावर ज्ञानज्योती सावित्रीबाई फुले पुणे विद्यापीठातून पीएच.डी. (मराठी)

व्यवसाय

- अध्यापन, शेती, व्याख्याता.

छंद

- वाचन, लेखन, भटकंती

- 'साप्ताहिक लोकअंकुश' व नोकरी स्पर्धा परीक्षांसाठी 'मार्गदीप' या मासिकांचे संस्थापक-संपादक म्हणून कार्यरत. वेगवेगळ्या साप्ताहिक, पाक्षिक, मासिक, वर्तमानपत्रांतून शेती, सहकार, अध्यात्म, व्यक्तिपरिचय आदी विषयांवर लिखाण. जिल्ह्यातील व इतर मान्यवर व्यक्तींवर त्यांच्या वाढदिवसाच्या निमित्ताने गौरवग्रंथांमध्ये लिखाण.

इतर

- श्री संत गाडगेमहाराज ज्येष्ठ नागरिक व्याख्यानमालेचे, सावित्रीबाई फुले पुणे विद्यापीठाच्या डॉ. जयकर बहि:शाल व्याख्यानमालेचे आणि (कै.) यशवंतराव चव्हाण व्याख्यानमालेचे व्याख्याते.

लेखन

- 'साप्ताहिक लोकअंकुश'मध्ये नियमित चिंतनपर लेखन, पुस्तकांच्या अभ्यासपूर्ण प्रस्तावनांचे लेखन
- अनेक शाळा-महाविद्यालयांतून विविध साहित्यविषयांवर, विविध प्रसंगांच्या निमित्ताने शेकडो व्याख्याने. विविध पुस्तकचर्चा व परिसंवादांमध्ये सहभाग
- राजकीय, सामाजिक, शैक्षणिक व आध्यात्मिक क्षेत्रांत कार्यरत असलेल्या काही संस्थांमध्ये सक्रिय सहभाग.
- महाराष्ट्रातील अग्रगण्य दैनिकांमध्ये विविध सदरांत स्तंभलेखन. वेळोवेळी अध्यात्म, समाजकारण, राजकारण, शिक्षण, पर्यावरण इत्यादी विषयांवर लेखन.
- 'अत्तराचा फाया' या मराठी चित्रपटाची निर्मिती व छोटी भूमिका.

पुरस्कार

- तालुका, जिल्हा आणि राज्यपातळीवर विविध संस्थांचे पुरस्कार

प्रकाशित पुस्तके

शैक्षणिक साहित्य

- English Essays for X, XII
- English Passages for X, XII
- English Grammar for X, XII
- टेन्शन नको अभ्यासाचे (अभ्यासाचे सोपे-सुलभ गुरुमंत्र)
- परिणामकारी सुजाण पालकत्व
- पालकनीती सूत्रे (भाग १ व २)

आध्यात्मिक साहित्य

- श्री स्वामी समर्थ उपासना व फलश्रुती (दुसरी आवृत्ती)
- श्री स्वामी समर्थांच्या लीलांच्या अर्थबोधाची बखर (दुसरी आवृत्ती)
- श्री स्वामींची दिव्यानुभूती (पीएच.डी. प्रबंधावर आधारित)
- श्री स्वामी समर्थांच्या फलदायी बिरुदावल्या
- जीवनाचे अध्यात्म

- नित्याचे सांगती (चार अध्यायी पारायण पोथी)
- श्री स्वामी समर्थ उपासनेची मुळे व फळे
- ईश्वरी सामर्थ्याचे महामेरू श्री स्वामी समर्थ
- रोख-ठोक संत तुकाराम
- आध्यात्मिक बोधकथा (भाग १ ला)
- श्री स्वामी समर्थ कृपांकित शिष्यांची मांदियाळी

वैचारिक साहित्य

- वेध मनाचा, शोध सुखाचा
- संस्काराचा अमृतकलश
- विचारांच्या चांदण्या
- जीवनसाफल्यासाठी फलदायी कार्यसंस्कृती

प्रौढ साहित्य

- निरामय आनंदी वार्धक्य

ललितसाहित्य

- संसारवेल (कादंबरी)
- गंधाळलेली फुले (कथासंग्रह)
- आयुष्य उजळून टाकणाऱ्या अंधारातील प्रकाशवाटा
- गढीवरच्या आईसाहेब (कादंबरी)

कवितासंग्रह

- कवितेच्या पारंब्या

सकाळ प्रकाशनाची इतर पुस्तके

सरश्री लिखित चरित्रात्मक पुस्तके

- संत सूरदास
- महान भक्त शबरी
- आदि शंकराचार्य
- ज्ञानगंगेचे भगीरथ संत रविदास
- तीन संन्यासी
- इंद्रधनुष्य विजेते गोस्वामी तुलसीदास
- असमर्थांचे बळ : समर्थ रामदास
- महात्मा - भक्त - कवी सर्वांचे नामदेव
- संत कबीर : जीवनचरित्र आणि कबीरवाणी
- बाहुबली हनुमान
- संत एकनाथ : जीवनचरित्र आणि अमूल्य शिकवण
- रामकृष्ण परमहंस
- येशू ख्रिस्त
- संत तुकाराम महाराज : अभंग रहस्य आणि जीवन चरित्र
- भगवान महावीर
- भगवान बुद्ध : जीवन चरित्र आणि निर्वाण अवस्था
- स्वामी विवेकानंद : भारतातील गुरू-शिष्य परंपरेची मशाल
- सद्‌गुरु नानक : साधना रहस्य आणि जीवन चरित्र

- रामायण : वनवास रहस्य
- संत ज्ञानेश्वर : समाधी रहस्य आणि जीवन चरित्र
- अंतर्मनाच्या शक्तीपलीकडील आत्मबळ

इतर लेखकांची पुस्तके

- अजिंक्य योद्धा- थोरले बाजीराव
- छत्रपती संभाजी : जीवन आणि बलिदान
- क्रांतिसूर्य : महात्मा बसवेश्वर
- सर्वस्पर्शी डॉ. बाबासाहेब
- हसरा संघर्ष
- लोकमान्य टिळक चरित्र
- महात्मा फुले यांचे वैचारिक चरित्र
- थोरांचे अज्ञात पैलू
- समाजसुधारक
- ऋषी परंपरा

www.ingramcontent.com/pod-product-compliance
Lightning Source LLC
Chambersburg PA
CBHW071407230926
51846CB00001B/29
* 9 7 8 9 3 4 9 4 8 7 4 2 0 *